ಧ್ಯಾನ-ಸಚಿತ್ರ

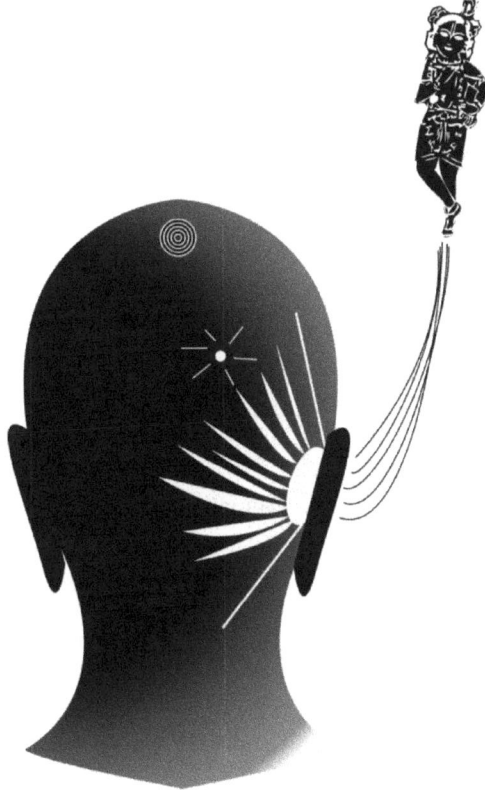

ಮೈಕೆಲ್ ಬಿಲವ್ಡ್

ಅನುವಾದಕರು: ಅರ್ಪನ ಉಕ್ಕುಂದ್

ಧ್ಯಾನ–ಸಚಿತ್ರ

ಪ್ರಾಥಮಿಕ ಪರಿಶೀಲನೆ:

- ಬರ್ನಾರ್ಡ್ ಅಡ್ಜೋಧ (Bernard Adjodha)

ಕರಡು ಹಸ್ತಪ್ರತಿ ಚಿತ್ರಗಳು:

- ಮಾರ್ಸಿಯಾ ಕೆ. ಬಿಲವ್ಡ್ (Marcia K. Beloved), ಶರೋನ್ ಥೊರ್ನ್ಟನ್ (Sharon Thornton)

ಮುಖಪುಟ ಕಲೆ + ಅಂತಿಮ ಚಿತ್ರಗಳು:

- ಮೈಕೆಲ್ ಬಿಲವ್ಡ್

ರೇಖಿನಗಳ ಸಂಪಾದಕರು + ಭಗವಾನ್ ಶಿವನ ಕಲೆ:

- ಸರ್ ಪಾಲ್ ಕಸ್ಟಜ್ಞ (Sir Paul Castagna)

ಪತ್ರ ವ್ಯವಹಾರ
Michael Beloved
19311 SW 30th Street
Miramar
Florida 33029
USA

ಇಮೇಲ್
axisnexus@gmail.com

ISBN

ಸಂಪಾದಕೀಯ ಕೃತಜ್ಞತೆಗಳು

ಈ ಪುಸ್ತಕವನ್ನು ೩೫ ವರ್ಷಗಳ ದೃಢ ನಿರಂತರ ಶ್ರಮದಾಯಕ ಅಭ್ಯಾಸದ ಹಾಗೂ ಪರಿಶೀಲನಾ ಅನುಭವಗಳ ನಂತರ ರಚಿಸಲಾಯಿತು. ನಾನು ಹಲವಾರು ಮೂಲ ಚಿತ್ರಗಳನ್ನು ರಚಿಸಿದ, ಹಲವಾರು ಕಾರ್ಯವಿಧಾನಗಳನ್ನು ಪರೀಕ್ಷಿಸಿದ, ಮತ್ತು ಈ ಮುದ್ರಣದ ಕರಡನ್ನು ಓದಿ ತಿದ್ದಿದ ನನ್ನ ಹೆಂಡತಿಯಾದ ಮಾರ್ಸಿಯಾ ಕೆ. ಬಿಲವ್ಡ್‌ಗೆ ಋಣಿಯಾಗಿದ್ದೇನೆ. ಶರೋನ್ ಥೊನ್ಬರ್ನ್, ನನ್ನ ಹಿರಿಯ ಮಗಳ ತಾಯಿಗೆ ಕೂಡ ನಮ್ಮ ಕೃತಜ್ಞತೆಗಳು ಸಲ್ಲಬೇಕು. ಅವರು ಈ ಪುಸ್ತಕದ ಅನೇಕ ಮೊದಮೊದಲ ಹಸ್ತಪ್ರತಿಗಳಿಗೆ ಚಿತ್ರಗಳನ್ನು ಬರೆಯುವಲ್ಲಿ ಹಾಗೂ ಹಸ್ತಪ್ರತಿಗಳನ್ನು ಒಂದು ನಿರ್ದಿಷ್ಟ ವಿನ್ಯಾಸದಲ್ಲಿ ಸಿದ್ಧಗೊಳಿಸುವಲ್ಲಿ ಸಹಾಯ ಮಾಡಿದ್ದಾರೆ. ಅವರ ಸದ್ಭಾವನೆ, ಸಮರ್ಪಣೆ, ಹಾಗೂ ನಿಷ್ಠೆಯನ್ನು ನನ್ನಿಂದ ಹಿಂದಿರುಗಿಸಲು ಸಾಧ್ಯವಿಲ್ಲ.

ಕೊನೆಯವರಾದರೂ ಮುಖ್ಯರಾದವರು, ಕಲೆಗಾರ ಹಾಗೂ ಮನಶ್ಯಾಸ್ತ್ರಜ್ಞ ಸರ್ ಪಾಲ್ ಕಸ್ಟ್ಲ್ಜ್ಞ ಅವರು. ನಮ್ಮ ಅನೇಕ ಪುಸ್ತಕಗಳ ಕುರಿತ ಇವರ ಟೀಕೆಗಳು ಹಾಗೂ ವಿಮರ್ಶೆಗಳು, ಆಧ್ಯಾತ್ಮಿಕ ಅನ್ವೇಷಣೆ ಎಂಬ ಬಹುಮಟ್ಟಿಗೆ ಸಂಪೂರ್ಣ ಮನೋಗ್ರಾಹ್ಯವಾಗಿರುವ ಈ ಕ್ಷೇತ್ರದಲ್ಲಿ ಬಹಳ ಅಗತ್ಯವಿರುವ ವಸ್ತುನಿಷ್ಠತೆಯನ್ನು ಒದಗಿಸಲು ನೆರವಾದವು.

ಪರಿವಿಡಿ

6

ಶಿಕ್ಷಕರಿಗೆ ಕೃತಜ್ಞತೆಗಳು

ನಾವು ಈ ಪುಸ್ತಕದಲ್ಲಿನ ಗ್ರಹಿಕೆಗಳಿಗೆ ಸಹಾಯಮಾಡಿದ ಈ ವ್ಯಕ್ತಿಗಳನ್ನು ಗೌರವಿಸುತ್ತೇವೆ:

ಲೋಬ್ಸಂಗ್ ಟಿ. ರಂಪ (Lobsang T. Rampa), ಅರುಣಾಚಲದ ಶ್ರೀ ರಮಣ ಮಹರ್ಷಿಗಳು, ಆರ್ತರ್ ಬಿವೆರ್‌ಫೋರ್ಡ್ (Arthur Beverford), ಅವರ ಆಧ್ಯಾತ್ಮಿಕ ಗುರುಗಳಾದ ರಿಶಿ ಸಿಂಗ್ ಘೇರ್‌ವಾಲ್, ಯೋಗಿ ಹರ್ಭಜನ್ ಸಿಂಗ್, ಪರಮಹಂಸ ಯೋಗಾನಂದ, ಶ್ರೀ ಯುಕ್ತೇಶ್ವರ್ ಗಿರಿ, ಲಹಿರಿ ಮಹಾಶಯ, ಕ್ರಿಯಾ ವಂಶಾವಳಿಯ ಬಾಬಾಜಿ, ಆಚಾರ್ಯ ಗಂಭೀರನಾಥ, ಬಿ.ಕೆ.ಎಸ್. ಅಯ್ಯಂಗಾರ್, ಸ್ವಾಮಿ ಸಚ್ಚಿದಾನಂದ, ಯೋಗಾಚಾರ್ಯ ಸ್ವಾಮಿ ಕ್ರಿಪಲ್ವನಂದ, ಸ್ವಾಮಿ ಯೋಗೇಶ್ವರನಂದ ಸರಸ್ವತಿ, ಶ್ರೀಲ ಭಕ್ತಿವೇದಾಂತ ಸ್ವಾಮಿಗಳು, ಮಹಾದೇವ ಶಿವ, ಶ್ರೀ ಬಲರಾಮ, ಮತ್ತು ಶ್ರೀ ಕೃಷ್ಣ.

ಲೋಬ್ಸಂಗ್ ಟಿ. ರಂಪ

ಇವರು ಪುನರ್ಜನ್ಮವನ್ನು ಪ್ರಚಾರ ಮಾಡಲು ಬಹಳಷ್ಟು ಪ್ರಯತ್ನಿಸಿದರು. ಇವರು ಅತೀಂದ್ರಿಯ ಗ್ರಹಿಕೆಯ ಬೆಳವಣಿಗೆಯ ಬಗ್ಗೆ ಮತ್ತು ಮೂರನೇ ಕಣ್ಣನ್ನು ತೆರೆಯುವ ಬಗ್ಗೆ ಒತ್ತು ನೀಡುತ್ತಾ ಸ್ಪಷ್ಟ ಹಾಗೂ ಸರಳ ಪದಗಳಲ್ಲಿ ಬರೆದರು.

ಆರ್ತರ್ ಬಿವೆರ್‌ಫೋರ್ಡ್

ಇವರು ಹಠಯೋಗ ಪ್ರದೀಪಿಕಾ ಮತ್ತು ಮಹಾಭಾರತದ ಭಾಗಗಳನ್ನು ಅನುವಾದಿಸಿದ ರಿಶಿ ಸಿಂಗ್ ಘೇರ್‌ವಾಲ್ ಅವರ ಶಿಷ್ಯರಾಗಿದ್ದರು. ನಮಗೆ ೧೯೭೦-೧೯೭೩ರ ಅವಧಿಯಲ್ಲಿ ಗುರೂಜಿ ಘೇರ್‌ವಾಲ್ ಅವರ ಕೆಲವು ಪುಸ್ತಕಗಳನ್ನು ಅಧ್ಯಯನ ಮಾಡಲು ಅವಕಾಶ ನೀಡಲಾಗಿತ್ತು, ಅವುಗಳಲ್ಲಿ ಕೆಲವು ಪುಸ್ತಕಗಳು ಇನ್ನೂ ಮುದ್ರಣದಲ್ಲಿ ಇವೆ. ರಿಶಿ ಸಿಂಗ್ ಘೇರ್‌ವಾಲ್ ಅವರು ಭಾರತದಲ್ಲಿನ ಯೋಗ ಸಾಹಸಗಳ ಬಗ್ಗೆ ಇಂಗ್ಲೀಷ್‌ನಲ್ಲಿ ಒಂದು ಪುಸ್ತಕವನ್ನು ಬರೆದ ಮೊದಲ ಭಾರತೀಯರಲ್ಲಿ ಒಬ್ಬರಾಗಿದ್ದರು. ಯೋಗಿ ಬಿವೆರ್‌ಫೋರ್ಡ್‌ರ ಪ್ರಕಾರ, ಅವರ ಶಿಕ್ಷಕರ ಪುಸ್ತಕಗಳನ್ನು ಸ್ಪಾಲ್ಡಿಂಗ್ ಅವರ ಮಾಸ್ಟರ್ಸ್ ಆಫ್ ದ ಫಾರ್ ಈಸ್ಟ್ (Spalding's Masters of the Far East) ಪುಸ್ತಕಕ್ಕೆ ಆಧಾರವಾಗಿ ಬಳಸಲಾಗಿತ್ತು, ಮತ್ತು ಯೋಗಾನಂದರ ಯೋಗಿಯ ಆತ್ಮಕಥೆಯನ್ನು (Yogananda's Autobiography of a Yogi) ಪ್ರೇರೇಪಿಸಿರಬಹುದು ಎಂದು ಹೇಳುತ್ತಾರೆ.

ಹರ್ಭಜನ್ ಸಿಂಗ್ ಮಹಾಯೋಗಿ

ಇವರು ಮಾದಕ-ದ್ರವ್ಯ-ವ್ಯಸನಿಗಳಾಗಿದ್ದ (drug-oriented) ಅಮೇರಿಕದ ಯುವಕರಿಗೆ ಸಹಾಯ ಮಾಡಲು ಬಹಳಷ್ಟು ಪ್ರಯತ್ನಿಸಿದರು. ಇವರು ಬ್ರೆತ್-ಆಫ್-ಫೈಯರ್ (breath-of-fire) ಎಂದು ಕರೆಯಲ್ಪಡುವ ಭಸ್ತ್ರಿಕಾ ಪ್ರಾಣಾಯಾಮ ವಿಧಾನವನ್ನು ಪ್ರಚಾರ ಮಾಡಿದರು. ಇದು ದೇಹದ ಜೀವನಾಧಾರವಾದ-ಶಕ್ತಿಯನ್ನು ಸ್ವಾಧೀನಪಡಿಸಿಕೊಳ್ಳುವುದಕ್ಕೆ ಒಂದು ತ್ವರಿತ ವಿಧಾನವಾಗಿದೆ. ೧೯೭೨-೧೯೭೪ರ ವರ್ಷಗಳಲ್ಲಿ ನಾನು ಇವರ ಕೆಲವು ಪ್ರಮುಖ ಶಿಷ್ಯರ ಮಾರ್ಗದರ್ಶನದಲ್ಲಿ ಅಭ್ಯಾಸ ಮಾಡಿದೆನು. ಯೋಗಿ

ಭಜನ್ ಅವರು ಮನಸ್ಸಿನಿಂದ ಕೆಳಮಟ್ಟದ ವಿಚಾರಗಳನ್ನು ತಕ್ಷಣವೇ ಶುದ್ಧೀಕರಿಸಬಹುದಾದ ಮತ್ತು ಕೆಳಗಿನ ಪ್ರದೇಶಗಳಲ್ಲಿನ ಕನಸುಗಳಿಂದ ಒಬ್ಬ ವ್ಯಕ್ತಿಯನ್ನು ಮುಕ್ತಗೊಳಿಸಬಹುದಾದ ಮೆದುಳಿನ ಉಸಿರಾಟವನ್ನು (brain breath) ನನಗೆ ತೋರಿಸಿದರು. ನನ್ನ ಅಭಿಪ್ರಾಯದ ಪ್ರಕಾರ ಯೋಗಿ ಭಜನ್ ಅವರ ಉಸಿರಿನ ತಂತ್ರವು ಕುಂಡಲಿನಿಯನ್ನು ಶುದ್ಧೀಕರಿಸುವುದಕ್ಕೆ ಮತ್ತು ಮೇಲಕ್ಕೇರಿಸುವುದಕ್ಕೆ ಖಚಿತ ವಿಧಾನವಾಗಿದೆ.

ಪರಮಹಂಸ ಯೋಗಾನಂದ ಮಹಾಯೋಗಿ

ಇವರು ಭಾರತೀಯ ಯೋಗರಹಸ್ಯವನ್ನು ಪ್ರಚಾರ ಮಾಡಲು ಬಹಳಷ್ಟು ಪ್ರಯತ್ನಿಸಿದರು. ಇವರು ಧ್ಯಾನಕ್ಕೆ ಮತ್ತು ಸಮಾಧಿ ಸ್ಥಿತಿಯ ಪ್ರಜ್ಞೆಗೆ ಅನೇಕ ಪಾಶ್ಚಿಮಾತ್ಯರನ್ನು ಆಕರ್ಷಿಸಿದರು. ಇವರ ಪುಸ್ತಕಗಳು ಯೋಗ ಅಭ್ಯಾಸವನ್ನು ಅರಸಿಕೊಂಡು ಹೋಗಲು ಸಾವಿರಾರು ಪಾಶ್ಚಿಮಾತ್ಯರನ್ನು ಪ್ರಭಾವಿಸಿತು. ಇವರು ತಮ್ಮ ಪುಸ್ತಕಗಳಲ್ಲಿ ವಿಧಾನಗಳನ್ನು ಬಹಿರಂಗಪಡಿಸಲಿಲ್ಲ, ಆದರೆ ಇವರ ಪ್ರಕ್ರಿಯೆಗಳನ್ನು ದೀಕ್ಷೆಯ ಮೂಲಕ ಬಹಿರಂಗಪಡಿಸಲಾಯಿತು.

ಶ್ರೀ ಯುಕ್ತೇಶ್ವರ್ ಗಿರಿ

ಇವರು ಯೋಗಾನಂದರ ಆಧ್ಯಾತ್ಮಿಕ ಗುರುಗಳಾಗಿದ್ದರು. ಲಹಿರಿ ಮಹಾಶಯರು ಇವರ ಪೂರ್ವಾಧಿಕಾರಿಯಾಗಿದ್ದರು. ೧೯೭೩ ರಲ್ಲಿ ನಾನು ಯೋಗಿ ಯುಕ್ತೇಶ್ವರ್ ರವರಿಂದ ಸಹಾಯ ತೆಗೆದುಕೊಂಡೆನು. ಇದು ಆಸ್ಟ್ರಲ್ ಸಮತಲದಲ್ಲಿ ಮಾಡಲಾಯಿತು ಏಕೆಂದರೆ ಇವರು ದೈಹಿಕವಾಗಿ ಲಭ್ಯರಿರಲಿಲ್ಲ. ಇವರು ನನಗೆ ಕೆಲವು ಧ್ಯಾನದ ತಂತ್ರಗಳನ್ನು ಕಲಿಸಿದರು.

ಲಹಿರಿ ಮಹಾಶಯ

ಈ ಮಹಾನ್ ಯೋಗಿಯು ನನಗೆ ಹಣೆಯ ಕೇಂದ್ರೀಯ ಮೇಲ್ಭಾಗದಲ್ಲಿರುವ ಗಣಿಗಾರರ ದೀಪದಂತೆ (miner's light) ಹೊಳೆಯುವ ಮತ್ತು ವೃತ್ತಾಕಾರವಾಗಿ ಸುತ್ತುವ ಕಕ್ಷೀಯ ಲಲಾಟ ಚಕ್ರವನ್ನು (orbital lalata chakra) ತೆರೆಯುವ ವಿಧಾನವನ್ನು ತೋರಿಸಿದರು. ಇವರು ನನಗೆ ಕೆಲವು ಇತರ ಪ್ರಮುಖ ಪ್ರಕ್ರಿಯೆಗಳನ್ನು ನೀಡಿದರು ಮತ್ತು ನನಗೆ ವ್ಯಾಪಕವಾಗಿ ಬರೆಯಲು ಹೇಳಿದರು. ಇವರು ಬ್ರಹ್ಮಚರ್ಯೆಗಾಗಿ ಮೂಲಬಂಧದಿಂದ ಕುಂಡಲಿನಿಯನ್ನು ಬೇರೆ ಮಾರ್ಗದಲ್ಲಿ ಕರೆದೊಯ್ಯುವುದನ್ನು ಒತ್ತಿ ಹೇಳಿದರು.

ಬಿ. ಕೆ. ಎಸ್. ಅಯ್ಯಂಗಾರ್ ಮಹಾಯೋಗಿ

ಇವರ ಲೈಟ್ ಆನ್ ಪ್ರಾಣಾಯಾಮ (Light on Pranayama) ಒಂದು ಅಸಾಧಾರಣ ಹಾಗೂ ಅಧಿಕಾರಯುತ ಪುಸ್ತಕವಾಗಿದೆ. ಇದು ದೃಢ ಸಂಕಲ್ಪದ ಒಬ್ಬ ಯೋಗಿಯು ಪ್ರಕ್ರಿಯೆಯನ್ನು ಪೂರ್ಣಗೊಳಿಸಬಹುದು ಎಂಬುದನ್ನು ನಿರ್ಣಾಯಕವಾಗಿ ತೋರಿಸುತ್ತದೆ. ಇವರು ಆ ಸಮಯದಲ್ಲಿ ಸಶರೀರರಾಗಿದ್ದರೂ ಕೂಡ, ನಾನು ಇವರನ್ನು ಆಸ್ಟ್ರಲ್ ಪ್ರಪಂಚದಲ್ಲಿ ಭೇಟಿಯಾದೆ. ಇವರು ನನಗೆ ಸೌರ ಹೆಣಿಗೆ ಪ್ರದೇಶದಿಂದ (solar plexus area) ಅಪಾನ ಶಕ್ತಿಯನ್ನು ಶುದ್ಧೀಕರಿಸುವ ಮತ್ತು ಪ್ರಾಣದಿಂದ ಅದನ್ನು ತುಂಬುವ ಪ್ರಕ್ರಿಯೆಯನ್ನು ತೋರಿಸಿದರು. ನಾನು ಇವರನ್ನು ಪವಿತ್ರ ಹೆಸರುಗಳ ಮಂತ್ರ ಪಠಿಸುವ ಧಾರ್ಮಿಕ ಪ್ರಕ್ರಿಯೆಗೆ ಹೋಲಿಸಿದರೆ ಪ್ರಾಣಾಯಾಮದ ಆವಶ್ಯಕತೆಯ ಬಗ್ಗೆ

ಕೇಳಿದಾಗ, ಇವರು "ನಾನು ಹನುಮಾನನನ್ನು ಪೂಜಿಸುತ್ತೇನೆ. ಆತನು ನನ್ನ ನೆಚ್ಚಿನ ದೇವತೆ. ಹಿಂದಿನ ಜೀವನಗಳಿಂದ ಪ್ರವೃತ್ತಿಗಳು ಮುಂದುವರಿಯುತ್ತವೆ. ಮುಂದಿನ ಮಾನವ ಜನ್ಮದಲ್ಲಿ ಮಹತ್ವಾಕಾಂಕ್ಷೀ ಯೋಗಿಯು ತನ್ನ ಹಿಂದಿನ ಕಾಲದ ಅಭ್ಯಾಸವನ್ನು ಮುಂದುವರಿಸುತ್ತಾನೆ ಎಂದು ಪೂಜ್ಯ ಭಗವಾನ್ ಕೃಷ್ಣನು ಹೇಳಿರುವಂತೆ ಗೀತೆಯಲ್ಲಿ ಇದನ್ನು ದೃಢಪಡಿಸಲಾಗಿದೆ. ನಾನು ಕೂಡ ಪವಿತ್ರ ಹೆಸರುಗಳನ್ನು ಪಠಿಸುತ್ತೇನೆ. ಹನುಮಾನನು ಈ ಯೋಗ ಪ್ರಕ್ರಿಯೆಯಿಂದ ನನ್ನನ್ನು ಬಲಪಡಿಸಿದನು. ಇದು ಹಿಂದಿನ ಜೀವನಗಳಿಂದ ಉಳಿದ ಪರಿಣಾಮವಾಗಿದೆ.", ಎಂದು ವಿವರಿಸಿದರು.

ಸ್ವಾಮಿ ಸಚ್ಚಿದಾನಂದ

ಇವರು ಸಮಗ್ರ ಯೋಗವನ್ನು ಸಂಸ್ಥಾಪಿಸಿದರು. ಇವರು ಕುಂಡಲಿನಿ ಶಕ್ತಿಯು ಪರಿಣಾಮಕಾರಿಯಾಗಿ ಎಲ್ಲಾ ನರಗಳ ಹಾಗೂ ಅಂಗಾಂಶಗಳ ಮೂಲಕ ಹಾದುಹೋದಾಗ ದೇಹದಲ್ಲಿ ಏನು ಸಂಭವಿಸುತ್ತದೆ ಎಂಬುದನ್ನು ನನಗೆ ತೋರಿಸುವಷ್ಟು ವಿನೀತರಾಗಿದ್ದರು. ನಾನು ಇವರನ್ನು ದೈಹಿಕವಾಗಿ ಎಂದೂ ಭೇಟಿಯಾಗಲಿಲ್ಲ. ನಮ್ಮ ಸಂಪರ್ಕ ಆಸ್ಟ್ರಲ್‌ನಲ್ಲಿ ಮಾತ್ರ ಆಗಿತ್ತು. ಆದರೂ ಇವರು ನನಗೆ ಕೆಲವು ಅಮೂಲ್ಯ ತಂತ್ರಗಳನ್ನು ನೀಡಿದರು. ನಿರ್ದಿಷ್ಟವಾಗಿ, ಗಲ್ಲವನ್ನು ಹೊಂದಾಣಿಕೆಗಾಗಿ ಹಿಂದಕ್ಕೆ ಎಳೆದುಕೊಳ್ಳಲಾಗುವ, ಮತ್ತು ಆ ಮೂಲಕ ಜೀವ ಶಕ್ತಿಯು ಬೆನ್ನುಹುರಿಯ ಮೂಲಕ ಮೆದುಳಿನೊಳಗೆ ಪರಿಣಾಮಕಾರಿಯಾಗಿ ಹಾದುಹೋಗುವ, ಜಲಂಧರ ಕುತ್ತಿಗೆಯನ್ನು ಕೇಂದ್ರೀಕರಿಸುವ ಬಂಧವನ್ನು ಇವರು ನನಗೆ ತೋರಿಸಿದರು. ಇವರು ನನಗೆ ಸಂಬಂಧಿಸಿದಂತೆ ತಂದೆಯಂತೆ ಇದ್ದರು.

ಸ್ವಾಮಿ ಕ್ರಿಪಲ್ವನಂದ

ಸೈನ್ಸ್ ಆಫ್ ಮೆಡಿಟೇಶನ್ ಅನ್ನು (Science of Meditation) ಬರೆದ ಈ ಯೋಗಾಚಾರ್ಯರು, ಧ್ಯಾನ ಪ್ರಕ್ರಿಯೆಯಲ್ಲಿ ನನಗೆ ಅನೇಕ ತಂತ್ರಗಳನ್ನು ತೋರಿಸಿದರು. ಇವರು ಆದಾನ ಮತ್ತು ಪ್ರದಾನ (ಇನ್‌ಪುಟ್ ಮತ್ತು ಔಟ್‌ಪುಟ್) ವಾಯು ಶಕ್ತಿಯ ಮಾರ್ಗಗಳ ಶುದ್ಧೀಕರಣವನ್ನು ಒತ್ತಿ ಹೇಳಿದರು. ನಾನು ದೇಹದ ಕೆಳಗಿನ ಮುಂಡಭಾಗವನ್ನು ಶುದ್ಧೀಕರಿಸುವುದರ ಬಗ್ಗೆ ಇವರಿಂದ ಮತ್ತು ಸ್ವಾಮಿ ಯೋಗೇಶ್ವರನಂದ ಅವರಿಂದ ಸುಳಿವು ತೆಗೆದುಕೊಂಡೆನು, ಏಕೆಂದರೆ ಇದು ಸರಿಯಾಗಿ ಪೂರ್ಣಗೊಳಿಸದ ಹೊರತು ವ್ಯಕ್ತಿಯೊಬ್ಬನು ಯೋಗ ಅಭ್ಯಾಸವನ್ನು ಕ್ರೋಢೀಕರಿಸಿಕೊಳ್ಳಲು ಸಾಧ್ಯವಿಲ್ಲ.

ಸ್ವಾಮಿ ಯೋಗೇಶ್ವರನಂದ ಸರಸ್ವತಿ

ಇವರು ಧ್ಯಾನ ಪ್ರಕ್ರಿಯೆಯ ಬಗ್ಗೆ ಅಮೂಲ್ಯ ಮಾಹಿತಿಯನ್ನು ನೀಡುವ ಸೈನ್ಸ್ ಆಫ್ ಸೋಲ್ (Science of Soul) ಪುಸ್ತಕವನ್ನು ಬರೆದರು. ಇವರು ನನಗೆ ಅಪ್ರಯತ್ನಿತ ನಿರಂತರ ಶಬ್ದದ ಹರಿವಿನ (spontaneous sound current / ನಾದದ) ಸ್ಥಳವನ್ನು ಹಾಗೂ ವ್ಯಾಪ್ತಿಯನ್ನು ತೋರಿಸಿದರು. ಇವರು ನನಗೆ ದೃಢವಾದ ಬೆನ್ನುಮೂಳೆಯ ಮಹತ್ವವನ್ನು ತಿಳಿಯಪಡಿಸಿದರು, ಮತ್ತು ಶಕ್ತಿಯ ಅಡ್ಡವಾದ ಹಾಗೂ ಲಂಬವಾದ ಕಿರಣದ ಬೀಸು ಚಲನೆಯ ಮೂಲಕ ಗುರುತಿಸಲಾಗುವ, ಹುಬ್ಬುಗಳ ನಡುವಿನ ಜಾಗವಾದ ಮೂರನೇಯ ಕಣ್ಣಿನ ರಂಧ್ರವನ್ನು (third eye gap) ವಿವರಿಸಿದರು ಮತ್ತು ಬಹಿರಂಗಪಡಿಸಿದರು.

ಶ್ರೀಲ ಭಕ್ತಿವೇದಾಂತ ಸ್ವಾಮಿಗಳು

ಭಗವಾನ್ ಕೃಷ್ಣನ ಭಕ್ತಿಸೇವೆಗೆ ಮುಖ್ಯವಾಗಿ ಮೀಸಲಾಗಿರುವ, ಹಲವಾರು ಪುಸ್ತಕಗಳಲ್ಲಿ ಮಾಹಿತಿಯ ಸಂಪುಟಗಳನ್ನು ನೀಡಿದ ನನ್ನ ವೈಷ್ಣವ ಆಧ್ಯಾತ್ಮಿಕ ಗುರುಗಳಾದ ಶ್ರೀಲ ಭಕ್ತಿವೇದಾಂತ ಸ್ವಾಮಿಗಳಿಗೆ ನಾನು ಋಣಿಯಾಗಿದ್ದೇನೆ. ಇವರ ಕೆಲವು ತಾತ್ಪರ್ಯಗಳು ಯೋಗದ ಬಗ್ಗೆ ವಿವರವಾಗಿ ವರ್ಣಿಸುತ್ತವೆ.

ಮಹಾದೇವ ಶಿವ

ನನ್ನ ಗೌರವವು ಯೋಗಿಗಳಲ್ಲಿಯೇ ಅತ್ಯಂತ ಶ್ರೇಷ್ಠನಾದ ಈ ಯೋಗಿಗೆ ಸಲ್ಲಬೇಕು. ಈತನು ಸಾವಿನಾಚೆಯ ಬದುಕಿನ ಬಗ್ಗೆ ಬರಹದಲ್ಲಿ ಏನಾದರೂ ದಾಖಲಿಸಲು ನನಗೆ ಒತ್ತಿ ಹೇಳಿದನು. ವಾಸ್ತವವಾಗಿ, ಆ ವಿಷಯದ ಮೇಲೆ ಈತನು ಒದಗಿಸಿದ ಎಲ್ಲಾ ಮಾಹಿತಿಯು ಲೇಖಕನ ಮನಸ್ಸಿನೊಳಗೆ ಪ್ರೇರಿತವಾಗಿತ್ತು. ಲೇಖಕನಿಗೆ ಈತನ ನೆರವನ್ನು ಯಾವುದೇ ಮಟ್ಟಿಗೆ ಹಿಂದಿರುಗಿಸಲು ಸಾಧ್ಯವಿಲ್ಲ.

ಭಗವಾನ್ ಶ್ರೀ ಬಲರಾಮ

ಈ ದೇವತೆಯು ಈ ಪುಸ್ತಕಕ್ಕೆ ಸಂಬಂಧಿಸಿದ ವಿಷಯಗಳಲ್ಲಿ ನಾನು ಮಹಾದೇವ ಶಿವನ ಸಲಹೆಯನ್ನು ಕೇಳಬೇಕೆಂದು ನನಗೆ ಆದೇಶಿಸಿದನು. ಈತನು ನನಗೆ ಹೇಳಿದನು, "ನನ್ನ ಪ್ರಿಯ ಬಾಲಕ, ಮಹಾದೇವನ ಬಳಿಗೆ ಹೋಗು. ಆತನು ಯೋಗಿಗಳ ಸ್ವಾಮಿ. ಯಾವುದೇ ಯೋಗಿಯು ಆತನಿಗಿಂತ ಶ್ರೇಷ್ಠನಾದವನು ಇಲ್ಲ. ನೀನು ಯೋಗದ ಬಗ್ಗೆ ತಿಳಿದುಕೊಳ್ಳಬೇಕಾದದ್ದು ಏನೇ ಇರಲಿ, ನೀನು ಆತನಿಂದ ಕಲಿತುಕೊಳ್ಳಬಹುದು."

ಭಗವಾನ್ ಶ್ರೀ ಕೃಷ್ಣ

ಈ ಪೂಜ್ಯ ಭಗವಾನನು ನನಗೆ ವರ್ಷಗಳ ಉದ್ದಕ್ಕೂ ಗಣನೀಯವಾಗಿ ಸಹಾಯ ಮಾಡಿದ್ದಾನೆ. ಪ್ರಗತಿಯ ಪ್ರತಿ ಹಂತವನ್ನು ಈತನ ನೆರವಿನಿಂದ ಹಾಗೂ ಸೂಕ್ಷ್ಮ ಮಾರ್ಗದರ್ಶನದಿಂದ ಪಡೆದುಕೊಳ್ಳಲಾಯಿತು. ಈತನು ವಿವಿಧ ನಿಪುಣರಿಗೆ, ಸೊಕ್ಕಿನವರಿಗೆ ಹಾಗೂ ಸ್ವಲ್ಪಮಟ್ಟಿಗೆ ತಪ್ಪು ತಿಳುವಳಿಕೆ ಇರುವವರಿಗೂ ಕೂಡ ಹೇಗೆ ವಿಧೇಯನಾಗಿರಬೇಕೆಂದು ನನಗೆ ನಿರ್ದೇಶಿಸಿದನು. ಈತನು ಈ ಪುಸ್ತಕದ ಕನಸಿನ ಸ್ಪಷ್ಟತೆಯ ಭಾಗದಲ್ಲಿ ಸಹಾಯ ಮಾಡಿದ್ದಾನೆ. ಒಬ್ಬ ವ್ಯಕ್ತಿಯು ಕನಸಿನ ಪ್ರಪಂಚದಲ್ಲಿನ ಕೃತ್ಯಗಳನ್ನು ಗ್ರಹಿಸುವ ಹಂತಕ್ಕೆ ಹಾಗೂ ಆ ಸ್ಥಳವನ್ನು ಇನ್ನೊಂದು ಪ್ರದೇಶವೆಂದು ಸ್ಪಷ್ಟವಾಗಿ ಅರಿತುಕೊಳ್ಳುವ ಹಂತಕ್ಕೆ ಬರದ ಹೊರತು ಆತನು ಪರಲೋಕದ ಭೂಗೋಳವನ್ನು ಕಲಿಯಲು ಸಾಧ್ಯವಾಗುತ್ತದೆ ಎಂಬುದು ಖಚಿತವಾಗಿಲ್ಲ ಎಂದು ಈತನು ನನಗೆ ಹೇಳಿದನು. ಈತನು ತನ್ನ ಭಗವದ್ಗೀತಾ ಮತ್ತು ಉದ್ಧವ ಗೀತಾ ವ್ಯಾಖ್ಯಾನಗಳನ್ನು ಎಚ್ಚರಿಕೆಯಿಂದ ಅಧ್ಯಯನ ಮಾಡಲು ಸಲಹೆ ನೀಡಿದನು.

ಪೀಠಿಕೆ

ಒಬ್ಬ ವ್ಯಕ್ತಿಯು ಮನಸ್ಸಿನೊಂದಿಗೆ ತಾಳ್ಮೆಯಿಂದ ಇದ್ದರೆ ಮತ್ತು ದಿನಕ್ಕೆ ಕನಿಷ್ಠ ಪಕ್ಷ ಎರಡು ಧ್ಯಾನದ ಅವಧಿಗಳನ್ನು ನಡೆಸಿದರೆ ಧ್ಯಾನವನ್ನು ಕಲಿಯಬಹುದು. ಮನಸ್ಸು ತನ್ನ ಸ್ವಂತ ಅಭ್ಯಾಸಗಳನ್ನು ಬೆಳೆಸಿಕೊಂಡಿದೆ. ಆದ್ದರಿಂದ ತಾಳ್ಮೆಯಿಂದ ಅದನ್ನು ನಿಗ್ರಹಿಸಬೇಕು. ಅಭ್ಯಾಸವು ಮನಸ್ಸಿನ ಸ್ವಭಾವವಾಗಿದೆ, ಹೀಗಾಗಿ ಮನಸ್ಸನ್ನು ಪಳಗಿಸಲು ಅಭ್ಯಾಸದ ವಿಧಾನವನ್ನು ಬಳಸಬಹುದು. ಪ್ರತಿದಿನವೂ ಒಂದು ನಿಗದಿತ ಸಮಯದಲ್ಲಿ ನಿಯತವಾದ ಧ್ಯಾನವು ಮನಸ್ಸನ್ನು ಪಳಗಿಸುವ ವಿಧಾನವಾಗಿದೆ.

ಮೊದಲಿಗೆ ಈ ಪುಸ್ತಕವನ್ನು ಪ್ರಾಸಂಗಿಕವಾಗಿ ಪೂರ್ತಿಯಾಗಿ ಓದಿ. ಎರಡನೇ ಬಾರಿ ಓದುವಾಗ ಅಭ್ಯಾಸದ ಪಾಠಗಳನ್ನು ಅಭ್ಯಸಿಸಲು ಪ್ರಾರಂಭಿಸಿ. ಒಂದು ವಿಧಾನವು ಕಷ್ಟವೆನಿಸಿದರೆ, ಸ್ವಲ್ಪ ಸಮಯದವರೆಗೆ ಸುಲಭದ ಭಾಗಗಳನ್ನು ಅಭ್ಯಾಸ ಮಾಡಿಕೊಳ್ಳಿ, ತದನಂತರ ಕ್ರಮೇಣವಾಗಿ ಹೆಚ್ಚು ಕಷ್ಟವಿರುವ ತಂತ್ರಗಳನ್ನು ಅಳವಡಿಸಿಕೊಳ್ಳಿ.

ಧ್ಯಾನವು ಅನುಕೂಲಕರ ಪರಿಸ್ಥಿತಿಗಳಲ್ಲಿ ನಡೆದರೆ ಆರಂಭಿಕರಿಗೆ ಉತ್ತಮವಾಗಿರುತ್ತದೆ. ಸಾಮಾನ್ಯವಾಗಿ ನಿಶ್ಶಬ್ದತೆ ಬೇಕಾಗುತ್ತದೆ. ಸ್ಥಳದಲ್ಲಿ ಮಂದಪ್ರಕಾಶದ ಬೆಳಕು ಅಥವಾ ಕಗ್ಗತ್ತಲೆ ಇರಬೇಕು. ಸಾಕಷ್ಟು ಗಾಳಿ ಹರಿದಾಟ ಇರಬೇಕು. ಕೆಲವು ಆರಂಭಿಕರಿಗೆ ಹಿತವಾದ ಸಂಗೀತವು ಅನುಕೂಲಕರವಾಗಬಹುದು.

ಪ್ರಯತ್ನವನ್ನು ಬಿಡದೆ ಮುಂದುವರಿಸಿ. ಗ್ರಹಿಕೆಗಳ ಮತ್ತು ಅನುಭವಗಳ ಟಿಪ್ಪಣಿಗಳನ್ನು ಇರಿಸಿಕೊಳ್ಳಿ.

ಧ್ಯಾನವು ಮನಸ್ಸಿನ ಅಂಶಗಳನ್ನು ಗ್ರಹಿಸುವ ಮಹಾದ್ವಾರವಾಗಿದೆ. ಇಂತಹ ಗ್ರಹಿಕೆಯು ಸ್ವಯಂಗೆ ಭೌತಿಕ ದೇಹದ ಆಚೆಗೆ ಅದರ ಉಳಿಯುವಿಕೆಯನ್ನು ದೃಢಪಡಿಸುವ ಅತೀಂದ್ರಿಯ ಅನುಭವಗಳನ್ನು ಉಂಟುಮಾಡುತ್ತದೆ.

ಅಧ್ಯಾಯ ೧ ಮೂರನೇ ಕಣ್ಣಿನ ಗಮನ ಕೇಂದ್ರೀಕರಣ (third eye focus) ಎಂಬ ಅತ್ಯಂತ ಮೂಲಭೂತವಾದ ಧ್ಯಾನದ ತಂತ್ರದಿಂದ ಮತ್ತು ಮನಸ್ಸಿನೊಳಗೆ ಶಕ್ತಿಯನ್ನು ಹಾಗೂ ಗಮನದ ಅರಿವನ್ನು (focus awareness) ನಿರ್ದೇಶಿಸುವ ತಂತ್ರಗಳಿಂದ ಆರಂಭವಾಗುತ್ತದೆ. ಧ್ಯಾನವು ಉತ್ತಮಗೊಳ್ಳುತ್ತಿದ್ದಂತೆ, ಕನಸುಗಳ ಮೇಲಿನ ಒಬ್ಬನ ಗಮನ ಹರಿಸುವಿಕೆಯು ಉತ್ತಮಗೊಳ್ಳುತ್ತದೆ. ಕನಸಿನ ಸ್ಪಷ್ಟತೆಗಾಗಿ ಸಲಹೆಗಳನ್ನು, ಹಾಗೆಯೇ ತೆರೆದ ಮೂರನೇ ಕಣ್ಣಿನ ಸೂಚನೆಗಳ ಮೇಲೆ ಒಂದು ಅಂತಿಮ ಟಿಪ್ಪಣಿಯನ್ನು ಸೇರಿಸಲಾಗಿದೆ.

ಅಧ್ಯಾಯ ೨ ಹೇಗೆ ಮನಸ್ಸಿನ ಸಮಸ್ಯೆಗಳನ್ನು ಶಾಂತಗೊಳಿಸುವುದು ಹಾಗೂ ಆಲೋಚನೆಯ ಸ್ಪಷ್ಟತೆಯನ್ನು ತರುವುದು ಎಂಬುದನ್ನು ಬಹಿರಂಗಪಡಿಸುತ್ತದೆ.

ಧ್ಯಾನದಲ್ಲಿ ಮತ್ತಷ್ಟು ಮುಂದುವರೆಯಲು, ಲೈಂಗಿಕದ ಕುರಿತು ಇರುವ ಹಾಗೂ ದೈಹಿಕ ಚಕ್ರಗಳ ಕುರಿತು ಇರುವ ಅಧ್ಯಾಯ ೩ ಕ್ಕೆ ಒಬ್ಬನು ಕೂಲಂಕಷವಾದ ಗಮನ ಕೊಡಬೇಕು.

ಮೊದಲ ಮೂರು ಅಧ್ಯಾಯಗಳಲ್ಲಿ ಮೂಲಭೂತಗಳನ್ನು ವಿವರಿಸಿದ ನಂತರ ಮುಂದಿನ ಭಾಗವು ಅಧ್ಯಾಯ ೭ ರ ವರೆಗೆ ಮತ್ತು ಅದು ಒಳಗೊಂಡಂತೆ ಗಮನ ಕೇಂದ್ರೀಕರಿಸಿದ ಧ್ಯಾನಕ್ಕೆ

(focused meditation) ಮುಂದುವರೆದ ತಂತ್ರಗಳನ್ನು ಪರಿಚಯಿಸುತ್ತದೆ, ಅನಂತರ ಕನಸಿನ ವಿಷಯದ ಮೇಲೆ ಮೂಲ ಅಂಶಗಳನ್ನು ವಿವರಿಸುವ ಒಂದು ಅಧ್ಯಾಯ ಬರುತ್ತದೆ.

ಅಧ್ಯಾಯ ೯ ಮತ್ತು ೧೦ ಸಾವಿನ ಕ್ಷಣವನ್ನು ಹಾಗೂ ಜೀವ ಶಕ್ತಿಯ ಅಂಶಗಳನ್ನು ವಿವರಿಸುತ್ತದೆ.

ಕೊನೆಯ ನಾಲ್ಕು ಅಧ್ಯಾಯಗಳು, ಧ್ಯಾನದಲ್ಲಿ, ಮುಂದುವರಿಯುತ್ತಿರುವವರಿಗೆ ಹೆಚ್ಚಿನ ಆಸಕ್ತಿಯ ವಿಷಯಗಳ ಒಂದು ವಿಶಾಲವಾದ ಶ್ರೇಣಿಯನ್ನು ಒಳಗೊಂಡಿದೆ. ಅಡ್ಡ–ಪ್ರಪಂಚದ ಪ್ರಯಾಣದಿಂದ ಹಿಡಿದು (cross-world travel), ಇಂದ್ರಿಯ ಶಕ್ತಿಗಳು, ತೆರೆದ-ಕಣ್ಣಿನ ಧ್ಯಾನ, ಹಾಗೂ ನಿಧನ ಹೊಂದಿದ ವ್ಯಕ್ತಿಗಳ ಆತ್ಮಗಳವರೆಗೆ ವಿಷಯಗಳಿವೆ. ಒಂದರ್ಥದಲ್ಲಿ, ಈ ಪುಸ್ತಕದ ಮೊದಲರ್ಧವು ಆರಂಭಿಕನಿಗೆ ಮತ್ತು ಮುಂದುವರೆದ ಧ್ಯಾನಕ್ಕೆ ತಂತ್ರಗಳನ್ನು ಹೇಗೆ ಮಾಡಬೇಕೆಂದು ಹೇಳಿಕೊಡುತ್ತದೆ. ದ್ವಿತೀಯಾರ್ಧವು, ನೀವು ಪ್ರಗತಿಯನ್ನು ಸಾಧಿಸುತ್ತಿರುವಂತೆ ಅನಿವಾರ್ಯವಾಗಿ ಉದ್ಭವಿಸುವ ಹಲವಾರು ಪ್ರಶ್ನೆಗಳಿಗೆ ಉತ್ತರಗಳನ್ನು ಹಾಗೂ ಹತಾಶೆಗಳಿಗೆ ಪರಿಹಾರಗಳನ್ನು ನೀಡುವ ಒಂದು ಚರ್ಚೆಯಾಗಿ ಮಾರ್ಪಾಟಾಗುತ್ತದೆ.

ಅಧ್ಯಾಯ ೧

ಮೂರನೇ-ಕಣ್ಣಿನ ಗಮನ ಕೇಂದ್ರೀಕರಣ

ಈ ಅಭ್ಯಾಸವು ಹುಬ್ಬುಗಳ ನಡುವಿನ ಜಾಗದೊಳಗೆ ಗಮನವನ್ನು ಕೇಂದ್ರೀಕರಿಸುವುದಕ್ಕೆ ಮನಸ್ಸಿಗೆ ತರಬೇತಿ ನೀಡುತ್ತದೆ. ಸೂಕ್ಷ್ಮ ಶರೀರದಲ್ಲಿ ಹುಬ್ಬುಗಳ ನಡುವೆ ಒಂದು ಶಕ್ತಿಯ ಪರಿಭ್ರಮಣ ಕೇಂದ್ರವಿದೆ (energy gyration center). ಈ ಸ್ಥಳವನ್ನು ಭ್ರೂ ಚಕ್ರ, ಹಾಗೂ ೩ನೇ ಕಣ್ಣು ಎಂದು ಕೂಡ ಕರೆಯುತ್ತಾರೆ. ಶ್ರೀ ಕೃಷ್ಣನು ಭಗವದ್ಗೀತೆಯ ಒಂದು ಶ್ಲೋಕದಲ್ಲಿ ಈ ಸ್ಥಳವನ್ನು ಪ್ರಸ್ತಾಪಿಸಿದ್ದಾನೆ:

- *...ಸಾವಿನ ಸಮಯದಲ್ಲಿಯೂ ಕೂಡ, ದೃಢ ಮನಸ್ಸಿನಿಂದ, ಅಚಲ ಶ್ರದ್ಧೆಯ ಸಂಬಂಧವನ್ನು ಹೊಂದಿದ್ದು, ಯೋಗ ಅಭ್ಯಾಸದ ಮೂಲಕ ವೃದ್ಧಿಯಾದ ಮಾನಸಿಕ ಶಕ್ತಿಯಿಂದ ಚೈತನ್ಯ ನೀಡುವ ಉಸಿರನ್ನು ನಿಖರತೆಯೊಂದಿಗೆ ಹುಬ್ಬುಗಳ ನಡುವೆ ಪ್ರವೇಶಿಸುವಂತೆ ಮಾಡಿರುವ ಆ ಧ್ಯಾನಿಯು ದಿವ್ಯ ಪರಮಶ್ರೇಷ್ಠ ಪುರುಷನ ಬಳಿಗೆ ಹೋಗುತ್ತಾನೆ. (ಭಗವದ್ಗೀತೆ ೮.೧೦)*

ಎಷ್ಟು ಸಮಯದವರೆಗೆ ನೀವು ಧ್ಯಾನವನ್ನು ಮಾಡಬೇಕು? ನಾನು ಕನಿಷ್ಠ ೩೦ ನಿಮಿಷಗಳ ಎರಡು ಅವಧಿಗಳನ್ನು ಸೂಚಿಸುತ್ತೇನೆ; ಒಂದು ಮುಂಜಾನೆಯಲ್ಲಿ ಹಾಸಿಗೆ ಬಿಟ್ಟೆದ್ದ ನಂತರ ಕೂಡಲೇ, ಮತ್ತು ಒಂದು ಸಂಜೆಯಲ್ಲಿ ವಿಶ್ರಮಿಸಿಕೊಳ್ಳುವ ಮುಂಚೆ. ನಿಮಗೆ ೩೦ ನಿಮಿಷಗಳು ಸಾಧ್ಯವಾಗದಿದ್ದರೆ, ನಾನು ೧೫ ನಿಮಿಷಗಳನ್ನು ಸೂಚಿಸುತ್ತೇನೆ. ನಿಮಗೆ ಅದೂ ಸಾಧ್ಯವಾಗದಿದ್ದರೆ, ನಾನು ಕೇವಲ ೫ ನಿಮಿಷಗಳನ್ನು ಸೂಚಿಸುತ್ತೇನೆ.

ನೀವು ಧ್ಯಾನದಿಂದ ಏನು ಪಡೆದುಕೊಳ್ಳುವಿರಿ? ನೀವು ಮಾನಸಿಕ ಹಾಗೂ ಭಾವನಾತ್ಮಕ ಪ್ರಕ್ರಿಯೆಗಳ ವ್ಯವಸ್ಥಿತ ಸ್ಥಿತಿಯನ್ನು ಪಡೆದುಕೊಳ್ಳುವಿರಿ. ಇದನ್ನು ಆತುರದಲ್ಲಿ ಸಾಧಿಸುವುದಕ್ಕೆ ಆಗದಿರಬಹುದು. ಇದು ಸಮಯ ತೆಗೆದುಕೊಳ್ಳಬಹುದು. ಧ್ಯಾನಕ್ಕೆ ಸ್ವಯಂಯೊಂದಿಗೆ ತಾಳ್ಮೆ ಬೇಕಾಗುತ್ತದೆ.

ಕಾರ್ಯವಿಧಾನ

೧. ತಲೆಬುರುಡೆಯ ಒಳಗೆ ಎಲ್ಲಾ ಅನಿಸಿಕೆಗಳನ್ನು, ಆಲೋಚನೆಗಳನ್ನು, ಹಾಗೂ ಕಲ್ಪನೆಗಳನ್ನು ಅಡಕವಾಗಿಸಿಕೊಳ್ಳಿ.

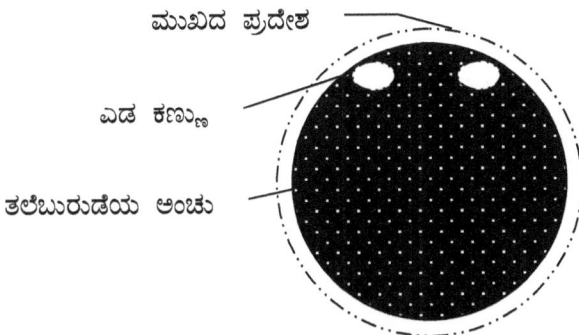

ಮುಖದ ಪ್ರದೇಶ
ಎಡ ಕಣ್ಣು
ತಲೆಬುರುಡೆಯ ಅಂಚು

೨. ತಲೆಬುರುಡೆಯ ಹೊರಗಿರುವ ಎಲ್ಲವನ್ನೂ ನಿರ್ಲಕ್ಷಿಸಿ.

ನಿಮ್ಮ ತಲೆಯಲ್ಲಿ ಬಹು ಸಣ್ಣ ಚುಕ್ಕೆಗಳಿರುವ ಕತ್ತಲೆಯನ್ನು ಗಮನಿಸಿ. ಇದು ಗೋಳಾಕಾರವಾಗಿ ಪೂರ್ತಿ ಸುತ್ತಲೂ ಇದೆ, ಆದರೆ ಮುಖದ ಕಡೆಗೆ ನಮ್ಮ ಗಮನದ ದಿಕ್ಕು ಇರುವ ಕಾರಣ, ನಾವು ಸಾಮಾನ್ಯವಾಗಿ ಮುಂಭಾಗದಲ್ಲಿ ಮಾತ್ರ ಇದನ್ನು ಗಮನಿಸುತ್ತೇವೆ.

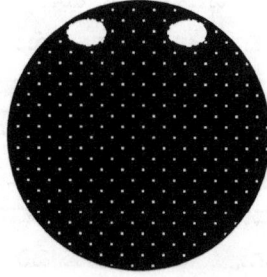

ತಲೆಬುರುಡೆಯ ಹೊರಗಿರುವ ಎಲ್ಲದರಲ್ಲಿಯೂ ಆಸಕ್ತಿಯನ್ನು ಹಿಂತೆಗೆದುಕೊಳ್ಳಿ.

ನಿಮ್ಮನ್ನು ಕೇಳಿಕೊಳ್ಳಿ, "ನಾನು ಎಲ್ಲಿರುವೆನು?" ತೀವ್ರ ಅರಿವಿನ ಸೂಕ್ಷ್ಮ ಜಾಗದಲ್ಲಿ ನಿಮ್ಮ ಸ್ವಸ್ವರೂಪದ ಸ್ಥಳವನ್ನು ಕಂಡು ಹಿಡಿಯಲು ಪ್ರಯತ್ನಿಸಿ.

೩. ಎಡ ಕಣ್ಣುಗುಡ್ಡೆಯ ಮೇಲೆ ಗಮನವನ್ನು ಕೇಂದ್ರೀಕರಿಸಿ.

೪. ಬಲ ಕಣ್ಣುಗುಡ್ಡೆಗೆ ಗಮನವನ್ನು ಬದಲಾಯಿಸಿ.

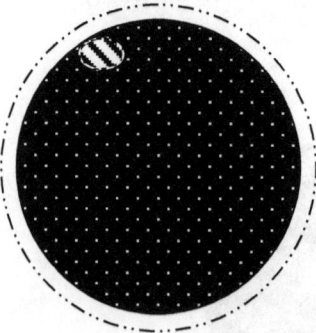

೫. ಎರಡೂ ಕಣ್ಣುಗುಡ್ಡೆಗಳು ಸೂಕ್ಷ್ಮ ಶಕ್ತಿಯ ಸ್ಥಳಗಳೆಂದು ಅರಿವುಳ್ಳವರಾಗಿ.

೬. ಚಾಕ್ಷುಷ ಶಕ್ತಿಯು (optic power) ಉದ್ಭವಿಸುವ ಸಂಯುಕ್ತ ಬಿಂದುವಿನವರೆಗೆ (common point), ಎರಡೂ ಕಣ್ಣುಗುಡ್ಡೆಗಳಲ್ಲಿನ ಶಕ್ತಿಯ ಜಾಡನ್ನು ಹಿಂದಕ್ಕೆ ಅನುಸರಿಸಿ.

ಇದನ್ನು ಮಾಡಲು, ಮಾನಸಿಕವಾಗಿ ಕಣ್ಣುಗುಡ್ಡೆಗಳನ್ನು ಒಳಕ್ಕೆಳೆದುಕೊಳ್ಳಿ; ನಂತರ ಅವುಗಳನ್ನು ಹೊರಕ್ಕೆ ತಳ್ಳಿ. ಅದು ಕೇಂದ್ರೀಕರಿಸುವ ಶಕ್ತಿಯನ್ನು ಎತ್ತಿ ತೋರಿಸುತ್ತದೆ.

ಎರಡೂ ಕಣ್ಣುಗಳಿಂದ ಶಕ್ತಿಯನ್ನು ಹಿಂದಕ್ಕೆ ಕೇಂದ್ರೀಕರಿಸಿ (ಅಂದರೆ,

೭. **ಚಾಕ್ಷುಷ ಶಕ್ತಿಯ ಮೂಲ**

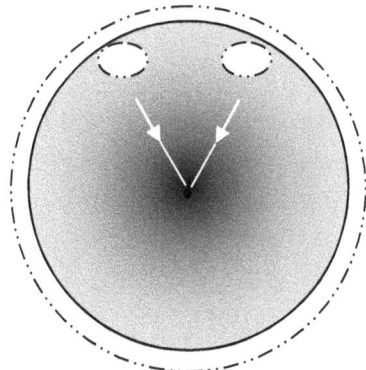

ಶಕ್ತಿಯನ್ನು ಹಿಂದಕ್ಕೆ ಚಲಿಸುವಂತೆ ಮಾಡಿ). ಆವರ್ತಕ್ಕೆ ಅದನ್ನು ಅನುಸರಿಸಿ.

---

೮. ಕಣ್ಣುರೆಪ್ಪೆಗಳನ್ನು ಬಿಗಿಯಾಗಿ ಒತ್ತಿ.

ಕಣ್ಣುಗುಡ್ಡೆಗಳ ಒಳಗೆ ಗಮನವನ್ನು ಕೇಂದ್ರೀಕರಿಸಿ.

೯. ಚಾಕ್ಷುಷ ಶಕ್ತಿಯನ್ನು ಪುನಃ-ದೃಢೀಕರಿಸಿ

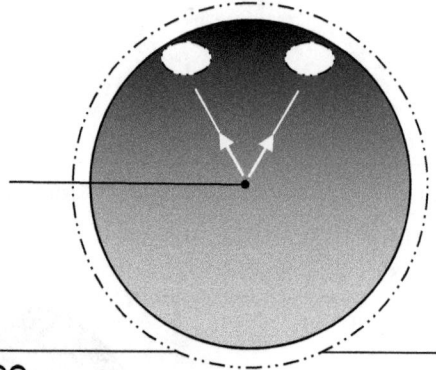

ಸ್ವಯಂನ-ಕೇಂದ್ರಭಾಗ

---

೧೦. ಕಣ್ಣುರೆಪ್ಪೆಗಳನ್ನು ಸಡಿಲಿಸಿ.

೧೧.

ಚಾಕ್ಷುಷ ಸಂಧಿಸುವ ಬಿಂದುವಿನ (optic meeting point) ಸುತ್ತಲಿರುವ, ಅಡಕವಾಗಿರುವ ಮಾನಸಿಕ ಶಕ್ತಿಯ ಬಗ್ಗೆ ಅರಿವುಳ್ಳವರಾಗಿ. (*ರೇಖಾಚಿತ್ರದಲ್ಲಿರುವ ಚುಕ್ಕೆಗಳ ಗೆರೆಗಳು, ಆತ್ಮ ಶಕ್ತಿಯು ಭಾಗಶಃ ಬರಿದಾಗುತ್ತಿರುವ ಕ್ರಿಯೆಯನ್ನು ತೋರಿಸುತ್ತದೆ.)

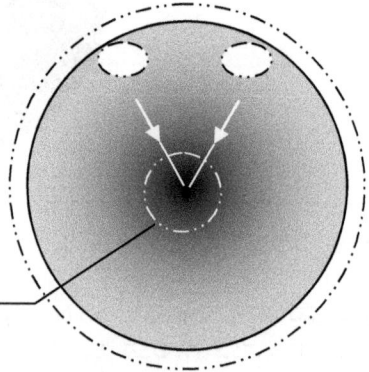

ತೀವ್ರ ಆತ್ಮ ಶಕ್ತಿಯ ಅಂಚು

---

೧೨. ಸಂಕಲ್ಪ ಶಕ್ತಿಯಿಂದ ಕಣ್ಣುಗುಡ್ಡೆಗಳನ್ನು ತಲೆಯ ಒಳಗೆ ಹಿಂದಕ್ಕೆ ಎಳೆದುಕೊಳ್ಳಿ. ಇದನ್ನು ಮಾಡುವ ಪ್ರಯತ್ನದಲ್ಲಿ, ದೈಹಿಕ ಸ್ನಾಯುಗಳು ಮಾನಸಿಕ ಕ್ರಿಯೆಯನ್ನು ಅನುಕರಿಸಲು ಪ್ರತಿಕ್ರಿಯಿಸಬಹುದು.

೧೩. ಚಾಕ್ಷುಷ ಶಕ್ತಿಯನ್ನು ಹಿಂದಕ್ಕೆಳೆದುಕೊಳ್ಳಿ. ತೀವ್ರ ಆತ್ಮ ಶಕ್ತಿಯ ಮೇಲೆ ಗಮನವನ್ನು ಕೇಂದ್ರೀಕರಿಸಿ.

ಮಾನಸಿಕ ಕ್ರಿಯೆಯು ದೈಹಿಕ ಪ್ರತಿಕ್ರಿಯೆ
ಇಲ್ಲದೆ ಕಾರ್ಯನಿರ್ವಹಿಸುವವರೆಗೂ ಮತ್ತೆ
ಮತ್ತೆ ಇದನ್ನು ಮಾಡಿ ಮತ್ತು ಕೆಲವು
ಸಮಯದವರೆಗೆ ಅಭ್ಯಾಸ ಮಾಡಿಕೊಳ್ಳಿ.
ಈ ಅಭ್ಯಾಸವು, ಭೌತಿಕ ಹಾಗೂ
ಮಾನಸಿಕದ ನಡುವೆ ಪ್ರತ್ಯೇಕತೆಯನ್ನು
ಉಂಟುಮಾಡುತ್ತದೆ.

ಉದ್ದೇಶಪೂರ್ವಕವಾಗಿ ಚಾಕ್ಷುಷ
ಶಕ್ತಿಯನ್ನು ಹಿಂದಕ್ಕೆಳೆದುಕೊಳ್ಳಿ. ಮತ್ತೆ
ಮತ್ತೆ ಇದನ್ನು ಪ್ರಯತ್ನಿಸಿ.

ನಂತರ ಕಣ್ಣುಗುಡ್ಡೆಗಳನ್ನು ಸಡಿಲಿಸಿ.

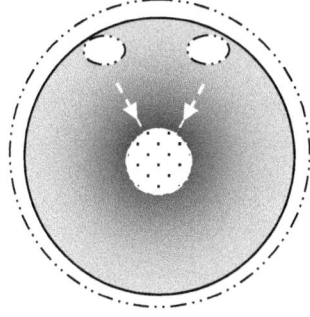

೧೪.   ಕೇವಲ ಸಂಕಲ್ಪ ಶಕ್ತಿಯಿಂದ
ಸೂಕ್ಷ್ಮ ಕಣ್ಣುಗುಡ್ಡೆಗಳನ್ನು ಹೊರಕ್ಕೆ
ತಳ್ಳಿ.

ಚಾಕ್ಷುಷ ಮಾರ್ಗಗಳ ಮೂಲಕ (optic
channels) ಕಣ್ಣುಗುಡ್ಡೆಗಳಿಗೆ
ಮಾನಸಿಕ ಶಕ್ತಿಯನ್ನು ದೃಢೀಕರಿಸಿ.

ತೀವ್ರ ಆತ್ಮ ಶಕ್ತಿ

೧೫.   **ಚಾಕ್ಷುಷ ಮಾರ್ಗಗಳ ಮೂಲಕ
ಮಾನಸಿಕ ಬಲದ ಪುನಃ-ದೃಢೀಕರಿಸುವಿಕೆ.**

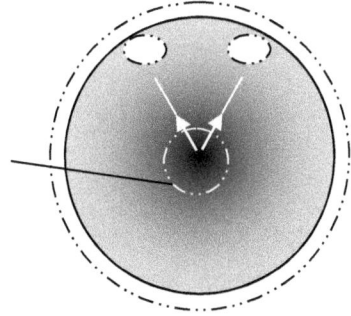

೧೬. ಶಕ್ತಿಯು ಕತ್ತಿನಲ್ಲಿನ ಒಂದು
ಕಾಲ್ಪನಿಕ ಕೊಳವೆಯ ಮೂಲಕ
ಬರಿದಾಗುತ್ತಿದೆ ಎಂಬಂತೆ ಕೇಂದ್ರ
ಶಕ್ತಿಯನ್ನು ಕೆಳಕ್ಕೆ ಚಲಿಸಿ.

ನಿಮ್ಮನ್ನು ಪ್ರಶ್ನಿಸಿಕೊಳ್ಳಿ:

ನಾನು ಎಲ್ಲಿರುವೆನು?

ಈ ಶಕ್ತಿಗೆ ಒಂದು ಕೇಂದ್ರ ಇದೆಯೇ?

೧೭. **ಆತ್ಮ ಶಕ್ತಿಯು ಕೆಳಮುಖವಾಗಿ
ಚಲಿಸುತ್ತಿರುವುದು.**

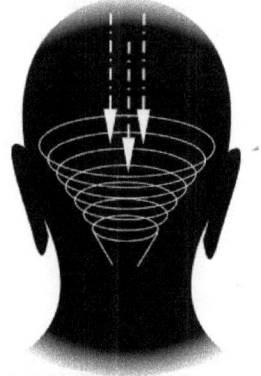

೧೯.   ತಲೆಯ ಹಿಂಬದಿಯ ಮೂಲಕ   19.
ಶಕ್ತಿಯ ಹರಿವನ್ನು ಕಲ್ಪಿಸಿಕೊಳ್ಳಿ.

ಆ ಶಕ್ತಿಯ ಹರಿವಿನ ಕಡೆಗೆ ವೀಕ್ಷಣಾ–
ಗಮನವನ್ನು ತಿರುಗಿಸಲು ಪ್ರಯತ್ನಿಸಿ.

ತೀವ್ರ ಆತ್ಮ ಶಕ್ತಿ

ತಲೆಯ ಹಿಂಬದಿಯ ಮೂಲಕ
ಶಕ್ತಿಯ ಹರಿವು

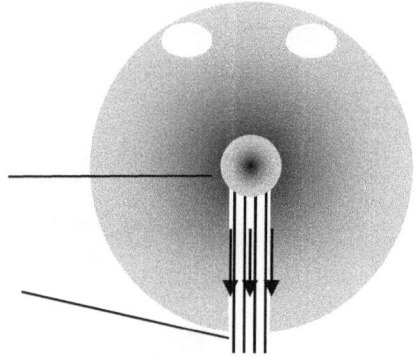

೨೦. ಶಕ್ತಿಯ ಆ ಹಿಮ್ಮುಖವಾದ ಹರಿವನ್ನು ಮೇಲಕ್ಕೆ ತನ್ನಿ.

ಅದೇ ಸಮಯದಲ್ಲಿ ತಲೆಯ ಮುಂಭಾಗದ ಪ್ರದೇಶದಿಂದ ಮಾನಸಿಕ ಶಕ್ತಿಯನ್ನು ಒಳಕ್ಕೆ ಎಳೆದುಕೊಳ್ಳಿ.

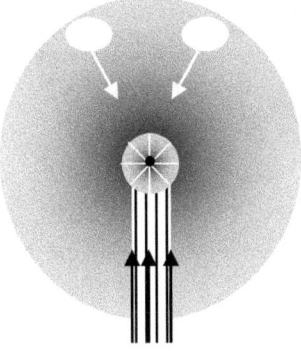

೨೧. ತೀವ್ರ ತೇಜೋಮಯ ಶಕ್ತಿಯ ಬಗ್ಗೆ ಅರಿವುಳ್ಳವರಾಗಿ.

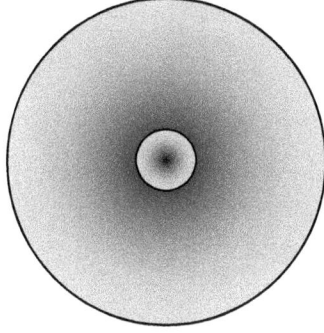

೨೨. ತಲೆಬುರುಡೆ ಜಾಗವನ್ನು ತುಂಬಲು ಪ್ರಜ್ಞೆಯು ವಿಸ್ತರಿಸುತ್ತಿರುವುದನ್ನು ಅನುಭವಿಸಿ.

ತೀವ್ರ ಆತ್ಮ ಶಕ್ತಿಯ ನಷ್ಟ

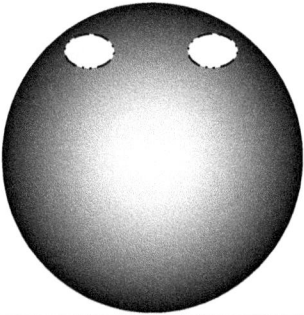

೨೩. ಎಲ್ಲಾ ದಿಕ್ಕುಗಳಲ್ಲೂ ಹೊರಭಾಗಕ್ಕೆ, ಆತ್ಮ ಶಕ್ತಿಯು ವಿಸ್ತರಿಸುತ್ತಿರುವುದನ್ನು ಅನುಭವಿಸಿ.

ಅರಿವಿನ ಗೋಳಾಕಾರದ ಪ್ರದೇಶ

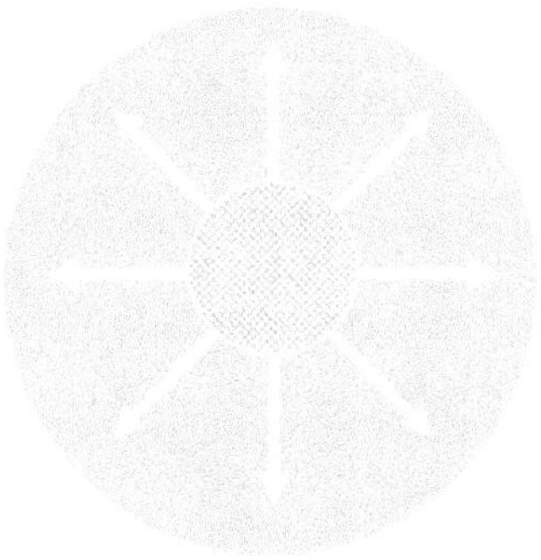

೨೪. ಮಾನಸಿಕವಾಗಿ ಎಲ್ಲಾ ದಿಕ್ಕುಗಳಿಂದಲೂ ಅರಿವಿನ ಶಕ್ತಿಯನ್ನು ಹಿಂದಕ್ಕೆಳೆದುಕೊಳ್ಳುವ ಮೂಲಕ ವಿಸ್ತರಣೆಯನ್ನು ಹಿಂಚಲಿಸಿ.

ಕೇಂದ್ರದಲ್ಲಿನ ತೀವ್ರ ತೇಜೋಮಯ ಅರಿವಿಗೆ ಅದನ್ನು ಕೇಂದ್ರೀಕರಿಸಿ.

೨೫. ತೀವ್ರ ಅರಿವಿನ ಎಲ್ಲೆಗಳನ್ನು ಪತ್ತೆ ಮಾಡಿ.

ಬಲವಾದ ಎಳೆಯುವ ಗಮನದಿಂದ ಒಳಮುಖವಾಗಿ ಅರಿವನ್ನು ಹಿಂದಕ್ಕೆಳೆದುಕೊಳ್ಳಿ. ಅರಿವನ್ನು ಕುಗ್ಗಿಸಿ, ತೀವ್ರಗೊಳಿಸಿ.

ಈ ಸ್ಥಿತಿಯಲ್ಲಿ ಕೆಲವು ಸಮಯದವರೆಗೆ ಹಾಗೆಯೇ ಇರಿ.

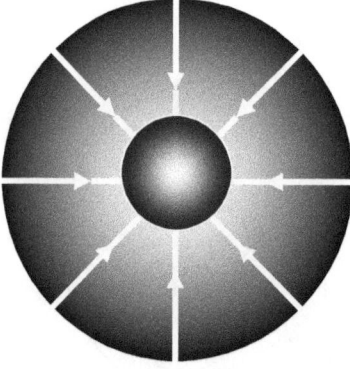

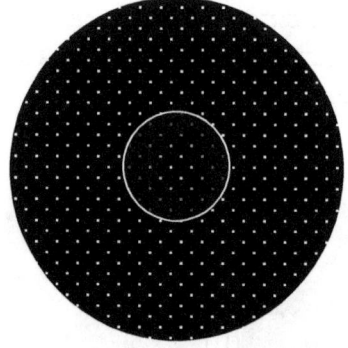

೨೬. ಕಣ್ಣುಗುಡ್ಡೆಗಳಿಗೆ ಶಕ್ತಿಯನ್ನು ಕಳುಹಿಸಿ.

ಚಾಕ್ಷುಷ ಮಾರ್ಗಗಳ ಮೂಲ ಬಿಂದುವಿನ ಬಗ್ಗೆ (origin point) ಅರಿವುಳ್ಳವರಾಗಿ. ಚಾಕ್ಷುಷ ಶಕ್ತಿಯನ್ನು ಪುನಃ-ದೃಢೀಕರಿಸಿ.

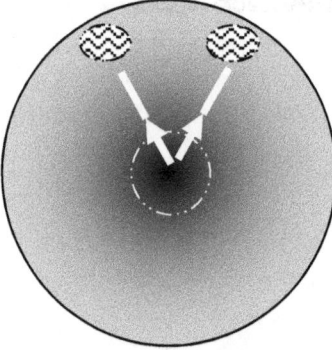

೨೭. ಕಣ್ಣುಗಳನ್ನು ಮುಚ್ಚಿಕೊಂಡು, ಹುಬ್ಬುಗಳ ನಡುವಿನ ಕತ್ತಲೆಯ ಜಾಗಕ್ಕೆ ಕಣ್ಣುಗುಡ್ಡೆಗಳ ಮೂಲಕ ದಿಟ್ಟಿಸಿ.

ಆ ಕತ್ತಲೆಯ ಜಾಗದ ಮೇಲೆ ಗಮನವನ್ನು ಕೇಂದ್ರೀಕರಿಸಿ.

ಚಾಕ್ಷುಷ ಸಂಧಿಸುವ ಬಿಂದುವಿನಿಂದ ಸೂಕ್ಷ್ಮ ವಿದ್ಯುನ್ಮಂಡಲದ ಮೂಲಕ, ಕಣ್ಣುಗುಡ್ಡೆಗಳ ಮೂಲಕ ಹುಬ್ಬುಗಳ ನಡುವಿನ ಜಾಗಕ್ಕೆ ಶಕ್ತಿಯು ಚಲಿಸುತ್ತಿರುವುದನ್ನು ಅನುಭವಿಸಿ.

ಗಮನವು ಕಣ್ಣುಗುಡ್ಡೆಗಳಲ್ಲಿ ಸ್ಥಗಿತಗೊಂಡರೆ, ಹುಬ್ಬುಗಳ ನಡುವಿನ ಕತ್ತಲೆಯ ಜಾಗಕ್ಕೆ ಅದನ್ನು ಚಲಿಸಲು ಮತ್ತೆ ಮತ್ತೆ ಪ್ರಯತ್ನಗಳನ್ನು ಮಾಡಿ.

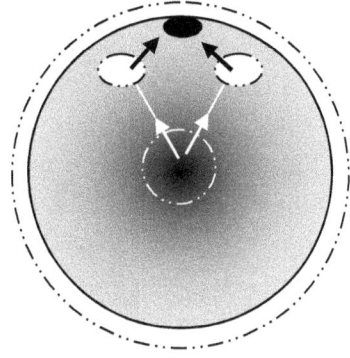

೨೮. ಚಾಕ್ಷುಷ ಸಂಧಿಸುವ ಬಿಂದುವಿನಲ್ಲಿ (optic meeting point) ಉದ್ಭವಿಸುತ್ತಿರುವ ಶಕ್ತಿಯ ಹೊರ ಹರಿವನ್ನು ನಿಲ್ಲಿಸಿ. ಯಾವುದೇ ಗಮನ ಇಲ್ಲದ ಸ್ಥಿತಿಯಲ್ಲಿ, ನೀವು ಎಲ್ಲಿರುವಿರಿ ಎಂಬುದನ್ನು ಖಚಿತವಾಗಿ ಕಂಡುಹಿಡಿಯಲು ಪ್ರಯತ್ನಗಳನ್ನು ಮಾಡಿ.

ಅರಿವಿನ ಆ ಅಮೂರ್ತ ಜಾಗದಲ್ಲಿ ನಾನು-ಸ್ವಯಂ ಎಂಬ ಸ್ಥಳವನ್ನು ಕಂಡು ಹಿಡಿಯಲು ಪ್ರಯತ್ನಿಸಿ.

೨೯. ಕಣ್ಣುಗುಡ್ಡೆಗಳ ಸ್ಥಳವನ್ನು ಗುರುತಿಸಿ ಮತ್ತು ಚಾಕ್ಷುಷ ಶಕ್ತಿಯು ಸಂಧಿಸುವ ಬಿಂದುವಿನವರೆಗೆ ಜಾಡನ್ನು ಹಿಂದಕ್ಕೆ ಅನುಸರಿಸಿ.

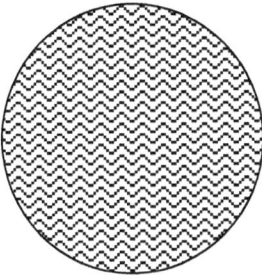

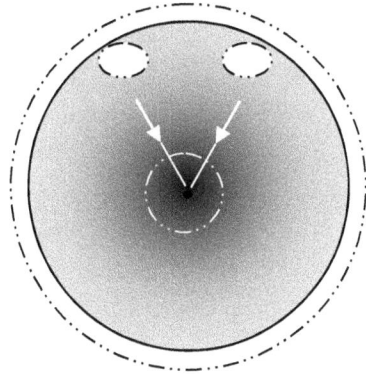

೩೦. ಒಳಮುಖವಾಗಿ ಎಲ್ಲಾ ದಿಕ್ಕುಗಳಿಂದಲೂ ಅರಿವಿನ ಶಕ್ತಿಯನ್ನು ಹಿಂದಕ್ಕೆಳೆದುಕೊಳ್ಳಿ. ಕೇಂದ್ರದಲ್ಲಿನ ತೀವ್ರ ತೇಜೋಮಯ ಅರಿವಿಗೆ ಅದನ್ನು ಕೇಂದ್ರೀಕರಿಸಿ.

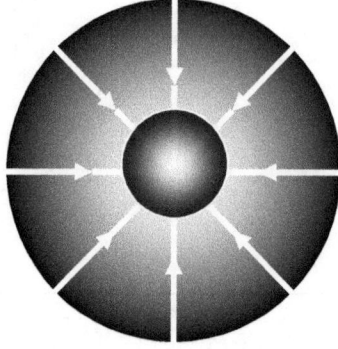

೩೧. ಕೇಂದ್ರೀಯ ಅರಿವನ್ನು ಪ್ರಸರಿಸಿ (ಸುತ್ತಲೂ ಹರಡಿ). ಮಾನಸಿಕ ಜಾಗದ ಅಸ್ಪಷ್ಟತೆಯ ಬಗ್ಗೆ ಅವಲೋಕಿಸಿ.

ಹೇಗೆ ನೆನಪುಗಳು, ತಾರ್ಕಿಕ ಸಾಮರ್ಥ್ಯ, ಭಾವನೆಗಳು, ಅನಿಸಿಕೆಗಳು, ಯಾದೃಚ್ಛಿಕ ಕಲ್ಪನೆಗಳು, ಮತ್ತು ಹಗಲು-ಕನಸು ಕಾಣುವುದು ಎಲ್ಲವೂ ನಿಂತು ಹೋದವು ಎಂಬುದನ್ನು ಪರಿಗಣಿಸಿ.

ಹೇಗೆ ಈ ಮಾನಸಿಕ ರಚನೆಗಳು ಉದ್ಭವಿಸುತ್ತವೆ? ಈ ಪ್ರಕ್ರಿಯೆಯನ್ನು ವಿವರವಾಗಿ ಒಳಕಣ್ಣಿನಿಂದ ನೋಡಬಹುದೇ?

೩೨. ಸೂಕ್ಷ್ಮ ಶಕ್ತಿಯು ಹರಡಿಕೊಂಡಿರುವುದು

೩೩. ಚಾಕ್ಷುಷ ಮಾರ್ಗವನ್ನು ಹುಬ್ಬುಗಳ ಮಧ್ಯದಲ್ಲಿನ ಕತ್ತಲಿಗೆ ಪುನಃ-ಕೇಂದ್ರೀಕರಿಸಿ

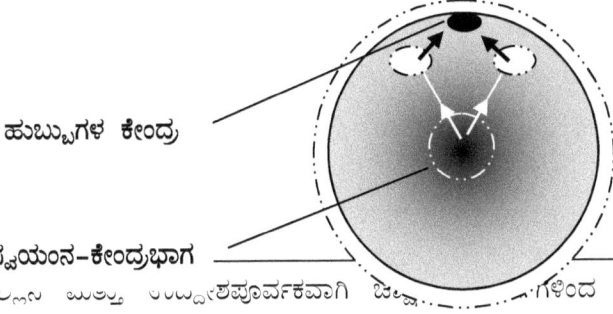

ಹುಬ್ಬುಗಳ ಕೇಂದ್ರ
ಸ್ವಯಂನ-ಕೇಂದ್ರಭಾಗ

೩೪. [illegible] ಮತ್ತು ಉದ್ದೇಶಪೂರ್ವಕವಾಗಿ [illegible]ಗಳಿಂದ ಶಕ್ತಿಯನ್ನು ಹಿಂತೆಗೆದುಕೊಳ್ಳಿ ಮತ್ತು ಅದನ್ನು ಮೂಲದ ಬಿಂದುವಿಗೆ ಹಿಂದಿರುಗಿಸಿ. ನಿಧಾನವಾಗಿ ಗಮನವನ್ನು ಸಡಿಲಿಸಿ.

ಚಾಕ್ಷುಷ ಶಕ್ತಿಯು ಕ್ಷೀಣಿಸುತ್ತಿರುವುದು

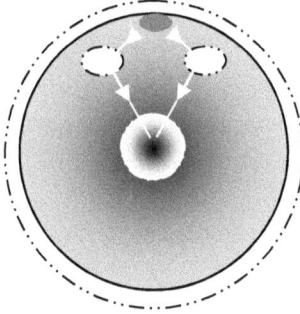

೩೫. ಚಾಕ್ಷುಷ ಸಂಧಿಸುವ ಬಿಂದುವಿನಿಂದ ನೇರವಾಗಿ ಹುಬ್ಬುಗಳ ನಡುವಿನ ಕತ್ತಲಿಗೆ ಶಕ್ತಿಯನ್ನು ಕಳುಹಿಸಿ. ಹುಬ್ಬುಗಳ ನಡುವಿನ ಕತ್ತಲೆಯ ಜಾಗವು ಒಂದು ಸೂಕ್ಷ್ಮ ಅಥವಾ ಮೂರನೆಯ ಕಣ್ಣಿನ (third eye) ಸ್ಥಳವಾಗಿದೆ (ಅಂದರೆ, ಸೂಕ್ಷ್ಮ ದೇಹದ ಎರಡು ಸೂಕ್ಷ್ಮ ಕಣ್ಣುಗಳಲ್ಲದೇ, ಇದು ಮತ್ತೊಂದು ಸೂಕ್ಷ್ಮ ಕಣ್ಣಿನ, ಒಂದು ಮೂರನೆ ಕಣ್ಣಿನ ಸ್ಥಳವಾಗಿದೆ). ಆ ಕೇಂದ್ರೀಯ ಪ್ರದೇಶದ ಮೂಲಕ ಗಮನವನ್ನು ಇಡಿ.

ಒಂದೇ ಒಂದು ಚಾಕ್ಷುಷ ಶಕ್ತಿಯ ಬಲವಾದ ಹರಿವಿನ ಸ್ಥಾಪನೆ

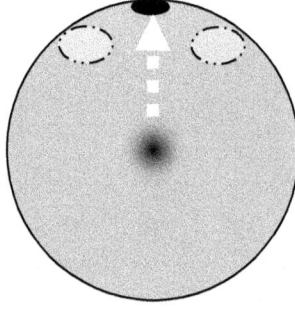

ಹುಚ್ಚುಬಟ್ಟೆಯ ಮನಸ್ಸನ್ನು ನಿಗ್ರಹಿಸುವುದಕ್ಕೆ ಮಾನಸಿಕ ಅಭ್ಯಾಸ ಕಾರ್ಯಾಚರಣೆ

೧. ತಲೆಯ ಮುಂಭಾಗದಲ್ಲಿನ ಕತ್ತಲೆಯ ಜಾಗದ ಮೇಲೆ ಗಮನವನ್ನು ಕೇಂದ್ರೀಕರಿಸಿ.

೨. ಆಲೋಚನೆಗಳು, ನೆನಪುಗಳು ಹಾಗೂ ಚಿತ್ರಗಳು ಕಾಣಿಸಿಕೊಳ್ಳುವ ಮಾನಸಿಕ ಜಾಗದ ಮೇಲೆ ಗಮನವನ್ನು ಕೇಂದ್ರೀಕರಿಸಿ.

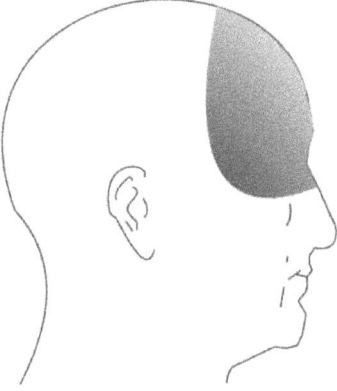

೩. ಮನಸ್ಸಿಗೆ ಬರುವ ಏನನ್ನಾದರೂ ಯೋಚಿಸಿ.

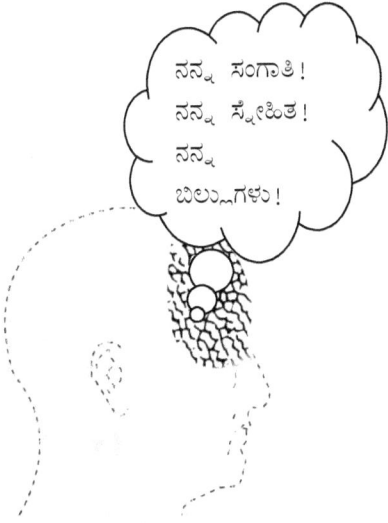

೪. ಮಾನಸಿಕ ವಟಗುಟ್ಟುವಿಕೆಯನ್ನು ಮಾಡಿ. ಮನಸ್ಸಿನೊಳಗೆ "ಮಾನಸಿಕ ಶಕ್ತಿಯನ್ನು ವಿಂಗಡಿಸಲು ಪ್ರಯತ್ನಗಳನ್ನು ಮಾಡು" ಎಂದು ಹೇಳಿಕೊಳ್ಳಿ.

ಒಂದು ಮೌಖಿಕ ಮಾನಸಿಕ ಪ್ರತಿಕ್ರಿಯೆಗಾಗಿ ನಿರೀಕ್ಷಿಸಿ ಮತ್ತು ಆಲಿಸಿ.

೫. ನೋಟವನ್ನು ಬದಲಿಸಿ. ಕೇವಲ ಸಂಕಲ್ಪ ಶಕ್ತಿಯಿಂದ ಕಣ್ಣುಗುಡ್ಡೆಗಳನ್ನು ಒಳಕ್ಕೆ ಎಳೆದುಕೊಳ್ಳಿ; ನಂತರ ಸಂಕಲ್ಪ ಶಕ್ತಿಯಿಂದ ಹೊರಕ್ಕೆ ತಳ್ಳಿ.

ಕಣ್ಣುಗುಡ್ಡೆಗಳಲ್ಲಿನ ಶಕ್ತಿಯನ್ನು ಗುರುತಿಸಿ.

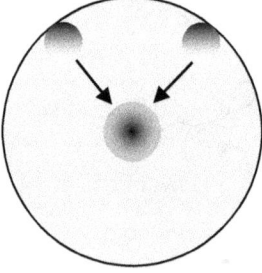

೬. ಮಾನಸಿಕವಾಗಿ ಕಣ್ಣುಗುಡ್ಡೆಗಳನ್ನು ಬಿಗಿಯಾಗಿ ಒಳಕ್ಕೆ ಎಳೆದುಕೊಳ್ಳಿ.

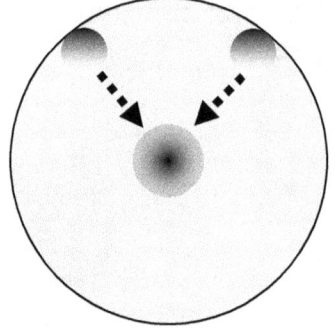

೭. ಕಣ್ಣಿನ ಒತ್ತಡವನ್ನು ಸಡಿಲಿಸಿ.

ದೈಹಿಕ ಕಣ್ಣುಗಳನ್ನು ಮುಚ್ಚಿಕೊಂಡು, ಹುಬ್ಬುಗಳ ಕೇಂದ್ರದಲ್ಲಿ ಮನಸ್ಸನ್ನು ಕೇಂದ್ರೀಕರಿಸಿ.

ಗಮನ ಶಕ್ತಿಯ ಒಂದು ಬಲವಾದ ಹರಿವನ್ನು ಬಳಸಿ.

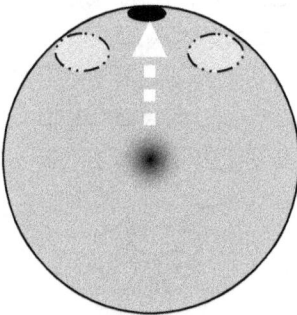

೮. ಬೆಳಕಿನ ಒಂದು ಸಣ್ಣ ಚುಕ್ಕೆಯ ಮೇಲೆ ಗಮನವನ್ನು ಕೇಂದ್ರೀಕರಿಸಲು ಮನಸ್ಸನ್ನು ಬಲವಂತಪಡಿಸಿ.

ನಿಮ್ಮ ಮುಂಭಾಗದ ಮನಸ್ಸಿನ ಜಾಗದಲ್ಲಿ ಸಣ್ಣ ಚುಕ್ಕೆಗಳ ಅಪರಿಮಿತ ಸಂಖ್ಯೆಯ ನಡುವೆ ಒಂದು ಸಣ್ಣ ಚುಕ್ಕೆಯನ್ನು ಆರಿಸಿಕೊಳ್ಳಿ. ಕಣ್ಣು ಮುಚ್ಚಿಕೊಂಡಿರಲು ಮರೆಯಬೇಡಿ. ಸಾಧ್ಯವಾದರೆ, ಮಂದಪ್ರಕಾಶದ ಬೆಳಕು ಇರುವ ಅಥವಾ ಕಗ್ಗತ್ತಲೆ ಇರುವ ಒಂದು ಕೋಣೆಯಲ್ಲಿ ಇರಿ.

ಮುಖದ ಪ್ರದೇಶದಲ್ಲಿ ಅತೀಂದ್ರಿಯ ಮೋಡ (mystic cloud)

೯. ಮನಸ್ಸು ಬೆಳಕಿನ ಸಣ್ಣ ಚುಕ್ಕೆಯ ಮೇಲೆ ಗಮನವನ್ನು ಕೇಂದ್ರೀಕರಿಸಿದ ಕೂಡಲೇ ಅದು ಕಳೆದುಹೋಗುತ್ತದೆ. ಆಗ ಮನಸ್ಸು ಖಿನ್ನವಾಗಬಹುದು ಅಥವಾ

ಬೇಸರದ ಭಾವನೆಯನ್ನು ವ್ಯಕ್ತಪಡಿಸಬಹುದು.

ಮನಸ್ಸಿನ ನಕಾರಾತ್ಮಕ ನಿಲುವನ್ನು ಉಪೇಕ್ಷಿಸಿ, ಗಮನವನ್ನು ಕೇಂದ್ರೀಕರಿಸುವುದಕ್ಕೆ ಮತ್ತೊಂದು ಸಣ್ಣ ಚುಕ್ಕೆಯನ್ನು ಆರಿಸಿಕೊಳ್ಳಿ.

ಈ ಸಣ್ಣ ಚುಕ್ಕೆಯು ಕಳೆದುಹೋದಾಗ ಮತ್ತೊಂದನ್ನು ಗುರುತಿಸಿ, ಅದರ ಮೇಲೆ ಗಮನವನ್ನು ಕೇಂದ್ರೀಕರಿಸಿ.

ಮನಸ್ಸಿಗೆ ದಣಿವಾಗುವವರೆಗೂ ಇದನ್ನು ಮತ್ತೆ ಮತ್ತೆ ಮಾಡಿ.

ಮನಸ್ಸಿಗೆ ದಣಿವಾದಾಗ, ಕತ್ತಲೆಯ ಮನಸ್ಸಿನ ಜಾಗದಲ್ಲಿ ಒಂದು ಸಣ್ಣ ಪ್ರದೇಶವನ್ನು ಗಮನ ಕೇಂದ್ರೀಕರಿಸುವುದಕ್ಕೆ ಆರಿಸಿಕೊಳ್ಳಿ. ಈ ಪ್ರದೇಶದಲ್ಲಿ ಬೆಳಕಿನ ಸಣ್ಣ ಚುಕ್ಕೆಗಳು ಇರಬಹುದು ಅಥವಾ ಇಲ್ಲದಿರಬಹುದು. ಮನಸ್ಸು, ಮನಸ್ಸಿನ ಜಾಗದ ಆಯ್ದ ಭಾಗವನ್ನು ಕಳೆದುಕೊಳ್ಳುತ್ತದೆ. ಮತ್ತೊಂದು ಭಾಗವನ್ನು ಆರಿಸಿಕೊಳ್ಳಿ. ಮನಸ್ಸಿಗೆ ದಣಿವಾದಾಗ ಅಥವಾ ಗಮನವನ್ನು ಕಳೆದುಕೊಂಡಾಗ, ಮತ್ತೊಂದನ್ನು ಆರಿಸಿಕೊಳ್ಳಿ. ಇದಾದ ನಂತರ, ಎಲ್ಲಾ ಗಮನ ಕೇಂದ್ರೀಕರಣವನ್ನು ನಿಲ್ಲಿಸಿ.

___

೧೦.   ತೀವ್ರ ತೇಜೋಮಯ ಅರಿವಿನ ಕೇಂದ್ರಕ್ಕೆ ಹಿಮ್ಮೆಟ್ಟಿ, ಮತ್ತು ಅಲ್ಲಿ ನೀರವತೆಯಲ್ಲಿ ಹಾಗೆಯೇ ಇರಿ. ನಾನು-ಸ್ವಯಂ ಅನ್ನು (I-self) ಸುತ್ತುವರೆದಿರುವ ಮಾನಸಿಕ ಬಲದ ಬಗ್ಗೆ ಅರಿವುಳ್ಳವರಾಗಿ.

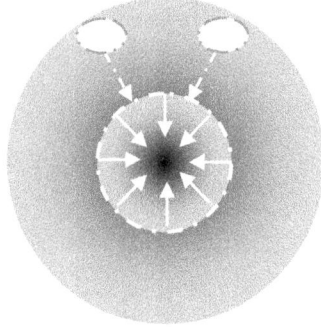

೧೧. ಹುಬ್ಬುಗಳ ನಡುವಿನ ಜಾಗದ ಮೇಲೆ ಗಮನವನ್ನು ಕೇಂದ್ರೀಕರಿಸಿ.

ಮೊದಮೊದಲು ಹೆಚ್ಚು ಮಾನಸಿಕ ಒತ್ತಡವನ್ನು ಬಳಸಿ.

ಇದು ದಣಿವನ್ನುಂಟು ಮಾಡಿದಾಗ ವಿರಮಿಸಿ.

ಸ್ವಲ್ಪ ವಿಶ್ರಾಂತಿಯ ನಂತರ, ಹುಬ್ಬುಗಳ ನಡುವೆ ಗಮನವನ್ನು ಕೇಂದ್ರೀಕರಿಸಿ, ಮೃದುವಾಗಿ ಮುಂದಕ್ಕೆ ಒತ್ತಡದ-ಬಲವನ್ನು ಹಾಕಿ.

ಕಣ್ಣುಗಳನ್ನು ಸಂಪೂರ್ಣವಾಗಿ ನಿರ್ಲಕ್ಷಿಸಿ.

ದೈಹಿಕ ಕಣ್ಣುಗಳನ್ನು ಮುಚ್ಚಿಕೊಂಡು, ಹುಬ್ಬುಗಳ ಕೇಂದ್ರಕ್ಕೆ ಶಕ್ತಿಯ ಒಂದು ಬಲವಾದ ಹರಿವನ್ನು ಕಳುಹಿಸಿ.

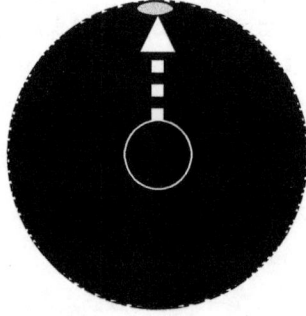

೧೨. ಪ್ರಜ್ಞೆಯ ಕೇಂದ್ರದಲ್ಲಿನ ತೀವ್ರ ತೇಜೋಮಯ ಅರಿವಿಗೆ ಹಿಮ್ಮೆಟ್ಟಿ.

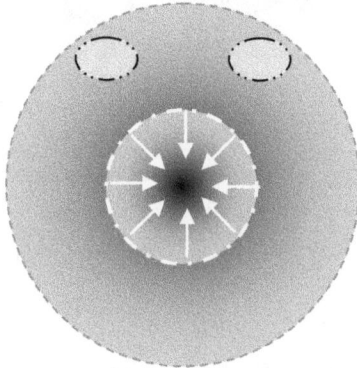

೧೩. ಧ್ಯಾನಸ್ಥ ಸ್ಥಿತಿಯನ್ನು ಮುಂದುವರಿಸಿ.

ತೀವ್ರ ಆತ್ಮ ಶಕ್ತಿಯ ಒಳ ಮಿತಿಗಳ ಅರಿವನ್ನು ಸಂಪೂರ್ಣವಾಗಿ ಕಳೆದುಕೊಳ್ಳಿ.

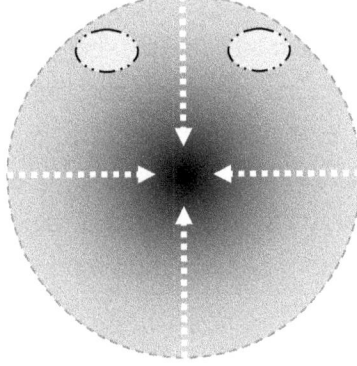

ಕನಸಿನ ಸ್ಪಷ್ಟತೆ

ಕನಸುಗಳನ್ನು ನೆನಪಿಟ್ಟುಕೊಳ್ಳಲು ಈ ಕೆಳಗಿನಂತೆ ಮಾಡಿ:

- ಒಂದು ಎಚ್ಚರಿಕೆಯ ಗಡಿಯಾರವನ್ನು ಖರೀದಿಸಿ. ನೀವು ಹಗುರ ನಿದ್ರೆ ಮಾಡುವವರಾದರೆ, ಕಡಿಮೆ ಶಬ್ದದ ಎಚ್ಚರಿಕೆಯ ಗಡಿಯಾರವನ್ನು ಬಳಸಿ. ನೀವು ಗಾಢ ನಿದ್ರೆ ಮಾಡುವವರಾದರೆ, ದೊಡ್ಡ ಶಬ್ದದ ಎಚ್ಚರಿಕೆಯ ಗಡಿಯಾರವನ್ನು ಬಳಸಿ. ನಿಮ್ಮನ್ನು ಒಂದು ನಿರ್ದಿಷ್ಟ ಸಮಯದಲ್ಲಿ ಎಚ್ಚರಗೊಳಿಸುವಂತೆ ನೀವು ಯಾರನ್ನಾದರೂ ಕೇಳಿಕೊಳ್ಳಬಹುದು. ನಿಮ್ಮನ್ನು ನಿದ್ರೆಯಿಂದ ಏಳುವಂತೆ ಒತ್ತಾಯಿಸಲು ಆ ವ್ಯಕ್ತಿಗೆ ನೀವು ಅನುಮತಿಯನ್ನು ನೀಡಬೇಕು.
- ಗಡಿಯಾರವನ್ನು ನಿಖರವಾಗಿ ನೀವು ಮಲಗಲು ಹೋದ ಐದು ಗಂಟೆಗಳ ನಂತರ ಬಾರಿಸುವಂತೆ ಹೊಂದಿಸಿ. ಐದು ಗಂಟೆಗಳಲ್ಲಿ ದೇಹವು ಸ್ವಲ್ಪ ಮಟ್ಟಿಗೆ ವಿರಮಿಸಿರುತ್ತದೆ.
- ಎಚ್ಚರಿಕೆಯ ಗಂಟೆ ಬಾರಿಸಿದಾಗ ಎದ್ದು ಕುಳಿತುಕೊಳ್ಳಿ. ಗಂಟೆಯ ಶಬ್ದವನ್ನು ನಿಲ್ಲಿಸಿ. ಮಲವಿಸರ್ಜನೆ ಮಾಡಲು ಹೋಗಿ.
- ಹಾಸಿಗೆ ಬದಿಗೆ ಹಿಂದಿರುಗಿ. ಅನುಭವಗಳನ್ನು ದಾಖಲಿಸಿಕೊಳ್ಳಲು ಒಂದು ಪೆನ್ನು ಮತ್ತು ಟಿಪ್ಪಣಿ ಪುಸ್ತಕವನ್ನು ಸಿದ್ಧವಾಗಿರಿಸಿಕೊಳ್ಳಿ. ಮನಸ್ಸಿಗೆ ಬರುವ ಕಲ್ಪನೆಗಳನ್ನು, ಹೆಸರುಗಳನ್ನು, ಸ್ಥಳಗಳನ್ನು, ಅಥವಾ ಭಾವನೆಗಳನ್ನು ಬರೆದಿಟ್ಟುಕೊಳ್ಳಿ.
- ಪ್ರತಿ ಬಾರಿಯೂ ಇದನ್ನು ಮಾಡಿ. ಯಾವುದೇ ನೆನಪುಗಳು ಇಲ್ಲದಿದ್ದರೆ ಹತಾಶೆಗೊಳ್ಳಬೇಡಿ.
- ಯಾವುದೇ ಕಲ್ಪನೆಗಳು ಬರದಿದ್ದರೆ, ಕೇವಲ ನಿಮ್ಮ ಆಲೋಚನೆಯನ್ನು ಗಮನಿಸಿ. ದಿನಚರಿ ಪುಸ್ತಕದಲ್ಲಿ ಆಲೋಚನೆಗಳನ್ನು ಬರೆದಿಟ್ಟುಕೊಳ್ಳಿ.
- ಮನಸ್ಸನ್ನು ಮಾತನಾಡಿಸಿ:
- "ಸರಿ, ಮನಸ್ಸೇ. ನೀನು ಇದನ್ನು ಹೇಗೆ ಪರಿಗಣಿಸುತ್ತೀಯ? ಅವರು ಮಧ್ಯರಾತ್ರಿಯಲ್ಲಿ ಏಳುವುದರಿಂದ ಕನಸಿನ ಸ್ಮರಣೆಯು ಹೆಚ್ಚುತ್ತದೆ ಎಂದು ಹೇಳುತ್ತಾರೆ."
- ಮನಸ್ಸು ಉತ್ತರ ಕೊಡುತ್ತದೆ, "ಇದು ಜಗತ್ತಿನಲ್ಲಿ ಅತ್ಯಂತ ಕೆಟ್ಟ ವಿಚಾರ. ನಾವು ಈಗ ತಾನೆ ಬೆಚ್ಚನೆಯ ಆರಾಮವನ್ನು ಅನುಭವಿಸುತ್ತಿದ್ದೆವು, ಅದೂ ಅಲ್ಲದೆ ನಾನು ಮಂಪರಿನಲ್ಲಿರಲು ಇಷ್ಟಪಡುತ್ತೇನೆ." ಮನಸ್ಸಿಗೆ ಹೇಳಿ: "ನಮಗೆ ಆದೇಶಿಸಲಾಗಿದೆ. ನಾವು ಸಲಹೆಯನ್ನು ಬಳಸೋಣ."
- ಇದನ್ನು ಒಂದು ವಾರದ ಕಾಲ ಮಾಡಿದ ನಂತರ ಒಂದು ಹೊಸ ಕಾರ್ಯವಿಧಾನವನ್ನು ಆರಂಭಿಸಿ. ತಲೆಯನ್ನು ಹಿಂದಕ್ಕೆ ಎಳೆದುಕೊಂಡು, ಗಲ್ಲವನ್ನು ಮೇಲಕ್ಕೆತ್ತಿ, ನಿಮ್ಮ ಬೆನ್ನಿನ ಮೇಲೆ ಮಲಗಿಕೊಳ್ಳಿ. ಇದನ್ನು ಒಂದು ದೃಢವಾದ

ಹಾಸಿಗೆಯ ಮೇಲೆ ಅಥವಾ ಗಟ್ಟಿಯಾದ ಮೇಲ್ಮೈಯ ಮೇಲೆ ಮಾಡುವುದು ಉತ್ತಮ.

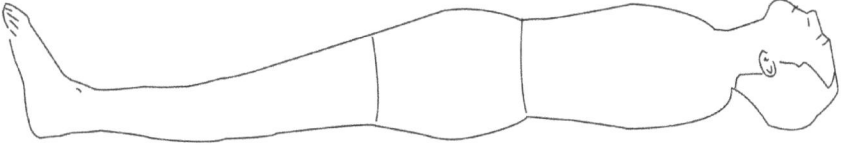

- ಈ ಭಂಗಿಯಲ್ಲಿ, ತಲೆಯನ್ನು ಹಿಂದಕ್ಕೆ ವಾಲಿಸಿ ೩ನೇ ಕಣ್ಣಿನ ಗಮನ ಕೇಂದ್ರೀಕರಣವನ್ನು ಮಾಡಿ (3rd eye focus).

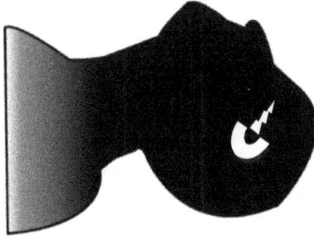

ಮನಸ್ಸಿಗೆ ದಣಿವಾದ ನಂತರ, ತಲೆಯನ್ನು ಸಹಜ ಭಂಗಿಯಲ್ಲಿ ವಿರಮಿಸಿ. ಸ್ವಯಂನ-ಕೇಂದ್ರಭಾಗದ ಮೇಲೆ ಕೇಂದ್ರೀಕೃತ ಗಮನ ಕೇಂದ್ರೀಕರಣವನ್ನು (centralized focus) ಮಾಡಿ.

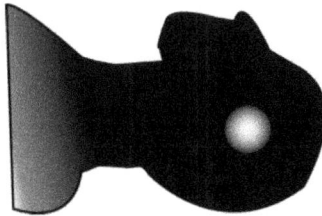

- ನೀವು ಆಯಾಸಗೊಂಡಾಗ ಅಥವಾ ನಿದ್ರೆಗೆ ಜಾರಿದಾಗ, ಒಂದು ಆರಾಮದಾಯಕ ಭಂಗಿಗೆ ಬದಲಿಸಿ, ಮತ್ತು ನೀವು ನಿದ್ರಿಸುವವರೆಗೂ ಮೂರನೆ ಕಣ್ಣಿನ ಅಥವಾ ಕೇಂದ್ರೀಯ ಗಮನ ಕೇಂದ್ರೀಕರಣದ ಧ್ಯಾನವನ್ನು ಮುಂದುವರಿಸಿ.

ವಿಶೇಷ ಟಿಪ್ಪಣಿಗಳು

- ಎಚ್ಚರಿಕೆಯ ಗಂಟೆಯನ್ನು ಮನಸ್ಸು ನಿರ್ಲಕ್ಷಿಸಿದರೆ, ಮತ್ತು ನೀವು ಏಳುವುದರಲ್ಲಿ ಯಶಸ್ವಿಯಾಗದಿದ್ದರೆ, ಒಂದೋ ಎಚ್ಚರಿಕೆಯ ಗಂಟೆಯ ಶಬ್ದವು ತುಂಬಾ ಕಡಿಮೆ ಇದೆ, ಇಲ್ಲವೇ ಮನಸ್ಸು ಶಬ್ದಕ್ಕೆ ತುಂಬಾ ಒಗ್ಗಿಕೊಂಡಿದೆ. ಈ ಕ್ರಮಗಳಲ್ಲಿ ಒಂದನ್ನು ತೆಗೆದುಕೊಳ್ಳಿ:

- ಬೇರೆ ಎಚ್ಚರಿಸುವ ಶಬ್ದವಿರುವ ಗಡಿಯಾರವನ್ನು ಖರೀದಿಸಿ. ಶಬ್ದವನ್ನು ಅಡಗಿಸಲು ನೀವು ನಡೆದುಕೊಂಡು ಹೋಗಬೇಕಾಗಿರುವಂತಹ ಬೇರೊಂದು ಸ್ಥಳದಲ್ಲಿ ಗಡಿಯಾರವನ್ನು ಇಡಿ.

- ಇದರ ಬದಲಿಗೆ, ನಿಮ್ಮನ್ನು ಯಾರಾದರೂ ಎಚ್ಚರಗೊಳಿಸುವಂತೆ ಮಾಡಿ.

- ನೀವು ಗಡಿಯಾರ ಬಾರಿಸುವ ಮುಂಚೆಯೇ ಎಚ್ಚರಗೊಂಡರೆ, ಅಥವಾ ಎಚ್ಚರಿಕೆಯ ಗಂಟೆ ಬಾರಿಸಿ ನೀವು ನಿದ್ರೆಯ ಮಂಪರು ಇಲ್ಲದೇ ಎಚ್ಚರಗೊಂಡರೆ, ನೀವು ಹಾಸಿಗೆಯಿಂದ **ಇದ್ದಕ್ಕಿದ್ದಂತೆ ಎದ್ದೇಳಬೇಡಿ**. ಮೌನವಾಗಿದ್ದು ಕಲ್ಪನೆಗಳನ್ನು, ಚಿತ್ರಗಳನ್ನು, ಹಾಗೂ ನೆನಪುಗಳನ್ನು ನೆನಪಿಸಿಕೊಳ್ಳಿ. ಇದನ್ನು ಒಂದು ದಿನಚರಿ ಪುಸ್ತಕದಲ್ಲಿ ಬರೆದಿಟ್ಟುಕೊಳ್ಳಿ. ನೆನಪಿಸಿಕೊಳ್ಳುವ ಪ್ರಯತ್ನದಲ್ಲಿ, ಮನಸ್ಸಿಗೆ ತ್ವರಿತವಾಗಿ ಒಂದು ಕಲ್ಪನೆಯಿಂದ ಇನ್ನೊಂದಕ್ಕೆ ಜಿಗಿಯಲು ಬಿಡಬೇಡಿ. ನಿಧಾನವಾಗಿ ಪ್ರತಿ ಅನುಭವವನ್ನು ಆಲೋಚಿಸಿ, ತದನಂತರ ಬರಹದಲ್ಲಿ ದಾಖಲಿಸಿಕೊಳ್ಳಿ.

- ಮನಸ್ಸು ತನ್ನ ಪ್ರದರ್ಶನದ ವೇಗವನ್ನು ಹೆಚ್ಚಿಸಿದ ಕೂಡಲೇ, ಅದಕ್ಕೆ ಗಮನ ನೀಡದಿರುವ ಮೂಲಕ ಮನಸ್ಸಿನ ದಾಖಲಿಸಿಕೊಳ್ಳುವ ಸ್ಮರಣ−ಶಕ್ತಿಯ ವ್ಯವಸ್ಥೆಯನ್ನು (mind's recording memory system) ನಿಧಾನಗೊಳಿಸುವ ಪ್ರಯತ್ನ ಮಾಡಿ. ನೀವು ಗಮನವನ್ನು ತೆಗೆದುಹಾಕಿದ ಕೂಡಲೇ, ಮನಸ್ಸು ಚಿತ್ರಗಳ ಹಾಗೂ ಶಬ್ದಗಳ ಪ್ರದರ್ಶನದ ವೇಗವನ್ನು ಕಡಿಮೆಗೊಳಿಸುತ್ತಾ ಬರುತ್ತದೆ.

ಮೂರನೇ ಕಣ್ಣಿನ ನೋಟ

ಒಂದು ತೆರೆದ ಮೂರನೇ ಕಣ್ಣನ್ನು (An opened third eye) ತಲೆಯ ಮುಂಭಾಗದಲ್ಲಿನ ಈ ಕೆಳಕಂಡ ಸಂಭವಿಸುವಿಕೆಗಳಲ್ಲಿ ಯಾವುದಾದರೊಂದರಿಂದ ಸೂಚಿಸಬಹುದಾಗಿದೆ :

೧. ಒಂದು ಅಂಚಿಲ್ಲದ ಮಬ್ಬುಗವಿದ ಜಾಗ/ಕಂಡಿ

೨. ಒಂದು ಅಂಚಿಲ್ಲದ ಕಡು ನೀಲಿ ಅಥವಾ ನೇರಳೆ ಬಣ್ಣದ ಜಾಗ/ಕಂಡಿ

೩. ಒಂದು ಹೊರಮುಖವಾಗಿ ಅಥವಾ ಒಳಮುಖವಾಗಿ ಚಲಿಸುತ್ತಿರುವ ನೀಲಿ ಅಥವಾ ನೇರಳೆ ಬಣ್ಣದ, ಬೂದು ಅಥವಾ ಕಂದು ಬಣ್ಣದ ಮಂಡಲ

೪. ಒಂದು ಹೊರಮುಖವಾಗಿ ಅಥವಾ ಒಳಮುಖವಾಗಿ ಚಲಿಸುತ್ತಿರುವ ನೀಲಿ ಅಥವಾ ನೇರಳೆ ಬಣ್ಣದ ವರ್ತುಲ ಅಥವಾ ಆಕಾರ

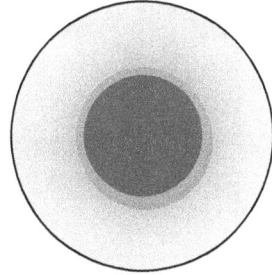

೫. ಐದು ಬಿಂದುವಿನ ನಕ್ಷತ್ರ

೬. ಎಂಟು ಬಿಂದುವಿನ ನಕ್ಷತ್ರ

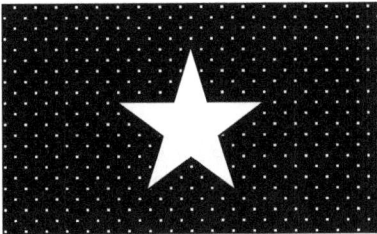

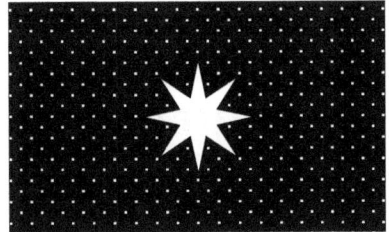

೭.   ಒಂದು ಕ್ಷಣಮಾತ್ರದಲ್ಲಿ
ಕಾಣಿಸಿಕೊಳ್ಳುವ ನಕ್ಷತ್ರದ ಸಣ್ಣ ಚುಕ್ಕೆ (star
speck)

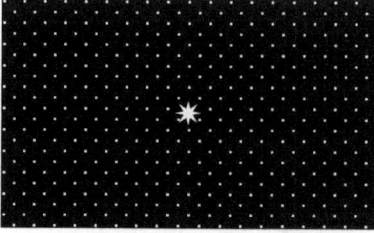

೮.   ಗಾಢ ಹಳದಿ, ಗಾಢ ಹಸಿರು,
ಅಥವಾ ಚಿನ್ನದ ವರ್ತುಲ

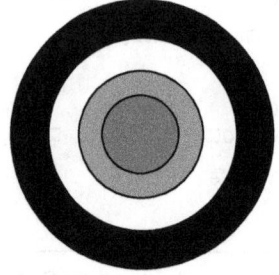

೯.   ಒಂದು ಪಾರದರ್ಶಕ ಅಂಡಾಕಾರದ
ಜಾಗ/ಕಂಡಿ

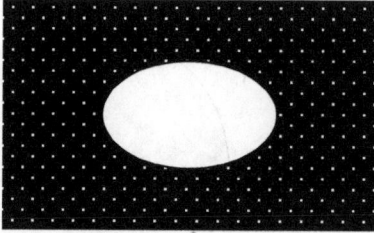

೧೦.   ಒಂದು ಪಾರದರ್ಶಕ
ಆಯತಾಕಾರದ ಜಾಗ/ಕಂಡಿ

೧೧.   ಒಂದು ಪಾರದರ್ಶಕ ವೃತ್ತಾಕಾರದ
ಜಾಗ/ಕಂಡಿ

೧೨.   ಅಂಡಾಕಾರದ,
ಆಯತಾಕಾರದ ಅಥವಾ ವೃತ್ತಾಕಾರದ
ಜಾಗದ/ಕಂಡಿಯ   ಮೂಲಕ
ದೃಷ್ಟಿಗೋಚರವಾಗಿ ಕಾಣುವ ಒಂದು
ವಾಸ್ತವಿಕ ಇಹಲೋಕದ ಸ್ಥಳದ ಒಂದು
ದೃಶ್ಯ.

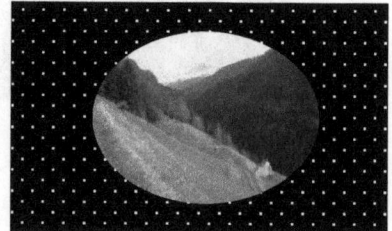

೧೩. ತಲೆಯ ಅಂಚಿನಲ್ಲಿ ಅಥವಾ ಒಳಗಡೆ ಒಂದು ಮಿನುಗುವ ಬೆಳಕು

೧೪. ತಲೆಯಲ್ಲಿ ಬೆಳಕಿನ ಪ್ರಕಾಶಮಾನವಾದ ಫಕ್ಕನೆಯ ಹೊಳಪು

ಅಧ್ಯಾಯ ೨

ಆಲೋಚನೆಯ ಸ್ಪಷ್ಟತೆ / ತಲೆಯ ಹಿಂಭಾಗ

೧. ಒಂದು ಕತ್ತಲೆಯ ಕೋಣೆಯಲ್ಲಿ ಇರಿ. ತಲೆಯ ಹಿಂಭಾಗದ ಕಡೆಗೆ ಗಮನವನ್ನು ಕೇಂದ್ರೀಕರಿಸಿ.

೨. ತಲೆಯ ಮುಂಭಾಗದಲ್ಲಿ ಬಹು ಸಣ್ಣ ಚುಕ್ಕೆಗಳಿರುವ ಕತ್ತಲೆಯನ್ನು ಗುರುತಿಸಿ.

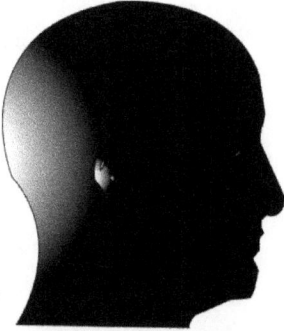

೩. ತಲೆಯ ಹಿಂಭಾಗದಲ್ಲಿ ದಟ್ಟವಾದ ಅಲ್ಪ ಸಣ್ಣ ಚುಕ್ಕೆಗಳಿರುವ ಕತ್ತಲೆಯನ್ನು ಗುರುತಿಸಿ. ಇದು ದೃಷ್ಟಿಗೋಚರವಾಗಿಲ್ಲದೇ ಇರಬಹುದು. ಇದನ್ನು ನೀವು ನೋಡದಿರಬಹುದು, ಆದರೆ ನೀವು ಕತ್ತಲೆಯನ್ನು ಅನುಭವಿಸಬಹುದು.

೪. ತಲೆಯ ಹೊರಗಡೆಯಿರುವ ಹೊರಗಿನ ಕತ್ತಲೆಯೊಂದಿಗೆ ಒಳಗಿನ ಕತ್ತಲೆಯನ್ನು ವಿಲೀನಗೊಳಿಸಲು, ತಲೆಯ ಹಿಂಭಾಗದಲ್ಲಿ ಒಂದು ಅತೀಂದ್ರಿಯ ಆಯಾಕಾರದ ಕಂಡಿಯನ್ನು ಮಾಡಿ. ಇದನ್ನು ಸಾಧಿಸುವಲ್ಲಿ, ಒಬ್ಬ ವ್ಯಕ್ತಿಯು ಮೊದಲು ಕಂಡಿಯನ್ನು ಕಲ್ಪಿಸಿಕೊಳ್ಳಲು ಪ್ರಯತ್ನಿಸಬಹುದು. ಕನಿಷ್ಟ ಪಕ್ಷ ಏಳು ದಿನಗಳವರೆಗೆ ಧ್ಯಾನದ ಸಮಯದಲ್ಲಿ ಇದನ್ನು ಪದೇ ಪದೇ ಮಾಡಿ.

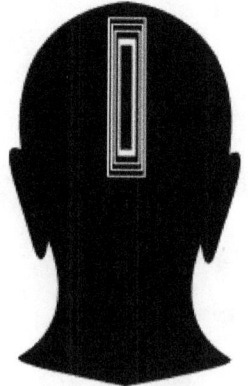

೫. ತಲೆಯ ಮೇಲ್ಭಾಗದ ಸುತ್ತಲೂ ಕಂಡಿಯನ್ನು ವಿಸ್ತರಿಸಿ.

೬. ಬಹು ಸಣ್ಣ ಚುಕ್ಕೆಗಳಿರುವ ಕತ್ತಲೆಯಲ್ಲಿ ಹಾಗೆಯೇ ಇರಿ.

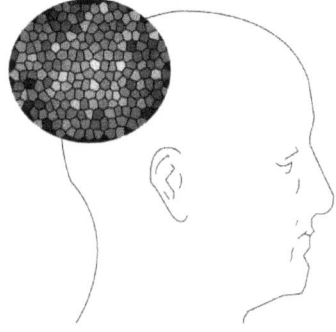

೭. ಗಮನವನ್ನು ಸಡಿಲಿಸಿ. ತಲೆಯ ಮುಂಭಾಗಕ್ಕೆ ಗಮನವನ್ನು ಚಲಿಸಿ.

ದಟ್ಟವಾದ ಕತ್ತಲೆಯಲ್ಲಿರುವಾಗ ಒಂದು ಸಮಸ್ಯೆಯ ಬಗ್ಗೆ ಆಲೋಚಿಸಿ.

೮. ನಿಮಗೆ ಅಗತ್ಯವಿರುವ ಏನಾದರೊಂದನ್ನು ಆಲೋಚಿಸಿ.

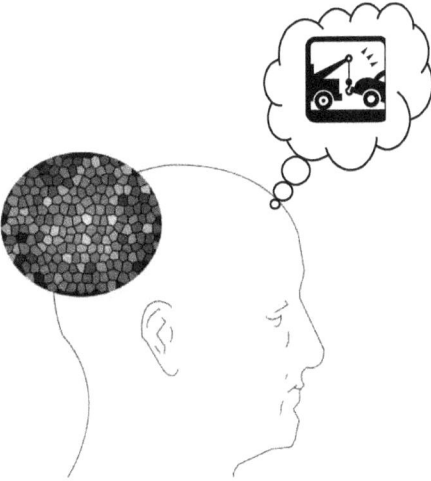

೯.   ತಲೆಯ ಹಿಂಭಾಗದ ಕಡೆಗೆ ಪುನಃ ಗಮನವನ್ನು ಕೇಂದ್ರೀಕರಿಸಿ. ತಲೆಯ ಹಿಂಭಾಗದಲ್ಲಿ ಏನಾದರೂ ಆಲೋಚಿಸಲು ಪ್ರಯತ್ನಿಸಿ. ಸ್ವಲ್ಪ ಗಮನವನ್ನು ಮುಂಭಾಗದ ಪ್ರದೇಶದ ಕಡೆಗೆ ಬದಲಾಯಿಸದ ಹೊರತು, ಹಾಗೆ ಮಾಡಲು ಸಾಧ್ಯವಾಗುವುದಿಲ್ಲ.

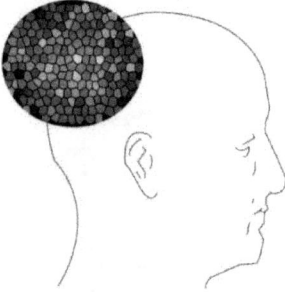

೧೦.   ತಲೆಯ ಹಿಂಭಾಗದ ಕಡೆಗೆ ಪುನಃ ಗಮನವನ್ನು ಕೇಂದ್ರೀಕರಿಸಿ. ಅದು ಪ್ರಜ್ಞೆಯ ಸಹಜ ಸ್ಥಿತಿಯ ಸ್ಪಷ್ಟತೆ ಆಗಿದೆ. ಅದು ಮೂಲ ಅರಿವು.

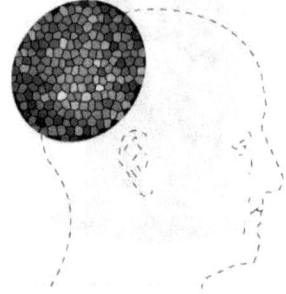

೧೧.   ಏಕೆ ಅದು ದಟ್ಟವಾದ ಕತ್ತಲೆ? ಮಾನಸಿಕ ಕತ್ತಲೆಯಲ್ಲಿ ಸ್ಪಷ್ಟತೆ ಇರಬಹುದೇ?

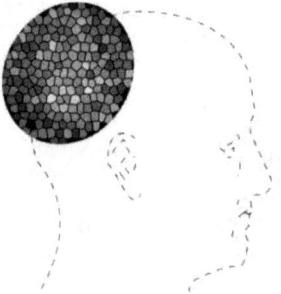

೧೨.   ಕತ್ತಲೆಯಲ್ಲಿ ಆಧ್ಯಾತ್ಮಿಕ ಬೆಳಕನ್ನು ಕಾಣಬಹುದೇ?

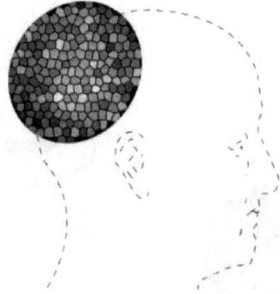

ಈ ದಟ್ಟವಾದ ಕತ್ತಲೆಯು ಆಧ್ಯಾತ್ಮಿಕ ಬೆಳಕಿನ ಒಂದು ಬಗೆಯಾಗಿದೆ, ನಮಗೆ ಅದರ ಪರಿಚಯವಿಲ್ಲದ ಕಾರಣ ಹಾಗೂ ಭೌತಿಕ ಇಂದ್ರಿಯಗಳ ಬೆಳಕಿಗೆ ಅತಿಯಾದ ಒಲವಿನ ಕಾರಣ ನಾವು ಅದನ್ನು ಗ್ರಹಿಸುವುದಿಲ್ಲ.

ಇಲ್ಲಿ ನಿಯತವಾಗಿ ಧ್ಯಾನವನ್ನು ಮಾಡಿ. ಮಾನಸಿಕ ಸ್ಪಷ್ಟತೆಗಾಗಿ, ಹೆಚ್ಚಿನ ಆಧ್ಯಾತ್ಮಿಕ ಭದ್ರತೆಗೆ ಪ್ರವೇಶಾಧಿಕಾರವನ್ನು ಹೊಂದುವುದಕ್ಕಾಗಿ, ನಿಮ್ಮ ಅಸ್ತಿತ್ವವು ಖಚಿತ, ಶಾಶ್ವತ ಹಾಗೂ ಪ್ರಾಪಂಚಿಕ ವೈವಿಧ್ಯದ ಮೇಲೆ ಅವಲಂಬಿತವಲ್ಲವೆಂದು ತಿಳಿಯುವುದಕ್ಕಾಗಿ ನಿಮ್ಮನ್ನು ಇಲ್ಲಿ ದೂರದಲ್ಲಿ ಇರಿಸಿಕೊಳ್ಳಿ.

ಕೆಲವೊಮ್ಮೆ ಭೌತಿಕ ಕತ್ತಲೆಯಂತೆ ಗ್ರಹಿಸಲಾಗುವ ಮತ್ತು ಅದು ಉಂಟುಮಾಡುವ ಸ್ಪಷ್ಟತೆಯಿಂದ ಗುರುತಿಸಲಾಗುವ ಆಧ್ಯಾತ್ಮಿಕ ಬೆಳಕಿಗೆ ಹೊಂದಿಕೊಳ್ಳಿ.

ನಿಜವಾದ ಕತ್ತಲೆ ಅರಿವಿನ ಸ್ಪಷ್ಟತೆಯನ್ನು ಕೊಡಲು ಸಾಧ್ಯವಿಲ್ಲ, ಬದಲಿಗೆ ಯೋಜನೆಗಳ ಹಾಗೂ ಉದ್ದೇಶಗಳ ಬಗ್ಗೆ ಭಯ ಹಾಗೂ ಗೊಂದಲವನ್ನು ಉಂಟುಮಾಡುತ್ತದೆ.

ಪ್ರಾಪಂಚಿಕ ವೈವಿಧ್ಯದ ಮೇಲೆ ಅತಿಯಾದ-ಅವಲಂಬನೆಯಿಂದ ಸ್ವಯಂ ಅನ್ನು ವಿಮುಖಗೊಳಿಸಿ. ತಲೆಯ ಹಿಂಭಾಗದಲ್ಲಿ, ಮಾನಸಿಕ ಕತ್ತಲೆಯಲ್ಲಿ, ಆಧ್ಯಾತ್ಮಿಕ ಬೆಳಕಿಗೆ ಒಗ್ಗಿಕೊಳ್ಳಿ.

ಸಮಸ್ಯೆಯನ್ನು ತೆಗೆದುಹಾಕುವುದು

೧. ಒಂದು ಸಮಸ್ಯೆಯ ಬಗ್ಗೆ ಆಲೋಚಿಸಿ.

೨. ಅದರ ಶಕ್ತಿಯನ್ನು ಭಾಗಗಳಾಗಿ ಮುರಿಯಿರಿ.

೩. ಸಮಸ್ಯೆ ಶಕ್ತಿಯನ್ನು ಪ್ರತ್ಯೇಕಿಸಿ.

ಸಮಸ್ಯೆ ಶಕ್ತಿ

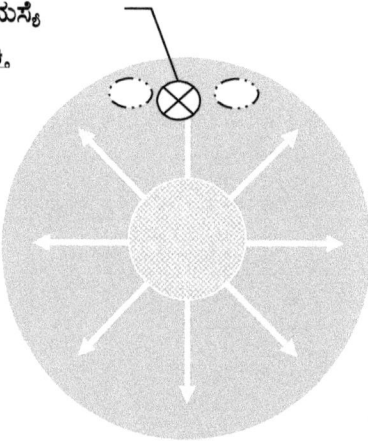

೪. ಸಮಸ್ಯೆ ಶಕ್ತಿಯನ್ನು ಒಳಕ್ಕೆಳೆದುಕೊಳ್ಳಿ.

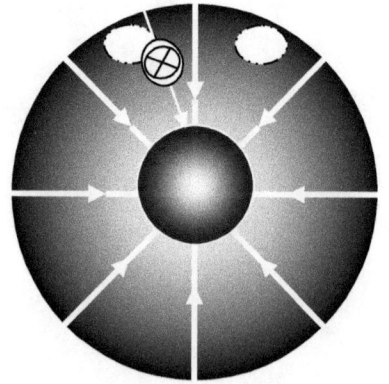

೫. ಕೇಂದ್ರೀಯ ನಾನು-ಸ್ವಯಂ (I-self) ಒಳಗೆ ಸಮಸ್ಯೆ ಶಕ್ತಿಯನ್ನು ಸೇರಿದಂತೆ, ಎಲ್ಲಾ ಮಾನಸಿಕ ಶಕ್ತಿಯನ್ನು ಒಳಕ್ಕೆಳೆದುಕೊಳ್ಳಿ.

೬. ಸಮಸ್ಯೆ ಶಕ್ತಿಯನ್ನು ಚಿಕ್ಕದಾಗಿಸಿ ಅಥವಾ ಕುಗ್ಗಿಸಿ.

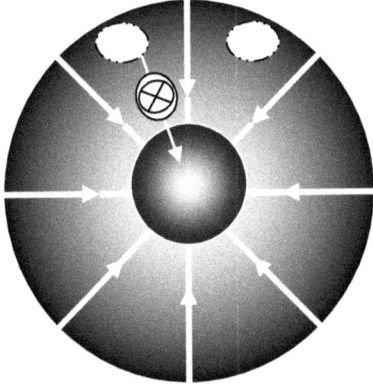

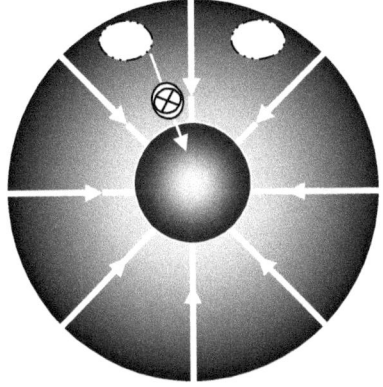

೭. ಸಮಸ್ಯೆ ಶಕ್ತಿಯನ್ನು ಇನ್ನಷ್ಟು ಒಳಕ್ಕೆ ಎಳೆದುಕೊಳ್ಳಿ.

೮. ಸ್ವಯಂನ-ಕೇಂದ್ರಭಾಗದ ಹತ್ತಿರ ಸಮಸ್ಯೆ ಶಕ್ತಿಯನ್ನು ಹಿಡಿದುಕೊಂಡು, ಪ್ರಜ್ಞೆಯ ಹೊರ ಮಿತಿಗಳ ಅರಿವನ್ನು ಸಂಪೂರ್ಣವಾಗಿ ಕಳೆದುಕೊಳ್ಳಿ.

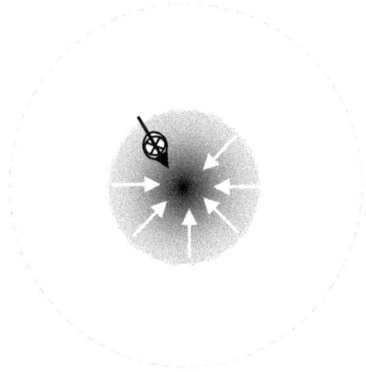

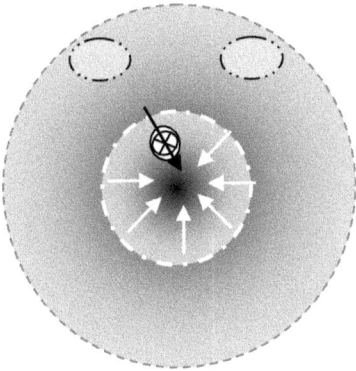

೯.   ಸಮಸ್ಯೆ ಶಕ್ತಿಯನ್ನು ಇನ್ನಷ್ಟು
ಒಳಕ್ಕೆ ಎಳೆದುಕೊಳ್ಳಿ.

೧೦.   ಸಮಸ್ಯೆ ಶಕ್ತಿಯು ಮಾನಸಿಕ
ಬಲದಿಂದ ನಾಶವಾಗುವವರೆಗೂ
ಹಿಡಿದುಕೊಳ್ಳಿ.

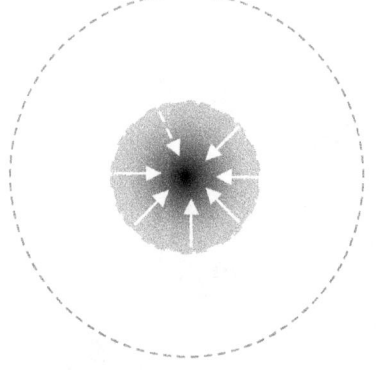

ಈ ಅವಧಿಯ ನಂತರ, ಸಮಸ್ಯೆಯ ಬಗ್ಗೆ ನಿಮ್ಮ ಮನಸ್ಸಿಗೆ ಬರುವ ಏನನ್ನಾದರೂ ಕುರಿತು ಟಿಪ್ಪಣಿಗಳನ್ನು ತೆಗೆದುಕೊಳ್ಳಿ. ನೀವು ಕಂಡುಕೊಂಡ ಅಥವಾ ನಿಮ್ಮ ಮನಸ್ಸಿನೊಳಗೆ ಪ್ರೇರಿತವಾದ ಯಾವುದೇ ವಿವೇಚನೆಯುಳ್ಳ ಸಲಹಾತ್ಮಕಗಳಿಗೆ ಹಾಗೂ ಸೂಚನೆಗಳಿಗೆ ಎಚ್ಚರಿಕೆಯುಳ್ಳ ಗಮನ ಕೊಡಿ ಮತ್ತು ಅವುಗಳನ್ನು ಕಾರ್ಯರೂಪಕ್ಕೆ ತನ್ನಿ.

ನಾದ ಶಬ್ದ

ತಲೆಯಲ್ಲಿ ಒಂದು ಶಬ್ದದ ನಿರಂತರವಾದ ಹರಿವು (sound current) ಬ್ರಹ್ಮಾಂಡದ ಶಬ್ದದ ಕಂಪನದ ಓಂ ನ ಒಂದು ಭಾಗವಾಗಿದೆ. ಇದು ಪ್ರತಿಯೊಬ್ಬ ಧ್ಯಾನಿಯ ಅನುಕೂಲಕ್ಕಾಗಿ ಇದೆ. ಈ ಶಬ್ದದಲ್ಲಿ ಕೆಲವು ಕೃಷ್ಣನ ಕೊಳಲಿನಿಂದ ಬರುತ್ತವೆ ಮತ್ತು ಬಲ ಆಂತರಿಕ ಕಿವಿಯ ಪ್ರದೇಶದಿಂದ ಹರಡುತ್ತಾ, ತಲೆಯಲ್ಲಿ ಕೇಳಿ ಬರುತ್ತವೆ.

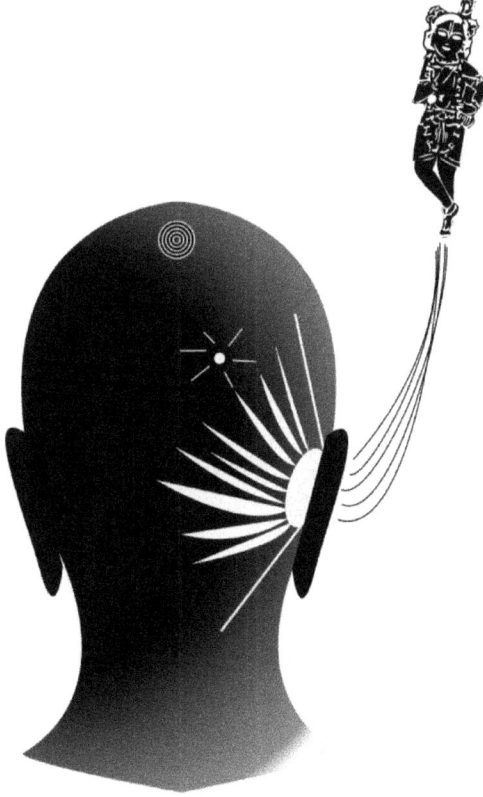

ನಾದ ಶಬ್ದದ ಮೇಲೆ ಹೇಗೆ ಧ್ಯಾನವನ್ನು ಮಾಡುವುದು?

೧.   ಒಂದು ಕುರ್ಚಿಯ ಮೇಲೆ ಕುಳಿತುಕೊಳ್ಳಿ, ಅಥವಾ ಯೋಗದ ಭಂಗಿಯಲ್ಲಿ ಕುಳಿತುಕೊಳ್ಳಿ, ಅಥವಾ ಒಂದು ದೃಢವಾದ ಮೇಲ್ಮೈಯ ಮೇಲೆ ನಿಮ್ಮ ಬೆನ್ನಿನ ಮೇಲೆ ಮಲಗಿಕೊಳ್ಳಿ.

೨. ಕಣ್ಣುಗಳನ್ನು ಮುಚ್ಚಿಕೊಳ್ಳಿ.

೩. ಮುಚ್ಚಿದ ಕಣ್ಣುಗಳ ಹಿಂದೆ ಕತ್ತಲೆಯನ್ನು ಗಮನಿಸಿ.

೪. ನೀವು ಒಳಾಂಗಣದಲ್ಲಿದ್ದರೆ, ಬೀದಿ ದೀಪವನ್ನು ಹೊರಗಿಡಲು ಪರದೆಗಳನ್ನು ಮುಚ್ಚಿ. ಕತ್ತಲೆಗೆ ಆದ್ಯತೆ ನೀಡಿ.

೫. ಮುಚ್ಚಿದ ಕಣ್ಣುರೆಪ್ಪೆಗಳ ಹಿಂದೆ ಸಾಮಾನ್ಯ ಕತ್ತಲೆಯನ್ನು ಗಮನಿಸಿ.

ದೈಹಿಕ ತಲೆಯ ಒಳಗೆ ಮಾನಸಿಕವಾಗಿ ವಿರುದ್ಧ ದಿಕ್ಕಿಗೆ ತಿರುಗಲು (ಅಂದರೆ, ಹಿಂದುಮುಂದಾಗಿ ಮುಖಮಾಡಲು) ಪ್ರಯತ್ನ ಮಾಡಿ.

ನಿಮಗೆ ಹಾಗೆ ಮಾಡಲು ಸಾಧ್ಯವಾಗುತ್ತಿಲ್ಲವೆಂದು ಕಂಡು ಬಂದರೆ, ಮುಖದ ದಿಕ್ಕಿಗೆ ಹಿಂತಿರುಗಿ. ವಿರಮಿಸಿ. ಮತ್ತೆ ಮಾನಸಿಕವಾಗಿ ಹಿಂಭಾಗಕ್ಕೆ ತಿರುಗಲು ಪ್ರಯತ್ನ ಮಾಡಿ.

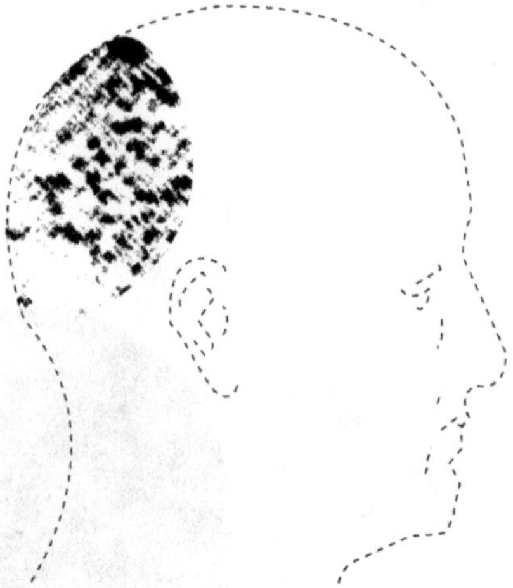

೬. ನೀವು ಕತ್ತಲೆಯ ಖಾಲಿ ಜಾಗದಲ್ಲಿ ನಿಮ್ಮ ಮನಸ್ಸನ್ನು ಇರಿಸುವುದನ್ನು ಖಚಿತಪಡಿಸಿಕೊಳ್ಳಿ. ಆ ಜಾಗವು ತಲೆಬುರುಡೆಯ ಮುಂಭಾಗದ ಜಾಗಕ್ಕಿಂತ ಹಗುರವಾಗಿರಬೇಕು ಮತ್ತು ಕಡಿಮೆ ದಟ್ಟವಾಗಿರಬೇಕು.

ನೀವು ಅಲ್ಲಿ ಅನುಭವಿಸುವ ಹಗುರತೆ ನಿಜವಾದುದು ಏಕೆಂದರೆ, ತಲೆಯ ಹಿಂಭಾಗವು ಮುಂಭಾಗಕ್ಕಿಂತ ಕಡಿಮೆ ದಟ್ಟತೆಯ ಆಲೋಚನೆಯ ಶಕ್ತಿಯನ್ನು ಹೊಂದಿದೆ. ಆಲೋಚನೆಗಳು ಅತೀಂದ್ರಿಯ ತೂಕವನ್ನು ಹೊಂದಿವೆ.

ಒಮ್ಮೆ ನೀವು ಅಲ್ಲಿ ಮನಸ್ಸನ್ನು ಇರಿಸಿದರೆ, ಅಲ್ಲಿ ಸ್ಥಿರಗೊಳ್ಳಿ. ಆ ಪ್ರದೇಶವನ್ನು ಪರಿಶೀಲಿಸಿ.

ಕತ್ತಲೆಯು ಸಂಪೂರ್ಣವಾಗಿ ಕತ್ತಲೆಯಲ್ಲ, ಅದರಲ್ಲಿ ಯಾದೃಚ್ಛಿಕವಾಗಿ ಚಲಿಸುತ್ತಿರುವ ಬೆಳಕಿನ ಸಣ್ಣ ಚುಕ್ಕೆಗಳು ಇವೆ. ಹೇಗೆ ಇಲ್ಲಿ ದೃಷ್ಟಿ ಸಾಧ್ಯ? ಹೇಗೆ ಇಲ್ಲಿ ಯಾವುದೇ ರೀತಿಯ ಗ್ರಹಿಕೆ ಸಾಧ್ಯ? ಇದು ಚಾಕ್ಷುಷ (ಅಥವಾ ಕಣ್ಣಿನ) ದೃಷ್ಟಿ ಅಲ್ಲ. ಇದು ವಿಶಿಷ್ಟ, ವಿಭಜಿಸಿದ ರೂಪಗಳಿಲ್ಲದ ಶಕ್ತಿಯ ಗ್ರಹಿಕೆ. ಇದನ್ನು ಒಂದು ಬಗೆಯ ಪ್ರಾಣ ದೃಷ್ಟಿ (praana vision), ಮಾನಸಿಕ-ಭಾವನಾತ್ಮಕ ಶಕ್ತಿಯ ಗ್ರಹಿಕೆ ಎಂದು ಕರೆಯಬಹುದು.

ಸಣ್ಣ ಚುಕ್ಕೆಗಳಿರುವ ಕತ್ತಲೆಯಲ್ಲಿ ಹಾಗೆಯೇ ಇರಲು ಮನಸ್ಸಿಗೆ ತರಬೇತಿ ನೀಡಿ.

೭. ನಿಮಗೆ ನಿಮ್ಮ ಮನಸ್ಸು ಸ್ಥಿರವಾಗಿಲ್ಲವೆಂದು ಅನಿಸಿದರೆ, ಮಾನಸಿಕವಾಗಿ ಅದನ್ನು ನಿವೇದಿಸಿ. ಮನಸ್ಸು ಪ್ರತ್ಯುತ್ತರ ಕೊಡಬಹುದು. "ನಾನು ಈ ವಾತಾವರಣವನ್ನು ಇಷ್ಟಪಡುತ್ತೇನೆ. ಇದು ಒಂದು ಹೊಸ ವಿಭಾಗ. ನಾವು ಕಿಕ್ಕಿರಿದ ಅಸ್ತವ್ಯಸ್ತಗೊಂಡ ತಲೆಬುರುಡೆಯ ಮುಂಭಾಗದ ಹೊರಗೆ ಸ್ಥಳಾಂತರಿಸಬಹುದು. ನಾವು ಇಲ್ಲಿ ಸ್ಥಿರಗೊಳ್ಳಬಹುದು." ಎಂದು ಯೋಚಿಸುವ ಮೂಲಕ ಮಾನಸಿಕವಾಗಿ ಮನಸ್ಸನ್ನು ನಿವೇದಿಸಿ.

೮. ಸಹಜವಾಗಿ ಮನಸ್ಸು ಈ ಸಲಹೆಯನ್ನು ವಿರೋಧಿಸುತ್ತದೆ. ಆದರೂ, ಅದು ಸೂಚಿಸಿರುವುದನ್ನು ಪರಿಗಣಿಸುತ್ತದೆ. ಮನಸ್ಸು ಪರಿಗಣಿಸುತ್ತಿರುವಂತೆ, ಒಳ ಬಲ ಕಿವಿಗೆ ನಿಮ್ಮ ಗಮನವನ್ನು ಚಲಿಸಿ, ಮತ್ತು ಮೊಳಗುತ್ತಿರುವ ನಾದ ಶಬ್ದವನ್ನು ಹಿಡಿಯಲು ಪ್ರಯತ್ನಿಸಿ.

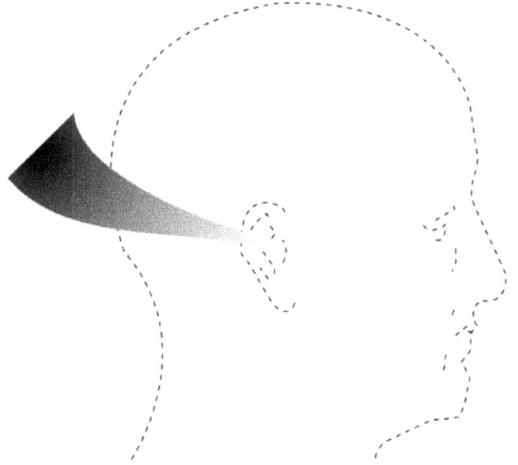

ನಿಮಗೆ ಇನ್ನೂ ಅದನ್ನು ಹಿಡಿಯಲು ಸಾಧ್ಯವಾಗದಿದ್ದರೆ, ಅದನ್ನು ಹಿಡಿಯುವವರೆಗೂ ಪ್ರತಿದಿನವೂ ಮತ್ತೆಮತ್ತೆ ಇದನ್ನು ಮಾಡಿ.

ಅಂತಿಮವಾಗಿ ನೀವು ಅದನ್ನು ಕೇಳುವಿರಿ ಎಂಬ ವಿಶ್ವಾಸವಿಡಿ.

ಒಮ್ಮೆ ಶಬ್ದವನ್ನು ಹಿಡಿದರೆ, ಧ್ಯಾನದಲ್ಲಿ ನಿಮ್ಮ ಮುಖ್ಯ ಗಮನದ ದಿಕ್ಕಾಗಿ ಅದನ್ನು ಬಳಸಿ.

ಯಾವಾಗಲೂ ತಲೆಯ ಬಲ ಮೇಲ್ಭಾಗದ ಹಿಂದಕ್ಕೆ ಮೊದಲು ಹೋಗಿ.

ನೀವು ಅಲ್ಲಿ ಹೋದ ಕೂಡಲೇ, ತಿರುಗಿಕೊಂಡು ಒಳ ಕಿವಿಗೆ ಮುಖಮಾಡಿ, ನೀವು ತಕ್ಷಣವೇ ಶಬ್ದವನ್ನು ಕೇಳುವಿರಿ.

ಕೆಲವು ಸಮಯದವರೆಗೆ ಈ ಶಬ್ದದ ಮೇಲೆ ನಿಮ್ಮ ಗಮನವನ್ನು ಇರಿಸಿ. ಭಾರೀ-ಚಿಂತನೆ ಇರುವ, ಚಿಂತನೆ-ಸಂದಣಿಯಿರುವ, ತೂಕವಾಗಿರುವ ಮಿದುಳಿನ ಮುಂಭಾಗದಿಂದ ಮನಸ್ಸನ್ನು ದೂರವಿಡಿ.

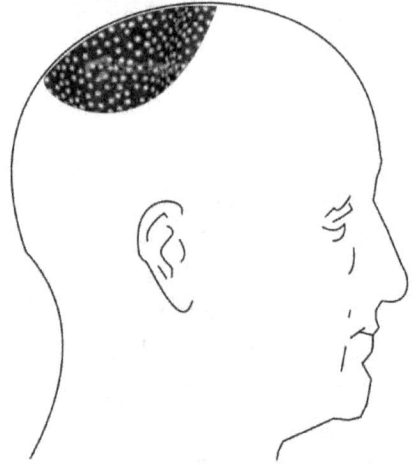

೯.   ನಿಮ್ಮ ಮನಸ್ಸು ಈ ಅಭ್ಯಾಸದ ಕಡೆಗೆ ವಿರೋಧಿಸುವ ಹಾಗೂ ಇಷ್ಟಪಡದಿರುವ ಹಾಗೆಯೇ ಇದ್ದರೆ, ನೀವು ನಕಾರಾತ್ಮಕ ಮನಸ್ಥಿತಿಯೊಂದಿಗೆ ಒದ್ದಾಡುತ್ತೀರಿ. ಮನಸ್ಸಿನ ನಕಾರಾತ್ಮಕತೆಯು ಈ ಅಭ್ಯಾಸದ ಕಡೆಗೆ ನಿರುತ್ಸಾಹದ ಭಾವನೆಯನ್ನುಂಟು ಮಾಡುವ ಮೂಲಕ ನಿಮ್ಮ ಮೇಲೆ ಪರಿಣಾಮ ಬೀರುತ್ತದೆ. ಆದರೂ, ನೀವು ತಾಳ್ಮೆಯಿಂದ ಮತ್ತು ಸಹನೆಯಿಂದ ಪ್ರಯತ್ನಗಳನ್ನು ಮುಂದುವರಿಸಬೇಕು. ನಕಾರಾತ್ಮಕತೆಯು ಒಂದು ಮನಸ್ಥಿತಿ ಎಂಬುದಕ್ಕಿಂತ ಹೆಚ್ಚಾಗಿ ಒಂದು ಶಕ್ತಿಯಾಗಿದೆ. ಅದು ಪರಿಚಯವಿಲ್ಲದ ಪ್ರದೇಶದ ಕಾರಣ ಮನಸ್ಸು ಈ ಶಕ್ತಿಯಂತೆ ರೂಪಾಂತರಗೊಳ್ಳುತ್ತದೆ. ಮನಸ್ಸು ಈ ಚಟುವಟಿಕೆಯಿಂದ ಯಾವುದೇ ಸಂತೋಷವನ್ನು ಗ್ರಹಿಸುವುದಿಲ್ಲ.

ನೀವು ಗಮನವನ್ನು ಸಡಿಲಿಸಿದ ಕೂಡಲೇ ಅಥವಾ ನಕಾರಾತ್ಮಕತೆಯಲ್ಲಿ ಮಗ್ನರಾದಾಗ, ಮನಸ್ಸು ತಲೆಯ ಮುಖದ ಪ್ರದೇಶಕ್ಕೆ ಹಿಂದಿರುಗುತ್ತದೆ, ಅಲ್ಲಿ ಅದು ಮತ್ತೆ ಚಿತ್ರಗಳನ್ನು ಮತ್ತು ಶಬ್ದಗಳನ್ನು ಪ್ರದರ್ಶಿಸುತ್ತದೆ. ಒಂದು ತೆರೆಯ ಮೇಲೆ ಒಂದು ಚಲನಚಿತ್ರವನ್ನು ತೋರಿಸಲಾಗುವ ಒಂದು ಚಿತ್ರಮಂದಿರದಲ್ಲಿ ಕುಳಿತ ಒಬ್ಬ ವ್ಯಕ್ತಿಯಂತೆ, ನೀವು ನಿಮ್ಮನ್ನು ಇವುಗಳನ್ನು ವೀಕ್ಷಿಸುತ್ತಿರುವುದನ್ನು, ಇವುಗಳಿಗೆ ಪ್ರತಿಕ್ರಿಯಿಸುತ್ತಿರುವುದನ್ನು, ಇವುಗಳಿಗೆ ಸಮ್ಮತಿ ಅಥವಾ ಅಸಮ್ಮತಿ ನೀಡುತ್ತಿರುವುದನ್ನು ಕಂಡುಕೊಳ್ಳುತ್ತೀರಿ.

ನೀವು ನಿಮ್ಮನ್ನು ಮುಂಭಾಗದ ಪ್ರದೇಶದಲ್ಲಿ ಮನಸ್ಸಿನ ಚಿಂತನೆಯ ರಚನೆಗಳನ್ನು ಹಾಗೂ ನೆನಪುಗಳನ್ನು ವೀಕ್ಷಿಸುತ್ತಿರುವುದನ್ನು ಕಂಡುಕೊಂಡಾಗ, ನೀವು ಆ ತಲೆಯ ಮುಂಭಾಗದ ಭಾಗಕ್ಕೆ ಚಲಿಸಿದಿರಿ ಎಂಬಂತೆ ನೀವು ಅಲ್ಲಿಗೆ ಹೇಗೆ ಸ್ಥಳಾಂತರಗೊಂಡಿರಿ ಎಂಬುದನ್ನು ನಿಮ್ಮನ್ನು ನೀವು ಪ್ರಶ್ನಿಸಿಕೊಳ್ಳಿ. ಏನು ಅಥವಾ ಯಾವುದು ನಿಮ್ಮನ್ನು ಸ್ಥಳಾಂತರಿಸಿತು? ನಿಮ್ಮನ್ನು ಆರಂಭದಲ್ಲಿ ಹಿಂಭಾಗದ ಪ್ರದೇಶದಿಂದ ಸ್ಥಳಾಂತರಿಸಿದಾಗ ನೀವೇಕೆ ಗಮನಿಸಲಿಲ್ಲ?

ನೀವು ಇದರ ಬಗ್ಗೆ ವಿಚಾರ ಮಾಡುತ್ತಿರುವಂತೆ, ನಿಮ್ಮನ್ನು ಮತ್ತೆ ಹಿಂಭಾಗಕ್ಕೆ ತಿರುಗಿಸಿ, ಅಲ್ಲಿ ಗಮನವನ್ನು ಕೇಂದ್ರೀಕರಿಸಿ.

ಹಿಂಭಾಗದ ಗಮನ ಕೇಂದ್ರೀಕರಣವನ್ನು ಆರಂಭಿಸಿ.

ನೀವು ನಿಮ್ಮನ್ನು ಮತ್ತೆ ಮತ್ತೆ ಮುಂಭಾಗದಲ್ಲಿ ಕಂಡುಕೊಳ್ಳುತ್ತೀರಿ. ಇದರ ಬಗ್ಗೆ ನಿಮ್ಮನ್ನು ನೀವೇ ಪ್ರಶ್ನಿಸಿಕೊಳ್ಳಿ, ಮತ್ತು ಹಿಂಭಾಗದ ಮೇಲೆ ಪುನಃ ಗಮನವನ್ನು ಕೇಂದ್ರೀಕರಿಸಿ. ಇದನ್ನು ಮತ್ತೆ ಮತ್ತೆ ಮಾಡಿ.

೧೦. ನೀವು ಹಿಂಭಾಗದಲ್ಲಿ ಮನಸ್ಸನ್ನು ಇರಿಸಿಕೊಳ್ಳಲು ಸಾಧ್ಯವಾಗುವುದಿಲ್ಲ. ಮನಸ್ಸು ಒಂದು ಕ್ಷಣ ಅಲ್ಲಿರುತ್ತದೆ, ತದನಂತರ ಮುಂಭಾಗಕ್ಕೆ ಹಿಂದಿರುಗುತ್ತದೆ. ಒಂದು ಕುದುರೆ-ಗಾಡಿಯು ಅದಕ್ಕೆ ಕಟ್ಟಿರುವ ಕುದುರೆಯನ್ನು ಅನುಸರಿಸುವಂತೆ, ನಿಮ್ಮ ಗಮನವು ಆ ಚಲನೆಯನ್ನು ಅನುಸರಿಸುತ್ತದೆ.

ನೀವು ಮುಂದುವರೆದವರಾಗಿಲ್ಲದಿದ್ದರೆ, ಮೂರನೆ ಕಣ್ಣಿನ ಏಕಾಗ್ರತೆಯನ್ನು ಬಳಸಿ, ಮತ್ತು ಮೂರನೆ ಕಣ್ಣಿನ ಸ್ಥಳದ ಮೇಲೆ ಏಕ ಕಿರಣದ ಗಮನ ಕೇಂದ್ರೀಕರಣವನ್ನು (ಅಂದರೆ, ಮೂರನೆ ಕಣ್ಣಿನ ಗಮನ ಕೇಂದ್ರೀಕರಣವನ್ನು- third eye focus) ಮೊದಲು ಕರಗತ ಮಾಡಿಕೊಳ್ಳಿ. ಅದು ಮನಸ್ಸನ್ನು ನಿಗ್ರಹಿಸುತ್ತದೆ ಮತ್ತು ನಾದ ಶಬ್ದದ ಗಮನ ಕೇಂದ್ರೀಕರಣವನ್ನು ಆರಂಭಿಸುತ್ತದೆ.

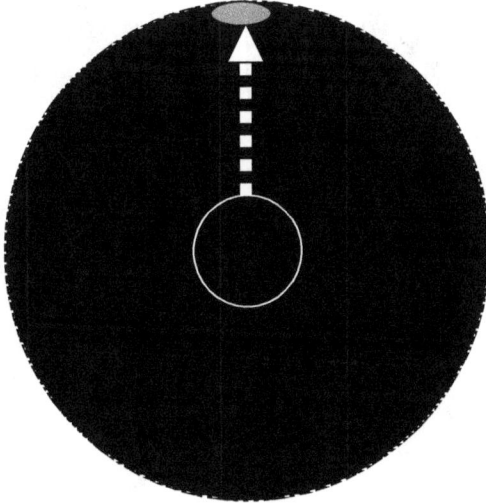

ಅಧ್ಯಾಯ ೩

ಲೈಂಗಿಕ-ಪ್ರವೃತ್ತಿಯಿರುವ ದೇಹ

ಲೈಂಗಿಕ-ಪ್ರವೃತ್ತಿಯಿರುವ ದೇಹವನ್ನು ಎರಡೂ ಲಿಂಗಗಳ ಕೆಳ ದೇಹದಲ್ಲಿ ಮತ್ತು ಮಹಿಳೆಯರ ಸ್ತನಗಳಲ್ಲಿ ಇಂಗಾಲಾಮ್ಲದ (carbon-dioxide) ಮಿತಿಮೀರಿದ ಪ್ರಮಾಣದಿಂದ ಗುರುತಿಸಲಾಗುತ್ತದೆ.

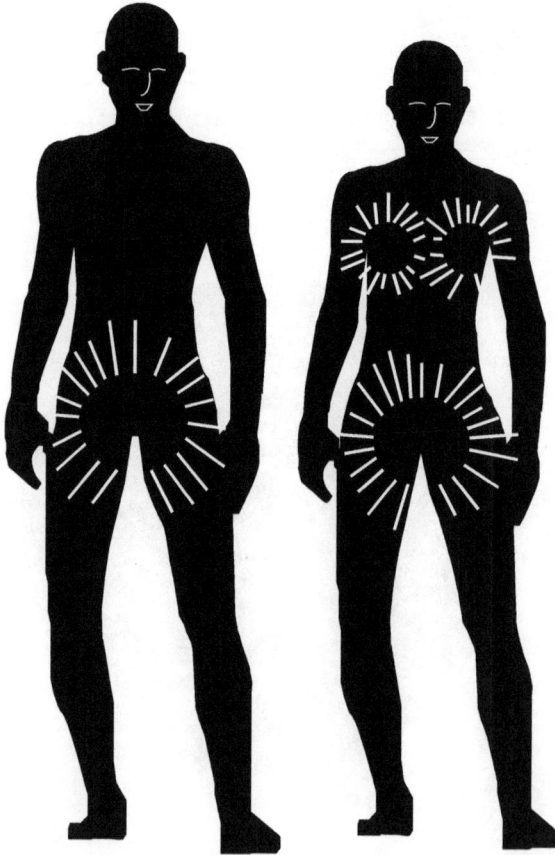

ಇಂತಹ ಲೈಂಗಿಕ-ಪ್ರವೃತ್ತಿಯಿರುವ ದೇಹದಲ್ಲಿ ಅತ್ಯಂತ ಕಡಿಮೆ ಪ್ರಮಾಣದ ಅಂತಃಸ್ರಾವ ಶಕ್ತಿಯು (hormone energy) ಮಿದುಳಿಗೆ ಏರುತ್ತದೆ. ಬಹುತೇಕ ಅಂತಃಸ್ರಾವ ಶಕ್ತಿಯು ಲೈಂಗಿಕ ಪ್ರದೇಶಗಳಲ್ಲಿರುವ ನಿಧಾನ-ಗತಿಯ ಇಂಗಾಲಯುಕ್ತ ರಕ್ತದಿಂದ (carbonated blood) ಹೀರಿಕೊಳ್ಳಲ್ಪಡುತ್ತದೆ.

ಇಂಗಾಲಾಮ್ಲದ ಮಿತಿಮೀರಿದ ಪ್ರಮಾಣದಿಂದಾಗಿ ಹೆಚ್ಚಿನ ಲೈಂಗಿಕ ಭಾಗವಹಿಸುವಿಕೆಗೆ ಒತ್ತಡವಿರುತ್ತದೆ, ಮತ್ತು ಇದು ಉತ್ಪಾದಕ ದ್ರವದ (generative fluid), ಲೈಂಗಿಕ ಅಂತಃಸ್ರಾವಗಳ (sex hormones), ಮತ್ತು ಸ್ರವಿಸುವಿಕೆಗಳ (secretions) ನಷ್ಟದಿಂದ ಜೀವ ಶಕ್ತಿಯ ಬಲವನ್ನು ಇನ್ನಷ್ಟು ಹೀರಿಕೊಳ್ಳುತ್ತದೆ.

ಲೈಂಗಿಕ-ಮುಕ್ತ ದೇಹ

ಕುಂಡಲಿನಿ ಯೋಗ ಮತ್ತು ಸಸ್ಯಾಹಾರಿ ಆಹಾರಕ್ರಮದ ಮೂಲಕ ದೇಹವನ್ನು ಶುದ್ಧೀಕರಿಸಲಾಗಿರುವ ಕಾರಣ ಇದರ ಪರಿಸ್ಥಿತಿಯು ತದ್ವಿರುದ್ಧವಾಗಿದೆ. ಸಂಪೂರ್ಣ ಪ್ರಾಣಾಯಾಮದ ಉಸಿರಾಟದ ಕಾರಣದಿಂದಾಗಿ, ಮತ್ತು/ಅಥವಾ ಭಸ್ತ್ರಿಕಾ ವೇಗವಾಗಿ ಉಸಿರಾಡುವುದು ಹಾಗೂ ದೇಹವನ್ನು ಚಾಚುವುದರೊಂದಿಗೆ ಕುಂಡಲಿನಿ ಯೋಗದ

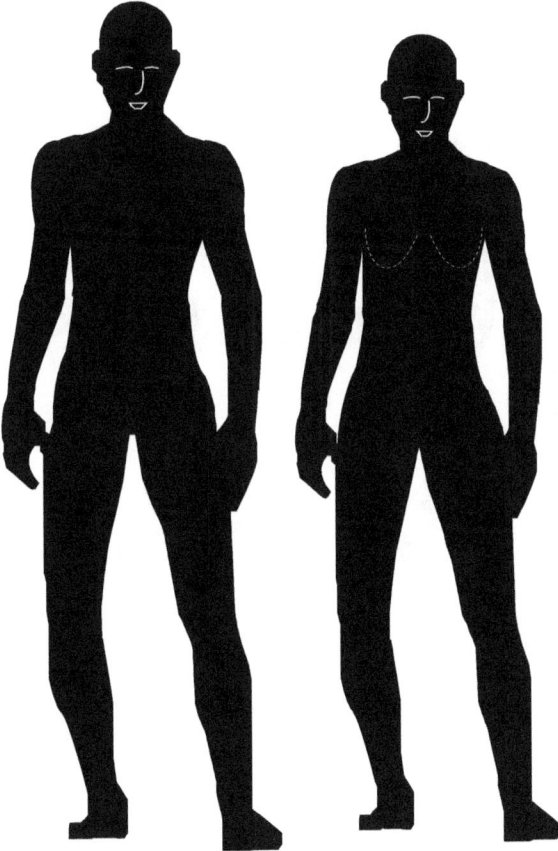

ಕಾರಣದಿಂದಾಗಿ ದೇಹದ ಕೆಳ ಭಾಗವು ಇಂಗಾಲಾಮ್ಲದಿಂದ ಮುಕ್ತವಾಗಿದೆ. ಹೆಚ್ಚು ಆಮ್ಲಜನಕಯುಕ್ತ ರಕ್ತವು (highly-oxygenated blood) ವೇಗವಾಗಿ ಪರಿಚಲನೆಯಾಗಿ ಇಂಗಾಲಾಮ್ಲದ ಸ್ಥಾನವನ್ನು ಆಕ್ರಮಿಸುತ್ತದೆ.

ಕುಂಡಲಿನಿ ಶಕ್ತಿಯು ಮೆದುಳಿಗೆ ಹೋಗುತ್ತದೆ, ಮತ್ತು ಅದು ಲೈಂಗಿಕ-ಪ್ರವೃತ್ತಿಯಿರುವ ಪರಿಸ್ಥಿತಿಯಲ್ಲಿರುವಂತೆ ಇಂಗಾಲಾಮ್ಲದ ಅಧಿಕ ಪ್ರಮಾಣದಿಂದ ಹೀರಿಕೊಳ್ಳಲ್ಪಡುವುದಿಲ್ಲ.

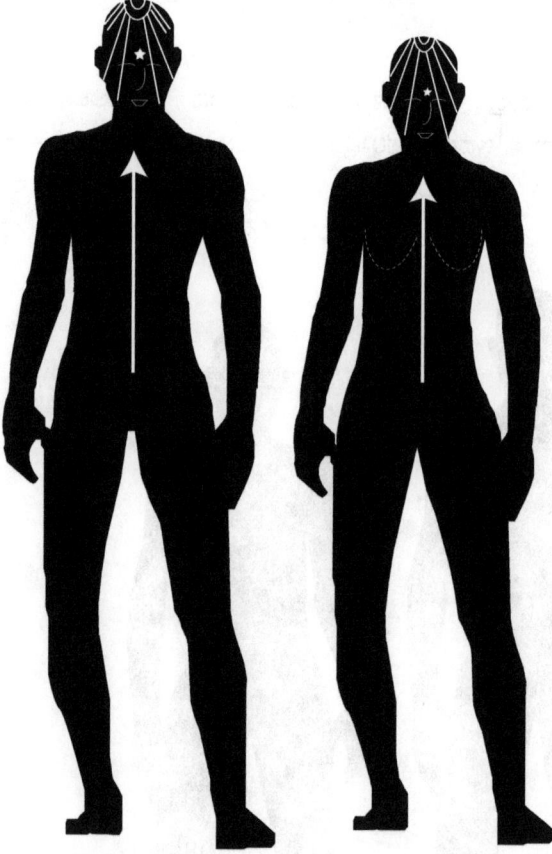

ಕುಂಡಲಿನಿ ಯೋಗ

ಬ್ರಹ್ಮಚರ್ಯೆಯು ಬೇಕಾಗುತ್ತದೆ

ಕುಂಡಲಿನಿ ಯೋಗವನ್ನು ಅಭ್ಯಾಸ ಮಾಡುವವರಿಗೆ, ಲೈಂಗಿಕ ಪರಿಶುದ್ಧತೆಯು ಸಂಪೂರ್ಣವಾಗಿ ಬೇಕಾಗುತ್ತದೆ. ವಾಸ್ತವವಾಗಿ, ಸಾಂಪ್ರದಾಯಿಕ ಅಷ್ಟಾಂಗ ಯೋಗದಲ್ಲಿನ ಯಶಸ್ಸಿಗೆ ಬ್ರಹ್ಮಚರ್ಯೆಯು ಬೇಕಾಗುತ್ತದೆ. ಸ್ಥೂಲ ದೇಹವನ್ನು ಶುದ್ಧಗೊಳಿಸಲು ಯೋಗ ವ್ಯಾಯಾಮಗಳು ಹಾಗೂ ಉಸಿರನ್ನು ತುಂಬುವ ಕ್ರಿಯೆಯ ಜೊತೆಗೆ ಒಂದು ನಿರ್ದಿಷ್ಟ ರೀತಿಯ ಆಹಾರಕ್ರಮವು ಬೇಕಾಗುತ್ತದೆ. ಸೂಕ್ಷ್ಮ ಅಥವಾ ಆಸ್ಟ್ರಲ್ ದೇಹವನ್ನು ಶುದ್ಧೀಕರಿಸಲು ಕೆಲವು ಉಸಿರಾಟದ ವ್ಯಾಯಾಮಗಳ ಜೊತೆಗೆ ಬ್ರಹ್ಮಚರ್ಯೆಯು ಬೇಕಾಗುತ್ತದೆ. ರಕ್ತವು ಸ್ಥೂಲ ದೇಹದ ಮೂಲಕ ಸಂಚರಿಸುವಾಗ ಚೈತನ್ಯ ನೀಡುವ ಗಾಳಿಯು ಸೂಕ್ಷ್ಮ ರೂಪದ ಮೂಲಕ ಹಾದುಹೋಗುತ್ತದೆ. ಇವನ್ನು ಪ್ರಾಣಾಯಾಮ ಉಸಿರಾಟದ ವ್ಯಾಯಾಮಗಳ ಮೂಲಕ ಶುದ್ಧೀಕರಿಸಬೇಕು. ಸ್ಥೂಲ ಶರೀರವು ನೈಸರ್ಗಿಕ ಆಹಾರ ಪದಾರ್ಥಗಳ ಮೂಲಕ ಪೋಷಿಸಲ್ಪಡುವಂತೆಯೇ, ಸೂಕ್ಷ್ಮ ಶರೀರವು ವೀರ್ಯದ ಅಥವಾ ಅಂಡಾಶಯದ ತೇಜಸ್ಸಿನ ಶಕ್ತಿಗಳ ಮೂಲಕ ಪೋಷಿಸಲ್ಪಡುತ್ತದೆ. ಲೈಂಗಿಕ ಶಕ್ತಿಗಳನ್ನು ಬೇರೆ ಮಾರ್ಗದಲ್ಲಿ ಚಲಿಸುವಂತೆ ಮಾಡಬೇಕು.

ಲೈಂಗಿಕ ಆನಂದದ ತೊಂದರೆಗಳು

ಲೈಂಗಿಕ ಅಂಗಾಂಗಗಳಿಗೆ ಸಂತಾನಕ್ಕೆ ಜನ್ಮವೀಯುವ ಸಾಮರ್ಥ್ಯವಿದೆ, ಆದರೆ ಈ ಅಂಗಾಂಗಗಳು ಆನಂದವನ್ನು ಉತ್ಪತ್ತಿ ಮಾಡುವ ಕಾರಣ, ಯೋಗ ಅಭ್ಯಾಸದಲ್ಲಿ ಯಶಸ್ಸು ಬಯಸುವವರಿಗೆ ಅವು ದೊಡ್ಡ ಅಡಚಣೆಯನ್ನುಂಟು ಮಾಡುತ್ತವೆ. ಮಕ್ಕಳನ್ನು ಹುಟ್ಟಿಸುವುದರಲ್ಲಿ ಯಾವುದೇ ಆನಂದವು ಒಳಗೊಂಡಿರದಿದ್ದರೆ, ಮಕ್ಕಳ ಅಗತ್ಯವಿರುವ ಜನರು ಮಕ್ಕಳನ್ನು ಹುಟ್ಟಿಸುತ್ತಿದ್ದರು, ತದನಂತರ ಜನನಾಂಗಗಳ ಬಳಕೆಯನ್ನು ಮರೆಯುತ್ತಿದ್ದರು. ಆನಂದವು ಇರುವುದರಿಂದ, ಲೈಂಗಿಕ ಆನಂದವನ್ನು ಮರೆಯುವುದು ಬಹಳ ಕಷ್ಟವಾದುದರಿಂದ, ಲೋಲುಪತೆಗೆ ಈಡಾಗುವ ಸಂಭವವಿರುತ್ತದೆ. ಯೋಗಿಗಳೂ ಕೂಡ ಲೈಂಗಿಕ ಆನಂದಕ್ಕೆ ಒಗ್ಗಿಕೊಂಡುಬಿಡುತ್ತಾರೆ, ಆದ್ದರಿಂದ ನಾವು ಇತರರ ತೀವ್ರ ಉದ್ವೇಗವನ್ನು ಕಲ್ಪಿಸಿಕೊಳ್ಳಬಹುದು.

ಶಕ್ತಿಯ ಅಭಾವದಿಂದ ನರಳುವುದು

ನಾಲಿಗೆಯು ರುಚಿ ನೋಡುವುದಕ್ಕಾಗಿ, ಆಹಾರದ ಶ್ರೇಷ್ಠತೆಯನ್ನು ದೃಢಪಡಿಸುವುದಕ್ಕಾಗಿ ಇದೆ, ಆದರೆ ಆ ಜ್ಞಾನೇಂದ್ರಿಯವು ನಿರಂತರವಾಗಿ ರುಚಿ ನೋಡಿದರೆ, ಅಥವಾ ಆತ್ಮವು ನಾಲಿಗೆಯ ರುಚಿನೋಡುವ ಕಾರ್ಯವನ್ನು ಬಳಸಿಕೊಳ್ಳಲು ಬಯಸಿದರೆ, ಹೊಟ್ಟೆ ಮತ್ತು ದೇಹದ ಇತರ ಎಲ್ಲಾ ಭಾಗಗಳು ಪರಿಣಾಮಗಳಿಂದ ನರಳುತ್ತವೆ. ಅದೇ ರೀತಿಯಲ್ಲಿ, ಜನನಾಂಗಗಳು ಆನಂದಕ್ಕೆ ಅತಿಯಾಗಿ ಆಸೆಪಟ್ಟರೆ ಸೂಕ್ಷ್ಮ ಶರೀರವು ಶಕ್ತಿಯ ಬರಿದಾಗುವಿಕೆಯಿಂದ ನರಳುತ್ತದೆ.

ನಿಜವಾದ ಕಾರಣ

ಲೈಂಗಿಕ ಅತಿಪ್ರೀತಿಗೆ ವಿವಿಧ ಕಾರಣಗಳಿವೆ, ಬಹುತೇಕ ಸಂದರ್ಭಗಳಲ್ಲಿ ತೊಡಗಿಕೊಂಡಿರುವ ವ್ಯಕ್ತಿಗಳು ಸಾಮಾನ್ಯವಾಗಿ ಮುಖ್ಯ ಕಾರಣರಲ್ಲ. ಅದು ಮುಖ್ಯವಾಗಿ ಪುನರ್ಜನ್ಮದ ಅಗತ್ಯವಿರುವ ಜೀವಿಗಳಿಗೆ ಸಂಬಂಧಿಸಿದೆ. ಇಹಲೋಕದ ಜೀವನಕ್ಕಾಗಿ ಅಮಿತೋತ್ಸಾಹ, ಇಹಲೋಕದ ದೇಹಗಳನ್ನು ಹೊಂದಿರುವುದರಲ್ಲಿ ಅಭಿಮಾನ, ಮತ್ತು

ಪರಲೋಕದ ಪ್ರಪಂಚದ ಬಗ್ಗೆ ಅಜ್ಞಾನದ ಕಾರಣದಿಂದಾಗಿ ನಾವು ಲೈಂಗಿಕ ಅತಿಪ್ರೀತಿಗೆ ನಿಜವಾದ ಕಾರಣವನ್ನು ಪತ್ತೆಹಚ್ಚುವುದೇ ಇಲ್ಲ. ಹೀಗಾಗಿ ಸಮಸ್ಯೆಯು ಬಗೆಹರಿಯದೆ ಉಳಿಯುತ್ತದೆ.

ಸಣ್ಣ ಸಾಧನೆಯಲ್ಲ

ಖಂಡಿತವಾಗಿ, ಪದದ ಪೂರ್ಣ ಅರ್ಥದಲ್ಲಿ ಬ್ರಹ್ಮಚಾರಿಯಾಗಿರುವ ಕೆಲವು ಜನರಿದ್ದಾರೆ. ಲೈಂಗಿಕ ಸಂಯಮವು ಯಾವುದೇ ಮಾನವನಿಗೆ ಅಸಾಧ್ಯ ಕಾರ್ಯವೆಂಬಂತೆ ತೋರುತ್ತದೆ, ಆದರೆ ಅದನ್ನು ದೀರ್ಘ ಉದ್ದೇಶಪೂರ್ವಕ ಅಭ್ಯಾಸದಿಂದ ಸಾಧಿಸಬಹುದು. ರಚನೆಯಲ್ಲಿ ಸಾಮಾಜಿಕ ಪ್ರಪಂಚವು ಲೈಂಗಿಕ ಬಯಕೆಯ ಮೇಲೆ ಆಧರಿಸಿದೆ, ಆದ್ದರಿಂದ ಲೈಂಗಿಕ ದುರ್ವ್ಯಸನವನ್ನು ಸಂಪೂರ್ಣವಾಗಿ ತೆಗೆದುಹಾಕುವುದು ಸಣ್ಣ ಸಾಧನೆಯಲ್ಲ.

ಅಸಮರ್ಥತೆ

ಒಬ್ಬ ವ್ಯಕ್ತಿಯು ಸ್ಥೂಲ ಅಥವಾ ಸೂಕ್ಷ್ಮ ಲೈಂಗಿಕ ಸಂಬಂಧದಲ್ಲಿ ಇನ್ನೆಂದಿಗೂ ಪಾಲ್ಗೊಳ್ಳಲು ಬಯಸುವುದಿಲ್ಲವೆಂದು ನಿರ್ಧರಿಸಿದರೂ ಕೂಡ, ಆತನು ಇನ್ನೂ ಅದರ ನಿಯಂತ್ರಣವನ್ನು ಹೊಂದಿರುವ ಜೀವಿಗಳನ್ನು ನಿಭಾಯಿಸಬೇಕು ಮತ್ತು ಅನೇಕ ಅಂತಹ ಜೀವಿಗಳು ಕಠಿನವಾಗಿ ಪತ್ತೆಹಚ್ಚಬಹುದಾದ ಮಟ್ಟಿಗೆ ದೇಹರಹಿತ ಹಾಗೂ ಸೂಕ್ಷ್ಮ ಇವೆ. ಇದರ ಪರಿಣಾಮವೆಂದರೆ, ಸೂಕ್ಷ್ಮ ಅನಿರ್ಬಂಧಿತ ಲೈಂಗಿಕ ಪ್ರಭಾವಗಳನ್ನು ಪತ್ತೆಹಚ್ಚಲು ಹಾಗೂ ತೆಗೆದು ಹಾಕಲು ಅಸಮರ್ಥತೆಯ ಕಾರಣದಿಂದಾಗಿ ಯೋಗ ಅಭ್ಯಾಸದಲ್ಲಿ ಹೀನ ವೈಫಲ್ಯ.

ಚಿರಸ್ಮರಣೀಯ ಸಾಧನೆ

ಇದು ಕೇವಲ ಲೈಂಗಿಕ ಬಯಕೆಯ ಬಗ್ಗೆ ಜುಗುಪ್ಸೆ, ಅಥವಾ ಕಾಮಾಸಕ್ತಿಯ ಅಗತ್ಯವನ್ನು ಸಂಪೂರ್ಣವಾಗಿ ತೆಗೆದುಹಾಕುವ ವಿಷಯವಲ್ಲ, ಲೈಂಗಿಕ ಉದ್ದೇಶಗಳಿಗಾಗಿ ಒಬ್ಬನ ಶರೀರವನ್ನು ಬಳಸಲು ಪೂರ್ವ ನಿರ್ಣಯಿತ ಹಕ್ಕುಗಳನ್ನು ಹೊಂದಿರುವ, ದೇಹವಿರುವ ಮತ್ತು ದೇಹರಹಿತ ಜೀವಿಗಳಿಂದ ಇಬ್ಬರಿಂದಲೂ ಕೂಡ ಒಬ್ಬ ವ್ಯಕ್ತಿಯು ಒತ್ತಡವನ್ನು ಎದುರಿಸಬೇಕಾಗುತ್ತದೆ. ಲೈಂಗಿಕ ಪರಿಶುದ್ಧತೆಯು ಒಂದು ಚಿರಸ್ಮರಣೀಯ ಸಾಧನೆಯಾಗಿದೆ.

ಅತ್ಯಂತ ಕಾಡುವ ಅಂಶ

ಲೈಂಗಿಕ ಬಯಕೆ ಭೌತಿಕ ಪ್ರಪಂಚದ ಅವಿಭಾಜ್ಯ ಅಂಗವಾಗಿದೆ, ನಾವು ಯಶಸ್ವಿಯಾಗಬೇಕಾದರೆ, ಮಕ್ಕಳು ತಮ್ಮ ಹಿಂದಿನ ಜೀವನದ ಲೈಂಗಿಕ ಅಭ್ಯಾಸಗಳನ್ನು ನೆನಪಿಸಿಕೊಳ್ಳದಿರುವಂತೆ ನಾವು ಅದನ್ನು ಬದಿಗಿರಿಸಬೇಕು ಅಥವಾ ಅದನ್ನು ಸಂಪೂರ್ಣವಾಗಿ ಮರೆಯಬೇಕು. ವಯಸ್ಕರು ಲೈಂಗಿಕ ಬಯಕೆಯನ್ನು ಮರೆಯಲು ಉದ್ದೇಶಪೂರ್ವಕವಾದ ಪ್ರಯತ್ನ ಮಾಡಬೇಕು.

ಅನನುಕೂಲಕರ

ಲೈಂಗಿಕ ಆನಂದವು ಮನಸ್ಸಿನ ಮೇಲೆ ಎಷ್ಟು ಬಲವಾಗಿ ಅಚ್ಚೊತ್ತಿದೆ ಎಂದರೆ, ಅದು ಆಧ್ಯಾತ್ಮಿಕ ಪ್ರಯತ್ನಗಳನ್ನು ತೊಡೆದು ಹಾಕುತ್ತದೆ ಮತ್ತು ಆತ್ಮಸಾಕ್ಷಿಯನ್ನು ನಾಶಮಾಡುತ್ತದೆ. ಆದ್ದರಿಂದ ನಾವು ಅದನ್ನು ಯೋಗಿಯ ಜೀವನದಲ್ಲಿ ಅನನುಕೂಲಕರವೆಂದು ಒತ್ತಿ ಹೇಳುತ್ತೇವೆ.

ಮುಖ್ಯ ಕಾರಣ

ತಾಂತ್ರಿಕ ಯೋಗದಲ್ಲಿ ಅಥವಾ ಜಪಾನೀ ಹಾಗೂ ಚೀನೀ ಟಾವೊದಲ್ಲಿ (Japanese and Chinese Tao) ನಿಯಂತ್ರಣಕ್ಕೊಳಪಟ್ಟ ಲೈಂಗಿಕ ಆನಂದವು ಅಥವಾ ಔಪಚಾರಿಕ

ಲೈಂಗಿಕ ಕ್ರಿಯೆಗಳು ಹಾಗೂ ಮಂತ್ರೋಚ್ಚಾರಣೆಗಳು ಅಂತಿಮವಾಗಿ ಹಾನಿಕಾರಕವಾಗಿವೆ, ಏಕೆಂದರೆ ಲೈಂಗಿಕ ಆನಂದದೊಂದಿಗೆ ಇಂತಹ ಪ್ರಯೋಗಗಳು ಯೋಗದಲ್ಲಿ ಪೂರ್ಣ ಯಶಸ್ಸನ್ನು ಉಂಟುಮಾಡುವುದಿಲ್ಲ, ಕನಿಷ್ಠಪಕ್ಷ ಪತಂಜಲಿ ಅಷ್ಟಾಂಗ ಯೋಗದಲ್ಲಿಯಂತೂ ಇಲ್ಲ. ಪತಂಜಲಿಯವರು ಬ್ರಹ್ಮಚರ್ಯೆಯನ್ನು ನಿಗ್ರಹಗಳಲ್ಲಿ ಒಂದನ್ನಾಗಿ ಪಟ್ಟಿ ಮಾಡಿದ್ದಾರೆ. ಇಲ್ಲಿ ಆ ಹೇಳಿಕೆ ಇದೆ:

- *ಅಹಿಂಸೆ, ವಾಸ್ತವಿಕತೆ, ಅಚೌರ್ಯ (ಕದಿಯದಿರುವುದು), ಆಧ್ಯಾತ್ಮಿಕತೆಯ (ಬ್ರಹ್ಮನ್, brahman) ಗ್ರಹಿಕೆಯನ್ನು ಉಂಟುಮಾಡುವ ಲೈಂಗಿಕ ಅನಭಿವ್ಯಕ್ತತೆ (ಬ್ರಹ್ಮಚರ್ಯೆ), ಮತ್ತು ಸ್ವಾಮ್ಯಪ್ರವೃತ್ತಿ ಇಲ್ಲದಿರುವುದು (ಅಪರಿಗ್ರಹ), ಇವು ನೈತಿಕ ನಿಗ್ರಹಗಳಾಗಿವೆ. (ಯೋಗ ಸೂತ್ರ ೨.೩೦)*

ಸದ್ವರ್ತನೆಯ ಮಕ್ಕಳಿಗೆ ಜನ್ಮಕೊಡಲು ಉದ್ದೇಶಿಸದ ಹೊರತು ಯಾವುದೇ ಲೈಂಗಿಕ ಪ್ರಕ್ರಿಯೆಗಳು ತೃಪ್ತಿಕರವಲ್ಲ. ಆಧ್ಯಾತ್ಮಿಕ ವೈಫಲ್ಯದ ಮುಖ್ಯ ಕಾರಣ ಲೈಂಗಿಕ ಬಯಕೆ ಎಂದು ನಾವು ಅತಿಯಾಗಿ ಒತ್ತಿ ಹೇಳುವುದು ಸಾಧ್ಯವಿಲ್ಲ.

ಅದನ್ನು ತಡೆಯಲು ಪ್ರಯತ್ನಿಸಿ

ನಾವು ಸ್ವತಃ ಲೈಂಗಿಕ ಕ್ರಿಯೆಯ ವಿರುದ್ಧವಲ್ಲ, ಆದರೆ ನಾವು ಆನಂದದ ಉದ್ದೇಶಕ್ಕಾಗಿ ಮಾತ್ರ ಲೈಂಗಿಕ ಕ್ರಿಯೆಯ ಬಳಕೆಯನ್ನು ವಿರೋಧಿಸುತ್ತೇವೆ ಎಂಬುದನ್ನು ಸ್ಪಷ್ಟವಾಗಿ ಅರ್ಥಮಾಡಿಕೊಳ್ಳಿ. ಮೈಥುನವು ಸಂತಾನೋತ್ಪತ್ತಿಗೆ ಒಳ್ಳೆಯದು, ಮತ್ತು ಅದೂ ಅಲ್ಲದೆ ಲೈಂಗಿಕ ಇಚ್ಛಾಪೂರ್ವಕೆ ಇಲ್ಲದೆ ಈ ಮಟ್ಟದಲ್ಲಿ ಮಕ್ಕಳನ್ನು ಹುಟ್ಟಿಸುವುದು ಅಥವಾ ಹೊಸ ದೇಹಗಳನ್ನು ಸೃಷ್ಟಿಸುವುದು ಸಾಧ್ಯವಿಲ್ಲ. ಒಂದೆಡೆ ದೇಹಗಳ ಅಗತ್ಯವಿರುವವರಿಗೆ ಪರಿಹಾರ ನೀಡಲು, ಜನರು ಮಕ್ಕಳನ್ನು ಹುಟ್ಟಿಸುವುದನ್ನು ನಾವು ಬಯಸುತ್ತೇವೆ, ಆದರೆ ಮತ್ತೊಂದೆಡೆ ಕೇವಲ ಜನನಾಂಗಗಳ ಮೂಲಕ ಆನಂದಿಸಲು ಅತಿಯಾದ ಲೋಲುಪತೆಯನ್ನು ನಾವು ಬಯಸುವುದಿಲ್ಲ. ಲೈಂಗಿಕ ಲೋಲುಪತೆಯಿಂದ ಮುಕ್ತಿ ಮುಂದೂಡಲ್ಪಡುತ್ತದೆ, ಆದ್ದರಿಂದ ನಾವು ಎಲ್ಲಿಯಾದರೂ ಅದನ್ನು ಎದುರಿಸಿದರೆ, ನಮ್ಮಲ್ಲಿಯೂ ಕೂಡ, ನಾವು ಅದನ್ನು ತಡೆಯಲು ಪ್ರಯತ್ನಿಸಬೇಕು.

ಆ ಬ್ರಹ್ಮಚರ್ಯೆಯ ರೀತಿ

ಪೂರ್ಣ ಬ್ರಹ್ಮಚರ್ಯೆಯನ್ನು ಯೋಗವಿಲ್ಲದೆ ಸಾಧಿಸುವುದು ಸಾಧ್ಯವಿಲ್ಲ. ಲೈಂಗಿಕ ಶಕ್ತಿಯು ದೇಹದ ಕೆಳ ಮುಂಡಭಾಗದ ಪೃಷ್ಠಗಳಲ್ಲಿ, ತೊಡೆಸಂದಿಯಲ್ಲಿ ಮತ್ತು ಹೊಟ್ಟೆಯ ಪ್ರದೇಶಗಳಲ್ಲಿ ಉತ್ಪತ್ತಿಯಾಗುತ್ತದೆ. ಅದನ್ನು ನಿರ್ದಿಷ್ಟ ಯೋಗ ಅಭ್ಯಾಸಗಳಿಂದ ಆ ಪ್ರದೇಶಗಳನ್ನು ಬಿಟ್ಟು ಹೋಗಲು ಬಲವಂತಪಡಿಸದಿದ್ದರೆ, ಅದು ಹಾಗೆ ಮಾಡುವುದಿಲ್ಲ. ಅದು ಅಲ್ಲಿಯೇ ಇರುತ್ತದೆ ಮತ್ತು ಮೇಲಕ್ಕೆ ಚಲಿಸುವುದಿಲ್ಲ. ಆದ್ದರಿಂದ, ಅದನ್ನು ಮೇಲೇರಿಸಲು ಯಾವುದೇ ಪ್ರಯತ್ನವನ್ನು ಮಾಡಿರದ ಆ ಬ್ರಹ್ಮಚರ್ಯೆಯ ರೀತಿ ಭಾಗಶಃ ಮತ್ತು ಅಪೂರ್ಣವಾಗಿದೆ. ಕ್ರಿಯಾತ್ಮಕ ಬ್ರಹ್ಮಚರ್ಯೆಗೆ (dynamic celibacy) ಒಬ್ಬ ವ್ಯಕ್ತಿಯು ಯೋಗವನ್ನು ಅಭ್ಯಾಸ ಮಾಡಬೇಕಾಗುತ್ತದೆ.

ಲೈಂಗಿಕ-ಮುಕ್ತ ದೇಹ

ಒತ್ತಡ

ಸೂಕ್ಷ್ಮ ಶರೀರದ ಮೈಥುನ ಸ್ಥೂಲ ಲೈಂಗಿಕ ಕ್ರಿಯೆಯಲ್ಲಿ ಮತ್ತು ಕನಸಿನ ಸ್ಥಿತಿಗಳಲ್ಲಿ ಸಂಭವಿಸುತ್ತದೆ. ಕನಸಿನ ಸ್ಥಿತಿಗಳಲ್ಲಿ ಸ್ಥೂಲ ಶರೀರವು (gross body) ವಿರಳವಾಗಿ ತೊಡಗಿಕೊಂಡಿರುತ್ತದೆ, ಆದರೆ ಸ್ಥೂಲ ಸ್ಥಿತಿಗಳಲ್ಲಿ (gross states) ಸೂಕ್ಷ್ಮ ಶರೀರವು ಯಾವಾಗಲೂ ತೊಡಗಿಕೊಂಡಿರುತ್ತದೆ. ಆದ್ದರಿಂದ, ಲೈಂಗಿಕ ಬಯಕೆ ಖಂಡಿತವಾಗಿಯೂ ಸೂಕ್ಷ್ಮ ಶರೀರದಲ್ಲಿ ಬೇರೂರಿದೆ, ಮತ್ತು ಅದು ನಾವು ಸಾವಿನ ಸಮಯದಲ್ಲಿ ಅರಿವುಳ್ಳವರಾಗುವ ಶರೀರವಾಗಿದೆ. ಈ ಸೂಕ್ಷ್ಮ ಶರೀರವು ಕೆಲವು ಶಕ್ತಿಗಳನ್ನು ಅಥವಾ ವಾಯುಗಳನ್ನು ಹೊಂದಿದೆ, ಇವುಗಳಲ್ಲಿ ಅಪಾನ ಎಂದು ಕರೆಯಲಾಗುವ ಒಂದು, ಲೈಂಗಿಕ ಬಯಕೆಯನ್ನು ಪ್ರಾಯೋಜಿಸುತ್ತದೆ. ಈ ಅಪಾನವು ಸ್ಥೂಲ ಶರೀರದ ಕೆಳಭಾಗವನ್ನು ಆಕ್ರಮಿಸಿಕೊಳ್ಳುವ ಇಂಗಾಲಾಮ್ಲ ಮತ್ತಿತರ ಭಾರವಾದ ಅನಿಲಗಳ ಅನುರೂಪವಾಗಿದೆ. ಈ ಭಾರೀ ವಾಯುಗಳು ಲೈಂಗಿಕ ಬಯಕೆಯನ್ನು ಪ್ರೋತ್ಸಾಹಿಸುತ್ತವೆ, ಮತ್ತು ಲೈಂಗಿಕ ಇಚ್ಛಾಪೂರೈಕೆಗೆ ಹಾಗೂ ನಡೆಯುತ್ತಿರುವ ಲೈಂಗಿಕ ಆಕರ್ಷಣೆಗೆ ತೊಡೆಸಂದು ಪ್ರದೇಶದಲ್ಲಿ ಅಗತ್ಯವಾದ ಒತ್ತಡದ-ಪ್ರಮಾಣವನ್ನು ಸೃಷ್ಟಿಸುತ್ತವೆ.

ತಂತ್ರಗಳು

ಬಹುತೇಕ ಜನರು ಲಘುವಾಗಿ ಉಸಿರಾಡುತ್ತಾರೆ, ಮತ್ತು ಪ್ರಾಣಾಯಾಮ ಯೋಗಿಗಳೂ ಕೂಡ ಆರಾಮವಾಗಿರುವಾಗ ಲಘುವಾಗಿ ಉಸಿರಾಡುತ್ತಾರೆ. ಆ ಕಾರಣಕ್ಕಾಗಿ ಸ್ಥೂಲ ಶರೀರವು ಗಾಳಿಯಿಂದ ವಂಚಿತವಾಗುತ್ತದೆ ಮತ್ತು ಸೂಕ್ಷ್ಮ ಶರೀರವು ಸೂಕ್ಷ್ಮ ಶಕ್ತಿಯ (ಅಥವಾ ಪ್ರಾಣದ) ಅಭಾವದಿಂದ ನರಳುತ್ತದೆ. ನಿಮ್ಮ ಶರೀರವು ಪ್ರಾಣದ ಅಭಾವದಿಂದ ನರಳುತ್ತಿದೆಯೇ ಎಂಬುದನ್ನು ನೋಡಲು ನೀವು ಒಂದು ಸರಳ ಪರೀಕ್ಷೆಯನ್ನು ಮಾಡಬಹುದು. ನಿಮ್ಮ ಬೆನ್ನುಮೂಳೆಯನ್ನು ನೇರವಾಗಿರಿಸಿ ಕುಳಿತುಕೊಳ್ಳಿ, ಮತ್ತು ನಿಮಗೆ ಸಾಧ್ಯವಾದಷ್ಟು ಬಲಯುತವಾಗಿ ಹಾಗೂ ವೇಗವಾಗಿ ಉಸಿರಾಡುವುದನ್ನು ಆರಂಭಿಸಿ, ಒಳಗೆ ಮತ್ತು ಹೊರಗೆ, ಒಳಗೆ ಮತ್ತು ಹೊರಗೆ, ಎಷ್ಟು ಸಾಧ್ಯವೋ ಅಷ್ಟು ತ್ವರಿತವಾಗಿ, ಎಷ್ಟು ಸಾಧ್ಯವೋ ಅಷ್ಟು ಶಕ್ತಿಯುತವಾಗಿ ಗಾಳಿಯನ್ನು ಹೊರಹಾಕುವುದನ್ನು ಮತ್ತು ಒಳಕ್ಕೆಳೆದುಕೊಳ್ಳುವುದನ್ನು ಮಾಡಿ. ಅಲ್ಪಾವಧಿಯ ನಂತರ ನಿಮ್ಮ ಕೆಳ ಕಿಬ್ಬೊಟ್ಟೆಯು ಉರಿಯಲು ಆರಂಭವಾದುದನ್ನು ನೀವು ಗಮನಿಸಿದರೆ, ಆಗ ನಿಮ್ಮ ಶರೀರವು ತಾಜಾ ಗಾಳಿಗಿಂತ ಹೆಚ್ಚು ಮಾಲಿನ್ಯಕಾರಕ ಗಾಳಿಯಿಂದ ಅಸಮತೋಲನವಾಗಿದೆ. ಆ ಸಂದರ್ಭದಲ್ಲಿ, ನಿಮ್ಮ ಶರೀರವು ಬ್ರಹ್ಮಚರ್ಯದ ಶರೀರವಲ್ಲ, ಏಕೆಂದರೆ ಇಂಗಾಲಾಮ್ಲ ತೊಡೆಸಂದು ಪ್ರದೇಶದಲ್ಲಿ ಜೀವ ಶಕ್ತಿಯ ಶೇಖರಣೆ ಹಾಗೂ ಬಳಕೆಯನ್ನು ಪ್ರಾಯೋಜಿಸುತ್ತದೆ, ಹೀಗಾಗಿ ಮೇಲಿನ ಬೆನ್ನುಹುರಿ ಹಾಗೂ ಮೆದುಳು ಶಕ್ತಿಯ ಅಭಾವದಿಂದ ನರಳುತ್ತವೆ. ಯೋಗಿಗಳಿಗೆ ಈ ಪರಿಸ್ಥಿತಿಯನ್ನು ವಿರುದ್ಧವಾಗಿ ತಿರುಗಿಸುವುದಕ್ಕೆ ತಂತ್ರಗಳಿವೆ. ಅವರು ಮಾಲಿನ್ಯಯುತ ಗಾಳಿಯನ್ನು ಮೇಲಕ್ಕೆ ಮತ್ತು ಶರೀರದಿಂದ ಹೊರಕ್ಕೆ ತಳ್ಳಲು ವಿಧಾನಗಳನ್ನು ಬಳಸುತ್ತಾರೆ, ಇದರಿಂದಾಗಿ ತಾಜಾ ಗಾಳಿಯು (ಅಥವಾ ಪ್ರಾಣವು) ಕೆಳಗಿನ ಪ್ರದೇಶಗಳನ್ನು ಹಗುರವಾಗಿರಿಸಲು ಮತ್ತು ಲೈಂಗಿಕ ಮುಕ್ತವಾಗಿರಿಸಲು ಆ ಪ್ರದೇಶಗಳಿಗೆ ಹೋಗುವಂತಾಗುತ್ತದೆ.

ಹೆಚ್ಚು ಸಮಯ

ಸಾಮಾನ್ಯ ಮನುಷ್ಯನು ಬೇರೆ ಎಲ್ಲದಕ್ಕಿಂತಲೂ ಹೆಚ್ಚು ಸಮಯ ಲೈಂಗಿಕದ ಬಗೆಗಿನ ಚಿಂತನೆಯಲ್ಲಿ ಕಳೆಯುತ್ತಾನೆ. ಇದು ಲೈಂಗಿಕವಾಗಿ-ಪ್ರದರ್ಶಿಸುವ ಮತ್ತು ಲೈಂಗಿಕವಾಗಿ-ಪ್ರಚೋದಿಸುವ ಉಡುಪಿನ ಇರುವಿಕೆಯಿಂದ ಸುವ್ಯಕ್ತವಾಗಿದೆ.

ಲೈಂಗಿಕ ಕಂಪನಗಳು

ಪುರುಷರು ಜನನಾಂಗದ ಹಾಗೂ ಪೃಷ್ಠಗಳ ಬಾಹ್ಯರೇಖೆಯನ್ನು ತೋರ್ಪಡಿಸುವ, ಅವರ ದೈಹಿಕ ವಕ್ರಾಕೃತಿಗಳ ಮೇಲೆ ಬಿಗಿಯಾಗಿ ಒತ್ತುವ ಬಹಳ ಬಿಗಿಯಾದ ಉಡುಪುಗಳನ್ನು ಧರಿಸುತ್ತಾರೆ, ಅದೇ ರೀತಿಯಲ್ಲಿ ಮಹಿಳೆಯರು ತಮ್ಮ ಸ್ತನಗಳ ಬಾಹ್ಯರೇಖೆಯನ್ನು, ಯೋನಿ ಮತ್ತು ಪೃಷ್ಠಗಳ ಒಳಭಾಗವನ್ನು ಪ್ರದರ್ಶಿಸುವ ಬಹಳ ಬಿಗಿಯಾದ ಉಡುಪಿನಲ್ಲಿ ಅದನ್ನೇ ಮಾಡುತ್ತಾರೆ. ಈ ಸಂದರ್ಭಗಳಲ್ಲಿ, ನಮ್ಮಲ್ಲಿ ಅನೇಕರು ಹೆಚ್ಚುಕಡಮೆ ಪ್ರತಿಯೊಂದು ಒಡನಾಟದಲ್ಲೂ ಲೈಂಗಿಕ ಕಂಪನಗಳಿಂದ ದಾಳಿಗೊಳಗಾಗುತ್ತಾರೆ.

ನಮ್ಮನ್ನು ನಾವೇ ಬಲಿಪಶು ಮಾಡಿಕೊಳ್ಳುವುದು

ಇಂತಹ ಲೈಂಗಿಕವಾಗಿ-ಪ್ರದರ್ಶಿಸುವ ಉಡುಪುಗಳನ್ನು ಧರಿಸುವ ಪ್ರವೃತ್ತಿಯು ಎಷ್ಟು ಪ್ರಬಲವಾಗಿದೆ ಎಂದರೆ, ಯೋಗವನ್ನು ಅಭ್ಯಾಸ ಮಾಡುವ ಹಾಗೂ ಇಂತಹ ಉಡುಪುಗಳ ಅಪಾಯದ ಬಗ್ಗೆ ಅವರಿಗೆ ಮತ್ತು ಇತರರಿಗೆ ಪದೇಪದೇ ಹೇಳಲಾಗಿರುವ ವ್ಯಕ್ತಿಗಳಿಗೂ ಕೂಡ ಇಂತಹ ಉಡುಪುಗಳನ್ನು ಧರಿಸುವ ಅಭ್ಯಾಸವನ್ನು ತ್ಯಜಿಸಲಾಗುವುದಿಲ್ಲ. ನಾವು ಇಂತಹ ಉಡುಪುಗಳನ್ನು ಧರಿಸಿದಾಗ, ನಮ್ಮ ಉಬ್ಬಿದ ಶಿಶ್ನ, ವೃಷಣಗಳು, ಯೋನಿ, ತೊಡೆಸಂದು ಮತ್ತು ಪೃಷ್ಠಗಳ ಪ್ರದೇಶಗಳಿಂದ ನಾವು ನಮ್ಮನ್ನು ಮತ್ತು ಇತರರನ್ನು ಬಲಿಪಶು ಮಾಡುತ್ತೇವೆ. ಆದರೆ, ಪ್ರಾಣಿಗಳು ಬಟ್ಟೆ ಇಲ್ಲದೆ ಅನಿರ್ಬಂಧಿತವಾಗಿ ಚಲಿಸುತ್ತವೆ ಎಂಬುದನ್ನು ನಾವು ಮರೆಯಬಾರದು. ಹೀಗಾಗಿ, ನಗ್ನತೆ ಅಥವಾ ಅತಿ-ಬಿಗಿಯಾದ ಉಡುಪುಗಳ ಬಗ್ಗೆ ವಿಶೇಷತೆ ಏನೂ ಇಲ್ಲ.

ಇನ್ನಷ್ಟು ಮನಸ್ಸನ್ನು ಬೇರೆಡೆಗೆ ಸೆಳೆಯುತ್ತದೆ

ಮನುಷ್ಯನಿಗೆ ಲೈಂಗಿಕವಾಗಿ-ಪ್ರದರ್ಶಿಸುವ ಉಡುಪುಗಳು ಪ್ರಾಣಿ ನಗ್ನತೆಗಿಂತ ಹೆಚ್ಚು ಮನಸ್ಸನ್ನು ಬೇರೆಡೆಗೆ ಸೆಳೆಯುತ್ತದೆ ಎಂಬುದನ್ನು ನಾವು ಅರ್ಥಮಾಡಿಕೊಳ್ಳಬೇಕು. ಒಂದೆಂದರೆ, ಗಂಡು ಅಥವಾ ಹೆಣ್ಣು ಕುದುರೆ ಅಥವಾ ಹಸುವಿನ ಜನನಾಂಗಗಳು ಬಿಗಿಯಾದ ಉಡುಪಿನಿಂದ ಯಾವುದೇ ಒತ್ತಡದಲ್ಲಿಲ್ಲ. ಮಾನವನ ಬಿಗಿಯಾದ ಉಡುಪುಗಳು ಜನನಾಂಗಗಳನ್ನು ಒತ್ತುತ್ತವೆ. ಇದು ಜನನಾಂಗದ ಪ್ರದೇಶಕ್ಕೆ ಧರಿಸುವವನ ಮತ್ತು ನೋಡುಗರ ಗಮನವನ್ನು ಸೆಳೆಯುತ್ತದೆ.

ಮನಸ್ಸನ್ನು ಹಿಂಬಾಲಿಸುತ್ತದೆ

ಲೈಂಗಿಕ ಸಂಭೋಗಕ್ಕಿಂತ ಹೆಚ್ಚು ತೀವ್ರವಾಗಿ ಬಳಲಿಸುವುದು ಯಾವುದೂ ಇಲ್ಲ. ಜೀವಧಾರಕ ಶಕ್ತಿಯು ಅಥವಾ ಕುಂಡಲಿನಿಯು ಮಾನಸಿಕ ಗಮನವನ್ನು ಹಿಂಬಾಲಿಸುತ್ತದೆ. ನಾವು ಪ್ರಜ್ಞಾಪೂರ್ವಕವಾಗಿಯಾಗಲಿ ಅಥವಾ ಪ್ರಜ್ಞೆಯಿಲ್ಲದೇ ಯಾಗಲಿ ಜನನಾಂಗಗಳಲ್ಲಿ ಮನಸ್ಸನ್ನು ಮಗ್ನಗೊಳಿಸಿದರೆ, ಜೀವಧಾರಕ ಶಕ್ತಿಯು ಅಲ್ಲಿಗೆ ಹೋಗುತ್ತದೆ ಮತ್ತು ಮೆದುಳು ಶಕ್ತಿಯ ಅಭಾವದಿಂದ ನರಳುತ್ತದೆ.

ವ್ಯಕ್ತಿಯಿಂದ ಕಸಿದುಕೊಳ್ಳುತ್ತದೆ

ಪುರುಷ ದೇಹವನ್ನು ಬಳಸುವ ಒಂದು ಆತ್ಮವು, ಸಂಭೋಗವು ವಿಪರೀತ ಆಯಾಸವನ್ನುಂಟು ಮಾಡುತ್ತದೆ ಎಂಬುದನ್ನು ಸುಲಭವಾಗಿ ಅರ್ಥಮಾಡಿಕೊಳ್ಳಬಲ್ಲದು.

ಒಂದು ವಿಸರ್ಜನೆಯ ನಂತರ ಪುರುಷ ದೇಹದ ಶಕ್ತಿಯು ಖಾಲಿಯಾಗುತ್ತದೆ, ಮತ್ತು ಒಂದು ಮಾನಸಿಕ ಕತ್ತಲೆಯು, ನಿದ್ರೆಯನ್ನು ಉಂಟುಮಾಡುವ ಹಾಗೂ ವ್ಯಕ್ತಿಯಿಂದ ಸ್ಪಷ್ಟತೆಯನ್ನು ಕಸಿದುಕೊಳ್ಳುವ ಒಂದು ಕತ್ತಲೆಯು, ಮನಸ್ಸು ಹಾಗೂ ಭಾವನೆಗಳ ಮೇಲೆ ಇಳಿಯುತ್ತದೆ.

ತೀವ್ರ ದಣಿವು

ಸ್ತ್ರೀ ದೇಹದ ವಿಷಯದಲ್ಲಿ ಆತ್ಮವು ದುರ್ಬಲವಾಗಿದೆ, ಏಕೆಂದರೆ ಪುರುಷನ ಶಕ್ತಿಗಳ ವಿಸರ್ಜನೆಯಿಂದ ಶಕ್ತಿಯನ್ನು ಸೆಳೆದುಕೊಳ್ಳುವಂತಹ ರೀತಿಯಲ್ಲಿ ಸ್ತ್ರೀ ದೇಹವನ್ನು ನಿರ್ಮಿಸಲಾಗಿದೆ, ಮತ್ತು ಇದು ಸ್ಥೂಲವಲ್ಲದೆ ಸೂಕ್ಷ್ಮ ಮಟ್ಟಗಳಲ್ಲಿ ಕೂಡ ಸಂಭವಿಸುತ್ತದೆ. ಖಂಡಿತವಾಗಿ ಇದಕ್ಕೆ ಪ್ರಕೃತಿಯ ಉದ್ದೇಶ ಹೊಸ ಮಗುವಿನ ರೂಪಗಳನ್ನು ಸೃಷ್ಟಿಸುವುದಕ್ಕಾಗಿ ವೀರ್ಯದ ದ್ರುವಗಳನ್ನು ವರ್ಗಾಯಿಸುವುದಾಗಿದೆ. ಒಬ್ಬ ಪುರುಷನು ಒಂದು ಸಂಭೋಗದ ಪರಾಕಾಷ್ಠೆಯಿಂದ ಅನುಭವಿಸುವ ಅದೇ ತೀವ್ರ ದಣಿವನ್ನು ಒಬ್ಬ ಮಹಿಳೆಯು ಅನುಭವಿಸುವುದಿಲ್ಲ.

ಲೈಂಗಿಕ ತ್ಯಾಗ

ಸ್ತ್ರೀಯ ತೀವ್ರ ದಣಿವಿನ ಸಾಕ್ಷಿಯು ಋತುಚಕ್ರದ ಸಮಯದಲ್ಲಿ ನೀಡಲಾಗಿದೆ, ಆಗ ಸ್ತ್ರೀಯರು ಬೇಗ ಸಿಟ್ಟಿಗೇಳುತ್ತಾರೆ, ತಳಮಳಗೊಳ್ಳುತ್ತಾರೆ, ಮತ್ತು ಸಿಡಿಮಿಡಿಗುಟ್ಟುತ್ತಾರೆ, ಭಾವನಾತ್ಮಕವಾಗಿ ಸುಲಭವಾಗಿ ವ್ಯಗ್ರಗೊಳ್ಳುತ್ತಾರೆ. ಮತ್ತಷ್ಟು ಸಾಕ್ಷಿಯನ್ನು ಸ್ತ್ರೀಯು ಗರ್ಭಿಣಿಯಾಗಿರುವಾಗ ಸುಲಭವಾಗಿ ಆಯಾಸಗೊಳ್ಳುವಾಗ ನೀಡಲಾಗಿದೆ. ಇದು ಪುರುಷರಿಗೆ ಶಕ್ತಿಯು ದೇಹವನ್ನು ಬಿಟ್ಟು ಹೋಗುತ್ತದೆ, ಆದ್ದರಿಂದ ಪುರುಷರಿಗೆ ದಣಿವಿನ ಬಗ್ಗೆ ಯಾವುದೇ ಭ್ರಮೆಗಳಿಲ್ಲ ಎಂಬುದನ್ನು ತೋರಿಸುತ್ತದೆ. ಸ್ತ್ರೀಯರಿಗೆ ಶಕ್ತಿಯು ಖಂಡಿತವಾಗಿಯೂ ವಿಸರ್ಜನೆಯಾಗುತ್ತದೆ, ಆದರೆ ಒಂದು ಭಾಗವನ್ನು ದೇಹದಲ್ಲಿ ಶೇಖರಿಸಿಡಲಾಗುತ್ತದೆ. ಆಕೆಯ ದೇಹದಲ್ಲಿರುವ ಈ ಶೇಖರಣೆಯು ಲೈಂಗಿಕ ಭಾಗವಹಿಸುವಿಕೆಗಳಲ್ಲಿ ಮುಂದುವರಿಯಲು ಅಧಿಕ ಶಕ್ತಿಯ ಅಥವಾ ಉತ್ಸಾಹದ ಭ್ರಮೆಯನ್ನು ಪ್ರದರ್ಶಿಸುತ್ತದೆ.

ಸೂಕ್ಷ್ಮ ಶರೀರ ಕೂಡ

ಎಲ್ಲಾ ತರಹದ ಶೇಖರಗೊಂಡಂತಹ ಶಕ್ತಿಯು ಮುಟ್ಟಿನ ಸಂದರ್ಭದಲ್ಲಿ ವಿಸರ್ಜನೆಯಾದಾಗ, ಮತ್ತು ಸ್ತ್ರೀಗೆ ಸ್ರಾವದ ನಂತರ ಹಗುರಗೊಂಡಂತೆ ಭಾಸವಾದಾಗ, ಶೇಖರಣೆಯ ಬಗೆಗಿನ ಭ್ರಮೆಯು ಸ್ಪಷ್ಟವಾಗಿ ಮಾಯವಾಗುತ್ತದೆ; ಅಥವಾ ಉಪಶಮನವು ಹೆರಿಗೆಯಲ್ಲಿ ತಾಯಿಯ ದೇಹದಿಂದ ಮಗುವನ್ನು ಹೊರಹಾಕಲ್ಪಟ್ಟಾಗ ಮತ್ತು ಮಹಿಳೆಗೆ ವಾರಗಳ ವಿಶ್ರಾಂತಿಯ ಅಗತ್ಯವಿರುವಾಗ ಸಂಭವಿಸುತ್ತದೆ.

ನಾವು ಇದನ್ನು ಅರ್ಥಮಾಡಿಕೊಳ್ಳಬಹುದು

ಗರ್ಭಧಾರಣೆಯಲ್ಲಿ ಸೂಕ್ಷ್ಮ ಶರೀರವು ಇಹಲೋಕದ ಶರೀರಕ್ಕಿಂತ ಇನ್ನೂ ಹೆಚ್ಚು ತೊಡಗಿಕೊಂಡಿರುತ್ತದೆ. ತಾಂತ್ರಿಕವಾಗಿ ಹೇಳುವುದಾದರೆ, ಪುನರ್ಜನ್ಮದ ಅಗತ್ಯವಿರುವ ಒಂದು ದೇಹರಹಿತ ಆತ್ಮವು ಯಾವುದೇ ಸಂದರ್ಭಗಳಲ್ಲಿ ಒಂದು ಸ್ಥೂಲ ದೇಹವನ್ನು ಪ್ರವೇಶಿಸುವುದು ಸಾಧ್ಯವಿಲ್ಲ. ಆತ್ಮವು ಸಂಭಾವ್ಯ ತಂದೆ ಯಾ ತಾಯಿಯ ಸೂಕ್ಷ್ಮ ಶರೀರದೊಳಗೆ ಪ್ರವೇಶಿಸಬೇಕಾಗುತ್ತದೆ. ಅದು ತಂದೆ ಯಾ ತಾಯಿಯ ಭಾವನೆಗಳನ್ನು ಪ್ರವೇಶಿಸುತ್ತದೆ, ಮತ್ತು ಅಲ್ಲಿಂದ ಮನಸ್ಸಿನ ಒಳಗೆ ಪ್ರವೇಶಿಸುತ್ತದೆ, ತದನಂತರ ತಂದೆ ಯಾ ತಾಯಿಯ ರಕ್ತಪ್ರವಾಹದಲ್ಲಿ ಒಂದಾಗುತ್ತದೆ. ಅಲ್ಲಿಂದ ಅದು ವೀರ್ಯ ಅಥವಾ ಅಂಡಾಣುಗಳ ಒಳಗೆ ಪ್ರವೇಶಿಸುತ್ತದೆ. ಆದ್ದರಿಂದ, ಅದರ ಪ್ರವೇಶದ ನಿಜವಾದ ಮೂಲವು ಮಾನಸಿಕ ಹಾಗೂ

ಭಾವನಾತ್ಮಕ ಕಾರ್ಯಾಚರಣೆಗಳ ಶರೀರವಾದ ಸೂಕ್ಷ್ಮ ಶರೀರವಾಗಿದೆ. ಸೂಕ್ಷ್ಮ ಶರೀರವು ಸ್ಥೂಲ ಶರೀರದಷ್ಟೇ ಸಂಭೋಗದಲ್ಲಿ ತೊಡಗಿಕೊಂಡಿರುತ್ತದೆ. ನಾವು ಇದನ್ನು ಕನಸಿನಲ್ಲಿನ ಲೈಂಗಿಕ ಭೇಟಿಗಳಿಂದ ಅರಿತುಕೊಳ್ಳಬಹುದು.

ಖಂಡಿತವಾಗಿ

ನಾನು ಲೈಂಗಿಕ ಸಂಯಮದ ಅಗತ್ಯವನ್ನು ಅಧಿಕವಾಗಿ ಒತ್ತಿಹೇಳುವುದು ಸಾಧ್ಯವಿಲ್ಲ, ನಾನು ಮತ್ತೆ ಯೋಗ ಅಭ್ಯಾಸದಲ್ಲಿನ ವೈಫಲ್ಯಕ್ಕೆ ಲೈಂಗಿಕ ಬಯಕೆಯು ಮುಖ್ಯ ಕಾರಣವೆಂದು ದೃಢವಾಗಿ ಹೇಳುತ್ತೇನೆ. ಅದನ್ನು ಉಪೇಕ್ಷಿಸಬಾರದು. ಲೈಂಗಿಕ ಬಯಕೆಯನ್ನು ಖಂಡಿತವಾಗಿಯೂ ನಿಯಂತ್ರಣದಲ್ಲಿ ತರಬೇಕು.

ಎರಡು ಚಕ್ರಗಳು

ತಲೆಯ ಪ್ರದೇಶದಲ್ಲಿ ಹಲವಾರು ಕೇಂದ್ರಗಳು ಅಥವಾ ಚಕ್ರಗಳು ಇವೆ, ಮತ್ತು ಇಲ್ಲಿ ನಾವು ಅವುಗಳಲ್ಲಿ ಆರನ್ನು ಪಟ್ಟಿ ಮಾಡಿದ್ದೇವೆ. ಯೋಗದ ಬಗ್ಗೆ ಪರಿಚಿತರಿರುವವರಿಗೆ ಸಾಮಾನ್ಯವಾಗಿ ಎರಡು ಚಕ್ರಗಳು, ಭ್ರೂ ಚಕ್ರ ಹಾಗೂ ಮುಕುಟ ಚಕ್ರವನ್ನು ಪಟ್ಟಿ ಮಾಡಲಾಗುತ್ತದೆ ಎಂಬುದು ತಿಳಿದಿರುತ್ತದೆ, ಆದರೆ ಬೇರೆಯವು ಇವೆ. ಈ ಸುಪ್ತ ಪ್ರದೇಶಗಳನ್ನು ಹೊರತರಬೇಕು, ಅದರಿಂದಾಗಿ ಆಲೋಚನೆಗಳ ಹಾಗೂ ಭಾವನೆಗಳ ಕೆಳಮುಖ ಪ್ರವೃತ್ತಿಯನ್ನು ವಿರುದ್ಧವಾಗಿ ತಿರುಗಿಸುವ ಪ್ರಯತ್ನದಲ್ಲಿ, ನಾವು ನಮ್ಮ ಲೈಂಗಿಕದ ಗಮನವನ್ನು ಮೆದುಳಿನ ಗಮನಕ್ಕೆ ಬದಲಾಯಿಸುವಂತಾಗುತ್ತದೆ.

ಇನ್ನೂ ನಾಲ್ಕು

ಈ ಚಿತ್ರದಲ್ಲಿ ಸಾಮಾನ್ಯ ಭ್ರೂ ಹಾಗೂ ಮುಕುಟ ಚಕ್ರಗಳನ್ನು ದಯವಿಟ್ಟು ಗಮನಿಸಿ. ಇವು ಯೋಗ ಪುಸ್ತಕಗಳಲ್ಲಿ ಪಟ್ಟಿ ಮಾಡಲಾಗುವ ಮುಖ್ಯ ಚಕ್ರಗಳು.

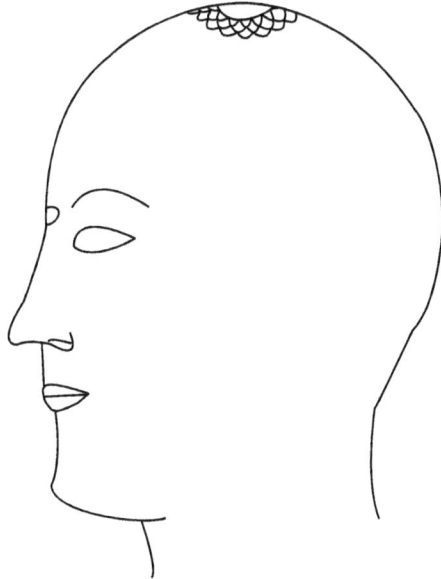

ಬಲಕ್ಕಿರುವ ಚಿತ್ರದಲ್ಲಿ, ನಾವು ನಾಲ್ಕು ಚಕ್ರಗಳನ್ನು ಸೇರಿಸಿದ್ದೇವೆ, ಅವುಗಳೆಂದರೆ ಮಿನುಗುವ ಲಲಾಟ ಚಕ್ರ, ತಲೆಯ ಹಿಂಭಾಗದ ಮೇಲಿನ ಚಕ್ರ, ತಲೆಬುರುಡೆಯ ತಳದಲ್ಲಿನ ಮೆಡುಲಾ (medulla) ಚಕ್ರ, ಮತ್ತು ಕಿವಿಯ ಶಬ್ದ ಚಕ್ರ.

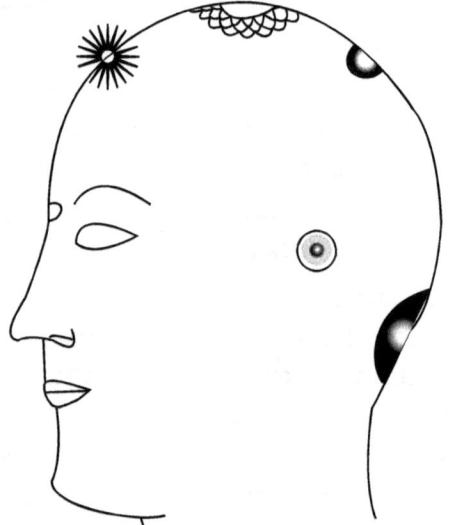

ಲಲಾಟ ಚಕ್ರ

ಲಲಾಟ ಚಕ್ರ ಹಣೆಯ ಮೇಲಿನ ತಿರುವಿನಲ್ಲಿ ಇದೆ. ಇದನ್ನು ಸುಲಭವಾಗಿ ಮುಂಜಾನೆಯಲ್ಲಿ, ಒಂದು ಕತ್ತಲೆಯ ಸ್ಥಳದಲ್ಲಿ, ಹಾಸಿಗೆಯಿಂದ ಎದ್ದ ನಂತರ ಶೀಘ್ರದಲ್ಲಿಯೇ ಕಾಣಬಹುದು. ಇದನ್ನು ನೋಡಲು ಮೇಲೆ ನೋಡಿದರೆ ಇದು ಕಣ್ಮರೆಯಾಗುತ್ತದೆ, ಆದರೆ ಕತ್ತಲೆಯಲ್ಲಿ ಕಣ್ಣುಗಳನ್ನು ಕೆಳಮುಖವಾಗಿ ನೋಡುತ್ತಿರುವಂತೆ ಇರಿಸಿಕೊಂಡರೆ, ಇದು ಮಿನುಗುವ ಗಣಿಗಾರರ ದೀಪದಂತೆ ಸ್ಫಟಿಕ ಅಥವಾ ಹಳದಿ ಬಣ್ಣದಿಂದ ಮಿನುಗುತ್ತಿರುವುದನ್ನು ಕಾಣಬಹುದು. ಒಬ್ಬ ವ್ಯಕ್ತಿಯು ಒಂದು ಕತ್ತಲೆಯ ಕೋಣೆಯಲ್ಲಿದ್ದರೆ ಒಂದು ಪ್ರಕಾಶಮಾನವಾದ ವಿದ್ಯುತ್ ದೀಪವನ್ನು ಕ್ಷಣಿಕವಾಗಿ ಹಚ್ಚಿ, ಆರಿಸಿದರೂ ಕೂಡ ಈ ಚಕ್ರವನ್ನು ಕಾಣಬಹುದು. ತರುವಾಯ ಸಂಭವಿಸುವ ಕತ್ತಲೆಯಲ್ಲಿ ಸೂಕ್ಷ್ಮ ಶರೀರವು ಭೌತಿಕ ಪರಿಸರದಲ್ಲಿನ ಹಠಾತ್ ಬದಲಾವಣೆಗಳಿಗೆ ಪ್ರತಿಕ್ರಿಯಿಸುತ್ತಿರುವಾಗ ಈ ಬೆಳಕನ್ನು ಕಾಣಬಹುದು.

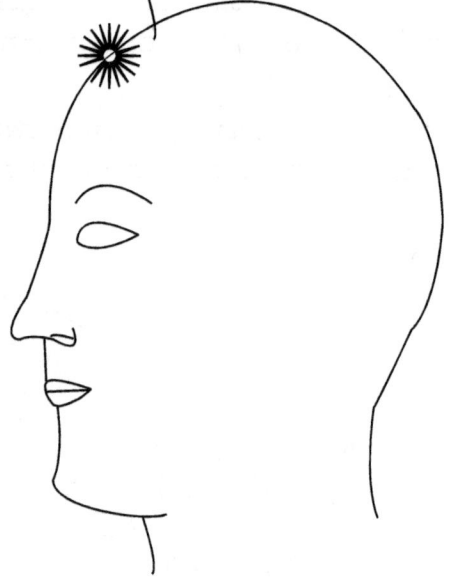

ಶಬ್ದ ಚಕ್ರ

ಕಿವಿಯ ಶಬ್ದ ಚಕ್ರವನ್ನು ವಿರಳವಾಗಿ ನೋಡಲಾಗುತ್ತದೆ, ಮತ್ತು ಇದು ಸತತವಾಗಿ ಅಭ್ಯಾಸ ಮಾಡಿದ ಮತ್ತು ಅರಿವಿನ ನಾಲ್ಕನೇ ಆಯಾಮವನ್ನು ಪ್ರವೇಶಿಸಿದ ಯೋಗ ಗುರುಗಳಿಗೆ ಮಾತ್ರ ಸುಲಭವಾಗಿ- ಕಣ್ಣಿಗೆ ಬೀಳುತ್ತದೆ.

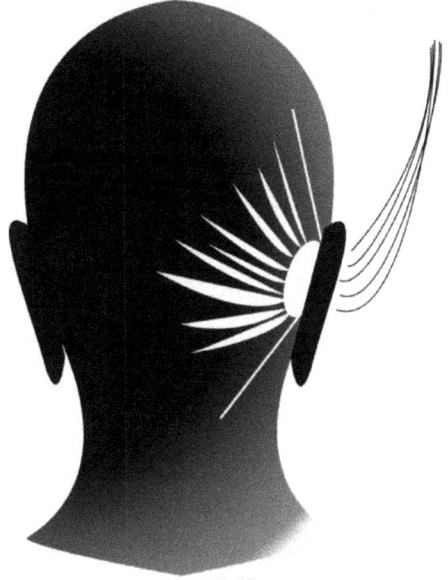

ಹಿಂಭಾಗದ ಮೇಲಿನ ಚಕ್ರ

ಹಿಂಭಾಗದ ಮೇಲಿನ ಚಕ್ರವನ್ನು ಅರಿವಿನ ಇತರ ಆಯಾಮಗಳಲ್ಲಿ ಸಮಾಧಿಯನ್ನು, ಧ್ಯಾನಾಸಕ್ತ ಸ್ಥಿತಿಯನ್ನು ಪ್ರವೇಶಿಸುವ ಯೋಗಿಗಳಿಂದ ಬಳಸಲಾಗುತ್ತದೆ. ಅವರು ಕಲುಷಿತ ಮನಸ್ಸನ್ನು ನಿರ್ವಿಷಗೊಳಿಸಲು ಅಲ್ಲಿ ಆಶ್ರಯವನ್ನು ತೆಗೆದುಕೊಳ್ಳುತ್ತಾರೆ. ಎಲ್ಲಿಯವರೆಗೆ ನಾವು ಧ್ಯಾನದಲ್ಲಿ ಹಣೆಯ ಪ್ರದೇಶಕ್ಕೆ ಅಂಟಿಕೊಂಡಿರುತ್ತೇವೆಯೋ, ಅಲ್ಲಿಯವರೆಗೆ ನಾವು ಪ್ರಕ್ರಿಯೆಯಲ್ಲಿ ಕೇವಲ ಆರಂಭಿಕರು ಎಂದು ಅರ್ಥೈಸಲಾಗುತ್ತದೆ. ಭ್ರೂ ಗಮನ ಕೇಂದ್ರೀಕರಣ ಜೀವನದಲ್ಲಿ ಹೆಚ್ಚು ನಿರ್ವಹಣೆಯ ಶಕ್ತಿಯನ್ನು ನೀಡುತ್ತದೆ, ಆದರೆ ಇಂತಹ ನಿರ್ವಹಣೆಯು ಸಾಮಾನ್ಯವಾಗಿ ಪ್ರಾಪಂಚಿಕ ಸಾಧನೆಗಳಿಗೆ ಸಂಬಂಧಿಸಿದ್ದಾಗಿದೆ. ಯೋಗಿಯು ಮೆದುಳಿನ ಹಿಂಭಾಗಕ್ಕೆ ಅಥವಾ ಸೂಕ್ಷ್ಮ ಶರೀರದಲ್ಲಿನ ಮನಸ್ಸಿನ ಹಿಂಭಾಗಕ್ಕೆ ತಲುಪಿದಾಗ, ಆತನು ಬದುಕಿನ ಹೋರಾಟದಿಂದ ಮುಕ್ತನಾಗುತ್ತಾನೆ, ಮತ್ತು ವಿಶಾಲವಾದ ಆಕಾಶ ಅಥವಾ ವಿಭಿನ್ನವಾಗದ ಸ್ಪಷ್ಟ ಆಧ್ಯಾತ್ಮಿಕ ತೇಜಸ್ಸು ಎಂದು ಕರೆಯಲಾಗುವುದನ್ನು (vast sky or undifferentiated clear spiritual effulgence) ಪ್ರವೇಶಿಸುತ್ತಾನೆ.

ಭ್ರೂ ಚಕ್ರ

ಆರಂಭಿಕನಿಗೆ ಮುಕುಟ ಚಕ್ರವು ಅಸ್ತಿತ್ವದಲ್ಲಿ ಇರುವುದೇ ಇಲ್ಲ, ಮತ್ತು ಹಿಂಭಾಗದ ಮೇಲಿನ ಚಕ್ರವನ್ನು ಆತನಿಗೆ ಗುರುತಿಸಲಾಗುವುದಿಲ್ಲ, ಆದರೆ ಆತನಿಗೆ ಸ್ವಲ್ಪ

ಮಾರ್ಗದರ್ಶನವಿದ್ದರೆ ಆತನು ಸುಲಭವಾಗಿ ಭ್ರೂ ಕೇಂದ್ರವನ್ನು ಕಂಡುಕೊಳ್ಳಬಹುದು. ಭ್ರೂ ಚಕ್ರವು ಸಾಮಾನ್ಯ ಧ್ಯಾನದಲ್ಲಿ ಗಮನದ ದಿಕ್ಕಾಗಿದೆ.

ಸಾವಿನ ನಂತರದ ಆಸ್ಟ್ರಲ್ ಅಸ್ತಿತ್ವ

ತಮ್ಮ ಸತ್ತ ಸ್ಥೂಲ ದೇಹವನ್ನು ಪ್ರವೇಶಿಸಲು ಮರುಕಳಿಸುವ ಸಹಜ ಪ್ರವೃತ್ತಿ

ಜೀವನ

ಸ್ಥೂಲ ದೇಹದ ಸಾವಿನ ಸಮಯದಲ್ಲಿ, ಒಬ್ಬ ವ್ಯಕ್ತಿಯು ಆ ರೂಪವನ್ನು ಮರು ಪ್ರವೇಶಿಸುವುದು ಸಾಧ್ಯವಿಲ್ಲ. ಈ ಸ್ಥೂಲ ಅಸ್ತಿತ್ವದಲ್ಲಿ ಎಚ್ಚರಗೊಳ್ಳುವ ಸವಲತ್ತನ್ನು ಸದ್ಯಕ್ಕೆ ತಡೆಹಿಡಿಯಲಾಗುತ್ತದೆ. ಹೀಗಾಗಿ ಆತನಿಗೆ ಹತಾಶೆ ಅನಿಸಬಹುದು ಅಥವಾ ಮೃತ ಎಂಬಂತೆ ಅನಿಸಬಹುದು, ಅಂದರೆ ಆತನಿಗೆ ತಾನು ಇನ್ನು ಮುಂದೆ ಸಾಮಾಜಿಕ ವ್ಯವಹಾರಗಳಲ್ಲಿ ಭಾಗವಹಿಸುವುದು ಸಾಧ್ಯವಿಲ್ಲವೆಂದು ಭಾಸವಾಗುತ್ತದೆ. ಪರಲೋಕದ ಸೂಕ್ಷ್ಮ ಭೂಪ್ರದೇಶದ ಬಗ್ಗೆ ಪರಿಚಯವಿಲ್ಲದ ಕಾರಣ ಆತನಿಗೆ ಜೀವವನ್ನು ಅಥವಾ ಜೀವಂತವಾಗಿರುವ ಸಾಮರ್ಥ್ಯವನ್ನು ಕಸಿದುಕೊಂಡಂತೆ ಅನಿಸುತ್ತದೆ, ಆದರೆ ವಾಸ್ತವವಾಗಿ ಆತನೇ ಈಗ ಸ್ಥೂಲ ದೇಹದಿಂದ ಕಾಣೆಯಾಗಿರುವ ಜೀವ.

ಒಂದು ಕೋಣೆಯಲ್ಲಿ ಎಚ್ಚರಗೊಳ್ಳುವುದು

ಸಾವಿನ ಸಮಯದಲ್ಲಿ ಒಬ್ಬ ವ್ಯಕ್ತಿಯು ಪದೇ ಪದೇ, ಆದರೆ ವ್ಯರ್ಥವಾಗಿ ಸ್ಥೂಲ ದೇಹವನ್ನು ಮರು-ಪ್ರವೇಶಿಸಲು ಪ್ರಯತ್ನಿಸುವುದು ಬಹುಮಟ್ಟಿಗೆ ಖಚಿತವಾಗಿದೆ. ದೇಹವು ಜೀವಂತವಾಗಿರುವಾಗ ಆತ್ಮವು ಪದೇ ಪದೇ ಕನಸಿನ ಸ್ಥಿತಿಗಳಿಂದ ಸ್ಥೂಲ ದೇಹವನ್ನು ಮರು-ಪ್ರವೇಶಿಸುತ್ತದೆ. ಆತ್ಮವು ಇದಕ್ಕೆ ಅಭ್ಯಾಸ ಮಾಡಿಕೊಂಡುಬಿಡುತ್ತದೆ, ಮತ್ತು ಇದನ್ನು ಯಾವುದೇ ಕಾರಣ ಅಥವಾ ರುಜುವಾತು ಇಲ್ಲದೆ ಯಾವಾಗಲೂ ಹೀಗಾಗುವುದೆಂದು ಭಾವಿಸಿಕೊಂಡುಬಿಡುತ್ತದೆ. ಸ್ಥೂಲ ದೇಹವು ಮರಣಿಸಿದಾಗ ಒಬ್ಬ ವ್ಯಕ್ತಿಯು ಮರು-ಪ್ರವೇಶಿಸುವ ಈ ಸಾಮರ್ಥ್ಯವನ್ನು ತಡೆಹಿಡಿಯಲಾಗಿದೆ ಎಂಬುದನ್ನು ಕಂಡುಕೊಳ್ಳುತ್ತಾನೆ, ಅಥವಾ ಆತನಿಗೆ ಮನೆಯಲ್ಲಿ ಒಂದು ಕೋಣೆಯಲ್ಲಿ ಎಚ್ಚರಗೊಳ್ಳುವ ಸಾಮರ್ಥ್ಯವನ್ನು ಇದ್ದಕ್ಕಿದ್ದಂತೆ ರದ್ದುಗೊಳಿಸಲಾಗಿದೆ ಎಂದು ಭಾಸವಾಗಬಹುದು. ಆ ಅರಿವು ಆಘಾತಕಾರಿಯಾಗಿರಬಹುದು.

ಭೌತಿಕ ದೇಹವಾಗಿ ಎಚ್ಚರಗೊಳ್ಳುವುದು

ಆದರೂ, ಆತನು ಪದೇ ಪದೇ ಪ್ರಯತ್ನಿಸುತ್ತಾನೆ ಮತ್ತು ಪದೇ ಪದೇ ಹತಾಶೆಗೊಳ್ಳುತ್ತಾನೆ. ದೇಹವನ್ನು ಪ್ರವೇಶಿಸುವ ಆ ಪುನರಾವರ್ತಿತ ಪ್ರಯತ್ನ ಏನದು? ಅದು ಕೇವಲವಾಗಿ ಒಂದು ಭೌತಿಕ ದೇಹವಾಗಿ ಎಚ್ಚರಗೊಳ್ಳುವ ಬಯಕೆ ಆಗಿದೆ. ಅದು ಒಂದು ಮಾನಸಿಕ ಕಾರ್ಯವಾಗಿದೆ; ಆತನು ದೇಹದ ಜೀವನದುದ್ದಕ್ಕೂ ಬಳಸಿದ ಅದೇ ಮಾನಸಿಕ ಸಹಜ ಪ್ರವೃತ್ತಿಯಾಗಿದೆ. ಅದು ಎಚ್ಚರಗೊಳ್ಳುವ ಕಾರ್ಯವಾಗಿದೆ. ಸ್ಥೂಲ ರೂಪದ ಮರಣದ ನಂತರ, ಇಂತಹ ಮಾನಸಿಕ ಕಾರ್ಯವು ಕೇವಲ ತಾನು ಕನಸಿನ ಸ್ಥಿತಿಯಲ್ಲಿ ಮುಂದುವರಿಯುವುದಕ್ಕೆ ಕಾರಣವಾಗುತ್ತದೆ ಎಂಬುದನ್ನು ಆತನು ಕಂಡುಕೊಳ್ಳುತ್ತಾನೆ. ಇದು ಗೊಂದಲ, ನಿರಾಶೆ ಹಾಗೂ ಖಿನ್ನತೆಯನ್ನು ಉಂಟುಮಾಡುತ್ತದೆ. ಮುಂದಿನ ಕ್ರಮವು

ಸಂಬಂಧಿಕರನ್ನು ಮತ್ತು ಸ್ನೇಹಿತರನ್ನು ಭೇಟಿಯಾಗುವುದು, ಅವರನ್ನು ತನ್ನ ಸತ್ತ ಐಹಿಕ ರೂಪವನ್ನು ಎಚ್ಚರಗೊಳಿಸುವಂತೆ ಮಾಡಲು ಪ್ರಯತ್ನಿಸುತ್ತಿರುವುದು. ಅಥವಾ ಅವರು ಸೂಕ್ಷ್ಮ ಕನಸಿನ ದೇಹವನ್ನು ಗ್ರಹಿಸುವುದು ಸಾಧ್ಯವಿಲ್ಲವೆಂದು ಅರಿತುಕೊಳ್ಳದೇ, ಅವರನ್ನು ತನ್ನ ಅಸ್ತಿತ್ವವನ್ನು ಅಂಗೀಕರಿಸುವಂತೆ ಮಾಡಲು ಪ್ರಯತ್ನಿಸಬಹುದು. ಅಥವಾ ಆತನಿಗೆ ತನ್ನ ಸೂಕ್ಷ್ಮ ಪರಿಸ್ಥಿತಿಯ ಬಗ್ಗೆ ಅಜ್ಞಾನ ಉಂಟಾಗಬಹುದು, ಮತ್ತು ತನ್ನ ಸೂಕ್ಷ್ಮ ಶರೀರವನ್ನು ಸ್ಥೂಲವೆಂದು ಭಾವಿಸಬಹುದು, ಆದರೆ ವಾಸ್ತವವಾಗಿ ಅದು ಕೇವಲ ಸತ್ತುಹೋದ ಐಹಿಕದಂತೆ (ಅಂದರೆ, ಸ್ಥೂಲ ಶರೀರದಂತೆ) ಭಾಸವಾಗುತ್ತದೆ. ಆತನು ಸಂಬಂಧಿಕರೊಡನೆ ಮತ್ತು ಸ್ನೇಹಿತರೊಡನೆ ಮಾತನಾಡಲು, ಅವರನ್ನು ಮುಟ್ಟಲು, ಮೊದಲಿನಂತೆ ಅವರೊಂದಿಗೆ ಸಲಿಗೆಯಿಂದಿರಲು ಪ್ರಯತ್ನಿಸಬಹುದು, ಆದರೆ ಅವರು ಕೇವಲ ಸ್ಥೂಲ ಅಸ್ತಿತ್ವದ ಮೇಲೆ ತಮ್ಮ ಗಮನವನ್ನು ಕೇಂದ್ರೀಕರಿಸಿರುವ ಕಾರಣ ಮತ್ತು ಅವರಿಗೆ ಸೂಕ್ಷ್ಮ ಕನಸಿನ ಜಗತ್ತಿನ ಗ್ರಹಣ ಶಕ್ತಿಯಿಲ್ಲದಿರುವ ಕಾರಣ, ಅವರು ಪ್ರತಿಕ್ರಿಯೆ ತೋರುವುದಿಲ್ಲವೆಂದು ಮಾತ್ರ ಆತನು ಕಂಡುಕೊಳ್ಳುತ್ತಾನೆ.

ತನ್ನ ಅಸ್ತಿತ್ವವನ್ನು ಒಪ್ಪಿಕೊಳ್ಳುವುದು

ಹತಾಶೆಯ ಭಾವನೆಯಿಂದ ಆತನು ರಾತ್ರಿಯ ಸಮಯದಲ್ಲಿ ಅವರ ಸ್ಥೂಲ ದೇಹಗಳು ನಿದ್ರಿಸುತ್ತಿರುವಾಗ ಮತ್ತು ಅವರ ಸೂಕ್ಷ್ಮ ರೂಪಗಳು ಕನಸಿನ ಪ್ರಪಂಚದಲ್ಲಿ ಮುಕ್ತ ಹಾಗೂ ಸಕ್ರಿಯವಾಗಿರುವಾಗ ಅವರನ್ನು ಪದೇಪದೇ ತಲುಪಲು ಪ್ರಯತ್ನಿಸುತ್ತಾನೆ. ಅವರನ್ನು ತನ್ನ ಅಸ್ತಿತ್ವವನ್ನು ಒಪ್ಪಿಕೊಳ್ಳುವಂತೆ ಮಾಡಲು ಪ್ರಯತ್ನಿಸುತ್ತಾನೆ, ಆದರೆ ಅವರು ಆತನು ಸತ್ತಿರಬೇಕೆಂದು ಆತನಿಗೆ ಹೇಳುತ್ತಾ ಅದನ್ನು ನಿರಾಕರಿಸುತ್ತಾರೆ. ಆತನು ಒಂದು ಪ್ರೇತ, ಅಥವಾ ಒಂದು ಕೆಟ್ಟ ನೆನಪು ಎಂದು ಭಾವಿಸಿ, ಅವರು ಭಯದಿಂದ ಇರುತ್ತಾರೆ.

ಸಂಬಂಧಿಕರ ದೇಹಗಳನ್ನು ಪ್ರವೇಶಿಸುವುದು

ಕೆಲವು ದಿನಗಳ ನಂತರ, ಸತ್ತ ಸ್ಥೂಲ ದೇಹವು ನಶಿಸಲು ಪ್ರಾರಂಭಿಸಿದಾಗ, ಅಥವಾ ಅದನ್ನು ದಹನ ಮಾಡಲಾದ ನಂತರ, ಆತನು ಆ ದೇಹವನ್ನು ಹುಡುಕಲು ಸಾಧ್ಯವಾಗುವುದಿಲ್ಲ, ಹೀಗಾಗಿ ಅದನ್ನು ಪ್ರವೇಶಿಸುವ ಪ್ರಯತ್ನಗಳು ನಿಂತು ಹೋಗುತ್ತವೆ. ಆ ಸಮಯದಲ್ಲಿ ಆತನು ಸಂಬಂಧಿಕರ ಹಾಗೂ ಸ್ನೇಹಿತರ ದೇಹವನ್ನು ಪ್ರವೇಶಿಸುವುದನ್ನು, ಅವರ ಬಾಯಿಯ ಮೂಲಕ ತಿನ್ನಲು ಪ್ರಯತ್ನಿಸುವುದನ್ನು, ಅಥವಾ ಅವರ ಕೈಗಳ ಮೂಲಕ ಭೌತಿಕ ವಸ್ತುಗಳನ್ನು ಮುಟ್ಟುವುದನ್ನು ಮತ್ತು ಅವುಗಳ ಮೂಲಕ ಇತರ ಚಟುವಟಿಕೆಗಳನ್ನು ಮಾಡುವುದನ್ನು ಪ್ರಾರಂಭಿಸುತ್ತಾನೆ. ಆತನ ಸ್ನೇಹಿತರು ಮತ್ತು ಸಂಬಂಧಿಕರು ಆತನಿಗೆ ಸರಿಹೊಂದುವಂತೆ ತಮ್ಮ ಅಭ್ಯಾಸಗಳನ್ನು ಬದಲಾಯಿಸಿಕೊಳ್ಳಬಹುದು, ಆದರೆ ಅವರು ಆತನ ಅನಿಸಿಕೆಯಿಂದ ತಾವು ಪ್ರಭಾವಿತರಾಗಿದ್ದೇವೆ ಎಂಬುದನ್ನು ಅರಿತುಕೊಳ್ಳದೆಯೇ, ಅರಿವಿಲ್ಲದೆಯೇ ಹಾಗೆ ಮಾಡಬಹುದು.

ಕೋಣೆಯಲ್ಲೇ ಸುಳಿದಾಡುವುದು ಅಥವಾ ನೆಲೆಸುವುದು

ಇಂತಹ ಒಂದು ನಿಧನ ಹೊಂದಿದ ಆತ್ಮದ ಮತ್ತೊಂದು ಚಟುವಟಿಕೆ ಎಂದರೆ, ಹಿಂದಿನ ದೇಹವು ಮಲಗಲು ಹೋಗುತ್ತಿದ್ದ ಅಥವಾ ವಿಶ್ರಮಿಸಿಕೊಳ್ಳುತ್ತಿದ್ದ ಕೋಣೆಯಲ್ಲೇ ಸುಳಿದಾಡುವುದು ಅಥವಾ ನೆಲೆಸುವುದು. ಸಾವಿನ ನಂತರ ಒಬ್ಬ ವ್ಯಕ್ತಿಯು ನಲವತ್ತು ದಿನಗಳ ಕಾಲ ಅಲ್ಲಿ ವಾಸಿಸಬಹುದು, ಮತ್ತು ಕೆಲವು ಸಂದರ್ಭಗಳಲ್ಲಿ ವರ್ಷಗಳ ಕಾಲ ಅಲ್ಲಿ ವಾಸಿಸಬಹುದು. ಆತನು ಸೂಕ್ಷ್ಮ ರೂಪದಲ್ಲಿ ಹಾಗೆ ಮಾಡಬಹುದು. ಆ

ಪ್ರದೇಶದಲ್ಲಿರುವಾಗ ಹೆದರಿದಂತೆ ಅಥವಾ ಬೆಚ್ಚಿ ಬಿದ್ದಂತೆ ಅನಿಸುವ ಇತರರಿಗೆ, ಆತನ ಉಪಸ್ಥಿತಿಯ ಅನುಭವವಾಗಬಹುದು. ಒಬ್ಬ ಸೂಕ್ಷ್ಮ ಮನಸ್ಸಿನ ವ್ಯಕ್ತಿಯು ನಿದ್ರಾರಾಹಿತ್ಯವನ್ನು ಹೊಂದಬಹುದು ಅಥವಾ ಆ ಕೋಣೆಯಲ್ಲಿರುವಾಗ ನಿದ್ರಿಸುವ ಬಗ್ಗೆ ಭಯದಿಂದ ಇರಬಹುದು.

ಕ್ರಿಯಾ ಉಪಕರಣ

ನಲವತ್ತು ದಿನಗಳ ನಂತರ ಒಬ್ಬ ವ್ಯಕ್ತಿಯು ತಾನು ಸತ್ತಿರುವೆನೆಂದು ಅರಿತುಕೊಳ್ಳಬಹುದು. ತಾನು ತನ್ನ ಸಾವಿನ ಬಗ್ಗೆ ಯೋಚಿಸಬಹುದಾದರೆ ತಾನು ಖಂಡಿತವಾಗಿಯೂ ಸತ್ತಿಲ್ಲ, ಆದರೆ ಐಹಿಕ ಜಗತ್ತಿನಲ್ಲಿನ ತನ್ನ ಕ್ರಿಯಾ ಉಪಕರಣವನ್ನು ಕಿತ್ತುಕೊಳ್ಳಲಾಗಿರುವ ಕಾರಣ ಒಂದರ್ಥದಲ್ಲಿ ಮಾತ್ರ ತಾನು ಸತ್ತಿರುವೆನೆಂದು ಅರಿತುಕೊಳ್ಳಲು ಆತನಿಗೆ ಸಾಕಷ್ಟು ಗ್ರಹಣಶಕ್ತಿ ಇಲ್ಲದಿರಬಹುದು; ಆ ಕ್ರಿಯಾ ಉಪಕರಣವು ಹಿಂದಿನ ಮನುಷ್ಯ ದೇಹವಾಗಿದೆ. ಆತನು ತನ್ನೊಳಗೆ ಚಿಂತಿಸಬಹುದು, "ನಾನು ಸತ್ತಿರುವೆನು. ಏನೋ ಸಂಭವಿಸಿತು. ನಾನು ಎಂದಿನಂತೆ ವರ್ತಿಸಲು ಆಗುತ್ತಿಲ್ಲ. ನಾನು ಒಂದು ಪ್ರೇತ."

ಅವರ ಪ್ರತಿಕ್ರಿಯೆ

ಆ ಹಂತದಲ್ಲಿ ಆತನು ಮತ್ತೆ ಜೀವಂತವಾಗಿರುವ ಐಹಿಕ ರೂಪಗಳನ್ನು ಹೊಂದಿರುವ ಸ್ನೇಹಿತರೊಡನೆ ಮತ್ತು ಸಂಬಂಧಿಕರೊಡನೆ ಸಮಾಲೋಚಿಸಲು ಪ್ರಯತ್ನಿಸಬಹುದು. ಆತನು ಅಪೂರ್ಣಗೊಂಡಿರುವ ಜವಾಬ್ದಾರಿಗಳನ್ನು ಪೂರ್ಣಗೊಳಿಸಲು ಅವರಲ್ಲಿ ಯಾರಾದರೂ ಮೇಲೆ ಪ್ರಭಾವ ಬೀರಬಹುದು. ಅವರು ತನ್ನ ಆಲೋಚನೆಯನ್ನು ಗ್ರಹಿಸಬಲ್ಲರೆಂದು ಆತನು ಅರಿತುಕೊಳ್ಳುತ್ತಾನೆ, ಆದರೆ ಅವರ ಪ್ರತಿಕ್ರಿಯೆಯು ಉದಾಸೀನ ಅಥವಾ ನಕಾರಾತ್ಮಕವಾಗಿರಬಹುದು, ಆದ್ದರಿಂದ ಆತನಿಗೆ ಅನರ್ಹಗೊಳಿಸಿದಂತೆ ಅಥವಾ ಅಧಿಕಾರವಿಲ್ಲದಂತೆ ಅನಿಸಬಹುದು.

ತನ್ನ ಮೇಲೆ ನಿಯಂತ್ರಣವನ್ನು ಪಡೆದುಕೊಳ್ಳುವುದು

ಒಬ್ಬ ವ್ಯಕ್ತಿಯು ಪ್ರತಿ ರಾತ್ರಿಯು ನಿದ್ರಿಸುತ್ತಿರುವಾಗ ಅಥವಾ ವಿರಮಿಸುತ್ತಿರುವಾಗ ತಾನು ಹೇಗೆ ಸ್ಥೂಲ ದೇಹದಿಂದ ನಿರ್ಗಮಿಸುತ್ತೇನೆ ಮತ್ತು ಸ್ಥೂಲ ದೇಹವನ್ನು ಮರು–ಪ್ರವೇಶಿಸುತ್ತೇನೆ ಎಂಬುದನ್ನು ಅರಿತುಕೊಂಡರೆ, ಆತನು (ಸಾವಿನ ನಂತರ) ಪರಲೋಕದಲ್ಲಿ ತನ್ನ ಮೇಲೆ ಉತ್ತಮವಾದ ನಿಯಂತ್ರಣವನ್ನು ಪಡೆದುಕೊಳ್ಳಬಹುದು, ಮತ್ತು ದಿನಗಳ, ವಾರಗಳ ಅಥವಾ ತಿಂಗಳುಗಳ ಮಾನಸಿಕ ಗೊಂದಲವನ್ನು ತಪ್ಪಿಸಬಹುದು.

ಅಧ್ಯಾಯ ೪

ಮೂರನೇ ಕಣ್ಣಿನ ಭದ್ರವಾದ ಹಿಡಿತ

ಮೂರನೇ ಕಣ್ಣು ಅಥವಾ ಭ್ರೂ ಚಕ್ರ ಯೋಗಿಗಳಿಗೆ ರೂಢಿಯಲ್ಲಿರುವ ಗಮನದ ದಿಕ್ಕುಗಳಲ್ಲಿ ಒಂದಾಗಿದೆ. ವಾಸ್ತವವಾಗಿ ಆ ಬಿಂದುವು ಎಷ್ಟು ಪುರಾತನವಾದ ಗಮನದ ದಿಕ್ಕೆಂದರೆ ಅದನ್ನು ಭಗವದ್ಗೀತೆಯಲ್ಲಿ ಪ್ರಸ್ತಾಪಿಸಲಾಗಿದೆ.

- *ಬಾಹ್ಯ ಇಂದ್ರಿಯ ಸಂಪರ್ಕಗಳನ್ನು ಹೊರಗಿಡುತ್ತಾ, ಮತ್ತು ದೃಷ್ಟಿಯ ಗಮನವನ್ನು ಹುಬ್ಬುಗಳ ನಡುವೆ ಒಂದೇ ಸಮನೆ ಹರಿಸುತ್ತಾ, ಮೂಗಿನ ಮೂಲಕ ಚಲಿಸುತ್ತಿರುವ ಉಚ್ಛ್ವಾಸ ಮತ್ತು ನಿಶ್ವಾಸವನ್ನು ಸಮತೋಲನದಲ್ಲಿ ಇರಿಸುತ್ತಾ, . . .*
- *. . . ಇಂದ್ರಿಯ ಶಕ್ತಿ, ಮನಸ್ಸು, ಮತ್ತು ಬುದ್ಧಿಯನ್ನು ನಿಯಂತ್ರಿಸಿದ, ಆಸೆ, ಭಯ ಮತ್ತು ಕೋಪವು ಹೊರಟುಹೋದ, ಮುಕ್ತಿಯನ್ನು ಸಾಧಿಸುವುದಕ್ಕೆ ಪೂರ್ಣವಾಗಿ ನಿಷ್ಠನಾದ ಜ್ಞಾನಿಯು ಯಾವಾಗಲೂ ಮುಕ್ತನಾಗಿದ್ದಾನೆ. (ಭಗವದ್ಗೀತೆ ೫. ೨೭-೨೮)*
- *. . . ಸಾವಿನ ಸಮಯದಲ್ಲಿಯೂ ಕೂಡ ದೃಢ ಮನಸ್ಸಿನಿಂದ, ಅಚಲ ಶ್ರದ್ಧೆಯ ಸಂಬಂಧವನ್ನು ಹೊಂದಿದ್ದು, ಯೋಗ ಅಭ್ಯಾಸದ ಮೂಲಕ ವೃದ್ಧಿಯಾದ ಮಾನಸಿಕ ಶಕ್ತಿಯಿಂದ ಚೈತನ್ಯ ನೀಡುವ ಉಸಿರನ್ನು ನಿಖರತೆಯೊಂದಿಗೆ ಹುಬ್ಬುಗಳ ನಡುವೆ ಪ್ರವೇಶಿಸುವಂತೆ ಮಾಡಿರುವ ಆ ಧ್ಯಾನಿಯು ದಿವ್ಯ ಪರಮಶ್ರೇಷ್ಠ ಪುರುಷನ ಬಳಿಗೆ ಹೋಗುತ್ತಾನೆ. (ಭಗವದ್ಗೀತೆ ೮. ೧೦)*

ವ್ಯಕ್ತಿಯೊಬ್ಬನು ಮುಂದುವರೆದ ಹಂತವನ್ನು ತಲುಪುವ ಮುನ್ನವೇ ದೇಹದಿಂದ ಗತಿಸಿದರೆ (ಅಂದರೆ, ನಿಧನ ಹೊಂದಿದರೆ), ಮೂರನೇ ಕಣ್ಣಿನ ಗಮನವನ್ನು ಕರಗತ ಮಾಡಿಕೊಂಡ ಒಬ್ಬ ವ್ಯಕ್ತಿಯು ಮನಸ್ಸನ್ನು ಸುಳ್ಳು ಭರವಸೆಯಲ್ಲಿ ಆಶ್ರಯ ತೆಗೆದುಕೊಳ್ಳುವುದನ್ನು ತಪ್ಪಿಸಲು ಅದನ್ನು ಬಳಸಿಕೊಳ್ಳಬಹುದು. ಯಾರು ಸಾವಿನ ಸಮಯದಲ್ಲಿ ಹುಬ್ಬುಗಳ ನಡುವೆ ಜೀವ ವಾಯು ಮತ್ತು ಗಮನವನ್ನು ನಿಶ್ಚಲವಾಗಿ ನಿಲ್ಲಿಸುತ್ತಾರೆಯೋ, ಮತ್ತು ಯಾವುದರಿಂದಲೂ ಮನಸ್ಸಿನ ಏಕಾಗ್ರತೆಯನ್ನು ಭಂಗಗೊಳಿಸದೆ ಪೂರ್ಣ ಭಕ್ತಿಯಲ್ಲಿ, ಸಂಪೂರ್ಣ ಗಮನದಿಂದ ಕೃಷ್ಣನನ್ನು ಸ್ಮರಿಸುವಲ್ಲಿ ತೊಡಗುತ್ತಾರೆಯೋ ಅವರು ಖಂಡಿತವಾಗಿಯೂ ದಿವ್ಯ ಪರಮಶ್ರೇಷ್ಠ ಪುರುಷನನ್ನು ಹೊಂದುತ್ತಾರೆ ಎಂದು ಶ್ರೀ ಕೃಷ್ಣನು ಭರವಸೆ ಕೊಟ್ಟಿದ್ದಾನೆ. ತಾಂತ್ರಿಕ ಸಂಸ್ಕೃತದ ಪದಗಳಾದ ಪ್ರಾಣಾಪಾನೌ ಮತ್ತು ಪ್ರಾಣಂ-ಆವೇಶ್ಯ ಎಂಬುವವು (ಭಗವದ್ಗೀತೆ ೫. ೨೭, ೮. ೧೦) ವ್ಯಕ್ತಿಯು ಜೀವ ಶಕ್ತಿಯ ನಿಯಂತ್ರಣವನ್ನು ಪಡೆದುಕೊಂಡಿದ್ದಾನೆ, ಮತ್ತು ಸಂಪೂರ್ಣ ಬ್ರಹ್ಮಚಾರಿಯಾಗಿದ್ದಾನೆ ಎಂಬುದನ್ನು ಸೂಚಿಸುತ್ತವೆ. ಬ್ರಹ್ಮಚರ್ಯೆ ಈ ವಿಶಿಷ್ಟ ಅಭ್ಯಾಸ ಕ್ರಮದ ಭಾಗವಾಗಿದೆ.

ಯೋಗ-ಬಲೇನ ಎಂಬುದು (ಭಗವದ್ಗೀತೆ ೮.೧೦) ಸ್ವರ್ಗೀಯ ಸುಂದರಿಯರಿಂದ ಚಿತ್ತ ಚಂಚಲವಾಗದ ಮಟ್ಟಿಗೆ ತನ್ನ ಆಧ್ಯಾತ್ಮಿಕ ಶಕ್ತಿಗಳ ಸಂಪೂರ್ಣ ಸಂರಕ್ಷಣೆ ಎಂಬುದನ್ನು ಸೂಚಿಸುತ್ತದೆ. ವ್ಯಕ್ತಿಯೊಬ್ಬನು ಸಂಪೂರ್ಣವಾಗಿ ಬ್ರಹ್ಮಚಾರಿಯಾಗಿಲ್ಲದಿದ್ದರೆ, ಖಂಡಿತವಾಗಿಯೂ, ಏನೇ ಆದರೂ ಕೂಡ ಆತನ ಚಿತ್ತ ಚಂಚಲವಾಗುತ್ತದೆ, ಮತ್ತು ಆತನು ಒಬ್ಬ ಅತ್ಯುತ್ತಮನಾದ ವ್ಯಕ್ತಿಯಾಗಿದ್ದರೂ ಕೂಡ ಆತನು ಆಧ್ಯಾತ್ಮಿಕ ಸ್ಥಳಗಳನ್ನು ತಲುಪುವುದಿಲ್ಲ.

ಮೂರನೇ ಕಣ್ಣಿನ ಮೇಲೆ ಸ್ವಲ್ಪ ನಿಯಂತ್ರಣವನ್ನು ಪಡೆದುಕೊಂಡ ನಂತರ, ಒಬ್ಬ ವ್ಯಕ್ತಿಯು ಬಯಸಿದಂತೆ ಆ ಚಕ್ರವನ್ನು ಗಮನದ ಕೇಂದ್ರಕ್ಕೆ ತರುವಂತೆ ಅದನ್ನು ನಿಭಾಯಿಸಲು ಸಾಧ್ಯವಾಗುವಂತಹ ಹಂತವನ್ನು ತಲುಪುತ್ತಾನೆ. ಇದು ಅಭ್ಯಾಸದ ಮುಂದುವರೆದ ಹಂತಗಳಲ್ಲಿ ಅಗತ್ಯ. ಸಾವಿನ ಸಮಯದಲ್ಲಿ ಮನಸ್ಸು ತಿಳಿಯಾಗುವುದಕ್ಕೆ, ಜೀವ ಶಕ್ತಿಯನ್ನು ಮೇಲಕ್ಕೆ ಎಳೆದುಕೊಳ್ಳಲ್ಪಡುವುದಕ್ಕೆ, ಮತ್ತು ಮೂರನೇ ಕಣ್ಣಿನ ಚಕ್ರವು ದೃಷ್ಟಿ ಗೋಚರವಾಗುವುದಕ್ಕೆ ಅಥವಾ ಇಂದ್ರಿಯಗ್ರಾಹ್ಯವಾಗುವುದಕ್ಕೆ ಒಬ್ಬ ವ್ಯಕ್ತಿಗೆ ತಾಳ್ಮೆಯಿಂದ ಕಾಯುವ ಸಮಯ ಇಲ್ಲದಿರಬಹುದು. ಆದ್ದರಿಂದ, ಆತನು ಸಂದರ್ಭಾನುಸಾರ ದಿನಗಳು, ವಾರಗಳು ಅಥವಾ ವರ್ಷಗಳ ನಂತರ ಈ ಚಕ್ರವನ್ನು ಸ್ವಾಧೀನ ಪಡಿಸಿಕೊಂಡ ನಂತರ, ಅದು ಸ್ಥಿರವಾಗುವುದಕ್ಕೆ ಆತನು ಇನ್ನು ಮುಂದೆ ಕಾಯುವುದಿಲ್ಲ, ಆದರೆ ಭದ್ರವಾಗಿ ಹಿಡಿದುಕೊಳ್ಳುವ ಅಭ್ಯಾಸದಿಂದ ಅದನ್ನು ಬಲವಂತವಾಗಿ ಸ್ಥಿರಗೊಳಿಸುತ್ತಾನೆ.

ಒಬ್ಬ ವ್ಯಕ್ತಿಗೆ ಅದರ ಸ್ಥಳ ಹಾಗೂ ಅದು ಸುಮಾರಾಗಿ ಎಲ್ಲಿರುತ್ತದೆ ಎಂಬುದು ಗೊತ್ತಿದ್ದರೆ, ಮತ್ತು ಅದು ಹೇಗೆ ಪ್ರಕಟವಾಗುತ್ತದೆ ಹಾಗೂ ಗೊಂದಲ, ಆತಂಕ, ಅಥವಾ ಚಿತ್ತ ಚಾಂಚಲ್ಯದಿಂದ ಅದು ಹೇಗೆ ಪ್ರಕಟಣೆಯ ಹೊರಗೆ ಹೋಗುತ್ತದೆ (ಅಂದರೆ, ಮರೆಯಾಗುತ್ತದೆ) ಎಂಬುದು ಗೊತ್ತಿದ್ದರೆ, ಈ ಚಕ್ರವನ್ನು ಭದ್ರವಾಗಿ ಹಿಡಿದುಕೊಳ್ಳಬಹುದು.

ಈ ಚಕ್ರವನ್ನು ಭದ್ರವಾಗಿ ಹಿಡಿದುಕೊಳ್ಳುವುದರಲ್ಲಿ ಒಬ್ಬ ವ್ಯಕ್ತಿಯು ಗಮನವನ್ನು ಮತ್ತು ಸಂಕಲ್ಪ-ಶಕ್ತಿಯನ್ನು ಬಳಸುತ್ತಾನೆ. ಆತನು ಗಮನವನ್ನು ಮಾನಸಿಕ ಬೆರಳುಗಳೆಂಬಂತೆ ಅಥವಾ ಬಿಗಿಯಾಗಿ ಹಿಡಿದುಕೊಳ್ಳುವ ಉಪಕರಣಗಳೆಂಬಂತೆ ಬಳಸುತ್ತಾನೆ.

ಪ್ರಾಚೀನ ಯೋಗಿಗಳು ಈ ಚಕ್ರದಲ್ಲಿ ಸಾಧಿಸಿದ ಸ್ಪಷ್ಟತೆಯನ್ನು ಅಲ್ಪಾವಧಿಯವರೆಗೆ ಹೊರತು ಇಂದು ಸಾಧಿಸುವುದು ಅಸಾಧ್ಯ. ಆದ್ದರಿಂದ, ಈ ಚಕ್ರದ ಸ್ಪಷ್ಟ ಜಾಗವನ್ನು ಮಬ್ಬು ಕವಿಯುವ ಮಾನಸಿಕ ಮಂಜನ್ನು ಹೋಗಲಾಡಿಸುವಂಥ ಭದ್ರವಾಗಿ ಹಿಡಿದುಕೊಳ್ಳುವ ಹಾಗೂ ಸ್ಪಷ್ಟಗೊಳಿಸುವ ವಿಧಾನವನ್ನು ಒಬ್ಬ ವ್ಯಕ್ತಿಯು ಕಲಿತುಕೊಳ್ಳಬೇಕು. ಈ ಚಕ್ರದ ಪರಿಭ್ರಮಿಸುವ, ತಿರುಗುವ ಮಂಡಲ ಶಕ್ತಿಯನ್ನು ಮೆದುಳಿನ ಅತೀಂದ್ರಿಯ ಕೇಂದ್ರದಲ್ಲಿನ ತನ್ನ ಕೇಂದ್ರೀಯ ಸ್ಥಾನದ ಹತ್ತಿರಕ್ಕೆ ಚಲಿಸಲು ಕೂಡ ಒಬ್ಬ ವ್ಯಕ್ತಿಯು ಕಲಿತುಕೊಳ್ಳಬೇಕು. ದೃಶ್ಯ ರೀತಿಯಲ್ಲಿ ಈ ಮಾಹಿತಿಯನ್ನು ವಿವರಿಸುವ ರೇಖಾಚಿತ್ರಗಳು ಇಲ್ಲಿ ಇವೆ.

ಸ್ವಯಂನ-ಕೇಂದ್ರಭಾಗವು (ಆತ್ಮವು) ಮೆದುಳಿನ ಜಾಗದ ಅತೀಂದ್ರಿಯ ಕೇಂದ್ರದಲ್ಲಿ ಇದೆ (psychic center).

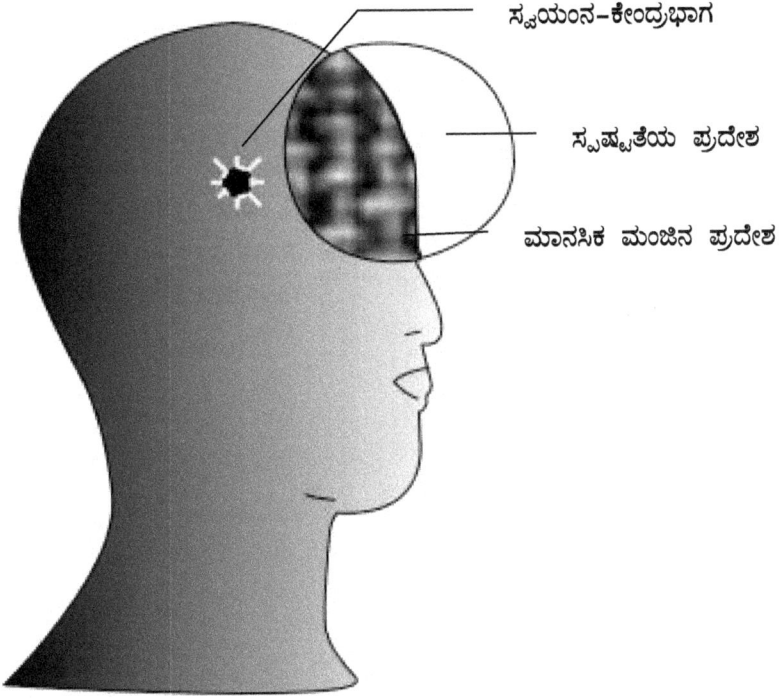

ಸ್ವಯಂನ-ಕೇಂದ್ರಭಾಗ

ಸ್ಪಷ್ಟತೆಯ ಪ್ರದೇಶ

ಮಾನಸಿಕ ಮಂಜಿನ ಪ್ರದೇಶ

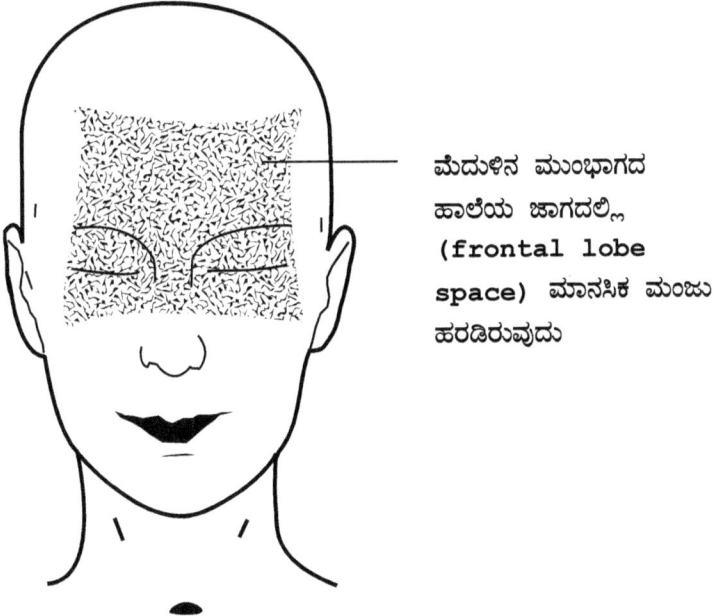

ಮೆದುಳಿನ ಮುಂಭಾಗದ
ಹಾಲೆಯ ಜಾಗದಲ್ಲಿ
(frontal lobe
space) ಮಾನಸಿಕ ಮಂಜು
ಹರಡಿರುವುದು

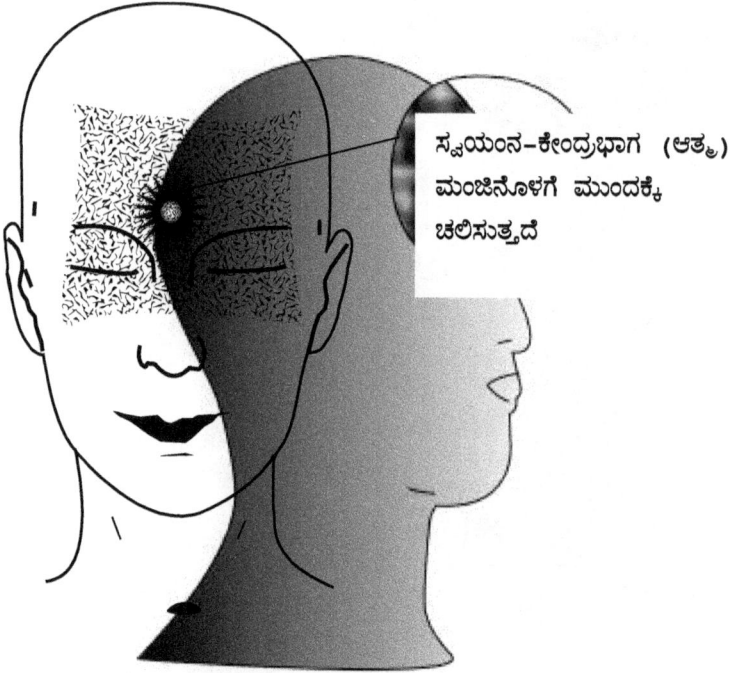

ಸ್ವಯಂನ-ಕೇಂದ್ರಭಾಗ (ಆತ್ಮ) ಮಂಜಿನೊಳಗೆ ಮುಂದಕ್ಕೆ ಚಲಿಸುತ್ತದೆ

ಮಾನಸಿಕ ಮಂಜಿನಲ್ಲಿ ಸ್ವಯಂನ-ಕೇಂದ್ರಭಾಗ (ಆತ್ಮ)

ತಲೆಬುರುಡೆಯ ಪ್ರದೇಶದ ಹೊರಗಡೆಯ ಸ್ಪಷ್ಟತೆಯಲ್ಲಿ ಸ್ವಯಂನ-ಕೇಂದ್ರಭಾಗ (ಆತ್ಮ)

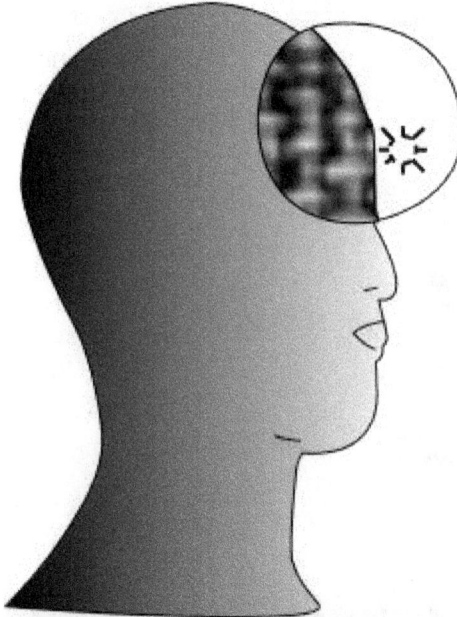

ಸ್ವಯಂನ-ಕೇಂದ್ರಭಾಗ (ಆತ್ಮ) ಮೆದುಳಿನ ಹಿಂಭಾಗಕ್ಕೆ ಮಾನಸಿಕ ಮಂಜನ್ನು ತಳ್ಳುತ್ತಿರುವುದು

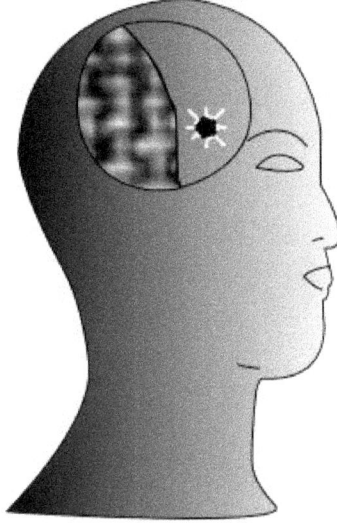

ಸ್ವಯಂನ-ಕೇಂದ್ರಭಾಗ (ಆತ್ಮ) ಮಿದುಳಿನ ಹಿಂಭಾಗದಲ್ಲಿರುವಾಗ ಮಾನಸಿಕ ಮಂಜು ಕಣ್ಮರೆಯಾಯಿತು

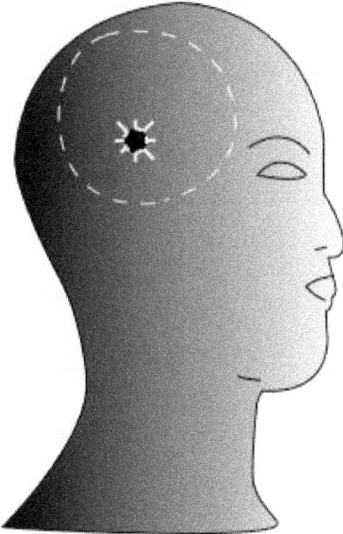

ಮಂಜು ಮಿದುಳಿನ ಹಿಂಭಾಗದಲ್ಲಿರಲು ಸಾಧ್ಯವಿಲ್ಲ, ಏಕೆಂದರೆ ಮಂಜನ್ನು ಸೃಷ್ಟಿಸುವ ಮತ್ತು ಬೆಂಬಲಿಸುವ ಲೆಕ್ಕಾಚಾರಕ್ಕೆ ಸಂಬಂಧಿಸಿದ ಶಕ್ತಿಯು (calculative power) ಅಲ್ಲಿ ಅಸ್ತಿತ್ವದಲ್ಲಿಲ್ಲ. ಮಂಜನ್ನು ಅಲ್ಲಿ ತೆಗೆದುಕೊಂಡು ಹೋದಾಗ, ಬೆಳಿಗ್ಗಿಯ ಮಂಜು ಸ್ವಾಭಾವಿಕವಾಗಿ ಕಣ್ಮರೆಯಾಗುವಂತೆ ಅದು ಕರಗಿ ಹೋಗುತ್ತದೆ.

ಅಧ್ಯಾಯ ೫

ಮೂರನೇ ಕಣ್ಣಿನ ಸ್ಪಷ್ಟತೆಯನ್ನು ಇಣುಕಿ ನೋಡುವುದು

ಈ ಚಿತ್ರಗಳಲ್ಲಿ ಸ್ವಯಂನ-ಕೇಂದ್ರಭಾಗವು ಮೆದುಳಿನ ಅತೀಂದ್ರಿಯ ಕೇಂದ್ರದಲ್ಲಿ ಉಳಿದಿರುತ್ತದೆ, ಮತ್ತು ಭ್ರೂ ಚಕ್ರದಲ್ಲಿ ಇದ್ದಕ್ಕಿದ್ದಂತೆ ಗೋಚರವಾಗುವ ಸ್ಪಷ್ಟ ಅಂತರಗಳ (ಸ್ಪಷ್ಟ ಕಂಡಿಗಳ/clear spaces) ಮೂಲಕ ನೋಡುತ್ತದೆ.

ನಿಮಗೆ ಹುಬ್ಬುಗಳ ನಡುವೆ ಏನು ಕಾಣದಿದ್ದರೂ ಕೂಡ ಅಲ್ಲಿ ಗಮನ ಕೇಂದ್ರೀಕರಿಸುವುದನ್ನು ಮುಂದುವರಿಸಿ. ಕಾಲಕ್ರಮೇಣ ನಿಮಗೆ ಆಸ್ಟ್ರಲ್ ದೃಷ್ಟಿಯು ಕಾಣಿಸಿಕೊಳ್ಳುತ್ತದೆ.

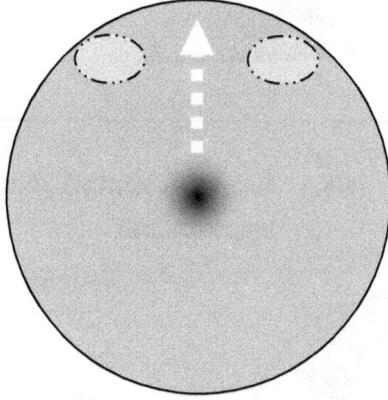

ನಕ್ಷತ್ರದ ಸಣ್ಣ ಚುಕ್ಕೆಯು (star speck) ಭ್ರೂ ಚಕ್ರದಲ್ಲಿ ಕಾಣಿಸಿಕೊಳ್ಳುತ್ತಿದೆ

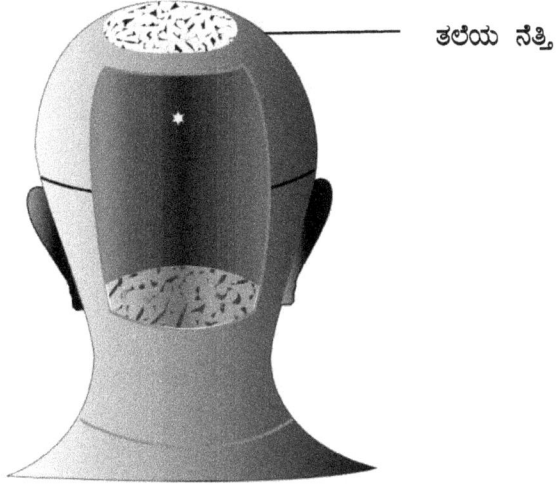

ತಲೆಯ ನೆತ್ತಿ

ಒನೇ ಕಣ್ಣಿನಲ್ಲಿ ಕಣ್ಣೀರಿನ ಆಕಾರದ ಸ್ಪಷ್ಟ ಕಂಡಿ

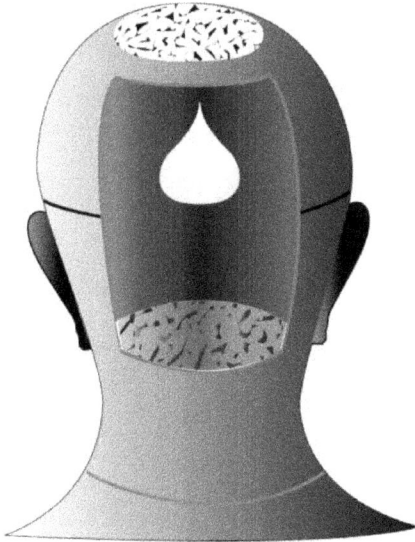

ಒನೇ ಕಣ್ಣಿನಲ್ಲಿ ಅಂಡಾಕಾರದ ಕಂಡಿ

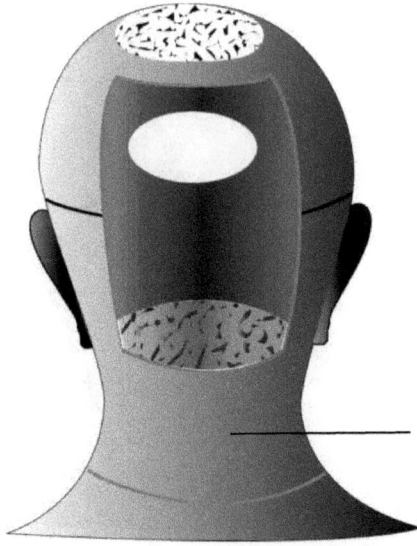

ಕತ್ತಿನ ಹಿಂಭಾಗ

೩ನೇ ಕಣ್ಣಿನಲ್ಲಿ ಚೌಕದ ಕಂಡಿ

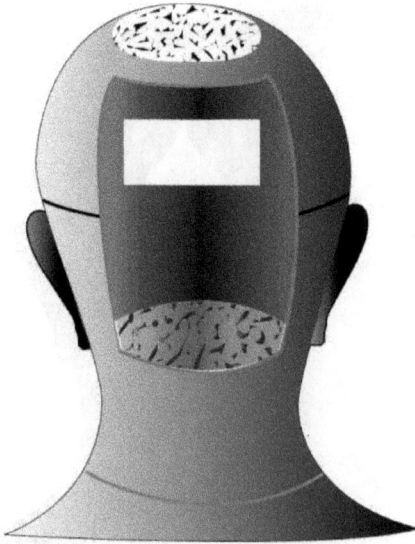

೩ನೇ ಕಣ್ಣಿನಲ್ಲಿ ಎಂಟು-ಬಿಂದುವಿನ ನಕ್ಷತ್ರ ಕಂಡಿ

ಇನೇ ಕಣ್ಣಿನಲ್ಲಿ ಚೌಕದ ಕಂಡಿಯ ಮೂಲಕ ಕಾಣಿಸಿಕೊಳ್ಳುತ್ತಿರುವ ನೈಸರ್ಗಿಕ ದೃಶ್ಯ

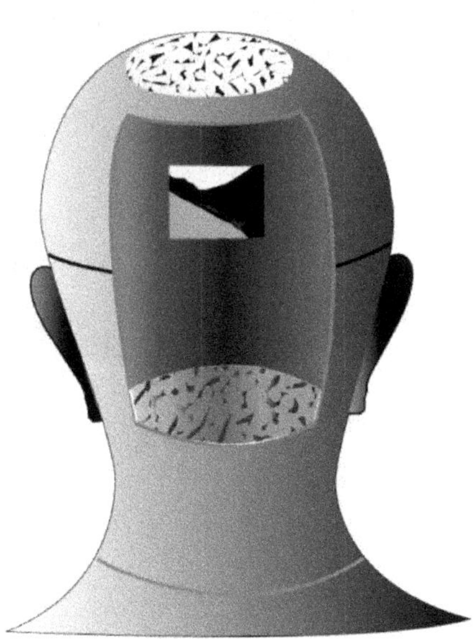

ಸ್ಪಷ್ಟತೆಯಲ್ಲಿ ಆತ್ಮವು ನಿಧಾನವಾಗಿ ಗೋಚರಿಸುತ್ತಿರುವುದು

ಧ್ಯಾನದಲ್ಲಿ ಒಬ್ಬ ವ್ಯಕ್ತಿಯು ಅಂಧಕಾರದ ಮಾನಸಿಕ ಹಾಗೂ ಭಾವನಾತ್ಮಕ ಶಕ್ತಿಯ ಅತೀಂದ್ರಿಯ ಮೋಡವನ್ನು (mystic cloud of dark mental and emotional energy) ಗ್ರಹಿಸಬಹುದು. ಸ್ವಯಂನ–ಕೇಂದ್ರಭಾಗವು ಈ ಶಕ್ತಿಯೊಂದಿಗೆ ಗುರುತಿಸಿಕೊಳ್ಳುತ್ತದೆ.

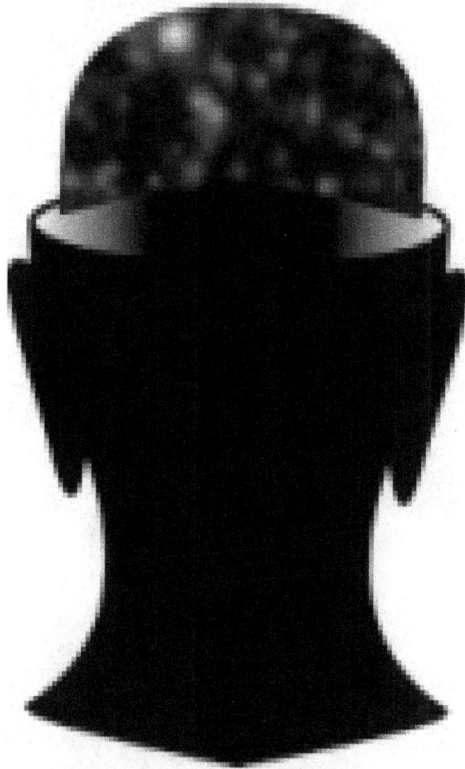

ತಲೆಯ ಹಿಂಭಾಗ

ಕೆಳಗಿನ ಚಿತ್ರವು ಗೊಂದಲ ಹಾಗೂ ತಲ್ಲೀನತೆ ಎಂಬ ಮಾನಸಿಕ ಶಕ್ತಿಗಳ ಎರಡು ಪದರಗಳನ್ನು ಹಾಗೂ ಅವುಗಳ ನಡುವೆ ತಟಸ್ಥ ಅಂತರವಿರುವುದನ್ನು ತೋರಿಸುತ್ತದೆ. ಸ್ವಯಂನ-ಕೇಂದ್ರಭಾಗವು (ಆತ್ಮವು) ಈ ಶಕ್ತಿಯಿಂದ ಗೊಂದಲಕ್ಕೀಡಾಗಿದೆ, ಮತ್ತು ಅದಕ್ಕೆ ತನ್ನ ಶಕ್ತಿಯು ಎಲ್ಲಾ ದಿಕ್ಕುಗಳಲ್ಲೂ ಹೊರಕ್ಕೆ ಚಲಿಸುತ್ತಿದೆ ಎಂಬುದು ಮತ್ತು ತಾನು ಅರಿವಿನ ಒಂದು ದೈಶಿಕ ವಸ್ತು (spatial object of consciousness) ಎಂಬುದು ತಿಳಿದಿದೆ.

ಕೆಳಗಿನ ಚಿತ್ರದಲ್ಲಿ ಸ್ವಯಂನ-ಕೇಂದ್ರಭಾಗವು ಅಂಧಕಾರದ ಮಾನಸಿಕ ಶಕ್ತಿಯ ಪ್ರಾಬಲ್ಯದಿಂದ ಮುಕ್ತವಾಗಿದೆ ಮತ್ತು ಸ್ಥಳೀಕರಿಸಲ್ಪಟ್ಟ ಒಂದು ದೈಶಿಕ ಶಕ್ತಿಯಾಗಿ (localized spatial force) ತನ್ನನ್ನು ಅನುಭವಿಸುತ್ತಿದೆ.

ಅಧ್ಯಾಯ ೬

ಆಲೋಚನೆಯನ್ನು ಗುರುತಿಸುವುದು

ಪತಂಜಲಿಯವರ ಪ್ರಕಾರ ಯೋಗವು ಸಂಯಮದ ಆಲೋಚನೆಯ ಮಾದರಿಗಳಿಂದ (restrained thought patterns) ಆರಂಭವಾಗುತ್ತದೆ. ಪ್ರಾಚೀನ ಅಥವಾ ಸಾಂಪ್ರದಾಯಿಕ ಯೋಗ ವಿಧಾನಗಳ ಮೇಲಿನ ತಜ್ಞರಾದ ಪತಂಜಲಿಯವರು ಮಾನಸಿಕ ರಚನೆಗಳ ತಾತ್ಕಾಲಿಕ ಅಥವಾ ಸಂಪೂರ್ಣ ಸಮಾಪ್ತಿಯು ಯೋಗದ ಸಾಧನೆಯಾಗಿದೆ ಎಂದು ಹೇಳುತ್ತಾರೆ.

ಮನಸ್ಸು ಇದ್ದಕ್ಕಿದ್ದಂತೆ ಬದಲಾಗುತ್ತದೆ

ಮನಸ್ಸಿನ ವಿಚಾರಗಳು ಸ್ವಾಭಾವಿಕ, ಏಕೆಂದರೆ ಮನಸ್ಸು ಚಂಚಲ, ಅದು ಒಂದು ಅನಿಸಿಕೆಯಿಂದ ಇನ್ನೊಂದಕ್ಕೆ ಅಸ್ಥಿರವಾಗಿ ಚಲಿಸುತ್ತಿರುತ್ತದೆ. ಮನಸ್ಸು ಮಂಕು ಮಾಡುವ ಶಕ್ತಿಗಳ ರಾಶಿಯಿಂದ ತುಂಬಿದ ಹೊರತು ಸ್ವಭಾವತಃ ಅದು ಸ್ಥಿರವಾಗಲು ಸಾಧ್ಯವಿಲ್ಲ. ಮನಸ್ಸು ಅಲ್ಪ ರೀತಿಯಲ್ಲಿಯಾದರೂ ಚೈತನ್ಯ ತುಂಬಿಕೊಂಡಿರುವವರೆಗೂ ಅದು ಮಾರ್ಪಾಡುಗಳನ್ನು ಅಥವಾ ಬದಲಾವಣೆಗಳನ್ನು ಆರಂಭಿಸುತ್ತದೆ. ಮನಸ್ಸು ನಿರಂತರವಾಗಿ ಮತ್ತು ಆವೇಗದಿಂದ ಒಂದು ಇಂದ್ರಿಯದಿಂದ ಇನ್ನೊಂದಕ್ಕೆ ಮಾಹಿತಿಯನ್ನು ತೆಗೆದುಕೊಳ್ಳುತ್ತಾ, ಒಂದು ಕಲ್ಪನೆಯಿಂದ ಇನ್ನೊಂದಕ್ಕೆ, ಒಂದು ಆಲೋಚನೆ ಅಥವಾ ದೃಶ್ಯದಿಂದ ಇನ್ನೊಂದಕ್ಕೆ ಇದ್ದಕ್ಕಿದ್ದಂತೆ ಬದಲಾಗುತ್ತದೆ ಎಂಬುದನ್ನು ಧ್ಯಾನದಲ್ಲಿ ಒಬ್ಬ ವ್ಯಕ್ತಿಯು ಮೊದಲು ಗಮನಿಸುತ್ತಾನೆ. ಮನಸ್ಸಿನ ಈ ಕ್ರಿಯೆಯು ಖಂಡಿತವಾಗಿಯೂ ಸ್ವಯಂನ ಸ್ಥಿರತೆಗೆ ವಿರುದ್ಧವಾಗಿದೆ. ಅದು ಅಸಮರ್ಥವಾಗಿ ಮತ್ತು ಉದ್ದೇಶರಹಿತವಾಗಿ ಸ್ವಯಂನ ಶಕ್ತಿಯನ್ನು ಪೋಲು ಮಾಡುತ್ತದೆ.

ಅನ್ಯ ಆಲೋಚನೆಗಳನ್ನು ಪತ್ತೆ ಹಚ್ಚುವುದು

ಮನಸ್ಸನ್ನು ಪ್ರವೇಶಿಸುವ ಅನ್ಯ ಆಲೋಚನೆಗಳನ್ನು (ಹೊರಗಿನಿಂದ ಬರುವ ಆಲೋಚನೆಗಳನ್ನು, foreign thoughts) ಪತ್ತೆ ಹಚ್ಚುವ ಒಂದು ವಿಧಾನವನ್ನು ಒಬ್ಬ ವ್ಯಕ್ತಿಯು ಬೆಳೆಸಿಕೊಳ್ಳಬೇಕು. ಇಂತಹ ಮಾನಸಿಕ ರಚನೆಗಳ ಮೂಲಗಳಾಗಿರುವ ನಿರ್ದಿಷ್ಟ ವ್ಯಕ್ತಿಗಳನ್ನು ಆತನು ಗುರುತಿಸಬೇಕು.

ಅನ್ಯ ಆಲೋಚನೆಗಳ ಮೂಲಗಳನ್ನು ಗುರುತಿಸುವ ವಿಧಾನಗಳು:

- ಆಲೋಚನೆಗಳನ್ನು ದಾಖಲಿಸಿಕೊಳ್ಳುವುದು
- ಆಲೋಚನೆಗಳಿಗೆ ಸಾಮ್ಯಗಳನ್ನು ಕಂಡುಹಿಡಿಯಲು ಸಂಭಾಷಣೆಗಳ ಮತ್ತು ಪತ್ರವ್ಯವಹಾರಗಳ ತಾಳೆ ನೋಡುವುದು
- ಅಪೇಕ್ಷಣೀಯ ಮತ್ತು ಅನಪೇಕ್ಷಣೀಯ ಆಲೋಚನೆಗಳನ್ನು ಉಂಟುಮಾಡುವ ಪ್ರೇರಣೆಗಳನ್ನು ಕಂಡುಹಿಡಿಯಲು ಸಹವಾಸಗಳನ್ನು ಮತ್ತು ಭಾವನಾತ್ಮಕ ವರ್ಗಾವಣೆಗಳನ್ನು ಪರಿಶೀಲಿಸುವುದು

ಆರಂಭದಲ್ಲಿ ಅನ್ಯ ಆಲೋಚನೆಗಳನ್ನು ಗುರುತಿಸುವುದು ಕಷ್ಟಸಾಧ್ಯ, ಏಕೆಂದರೆ ಸಾಮಾನ್ಯವಾಗಿ ಒಬ್ಬ ವ್ಯಕ್ತಿಯು ತನ್ನ ಎಲ್ಲಾ ಆಲೋಚನೆಗಳೂ ತನ್ನ ವಿಚಾರಧಾರೆಗಳೆಂದು ಭಾವಿಸುತ್ತಾನೆ. ಅಸ್ಪಷ್ಟವಾದ ಸ್ವಸ್ವರೂಪ ಪ್ರಜ್ಞೆಯು ಮನಸ್ಸಿನೊಳಗಿನ ಎಲ್ಲವನ್ನೂ ಸ್ವಾಧೀನಕ್ಕೆ ತೆಗೆದುಕೊಳ್ಳಲು ಪ್ರಯತ್ನಿಸುತ್ತಿರುವುದರಿಂದ ಆಲೋಚನೆಗಳ ಬಗ್ಗೆ ಈ ಗೊಂದಲವುಂಟಾಗುತ್ತದೆ. ಆದರೂ, ಒಬ್ಬ ವ್ಯಕ್ತಿಯು ತನ್ನ ಮನಸ್ಸಿನ ತಿಕ್ಕಲಿನ ಆಲೋಚನಾ ಸಾಮರ್ಥ್ಯದ ಮೇಲೆ ಹಿಡಿತ ಸಾಧಿಸಿಕೊಳ್ಳಲು ಹೆಣಗುತ್ತಿದ್ದಂತೆ, ಶೀಘ್ರದಲ್ಲೇ ಕೆಲವು ಆಲೋಚನೆಗಳು ಅನ್ಯ ಇರಬೇಕೆಂದು ಆತನು ಅರಿತುಕೊಳ್ಳಲು ಆರಂಭಿಸುತ್ತಾನೆ, ಏಕೆಂದರೆ ಮನಸ್ಸಿನಲ್ಲಿ ಸಂಭವಿಸುವ ಅನೇಕ ಕಲ್ಪನೆಗಳಲ್ಲಿ ಹಾಗೂ ದೃಶ್ಯಗಳಲ್ಲಿ ಆತನಿಗೆ ಯಾವುದೇ ಆಳವಾದ ಆಸಕ್ತಿ ಇಲ್ಲವೆಂದು ಆತನು ಕಂಡುಕೊಳ್ಳುತ್ತಾನೆ.

ವಿವರಣೆಗಳನ್ನು ಬರೆದಿಟ್ಟುಕೊಳ್ಳುವುದು ಉಪಯುಕ್ತ

ಈ ಹಂತದಲ್ಲಿ ಆತನು ಆಲೋಚನೆಗಳ ಜಾಡನ್ನು ಹಿಡಿಯಲು ನಿರ್ಧರಿಸಬೇಕು. ಈ ಜಾಡು ಹಿಡಿಯುವುದು ಮನಸ್ಸನ್ನು ಕಲಕುವಂತಹ ಅಥವಾ ಆಧ್ಯಾತ್ಮಿಕವಾಗಿ ಫಲದಾಯಕವಲ್ಲದ ವಿಚಾರಗಳನ್ನು ಬರೆದಿಟ್ಟುಕೊಳ್ಳುವುದರಿಂದ ಆರಂಭವಾಗಬಹುದು. ಉತ್ತಮ ನೆನಪಿನ ಶಕ್ತಿ ಇರುವವನು ಬರೆದುಕೊಳ್ಳುವ ಪ್ರಕ್ರಿಯೆಯನ್ನು ಬಿಡಬಹುದು ಮತ್ತು ಇಂತಹ ಆಲೋಚನೆಗಳನ್ನು ಕೇವಲ ಮಾನಸಿಕವಾಗಿ ಗುರುತು ಹಾಕಿಕೊಳ್ಳಬಹುದು, ಆದರೂ ಲೇಖಕನಿಗೆ ವಿವರಣೆಗಳನ್ನು ಬರೆದಿಟ್ಟುಕೊಳ್ಳುವುದು ಉಪಯುಕ್ತವೆಂದು ಅನಿಸುತ್ತದೆ, ಏಕೆಂದರೆ ಒಬ್ಬ ವ್ಯಕ್ತಿಗೆ ಉತ್ತಮವಾದ ನೆನಪಿನ ಶಕ್ತಿ ಇದ್ದರೂ ಕೂಡ ಒಂದು ಅನ್ಯ ಆಲೋಚನೆಯ ಅನುಭವವು ಉಪಪ್ರಜ್ಞೆಯ ಮಟ್ಟಕ್ಕೆ ಮುಳುಗುವ ಸಂಭವವಿದೆ.

ಆ ಮೂಲವನ್ನು ಗುರುತಿಸುವುದು

ಆಲೋಚನೆಯನ್ನು ಗುರುತು ಹಾಕಿಕೊಂಡ ನಂತರ, ಆತನು ಅದರ ಮೂಲದ ಸೂಚನೆಗಾಗಿ ಕಾಯಬೇಕು. ಉದಾಹರಣೆಗೆ, ಆತನು ಫೋನಿನ ಕರೆಗಳನ್ನು ಅಥವಾ ಪತ್ರಗಳನ್ನು ಸ್ವೀಕರಿಸಿದರೆ ಮತ್ತು ಇವುಗಳಲ್ಲಿ ಯಾವುದಾದರೂ ಒಂದು ನಿರ್ದಿಷ್ಟ ಅನ್ಯ ಆಲೋಚನೆಯನ್ನು ಚರ್ಚಿಸಿದರೆ, ಆಗ ಆತನು ಆ ಮೂಲವನ್ನು ಗುರುತಿಸಬಹುದು.

ಆಲೋಚನೆಯ ಮೂಲವನ್ನು ಪತ್ತೆ ಹಚ್ಚುವ ವಿಧಾನ

ಉದಾಹರಣೆಗೆ, ಒಬ್ಬ ವ್ಯಕ್ತಿಗೆ ಇಂತಹ ಇನ್ನೊಂದು ಆಲೋಚನೆ ಇದ್ದರೆ, ತದನಂತರ ಆತನು ತನ್ನ ಪ್ರಸ್ತಾಪವಿಲ್ಲದೆಯೇ ತಕ್ಷಣವೇ ಆಲೋಚನೆಯ ವಿಷಯವನ್ನು ಚರ್ಚಿಸಲು ಆರಂಭಿಸುವ ಒಬ್ಬ ಪರಿಚಿತ ವ್ಯಕ್ತಿಯನ್ನು ಆತನು ಭೇಟಿಯಾದರೆ, ಆಗ ಆತನು ಆ ವ್ಯಕ್ತಿಯನ್ನು ಮತ್ತೆ ಮೂಲವೆಂದು ಗುರುತಿಸಬಹುದು. ಹೀಗೆ ಒಬ್ಬ ವ್ಯಕ್ತಿಯು ಆಲೋಚನೆಯ ಮೂಲವನ್ನು ಪತ್ತೆ ಹಚ್ಚುವ ಒಂದು ವಿಧಾನವನ್ನು ಬೆಳೆಸಿಕೊಳ್ಳಬಹುದು.

ಮೂಲ

ಒಮ್ಮೆ ಒಬ್ಬ ವ್ಯಕ್ತಿಯು ಇನ್ನೊಬ್ಬ ವ್ಯಕ್ತಿಯ ಆಲೋಚನೆಗಳ ಅಥವಾ ವಿಚಾರಗಳ ಮಾದರಿಯನ್ನು ಗುರುತಿಸಲು ಆರಂಭಿಸಿದರೆ, ಒಂದು ನಿರ್ಧಿಷ್ಟ ಆಲೋಚನೆಯು ಯಾವಾಗ ಇನ್ನೊಬ್ಬ ವ್ಯಕ್ತಿಯ ಮನಸ್ಸಿನಲ್ಲಿ ಹುಟ್ಟಿಕೊಂಡಿತು ಮತ್ತು ತನ್ನ ಸ್ವಂತದಲ್ಲಿ ಅಲ್ಲ ಎಂಬುದನ್ನು ತಿಳಿಯುವುದು ಸುಲಭವಾಗುತ್ತದೆ. ಅನ್ಯ ವಿಚಾರಗಳಿಂದ ಮುಕ್ತಿ ಪಡೆಯುವಲ್ಲಿ

ಇದು ಮೊದಲ ಹೆಜ್ಜೆಯಾಗಿದೆ. ಬಹುಶಃ ಒಬ್ಬ ವ್ಯಕ್ತಿಯು ಲೈಂಗಿಕ ಇಚ್ಛಾಪೂರೈಕೆಯಲ್ಲಿ ಆಸಕ್ತಿಯನ್ನು ಕಳೆದುಕೊಳ್ಳುವ ಹಂತವನ್ನು ತಲುಪುತ್ತಾನೆ, ತದನಂತರ ಆತನಿಗೆ ಒಂದು ಕಾಮಕ್ರೀಡೆಯ ಆಲೋಚನೆ ಬರುತ್ತದೆ. ಆಗ ಆತನು ಈ ಆಲೋಚನೆಯು ಇನ್ನೊಬ್ಬ ವ್ಯಕ್ತಿಯಿಂದ ಬರುತ್ತಿದೆ ಎಂದು ತೀರ್ಮಾನಿಸಬಹುದು. ಹೀಗೆ ಒಬ್ಬ ವ್ಯಕ್ತಿಯು ಲೈಂಗಿಕ ಅಂತಃಪ್ರೇರಣೆಯನ್ನು ಕಾರ್ಯಗತ ಮಾಡಬಾರದು, ಬದಲಿಗೆ ಆತನು ಲೈಂಗಿಕ ವಿಚಾರದ ಮೂಲವೆಂದು ಯಾರನ್ನಾದರೂ ಗುರುತಿಸಲು ಸಾಧ್ಯವಾಗುತ್ತದೆಯೋ ಎಂದು ನೋಡಲು ತಾಳ್ಮೆಯಿಂದ ಕಾಯಬೇಕು. ಉದಾಹರಣೆಗೆ, ಒಂದು ಲೈಂಗಿಕ ಆಲೋಚನೆಯ ನಂತರ ಆತನು ಲೈಂಗಿಕ ಪ್ರಣಯ ಪ್ರಸಂಗಗಳ ಬಗ್ಗೆ ತಕ್ಷಣವೇ ಮಾತನಾಡಲು ಪ್ರಾರಂಭಿಸುವ ಒಬ್ಬ ಸ್ನೇಹಿತನ ಬಳಿಗೆ ಬರುತ್ತಾನೆಂದು ಊಹಿಸಿಕೊಳ್ಳಿ. ಆಗ ಆತನು ಆ ಸ್ನೇಹಿತನನ್ನು ಮೂಲವೆಂದು (ಅಂದರೆ, ಆ ಆಲೋಚನೆಗೆ ಮೂಲವೆಂದು) ಗುರುತಿಸಬಹುದು. ಅಥವಾ ಬದಲಿಗೆ ಆತನು ತನ್ನ ಕಡೆಗೆ ಲೈಂಗಿಕವಾಗಿ ಆಕರ್ಷಿತನಾಗಿರುವ ಯಾರೋ ಒಬ್ಬನ ಬಳಿಗೆ ಬರುತ್ತಾನೆಂದು ಊಹಿಸಿಕೊಳ್ಳಿ, ಮತ್ತು ಆ ವ್ಯಕ್ತಿಯು ಒಂದು ಲೈಂಗಿಕ ಟೀಕೆಯನ್ನೋ, ಪ್ರಣಯಭರಿತ ಮಾತನ್ನೋ ಅಥವಾ ಪ್ರಣಯಚೇಷ್ಟೆಯನ್ನೋ ಮಾಡುತ್ತಾನೆಂದು ಊಹಿಸಿಕೊಳ್ಳಿ; ಆಗ ಆತನು ಆ ವ್ಯಕ್ತಿಯನ್ನು ಮೂಲವೆಂದು ಗುರುತಿಸಬಹುದು.

ಬಾಹ್ಯ ಪ್ರಭಾವಕ್ಕೆ ಒಳಪಟ್ಟಿದೆ

ಈ ರೀತಿಯಲ್ಲಿ ಒಬ್ಬ ವ್ಯಕ್ತಿಯು ತನ್ನ ಮನಸ್ಸು ಇತರರ ಬಯಕೆಗೆ ಸುಲಭವಾಗಿ ಪ್ರಭಾವಿತವಾಗುತ್ತದೆ ಎಂಬುದನ್ನು ಪ್ರಾಮಾಣಿಕವಾಗಿ ಅರ್ಥಮಾಡಿಕೊಳ್ಳಬಹುದು. ಒಬ್ಬನ ಮನಸ್ಸು ಪ್ರತ್ಯೇಕವಾಗಿಲ್ಲ. ಒಬ್ಬನ ಮನಸ್ಸು ಬಾಹ್ಯ ಪ್ರಭಾವಗಳಿಗೆ ಒಳಪಡುತ್ತದೆ. ಒಬ್ಬನ ಮನಸ್ಸು ಇತರರಿಂದ ಬರುವ ಆಲೋಚನೆಯ ಶಕ್ತಿಗಳಿಗೆ ಸ್ವಯಂಚಾಲಿತವಾಗಿ ತೆರೆದಿರುತ್ತದೆ.

ಆಲೋಚನೆಯನ್ನು ನಿಲ್ಲಿಸುವುದು

ಮಾನಸಿಕ ಶಕ್ತಿ

ಆಲೋಚನೆಯನ್ನು ನಿಲ್ಲಿಸುವುದು ಆಧ್ಯಾತ್ಮಿಕ ಜೀವನದಲ್ಲಿ ಸಾಧಿಸಬೇಕಾದ ಗುರಿಗಳ ಪಟ್ಟಿಯಲ್ಲಿ ಒಂದು ವಿಷಯವಾಗಿದೆ, ಏಕೆಂದರೆ ಆಲೋಚನೆಯ ಶಕ್ತಿ, ಸೂಕ್ಷ್ಮ ಶಕ್ತಿ ಅಮೂಲ್ಯ ಶಕ್ತಿಯಾಗಿದೆ. ನಿಯಮಾಧೀನ ಸ್ಥಿತಿಯಲ್ಲಿ (conditioned state) ನಾವು ಈ ಶಕ್ತಿಯ ಮೌಲ್ಯವನ್ನು ತಿಳಿದುಕೊಳ್ಳುವುದಿಲ್ಲ. ವಾಸ್ತವವಾಗಿ, ಅನನುಭವಿ ಹಂತದಲ್ಲಿ ಎಲ್ಲಾ ಅನುಭವಾತೀತ–ದಾರ್ಶನಿಕರು (transcendentalists) ಆಲೋಚನೆಯ ಚಟುವಟಿಕೆಯನ್ನು ನಿಯಂತ್ರಿಸುವ ಬಗೆಗಿನ ಪ್ರಾಮುಖ್ಯತೆಯನ್ನು ಅರಿತುಕೊಳ್ಳಲು ವಿಫಲರಾಗುತ್ತಾರೆ. ಇದಕ್ಕೆ ಮಾನಸಿಕ ಶಕ್ತಿಯ ಮೌಲ್ಯದ ಬಗ್ಗೆ ಅಜ್ಞಾನವೇ ಕಾರಣ. ನಿಯಮಾಧೀನ ಜೀವನದಲ್ಲಿ ಒಬ್ಬ ವ್ಯಕ್ತಿಯು ಪ್ರಾಪಂಚಿಕ ವಸ್ತುಗಳನ್ನು ಅಮೂಲ್ಯವೆಂದೆಣಿಸುತ್ತಾನೆ ಮತ್ತು ಮಾನಸಿಕ ಹಾಗೂ ಭಾವನಾತ್ಮಕ ಶಕ್ತಿಗಳ ಬಳಕೆಯ ಬಗ್ಗೆ ನಿರ್ಲಕ್ಷ್ಯದಿಂದ ಇರುತ್ತಾನೆ. ಮಾನಸಿಕ ಶಕ್ತಿಯು ಹಣ ಅಥವಾ ಹಣ ಖರೀದಿಸಬಹುದಾದ ಯಾವುದೇ ಉಪಯುಕ್ತ ವಸ್ತುವಿಗಿಂತ ಹೆಚ್ಚು ಮುಖ್ಯವಾಗಿದೆ.

ಆಲೋಚನೆಗಳಿಗೆ ಶಕ್ತಿ ಬೇಕಾಗುತ್ತದೆ

ಮುಂದುವರೆದ ಯೋಗವು ಆಲೋಚನೆಯನ್ನು ನಿಲ್ಲಿಸುವುದನ್ನು ಅದರ ಆಧಾರವಾಗಿ ಬಳಸುತ್ತದೆ. ಆಲೋಚನೆಗಳಿಗೆ ಶಕ್ತಿ ಬೇಕಾಗುತ್ತದೆ. ಆಧ್ಯಾತ್ಮಿಕವಾಗಿ ಫಲದಾಯಕವಲ್ಲದ ಆಲೋಚನೆಗಳು ಮಾನಸಿಕ ಶಕ್ತಿಯನ್ನು ವ್ಯರ್ಥ ಮಾಡುತ್ತವೆ. ಬಂಧುಗಳ, ಸ್ನೇಹಿತರ,

ಶತ್ರುಗಳ, ಪ್ರಾಸಂಗಿಕ ಪರಿಚಯಸ್ಥರ ಮತ್ತು ಸಹಚರ ಅನ್ವೇಷಕರ ಮನಸ್ಸಿನಲ್ಲಿಯೂ ಕೂಡ ಹುಟ್ಟುವ ಆಧ್ಯಾತ್ಮಿಕವಾಗಿ ಫಲದಾಯಕವಲ್ಲದ ಆಲೋಚನೆಗಳು ಅಮೂಲ್ಯ ಶಕ್ತಿಯನ್ನು ವ್ಯರ್ಥ ಮಾಡುತ್ತವೆ. ಇಂತಹ ಆಲೋಚನೆಗಳು ನಮ್ಮನ್ನು ಆಧ್ಯಾತ್ಮಿಕವಾಗಿ ದುರ್ಬಲಗೊಳಿಸುತ್ತವೆ. ಇವು ಆಧ್ಯಾತ್ಮಿಕ ಪ್ರಗತಿಯನ್ನು ಕಡಿಮೆ ಮಾಡುತ್ತವೆ.

ಒಂದು ಅನ್ಯ ಆಲೋಚನೆಯ ಮೂಲವನ್ನು ಗುರುತಿಸುವುದು ಒಂದು ಪ್ರಮುಖ ಸಾಧನೆಯಾಗಿದೆ. ಮುಂದಿನ ಹಂತವು ಇಂತಹ ಆಲೋಚನೆಗಳು ತನ್ನನ್ನು ಕೆಳ ಮಟ್ಟಕ್ಕೆ ತರುವ ಮೊದಲು ಇವುಗಳನ್ನು ತನ್ನಲ್ಲಿಂದ ಹೋಗಲಾಡಿಸಲು ಒಂದು ಮಾರ್ಗವನ್ನು ಕಂಡುಕೊಳ್ಳುವುದಾಗಿದೆ.

ಆರಂಭದಲ್ಲಿ ಒಬ್ಬ ವ್ಯಕ್ತಿಯು ಈ ಆಲೋಚನೆಗಳನ್ನು ಗುರುತಿಸಿದಾಗ, ಆತನ ಮೇಲೆ ಪರಿಣಾಮ ಬೀರಿದ ನಂತರ ಆತನಿಗೆ ಗುರುತಿಸುವಿಕೆ ಉಂಟಾಗುತ್ತದೆ, ಆದರೆ ಇದು ತೃಪ್ತಿದಾಯಕವಲ್ಲ. ಉದಾಹರಣೆಗೆ, ಲೈಂಗಿಕ ಉದ್ದೇಶಗಳಿಗಾಗಿ ಒಂದು ಗೆಳತಿಯನ್ನು ಪಡೆಯುವ ಬಗ್ಗೆ ಯೋಚಿಸಿದ ನನ್ನ ಸ್ನೇಹಿತನನ್ನು ತೆಗೆದುಕೊಳ್ಳಿ. ಆತನ ಆಲೋಚನೆಯು ನನ್ನ ಮನಸ್ಸಿಗೆ ವರ್ಗಾವಣೆಯಾಯಿತು. ಆಗ ನನಗೆ ಲೈಂಗಿಕ ಸಂಪರ್ಕವನ್ನು ಹೊಂದಬೇಕೆಂದು ಅನಿಸಿತು. ನಂತರ ನಾನು ಈ ವ್ಯಕ್ತಿಯನ್ನು ನನ್ನ ಮನೋಭಾವನೆಯ ಮೂಲವೆಂದು ಅರಿತುಕೊಂಡೆ. ಈ ಮಧ್ಯೆ ನಾನು ಲೈಂಗಿಕ ಇಚ್ಛಾಪೂರೈಕೆಯಲ್ಲಿ ತೊಡಗಿಕೊಂಡೆ. ಆದ್ದರಿಂದ, ನಾನು ನಂತರ ಆತನನ್ನು ಮೂಲವೆಂದು ಗುರುತಿಸಿದರೂ ಕೂಡ, ಅದು ನನ್ನ ಮೇಲೆ ಪರಿಣಾಮ ಬೀರಿತು ಮತ್ತು ನನ್ನನ್ನು ಸಿಕ್ಕಿಸಿತು.

ನನ್ನ ಮನಸ್ಸನ್ನು ಪ್ರವೇಶಿಸುತ್ತದೆ

ಉದಾಹರಣೆಗೆ, ಜೀವನದ ಬಗ್ಗೆ ಅವಿವೇಕದ, ಅಪ್ರಾಯೋಗಿಕ ವಿಚಾರಗಳನ್ನು ಹೊಂದಿದ್ದ ನನ್ನ ಸ್ನೇಹಿತನನ್ನು ತೆಗೆದುಕೊಳ್ಳಿ. ವಾಸ್ತವತೆಯ ಬಗೆಗಿನ ತಪ್ಪುಗ್ರಹಿಕೆಗಳಿಂದ ಆತನಿಗೆ ಇವು ಇದ್ದವು. ಆತನು ಜೀವನದುದ್ದಕ್ಕೂ ಇವುಗಳಿಂದ ಕಷ್ಟವನ್ನು ಅನುಭವಿಸಿದನು. ಆತನಿಗೆ ಒಂದು ಅಪ್ರಾಯೋಗಿಕ ಆಲೋಚನೆ ಅಥವಾ ಕಲ್ಪನೆ ಇದ್ದರೆ, ಮತ್ತು ಅದು ನನ್ನ ಮನಸ್ಸನ್ನು ಪ್ರವೇಶಿಸಿದ್ದರೆ, ಮತ್ತು ನಾನು ಅದನ್ನು ಬದುಕಲು ಪ್ರಯತ್ನಿಸಿದ್ದರೆ, ನಾನು ಅಜ್ಞಾನದ ಕಾರಣದಿಂದಾಗಿ ಅಜಾಗರೂಕನಾಗಿ ನಡೆದುಕೊಳ್ಳುತ್ತಿದ್ದೆ. ನಾನು ಆತನು ಮೂಲವೆಂದು ಅರಿತುಕೊಂಡಿರಬಹುದು, ಆದರೆ ಅದೇನೇ ಇದ್ದರೂ ನಾನು ಕಷ್ಟವನ್ನು ಅನುಭವಿಸುತ್ತಿದ್ದೆ.

ಮೂಲವನ್ನು ಗುರುತಿಸುವುದು

ನಾವು (ಮನಸ್ಸಿನಲ್ಲಿ) ಆಲೋಚನೆಗಳು ಕಾಣಿಸಿಕೊಳ್ಳುತ್ತಿದ್ದಂತೆ ಅನ್ಯ ಆಲೋಚನೆಗಳ ಮೂಲವನ್ನು ಗುರುತಿಸುವ ಕಲೆಯನ್ನು ಕರಗತ ಮಾಡಿಕೊಳ್ಳುವುದು ಅತ್ಯಗತ್ಯ, ಬಹುಕಾಲದ ಬಳಿಕವಲ್ಲ. ಇದು ಒಂದು ಅನ್ಯ ಆಲೋಚನೆಯ ಯಾ ವಿಚಾರದ ಪರಿಣಾಮವಾಗಿ ಉದ್ಭವಿಸುವ ಯಾವುದೇ ಅಂತಃಪ್ರೇರಣೆಯನ್ನು ತೊಡೆದು ಹಾಕುವ ಏಕೈಕ ಮಾರ್ಗವಾಗಿದೆ.

ಯಾವಾಗಲೂ ಸುಲಭವಾಗಿ ಪ್ರಭಾವಿತವಾಗುತ್ತದೆ

ಅನ್ಯ ಆಲೋಚನೆಗಳನ್ನು ತಡೆಯುವ ಗುಟ್ಟೇನೆಂದರೆ ಒಳಬರುವ ಆಲೋಚನೆಗಳಿಗೆ ಪ್ರತಿಕ್ರಿಯಿಸದಿರುವುದು. ಒಂದು ಬಹಳ ಸೂಕ್ಷ್ಮವಾದ ರೇಡಿಯೋ ಬಹಳ ದೂರದಿಂದಲೂ ಕೂಡ ಶಬ್ದದ ಕಂಪನವನ್ನು ಸ್ವಯಂಚಾಲಿತವಾಗಿ ಪತ್ತೆ ಮಾಡುತ್ತದೆ. ಅದು ಈ ಕಂಪನಗಳನ್ನು

ಸಂಸ್ಕರಿಸುತ್ತದೆ, ಒಂದು ಧ್ವನಿವರ್ಧಕದ ಮೂಲಕ ಮತ್ತು ಒಂದು ಸ್ಪೀಕರ್ ಮೂಲಕ ಸಂಕೇತವನ್ನು ರವಾನಿಸುತ್ತದೆ, ತದನಂತರ ನಾವು ಪುನರುತ್ಪತ್ತಿಯಾದ ಧ್ವನಿಯನ್ನು ಕೇಳುತ್ತೇವೆ. ಧ್ವನಿ ರೇಡಿಯೋದಲ್ಲಿ ಉತ್ಪತ್ತಿಯಾಗುವುದಿಲ್ಲ. ಅದೇ ರೀತಿಯಲ್ಲಿ ಮನಸ್ಸಿನ ಒಳಗಿರುವ ಅನೇಕ ವಿಚಾರಗಳು, ಆಲೋಚನೆಗಳು, ಮತ್ತು ಚಿತ್ರಗಳು ಬೇರೆಡೆ ಹುಟ್ಟಿಕೊಳ್ಳುತ್ತವೆ ಮತ್ತು ಸೂಕ್ಷ್ಮಗ್ರಾಹಿ ಮನಸ್ಸನ್ನು ತಲುಪಲು ಬಾಹ್ಯಾಕಾಶದ ಮೂಲಕ ಪ್ರಯಾಣಿಸುತ್ತವೆ. ರೇಡಿಯೊವನ್ನು ನಿಲ್ಲಿಸಬಹುದು, ಆದರೆ ಮನಸ್ಸು ಅಷ್ಟು ಸುಲಭವಾಗಿ ನಿಲ್ಲುವುದಿಲ್ಲ, ಅದು ಯಾವಾಗಲೂ ಚೈತನ್ಯ ತುಂಬಿಕೊಂಡಿರುತ್ತದೆ. ಮನಸ್ಸು ಇತರರಿಂದ ಬರುವ ಆಲೋಚನೆಗಳಿಗೆ ಮತ್ತು ಸಂಕೇತಗಳಿಗೆ ಯಾವಾಗಲೂ ಸುಲಭವಾಗಿ ಪ್ರಭಾವಿತವಾಗುತ್ತದೆ.

ಪ್ರತಿಕ್ರಿಯೆ ತೋರಬಾರದು

ಆರಂಭದಲ್ಲಿ ಒಂದು ಆಲೋಚನೆಯು ಮನಸ್ಸನ್ನು ಪ್ರವೇಶಿಸಿದರೆ, ಒಬ್ಬ ವ್ಯಕ್ತಿಯು ಅದಕ್ಕೆ ಪ್ರತಿಕ್ರಿಯೆ ತೋರಬಾರದು. ಆತನಿಗೆ ಆಲೋಚನೆಯ ಮೂಲವು ಅರಿವಾದರೆ, ಆತನು ತಕ್ಷಣವೇ ಪ್ರತಿಕ್ರಿಯಿಸಬೇಕೋ ಬೇಡವೋ ಎಂಬುದನ್ನು ಪರಿಗಣಿಸಬೇಕು. ಆತನು ಒಂದು ಆಲೋಚನೆಗೆ ಗಮನ ನೀಡಿದರೆ ಅಥವಾ ಅದರ ಬಗ್ಗೆ ಗಾಢವಾಗಿ ಆಲೋಚಿಸಿದರೆ, ಮನಸ್ಸಿನಲ್ಲಿ ಮತ್ತಷ್ಟು ಅಂತಃಪ್ರೇರಣೆಗಳು ಹುಟ್ಟಿಕೊಳ್ಳುತ್ತವೆ, ನಂತರ ಆತನು ಹಿಂದುಮುಂದು ನೋಡದೆ ಆವೇಗದಿಂದ ವರ್ತಿಸಬಹುದು.

ಸುಲಭಸಾಧ್ಯ

ಸ್ನೇಹಿತರ ಮತ್ತು ಸಹಚರ-ಅನ್ವೇಷಕರ ಆಧ್ಯಾತ್ಮಿಕವಾಗಿ ಫಲದಾಯಕವಲ್ಲದ ಆಲೋಚನೆಗಳನ್ನು ತೊಡೆದುಹಾಕುವುದಕ್ಕಿಂತ, ನಾವು ಇಷ್ಟಪಡದಿರುವ ಜನರಿಗೆ ಸಂಬಂಧಿಸಿದ ಆಲೋಚನೆಗಳನ್ನು ತೊಡೆದುಹಾಕುವುದು ಸುಲಭಸಾಧ್ಯ.

ಪ್ರತಿಕ್ರಿಯಿಸದಿರುವ ನಿಲುವು

ಉನ್ನತವಾದ ಆಯಾಮಗಳಲ್ಲಿ ಒಬ್ಬ ವ್ಯಕ್ತಿಯು ಆಧ್ಯಾತ್ಮಿಕವಾಗಿ-ವಿನಾಶಕಾರಕ ಆಲೋಚನೆಗಳ ಬಗ್ಗೆ ಚಿಂತಿಸಬೇಕಿಲ್ಲ. ಒಂದು ಅಧಿಕ ಆವರ್ತನದ ರೇಡಿಯೋ ಕಡಿಮೆ ಆವರ್ತನದ ಪ್ರಸಾರಗಳನ್ನು ಪತ್ತೆ ಮಾಡದಿರುವಂತೆ ಆ ಸಮತಲಗಳು ಕಳಪೆ ವಿಚಾರಗಳ ವ್ಯಾಪ್ತಿಯ ಹೊರಗಿವೆ. ಉನ್ನತ ಆಯಾಮಗಳಲ್ಲಿರುವ ವ್ಯಕ್ತಿಗಳು ಕಳಪೆ ಆಲೋಚನೆಗಳಿಂದ ತೊಳಲಾಡುವುದಿಲ್ಲ, ಆದರೆ ನಾವು ಪ್ರತಿಕ್ರಿಯಿಸದಿರುವ ನಿಲುವಿನಿಂದ ಅವುಗಳನ್ನು ನಿರೋಧಿಸಬಹುದು. ನಾವು ಈ ಮಟ್ಟದಲ್ಲಿರುವವರೆಗೂ ಕಳಪೆ ಆಲೋಚನೆಗಳಿಗೆ ಯಾವುದೇ ಪ್ರತಿಕ್ರಿಯೆ ನೀಡದಿರುವ ಮೂಲಕ ಅವುಗಳನ್ನು ನಿಭಾಯಿಸಬೇಕು.

ಮಾನಸಿಕವಾಗಿ ನಿರ್ಲಿಪ್ತವಾಗಿರುವುದು

ತಂತ್ರವೇನೆಂದರೆ ಪ್ರತಿ ಆಧ್ಯಾತ್ಮಿಕವಾಗಿ-ವಿನಾಶಕಾರಕ ವಿಚಾರವನ್ನು ಮನಸ್ಸು ಅರಿತುಕೊಂಡ-ಕೂಡಲೇ ಅದನ್ನು ನಿರ್ಲಕ್ಷಿಸುವುದು. ಒಬ್ಬ ವ್ಯಕ್ತಿಯು ವಿಚಾರದ ಬಗ್ಗೆ ಮಾನಸಿಕವಾಗಿ ನಿರ್ಲಿಪ್ತನಾಗಿರಬೇಕು, ಮತ್ತು ಅದಕ್ಕೆ ಗಮನ ದೊರಕದಂತೆ ಮಾಡಬೇಕು. ಆಗ ಅದು ಶಕ್ತಿಹೀನವಾಗುತ್ತದೆ.

ಶಕ್ತಿಯ ಲವಲೇಶ

ಬಾಹ್ಯ ಮೂಲಗಳಿಂದ ಬರುವ ಅನೇಕ ಆಲೋಚನೆಗಳು ಮನಸ್ಸಿನಲ್ಲಿ ಒಂದು ಪ್ರಶ್ನೆಯ ರೂಪವನ್ನು ತಾಳುತ್ತವೆ. ಇಂತಹ ಪ್ರಶ್ನೆ-ಶಕ್ತಿಯು ಒಂದು ಮಾನಸಿಕ ಉತ್ತರ, ಟೀಕೆ,

ಅಭಿಪ್ರಾಯ, ಅಥವಾ ಪ್ರತ್ಯುತ್ತರದ ರೂಪದಲ್ಲಿ ಒಂದು ಪ್ರತಿಕ್ರಿಯೆಯನ್ನು ಬಯಸುತ್ತದೆ. ಒಬ್ಬ ವ್ಯಕ್ತಿಯು ಇಂತಹ ಆಲೋಚನೆಗಳನ್ನು ಮನಸ್ಸಿನಲ್ಲಿ ಗ್ರಹಿಸಿದ ಕೂಡಲೇ ತನ್ನ ಮನಸ್ಸು ಪ್ರತಿಕ್ರಿಯಿಸುವುದನ್ನು ಆತನು ನಿಲ್ಲಿಸಬೇಕು. ಆತನು ಮನಸ್ಸಿನೊಳಗೂ ಕೂಡ ಪಾಲ್ಗೊಳ್ಳುವಿಕೆಯ ಪ್ರವೃತ್ತಿಯನ್ನು ಬಿಟ್ಟುಬಿಡಬೇಕು, ಮತ್ತು ಇಂತಹ ಆಲೋಚನೆಗಳಲ್ಲಿ ಶಕ್ತಿಯ ಲವಲೇಶವನ್ನೂ ವಿನಿಯೋಗಿಸದೇ ಅವುಗಳನ್ನು ಅವುಗಳ ಪಾಡಿಗೆ ಬಿಟ್ಟುಬಿಡಬೇಕು.

ಅಗತ್ಯ

ನಾವು ಪ್ರಜ್ಞಾತೀತತೆಯನ್ನು (super-consciousness) ತಲುಪಲು ಬಯಸಿದರೆ ನಾವು ಈ ಅತಿಯಾದ ಕಟ್ಟುನಿಟ್ಟುಗಳು ಅಗತ್ಯವೆಂದು ಅರಿತುಕೊಳ್ಳಬೇಕು.

ಕನಸಿನ ಸ್ಪಷ್ಟತೆ

ಕನಸಿನ ಸ್ಪಷ್ಟತೆ ಸಣ್ಣ ಸಾಧನೆಯಲ್ಲ. ಅದು ಆತ್ಮ ಸಾಕ್ಷಾತ್ಕಾರದ ಕಡೆಗೆ ನಮ್ಮ ಪ್ರಯತ್ನದಲ್ಲಿ ಅಗತ್ಯ. ಒಂದೆಂದರೆ ನಮಗೆ ಕನಸಿನ ಪ್ರಪಂಚದಲ್ಲಿ, ಕನಸಿನ ಭೇಟಿಗಳಲ್ಲಿ ಸ್ಪಷ್ಟತೆ ಇಲ್ಲದಿದ್ದರೆ, ನಮಗೆ ಆ ಮಟ್ಟದ ಬಗ್ಗೆ ವಿವೇಚನೆ ಮತ್ತು ಚುರುಕಾದ ಅರಿವು ಇಲ್ಲದಿದ್ದರೆ, ಆಗ ಸಾವಿನ ಸಮಯದಲ್ಲಿಯೂ ಕೂಡ ನಮಗೆ ಸ್ಪಷ್ಟತೆ ಇರುವುದಿಲ್ಲ.

ಕನಸುಗಳಲ್ಲಿನ ವ್ಯಕ್ತಿಯ ಗೊಂದಲವು ಅಥವಾ ಕನಸುಗಳ ಬಗ್ಗೆ ವ್ಯಕ್ತಿಗೆ ಸ್ಮರಣೆ ಇಲ್ಲದಿರುವುದು, ಆತನು ಪರಲೋಕದಲ್ಲಿ (ಅಂದರೆ, ಸಾವಿನಾಚೆಯ ಬದುಕಿನಲ್ಲಿ) ಎದುರಿಸಲಿರುವ ಗೊಂದಲಕ್ಕೆ ಸಂಬಂಧಿಸಿಲ್ಲವೆಂದು ನಂಬುವುದು ಒಂದು ಮೂರ್ಖ-ನಂಬಿಕೆ ಮಾತ್ರ ಆಗಿದೆ.

ರಾತ್ರಿಯಲ್ಲಿ ಭೌತಿಕ ದೇಹವನ್ನು ಪರಿಶೀಲಿಸುವುದು

ಸೂಕ್ಷ್ಮಗ್ರಾಹಿಯಲ್ಲದ

ಕನಸುಗಳ ನೆನಪು ಕನಸುಗಳ ತೀವ್ರತೆ ಹಾಗೂ ಭೌತಿಕ ದೇಹದ ಚೈತನ್ಯ ತುಂಬಿದ ಸ್ಥಿತಿಗೆ ನೇರವಾಗಿ ಸಂಬಂಧಿಸಿದೆ. ಕನಸುಗಳ ತೀವ್ರತೆ ಎಂದರೆ ಕನಸಿನ ರೌದ್ರತೆ ಅಥವಾ ಅಪೇಕ್ಷಣೀಯತೆ ಎಂಬುದು ನನ್ನ ಮಾತಿನ ಅರ್ಥ. ಅನೇಕ ಜನರು ಅಕ್ಷರಶಃ ಭಯಹುಟ್ಟಿಸುವ ಭಾವನೆಯೊಂದಿಗೆ ತಮ್ಮ ಮನಸ್ಸಿನ ಮೇಲೆ ಅಚ್ಚೊತ್ತುವ ತಮ್ಮ ದುಃಸ್ವಪ್ನಗಳ ಅಥವಾ ಭೀಕರ ಕನಸುಗಳ ಬಗ್ಗೆ ಮಾತ್ರ ಅರಿತಿರುತ್ತಾರೆ. ಉದಾಹರಣೆಗೆ, ಈ ಪ್ರಸ್ತುತ ದೇಹದ ಹದಿಹರೆಯದ ವರ್ಷಗಳಲ್ಲಿ ನಾನು ಚಲನಚಿತ್ರಗಳನ್ನು ವೀಕ್ಷಿಸುತ್ತಿದ್ದೆ. ಕೆಲವೊಮ್ಮೆ ನಾನು ಭಯಾನಕ ಚಲನಚಿತ್ರಗಳನ್ನು ನೋಡುತ್ತಿದ್ದೆ. ಇಂತಹ ಚಲನಚಿತ್ರಗಳನ್ನು ನೋಡಿದ ನಂತರ ನನಗೆ ಭಯಾನಕ ಚಿತ್ರಗಳ ಮೇಲೆ ಆಧರಿಸಿದ ಭಯಂಕರ ಕನಸುಗಳು ಬೀಳುತ್ತಿದ್ದವು. ಅದೇ ಸಮಯದಲ್ಲಿ, ಮನಸ್ಸಿನ ಮೇಲೆ ಸ್ವಲ್ಪ ಮಾತ್ರ ಅನಿಸಿಕೆಯನ್ನು (impression) ಬಿಟ್ಟ ಇತರ ಕನಸಿನ ಚಟುವಟಿಕೆಯನ್ನು ನಾನು ನೆನಪಿಸಿಕೊಳ್ಳದಿರಬಹುದು. ಸ್ವಲ್ಪ ಅನಿಸಿಕೆಯ ಈ ಕನಸುಗಳೂ ಕೂಡ ಮುಖ್ಯ, ಆದರೆ ಕನಸಿನ ಜಗತ್ತಿನೆಡೆಗೆ ಪ್ರಜ್ಞೆಯು ಸೂಕ್ಷ್ಮಗ್ರಾಹಿಯಲ್ಲದ ಕಾರಣ ಈ ಕನಸುಗಳನ್ನು ನಾವು ಜ್ಞಾಪಿಸಿಕೊಳ್ಳದೇ ಇರಬಹುದು.

ಅತ್ಯಂತ ಸೌಮ್ಯ ಅನಿಸಿಕೆ

ಆದರೆ ನಂತರ ನಾನು ಆಧ್ಯಾತ್ಮಿಕ ಪ್ರಗತಿಯನ್ನು ಸಾಧಿಸಲು ಮತ್ತು ಬಾಲ್ಯದ ಸಹವಾಸವನ್ನು ತೊರೆಯಲು ಆರಂಭಿಸಿದಾಗ, ಅತ್ಯಂತ ಸೌಮ್ಯ ಅನಿಸಿಕೆಯ ಸೂಕ್ಷ್ಮ ಕನಸುಗಳನ್ನೂ ಕೂಡ ನಾನು ನೆನಪಿಸಿಕೊಳ್ಳುತ್ತಿದ್ದೆ.

ಆಸ್ಟ್ರಲ್ ಜೀವನದ ಸ್ಮರಣೆಯಿಲ್ಲ

ಕನಸನ್ನು ಜ್ಞಾಪಿಸಿಕೊಳ್ಳುವುದರಲ್ಲಿ ಮತ್ತೊಂದು ಮುಖ್ಯವಾದ ಅಂಶವೆಂದರೆ, ಭೌತಿಕ ದೇಹದ ಚೈತನ್ಯ ತುಂಬಿದ ಅಥವಾ ಆಯಾಸಗೊಂಡ ಸ್ಥಿತಿ. ಭೌತಿಕ ದೇಹಕ್ಕೆ ಅಪರಾಹ್ನದ ಅಂತ್ಯದಲ್ಲಿ ಅಥವಾ ಮುಸ್ಸಂಜೆಯಲ್ಲಿ ಅಥವಾ ಬೇರೊಂದು ಸಮಯದಲ್ಲಿ ವಿಶ್ರಮಿಸಿಕೊಳ್ಳುವ ಮುಂಚೆ ಚೈತನ್ಯ ನೀಡದಿದ್ದರೆ, ವ್ಯಕ್ತಿಯು ಕನಸುಗಳನ್ನು ಜ್ಞಾಪಿಸಿಕೊಳ್ಳುವುದು ಕಷ್ಟಸಾಧ್ಯ. ಆತನು ಯಾವುದೇ ಆಸ್ಟ್ರಲ್ ಭೇಟಿಗಳಿಲ್ಲವೆಂದು ತಪ್ಪಾಗಿ ನಿರ್ಣಯಕ್ಕೆ ಬರಬಹುದು. ಪ್ರಾಪಂಚಿಕ ವ್ಯಕ್ತಿಗೆ ಯಾವುದೇ ಹಿಂದಿನ ಜನ್ಮದ ಸ್ಮರಣೆ ಇಲ್ಲದ ಕಾರಣ ಆತನು ಯಾವುದೇ ಹಿಂದಿನ ಜನ್ಮವು ಇರಲಿಲ್ಲವೆಂದು ಭಾವಿಸುವಂತೆಯೇ, ಒಬ್ಬ ವ್ಯಕ್ತಿಗೆ ಆಸ್ಟ್ರಲ್ ಜೀವನದ ಯಾವುದೇ ಸ್ಮರಣೆ ಇಲ್ಲದ ಕಾರಣ ಆತನು ಯಾವುದೇ ಕನಸುಗಳು ಇಲ್ಲವೆಂದು ಭಾವಿಸಬಹುದು.

ಕನಸಿನ ಸ್ಪಷ್ಟತೆ

ಕನಸಿನ ಸ್ಪಷ್ಟತೆಯ ಪ್ರಾಮುಖ್ಯತೆ ಏನೆಂದರೆ ಆಸ್ಟ್ರಲ್ ಮಟ್ಟದಲ್ಲಿ ನಮ್ಮ ಬುದ್ಧಿ ಮಂಕಾಗದಿರಲೆಂದು ಆ ಸಮತಲದಲ್ಲಿ ನಮ್ಮ ಬಗ್ಗೆ ನಮಗೆ ಪ್ರಜ್ಞೆ ಇರುವಂತೆ ಮಾಡುವ ಅದರ ಸಾಮರ್ಥ್ಯ. ಉದಾಹರಣೆಗೆ, ಬ್ರಹ್ಮಚರ್ಯೆಯ ಶಪಥವನ್ನು ಮಾಡಿದ ಒಬ್ಬ ವೈರಾಗಿಯು ದಿನದ ಎಚ್ಚರದ ಹೊತ್ತಿನಲ್ಲಿ ತನ್ನನ್ನು ತಾನು ಸಂರಕ್ಷಿಸಿಕೊಳ್ಳಬಹುದು, ಆದರೆ ಕನಸುಗಳ ಸಮಯದಲ್ಲಿ ಆತನಿಗೆ ಚುರುಕಾದ ಅರಿವು ಇಲ್ಲದಿದ್ದರೆ ಆತನು ಆ ಆಯಾಮದಲ್ಲಿ ತನ್ನನ್ನು ತಾನು ಸಂರಕ್ಷಿಸಿಕೊಳ್ಳುವುದು ಸಾಧ್ಯವಿಲ್ಲ. ಆತನು ಮಂಪರಿನಲ್ಲಿ ಆ ಸಮತಲದಲ್ಲಿ ತನ್ನ ಸೂಕ್ಷ್ಮ ಶರೀರವನ್ನು ಲೈಂಗಿಕ ಸಂಭೋಗದಲ್ಲಿ ತೊಡಗಿಸಿಕೊಳ್ಳಬಹುದು. ತಾಂತ್ರಿಕವಾಗಿ ಹೇಳುವುದಾದರೆ ಅದು ಶಪಥದ ಉಲ್ಲಂಘನೆಯಾಗುತ್ತದೆ, ಮತ್ತು ಅದು ಭೌತಿಕ ಸಮತಲದಲ್ಲಿ ಲೈಂಗಿಕ ಸಂಪರ್ಕಕ್ಕೆ ಕಾರಣವಾಗಬಹುದು.

ವೆಚ್ಚ

ರಾತ್ರಿಯ ವೇಳೆ ಭೌತಿಕ ದೇಹ ನಿದ್ರಿಸುತ್ತದೆ, ಆದರೆ ಅದಲ್ಲದೆ ಅದು ಸೂಕ್ಷ್ಮ ದೇಹದಿಂದ ಶಕ್ತಿಯನ್ನು ಸೆಳೆದುಕೊಳ್ಳುತ್ತದೆ. ಅದು ತಡವಾಗಿ ಊಟಮಾಡುವ ಕಾರಣ ಆಹಾರವನ್ನು ಜೀರ್ಣಿಸಿಕೊಳ್ಳಬೇಕಾದರೆ, ಆ ಚಟುವಟಿಕೆಯನ್ನು ಪೂರ್ಣಗೊಳಿಸಲು ಅದು ಸೂಕ್ಷ್ಮ ಶರೀರದಿಂದ ಹೆಚ್ಚಿನ ಶಕ್ತಿಯನ್ನು ಸೆಳೆದುಕೊಳ್ಳಬೇಕಾಗುತ್ತದೆ. ರಕ್ತ ನವೀಕರಣ, ಜೀವಕೋಶದ ನವೀಕರಣ, ಜೀರ್ಣಕ್ರಿಯೆ, ವಿಸರ್ಜನೆ, ಮೂತ್ರ ಸಂಗ್ರಹ ಹಾಗೂ ಮಲದ ಸಂಗ್ರಹದ ಯಾವುದೇ ಕಾರ್ಯಗಳನ್ನು, ರಾತ್ರಿಯಲ್ಲಿ ಈ ಯಾವುದೇ ಅಥವಾ ಈ ಎಲ್ಲಾ ಚಟುವಟಿಕೆಗಳನ್ನು ಸೂಕ್ಷ್ಮ ಶರೀರದ ವೆಚ್ಚದಲ್ಲಿ ಮಾಡಲಾಗುತ್ತದೆ.

ಕನಸಿನ ಕಡಿಮೆ ಸ್ಮರಣೆ

ಆದಕಾರಣ, ಸೂಕ್ಷ್ಮ ಶರೀರವು ಹೆಚ್ಚು ಚೈತನ್ಯ ತುಂಬಿಕೊಂಡಿರುವಂತಾಗಲೆಂದು ಈ ಚಟುವಟಿಕೆಗಳನ್ನು ಬಹಳ ಮಟ್ಟಿಗೆ ಕಡಿಮೆ ಮಾಡಬೇಕು; ಸೂಕ್ಷ್ಮ ಶರೀರವು ಸ್ಥೂಲ ಶರೀರಕ್ಕೆ ಹೆಚ್ಚು ಶಕ್ತಿಯನ್ನು ನೀಡಿದಷ್ಟೂ, ಕನಸಿನ ಕಡಿಮೆ ಸ್ಮರಣೆ ಇರುತ್ತದೆ.

ಕನಸಿನ ಹೆಚ್ಚಾದ ಅರಿವು

ಸಾಧ್ಯವಾದಲ್ಲಿ, ಮಲಗುವ ಮುನ್ನ ಸ್ಥೂಲ ದೇಹದ ಒಳಗೆ ಅಧಿಕ ಆಮ್ಲಜನಕವನ್ನು ಪ್ರವಹಿಸುವಂತೆ ಮಾಡಲು ತ್ವರಿತ ಉಸಿರಾಟವನ್ನು ಮಾಡಬೇಕು. ಈ ಅಧಿಕವಾದ ಆಮ್ಲಜನಕವು ರಕ್ತಕಣಗಳಲ್ಲಿ ಸಂಗ್ರಹವಾಗುತ್ತದೆ, ಮತ್ತು ಸ್ಥೂಲ ದೇಹಕ್ಕೆ ಆಗ ಸೂಕ್ಷ್ಮ

ದೇಹದಿಂದ ಕಡಿಮೆ ಶಕ್ತಿಯು ಬೇಕಾಗುತ್ತದೆ. ಈ ಪ್ರಕಾರವಾಗಿ ಸೂಕ್ಷ್ಮ ದೇಹಕ್ಕೆ ಕನಸಿನ ಹೆಚ್ಚಾದ ಅರಿವು ಇರುತ್ತದೆ.

ಸ್ಥೂಲ ದೇಹದಿಂದ ಪ್ರತ್ಯೇಕಿಸುತ್ತದೆ

ನಿದ್ರೆಯ ಸಮಯದಲ್ಲಿ ಸೂಕ್ಷ್ಮ ದೇಹವು ಸ್ಥೂಲ ದೇಹದಿಂದ ಪ್ರತ್ಯೇಕಿಸಿದಾಗ ಅದು ಸಂಪರ್ಕವಿರುವ ಪ್ರತ್ಯೇಕಿಸುವಿಕೆ ಆಗಿದೆ. ಮರಣದಲ್ಲಿ ಅತೀಂದ್ರಿಯ ಸಂಪರ್ಕವು ಕಡಿದು ಹೋಗುತ್ತದೆ. ನಿದ್ರೆಯ ಸಮಯದಲ್ಲಿ ಪ್ರತ್ಯೇಕಗೊಂಡ ದೇಹಗಳು ಸಂಪರ್ಕವನ್ನು ಹೊಂದಿರುತ್ತವೆ. ಎರಡು ರೂಪಗಳ ನಡುವೆ ಶಕ್ತಿಯ ನಿರಂತರ ವರ್ಗಾವಣೆ ಇರುತ್ತದೆ. ಸೂಕ್ಷ್ಮ ದೇಹವು ಸ್ಥೂಲ ದೇಹಕ್ಕೆ ತುಂಬಾ ಶಕ್ತಿಯನ್ನು ವರ್ಗಾಯಿಸಬೇಕಾದರೆ, ಸೂಕ್ಷ್ಮ ರೂಪವು ಗಣನೀಯವಾಗಿ ಬರಿದಾಗುತ್ತದೆ, ಮತ್ತು ಜೀವಿಯು ಆಸ್ಟ್ರಲ್ ಪ್ರಪಂಚದಲ್ಲಿ ಪ್ರಜ್ಞೆಯಿಲ್ಲದ ಮಂಪರಿನಲ್ಲಿ ಕಾರ್ಯನಿರ್ವಹಿಸುತ್ತಾನೆ. ಕೆಲವು ಸಂದರ್ಭಗಳಲ್ಲಿ ಒಬ್ಬ ವ್ಯಕ್ತಿಯು ಸ್ಥೂಲ ದೇಹದಿಂದ ಪ್ರತ್ಯೇಕಗೊಂಡು ಒಂದು ದೂರದಲ್ಲಿರುವ ಸ್ಥಳಕ್ಕೆ ಹೋಗುತ್ತಾನೆ, ಮತ್ತು ಇತರ ಸಂದರ್ಭಗಳಲ್ಲಿ ಒಬ್ಬ ವ್ಯಕ್ತಿಯು ಸ್ಥೂಲ ದೇಹದ ಬಳಿ, ಸಾಮೀಪ್ಯದಲ್ಲಿ, ಸೂಕ್ಷ್ಮ ದೇಹದಲ್ಲಿರುತ್ತಾನೆ. ಎರಡೂ ಸ್ಥಿತಿಗಳಲ್ಲಿ, ಕನಸುಗಳ ಸ್ಮರಣೆಯು ಸೂಕ್ಷ್ಮ ದೇಹದ ಶಕ್ತಿಯ ಸಂರಕ್ಷಣೆಗೆ ನೇರವಾಗಿ ಅನುಗುಣವಾಗಿರುತ್ತದೆ. ಯಾರ ಸೂಕ್ಷ್ಮ ದೇಹವು ನಿದ್ರಿಸುತ್ತಿರುವ ಸ್ಥೂಲ ರೂಪಕ್ಕೆ ಅಲ್ಪ ಶಕ್ತಿಯನ್ನು ನೀಡುತ್ತದೆಯೋ ಆ ವ್ಯಕ್ತಿಗೆ ನಿಯತವಾದ ಕನಸಿನ ಸ್ಮರಣೆಯು ಸಾಧ್ಯವಿದೆ.

ಕನಸಿನ ಸ್ಮರಣೆಗೆ ಕೆಲವು ಸಹಾಯಗಳು ಇಲ್ಲಿವೆ:

- ✓ *ಸಂಪೂರ್ಣ ಕತ್ತಲೆ*
- ✓ *ಶಬ್ದ ಇಲ್ಲದಿರುವುದು*
- ✓ *ಯಂತ್ರೋಪಸಾಧನಗಳಿಂದ ಮತ್ತು ಯಂತ್ರೋಪಕರಣಗಳಿಂದ ವಿದ್ಯುತ್ತಿನ ಶಬ್ದ ಇಲ್ಲದಿರುವುದು*
- ✓ *ಒತ್ತಡ ಇಲ್ಲದಿರುವುದು*
- ✓ *ಹೊತ್ತಿಗೆ ಮುಂಚೆ ಊಟ ಮಾಡುವುದು*
- ✓ *ಮಿತ ಪ್ರಮಾಣದ ಆಹಾರ*
- ✓ *ಲೈಂಗಿಕ ದೃಢ ಸಂಯಮ*

ಭೌತಿಕ ದೇಹದ ಮೆದುಳು ಬೆಳಕಿನ ಕಂಪನಗಳಿಂದ ಉತ್ತೇಜಿತವಾಗುವುದರಿಂದ ಸಂಪೂರ್ಣ ಕತ್ತಲೆಯು ಕನಸಿನ ಸ್ಮರಣೆಗೆ ಸಹಾಯಕವಾಗುತ್ತದೆ. ಪಿನಿಯಲ್ ಮತ್ತು ಪಿಟ್ಯುಟರಿ ಗ್ರಂಥಿಗಳು (pineal and pituitary glands) ಬೆಳಕಿನ ಇಂದ್ರಿಯಜನ್ಯ ಅನುಭವದಿಂದ (light sensation) ಪ್ರಭಾವಿತವಾಗುತ್ತವೆ ಎಂಬುದು ಸಾಬೀತಾಗಿರುವ ಸತ್ಯ. ಪಿನಿಯಲ್ ಗ್ರಂಥಿಯು ಬೆಳಕು ಅಥವಾ ಕತ್ತಲೆಯಿಂದ ನೇರವಾಗಿ ಪ್ರಭಾವಿತವಾಗುತ್ತದೆ, ಮತ್ತು ಪಿಟ್ಯುಟರಿಯು ಇಂದ್ರಿಯ ಮಾಪನಗಳಿಂದ (sensual assessments) ಪ್ರಭಾವಿತವಾಗುತ್ತದೆ.

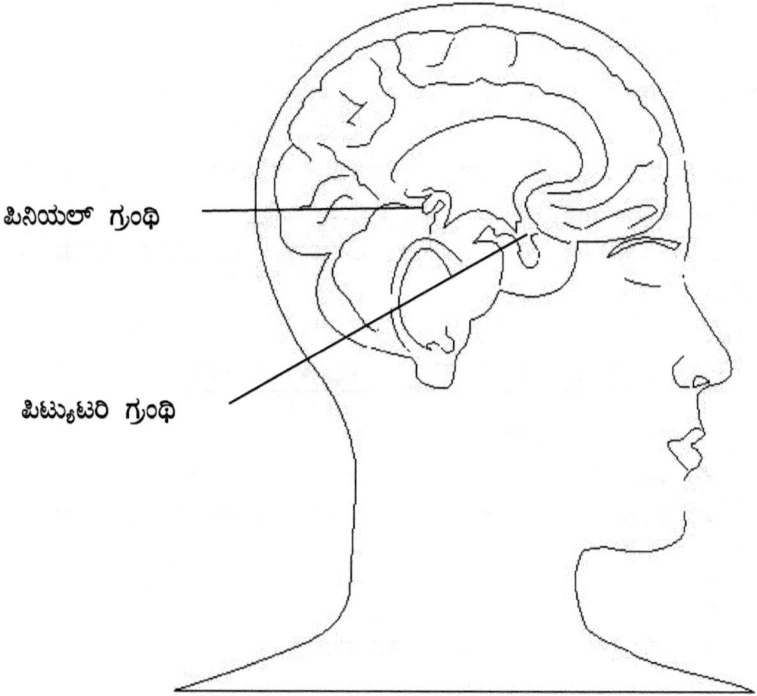

ಪಿನಿಯಲ್ ಗ್ರಂಥಿ
ಪಿಟ್ಯುಟರಿ ಗ್ರಂಥಿ

ಗ್ರಂಥಿಗಳ ಸ್ಥಳ

ಸೂರ್ಯನ ಬೆಳಕು

ಉದಾಹರಣೆಗೆ, ಒಬ್ಬ ವ್ಯಕ್ತಿಯು ತೆರೆದ ಬಯಲಿನಲ್ಲಿ ಪೂರ್ತಿ ಸೂರ್ಯನ ಬೆಳಕು ಇರುವಲ್ಲಿ, ನಿದ್ರಿಸಲು ಪ್ರಯತ್ನಿಸಿದರೆ ನಿದ್ರಿಸುವುದಕ್ಕೆ ಹೆಚ್ಚು ಸಮಯ ತೆಗೆದುಕೊಳ್ಳಬಹುದು. ಒಂದು ಮರದ ನೆರಳಿನ ಅಡಿಯಲ್ಲಿ ಕ್ಷಿಪ್ರವಾಗಿ ವಿಶ್ರಾಂತಿ ತೆಗೆದುಕೊಳ್ಳಬಹುದು. ಸೂರ್ಯನ ಬೆಳಕು ಮತ್ತು ವಿದ್ಯುತ್ ದೀಪಗಳೂ ಕೂಡ ಮೆದುಳನ್ನು ಬೆಚ್ಚಿಬೀಳಿಸುತ್ತವೆ. ವಾಸ್ತವವಾಗಿ, ಸೂರ್ಯನ ಬೆಳಕು ತಲೆಬುರುಡೆಯ ಒಳಹೋಗುತ್ತದೆ ಮತ್ತು ಮೆದುಳನ್ನು ಚುರುಕುಗೊಳಿಸುತ್ತದೆ.

ಕಡಿಮೆ ಶಕ್ತಿ

ಪೂರ್ಣ ಕತ್ತಲೆ ಕನಸಿನ ಸ್ಮರಣೆಗೆ ಅನುಕೂಲಕರವಾಗಿದೆ, ಏಕೆಂದರೆ ಇದರಿಂದ ದೈಹಿಕ ಮೆದುಳು ಕನಿಷ್ಠ ಚಟುವಟಿಕೆಯ ಸ್ಥಿತಿಗೆ ಬದಲಾಯಿಸುತ್ತದೆ, ಆದಕಾರಣ ಅದರ ನಿರ್ವಹಣೆಗೆ ಸೂಕ್ಷ್ಮ ದೇಹದಿಂದ ಕಡಿಮೆ ಶಕ್ತಿಯನ್ನು ತೆಗೆದುಕೊಳ್ಳುತ್ತದೆ. ಕತ್ತಲೆಗೆ ಹೆದರುವವರು ಅಥವಾ ದೀಪ ಹೊತ್ತಿಸಿ ನಿದ್ರಿಸಬೇಕಾದವರು, ಒಂದು ಕಪ್ಪು ಹತ್ತಿ ಬಟ್ಟೆಯಿಂದ ತಮ್ಮ ಹಣೆಯನ್ನು ಮುಚ್ಚಿಕೊಳ್ಳುವ ಮೂಲಕ ಪ್ರಯೋಜನವನ್ನು ಪಡೆದುಕೊಳ್ಳಬಹುದು, ಇದರಿಂದಾಗಿ ಬೆಳಕು ಮೆದುಳನ್ನು ಕ್ಷೋಭೆಗೊಳಿಸಲು ಬಟ್ಟೆಯ ಮೂಲಕ ತಲೆಬುರುಡೆಯ ಒಳಗೆ ಪ್ರವೇಶಿಸುವುದಿಲ್ಲ.

ಕನಸಿನ ಸ್ಮರಣೆ

ಪೂರ್ಣ ಕನಸಿನ ಸ್ಮರಣೆಗೆ ಮಲಗುವ ದೇಹದ ಸುತ್ತ ಸಂಪೂರ್ಣ ಮೌನಕ್ಕೆ ಆದ್ಯತೆ ನೀಡಿ. ಲೈಂಗಿಕ ಸಂಯಮ ಅಥವಾ ಬ್ರಹ್ಮಚರ್ಯೆಯೂ ಕೂಡ ಬೇಕಾಗುತ್ತದೆ, ಗಂಡಸರು ವೀರ್ಯವನ್ನು ವಿಸರ್ಜಿಸಿದಾಗ ಅಥವಾ ಪರ್ಯಾಯವಾಗಿ ಹೆಂಗಸರು ಸಂಭೋಗದಲ್ಲಿ ಯೋನಿಯ ದ್ರವಗಳನ್ನು ವಿಸರ್ಜಿಸಿದಾಗ, ಇಬ್ಬರೂ ಸೂಕ್ಷ್ಮ ಶರೀರ ಹಾಗೂ ಸ್ಥೂಲ ಶರೀರವನ್ನು ಆಯಾಸಪಡಿಸುತ್ತಾರೆ, ಇದರಿಂದ ಕನಸಿನ ಸ್ಮರಣೆಗೆ ಕಷ್ಟವಾಗುತ್ತದೆ. ತಡವಾಗಿ ತಿನ್ನುವುದು ಕನಸಿನ ಸ್ಮರಣೆಗೆ ಅನನುಕೂಲಕರವಾಗಿದೆ, ಏಕೆಂದರೆ ಹೊಟ್ಟೆಯಲ್ಲಿನ ಜೀರ್ಣಕ್ರಿಯಾ ಚಟುವಟಿಕೆಯು ಸೂಕ್ಷ್ಮ ರೂಪದಿಂದ ಬಹಳ ಶಕ್ತಿಯನ್ನು ಸೆಳೆದುಕೊಳ್ಳುತ್ತದೆ.

ಉಪಪ್ರಜ್ಞೆಯಾಗಿ ಜೀವ ಶಕ್ತಿ

ಪದರ ಪದರಗಳು

ಆಧುನಿಕ ಮನೋವಿಜ್ಞಾನದಲ್ಲಿ ಉಪಪ್ರಜ್ಞೆ ಎಂಬುದು ಹಿಂದಿನ ಮರೆತುಹೋದ ಅನಿಸಿಕೆಗಳನ್ನು ಹಿಡಿದಿಟ್ಟುಕೊಂಡಿರುವ ಮನಸ್ಸಿನ ಭಾಗವೆಂದು ಗುರುತಿಸಲ್ಪಡುತ್ತದೆ. ಬಹುತೇಕ ಪಾಶ್ಚಿಮಾತ್ಯರು ಅದು ತಮ್ಮ ಬಾಲ್ಯದ ಅನಿಸಿಕೆಗಳನ್ನು ಮಾತ್ರ ಹಿಡಿದಿಟ್ಟುಕೊಂಡಿರುತ್ತದೆ, ಅದಕ್ಕೂ ಮುಂಚಿನ ಕಾಲದಿಂದಲ್ಲ ಎಂದು ಭಾವಿಸುತ್ತಾರೆ. ಏನೇ ಆದರೂ, ಉಪಪ್ರಜ್ಞೆ ಎಂಬುದು ಮನಸ್ಸಿನ ಒಂದು ನಿಜವಾದ ವಿಭಾಗವಾಗಿದೆ. ಅದು ಮಾನಸಿಕ ಅನಿಸಿಕೆಗಳನ್ನು ಪದರ ಪದರಗಳಲ್ಲಿ, ಸಂಗ್ರಹಣಾ ರೂಪದಲ್ಲಿ, ಅದರೊಳಗೆ ಒಟ್ಟಾಗಿ ಸೇರಿಸಿದ ಎಲ್ಲಾ ಗತ ಜೀವನದ ಅನಿಸಿಕೆಗಳನ್ನು ಹಿಡಿದಿಟ್ಟುಕೊಂಡಿರುತ್ತದೆ.

ಸ್ಥಳ

ಉಪಪ್ರಜ್ಞೆ ಮತ್ತು ಪ್ರಜ್ಞೆಯಿರುವ ಮನಸ್ಸು ಒಂದೇ ಮನಸ್ಸಿನ ಎರಡು ಭಾಗಗಳೆಂದು ಪರಿಗಣಿಸಲಾಗುತ್ತದೆ. ಎಲ್ಲಕ್ಕಿಂತ ಮೊದಲು, ಅದು ಸೂಕ್ಷ್ಮ ದೇಹದಲ್ಲಿನ ಸ್ಥಳದ ಒಂದು ವಿಷಯವಾಗಿದೆ. ಅನಂತರದಲ್ಲಿ ಅದು ಸ್ಥೂಲ ದೇಹದಲ್ಲಿನ ಸ್ಥಳದ ಒಂದು ವಿಷಯ ಕೂಡ ಆಗಿದೆ. ಸಾಮಾನ್ಯ ಮನುಷ್ಯನು ಮನಸ್ಸಿನ ವಿವಿಧ ಭಾಗಗಳನ್ನು ವಿಂಗಡಿಸುವುದು ಸಾಧ್ಯವಿಲ್ಲ. ಆತನು ಅಥವಾ ಆಕೆಯು ಭೌತಿಕ ಶರೀರ, ಸೂಕ್ಷ್ಮ ಶರೀರ, ಮನೋಧರ್ಮ, ಮತ್ತು ನಿರ್ಣಾಯಕ ಸ್ವಯಂ ಎಲ್ಲವೂ ಒಂದೇ ತತ್ವವೆಂದು ಭಾವಿಸುತ್ತಾರೆ.

ಪ್ರತ್ಯೇಕವಾಗಿದೆ

ಉಪಪ್ರಜ್ಞೆಯು ತಲೆಯಲ್ಲಿ ಸುಲಭವಾಗಿ ತೋರುವುದಿಲ್ಲ. ಜೀವ ಶಕ್ತಿಯನ್ನು ಚೈತನ್ಯಗೊಳಿಸಿದಾಗ ಜ್ಞಾನೋದಯದ ಕ್ಷಣಾರ್ಧದ ಸ್ಫುರಣಗಳಲ್ಲಿ ಅದು ತಲೆಯ ಒಳಗೆ ಬರುತ್ತದೆ. ಸ್ವಯಂನ-ಕೇಂದ್ರಭಾಗವು (ಅಂದರೆ, ಆತ್ಮವು) ಅದರಿಂದ ಪ್ರತ್ಯೇಕವಾಗಿದೆ.

ನಾನು–ಸ್ವಯಂ ಎಂಬುದು (I-self, ಆತ್ಮವು) ಉಪಪ್ರಜ್ಞೆಯ ಮಟ್ಟದಲ್ಲಿ ಶೇಖರಿಸಿಡಲಾಗಿರುವ ಗತ ಜೀವನಗಳ ನೆನಪುಗಳನ್ನು ವಿರಳವಾಗಿ ತಲುಪುತ್ತದೆ.

ಜನನದ ಶಕ್ತಿಯನ್ನು ಹಿಂಬಾಲಿಸುತ್ತದೆ

ಒಬ್ಬ ವ್ಯಕ್ತಿಯು ಬ್ರಹ್ಮಚರ್ಯೆಯ ಬಗ್ಗೆ ಗಂಭೀರನಾದ ಕೂಡಲೇ, ಮತ್ತು ಅದರ ಅನುಷ್ಠಾನದ ಅಭ್ಯಾಸದ ವಿಧಾನವನ್ನು ತೋರಿಸಿಕೊಡುವ ಒಬ್ಬ ಬ್ರಹ್ಮಚರ್ಯೆಯ ಗುರುವನ್ನು ಆತನು ಕಂಡುಕೊಂಡ ಕೂಡಲೇ, ಆತನು ಲೈಂಗಿಕ ಪ್ರಣಯಚೇಷ್ಟೆಗಳನ್ನು ಮತ್ತು ಸಂಪರ್ಕಗಳನ್ನು ನಿಲ್ಲಿಸದ ಹೊರತು ಆತನು ಪ್ರಗತಿಯನ್ನು ಹೊಂದುವುದು ಸಾಧ್ಯವಿಲ್ಲವೆಂದು ಅರ್ಥಮಾಡಿಕೊಳ್ಳಲು ಪ್ರಾರಂಭಿಸುತ್ತಾನೆ. ಇದಕ್ಕೆ ಕಾರಣ ಲೈಂಗಿಕ ಇಚ್ಛಾಪೂರೈಕೆಯನ್ನು ಸಂಪೂರ್ಣವಾಗಿ ನಿಲ್ಲಿಸದ ಹೊರತು ಜೀವ ಶಕ್ತಿಯನ್ನು ದೇಹದ ಕೆಳಭಾಗದಿಂದ ಬಿಡುಗಡೆಗೊಳಿಸುವುದು ಸಾಧ್ಯವಿಲ್ಲ. ಜೀವ ಶಕ್ತಿಯು ಸೂಕ್ಷ್ಮ ಮತ್ತು ಸ್ಥೂಲ ದೇಹದಲ್ಲಿರುವ ಜನನದ ಶಕ್ತಿಯನ್ನು ಹಿಂಬಾಲಿಸುತ್ತದೆ. ಜನನದ ಶಕ್ತಿಯು ಇನ್ನೆಂದಿಗೂ ಕಾಮಾಸಕ್ತಿಯ ಭಾವನೆಗಳನ್ನು ಹೊಂದಿಲ್ಲದ ಮಟ್ಟಿಗೆ ಅದನ್ನು ಶುದ್ಧೀಕರಿಸದ ಹೊರತು ಆತನು ಜೀವ ಶಕ್ತಿಯನ್ನು ಮುಕ್ತಗೊಳಿಸುವುದು ಸಾಧ್ಯವಿಲ್ಲ ಮತ್ತು ಜೀವ ಶಕ್ತಿಯು ಸಂತಾನೋತ್ಪತ್ತಿಯಲ್ಲಿ ಆಸಕ್ತವಾಗಿರುತ್ತಾ, ಲೈಂಗಿಕ ಇಚ್ಛಾಪೂರೈಕೆಯಲ್ಲಿ ತೊಡಗಿರುತ್ತಾ, ಮತ್ತು ಕಳೆದುಳಿದ ಲೈಂಗಿಕ ಆಸಕ್ತಿಯೊಂದಿಗೆ ಸ್ಥೂಲ ದೇಹದಿಂದ ನಿರ್ಗಮಿಸಿ, ಕಾಮಾಸಕ್ತಿಯ ಸ್ಥಿತಿಯಲ್ಲಿಯೇ ಇರುತ್ತದೆ.

ಸುಧಾರಿಸಿದ

ಜೀವ ಶಕ್ತಿಯನ್ನು ಸುಧಾರಿಸದ ಹೊರತು ಒಬ್ಬ ವ್ಯಕ್ತಿಯನ್ನು ಸಂಪೂರ್ಣವಾಗಿ ವಿಮೋಚನೆಗೊಳಿಸುವುದು ಸಾಧ್ಯವಿಲ್ಲವಾದ್ದರಿಂದ, ಜೀವ ಶಕ್ತಿಯೊಂದಿಗಿನ ಈ ಸಮಸ್ಯೆಯನ್ನು ಅರ್ಥ ಮಾಡಿಕೊಂಡ ಯೋಗಿಗಳು ಅದನ್ನು ಶುದ್ಧೀಕರಿಸುವುದಕ್ಕೆ ಪ್ರಯಾಸದಿಂದ ಕೂಡಿದ ಅತಿಯಾದ ಕಟ್ಟುನಿಟ್ಟಿನ ಅಭ್ಯಾಸಗಳನ್ನು ಕೈಗೊಳ್ಳುತ್ತಾರೆ.

ಅಧ್ಯಾಯ ೭

ನಿರಂತರವಾದ ನಾದ ಶಬ್ದ

ಎಲ್ಲಾ ಸಮಯದಲ್ಲೂ, ಎಲ್ಲಾ ಸ್ಥಳಗಳಲ್ಲೂ, ಒಂದು ನಿರಂತರವಾದ ನಾದ ಶಬ್ದವಿದೆ. ಈ ಶಬ್ದವನ್ನು ಉದ್ಧವ ಗೀತೆಯಲ್ಲಿ ಪ್ರಸ್ತಾಪಿಸಲಾಗಿದೆ.

- *ಹೃದಯ ಚಕ್ರದಲ್ಲಿ ಒಂದು ಗಂಟೆಯ ನಿರಂತರವಾದ ಘಂಟಾನಾದದಂತಿರುವ ಓಂ ಶಬ್ದವು ಒಂದು ಕಮಲದ ದಂಟಿನಲ್ಲಿನ ಒಂದು ಎಳೆಯಂತೆ ನಿರಂತರವಾಗಿ ಅನುರಣಿಸುತ್ತದೆ. ಜೀವಕಳೆ ತುಂಬುವ ಶಕ್ತಿಯನ್ನು ಬಳಸಿಕೊಂಡು ಅದನ್ನು ಮೇಲಕ್ಕೆ ಏರಿಸುತ್ತಾ, ಒಬ್ಬ ವ್ಯಕ್ತಿಯು ಸಂಗೀತದ ನಾದಗಳೊಂದಿಗೆ ಆ ಶಬ್ದವನ್ನು ಸಮರಸವಾಗಿ ಬೆರಸಬೇಕು. (ಉದ್ಧವ ಗೀತಾ ೯.೩೪)*

- *ಮನಸ್ಸಿನೊಳಗಿನ ಸೂಕ್ಷ್ಮ ಶಬ್ದದ ಮೇಲೆ ಹಾಗೂ ಆಧ್ಯಾತ್ಮಿಕ ವಾತಾವರಣದಲ್ಲಿರುವ 'ನನ್ನ' ಮೇಲೆ ಹಾಗೂ ಚೈತನ್ಯ ನೀಡುವ ಶಕ್ತಿಯಲ್ಲಿ ಕೇಂದ್ರೀಕರಿಸಿರುವ ಏಕಾಗ್ರತೆಯ ಶಕ್ತಿಯಲ್ಲಿ ತನ್ನ ಗಮನವನ್ನು ನಿರಂತರ ಸೇರಿಸುವ ಮೂಲಕ ಮುಂದುವರೆದ ಯೋಗಿಯು ದೂರದ ಜೀವಿಗಳ ಶಬ್ದಗಳನ್ನು ನೇರವಾಗಿ ಕೇಳಿಸಿಕೊಳ್ಳುತ್ತಾನೆ. (ಉದ್ಧವ ಗೀತಾ ೧೦.೧೯)*

- *ಗಾಳಿಯ ಮೂಲಕ ಮತ್ತು ಅಗ್ನಿಯ ಮೂಲಕ ತನ್ನ ದೇಹದೊಳಗೆ ಸಂಪೂರ್ಣ ಶುದ್ಧೀಕರಣವನ್ನು ನಡೆಸಿ, ಹೃದಯದ ಪ್ರದೇಶದಲ್ಲಿ ಒಂದು ಕಮಲದ ಮೇಲೆ ನೆಲೆಗೊಂಡಿರುವ ಮತ್ತು ನಾದ ಸೂಕ್ಷ್ಮ ಶಬ್ದದ ಅನುರಣನದ ಮೂಲಕ ತಮ್ಮ ಹಂತಹಂತವಾದ ಪ್ರಗತಿಯ ಕೊನೆಯಲ್ಲಿ ಪರಿಪೂರ್ಣ ಯೋಗಿಗಳು ಅನುಭವಿಸುವ ನನ್ನ ಸೂಕ್ಷ್ಮ ಆದರೆ ಸರ್ವೋಚ್ಚ ಭಾಗಶಃ ಆವಿರ್ಭಾವದೊಂದಿಗೆ ಸಂಪರ್ಕ ಕಲ್ಪಿಸುವ ಏಕಾಗ್ರತೆಯ ಶಕ್ತಿಗೆ ತನ್ನ ಗಮನವನ್ನು ಪ್ರಯತ್ನವಿಲ್ಲದೆ ಕೂಡಿಸುವುದರ ಮೇಲೆ ಆತನು ಧ್ಯಾನವನ್ನು ಮಾಡಬೇಕು. (ಉದ್ಧವ ಗೀತಾ ೨೨.೨೩)*

ಸಮುದ್ರದ ತೀರದಲ್ಲಿ ಕುಳಿತುಕೊಂಡರೆ, ಅಲೆಯ ನಂತರ ಅಲೆಯು ಬಂದಂತೆ ಒಂದು ನಿರಂತರವಾದ ಮೊರೆತವಿರುತ್ತದೆ. ಇಂದ್ರಿಯಗಳನ್ನು ಬಾಹ್ಯ ಆಸಕ್ತಿಯಿಂದ ಹಿಂತೆಗೆದುಕೊಂಡ ನಂತರ ಒಬ್ಬ ವ್ಯಕ್ತಿಯು ಮನಸ್ಸಿನಂತರಾಳದಲ್ಲಿ ಶಾಂತವಾಗಿ ಉಳಿದರೆ ತನ್ನೊಳಗೆ ಒಂದು ನಿರಂತರವಾದ ಶಬ್ದವಿದೆ ಎಂಬುದನ್ನು ಆತನು ಕಂಡುಕೊಳ್ಳುತ್ತಾನೆ. ಇದು ನಾದ್ ಅಥವಾ ನಾದ ಶಬ್ದವಾಗಿದೆ. ಇದನ್ನು ಒಳಗೆ ಅವಿಚ್ಛಿನ್ನವಾಗಿ ವ್ಯಕ್ತಪಡಿಸಲಾಗುತ್ತದೆ ಮತ್ತು ಸ್ಪಷ್ಟವಾಗಿ ಹಾಗೂ ಸ್ಫುಟವಾಗಿ ಕೇಳಬಹುದು ಎಂಬ ಕಾರಣಕ್ಕಾಗಿ ಯೋಗಿಗಳು ಈ ಶಬ್ದದಲ್ಲಿ ವಿಶೇಷವಾಗಿ ಆಸಕ್ತರಾಗಿರುತ್ತಾರೆ. ಇದು ಒಬ್ಬ ವ್ಯಕ್ತಿಯನ್ನು ಒಂದು ಮಂತ್ರದ

ಅವಶ್ಯಕತೆಯಿಂದ ಬಿಡುಗಡೆ ಮಾಡುತ್ತದೆ, ಅದರಿಂದಾಗಿ ಆತನು ಆಸರೆಗಳಿಲ್ಲದೆ ಅಂತಃಪ್ರಜ್ಞೆಯೊಳಗೆ ಗಮನವನ್ನು ಕೇಂದ್ರೀಕರಿಸಬಹುದು.

ಶಬ್ದ

ಆಕಾಶ ಅಥವಾ ವಾಯುಮಂಡಲದ ವ್ಯೋಮ ಎಂಬುದು ಬ್ರಹ್ಮಾಂಡದಲ್ಲಿ ಅಸ್ತಿತ್ವಕ್ಕೆ ಬಂದ ಮೊದಲ ಆಯಾಮವಾಗಿದೆ, ಮತ್ತು ಅದರ ಅನುಗುಣವಾದ ಶಬ್ದದ ಗುಣಧರ್ಮವು ಅದಾದ ನಂತರದಲ್ಲಿ ಅಸ್ತಿತ್ವಕ್ಕೆ ಬಂದಿತು. ಶಬ್ದವು ಅತ್ಯಗತ್ಯ. ಆರಂಭದಲ್ಲಿ ಒಬ್ಬ ವ್ಯಕ್ತಿಯು ಆಧ್ಯಾತ್ಮಿಕ ಜಗತ್ತಿನೊಳಗೆ ದೃಷ್ಟಿಗೋಚರವಾಗಿ ನೋಡುವುದಿಲ್ಲ. ಆತನು ಆಧ್ಯಾತ್ಮಿಕ ಜಗತ್ತಿನಲ್ಲಿರುವ ವ್ಯಕ್ತಿಗಳನ್ನು ಸ್ಪರ್ಶಿಸುವುದಿಲ್ಲ, ಅಥವಾ ಆಧ್ಯಾತ್ಮಿಕ ಆಹಾರಗಳ ರುಚಿ ನೋಡುವುದಿಲ್ಲ, ಅಥವಾ ಆಧ್ಯಾತ್ಮಿಕ ವಾಸನೆಗಳನ್ನು ಗ್ರಹಿಸುವುದಿಲ್ಲ.

ಮನಸ್ಸನ್ನು ಸ್ವಚ್ಛಗೊಳಿಸುತ್ತದೆ

ಮೊದಲು ವ್ಯಕ್ತಿಯು ಬಲ ಕಿವಿಯ ಒಳ ಭಾಗದಲ್ಲಿ ಈ ಶಬ್ದವನ್ನು ಕೇಳಿಸಿಕೊಳ್ಳುತ್ತಾನೆ. ಇದು ಉನ್ನತ ಸ್ಥಾಯಿಯ ಆವರ್ತನಗಳ ಒಂದು ನಿರಂತರವಾದ ಸಮ್ಮಿಶ್ರಣದಂತೆ ಕೇಳಿ ಬರುತ್ತದೆ. ಇದು ತಡೆಯಿಲ್ಲದೆ ನಿರಂತರವಾಗಿದ್ದು, ವ್ಯಕ್ತಿಯು ಸೂಕ್ಷ್ಮ ಅಥವಾ ಸ್ಥೂಲ ಪ್ರಪಂಚಕ್ಕೆ ತನ್ನ ಗಮನವನ್ನು ನೀಡುವ ಮೂಲಕ ಅದರಿಂದ ದೂರ ಸರಿದರೆ ಮಾತ್ರ ಆತನು ಅದರ ಗ್ರಹಿಕೆಯನ್ನು ಕಳೆದುಕೊಳ್ಳುತ್ತಾನೆ. ಈ ಶಬ್ದವು ಯಾದೃಚ್ಛಿಕ ಕಲ್ಪನೆಗಳು, ಚಿಂತೆಗಳು, ತೊಂದರೆಗಳು, ಹಾಗೂ ಎಲ್ಲಾ ರೀತಿಯ ಕೆಳಮಟ್ಟದ ಸಹವಾಸಗಳಿಂದ ಮನಸ್ಸನ್ನು ಸ್ವಚ್ಛಗೊಳಿಸುತ್ತದೆ.

ಒಂದು ಉನ್ನತ-ಸ್ಥಾಯಿಯ ಆವರ್ತನ

ಒಬ್ಬ ವ್ಯಕ್ತಿಯು ಒಂದು ಪ್ರಶಾಂತವಾದ ಸ್ಥಳವನ್ನು ತಲುಪಿ, ತದನಂತರ ಕೆಳ ಮತ್ತು ಮೇಲಿನ ಬಲ ದವಡೆಗಳನ್ನು ಒಟ್ಟಿಗೆ ಒತ್ತಿದರೆ ಆತನ ಗಮನವು ತಲೆಯ ಬಲಭಾಗದ ಕಡೆಗೆ ಚಲಿಸುತ್ತದೆ, ಮತ್ತು ಎಲ್ಲಿಯವರೆಗೆ ಆತನು ಒತ್ತಡವನ್ನು ಹಾಕಬಹುದೋ ಅಲ್ಲಿಯವರೆಗೆ ಆತನು ಒಂದು ಉನ್ನತ-ಸ್ಥಾಯಿಯ ಆವರ್ತನವನ್ನು ಆಲಿಸಬಹುದು. ಒತ್ತಡವನ್ನು ಕಡಿಮೆ ಮಾಡಿ, ದವಡೆಯನ್ನು ಸಡಿಲಿಸಿದ ಸ್ವಲ್ಪ ಸಮಯದ ನಂತರವೂ, ಆತನು ಇನ್ನೂ ಈ ನಾದವನ್ನು ಆಲಿಸಬಹುದು.

ಆತಂಕದಿಂದ ಮುಕ್ತಿ

ಒಮ್ಮೆ ಒಬ್ಬ ವ್ಯಕ್ತಿಯು ಈ ಶಬ್ದದ ಮೇಲೆ ಮನಸ್ಸನ್ನು ಇರಿಸಲು ಕಲಿತುಕೊಂಡರೆ, ಹಗಲಿನಲ್ಲಿ ಅಥವಾ ರಾತ್ರಿಯಲ್ಲಿ ಯಾವುದೇ ಸಮಯದಲ್ಲಿ ಆತನು ಇದನ್ನು ಪತ್ತೆ ಮಾಡಬಹುದು. ಒಬ್ಬ ವ್ಯಕ್ತಿಯು ಇದರ ಮೇಲೆ ಧ್ಯಾನ ಮಾಡಬೇಕು ಮತ್ತು ಆತಂಕದಿಂದ ಮುಕ್ತಿ ಪಡೆಯಬೇಕು. ಈ ಶಬ್ದವು ಎಡ ಕಿವಿಯ ಒಳ ಭಾಗದಲ್ಲಿ ಕೂಡ ಉಂಟಾಗುತ್ತದೆ, ಆದರೆ ಅಲ್ಲಿ ಇದರ ಆವರ್ತನವು ಸ್ವಲ್ಪ ಭಿನ್ನವಾಗಿದೆ. ಏನೇ ಆದರೂ, ವ್ಯಕ್ತಿಯು ಈ ಶಬ್ದವನ್ನು ತಲುಪಿದ ಕೂಡಲೇ, ಮನಸ್ಸು ಪದೇಪದೇ ಪ್ರಾಪಂಚಿಕ ಆಲೋಚನೆಗಳಿಗೆ ಹಾಗೂ ಸ್ಥೂಲ ವಸ್ತುಗಳಿಗೆ ಹಿಂದಿರುಗಲು ಪ್ರಯತ್ನಿಸುತ್ತದೆ ಎಂಬುದನ್ನು ಆತನು ಕಂಡುಕೊಳ್ಳುತ್ತಾನೆ. ಹೀಗಾಗಿ ಪ್ರಾಪಂಚಿಕ ವ್ಯವಹಾರಗಳಲ್ಲಿ ಭಾಗಿಯಾಗಲು ಆತನು ಆಲಿಸುವ ಅಭ್ಯಾಸದಿಂದ ದೂರಕ್ಕೆ ಎಳೆಯಲ್ಪಡಬಹುದು.

ಆ ಆಂತರಿಕ ಸ್ಥಳದಲ್ಲಿ

ಒಳ ಬಲ ಕಿವಿಯಿಂದ ಬರುವ ಅಪ್ರಯತ್ನಪೂರ್ವಕ ಸುಸ್ವರವು ಆ ಶಬ್ದದ ಮೂಲಕ ಕಾಂತಿಕಣ-ಸದೃಶ ಚಿಂತಕನನ್ನು ಆಧ್ಯಾತ್ಮಿಕ ಪರಿಸರದೊಳಗೆ ಎಳೆಯಲು ಎಂಬಂತೆ ಎಳೆಯುವ ಕಂಪನದಿಂದ ಕಿವಿಯ ಒಳಗೆ ಬರುತ್ತದೆ, ಆದರೆ ಎಡ ಕಿವಿಯನ್ನು ಪ್ರವೇಶಿಸುವ ಶಬ್ದವು ಸ್ವಲ್ಪ ಭಿನ್ನವಾದ ಸುಸ್ವರವನ್ನು ಹೊಂದಿದೆ ಮತ್ತು ಆ ಆಂತರಿಕ ಸ್ಥಳದಲ್ಲಿ ಕೇಳುಗನ ಗಮನವನ್ನು ಹಿಡಿದಿಡಲು ಎಂಬಂತೆ ತಳ್ಳುವ ಕಂಪನದಿಂದ ಒಳ ಕಿವಿಯ ಮೂಲಕ ಬರುತ್ತದೆ ಎಂಬುದನ್ನು ಒಬ್ಬ ವ್ಯಕ್ತಿಯು ಎಚ್ಚರಿಕೆಯಿಂದ ಪರೀಕ್ಷಿಸುವ ಮೂಲಕ ಅರ್ಥಮಾಡಿಕೊಳ್ಳಲು ಪ್ರಾರಂಭಿಸಬಹುದು.

ಒಂದು ಸಂಕೀರ್ಣ ಸುಸ್ವರ

ಒಬ್ಬ ವ್ಯಕ್ತಿಯು ಬಲಭಾಗಕ್ಕೆ ಆಲಿಸಿದರೆ, ನಂತರ ಎಡಕ್ಕೆ, ನಂತರ ಬಲಕ್ಕೆ, ನಂತರ ಮತ್ತೆ ಎಡಕ್ಕೆ, ಶಬ್ದಗಳು ಒಂದು ಸಂಕೀರ್ಣ ಸುಸ್ವರದಲ್ಲಿ ಸಮ್ಮಿಶ್ರಣವಾಗಿ ಸಂಪೂರ್ಣ ತಲೆಯನ್ನು ತುಂಬುತ್ತದೆ. ಉತ್ಪತ್ತಿಯಾದ ಶಬ್ದಗಳು ಒಂದು ಇಂಪಾದ ಸಮ್ಮಿಶ್ರಣದೊಳಗೆ ಬದಲಾಗುತ್ತಿರಬಹುದು.

ಕಲುಷಿತಗೊಳ್ಳುವಿಕೆ

ಮನಸ್ಸಿನ–ಮಾತು

ಈ ಆಂತರಿಕ ನಿರಂತರವಾದ ಶಬ್ದವನ್ನು ಆಲಿಸುವಲ್ಲಿ, ಒಬ್ಬನು ಹೇಗೆ ಅನ್ಯ ಆಲೋಚನೆಗಳು ತನ್ನನ್ನು ನಿರಂತರವಾಗಿ ಬೆನ್ನಟ್ಟಿ ಹಿಡಿದು ಮನಸ್ಸನ್ನು ಕಲಕುತ್ತವೆ ಎಂಬುದನ್ನು ಅರಿತುಕೊಳ್ಳುತ್ತಾನೆ. ಉದಾಹರಣೆಗೆ, ಈ ಆಲೋಚನೆಗಳು ಮೆದುಳಿನ ತುತ್ತತುದಿಯ ಬಲಭಾಗವನ್ನು ತಲುಪುವುದಿಲ್ಲ, ಆದರೆ ಅವು ಮೆದುಳಿನ ಕೇಂದ್ರದ ಪ್ರದೇಶವನ್ನು ತಲುಪುತ್ತವೆ ಮತ್ತು ಅವು ಕೇಂದ್ರದಿಂದ ಸ್ವಲ್ಪ ಎಡಪಕ್ಕ ಇರುತ್ತವೆ. ಈ ಆಲೋಚನೆಗಳು ಆ ವಲಯವನ್ನು ತಲುಪುತ್ತವೆ ಮತ್ತು ಮನಸ್ಸು ಮನಸ್ಸಿನ–ಮಾತಿನಿಂದ ಬಲವಂತವಾಗಿ ಪ್ರತಿಕ್ರಿಯಿಸುತ್ತದೆ.

ಸ್ವಯಂಚಾಲಿತವಾಗಿ ಮರು–ರವಾನಿಸಲಾಗುತ್ತದೆ

ಒಬ್ಬ ವ್ಯಕ್ತಿಯು ಮನಸ್ಸಿನ ಒಳನುಗ್ಗುವ ಅನ್ಯ ಆಲೋಚನೆಗಳೊಂದಿಗೆ ಹೇಗೆ ಸಂಬಂಧಿಸುತ್ತಾನೆ? ಆತನು ಮಾನಸಿಕವಾಗಿ ಪ್ರತಿಕ್ರಿಯಿಸುವ ಮೂಲಕ ಹಾಗೆ ಮಾಡುತ್ತಾನೆ, ಯಾವ ರೀತಿಯಲ್ಲಿ ಎಂದರೆ ಆತನು ಒಂದು ಪ್ರಶ್ನೆಯನ್ನು ಗ್ರಹಿಸಿ ಅಥವಾ ಒಂದು ಚಿತ್ರವನ್ನು ಕಲ್ಪಿಸಿಕೊಂಡು ಮನಸ್ಸಿನೊಳಗಿನ ಶಕ್ತಿಗೆ ಪ್ರತಿಕ್ರಿಯಿಸುತ್ತಾನೆ. ಈ ಪ್ರತಿಕ್ರಿಯೆಗಳು ನಂತರ ಸ್ವಯಂಚಾಲಿತವಾಗಿ ಯಾರ ಆಲೋಚನೆಯು ಆತನ ಮನಸ್ಸಿನ ಒಳನುಗ್ಗಿತೋ ಆ ವ್ಯಕ್ತಿಗೆ ಮರು–ರವಾನಿಸಲಾಗುತ್ತದೆ.

ಆಲೋಚನೆಯ ಮಾದರಿಗಳ ಸಮಾಪ್ತಿ

ಈ ಆಲೋಚನೆಗಳು ಒಬ್ಬ ವ್ಯಕ್ತಿಯನ್ನು ಭದ್ರವಾಗಿ ಹಿಡಿದುಕೊಳ್ಳುತ್ತವೆ ಮತ್ತು ಆತನನ್ನು ದೈವಿಕ ಶಬ್ದದಿಂದ (ನಾದ ಶಬ್ದದಿಂದ) ದೂರ ಸೆಳೆಯುತ್ತವೆ. ಧ್ಯಾನದ ಮುಂದುವರೆದ ಸ್ಥಿತಿಯಲ್ಲಿ ಒಬ್ಬ ವ್ಯಕ್ತಿಯು ಇನ್ನೆಂದಿಗೂ ಆವೇಗಯುಕ್ತ ಅಥವಾ ಪ್ರತಿಕ್ರಿಯಾತ್ಮಕ ಆಲೋಚನೆಗಳ ಮಾದರಿಗಳನ್ನು ಸೃಷ್ಟಿಸುವುದಿಲ್ಲವಾದರೂ ಆತನು ಇನ್ನೂ ಆಲೋಚನೆಯ ಮಾದರಿಗಳಿಂದ ಕಿರುಕುಳಕ್ಕೀಡಾಗುತ್ತಾನೆ, ಮತ್ತು ಬೆನ್ನಟ್ಟಿ ಹಿಡಿಯಲ್ಪಡುತ್ತಾನೆ. ಈ ಪರಿಗಣನೆಯೊಂದಿಗೆ ಪತಂಜಲಿಯವರು ಆಲೋಚನೆಯ ಮಾದರಿಗಳ, ಕಲ್ಪನೆಗಳ ಹಾಗೂ ದೃಶ್ಯೀಕರಣಗಳ ಸಮಾಪ್ತಿಯಾದ ಯೋಗದ ಮೇಲೆ ಒಂದು ಉಪನ್ಯಾಸವನ್ನು ಪ್ರಾರಂಭಿಸುತ್ತೇನೆಂದು ಹೇಳುವ ಮೂಲಕ ಯೋಗ ಸೂತ್ರಗಳನ್ನು ಪ್ರಾರಂಭಿಸಿದರು.

ಹಿಮ್ಮೆಟ್ಟುವುದು

ನಾನು ನಿರ್ದಿಷ್ಟ ಅನ್ಯ ಆಲೋಚನೆಗಳನ್ನು ಎಂದಾದರೂ ಪ್ರಾಚೀನ ಯೋಗಿಗಳು ತೊಲಗಿಸಿದರೆ (ಅಂದರೆ, ಮನಸ್ಸಿನಿಂದ ತೊಲಗಿಸಿದರೆ) ಎಂದು ಆಚಾರ್ಯ ಗಂಭೀರನಾಥ ಅವರನ್ನು ಕೇಳಿದಾಗ ಅವರು "ಖಂಡಿತವಾಗಿಯೂ ನಾವು ತೊಲಗಿಸಿದೆವು" ಎಂದು ಉತ್ತರಿಸಿದರು. ಅವರು ಇನ್ನೂ ಹೆಚ್ಚಿನ ಹೇಳಿಕೆ ನೀಡಿದರು, "ಪತಂಜಲಿ ಯೋಗ ಸೂತ್ರಗಳಲ್ಲಿ ವಿವರವಾಗಿ ವಿವರಿಸಲಾಗಿರುವ, ಆಲೋಚನೆಯ ನಿಯಂತ್ರಣದ ಆರಂಭದಲ್ಲಿ ಇಂದ್ರಿಯಗಳನ್ನು ತಮ್ಮ ವಸ್ತುಗಳಿಂದ ಆಂತರಿಕವಾಗಿಸುವ ಹಾಗೂ ಪ್ರತ್ಯೇಕವಾಗಿಸುವ ಪ್ರತ್ಯಾಹಾರ, ಇಂದ್ರಿಯಗಳನ್ನು ಒಳಕ್ಕೆಳೆದುಕೊಳ್ಳುವುದು, ಎಂಬುದರ ಮೂಲಕ ನಾವು ಕಟ್ಟುನಿಟ್ಟಾಗಿ ಮನಸ್ಸನ್ನು ನಿಯಂತ್ರಿಸಿದೆವು. ಆದರೆ ವ್ಯಕ್ತಿಯು ತುಂಬಾ ಗಂಭೀರನಾದ ಹೊರತು ಆತನು ಈ ಹಂತವನ್ನು ಪೂರ್ಣಗೊಳಿಸುವುದು ಸಾಧ್ಯವಿಲ್ಲವೆಂಬುದನ್ನು ನಾವು

ಕಂಡುಕೊಂಡೆವು. ಇದು ಕೇವಲ ದೃಢಸಂಕಲ್ಪದ ಒಂದು ವಿಷಯವಷ್ಟೇ ಅಲ್ಲ. ಇದು ಒಬ್ಬ ವ್ಯಕ್ತಿಯು ಐಹಿಕ ಪ್ರಪಂಚದಿಂದ ಹಿಮ್ಮೆಟ್ಟಬಲ್ಲನೋ ಮತ್ತು ಅದರಿಂದಾಗಿ ಆತನು ಏಕಾಂಗಿತನವನ್ನು ವಿಷಾದಿಸುವುದಿಲ್ಲವೋ ಎಂಬುದರ ಮೇಲೆ ಅವಲಂಬಿಸಿದೆ."

ಹಿಮ್ಮರಳುವುದಿಲ್ಲ

"ಒಬ್ಬ ಅಭ್ಯಾಸಿಯು ಪ್ರಗತಿಯನ್ನು ಹೊಂದಿದರೆ ಮತ್ತು ಏಕಾಂಗಿತನದಲ್ಲಿ ಸಂತೋಷಕರವಾಗಿ ಜೀವಿಸಲು ಆರಂಭಿಸಿದರೆ, ಆಲೋಚಿಸುವ ಹಾಗೂ ಕಲ್ಪಿಸುವ ಮನಸ್ಸಿನಿಂದ ಮುಕ್ತಿಯಾದ ಧ್ಯಾನದ ಮೊದಲ ಹಂತವನ್ನು ಆತನು ತಲುಪುತ್ತಾನೆ. ಈ ಹಂತವನ್ನು ತಲುಪುವುದು ಯಾವುದೇ ಅಭ್ಯಾಸಿಗೆ ಮತ್ತು ಆತನ ಗುರುವಿಗೆ ಕೂಡ ಸಂತೋಷಕಾರಿ, ಏಕೆಂದರೆ ಅಭ್ಯಾಸಿಯು ಈ ಹಂತವನ್ನು ತಲುಪಿದರೆ ಆತನು ಹಿಮ್ಮರಳುವುದಿಲ್ಲ ಎಂಬುದಕ್ಕೆ ಇದು ಖಚಿತ ಸಂಕೇತವಾಗಿದೆ."

ಮೊದಲನೇ ಹಂತದ ಸಂತೋಷ

"ಒಮ್ಮೆ ಹಠಾತ್ ಪ್ರವೃತ್ತಿಯ ಆಲೋಚನೆಗಳನ್ನು ನಿಯಂತ್ರಿಸುವ ವಿಷಯದಲ್ಲಿ ಈ ಮೊದಲ ಹಂತವನ್ನು ಕರಗತ ಮಾಡಿಕೊಂಡರೆ, ಅಭ್ಯಾಸಿಯು ಮೊದಲನೇ ಹಂತದ ಸಂತೋಷವನ್ನು ತಲುಪುತ್ತಾನೆ, ಮತ್ತು ಇದನ್ನು ಒಬ್ಬನ ಸ್ವಭಾವದಲ್ಲಿ ಸಂತೋಷವನ್ನು ಕಂಡುಕೊಳ್ಳುವ ಹಂತವೆಂದು ಗೀತೆಯಲ್ಲಿ ವಿವರಿಸಲಾಗಿದೆ."

- *ವಾಸ್ತವವಾಗಿ, ಮಾನಸಿಕವಾಗಿ ಶಾಂತವಾಗಿರುವ, ಭಾವನೆಗಳನ್ನು ಪ್ರಶಾಂತಗೊಳಿಸಿರುವ, ಆಧ್ಯಾತ್ಮಿಕ ಸಮತಲದಲ್ಲಿರುವ, ಕೆಟ್ಟ ಪ್ರವೃತ್ತಿಗಳಿಂದ ಮುಕ್ತನಾಗಿರುವ ಯೋಗಿಯು ಉನ್ನತವಾದ ಸಂತೋಷವನ್ನು ಅನುಭವಿಸುತ್ತಾನೆ. (ಭಗವದ್ಗೀತೆ ೬.೨೭)*

ತಮ್ಮ ಅತೀಂದ್ರಿಯ ವ್ಯಾಪ್ತಿಯ ಹೊರಗೆ

"ಏನೇ ಆದರೂ, ಈ ಹಂತವನ್ನು ತಲುಪಿದ ನಂತರ ಶೀಘ್ರದಲ್ಲೇ ಆತನಿಗಾಗಿ ಹುಡುಕುವ ಅನ್ಯ ಆಲೋಚನೆಗಳ ರೂಪದಲ್ಲಿ ಮತ್ತೊಂದು ಸಮಸ್ಯೆ ಇದೆ ಎಂಬುದನ್ನು ಆತನು ಕಂಡುಕೊಳ್ಳುತ್ತಾನೆ. ಸ್ವಚ್ಛಂದದ ಹಾಗೂ ಹಠಾತ್ ಪ್ರವೃತ್ತಿಯ ಆಲೋಚನೆಗಳನ್ನು ನಿಗ್ರಹಿಸುವ ಕಲೆಯಲ್ಲಿ ಒಬ್ಬ ವ್ಯಕ್ತಿಯು ಪ್ರವೀಣನಾದ ಕೂಡಲೇ, ಆತನ ಮನಸ್ಸಿನಿಂದ ಹೊರಹೊಮ್ಮುತ್ತಿದ್ದ ಆಲೋಚನೆಯ ಪ್ರಕ್ಷೇಪಣೆಯು ಕಡಿಮೆಯಾದುದರಿಂದ ಸ್ನೇಹಿತರು ಮತ್ತು ಶತ್ರುಗಳು ನೆಮ್ಮದಿಯನ್ನು ಪಡೆಯುತ್ತಾರೆ. ಅವರು ಒಳಪ್ರಜ್ಞೆಯಿಂದ ಇದನ್ನು ಅನುಭವಿಸುತ್ತಾರೆ. ಆತನು ಇನ್ನು ಮುಂದೆ ಅವರ ಮೇಲೆ ಮಾನಸಿಕ ಬೇಡಿಕೆಗಳನ್ನು ಇಡುವುದಿಲ್ಲವಾದ್ದರಿಂದ ಅವರಿಗೆ ಸಂತೋಷವೆನಿಸುತ್ತದೆ. ಆ ಸಂತೋಷದಲ್ಲಿ ಅವರು ಸ್ವಲ್ಪ ಸಮಯದವರೆಗೆ ಆಲೋಚನೆಯ ಮಾದರಿಗಳನ್ನು ಕಳುಹಿಸುವುದನ್ನು ನಿಲ್ಲಿಸುತ್ತಾರೆ. ಆದರೆ, ಅನಂತರದಲ್ಲಿ ಅವರು, ಆತನು ತಮ್ಮ ಅತೀಂದ್ರಿಯ ವ್ಯಾಪ್ತಿಯ ಹೊರಗಿದ್ದಾನೆಂದು ಅನುಭವಿಸಲು ಆರಂಭಿಸುತ್ತಾರೆ."

ಸಹವಾಸದಿಂದ ಉಂಟಾಗುವ ಆಲೋಚನೆಗಳನ್ನು ನಿಲ್ಲಿಸಿ

ಈ ಹಂತದಲ್ಲಿ ಲೇಖಕರು ನಡುವೆ ಮಾತೆತ್ತಿ ಯೋಗಿ ಅವರನ್ನು ಕೇಳಿದರು, "ಯೋಗ ಪ್ರಕ್ರಿಯೆಯ ಓ ಗುರುಗಳೇ, ಈ ಹಂತವನ್ನು ಮೀರಿ ಒಬ್ಬನು ಇನ್ನೂ ಮುಂದೆ ಹೋಗುವುದು ಹೇಗೆ ಎಂಬುದನ್ನು ನಮಗೆ ವಿವರಿಸಿ. ಒಬ್ಬ ವ್ಯಕ್ತಿಗೆ ಇತರರ ಆಲೋಚನೆಗಳ ಮೇಲೆ, ಅಥವಾ

ಅವರ ಆಧ್ಯಾತ್ಮಿಕ ಬೆಳವಣಿಗೆಯ ಮೇಲೆ ಸ್ವಲ್ಪ ಅಥವಾ ಯಾವುದೇ ನಿಯಂತ್ರಣವಿಲ್ಲ. ಹೇಗೆ ನಮಗೆ ಸಹವಾಸದಿಂದ ಉಂಟಾಗುವ ಆಲೋಚನೆಗಳನ್ನು ನಿಲ್ಲಿಸಲು ಸಾಧ್ಯ? ಇದನ್ನು ಸಾಧಿಸಲು ಪ್ರಾಚೀನ ತಪಸ್ವಿಗಳು ಬಳಸಿದ ವಿಧಾನವನ್ನು ವಿವರಿಸಿ."

ಅನ್ಯ ಆಲೋಚನೆಗಳ ಸ್ಥಳ

ಒಂದು ಇಂಚೂ ಕದಲದಿರುವುದು

ಮಹಾಯೋಗಿ ಗಂಭೀರನಾಥ ಅವರು ಉತ್ತರಿಸಿದರು, "ಇದನ್ನು ತುಂಬಾ ಸರಳವಾಗಿ ಮಾಡಲಾಗುತ್ತದೆ. ಮೊದಮೊದಲು ಒಬ್ಬ ವ್ಯಕ್ತಿಯು ಇಂತಹ ಆಲೋಚನೆಗಳ ಕಡೆಗೆ ಆಂತರಿಕವಾಗಿ ಓಡಲೇಬೇಕು, ಬೇರೇನೂ ಮಾಡಲು ಸಾಧ್ಯವಿಲ್ಲ. ಆತನು ಆಲೋಚನೆಯು ಸಂಭವಿಸುವ ಮನಸ್ಸಿನ ಭಾಗಕ್ಕೆ ಥಟ್ಟನೆ ಚಲಿಸಿದ ಕೂಡಲೇ, ಆ ಶಕ್ತಿಯನ್ನು ಸ್ಪರ್ಶಿಸಬಾರದು ಅಥವಾ ಆ ಶಕ್ತಿಗೆ ಪ್ರತಿಕ್ರಿಯಿಸಬಾರದು. ಆತನು ಸಹಾಯವನ್ನು ಕೋರುವ ಒಬ್ಬ ಸ್ನೇಹಿತನಿಗೆ ಸಹಾಯ ಮಾಡಲು ದೈಹಿಕವಾಗಿ ಓಡುವಂತೆ, ಆತನು ಆಂತರಿಕ ಭೂದೃಶ್ಯದ ಬಗ್ಗೆ ಅರಿವುಳ್ಳವನಾಗುತ್ತಾನೆ. ಆತನು ವಾಸ್ತವಿಕವಾಗಿ, ಮನಸ್ಸಿನೊಳಗೆ ಒಂದು ಸ್ಥಳದಿಂದ ಆಲೋಚನೆಯು ಸಂಭವಿಸಿದಂತ ಮತ್ತೊಂದು ಸ್ಥಳಕ್ಕೆ ಚಲಿಸುತ್ತಾನೆ. ಆರಂಭದಲ್ಲಿ ಒಬ್ಬ ವ್ಯಕ್ತಿಯು ಈ ಥಟ್ಟನೆ ಚಲಿಸುವ ಪ್ರಕ್ರಿಯೆಯನ್ನು ನಿಲ್ಲಿಸುವುದು ಸಾಧ್ಯವಿಲ್ಲ, ಆದರೆ ಆತನು ಯಾವುದೇ ಸಂದರ್ಭದಲ್ಲಿ ಆಲೋಚನೆಗೆ ಪ್ರತಿಕ್ರಿಯಿಸಬಾರದು. ಅದು ಮೊದಲನೇ ಹಂತವಾಗಿದೆ. ಒಬ್ಬ ವ್ಯಕ್ತಿಯು ಇದನ್ನು ಕರಗತ ಮಾಡಿಕೊಂಡ ಕೂಡಲೇ, ಆಂತರಿಕವಾಗಿ ದೈವಿಕ ಶಬ್ದದೊಂದಿಗೆ (ನಾದ ಶಬ್ದದೊಂದಿಗೆ) ಒಂದೇ ಸ್ಥಳದಲ್ಲಿರುವ ಮತ್ತು ಮನಸ್ಸಿನಲ್ಲಿ ಕಾಣಿಸಿಕೊಳ್ಳುವ ಯಾವುದೇ ಆಲೋಚನೆಯನ್ನು, ಕಲ್ಪನೆಯನ್ನು ಅಥವಾ ದೃಶ್ಯೀಕರಣವನ್ನು ತಲುಪಲು ಒಂದು ಇಂಚೂ ಕದಲದಿರುವ ಮುಂದಿನ ಹಂತಕ್ಕೆ ಹೋಗುತ್ತಾನೆ."

ನಿಜವಾದ ಪರಿಹಾರ

"ನೀವು ಆಯಾಸಗೊಂಡಿದ್ದರೆ, ಸೂಕ್ಷ್ಮ ಶರೀರವನ್ನು ಸರಿಯಾಗಿ ಆಕ್ಸಿಜನೀಕರಣಗೊಂಡಿರುವ ಶಕ್ತಿಯಿಂದ ಅಧಿಕವಾಗಿ ತುಂಬಿಲ್ಲದಿದ್ದರೆ, ನೀವು ದೈವಿಕ ಶಬ್ದದೊಂದಿಗಿರಲು ಸಾಧ್ಯವಿಲ್ಲವೆಂದು ನೀವು ಕಂಡುಕೊಳ್ಳುತ್ತೀರಿ. ನೀವು ಆಲೋಚನೆಯ ಗ್ರಹಿಕೆಯ ಸ್ಥಳಕ್ಕೆ ಹೋಗಬೇಕೆಂದು ಕಂಡುಕೊಳ್ಳುತ್ತೀರಿ. ಮನಸ್ಸು ಬಾಹ್ಯ ಮಟ್ಟಕ್ಕೆ ಹೋಗಲು ಬಯಸುತ್ತದೆ ಎಂಬುದನ್ನು ನೀವು ಕಂಡುಕೊಳ್ಳುತ್ತೀರಿ. ಆ ಸಂದರ್ಭದಲ್ಲಿ ಒಬ್ಬ ವ್ಯಕ್ತಿಯು ಆಂತರಿಕ ಮಟ್ಟದಿಂದ ಕೇವಲ ಸ್ವಲ್ಪ ಹಿಮ್ಮೆಟ್ಟಿ, ಸ್ವಲ್ಪವೇ ಬಾಹ್ಯ ಇರುವ ಮೂಲಕ ಮನಸ್ಸನ್ನು ಮೋಸಗೊಳಿಸಬೇಕು, ತದನಂತರ ಆಲೋಚನೆಗಳು ಹೊರಟು ಹೋಗುತ್ತವೆ. ಇದೊಂದು ಕೆಟ್ಟ ಕನಸಿನಿಂದ ಎಚ್ಚರಗೊಳ್ಳುವ ಅಭ್ಯಾಸವನ್ನು ಹೋಲುತ್ತದೆ. ಒಬ್ಬ ವ್ಯಕ್ತಿಗೆ ಒಂದು ಕೆಟ್ಟ ಕನಸು ಬಿದ್ದರೆ, ಆತನು ಅದನ್ನು ತಪ್ಪಿಸಲು ಅಸ್ತಿತ್ವದ ಈ ಭಾಗದ ಕಡೆಗೆ ಎಚ್ಚರಗೊಳ್ಳಲು ಪ್ರಯತ್ನಿಸುತ್ತಾನೆ. ಅದು ಇದೇ ರೀತಿಯ ಅನುಭವವಾಗಿದೆ. ಆದರೆ, ಆಂತರಿಕ ಮಟ್ಟದಿಂದ ತಪ್ಪಿಸಿಕೊಳ್ಳುವ ಈ ವಿಧಾನವು ನಿಜವಾದ ಪರಿಹಾರವಲ್ಲ. ನಿಜವಾದ ಪರಿಹಾರವೆಂದರೆ ದೈವಿಕ ಶಬ್ದದೊಂದಿಗೆ ಇರುವುದು, ಅದರೊಳಗಡೆ ಪ್ರವೇಶಿಸುವುದು."

ಮೆದುಳಿನ ವಿದ್ಯುತ್ತಿನ ಕೇಂದ್ರ

ಇಷ್ಟವಾಗುವ ಪರಿಚಯಸ್ಥರಿಂದ ಬರುವ ಆಲೋಚನೆಗಳು ಮೆದುಳಿನ ವಿದ್ಯುತ್ತಿನ ಕೇಂದ್ರಕ್ಕೆ ಬರುತ್ತವೆ. ತೊಂದರೆ ಕೊಡುವ ಆತ್ಮೀಯ ಪರಿಚಯಸ್ಥರಿಂದ ಬರುವ ಆಲೋಚನೆಗಳು ವಿದ್ಯುತ್ತಿನ ಕೇಂದ್ರದ ಸ್ವಲ್ಪ ಎಡ ಸ್ಥಳದಿಂದ ಬರುತ್ತವೆ, ಮತ್ತು ಇತರರಿಂದ ಬರುವ ಹಾಗೂ ಸ್ವಲ್ಪ ಬೌದ್ಧಿಕ ವಿಶ್ಲೇಷಣೆಯ ಅಗತ್ಯವಿರುವ ಆಲೋಚನೆಗಳು, ಕೇಂದ್ರದಿಂದ ಇನ್ನಷ್ಟು ದೂರದ ಎಡದಲ್ಲಿರುವ ಜಾಗದಿಂದ ಬರುತ್ತವೆ.

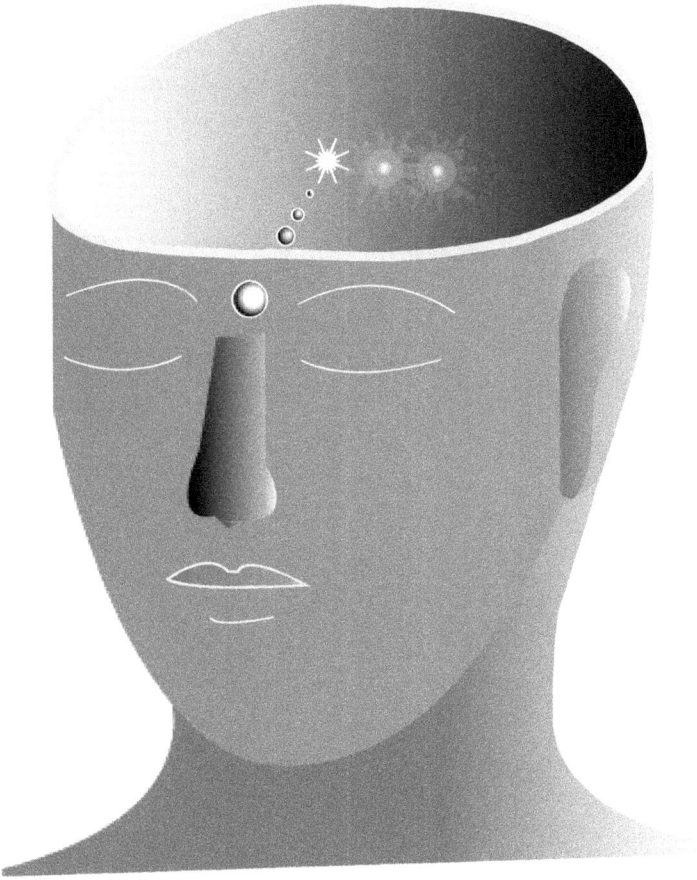

ಮಿದುಳಿನೊಳಗೆ ಜೀವ ಶಕ್ತಿಯನ್ನು ಎಳೆದುಕೊಳ್ಳಲು ಒಂದು ಬಲಯುತವಲ್ಲದ ವಿಧಾನವನ್ನು ಬಳಸುವುದು

ಮೇಲೇರಿಸಿದ ಸ್ಥಿತಿಯಲ್ಲಿ ಇರಲು ಸಾಧ್ಯವಿಲ್ಲ

ಯೋಗಿರಾಜ್ ಗಂಭೀರನಾಥ ಅವರು ಪ್ರಾಣಾಯಾಮ ತಂತ್ರಗಳನ್ನು ಬಳಸದೆ ಮಿದುಳಿನೊಳಗೆ ಜೀವ ಶಕ್ತಿಯನ್ನು ಏರಿಸಲು ಕೆಲವು ಯೋಗಿಗಳು ಬಳಸಿದ ಒಂದು ವಿಧಾನವನ್ನು ನನಗೆ ತೋರಿಸಿದರು. ಈ ವಿಧಾನದಲ್ಲಿ ನಿಪುಣರಾದ ಯೋಗಿಗಳು ಹೆಚ್ಚಿನ ಸಂದರ್ಭಗಳಲ್ಲಿ ಈ

ಮೊದಲೇ ಪ್ರಾಣಾಯಾಮವನ್ನು ಮಾಡಿರುವ ಮತ್ತು ಅದರ ಮೂಲಕ ಸ್ಥೂಲ ಹಾಗೂ ಸೂಕ್ಷ್ಮ ದೇಹಗಳನ್ನು ಶುದ್ಧೀಕರಿಸಿರುವ ವ್ಯಕ್ತಿಗಳು ಎಂದು ಅವರು ಹೇಳಿದರು. ಅವರ ಅಭಿಪ್ರಾಯದಲ್ಲಿ, ದೇಹವನ್ನು ಶುದ್ಧೀಕರಿಸಿಲ್ಲದ ಒಬ್ಬ ವ್ಯಕ್ತಿಯು ಈ ವಿಧಾನವನ್ನು ಬಳಸಬಹುದು, ಆದರೆ ಆತನು ಯಶಸ್ವಿಯಾಗದೇ ಹಾಗೆ ಮಾಡುತ್ತಾನೆ, ಏಕೆಂದರೆ ಜೀವ ಶಕ್ತಿಯು ಮೆದುಳಿನಲ್ಲಿ ಉಳಿಯಲು ಸಾಧ್ಯವಿಲ್ಲ, ಆದರೆ ತಳಕ್ಕೆ ಇಳಿದು ಬರುತ್ತದೆ. ಅದು ಒಂದು ಕಲುಷಿತ ದೇಹದಲ್ಲಿ ಮೇಲೇರಿಸಿದ ಸ್ಥಿತಿಯಲ್ಲಿರಲು ಸಾಧ್ಯವಿಲ್ಲ.

ಒಂದು ಮಾರ್ಗ

ದೈವಿಕ ಶಬ್ದವನ್ನು ಆಂತರಿಕವಾಗಿ ಕೇಳಿ, ಅದರಲ್ಲಿ ದೃಢವಾಗಿ ನೆಲೆಗೊಂಡ ನಂತರ, ಮತ್ತು ತಿಂಗಳುಗಳ ಕಾಲ ಅದನ್ನು ಮಾಡಿದ ನಂತರ ಯೋಗಿಯು ಸ್ವಭಾವದಲ್ಲಿ ಬದಲಾಗುತ್ತಾನೆ ಮತ್ತು ಶಾಂತ, ಸಮಚಿತ್ತ ಹಾಗೂ ಅಹಿಂಸಾತ್ಮಕನಾಗುತ್ತಾನೆ. ಆ ಹಂತದಲ್ಲಿ ಯೋಗಿಯು ದೈವಿಕ ಶಬ್ದದಲ್ಲಿ ಉಳಿದಿರುತ್ತಾ, ತನ್ನ ಗಮನವನ್ನು ಕೆಳ ಬೆನ್ನುಹುರಿಯ ಕೇಂದ್ರಗಳಲ್ಲಿ, ದೇಹದ ಕೆಳಗಿನ ಭಾಗಗಳಲ್ಲಿ ಇರುವ ಜೀವ ಶಕ್ತಿಗೆ ಕಳುಹಿಸುತ್ತಾನೆ. ಶಬ್ದದ ನಿರಂತರವಾದ ಹರಿವು ಆಗ (sound current, ನಾದ ಶಬ್ದ) ಯೋಗಿಯ ಗಮನವನ್ನು ಒಂದು ಮಾರ್ಗವಾಗಿ ಬಳಸಿಕೊಳ್ಳುತ್ತದೆ, ಮತ್ತು ದೇಹದ ಕೆಳಭಾಗಗಳನ್ನು ಶುದ್ಧೀಕರಿಸುವುದಕ್ಕೆ ಅವುಗಳೊಳಗೆ ಕೆಳಗೆ ಹೋಗುತ್ತದೆ. ಆ ಸಮಯದಲ್ಲಿ, ಜೀವ ಶಕ್ತಿಯು ಅದಕ್ಕೆ ಆಕರ್ಷಿತವಾಗುತ್ತದೆ ಮತ್ತು ತಲೆಯಲ್ಲಿನ ಗಮನ ಶಕ್ತಿಯನ್ನು ಸೇರಲು ಮೇಲಕ್ಕೇರುತ್ತದೆ.

ಸ್ಥಿರತೆ

ನಾನು ಯೋಗಿ ಗಂಭೀರನಾಥ ಅವರನ್ನು ಪ್ರಶ್ನಿಸಿದೆ, "ನಾವು ಏಕೆ ಪ್ರಾಣಾಯಾಮ ಪ್ರಕ್ರಿಯೆಯನ್ನು ತಪ್ಪಿಸಲಾಗುವುದಿಲ್ಲ?

ಅವರು ಉತ್ತರಿಸಿದರು, "ಶುದ್ಧೀಕರಿಸಿಲ್ಲದ ಒಬ್ಬ ವ್ಯಕ್ತಿಯು ಒಳಗಿನ ದೈವಿಕ ಶಬ್ದದ ಮೊಳಗುವಿಕೆಯಲ್ಲಿ ಸ್ಥಿರತೆಯನ್ನು ಹೊಂದಲಾರನು. ಕಲುಷಿತ ಗುಣದ ಒಬ್ಬ ವ್ಯಕ್ತಿಯು ಬಿಟ್ಟುಬಿಟ್ಟು ಶಬ್ದವನ್ನು ಕೇಳಬಹುದು, ಆದರೆ ಆತನು ಅದನ್ನು ಸತತವಾಗಿ ಆಲಿಸಲು ಸಾಧ್ಯವಿಲ್ಲ. ವಾಸ್ತವವಾಗಿ, ಆತನು ಹಲವುವೇಳೆ ಅದನ್ನು ಆಲಿಸಲು ಮರೆಯುತ್ತಾನೆ. ಹೀಗಾಗಿ ಆತನು ಎಂದಿಗೂ ನಿರಂತರವಾಗಿ ಅದನ್ನು ಸಾಧಿಸುವುದಿಲ್ಲ. ಅದರಲ್ಲಿ ದೃಢವಾದ ನಂಬಿಕೆಯನ್ನು ಹೊಂದಿರುವ ಒಬ್ಬ ತಜ್ಞರಿಂದ ಆತನು ಕೇಳಬಹುದು, ಆದರೆ ಆತನು ಸ್ವತಃ ಅದರ ಮೇಲೆ ನಂಬಿಕೆ ಇಡುವುದಿಲ್ಲ, ಏಕೆಂದರೆ ಆತನು ಬಾಹ್ಯ ಪರಿಸ್ಥಿತಿಗೆ ತುಂಬಾ ಮೋಹಗೊಂಡಿರುತ್ತಾನೆ."

ಮನಸ್ಸನ್ನು ಪಳಗಿಸಿ

"ಸಾಧನೆ ಸುಲಭ ಅನಿಸಬಹುದು, ಆದರೆ ಅಭ್ಯಾಸಕ್ಕೆ ಅದು ಹೆಚ್ಚು ಸಮಯ ತೆಗೆದುಕೊಳ್ಳುತ್ತದೆ. ಮೊದಲು ಒಬ್ಬ ವ್ಯಕ್ತಿಯು ನಾದ ಶಬ್ದವನ್ನು ಆಲಿಸಲು, ಅದನ್ನು ಒಪ್ಪಿಕೊಳ್ಳಲು, ಮತ್ತು ಅದರ ಮೇಲೆ ಗಮನವನ್ನು ಕೇಂದ್ರೀಕರಿಸಲು ಅಥವಾ ಅದರ ಮೇಲೆ ಗಮನ ಕೇಂದ್ರೀಕರಿಸುವಂತಾಗಲೆಂದು ಕನಿಷ್ಟ ಪಕ್ಷ ಒಂದು ನಿಷ್ಕ್ರಿಯ ಮನಸ್ಥಿತಿಯನ್ನು ತಾಳಲು ಮನಸ್ಸನ್ನು ಪಳಗಿಸಬೇಕು.".

ಸ್ವಯಂ ಮತ್ತು ಮನಸ್ಸು

"ವಾಸ್ತವವಾಗಿ, ಮನಸ್ಸು ಅದನ್ನು ಬಳಸುವ ವ್ಯಕ್ತಿಗಿಂತ ತನ್ನನ್ನೇ ಹೆಚ್ಚು ಹಚ್ಚಿಕೊಂಡಿರುತ್ತದೆ ಎಂಬುದನ್ನು ಒಬ್ಬ ವ್ಯಕ್ತಿಯು ಅರಿತುಕೊಳ್ಳಬೇಕು. ಹೀಗಾಗಿ, ಅಂತಿಮ

ವಿಶ್ಲೇಷಣೆಯಲ್ಲಿ ಸ್ವಯಂ ಮತ್ತು ಮನಸ್ಸಿನ ನಡುವೆ ನಿಯಂತ್ರಣದ ಹೋರಾಟವಿರುತ್ತದೆ. ಮನಸ್ಸು ತನ್ನ ಸೃಜನಶೀಲ ಕಾಲ್ಪನಿಕ ಸಾಮರ್ಥ್ಯಗಳಿಗೆ ಮತ್ತು ಸಂಬಂಧಿತ ಪ್ರಚೋದಕಗಳಿಗೆ ಅಂಟಿಕೊಂಡಿರುತ್ತದೆ, ಮತ್ತು ಒಬ್ಬ ವ್ಯಕ್ತಿಯು ಇವುಗಳಿಂದ ಮತ್ತು ಮನಸ್ಸಿನ ಉಪಯುಕ್ತತೆಯಿಂದ ನಿರ್ಲಿಪ್ತನಾದರೂ ಕೂಡ, ಆತನು ಇನ್ನೂ ಅನಗತ್ಯ ಅಭ್ಯಾಸಗಳನ್ನು ಮತ್ತು ಪ್ರವೃತ್ತಿಗಳನ್ನು ಹಠಾತ್ ಪ್ರವೃತ್ತಿಯಿಂದ ವ್ಯಕ್ತಪಡಿಸುವ ಸ್ವತಃ ಮನಸ್ಸಿನೊಂದಿಗೆ ಹೋರಾಡಬೇಕು."

ಸ್ಪಷ್ಟವಾಗಿ ವ್ಯತ್ಯಾಸವನ್ನು ಕಾಣುವುದು

"ಎಲ್ಲಕ್ಕಿಂತ ಹೆಚ್ಚಾಗಿ ಒಬ್ಬ ವ್ಯಕ್ತಿಯು ತಲೆಯಲ್ಲಿ ನಿಯಂತ್ರಕವಾಗಿ ಸ್ವಯಂನ, ತಲೆಯಲ್ಲಿ ದೈಶಿಕ ಶಕ್ತಿಯಾಗಿ ಮನಸ್ಸಿನ, ಹಾಗೂ ಬೆನ್ನುಮೂಳೆಯ ತಳದಲ್ಲಿನ ಶಕ್ತಿಯಾಗಿ ಜೀವ ಶಕ್ತಿಯ ನಡುವೆ ಸ್ಪಷ್ಟವಾಗಿ ವ್ಯತ್ಯಾಸ ಕಾಣಬೇಕು. ಒಬ್ಬ ವ್ಯಕ್ತಿಗೆ ಈ ವಸ್ತುಗಳು ಸ್ಪಷ್ಟವಾಗಿಲ್ಲದಿದ್ದರೆ, ಆತನು ಒಳಗಿನ ದೈವಿಕ ಶಬ್ದದ (ನಾದ ಶಬ್ದದ) ಮೇಲೆ ಗಮನವನ್ನು ಕೇಂದ್ರೀಕರಿಸಲು ಮುಕ್ತನಾಗಿರುವುದಿಲ್ಲ, ಕಾರಣ ಆತನ ಮನಸ್ಸಿನ ಏಕಾಗ್ರತೆಯು ಪದೇ ಪದೇ ಭಂಗವಾಗುತ್ತದೆ."

ಜೀವ ಶಕ್ತಿ ಆತ್ಮಕ್ಕಿಂತ ಭಿನ್ನವಾಗಿದೆ

ಜೀವ ಶಕ್ತಿ ಘಟಕಗಳು ಭೌತಿಕವಾಗಿ ರೂಪತಾಳುವ ಪ್ರತಿ ವ್ಯಕ್ತಿಗೂ ನೀಡಲಾಗಿರುತ್ತದೆ. ಜೀವ ಶಕ್ತಿ ಖಂಡಿತವಾಗಿಯೂ ಸ್ವತಃ ಆತ್ಮವಲ್ಲ, ಆದರೆ ಅದಿಲ್ಲವಾದರೆ ಒಂದು ಆತ್ಮವು ಭೌತಿಕ ಅಸ್ತಿತ್ವದಲ್ಲಿ ಭಾಗವಹಿಸುವುದು ಸಾಧ್ಯವಿಲ್ಲ.

ವರ್ಷಗಳ ಹಿಂದೆ, ೧೯೭೨ ರಲ್ಲಿ, ನಾನು ಭೂಮಿಯಿಂದ ಸೂರ್ಯ ಗ್ರಹಕ್ಕೆ ಶುದ್ಧೀಕರಿಸಿದ ಆಸ್ಟ್ರಲ್ ದೇಹದಲ್ಲಿ ದೂರಸ್ಥಚಲನೆ ಮಾಡಿದೆ (teleport). ಸೂರ್ಯ ನಿವಾಸಿಗಳು ಮಾಡುವಂತೆ ನಾನು ಅಲ್ಲಿನ ಜೀವನವನ್ನು ಅನುಭವಿಸಿದೆ. ಸೂರ್ಯನ ಬೆಳಕಿನ ಒಂದು ಆಸ್ಟ್ರಲ್ ದೇಹವನ್ನು (sunlight astral body) ಅಥವಾ ಸೂರ್ಯನ ಶಕ್ತಿಯಿಂದ ರಚಿಸಲಾದ ಒಂದು ದೈಹಿಕ ರೂಪವನ್ನು (a bodily form created from sun energy) ಚಿಮ್ಮಿಸಿ ಅಥವಾ ಪ್ರಕ್ಷೇಪಿಸಿ (projected beaming) ದೂರಸ್ಥಚಲನೆ ಮಾಡುವ (teleport process) ಒಂದು ಪ್ರಕ್ರಿಯೆ ಮೂಲಕ ಇದನ್ನು ಮಾಡಲಾಯಿತು. ಇದು ಸಾಧ್ಯವಿದೆ.

ಅಧ್ಯಾಯ ೮

ಕನಸುಗಳು

ಸೂಕ್ಷ್ಮ ಭೂದೃಶ್ಯವನ್ನು ಗುರುತಿಸುವ ಸಾಮಾನ್ಯ ರೀತಿಯೆಂದರೆ ಕನಸುಗಳ ಸ್ಮರಣೆಯಲ್ಲಿ ಅದನ್ನು ಕಂಡುಕೊಳ್ಳುವುದು. ಅತೀ ಪ್ರಾಪಂಚಿಕವಾಗಿ-ಮಗ್ನನಾಗಿರುವ ವ್ಯಕ್ತಿಯೂ ಕೂಡ ಕೆಲವೊಮ್ಮೆ ಕನಸಿನ ಸ್ಥಿತಿಗಳ ಬಗ್ಗೆ ಅರಿವುಳ್ಳವನಾಗಿರುತ್ತಾನೆ, ಆದರೆ ಆತನು ಅಥವಾ ಆಕೆಯು ಅನುಭವಗಳನ್ನು ನಿಜವೆಂದು ನಂಬದಿರಬಹುದು. ಕೆಲ ಪಶ್ಚಿಮಾತ್ಯ ಮನೋವಿಜ್ಞಾನಿಗಳು ಕನಸುಗಳನ್ನು ಕೇವಲ ಮೆದುಳಿನ ಚಟುವಟಿಕೆಯೆಂದು ನಿರ್ಧರಿಸುತ್ತಾರೆ. ಅವರು ಕನಸುಗಳನ್ನು ಕೇವಲ ಎಚ್ಚರದ ಸಮಯದಲ್ಲಿ ದಾಖಲಿಸಲಾಗಿರುವ ಮತ್ತು ನಿದ್ರೆಯ ಅವಧಿಯಲ್ಲಿ ಭ್ರಾಂತಿ ಚಿತ್ರದಂತೆ ಪ್ರಚೋದಿಸಲ್ಪಡುವ ಅನಿಸಿಕೆಗಳ ಒಂದು ಮಟ್ಟವೆಂದು ಹೇಳುತ್ತಾರೆ. ಈ ತಜ್ಞರ ಪ್ರಕಾರ ಮೆದುಳು ಕನಸಿನ ಚಿತ್ರಗಳನ್ನು ಉತ್ಪಾದಿಸುವ ವಿದ್ಯುತ್ತಿನ ತರಂಗಗಳನ್ನು ಹೊಂದಿದೆ.

ಯೋಗದ ದೃಷ್ಟಿಯಲ್ಲಿ ನಿದ್ರೆ ಎಂಬುದು ಸೂಕ್ಷ್ಮ ಶರೀರವು ಸ್ಥೂಲ ಶರೀರದಿಂದ ಪ್ರತ್ಯೇಕಿಸುವ ಒಂದು ಸ್ಥಿತಿಯಾಗಿದೆ. ನಾವೆಲ್ಲರೂ ಸ್ಥೂಲ ಮಾಂಸ-ಹಾಗೂ-ಎಲುಬುಗಳ ರೂಪದ ಬಗ್ಗೆ ಚೆನ್ನಾಗಿ ಪರಿಚಿತರಿದ್ದೇವೆ. ಮತ್ತು ನಮ್ಮ ಸ್ಥೂಲ ಇಂದ್ರಿಯಗಳ ಗ್ರಹಿಕೆಗೆ ಸಿಕ್ಕದಿರುವ ಸೂಕ್ಷ್ಮ ರೂಪವು ಜಾಗೃತ ಮಾನಸಿಕ ಶಕ್ತಿಯನ್ನು, ಭಾವನಾತ್ಮಕ ಶಕ್ತಿಗಳನ್ನು ಹಾಗೂ ಕಾಲ್ಪನಿಕ ಸಾಮರ್ಥ್ಯವನ್ನು ಒಳಗೊಂಡಿದೆ. ನಮ್ಮಲ್ಲಿ ಬಹುತೇಕರು ಈ ಶರೀರಗಳ ಪ್ರತ್ಯೇಕಿಸುವಿಕೆಯಂತಹ ತೀವ್ರ ಕ್ರಿಯೆಯನ್ನು ನೆನಪಿಸಿಕೊಳ್ಳುವುದಿಲ್ಲವೇಕೆ ಎಂದು ಒಬ್ಬ ಸಂದೇಹವಾದಿಯು ವಿಚಾರಿಸಬಹುದು. ಪ್ರತ್ಯುತ್ತರವಾಗಿ, ಇಂತಹ ಒಂದು ಪ್ರಜ್ಞೆಯಿಲ್ಲದ ಅಸಾಧಾರಣ ಘಟನೆಯು ಈ ಶರೀರಗಳ ಸಹಜ ವಿನ್ಯಾಸದ ಕಾರಣದಿಂದ ಸಂಭವಿಸುತ್ತದೆ, ಮತ್ತು ನಮ್ಮನ್ನು ಸ್ವಾಭಾವಿಕವಾಗಿ ಒಂದರಿಂದ ಇನ್ನೊಂದರ ಪ್ರತ್ಯೇಕಿಸುವಿಕೆಯನ್ನು ಅನುಭವಿಸುವುದನ್ನು ಇದು ತಡೆಯುತ್ತದೆ ಎಂದು ಹೇಳುತ್ತೇನೆ. ಪ್ರತ್ಯೇಕಿಸುವಿಕೆ ಸಂಭವಿಸುತ್ತದೆ ಆದರೆ ಅದು ಎಂತಹ ಒಂದು ಸೂಕ್ಷ್ಮ ಪ್ರಕ್ರಿಯೆ ಎಂದರೆ ಒಬ್ಬ ವ್ಯಕ್ತಿಗೆ ಅನುಭಾವದ ದೃಷ್ಟಿಯು (mystic vision) ಇಲ್ಲದ ಹೊರತು, ಮತ್ತು ಅಷ್ಟು ಸೂಕ್ಷ್ಮವಾದ, ಅತ್ಯಂತ ಕ್ಷಣಮಾತ್ರದಲ್ಲಿ ಆಗುವ ಘಟನೆಗಳನ್ನು ನೆನಪಿನಲ್ಲಿಟ್ಟುಕೊಳ್ಳುವ ಸಾಮರ್ಥ್ಯವು ಇಲ್ಲದ ಹೊರತು ಆತನಿಗೆ ಅದನ್ನು ವೀಕ್ಷಿಸಲಾಗುವುದಿಲ್ಲ.

ಅನುಭಾವದ ಅಭ್ಯಾಸವನ್ನು (Mystic practice) ಸ್ಪಷ್ಟ ಕನಸುಗಳನ್ನು (lucid dreams) ಹೊಂದುವುದರಿಂದ ಆರಂಭಿಸಬಹುದು. ಎಲ್ಲಾ ಅಥವಾ ಕೆಲವು ಕನಸುಗಳನ್ನು ನೆನಪಿಸಿಕೊಳ್ಳುವ ಮೂಲಕ ನಿಧಾನವಾಗಿ ಅತೀಂದ್ರಿಯ ಗ್ರಹಿಕೆಯನ್ನು ಬೆಳೆಸಿಕೊಳ್ಳಲು ಸಾಧ್ಯವಿದೆ. ಕೆಲ ವ್ಯಕ್ತಿಗಳಿಗೆ ಸ್ವಾಭಾವಿಕವಾಗಿ ನೆನಪಿಸಿಕೊಳ್ಳುವ ಶಕ್ತಿಯ ಹುಟ್ಟು-ಸಾಮರ್ಥ್ಯವಿರುತ್ತದೆ ಮತ್ತು ಕೆಲವರಿಗೆ ಇರುವುದಿಲ್ಲ. ಎಲ್ಲರೂ ಅಭ್ಯಾಸದ ಮೂಲಕ ಕನಸುಗಳನ್ನು ನೆನಪಿಸಿಕೊಳ್ಳುವುದರಲ್ಲಿ ಸ್ವಲ್ಪ ಮಟ್ಟಿಗೆ ಯಶಸ್ವಿಯಾಗಬಹುದು. ಭೌತಿಕ ಮಟ್ಟದಿಂದ ನಾವು ಸೂಕ್ಷ್ಮ ವಾಸ್ತವತೆಯ ಪ್ರಾಮುಖ್ಯತೆಯನ್ನು ಕಡಿಮೆ ಮಾಡಲು ಹವಣಿಸುತ್ತೇವೆ. ಸಾವಿನ ಸಮಯದಲ್ಲಿ, ಏನೇ ಆದರೂ, ಸ್ಥೂಲ ಶರೀರವು ಸತ್ತಾಗ ಸ್ಥೂಲ ಇಂದ್ರಿಯಗಳು ಗತವಾಗುತ್ತವೆ, ಮತ್ತು ಆ ಸಮಯದಲ್ಲಿ ನಾವು ದೈಹಿಕವನ್ನು ತ್ಯಜಿಸುವ

ಕಾರಣ ಮತ್ತು ಮನಸ್ಸು ಹಾಗೂ ಭಾವನೆಗಳ ಸೂಕ್ಷ್ಮ ಶರೀರದ ಮೂಲಕ ಮಾತ್ರ ಕಾರ್ಯನಿರ್ವಹಿಸುವ ಕಾರಣ ನಮಗೆ ಸೂಕ್ಷ್ಮ ಮಟ್ಟವು ತುಂಬಾ ಮುಖ್ಯವಾಗುತ್ತದೆ.

ಕನಸುಗಳ ಜಗತ್ತು ಸಾವಿನಾಚೆಯ ಬದುಕಿನ ಜಗತ್ತಾಗಿದೆ ಮತ್ತು ನಾವು ಈಗ ಅದನ್ನು ಕರಗತ ಮಾಡಿಕೊಂಡರೆ, ನಾವು ಈ ಸಮಯದಲ್ಲಿ ಅದರ ನಕ್ಷೆಯನ್ನು ತಯಾರಿಸಿಕೊಂಡರೆ, ನಾವು ಸಾವನ್ನಪ್ಪಿದಾಗ ಸ್ಥಿತ್ಯಂತರದಲ್ಲಿ ಕಳೆದು ಹೋಗುವುದಿಲ್ಲ. ಹೆಚ್ಚು ಸ್ಪಷ್ಟವಾಗಿ ಹಾಗೂ ನಿಖರವಾಗಿ ಕನಸುಗಳನ್ನು ನೆನಪಿಸಿಕೊಳ್ಳಲು, ಹಾಗೂ ಕನಸಿನ ಪ್ರಪಂಚದಲ್ಲಿ ಹೆಚ್ಚು ವಿವೇಕಯುಕ್ತವಾಗಿ-ಚಿಂತಿಸಬಲ್ಲ ಮನಸ್ಥಿತಿ ಇರಲು ರಾತ್ರಿಯಲ್ಲಿ ವಿಶ್ರಮಿಸಿಕೊಳ್ಳುವ ಸ್ವಲ್ಪ ಮುಂಚೆ ಒಂದು ನಿರ್ದಿಷ್ಟವಾದ ಧ್ಯಾನವನ್ನು ಅಭ್ಯಾಸ ಮಾಡಬಹುದು. ಇದು ಎಚ್ಚರದ ಪ್ರಜ್ಞೆಯನ್ನು ಕಳೆದುಕೊಳ್ಳುವ ಮುಂಚೆ ಮಾಡುವ ಕೊನೆಯ ಮಾನಸಿಕ ಚಟುವಟಿಕೆಯಾಗಿರಬೇಕು. ಪ್ರಾರ್ಥನೆ ಹೇಳುವಂತಹ, ಮಂತ್ರ ಪಠಿಸುವಂತಹ, ಅಥವಾ ಯಾವುದೇ ಇತರ ಶಿಸ್ತುಗಳಂತಹ ರೂಢಿಯ ಆಚರಣೆಗಳಿದ್ದರೆ ಇವುಗಳನ್ನು ಮೊದಲು ಮಾಡಬೇಕು, ಮತ್ತು ಕೊನೆಯದಾಗಿ ಆತನು ದೈಹಿಕ ಇಂದ್ರಿಯಗಳಿಂದ, ವಿಶೇಷವಾಗಿ ದೃಷ್ಟಿಯ ಇಂದ್ರಿಯದಿಂದ ಶಕ್ತಿಯನ್ನು ಎಳೆದುಕೊಳ್ಳಲು ಪ್ರಯತ್ನಿಸಬೇಕು. ಇದನ್ನು ಮಾಡಲು ಪ್ರಯತ್ನಿಸುತ್ತಿದ್ದಂತೆ ಆತನಿಗೆ ಶಕ್ತಿಯು ಕಣ್ಣುಗಳ ಮೂಲಕ ಬಾಹ್ಯ ಹೋಗುತ್ತಿದೆ ಎಂಬಂತೆ ಅನಿಸುತ್ತದೆ.

ಕಣ್ಣುಗಳ ಮೂಲಕ ಶಕ್ತಿಯು ಬರಿದಾಗುತ್ತಿರುವುದು ಮತ್ತು ಶಕ್ತಿಯನ್ನು ಪುನ: ಪಡೆದುಕೊಳ್ಳುವುದು

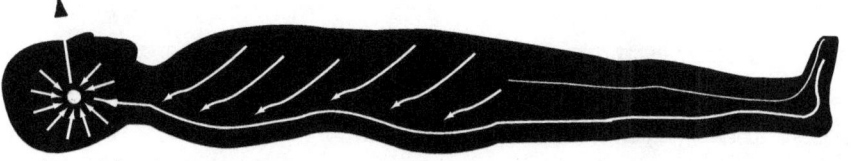

ಕಣ್ಣುಗಳ ಮೂಲಕ ಶಕ್ತಿಯು ಬರಿದಾಗುತ್ತಿರುವುದನ್ನು ಮಾನಸಿಕವಾಗಿ ಒಳಮುಖವಾಗಿ ಎಳೆದುಕೊಳ್ಳುವ ಮೂಲಕ ಹಿಮ್ಮೊಗವಾಗಿಸಬಹುದು. ಒಬ್ಬನಿಗೆ ಕೇಂದ್ರದ ಚಿಂತಕನ ಒಳಗೆ ಶಕ್ತಿಯು ಹಿಂದಕ್ಕೆ ಬರಿದಾಗುತ್ತಿರುವಂತೆ ಅನಿಸುತ್ತದೆ.

ಒಂದು ನಿರ್ದಿಷ್ಟ ಹಂತದಲ್ಲಿ ಶಕ್ತಿಯನ್ನು ಒಳಕ್ಕೆ ಎಳೆದುಕೊಳ್ಳುವಾಗ ಆತನಿಗೆ ಆಂತರಿಕ ದಿಕ್ಕಿನಲ್ಲಿ ಅದು ಸ್ಥಿರಗೊಂಡಿದೆ ಮತ್ತು ಇನ್ನು ಮುಂದೆ ಹೊರಕ್ಕೆ ಬರಿದಾಗುತ್ತಿಲ್ಲವೆಂದು ಅನಿಸುತ್ತದೆ.

ಆಂತರಿಕ ಬರಿದಾಗುವಿಕೆಯ ಸ್ಥಿರಗೊಳಿಸುವಿಕೆ

ಎದೆಯ ಪ್ರದೇಶಕ್ಕೆ ಶಕ್ತಿಯನ್ನು ವರ್ಗಾಯಿಸಿ

ಕೇಂದ್ರೀಯ ಎದೆಯ ಕಡೆಗೆ ಅದನ್ನು ಚಲಿಸುವಂತೆ ಮಾಡಬೇಕು.

ಈ ಧ್ಯಾನವನ್ನು ಕೆಳಗಿನ ಪರ್ಯಾಯ ಭಂಗಿಗಳಲ್ಲಿ ಕೂಡ ಮಾಡಬಹುದು.

ಮಂಡಿಯನ್ನು ಮೇಲಕ್ಕೆತ್ತಿ

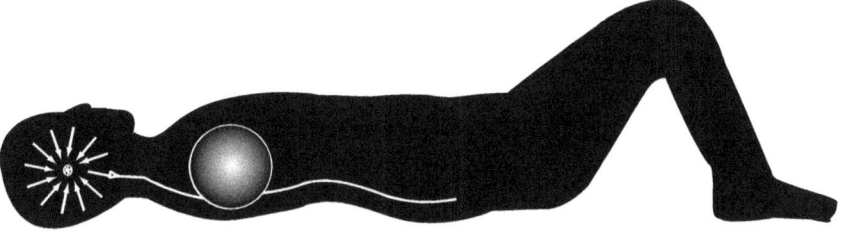

ಕತ್ತನ್ನು ಹಿಂದಕ್ಕೆ ವಾಲಿಸಿ

ಮಂಡಿಯನ್ನು ಮೇಲಕ್ಕೆತ್ತಿ ಮತ್ತು ಕತ್ತನ್ನು ಹಿಂದಕ್ಕೆ ವಾಲಿಸಿ

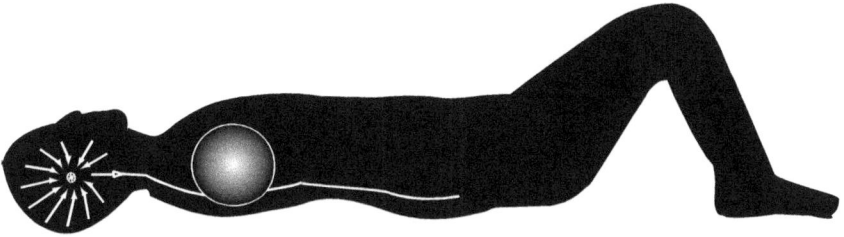

ಬೆನ್ನುಹುರಿಯ ನರಗಳ ದೈಹಿಕ ಅಂಗರಚನೆ

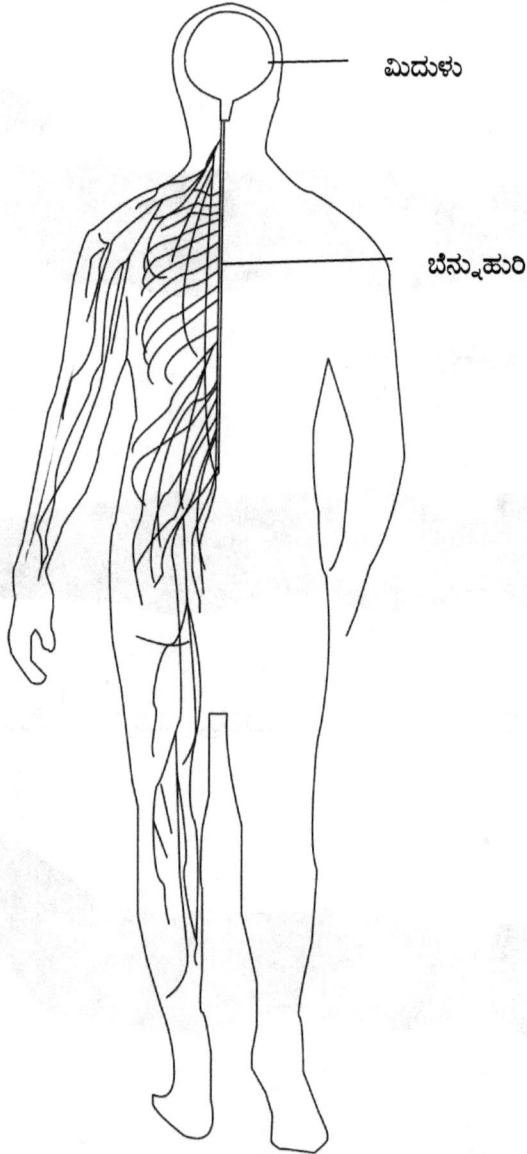

ಮಿದುಳು

ಬೆನ್ನುಹುರಿ

ಆಸ್ಟ್ರಲ್ ದೇಹದಲ್ಲಿ ಸೂಕ್ಷ್ಮ ಶಕ್ತಿಯ ವಿತರಣೆಯು ಬೆನ್ನುಹುರಿಗೆ ಮತ್ತು ನರಗಳ ವ್ಯವಸ್ಥೆಗೆ ಅನುರೂಪವಾಗಿದೆ. ಈ ಸೂಕ್ಷ್ಮ ವಿತರಣೆಯು ಶಕ್ತಿಯ ಪರಿಭ್ರಮಿಸುವ ಕೇಂದ್ರಗಳನ್ನು ಹಾಗೂ ಕೊಳವೆಯಂತಹ ಕಾಲುವೆಗಳನ್ನು ಬಳಸಿಕೊಳ್ಳುತ್ತದೆ. ಇವುಗಳೇ ಚಕ್ರಗಳು ಹಾಗು ನಾಡಿಗಳು.

ಒಬ್ಬ ಧ್ಯಾನಿಯು ದೇಹದಿಂದ ಶಕ್ತಿಯನ್ನು ಹಿಂಪಡೆಯಲು ಮತ್ತು ಸ್ವಯಂನ-ಕೇಂದ್ರಭಾಗದೊಳಗೆ ಅದನ್ನು ತರಲು ಪ್ರಯತ್ನಿಸಿದಾಗ ಆತನು ಕಾಲ್ಬೆರಳುಗಳಿಂದ, ಕಾಲುಗಳಿಂದ, ಕೈಬೆರಳುಗಳಿಂದ, ತೋಳುಗಳಿಂದ, ಮುಂಡದಿಂದ ಮತ್ತು ಎದೆಯಿಂದ ಶಕ್ತಿಯನ್ನು ಮೇಲೆ ಸೆಳೆದುಕೊಳ್ಳಬಹುದು ಮತ್ತು ನರಗಳ ಮೂಲಕ ಬೆನ್ನುಹುರಿಯ ಒಳಗೆ ಅದನ್ನು ಚಲಿಸುವಂತೆ ಮಾಡಬಹುದು. ಅಲ್ಲಿಂದ ಶಕ್ತಿಯು ಬೆನ್ನುಹುರಿಯ ಮೇಲಕ್ಕೆ ಚಲಿಸುತ್ತದೆ, ತದನಂತರ ಅದನ್ನು ಧ್ಯಾನಿಯಿಂದ ನಿಯಂತ್ರಣಕ್ಕಾಗಿ ಮೆದುಳಿಗೆ ವರ್ಗಾಯಿಸಲಾಗುತ್ತದೆ.

ಕಣ್ಣುಗಳು, ಮೂಗು, ಬಾಯಿ, ಕಿವಿಗಳು, ಮುಖ ಹಾಗೂ ಮೆದುಳಿನಿಂದ ಶಕ್ತಿಯನ್ನು ಹಿಂಪಡೆಯುವ ಕುರಿತು ಹೇಳುವುದಾದರೆ, ಒಬ್ಬನು ಮಾನಸಿಕವಾಗಿ ವಿದ್ಯುತ್ ಹಾಗೂ ಮಾನಸಿಕ ಶಕ್ತಿಯನ್ನು ಎಲ್ಲಾ ಪ್ರದೇಶಗಳಿಂದ ಸ್ವಯಂನ-ಕೇಂದ್ರಭಾಗದ ಕಡೆಗೆ ಸೆಳೆದುಕೊಳ್ಳುತ್ತಾನೆ.

ಜಾಗೃತ ಮನಸ್ಸು ಸ್ಥೂಲ ದೇಹದ ಮೂಲಕ ಕಾರ್ಯನಿರ್ವಹಿಸದಿರುವಾಗ ಸ್ಥೂಲ ಮತ್ತು ಸೂಕ್ಷ್ಮ ದೇಹಗಳು ಒಂದರಿಂದ ಇನ್ನೊಂದು ಪರಸ್ಪರ ಸ್ಥಳಾಂತರಗೊಂಡಿದ್ದರೂ ಕೂಡ, ಸ್ಥೂಲ ದೇಹವು ಎಚ್ಚರದಿಂದಿರುವಾಗಲೆಲ್ಲಾ ಅವುಗಳು ಒಂದೇ ಜಾಗವನ್ನು ಆಕ್ರಮಿಸಿಕೊಂಡಿರುತ್ತಾ, ಒಟ್ಟಾಗಿ ಸೇರಿರುತ್ತವೆ ಎಂಬುದನ್ನು ಒಬ್ಬ ವ್ಯಕ್ತಿಯು ಅರಿತುಕೊಳ್ಳುವುದು ಅತ್ಯಗತ್ಯ.

ವಿವರಿಸಿದ ಧ್ಯಾನದ ತಂತ್ರವು ಸ್ಥೂಲ ದೇಹಕ್ಕೆ ನಿದ್ರೆ ಬರುವಂತೆ ಮಾಡುತ್ತದೆ ಮತ್ತು ಜೀವ ಶಕ್ತಿಯ ಆತಂಕವನ್ನು ಕಡಮೆ ಮಾಡುತ್ತದೆ. ಯೋಗಿಯ ಜೀವನದಲ್ಲಿಯೂ ಕೂಡ ನಿದ್ರೆಯ ಅಗತ್ಯವಿರುವಾಗ ಮನಸ್ಸು ವೇಗವಾಗಿ ಓಡುತ್ತಾ ಇರುವ ಸಂದರ್ಭಗಳು ಇವೆ, ಮತ್ತು ಜೀವ ಶಕ್ತಿಯು ಮನಸ್ಸು ಹಾಗೂ ಇಂದ್ರಿಯಗಳನ್ನು ನಿರಂತರವಾಗಿ ಚುರುಕುಗೊಳಿಸುತ್ತಾ, ಅವುಗಳ ಒಳಗೆ ಶಕ್ತಿಯನ್ನು ಕಳುಹಿಸುತ್ತಾ ಇರುತ್ತದೆ. ಹೀಗಾಗಿ ಒಬ್ಬ ವ್ಯಕ್ತಿಯು ಜೀವ ಶಕ್ತಿಯನ್ನು ಶಾಂತಗೊಳಿಸಲು ಈ ತಂತ್ರವನ್ನು ಬಳಸಬಹುದು. ಒಮ್ಮೆ ಅದನ್ನು ಶಾಂತಗೊಳಿಸಿದರೆ ಸ್ಥೂಲ ದೇಹವು ತಾನಾಗಿಯೆ ತನ್ನ ತೂಕಡಿಸುವ ಸ್ಥಿತಿಗೆ ಹೋಗುತ್ತದೆ ಮತ್ತು ಒಬ್ಬ ವ್ಯಕ್ತಿಯು ಸೂಕ್ಷ್ಮ ಸಮತಲವನ್ನು ತಲುಪಲು ಅದರಿಂದ ಪ್ರತ್ಯೇಕಿಸಬಹುದು.

ನಿಪುಣ ಯೋಗಿಗಳು ಪ್ರಜ್ಞಾಪೂರ್ವಕವಾಗಿ ಈ ಮಟ್ಟದಿಂದ ಸೂಕ್ಷ್ಮ ಮಟ್ಟಕ್ಕೆ ಸ್ಥಳಾಂತರಿಸುವುದಕ್ಕೆ ಸಮರ್ಥರಾಗಿರುತ್ತಾರೆ, ಆದರೆ ಆರಂಭಿಕನು ಆ ಸಾಧನೆಯ ಬಗ್ಗೆ ಚಿಂತೆಗೊಳಗಾಗಬಾರದು. ಆತನ ಗುರಿಯು ಆತನು ಅಸ್ತಿತ್ವದ ಆ ಭಾಗದ ಕಡೆಗೆ ಸ್ಥಳಾಂತರಗೊಂಡ ನಂತರ ಸೂಕ್ಷ್ಮ ಸಮತಲದಲ್ಲಿ ಜಾಗೃತನಾಗುವುದು ಆಗಿರಬೇಕು. ಬೇರೆ ರೀತಿಯಲ್ಲಿ ಹೇಳುವುದಾದರೆ, ಆತನು ಕನಸುಗಳನ್ನು ನೆನಪಿನಲ್ಲಿಟ್ಟುಕೊಳ್ಳುವುದರ ನಿಟ್ಟಿನಲ್ಲಿ, ರಾತ್ರಿಯ ಸಮಯದಲ್ಲಿ ಅವುಗಳನ್ನು ವಿಶ್ಲೇಷಿಸುವುದರ ನಿಟ್ಟಿನಲ್ಲಿ, ಮತ್ತು ಕಡಿಮೆ ಹಠಾತ್ ಪ್ರವೃತ್ತಿಯವನು ಮತ್ತು ಕಡಿಮೆ ಕಾಮತೃಪ್ತಿಯಲ್ಲಿ-ಆಸಕ್ತನು ಆಗುವುದರ ನಿಟ್ಟಿನಲ್ಲಿ ಪ್ರಯತ್ನಗಳನ್ನು ಮಾಡಬೇಕು, ಇದರಿಂದಾಗಿ ಕನಸಿನಲ್ಲಿ ಆತನು ಮಾಡುವ ನಿರ್ಧಾರಗಳು ಆತನ ನೈತಿಕ ಹಾಗೂ ತಾತ್ವಿಕ ಗುರಿಗಳಿಗೆ ಹೊಂದಿಕೆಯಿರುವಂತೆ ಆಗುತ್ತದೆ.

ಸೂಕ್ಷ್ಮ ಶರೀರ ಯಾ ಕನಸಿನ ಉಪಯುಕ್ತತೆಯು (dream utility) ಹಠಾತ್ ಪ್ರವೃತ್ತಿ ಉಳ್ಳದ್ದಾಗಿದೆ, ಕಾಮತೃಪ್ತಿಯಲ್ಲಿ ಆಸಕ್ತವಾಗಿದೆ ಮತ್ತು ವಿವೇಚನೆಯ ಪ್ರಜ್ಞೆ ಇಲ್ಲದ್ದಾಗಿದೆ. ಮಾನವ ದೇಹವು ಸೂಕ್ಷ್ಮ ದೇಹಕ್ಕೆ ಲಂಗರು ಹಾಕುತ್ತದೆ ಮತ್ತು ಅದರ ಹಠಾತ್ ಪ್ರವೃತ್ತಿಯ ಕೃತ್ಯಗಳಿಗೆ ಕಡಿವಾಣ ಹಾಕಬಹುದು.

ನಿದ್ರಿಸುವ ಅಂತಃಪ್ರೇರಣೆ

ಭೌತಿಕ ಸೃಷ್ಟಿಯಲ್ಲಿ ಎಲ್ಲಾ ಶಕ್ತಿಗಳು, ಋಣಾತ್ಮಕ ಅಥವಾ ಮಂಕು ಮಾಡುವ ಶಕ್ತಿಗಳೂ ಕೂಡ ಸರಿಯಾದ ಬಳಕೆಯನ್ನು ಹೊಂದಿವೆ. ಸ್ಪಷ್ಟತೆಯನ್ನು ಪ್ರೋತ್ಸಾಹಿಸುವ ಪ್ರಕಾರವಿದೆ, ಭಾವೋದ್ವೇಗವನ್ನು ಉತ್ತೇಜಿಸುವ ಪ್ರಕಾರವಿದೆ, ಮತ್ತು ಗೊಂದಲ ಹಾಗೂ ಖಿನ್ನತೆಯನ್ನು ಹರಡುವ ಪ್ರಕಾರವಿದೆ. ಖಿನ್ನಗೊಳಿಸುವ ಶಕ್ತಿಯು ಎಚ್ಚರಿಕೆಯನ್ನು ಕಡಿಮೆ ಮಾಡುತ್ತದೆ ಮತ್ತು ನಿದ್ರೆಯನ್ನು ಉತ್ತೇಜಿಸುತ್ತದೆ. ಭಾವೋದ್ರಿಕ್ತ ಶಕ್ತಿಯು ಚಟುವಟಿಕೆಯನ್ನು ಪ್ರೇರೇಪಿಸುತ್ತದೆ. ಸ್ಪಷ್ಟಪಡಿಸುವ ಶಕ್ತಿಯು ನಮ್ಮನ್ನು ಗಂಭೀರ, ಸೂಕ್ಷ್ಮಗ್ರಾಹಿ ಹಾಗೂ ದಾಕ್ಷಿಣ್ಯಪರ ಮಾಡುತ್ತದೆ.

ಯೋಗ ಅಭ್ಯಾಸದಲ್ಲಿ ಖಿನ್ನಗೊಳಿಸುವ ಶಕ್ತಿಗಳಿಂದ ದೂರ ಸರಿಯಲು ಒಬ್ಬ ವ್ಯಕ್ತಿಯು ಸಾಧ್ಯವಾದುದನ್ನೆಲ್ಲ ಮಾಡುತ್ತಾನೆ. ಏನೇ ಆದರೂ ನಾವು ಸಂಪೂರ್ಣವಾಗಿ ಈ ಶಕ್ತಿಗಳನ್ನು ತೊಡೆದುಹಾಕುವುದು ಸಾಧ್ಯವಿಲ್ಲ. ಅವು ಭೌತಿಕ ಪ್ರಪಂಚದ ಸಂಮಿಶ್ರಗಳಾಗಿವೆ. ಒಬ್ಬ ವ್ಯಕ್ತಿಯು ಭೌತಿಕದ ಕಡೆ ಇರುವವರೆಗೂ, ಕನಸಿನ ಸ್ಥಿತಿಗಳಲ್ಲಿ ಅನುಭವಿಸುವ ಸೂಕ್ಷ್ಮ ಭೌತಿಕದ ಕಡೆ ಕೂಡ ಇರುವವರೆಗೂ, ಆತನು ಮಂಕು ಮಾಡುವ ಹಾಗೂ ಭಾವೋದ್ರಿಕ್ತ ಶಕ್ತಿಗಳನ್ನು ಅನಿವಾರ್ಯವಾಗಿ ನಿಭಾಯಿಸಬೇಕು. ಆದ್ದರಿಂದ, ವಾಸ್ತವತೆಯು ಅನುಮತಿಸಬಹುದಾದಷ್ಟು ಈ ಶಕ್ತಿಗಳನ್ನು ಕಡಿಮೆ ಮಾಡಲು ಹಾಗೂ ಕುಗ್ಗಿಸಲು, ಈ ಶಕ್ತಿಗಳ ಮೇಲಿನ ಒಬ್ಬನ ಹಠಾತ್ ಪ್ರವೃತ್ತಿಯ ಅವಲಂಬನೆಯನ್ನು ನಿಗ್ರಹಿಸಲು, ಹಾಗೂ ಅವುಗಳೊಂದಿಗಿನ ಒಬ್ಬನ ಮಾನಸಿಕ ಸಂಬಂಧವನ್ನು ಬಹಳವಾಗಿ ಮಿತಿಗೊಳಿಸಲು ಒಬ್ಬ ವ್ಯಕ್ತಿಯು ಪ್ರಯತ್ನಿಸಬೇಕು.

ನಿದ್ರೆ ಅಥವಾ ಮಂಕಿಗೆ ಸಂಬಂಧಪಟ್ಟಂತೆ ಹೇಳುವುದಾದರೆ, ಭೌತಿಕ ದೇಹವನ್ನು ಅದಿಲ್ಲದೇ ಪ್ರತಿದಿನವು ನವೀಕರಿಸುವುದು ಸಾಧ್ಯವಿಲ್ಲ. ಅದು ಅಸಾಧ್ಯವೇ ಆಗಿದೆ ಏಕೆಂದರೆ ಅದು ದೇಹದ ಸಹಜಗುಣ. ಘನವಸ್ತುಗಳು, ದ್ರವಗಳು, ಅನಿಲಗಳು, ಹಾಗೂ ಖಾಲಿ ಜಾಗಗಳಂತಹ ದೇಹದ ವಸ್ತುಗಳೆಲ್ಲವೂ ಭೌತದ್ರವ್ಯದ ಅಂಶಗಳು ಮತ್ತು ಅವು ಸ್ವಭಾವತಃ ಅಜ್ಞಾನದ ಪ್ರಕಾರದಲ್ಲಿ, ಮಂಕಾಗಿಸುವ ಪ್ರಕಾರದಲ್ಲಿ ಇವೆ. ಆದಕಾರಣ ಒಬ್ಬ ವ್ಯಕ್ತಿಯು ಯಾವುದೇ ಹಂತದಲ್ಲಿ ಆಧ್ಯಾತ್ಮಿಕ ವಾಸ್ತವತೆಯಾಗಿ ಭೌತಿಕ ದೇಹವನ್ನು ಬದಲಾಯಿಸುವುದು ಸಾಧ್ಯವಿಲ್ಲ. ಒಬ್ಬ ವ್ಯಕ್ತಿಯು ಆಧ್ಯಾತ್ಮಿಕ ಸಾಧನೆಗೆ ದೇಹವನ್ನು ಬಳಸಬಹುದು, ಆದರೆ ದೇಹವು ಸ್ವತಃ ದೇಹಪ್ರಕೃತಿಯಿಂದ ಭೌತದ್ರವ್ಯದ ಸಹಜಗುಣದಲ್ಲಿ ಬೇರೂರಿದೆ. ಶಿಕ್ಷಕರು ಸಚೇತನರು ಆದರೆ ಅವರ ಸೀಮೆಸುಣ್ಣವಲ್ಲ. ಆದಕಾರಣ ಅವರು ಸೀಮೆಸುಣ್ಣಕ್ಕೆ ಚಲನೆ ನೀಡುತ್ತಾರೆ. ಆದರೂ, ಅದು ಚಲಿತವಾಗಿದ್ದರೂ ಕೂಡ ಮತ್ತು ಬುದ್ಧಿವಂತ ಶಿಕ್ಷಕರಿಂದ ಬಳಸಲ್ಪಟ್ಟರೂ ಕೂಡ, ಅದು ಒಂದು ಜೀವವಿಲ್ಲದ ವಸ್ತುವಾಗಿ ಉಳಿದಿರುತ್ತದೆ. ಅದೇ ರೀತಿಯಲ್ಲಿ, ಭೌತಿಕ ದೇಹದಲ್ಲಿ ಒಳಗೊಂಡಿರುವ ವಸ್ತುಗಳನ್ನು ಆಧ್ಯಾತ್ಮಿಕ ಹಾಗೂ ಅತೀಂದ್ರಿಯ ಶಕ್ತಿಗಳಿಂದ ಸಚೇತನ ಮಾಡಲಾಗುತ್ತದೆ, ಆದರೆ ದೇಹವು ಅದರ ಭೌತದ್ರವ್ಯದ ರಚನೆಗಳನ್ನು ಉಳಿಸಿಕೊಂಡಿರುತ್ತದೆ.

ಹೀಗಾಗಿ ಅತ್ಯುತ್ತಮ ಪ್ರಯತ್ನವೆಂದರೆ, ದೈವಿಕ ಉದ್ದೇಶಗಳಿಗಾಗಿ ದೇಹವನ್ನು ಬಳಸುವುದು ಮತ್ತು ಸಾಧ್ಯವಾದಷ್ಟು ಅದನ್ನು ಆರೋಗ್ಯಕರ ಹಾಗೂ ಉತ್ತಮ ದೈಹಿಕ ಸ್ಥಿತಿಯಲ್ಲಿ ಇಟ್ಟುಕೊಳ್ಳುವುದು ಆಗಿದೆ. ದೇಹಕ್ಕೆ ನಿದ್ರೆಯ ಅಗತ್ಯವಿರುವುದರಿಂದ ಒಬ್ಬ ವ್ಯಕ್ತಿಯು ದೇಹದಿಂದ ನಿದ್ರೆಯನ್ನು ಕಸಿದುಕೊಳ್ಳುವ ಬದಲು ನಿದ್ರೆಯನ್ನು

ಹತೋಟಿಯಲ್ಲಿಡಬೇಕು. ಯೋಗಿಯು ಸ್ಥೂಲ ದೇಹವನ್ನು ವಿಶ್ರಾಂತಿಯಲ್ಲಿ ಇರಿಸಿ, ಅದೇ ಸಮಯದಲ್ಲಿ ಅಸ್ತಿತ್ವದ ಇತರ ಮಟ್ಟಗಳಲ್ಲಿ ಮನಸ್ಸನ್ನು ಜಾಗರೂಕ ಹಾಗೂ ಆತ್ಮವನ್ನು ಕ್ರಿಯಾಶೀಲವಾಗಿ ಇರಿಸಿಕೊಳ್ಳಬೇಕು.

ಸ್ಥೂಲ ದೇಹದ ಮೇಲೆ ಮಂಕಾಗಿಸುವ ಪ್ರಭಾವವನ್ನು ಕಡಿಮೆಗೊಳಿಸುವುದು ನಮಗೆ ಒಂದು ಕೆಲಸವಾಗಿದೆ. ನಾವು ಸೂಕ್ಷ್ಮ ಶರೀರ ಹಾಗೂ ಜೀವ ಶಕ್ತಿಯ ಮೇಲೆ ಈ ಮಂಕಾಗಿಸುವ ಪ್ರಭಾವವನ್ನು ಕಡಿಮೆಗೊಳಿಸುವುದರಲ್ಲಿಯೂ ಕೂಡ ಯಶಸ್ವಿಯಾಗಬೇಕು. ನಾವು ಇದನ್ನು ಸಾಧಿಸದಿದ್ದರೆ, ಈ ಪ್ರಭಾವಗಳು ನಮ್ಮ ಮೂಲಕ ಮತ್ತು ನಮ್ಮ ಇಚ್ಛೆಗೆ ವಿರುದ್ಧವಾಗಿ ತಮ್ಮನ್ನು ಅವ್ಯವಸ್ಥಿತವಾಗಿ ವ್ಯಕ್ತಪಡಿಸುವುದರ ಜೊತೆಗೆ ನಾವು ನಮ್ಮ ಪ್ರಸ್ತುತ ಸ್ಥಿತಿಯಲ್ಲಿ ಮುಂದುವರಿಯಬೇಕಾಗುತ್ತದೆ.

ದೇಹ ಹಾಗೂ ಮನಸ್ಸನ್ನು ಮಂಕು ಮಾಡುವ ಶಕ್ತಿಗಳು ಕೆಟ್ಟ ಸಹವಾಸದಿಂದ ಹೆಚ್ಚಾಗುತ್ತವೆ. ಇದನ್ನು ತಡೆಯುವ ಆರಂಭದ ಹಂತವೆಂದರೆ ಕೆಟ್ಟ ಸಹವಾಸವನ್ನು ಅರ್ಥಮಾಡಿಕೊಳ್ಳುವುದಾಗಿದೆ. ನಾವು ಕೆಲವು ಜನರೊಂದಿಗೆ ಇದ್ದಾಗ ಅದಕ್ಕನುಸಾರವಾಗಿ ನಮಗೆ ಉತ್ಸಾಹ ಹೆಚ್ಚಾದುದನ್ನು ಅಥವಾ ಕಡಿಮೆಯಾದುದನ್ನು ಅನುಭವಿಸುತ್ತೇವೆ ಎಂಬುದನ್ನು ನಾವು ಗಮನಿಸಬಹುದು ಮತ್ತು ಆ ತಿಳುವಳಿಕೆಯಿಂದ ನಾವು ಅನಪೇಕ್ಷಣೀಯ ಸಹವಾಸವನ್ನು ತಡೆಯಲು ಪ್ರಾರಂಭಿಸಬಹುದು. ಇದು ಕೇವಲ ವೀಕ್ಷಣೆಯ ವಿಷಯವಾಗಿದೆ. ಆಧ್ಯಾತ್ಮಿಕ ಜೀವನದಲ್ಲಿ ಮಾಡಬಹುದಾದುದು ಎಲ್ಲವೂ ವೀಕ್ಷಿಸುವುದಕ್ಕೆ, ಪರಿಗಣಿಸುವುದಕ್ಕೆ, ಹಾಗೂ ನಮ್ಮ ಆಧ್ಯಾತ್ಮಿಕ ಹಿತಾಸಕ್ತಿಯಲ್ಲಿ ಇದೆಯೆಂದು ಅಥವಾ ಇಲ್ಲವೆಂದು ತೋರುವ ಕೆಲವು ಬಗೆಯ ಸಹವಾಸಗಳೊಂದಿಗೆ ಮುಂದುವರಿಯಲು ಅಥವಾ ನಿಲ್ಲಿಸಲು ನಿರ್ಧರಿಸುವುದಕ್ಕೆ ಸಂಬಂಧಪಟ್ಟಿದೆ.

ಅವಶ್ಯಕವಾಗಿ ಆಧ್ಯಾತ್ಮಿಕ ಜೀವನವು ಸಹವಾಸಗಳನ್ನು ಅತಿಯಾಗಿ ಕಡಿಮೆ ಮಾಡುವುದನ್ನು ಅನಿವಾರ್ಯವಾಗಿಸುತ್ತದೆ, ಏಕೆಂದರೆ ಬಹುತೇಕ ಸಹವಾಸಗಳು ಆಧ್ಯಾತ್ಮಿಕ ತಿಳುವಳಿಕೆಯಿಲ್ಲದ ಪ್ರಾಪಂಚಿಕ ಅಭಿವ್ಯಕ್ತಿಗೆ ಅನುಕೂಲಕರವಾಗಿವೆ.

ಕೆಳ ಜೀವಿಗಳೊಂದಿಗೆ ಮತ್ತು ಕೆಳ ಮಾನವರೊಂದಿಗೆ ಕೂಡ ಸಾಮಾಜಿಕ ಪಾಲ್ಗೊಳ್ಳುವಿಕೆಯು ಮನಸ್ಸಿನಲ್ಲಿ ಕಾರ್ಯನಿರ್ವಹಿಸುವ ಮಂಕಾಗಿಸುವ ಶಕ್ತಿಗಳನ್ನು ಹೆಚ್ಚಾಗಿಸುತ್ತದೆ. ಭೌತಿಕ ದೇಹವು ಆಯಾಸಗೊಂಡಾಗ ಅದು ನಿದ್ರೆಯ ಅವಧಿಯಲ್ಲಿ ಸೂಕ್ಷ್ಮ ದೇಹದಿಂದ ಶಕ್ತಿಯನ್ನು ಬರಿದಾಗಿಸುತ್ತದೆ. ಈ ಶಕ್ತಿಯ ಬರಿದಾಗುವಿಕೆಯು ಕನಸುಗಳ ಸ್ಮರಣ ಶಕ್ತಿಯನ್ನು ಮುಚ್ಚಿಬಿಡುತ್ತದೆ. ಸ್ಮರಣ ಶಕ್ತಿಯು ಇಲ್ಲವೆಂದರೆ ಕನಸಿನ ಚಟುವಟಿಕೆಯು ಇತ್ತು ಆದರೆ ಸೂಕ್ಷ್ಮ ರೂಪವು ಸ್ಮರಣೆಗೆ ಅವಕಾಶ ಕೊಡಲು ತುಂಬಾ ಬರಿದಾಗಿತ್ತು ಎಂದರ್ಥ.

ಮುಂದುವರೆದ ಅಭ್ಯಾಸದಲ್ಲಿ ಒಬ್ಬ ವ್ಯಕ್ತಿಗೆ ಅಗತ್ಯವಿರುವ ನೈತಿಕತೆ ಅಥವಾ ಸಾಮಾಜಿಕ ನಡವಳಿಕೆ ಕನಸಿನ ಸ್ಥಿತಿಗಳಿಗೆ ಅನ್ವಯಿಸುತ್ತದೆ. ಕನಸಿನ ಮಟ್ಟದಲ್ಲಿನ ಅತಿಕ್ರಮಣ ಒಂದು ಉಲ್ಲಂಘನೆಯಾಗಿದೆ ಕೂಡ. ಆದ್ದರಿಂದ ನಾವು ಸೂಕ್ಷ್ಮ ಮಟ್ಟದಲ್ಲಿ ಪ್ರಜ್ಞೆಯಿಲ್ಲದೆ ನಿಭಾಯಿಸುವುದು ಸಾಧ್ಯವಿಲ್ಲ. ನಾವು ಅಲ್ಲಿ ಜಾಗೃತರಾಗಿರಬೇಕು, ಅದರಿಂದಾಗಿ ನಾವು ಆ ಸಮತಲದಲ್ಲಿಯೂ ಕೂಡ ನಮ್ಮ ನಿಯಮಗಳನ್ನು ಕಾಯ್ದುಕೊಳ್ಳಬಹುದು.

ಸ್ಥೂಲ ದೇಹದ ದಿನಂಪ್ರತಿ ಆಯಾಸ ಅಪಾಯಕಾರಿ, ಏಕೆಂದರೆ ಅದು ಸೂಕ್ಷ್ಮ ದೇಹವನ್ನು ಜೋಂಪಿಗೆ ಒಗ್ಗಿಕೊಳ್ಳುವಂತೆ ಮಾಡುತ್ತದೆ. ಇದು ಪ್ರತಿಯಾಗಿ ಆಧ್ಯಾತ್ಮಿಕ ಜೀವನವನ್ನು ಹಾಗೂ ಉನ್ನತ ಗ್ರಹಿಕೆಯನ್ನು ಕೊನೆಗಾಣಿಸುವ ಮಂಕಾಗಿಸುವ ಶಕ್ತಿಗಳಿಗೆ ಸ್ಥೂಲ

ದೇಹವನ್ನು ಒಗ್ಗಿಕೊಳ್ಳುವಂತೆ ಮಾಡುತ್ತದೆ. ಆಯಾಸವನ್ನು ನಿಯತಕಾಲಿಕವಾಗಿ ಅನುಭವಿಸಬೇಕು ಆದರೆ ಅದು ಒಂದು ಅಭ್ಯಾಸವಾಗಬಾರದು. ನಾವು ಸಂಪೂರ್ಣವಾಗಿ ಆಯಾಸಗೊಂಡಾಗ ನಾವು ಮರದ ದಿಮ್ಮಿಗಳಂತೆ, ದಟ್ಟವಾದ ಜಡದ್ರವ್ಯದಂತೆ ನಿದ್ರಿಸುತ್ತೇವೆ ಎಂಬುದನ್ನು ನಾನು ಗಮನಿಸಿದ್ದೇನೆ. ನಾವು ನಮಗೆ ಏನೂ ನೆನಪಿಲ್ಲದಂತಹ ರೀತಿಯಲ್ಲಿ ನಿದ್ರಿಸುತ್ತೇವೆ, ಆದರೆ ನಮಗೆ ಏನೂ ನೆನಪಿಲ್ಲದಿರುವುದು ನಮ್ಮನ್ನು ಆಧ್ಯಾತ್ಮಿಕವಾಗಿ–ವಿನಾಶಕಾರಕ ಸಂಬಂಧಗಳನ್ನು ಹೊಂದುವುದರಿಂದ ಅಥವಾ ಅಮಲೇರಿಸುವ ಅನುಭವಗಳನ್ನು ಹೊಂದುವುದರಿಂದ ರಕ್ಷಿಸುವುದಿಲ್ಲ. ಇದು ಕೇವಲ ಆಯಾಸ ಮತ್ತು ನಿದ್ರೆಯು ನೆನಪಿನ ಶಕ್ತಿಯನ್ನು ನಿಷ್ಕ್ರಿಯಗೊಳಿಸಿತು, ನೆನಪನ್ನು ಅಸ್ಪಷ್ಟವಾಗಿಸಿತು, ವಿವೇಚನೆಯನ್ನು ಹಿಂತೆಗೆದುಕೊಂಡಿತು, ಮತ್ತು ನಮ್ಮನ್ನು ಸೂಕ್ಷ್ಮ ಸಮತಲದಲ್ಲಿ ಪ್ರಜ್ಞಾಹೀನ ಜೀವಿಗಳಾಗಿ ಬದಲಾಯಿಸಿತು ಎಂಬುದನ್ನು ಸೂಚಿಸುತ್ತದೆ. ಇದು ನಮ್ಮ ಹಿತಕ್ಕೂ ಅಲ್ಲ, ಮತ್ತು ಇದು ನಮ್ಮ ಗುರಿಯೂ ಅಲ್ಲ.

ನಾವು ಭೌತಿಕ ಅಸ್ತಿತ್ವದಲ್ಲಿ ಅತೀವವಾಗಿ ಒಗ್ಗಿಸುವಿಕೆಗೆ ಒಳಪಟ್ಟಿರುವುದರಿಂದ ಮತ್ತು ಒಟ್ಟಿನಲ್ಲಿ ನಮ್ಮ ಒಗ್ಗಿಸುವಿಕೆ ಅಲ್ಲಿ ಇಲ್ಲಿ ಜ್ಞಾನೋದಯದ ಸ್ಫುರಣಗಳೊಂದಿಗೆ ಪೂರ್ಣ ಬಲದಿಂದ ಮುಂದುವರಿಯುವುದರಿಂದ ನಮ್ಮ ವಿಮೋಚನೆ ಅನಿಶ್ಚಿತವಾಗಿದೆ. ಪ್ರಶ್ನೆ ಏನೆಂದರೆ: ನಮ್ಮಲ್ಲಿ ಯಾರಾದರೂ ಯಾವಾಗ ಸಂಪೂರ್ಣವಾಗಿ ವಿಮೋಚನೆಗೊಳ್ಳುತ್ತಾರೆ? ನಾವು ಹಲವಾರು ಜೀವನದಲ್ಲಿ ಪ್ರಯತ್ನಿಸಿದ್ದೇವೆ, ಆದರೆ ಇನ್ನೊಂದು ಕಾಲದ ಘಟ್ಟದಲ್ಲಿ, ಇನ್ನೊಂದು ಭೌತಿಕ ದೇಹದಲ್ಲಿ ನಮ್ಮನ್ನು ನಾವು ಕಂಡುಕೊಂಡಿದ್ದೇವೆ ಮಾತ್ರ, ಮತ್ತೇ ಕೊನೆಯಿಲ್ಲದೇ ಪ್ರಯತ್ನ ಪಟ್ಟಿದ್ದೇವೆ ಮಾತ್ರ. ನಾವು ಯಾವಾಗ ಅವ್ಯವಸ್ಥಿತವಾದ, ನಿಯಂತ್ರಿಸಲಾಗದ ಹುಟ್ಟು ಸಾವಿನ ಚಕ್ರವನ್ನು ಮುರಿಯುತ್ತೇವೆ? ವಿಮೋಚನೆಯನ್ನು ಅನುಗ್ರಹಿಸಬೇಕು ಎಂಬುದು ಸುವ್ಯಕ್ತ ಏಕೆಂದರೆ ನಾವು ಕೇವಲ ನಮ್ಮ ಪ್ರಯತ್ನದಿಂದ ಅದನ್ನು ಸಾಧಿಸುವುದು ಸಾಧ್ಯವಿಲ್ಲ.

ಸೂಕ್ಷ್ಮ ಶರೀರವನ್ನು ಹತೋಟಿಯಲ್ಲಿಡಬೇಕಾಗುತ್ತದೆ, ಏಕೆಂದರೆ ಅದು ಹಠಾತ್ ಪ್ರವೃತ್ತಿಗೆ ಒಲವು ತೋರುತ್ತದೆ. ನಾವು ಈಗ ನಮ್ಮನ್ನು ಈ ಸ್ಥೂಲ ದೇಹದಲ್ಲಿ ಕಂಡುಕೊಳ್ಳುವ ಹಾಗೆಯೇ, ಸಾವಿನ ಸಮಯದಲ್ಲಿ ನಾವು ನಮ್ಮನ್ನು ಸೂಕ್ಷ್ಮ ಕನಸಿನ ರೂಪದಲ್ಲಿ ಕಂಡುಕೊಳ್ಳುತ್ತೇವೆ. ನಾವು ಈಗ ಮೂತ್ರ ವಿಸರ್ಜನೆ, ಲೈಂಗಿಕ ಅಭಿವ್ಯಕ್ತಿ ಮತ್ತು ಮಲ ವಿಸರ್ಜನೆ ಅಂತಹ ಈ ಸ್ಥೂಲ ದೇಹದ ಅಭ್ಯಾಸಗಳನ್ನು ನಡೆಸುವಂತೆಯೇ, ಸಾವಿನ ಸಮಯದಲ್ಲಿ ನಾವು ಸೂಕ್ಷ್ಮ ದೇಹದ ಅಭ್ಯಾಸಗಳನ್ನು ನಡೆಸಬೇಕಾಗುತ್ತದೆ. ಹೀಗಾಗಿ, ಒಬ್ಬ ವ್ಯಕ್ತಿಯು ಆ ದೇಹವನ್ನು ಅರಿತುಕೊಳ್ಳಲು ಮತ್ತು ಅದನ್ನು ಹತೋಟಿಯಲ್ಲಿಡಲು ಎಲ್ಲಾ ರೀತಿಯಿಂದಲೂ ಪ್ರಯತ್ನಿಸಬೇಕು.

ಸೂಕ್ಷ್ಮ ಶರೀರವು ಹಿಂದಿನ ಚಟುವಟಿಕೆಗಳ ಪ್ರಭಾವಗಳ ಅಡಿಯಲ್ಲಿ ಇರುತ್ತದೆ, ಮತ್ತು ಅದು ಸುಲಭವಾಗಿ ಭಾವನಾತ್ಮಕ ಸೆಳೆತಗಳಿಂದ ಓಲಾಡುತ್ತದೆ. ನಾವು ಒಬ್ಬ ವಿವಾಹಿತ ಪುರುಷನ ಪ್ರಕರಣವನ್ನು ಪರಿಗಣಿಸೋಣ. ಒಬ್ಬ ವ್ಯಕ್ತಿಯು ವಿವಾಹವಾಗಿದ್ದಾನೆ ಮತ್ತು ಧಾರ್ಮಿಕ ನಿಯಮಗಳ ಕಾರಣ ಆತನು ಮತ್ತೊಂದು ಪತ್ನಿಯನ್ನು ಸ್ವೀಕರಿಸುವುದಿಲ್ಲ. ಆತನು ಅಪೇಕ್ಷಣೀಯ ಮಹಿಳೆಯರನ್ನು ಭೇಟಿಯಾದಾಗ ಪ್ರಲೋಭನಕ್ಕೆ ಒಳಗಾಗುತ್ತಾನೆ, ಆದರೆ ಆತನು ತಡೆದುಕೊಳ್ಳುತ್ತಾನೆ. ಅದೇನೇ ಆದರೂ, ಕನಸಿನಲ್ಲಿ ಆತನ ಸೂಕ್ಷ್ಮ ಶರೀರವು ನೈತಿಕ ಗುರಿಗಳನ್ನು ಅನುಸರಿಸದೆ ಇರಬಹುದು. ಅದು ಇತರ ಮಹಿಳೆಯರೊಂದಿಗೆ (ಸೂಕ್ಷ್ಮ

ಮಟ್ಟದಲ್ಲಿ ಅಥವಾ ಕನಸಿನಲ್ಲಿ) ಲೈಂಗಿಕವಾಗಿ ತೊಡಗಿಕೊಳ್ಳಬಹುದು, ಏಕೆಂದರೆ ಸೂಕ್ಷ್ಮ ಮಟ್ಟಕ್ಕಿಂತ ಭೌತಿಕ ಮಟ್ಟದಲ್ಲಿ ನೈತಿಕ ನಿಯಮಗಳನ್ನು ಅನುಸರಿಸುವುದು ಸುಲಭ.

ಸೂಕ್ಷ್ಮ ಶರೀರವು ನಿರ್ಬಂಧವಿಲ್ಲದ್ದು ಅಥವಾ ಹತೋಟಿ ಇಲ್ಲದ್ದಾಗಿದೆ, ಮತ್ತು ನಾವು ಅದನ್ನು ಉದ್ದೇಶಪೂರ್ವಕವಾಗಿ ಹತೋಟಿಯಲ್ಲಿಡಲು ಪ್ರಯತ್ನಗಳನ್ನು ಮಾಡದ ಹೊರತು ನಾವು ಸೂಕ್ಷ್ಮ ಪ್ರಪಂಚದಲ್ಲಿ ವಿವೇಚನೆಯ ಸದೃಢ ಪ್ರಜ್ಞೆಯೊಂದಿಗೆ ವರ್ತಿಸುತ್ತೇವೆ ಎಂಬುದು ಅಷ್ಟೇನೂ ಸಾಧ್ಯತೆಯಿಲ್ಲದ ಮಾತು. ಅದರ ಇಂದ್ರಿಯಗತ ಸಹಜಗುಣದ ಕಾರಣ ಸೂಕ್ಷ್ಮ ಶರೀರವು ಭಾವನಾತ್ಮಕವಾಗಿ ವಾಲುತ್ತದೆ ಮತ್ತು ಇಂದ್ರಿಯ ನಿಯಂತ್ರಣಕ್ಕೆ ನಿರೋಧಕವಾಗಿದೆ.

ಪುನರ್ಜನ್ಮಕ್ಕೆ ಒಗ್ಗಿಕೊಳ್ಳುವುದು ಸೂಕ್ಷ್ಮ ಶರೀರದ ಒಂದು ಪ್ರವೃತ್ತಿಯಾಗಿದೆ. ಅದು ಹತ್ತಿಕ್ಕಲು ಬಹಳ ಕಷ್ಟವಾದ, ತುಂಬಾ ಬಲವಾದ ಒಂದು ಅಭ್ಯಾಸವಾಗಿದೆ. ಅದು ಎಷ್ಟು ಕಷ್ಟಕರವಾಗಿದೆ ಎಂದರೆ ಉನ್ನತ ಲೋಕಗಳಿಗೆ ಸ್ಥಿತ್ಯಂತರಗೊಳ್ಳಲು ಬಯಸುವ ಅಥವಾ ಧಾರ್ಮಿಕ ನಂಬಿಕೆಯ ಆಧಾರದ ಮೇಲೆ ಹಾಗೆ ಮಾಡಲು ಹವಣಿಸುವ ಅನೇಕರೂ ಕೂಡ ಸೂಕ್ಷ್ಮ ಶರೀರದ ಪುನರ್ಜನ್ಮದ ಪ್ರವೃತ್ತಿಯ ಮೇಲೆ ಆಳವಾಗಿ ಅವಲಂಬಿಸಿರುತ್ತಾರೆ. ವಾಸ್ತವವಾಗಿ ಉನ್ನತ ಮಟ್ಟಕ್ಕೆ ಹೋಗಲು ಅವರಿಗೆ ಅವಕಾಶ ನೀಡಿದರೆ, ಅದನ್ನು ತೆಗೆದುಕೊಳ್ಳಲು ಅವರಿಗೆ ಸಾಧ್ಯವಾಗುವುದಿಲ್ಲ, ಏಕೆಂದರೆ ಸೂಕ್ಷ್ಮ ಶರೀರದ ಪುನರ್ಜನ್ಮದ ಪ್ರವೃತ್ತಿಯು ಅವರನ್ನು ಮತ್ತೆ ಈ ಜಗತ್ತಿಗೆ ಎಳೆಯುತ್ತದೆ.

ಮೋಕ್ಷ ನಿಜವಾಗಿಯೂ ದೇವರು ನಮ್ಮನ್ನು ವಿಮೋಚನೆಗೊಳಿಸುತ್ತಾನೆ ಮತ್ತು ನಾವು ನಮ್ಮನ್ನು ಏಕಕಾಲದಲ್ಲಿ ವಿಮೋಚನೆಗೊಳಿಸುತ್ತೇವೆ ಎಂದು ಅರ್ಥ. ಅದು ಎಂದಿಗೂ ನಾವು ಬದಲಾಗದೆ ಉಳಿದಿರುತ್ತೇವೆ, ದೇವರು ನಮ್ಮನ್ನು ವಿಮೋಚನೆಗೊಳಿಸುತ್ತಾನೆ ಎಂದು ಅರ್ಥವಲ್ಲ. ಅದು ಸಾಧ್ಯವಿಲ್ಲ. ನಾವು ಪ್ರಕ್ರಿಯೆಯಲ್ಲಿ ನಮ್ಮನ್ನು ವಿಮೋಚನೆಗೊಳಿಸಲು ಪ್ರಯತ್ನಿಸದೇ ಹೋದರೆ, ದೇವರಿಗೆ ಎಲ್ಲಾ ಶಕ್ತಿಗಳು ಅಥವಾ ಸಾಮರ್ಥ್ಯವು ಪೂರ್ಣ ಪ್ರಮಾಣದಲ್ಲಿ ಇದ್ದರೂ ಕೂಡ, ಆತನಿಗೆ ನಮ್ಮನ್ನು ವಿಮೋಚನೆಗೊಳಿಸುವುದು ಸಾಧ್ಯವಿಲ್ಲ. ನಮ್ಮ ಪಾಲ್ಗೊಳ್ಳುವಿಕೆಯು ಅಗತ್ಯ, ಏಕೆಂದರೆ ನಾವು ವೈಯಕ್ತಿಕ ದೃಢ ನಿಶ್ಚಯ ಹಾಗೂ ಪ್ರವರ್ತನ ಶಕ್ತಿ ಉಳ್ಳ ಪ್ರತ್ಯೇಕ ಜೀವಿಗಳು.

ಒಮ್ಮೆ ಒಬ್ಬ ವ್ಯಕ್ತಿಯು ಒಂದು ಪ್ರತ್ಯೇಕ ಜೀವಿಯಾಗಿ ಅಸ್ತಿತ್ವದ ಒಳಗೆ ಬಂದರೆ ಯಾವುದೇ ಸಮಯದಲ್ಲಿ ಆತನ ವೈಯಕ್ತಿಕತೆಯು ಕಳೆದುಹೋಗುವ ಪ್ರಶ್ನೆಯೇ ಇಲ್ಲ ಎಂದು ಕೃಷ್ಣನು ಅಸ್ತಿತ್ವಕ್ಕೆ ಸಂಬಂಧಿಸಿದಂತೆ ಸ್ಥಿರೀಕರಿಸಿದ್ದಾನೆ. ಅದು ಅನಂತತೆಯ ವರೆಗೆ ಒಂದು ಶಾಶ್ವತ ಲಕ್ಷಣವಾಗಿದೆ. ಇದರ ಜೊತೆಗೆ, ಪರಲೋಕದಲ್ಲಿ ನಮ್ಮ ಸ್ಥಾನವು ನಾವು ದಿನಂಪ್ರತಿ ಕಾಯ್ದುಕೊಂಡು ಬಂದ ನಮ್ಮ ಜೀವನದ ಪರಿಕಲ್ಪನೆಗಳಿಂದ ಮುಖ್ಯವಾಗಿ ನಿರ್ಧರಿಸಲಾಗುತ್ತದೆ ಎಂದು ಕೃಷ್ಣನು ಹೇಳಿದ್ದಾನೆ.

ಸೂಕ್ಷ್ಮ ಶರೀರದ ಪುನರ್ಜನ್ಮದ ಪ್ರವೃತ್ತಿಯು ದೇಹದಲ್ಲಿನ ಜೀವ ಶಕ್ತಿಯ ಪುನರುಜ್ಜೀವನಕ್ಕೆ ಸಂಬಂಧಪಟ್ಟಿದೆ. ಜೀವ ಶಕ್ತಿಯು ಸಾಮಾನ್ಯವಾಗಿ ಲೈಂಗಿಕ ಹಾಗೂ ವಿಸರ್ಜನಾ ಪ್ರದೇಶಗಳ ಬಳಿ, ದೇಹದಲ್ಲಿನ ಬೆನ್ನುಮೂಳೆಯ ತಳದಲ್ಲಿ ನೆಲೆಗೊಂಡಿರುತ್ತದೆ. ಅದು ದೇಹಕ್ಕೆ ವಯಸ್ಸಾಗುವವರೆಗೂ, ಮತ್ತು ರೋಗಗ್ರಸ್ತವಾಗುವವರೆಗೂ ದೇಹದಲ್ಲಿ ಉಳಿದುಕೊಂಡ ನಂತರ, ಜೀವ ಶಕ್ತಿಯು ಗಣನೀಯವಾಗಿ ಆಯಾಸಗೊಳ್ಳುತ್ತದೆ.

ಜೀವ ಶಕ್ತಿಯು ಅವಯವಗಳನ್ನು, ಇಂದ್ರಿಯಗಳನ್ನು ಹಾಗೂ ಅಂಗಗಳನ್ನು ಅನೈಚ್ಛಿಕ ಕ್ರಿಯೆಗಳಲ್ಲಿ ತೊಡಗಿಸುವುದರಿಂದ ಮತ್ತು ಅದು ಉಸಿರಾಟದ ವ್ಯವಸ್ಥೆಯನ್ನೂ ಕೂಡ

ನಿಯಂತ್ರಿಸುವುದರಿಂದ ಅದಕ್ಕೆ ಕೊನೆಕೊನೆಗೆ, ವಿಶೇಷವಾಗಿ ದೇಹಕ್ಕೆ ಅನಾರೋಗ್ಯವಾದಾಗ ಮತ್ತು ಶಕ್ತಿಗುಂದಿದಾಗ ದಣಿವಾಗುತ್ತದೆ. ಹೀಗಾಗಿ ದೇಹಕ್ಕೆ ಅಂಟಿಕೊಂಡಿರುವ ಮತ್ತು ದೇಹವು ಮಾರಕವಾಗಿ ಗಾಯಗೊಂಡಿದ್ದರೂ ಅಥವಾ ವಾಸಿಯಾಗದ ಕಾಯಿಲೆಯಿಂದ ಬಳಲುತ್ತಿದ್ದರೂ ಕೂಡ ಅದನ್ನು ರಕ್ಷಿಸಲು ಬಯಸುವ ಜೀವ ಶಕ್ತಿಯು ಒಂದು ಹೊಸ ಸ್ಥೂಲ ದೇಹವನ್ನು ಪಡೆಯಲು ಆಶಿಸುತ್ತದೆ. ಶಿಶು ರೂಪಗಳನ್ನು ಪಡೆಯುವ ಈ ಪ್ರವೃತ್ತಿಯು ಸೂಕ್ಷ್ಮ ರೂಪದಲ್ಲಿ ಬಲವಾಗಿ ಬೇರೂರಿದೆ ಮತ್ತು ಜೀವ ಶಕ್ತಿಯು ಆ ಸೂಕ್ಷ್ಮ ರೂಪದ ಒಂದು ಭಾಗವಾಗಿದೆ. ಈ ಪ್ರವೃತ್ತಿಯನ್ನು ತೊಡೆದುಹಾಕುವುದು ಬಹಳ ಕಷ್ಟ.

ದೇಹಕ್ಕೆ ವಯಸ್ಸಾದಾಗ ಮತ್ತು ಶಕ್ತಿಗುಂದಿದಾಗ ಅದಕ್ಕೆ ದಾದಿಯರಿಂದ, ಸಂಬಂಧಿಕರಿಂದ, ವೈದ್ಯರಿಂದ ಮತ್ತು ಸ್ನೇಹಿತರಿಂದ ಆರೈಕೆ ಬೇಕಾಗುತ್ತದೆ. ಆದ್ದರಿಂದ ಅದು ಇತರರ ಮೇಲೆ ಅವಲಂಬನೆಯ ಮನೋಭಾವನೆಯನ್ನು ಬೆಳೆಸಿಕೊಳ್ಳುತ್ತದೆ. ಆ ಸಮಯದಲ್ಲಿ ನಾವು ಯಾವ ವ್ಯಕ್ತಿಗಳು ಕರ್ತವ್ಯವನ್ನು ಪೂರೈಸುವುದಕ್ಕೆ ಬದ್ಧರಾಗಿದ್ದಾರೆಂದು ನೋಡಲು ನೆನಪುಗಳ ರಾಶಿರಾಶಿಯ ಒಟ್ಟಿನಲ್ಲಿ ಜಾಲಾಡುತ್ತಾ, ಪ್ರಯಾಸಕರವಾಗಿ ಒಟ್ಟುಗೂಡಿಸುತ್ತಾ ನಮ್ಮ ಜೀವನವನ್ನು ವಿಮರ್ಶಿಸುತ್ತೇವೆ. ಮಕ್ಕಳು ಮತ್ತು ಮೊಮ್ಮಕ್ಕಳು ಬದ್ಧರಾಗಿದ್ದಾರೆ; ಸಂಬಂಧಿತರಲ್ಲದ ಅವಲಂಬಿತರು ಬದ್ಧರಾಗಿದ್ದಾರೆ ಹಾಗೂ ಸ್ನೇಹಿತರು ಕೂಡ. ನಮ್ಮ ಬಳಿ ಹಣವಿದ್ದರೆ ನಾವು ಒಬ್ಬ ವೈದ್ಯರಿಗೆ ಪಾವತಿಸುತ್ತೇವೆ, ಮತ್ತು ಅವರು ಬದ್ಧರಾಗುತ್ತಾರೆ. ಹೀಗಾಗಿ, ನಾವು ಜೀವನದ ಕಡೆಗೆ ಅತ್ಯಂತ ಅನಾರೋಗ್ಯಕರ ಹಾಗೂ ಪ್ರಾಪಂಚಿಕ ಮನೋಭಾವನೆಯನ್ನು ಬೆಳೆಸಿಕೊಳ್ಳುತ್ತೇವೆ ಮತ್ತು ಹತಾಶೆಯ ಕಾರಣ ನಾವು ಇತರರಿಂದ ಸೇವೆಗಳನ್ನು ಹಕ್ಕೊತ್ತಾಯ ಮಾಡುತ್ತೇವೆ. ಈ ಪ್ರವೃತ್ತಿಗಳೆಲ್ಲವೂ ದೇಹಾಂತರದ ಅಭ್ಯಾಸದ ಭಾಗವಾಗಿದೆ. ನಾವು ನಮ್ಮನ್ನು ಈ ಅಭ್ಯಾಸದಿಂದ ತೆಗೆದುಹಾಕಲು ಪ್ರಾಯೋಗಿಕ ಕ್ರಮಗಳನ್ನು ತೆಗೆದುಕೊಳ್ಳದಿದ್ದರೆ ನಾವು ಖಂಡಿತವಾಗಿಯೂ ಮತ್ತೊಂದು ದೇಹವನ್ನು ತೆಗೆದುಕೊಳ್ಳುತ್ತೇವೆ.

ಒಬ್ಬ ವ್ಯಕ್ತಿಯು ತನ್ನ ಹಳೆಯ ಶಕ್ತಿಗುಂದಿದ ದೇಹಕ್ಕೆ ನೆರವಾಗಲು ಇಲ್ಲಿನ ಜನರ ಕಡೆಗೆ ನೋಡುತ್ತಾ ಈ ಪ್ರಪಂಚದಿಂದ ನಿರ್ಗಮಿಸಿದರೆ (ಅಂದರೆ, ನಿಧನ ಹೊಂದಿದರೆ), ಆತನು ಯಾರಾದರೊಬ್ಬರ ಮಗುವಾಗಿರಲು ಈ ಜಗತ್ತಿಗೆ ಹಿಂದಿರುಗುವ ಸಾಧ್ಯತೆ ಹೆಚ್ಚು ಇರುತ್ತದೆ. ಶಿಶುವಿನ ರೂಪದಲ್ಲಿ ಆತನು ಈ ಹಿಂದಿನ ದೇಹದಿಂದ ನಿರ್ಗಮಿಸುವ ಮುನ್ನ ಸ್ವೀಕರಿಸಿದ ಸೇವೆಗಳನ್ನು ಪಡೆದುಕೊಳ್ಳುವುದನ್ನು ಮುಂದುವರಿಸುತ್ತಾನೆ. ಈ ಸೇವೆಗಳು ಯಾವುವು? ಪರಿಗಣಿಸೋಣ.

ನಾವು ಯಾವುದೇ ಆಸ್ಪತ್ರೆಗೆ ಅಥವಾ ವೃದ್ಧಾಶ್ರಮಕ್ಕೆ ಭೇಟಿ ನೀಡಿದರೆ ಅಥವಾ ಮನೆಯಲ್ಲಿ ವಾಸಿಸುವ ವಯಸ್ಸಾದ ದೇಹದ ಒಬ್ಬ ವ್ಯಕ್ತಿಯನ್ನು ಭೇಟಿಯಾದರೆ ವಯಸ್ಸಾದ ದೇಹವನ್ನು ಸ್ವಚ್ಛಗೊಳಿಸಲು, ತಿನ್ನಲು, ಹೋಗಿ ಮಲಗಿಕೊಳ್ಳಲು, ಎಚ್ಚರಗೊಳ್ಳಲು ಮತ್ತು ಹೀಗೆ ಸಹಾಯಕ್ಕಾಗಿ ಸಾಮಾನ್ಯ ಅಗತ್ಯವನ್ನು ನಾವು ನೋಡುತ್ತೇವೆ. ಒಂದು ಮಗುವಿನ ದೇಹಕ್ಕೆ ಹೊರಹಾಕಲ್ಪಟ್ಟ ತ್ಯಾಜ್ಯ ಪದಾರ್ಥವನ್ನು ಸ್ವಚ್ಛಗೊಳಿಸಲು ಸಹಾಯ ಬೇಕಾಗುವಂತೆಯೇ, ಒಂದು ವಯಸ್ಸಾದ ದೇಹಕ್ಕೆ ಮಲಮೂತ್ರ ಪಾತ್ರೆಗಳೊಂದಿಗೆ ಹಾಗೂ ಮೂತ್ರ ಹಿಡಿಕೆಗಳೊಂದಿಗೆ ಅನೇಕವೇಳೆ ಸಹಾಯ ಬೇಕಾಗುತ್ತದೆ. ಒಂದು ಮಗುವನ್ನು ವೈದ್ಯರು ಪರೀಕ್ಷಿಸುವಂತೆಯೇ, ವಯಸ್ಸಾದ ದೇಹವನ್ನು ಹೊಂದಿರುವ ಒಬ್ಬ ವ್ಯಕ್ತಿಯನ್ನು ಆಗಾಗ ಪರೀಕ್ಷಿಸಬೇಕು. ಒಂದು ಮಗುವಿಗೆ ಹಾಲು ಅಥವಾ ಹಿಸುಕಿದ ಆಹಾರವನ್ನು ತಾಯಿಯು ಉಣಿಸುವಂತೆಯೇ, ವಯಸ್ಸಾದವರಿಗೆ ಜೀರ್ಣಕಾರಿ ಸಾಮರ್ಥ್ಯವಿಲ್ಲದ ಕಾರಣ ಅವರಿಗೆ ವಿಶೇಷ ಪಥ್ಯಾನ್ನವನ್ನು ಉಣಿಸಬೇಕು. ಒಂದು ಮಗುವು ಮೃದುವಾದ ಮಲದಲ್ಲಿ

ಮಗ್ನವಾಗಿರುವಂತೆಯೇ, ವಯಸ್ಸಾದವರು ಮಲಬದ್ಧತೆ ಹಾಗೂ ಗಟ್ಟಿ ಮಲದಿಂದ ಪೀಡಿತರಾಗಿರುತ್ತಾರೆ. ಆದ್ದರಿಂದ, ನಾವು ವಯಸ್ಸಾದ ಸ್ಥಿತಿಯ ಹಾಗೂ ಮುಂದಿನ ದೇಹಕ್ಕೆ ಸ್ಥಿತ್ಯಂತರವಾದ ನಂತರ ತಕ್ಷಣ ಬರುವ ಶೈಶವದ ಸ್ಥಿತಿಯ ನಡುವೆ ಸಂಬಂಧವನ್ನು ಕಾಣುತ್ತೇವೆ.

ಸೂಕ್ಷ್ಮ ದೇಹವು ಪುನರ್ಜನ್ಮಕ್ಕೆ ಅಂಟಿಕೊಂಡಿರುತ್ತದೆ ಮತ್ತು ಸ್ಥೂಲ ದೇಹವು ಉಳಿಯುವಿಕೆಗೆ ಅಂಟಿಕೊಂಡಿರುತ್ತದೆ. ಉಳಿಯುವಿಕೆಯು ಸೀಮಿತವಾಗಿರುವುದರಿಂದ ಮತ್ತು ಒಬ್ಬನ ದೇಹವು ಸೀಮಿತ ಸಂಖ್ಯೆಯ ವರ್ಷಗಳು ಮಾತ್ರ ಬದುಕುಳಿಯುವುದರಿಂದ ಸೂಕ್ಷ್ಮ ದೇಹವು ಇತರ ದೇಹಗಳಿಗೆ ಸ್ಥಳಾಂತರಗೊಳ್ಳುವುದಕ್ಕೆ ಸ್ವಾಭಾವಿಕವಾಗಿ ಒಗ್ಗಿಕೊಂಡಿರುತ್ತದೆ. ಇದು ನಾವು ಒಂದು ಶಾಶ್ವತ ಆಧ್ಯಾತ್ಮಿಕ ರೂಪವನ್ನು ಹೊಂದುವ ಪರಿಕಲ್ಪನೆಗೆ ನಿರೋಧಕವಾಗುವಷ್ಟು ಬೇರೂರಿದೆ. ಪ್ರಾಣಿಗಳು ಸ್ಥಳದಿಂದ ಸ್ಥಳಕ್ಕೆ ಸಂಚರಿಸುವುದಕ್ಕೆ ಬಯಸುವಂತೆಯೇ, ಸೂಕ್ಷ್ಮ ದೇಹವು ದೇಹದಿಂದ ದೇಹಕ್ಕೆ ಚಲಿಸುವುದಕ್ಕೆ ಬಯಸುತ್ತದೆ. ಆ ಸೂಕ್ಷ್ಮ ರೂಪದೊಂದಿಗಿನ ದೀರ್ಘಾವಧಿಯ ಸಂಬಂಧದಿಂದ ನಾವು ಒಗ್ಗಿಸುವಿಕೆಗೆ ಒಳಪಟ್ಟಿದ್ದೇವೆ.

ಒಮ್ಮೆ ಜೀವ ಶಕ್ತಿಯನ್ನು ಒಂದು ದೇಹದಿಂದ ಹೊರಹಾಕಲ್ಪಟ್ಟರೆ ಅದರ ಮುಖ್ಯ ಕಾಳಜಿಯು ಒಬ್ಬ ಮನುಷ್ಯನ ಜನನಾಂಗಗಳ ಒಳಗೆ ಹೋಗುವ ಮೂಲಕ ಒಬ್ಬ ಮಹಿಳೆಯ ದೇಹದ ಒಳಗೆ ಸೇರಿ ಮತ್ತೊಂದು ದೇಹವನ್ನು ಪಡೆಯುವುದಾಗಿದೆ ಮತ್ತು ಇದು ದೇಹಾಂತರದ ಪ್ರಕ್ರಿಯೆಯ ಒಟ್ಟು ಸಾರಾಂಶವಾಗಿದೆ. ಇದು ಎಷ್ಟು ಸರಳವೆಂದೆನಿಸಿದರೂ ಕೂಡ ಇದು ಹತ್ತಿಕ್ಕಲು ಅತ್ಯಂತ ಕಷ್ಟಕರವಾದ ಪ್ರವೃತ್ತಿಗಳಲ್ಲಿ ಒಂದಾಗಿದೆ.

ಜೀವ ಶಕ್ತಿಯು ಒಂದು ಮಗುವಿನ ರೂಪದಲ್ಲಿ ಈ ಜಗತ್ತಿಗೆ ಹಿಂದಿರುಗುವುದಕ್ಕೆ ಎಷ್ಟು ಅಂಟಿಕೊಂಡಿರುತ್ತದೆ ಎಂದರೆ ತಾನು ಸ್ಥಾಪಿಸುವುದಕ್ಕೆ ಸಹಾಯ ಮಾಡಿದ ಸಮಾಜದ ಸುಯೋಗದ ಪ್ರಯೋಜನವನ್ನು ತಾನು ಮುಂದಿನ ದೇಹದಲ್ಲಿ ಪಡೆಯುತ್ತೇನೆ ಎಂಬ ಭರವಸೆಯಿಂದ ಅದು ಸಾಮಾಜಿಕ ಪರಿಸ್ಥಿತಿಗಳನ್ನು ಬೆಂಬಲಿಸುತ್ತದೆ. ನಾವು ಒಬ್ಬ ವೈದ್ಯರ ಉದಾಹರಣೆಯನ್ನು ತೆಗೆದುಕೊಳ್ಳೋಣ. ಅವರು ಒಂದು ವೈದ್ಯಕೀಯ ಅಭ್ಯಾಸವನ್ನು ಸ್ಥಾಪಿಸುತ್ತಾರೆ. ಆನಂತರ ಅವರ ದೇಹವು ನಿಧನ ಹೊಂದುತ್ತದೆ. ಆದರೆ ಕಥೆಯು ಅಲ್ಲಿಗೆ ಮುಗಿಯುವುದಿಲ್ಲ, ಏಕೆಂದರೆ ಅವರು ಹಿಂದಿನ ಜೀವನದಲ್ಲಿ ಸ್ಥಾಪಿಸಿದ ಪ್ರತಿಷ್ಠೆಯನ್ನು ಆನಂದಿಸಲು, ಒಬ್ಬ ವೈದ್ಯನಾಗಲು, ಅವರು ಮತ್ತೆ ಹಿಂದಿರುಗುವಂತಾಗಲೆಂದು ಜೀವ ಶಕ್ತಿಯು ಅವರ ಮಗ ಅಥವಾ ಮೊಮ್ಮಗನ ಜನನಾಂಗಗಳನ್ನು ಪ್ರವೇಶಿಸಲು ನಿರ್ದೇಶಿಸುತ್ತದೆ.

ನಿಧನ ಹೊಂದಿದ ಒಬ್ಬ ಶ್ರೀಮಂತ ವ್ಯಾಪಾರಿಯು ಒಂದು ಮಗುವಾಗಿ ಶ್ರೀಮಂತ ಕುಟುಂಬದಲ್ಲಿ ಬೆಳೆಯುವುದನ್ನು ಆನಂದಿಸಬಹುದು ಎಂಬ ಉದ್ದೇಶದಿಂದ ಅದೇ ಕುಟುಂಬದಲ್ಲಿ ಒಬ್ಬ ಮಗನಾಗಿ ಅಥವಾ ಮೊಮ್ಮಗನಾಗಿ ಹಿಂದಿರುಗಲು ಅತ್ಯಂತವಾಗಿ ಪ್ರಯತ್ನಿಸುತ್ತಾನೆ. ಆತನು ಹಿಂದಿನ ಜೀವನದಲ್ಲಿ ಇದಕ್ಕಾಗಿ ಶ್ರಮಪಟ್ಟಿರುವ ಕಾರಣ ಇಂತಹ ಒಂದು ಪರಿಸರದಲ್ಲಿ ಆತನಿಗೆ ಬಹಳ ಹಿತಕರವೆನಿಸುತ್ತದೆ.

ನಮ್ಮ ಈ ಪ್ರವೃತ್ತಿಗಳನ್ನು ಕೇವಲ ದೇವರಲ್ಲಿ ನಂಬಿಕೆಯನ್ನು ಹೊಂದಿರುವುದರಿಂದ ತೆಗೆದುಹಾಕುವುದು ಸಾಧ್ಯವಿಲ್ಲ. ಈ ಬೇರೂರಿದ ಪ್ರಚೋದನೆಗಳನ್ನು ನಮ್ಮಲ್ಲಿಂದ ಹೋಗಲಾಡಿಸಲು ನಾವು ಕೂಡ ಪ್ರಯತ್ನಿಸಬೇಕು. ನಂಬಿಕೆ ಅಗತ್ಯ ಮತ್ತು ಅದು ಇರಬೇಕು ಆದರೆ, ಸಾವಿನ ಸಮಯದ ಮೊದಲು, ಈಗ ಶುದ್ಧೀಕರಣದ ಪ್ರಕ್ರಿಯೆಯಿಂದ ಅದನ್ನು

ತೀವ್ರಗೊಳಿಸಬೇಕು; ಇಲ್ಲವಾದರೆ ನಂಬಿಕೆ ಒಂದೇ ನಮ್ಮನ್ನು ಮುಕ್ತಗೊಳಿಸಲು ಸಾಕಾಗುವುದಿಲ್ಲ.

ಶುದ್ಧೀಕರಣದ ಕ್ರಮಗಳನ್ನು ತೆಗೆದುಕೊಳ್ಳಲು ನಮಗೆ ಇಷ್ಟವಿಲ್ಲದಿರುವುದು, ಹುಟ್ಟು ಸಾವಿನ ಪ್ರಕ್ರಿಯೆಯಲ್ಲಿನ ನಮ್ಮ ಗಾಢನಂಬಿಕೆಯೊಂದಿಗೆ ಸಂಬಂಧವಿದೆ. ಈ ಗಾಢನಂಬಿಕೆಯು ಸಂಪೂರ್ಣ ಅತೀಂದ್ರಿಯ ಅಂಧತ್ವದಲ್ಲಿ ಒಂದು ದೇಹದಿಂದ ಇನ್ನೊಂದಕ್ಕೆ ಆತ್ಮದ ಪ್ರಯಾಣದ ಆಧಾರವಾದ ಅಥವಾ ಮೂಲವಾದ ಸೂಕ್ಷ್ಮ ಶರೀರದ ಮೇಲೆ ಆಧರಿತವಾಗಿದೆ. ನಾವು ಪ್ರಕ್ರಿಯೆಯನ್ನು ಮರೆತರೂ ಕೂಡ ಅದರಲ್ಲಿನ ನಮ್ಮ ನಂಬಿಕೆಯು ಉಳಿದಿರುತ್ತದೆ. ಒಬ್ಬ ವ್ಯಕ್ತಿಯು ಒಂದು ದೂರದ ನಗರಕ್ಕೆ ಹೋಗಲು ಒಂದು ವಿಮಾನವನ್ನು ಪ್ರವೇಶಿಸಿದಾಗ ವಿಮಾನವು ಎಲ್ಲಿ ಪ್ರಯಾಣಿಸುತ್ತಿದೆ ಎಂಬುದನ್ನು ನೋಡಲು ಸಾಧ್ಯವಿಲ್ಲದಂತಹ ರೀತಿಯಲ್ಲಿ ಆತನು ಕುಳಿತಿರಬಹುದು. ಆದರೂ ಆತನು ಯಂತ್ರವು ಸುರಕ್ಷಿತವಾಗಿ ಸೇರಬೇಕಾದ ಸ್ಥಳವನ್ನು ತಲುಪಲಿದೆ ಎಂಬ ವಿಶ್ವಾಸವನ್ನು ಹೊಂದಿರುತ್ತಾನೆ. ವಾಸ್ತವವಾಗಿ ಆತನು ಹಾರಾಟದ ಸಮಯದಲ್ಲಿ ಕುರುಡನಾಗಿದ್ದಾನೆ. ಆತನು ತಾನು ಬದುಕಿರುತ್ತೇನೆಯೋ ಮತ್ತು ವಿಮಾನದಿಂದ ಕೆಳಗಿಳಿಯುತ್ತೇನೆಯೋ ಎಂಬುದನ್ನು ಮಾತ್ರ ನೋಡುತ್ತಾನೆ. ಅದೇ ರೀತಿಯಲ್ಲಿ, ಸಾವಿನ ನಂತರ ಹಾಗೂ ತಾಯಿಯ ಗರ್ಭದಲ್ಲಿರುವಾಗ ಒಬ್ಬ ವ್ಯಕ್ತಿಯು ಕುರುಡನಾಗಿರುತ್ತಾನೆ, ಆದರೆ ಆತನು ತಾಯಿಯ ಹೊಟ್ಟೆಯಿಂದ ಹೊರಬಂದಾಗ ಆತನಿಗೆ ಮತ್ತೆ ದೃಷ್ಟಿ ಬರುತ್ತದೆ. ಆದರೂ, ಆತನ ಪರಲೋಕದ ಬಗೆಗಿನ ದೃಷ್ಟಿ ಸಾಮರ್ಥ್ಯದ ಅಥವಾ ತಿಳಿವಳಿಕೆಯ ಕೊರತೆಯು ಯಾವುದೇ ರೀತಿಯಲ್ಲಿ ಆತನ ದೇಹಾಂತರದ ಪ್ರಕ್ರಿಯೆಯಲ್ಲಿನ ನಂಬಿಕೆಯ ಪ್ರಜ್ಞೆಗೆ ಹಾನಿಮಾಡುವುದಿಲ್ಲ. ಹಿಂದಿನ ಜನನಗಳ ನೆನಪು ಇಲ್ಲದಿರುವುದು, ಸಾವಿನ ನಂತರ ಸಂಬಂಧಿಗಳ ಹತ್ತಿರ ಇರಲು ತೀವ್ರ ಆಸೆಯನ್ನು ಅಥವಾ ಪ್ರಚೋದನೆಯನ್ನು ಇಲ್ಲವಾಗಿಸುವುದಿಲ್ಲ, ಇದರಿಂದಾಗಿ ಆತನು ಇಹಲೋಕದ ಜೀವನದಲ್ಲಿ ಮತ್ತೊಂದು ಅವಕಾಶಕ್ಕಾಗಿ ಭಾವೀ–ತಂದೆಯ ದೇಹವನ್ನು ಮತ್ತೆ ಪ್ರವೇಶಿಸಬಹುದು.

ಒಬ್ಬ ವ್ಯಕ್ತಿಯು ತನ್ನ ಅಭಿರುಚಿಗೆ ಹೊಂದಿಕೆಯಾಗುವ ಯಾವುದೇ ಧರ್ಮವನ್ನು ಮತ್ತು ಯಾವುದೇ ಆಧ್ಯಾತ್ಮಿಕ ಗುರುಗಳನ್ನು ಅನುಸರಿಸಬಹುದು, ಆದರೆ ತಜ್ಞರು ಆತನನ್ನು ಶುದ್ಧನಾಗಲು ಮನವೊಲಿಸುವುದಕ್ಕೆ ಅಸಮರ್ಥರಾದರೆ ಆತನು ಮತ್ತೆ ಅದೇ ದೇಹಾಂತರಕ್ಕೆ ಒಳಗಾಗುವ ರೀತಿಯಲ್ಲಿ ಇನ್ನೊಂದು ಭೌತಿಕ ದೇಹಕ್ಕೆ ಹಿಂದಿರುಗುತ್ತಾನೆ. ಇದು ಅತೀಂದ್ರಿಯ ಪ್ರಕೃತಿಯ ಪ್ರಕ್ರಿಯೆಯಾಗಿದೆ ಮತ್ತು ಕೇವಲ ಒಂದು ಧರ್ಮವನ್ನು ಅಥವಾ ಮನ್ನಣೆ ಗಳಿಸಿದ ಆಧ್ಯಾತ್ಮಿಕ ಗುರುಗಳನ್ನು ಅನುಸರಿಸುವುದು ಬದಲಾವಣೆಯನ್ನು ಖಾತರಿ ಮಾಡುವುದಿಲ್ಲ.

ಸಾವಿನ ನಂತರ ಬೇಗನೆಯೋ ತಡವಾಗಿಯೋ ನಾವು ಮತ್ತೊಂದು ಐಹಿಕ ದೇಹವನ್ನು ಪಡೆಯುತ್ತೇವೆ ಎಂಬುದನ್ನು ನಾವು ಆಳವಾಗಿ ಒಳಗೆ ಅರಿತಿದ್ದೇವೆ, ನಮ್ಮ ಜಾಗೃತ ನೆನಪಿಗಿಂತ ಇನ್ನೂ ಆಳವಾಗಿ, ಆದ್ದರಿಂದ ನಾವು ಏಕೆ ಸಂಪೂರ್ಣ ಶುದ್ಧೀಕರಣಕ್ಕೆ ಯತ್ನಿಸಬೇಕು? ಆತುರವೇನಿದೆ? ಒಂದು ನಿರ್ದಿಷ್ಟ ಧರ್ಮಶ್ರದ್ಧೆಯನ್ನು ಪ್ರತಿಪಾದಿಸುವ, ಮತ್ತೊಂದು ದೇಹಕ್ಕಾಗಿ ಸಾಯುವ, ಆನಂತರ ಒಂದು ಹೊಸ ದೇಹವನ್ನು ಪಡೆಯುವ, ಧರ್ಮದಲ್ಲಿ ತೊಡಗಿಕೊಳ್ಳುವ ಅಥವಾ ಮತ್ತೆ ನಿರೀಶ್ವರವಾದಿ ಆಗಿರುವ, ಮತ್ತು ಪ್ರತಿ ಜೀವನದಲ್ಲಿ ಪರಿಚಿತ ಇತಿಹಾಸವನ್ನು ಪುನರಾವರ್ತಿಸುವ ಸಾಮಾನ್ಯ ರೀತಿಯಲ್ಲಿ ಏಕೆ ಮುಂದುವರಿಯಬಾರದು?

ಸಾಮಾನ್ಯವಾಗಿ ನಾವು ಹಿಂದಿನ ಜೀವನವನ್ನು ಮರೆತುಬಿಡುತ್ತೇವೆ ಮತ್ತು ಗತಕಾಲದ ನೆನಪುಗಳನ್ನು ಮನೋವೃತ್ತಿಗಳಂತೆ ಮತ್ತು ಹುಟ್ಟೊಲವುಗಳಂತೆ ನಾವು ಅರಿವುಳ್ಳವರಾಗುತ್ತೇವೆ.

ಒಂದು ಉದಾಹರಣೆಯನ್ನು ನೀಡಬಹುದು. ಒಬ್ಬಾನೊಬ್ಬ ಹುಡುಗನು ಸಂಗೀತವನ್ನು ನುಡಿಸಲು ಬಯಸಿದನು. ಆತನ ಪೋಷಕರು ಆತನನ್ನು ಒಬ್ಬ ಸಂಗೀತ ಶಿಕ್ಷಕನ ಬಳಿಗೆ ಕಳುಹಿಸಿದರು. ಮೂವತ್ತು ಹುಡುಗರ ಆ ಹಳ್ಳಿಯಲ್ಲಿ ಬೇರಾವುದೇ ಹುಡುಗನು ಸಂಗೀತವನ್ನು ಕಲಿಯಲು ಬಯಸಲಿಲ್ಲ. ಕೆಲವರು ಮರಗೆಲಸವನ್ನು ಕಲಿಯಲು ಬಯಸಿದರು. ಆದರೆ ಸಂಗೀತದ ಒಲವಿದ್ದ ಹುಡುಗನು ಶಿಕ್ಷಕನ ಬಳಿಗೆ ಹೋದನು ಮತ್ತು ಬೇಗನೆ ಸಂಗೀತವನ್ನು ಕಲಿತನು. ಇದು ನೆನಪಿನ ಒಂದು ಬಗೆ, ಆತನು ಹಿಂದಿನ ಜೀವನದಲ್ಲಿ ಸಂಗೀತದ ಕಲೆಯನ್ನು ಅಭ್ಯಾಸ ಮಾಡಿದ್ದನ್ನು ಒಳಪ್ರಜ್ಞೆಯಿಂದ ನೆನಪಿಸಿಕೊಂಡನು. ಮರಗೆಲಸದವರಾಗಲು ಬಯಸಿದ ಇತರ ಹುಡುಗರೂ ಕೂಡ ಗತಕಾಲದಿಂದ ಕಟ್ಟಡ ಕಟ್ಟುವ ಕೌಶಲಗಳನ್ನು ತಾವು ಬೆಳೆಸಿಕೊಂಡಿದ್ದನ್ನು ಒಳಪ್ರಜ್ಞೆಯಿಂದ ನೆನಪಿಸಿಕೊಂಡರು. ನಾವು ಸಾಮಾನ್ಯವಾಗಿ ಹಿಂದಿನ ಜೀವನವನ್ನು ನೆನಪಿಸಿಕೊಳ್ಳುವುದು ಹೀಗೆ.

ಕೆಲವು ಅಪರೂಪದ ಆತ್ಮಗಳು ಚಿತ್ತಗೋಚರವಾಗಿ ಹಿಂದಿನ ಜೀವನವನ್ನು ನೆನಪಿಸಿಕೊಳ್ಳುತ್ತಾರೆ, ಆದರೆ ಸಾಮಾನ್ಯವಾಗಿ ಇದು ಸಾಧ್ಯವಿಲ್ಲ. ಹಿಂದಿನ ಜೀವನದ ನೆನಪು ನಾವು ಹೇಗೆ ಹಿಂದಿನ ದೇಹದಿಂದ ನಿರ್ಗಮಿಸಿದೆವು ಎಂಬುದರ ಮೇಲೆ ಬಹಳವಾಗಿ ಅವಲಂಬಿತವಾಗಿದೆ. ನಾವು ಅಜಾಗರೂಕರಾದರೆ ನಮಗೆ ನೆನಪಿರುವುದಿಲ್ಲ.

ಅಧ್ಯಾಯ ೯

ಸಾವಿನ ಸಮಯ

ಭೌತಿಕ ದೇಹಗಳ ತಿರಸ್ಕಾರ ಅಥವಾ ಯಾವುದನ್ನೂ ಹೊಂದಬಾರದು ಎಂಬ ಬಯಕೆಯು ಬಹುತೇಕವಾಗಿ ಒಂದು ಬಯಕೆ ಮಾತ್ರವಾಗಿದೆ, ಮತ್ತು ಒಂದು ನಿಜವಾದ ಸಾಧ್ಯತೆ ಅಲ್ಲ, ವಾಸ್ತವವಾಗಿ ನಾವು ನಮ್ಮನ್ನು ದೇಹಾಂತರಕ್ಕೆ ಹೋಗುವುದನ್ನು ನಿಲ್ಲಿಸುವ ಶಕ್ತಿಯನ್ನು ಹೊಂದಿಲ್ಲ. ಇದು ನಿಯಮಾಧೀನ ಜೀವಿಗಳಿಗೆ ಒಂದು ನೈಸರ್ಗಿಕ ಪ್ರಕ್ರಿಯೆಯಾಗಿದೆ. ನಾವು ಸಂಪೂರ್ಣವಾಗಿ ಪರಿಶುದ್ಧರಾಗುವವರೆಗೂ ಮತ್ತು ಪುನರ್ಜನ್ಮದ ಪ್ರವೃತ್ತಿಯಿಂದ ಮುಕ್ತರಾಗುವವರೆಗೂ, ನಾವು ಏನೇ ಭಾವಿಸಿದರೂ ಅಥವಾ ಯೋಚಿಸಿದರೂ ಪ್ರಕ್ರಿಯೆಯು ಎಡೆಬಿಡದೆ ಮುಂದುವರಿಯುತ್ತದೆ.

ಉತ್ತರ ಭಾಗದ ದೇಶಗಳಲ್ಲಿ ಘನೀಭವಿಸಿದ ಇಬ್ಬನಿ ಬರುತ್ತದೆ ಮತ್ತು ಎಲೆಗಳು ಉದುರುತ್ತವೆ. ಮರಗಳು ಈ ವಿಚಾರವನ್ನು ಇಷ್ಟಪಡುತ್ತವೆಯೋ, ಅಥವಾ ಪ್ರಾಣಿಗಳಂತಹ ಮತ್ತು ಮಾನವರಂತಹ ವೀಕ್ಷಕರು ಇದನ್ನು ಇಷ್ಟಪಡುತ್ತಾರೆಯೋ ಎಂಬುದು ವಿಷಯವಲ್ಲ. ಇದು ಪ್ರಕೃತಿಯ ಪ್ರಕ್ರಿಯೆ ಮತ್ತು ಇದನ್ನು ಮರಗಳು ಮತ್ತು ನಿವಾಸಿಗಳು ನಿಸ್ಸಂದೇಹವಾಗಿ ಸಹಿಸಿಕೊಳ್ಳಬೇಕು. ಅದೇ ರೀತಿಯಲ್ಲಿ ದೇಹಾಂತರದ ಪ್ರಕ್ರಿಯೆಯು ಈ ಜಗತ್ತಿನ ಬದಲಾಯಿಸಲಾಗದ ರೀತಿಯಾಗಿ ರೂಢಿಯಲ್ಲಿದೆ.

ಸಾವಿನ ಸಮಯದಲ್ಲಿ ಮೆದುಳು ಸತ್ತು ಹೋಗುತ್ತದೆ. ವೈದ್ಯಕೀಯ ಪರಿಭಾಷೆಯಲ್ಲಿ ಇದನ್ನು ಬೌದ್ಧಿಕ ಅಥವಾ ಮೆದುಳಿನ ಸಾವು ಎಂದು ಕರೆಯಲಾಗುತ್ತದೆ. ಈ ಸಂದರ್ಭದಲ್ಲಿ ಮೆದುಳು ಇನ್ನೆಂದಿಗೂ ಕಾರ್ಯಕಾರಿಯಾಗಿರುವುದಿಲ್ಲ ಮತ್ತು ಸಂಕಲ್ಪ ಶಕ್ತಿಗೆ ಪ್ರತಿಕ್ರಿಯೆ ನೀಡುವುದಿಲ್ಲ. ಆತ್ಮ ಅಥವಾ ಚಿಂತಕನು ಇಂತಹ ಸ್ಥಿತಿಯನ್ನು ಪ್ರವೇಶಿಸಿದರೆ ದೇಹವನ್ನು ಎಚ್ಚರಗೊಳಿಸಲು ಆತನು ಪ್ರಯತ್ನಿಸಿದರೂ ಕೂಡ ಅದು ಜಾಗೃತವಾಗುವುದಿಲ್ಲ, ಏಕೆಂದರೆ ಮೆದುಳಿಗೆ ಆತನ ಬಯಕೆಯನ್ನು ರವಾನಿಸಲಾಗುವುದಿಲ್ಲ. ದೇಹವು ಆರೋಗ್ಯದಿಂದ ಜೀವಂತವಾಗಿರುವಾಗ ಮತ್ತು ರೋಗದ ಕಾಲದಲ್ಲಿಯೂ ಕೂಡ ಮೆದುಳು ನರಗಳ ಸರಣಿಯ ಮೂಲಕ ಬಯಕೆಯನ್ನು ರವಾನಿಸಲು ಒಂದು ಮಧ್ಯವರ್ತಿಯಾಗಿ ಕಾರ್ಯ ನಿರ್ವಹಿಸುತ್ತದೆ, ಆದರೆ ಒಮ್ಮೆ ಮೆದುಳು ಸತ್ತರೆ, ರವಾನೆ ನಿಲ್ಲುತ್ತದೆ. ಕೆಲವೊಮ್ಮೆ ಮೆದುಳಿನ ಒಂದು ಭಾಗವು ಮಾತ್ರ ಸಾಯುತ್ತದೆ ಮತ್ತು ಇದನ್ನು ಪಾರ್ಶ್ವವಾಯುವಿನ ಹೊಡೆತ (ಅಥವಾ ಮೆದುಳಿನ ಹಠಾತ್ ಆಘಾತ, stroke) ಎಂದು ಕರೆಯಲಾಗುತ್ತದೆ. ಇಡೀ ಮೆದುಳು ರವಾನಿಸುವುದನ್ನು ನಿಲ್ಲಿಸಿದರೆ ಇದನ್ನು ಸಂಪೂರ್ಣ ಪಾರ್ಶ್ವವಾಯುವಿನ ಹೊಡೆತ ಅಥವಾ ಕೋಮಾ ಎಂದು ಅರ್ಥೈಸಲಾಗುತ್ತದೆ, ಮತ್ತು ಉಳಿದ ದೈಹಿಕ ಅಂಗಗಳು ಕೂಡ ನಿಂತುಹೋದರೆ ಅಥವಾ ಸಂಪೂರ್ಣವಾಗಿ ಆರೋಗ್ಯವನ್ನು ಕಳೆದುಕೊಂಡರೆ ಇದನ್ನು ಸಾವು ಎಂದು ಕರೆಯಲಾಗುತ್ತದೆ. ಆ ಹಂತದಲ್ಲಿ ಒಬ್ಬ ವ್ಯಕ್ತಿಯು ಇನ್ನು ಮುಂದೆ ದೇಹದ ಮೂಲಕ ಸಂವಹನ ಮಾಡುವುದು ಸಾಧ್ಯವಿಲ್ಲ. ದೇಹದಲ್ಲಿ ನೆಲೆಸಿದ್ದ ಚಿಂತಕನು ಅಥವಾ ಆತ್ಮವು ಸಂವಹನ ಮಾಡುವುದನ್ನು ನಿಲ್ಲಿಸುವುದಿಲ್ಲ, ಆದರೆ ಆ ಹಂತದಲ್ಲಿ ದೇಹವು ಸಂವಹನಕ್ಕೆ ಮಾಧ್ಯಮವಾಗಿ ಇನ್ನು ಮುಂದೆ ಕಾರ್ಯ ನಿರ್ವಹಿಸುವುದಿಲ್ಲ. ಸೂಕ್ಷ್ಮ ಸಂವಹನವು

ಮುಂದುವರಿಯುತ್ತದೆ ಆದರೆ ದೇಹದ ಮೂಲಕ ಪುನಃಪ್ರಸಾರವಾಗುತ್ತಿದ್ದ ಸ್ಥೂಲ ಸಂವಹನವು ನಿಲ್ಲುತ್ತದೆ.

ಮೆದುಳಿನ ಸಾವಿನಿಂದ ಸಮಸ್ಯೆ ಏನೆಂದರೆ ಅದು ನೆನಪುಗಳ ಒಂದಿಡೀ ಗುಚ್ಛದ ಸಮಾಪ್ತಿಯನ್ನು ಸೂಚಿಸುತ್ತದೆ. ಇದಕ್ಕೆ ಕಾರಣ ದಾಖಲಿಸಿಕೊಂಡಿರುವ ಮಾಹಿತಿಯನ್ನು ಶೇಖರಿಸಿಡಲು ನಾವು ದಿನಂಪ್ರತಿ ಮೆದುಳಿನ ಮೇಲೆ ಅವಲಂಬಿಸುತ್ತೇವೆ. ಇದು ಮಾನವರಾಗಿ ಎಲ್ಲಾ ರೀತಿಯ ದಾಖಲೆಗಳನ್ನು ಇರಿಸಿಕೊಳ್ಳುವ ನಮ್ಮ ಪ್ರವೃತ್ತಿಯಿಂದ ಸ್ಪಷ್ಟವಾಗುತ್ತದೆ. ಯಾವುದೇ ಸರ್ಕಾರಿ ಕಚೇರಿಯಲ್ಲಿ ಮಾಹಿತಿಯ ದಾಖಲೆಗಳಿವೆ. ಕಾಗದ ಹಾಗೂ ವಿದ್ಯುನ್ಮಾನ ರೀತ್ಯಾ ಮಾಹಿತಿ ಇವೆ. ಈ ಮಾಧ್ಯಮ ಸಂಗ್ರಹವು, ನಾವು ಘಟನೆಗಳ ನೆನಪನ್ನು ಇಟ್ಟುಕೊಳ್ಳಲು ಭೌತಿಕ ಪ್ರಕೃತಿಯ ಸಹಾಯದ ಮೇಲೆ ಅವಲಂಬಿಸಿದ್ದೇವೆ ಎಂಬುದನ್ನು ಸೂಚಿಸುತ್ತವೆ. ನಾವು ಕೇವಲ ಒಂದು ಕಾಗದದ ತುಂಡಿನ ಮೇಲೆ ಅವಲಂಬಿಸಿದರೆ, ನಾವು ಮೆದುಳಿನ ಮೇಲೆ ಎಷ್ಟು ಅವಲಂಬಿಸುತ್ತೇವೆ ಎಂಬುದನ್ನು ನಾವು ಕಲ್ಪಿಸಿಕೊಳ್ಳಬಹುದು. ಮುಖ್ಯವಾದ ವಿಷಯವನ್ನು ಹೊಂದಿರುವ ಒಂದು ಕಾಗದದ ತುಂಡನ್ನು ನಾವು ಕಳೆದುಕೊಂಡರೆ ನಾವು ಮಾಹಿತಿಯನ್ನು ಸಂಪೂರ್ಣವಾಗಿ ಕಳೆದುಕೊಳ್ಳಬಹುದು, ಅದೇ ರೀತಿಯಲ್ಲಿ ಮೆದುಳು ಸತ್ತಾಗ ನಾವು ನೆನಪುಗಳ ಒಂದು ಇಡೀ ಸಮೂಹವನ್ನು ಕಳೆದುಕೊಳ್ಳುತ್ತೇವೆ ಮತ್ತು ನಾವು ಮುಂದಿನ ಜೀವನಕ್ಕೆ ಅದನ್ನು ಒಯ್ಯಲು ಸಾಧ್ಯವಾಗುವುದಿಲ್ಲ.

ಅದೇನೇ ಆದರೂ, ಎಲ್ಲಾ ಘಟನೆಗಳನ್ನು ನೆನಪಿನ ರೂಪದಲ್ಲಿ ಮೆದುಳಿನಲ್ಲಿ ಶೇಖರಿಸಿಡಲಾಗುವುದಿಲ್ಲ. ಕೆಲವನ್ನು ಪ್ರವೃತ್ತಿಗಳ ರೂಪದಲ್ಲಿ, ಇಷ್ಟಗಳು ಹಾಗೂ ಇಷ್ಟಪಡದಿರುವುಗಳ ರೂಪದಲ್ಲಿ, ಆಕರ್ಷಣೆಗಳು ಹಾಗೂ ಹೇವರಿಕೆಗಳ ರೂಪದಲ್ಲಿ ಸೂಕ್ಷ್ಮ ಶರೀರದಲ್ಲಿ ಶೇಖರಿಸಿಡಲಾಗುತ್ತದೆ. ಆಕಾಶದ ಮೂಲಕ ಚಿಮ್ಮಿಸಲಾಗುವ ಮತ್ತು ರೇಡಿಯೋ ಧ್ವನಿಗ್ರಾಹಕ ಅಥವಾ ದೂರದರ್ಶನದ ಮೂಲಕ ಪರಿವರ್ತಿಸಲಾಗುವ ಶಬ್ದ ತರಂಗಗಳಂತೆ, ಕೆಲವನ್ನು ತೀರ ಸಣ್ಣ ಚಿತ್ರಗಳ ಹಾಗೂ ಶಬ್ದಗಳ ರೂಪದಲ್ಲಿ ಶೇಖರಿಸಿಡಲಾಗುತ್ತದೆ. ಆದರೆ ನಾವು ಉದ್ವೇಗದಲ್ಲಿ ಅಥವಾ ಅತೀಂದ್ರಿಯ ಗ್ರಹಿಕೆ ಮತ್ತು ಮಾನಸಿಕ ಶುದ್ಧೀಕರಣ ಇಲ್ಲದೇ ನಿಧನ ಹೊಂದಿದರೆ ಸೂಕ್ಷ್ಮ ಶರೀರದ ಈ ನೆನಪುಗಳೂ ಕೂಡ ವಿಪತ್ತಿಗೆ ಸಿಲುಕುತ್ತವೆ.

ಸಾವಿನ ಸಮಯದಲ್ಲಿ ಒಬ್ಬ ವ್ಯಕ್ತಿಯು ಇದ್ದಕ್ಕಿದ್ದಂತೆ ಆದ್ಯತೆಗಳನ್ನು ಬದಲಾಯಿಸಬೇಕಾಗುತ್ತದೆ. ಆತನು ಮಾಡಲು ಬಯಸದೆ ಇರಬಹುದು, ಆದರೆ ಮಾಡಬೇಕಾಗುತ್ತದೆ. ಒಂದು ಸ್ಥೂಲ ದೇಹವನ್ನು ಹೊಂದಿರುವುದರ ಮೇಲೆ ಆಧಾರಿಸಿದ ಎಲ್ಲಾ ಕಲ್ಪನೆಗಳು ಯಾ ವಿಚಾರಗಳು ಸಾವಿನ ಸಮಯದಲ್ಲಿ ತೀವ್ರವಾಗಿ ಕಡಿತಗೊಳ್ಳುತ್ತವೆ. ನಾವು ಒಂದು ವಿಮಾನವನ್ನು ಹತ್ತುವ ಒಬ್ಬ ಪ್ರಯಾಣಿಕನ ಉದಾಹರಣೆಯನ್ನು ತೆಗೆದುಕೊಳ್ಳೋಣ. ಒಮ್ಮೆ ಆತನು ವಿಮಾನವನ್ನು ಪ್ರವೇಶಿಸಿದರೆ ಬಾಗಿಲನ್ನು ಬೀಗ ಹಾಕಿ ಭದ್ರಪಡಿಸಲಾಗುತ್ತದೆ. ವಿಮಾನದ ಚಾಲಕನು ಯಂತ್ರಗಳನ್ನು ಉಡಾಯಿಸಿದ ನಂತರ ಮತ್ತು ವಿಮಾನವು ಓಡುದಾರಿಯ ಕೆಳಗೆ ಚಲಿಸಿದ ನಂತರ ಪ್ರಯಾಣಿಕನು ತನ್ನ ಮನಸ್ಸನ್ನು ಬದಲಾಯಿಸುವುದು ಸಾಧ್ಯವಿಲ್ಲ. ಆತನು ಹಿಂತಿರುಗಿ ಹೋಗಿ ತನ್ನ ಬೈಬಲ್ ಮತ್ತು ಭಗವದ್ಗೀತೆಯನ್ನು ತೆಗೆದುಕೊಂಡು ಬರಲು ಬಯಸುತ್ತಾನೆಂದು ಭಾವಿಸೋಣ. ಆತನಿಗೆ ಅನುಮತಿ ನೀಡಲಾಗುವುದಿಲ್ಲ. ವಿಮಾನದ ಪರಿಚಾರಿಕನು ಹೇಳಿಬಿಡುತ್ತಾನೆ, "ಮಾನ್ಯರೇ, ಕ್ಷಮಿಸಿ. ವಿಮಾನವನ್ನು ಮುಚ್ಚಲಾಗಿದೆ ಮತ್ತು ಆಂತರಿಕ ಜಾಗಗಳಲ್ಲಿ ಹೆಚ್ಚಾದ

ಒತ್ತಡವನ್ನುಂಟು ಮಾಡಲಾಗಿದೆ. ನಾವು ಸುರಕ್ಷಿತವಾಗಿ ನೆಲಮುಟ್ಟುವವರೆಗೂ ಅದನ್ನು ತೆರೆಯಲಾಗುವುದಿಲ್ಲ."

ಸಾವಿನ ಸಮಯದಲ್ಲಿ ನಾವು ಆಧ್ಯಾತ್ಮಿಕ ಜ್ಞಾನವನ್ನು ಮರೆತರೆ ಅಥವಾ ಅಗತ್ಯವಾದವುಗಳನ್ನು ನೆನಪಿಟ್ಟುಕೊಳ್ಳಲು ಜೀವಿತಾವಧಿಯಲ್ಲಿ ನಾವು ಸಾಕಷ್ಟು ಗಮನ ಹರಿಸಿಲ್ಲದಿದ್ದರೆ, ನಾವು ಆಧ್ಯಾತ್ಮಿಕ ನಿಪುಣತೆಯನ್ನು ಅಥವಾ ಜ್ಞಾನವನ್ನು ಒಂದು ಸ್ವಲ್ಪವೂ ಹೆಚ್ಚಿಸಲು ಸಾಧ್ಯವಾಗುವುದಿಲ್ಲ.

ಈಗ ನಾವು ವಿಮಾನವು ಓಡುದಾರಿಯನ್ನು ಬಿಟ್ಟು ಗಾಳಿಯಲ್ಲಿ ಸಾವಿರಾರು ಅಡಿಗಳಷ್ಟು ಮೇಲೇರುತ್ತದೆ ಎಂದು ಭಾವಿಸೋಣ. ಇದು ಸ್ವರ್ಗಕ್ಕೆ ಹೋಗುವಂತೆ ಅಥವಾ ಮುಂದಿನ ಜೀವನದಲ್ಲಿ ಉತ್ತಮ ದೇಹಕ್ಕಾಗಿ ಆದ್ಯತೆಯ ದಿಕ್ಕಿನಲ್ಲಿ ಹೋಗುವ ಒಂದು ಸೊಗಸಾದ ಅನುಭವದಂತೆ ಇದೆ. ಆದರೆ, ಇದ್ದಕ್ಕಿದ್ದಂತೆ ಒಂದು ಸ್ಫೋಟವಾಗುತ್ತದೆ ಎಂದು ಭಾವಿಸೋಣ. ವಿಮಾನದ ಚಾಲಕನು ವಿಮಾನದ ಹತೋಟಿಯನ್ನು ಕಳೆದುಕೊಳ್ಳುತ್ತಾನೆ. ಮುಂದೇನು? ಪ್ರಯಾಣಿಕನು ಏನು ಮಾಡಬೇಕು? ಆತನು ಏನು ಮಾಡಲು ಸಾಧ್ಯ?

ಸ್ಫೋಟದ ಆ ಕ್ಷಣದಲ್ಲಿ ಎಲ್ಲಾ ಪ್ರಯಾಣಿಕರು ಗಾಯಗೊಳಗಾಗಬಹುದು. ಅವರೆಲ್ಲರೂ ಪ್ರಸಕ್ತ ವಿದ್ಯಮಾನಗಳನ್ನು ಮರೆತು ತಮ್ಮ ಗಂಡಾಂತರದ ಪರಿಸ್ಥಿತಿಯ ಬಗ್ಗೆ ಗಂಭೀರವಾಗಿ ಆಲೋಚಿಸಬೇಕು. ಆದ್ದರಿಂದ, ಸಾವಿನ ಸಮಯದಲ್ಲಿ ಒಬ್ಬ ವ್ಯಕ್ತಿಯು ಎಲ್ಲವನ್ನೂ ಬಿಟ್ಟು ಗಂಭೀರವಾಗಿ ಆಲೋಚಿಸಬೇಕು. ಆತನು ಜೀವಂತವಾಗಿದ್ದಾಗ ಅನುಭಾವಿಗೆ ಕಿವಿಗೊಡದಿರಬಹುದು, ಮತ್ತು ಪ್ರಯಾಣಿಕನು ಅಪಾಯದ ಸಂದರ್ಭದಲ್ಲಿ ಒಂದು ಧುಮುಕುಕೊಡೆಯನ್ನು ಅಥವಾ ತಪ್ಪಿಸಿಕೊಳ್ಳುವ ಗಾಳಿಕೊಡೆಯನ್ನು (parachute or escape chute) ಬಳಸುವ ವಿಧಾನವನ್ನು ವಿವರಿಸುವ ಅಧಿಕಾರಿಗೆ ಕಿವಿಗೊಡದಿರಬಹುದು. ಅದೇನೇ ಇದ್ದರೂ, ವಿಷಮ ಸ್ಥಿತಿಯಲ್ಲಿ, ಒಬ್ಬ ವ್ಯಕ್ತಿಗೆ ಪರಿಗಣಿಸುವ ಅನಿವಾರ್ಯತೆ ಎದುರಾಗುತ್ತದೆ.

ನಮಗೆ ಆರೋಗ್ಯವಂತ ದೇಹವಿರುವಾಗ ನಾವು ಕಾಳಜಿ ವಹಿಸದಿರಬಹುದು. ನಾವು ವಿಶ್ವಾಸ ಉಳ್ಳವರಾಗಿರುತ್ತೇವೆ. ಕೆಲಸಗಳು ಸರಾಗವಾಗಿ ಸಾಗುತ್ತವೆ. ಕುಟುಂಬವು ಮುಂದುವರಿಯುತ್ತದೆ. ಸ್ನೇಹಿತರ ವಲಯ ಹೆಚ್ಚಾಗುತ್ತದೆ. ವ್ಯಾಪಾರ ಅಭ್ಯುದಯ ಹೊಂದುತ್ತದೆ. ಕೈಚೀಲ ತುಂಬಿರುತ್ತದೆ. ಇಂತಹ ಸಂದರ್ಭದಲ್ಲಿ ಯಾರು ಕಾಳಜಿವಹಿಸುತ್ತಾರೆ? ಸಾವು? ಏನದು? ವಾಸಿಯಾಗದ ಕಾಯಿಲೆಯುಳ್ಳವರು ಮಾತ್ರ ಸನ್ನಿಹಿತವಾದ ಸಾವನ್ನು ಪರಿಗಣಿಸಬೇಕು. ಆದರೆ, ಸಾವು ಸಮೀಪಿಸಿದಾಗ, ಯೌವನದಲ್ಲಿಯೂ ಕೂಡ, ಒಬ್ಬ ವ್ಯಕ್ತಿಯು ಅದನ್ನು ಎದುರಿಸಲೇಬೇಕು, ಆತನಿಗೆ ಯಾವುದೇ ಪರ್ಯಾಯವಿಲ್ಲ.

ವಿಮಾನದಲ್ಲಿ ಒಬ್ಬ ಪ್ರಯಾಣಿಕನು ಪ್ರಯಾಣಿಸುವ ಮುಂಚೆ ಜೀವ ವಿಮೆಯನ್ನು ಪಡೆದುಕೊಳ್ಳುವ ಮುನ್ನೆಚ್ಚರಿಕೆಯನ್ನು ತೆಗೆದುಕೊಂಡನು, ಆದರೆ ಆತನ ವಿಷಯದಲ್ಲಿಯೂ ಕೂಡ ಫಲಿತಾಂಶವೇನಾಯಿತು? ಜೀವ ವಿಮೆಯನ್ನು ಹೊಂದಿರುವ ಒಬ್ಬ ವ್ಯಕ್ತಿಯು ಧರ್ಮಶ್ರದ್ಧೆಯನ್ನು ಪ್ರತಿಪಾದಿಸುವ ಆದರೆ ತನ್ನ ಧರ್ಮದ ಖಚಿತ ಭರವಸೆಯುಳ್ಳ ನೀತಿಗಳ ಪ್ರಯೋಜನವನ್ನು ಪಡೆದುಕೊಳ್ಳಲು ಸಾಕಷ್ಟು ಶುದ್ಧೀಕರಿಸಿಲ್ಲದ ಒಬ್ಬ ಧಾರ್ಮಿಕ ವ್ಯಕ್ತಿಯಂತೆ. ವಾಸ್ತವವಾಗಿ, ನಮ್ಮಲ್ಲಿ ಪ್ರತಿಯೊಬ್ಬನೂ ಆ ಪ್ರಯಾಣಿಕನಂತೆ. ನಮ್ಮಲ್ಲಿ ಪ್ರತಿಯೊಬ್ಬನೂ ಹಿಂದಿನ ಜನ್ಮದಲ್ಲಿ ವಿಫಲನಾಗಿದ್ದಾನೆ, ಮತ್ತು ಈಗ ಪರಲೋಕದಲ್ಲಿ ಒಂದು ಉನ್ನತ ಗಮ್ಯಸ್ಥಾನವು ನಮ್ಮನ್ನು ಎದುರುನೋಡುತ್ತಿದೆ ಎಂದು ಭಾವಿಸುತ್ತಾ ಧರ್ಮದ ಬಗ್ಗೆ ನಮ್ಮ ಹರೆಯದ ಮನೋಭಾವನೆಯೊಂದಿಗೆ ನಾವು ಹಿಂತಿರುಗಿ ಬಂದಿದ್ದೇವೆ. ನಾವು ಅದೇ

ಕಾಲ್ಪನಿಕ ವಿಶ್ವಾಸದ ಪ್ರಜ್ಞೆಯುಳ್ಳ ಅದೇ ಜನರು. ನಾವು ಆಧ್ಯಾತ್ಮಿಕ ಪ್ರಗತಿಯ ಕಾರ್ಯದಲ್ಲಿ ಮತ್ತೆ ಸೋಮಾರಿಯಾಗಿದ್ದೇವೆ.

ಆಗ, ಸ್ಫೋಟ ಸಂಭವಿಸಿದಾಗ ತನ್ನ ಸ್ನೇಹಿತೆಯ ಬಗ್ಗೆ ಆಲೋಚಿಸುತ್ತಾ ಆಕೆಯ ಭಾವಚಿತ್ರವನ್ನು ನೋಡುತ್ತಿದ್ದ ಮತ್ತೊಬ್ಬ ಪ್ರಯಾಣಿಕನಿದ್ದನು. ಕ್ಯಾಬಿನ್‌ನ ಒತ್ತಡದ ಬಿಡುಗಡೆಯಿಂದ ಆತನ ಕೈಯಲ್ಲಿದ್ದ ಚಿತ್ರವು ಹೊರಕ್ಕೆ ಎಳೆದುಕೊಳ್ಳಲ್ಪಟ್ಟಿತು. ಅದಲ್ಲದೆ ಆತನು ಇನ್ನು ಮುಂದೆ ಆಕೆಯ ಬಗ್ಗೆ ಆಲೋಚಿಸುವುದಿಲ್ಲ. ಆತನಿಗೆ ಆದ್ಯತೆಗಳನ್ನು ಬದಲಾಯಿಸುವ ಅನಿವಾರ್ಯತೆ ಎದುರಾಯಿತು. ಅದು ಸಾವು ಬದುಕಿನ ಪ್ರಶ್ನೆಯಾಗಿತ್ತು. ಅದೇ ರೀತಿಯಲ್ಲಿ, ಸಾವಿನ ನಂತರ, ಒಬ್ಬ ವ್ಯಕ್ತಿಯು ಆದ್ಯತೆಗಳನ್ನು ಬದಲಾಯಿಸುತ್ತಾನೆ. ಆತನು ಇನ್ನು ಮುಂದೆ ಪ್ರೀತಿಪಾತ್ರರೆಂದು ಕರೆಯಲ್ಪಡುವವರ ಬಗ್ಗೆ ಎಳ್ಳಷ್ಟೂ ಚಿಂತಿಸುವುದಿಲ್ಲ. ಆ ಸಮಯದಲ್ಲಿ ಆತನು ತಾನು ಕಳೆದುಕೊಂಡ ಜೀವನದ ಬಗ್ಗೆ ಮತ್ತು ಈ ಸಾಮಾಜಿಕ ಸನ್ನಿವೇಶದ ಭಾಗವಾಗಿರಲು ತನ್ನ ಹಾತೊರೆತದ ಬಗ್ಗೆ ಮಾತ್ರ ಚಿಂತಿಸುತ್ತಾನೆ.

ಮತ್ತು ಸ್ಫೋಟವೆಂದರೆ ಸಾವು, ಗಂಭೀರವಾದ ಗಾಯ ಅಥವಾ ನರಳಾಟ ಎಂದಾಗಿರಬಹುದು, ಮತ್ತು ನಾನು, ಪ್ರಯಾಣಿಕನು ಇದನ್ನು ಎದುರಿಸಬೇಕಾಗಬಹುದು ಎಂಬುದನ್ನು ತಿಳಿದು ಒಂಟಿತನ. ಏನು ಮಾಡುವುದು? ಸ್ನೇಹಿತರ ಮತ್ತು ಸಂಬಂಧಿಕರ ನೆರವು ಎಲ್ಲಿ? ವಿಮಾ ಪ್ರತಿನಿಧಿ ಎಲ್ಲಿ?

ಸಾವಿನ ನಂತರ ಒಬ್ಬ ವ್ಯಕ್ತಿಯು ಸಂಪೂರ್ಣವಾಗಿ ಬೇರೆ ರೀತಿಯಲ್ಲಿ, ಹೊಸ ದೃಷ್ಟಿಕೋನದಿಂದ ಜೀವನವನ್ನು ನೋಡಬೇಕು. ಆತನು ಪರಲೋಕದಲ್ಲಿ ಅಧಿಕಾರಿಗಳೊಂದಿಗೆ ಮತ್ತು ನಿವಾಸಿಗಳೊಂದಿಗೆ ಸಹವಾಸ ಮಾಡಬೇಕು. ಆತನಿಗೆ ಭಾವೀ-ತಂದೆಯ ದೇಹದ ಒಳಗೆ ಹೋಗುವುದು ಹೇಗೆ ಎಂಬುದು ಕೂಡ ತಿಳಿದಿರಬೇಕು, ಅಥವಾ ಕನಿಷ್ಠ ಪಕ್ಷ ಹಾಗೆ ಮಾಡಲು ಸ್ವಾಭಾವಿಕವಾದ ಕೌಶಲ್ಯವನ್ನು ಹೊಂದಿರಬೇಕು. ಇಲ್ಲವಾದರೆ, ಆತನು ಅನಿಶ್ಚಿತತೆ, ಆತಂಕ ಹಾಗೂ ತೀವ್ರ ಭಯದ ಸ್ಥಿತಿಗೆ ಹೋಗುತ್ತಾನೆ.

ಪುರುಷನು ತನ್ನ ಗೆಳತಿಯನ್ನು ಮರೆತು ಸಹ-ಪ್ರಯಾಣಿಕರೊಂದಿಗೆ ಮತ್ತು ವಿಮಾನದ ಪರಿಚಾರಕರೊಂದಿಗೆ ಸಂಬಂಧವನ್ನು ಬೆಳೆಸಬೇಕು, ಹಾಗೆಯೇ ಆತನು ತನ್ನ ಮೇಲಧಿಕಾರಿಯನ್ನು ಮರೆತು ವಿಮಾನ ಚಾಲಕನ ಆದೇಶಗಳನ್ನು ತೆಗೆದುಕೊಳ್ಳಬೇಕು, ಆದ್ದರಿಂದ ಸಾವಿನ ಸಮಯದಲ್ಲಿ ನಾವು ಪರಿಚಯಸ್ಥರನ್ನು ಮತ್ತು ಅವರ ಸ್ಮರಣೆಯನ್ನು ಮರೆತು ಬಿಡುತ್ತೇವೆ.

ಆರೋಗ್ಯಕರ ದೇಹದಲ್ಲಿರುವಾಗ ಒಬ್ಬ ಪೂಜಾರಿಯು, ಆಧ್ಯಾತ್ಮಿಕ ಗುರುವು, ಪಾದ್ರಿಯು, ಅಥವಾ ಸಲಹೆಗಾರನು ತನಗೆ ಇಷ್ಟವಾದುದನ್ನು ಹೇಳಬಹುದು, ಆದರೆ ಸಾವು ರೂಪವನ್ನು (ಅಂದರೆ, ಭೌತಿಕ ದೇಹವನ್ನು) ಕಿತ್ತುಕೊಂಡ ನಂತರ, ಇಂತಹ ಒಬ್ಬ ವ್ಯಕ್ತಿಯು ತನಗೆ ಅಥವಾ ತನ್ನ ಅನುಯಾಯಿಗಳಿಗೆ ಸಹಾಯ ಮಾಡಲು ಸಾಧ್ಯವಾಗದಿರಬಹುದು. ಈ ಅದೇ ನಾಯಕರು ಇತರರ ಮೇಲೆ ಅವಲಂಬಿಸಬೇಕಾಗಬಹುದು. ಉದಾಹರಣೆಗೆ, ಒಬ್ಬ ಕ್ರಿಶ್ಚಿಯನ್ ಪಾದ್ರಿಯು ಹಿಂದೂ ಕುಟುಂಬವೊಂದರಲ್ಲಿ ಪುನರ್ಜನ್ಮವನ್ನು ತೆಗೆದುಕೊಳ್ಳಲು ನಿರ್ಬಂಧಿಸಲ್ಪಡಬಹುದು. ಒಂದು ಹಿಂದೂ ಮನೆಯಲ್ಲಿ ಮಗುವಾಗಿ ಆತನು ಹಿಂದಿನ ಜನ್ಮದಲ್ಲಿ ತಿರಸ್ಕರಿಸಿದ ವಿಗ್ರಹಗಳನ್ನು ಪೂಜಿಸುತ್ತಾ, ಧರ್ಮದ ಬಗ್ಗೆ ಸಂಪೂರ್ಣವಾಗಿ ಬೇರೆ ಪರಿಕಲ್ಪನೆಯನ್ನು, ಮತ್ತಾವುದನ್ನೂ ಒಪ್ಪದಂತೆ, ಉಪದೇಶಿಸಲ್ಪಡುತ್ತಾನೆ. ಬಿಳಿ ದೇಹದಲ್ಲಿರುವ ಒಬ್ಬ ವ್ಯಕ್ತಿಯು ಕಪ್ಪು ವರ್ಣದ ದೇಹದಲ್ಲಿ ಮುಂದಿನ ಜೀವನದಲ್ಲಿ ಹೊರಬರಲು ತಾನು ಒಬ್ಬ ಕಪ್ಪು ಮನುಷ್ಯನ ವೀರ್ಯದಲ್ಲಿ ಆಶ್ರಯ

ತೆಗೆದುಕೊಳ್ಳಬೇಕು ಎಂಬುದನ್ನು ಮತ್ತು ಈ ಪ್ರಕಾರವಾಗಿ, ಬಿಳಿಯ ಆಧಾರಿತ ಸಮಾಜದಲ್ಲಿ ಇಂತಹ ದೇಹಕ್ಕೆ ನೀಡಲಾಗುವ ಅವಮಾನಗಳಿಗೆ ಮತ್ತು ಬೆದರಿಕೆಗಳಿಗೆ ಒಳಗಾಗಬೇಕು ಎಂಬುದನ್ನು ಕಂಡುಕೊಳ್ಳಬಹುದು. ಪ್ರಸ್ತುತ ದೇಹದ ಸಾವಿನ ನಂತರ ಬಹುಶಃ ಒಬ್ಬ ವ್ಯಕ್ತಿಗೆ ಎದುರಾಗಬಹುದಾದ ವಿರುದ್ಧವಾದ ಸಂದರ್ಭಗಳು ಹೀಗಿವೆ.

ಸಾವಿನ ನಂತರ, ಮೋಕ್ಷವನ್ನು ಪಡೆಯುವ ಪ್ರಯತ್ನದಲ್ಲಿ ವಿಫಲನಾಗುವ ಮತ್ತು ಪುನಃ ಇನ್ನೊಂದು ಇಹಲೋಕದ ರೂಪವನ್ನು ತೆಗೆದುಕೊಳ್ಳಬೇಕಿರುವ ವ್ಯಕ್ತಿಗೆ ಯಾರು ಸಹಾಯ ಮಾಡುತ್ತಾರೆ? ನನ್ನ ಆಧ್ಯಾತ್ಮಿಕ ಗುರುಗಳು ಅಥವಾ ನನ್ನ ಪೂಜಾರಿಯು ನನ್ನ ಹಿಂದಿನ ಜೀವನಕ್ಕೆ ಹೊಂದಿಕೆಯಾಗುವಂಥ ಧರ್ಮಶ್ರದ್ಧೆ ಇರುವ ಒಂದು ಕುಟುಂಬದಲ್ಲಿ ನನಗೆ ಒಂದು ದೇಹವನ್ನು ದೊರಕಿಸಿಕೊಡುತ್ತಾರೆಯೇ, ಅಥವಾ ನಾನು ಒಂದು ಅನಪೇಕ್ಷಿತ ದೇಹವನ್ನು ತೆಗೆದುಕೊಳ್ಳಬೇಕಾಗುತ್ತದೆಯೇ?

ಒಬ್ಬ ವ್ಯಕ್ತಿಯು ಪರದೇಶದಲ್ಲಿ ಜನ್ಮ ತೆಗೆದುಕೊಳ್ಳಬೇಕಾಗಬಹುದು, ಆ ಕಾರಣದಿಂದ ಆತನ ಭಾಷೆ, ಸಂಸ್ಕೃತಿ ಹಾಗೂ ರಾಷ್ಟ್ರೀಯ ದೃಷ್ಟಿಕೋನದ ಪ್ರಜ್ಞೆಯು ಸಾವಿನ ನಂತರ ಸಂಪೂರ್ಣವಾಗಿ ಚೂರು ಚೂರಾಗಬಹುದು, ಮತ್ತು ಆದರಿಂದಾಗಿ ಆತನು ಬಲವಂತವಾಗಿ ಭಿನ್ನವಾದ ಅಭ್ಯಾಸಗಳನ್ನು ಅಳವಡಿಸಿಕೊಳ್ಳಬೇಕಾಗಬಹುದು. ಎಲ್ಲಕ್ಕಿಂತ ಹೆಚ್ಚಾಗಿ, ಹೊಸ ಜೋಡಿ ತಂದೆತಾಯಿಯರಿಂದ ಸ್ವೀಕರಿಸಲ್ಪಡುವ ಸಲುವಾಗಿ ಆತನು ಸಂಬಂಧಿಸುವ ಸಂಪೂರ್ಣ ರೀತಿಯನ್ನು ಬದಲಾಯಿಸಿಕೊಳ್ಳಬೇಕಾಗಬಹುದು. ಅವರ ಮಗುವಾಗಿರಲು, ಒಂದು ನಿರ್ದಿಷ್ಟ ಕುಟುಂಬದ ವಾತ್ಸಲ್ಯವನ್ನು ಪಡೆಯಲು, ಆತನು ಸಾಮಾನ್ಯವಾಗಿ ನಡತೆ, ವಿಧಾನಗಳು ಹಾಗೂ ವರ್ತನೆಯನ್ನು ಬದಲಾಯಿಸಿಕೊಳ್ಳಬೇಕಾಗುತ್ತದೆ.

ಒಬ್ಬ ಮುಂದುವರೆದ ಜೀವಿಗೆ ಪುನರ್ಜನ್ಮವು ಒಂದು ಕೆಳಗಿಳಿಸುವ ಅನುಭವವಾಗಿರಬಹುದು, ಇದರ ಕಾರಣದಿಂದಾಗಿ ಆತನು ಸ್ವಲ್ಪವೇ ಅಥವಾ ಯಾವುದೇ ಆಧ್ಯಾತ್ಮಿಕ ಅನುಷ್ಠಾನಗಳು ಇಲ್ಲದ ಒಂದು ಕುಟುಂಬದಲ್ಲಿ ಜನ್ಮವನ್ನು ತೆಗೆದುಕೊಳ್ಳುತ್ತಾನೆ. ಇಂತಹ ಒಂದು ಜನ್ಮವು ಪ್ರಾಣಿ ಜಗತ್ತಿನಲ್ಲಿನ ಜನ್ಮಕ್ಕಿಂತ ಅಥವಾ ಆಸ್ಟ್ರಲ್ ಮಟ್ಟಗಳಲ್ಲಿ ಒಂದು ಗೊಂದಲಮಯ ಸ್ಥಿತಿಯಲ್ಲಿ ದೀರ್ಘಕಾಲ ಉಳಿಯುವುದಕ್ಕಿಂತ ಹೆಚ್ಚು ಅಪೇಕ್ಷಣೀಯವಾದುದು, ಆದರೆ ಆತನು ದೇಹವನ್ನು ಪಡೆದುಕೊಂಡ ನಂತರ ಆತನು ಉನ್ನತಿಗಾಗಿ ಶ್ರಮಿಸಬೇಕು ಮತ್ತು ಆಧ್ಯಾತ್ಮಿಕ ಶಿಸ್ತನ್ನು ಮರಳಿ ಪಡೆಯಬೇಕು ಎಂಬುದನ್ನು ಇದು ಪರೋಕ್ಷವಾಗಿ ಸೂಚಿಸುತ್ತದೆ. ಇಂತಹ ಪರಿಸ್ಥಿತಿಯಲ್ಲಿ, ಒಬ್ಬ ವ್ಯಕ್ತಿಯು ಹಿಂದಿನ ಜೀವನದಿಂದ ಆಧ್ಯಾತ್ಮಿಕ ಶಿಸ್ತನ್ನು ಮುಂದುವರಿಸುವ ಮುಂಚೆ, ಮೊದಲು ಮಗುವಾಗಿ ತನ್ನ ಕರ್ತವ್ಯಗಳನ್ನು ಆತನು ನಿರ್ವಹಿಸಬೇಕು.

ಅದೂ ಅಲ್ಲದೆ, ಒಬ್ಬ ವ್ಯಕ್ತಿಯು ಇಂತಹ ಜನ್ಮವನ್ನು ತೆಗೆದುಕೊಂಡರೆ ಮತ್ತು ತನ್ನನ್ನು ಕೆಳಗಿಳಿಸಲಾಯಿತು ಎಂಬುದನ್ನು ಅರ್ಥಮಾಡಿಕೊಳ್ಳದಿದ್ದರೆ, ಆತನು ಅಭ್ಯಾಸ ಕ್ರಮದಲ್ಲಿ ಕಳೆದುಹೋದದ್ದನ್ನು ಹಿಂದಕ್ಕೆ ಪಡೆಯದೇ ಇರುವ ಎಲ್ಲಾ ಸಾಧ್ಯತೆಗಳೂ ಇರುತ್ತವೆ, ಇದಕ್ಕೆ ಪ್ರತಿಯಾಗಿ ಬಾಲ್ಯದ ಸಂಪ್ರದಾಯಗಳಿಗೆ ಅಂಟಿಕೊಳ್ಳುತ್ತಾನೆ ಮತ್ತು ಹೀಗಾಗಿ ಪ್ರಗತಿ ಸಾಧಿಸುವುದನ್ನು ನಿಲ್ಲಿಸುತ್ತಾನೆ, ಮತ್ತು ಆತನಿಗೆ ಹಿಂದಿನ ಜೀವನಗಳ ಆಧ್ಯಾತ್ಮಿಕ ಯಶಸ್ಸನ್ನು ತಲುಪಲು ಅಥವಾ ಸಾಧಿಸಲು ಆಗುವುದಿಲ್ಲ.

ಸಾವಿನ ಸಮಯದಲ್ಲಿ ಒಬ್ಬನ ಶಿಕ್ಷಣ ವಿಪತ್ತಿಗೆ ಸಿಲುಕುತ್ತದೆ. ಆತ್ಮವನ್ನು ದೇಹದಿಂದ ಸ್ಥಳಾಂತರಗೊಳಿಸಲಾದಾಗ ಅದು ಇನ್ನು ಮುಂದೆ ಶಿಕ್ಷಣಕ್ಕಾಗಿ ಮತ್ತು ಪ್ರಭಾವಕ್ಕಾಗಿ ಚಿಂತಿಸುವುದಿಲ್ಲ. ಅದು ಇನ್ನು ಮುಂದೆ ವೈದ್ಯನ, ವಕೀಲನ, ಕಾರ್ಮಿಕನ, ರಾಷ್ಟ್ರಾಧ್ಯಕ್ಷನ

ಅಥವಾ ಗುಮಾಸ್ತನ ಸ್ಥಾನಮಾನದ ಬಗ್ಗೆ ಚಿಂತಿಸುವುದಿಲ್ಲ. ಆ ಸಮಯದಲ್ಲಿ ಅದ್ಯತೆಯು ಮತ್ತೊಂದು ಐಹಿಕ ರೂಪವನ್ನು ಪಡೆಯುವುದಾಗಿರುತ್ತದೆ. ಸಾಮಾನ್ಯವಾಗಿ, ಧಾರ್ಮಿಕ ಜನರು ಯಾವುದೇ ಚರ್ಚ್‌ಗೆ, ಮಸೀದಿಗೆ ಅಥವಾ ದೇವಾಲಯಕ್ಕೆ ಹಾಜರಾಗದ ಜನರಿಗಿಂತ ತಾವು ಉತ್ತಮ ಸ್ಥಾನದಲ್ಲಿದ್ದೇವೆ ಎಂದು ಭಾವಿಸುತ್ತಾರೆ, ಆದರೆ ಸಾವಿನ ಸಮಯದಲ್ಲಿ ಪ್ರತಿ ಮನುಷ್ಯನು, ಧಾರ್ಮಿಕನು ಅಥವಾ ಅಧಾರ್ಮಿಕನು, ಮತ್ತೊಂದು ಐಹಿಕ ದೇಹವನ್ನು ಪಡೆಯುವ ಬಗ್ಗೆ ತುಂಬಾ ಆಸಕ್ತನಾಗಿರುತ್ತಾನೆ. ಬಹಳ ವಿರಳವಾದ ವಿಮೋಚಿತ ಆತ್ಮಗಳು ಮಾತ್ರ ಐಹಿಕ ರೂಪವು ಕಳೆದುಹೋದುದರ ಬಗ್ಗೆ ಆತಂಕದಲ್ಲಿ ಇರುವುದಿಲ್ಲ.

ಧಾರ್ಮಿಕ ಜನರು ಸಾವಿನ ನಂತರ ತಾವು ಸ್ವರ್ಗಕ್ಕೆ ಅಥವಾ ದೇವರ ರಾಜ್ಯಕ್ಕೆ ಹೋಗುತ್ತಿದ್ದೇವೆ, ಅಥವಾ ತಾವು ಒಂದು ಅತ್ಯುತ್ಕೃಷ್ಟ ರೀತಿಯ ಸಂತೋಷದೊಳಗೆ ವಿಲೀನಗೊಳ್ಳುತ್ತೇವೆ ಎಂದು ಭಾವಿಸುತ್ತಾರೆ. ಆದರೆ, ಸಾವಿನ ನಂತರ ಸ್ವರ್ಗಕ್ಕಾಗಿ ಹುಡುಕುವ ಬದಲು ಅಥವಾ ಆ ಅಸ್ಪಷ್ಟ ಹಾಗೂ ಅಜ್ಞಾತ ಸ್ಥಳವನ್ನು ತಲುಪಲು ಪ್ರಯತ್ನಿಸುವ ಬದಲು, ಅವರು ಸಾಮಾನ್ಯವಾಗಿ ಎಂದಿನಂತೆ ಪ್ರತಿದಿನ ಮುಂಜಾನೆಯ ಹೊತ್ತಿನಲ್ಲಿ ಈ ಐಹಿಕ ಸ್ಥಳದಲ್ಲಿ ಪುನಃ ಎಚ್ಚರಗೊಳ್ಳಲು ಪ್ರಯತ್ನಿಸುತ್ತಾರೆ. ಅವರು ತಮಗೆ (ಈ ಐಹಿಕ ಸ್ಥಳದಲ್ಲಿ ಎಚ್ಚರಗೊಳ್ಳಲು) ಸಾಧ್ಯವಾಗುವುದಿಲ್ಲವೆಂದು ಕಂಡುಕೊಂಡಾಗ, ತಮ್ಮ ಅಸಹಾಯಕತೆಯನ್ನು ವ್ಯಕ್ತಪಡಿಸಲು ಸಂಬಂಧಿಕರನ್ನು ಮತ್ತು ಸ್ನೇಹಿತರನ್ನು ಸಂಪರ್ಕಿಸಲು ಪ್ರಯತ್ನಿಸುತ್ತಾರೆ. ಈ ಐಹಿಕ ಪ್ರಪಂಚವು ಅವರ ಸ್ವರ್ಗವಾಗಿದೆ.

ಮತ್ತೊಂದೆಡೆ, ಅಧಾರ್ಮಿಕ ಜನರು, ಅಸಡ್ಡೆಯವರು ಮತ್ತು ಮೂಢನಂಬಿಕೆಯವರು, ಅಥವಾ ಯಾವುದೇ ದೇವರಿಲ್ಲ ಮತ್ತು ಯಾವುದೇ ಆತ್ಮವಿಲ್ಲ ಎಂದು ಭಾವಿಸುವವರು, ಸಾವಿನ ನಂತರ ತಮ್ಮ ಸಂವಹನದ ಪ್ರಮುಖ ಸಾಧನವಾದ ಮಾನವ ದೇಹವು ಕಳೆದುಹೋಗಿದೆ ಎಂಬುದನ್ನು ಬಿಟ್ಟರೆ ತಾವು ಹೇಗಾದರೂ ಅಸ್ತಿತ್ವದಲ್ಲಿ ಮುಂದುವರಿಯುತ್ತೇವೆ ಎಂಬುದನ್ನು ಅರಿತುಕೊಳ್ಳುತ್ತಾರೆ. ಅವರು ಕೂಡ ಭೌತಿಕ ಸಮತಲಕ್ಕೆ ಮರಳಲು ಪ್ರಯತ್ನಿಸುತ್ತಾರೆ. ಧಾರ್ಮಿಕ ಸದಸ್ಯತ್ವವನ್ನು (religious affiliation) ಪರಿಗಣಿಸದೆ ಒಬ್ಬ ವ್ಯಕ್ತಿಯು ಆಧ್ಯಾತ್ಮಿಕವಾಗಿ ಸ್ವಯಂ ಅನ್ನು ಸುಧಾರಣೆ ಮಾಡಿಲ್ಲದಿದ್ದರೆ, ಆತನು ಪರಲೋಕದಲ್ಲಿ ಸ್ವರ್ಗಕ್ಕೆ ಹೋಗುತ್ತಾನೆ ಎಂಬ ಸಾಧ್ಯತೆಯು ಅಷ್ಟೇನೂ ಇಲ್ಲವೆಂಬ ವಾಸ್ತವಾಂಶವು ಉಳಿದಿರುತ್ತದೆ. ಆತನು ಕನಸಿನಲ್ಲಿ ಪ್ರತಿ ರಾತ್ರಿಯು ಪ್ರಜ್ಞಾಪೂರ್ವಕವಾಗಿ ಅಥವಾ ಪ್ರಜ್ಞೆಯಿಲ್ಲದೆ ಪರಲೋಕವನ್ನು ಅನುಭವಿಸುವ ಹಾಗೆಯೇ, ಸಾವಿನ ನಂತರ ಬದಲಾಗುತ್ತಿರುವ ಸೂಕ್ಷ್ಮ ದೃಶ್ಯಗಳಿಗಿಂತ ಹೆಚ್ಚು ಏನು ಆತನು ಪರಲೋಕವನ್ನು ಅನುಭವಿಸುವುದಿಲ್ಲ.

ಕೆಲವು ಧಾರ್ಮಿಕ ನಂಬಿಕೆಗಳು ಧರ್ಮವಿರೋಧಿಯು ನರಕವನ್ನು ನೋಡುತ್ತಾನೆಂದು ಹೇಳುತ್ತವೆ, ಮತ್ತು ಧರ್ಮವಿರೋಧಿಯು ಆ ಕಲ್ಪನೆಯನ್ನು ಗೇಲಿ ಮಾಡುತ್ತಾನೆ, ಆದರೆ ನಾವು ಈ ಐಹಿಕ ಜೀವನದಲ್ಲಿ, ಕನಸಿನಲ್ಲಿ, ಹಾಗೂ ಪರಲೋಕದಲ್ಲಿಯೂ ಕೂಡ ನರಕವನ್ನು ನೋಡುತ್ತೇವೆ ಹಾಗೂ ಅನುಭವಿಸುತ್ತೇವೆ ಎಂಬುದು ವಾಸ್ತವಾಂಶವಾಗಿದೆ. ಧಾರ್ಮಿಕ ಗ್ರಂಥಗಳಲ್ಲಿ ವಿವರಿಸಿರುವಂತಹ ನರಕಗಳು ಅಸ್ತಿತ್ವದಲ್ಲಿವೆ. ಈ ತ್ರಾಸದಾಯಕ ಐಹಿಕ ಜೀವನದಲ್ಲಿ ಪ್ರತಿ ದಿನವೂ ಹಾಗೂ ನಿರಂತರವಾಗಿ ಬದಲಾಗುವ, ಭೂತದಂಥ, ದುಃಸ್ವಪ್ನದಂಥ ಕನಸಿನ ಜೀವನದಲ್ಲಿ ಪ್ರತಿ ರಾತ್ರಿಯೂ ಇದು ಸಾಬೀತಾಗಿದೆ. ಈ ಜೀವನದಲ್ಲಿ ನಾವು ಅವೈಯಕ್ತಿಕವಾಗಿ ಅನಾನುಕೂಲತೆಗೆ ಒಳಗಾಗುವಂತೆಯೇ, ನಾವು

ಪರಲೋಕದಲ್ಲಿ ಯಾರು ನಮ್ಮನ್ನು ಶಿಕ್ಷಿಸುತ್ತಿದ್ದಾರೆ ಅಥವಾ ಏಕೆ ಎಂಬ ತಿಳುವಳಿಕೆ ಇಲ್ಲದೆ ಅವೈಯಕ್ತಿಕವಾಗಿ ತೊಂದರೆ ಪಡಬಹುದು. ಒಂದು ಭೂಕಂಪ ಅಥವಾ ಒಂದು ಭೀಕರ ಚಂಡಮಾರುತವಿದ್ದಾಗ ಅಲೌಕಿಕ ವ್ಯಕ್ತಿಗಳು ನಮಗೆ ಅನಾನುಕೂಲತೆ ಉಂಟುಮಾಡಲು ಪ್ರಕೃತಿಯನ್ನು ಹೊಂದಿಸುತ್ತಿರಬಹುದಾದರೂ, ನಾವು ಯಾರನ್ನೂ ನೋಡುವುದಿಲ್ಲ ಆದರೆ ಪ್ರಕೃತಿಯು ಕಾರಣವೆಂದು ನೋಡುತ್ತೇವೆ. ಅದೇ ರೀತಿಯಲ್ಲಿ, ನಾವು ಯಾರು ಶಿಸ್ತಿನ ಅಧಿಕಾರವನ್ನು ಚಲಾಯಿಸುತ್ತಿದ್ದಾರೆ ಎಂಬ ತಿಳುವಳಿಕೆ ಇಲ್ಲದೆ ನರಕಸದೃಶ ಪರಿಸ್ಥಿತಿಗಳಲ್ಲಿ ಪರಲೋಕದಲ್ಲಿ ಶಿಕ್ಷೆಗೆ ಒಳಗಾಗಬಹುದು.

ಒಮ್ಮೆ ನಿಧನ ಹೊಂದಿದ ಆತ್ಮವು ಒಂದು ಹೊಸ ದೇಹವನ್ನು ಪಡೆದರೆ ಅದರ ಸಹಜ-ಪ್ರವೃತ್ತಿಯು ಅದು ಹಿಂದಿನ ಜೀವನದಲ್ಲಿ ಹೊಂದಿದ್ದ ಹಣ, ಆಸ್ತಿ, ಶಿಕ್ಷಣ ಮತ್ತು ಅಧಿಕಾರವನ್ನು ಪುನಃ ಪಡೆದುಕೊಳ್ಳುವುದಾಗಿರುತ್ತದೆ. ಒಬ್ಬ ವ್ಯಕ್ತಿಯು ಒಂದಷ್ಟು ಹಣವನ್ನು ಪಡೆದುಕೊಳ್ಳಬಹುದು ಆದರೆ ಆತನು ಸಾಕಷ್ಟು ಸಂಪತ್ತನ್ನು ಪುನಃ ಪಡೆದುಕೊಳ್ಳಲು ಸಾಧ್ಯವಿಲ್ಲವೆಂದು ಕಂಡುಕೊಳ್ಳುತ್ತಾನೆ. ಶಿಕ್ಷಣದ ಕುರಿತು ಹೇಳುವುದಾದರೆ, ಬಾಲ್ಯದಲ್ಲಿ ಮತ್ತು ಹದಿಹರೆಯದಲ್ಲಿ, ವರ್ಷಗಳ ಕಾಲ ಶಾಲೆಗೆ ಹೋಗಿ ಮತ್ತೊಮ್ಮೆ ಬಹುಮಟ್ಟಿಗೆ ಎಲ್ಲವನ್ನೂ ಕಲಿತುಕೊಳ್ಳಬೇಕು ಎಂಬುದನ್ನು ಆತನು ಕಂಡುಕೊಳ್ಳುತ್ತಾನೆ. ಒಬ್ಬ ವ್ಯಕ್ತಿಯು ಕಲಿತುಕೊಳ್ಳದಿದ್ದರೆ, ಅಥವಾ ಶಾಲೆಯಲ್ಲಿ ಶಿಕ್ಷಣ ನೀಡಲ್ಪಡುವುದಕ್ಕೆ ಒಳಪಟ್ಟಿಯಿಂದ ತೀವ್ರ ಅಸಮಾಧಾನ ಪಟ್ಟರೆ, ಆತನು ಒಬ್ಬ ಅಸಂತುಷ್ಟ ದಡ್ಡ, ಸಮಾಜದ ಒಬ್ಬ ತಿರಸ್ಕೃತ ಸದಸ್ಯನಾಗುತ್ತಾನೆ. ಆತನು ಒಬ್ಬ ವೈದ್ಯನಂತೆ, ವಕೀಲನಂತೆ ಅಥವಾ ಕೈಗಾರಿಕೋದ್ಯಮಿಯಂತೆ ತನ್ನ ಹಿಂದಿನ ಸ್ಥಾನಮಾನವನ್ನು ಪುನಃ ಪಡೆದುಕೊಳ್ಳಲು ವಿಫಲನಾಗುತ್ತಾನೆ. ಅನಂತರ ಆತನು ಕೆಟ್ಟ ಜನರ ಸಹವಾಸವನ್ನು ಮಾಡುತ್ತಾನೆ, ಮತ್ತು ಮದ್ಯ ಸೇವನೆ, ಸಿಗರೇಟು ಸೇದುವಿಕೆ, ಮಾದಕ ವಸ್ತುಗಳ ಬಳಕೆ, ಮತ್ತು ಬೇಜವಾಬ್ದಾರಿ ಲೈಂಗಿಕ ಕ್ರಿಯೆಗಳಂತಹ ದುರ್ಗುಣಗಳನ್ನು ಪ್ರಾರಂಭಿಸುತ್ತಾನೆ. ಹೀಗಾಗಿ ಆತನು ತನ್ನನ್ನು ಕೆಳಮಟ್ಟಕ್ಕೆ ಇಳಿಸುತ್ತಾನೆ.

ಒಮ್ಮೆ ಆತ್ಮವು ಹೊಸ ದೇಹವನ್ನು ಪಡೆದರೆ ಆತನು ಅಥವಾ ಆಕೆಯು ಗತ ಜೀವನಗಳಿಂದ ಹಿಂದಿನ ಪರಿಚಯಸ್ಥರನ್ನು ಮತ್ತು ಅವಲಂಬಿತರನ್ನು ಭೇಟಿಯಾಗುತ್ತಾರೆ. ಆತನಿಗೆ ಅಥವಾ ಆಕೆಗೆ ಪ್ರಜ್ಞಾಪೂರ್ವಕವಾಗಿ ನೆನಪಿಲ್ಲದಿದ್ದರೂ ಕೂಡ, ಇಷ್ಟಪಡುವ ಮತ್ತು ಇಷ್ಟಪಡದಿರುವ ಪ್ರವೃತ್ತಿಯಂತೆ (liking and disliking instinct) ಆತನ ಅಥವಾ ಆಕೆಯ ಅಜಾಗೃತ ನೆನಪು ಕಾರ್ಯ ನಿರ್ವಹಿಸುತ್ತದೆ.

ಮುಂದಿನ ಜೀವನದಲ್ಲಿ, ತನ್ನ ಭಾವನೆಗಳ ಯಾ ಅಭಿಪ್ರಾಯಗಳ ತಿರಸ್ಕಾರವನ್ನು ಹಾಗೂ ತನ್ನ ಉದ್ದೇಶಗಳ ಹತಾಶೆಯನ್ನು ಅನುಭವಿಸುತ್ತಿರುವ ಸಂದರ್ಭದಲ್ಲಿ ಆತನು ತನ್ನ ಪರಿಸ್ಥಿತಿಯನ್ನು ಮತ್ತೆ ವಿಚಾರ ಮಾಡುತ್ತಾನೆ. ಒಂದೋ ದೇವರಿಗೆ ಹುಚ್ಚು ಹಿಡಿದಿದೆ ಇಲ್ಲವೇ ಪ್ರಕೃತಿಯು ಸಂಪೂರ್ಣವಾಗಿ ಅವ್ಯವಸ್ಥಿತವಾಗಿದೆ ಎಂದು ತೀರ್ಮಾನಿಸುತ್ತಾನೆ, ಆದರೆ ಸತ್ಯವೇನೆಂದರೆ ಆತನಿಗೆ ವಸ್ತುಸ್ಥಿತಿಯ ಅರಿವಿಲ್ಲ ಮತ್ತು ಒಳನೋಟವಿಲ್ಲ. ಆತನು ಹಣೆಬರಹವನ್ನು ಹೊಂದಿಸಲು ಹೆಣಗಾಡಬಹುದು, ಆದರೆ ದೈವಾನುಗ್ರಹ ಸುಗಮವಾಗಿಸುವ ಆ ವಿಷಯಗಳಲ್ಲಿ ಹೊರತುಪಡಿಸಿ ಆತನು ಹತಾಶೆಯನ್ನು ಅನುಭವಿಸುತ್ತಾನೆ.

ಒಬ್ಬ ವ್ಯಕ್ತಿಯು ಒಂದು ಶಿಶುವಿನ ರೂಪವನ್ನು ಪಡೆದಾಗ ಸುಧಾರಿಸಲು ಬಯಸಿದರೆ ಹಣೆಬರಹದ ಕಡೆಗೆ ಜಂಬದ, ಸಲ್ಲದ ಸ್ವಾತಂತ್ರ್ಯದ ಮನೋಭಾವವನ್ನು ಸರಿಹೊಂದಿಸುವ ಮೂಲಕ ಆತನು ಪ್ರಸ್ತುತ ಜೀವನದಲ್ಲಿ ಸಿದ್ಧನಾಗಬೇಕು. ಆತನು ಮುಂದಿನ ಜೀವನದ ಬಗ್ಗೆ ಚಿಂತನೆಯನ್ನು ಆರಂಭಿಸಬೇಕು ಮತ್ತು ಗಂಭೀರವಾಗಿ, ಶಾಂತ-ಚಿತ್ತದ ಮನಸ್ಥಿತಿಯಲ್ಲಿ ಆತನು

ವಾಸ್ತವವಾಗಿ ಸ್ವರ್ಗಕ್ಕೆ ಅಥವಾ ಆತನ ಆಯ್ಕೆಯ ಉನ್ನತ ಮಟ್ಟದ ಪ್ರಪಂಚಕ್ಕೆ ಹೋಗಲು ಬಯಸುತ್ತಾನೆಯೋ ಎಂಬುದನ್ನು ಪ್ರಾಮಾಣಿಕವಾಗಿ ವಿಶ್ಲೇಷಿಸಬೇಕು. ಆತನು ದೈನಂದಿನ ಚಟುವಟಿಕೆಗಳನ್ನು ಪರಿಶೀಲಿಸುವ ಮೂಲಕ ತನ್ನ ನಿಜವಾದ ಅರ್ಹತೆಗಳನ್ನು ವಿಮರ್ಶಿಸಬೇಕು. ಧಾರ್ಮಿಕ ಧರ್ಮಶ್ರದ್ಧೆಯ ಅರ್ಹತೆಗಳು ಸಾಕಾಗುವುದಿಲ್ಲ, ಏಕೆಂದರೆ ನಮ್ಮ ವರ್ತನೆ, ಉದಾತ್ತಗೊಳಿಸಿದ ಪ್ರವೃತ್ತಿಗಳು ಹಾಗೂ ಎಲ್ಲಾ ಮಟ್ಟಗಳಲ್ಲಿ ದುರ್ಗುಣಗಳನ್ನು ನಿರೋಧಿಸುವ ನಮ್ಮ ಸಾಮರ್ಥ್ಯದ ಆಧಾರದ ಮೇಲೆ ನಮ್ಮನ್ನು ಉನ್ನತ ಲೋಕಗಳಿಗೆ ಮೇಲೇರಿಸಲಾಗುತ್ತದೆ.

ಒಬ್ಬ ವ್ಯಕ್ತಿಯು ಈ ಜೀವನದಲ್ಲಿ ಶ್ರೀಮಂತನಿರಬಹುದು ಮತ್ತು ಮುಂದಿನ ಜೀವನದಲ್ಲಿ ಬಡತನದಲ್ಲಿ ಜನ್ಮ ತೆಗೆದುಕೊಳ್ಳಬಹುದು. ಆ ಸಂದರ್ಭದಲ್ಲಿ, ಆತನು ಶ್ರೀಮಂತಿಕೆಯ ಖ್ಯಾತಿಯನ್ನು ಬಯಸಿದರೆ ಸಂಪತ್ತನ್ನು ಗಳಿಸಲು ಆತನು ಅಸಮಾಧಾನವನ್ನು ತೊರೆದು ಉದ್ಯಮಶೀಲ ರೀತಿಯಲ್ಲಿ ಕೆಲಸ ಮಾಡಬೇಕಾಗುತ್ತದೆ. ಆತನು ಬಾಲ್ಯದಲ್ಲಿ ಶಿಕ್ಷಣವನ್ನು ಪಡೆದ ಆಧಾರದ ಮೇಲೆ ಈ ಜೀವನದಲ್ಲಿ ಶ್ರೀಮಂತನಿರಬಹುದು, ಆದರೆ ಮುಂದಿನ ಜೀವನದಲ್ಲಿ ಆತನು ಶ್ರೀಮಂತ ಕುಟುಂಬದಲ್ಲಿ ಜನ್ಮ ತೆಗೆದುಕೊಂಡರೂ ಕೂಡ, ಆತನು ಅದೇನೇ ಇದ್ದರೂ, ಮತ್ತೊಮ್ಮೆ ಶಿಕ್ಷಣವನ್ನು ಪಡೆಯಬೇಕು. ಆದ್ದರಿಂದ, ಆತನು ಜೀವನದುದ್ದಕ್ಕೂ ಅಧ್ಯಯನದ ಮನೋಭಾವವನ್ನು ಕಾಪಾಡಿಕೊಂಡು ಬರುವ ಮೂಲಕ ತನ್ನನ್ನು ಇದಕ್ಕೆ ಸಿದ್ಧಗೊಳಿಸಬೇಕು, ಮತ್ತು ಆ ಮೂಲಕ ಸೂಕ್ಷ್ಮ ಶರೀರವನ್ನು ಕಲಿಯುವುದರಲ್ಲಿ ಆಸಕ್ತವಾಗಿರುವಂತೆ ಇರಿಸಿಕೊಳ್ಳಬೇಕು. ನಂತರ ಮುಂದಿನ ಜೀವನದಲ್ಲಿ ಶಿಶುವಾಗಿದ್ದಾಗ ಶಾಲೆಗಳ ಮೂಲಕ ಮುಂದುವರಿಯುವುದು ಆತನಿಗೆ ಸುಲಭವಾಗುತ್ತದೆ. ಇದಕ್ಕೆ ಸ್ವಲ್ಪ ಚಿಂತನೆಯ ಅಗತ್ಯವಿದೆ, ಆದರೆ ನಾವು ನಮ್ಮನ್ನು ಮುಂದಿನ ಜೀವನಕ್ಕೆ ಸಿದ್ಧಗೊಳಿಸಬಹುದು.

ಪರಲೋಕದಲ್ಲಿ ನರಕವನ್ನು ನೋಡುವುದರ ಬಗ್ಗೆ ಹೇಳುವುದಾದರೆ, ಅದಕ್ಕೆ ಸಾಕಷ್ಟು ಸಾಧ್ಯತೆಗಳಿವೆ ಹಾಗೂ ಶಕ್ಯ, ಆದರೆ ನಾನು ಆಗಲೇ ಹೇಳಿದಂತೆ, ನಾವು ನರಕಸದೃಶ ನರಳಾಟಗಳ ನಿಯಂತ್ರಕನನ್ನು ನೋಡದಿರಬಹುದು. ಬೇರೆ ಮಾತುಗಳಲ್ಲಿ ಹೇಳುವುದಾದರೆ, ಈ ಪ್ರಪಂಚದಲ್ಲಿಯೂ ಕೂಡ ಒಬ್ಬ ಅಪರಾಧಿಯು ಶಿಕ್ಷೆಯ-ತೀರ್ಪು ನೀಡುವ ಒಬ್ಬ ಉಚ್ಚ ನ್ಯಾಯಾಲಯದ ನ್ಯಾಯಾಧೀಶರನ್ನು ಎಂದಿಗೂ ನೋಡದಿರಬಹುದು. ಆತನು ಜೈಲಿನ ಅವಧಿಯಲ್ಲಿ ಜೈಲಿನ ಆವರಣದ ವಾರ್ಡನ್-ಮುಖ್ಯಸ್ಥನನ್ನು ಎಂದಿಗೂ ನೋಡದಿರಬಹುದು. ಕೆಲವು ಅಪಾಯಕಾರಿ ಕೈದಿಗಳನ್ನು ಕಣ್ಣಿಗೆ ಬಟ್ಟೆ ಕಟ್ಟಿ, ಕೈಗೆ ಕೋಳ ಹಾಕಿ, ಪಟ್ಟಿಯನ್ನು ಬಿಗಿದು ನ್ಯಾಯಾಧೀಶರ ಸಮ್ಮುಖಕ್ಕೆ ಕರೆದುಕೊಂಡು ಹೋಗಲಾಗುತ್ತದೆ. ಕಣ್ಣಿಗೆ ಬಟ್ಟೆ ಕಟ್ಟಿರುವಾಗ ಜೈಲಿನ ಆವರಣದೊಳಗೆ ಅವರನ್ನು ಕರೆದೊಯ್ಯಲಾಗುತ್ತದೆ. ಅಂತೆಯೇ, ಒಬ್ಬ ವ್ಯಕ್ತಿಯು ಯಾವಾಗಲೂ ವಸ್ತುನಿಷ್ಠವಾಗಿ ನರಕವನ್ನು ನೋಡುವುದಿಲ್ಲ ಅಥವಾ ಮೃತರ ಸೂಕ್ಷ್ಮ ಪ್ರಪಂಚದಲ್ಲಿರುವ ನ್ಯಾಯಾಧೀಶರನ್ನು ನೋಡುವುದಿಲ್ಲ. ಆ ಅಧಿಕಾರಿಯು ಈ ಜಗತ್ತಿನಲ್ಲಿರುವ ಯಾವುದೇ ಪೊಲೀಸ್ ಅಥವಾ ನ್ಯಾಯಾಂಗ ಅಧಿಕಾರಿಯಷ್ಟೇ ವಾಸ್ತವವಾಗಿದ್ದಾನೆ, ಆದರೆ ನಾವು ಆತನನ್ನು ನೋಡದಿರಬಹುದು. ಹೀಗಾಗಿ ಮುಂದಿನ ಜೀವನದಲ್ಲಿ, ಸಾವಿನ ನಂತರ ತಕ್ಷಣವೇ ನಮ್ಮನ್ನು ತೀರ್ಮಾನಿಸಲಾಗುತ್ತದೆ ಎಂದು ಹೇಳುವವರನ್ನು ನಾವು ನಂಬದಿರಬಹುದು.

ವಿವರಿಸಲಾಗದ ಅಪಘಾತಗಳು, ನೈಸರ್ಗಿಕ ವಿಪತ್ತುಗಳು ಹಾಗೂ ವ್ಯಾಪಕವಾದ ರೋಗಗಳ ವಿಧದಲ್ಲಿ ಶಿಕ್ಷೆಗಳನ್ನು ವಿಧಿಸುವ ಅಲೌಕಿಕ ಜನರನ್ನು ನಮ್ಮ ಸಾಮಾನ್ಯ ಕಣ್ಣುಗಳಿಂದ ಕಾಣಲಾಗುವುದಿಲ್ಲ, ಆದರೆ ಅತೀಂದ್ರಿಯ ದೃಷ್ಟಿಯನ್ನು ಹೊಂದಿರುವವನು ಅವರನ್ನು ಗ್ರಹಿಸಬಹುದು.

ಪರಲೋಕದಲ್ಲಿ ನರಕವಿದೆ ಎಂದು ನಾನು ಓದುಗರಿಗೆ ಭರವಸೆ ಕೊಡುತ್ತೇನೆ, ಆದರೆ ಅದು ಕ್ರಿಶ್ಚಿಯನ್‌ನ ಕಲ್ಪನೆಯಂತೆ ಒಂದು ನಿರಂತರವಾದ ಅಥವಾ ಶಾಶ್ವತವಾದ ನರಕವಲ್ಲ. ಅದು ಒಂದು ಸೀಮಿತ ಕಾಲಾವಧಿಯವರೆಗಿನ ಒಂದು ನರಕವಾಗಿದೆ. ಒಬ್ಬ ವ್ಯಕ್ತಿಯನ್ನು ಸಾಮಾನ್ಯ ರೀತಿಯಲ್ಲಿ ಬದುಕನ್ನು ಮುಂದುವರಿಸಲು ಅದರಿಂದ ಬಿಡುಗಡೆ ಮಾಡಲಾಗುತ್ತದೆ. ನಾವು ಅಪರಾಧ ಕೃತ್ಯಗಳನ್ನು ಮಾಡಿದರೆ ನರಕ ನಿಶ್ಚಿತ, ಆದರೆ ಅದು ಶಾಶ್ವತವಾಗಿರುವುದಿಲ್ಲ.

ಒಮ್ಮೆ ನನ್ನನ್ನು ಕೊಲೆಗಡುಕರಿಗಾಗಿ ಇರುವ ನರಕಕ್ಕೆ ನನ್ನ ಸೂಕ್ಷ್ಮ ಶರೀರದಲ್ಲಿ ಕರೆದುಕೊಂಡು ಹೋಗಲಾಯಿತು. ಒಬ್ಬ ಆಧುನಿಕ ಸುದ್ದಿ ವರದಿಗಾರನು ಒಂದು ಪ್ರತ್ಯಕ್ಷದರ್ಶಿ ವರದಿಯನ್ನು ಬರೆಯುವಂತಾಗಲೆಂದು ಆತನಿಗೆ ಒಂದು ಜೈಲಿನ ಕಟ್ಟಡಗಳ ಸಮುಚ್ಚಯದ (a prison block) ಒಂದು ಪ್ರವಾಸವನ್ನು ನೀಡಬಹುದಾದಂತೆ, ಈ ಪುಸ್ತಕದ ಪ್ರಕಟಣೆಗಾಗಿ ಸಾಕ್ಷ್ಯ ನೀಡಲು ನನ್ನನ್ನು ಅಲ್ಲಿ ಕರೆದೊಯ್ಯಲಾಯಿತು. ಒಬ್ಬ ವ್ಯಕ್ತಿಯು ಆ ನರಕಸದೃಶ ಸ್ಥಳವನ್ನು ತಲುಪಿದಾಗ, ಆತನು ತನ್ನ ಕನಸಿನ ದೇಹದಲ್ಲಿ ಅಲ್ಲಿ ತಲುಪುತ್ತಾನೆ, ಆದರೆ ಆತನಿಗೆ ತಾನು ಭೌತಿಕ ರೂಪದಲ್ಲಿದ್ದೇನೆ (ಅಂದರೆ, ಭೌತಿಕ ಶರೀರದಲ್ಲಿದ್ದೇನೆ) ಎಂಬಂತೆ ಅನಿಸುತ್ತದೆ. ಕನಸಿನ ರೂಪವು ಇಹಲೋಕದ ಶರೀರದಂತೆ ಕಾಣುವುದರಿಂದ ಹಾಗೂ ಭಾಸವಾಗುವುದರಿಂದ, ಆತನು ತಾನು ಭೌತಿಕ ಪ್ರಪಂಚದಲ್ಲಿದ್ದೇನೆ ಎಂದು ಭಾವಿಸುತ್ತಾನೆ. ಅದಕ್ಕಾಗಿ, ಪರಲೋಕದ ಅನುಭವವು ಇಹಲೋಕದ ಅಸ್ತಿತ್ವದಷ್ಟೇ ನಿಜವಾದದ್ದು ಎಂದೆನಿಸುತ್ತದೆ.

ವೈದಿಕ ಸಾಹಿತ್ಯಗಳ ಪ್ರಕಾರ ನರಕದ ನಿಯಂತ್ರಕನು ಯಮರಾಜನು ಮತ್ತು ಆತನನ್ನು ಒಂದು ಪೇಟ ಹಾಗೂ ಹಳದಿ ನಿಲುವಂಗಿಯಿಂದ ಅಲಂಕರಿಸಲಾಗಿರುವ ಕೆಂಪು ಕಣ್ಣಿನ, ತುಂಬ ಪ್ರಕಾಶಮಾನವಾದ ಕಪ್ಪು ದೇಹವನ್ನು ಹೊಂದಿರುವವನೆಂದು ವೈದಿಕ ಪಠ್ಯದಲ್ಲಿ ವಿವರಿಸಲಾಗಿದೆ. ಆದರೆ ನಾನು ಭೇಟಿ ನೀಡಿದ ಸ್ಥಳದ ಅಧೀಕ್ಷಕನು ಹಳದಿ ವರ್ಣವನ್ನು ಹೊಂದಿದ್ದ ಬಿಳಿಯ ದೇಹದಲ್ಲಿದ್ದನು. ನನಗೆ ತೋರಿಸಲಾದ ನರಕದ ನಿರ್ದಿಷ್ಟ ವಿಭಾಗವು ಒಂದು ಸಾವಿನ ಶಿಬಿರವಾಗಿತ್ತು, ಒಂದು ಬಹಳ ವಿಷಣ್ಣವಾದ ಸ್ಥಳವಾಗಿತ್ತು. ಅಧೀಕ್ಷಕನು ನೀಚನಂತೆ-ಕಾಣುತ್ತಿದ್ದ ಮಾನವ-ತರಹದ ವ್ಯಕ್ತಿಗಳನ್ನು ಸಹಾಯಕರನ್ನಾಗಿ ಹೊಂದಿದ್ದನು. ಅವರು ಕೈದಿಗಳ ಸೂಕ್ಷ್ಮ ಶರೀರಗಳನ್ನು ನೋಯಿಸುವುದರಲ್ಲಿ ನಿಪುಣರಾಗಿದ್ದರು. ಇತ್ತೀಚೆಗೆ ತನ್ನ ಇಹಲೋಕದ ರೂಪದಿಂದ ಅಗಲಿದ್ದ ಮತ್ತು ತನ್ನ ಇಹಲೋಕದ ಜೀವನದಲ್ಲಿ ಅಪರಾಧಿಯಾಗಿ ಸಂತ್ರಸ್ತರಿಗೆ ಅವರ ಹಣವನ್ನು ತೆಗೆದುಕೊಳ್ಳುವಾಗ ಇರಿದಿದ್ದ ಒಬ್ಬ ನಿರ್ದಿಷ್ಟ ವ್ಯಕ್ತಿಯನ್ನು ಕಾವಲುಗಾರರು ಹಿಡಿದುಕೊಂಡಿದ್ದರು ಮತ್ತು ಅಧೀಕ್ಷಕನು ಒಂದು ತೀಕ್ಷ್ಣವಾದ ಚಾಕುವನ್ನು ತೆಗೆದುಕೊಂಡು ಆತನ ಎದೆಯನ್ನು ಇರಿದನು. ಆ ಮನುಷ್ಯನಿಗೆ ತುಂಬಾ ನೋವಾಯಿತು, ತದನಂತರ ಆತನ ಸೂಕ್ಷ್ಮ ಶರೀರಕ್ಕೆ ಜ್ಞಾನ ತಪ್ಪಿತು. ಇದಾದ ನಂತರ ಆತನನ್ನು ಪುನಶ್ಚೇತನಗೊಳಿಸಿದರು ಮತ್ತು ಆತನಿಗೆ ಗಾಯ ಹಾಗೂ ನೋವು ಹೋಗಿದ್ದವು, ಆದರೆ ಆ ಇಡೀ ಸಮಯದಲ್ಲಿ ಮರಣಿಸಿದ ಅಪರಾಧಿಯು ತನ್ನ ಹಿಂದಿನ ಹಿಂಸಾತ್ಮಕ ಮತ್ತು ಕ್ರೂರ ಜೀವನಶೈಲಿಯ ಘಟನೆಗಳನ್ನು ನೆನಪಿಸಿಕೊಂಡನು.

ನಂತರ ನಾನು ಅಧೀಕ್ಷಕನನ್ನು ಅವರು ಹೇಗೆ ಪ್ರೇತ ಪೊಲೀಸರಂತೆ ಸೇವೆ ಸಲ್ಲಿಸುತ್ತಿದ್ದ ಸಹಾಯಕರನ್ನು ಪಡೆದುಕೊಂಡರು ಎಂದು ಕೇಳಿದೆನು. ಅವರು ಉತ್ತರಿಸಿದರು, "ಈ ಸಹಾಯಕರು ಹಿಂದಿನ ಜೀವನಗಳಲ್ಲಿ ಅಪರಾಧಿಗಳಾಗಿದ್ದರು. ಅವರು ನಿರುದ್ವಿಗ್ನರಾಗಿ ಜನರನ್ನು ಕೊಲ್ಲುತ್ತಿದ್ದರು. ಈಗ ಅವರಿಗೆ ಹಿಂಸೆಯನ್ನು ಹೇಗೆ ನ್ಯಾಯಿಕವಾಗಿ ಬಳಸಬೇಕೆಂಬ ತರಬೇತಿ ನೀಡಲಾಗಿದೆ. ಇದು ಅವರನ್ನು ಮುಂದಿನ ಜೀವನದಲ್ಲಿ ಪೊಲೀಸರಂತೆ ಹಾಗೂ ಸೈನಿಕರಂತೆ ಸ್ಥಾನಗಳನ್ನು ತೆಗೆದುಕೊಳ್ಳಲು ಸಿದ್ಧಗೊಳಿಸುತ್ತದೆ. ಅವರಿಗೆ ಕೊಲ್ಲುವ ಪ್ರವೃತ್ತಿ ಇದೆ. ಅದನ್ನು ಸುಲಭವಾಗಿ ಬೇರುಸಹಿತ ತೆಗೆದುಹಾಕುವುದು ಸಾಧ್ಯವಿಲ್ಲ. ಈ ಸಹಯೋಗದ ಮೂಲಕ ಅವರು ತಮ್ಮನ್ನು ಸಹಾಯಕವಾಗಿ ಹೇಗೆ ಅನ್ವಯಿಸಬೇಕು ಎಂಬುದನ್ನು ಕಲಿತುಕೊಳ್ಳುತ್ತಾರೆ. ಅವರು ಇಹಲೋಕದ ಸಮಾಜಕ್ಕೆ ಮರಳಿದಾಗ, ಅವರು ಸಮಾಜದ ಒಳಿತಿಗಾಗಿ ಹಿಂಸೆಯನ್ನು ಬಳಸಲು ಬಯಸುತ್ತಾರೆ."

ಇದಾದ ನಂತರ ನಾನು ಇತರ ಪ್ರಶ್ನೆಗಳನ್ನು ಕೇಳಲು ಮತ್ತು ಆ ನರಕಸದೃಶ ಪ್ರದೇಶದ ಇತರ ಭಾಗಗಳನ್ನು ನೋಡಲು ಅವಕಾಶ ನೀಡಬೇಕೆಂದು ಬಯಸಿದೆನು. ಆ ಸ್ಥಳವು ವ್ಯಾಪಕವಿದ್ದಂತೆ ಹಾಗೂ ವಿವಿಧ ವಿಭಾಗಗಳಾಗಿ ವಿಭಜಿಸಿದಂತೆ, ನರಕಸದೃಶ ಪ್ರದೇಶಗಳ ಒಂದು ಇಡೀ ಗ್ರಹದಂತೆ ಕಂಡುಬಂದಿತು. ಆದರೆ, ನನಗೆ ಅನುಮತಿಸಲಿಲ್ಲ. ನನ್ನ ಸೂಕ್ಷ್ಮ ಶರೀರವು ಈ ಇಹಲೋಕದ ಸ್ಥಳದಲ್ಲಿ ಮಿಸ್ಸಿಸ್ಸಿಪ್ಪಿಯಲ್ಲಿ (Mississippi) ಮಲಗಿದ್ದ ನನ್ನ ಸ್ಥೂಲ ಶರೀರಕ್ಕೆ ಮರಳಿತು.

ಪ್ರಾಪಂಚಿಕ ಜನರು ಸಾಮಾನ್ಯವಾಗಿ ಇಹಲೋಕದ ದೇಹಗಳಲ್ಲಿ ಆತ್ಮದ ಪುನರ್ಜನ್ಮವನ್ನು ಸ್ವೀಕರಿಸಲು ಹಿಂಜರಿಯುತ್ತಾರೆ, ಆದರೆ ಇದು ವಾಸ್ತವವಾಗಿದೆ. ಪುನರ್ಜನ್ಮದ ಪ್ರಕ್ರಿಯೆಯಲ್ಲಿ ನಂಬಿಕೆ ಇಲ್ಲದವರಲ್ಲಿಯೂ ಕೂಡ ನಾವು ಪುನರ್ಜನ್ಮದ ಅಭ್ಯಾಸವನ್ನು ಸ್ಪಷ್ಟವಾಗಿ ನೋಡಬಹುದು. ಮಕ್ಕಳು ಹಾಗೂ ಮೊಮ್ಮಕ್ಕಳ ಮೇಲಿನ ಅವರ ವ್ಯಾಮೋಹವು ಅವರು ವಂಶಸ್ಥರ ದೇಹದ ಮೂಲಕ ವಂಶದ ಕುಲಕ್ಕೆ ಮರಳಲು ಬಯಸುತ್ತಾರೆ ಎಂಬುದನ್ನು ತೋರಿಸಿಕೊಡುತ್ತದೆ. ಬಹುತೇಕ ಜನರು ತುಂಟತನದ, ಕೋಪಸ್ವಭಾವದ, ಹಾಗೂ ಅವಮಾನಕರ ಮಕ್ಕಳನ್ನು ಹಾಗೂ ಮೊಮ್ಮಕ್ಕಳನ್ನು ಕೂಡ ಹಚ್ಚಿಕೊಂಡಿರುತ್ತಾರೆ ಎಂಬುದನ್ನು ನಾವು ಯಾವಾಗಲೂ ನೋಡುತ್ತೇವೆ. ಈ ಪ್ರವೃತ್ತಿಯು ಪುನರ್ಜನ್ಮದ ಬಗ್ಗೆ ಬಲವಾದ ಸಾಕ್ಷಿಯಾಗಿದೆ, ಆ ಮೂಲಕ ಸೂಕ್ಷ್ಮ ಶರೀರದ ಆವೇಗಯುಕ್ತ ಪ್ರವೃತ್ತಿಯು ಅಂತರ್ಗತವಾದ ಉದ್ದೇಶದಿಂದ ಭವಿಷ್ಯದ ಪೋಷಕರನ್ನು ಪಡೆದುಕೊಳ್ಳಲು ಸಂಬಂಧಗಳನ್ನು ಬೆಳೆಸುತ್ತದೆ. ವಾಸ್ತವವಾಗಿ, ಈ ಯಾವುದೇ ಜನರಿಗೆ ನರಕವನ್ನು ತಪ್ಪಿಸಲು ಖಚಿತವಾದ ಮಾರ್ಗವೆಂದರೆ ಒಂದು ಹಳೆಯ, ಶಕ್ತಿಗುಂದಿದ ಐಹಿಕ ರೂಪವನ್ನು ತೊರೆದ ಕೂಡಲೇ, ಬೇಗನೆ ಒಂದು ದೇಹವನ್ನು ಹುಟ್ಟಿಸಬಹುದಾದ ಒಬ್ಬ ಕುಟುಂಬದ ಸದಸ್ಯನಿಗೆ ಅಂಟಿಕೊಂಡಿರುವುದು. ಪ್ರೇತ ಪೊಲೀಸರಿಂದ ತಪ್ಪಿಸಿಕೊಳ್ಳುವ ಒಂದು ಮಾರ್ಗವೆಂದರೆ ಸಾವಿನ ನಂತರ ತಕ್ಷಣವೇ ಒಬ್ಬ ಸಂಬಂಧಿಯ ದೇಹದಲ್ಲಿ ಆಶ್ರಯ ತೆಗೆದುಕೊಳ್ಳುವುದು. ಒಬ್ಬ ವ್ಯಕ್ತಿಯು ಸಾವಿನ ನಂತರ ತಕ್ಷಣವೇ ಒಬ್ಬ ಭಾವೀ-ಪೋಷಕನ ದೇಹದಲ್ಲಿ ಒಳಹೊಕ್ಕು ನೆಲೆಗೊಂಡರೆ, ಆತನು ಆ ಸಂಬಂಧಿಯ ರಕ್ತಪ್ರವಾಹದಲ್ಲಿ ಹಾಗೂ ಭಾವನೆಗಳಲ್ಲಿ ಬೆಸೆಯುವುದರಿಂದ ಪ್ರೇತ ಪೊಲೀಸರಿಗೆ ಆತನನ್ನು ಬಂಧಿಸಲು ಸಾಧ್ಯವಾಗುವುದಿಲ್ಲ.

ಸತ್ಯವಾನ್ ಹಾಗೂ ಸಾವಿತ್ರಿ ಎಂಬ ಭಾರತೀಯ ದಂತಕಥೆಯಲ್ಲಿ ಸತ್ಯವಾನನ ದೇಹವು ಚಿಕ್ಕ ವಯಸ್ಸಿನಲ್ಲಿ ಸಾಯುವುದು ವಿಧಿಲಿಖಿತವಾಗಿತ್ತು ಎಂದು ಹೇಳಲಾಗಿದೆ. ಇದರ ಅರ್ಥ

ಯೌವನದಲ್ಲಿ ಆತನ ಸೂಕ್ಷ್ಮ ಶರೀರವು ಶಾಶ್ವತವಾಗಿ ಸ್ಥೂಲ ಶರೀರದಿಂದ ಪ್ರತ್ಯೇಕಿಸಬೇಕಿತ್ತು. ಆದರೆ ಸತ್ಯವಾನನು ಮದುವೆಯಾದನು ಮತ್ತು ತನ್ನ ಪತ್ನಿಯಲ್ಲಿ ಅನುರಕ್ತನಾದನು. ಆತನ ಸ್ಥೂಲ ಶರೀರವು ನಿಧನ ಹೊಂದಿದಾಗ ಆತನ ಪತ್ನಿಯು ಆತನ ಸೂಕ್ಷ್ಮ ರೂಪವನ್ನು ಬಿಡುಗಡೆ ಮಾಡಬೇಕೆಂದು ಸಾವಿನ ನಿಯಂತ್ರಕನನ್ನು ಬೇಡಿಕೊಂಡಳು. ಆಕೆಯ ಬಯಕೆಯನ್ನು ಅನುಗ್ರಹಿಸಲಾಯಿತು. ಅರ್ಥಾತ್, ಶರೀರವು ಸತ್ತ ಮೇಲೆ ಒಬ್ಬ ವ್ಯಕ್ತಿಯು ಹೇಗಾದರೂ ಮಾಡಿ ಒಬ್ಬ ಸಂಬಂಧಿಕನಲ್ಲಿ ಆಶ್ರಯ ತೆಗೆದುಕೊಳ್ಳಬಹುದಾದರೆ, ಆತನು ಸಾವಿನ ನಿಯಂತ್ರಕನಿಂದ ತಪ್ಪಿಸಿಕೊಳ್ಳಬಹುದು.

ಅಜಮಿಲನ ದಂತಕಥೆಯಲ್ಲಿ, ಆತನು ಒಂದು ಹಳೆಯ ಶಕ್ತಿಗುಂದಿದ ಹಾಗೂ ರೋಗಗ್ರಸ್ತ ಭೌತಿಕ ದೇಹದಿಂದ ನಿಧನ ಹೊಂದಿದನು, ಆದರೆ ಆತನಿಗೆ ಅಪರಾಧದ ದಾಖಲೆ ಹಾಗೂ ದುರ್ವ್ಯಸನವಿದ್ದ ಕಾರಣ ಪ್ರೇತ ಪೊಲೀಸರಿಗೆ ಆತನು ಬೇಕಾಗಿದ್ದನು. ಆದರೆ ಸಾವಿನ ಸಮಯದಲ್ಲಿ ಅಜಮಿಲನು ಸಹಜ ಪ್ರವೃತ್ತಿಯಿಂದ ತನ್ನ ಮಗನನ್ನು ಕರೆದನು. ಆತನು ದೇಹಧಾರಿಯಲ್ಲಿ ಆಶ್ರಯ ತೆಗೆದುಕೊಳ್ಳುವ ಸಲುವಾಗಿ ತನ್ನ ಮಗನನ್ನು ತಲುಪಲು ಪ್ರಯತ್ನಿಸಿದನು. ಒಬ್ಬ ಬದುಕಿರುವ ಸಂಬಂಧಿಯಲ್ಲಿ ಆಶ್ರಯ ತೆಗೆದುಕೊಳ್ಳುವ ಮೂಲಕ ಒಬ್ಬ ವ್ಯಕ್ತಿಯು ಪ್ರೇತ ಪೊಲೀಸರಿಂದ ತಪ್ಪಿಸಿಕೊಳ್ಳಬಹುದು. ಇದು ಒಬ್ಬ ವ್ಯಕ್ತಿಯು ಅನಿರ್ದಿಷ್ಟ ಕಾಲ ಪ್ರತೀ ಜೀವನದಲ್ಲಿ ಇದನ್ನು ಮಾಡಬಹುದು ಎಂದರ್ಥವಲ್ಲ. ಒಬ್ಬ ವ್ಯಕ್ತಿಯು ಒಂದು ಅಥವಾ ಎರಡು ಜೀವನದಲ್ಲಿ ಇದನ್ನು ಮಾಡಬಹುದು, ಆದರೆ ನಂತರ ಮಾನವಕುಲದ, ಪ್ರಕೃತಿಯ ಹಾಗೂ ಸರ್ವಶಕ್ತ ದೇವರ ವಿರುದ್ಧ ಮಾಡಿದ ಸಂಚಿತ ಅಪರಾಧಗಳಿಗೆ ಆತನನ್ನು ಬಂಧಿಸಬಹುದು ಮತ್ತು ಶಿಕ್ಷಿಸಬಹುದು.

ವೃದ್ಧರ ಕಿರಿಯರ ಕಡೆಗೆ ವ್ಯಾಮೋಹವು ಹೊಸ ದೇಹಗಳ ಅಗತ್ಯವಿರುವ ಭಾವವನ್ನು ಸೂಚಿಸಿತು. ನಮ್ಮ ವಂಶಸ್ಥರಲ್ಲಿ ಒಬ್ಬರನ್ನು ಮುಂದಿನ ಪೋಷಕರನ್ನಾಗಿ ಸ್ವೀಕರಿಸುವುದಕ್ಕೆ ನಮ್ಮನ್ನು ತಯಾರು ಮಾಡಲು ಇದು ಒಂದು ಸಹಜ ಪ್ರವೃತ್ತಿಯ ಪ್ರಚೋದನೆಯಾಗಿದೆ (instinctive urge). ಇದು ಪುನರ್ಜನ್ಮಕ್ಕಾಗಿ ನಮ್ಮ ಸೂಕ್ಷ್ಮ ಶರೀರದ ಬಲವಾದ ಪ್ರವೃತ್ತಿಗೆ ಪುರಾವೆಯಾಗಿದೆ. ಈ ಪ್ರವೃತ್ತಿಯನ್ನು ಸಂಪೂರ್ಣವಾಗಿ ತೊಡೆದುಹಾಕದಿದ್ದರೆ ಮತ್ತು ನಾವು ನಿರ್ಲಿಪ್ತರಾಗದಿದ್ದರೆ ನಾವು ಯಾವುದೇ ಉನ್ನತ ಪ್ರಪಂಚಕ್ಕೆ ಹೋಗುವ ಪ್ರಶ್ನೆಯೇ ಇಲ್ಲ, ಏಕೆಂದರೆ ಸಾವಿನ ಸಮಯದಲ್ಲಿ ನಮ್ಮ ವ್ಯಾಮೋಹದ ಪ್ರವೃತ್ತಿಯು ಈ ಪ್ರಪಂಚಕ್ಕೆ ನಮ್ಮನ್ನು ಮತ್ತೆ ಎಳೆಯುತ್ತದೆ. ಹೀಗಾಗಿ ನಾವು ಸಾಮಾಜಿಕವಾಗಿ ಅಂಟಿಕೊಂಡಿದ್ದರೆ ಧಾರ್ಮಿಕ ಧರ್ಮಶ್ರದ್ಧೆಯು ನಿರರ್ಥಕವಾಗುತ್ತದೆ.

ಪುನರ್ಜನ್ಮವು ಬಹುತೇಕವಾಗಿ ಸ್ಥೂಲ ಶರೀರಗಳು ನಿಧನ ಆದವರಿಗೆ ಮತ್ತು ಹೊಸ ಐಹಿಕ ರೂಪಗಳ ಅಗತ್ಯವಿರುವವರಿಗೆ, ಆದರೆ ಒಬ್ಬ ಮನುಷ್ಯನ ರಕ್ತಪ್ರವಾಹದಲ್ಲಿ ನೆಲೆಗೊಳ್ಳಲು ಸಾಧ್ಯವಾಗದವರಿಗೆ ಒಂದು ಸಮಸ್ಯೆಯಾಗಿದೆ. ಆದಾಗ್ಯೂ, ಜೀವಂತವಾಗಿರುವವರಿಗೂ ಕೂಡ ಪುನರ್ಜನ್ಮವು ಒಂದು ಸಮಸ್ಯೆಯಾಗಿದೆ. ಬದುಕಿರುವವರು, ಭವಿಷ್ಯದಲ್ಲಿ, ಶಾಶ್ವತವಾಗಿ ಪ್ರಸ್ತುತ ಸ್ಥೂಲ ರೂಪಗಳನ್ನು ಬಿಟ್ಟು ಹೋಗಬೇಕಾಗುತ್ತದೆ. ಇದರ ಜೊತೆಗೆ ಅವರು ಬದುಕಿರುವಾಗ ಆಸ್ಟ್ರಲ್ ಪ್ರಪಂಚದಲ್ಲಿ ಅನಿಶ್ಚಿತ ಸ್ಥಿತಿಯಲ್ಲಿರುವ ಆತ್ಮಗಳಿಂದ ಅಥವಾ ಮಕ್ಕಳಂತೆ ಮರುಹುಟ್ಟಿಗಾಗಿ ಅವರ ರಕ್ತಪ್ರವಾಹವನ್ನು ಅಥವಾ ಸೂಕ್ಷ್ಮ ಶರೀರವನ್ನು ಪ್ರವೇಶಿಸಿದ ಆತ್ಮಗಳಿಂದ ಮಾನಸಿಕವಾಗಿ ಹಾಗೂ ಭಾವನಾತ್ಮಕವಾಗಿ ಕಿರುಕುಳಕ್ಕೊಳಗಾಗುತ್ತಾರೆ.

ಒಬ್ಬ ವ್ಯಕ್ತಿಯ ಜೀವನದಲ್ಲಿ ಮಕ್ಕಳ ಪ್ರಭಾವವು ಯಾವಾಗಲೂ ಸಕಾರಾತ್ಮಕವಾಗಿರುವುದಿಲ್ಲ. ಇದು ಆಧ್ಯಾತ್ಮಿಕ ಪ್ರಗತಿಗೆ ಅನುಕೂಲಕರವಾಗಿರುವುದು ಅಪರೂಪ. ದೇಹಗಳು ಬೇಕಾದವರು, ಕನಿಷ್ಟ ಪಕ್ಷ ಕೆಳಗಿನ ಆಸ್ಟ್ರಲ್ ಪರಿಸರದಲ್ಲಿರುವವರು ಸಾಮಾನ್ಯವಾಗಿ ಪ್ರಾಪಂಚಿಕವಾಗಿರುತ್ತಾರೆ. ಅವರ ಪ್ರಭಾವವು ವ್ಯಕ್ತಿಯನ್ನು ಆಧ್ಯಾತ್ಮಿಕ ದೃಷ್ಟಿಕೋನಗಳಿಗೆ ಹೆಚ್ಚು ಹೆಚ್ಚು ಅಸಂವೇದಿಯಾಗುವಂತೆ ಮಾಡುತ್ತದೆ. ಹೀಗಾಗಿ, ಒಬ್ಬ ವ್ಯಕ್ತಿಗೆ ಅವರಲ್ಲಿ ಯಾರ ಮೇಲಾದರೂ ಉಪಕಾರದ ಋಣವಿದ್ದರೆ, ಆತನು ಆಧ್ಯಾತ್ಮಿಕ ಪ್ರಗತಿಗೆ ಧಕ್ಕೆಯನ್ನುಂಟು ಮಾಡದೇ ಉಪಕಾರದ ಋಣವನ್ನು ತೀರಿಸಬೇಕು. ಈ ಕಾರಣಕ್ಕಾಗಿಯೇ ಅನೇಕ ಯತಿಗಳು ಹುಟ್ಟಿಸುವುದನ್ನು ತಪ್ಪಿಸುತ್ತಾರೆ ಮತ್ತು ಬ್ರಹ್ಮಚರ್ಯೆಯ ಮೇಲೆ ಗಮನ ಹರಿಸುತ್ತಾರೆ.

ಹಲವಾರು ಜೀವನದಲ್ಲಿ ಜವಾಬ್ದಾರಿಯುತ ಪೋಷಕರಾಗಿರಲು ಪ್ರಯತ್ನಿಸಿ, ಗೃಹಸ್ಥನ ಜೀವನದ ಜವಾಬ್ದಾರಿಯು ಸಾಮಾನ್ಯವಾಗಿ ಆಧ್ಯಾತ್ಮಿಕ ವಿಷಯಾಂತರದಲ್ಲಿ ಮುಕ್ತಾಯವಾಗುತ್ತದೆ ಎಂಬುದನ್ನು ಕಂಡುಕೊಂಡ ನಂತರ ಅವರು ಇಂತಹ ಜೀವನದಿಂದ ಓಡುತ್ತಾರೆ ಅಥವಾ ವಿಮುಖರಾಗುತ್ತಾರೆ. ಒಬ್ಬ ವ್ಯಕ್ತಿಯು ಗೃಹಸ್ಥನಾಗಿರಲು ಬಹಳ ಸೂಕ್ಷ್ಮಗ್ರಾಹಿ ಹಾಗೂ ಅತ್ಯಂತ ಪ್ರಬಲನಿರಬೇಕು ಮತ್ತು ಏಕಕಾಲದಲ್ಲಿ ಗಮನಾರ್ಹ ಆಧ್ಯಾತ್ಮಿಕ ಪ್ರಗತಿಯನ್ನೂ ಸಾಧಿಸಬೇಕು. ಹುಟ್ಟಿಸುವ ಪ್ರಕ್ರಿಯೆಯಲ್ಲಿ ಒಬ್ಬ ವ್ಯಕ್ತಿಯು ಯಾವ ಆತ್ಮಗಳಿಗೆ ಜವಾಬ್ದಾರನಾಗಿರಬಹುದೋ ಆ ಬಹುತೇಕ ಆತ್ಮಗಳು ಪ್ರಾಪಂಚಿಕವಾಗಿರುತ್ತಾರೆ. ಅವರು ಆಧ್ಯಾತ್ಮಿಕವಲ್ಲದ ದಿಕ್ಕಿನಲ್ಲಿ ಆತನ ಮನಸ್ಸಿನ ಮೇಲೆ, ಭಾವನೆಗಳ ಮೇಲೆ ಹಾಗೂ ದೇಹದ ಮೇಲೆ ಪ್ರಭಾವ ಬೀರುತ್ತಾರೆ. ಆಧ್ಯಾತ್ಮಿಕ ಅರ್ಥದಲ್ಲಿ ಹಾನಿಕಾರಕವಾಗಿರುವ, ಪ್ರಾಪಂಚಿಕ ಹಾಗೂ ಇಂದ್ರಿಯ ಸುಖದ ಆಸೆಗಳನ್ನು ಬಲಪಡಿಸಲು ಅವರು ಒಬ್ಬನ ಶಕ್ತಿಯನ್ನು ಬಳಸಿಕೊಳ್ಳುತ್ತಾರೆ.

ಒಬ್ಬ ವ್ಯಕ್ತಿಯು ದೇಹದ ಸಾವಿಗೆ ಸಿದ್ಧನಾಗಬೇಕು. ಅದು ಮುಖ್ಯ. ಒಬ್ಬ ವ್ಯಕ್ತಿಯು ಖಂಡಿತವಾಗಿ ಬೇಗನೆಯೋ ತಡವಾಗಿಯೋ ದೇಹವನ್ನು ಬಿಡಬೇಕು ಎಂಬುದನ್ನು ಮನಸ್ಸಿನಲ್ಲಿಟ್ಟುಕೊಂಡರೆ ಆತನು ಸಿದ್ಧನಾಗಲು ಮತ್ತು ಎಚ್ಚರಿಕೆಯಿಂದಿರಲು ಸುಲಭವಾಗುತ್ತದೆ. ಇಲ್ಲವಾದರೆ, ವಿಧಿಯು ದೇಹವನ್ನು ಕೊಲ್ಲುತ್ತದೆ ಎಂಬುದನ್ನು ಆತನು ಮರೆತುಬಿಡುತ್ತಾನೆ, ಮತ್ತು ಸಮಯ ಬಂದಾಗ ಆತನಿಗೆ ಎಚ್ಚರಿಕೆ ತಪ್ಪಿ ಹೋಗಿರುತ್ತದೆ.

ಗೃಹಸ್ಥರು ಪ್ರೀತಿಪಾತ್ರರ ಕಡೆಗೆ ಬೇಜವಾಬ್ದಾರರಾಗದೆ ಅವರಿಂದ ನಿರ್ಲಿಪ್ತರಾಗುವ ಮೂಲಕ ಸಾವಿಗೆ ಸಿದ್ಧರಾಗಬೇಕು. ಒಬ್ಬ ವ್ಯಕ್ತಿಯು ಆದಷ್ಟು ಮಟ್ಟಿಗೆ ಕುಟುಂಬದ ಜವಾಬ್ದಾರಿಗಳನ್ನು ನಿರ್ವಹಿಸಬೇಕು, ಆದರೆ ಏನೇ ಇರಲಿ ಆತನು ನಿರ್ಲಿಪ್ತನಾಗಿರಬೇಕು. ಬದುಕಿನ ದಿನನಿತ್ಯದ ಕಾಲಗತಿಯಲ್ಲಿ ದಿನಕ್ಕೊಮ್ಮೆ, ವಾರಕ್ಕೊಮ್ಮೆ, ತಿಂಗಳಿಗೊಮ್ಮೆ ಅಥವಾ ವರ್ಷಕ್ಕೊಮ್ಮೆ ಪ್ರೀತಿಪಾತ್ರನಿಂದ ಬೇರ್ಪಟ್ಟಾಗ, ಆತನು ಆ ವ್ಯಕ್ತಿಯ ಕಡೆಗೆ ಜವಾಬ್ದಾರನಾಗಿರಬೇಕು, ಆದರೆ ಹೇಳಿದ ಸಂಬಂಧಿಯೊಂದಿಗೆ ಇರಲು ಹಂಬಲಿಕೆಯಲ್ಲಿ ಅತಿ ಲಾಲಿಸಬಾರದು. ಆತನು ಜವಾಬ್ದಾರಿಗಳನ್ನು ಸ್ನೇಹಪರ ಆದರೆ, ನಿರ್ಲಿಪ್ತ ಮನೋಭಾವದಲ್ಲಿ ಪಾಲಿಸಿಕೊಂಡು ಬರಬೇಕು. ಒಬ್ಬ ಜವಾಬ್ದಾರಿಯುತ ಗೃಹಸ್ಥನಿಗೆ ಎರಡು ಕಾಳಜಿಗಳು ಇರಬೇಕು:

- ***ಮನೆಜನರ ಕಡೆಗೆ ಜವಾಬ್ದಾರಿಗಳು***
- ***ವೈಯಕ್ತಿಕ ಆಧ್ಯಾತ್ಮಿಕ ಪ್ರಗತಿ***

ಇವೆರಡೂ ವಿಷಯಗಳನ್ನು ಆಧ್ಯಾತ್ಮಿಕ ಜೀವನಕ್ಕೆ ಧಕ್ಕೆ ಬಾರದಂತೆ ಅಥವಾ ಸಂಪೂರ್ಣವಾಗಿ ನಿರ್ಲಕ್ಷಿಸದೇ ಪಕ್ಕಪಕ್ಕದಲ್ಲಿ ಬೆಳೆಸಿಕೊಳ್ಳಬೇಕು.

ಮುಂದುವರೆದ ಧ್ಯಾನಕ್ಕೆ (for advanced meditation) ಒಬ್ಬ ವ್ಯಕ್ತಿಯು ದೇಹದಲ್ಲಿನ ಜೀವ ಶಕ್ತಿಯ ಮೇಲೆ ನಿಯಂತ್ರಣವನ್ನು ಪಡೆದುಕೊಳ್ಳಬೇಕು ಮತ್ತು ಅದರ ಹಠಾತ್ ಪ್ರವೃತ್ತಿಯ ಚಟುವಟಿಕೆಯನ್ನು ಕಡಮೆ ಮಾಡಬೇಕು. ದೇಹವು ತನ್ನನ್ನು ರಕ್ಷಿಸಿಕೊಳ್ಳುವ ರೀತಿಯನ್ನು ಪರಿಶೀಲಿಸುವ ಮೂಲಕ ಒಬ್ಬ ವ್ಯಕ್ತಿಯು ಜೀವ ಶಕ್ತಿಯನ್ನು ಅರಿತುಕೊಳ್ಳಬಹುದು. ಉದಾಹರಣೆಗೆ, ನಮ್ಮ ವ್ಯಕ್ತಪಡಿಸಿದ ಇಚ್ಛೆ ಇಲ್ಲದೆ ನಿರ್ವಹಿಸಲಾಗುವ ಅನೈಚ್ಛಿಕ ಚಟುವಟಿಕೆಗಳು ಹಾಗೂ ಕ್ರಿಯೆಗಳು ಇವೆ. ಈ ಕ್ರಿಯೆಗಳು ಜೀವ ಶಕ್ತಿಯಿಂದ ನಿರ್ವಹಿಸಲಾಗುತ್ತದೆ, ಆದ್ದರಿಂದ ಇವು ಜೀವ ಶಕ್ತಿಯನ್ನು ಒಂದು ವಿಶಿಷ್ಟ ಅನಿವಾರ್ಯ ಕಾರ್ಯವಾಗಿ ಸ್ಥಾಪಿಸುತ್ತವೆ.

ಯೋಗಿಗಳಿಗೆ ದೇಹದಲ್ಲಿನ ಈ ವಿಶಿಷ್ಟವಾದ ಹಾಗೂ ಪ್ರತ್ಯೇಕವಾದ ಶಕ್ತಿಯನ್ನು ಗುರುತಿಸಲು ಸಾಮರ್ಥ್ಯವನ್ನು ನೀಡುವ ಪ್ರಾಣಾಯಾಮ ಯೋಗ ಅಭ್ಯಾಸವನ್ನು ನಾವು ಪ್ರಾರಂಭಿಸದೆಯೂ ಕೂಡ ನಾವು ಹೇಗೆ ಈ ಜೀವ ಶಕ್ತಿಯನ್ನು ಅರಿತುಕೊಳ್ಳಬಹುದು ಎಂಬುದರ ಬಗ್ಗೆ ಭಗವದ್ಗೀತೆಯಲ್ಲಿ ಶ್ರೀ ಕೃಷ್ಣನು ನಮಗೆ ಕೆಲವು ಸೂಚನೆಯನ್ನು ಕೊಟ್ಟನು.

ಒಬ್ಬ ಮುಂದುವರೆದ ಅನುಭಾವಿಯ ಮನೋಧರ್ಮವನ್ನು ವಿವರಿಸುತ್ತಾ, ಆತನು ಹೇಳಿದನು:

- *"ನಾನು ಏನನ್ನೂ ಆರಂಭಿಸುವುದಿಲ್ಲ." ಯೋಗದಲ್ಲಿ ಪ್ರವೀಣನಾಗಿದ್ದು, ವಾಸ್ತವತೆಯು ತಿಳಿದವನು (ಜ್ಞಾತ) ಹೀಗೆಂದು ಯೋಚಿಸುತ್ತಾನೆ. ನೋಡುವಾಗ, ಕೇಳಿಸಿಕೊಳ್ಳುವಾಗ, ಸ್ಪರ್ಶಿಸುವಾಗ, ವಾಸನೆ ಗ್ರಹಿಸುವಾಗ, ತಿನ್ನುವಾಗ, ನಡೆಯುವಾಗ, ನಿದ್ರಿಸುವಾಗ, ಉಸಿರಾಡುವಾಗ,*
- *...ಮಾತನಾಡುವಾಗ, ವಿಸರ್ಜಿಸುವಾಗ, ಹಿಡಿದುಕೊಳ್ಳುವಾಗ, ಕಣ್ಣುರೆಪ್ಪೆಗಳನ್ನು ತೆರೆಯುವಾಗ ಮತ್ತು ಮುಚ್ಚುವಾಗ, ಆತನು ಆಲೋಚಿಸುತ್ತಾನೆ, "ಇಂದ್ರಿಯಗಳು ಆಕರ್ಷಕ ವಸ್ತುಗಳೊಂದಿಗೆ ಪರಸ್ಪರ ತಳಕು ಹಾಕಲ್ಪಟ್ಟಿವೆ." (ಭಗವದ್ಗೀತೆ ೫.೮-೯)*

ವಾಸ್ತವತೆಯನ್ನು ತಿಳಿದವನು ಮತ್ತು ದೇಹದ ವಿವಿಧ ಸ್ಥಿತಿಗಳನ್ನು ಹಾಗೂ ಶಕ್ತಿಗಳನ್ನು ಅರ್ಥ ಮಾಡಿಕೊಂಡವನು, ಅದರಿಂದ ನಿರ್ಲಿಪ್ತನಾಗಿರುವ ಮೂಲಕ ಎಲ್ಲವನ್ನೂ ಅರಿತುಕೊಳ್ಳುತ್ತಾನೆ. ಆಳವಾದ ಆಲೋಚನೆಯಿಂದ ಆತನು ದೃಷ್ಟಿಯ ಗ್ರಹಿಕೆ, ಶ್ರವಣ ಪ್ರವೃತ್ತಿ, ಸ್ಪರ್ಶದ ಸಾಮರ್ಥ್ಯ, ವಾಸನೆ ಗ್ರಹಿಸುವ ಸಾಮರ್ಥ್ಯ, ತಿನ್ನುವ ಸಾಮರ್ಥ್ಯ, ಚಲನೆ, ಮಲಗುವ ಪ್ರವೃತ್ತಿ, ಹಾಗೂ ಉಸಿರಾಟದ ಕಾರ್ಯವು ಹೆಚ್ಚಿನ ಮಟ್ಟಿಗೆ ಸ್ವಯಂಚಾಲಿತವಾಗಿ ನಡೆಯುತ್ತವೆ ಎಂಬುದನ್ನು ಅರ್ಥ ಮಾಡಿಕೊಳ್ಳುತ್ತಾನೆ. ಸ್ವಯಂನ-ಕೇಂದ್ರಭಾಗವು (ಯಾ ಆತ್ಮವು) ಈ ಕಾರ್ಯಗಳನ್ನು ಸಂಪೂರ್ಣವಾಗಿ ನಿಯಂತ್ರಿಸುವುದಿಲ್ಲ

ಎಂಬುದನ್ನು ಆ ವ್ಯಕ್ತಿಯು ಅರಿತುಕೊಳ್ಳುತ್ತಾನೆ. ಮಾತನಾಡುವಲ್ಲಿ, ವಿಸರ್ಜಿಸುವಲ್ಲಿ, ಭದ್ರವಾಗಿ ಹಿಡಿದುಕೊಳ್ಳುವಲ್ಲಿ, ಮತ್ತು ಕಣ್ಣುರೆಪ್ಪೆಗಳ ಕಾರ್ಯ ನಿರ್ವಹಿಸುವಲ್ಲಿ, ಭೌತಿಕ ಇಂದ್ರಿಯಗಳು ಭೌತಿಕ ವಸ್ತುಗಳೊಂದಿಗೆ ಪರಸ್ಪರವಾಗಿ ಕಾರ್ಯ ನಡೆಸಲು ಪ್ರಚೋದಿಸಲ್ಪಡುತ್ತಿವೆ ಮತ್ತು ಆತ್ಮವು ಈ ಪ್ರಕ್ರಿಯೆಯಿಂದ ನಿರ್ಲಿಪ್ತವಾಗಿದೆ ಎಂಬುದನ್ನು ಆ ವ್ಯಕ್ತಿಯು ಬಲ್ಲನು.

ದೇಹವು ಜೀವ ಶಕ್ತಿಯಿಂದ ನಡೆಸಲ್ಪಡುತ್ತದೆ, ದೇಹದ ತಲೆಯಲ್ಲಿ ನೆಲೆಸಿರುವ ಮನಸ್ಸಿನಿಂದಲ್ಲ. ಜೀವ ಶಕ್ತಿಯು ಸಾಮಾನ್ಯ ಮನುಷ್ಯನ ಬೆನ್ನುಮೂಳೆಯಲ್ಲಿ, ಅದರ ತಳದಲ್ಲಿ, ಜನನಾಂಗದ ಮತ್ತು ಗುದ ಪ್ರದೇಶದ ಹತ್ತಿರ ನೆಲೆಸಿರುತ್ತದೆ. ಸ್ವಲ್ಪ ನಿರ್ಲಿಪ್ತತೆಯಿಂದ ಈ ಚಾಲನಾ ಶಕ್ತಿಯನ್ನು ಗ್ರಹಿಸಲು ಪ್ರಾರಂಭಿಸಬಹುದು. ಇದು ಮನಸ್ಸನ್ನು ಕಾರ್ಯಪ್ರವೃತ್ತವಾಗಲು ಪ್ರೇರೇಪಿಸುತ್ತದೆ ಅಥವಾ ಪ್ರಚೋದಿಸುತ್ತದೆ. ಮನಸ್ಸು ಪ್ರತಿಯಾಗಿ ಇಂದ್ರಿಯ ತೃಪ್ತಿಯನ್ನು ಪಡೆಯುವುದಕ್ಕಾಗಿ ಮತ್ತು ದೇಹದ ರಕ್ಷಣೆಗಾಗಿ ಕಾರ್ಯನಿರ್ವಹಿಸಲು ಇಂದ್ರಿಯಗಳನ್ನು ಕಾರ್ಯಪ್ರವೃತ್ತವಾಗುವಂತೆ ಮಾಡುತ್ತದೆ. ಮನಸ್ಸು ಮೂಲಭೂತವಾಗಿ ಎರಡು ಚಟುವಟಿಕೆಗಳಲ್ಲಿ ತೊಡಗಿಕೊಂಡಿದೆ ಎಂದು ಹೇಳಲಾಗಿದೆ, ಅವುಗಳೆಂದರೆ ಸ್ವೀಕರಿಸುವುದು ಮತ್ತು ತಿರಸ್ಕರಿಸುವುದು, ಅಥವಾ ಭದ್ರವಾಗಿ ಹಿಡಿದುಕೊಳ್ಳುವುದು ಮತ್ತು ದೂರ ತಳ್ಳುವುದು. ಅದು ದೇಹವನ್ನು ತೃಪ್ತಿಪಡಿಸಬಲ್ಲದು ಎಂದು ಗ್ರಹಿಸುವ ಎಲ್ಲವನ್ನೂ ಭದ್ರವಾಗಿ ಹಿಡಿದುಕೊಳ್ಳುತ್ತದೆ, ಮತ್ತು ಅದು ಹಾನಿಕರವೆಂದು ತೋರುವ ಎಲ್ಲವನ್ನೂ ದೂರ ತಳ್ಳುತ್ತದೆ. ವಾಸ್ತವವಾಗಿ, ತೀರ್ಮಾನಗಳು ಮನಸ್ಸಿನಿಂದ ಮಾಡಲಾಗುವುದಿಲ್ಲ. ಅವು ಮನಸ್ಸಿನ ಕೆಳಗಿರುವ ಜೀವ ಶಕ್ತಿಯಿಂದ ಕಾರ್ಯಗತಗೊಳಿಸಲಾಗುತ್ತದೆ. ಈ ಶಕ್ತಿಯು ತನ್ನ ಹಠಾತ್ ಪ್ರವೃತ್ತಿಯ ಚಟುವಟಿಕೆಗಳಲ್ಲಿ ದುಬಾರಿ ತಪ್ಪುಗಳನ್ನು ಮಾಡುತ್ತದೆ.

ಒಂದು ನಿರ್ಧಿಷ್ಟ ಆತ್ಮವನ್ನು ಅದರ ಜೀವ ಶಕ್ತಿಯ ಎಲ್ಲಾ ತಪ್ಪುಗಳಿಗೆ ಗುರುತು ಹಚ್ಚಲಾಗುವುದರಿಂದ ಆ ಶಕ್ತಿಯನ್ನು ನಿಯಂತ್ರಣದಲ್ಲಿ ತೆಗೆದುಕೊಳ್ಳುವುದು ಮತ್ತು ಅದರ ಚಟುವಟಿಕೆಗಳನ್ನು ಆಕ್ಷೇಪಿಸುವುದು ವ್ಯಕ್ತಿಯ ಹಿತಾಸಕ್ತಿಯಲ್ಲಿದೆ, ಅದರಿಂದಾಗಿ ಅದು ವಿವೇಚನಾಯುಕ್ತವಾಗಿ ಕಾರ್ಯನಿರ್ವಹಿಸುವಂತಾಗುತ್ತದೆ. ಧ್ಯಾನ ಅಭ್ಯಾಸದ ಆರಂಭದಲ್ಲಿ ಒಬ್ಬ ವ್ಯಕ್ತಿಯು ಮನಸ್ಸನ್ನು ನಿಯಂತ್ರಣದಲ್ಲಿಡಲು ಪ್ರಯತ್ನಿಸುತ್ತಾನೆ ಮತ್ತು ಆತನು ಸ್ವಲ್ಪ ಮಟ್ಟಿಗೆ ಯಶಸ್ವಿಯಾಗುತ್ತಾನೆ, ಆದರೆ ಆತನ ಇಚ್ಛೆಗೆ ವಿರುದ್ಧವಾಗಿಯೂ, ಹಠಾತ್ ಪ್ರವೃತ್ತಿಯಿಂದ ಮನಸ್ಸನ್ನು ಪ್ರಚೋದಿಸುವ ಮತ್ತೊಂದು ಶಕ್ತಿ ಇದೆ ಎಂಬುದನ್ನು ಆತನು ಬೇಗನೆಯೋ ತಡವಾಗಿಯೋ ಅರಿತುಕೊಳ್ಳುತ್ತಾನೆ. ಈ ಶಕ್ತಿಯು ಜೀವ ಶಕ್ತಿಯಾಗಿದೆ. ರಾಜ ಯೋಗ ಪ್ರಕ್ರಿಯೆಯನ್ನು ಅಧ್ಯಯನ ಮಾಡುವ ವ್ಯಕ್ತಿಗಳು ಜೀವ ಶಕ್ತಿಯನ್ನು ನಿಯಂತ್ರಿಸಲು ಒಂದು ಮಾರ್ಗವನ್ನು ಕಂಡುಕೊಳ್ಳಬೇಕಿದೆ ಎಂಬುದನ್ನು ಅಂತಿಮವಾಗಿ ಅರಿತುಕೊಳ್ಳುತ್ತಾರೆ. ಪ್ರಾಚೀನ ಕಾಲದಲ್ಲಿ ಪ್ರಾಣಾಯಾಮ ವಿಧಾನವನ್ನು ಬಳಸಲಾಗುತ್ತಿತ್ತು, ಏಕೆಂದರೆ ನಾವು ಉಸಿರಾಡುವ ಗಾಳಿಯಿಂದ ಜೀವ ಶಕ್ತಿಯು ಶಕ್ತಿಯನ್ನು ಸೆಳೆದುಕೊಳ್ಳುವುದರಿಂದ ಉಸಿರಾಟವನ್ನು ನಿಯಂತ್ರಿಸಿದರೆ ಅದು ಜೀವ ಶಕ್ತಿಯನ್ನು ಕಡಿಮೆ ಪ್ರಬಲವಾಗುವಂತೆ ಮಾಡುತ್ತದೆ. ಇದು ಸಿಂಹವನ್ನು ಪಳಗಿಸುವಂತೆಯೇ ಇದೆ. ಒಂದು ಸಿಂಹವನ್ನು ಪಳಗಿಸಲು ಆ ಪ್ರಾಣಿಯನ್ನು ಸೆರೆಹಿಡಿದು ಒಂದು ಗುಹೆ, ಹಳ್ಳ ಅಥವಾ ಪಂಜರದಲ್ಲಿ ಕೂಡಿ ಹಾಕಬೇಕು. ನಂತರ ಆ ಪ್ರಾಣಿಯನ್ನು ಹತೋಟಿಯಲ್ಲಿಟ್ಟು ಆಹಾರ ಕೊಡಬೇಕು, ಕ್ರಮೇಣವಾಗಿ ಪ್ರಾಣಿಯು ಸೌಮ್ಯವಾಗುತ್ತದೆ.

ಆದರೆ, ಜೀವ ಶಕ್ತಿಯನ್ನು ಅದರ ಹಠಾತ್ ಪ್ರವೃತ್ತಿಯ ಚಟುವಟಿಕೆಗಳನ್ನು ಗಮನಿಸುವುದರ ವಿಧಾನದಿಂದಲೂ ಕೂಡ ನಿಯಂತ್ರಿಸಬಹುದು. ನಾವು ಎಚ್ಚರಿಕೆಯಿಂದ ಪರಿಶೀಲಿಸಿದರೆ ಆಹಾರ ಪದಾರ್ಥಗಳನ್ನು ಜೀರ್ಣಿಸಿಕೊಳ್ಳುವಂತಹ ಒಂದು ಸರಳ ವಿಷಯವೂ ನಮ್ಮ ನಿಯಂತ್ರಣದ ಹೊರಗಿದೆ ಎಂಬುದನ್ನು ನಾವು ನೋಡುತ್ತೇವೆ. ಇದು ಸ್ವಯಂಚಾಲಿತವಾಗಿ ನಡೆಯುತ್ತದೆ. ಈ ಸ್ವಯಂಚಾಲನೆಯು ಜೀವ ಶಕ್ತಿಯಿಂದ ನಡೆಸಲ್ಪಡುತ್ತಿದೆ. ಎಲ್ಲಾ ಮಾನಸಿಕ ಅಂಶಗಳು ಹಾಗೂ ಕಾರ್ಯಗಳು, ನಮ್ಮ ಹಿತಾಸಕ್ತಿಯಲ್ಲಿಯೇ ಆಗಲಿ ಅಥವಾ ಅದರ ವಿರುದ್ಧವಾಗಿಯೇ ಆಗಲಿ, ಜೀವ ಶಕ್ತಿಯಿಂದ ನಡೆಸಲ್ಪಡುತ್ತಿವೆ. ಉದಾಹರಣೆಗೆ, ದೇಹವು ಸಿಹಿತಿಂಡಿಗಳಿಗೆ ಅಭ್ಯಾಸ ಮಾಡಿಕೊಂಡಿದ್ದರೆ, ಮತ್ತು ಜೀವ ಶಕ್ತಿಗೆ ಬಲವಾಗಿ ಚಟಹಿಡಿದಿದ್ದರೆ, ನನಗೆ ದೇಹದ ಸಕ್ಕರೆ ಸೇವನೆಯನ್ನು ಕಡಿಮೆ ಮಾಡಲು ಸಾಧ್ಯವಾಗದೇ ಇರಬಹುದು. ಆದ್ದರಿಂದ, ಜೀವ ಶಕ್ತಿಯನ್ನು ಏನೇ ಆಗಲಿ ನಿಗ್ರಹಿಸಬೇಕು. ಮನಸ್ಸು ಕೇವಲ ಜೀವ ಶಕ್ತಿಯ ಒಂದು ಕೈಗೊಂಬೆಯಾಗಿದೆ, ಮತ್ತು ಒಬ್ಬ ವ್ಯಕ್ತಿಯು ಮನಸ್ಸನ್ನು ಕೇಂದ್ರೀಕರಿಸುವಂತೆ ಮಾಡಿದರೂ ಕೂಡ, ಗುಟ್ಟಾದ ಮತ್ತು ಸಾಮಾನ್ಯವಾಗಿ ಮೋಸದ ಜೀವ ಶಕ್ತಿಯಿಂದ ಒಂದು ಪ್ರಚೋದನೆ ಬಂದ ಕೂಡಲೇ ಮನಸ್ಸು ದಾರಿತಪ್ಪುತ್ತದೆ.

ಆಧ್ಯಾತ್ಮಿಕ ಜೀವನದಲ್ಲಿ ಒಬ್ಬ ವ್ಯಕ್ತಿಯು ಸ್ಥೂಲ ದೇಹವನ್ನು ನಿಯಂತ್ರಿಸಲು ಪ್ರಯತ್ನ ಮಾಡುತ್ತಾನೆ, ಆದರೆ ನಂತರ ಮನಸ್ಸು ಹಾಗೂ ಭಾವನೆಗಳು ಹತೋಟಿಗೆ ಬಾರದು ಎಂಬುದನ್ನು ಆತನು ಕಂಡುಕೊಳ್ಳುತ್ತಾನೆ. ಆದ್ದರಿಂದ, ಮನಸ್ಸು ಹಾಗೂ ಅದರ ಒಳಅಂಶಗಳು ಇಷ್ಟಪಡದಿರುವ, ಆದರೆ ತನ್ನ ಹಿತಾಸಕ್ತಿಯಲ್ಲಿ ಇರುವ ಸೇವೆಗಳಲ್ಲಿ ಅವುಗಳನ್ನು ಬಲವಂತವಾಗಿ ತೊಡಗಿಸುವ ಮೂಲಕ ಆತನು ಅವುಗಳನ್ನು ನಿಯಂತ್ರಿಸಲು ಪ್ರಯತ್ನಿಸುತ್ತಾನೆ. ಆತನು ಮನಸ್ಸನ್ನು ಒತ್ತಾಯಿಸಲು ಆರಂಭಿಸಿದ ಕೂಡಲೇ ಆತನಿಗೆ ಪ್ರಗತಿ ಸಾಧಿಸಿದಂತೆ ಭಾಸವಾಗುತ್ತದೆ, ಆದರೆ ನಂತರ ಕಟ್ಟುನಿಟ್ಟಿನ ನಿಯಂತ್ರಣವನ್ನು ವಿರೋಧಿಸುವ ಅನಿಸಿಕೆಗಳು ಹಾಗೂ ಭಾವನೆಗಳ ಬಗ್ಗೆ ಆತನು ತೀವ್ರವಾಗಿ ಅರಿವುಳ್ಳವನಾಗುತ್ತಾನೆ. ಈ ಹಂತದಲ್ಲಿ ಆತನು ನಿಲ್ಲಿಸಿ ಮರುಪರಿಶೀಲಿಸಬೇಕು.

ಉದಾಹರಣೆಗೆ, ಲೈಂಗಿಕ ಇಚ್ಛಾಪೂರೈಕೆಯನ್ನು ಪರಿಗಣಿಸಿ. ಸಂಸಾರಿಯೊಬ್ಬನು ತನ್ನ ಆಧ್ಯಾತ್ಮಿಕ ಜೀವನಕ್ಕಾಗಿ ತುಂಬಾ ವಿಚಾರಮಾಡಿ, ಕಳಕಳಿಯಿಂದ ಎಲ್ಲಾ ತಿಕ್ಕಲಿನ ಲೈಂಗಿಕ ಇಚ್ಛಾಪೂರೈಕೆಯನ್ನು ನಿಲ್ಲಿಸಲು ಮಾನಸಿಕ ನಿರ್ಧಾರ ಮಾಡಬಹುದು. ಅದೇ ರೀತಿಯಲ್ಲಿ, ಸನ್ಯಾಸಿಯೊಬ್ಬನು ವೀರ್ಯವನ್ನು ಉಚ್ಚಾಟಿಸಲು ಹಸ್ತಮೈಥುನ–ಮಾಡಿಕೊಳ್ಳಲು ಬಯಸುವುದಿಲ್ಲವೆಂದು ನಿರ್ಧರಿಸಬಹುದು. ಆದರೂ, ಈ ಮಾನಸಿಕ ನಿರ್ಧಾರಗಳು ಸಾಕಾಗುವುದಿಲ್ಲ ಏಕೆಂದರೆ, ಮನಸ್ಸು ದೇಹದಲ್ಲಿನ ಒಂದು ಸಂಪೂರ್ಣ ಅಧಿಕಾರಿಯಲ್ಲ. ಮನಸ್ಸಿನ ಹಿಂದೆ ಅನಿಸಿಕೆಗಳು, ಭಾವನೆಗಳು ಹಾಗೂ ಹಠಾತ್ ಪ್ರವೃತ್ತಿಯ ಕ್ರಿಯೆಗಳನ್ನು ನಿರ್ವಹಿಸುವ ಜೀವ ಶಕ್ತಿ (ಅಂದರೆ, ಕುಂಡಲಿನಿ) ಇದೆ.

ಸಾಮಾನ್ಯವಾಗಿ, ಜೀವ ಶಕ್ತಿಯು ಸಂಪೂರ್ಣವಾಗಿ ಸ್ವತಂತ್ರವಾಗಿದೆ ಮತ್ತು ಅದರ ಇಚ್ಛೆಯಂತೆ ಸ್ಥೂಲ ಹಾಗೂ ಸೂಕ್ಷ್ಮ ದೇಹವನ್ನು ಆದೇಶಿಸುತ್ತದೆ. ನಾವು ಲೈಂಗಿಕ ನಿಯಂತ್ರಣದ ಬಗೆಗಿನ ನಮ್ಮ ಉದಾಹರಣೆಯೊಂದಿಗೆ ಇಲ್ಲಿ ಮುಂದುವರಿಯೋಣ. ಗೃಹಸ್ಥನು ತಿಕ್ಕಲಿನ ಲೈಂಗಿಕ ಜೀವನವನ್ನು ನಿಲ್ಲಿಸಲು ನಿರ್ಧಾರ ಮಾಡುತ್ತಾನೆ, ಆದರೆ ಮುಂದೆ ಆತನು ತನ್ನ ಪತ್ನಿಯನ್ನು ಭೇಟಿಯಾದಾಗ ಮತ್ತು ಆಕೆಯನ್ನು ಪ್ರಣಯದ ಮನಸ್ಥಿತಿಯಲ್ಲಿರುವುದನ್ನು ಕಂಡುಕೊಂಡಾಗ ಆತನ ಹೃದಯ ಕರಗುತ್ತದೆ, ಆತನ ಮನಸ್ಸು ಆಕೆಯ ಮನಸ್ಥಿತಿಯನ್ನು

ಗ್ರಹಿಸುತ್ತದೆ ಮತ್ತು ಆಕೆಯ ದೇಹದಲ್ಲಿ ವೀರ್ಯವನ್ನು ಉಚ್ಚಾಟಿಸಲು ಪ್ರಚೋದಿಸಲ್ಪಡುವವರೆಗೂ ಆತನನ್ನು ಸಂತೋಷಕರ ಭಾವನೆಗಳ ಒಂದು ಶ್ರೇಣಿಯ ಮೂಲಕ ಕರೆದೊಯ್ಯುತ್ತದೆ. ಮತ್ತೊಂದೆಡೆ, ಸನ್ಯಾಸಿಯು ಹಸ್ತಮೈಥುನವು ದೇಹದ ಒಂದು ಕಡ್ಡಾಯ ಚಟುವಟಿಕೆಯಾದ ವಿಸರ್ಜನೆ ಎಂಬಂತೆ ತನ್ನನ್ನು ಹಸ್ತಮೈಥುನ ಮಾಡಿಕೊಳ್ಳುವುದನ್ನು ನಿಲ್ಲಿಸಲು ಸಾಧ್ಯವಿಲ್ಲವೆಂದು ಕಂಡುಕೊಳ್ಳುತ್ತಾನೆ.

ಈ ಹಠಾತ್ ಪ್ರವೃತ್ತಿಯ ಕ್ರಿಯೆಗಳು ಜೀವ ಶಕ್ತಿಯಿಂದ ನಿರ್ದೇಶಿಸಲ್ಪಡುತ್ತವೆ. ಅವು ಅವ್ಯವಸ್ಥಿತವಲ್ಲ. ಅವು ದೇಹದಲ್ಲಿನ ಒಂದು ನಿರ್ದಿಷ್ಟ ಶಕ್ತಿಯಿಂದ, ಅಂದರೆ ಜೀವ ಶಕ್ತಿಯಿಂದ ನಿಯಂತ್ರಿಸಲ್ಪಡುತ್ತವೆ.

ಸಹಜವಾಗಿ, ಜೀವ ಶಕ್ತಿಯು ದೇಹದಲ್ಲಿನ ಮನಸ್ಸು ಮತ್ತು ಆತ್ಮದೊಂದಿಗೆ ಸಹಕರಿಸಬೇಕು. ಅದು ಒಂಟಿಯಾಗಿ ಕೆಲಸ ಮಾಡುವುದು ಸಾಧ್ಯವಿಲ್ಲ. ಆದರೂ, ಜೀವ ಶಕ್ತಿಯು ಆತ್ಮದಿಂದ ಶಕ್ತಿಯನ್ನು ಕಸಿದುಕೊಳ್ಳುತ್ತದೆ ಮತ್ತು ಗುಪ್ತ ರೀತಿಯಲ್ಲಿ ಮನಸ್ಸನ್ನು ನಿರ್ವಹಿಸುತ್ತದೆ, ಮತ್ತು ಇದನ್ನು ಸಾಮಾನ್ಯ ಮನುಷ್ಯನಿಂದ ಅಪರೂಪವಾಗಿ ಅರಿತುಕೊಳ್ಳಲಾಗುತ್ತದೆ. ನಾವು ವಿಸರ್ಜನೆಯ ಉದಾಹರಣೆಯನ್ನು ತೆಗೆದುಕೊಳ್ಳೋಣ. ಅದು ನಿಸ್ಸಂಶಯವಾಗಿ ಒಂದು ಕಡ್ಡಾಯವಾದ ಕಾರ್ಯವಾಗಿದೆ. ನಾವು ದೇಹದಿಂದ ವೀರ್ಯವನ್ನು ವಿಸರ್ಜಿಸುವುದಿಲ್ಲವೆಂದು ನಿರ್ಧರಿಸಬಹುದಾದರೂ ಕೂಡ, ನಾವು ದೇಹದಿಂದ ತ್ಯಾಜ್ಯವನ್ನು ವಿಸರ್ಜಿಸುವುದಿಲ್ಲವೆಂದು ನಿರ್ಧಾರ ಮಾಡುವುದು ಸಾಧ್ಯವಿಲ್ಲ. ಆದ್ದರಿಂದ ನಮ್ಮ ನಿರ್ಧಾರ-ಮಾಡುವಿಕೆ ಸೀಮಿತವಾಗಿದೆ. ನಾವು ಉಸಿರಾಡುವುದಿಲ್ಲವೆಂದು ನಿರ್ಧರಿಸುವುದು ಸಾಧ್ಯವಿಲ್ಲ. ಮತ್ತೆ ಅನೇಕ ವಿಷಯಗಳಲ್ಲಿ, ಜೀವ ಶಕ್ತಿಗೆ ಅನುಕೂಲತೆ ಇದೆ. ಒಂದು ವೇಳೆ ಒಬ್ಬ ವ್ಯಕ್ತಿಗೆ ವಿಸರ್ಜಿಸಲು ಪ್ರಕೃತಿಯ ಕರೆ ಬಂದಿದೆ ಎಂದೆನಿಸಿದರೆ ಆತನು ಕೆಲ ಕಾಲ ಅದನ್ನು ಮುಂದೂಡಬಹುದು. ಆತನ ದೇಹಕ್ಕೆ ಕಾಯಿಲೆಯಿಲ್ಲದಿದ್ದರೆ ಮತ್ತು ಅತಿಸಾರವಿಲ್ಲದಿದ್ದರೆ ಆತನು ತಕ್ಷಣವೇ ವಿಸರ್ಜಿಸಬೇಕಿಲ್ಲ. ದೇಹವು ಆರೋಗ್ಯವಾಗಿದ್ದರೆ ಆತನು ಪ್ರಕೃತಿಯ ಕರೆಯನ್ನು ಮುಂದೂಡಬಹುದು, ಅರ್ಥಾತ್ ಆತನು ಮಲವನ್ನು ವಿಸರ್ಜಿಸಲು ಪ್ರಚೋದನೆಯ ಮೂಲಕ ಗ್ರಹಿಸಲ್ಪಡುತ್ತಿರುವ ಜೀವ ಶಕ್ತಿಯ ಸೂಚನೆಯನ್ನು ತಡೆದುಕೊಳ್ಳಬಹುದು. ಆದರೆ, ಆತನು ಮಲ ವಿಸರ್ಜನೆಯನ್ನು ವಿಳಂಬಿಸಲು ನಿರ್ಧಾರ ಮಾಡಿದ ಕೂಡಲೇ, ಜೀವ ಶಕ್ತಿಯು ಆತನನ್ನು ವಿಸರ್ಜಿಸಲು ಒತ್ತಾಯಿಸುವುದನ್ನು ನಿಲ್ಲಿಸುತ್ತದೆ, ಮತ್ತು ದೇಹದಲ್ಲಿನ ಮಲವನ್ನು ಸಂರಕ್ಷಿಸಲು ಆರಂಭಿಸುತ್ತದೆ. ಆದ್ದರಿಂದ, ವಿಸರ್ಜಿಸಲು ಪ್ರಕೃತಿಯ ಕರೆಯನ್ನು ನಿರ್ಲಕ್ಷಿಸುವ ವ್ಯಕ್ತಿಯ ನಿರ್ಧಾರವು ಆತನ ದೇಹದ ಆರೋಗ್ಯದ ವೆಚ್ಚದಲ್ಲಿ ಮಾಡಲಾಯಿತು.

ವಿಸರ್ಜನೆಯಂತಹ ವಿಷಯಗಳಲ್ಲಿ ಜೀವ ಶಕ್ತಿಯೊಂದಿಗೆ ಸಹಕರಿಸುವುದು ಖಂಡಿತವಾಗಿಯೂ ಪ್ರಯೋಜನಕಾರಿ, ಆದರೆ ಇತರೆ ವಿಷಯಗಳಲ್ಲಿ ಪ್ರಚೋದನೆಗಳೊಂದಿಗೆ ಸಹಕರಿಸುವುದು ಮೂರ್ಖತನ ಹಾಗೂ ಹಾನಿಕಾರಕವಾಗಿದೆ. ಸರಿಯಾದ ನಿರ್ಣಯಗಳನ್ನು ಮಾಡಲು ಜೀವ ಶಕ್ತಿಯು ಹೇಗೆ ಕಾರ್ಯ ನಿರ್ವಹಿಸುತ್ತದೆ ಎಂಬುದನ್ನು ಒಬ್ಬ ವ್ಯಕ್ತಿಯು ಪರಿಶೀಲಿಸಬೇಕು, ತದನಂತರ ಅದನ್ನು ಹೇಗೆ ಹತೋಟಿಯಲ್ಲಿಡಬೇಕು ಎಂಬುದನ್ನು ಕಲಿತುಕೊಳ್ಳಬೇಕು.

ಮನಸ್ಸು ಹಾಗೂ ಇಂದ್ರಿಯ ನಿಯಂತ್ರಣವು ಯೋಗ ಅಭ್ಯಾಸದ ಆರಂಭಗಳಾಗಿವೆ. ಜೀವ ಶಕ್ತಿಯನ್ನು ಅರಿತುಕೊಳ್ಳಲು ವಿಫಲರಾಗುವವರು ಬಹುಶಃ ಮುಂದುವರೆದ ಹಂತಗಳನ್ನು ತಲುಪುವುದು ಸಾಧ್ಯವಿಲ್ಲ, ಏಕೆಂದರೆ ಜೀವ ಶಕ್ತಿಯು ದುಬಾರಿ ಹಠಾತ್ ಪ್ರವೃತ್ತಿಯ

ಕ್ರಿಯೆಗಳಲ್ಲಿ ತೊಡಗಿಕೊಳ್ಳಲು (ಆತ್ಮದಿಂದ) ಶಕ್ತಿಯನ್ನು ಕದಿಯುವುದನ್ನು ಮುಂದುವರಿಸುತ್ತದೆ.

ಮನಸ್ಸು ಮೆದುಳಿನ ಪ್ರದೇಶದಲ್ಲಿ ಏಕೆ ಸುಲಭವಾಗಿ ಗುರುತಿಸಲ್ಪಡುತ್ತದೆ, ಹಾಗೂ ಭಾವನೆಗಳು ಮೆದುಳು, ಎದೆ ಹಾಗೂ ಗುಹ್ಯ (ಕಿಬ್ಬೊಟ್ಟೆಯ ಕೆಳಗಡೆಯ) ಪ್ರದೇಶಗಳಲ್ಲಿ ಏಕೆ ಸುಲಭವಾಗಿ ಗುರುತಿಸಲ್ಪಡುತ್ತವೆ, ಆದರೆ ಬೆನ್ನುಮೂಳೆಯ ತಳದಲ್ಲಿರುವ ಜೀವ ಶಕ್ತಿಯನ್ನು ಗ್ರಹಿಸುವುದು ಏಕೆ ಬಹಳ ಕಷ್ಟವೆಂಬುದನ್ನು ನಾವು ವಿಚಾರಿಸಬಹುದು. ಉತ್ತರವೇನೆಂದರೆ ಮೆದುಳು ಅತ್ಯಂತ ಸೂಕ್ಷ್ಮ ನರಗಳನ್ನು ಹೊಂದಿದೆ. ಆ ಸೂಕ್ಷ್ಮತೆಯ ಕಾರಣ ನಾವು ಸುಲಭವಾಗಿ ಮನಸ್ಸನ್ನು ಗ್ರಹಿಸಬಹುದು. ಅದೇ ರೀತಿಯಲ್ಲಿ, ಎದೆಯ ಪ್ರದೇಶದಲ್ಲಿ ಉದ್ಭವಿಸುವ ಪ್ರೀತಿ ಹಾಗೂ ಭಾವೋದ್ವೇಗದ ಬಲವಾದ ಅನಿಸಿಕೆಗಳು ಸುಲಭವಾಗಿ ಪ್ರಚೋದಿಸಲ್ಪಡುತ್ತವೆ, ಆದ್ದರಿಂದ ಅವು ಅನಿಸಿಕೆಗಳಿಂದ ಗುರುತಿಸಲ್ಪಡುತ್ತವೆ. ಜೀವ ಶಕ್ತಿಯು, ಮತ್ತೊಂದೆಡೆ, ಕಡಿಮೆ ನರ ಸೂಕ್ಷ್ಮತೆ ಇರುವ ಒಂದು ಪ್ರದೇಶದಲ್ಲಿದೆ, ಇದು ಗ್ರಹಿಸುವುದನ್ನು ಅತ್ಯಂತ ಕಠಿಣವಾಗಿಸುತ್ತದೆ.

ಸಾಮಾನ್ಯ ಮನುಷ್ಯನಿಗೆ ಜೀವ ಶಕ್ತಿಯನ್ನು ಲೈಂಗಿಕ ಅಭಿವ್ಯಕ್ತಿಯಲ್ಲಿ ಮಾತ್ರ ಅರಿತುಕೊಳ್ಳಲಾಗುತ್ತದೆ. ಈ ಶಕ್ತಿಯು ದೇಹವನ್ನು ಸುಸ್ಥಿತಿಯಲ್ಲಿಡಲು ಅನೇಕ ಕೆಲಸಗಳನ್ನು ಮಾಡುತ್ತದೆ, ಆದರೆ ಆತ್ಮವು ದೇಹದಲ್ಲಿ ವಾಸಿಸುತ್ತದೆ ಮತ್ತು ಸೌಕರ್ಯಗಳನ್ನು ಭೋಗಿಸುತ್ತದೆ. ಸಾಮಾನ್ಯವಾಗಿ ಒಂದು ಆತ್ಮವು ಹಲವು ವರ್ಷಗಳ ಕಾಲ ದೇಹವನ್ನು ಬಳಸುತ್ತದೆ, ಮತ್ತು ದೇಹದ ಆರಂಭದಲ್ಲಿ ಮತ್ತು ದೇಹವು ಮರಣಿಸಿದಾಗ ಕೊನೆಯಲ್ಲಿ ಮಾತ್ರ ಜೀವ ಶಕ್ತಿಯನ್ನು ಗ್ರಹಿಸುತ್ತದೆ. ಇಲ್ಲವಾದರೆ, ಸ್ವಯಂ (ಅಥವಾ ಆತ್ಮವು) ಜೀವ ಶಕ್ತಿಯಲ್ಲಿ ಯಾವುದೇ ಆಸಕ್ತಿಯನ್ನು ವ್ಯಕ್ತಪಡಿಸುವುದಿಲ್ಲ. ಸ್ವಯಂ ಆ ರೀತಿಯಲ್ಲಿ ಅಜಾಗರೂಕವಾಗಿದೆ. ಅದರ ಏಕೈಕ ಕಾಳಜಿ ಎಂದರೆ ಇಂದ್ರಿಯ ಉಪಭೋಗಕ್ಕಾಗಿ ಮತ್ತು ಸ್ವಂತಕ್ಕೆ ಬಳಸಿಕೊಳ್ಳುವುದಕ್ಕಾಗಿ ದೇಹವನ್ನು ಬಳಸುವುದು. ಅದರ ಆಸಕ್ತಿಯು ರಾಜಕೀಯ ಪರಮಾಧಿಕಾರಕ್ಕೆ ಮತ್ತು ಲೈಂಗಿಕ ಇಚ್ಛಾಪೂರೈಕೆಗೆ ಸೀಮಿತವಾಗಿದೆ.

ಲೈಂಗಿಕ ಇಚ್ಛಾಪೂರೈಕೆಯಲ್ಲಿ ಒಬ್ಬ ವ್ಯಕ್ತಿಯು ಆನಂದದಂತೆ ಅನುಭವಿಸುವ ಉಲ್ಲಾಸಗೊಳಿಸುವ ಶಕ್ತಿಯು ಅತಿಯಾದ ಚೈತನ್ಯ ತುಂಬಿದ ಜೀವ ಶಕ್ತಿಯಾಗಿದೆ (super-charged life force). ಅದರ ಕೆಲವು ಕಡಿಮೆ ಸ್ಪಷ್ಟವಾದ ಮತ್ತು ಕಡಿಮೆ ತೀವ್ರವಾದ ಅಭಿವ್ಯಕ್ತಿಗಳೆಂದರೆ ದೇಹದ ಬಾಯಿಯ ಮೂಲಕ ತೇಗಿದಾಗ ಅಥವಾ ಗುದದ ಮೂಲಕ ಅನಿಲವನ್ನು ಹೊರಹಾಕಿದಾಗ ಆಗಿವೆ. ಒಬ್ಬ ವ್ಯಕ್ತಿಗೆ ಬಾಯಾರಿಕೆಯಾದಾಗ ತದನಂತರ ನೀರಿನ ಸೇವನೆಯಿಂದ ತೃಪ್ತಿಯಾದಾಗ, ಅಥವಾ ದೇಹಕ್ಕೆ ದಣಿವಾದಾಗ ಮತ್ತು ವಿಶ್ರಾಂತಿಯ ನಿದ್ರೆಯ ಸ್ಥಿತಿಗೆ ನಿರಾಯಾಸವಾಗಿ ತೇಲಿಹೋದಾಗ ಕೂಡ ಇದು ಅನುಭವವಾಗುತ್ತದೆ. ಅದೇನೇ ಇದ್ದರೂ, ಅತ್ಯಂತ ತೀವ್ರವಾದ ಮತ್ತು ಜೋರಾದ ಅಭಿವ್ಯಕ್ತಿಯು ಲೈಂಗಿಕ ಸಂತೋಷದ ಮೂಲಕ ಉಂಟಾಗುತ್ತದೆ. ಸಾಮಾನ್ಯ ವ್ಯಕ್ತಿಯು ಜೀವ ಶಕ್ತಿಯನ್ನು ನಿಸ್ಸಂದೇಹವಾಗಿ ಗುರುತಿಸಬಹುದಾದ ಮತ್ತು ಅರಿತುಕೊಳ್ಳಬಹುದಾದ ರೀತಿಯು ಇದಾಗಿದೆ.

ಒಂದು ಹುಲಿಗೆ ಭೂಪ್ರದೇಶದ ಬಗ್ಗೆ ಸಾಕಷ್ಟು ಪರಿಚಿತವಿರುವ ಮತ್ತು ಅದು ಮುಖ್ಯ ಪರಭಕ್ಷಕವಾಗಿರುವ ತನ್ನ ಅರಣ್ಯದ ಪ್ರದೇಶದಲ್ಲಿ ಇರುವವರೆಗೂ ಅದನ್ನು ಪಳಗಿಸುವುದು ಸಾಧ್ಯವಿಲ್ಲ. ಬೇಟೆಗಾರನು ಪ್ರಾಣಿಯನ್ನು ಅವಿತುಕೊಂಡಿರುವ ಜಾಗದಿಂದ ಓಡಿಸಬೇಕು, ಅದನ್ನು ಬೋನಿನಲ್ಲಿ ಕೂಡಿ ಹಾಕಬೇಕು, ಅದನ್ನು ಉಪವಾಸ ಹಾಕಬೇಕು, ನಿಯಂತ್ರಣದಿಂದ

ಆಹಾರ ಕೊಡಬೇಕು, ತದನಂತರ ಅದನ್ನು ಪಳಗಿಸಬೇಕು. ಹೀಗೆ, ಜೀವ ಶಕ್ತಿಯನ್ನು ದೇಹದ ಕೆಳಗಿನ ಭಾಗದಿಂದ ಹೊರದೂಡಬೇಕು ಮತ್ತು ಆತ್ಮದ ಹಿತಾಸಕ್ತಿಯಲ್ಲಿ ಅದರ ಚಟುವಟಿಕೆಗಳನ್ನು ಹತ್ತಿರದಿಂದ ವೀಕ್ಷಿಸಬೇಕು, ಪರೀಕ್ಷಿಸಬೇಕು ಮತ್ತು ಅಸ್ವೀಕಾರಾರ್ಹ ಭಾಗಗಳನ್ನು ನಿಗ್ರಹಿಸಬೇಕು; ಇಲ್ಲವಾದರೆ, ವಿಮೋಚನೆ ವಿಳಂಬವಾಗುತ್ತದೆ.

ನಮ್ಮ ಸ್ವಭಾವದ ಮೇಲೆ ಆಳವಾಗಿ ಪರಿಣಾಮ ಬೀರದ ಯಾವುದೇ ಪ್ರಕ್ರಿಯೆಯು ಯಾವುದೇ ಹಂತದಲ್ಲಿ ನಮ್ಮನ್ನು ಭೌತಿಕ ಪ್ರಕೃತಿಯ ಕಾರ್ಯನಿರ್ವಹಣೆಯ ಸ್ಥಿತಿಗಳಿಂದ ಮುಕ್ತಗೊಳಿಸುವುದು ಸಾಧ್ಯವಿಲ್ಲ. ಭೌತಿಕ ಪ್ರಕೃತಿಯು ಅಡಗಿಕೊಂಡು ಉಪಪ್ರಜ್ಞೆಯ ಮಟ್ಟದಿಂದ ನಮ್ಮ ಮೇಲೆ ಪ್ರಭಾವ ಬೀರುವ ಕಾರಣ ಇದು ಸಾಧ್ಯವೇ ಇಲ್ಲ. ಪ್ರಕ್ರಿಯೆಯು ಉಪಪ್ರಜ್ಞೆಯ ಮೇಲೆ ಪರಿಣಾಮ ಬೀರುವಷ್ಟು ಪ್ರಬಲವಾಗಿರಬೇಕು.

ಅಧ್ಯಾಯ ೧೦

ಅತೀಂದ್ರಿಯ ತಂತ್ರದ ಮೂಲಕ ಜೀವ ಶಕ್ತಿಯ ನಿಯಂತ್ರಣ

ಜೀವ ಶಕ್ತಿಯನ್ನು ಅತೀಂದ್ರಿಯ ತಂತ್ರಗಳ ಮೂಲಕ ಮತ್ತು ಯೋಗದಲ್ಲಿ ಬಳಸಲಾಗುವ ಉಸಿರಾಟದ ವ್ಯಾಯಾಮಗಳು ಹಾಗೂ ಸ್ನಾಯುಗಳ ಬಂಧಗಳ (muscular locks) ಮೂಲಕ ನಿಯಂತ್ರಿಸಬಹುದು. ವಾಸ್ತವವಾಗಿ, ನಿಪುಣ ಯೋಗಿಗಳು ಏಕಕಾಲದಲ್ಲಿ ಎಲ್ಲಾ ಮೂರು ವಿಧಾನಗಳನ್ನು ಬಳಸಿಕೊಳ್ಳುತ್ತಾರೆ. ಇವು ಬಹಳ ಕಷ್ಟದ ತಂತ್ರಗಳಲ್ಲ, ಆದರೆ ಅವು ನಮಗೆ ಪರಿಚಯವಿಲ್ಲದ ಕಾರಣ ಅವು ಕಷ್ಟವೆಂದು ತೋರುತ್ತವೆ.

ಪ್ರಾಪಂಚಿಕ ಬದುಕು ನಮ್ಮ ಆಧ್ಯಾತ್ಮಿಕ ಮೂಲಭೂತ ತತ್ವಗಳಿಗೆ ವಿರುದ್ಧವಾಗಿದೆ ಎಂಬುದನ್ನು ನಾವು ಅರಿತುಕೊಳ್ಳುವ ಹಂತವನ್ನು ತಲುಪುವವರೆಗೂ ನಾವು ಪರಿಣಾಮಕಾರಿಯಾಗಿ ಜೀವ ಶಕ್ತಿಯನ್ನು ನಿಯಂತ್ರಿಸಲಾಗುವುದಿಲ್ಲ. ನಾವು ಪ್ರಾಪಂಚಿಕ ಬಯಕೆಗಳಿಗೆ ಅಂಟಿಕೊಂಡಿದ್ದರೆ ನಾವು ಆ ಶಕ್ತಿಯನ್ನು ಪಳಗಿಸುವುದು ಸಾಧ್ಯವಿಲ್ಲ, ಇದಕ್ಕೆ ಬದಲಾಗಿ ಸಂತೋಷ ಹಾಗೂ ದುರ್ಗುಣಗಳಿಂದ ಆವೇಗಯುಕ್ತವಾಗಿ ನಿಯಂತ್ರಿಸಲ್ಪಡುವ ಮತ್ತು ಬೆದರಿಸಲ್ಪಡುವ ಪರಿಸ್ಥಿತಿಯಲ್ಲಿ ಉಳಿದಿರುತ್ತೇವೆ. ಎಲ್ಲಿಯವರೆಗೂ ನಾವು ಭೌತಿಕ ಸೃಷ್ಟಿಯ ಯಾವುದೋ ಮೂಲೆಯಲ್ಲಿ ಯಾವುದೇ ಸಂತೋಷವನ್ನು ಹುಡುಕುತ್ತಿರುತ್ತೇವೆಯೋ ಅಲ್ಲಿಯವರೆಗೂ ನಾವು ಬಂಧನದಲ್ಲಿ ಉಳಿದಿರುತ್ತೇವೆ.

ಯೋಗಿಗಳು ಮತ್ತು ಇತರ ಅನ್ವೇಷಕರು ಮನಸ್ಸಿನ ನಿಯಂತ್ರಣವು ಅಗತ್ಯವೆಂಬ ಬಗ್ಗೆ ಮಾತನಾಡುತ್ತಾರೆ, ಆದರೆ ಯೋಗಿಗಳು ಮಾತ್ರ ಜೀವ ಶಕ್ತಿಯ ನಿಯಂತ್ರಣದ ಬಗ್ಗೆ ಮಾತನಾಡುತ್ತಾರೆ. ಇದಕ್ಕೆ ಕಾರಣ ಜೀವ ಶಕ್ತಿಯ ನಿಯಂತ್ರಣವು ನವಶಿಷ್ಯರಿಂದ ಸಾಧಿಸುವುದು ಸಾಧ್ಯವಿಲ್ಲ. ಇದು ತುಂಬಾ ಸೂಕ್ಷ್ಮದ ಒಂದು ಸಾಧನೆಯಾಗಿದೆ. ಇದು ಕಷ್ಟವಲ್ಲ, ಆದರೆ ಇದು ತುಂಬಾ ಸೂಕ್ಷ್ಮ (ಇದಕ್ಕೆ ಕುಶಾಗ್ರಮತಿ ಬೇಕಾಗುತ್ತದೆ). ಒಬ್ಬ ವ್ಯಕ್ತಿಯು ಮುಂದುವರೆದ ಹಂತವನ್ನು ತಲುಪಿದಾಗ ಇದನ್ನು ಚರ್ಚಿಸಲಾಗುತ್ತದೆ.

ಮನಸ್ಸಿನ ನಿಯಂತ್ರಣವು ಸಾಮಾನ್ಯವಾಗಿ ಇಂದ್ರಿಯಗಳ ಬಾಹ್ಯ ಚಟುವಟಿಕೆಗಳ ನಿಯಂತ್ರಣದಿಂದ ಆರಂಭವಾಗುತ್ತದೆ, ಆದರೆ ಇದು ಕೇವಲ ಆರಂಭವಾಗಿದೆ ಮಾತ್ರ. ಆದರೂ, ಕೆಲವು ಆಧ್ಯಾತ್ಮಿಕ ಸಮಾಜಗಳು ಇದನ್ನು ಪೂರ್ತಿ ಪ್ರಕ್ರಿಯೆಯೆಂದು ಪ್ರತಿಪಾದಿಸುತ್ತಾರೆ. ಆರಂಭದಲ್ಲಿ ಒಬ್ಬ ವ್ಯಕ್ತಿಯನ್ನು ಪ್ರತಿಜ್ಞೆಯನ್ನು ತೆಗೆದುಕೊಳ್ಳಲು ಅಥವಾ ಮಾಂಸವನ್ನು ತಿನ್ನುವುದಿಲ್ಲ, ಮದ್ಯವನ್ನು ಕುಡಿಯುವುದಿಲ್ಲ ಅಥವಾ ಅಮಲೇರಿಸುವ ಪದಾರ್ಥಗಳನ್ನು ತೆಗೆದುಕೊಳ್ಳುವುದಿಲ್ಲ, ಪತ್ನಿಯೊಂದಿಗೆ ಹೊರತುಪಡಿಸಿ ಲೈಂಗಿಕ ಇಚ್ಛಾಪೂರೈಕೆ ಇಲ್ಲ, ಮತ್ತು ಜೂಜಾಡುವುದಿಲ್ಲ ಎಂಬಂತಹ ಕೆಲವು ನಿಯಮಗಳನ್ನು ಮತ್ತು ನಿಬಂಧನೆಗಳನ್ನು ಅನುಸರಿಸಲು ವಾಗ್ದಾನಗಳನ್ನು ಮಾಡಲು ಕೇಳಿಕೊಳ್ಳಲಾಗುತ್ತದೆ. ಇತರ ನಿಯಮಗಳಿವೆ, ಆದರೆ ಇವು ಅತ್ಯಗತ್ಯವಾದವುಗಳು. ಆಧ್ಯಾತ್ಮಿಕ ಕೇಂದ್ರದಲ್ಲಿ ವಾಸಿಸುವ ಒಬ್ಬ ಅವಿವಾಹಿತ ಪುರುಷನನ್ನು ಅಥವಾ ಮಹಿಳೆಯನ್ನು ಲೈಂಗಿಕ ಸೂಚ್ಯಾರ್ಥಗಳಲ್ಲಿ ಮಾತನಾಡಬಾರದೆಂದು ಕೇಳಿಕೊಳ್ಳಲಾಗುತ್ತದೆ. ಈ ನಿಯಮಗಳು, ಸ್ಥೂಲ ದೇಹದ ಅಂಗಗಳನ್ನು ಮತ್ತು

ಇಂದ್ರಿಯಗಳನ್ನು ಅಂಕೆಯಲ್ಲಿಟ್ಟುಕೊಳ್ಳುವ ಮೂಲಕ ಮನಸ್ಸಿನ ನಿಯಂತ್ರಣಕ್ಕೆ ಒಬ್ಬ ವ್ಯಕ್ತಿಯನ್ನು ಪರಿಚಯಿಸುವ, ಬಹುತೇಕವಾಗಿ ಬಾಹ್ಯ ಮಾರ್ಗಸೂಚಿಗಳಾಗಿವೆ.

ಈ ರೀತಿಯಲ್ಲಿ ಆರಂಭಿಸುವ ಯೋಗಿಯು ಬಾಹ್ಯ ಮಟ್ಟದಲ್ಲಿ ಆತನಿಗೆ ಪ್ರೋತ್ಸಾಹಿಸಲಾಗುತ್ತಿದ್ದರೂ ಕೂಡ ಆತನ ಆಂತರಿಕ ಮನಸ್ಸು ಮತ್ತು ಭಾವನೆಗಳು ನಿಯಮಗಳನ್ನು ಉಲ್ಲಂಘಿಸುತ್ತವೆ ಎಂಬುದನ್ನು ತ್ವರಿತವಾಗಿ ಕಂಡುಕೊಳ್ಳುತ್ತಾನೆ. ಆತನಿಗೆ ಒಳ ಪ್ರಕೃತಿಯನ್ನು ನಿಬಂಧನೆಗಳ ಒಳಗೆ ಇಡುವ, ನಿಯಂತ್ರಣದ ಒಂದು ಉತ್ತಮ, ಹೆಚ್ಚು ಸಂಪೂರ್ಣ ವಿಧಾನದ ಅಗತ್ಯವಿದೆ ಎಂದೆನಿಸುತ್ತದೆ.

ಸ್ಥೂಲ ಹಾಗೂ ಸೂಕ್ಷ್ಮ ದೇಹಗಳು ಭಿನ್ನವಾಗಿವೆ, ಹಾಗೂ ಈ ಪ್ರತಿಯೊಂದು ದೇಹಗಳ ವಿವಿಧ ಭಾಗಗಳು ಕೂಡ ಭಿನ್ನವಾಗಿವೆ. ಹೀಗಾಗಿ ಈ ದೇಹಗಳ ನಿಯಂತ್ರಣಕ್ಕೆ ವಿಶೇಷ ಗಮನ ಬೇಕಾಗುತ್ತದೆ. ಕಾರಿನ ಇಂಜಿನ್ ದೋಷಯುಕ್ತವಾಗಿದ್ದರೆ ಒಬ್ಬ ವ್ಯಕ್ತಿಯು ಟೈರುಗಳನ್ನು ರಿಪೇರಿ ಮಾಡುವ ಮೂಲಕ ಅದನ್ನು ಸರಿಪಡಿಸುವುದು ಸಾಧ್ಯವಿಲ್ಲ. ಮನಸ್ಸು ದೋಷಯುಕ್ತವಾಗಿದ್ದರೆ ಮನಸ್ಸನ್ನು ನೇರವಾಗಿ ಸರಿಪಡಿಸಬೇಕು. ಕೊಂಚಮಟ್ಟಿಗೆ ದೈಹಿಕ ಚಿಕಿತ್ಸೆಯ ಮೂಲಕ ಒಬ್ಬ ವ್ಯಕ್ತಿಯು ಮನಸ್ಸನ್ನು ಸರಿಪಡಿಸಬಹುದು, ಆದರೆ ತೀವ್ರ ಸಮಸ್ಯೆ ಇದ್ದರೆ ಮನಸ್ಸನ್ನು ಸ್ವತಃ ಉಪಚರಿಸಬೇಕು.

ಮನಸ್ಸನ್ನು ನಿಯಂತ್ರಿಸಲು ಒಬ್ಬ ವ್ಯಕ್ತಿಯು ಮನಸ್ಸನ್ನು ಹೇಗೆ ವಿಶ್ರಮಿಸಿಕೊಳ್ಳಬೇಕು ಮತ್ತು ನಿಲ್ಲಿಸಬೇಕು (ಅಂದರೆ, ಕೆಲಕಾಲ ಕಾರ್ಯ ನಿರ್ವಹಿಸದಂತೆ ತಡೆಯಬೇಕು) ಎಂಬುದನ್ನು ಕಲಿತುಕೊಳ್ಳಬೇಕು. ಮನಸ್ಸನ್ನು ನಿಲ್ಲಿಸಲು ಆತನು ಮನಸ್ಸಿನಿಂದ ತನ್ನ ಆಧ್ಯಾತ್ಮಿಕ ಶಕ್ತಿಯನ್ನು ಅಥವಾ ಗಮನವನ್ನು ಹೇಗೆ ಹಿಂತೆಗೆದುಕೊಳ್ಳಬೇಕು ಎಂಬುದನ್ನು ಕಲಿತುಕೊಳ್ಳಬೇಕು, ಮತ್ತು ಇದು ಭೌತಿಕ ದೇಹಕ್ಕೆ ಸಂಬಂಧಿಸಿಲ್ಲ. ಇದು ಸಂಪೂರ್ಣವಾಗಿ ಸೂಕ್ಷ್ಮ ದೇಹಕ್ಕೆ ಸಂಬಂಧಪಟ್ಟಿದೆ, ಏಕೆಂದರೆ ಮನಸ್ಸು ಆ ದೇಹದ ಮೆದುಳಾಗಿದೆ. ಒಬ್ಬ ವ್ಯಕ್ತಿಗೆ ತಲೆನೋವಿದ್ದರೆ ಆತನು ತಲೆಗೆ ಚಿಕಿತ್ಸೆ ನೀಡಬೇಕು, ಕಾಲ್ಬೆರಳಿಗಲ್ಲ.

ಮೊದಮೊದಲು ಒಬ್ಬ ವ್ಯಕ್ತಿಯು ಮಾನಸಿಕ ಶಕ್ತಿಯು ಹೇಗೆ ಸ್ವಯಂನ-ಕೇಂದ್ರಭಾಗದಿಂದ (ಆತ್ಮದಿಂದ) ಮನಸ್ಸಿನ ಮೂಲಕ ಉಕ್ಕೇರುತ್ತದೆ ಎಂಬುದನ್ನು ಒಳಗೆ ಗ್ರಹಿಸಬೇಕು ಮತ್ತು ಅರಿವನ್ನು ಹೊಂದಬೇಕು.

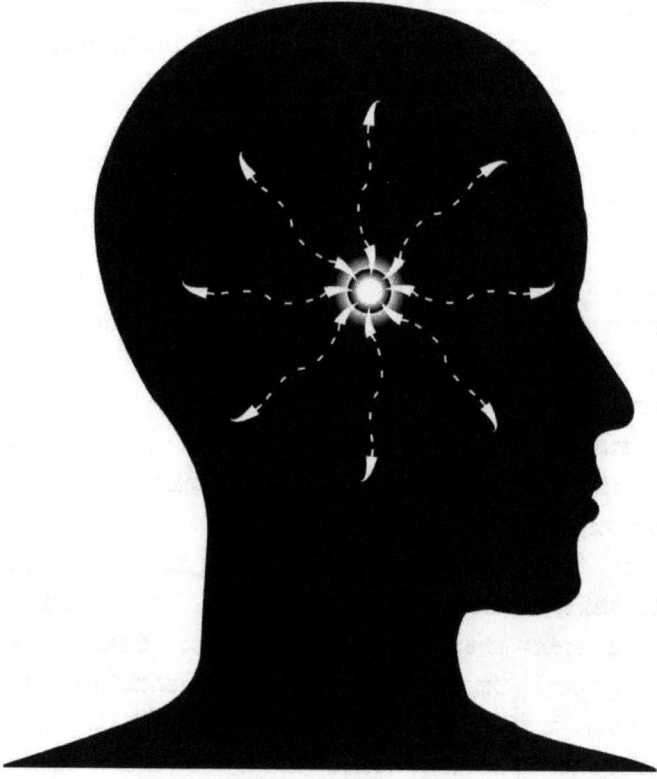

ನಂತರ ಆತನು ಬಾಹ್ಯ–ಚಲಿಸುತ್ತಿರುವ ಶಕ್ತಿಯನ್ನು ಸ್ವಯಂನ–ಕೇಂದ್ರಭಾಗದ ಒಳಗೆ ಹಿಂತೆಗೆದುಕೊಳ್ಳಲು ಪ್ರಯತ್ನಿಸಬೇಕು.

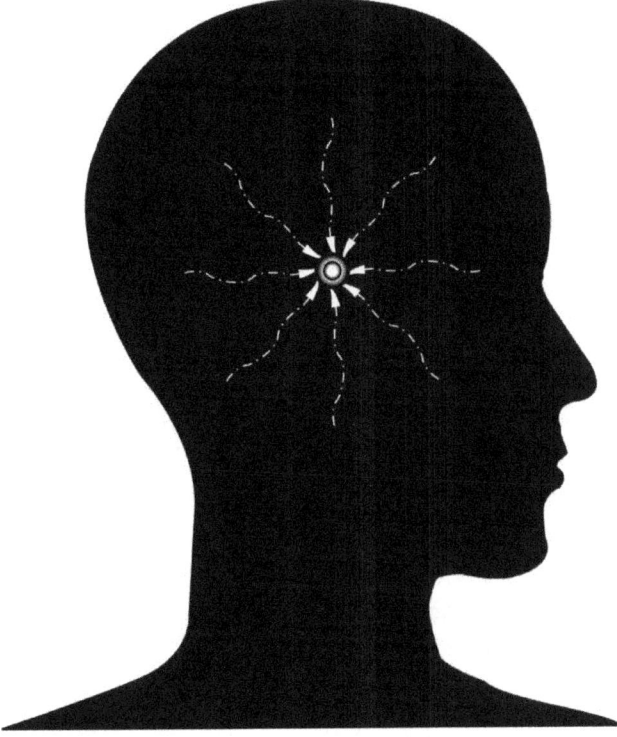

ಆತನು ಇದನ್ನು ಮಾಡಲು ಕಲಿತುಕೊಂಡಾಗ, ಶಬ್ದವಿಲ್ಲದ ಪರಿಸರದಲ್ಲಿ, ಒರಗಿದ ಭಂಗಿಯಲ್ಲಿ ಅಥವಾ ಯಾವುದೇ ಅನುಕೂಲಕರವಾದ ಭಂಗಿಯಲ್ಲಿ ಮುಚ್ಚಿದ ಕಣ್ಣುಗಳಿಂದ ಇದನ್ನು ಮಾಡಬೇಕು.

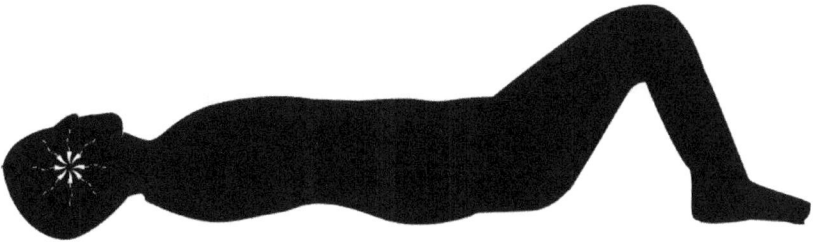

ಭೂಕಂಪವಿದ್ದರೆ ಮತ್ತು ಭೂಮಿಯು ಮೇಲೇರಿದರೆ ಒಂದು ಸರೋವರದಿಂದ ಹರಿಯುವ ನದಿಗಳು ಸರೋವರದೊಳಗೆ ಹಿಂದಕ್ಕೆ ಹರಿಯುವುದಕ್ಕೆ ಆರಂಭಿಸಬಹುದಾದಂತೆ, ಆತನಿಗೆ ಸ್ವಯಂನ–ಕೇಂದ್ರಭಾಗದ ಹೊರಗೆ ಉಕ್ಕೇರುವ ಶಕ್ತಿಯನ್ನು ಅದರೊಳಗೆ ಹಿಂದಕ್ಕೆ ಎಳೆದುಕೊಂಡಂತೆ ಅನಿಸುತ್ತದೆ.

ಇದು ಮನಸ್ಸಿನಿಂದ ಶಕ್ತಿಯನ್ನು ಹಿಂತೆಗೆದುಕೊಳ್ಳುವ ಪ್ರಕ್ರಿಯೆಯಾಗಿದೆ. ಒಬ್ಬ ವ್ಯಕ್ತಿಯು ಇದನ್ನು ಕರಗತ ಮಾಡಿಕೊಳ್ಳುವವರೆಗೆ ಮನಸ್ಸನ್ನು ನಿಯಂತ್ರಿಸುವುದರಲ್ಲಿ ಮತ್ತು ನಿರ್ಬಂಧಿಸುವುದರಲ್ಲಿ ಆತನು ಗಣನೀಯ ಪ್ರಗತಿಯನ್ನು ಸಾಧಿಸುವುದು ಸಾಧ್ಯವಿಲ್ಲ. ಆತನು ನೇರವಾಗಿ ಮನಸ್ಸಿನ ಶಕ್ತಿಯನ್ನು ಕತ್ತರಿಸಬೇಕು ಮತ್ತು ಅದನ್ನು ನಿಯಂತ್ರಣಕ್ಕೆ ತರಬೇಕು. ಭಗವದ್ಗೀತೆಯಲ್ಲಿ ಹೆಚ್ಚು ನಿಖರವಾಗಿ ಈ ಹಿಂತೆಗೆದುಕೊಂಡ ಸ್ಥಿತಿಯನ್ನು ವಿವರಿಸುವ ಒಂದು ಶ್ಲೋಕವಿದೆ.

- *ಅಂತಹ ಒಬ್ಬ ವ್ಯಕ್ತಿಯು ಸಂಪೂರ್ಣವಾಗಿ ಮನಃಸ್ಥಿತಿಗಳಿಂದ ಹೊರಬಂದಾಗ, ಆತನನ್ನು ಅಥವಾ ಆಕೆಯನ್ನು ತನ್ನ ಕಾಲುಗಳನ್ನು ಒಳಕ್ಕೆಳೆದುಕೊಂಡ ಒಂದು ಆಮೆಗೆ ಹೋಲಿಸಬಹುದು. ವಾಸ್ತವತೆ-ಭೇದಿಸುವ ದೃಷ್ಟಿಯು ಸ್ಥಾಪಿತವಾದ ವ್ಯಕ್ತಿಯ ವಿಚಾರದಲ್ಲಿ ಇಂದ್ರಿಯಗಳು ಆಕರ್ಷಕ ವಸ್ತುಗಳಿಂದ ಹಿಂತೆಗೆದುಕೊಳ್ಳಲ್ಪಟ್ಟಿವೆ. (ಭಗವದ್ಗೀತೆ ೨.೫೮)*

ಮನಸ್ಸಿನಿಂದ ಶಕ್ತಿಯನ್ನು ಹಿಂತೆಗೆದುಕೊಂಡ ನಂತರ ಮತ್ತು ಒಬ್ಬ ವ್ಯಕ್ತಿಯು ಕೆಲ ಸಮಯದವರೆಗೆ ಇದನ್ನು ಅಭ್ಯಾಸ ಮಾಡಿದ ನಂತರ, ಮನಸ್ಸು ಕೇವಲ ಭಾಗಶಃ ದೋಷಿಯಾಗಿದೆ ಏಕೆಂದರೆ ಅದು ಒಂದರ್ಥದಲ್ಲಿ ತನ್ನ ಆಸೆಗಳನ್ನು ವಿಸ್ತರಿಸುತ್ತದೆ ಅಥವಾ ಹೆಚ್ಚಿಸುತ್ತದೆ ಎಂಬುದನ್ನು ಆತನು ಅರಿತುಕೊಳ್ಳಲು ಪ್ರಾರಂಭಿಸುತ್ತಾನೆ. ದೋಷವು ನಿಜವಾಗಿಯೂ ಮನಸ್ಸಿನಲ್ಲಿ ಅಲ್ಲ ಆದರೆ ಸ್ವಯಂನ–ಕೇಂದ್ರಭಾಗದಲ್ಲಿ (ಆತ್ಮದಲ್ಲಿ) ಇದೆ ಎಂಬುದನ್ನು ಆತನು ಅರ್ಥಮಾಡಿಕೊಳ್ಳಲು ಪ್ರಾರಂಭಿಸುತ್ತಾನೆ. ಈ ಹಂತದಲ್ಲಿ ಆತನು ಆತ್ಮಾವಲೋಕನ ಮಾಡಿಕೊಳ್ಳಬೇಕು ಮತ್ತು ಒಬ್ಬ ಅತ್ಯಂತ ಮುಂದುವರೆದ ಧ್ಯಾನಿಯಿಂದ ಸಹಾಯ ಪಡೆದುಕೊಳ್ಳಬೇಕು. ಸ್ವಯಂನ–ಕೇಂದ್ರಭಾಗದ (ಆತ್ಮದ) ಅಭಿವ್ಯಕ್ತಿಯ ಶಕ್ತಿಗಳನ್ನು ಹಿಂತೆಗೆದುಕೊಳ್ಳುವ ಪ್ರಕ್ರಿಯೆಯ ಮೂಲಕ ಆತನು ಆಧ್ಯಾತ್ಮಿಕ ಗ್ರಹಿಕೆಯನ್ನು ಹೆಚ್ಚಿಸಿಕೊಳ್ಳುತ್ತಾನೆ.

ಒಮ್ಮೆ ಮನಸ್ಸಿಗೆ ಮತ್ತು ಸ್ವಯಂನ–ಕೇಂದ್ರಭಾಗಕ್ಕೆ ಈ ರೀತಿಯಲ್ಲಿ ಚಿಕಿತ್ಸೆ ನೀಡಿದರೆ, ಆತನು ಜೀವ ಶಕ್ತಿಯನ್ನು ನಿಭಾಯಿಸಬಹುದು. ಆತನು ಆರಂಭದಲ್ಲಿ ಅದನ್ನು ನಿಭಾಯಿಸುವುದು ಸಾಧ್ಯವಿಲ್ಲ, ಏಕೆಂದರೆ ಅದು ಬೆನ್ನುಮೂಳೆಯ ತಳದಲ್ಲಿ ತುಂಬಾ ಆಳವಾಗಿ ಅಡಗಿಕೊಂಡಿದೆ, ಆದರೆ ಆತನು ಅತೀಂದ್ರಿಯ ಗ್ರಹಿಕೆಯನ್ನು ತೀಕ್ಷ್ಣಗೊಳಿಸಿಕೊಂಡ ಕೂಡಲೇ, ಅಂತಹ ಅಧಿಕಾರದಿಂದ ಮನಸ್ಸನ್ನು ಆಜ್ಞಾಪಿಸುವ ಆ ಮಹಾನ್ ಶಕ್ತಿಯನ್ನು ಆತನು ನಿಭಾಯಿಸಬಹುದು.

ಒಬ್ಬನು ಯೋಗಿಯೋ ಅಥವಾ ಆಧ್ಯಾತ್ಮಿಕ ಜೀವನದಲ್ಲಿ ಆಸಕ್ತಿಯಿಲ್ಲದ ವ್ಯಕ್ತಿಯೋ ಎಂಬುದನ್ನು ಲೆಕ್ಕಿಸದೆ ಕೆಳಗಿನ ದೇಹವು ಕಲುಷಿತಗೊಂಡಿದ್ದರೆ ಜೀವ ಶಕ್ತಿಯು ಒಂದು ಕ್ಷೀಣ ಪ್ರಜ್ವಲತೆಯನ್ನು ಹೊಂದಿರುತ್ತದೆ. ಇದು ಸೂಕ್ಷ್ಮ ಹಾಗೂ ಸ್ಥೂಲ ದೇಹಗಳಲ್ಲಿ ಕೂಡ ಸಂಭವಿಸುತ್ತದೆ. ಸ್ಥೂಲ ದೇಹದ ಸಾಮಾನ್ಯ ಸ್ಥಿತಿಯು ನಮಗೆ ಸೂಕ್ಷ್ಮ ರೂಪದ ಪರಿಸ್ಥಿತಿಯ ಬಗ್ಗೆ ಬಹಳಷ್ಟನ್ನು ತಿಳಿಸುತ್ತದೆ.

ಜೀವ ಶಕ್ತಿಯ ಕ್ಷೀಣ ಪ್ರಜ್ವಲತೆ

ಒಬ್ಬ ವ್ಯಕ್ತಿಯು (ಯೋಗ ಅಭ್ಯಾಸದಲ್ಲಿ) ಮುಂದುವರೆದಂತೆ ಮತ್ತು ದೇಹದ ಆ ಭಾಗವು ತಾಜಾ ಶಕ್ತಿಯಿಂದ ಚೈತನ್ಯ ತುಂಬಿಕೊಂಡಂತೆ ರಕ್ತಪರಿಚಲನೆಯು ಉತ್ತಮಗೊಳ್ಳುತ್ತದೆ ಮತ್ತು ಸೂಕ್ಷ್ಮ ರೂಪದಲ್ಲಿ ದ್ರವರೂಪದ ಸೌರ ಶಕ್ತಿಯ ಪರಿಚಲನೆಯು ಉತ್ತಮಗೊಳ್ಳುತ್ತದೆ. ಜೀವ ಶಕ್ತಿಯು ಪ್ರಜ್ವಲವಾಗುತ್ತದೆ ಮತ್ತು ಎಲ್ಲಾ ಕಡೆಯಿಂದಲೂ ಬೆನ್ನುಹುರಿಯನ್ನು ಸುತ್ತುವರಿದಿರುವ ಎಂದಿನ ಅಂಧಕಾರವನ್ನು ತೆಗೆದುಹಾಕುತ್ತಾ ಅದು ಬೆನ್ನುಹುರಿಯ ಮೇಲಕ್ಕೇರುತ್ತದೆ.

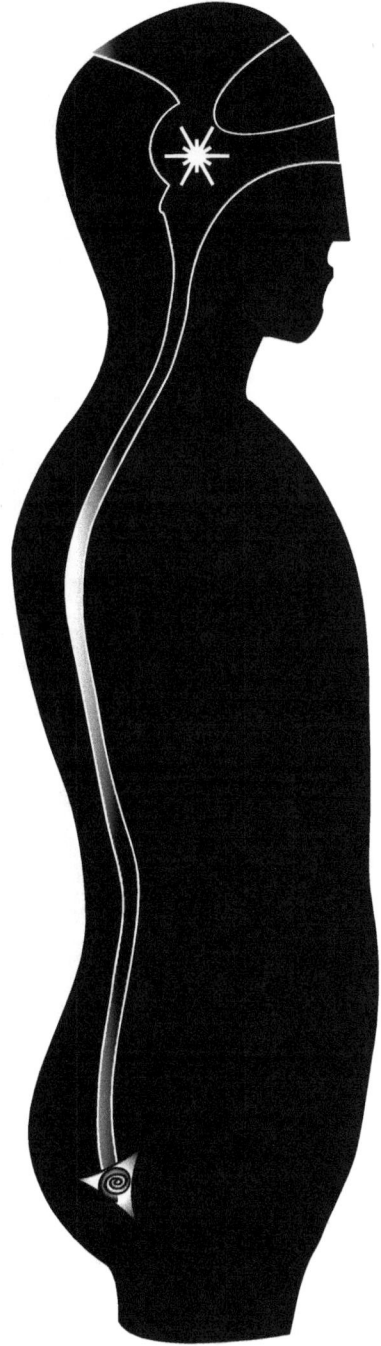

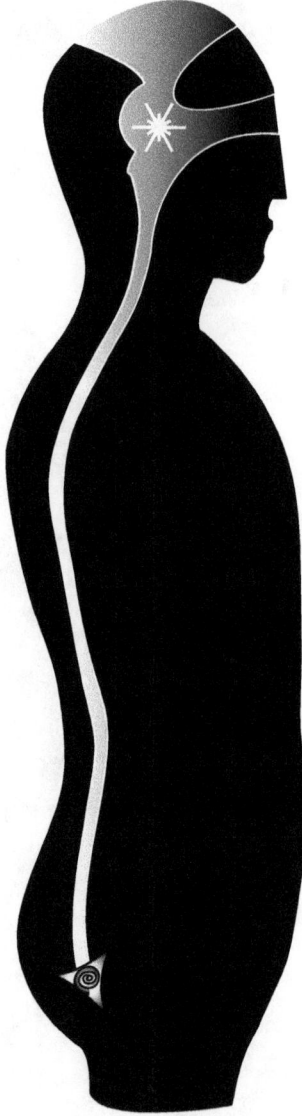

ಜೀವ ಶಕ್ತಿಯು ಬೆನ್ನುಹುರಿಯನ್ನು ಭೇದಿಸಿಕೊಂಡು ಹೋಗುತ್ತದೆ

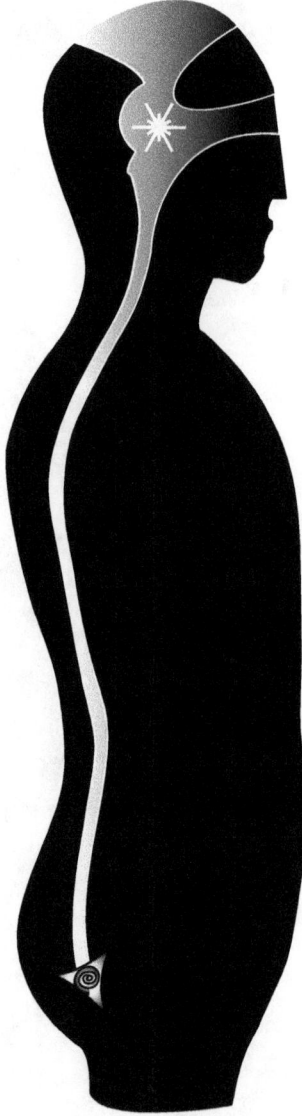

ಇದು ಸಂಭವಿಸಿದಾಗ ಜೀವ ಶಕ್ತಿಯ ಮನೋಭಾವವು ಬದಲಾಗುತ್ತದೆ. ಸಂಬಂಧಪಟ್ಟ ವ್ಯಕ್ತಿಯು ಕೆಳಗಿನ ಪ್ರಚೋದನೆಗಳಿಂದ ವಿರಳವಾಗಿ ಕ್ಲೇಶಪಟ್ಟುಕೊಳ್ಳುವಂತಹ ಮಟ್ಟಿಗೆ ಅದರ ಕೆಳಗಿನ ಪ್ರವೃತ್ತಿಗಳು ಶಾಶ್ವತವಾಗಿ ಹೊರಟು ಹೋಗುತ್ತವೆ. ಆತನು ಅಥವಾ ಆಕೆಯು ಆಧ್ಯಾತ್ಮಿಕವಾಗಿ–ವಿನಾಶಕಾರಕ ಇಂದ್ರಿಯ ಕೃತ್ಯಗಳ ನಿಯಂತ್ರಣಕ್ಕೆ ಇನ್ನು ಮುಂದೆ ಪ್ರಯತ್ನ ಮಾಡಬೇಕಿಲ್ಲ. ಲೈಂಗಿಕ ಪಾಲ್ಗೊಳ್ಳುವಿಕೆಯ ಕುರಿತು ಹೇಳುವುದಾದರೆ, ಆ ಪ್ರವೃತ್ತಿಯು ಮನಸ್ಸು ಮತ್ತು ದೇಹದಿಂದ ಅಳಿಸಿಹಾಕಲ್ಪಡುತ್ತದೆ; ವ್ಯಕ್ತಿಯು ಇನ್ನು ಮುಂದೆ ಬ್ರಹ್ಮಚಾರಿಯಾಗಿರಲು ಪ್ರಯತ್ನ ಮಾಡಬೇಕಿಲ್ಲ. ಆಹಾರದ ಕುರಿತು ಹೇಳುವುದಾದರೆ,

ವ್ಯಕ್ತಿಯು ಕಡಿಮೆ ತಿನ್ನುತ್ತಾನೆ, ಮತ್ತು ಹಿಂಸೆ ಇಲ್ಲದೆ ಪಡೆದುಕೊಂಡ ಕಡಿಮೆ ಆಹಾರದಿಂದ ಮತ್ತು ಹಗುರವಾದ ಆಹಾರಗಳಿಂದ ಅಷ್ಟೇ ಶಕ್ತಿಯನ್ನು ಪಡೆಯುತ್ತಾನೆ.

ಇತರರಿಗೆ ವ್ಯಕ್ತಿಯು ವಿರಕ್ತನಂತೆ ಅಥವಾ ಅತಿ ಕಟ್ಟುನಿಟ್ಟಿನವನಂತೆ ಕಂಡುಬರುತ್ತಾನೆ, ಆದರೆ ತನ್ನೊಳಗೆ ಆತನಿಗೆ ಅಥವಾ ಆಕೆಗೆ ಹೊಸ ಜೀವನಶೈಲಿಯು ಸ್ವಾಭಾವಿಕವೆಂದೆನಿಸುತ್ತದೆ. ಈ ಸ್ಥಿತಿಯಲ್ಲಿರುವ ಒಬ್ಬ ಅನುಭವಾತೀತ-ದರ್ಶನವಾದಿಯು (transcendentalist) ಭ್ರೂ ಚಕ್ರವನ್ನು ಕ್ರಿಯಾತ್ಮಕಗೊಳಿಸುವ (ಮೂರನೆಯ ಕಣ್ಣನ್ನು) ಹಾಗೂ ಮುಕುಟ ಚಕ್ರವನ್ನು (ತಲೆಯ ಮೇಲಿರುವ ಅತೀಂದ್ರಿಯ ರಂಧ್ರವನ್ನು) ತೆರೆಯುವ ಶಕ್ತಿಯುತವಾದ ಪ್ರಾಣದಿಂದ (ಪ್ರಾಣೋತ್ಥಾನದಿಂದ, pranotthana) ಅಥವಾ ಸೂರ್ಯನ ಕಿರಣಗಳಿಗೆ ಒಡ್ಡಲ್ಪಟ್ಟಿರುವ ಪ್ರಾಣದ ಶಕ್ತಿಯ ಬಿಡುಗಡೆಯಿಂದ (release of pranic solarized energy) ಪ್ರಭಾವಿತಗೊಂಡಿದ್ದಾನೆಂದು ಸಂಸ್ಕೃತದಲ್ಲಿ ಹೇಳಲಾಗುತ್ತದೆ.

ಭ್ರೂ ಚಕ್ರವು ತೆರೆಯಲ್ಪಟ್ಟಾಗ ಒಬ್ಬ ವ್ಯಕ್ತಿಯು ಅನುಭಾವಿಯಾಗಿ ನೋಡಲು ಪ್ರಾರಂಭಿಸುತ್ತಾನೆ, ಅನ್ಯ ಆಲೋಚನೆಗಳ ಬಗ್ಗೆ ಹೆಚ್ಚು ಅರಿವುಳ್ಳವನಾಗುತ್ತಾನೆ, ಹಾಗೂ ಕನಸಿನ ಸಂಪರ್ಕಗಳ ಬಗ್ಗೆ ಹೆಚ್ಚು ಜಾಗೃತನಾಗುತ್ತಾನೆ. ಮುಕುಟ ಚಕ್ರವು ಸಂಪೂರ್ಣವಾಗಿ ತೆರೆದಿರುವಾಗ, ಅಂತಿಮವಾಗಿ ವಿಮೋಚನೆಯನ್ನು ಪಡೆಯುವ ಪ್ರಯತ್ನದಲ್ಲಿ ಆತನಿಗೆ ಸಹಾಯ ಮಾಡಬೇಕಿರುವ ಸ್ವರ್ಗೀಯ ಜನರನ್ನು ಆತನು ಗ್ರಹಿಸುತ್ತಾನೆ ಮತ್ತು ಅವರೊಂದಿಗೆ ಸಂಪರ್ಕದಲ್ಲಿರುತ್ತಾನೆ. ಶುದ್ಧೀಕರಣದ ಈ ಸ್ಥಿತಿಯನ್ನು ತಪ್ಪಿಸುವುದು ಸಾಧ್ಯವಿಲ್ಲ. ಇದು ದೇಹದ ಸಾವಿನ ನಂತರ ಪರಲೋಕದಲ್ಲಿ ಉನ್ನತ ಜೀವನಕ್ಕಾಗಿ ಕಡ್ಡಾಯವಾದ ಸಿದ್ಧತೆಯಾಗಿದೆ.

ಪ್ರಾಣೋತ್ಥಾನದ ಬಿಡುಗಡೆ (ಸೂರ್ಯನ ಕಿರಣಗಳಿಗೆ ಒಡ್ಡಲ್ಪಟ್ಟಿರುವ ಶಕ್ತಿಯ ಬಿಡುಗಡೆ)

ಸಮಾಜದಲ್ಲಿ ಮನುಷ್ಯನ ಸ್ಥಾನವನ್ನು ಲೆಕ್ಕಿಸದೆ ಒಬ್ಬ ವ್ಯಕ್ತಿಗೆ ಮಲಬದ್ಧತೆ ಅಥವಾ

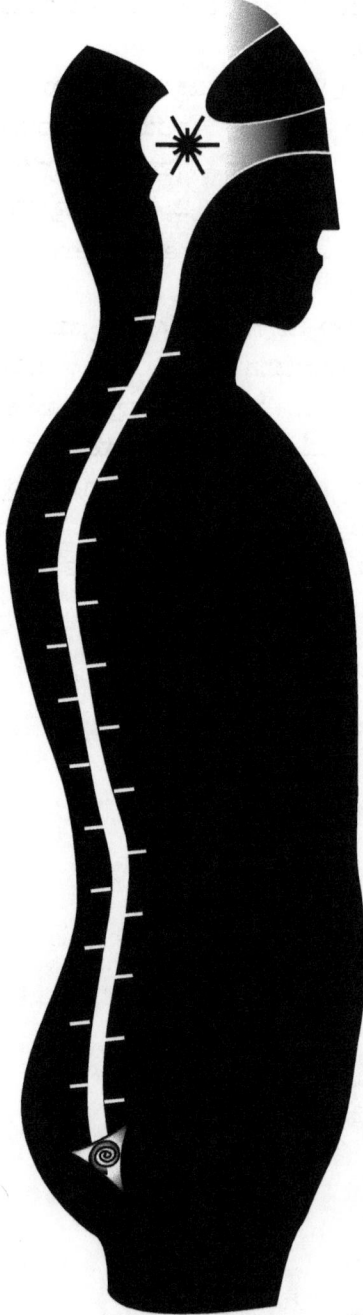

ತಡವಾದ ಮಲದ ವಿಸರ್ಜನೆಯ ಅಭ್ಯಾಸವಾಗಿದ್ದರೆ, ಅಥವಾ ಆತನ ದೇಹವು ನಿರಂತರವಾಗಿ ರಕ್ತಪ್ರವಾಹದೊಳಗೆ ವೀರ್ಯವನ್ನು ಬಿಡುಗಡೆ ಮಾಡುವ ಬದಲಿಗೆ ಹೆಚ್ಚು ವೀರ್ಯವನ್ನು ತೊಡೆಸಂದು ಪ್ರದೇಶದಲ್ಲಿ ಶೇಖರಿಸಿದರೆ, ಅಥವಾ ರಕ್ತ ಪರಿಚಲನೆಯು ಪೃಷ್ಠಗಳಲ್ಲಿ, ತೊಡೆಗಳಲ್ಲಿ, ತೊಡೆಸಂದಿನಲ್ಲಿ ಹಾಗೂ ಪಾದಗಳಲ್ಲಿ ಕಡಿಮೆಯಿದ್ದರೆ, ಆತನಿಗೆ ತನ್ನ ಜೀವ ಶಕ್ತಿಯನ್ನು ಪ್ರಕಾಶಗೊಳಿಸಲು ಸಾಧ್ಯವಾಗುವುದಿಲ್ಲ ಎಂಬುದನ್ನು ಅರಿತುಕೊಳ್ಳುವುದು ಬಹಳ ಮುಖ್ಯ. ಆತನ ಜೀವ ಶಕ್ತಿಯನ್ನು ದೇಹದ ಕೆಳ ಭಾಗದಲ್ಲಿ ಹೆಚ್ಚಾಗಿ, ಸಂಪೂರ್ಣವಾಗಿ ಬಳಸಲಾಗುವ ಕಾರಣ ಅದು ಕಾಂತಿಹೀನವಾಗಿರುತ್ತದೆ. ಇದು ಆತನು ಅಪೇಕ್ಷೆ ಪಡುವುದಿಲ್ಲ ಎಂದರ್ಥವಲ್ಲ. ಆತನು ಒಬ್ಬ ಅನುಭವಾತೀತ-ದರ್ಶನವಾದಿಯಾಗಿದ್ದರೆ (transcendentalist) ಆತನು ಖಂಡಿತವಾಗಿಯೂ ಅಪೇಕ್ಷೆ ಪಡುತ್ತಾನೆ, ಆದರೆ ಆತನ ಜೀವ ಶಕ್ತಿಯು ಉನ್ನತ ಆದರ್ಶಗಳಿಗೆ ಸಂಪೂರ್ಣವಾಗಿ ಸಹಕರಿಸುವುದಿಲ್ಲ, ಏಕೆಂದರೆ ಅದು ವಿಧೇಯವಾಗಿ ದೇಹದ ಕೆಳಗಿನ ಮುಂಡಭಾಗದಲ್ಲಿ ಮತ್ತು ತೊಡೆಗಳಲ್ಲಿ ಮಗ್ನವಾಗಿರುತ್ತದೆ.

ಪ್ರತಿ ಜೀವಿಯು ಪ್ರತ್ಯೇಕ ವ್ಯಕ್ತಿಯಾಗಿರುವ ಕಾರಣ ಮತ್ತು ನಮ್ಮಲ್ಲಿ ಪ್ರತಿಯೊಬ್ಬರಿಗೂ ಪ್ರವರ್ತನ ಶಕ್ತಿ ಇರುವ ಕಾರಣ ನಾವು ಆಧ್ಯಾತ್ಮಿಕ ಉನ್ನತಿಗೆ ನಮ್ಮ ದೃಢಸಂಕಲ್ಪವನ್ನು ವಿನಿಯೋಗಿಸಬೇಕು. ಇಲ್ಲವಾದರೆ, ನಾವು ಜೀವನದ ಮೇಲೆ ಜೀವನ ಪ್ರಾಣಿ ಪ್ರಜ್ಞೆಯೊಂದಿಗೆ ಭೌತಿಕ ಪರಿಸ್ಥಿತಿಯಲ್ಲಿ ಉಳಿದಿರುತ್ತೇವೆ.

ಯಾರೂ ಶುದ್ಧೀಕರಣವನ್ನು ಮತ್ತು ಆಧ್ಯಾತ್ಮಿಕ ಪ್ರಗತಿಯನ್ನು ತಪ್ಪಿಸುವ ಆಲಸಿ ವಿಧಾನದ ಮೂಲಕ ಮೋಕ್ಷವನ್ನು ಪಡೆಯುವುದಿಲ್ಲ. ಅದು ಸಾಧ್ಯವಿಲ್ಲ. ಮೋಕ್ಷಕ್ಕೆ ಸಾಕಷ್ಟು ವೈಯಕ್ತಿಕ ಪ್ರಯತ್ನ ಬೇಕಾಗುತ್ತದೆ. ಖಂಡಿತವಾಗಿ ಒಬ್ಬ ವ್ಯಕ್ತಿಗೆ ಯಾವುದೇ ಅತೀಂದ್ರಿಯ ಉತ್ತೇಜನವಿಲ್ಲದಿದ್ದರೆ, ದೇವರಲ್ಲಿ ನಂಬಿಕೆ ಇಡುವುದು ಮತ್ತು ತನ್ನನ್ನು ಒಂದು ಆಧ್ಯಾತ್ಮಿಕ ಸಮಾಜದ ಸದಸ್ಯನನ್ನಾಗಿಸುವುದು ಉತ್ತಮ, ಆದರೆ ಅದು ಆತನು ಭೌತಿಕ ಅಸ್ತಿತ್ವದಿಂದ ಬಿಡುಗಡೆ ಹೊಂದುತ್ತಾನೆಂದು ಅರ್ಥವಲ್ಲ.

ನಿಮಗೆ ದೇವರಲ್ಲಿ ನಂಬಿಕೆಯಿದ್ದರೂ ಕೂಡ ನಿಮ್ಮ ದೃಢಸಂಕಲ್ಪವು ಎಲ್ಲಿ ಹೋಗುತ್ತಿದೆ? ನಿಮ್ಮ ಪ್ರವರ್ತನ ಶಕ್ತಿಯು ಎಲ್ಲಿ ಇರಿಸಲ್ಪಡುತ್ತಿದೆ? ನೀವು ಅತಿ ಹೆಚ್ಚಾಗಿ ಎಲ್ಲಿ ಶ್ರಮಪಡುತ್ತೀರಿ? ಉತ್ತರವೇನೆಂದರೆ, ಒಬ್ಬ ವ್ಯಕ್ತಿಯು ಅತಿ ಹೆಚ್ಚಾಗಿ ಶ್ರಮಪಡುವ ಕ್ಷೇತ್ರವು ಅತಿ ಹೆಚ್ಚಾಗಿ ಬೆಳೆಯುತ್ತದೆ. ಶ್ರಮಪಡುವ ಸಾಮರ್ಥ್ಯದ ದಿಕ್ಕು ನಮ್ಮನ್ನು ಮೇಲಕ್ಕೇರಿಸುತ್ತದೆ ಅಥವಾ ಕೆಳಮಟ್ಟಕ್ಕಿಳಿಸುತ್ತದೆ, ಮತ್ತು ಆ ಮೂಲಕ ಮುಂದಿನ ಜೀವನದಲ್ಲಿನ ನಮ್ಮ ದಿಕ್ಕನ್ನು ಸೃಷ್ಟಿಸುತ್ತದೆ.

ಬದುಕಿರುವ ಜೀವಿಗೆ ಅಥವಾ ವ್ಯಕ್ತಿಗೆ ಶಕ್ತಿಯಿದೆ, ಆದರೆ ಆತನು ಬಹುಮಟ್ಟಿಗೆ ಮಿತಿಯುಳ್ಳವನಾಗಿದ್ದಾನೆ. ಆತನು ಸಮರ್ಥವಾಗಿ ಶಕ್ತಿಯನ್ನು ಬಳಸಿದರೆ ಆಧ್ಯಾತ್ಮಿಕ ಸಾಮರ್ಥ್ಯಗಳು ಹೆಚ್ಚಾಗಬಹುದು.

ಸಾಮಾಜಿಕ ಹಾಗೂ ಸೂಕ್ಷ್ಮ ದುರ್ಗುಣಗಳಲ್ಲಿ ಶಕ್ತಿಯನ್ನು ವ್ಯರ್ಥವಾಗಿ ಕಳೆದರೆ ಆತನು ಮಾನಸಿಕ ಕತ್ತಲೆಯನ್ನು ಬಿಟ್ಟು ಏನನ್ನೂ ಅನುಭವಿಸಲು ಸಾಧ್ಯವಿಲ್ಲ. ಅತ್ಯಂತ ಅಜ್ಞಾನದ ಸ್ಥಿತಿಯಲ್ಲಿಯೂ ಕೂಡ ಒಬ್ಬ ವ್ಯಕ್ತಿಗೆ ದೇವರಲ್ಲಿ ನಂಬಿಕೆ ಇರಬಹುದು, ಆದರೆ ಧರ್ಮದಲ್ಲಿ ಹಾಗೂ ಭಕ್ತಿಯಲ್ಲಿ ವಿನಿಯೋಗಿಸಲು ಆತನಿಗೆ ಕಡಿಮೆ ಶಕ್ತಿಯಿದ್ದರೆ, ಉನ್ನತ ರೀತಿಯಲ್ಲಿ ದೈವಿಕ ವ್ಯಕ್ತಿಗಳೊಂದಿಗೆ ಸಂಬಂಧಿಸಲು ದೃಢಸಂಕಲ್ಪವು ಪ್ರಕಟವಾಗುವುದಿಲ್ಲ.

ನಡೆಯುವುದು, ಮಾತನಾಡುವುದು, ನೋಡುವುದು, ಕೇಳಿಸಿಕೊಳ್ಳುವುದು ಹಾಗೂ ವಾಸನೆಯನ್ನು ಗ್ರಹಿಸುವುದು ಜೀವಂತ ಭೌತಿಕ ದೇಹದ ಸ್ವಾಭಾವಿಕ ಗುಣಗಳಾಗಿರುವಂತೆ, ಮಾನಸಿಕ ಹಾಗೂ ಅತೀಂದ್ರಿಯ ಸಾಮರ್ಥ್ಯಗಳು ಆಧ್ಯಾತ್ಮಿಕ ಆತ್ಮದ ಸ್ವಾಭಾವಿಕ ಗುಣಗಳಾಗಿವೆ. ಭೌತಿಕ ಹಾಗೂ ಕೆಳಗಿನ ಸೂಕ್ಷ್ಮ ಮಟ್ಟಗಳಲ್ಲಿ ನಮ್ಮ ಶಕ್ತಿಯನ್ನು ಅಸಮರ್ಥವಾಗಿ ವ್ಯರ್ಥ ಮಾಡಲಾಗುವ ಕಾರಣ ಅತೀಂದ್ರಿಯ ಸಾಮರ್ಥ್ಯಗಳು ಮುಚ್ಚಲ್ಪಟ್ಟಿವೆ. ಅತೀಂದ್ರಿಯ ಸಾಮರ್ಥ್ಯವು ಸ್ವಾಭಾವಿಕ, ಆದರೆ ನಾವು ಸಾಮಾಜಿಕ ಆಸಕ್ತಿಗಳಲ್ಲಿ ಅಗತ್ಯಕ್ಕಿಂತ ಹೆಚ್ಚು ಮಗ್ನರಾಗುವುದರಿಂದ ನಮಗೆ ಅದನ್ನು ದೊರಕದಂತೆ ಮಾಡುತ್ತೇವೆ.

ಜೀವ ಶಕ್ತಿಯು ಅತಿಯಾದ ಆಹಾರ ಸೇವನೆ ಹಾಗೂ ಅತಿಯಾದ ಮಲದ ಸಂಸ್ಕರಣೆಯಲ್ಲಿ, ಹಾಗೂ ಅತಿಯಾದ ಲೈಂಗಿಕ ಆಸಕ್ತಿಯಲ್ಲಿ ಕಾರ್ಯನಿರತ ವಾಗಿರುವವರೆಗೂ ಮತ್ತು ಆಧ್ಯಾತ್ಮಿಕ ಅನ್ವೇಷಣೆಗಳಲ್ಲಿ ಸಾಮಾನ್ಯ ಸೋಮಾರಿತನ ವಿರುವವರೆಗೂ ಭ್ರೂ ಚಕ್ರ ಹಾಗೂ ಮುಕುಟ ಚಕ್ರದ ಬಳಕೆಯು ಸಾಧ್ಯವಾಗುವುದಿಲ್ಲ. ಜೀವ ಶಕ್ತಿಯನ್ನು ಈ ಅತಿಯಾದ ಕರ್ತವ್ಯಗಳಿಂದ ಮುಕ್ತಗೊಳಿಸಿದಾಗ ಮಾತ್ರ ಅದು ಸ್ವಾಭಾವಿಕವಾಗಿ ಬೆನ್ನುಹುರಿಯ ಮೇಲಕ್ಕೇರುತ್ತದೆ ಮತ್ತು ಭ್ರೂ ಚಕ್ರ ಹಾಗೂ ಮುಕುಟ ಚಕ್ರವನ್ನು ಕ್ರಿಯಾತ್ಮಕಗೊಳಿಸಲು ಮೆದುಳನ್ನು ಭೇದಿಸಿಕೊಂಡು ಹೋಗುತ್ತದೆ.

ಜೀವ ಶಕ್ತಿಯು ಮೆದುಳನ್ನು ಭೇದಿಸಿಕೊಂಡು ಹೋಗುತ್ತದೆ

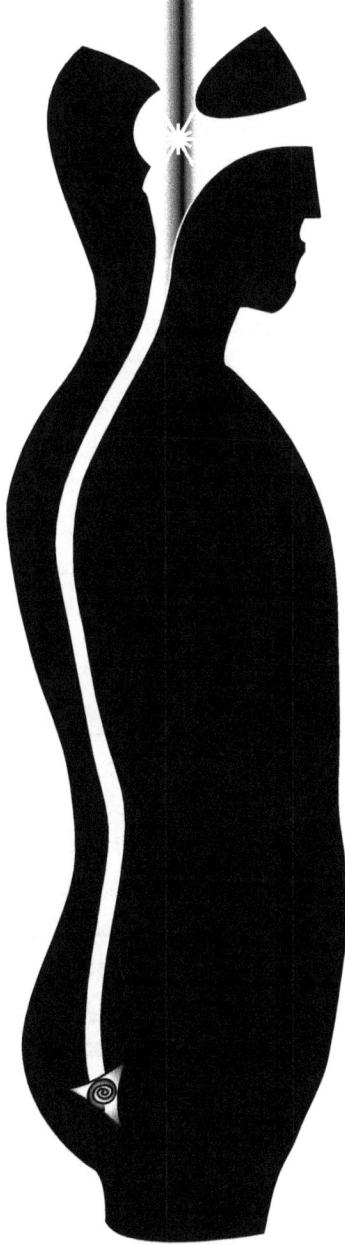

ಬೌದ್ಧಿಕ ಜ್ಞಾನೋದಯ

ಸೈದ್ಧಾಂತಿಕ ಆಧ್ಯಾತ್ಮಿಕ ಪ್ರಗತಿ ಮತ್ತು ವಾಸ್ತವಿಕ ಆಧ್ಯಾತ್ಮಿಕ ಅನುಭವ ಪ್ರತ್ಯೇಕ ಅಂಶಗಳಾಗಿವೆ. ಎಲ್ಲಾ ಧಾರ್ಮಿಕ ಸಿದ್ಧಾಂತಗಳನ್ನು ಮೊದಲು ಶ್ರವಣ–ಇಂದ್ರಿಯದ ಮೂಲಕ ಸ್ವೀಕರಿಸಲಾಗುತ್ತದೆ. ಧಾರ್ಮಿಕ ಜನರೆಲ್ಲರೂ ಕೇಳುವುದು ಅತ್ಯಾವಶ್ಯಕವೆಂದು ಒತ್ತಿ ಹೇಳುತ್ತಾರೆ, ಆದರೆ ಕೇಳುವುದು ಕೇವಲ ಆರಂಭವಾಗಿದೆ. ಕೇಳಿದ ನಂತರ ಒಬ್ಬ ವ್ಯಕ್ತಿಯು ಶಿಸ್ತುಗಳನ್ನು ಪಾಲಿಸುವುದಕ್ಕೆ ಪ್ರಾರಂಭಿಸಬೇಕು ಮತ್ತು ಖಚಿತ ಫಲಿತಾಂಶಗಳನ್ನು ಅನುಭವಿಸಬೇಕು. ದೈವಿಕ ಅನುಗ್ರಹದ ಆಕರ್ಷಣೆ ಮತ್ತು ಅದರ ಸ್ವೀಕಾರವು ಆಧ್ಯಾತ್ಮಿಕ ಅನುಭವಕ್ಕೆ ದಾರಿಯನ್ನು ಮುಕ್ತಗೊಳಿಸುತ್ತದೆ, ಮತ್ತು ಅದರ ಮೂಲಕ ಸಿದ್ಧಾಂತವು ಪ್ರಾಯೋಗಿಕವಾಗುತ್ತದೆ.

ಆಧ್ಯಾತ್ಮಿಕ ಅನುಭವವಿಲ್ಲದ ಆಧ್ಯಾತ್ಮಿಕ ಜೀವನವು ಕೇವಲ ಸೈದ್ಧಾಂತಿಕ ಸಾಧನೆಯಾಗಿದೆ, ಆತ್ಮದಿಂದ ಅನುಭವಿಸಿದ್ದಲ್ಲ. ಒಬ್ಬ ವ್ಯಕ್ತಿಯು ಆಧ್ಯಾತ್ಮಿಕ ಮಾರ್ಗವನ್ನು ಆಯ್ದುಕೊಳ್ಳುವುದರಲ್ಲಿ ಬಹಳ ಎಚ್ಚರಿಕೆಯಿಂದ ಇರಬೇಕು, ಏಕೆಂದರೆ ಆತನು ಆಧ್ಯಾತ್ಮಿಕ ಅನುಭವದ ಭರವಸೆಯನ್ನು ನೀಡುವ ಒಂದು ಸಮಾಜವನ್ನು ಸೇರಿಕೊಂಡರೆ, ಪ್ರಕ್ರಿಯೆಯನ್ನು ವರ್ಷಗಳ ಕಾಲ ಅನುಸರಿಸಿಯೂ ಆತನು ವಾಸ್ತವವಾಗಿ ಅದಾವುದನ್ನೂ ಎಂದಿಗೂ ಅನುಭವಿಸದಿರಬಹುದು.

ದೈವಿಕ ಅನುಗ್ರಹವಿದೆ, ಆದರೆ ಒಬ್ಬ ವ್ಯಕ್ತಿಯು ಶಿಸ್ತು ಪಾಲಿಸುವವನಾಗದಿದ್ದರೆ ಅನುಗ್ರಹವು ಸಾಮಾನ್ಯವಾಗಿ ಆತನೊಳಗೆ ಇಳಿದು ಬರುವುದಿಲ್ಲ, ಆದ್ದರಿಂದ ಆತನಿಗೆ ಅಗತ್ಯವಿರುವ ಅನುಭವಗಳು ಪ್ರಾಪ್ತವಾಗುವುದಿಲ್ಲ, ಬದಲಿಗೆ ಆತನಿಗೆ ನಂಬಿಕೆ ಮಾತ್ರ ಉಳಿದಿರುತ್ತದೆ, ಹೀಗಾಗಿ ಸಾವಿನ ಸಮಯದಲ್ಲಿ ಎಲ್ಲವೂ ಇದ್ದಕ್ಕಿದ್ದಂತೆ ಸುಧಾರಿಸುತ್ತದೆ ಎಂಬ ಭರವಸೆಯೊಂದಿಗೆ ಧರ್ಮವನ್ನು ಒಂದು ನಿರ್ದಿಷ್ಟ ಸಿದ್ಧಾಂತದಲ್ಲಿನ ನಂಬಿಕೆಯ ಒಂದು ವ್ಯವಸ್ಥೆಗೆ ಇಳಿಸುತ್ತದೆ.

ಒಂದು ಧರ್ಮವು ನಡತೆ ಸುಧಾರಣೆ ಅಥವಾ ವಿನಾಶಕಾರಕ ದುರ್ಗುಣಗಳನ್ನು ಹಾಗೂ ಕೆಟ್ಟ ನಡವಳಿಕೆಯನ್ನು ತೆಗೆದುಹಾಕುವ ಫಲಿತಾಂಶವನ್ನು ನೀಡಬೇಕು. ಅದು ಹಾಗೆ ಮಾಡಲು ಸಾಧ್ಯವಾಗದಿದ್ದರೆ ಅದು ನಿಷ್ಪ್ರಯೋಜಕವಾಗಿದೆ, ಅಥವಾ ಅನುಯಾಯಿಯು ಪ್ರಕ್ರಿಯೆಯನ್ನು ಸರಿಯಾಗಿ ಅನುಸರಿಸುತ್ತಿಲ್ಲ. ಅನೇಕ ಜನರು ಧಾರ್ಮಿಕ ಸಮಾಜದಲ್ಲಿ ಉಳಿದಿರುತ್ತಾರೆ ಮತ್ತು ಎಂದಿಗೂ ಶಿಸ್ತುಗಳನ್ನು ಸಂಪೂರ್ಣವಾಗಿ ಪಾಲಿಸುವುದಿಲ್ಲ, ಆದರೆ ಅವರು ವ್ಯವಸ್ಥೆಗೆ ನಿಷ್ಠಾವಂತರೆಂದು ಸೋಗು ಹಾಕುತ್ತಾರೆ. ಅದೇ ಸಮಯದಲ್ಲಿ, ಕೆಲವು ಧರ್ಮಗಳು ಸುಳ್ಳು ಭರವಸೆಗಳನ್ನು ನೀಡುತ್ತವೆ ಮತ್ತು ಅನುಯಾಯಿಗಳು ಅದನ್ನು ಎಂದಿಗೂ ಸಾಧಿಸುವುದಿಲ್ಲ.

ನಡತೆ ಸುಧಾರಣೆ ಅಲ್ಲದೇ ಒಂದು ಧಾರ್ಮಿಕ ವ್ಯವಸ್ಥೆಯು ಉನ್ನತ ಸ್ಥಿತಿಗಳ ಧಾರ್ಮಿಕ ಅನುಭವವನ್ನು ನೀಡಬೇಕು, ಇಲ್ಲವಾದರೆ ಅದು ಮಾನವರ ಮೂಢನಂಬಿಕೆಯ ಪ್ರವೃತ್ತಿಯ ಮೇಲೆ ವರ್ಧಿಸುವ ಕೇವಲ ಒಂದು ನಂಬಿಕೆಯ ವ್ಯವಸ್ಥೆಯಾಗುತ್ತದೆ. ಉನ್ನತ ಸ್ಥಿತಿಗಳ ಅನುಭವದಿಂದ ಧರ್ಮದಲ್ಲಿನ ಒಬ್ಬನ ವಿಶ್ವಾಸವು ನಿಜವಾದ ಅರ್ಥದಲ್ಲಿ ಸುಧಾರಿಸುತ್ತದೆ, ಏಕೆಂದರೆ ಪರಲೋಕದ ಬಗ್ಗೆ ಮಾಡಿದ ವಾಗ್ದಾನಗಳನ್ನು ಅನುಭವಿಸಲಾಗುತ್ತದೆ, ಕಾಣಲಾಗುತ್ತದೆ, ಸ್ಪರ್ಶಿಸಲಾಗುತ್ತದೆ, ಮತ್ತು ಗ್ರಹಿಸಲಾಗುತ್ತದೆ.

ನಡತೆ ಸುಧಾರಣೆ ಮತ್ತು ಉನ್ನತ ಸ್ಥಿತಿಗಳಲ್ಲದೇ, ಒಂದು ಧರ್ಮವು ಸೂಕ್ಷ್ಮ ಶರೀರದಿಂದ ಆರಂಭವಾಗಿ ಉನ್ನತ ಶರೀರಗಳ ಅನುಭವವನ್ನೂ ಕೂಡ ನೀಡಬೇಕು. ಇದು

ಉನ್ನತ ಶರೀರಗಳಲ್ಲಿ ಕೇವಲ ಒಂದು ನಂಬಿಕೆಯಾಗಿರುವುದಕ್ಕೆ ಸಾಧ್ಯವಿಲ್ಲ. ಉದಾಹರಣೆಗೆ, ಕೆಲವು ಪಾಶ್ಚಿಮಾತ್ಯ ಧರ್ಮಗಳಲ್ಲಿ ಜನರು ಸೂಕ್ಷ್ಮ ಶರೀರವನ್ನು ನಂಬುವುದೇ ಇಲ್ಲ. ಅವರು ಯಾವುದೇ ಸೂಕ್ಷ್ಮ ಶರೀರವಿಲ್ಲ ಮತ್ತು ಸಾವಿನ ಸಮಯದಲ್ಲಿ ತಾವು ಇದ್ದಕ್ಕಿದ್ದಂತೆ ಒಂದು ದೇವದೂತರ ರೂಪವನ್ನು ತೆಗೆದುಕೊಳ್ಳುತ್ತೇವೆ, ಮತ್ತು ತಮ್ಮನ್ನು ದೇವರ ಸಮ್ಮುಖಕ್ಕೆ ಸಾಗಿಸಲಾಗುತ್ತದೆ ಎಂದು ನಂಬುತ್ತಾರೆ. ಆದರೆ, ಇಂತಹ ಒಂದು ನಂಬಿಕೆಯ ವ್ಯವಸ್ಥೆಯು ಒಂದು ಪರಿಣಾಮಕಾರಿ ಧಾರ್ಮಿಕ ವ್ಯವಸ್ಥೆಗೆ ಸಾಕಾಗುವುದಿಲ್ಲ. ಅವರನ್ನು ಸಾಗಿಸಲಾಗುವುದು ನಿಜವಾಗಿದ್ದರೆ, ಅವರು ಮುಂಚಿತವಾಗಿ ಕೆಲ ಅನುಭವವನ್ನು ಪಡೆಯಬೇಕು. ಯಾವುದೇ ಮುಂಚಿನ ಅನುಭವವಿಲ್ಲದಿದ್ದರೆ, ತಾವು ಭೌತಿಕ ಶರೀರವೆಂಬ ತಮ್ಮ ಬಗೆಗಿನ ಅವರ ಕಲ್ಪನೆಯು ಸಾವಿನ ಸಮಯದಲ್ಲಿ ಮುಂದುವರಿಯುತ್ತದೆ, ಮತ್ತು ಅವರನ್ನು ಸಾಗಿಸಲಾದರೂ ಕೂಡ ಅವರು ಮಾನವ ಪ್ರವೃತ್ತಿಯ ಆವೇಗದಿಂದ ಈ ಐಹಿಕ ಸ್ಥಳಕ್ಕೆ ಬೇಗನೆ ಹಿಂದಿರುಗುತ್ತಾರೆ. ಧರ್ಮವು ಸಂಪೂರ್ಣ ಅನುಭವವನ್ನು ನೀಡಬೇಕು, ಮತ್ತು ಧರ್ಮವು ವಾಸ್ತವವಾಗಿ ಎಷ್ಟನ್ನು ನೀಡುತ್ತದೆ ಎಂಬುದನ್ನು ತಿಳಿಯಲು ಅನುಯಾಯಿಯು ಎಲ್ಲಾ ಶಿಸ್ತುಗಳನ್ನು ಪಾಲಿಸಬೇಕು, ಮತ್ತು ತನ್ನನ್ನು ಪ್ರಾಮಾಣಿಕವಾಗಿ ಧರ್ಮವನ್ನು ಅನುಸರಿಸುವಂತೆ ನೋಡಿಕೊಳ್ಳಬೇಕು.

ಸಹಜವಾಗಿ ಪ್ರತಿ ಅನುಯಾಯಿಗೆ ಅಗತ್ಯವಿರುವ ಉತ್ಸಾಹವಿರುವುದಿಲ್ಲ, ಆದರೆ ಇರುವವರು, ಹೆಚ್ಚು ಪ್ರಾಮಾಣಿಕ ಜನರು, ಪೂರ್ಣ ಪ್ರಯತ್ನವನ್ನು ಮಾಡಬೇಕು ಮತ್ತು ವ್ಯವಸ್ಥೆಯನ್ನು ಪರೀಕ್ಷಿಸಬೇಕು. ಧರ್ಮದ ಭಾಗಗಳು ಕಾಲ್ಪನಿಕ ಇದ್ದವು ಎಂಬ ಕಾರಣಕ್ಕೇ ಆಗಲಿ, ಅಥವಾ ನಾವು ಸಾಕಷ್ಟು ಶಿಸ್ತುಗಳನ್ನು ಅನುಸರಿಸಲಿಲ್ಲ ಎಂಬ ಕಾರಣಕ್ಕೇ ಆಗಲಿ ಮರಣದಲ್ಲಿ ಅದು ಭರವಸೆಯನ್ನು ನೀಡಿದ ಫಲಿತಾಂಶವನ್ನು ನೀಡುವುದಿಲ್ಲ ಎಂಬುದನ್ನು ಕಂಡುಕೊಳ್ಳುವುದಕ್ಕೆ ಮಾತ್ರ ಒಂದು ಧರ್ಮವನ್ನು ಅನುಸರಿಸುತ್ತಾ ಅನೇಕ ವರ್ಷಗಳನ್ನು ಕಳೆಯುವುದರಲ್ಲಿ ಯಾವುದೇ ಅರ್ಥವಿಲ್ಲ. ನಾವು ಈಗ ಅದನ್ನು ಪರೀಕ್ಷಿಸೋಣ, ಅದರಿಂದಾಗಿ ನಾವು ದೇಹದಿಂದ ನಿರ್ಗಮಿಸುವ ಮುಂಚೆ ಅಗತ್ಯವಿರುವ ಹೊಂದಾಣಿಕೆಗಳನ್ನು ಮಾಡಿಕೊಳ್ಳಬಹುದು.

ನಾವು ಅನುಸರಿಸುವ ರೀತಿಯಲ್ಲಿ ತಪ್ಪನ್ನು ಮಾಡುತ್ತಿದ್ದಲ್ಲಿ ನಾವು ಈಗ ಅದನ್ನು ಕಂಡುಕೊಳ್ಳೋಣ, ಅದರಿಂದಾಗಿ ನಾವು ಅಗತ್ಯವಾದ ಮಾರ್ಪಾಡುಗಳನ್ನು ಮಾಡಿಕೊಳ್ಳಬಹುದು ಮತ್ತು ಕುರುಡಾಗಿ ಅನುಸರಿಸುತ್ತಿರುವ ಇತರರಿಗೂ ಕೂಡ ಸಲಹೆಯನ್ನು ನೀಡಬಹುದು. ಧರ್ಮ ಅಥವಾ ವಿಧಾನವು ಸುಳ್ಳು ವಾಗ್ದಾನಗಳನ್ನು ಮಾಡಿದರೆ ನಾವು ತಪ್ಪು ನಿರೂಪಣೆಯನ್ನು ಕಂಡುಕೊಳ್ಳೋಣ.

ಧ್ಯಾನ

ಬಹುಶಃ ಧ್ಯಾನದ ಅತ್ಯಂತ ತೊಂದರೆ ಕೊಡುವ ಅಂಶವೆಂದರೆ ಮನಸ್ಸುಗಳು ನಿಯಂತ್ರಣದಲ್ಲಿ ಇಲ್ಲದ ಮತ್ತು ಆಲೋಚನೆಯ ವರ್ಗಾವಣೆಯು ಮೂಲಕ ಧ್ಯಾನಿಯೊಂದಿಗೆ ಸಂಬಂಧಿಸಲು ಪ್ರಯತ್ನಿಸುವ ಪರಿಚಯಸ್ಥರಿಂದ ಬರುವ ಕಿರಿಕಿರಿಯುಂಟು ಮಾಡುವ ಆಲೋಚನೆಗಳು. ಸಂಪೂರ್ಣವಾಗಿ ಅಲ್ಲದಿದ್ದರೂ ಸ್ವಲ್ಪ ಮಟ್ಟಿಗೆ ಆಲೋಚನೆಯ ಸಂವಹನದಿಂದ ಆಗುವ ಈ ಕಿರುಕುಳವು ಅರಿವಿಲ್ಲದೇ ಮಾಡಲಾಗುತ್ತದೆ, ಆದರೆ ಪರಿಣಾಮಗಳು ವಿನಾಶಕಾರಿ. ಪತಂಜಲಿ ಯೋಗ ಸೂತ್ರಗಳಲ್ಲಿ ನಮಗೆ ಎರಡನೇ ಸೂತ್ರದಲ್ಲಿ ಸುಳಿವು ಸಿಗುತ್ತದೆ:

- *ಯೋಗ ಕೌಶಲ್ಯವನ್ನು ಮಾನಸಿಕ-ಭಾವನಾತ್ಮಕ ಶಕ್ತಿಯ ಕಂಪಿಸುವ ಪ್ರಕಾರಗಳ ಪ್ರಜ್ಞಾಪೂರ್ವಕ ಕಾರ್ಯಾಚರಣೆ-ಇಲ್ಲದ ಮೂಲಕ ನಿರೂಪಿಸಲಾಗುತ್ತದೆ. (ಯೋಗ ಸೂತ್ರಗಳು ೧.೨)*

ಖಂಡಿತವಾಗಿ ಯಾರೂ ನಮಗೆ ಒಂದು ಭೌತಿಕ ವಸ್ತುವಾಗಿ ಪ್ರಜ್ಞೆಯನ್ನು ತೋರಿಸುವುದು ಸಾಧ್ಯವಿಲ್ಲ, ಆದರೆ ಪತಂಜಲಿಯವರಿಗೆ ಪ್ರಜ್ಞೆಯು ಗ್ರಹಿಸಬಹುದಾಗಿತ್ತು. ಅವರು ಹಠಾತ್ ಪ್ರವೃತ್ತಿಯ ಕ್ರಿಯೆಗಳನ್ನು ನಿರೋಧಿಸುವುದನ್ನು ಅಥವಾ ಪ್ರಜ್ಞೆಯ ಒಳಗೆ ಕಂಪಿಸುವ ಪ್ರಕಾರಗಳನ್ನು ನಿರೋಧಿಸುವುದನ್ನು ಯೋಗವೆಂದು ವ್ಯಾಖ್ಯಾನಿಸುತ್ತಾರೆ.

ಆಲೋಚನೆಯ ನಿಯಂತ್ರಣವು ಯಾವುದೇ ಆಧ್ಯಾತ್ಮಿಕ ಶಿಸ್ತಿನ ಉನ್ನತ ಹಂತಗಳಲ್ಲಿ ಖಂಡಿತವಾಗಿ ಅತ್ಯಗತ್ಯ. ಆಲೋಚನೆಯಿಂದ ಚಟುವಟಿಕೆ ಬರುತ್ತದೆ. ಆದ್ದರಿಂದ, ಆಲೋಚನೆಗಳನ್ನು ನಿಯಂತ್ರಿಸದಿದ್ದರೆ ಕ್ರಿಯೆಗಳನ್ನು ನಿಯಂತ್ರಿಸುವುದು ಸಾಧ್ಯವಿಲ್ಲ. ಆಲೋಚನೆಗಳನ್ನು ನಿಯಂತ್ರಿಸುವುದು ಎಂದರೆ ಮನಸ್ಸಿನಲ್ಲಿರುವ ಯಾವ ಕಲ್ಪನೆಗಳು (ಅಥವಾ ವಿಚಾರಗಳು) ತನ್ನ ಸ್ವಂತದ್ದು ಮತ್ತು ಯಾವುದು ಹೊರಗಿನ ಮೂಲಗಳಿಂದ ಪ್ರವೇಶಿಸುತ್ತದೆ ಎಂಬ ಭೇದವನ್ನು ಗ್ರಹಿಸುವುದು ಎಂದರ್ಥ. ಇವುಗಳಲ್ಲಿ ಯಾವುದು ಆಧ್ಯಾತ್ಮಿಕ ಹಿತಕ್ಕಾಗಿ ಮತ್ತು ಯಾವುದು ಆಧ್ಯಾತ್ಮಿಕ ಗುರಿಗಳಿಗೆ ನಿಜವಾಗಿಯೂ ಹಾನಿಕಾರಕ ಎಂಬುದನ್ನು ಕೂಡ ಭೇದ ಗ್ರಹಿಸಬೇಕು.

ಒಮ್ಮೆ ಒಂದು ಕಲ್ಪನೆಯು (ಅಥವಾ ಆಲೋಚನೆಯು ಅಥವಾ ವಿಚಾರವು) ಮನಸ್ಸನ್ನು ಪ್ರವೇಶಿಸಿದರೆ, ಕಲ್ಪನೆಯ ಮೇಲೆ ಕಾರ್ಯ ಮಾಡಲು ಪ್ರಾರಂಬಿಸಿ, ತದನಂತರ ಪರಿಣಾಮಗಳನ್ನು ಕಂಡುಕೊಳ್ಳುವ ಬದಲಿಗೆ, ಒಬ್ಬ ವ್ಯಕ್ತಿಯು ಅದರ ಮೂಲವನ್ನು ಮತ್ತು ಅದರ ಸ್ವೀಕಾರಾರ್ಹತೆಯನ್ನು ಗ್ರಹಿಸಬೇಕು. ಸಾಮಾನ್ಯವಾಗಿ ನಾವು ಎಲ್ಲಾ ಮಾನಸಿಕ ಕಲ್ಪನೆಗಳನ್ನು ಅವು ಇಷ್ಟವಾದುದು ಎಂದು ತೋರಿದರೆ ಅವುಗಳನ್ನು ಸ್ವೀಕರಿಸುವ ಅಥವಾ ಅವು ಒಪ್ಪಿಕೊಳ್ಳಲಾಗದು ಎಂದು ತೋರಿದರೆ ಅವುಗಳನ್ನು ತಿರಸ್ಕರಿಸುವ ಮೂಲಕ ನಿಭಾಯಿಸುತ್ತೇವೆ. ಒಂದು ಕಲ್ಪನೆಯ ಆಧ್ಯಾತ್ಮಿಕ ಮೌಲ್ಯದ ವಿಷಯದಲ್ಲಿ, ಅದರ ತಕ್ಷಣದ ಸಂತೋಷ ಅಥವಾ ನೋವು-ನೀಡುವ ಪ್ರಯೋಜನವನ್ನು ಲೆಕ್ಕಿಸದೆ, ಧ್ಯಾನಕ್ಕೆ ಒಬ್ಬ ವ್ಯಕ್ತಿಯು ಬೇರೆ ಮೌಲ್ಯಮಾಪನವನ್ನು ಬಳಸಬೇಕು.

ಉನ್ನತ ಹಂತಗಳಲ್ಲಿ ಒಬ್ಬ ವ್ಯಕ್ತಿಯು ತಿರಸ್ಕಾರ ಅಥವಾ ಸ್ವೀಕಾರದ ಮೂಲಕ ಕಲ್ಪನೆಗೆ ಪ್ರತಿಕ್ರಿಯಿಸುವ ಬದಲಿಗೆ ಆತನು ಮೊದಲು ಕಲ್ಪನೆಯನ್ನು ಪರಿಶೀಲಿಸುತ್ತಾನೆ ಮತ್ತು ನಂತರ ವೇಗವಾಗಿ ಅಥವಾ ಕ್ರಮೇಣವಾಗಿ ಅದರ ಮೌಲ್ಯಮಾಪನವನ್ನು ಮಾಡುತ್ತಾನೆ. ಪ್ರಕ್ರಿಯೆಯು ಕಲ್ಪನೆಯನ್ನು ಮನಸ್ಸಿನಲ್ಲಿ ಪತ್ತೆ ಮಾಡಿದ ನಂತರ ತಕ್ಷಣವೇ ತ್ವರಿತ ಅಥವಾ ಕ್ರಮೇಣವಾದ ಸಂಪೂರ್ಣ ಮೌಲ್ಯಮಾಪನದಲ್ಲಿ ಒಂದಾಗಿದೆ. ಮೌಲ್ಯಮಾಪನದ ಮೊದಲ ಭಾಗವು ಕಲ್ಪನೆಯ ಮೂಲವನ್ನು ಖಚಿತಪಡಿಸಿಕೊಳ್ಳುವುದಾಗಿದೆ. ಇದು ಚಿಂತಕನ ಕಲ್ಪನೆಯೇ? ಇದು ಮನಸ್ಸನ್ನು ಪ್ರವೇಶಿಸಿದ ಮತ್ತು ಒಂದು ಮಾನಸಿಕ ಧ್ವನಿ, ಚಿತ್ರ ಅಥವಾ ಅನಿಸಿಕೆಯ ರೂಪದಲ್ಲಿ ಪ್ರಜ್ಞೆಯಲ್ಲಿ ಮೇಲಕ್ಕೆ ಬಂದು ಕಾಣಿಸಿಕೊಂಡ ಒಂದು (ಹೊರಗಿನ) ಕಲ್ಪನೆಯೇ?

ಸಾಮಾನ್ಯವಾಗಿ ಒಬ್ಬ ವ್ಯಕ್ತಿಯು ಮನಸ್ಸಿನಲ್ಲಿ ಯಾವುದೇ ಆಲೋಚನೆಯು ಅಥವಾ ಚಿತ್ರವು ತನ್ನಿಂದಲೇ ಸೃಷ್ಟಿಸಲ್ಪಟ್ಟಿತು ಎಂದು ಭಾವಿಸುತ್ತಾನೆ. ಮನಸ್ಸಿನೊಳಗೆ ನಾನು ಅನುಭವಿಸುವ ಅನೇಕ ಕಲ್ಪನೆಗಳು (ಅಥವಾ ಆಲೋಚನೆಗಳು) ನನ್ನ ಸ್ವಂತದ್ದಲ್ಲ, ಹಾಗೂ ನನ್ನ ಮನಸ್ಸನ್ನು ಪ್ರವೇಶಿಸದಂತೆ ಇತರರಿಂದ ಬರುವ ಪ್ರತಿ ಕಲ್ಪನೆಯನ್ನು ನನಗೆ ನಿಲ್ಲಿಸುವುದು ಸಾಧ್ಯವಿಲ್ಲ. ನಾನು ಇತರರೊಂದಿಗೆ ನನ್ನ ಸಹವಾಸವನ್ನು ಮಿತಗೊಳಿಸುವ

ಮೂಲಕ ಹೊರಗಿನಿಂದ ಬರುವ ಕಲ್ಪನೆಗಳನ್ನು ಬಹಳವಾಗಿ ಮಿತಗೊಳಿಸಬಹುದು, ಆದರೆ ನಾನು ಅದನ್ನು ಸಂಪೂರ್ಣವಾಗಿ ನಿಲ್ಲಿಸುವುದು ಸಾಧ್ಯವಿಲ್ಲ, ಏಕೆಂದರೆ ವ್ಯಕ್ತಿಗಳ ನಡುವೆ ಆಲೋಚನೆಗಳ ಹಾಗೂ ಮಾನಸಿಕ ಕಂಪನಗಳ ಪರಸ್ಪರ ಪ್ರತಿಕ್ರಿಯೆಯು ನೈಸರ್ಗಿಕ ಪ್ರಕ್ರಿಯೆಯಾಗಿದೆ. ಇದು ಪ್ರಕೃತಿಯ ಒಂದು ನಿಯಮವಾಗಿದೆ, ಒಬ್ಬ ವ್ಯಕ್ತಿಯು ಮನಸ್ಸನ್ನು ಸಂಪೂರ್ಣವಾಗಿ ಪ್ರತ್ಯೇಕವಾಗಿ ಇರಿಸಿಕೊಳ್ಳುವುದು ಸಾಧ್ಯವಿಲ್ಲ. ಒಬ್ಬ ವ್ಯಕ್ತಿಯು ಭಾವನೆಗಳ ಶುದ್ಧೀಕರಣದ ಮೂಲಕ ಸಹವಾಸವನ್ನು ಮಿತಿಗೊಳಿಸುವುದರಿಂದ ಕಲ್ಪನೆಯ ಪ್ರವೇಶವನ್ನು ಮಿತಗೊಳಿಸಬಹುದು ಅಷ್ಟೇ.

ಮೊದಲು ಒಬ್ಬ ವ್ಯಕ್ತಿಯು ಅದರ ಮೇಲೆ ಕಾರ್ಯಪ್ರವೃತ್ತನಾಗದೇ ಅಥವಾ ಅದಕ್ಕೆ ಹಿಂದುಮುಂದು ನೋಡದೆ ಆವೇಗದಿಂದ ಪ್ರತಿಕ್ರಿಯಿಸದೇ, ಒಂದು ಹೊರಗಿನ ಕಲ್ಪನೆಯನ್ನು ಪತ್ತೆ ಮಾಡಬೇಕು. ತದನಂತರ ಆತನು ಇದು ಯಾರ ಕಲ್ಪನೆಯಾಗಿತ್ತು ಎಂಬುದನ್ನು ನಿರ್ಧರಿಸಬೇಕು. ಇದನ್ನು ನಿರ್ಧರಿಸಿದ ನಂತರ ಆತನು ಸಲಹೆಯು ಸ್ವೀಕಾರ ಯೋಗ್ಯವೋ ಎಂಬುದನ್ನು ಪರಿಗಣಿಸಬೇಕು. ಅದು ನೈತಿಕವಾಗಿ ಕೆಳಮಟ್ಟಕ್ಕೆ ಇಳಿಸುವಂತಾದರೆ, ಆತನು ಆ ಕಲ್ಪನೆಯನ್ನು ಉಂಟುಮಾಡಿದ ಮತ್ತು ಪ್ರೋತ್ಸಾಹಿಸಿದ ಸಹವಾಸಗಳನ್ನು ಕಡಿಮೆಮಾಡುವ ಮೂಲಕ (ಈ ರೀತಿಯಲ್ಲಿ) ಅದನ್ನು ತಿರಸ್ಕರಿಸಬೇಕು. ಇದು ಎಲ್ಲಾ ಅನ್ಯ ಆಲೋಚನೆಗಳನ್ನು ತಿರಸ್ಕರಿಸುವ ಒಂದು ವಿಷಯವಲ್ಲ, ಏಕೆಂದರೆ ಕೆಲವು ವಾಸ್ತವವಾಗಿ ನಮ್ಮ ಆಧ್ಯಾತ್ಮಿಕ ಹಿತಕ್ಕಾಗಿ ಉನ್ನತ ಜೀವಿಗಳಿಂದ (superior beings) ಬರುತ್ತವೆ ಮತ್ತು ಅವರ ಅನುಗ್ರಹದಿಂದ ಒಬ್ಬ ವ್ಯಕ್ತಿಯು ಮತ್ತಷ್ಟು ಮುಂದುವರಿಯಬಹುದು. ಹೀಗಾಗಿ, ಇದು ಕಲ್ಪನೆಯ ಮೌಲ್ಯವನ್ನು ಕಂಡುಹಿಡಿಯುವ ಮತ್ತು ಪ್ರಗತಿಪರ ಅಥವಾ ಪ್ರಗತಿಪರ-ಅಲ್ಲದ ಮೂಲವನ್ನು ಗುರುತಿಸುವ ಒಂದು ಪ್ರಕ್ರಿಯೆಯಾಗಿದೆ.

ಒಬ್ಬ ವ್ಯಕ್ತಿಯ ಸ್ವಂತ ಸ್ವಭಾವದಲ್ಲಿ ಹುಟ್ಟಿಕೊಂಡ ಒಂದು ಕೆಟ್ಟ ಕಲ್ಪನೆಯನ್ನು, ತನ್ನ ಸ್ವಭಾವವು ಏಕೆ ಇದನ್ನು ಉಂಟುಮಾಡಿತು ಎಂಬುದನ್ನು ನಿರ್ಧರಿಸಲು ಎಚ್ಚರಿಕೆಯಿಂದ ನಿಭಾಯಿಸಬೇಕು. ಆತನು ಇದನ್ನು ವಿಶ್ಲೇಷಿಸಿದರೆ ತನ್ನನ್ನು ದೋಷಪೂರಿತ ಅಭ್ಯಾಸಗಳಿಂದ ಮುಕ್ತವಾಗಿಸಬಹುದು. ಕಲ್ಪನೆಯು ಕೆಟ್ಟದ್ದಾಗಿದ್ದರೆ, ಮತ್ತು ಅದು ಮನಸ್ಸಿನ ಹೊರಗಿನಿಂದ ಬಂದಿದ್ದರೆ, ಆತನು ಎಚ್ಚರಿಕೆಯಿಂದ ಅದನ್ನು ಉಂಟುಮಾಡಿದ ವ್ಯಕ್ತಿಯನ್ನು ದೂರವಿರಿಸಲು ಆಲೋಚನೆಯಲ್ಲಿ, ಮಾತಿನಲ್ಲಿ, ಮತ್ತು ಕೃತಿಯಲ್ಲಿ ಕ್ರಮಗಳನ್ನು ತೆಗೆದುಕೊಳ್ಳಬಹುದು.

ಒಬ್ಬ ವ್ಯಕ್ತಿಯು ಕೇವಲ ತನ್ನ ಸ್ವಂತ ಒಳ್ಳೆಯತನದಿಂದ ಅಥವಾ ಆಧ್ಯಾತ್ಮಿಕವಾಗಿ-ಯೋಗ್ಯ ಅಭಿಪ್ರಾಯಗಳಿಂದ ಆಧ್ಯಾತ್ಮಿಕ ಜೀವನದಲ್ಲಿ ಮುಂದುವರಿಯುವುದು ಸಾಧ್ಯವಿಲ್ಲ. ಒಬ್ಬ ವ್ಯಕ್ತಿಯು ಇತರರ ಸಹಾಯವನ್ನು ತೆಗೆದುಕೊಳ್ಳಬೇಕು ಮತ್ತು ಆಧ್ಯಾತ್ಮಿಕ ಜೀವನದಲ್ಲಿ ಆತನಿಗೆ ಒಳ್ಳೆಯ ವಿಚಾರಗಳಿಂದ ಹಾಗೂ ಒಳ್ಳೆಯ ಪ್ರೇರಣೆಗಳಿಂದ ಪ್ರಭಾವ ಬೀರಬಹುದಾದ ದೈವಿಕ ವ್ಯಕ್ತಿಗಳಿಂದ ಅಥವಾ ಉನ್ನತ ಶಿಕ್ಷಕರಿಂದ ಆತನು ವಿಚಾರಗಳನ್ನು ಸ್ವಾಗತಿಸಲು ಕಲಿತುಕೊಳ್ಳಬೇಕು. ಕೆಳಮಟ್ಟದ ಜೀವಿಗಳಿಂದ ಅಥವಾ ಪ್ರಗತಿಯಲ್ಲಿ ಹೋಲಿಸಬಹುದಾದ ಮಟ್ಟದಲ್ಲಿರುವ ಅನ್ವೇಷಕರಿಂದಲೂ ಕೂಡ ಬರುವ ಕೆಟ್ಟ ವಿಚಾರಗಳನ್ನು ಮಾನಸಿಕವಾಗಿ ಪರಿವರ್ತಿಸದೆ ಎಚ್ಚರಿಕೆಯಿಂದ ಪರೀಕ್ಷಿಸಬೇಕು. ಒಮ್ಮೆ ಒಂದು ವಿನಾಶಕಾರಿ ಅನ್ಯ ಕಲ್ಪನೆಯನ್ನು ಗುರುತಿಸಿದರೆ ಆತನು ಅದರ ಮೇಲೆ ಹಿಡಿದಿಡುವ ಶಕ್ತಿಯನ್ನು (ಧಾರಣ ಶಕ್ತಿಯನ್ನು) ವ್ಯಕ್ತಪಡಿಸಬೇಕು, ಅದರಿಂದಾಗಿ ಅದು ದೂರ ಉಳಿದಿರುತ್ತದೆ ಮತ್ತು ಅಲ್ಲಿ ಅದನ್ನು ಕಡಿಮೆ ಮಾಲಿನ್ಯದಿಂದ ವಿಮರ್ಶಿಸಬಹುದು. .ಅದು ಆಧ್ಯಾತ್ಮಿಕ ಜೀವನಕ್ಕೆ ಹಾನಿಕಾರಕವಾಗಿದ್ದರೆ,

ಅದನ್ನು ಆತನು ಸ್ವಯಂನ-ಕೇಂದ್ರಭಾಗಕ್ಕೆ ಹತ್ತಿರ ತರದೇ ಮನಸ್ಸಿನಲ್ಲಿ ಅದು ಎಲ್ಲಿದೆಯೋ ಅಲ್ಲಿಯೇ ಅದನ್ನು ಬಿಟ್ಟುಬಿಡಬೇಕು. ಆತನು ಅದಕ್ಕೆ ಗಮನ ದೊರಕದಂತಹ ರೀತಿಯಲ್ಲಿ (ಅಂದರೆ, ಗಮನದ ಕೊರತೆಯಿಂದ ಅದು ದುರ್ಬಲವಾಗುವಂತೆ) ಅದನ್ನು ನಿಭಾಯಿಸಬೇಕು. ಆತನು ಇದನ್ನು ಮಾಡಿದರೆ, ಅದು ಕ್ರಮೇಣ ಮಾಯವಾಗುತ್ತದೆ.

ಆಲೋಚನೆಯ ನಿಯಂತ್ರಣದ ಪರಿಪಕ್ವ ಹಂತದಲ್ಲಿ, ಒಬ್ಬ ವ್ಯಕ್ತಿಯು ವೈಯಕ್ತಿಕವಾಗಿ ಭಾಗಿಯಾಗದೇ ಕಲ್ಪನೆಯನ್ನು ಅದರ ಪಾಡಿಗೆ ಅದನ್ನು ಬಿಟ್ಟುಬಿಡಲು ಆತನಿಗೆ ಸಾಧ್ಯವಾಗುತ್ತದೆ, ಅಥವಾ ಆತನು ಒಂದು ಕೆಟ್ಟ ಕಲ್ಪನೆಯನ್ನು ತಿರಸ್ಕರಿಸಬಹುದು, ಆದರೆ ತಿರಸ್ಕಾರದ ಸಂದರ್ಭದಲ್ಲಿ ಕಲ್ಪನೆಯನ್ನು ಪೋಷಿಸುವ ಮತ್ತು ಮನಸ್ಸಿನಲ್ಲಿ ಮಾನಸಿಕ ಶಕ್ತಿಯ ಆನಂತರದ ಪ್ರತಿಕ್ರಿಯೆಗಳನ್ನು ಉಂಟುಮಾಡುವ, ಅಲ್ಲದೇ ಬಾಹ್ಯ ಸಮತಲದಲ್ಲಿ ನಂತರ ವ್ಯಕ್ತಿಗಳೊಂದಿಗೆ ಸಾಮಾಜಿಕ ಪ್ರತಿಕ್ರಿಯೆಗಳನ್ನು ಉಂಟುಮಾಡುವ ಒಂದು ವಿಧದ ಶಕ್ತಿ ಇರುತ್ತದೆ. ಮುಂದುವರೆದ ಹಂತದಲ್ಲಿ ಒಬ್ಬ ವ್ಯಕ್ತಿಯು ಕಲ್ಪನೆಗೆ ಯಾವುದೇ ಗಮನವನ್ನು ಕೊಡದಿರುವ ಮೂಲಕ ಈ ಆಂತರಿಕ ಹಾಗೂ ಬಾಹ್ಯ ಪ್ರಕ್ಷುಬ್ಧತೆಯನ್ನು ತಪ್ಪಿಸುತ್ತಾನೆ. ಅದು ಗಮನದ ಕೊರತೆಯಿಂದ ಸಾಕಷ್ಟು ದುರ್ಬಲವಾದ ಕೂಡಲೇ ಕಲ್ಪನೆಯು ಕ್ರಮೇಣ ಮಾಯವಾಗುತ್ತದೆ.

ಆಧ್ಯಾತ್ಮಿಕವಾಗಿ-ವಿನಾಶಕಾರಕ ಆಲೋಚನೆಗಳು ಅವಲಂಬಿತರಿಂದ ಬರಬಹುದು ಮತ್ತು ಶಿಕ್ಷಕರ ಮನಸ್ಸಿನೊಳಗೆ ಪ್ರಕ್ಷೇಪಿಸಲ್ಪಡಬಹುದು. ಅವು ಸಹ-ಅನ್ವೇಷಕರಿಂದ ಬರಬಹುದು. ಒಬ್ಬ ಶಿಷ್ಯನಿಗೆ ಪ್ರತಿಕೂಲವಾದ ಆಲೋಚನೆಗಳನ್ನು ಕಳುಹಿಸಲು ಒಬ್ಬ ಶಿಕ್ಷಕರಿಗೆ ಕೂಡ ಸಾಧ್ಯವಿದೆ. ಆದ್ದರಿಂದ ಎಲ್ಲರೂ, ಶಿಕ್ಷಕರು ಮತ್ತು ಕಡಿಮೆ ಮುಂದುವರೆದ ಅನ್ವೇಷಕರು, ಮನಸ್ಸಿನಲ್ಲಿ ಕಾಣಿಸಿಕೊಳ್ಳುವ ಎಲ್ಲಾ ಕಲ್ಪನೆಗಳನ್ನು ಎಚ್ಚರಿಕೆಯಿಂದ ಪರಿಶೀಲಿಸುವ ಮೂಲಕ ತಮ್ಮನ್ನು ರಕ್ಷಿಸಿಕೊಳ್ಳಬೇಕು. ಇದು ಒಬ್ಬ ವ್ಯಕ್ತಿಯು ಯಾರನ್ನೂ ನಂಬುವುದು ಸಾಧ್ಯವಿಲ್ಲ ಎಂದಲ್ಲ, ಏಕೆಂದರೆ ಇತರರನ್ನು ನಂಬದೇ ಈ ಪ್ರಪಂಚದಲ್ಲಿರುವುದು ಸಾಧ್ಯವಿಲ್ಲ. ನಂಬಿಕೆ ಅಗತ್ಯ, ಆದರೆ ನಮಗೆ ಬರುವ ಆಲೋಚನೆಗಳನ್ನು ಹಾಗೂ ಶಕ್ತಿಗಳನ್ನು ನಾವು ವಿಮರ್ಶಿಸಬೇಕು ಮತ್ತು ವಿವೇಚಿಸಬೇಕು.

ಒಮ್ಮೆ ಒಬ್ಬ ವ್ಯಕ್ತಿಯು ಒಂದು ಕಲ್ಪನೆಯನ್ನು ವಿಯೋಜಿಸಲು (ಪ್ರತ್ಯೇಕ ಭಾಗಗಳಾಗಿ ಒಡೆಯಲು) ಮತ್ತು ಸ್ಪಷ್ಟವಾಗಿಸಲು, ಅದನ್ನು ತಕ್ಷಣವೇ ವಿಶ್ಲೇಷಿಸಬಹುದಾದ ಮತ್ತು ನಿಭಾಯಿಸಬಹುದಾದ ಒಂದು ಮಟ್ಟವನ್ನು ತಲುಪಿದರೆ, ಆತನು ಏಕಕಾಲದಲ್ಲಿ ಕೆಳಮಟ್ಟದ ಗುಣಗಳನ್ನು ತೊಡೆದುಹಾಕುವ ಸಾಮರ್ಥ್ಯವನ್ನು ಬೆಳೆಸಿಕೊಳ್ಳುತ್ತಾನೆ. ನಾವು ಮಾನಸಿಕ ಜಾಗದಲ್ಲಿ ಕೆಳಮಟ್ಟದ ಆಲೋಚನೆಗಳನ್ನು ಗುರುತಿಸಿದಾಗ, ನಾವು ಕಲ್ಮಶವಾದ ನಮ್ಮ ಸ್ವಭಾವದ ಭಾಗಗಳನ್ನು ಅರ್ಥಮಾಡಿಕೊಳ್ಳುತ್ತೇವೆ. ಆ ಸ್ಥಿತಿಯನ್ನು ಬದಲಾಯಿಸಲು ನಾವು ಆಂತರಿಕವಾಗಿ ಶ್ರಮಿಸುತ್ತೇವೆ. ಈ ಪ್ರಕ್ರಿಯೆಯು ಗತ ಜೀವನಗಳಿಂದ ಬೇಡವಾದ ಅನಿಸಿಕೆಗಳನ್ನು ನಮ್ಮಲ್ಲಿಂದ ತೊಡೆದುಹಾಕಲು ಜಾಗೃತ ಹಾಗೂ ಉಪಪ್ರಜ್ಞೆಯ ಮನಸ್ಸಿನ ಆಳದೊಳಗೆ ಸಂಭವಿಸುತ್ತದೆ. ಇದು ನಮಗೆ ಮನಸ್ಸಿನೊಳಗೆ ದೈವಿಕ ಸಂಗಗಳನ್ನು ಭದ್ರವಾಗಿ ನಿಲ್ಲಿಸಲು ಹಾಗೂ ಸ್ಥಾಪಿಸಲು ಸಹಾಯ ಮಾಡುತ್ತವೆ. ನಮ್ಮ ಇಂದಿನ ಸ್ಥಿತಿಯಲ್ಲಿ ಅತಿ-ಮೇಲಿನ-ಪ್ರಜ್ಞೆಯನ್ನು (superconscious) ತಲುಪುವುದು ಸಾಧ್ಯವಿಲ್ಲ. ನಾವು ಕಲುಷಿತ ಮಾನಸಿಕ ಶಕ್ತಿಯೊಂದಿಗೆ ಸಿಕ್ಕಿಕೊಂಡುಬಿಟ್ಟಿದ್ದೇವೆ, ಮತ್ತು ಅನೇಕ ರೀತಿಯಲ್ಲಿ ಅದನ್ನು ಪವಿತ್ರಗೊಳಿಸಲು ಪ್ರಯತ್ನಿಸಿದ್ದೇವೆ. ಆದರೂ, ಒಳ ಸ್ವಭಾವವನ್ನು ಶುದ್ಧೀಕರಿಸಿದಾಗ ನಾವು ಅತಿ-ಮೇಲಿನ-ಪ್ರಜ್ಞೆಯನ್ನು ಅಥವಾ ಪ್ರಜ್ಞಾತೀತತೆಯನ್ನು ಅನುಭವಿಸಲು, ಮತ್ತು

ಪ್ರಜ್ಞಾಪೂರ್ವಕವಾಗಿ ಅದರ ಮೂಲಕ ಹಾಗೂ ಅದರಲ್ಲಿ ಕಾರ್ಯನಿರ್ವಹಿಸಲು ಪ್ರಾರಂಭಿಸುತ್ತೇವೆ. ಇದು ಆಧ್ಯಾತ್ಮಿಕ ಶರೀರದ (spiritual body) ಬೆಳವಣಿಗೆಗಾಗಿ ಅಥವಾ ಸಾಕ್ಷಾತ್ಕಾರಕ್ಕಾಗಿ ಮಾರ್ಗವನ್ನು ಸಿದ್ಧಗೊಳಿಸುತ್ತದೆ.

ಮಾನವ ಸ್ವಭಾವದಲ್ಲಿ ಕಲ್ಮಶಗಳು, ವ್ಯಕ್ತಿಯನ್ನು ಗೊಂದಲಕ್ಕೆ ಒಳಗಾಗದೇ ವಸ್ತುನಿಷ್ಠವಾಗಿ ಕಾರ್ಯನಿರ್ವಹಿಸಬಹುದಾದ ಪ್ರಜ್ಞೆಯ ಒಂದು ನಿರ್ದಿಷ್ಟ ಮಟ್ಟದಲ್ಲಿ ಭದ್ರವಾಗಿ ನಿಲ್ಲಿಸುವ ಕೆಲಸವನ್ನು ಮಾಡುತ್ತವೆ. ಕಲ್ಮಶಗಳು ಆ ರೀತಿಯಲ್ಲಿ ಒಂದು ಧನಾತ್ಮಕ ಕಾರ್ಯವನ್ನು ಹೊಂದಿವೆ, ಆದರೆ ಅನನುಕೂಲತೆ ಏನೆಂದರೆ, ಅವು ಪ್ರಾಪಂಚಿಕ ದೃಷ್ಟಿಗಿಂತ ಉನ್ನತ ಏನಾದರೂ ಅಳವಡಿಸಿಕೊಳ್ಳುವುದಕ್ಕೆ ಅಡ್ಡಿ ಮಾಡುತ್ತವೆ. ಹೀಗಾಗಿ, ವಿಕಸನಗೊಂಡ ಜೀವಿಗಳು ಕೆಳಮಟ್ಟದ ಗುಣಗಳಿಂದ ಶುದ್ಧೀಕರಿಸಲ್ಪಡ ಬೇಕಿರುವುದು ಮತ್ತು ತಮ್ಮ ಬಗ್ಗೆ ಹಾಗೂ ಜೀವನದ ಬಗ್ಗೆ ಒಂದು ಉನ್ನತ, ಹೆಚ್ಚು ಶುದ್ಧ ಕಲ್ಪನೆಯನ್ನು ಹೊಂದಬೇಕಿರುವುದು ಅಗತ್ಯ.

ಅಧ್ಯಾಯ ೧೧

ಧ್ಯಾನದ ಅಗತ್ಯವಿದೆ

ಧ್ಯಾನದ ಒಂದು ಔಪಚಾರಿಕವಾದ ವ್ಯವಸ್ಥೆಯು ನಮಗೆ ಬಿಡುವೇ ಇಲ್ಲದ ಈ ಕಾಲದಲ್ಲಿ, ಈ ಒತ್ತಡ ತುಂಬಿದ ಅತ್ಯಂತ ತ್ರಾಸದಾಯಕ ಕಾಲದಲ್ಲಿಯೂ ಕೂಡ ಅವಶ್ಯಕವಾದದ್ದು. ಧ್ಯಾನದ ಕೊರತೆಯಿಂದ ಬುದ್ಧಿಭ್ರಮಣೆ, ಅಸ್ತವ್ಯಸ್ತತೆ ಹಾಗೂ ಅಪ್ರಾಯೋಗಿಕತೆ ಉಂಟಾಗುತ್ತದೆ. ಈಗಿನ ಕಾಲವು ಪ್ರತಿಕೂಲವಾಗಿದ್ದರೂ, ನಮಗೆ ಕಡಿಮೆ ಮನರಂಜನೆ ಇದೆ ಎಂಬ ವಾಸ್ತವಾಂಶವಿದ್ದರೂ, ಧ್ಯಾನವು, ಆದರೂ, ಅವಶ್ಯಕವಾದದ್ದು. ಸಂಪೂರ್ಣವಾಗಿ ಹುಚ್ಚು ಹಿಡಿದಿರುವ ಒಬ್ಬ ವ್ಯಕ್ತಿಯು ಧ್ಯಾನವನ್ನು ತಪ್ಪಿಸಬಹುದು, ಆದರೆ ಸ್ವಲ್ಪಮಟ್ಟಿಗೆ ವಿವೇಕ ಇರುವ ಯಾವುದೇ ವ್ಯಕ್ತಿಯು ಪ್ರಜ್ಞಾಪೂರ್ವಕವಾಗಿ ಯಾಗಲಿ ಅಥವಾ ಪ್ರಜ್ಞೆಯಿಲ್ಲದೆ ಯಾಗಲಿ ಸ್ವಲ್ಪ ಧ್ಯಾನವನ್ನು ಮಾಡುತ್ತಾನೆ. ನಮ್ಮ ಭಾವನೆಗಳು, ಆಲೋಚನೆಯ ಉಪಕರಣ ಹಾಗೂ ಭೌತಿಕ ದೇಹವು ಮಾನಸಿಕ ವಿಶ್ರಾಂತಿ ಇಲ್ಲದೆ ಸರಿಯಾಗಿ ಕಾರ್ಯನಿರ್ವಹಿಸುವುದು ಸಾಧ್ಯವಿಲ್ಲ. ಅವ್ಯವಸ್ಥಿತವಾದ ಧ್ಯಾನವೂ ಕೂಡ ಫಲಿತಾಂಶಗಳನ್ನು ನೀಡುತ್ತದೆ. ನಮ್ಮಲ್ಲಿ ಅನೇಕರು ಧ್ಯಾನ ಮಾಡುವುದು ಹೀಗೆಯೇ. ನಾವು ವಿಷಯದಿಂದ ವಿಷಯಕ್ಕೆ ಹಾರುವ, ಕ್ವಚಿತ್ತಾದ, ಹಠಾತ್ ಪ್ರವೃತ್ತಿಯಿಂದ-ಪ್ರೇರಿತವಾದ ಮಾನಸಿಕ ವಿಶ್ರಾಂತಿಯಲ್ಲಿ ತೊಡಗಿಕೊಂಡಿದ್ದೇವೆ. ಧ್ಯಾನವು, ನಿದ್ರೆಯಂತೆ, ತಪ್ಪಿಸುವುದು ಸಾಧ್ಯವಿಲ್ಲ.

ನಾನು ಪ್ರಾರಂಭದಲ್ಲಿ ದಿನಕ್ಕೊಮ್ಮೆ ಕನಿಷ್ಠಪಕ್ಷ ಹದಿನೈದು ನಿಮಿಷಗಳ ಕಾಲ ಯಾವುದಾದರೂ ಬಗೆಯ ಔಪಚಾರಿಕವಾದ ಧ್ಯಾನವನ್ನು ಸೂಚಿಸುತ್ತೇನೆ. ಈ ಹದಿನೈದು ನಿಮಿಷಗಳ ಜೊತೆಗೆ, ಪ್ರತಿ ವ್ಯಕ್ತಿಯು ವಿಶ್ರಮಿಸಿಕೊಳ್ಳುವ ಮುಂಚೆ ಶಾಂತನಾಗಲು ಪ್ರಯತ್ನಿಸಬೇಕು, ಮತ್ತು ಪ್ರತಿ ಸಂಜೆ ನಿದ್ರೆಗೆ ಜಾರುವ ಮೊದಲು ಮೂವತ್ತು ನಿಮಿಷಗಳ ಕಾಲ ತಮ್ಮ ಜೀವನವನ್ನು ಮರು-ಪರಿಶೀಲಿಸಬೇಕು.

ಶಾಂತವಾಗುವುದು ಧ್ಯಾನಕ್ಕೆ ಸಿದ್ಧತೆ ಆಗಿದೆ. ಅದು ಸ್ವತಃ ಧ್ಯಾನವಲ್ಲ. ಶಾಂತವಾಗುವುದು ನಮ್ಮಲ್ಲಿನ ಬಹುತೇಕರನ್ನು ಸ್ವಸ್ಥಚಿತ್ತ ಸ್ಥಿತಿಯಲ್ಲಿ ಇರಿಸಲು ಸಾಕಾಗುತ್ತದೆ. ಶಾಂತವಾಗುವುದು ಮಾನಸಿಕ ಹಾಗೂ ಭಾವನಾತ್ಮಕ ಚಟುವಟಿಕೆಗಳನ್ನು ಶಾಂತಗೊಳಿಸುತ್ತದೆ. ಇದು ಅತೀಂದ್ರಿಯ ಮಟ್ಟದಲ್ಲಿ, ಬುದ್ಧಿಭ್ರಮಣೆ ಉಂಟಾಗುವ ಹಾಗೂ ಹರಡುವ ಸ್ಥಳದಲ್ಲಿ ನಮ್ಮನ್ನು ಬಹುಮಟ್ಟಿಗೆ-ಸಂಪೂರ್ಣ ಬಳಲಿಕೆಯಿಂದ ರಕ್ಷಿಸುತ್ತದೆ.

ಅತೀ ಹೆಚ್ಚು ಜವಾಬ್ದಾರಿಯು ಹುಚ್ಚುತನವನ್ನು ಉಂಟುಮಾಡುತ್ತದೆ. ಅತೀ ಕಡಿಮೆ ಜವಾಬ್ದಾರಿಯು ಒಂದು ಬಗೆಯ ಹುಚ್ಚುತನವಾದ ಅಜಾಗರೂಕತೆಯನ್ನು ಉಂಟುಮಾಡುತ್ತದೆ. ನಮ್ಮ ನಿಯೋಜಿಸಲಾದ ಜವಾಬ್ದಾರಿಗಳನ್ನು ನಿಭಾಯಿಸುವಲ್ಲಿ ಜಾಣ್ಮೆಯಿಲ್ಲದಿರುವಿಕೆ ಹುಚ್ಚುತನ ಪರಿಣಮಿಸುವ ಹಂತವಾದ ಅಶಾಂತಿಯನ್ನು ಉಂಟುಮಾಡುತ್ತದೆ.

ಆರಂಭಿಕ ಹಂತಗಳಲ್ಲಿ ಧ್ಯಾನವೆಂದರೆ ಸ್ವಲ್ಪ ಸಮಯ ಶಾಂತವಾಗಿರುವುದು ಎಂದರ್ಥ. ಆದರೆ, ಒಬ್ಬ ವ್ಯಕ್ತಿಯು ಶಾಂತವಾಗಿರಲು ಪ್ರಯತ್ನಿಸಿದಾಗ ಮನಸ್ಸಿನ ಹಾಗೂ ಬಾಹ್ಯ ಪರಿಸರದ ಬಗ್ಗೆ ಆತನು ಅನೇಕ ಅಂಶಗಳನ್ನು ಕಂಡುಕೊಳ್ಳುತ್ತಾನೆ. ಪರಿಸರವನ್ನು ಶಾಂತ ಪಡಿಸಬಹುದಾದರೂ ಕೂಡ, ನಮ್ಮ ಪ್ರಕೃತಿಯು (ಅಂದರೆ, ನಮ್ಮ ಭಾವನಾತ್ಮಕ ಹಾಗೂ

ಬೌದ್ಧಿಕ ಗುಣಲಕ್ಷಣಗಳ ಸಂಕೀರ್ಣವು) ಝೇಂಕರಿಸುತ್ತದೆ. ನಿಶ್ಶಬ್ದತೆ ಅಥವಾ ಮೌನ ಧ್ಯಾನವು (silent meditation) ಎಲ್ಲವೂ ಸಕ್ರಿಯವಾಗಿದೆ ಎಂಬ ಅರಿವಿಗೆ ನಮ್ಮನ್ನು ಕರೆತರುತ್ತದೆ. ಕಂಪನದ ಪರಿಭಾಷೆಯಲ್ಲಿ, ಎಲ್ಲವೂ ಚಲಿಸುತ್ತಿದೆ. ಯಾವುದೂ ಸಂಪೂರ್ಣವಾಗಿ ನಿಶ್ಚಲವಾಗಿಲ್ಲ. ನಾನು ಯಾವುದೇ ಮಾನವ ವಾಸಸ್ಥಳದಿಂದಲೂ ದೂರ, ತುಂಬಾ ದೂರ, ಕಗ್ಗತ್ತಲೆಯ ರಾತ್ರಿಯಲ್ಲಿ ಗಾಢಾಂಧಕಾರದ ಅರಣ್ಯದೊಳಗೆ ಹೋಗಬಹುದು ಮತ್ತು ನಾನು ಶಬ್ದವನ್ನು ಕೇಳುತ್ತೇನೆ. ಕಂಪನ ಇರುತ್ತದೆ. ಅದನ್ನು ತೆಗೆದುಹಾಕುವುದು ಸಾಧ್ಯವಿಲ್ಲ. ಧ್ಯಾನಿಸಲು ಪ್ರಯತ್ನಿಸುತ್ತಿರುವಲ್ಲಿ ಇದು ಮೊದಲ ಮನವರಿಕೆಯಾಗಿದೆ. ಸಂಪೂರ್ಣವಾಗಿ ಶಾಂತವಾಗಿರುವ ಪರಿಸರ ಎಂಬಂತಹ ಯಾವುದೇ ಇರುವಿಕೆ ಇಲ್ಲ. ಇಡೀ ಸೃಷ್ಟಿಯು ಪ್ರತಿ ಮಟ್ಟದಲ್ಲಿ ಕಂಪನಗಳಿಂದ ಝೇಂಕರಿಸುತ್ತಿದೆ.

ನಾವು ಸಂಪೂರ್ಣ ನಿಶ್ಶಬ್ದತೆಯನ್ನು ಹುಡುಕುವ ಅಗತ್ಯವಿಲ್ಲ, ಆದರೆ ನಾವು ಅವಶ್ಯಕವಾದ ಇರುವಿಕೆಯನ್ನು ಬಲಪಡಿಸುವ ಆರೋಗ್ಯಕರ ಕಂಪನಗಳನ್ನು ಕಂಡುಕೊಳ್ಳಬೇಕು. ನಾವು ಸ್ವಯಂನ-ಕೇಂದ್ರಭಾಗವನ್ನು (ಆತ್ಮವನ್ನು) ಬಲಪಡಿಸುವ ಪರಿಸರವನ್ನು ಹುಡುಕಬೇಕು, ಅದನ್ನು ಪ್ರಲೋಭನೆಗೊಳಿಸುವ, ದುರುಪಯೋಗಿಸಿಕೊಳ್ಳುವ, ಗೊಂದಲಗೊಳಿಸುವ ಪರಿಸರವನ್ನಲ್ಲ. ಮತ್ತೆ ಮತ್ತೆ ಧ್ಯಾನಿಸಲು ಪ್ರಯತ್ನಿಸುತ್ತಿರುವಲ್ಲಿ, ಒಬ್ಬ ವ್ಯಕ್ತಿಯು ಅನಿವಾರ್ಯವಾಗಿ ಈ ಕೆಲವು ಸತ್ಯಗಳನ್ನು ಅರಿತುಕೊಳ್ಳುತ್ತಾನೆ.

ಸಲಹೆ ಏನೆಂದರೆ: ಧ್ಯಾನಿಸಲು ಒಂದು ಶಾಂತವಾದ ಸ್ಥಳವನ್ನು ಹುಡುಕಬೇಡಿ. ಬದಲಿಗೆ, ಅತ್ಯಂತ ಅನುಕೂಲಕರವಾದ ಪರಿಸರವನ್ನು ಹುಡುಕಿ. ನಿಮ್ಮೊಂದಿಗೆ ಮತ್ತು ಪ್ರಕೃತಿಯೊಂದಿಗೆ ವಾಸ್ತವಿಕವಾಗಿರಿ. ನೀವು ತುಂಬ ಅತ್ಯುತ್ತಮ ಸ್ಥಳವನ್ನು ಕಂಡುಕೊಳ್ಳಬೇಕೆಂದು ಭಾವಿಸಬೇಡಿ. ನೀವು ತುಂಬ ಅತ್ಯುತ್ತಮಕ್ಕೆ ಅರ್ಹರಾಗಿದ್ದೀರಿ ಎಂದು ವಿಧಿಯು ಒಪ್ಪದೇ ಇರಬಹುದು. ಪರಿಸ್ಥಿತಿಯು ನಿಮಗೆ ಒದಗಿಸಿದ ಅತ್ಯುತ್ತಮವನ್ನು ಬಳಸಿಕೊಳ್ಳಿ. ಆ ಅತ್ಯಂತ ಅನುಕೂಲಕರವಾದ ಸ್ಥಳವನ್ನು ಹುಡುಕಿ. ಅಲ್ಲಿ ಧ್ಯಾನವನ್ನು ಮಾಡಿ. ನಿಮ್ಮ ಸ್ಥಳ ಮತ್ತು ಪರಿಸ್ಥಿತಿಯು ಹೆಚ್ಚು ಸಕಾರಾತ್ಮಕದೆಡೆಗೆ ಬದಲಾಯಿಸುವವರೆಗೆ ನೀವು ಎಲ್ಲಿರುವಿರೋ ಅಲ್ಲಿಯೇ ತೃಪ್ತರಾಗಿರಿ.

ಈ ಪ್ರಸ್ತುತ ದೇಹದಲ್ಲಿ, ನಾನು ಉದ್ದೇಶಪೂರ್ವಕವಾದ ಧ್ಯಾನದ ಬಗ್ಗೆ (deliberate meditation) ಮೊದಲು ಗಂಭೀರನಾದಾಗ ಅದು ೧೯೭೦ ರ ವರ್ಷವಾಗಿತ್ತು. ಆ ವೇಳೆಗಾಗಲೇ ನಾನು ಸಾಕಷ್ಟು ಧ್ಯಾನವನ್ನು ಮಾಡಿದ್ದೆ, ಆದರೆ ನಾನು ಅದರ ಬಗ್ಗೆ ಗಂಭೀರನಾಗಿರಲಿಲ್ಲ. ದುರದೃಷ್ಟವಶಾತ್, ಆ ಸಮಯದಲ್ಲಿ ನಾನು ತುಂಬ ಶಾಂತವಾದ ಸ್ಥಳದಲ್ಲಿರಬೇಕೆಂದು ವಿಧಿಯು ಒಪ್ಪಲಿಲ್ಲ. ನಿಯತಕಾಲಿಕವಾಗಿ ವಿಧಿಯು ನನ್ನನ್ನು ಬಿಡುಗಡೆ ಮಾಡುತ್ತಿತ್ತು ಮತ್ತು ನನಗೆ ಒಂದು ಏಕಾಂತವಾದ ಕಡಲತೀರಕ್ಕೆ ಹೋಗಲು ಅವಕಾಶ ಕೊಡುತ್ತಿತ್ತು. ನಾನು ಫಿಲಿಪ್ಪೀನ್ಸ್‌ನಲ್ಲಿ ಲುಜಾನ್ ದ್ವೀಪದಲ್ಲಿ (Island of Luzon in the Philippines) ನೀಲಿ ಕಡಲತೀರದ ದೂರದಲ್ಲಿ ಅಗಲವಾದ, ವಿಹಂಗಮವಾದ ಪ್ರಶಾಂತ ಸೂರ್ಯಾಸ್ತವನ್ನು ನೋಡುತ್ತಿದ್ದೆ. ನನಗೆ ಸಂಪೂರ್ಣ ನಿಶ್ಶಬ್ದತೆ ಬೇಕಾಗಿತ್ತು. ನಾನು ಇಂತಹ ಒಂದು ಸ್ಥಳವನ್ನು ಕಂಡುಕೊಳ್ಳಬಹುದಾದರೆ ನಾನು ಮಾನಸಿಕ ಕ್ಷೋಭೆಗಳಿಂದ ಮುಕ್ತನಾಗಿರುತ್ತೇನೆ ಮತ್ತು ನನ್ನ ಸ್ವಭಾವದ ಆಳದೊಳಗೆ ಏನೇ ಇದ್ದುದನ್ನು ನಾನು ಕಂಡುಕೊಳ್ಳಬಹುದು ಎಂದು ಆಲೋಚಿಸಿದೆ. ನಾನು ಆ ಏಕಾಂತ ಕಡಲತೀರದಲ್ಲಿ, ಸುತ್ತಮುತ್ತಲ ಪ್ರದೇಶದಲ್ಲಿ ಯಾವುದೇ

ಮನುಷ್ಯರು ಇಲ್ಲದಿದ್ದರೂ ಕೂಡ ಟ್ರಿಲಿಯನ್ನಳಷ್ಟು ಸಣ್ಣ ಶಬ್ದಗಳನ್ನು ಮಾಡುತ್ತಿದ್ದ ಕೀಟಗಳಿದ್ದವು ಎಂಬುದನ್ನು ಗಮನಿಸಿದೆ. ಯಾವುದೇ ಮನುಷ್ಯ-ನಿರ್ಮಿತ ದೀಪಗಳು ಇಲ್ಲದಿದ್ದರೂ ಕೂಡ, ಕತ್ತಲೆಯಲ್ಲಿ ಪ್ರಜ್ವಲಿಸುತ್ತಿದ್ದ ಅಪರಿಮಿತ ಸಂಖ್ಯೆಯ, ಅತಿ ಸಣ್ಣದಾದ ತೇಲುವ ಸಮುದ್ರ ಜೀವಿಗಳಿದ್ದವು. ಮಹಾಸಾಗರವು ನಿರಂತರವಾಗಿ ಮೊರೆಯುತ್ತಿತ್ತು. ಸಂಪೂರ್ಣ ನಿಶ್ಶಬ್ದತೆಯ ಹುಡುಕಾಟವು ನಿರರ್ಥಕವೆಂದು ಅರಿತುಕೊಂಡು, ನಾನು ವಾಸ್ತವತೆಯನ್ನು ಒಪ್ಪಿಕೊಂಡೆ.

ಅರ್ಥವೇನೆಂದರೆ: ನಾವು ಮೊದಲು ಧ್ಯಾನಿಸಲು ಉದ್ದೇಶಿಸಿದಾಗ, ನಾವು ವಿಕೃತ ಉದ್ದೇಶದ ಪ್ರಜ್ಞೆಯೊಂದಿಗೆ ಹಾಗೆ ಮಾಡುತ್ತೇವೆ. ನಾವು ಸಂಪೂರ್ಣ ಶಾಂತಿಗೆ ಅರ್ಹರಾಗಿದ್ದೇವೆ ಎಂದು ಭಾವಿಸುತ್ತೇವೆ. ನಾವು ಕಟ್ಟಕಡೆಗೆ ಅದು ಅಸಾಧ್ಯವೆಂದು ಅರಿತುಕೊಳ್ಳುತ್ತೇವೆ. ನಂತರ ನಾನು ಸಂಪೂರ್ಣವಾಗಿ ಶಾಂತವಾಗಿರುವ ಸ್ಥಳವನ್ನು ಕಂಡುಕೊಳ್ಳುವ ಆಸಕ್ತಿಯನ್ನು ತ್ಯಜಿಸಿದೆ. ನಾನು ವಿಧಿಯು ಒದಗಿಸುವ ಯಾವುದೇ ಪರಿಸರವನ್ನು ಒಪ್ಪಿಕೊಳ್ಳಬೇಕೆಂದು ನಾನು ಸಂಪೂರ್ಣ ನಮ್ರತೆಯಿಂದ ನಿರ್ಧರಿಸಿದೆ. ವಿಧಿಯು ನಮಗೆ ನೆಮ್ಮದಿ ತರಲು ಇದು ಸಕಾಲಿಕವೆಂದು ಕಂಡುಕೊಳ್ಳುವವರೆಗೆ ನಾವು ವಿಧಿಯು ನಮಗೆ ಒದಗಿಸುವ ಅತ್ಯುತ್ತಮ ಸೌಲಭ್ಯಕ್ಕೆ ಮಾತ್ರ ಅರ್ಹರಾಗಿದ್ದೇವೆ ಮತ್ತು ಉತ್ತಮ ಯಾವುದಕ್ಕೂ ಅಲ್ಲ.

ಲೇಖಕರು ಸೇನಾ ಬ್ಯಾರಕ್ಗಳಲ್ಲಿ ಒಂದು ಸಣ್ಣ ಕೊಠಡಿಯನ್ನು ಹೊಂದಿದ್ದರು. ವಿಧಿಯ ಕೃಪೆಯಿಂದ ಒಂದು ಏಕಾಂತ ಕೋಣೆ ಇತ್ತು. ನಾನು ಆ ಇಕ್ಕಟ್ಟಾದ ಜಾಗಕ್ಕೆ ಹೋದೆ, ಬಾಗಿಲು ಮುಚ್ಚಿದೆ, ಗಾಢವಾಗಿ ಆಲೋಚಿಸಿದೆ, ಮತ್ತು ಧ್ಯಾನವನ್ನು ಮಾಡಿದೆ. ನಾನು ಜೀವನದ ಕೇಂದ್ರವಾಗಿರಲಿಲ್ಲ ಎಂಬುದನ್ನು ಅರ್ಥ ಮಾಡಿಕೊಳ್ಳಲು ಆರಂಭಿಸಿದೆ. ಜೀವನವು ನನ್ನ ತೃಪ್ತಿಗಾಗಿ ಇರಲಿಲ್ಲ. ವಾಸ್ತವವಾಗಿ, ನಾನು ಜೀವನವನ್ನು ತೃಪ್ತಿಪಡಿಸುವುದಕ್ಕಾಗಿ ಇದ್ದೆ. ಅನುಕೂಲಕರ ಏನಾದರೂ ಹುಡುಕಾಟದಲ್ಲಿ, ನಾನು ಜೀವನಕ್ಕೆ ಅನುಕೂಲವಾಗಬೇಕಿತ್ತು ಎಂಬುದನ್ನು ಕಂಡುಕೊಂಡೆ. ನನ್ನನ್ನು ಕೇಂದ್ರಕ್ಕೆ ತರಲು ಪ್ರಯತ್ನಿಸುತ್ತಿರುವಲ್ಲಿ, ಜೀವನವು ನನ್ನನ್ನು ಪರಿಧಿಯಲ್ಲಿ ಇರಿಸಲು ಉದ್ದೇಶಿಸಿದೆ ಎಂಬುದನ್ನು ಕಂಡುಕೊಂಡೆ.

ನಾನು ಮಾನಸಿಕ ಕ್ಷೋಭೆಗಳಿಂದ ಮುಕ್ತನಾಗಬೇಕು, ಮತ್ತು ನಾನು ಎಲ್ಲ ಅಹಿತಕರದಿಂದ ಮುಕ್ತನಾಗಿರುವುದಕ್ಕೆ ಅರ್ಹನಾಗಿದ್ದೇನೆ ಎಂಬ ಕಲ್ಪನೆಯಿಂದ ನಾನು ಧ್ಯಾನವನ್ನು ಪ್ರಾರಂಭಿಸಿದೆ. ನಾನು ಬೇಗನೆ ಇಂತಹ ಒಂದು ಬಯಕೆಯು ಹುಚ್ಚುತನವೆಂದು ಅರಿತುಕೊಂಡೆ. ಇದು ಒಂದು ತಪ್ಪು ಕಲ್ಪನೆಯಾಗಿತ್ತು. ಇದಾದ ನಂತರ ನಾನು ಎಲ್ಲಿಯಾದರೂ ಧ್ಯಾನ ಮಾಡುವುದಕ್ಕೆ ತುಂಬ, ತುಂಬ ಸಂತುಷ್ಟನಾದೆ. ನಾನು ವಿಧಿಯ ಕಡೆಗೆ ವಿನಮ್ರನಾಗಿ, ಯಾವುದೇ ಪರಿಸ್ಥಿತಿಯ ಅತ್ಯುತ್ತಮ ಭಾಗವನ್ನು ಕಂಡುಕೊಳ್ಳಲು ಮತ್ತು ಅದನ್ನು ಅತ್ಯುತ್ತಮವಾಗಿ ಬಳಸಿಕೊಳ್ಳಲು ತೃಪ್ತನಾದೆ.

ನಾನು ಸಾಮಾಜಿಕ ಕರ್ತವ್ಯಗಳ ಸುತ್ತ ಧ್ಯಾನವನ್ನು ಸರಿದೂಗಿಸುವುದಕ್ಕೆ ಕಲಿತುಕೊಂಡೆ. ನಾನು ಬಯಸಿದಾಗ ಧ್ಯಾನವನ್ನು ಮಾಡಲು ಸಾಧ್ಯವಾಗಲಿಲ್ಲ. ನಾನು ನಿರ್ದಿಷ್ಟ ಸಮಯಗಳಲ್ಲಿ ಒಂದು ಉದ್ಯೋಗದ ಸ್ಥಳದಲ್ಲಿ ಇರಬೇಕಾಗಿತ್ತು. ನಾನು ಆ ವೇಳಾಪಟ್ಟಿಯ ಸುತ್ತ ಧ್ಯಾನವನ್ನು ಸರಿಹೊಂದಿಸಿದೆ. ನಾನು ಧ್ಯಾನದ ಸಲುವಾಗಿ ಉದ್ಯೋಗವನ್ನು ತೊರೆಯಲಿಲ್ಲ, ಆದರೆ ಕೆಲಸವನ್ನು ಇಟ್ಟುಕೊಂಡು ಬಿಡುವಿನ ವೇಳೆಯಲ್ಲಿ ಧ್ಯಾನವನ್ನು ಮಾಡಿದೆ.

ಪ್ರಕೃತಿಯು ಕಂಪನಗಳಿಂದ ತುಂಬಿದ್ದರೆ ಒಳ ಇರುವಿಕೆಯ ಬಗ್ಗೆ ಏನಂತೀರಿ? ನಾವು ಅಲ್ಲಿ ಸಂಪೂರ್ಣ ಶಾಂತಿಯನ್ನು ಕಂಡುಕೊಳ್ಳಬಹುದೇ? ಉತ್ತರ ಹೌದು ಮತ್ತು ಇಲ್ಲ ಆಗಿದೆ. ಧ್ಯಾನದ ಆರಂಭದಲ್ಲಿ, ನಾವು ಯಾವುದೇ ಸಂಪೂರ್ಣ ಅಥವಾ ಹೆಚ್ಚುಕಡಿಮೆ-ಸಂಪೂರ್ಣ ಶಾಂತಿಯನ್ನು ಮತ್ತು ನಿಶ್ಯಬ್ದತೆಯನ್ನು ಅಲ್ಲಿ ಕಂಡುಕೊಳ್ಳುವುದಿಲ್ಲ. ನಾವು ಇದ್ದಕ್ಕಿದ್ದಂತೆ ಆಂತರಿಕ ಶಾಂತತೆಯನ್ನು ಅಥವಾ ಕ್ರಮವನ್ನು ಕಂಡುಕೊಳ್ಳುತ್ತೇವೆ ಎಂಬುದನ್ನು ನಿರೀಕ್ಷಿಸುವುದು ನಮ್ಮಿಂದ ತುಂಬಾ ನಿರೀಕ್ಷಿಸಿದಂತಾಗುತ್ತದೆ. ನಾವು ಅನೇಕ ಶೇಖರಿಸಿಡಲಾದ ಮಾನಸಿಕ ಅನಿಸಿಕೆಗಳನ್ನು (stored mental impressions) ಹೊಂದಿದ್ದೇವೆ. ನಾವು ಕಂಪನಗಳ ಕ್ರಮವಿಲ್ಲದ-ರಾಶಿಯನ್ನು ಹೊಂದಿದ್ದೇವೆ. ನಾವು ಇದರಿಂದ ಕೋಪಗೊಳ್ಳಬಾರದು ಅಥವಾ ನಿರಾಶೆಗೊಳ್ಳಬಾರದು. ನಾವು ನಮ್ಮಲ್ಲೇ ನಸುನಗಬೇಕು ಮತ್ತು ಇಷ್ಟೊಂದು ವಿಸಂಗತ ಕಂಪನಗಳನ್ನು ತೆಗೆದುಕೊಂಡಿದ್ದಕ್ಕೆ ನಾವು ಎಷ್ಟು ಮೂರ್ಖರಾಗಿದ್ದೆವು ಎಂಬುದನ್ನು ವಿವೇಚಿಸಬೇಕು.

ನಾವು ಎಷ್ಟು ಕಲುಷಿತಗೊಂಡಿದ್ದೇವೆ ಎಂಬುದರ ಮೇಲೆ ಅವಲಂಬಿಸಿ, ನಾವು ತಿಂಗಳುಗಳು ಅಥವಾ ವರ್ಷಗಳವರೆಗೆ ಪ್ರತಿಕೂಲವಾದ ಅನಿಸಿಕೆಗಳೊಂದಿಗೆ ಹೋರಾಡಬೇಕು. ನಾವು ದೃಶ್ಯ ಮಾಧ್ಯಮವನ್ನು ನೋಡಿದ್ದರೆ, ನಾವು ದಶಲಕ್ಷಗಳಷ್ಟು ಅನಿಸಿಕೆಗಳನ್ನು ಹೊಂದಿರುತ್ತೇವೆ. ಇವುಗಳನ್ನು ತೆಗೆದುಹಾಕುವುದಕ್ಕೆ ಸಮಯ ಹಾಗೂ ನಿರಂತರವಾದ ಅಭ್ಯಾಸ ಬೇಕಾಗುತ್ತದೆ.

ಧ್ಯಾನವನ್ನು ಕರಗತಮಾಡಿಕೊಳ್ಳುವ ಮೊದಲು, ನಾವು ಮನಸ್ಸಿನ ಮಾನಸಿಕ ಏಕಾಗ್ರತೆಯನ್ನು ಅಭ್ಯಾಸ ಮಾಡಿಕೊಳ್ಳಬೇಕಾಗುತ್ತದೆ. ಇಂತಹ ಏಕಾಗ್ರತೆಯಲ್ಲಿ ಕೆಟ್ಟ ಅನಿಸಿಕೆಗಳು ಮೇಲಕ್ಕೆ ಬಂದು ಕಾಣಿಸಿಕೊಳ್ಳುತ್ತವೆ. ನಾವು ಅವುಗಳನ್ನು ಪರಿಶೀಲಿಸಬೇಕು, ಮತ್ತು ಮನಸ್ಸಿನಿಂದ ಅವುಗಳ ಶಕ್ತಿಯನ್ನು ತೆಗೆದುಹಾಕುವ ವಿಧಾನಗಳನ್ನು ಬೆಳೆಸಿಕೊಳ್ಳಬೇಕು. ಒಂದು ಮಂತ್ರದ ಮೇಲೆ, ಒಬ್ಬ ದೇವತೆಯ ಮೇಲೆ, ಒಂದು ಆಂತರಿಕ ಬಿಂದುವಿನ ಮೇಲೆ, ಆಂತರಿಕ ಬೆಳಕಿನ ಮೇಲೆ, ಸ್ವಯಂನ-ಕೇಂದ್ರಭಾಗದ ಮೇಲೆ, ಅಥವಾ ಪರಮಾತ್ಮನ ಮೇಲಿನ ಏಕಾಗ್ರತೆಯು ಒಂದು ಮಹಾದ್ವಾರವಿದ್ದಂತೆ, ಇದರ ಮೂಲಕ ಈ ಅನಗತ್ಯ ಅನಿಸಿಕೆಗಳನ್ನು ಮನಸ್ಸಿನಿಂದ ಹೊರಗೆ ತಳ್ಳಲಾಗುತ್ತದೆ. ಆದರೆ, ಕೆಲವು ಮನಸ್ಸಿನಲ್ಲಿ ಅಚ್ಚೊತ್ತಿದ್ದ ಅನಿಸಿಕೆಗಳು ಬಿಟ್ಟು ಹೊರಡುತ್ತವೆ, ಮತ್ತು ಎಂದಿಗೂ ಮರು-ಪ್ರವೇಶಿಸುವುದಿಲ್ಲ, ಇತರವು ಮರುಕಳಿಸುವ ಶಕ್ತಿಯನ್ನು ಹೊಂದಿರುತ್ತವೆ, ಮತ್ತು ಇದರ ಮೂಲಕ ಅವು ಬಿಟ್ಟು ಹೊರಡುತ್ತವೆ, ಮತ್ತು ಮತ್ತೆ ಮತ್ತೆ ಮರು-ಪ್ರವೇಶಿಸುತ್ತವೆ. ಈ ಮತ್ತೆ ಮತ್ತೆ ಕಂಡುಬರುವ ಅನಿಸಿಕೆಗಳನ್ನು ಹೇಗೆ ನಿಭಾಯಿಸಬೇಕು ಎಂಬುದನ್ನು ನಾವು ಒಬ್ಬ ಸಮರ್ಥ ಶಿಕ್ಷಕರಿಂದ ಕಲಿತುಕೊಳ್ಳಬಹುದು.

ಧ್ಯಾನದ ಪ್ರಯತ್ನವಾಗಿ ಆರಂಭವಾದದ್ದು, ಅನಗತ್ಯ ಅನಿಸಿಕೆಗಳನ್ನು ತೆಗೆದುಹಾಕುವಲ್ಲಿನ ಪ್ರಯತ್ನವಾಗಿ ಇಳಿಸಲ್ಪಟ್ಟಿತು. ಇವುಗಳನ್ನು ತೆಗೆದುಹಾಕದಿದ್ದರೆ ಆಳವಾದ ಧ್ಯಾನವನ್ನು ಸಾಧಿಸುವುದು ಸಾಧ್ಯವಿಲ್ಲ.

ಕೆಲವೊಮ್ಮೆ ಮಾನಸಿಕ ಕ್ಷೋಭೆಗಳೆಲ್ಲವೂ ತಮ್ಮಷ್ಟಕ್ಕೆ ತಾವೇ ಶಾಂತವಾಗುತ್ತವೆ. ನಂತರ ನಾವು ಸ್ಪಷ್ಟತೆಯಲ್ಲಿ ಆಲೋಚಿಸಲು, ವಿಶ್ರಾಂತಿಸಲು ಮತ್ತು ನೆಮ್ಮದಿಯಿಂದಿರಲು ಮುಕ್ತರಾಗಿರುತ್ತೇವೆ. ಆದರೂ, ಈ ಸ್ಥಿತಿಯು ಉಳಿಯುವುದಿಲ್ಲ. ಸ್ವಲ್ಪ ಮಾನಸಿಕ ಶಾಂತಿ

ಇದ್ದರೂ, ಯಾವುದೇ ಸಂಪೂರ್ಣ ಶಾಂತತೆ ಇಲ್ಲವೆಂದು ನಾವು ಕಂಡುಕೊಳ್ಳಬಹುದು. ಅದು ಅನುಕೂಲಕರವಾಗಲಿ ಅಥವಾ ಪ್ರತಿಕೂಲಕರವಾಗಲಿ, ನಿರಂತರವಾದ ಒಳ ಕಂಪನವಿರುತ್ತದೆ.

ಸಂಗೀತದ ಪರಿಭಾಷೆಯಲ್ಲಿ ಮನಸ್ಸಿನ ನಿರ್ವಹಣೆ

ಆರಂಭದಲ್ಲಿ ಧ್ಯಾನವು ಧ್ಯಾನವೆಂದರ್ಥವಲ್ಲ. ಅದು ಮನಸ್ಸಿನ ನಿರ್ವಹಣೆ ಎಂದರ್ಥ. ಅದು ಮಾನಸಿಕ ಹಾಗೂ ಭಾವನಾತ್ಮಕ ಶಕ್ತಿಯನ್ನು ಹೇಗೆ ನಿರ್ವಹಿಸಬೇಕು ಎಂಬುದನ್ನು ಗಮನವನ್ನು ಕೇಂದ್ರೀಕರಿಸಿ ಕಲಿತುಕೊಳ್ಳುವುದು ಎಂದರ್ಥ. ಅದು ಧ್ಯಾನವಲ್ಲ, ಆದರೆ ಕರಗತಮಾಡಿಕೊಂಡರೆ ಅದು ಧ್ಯಾನಕ್ಕೆ ಆಧಾರವಾಗಿ ಕಾರ್ಯನಿರ್ವಹಿಸುತ್ತದೆ.

ಮನಸ್ಸಿನ ನಿರ್ವಹಣೆಗೆ ಒಬ್ಬ ವ್ಯಕ್ತಿಯು ಸಂಗೀತದ ಗೀಳನ್ನು ಬಿಟ್ಟುಬಿಡಬೇಕು. ಆತನು ಸಂಗೀತವನ್ನು ಒಳತೆಗೆದುಕೊಳ್ಳುವುದನ್ನು ಹತೋಟಿಯಲ್ಲಿರಿಸಿಕೊಳ್ಳಬೇಕು, ಮತ್ತು ಕೇಳಿಸಿಕೊಳ್ಳುವ ಸಂಗೀತದ ಬಗೆಯನ್ನು ತುಂಬಾ ಎಚ್ಚರಿಕೆಯಿಂದ ಆಯ್ಕೆ ಮಾಡಿಕೊಳ್ಳಬೇಕು. ವಿದ್ಯುನ್ಮಾನ ಸಾಧನಗಳಿರುವ ಆಧುನಿಕ ಜನರಾಗಿ ನಾವು ಮಾಧ್ಯಮಕ್ಕೆ ವಿಪರೀತ ಅಂಟಿಕೊಂಡಿದ್ದೇವೆ. ಪ್ರಸಕ್ತವಾಗಿ, ಹಿಂದೆಂದಿಗಿಂತಲೂ ಹೆಚ್ಚಿನ ಸಂಗೀತವನ್ನು ಉತ್ಪಾದಿಸಲಾಗುತ್ತಿದೆ. ಧ್ಯಾನವೆಂದರೆ, ಯೋಗ ಸೂತ್ರಗಳಲ್ಲಿ ವ್ಯಾಖ್ಯಾನಿಸಲಾಗಿರುವಂತೆ, ಎಲ್ಲಾ ಪ್ರತಿಕೂಲವಾದ ಮಾನಸಿಕ ಅನಿಸಿಕೆಗಳನ್ನು ನಿಲ್ಲಿಸುವುದು ಎಂದರ್ಥ. ಅದು ಮನಸ್ಸಿನೊಳಗಿರುವ ಕೆಟ್ಟ ಅನಿಸಿಕೆಗಳನ್ನು ಮನಸ್ಸಿನಿಂದ ತೆಗೆದುಹಾಕಿ ಅದನ್ನು ಶುದ್ಧಗೊಳಿಸುವುದು ಎಂಬುದನ್ನು ಪರೋಕ್ಷವಾಗಿ ಸೂಚಿಸುತ್ತದೆ. ಸಾಮಾನ್ಯವಾಗಿ ಹೇಳುವುದಾದರೆ, ರೇಡಿಯೊಗಳು ಮತ್ತು ದೂರದರ್ಶನಗಳು ಯಾವುದೇ ಪ್ರಕಾರದ ಧ್ಯಾನದ ಅಭ್ಯಾಸಕ್ಕೆ ವಿರುದ್ಧವಾಗಿವೆ. ನಾವೇಕೆ ಸಂಗೀತದ ಗೀಳನ್ನು ಹಚ್ಚಿಕೊಳ್ಳುತ್ತೇವೆ ಎಂಬುದನ್ನು ಪರಿಶೀಲಿಸುವುದು ಒಂದು ಪ್ರಮುಖವಾದ ಪರಿಶೀಲನೆಯಾಗಿದೆ. ನಾವು ಸ್ಪಷ್ಟವಾಗಿ ಸಂಗೀತದ ಅಗತ್ಯವನ್ನು ಅರ್ಥಮಾಡಿಕೊಳ್ಳದಿದ್ದರೆ ಅದರ ಮೇಲಿನ ನಮ್ಮ ಮೋಹವನ್ನು ನಮಗೆ ನಿಗ್ರಹಿಸಲು ಸಾಧ್ಯವಾಗುವುದಿಲ್ಲ.

ಸಂಗೀತವು ಒಂದು ಬಗೆಯ ಇಂದ್ರಿಯ ತೃಪ್ತಿಯಾಗಿದೆ. ಅದು ಒಂದು ಬಗೆಯ ಅಮಲಾಗಿರಬಹುದು. ಅದು ಸಂತೋಷವನ್ನು ತರುತ್ತದೆ. ಅದು ಸಮಸ್ಯೆಗಳನ್ನು ತೊಲಗಿಸುತ್ತದೆ ಮತ್ತು ಆತಂಕಗಳನ್ನು ಶಮನ ಮಾಡುತ್ತದೆ. ಅದು ವಾಸ್ತವತೆಯ ಮುನ್ಸೂಚನೆಯನ್ನು ಕೊಡುತ್ತದೆ. ಅದು ಅಸಮರ್ಪಕತೆಗಳನ್ನು ನಿಭಾಯಿಸುವುದನ್ನು ತಪ್ಪಿಸಲು ಸಹಾಯ ಮಾಡುತ್ತದೆ. ಸಂಗೀತವು ಅನನುಕೂಲ ವಾಸ್ತವತೆಗಳಿಂದ ತಪ್ಪಿಸಿಕೊಳ್ಳುವುದಕ್ಕೆ ಬಹಳ ಉಪಯುಕ್ತವಾಗಿದೆ. ನಾವು ಮನಸ್ಸನ್ನು ಶುದ್ಧಗೊಳಿಸಲು ಬಯಸಿದರೆ ನಾವು ಅದನ್ನು ಒಳತೆಗೆದುಕೊಳ್ಳುವುದನ್ನು ಮಿತಿಯಲ್ಲಿಡಬೇಕಾಗುತ್ತದೆ. ಸಂಗೀತದ ಮೂಲಕ ಅನೇಕ ಅನಗತ್ಯ ಅನಿಸಿಕೆಗಳು ಮನಸ್ಸನ್ನು ಪ್ರವೇಶಿಸುತ್ತವೆ.

ಇವು ಧ್ಯಾನಕ್ಕೆ ಅಡ್ಡಿಮಾಡುವವರೆಗೆ ನಾವು ಗೀಳನ್ನು ಬಿಟ್ಟುಬಿಡಬೇಕು, ಮತ್ತು ಕೇಳಿಸಿಕೊಳ್ಳುವ ಬಗೆಯನ್ನು ಎಚ್ಚರಿಕೆಯಿಂದ ಪರೀಕ್ಷಿಸಿ ನಾವು ಒಳತೆಗೆದುಕೊಳ್ಳುವುದನ್ನು ಮಿತಗೊಳಿಸಬೇಕು. ಸಂಗೀತದಿಂದ ದುಃಖವನ್ನು ದೂರಮಾಡುವ ಬದಲಿಗೆ, ನಾವು ದುಃಖದ ಕಾರಣವನ್ನು ಕಂಡುಹಿಡಿಯಲು ಮತ್ತು ಅದನ್ನು ಬಗೆಹರಿಸಲು ಪ್ರಯತ್ನಿಸಬಹುದು. ಅಥವಾ ನಾವು ಖಿನ್ನತೆ ಹಾಗೂ ಆತಂಕದ ಕಾರಣವನ್ನು ಎದುರಿಸಲು ಪ್ರಯತ್ನಿಸಬಹುದು, ಮತ್ತು ಅದನ್ನು ತೊಡೆದುಹಾಕಲು ಪ್ರಾಮಾಣಿಕವಾಗಿ ಶ್ರಮಿಸಬಹುದು.

ಸಂಗೀತವನ್ನು ಮನಸ್ಸಿಗೆ ತೆಗೆದುಕೊಂಡಾಗ ಅದು ಯಾವುದೇ ಸಮಯದಲ್ಲಿ ಮನಸ್ಸಿನಲ್ಲಿ ಮರುಕಳಿಸಬಹುದು. ಯಾವುದೇ ಬಗೆಯ ಸಂಗೀತಕ್ಕೆ ಇದು ಅನ್ವಯಿಸುತ್ತದೆ, ಅದು ಅಪೇಕ್ಷಣೀಯವೇ ಆಗಿರಲಿ ಅಥವಾ ಅನಪೇಕ್ಷಣೀಯವೇ ಆಗಿರಲಿ. ಧಾರ್ಮಿಕ ಸಂಗೀತವೂ ಕೂಡ

ದುರಭ್ಯಾಸವಾಗಬಹುದು. ಅದೂ ಕೂಡ ಒಂದು ಅಸಂಬದ್ಧ ಮಾನಸಿಕ ಕ್ಷೋಭೆಯಂತೆ ಮನಸ್ಸಿನಲ್ಲಿ ಮರುಕಳಿಸಬಹುದು.

ಮನಸ್ಸು ಸೂಕ್ಷ್ಮಗ್ರಾಹಿಯಾಗಿದೆ. ನಾವು ಧ್ಯಾನ ಮಾಡಲು ಬಯಸಿದರೆ, ಅದರ ಸೂಕ್ಷ್ಮಗ್ರಾಹಿತ್ವ ಸಮಸ್ಯೆಯನ್ನು ತರಬಹುದು. ನಾವು ಮನಸ್ಸನ್ನು ಪ್ರವೇಶಿಸುವ ಮತ್ತು ಅದನ್ನು ಆವೇಗಯುಕ್ತವಾಗಿಸುವ ವಿವಿಧ ಶಕ್ತಿಗಳಿಂದ ಮತ್ತು ವಿವಿಧ ಉತ್ತೇಜನದಿಂದ ಮನಸ್ಸನ್ನು ರಕ್ಷಿಸಿಕೊಳ್ಳಲು ಕಲಿತುಕೊಳ್ಳಬೇಕು.

ಯಾದೃಚ್ಛಿಕವಾದ ಆಲೋಚನೆ

ಧ್ಯಾನಿಗಳಿಗೆ ಒಂದು ದೊಡ್ಡ ಸಮಸ್ಯೆಯು ಯಾದೃಚ್ಛಿಕವಾದ ಆಲೋಚನೆಯಾಗಿದೆ. ಇದನ್ನು ನಿಗ್ರಹಿಸಬೇಕು. ಮೊಟ್ಟ ಮೊದಲನೆಯದಾಗಿ, ಒಬ್ಬ ವ್ಯಕ್ತಿಯು ಅನಗತ್ಯ ಅನಿಸಿಕೆಗಳಿಂದ ಮನಸ್ಸನ್ನು ರಕ್ಷಿಸಿಕೊಳ್ಳಲು ಕಲಿತುಕೊಳ್ಳಬೇಕು. ಮನಸ್ಸು ತುಂಬ ಸೂಕ್ಷ್ಮಗ್ರಾಹಿಯಾಗಿದೆ, ಮತ್ತು ಐದು ಇಂದ್ರಿಯಗಳ ಮೂಲಕ ಬರುವ ಅನಿಸಿಕೆಗಳಿಗೆ ಬಹಳ ಸುಲಭವಾಗಿ ಪ್ರಭಾವಿತವಾಗುತ್ತದೆ. ಮನಸ್ಸು ಅತೀಂದ್ರಿಯ ಪ್ರಪಂಚದಿಂದಲೂ ಕೂಡ ಪ್ರಭಾವಿತವಾಗುತ್ತದೆ. ಅತೀಂದ್ರಿಯ ಇಂದ್ರಿಯಗಳು ಭೌತಿಕವಾಗಿ ಕೇಳಿಸಿಕೊಳ್ಳಲು ಸಾಧ್ಯವಿಲ್ಲದ ಶಬ್ದಗಳನ್ನು ಪತ್ತೆ ಹಚ್ಚಲು ಮನಸ್ಸಿಗೆ ಸಾಧ್ಯವಾಗಿಸುತ್ತವೆ. ಮನಸ್ಸು ಭೌತಿಕವಾಗಿ ನೋಡಲು ಸಾಧ್ಯವಿಲ್ಲದ ವಸ್ತುಗಳನ್ನು ನೋಡಬಹುದು. ಅದು ಭೌತಿಕವಾಗಿ ಸ್ಪರ್ಶಿಸಲು ಸಾಧ್ಯವಿಲ್ಲದ ವಸ್ತುಗಳನ್ನು ಸ್ಪರ್ಶಿಸಬಹುದು. ಅದು ಅತೀಂದ್ರಿಯವಾಗಿ ರುಚಿಯನ್ನು ನೋಡಬಹುದು ಮತ್ತು ವಾಸನೆಯನ್ನು ಗ್ರಹಿಸಬಹುದು. ಯಾರೊ ಒಬ್ಬನು ಅಮೆರಿಕದಲ್ಲಿರಬಹುದು. ಯಾರೊ ಒಬ್ಬನು ಭಾರತದಲ್ಲಿರಬಹುದು. ಮನಸ್ಸು ಎಷ್ಟು ಸೂಕ್ಷ್ಮಗ್ರಾಹಿಯಾಗಿರುತ್ತದೆ ಎಂದರೆ ಅದು ಸಾವಿರಾರು ಮೈಲಿಗಳಷ್ಟು ದೂರವಿರುವ ಯಾರದ್ದಾದರೂ ಆಲೋಚನೆಗಳನ್ನು ಪತ್ತೆ ಮಾಡಬಹುದು. ಮನಸ್ಸು ಬೇರೆಯವರ ಆಲೋಚನೆಯ ಮಾದರಿಗಳಿಂದ ಒಂದು ಕಲ್ಪನೆಯನ್ನು ಸಂಪೂರ್ಣವಾಗಿ ಗ್ರಹಿಸಬಹುದು ಮತ್ತು ಆ ಶಕ್ತಿಯನ್ನು ಅವ್ಯವಸ್ಥಿತವಾಗಿ ಪರಿಶೀಲಿಸಬಹುದು.

ಮನಸ್ಸು ಒಂದು ಆಲೋಚನೆಯನ್ನು ಸಂಪೂರ್ಣವಾಗಿ ಗ್ರಹಿಸಿದಾಗ, ಅದು ಆ ಕಲ್ಪನೆಯನ್ನು ಬೆನ್ನಟ್ಟುತ್ತದೆ. ಅವಕಾಶ ಕೊಟ್ಟರೆ ಅದು ಪರಿಕಲ್ಪನೆಯನ್ನು ಒಂದು ತೀರ್ಮಾನಕ್ಕೆ ಸಂಸ್ಕರಿಸುತ್ತದೆ. ಮನಸ್ಸು ನಿರಂತರವಾಗಿ ಒಂದು ಆಲೋಚನೆಯ ನಂತರ ಮತ್ತೊಂದನ್ನು ಸಂಸ್ಕರಿಸುತ್ತಾ ಇರುತ್ತದೆ. ಅದು ಆಲೋಚನೆಗಳನ್ನು ನಿಭಾಯಿಸಲು ಮತ್ತು ಪರಿವರ್ತಿಸಲು ಹೆಚ್ಚು ಅತೀಂದ್ರಿಯ ಶಕ್ತಿಯನ್ನು ಬಳಸುತ್ತದೆ. ಒಬ್ಬ ವ್ಯಕ್ತಿಯು ಧ್ಯಾನ ಮಾಡಲು ಕುಳಿತುಕೊಂಡಾಗ ಆತನು ಅಥವಾ ಆಕೆಯು ಈ ಮಾನಸಿಕ ಅನುಕ್ರಮವನ್ನು ವೀಕ್ಷಿಸಬಹುದು. ವ್ಯಕ್ತಿಯು ಮನಸ್ಸನ್ನು ನಿಯಂತ್ರಿಸಲು ಹೆಣಗಾಡಬಹುದು. ಹೆಣಗಾಡುತ್ತಿರುವಲ್ಲಿ, ಆತನು ಇದನ್ನು ನಿಲ್ಲಿಸಲು ನಿಯಂತ್ರಣವನ್ನು ಹೊಂದಿಲ್ಲ ಎಂಬುದನ್ನು ಕಂಡುಕೊಳ್ಳಬಹುದು. ಇದು ಒಬ್ಬ ವ್ಯಕ್ತಿಯು ಧ್ಯಾನವನ್ನು ಮಾಡಲು ಕುಳಿತುಕೊಂಡಾಗ ಮಾತ್ರ ಹೀಗಾಗುತ್ತದೆಯೇ?

ಇದು ಎಲ್ಲಾ ಸಮಯದಲ್ಲೂ ಸಂಭವಿಸುತ್ತದೆ, ಆದರೆ ಒಬ್ಬ ವ್ಯಕ್ತಿಯು ಧ್ಯಾನವನ್ನು ಮಾಡಿದಾಗ ಇದನ್ನು ಗಮನಿಸುತ್ತಾನೆ. ಸಾಮಾನ್ಯವಾಗಿ ಒಬ್ಬ ವ್ಯಕ್ತಿಯು ಮನಸ್ಸಿನ ಚಟುವಟಿಕೆಗಳನ್ನು ವಿಶ್ಲೇಷಿಸಲು ತುಂಬಾ ಅನ್ಯಮನಸ್ಕನಾಗಿರುತ್ತಾನೆ. ಧ್ಯಾನದಲ್ಲಿ, ಒಬ್ಬ ವ್ಯಕ್ತಿಯು ಇದನ್ನು ಗಮನಿಸುತ್ತಾನೆ. ಆತನು ಹೆಣಗಾಡಿ ಹೆಣಗಾಡಿ ಮನಸ್ಸಿನ ನಿಯಂತ್ರಣವನ್ನು ಬಿಟ್ಟುಬಿಡಬಹುದು. ಅನೇಕ ಜನರು ಮನಸ್ಸನ್ನು ನಿಯಂತ್ರಿಸಲಾರದ ಅನುಭವವನ್ನು

ಹೊಂದಿದ್ದ ಕಾರಣ ಅವರು ಧ್ಯಾನವನ್ನು ಆಧ್ಯಾತ್ಮಿಕ ಜೀವನದ ಒಂದು ಮಾರ್ಗವಾಗಿ ತಪ್ಪಿಸುತ್ತಾರೆ. ಅವರು ನೇರ ಮನಸ್ಸಿನ ನಿಯಂತ್ರಣವು ಅಸಾಧ್ಯವೆಂದು ನಿರ್ಧರಿಸುತ್ತಾರೆ. ಮನಸ್ಸಿನೊಂದಿಗೆ ಒಂದು ಹತಾಶ ಯುದ್ಧದಲ್ಲಿ ಸಮಯವನ್ನು ವ್ಯರ್ಥ ಮಾಡುವ ಬದಲಿಗೆ ಅವರು ಮನಸ್ಸಿನ ನಿಗ್ರಹಕ್ಕಾಗಿ ನೇರವಲ್ಲದ ವಿಧಾನಗಳಲ್ಲಿ ತೊಡಗುತ್ತಾರೆ. ಅಂತಹ ಒಂದು ವಿಧಾನವೆಂದರೆ ಮನಸ್ಸನ್ನು ನಿರ್ಲಕ್ಷಿಸುವುದು. ಇತರವುಗಳಲ್ಲಿ, ಒಬ್ಬ ವ್ಯಕ್ತಿಯು ಒಂದು ಚಟುವಟಿಕೆಯಲ್ಲಿ ಅಥವಾ ಶಬ್ದದಲ್ಲಿ ಮನಸ್ಸನ್ನು ತೊಡಗಿಸುತ್ತಾನೆ. ಈ ಪರ್ಯಾಯ ವಿಧಾನಗಳು ಕೆಲಸ ಮಾಡಬಹುದು ಅಥವಾ ಮಾಡದಿರಬಹುದು. ಒಂದು ವಿಧಾನವು ಕೆಲಸ ಮಾಡಿದರೆ ಧ್ಯಾನವು ಸಾಧ್ಯವಾಗುತ್ತದೆ.

ಮನಸ್ಸು ಬೇಕಾಗಿರುವ ಒಳ್ಳೆಯ ಕ್ರಿಯೆಯನ್ನು ಹೊರತುಪಡಿಸಿ ಎಲ್ಲ ಒಳ್ಳೆಯದನ್ನು ಮಾಡುವುದಕ್ಕೆ ಧ್ಯಾನಿಯನ್ನು ತಪ್ಪುದಾರಿಗೆಳೆಯುವ ವಿಶೇಷ ಕೌಶಲವನ್ನು ಹೊಂದಿರುತ್ತದೆ. ಅದು ಉದ್ದೇಶಿತ, ಸ್ವಯಂ-ಕೇಂದ್ರಿತ ಕ್ರಿಯೆಯನ್ನು ತಪ್ಪಿಸುತ್ತದೆ. ಮನಸ್ಸು ಒಂದು ಕೆಟ್ಟ ಆಲೋಚನೆಯನ್ನು ಸೃಷ್ಟಿಸಿದರೆ ಆತ್ಮವು ಕಿರಿಕಿರಿಗೊಳ್ಳಬಹುದಾದರಿಂದ ಮನಸ್ಸು ಒಳ್ಳೆಯ ಆಲೋಚನೆಗಳನ್ನು ಸೃಷ್ಟಿಸುವ ಮೂಲಕ ಪ್ರತಿಕ್ರಿಯಿಸಬಹುದು. ಇವುಗಳು, ಏನೇ ಆದರೂ, ಮಾನಸಿಕ ಕ್ಷೋಭೆಗಳು. ಆತ್ಮವು ಮನಸ್ಸನ್ನು ಯಾವುದೇ ಅನಪೇಕ್ಷಿತ ಆಲೋಚನೆಯನ್ನು ಬೆನ್ನಟ್ಟುವುದರಿಂದ ನಿಲ್ಲಿಸಲು ಕಲಿತುಕೊಳ್ಳಬೇಕು. ಮನಸ್ಸು ಆತ್ಮದಿಂದ ಶಕ್ತಿಯನ್ನು ಪಡೆಯದಿದ್ದರೆ ಅದು ತನ್ನ ಉದ್ದೇಶಗಳನ್ನು ಬೆನ್ನಟ್ಟುವುದು ಸಾಧ್ಯವಿಲ್ಲ. ಹೀಗಾಗಿ, ಮನಸ್ಸು ಹೇಗೆ ಶಕ್ತಿಯನ್ನು ಪಡೆಯುತ್ತದೆ ಮತ್ತು ಬಳಸಿಕೊಳ್ಳುತ್ತದೆ ಎಂಬುದನ್ನು ನಾವು ಗಮನಿಸಬೇಕು. ಮನಸ್ಸು ಮತ್ತು ಆತ್ಮದ ನಡುವಿನ ಭೇಟಿಯ ಬಿಂದುವನ್ನು ನಾವು ನಿಯಮಕ್ಕೆ ಒಳಗುಮಾಡಬೇಕು. ಆಧ್ಯಾತ್ಮಿಕ ಜೀವನದ ಈ ಅಂಶಗಳನ್ನು ಭಗವದ್ಗೀತೆಯಂತಹ ಧ್ಯಾನದ ಕೈಪಿಡಿಗಳ ಆಳವಾದ ಅಧ್ಯಯನವಿಲ್ಲದೆ ಮತ್ತು ಈ ಕೆಟ್ಟ ಅಭ್ಯಾಸಗಳನ್ನು ಎದುರಿಸಿರುವ ಹಾಗೂ ತೃಪ್ತಿಕರವಾಗಿ ಮನಸ್ಸನ್ನು ನಿಗ್ರಹಿಸಿರುವ ಮಹಾನ್ ಆತ್ಮಗಳೊಂದಿಗೆ ಚರ್ಚೆಗಳಿಲ್ಲದೆ ಸಾಧಿಸುವುದು ಸಾಧ್ಯವಿಲ್ಲ.

ಯಶಸ್ಸಿಗೆ ಒಂದು ನಿರ್ದಿಷ್ಟ ಪ್ರಮಾಣದ ಉದ್ದೇಶಪೂರ್ವಕ ಪ್ರಯತ್ನವು ಬೇಕಾಗುತ್ತದೆ. ಒಬ್ಬ ಮುಂದುವರೆದ ಧ್ಯಾನಿಯೊಂದಿಗೆ ಸಾಹಚರ್ಯದ ಮೂಲಕ ಕೆಲವು ಪ್ರಗತಿಯು ಉಚಿತವಾಗಿ ದೊರಕುತ್ತದೆ, ಆದರೆ ಒಬ್ಬ ವ್ಯಕ್ತಿಯು ಶಿಸ್ತುಗಳನ್ನು ಅಭ್ಯಾಸ ಮಾಡದಿದ್ದಲ್ಲಿ ಆ ಪ್ರಗತಿಯು ಮಾಯವಾಗುತ್ತದೆ. ಆಧ್ಯಾತ್ಮಿಕ ಜೀವನದ ಕೆಲವು ಅಂಶಗಳು ವೈಯಕ್ತಿಕ ಪ್ರಯತ್ನದಿಂದ ಮಾತ್ರ ವೃದ್ಧಿಯಾಗುತ್ತದೆ. ಕೆಲವು ಕ್ಷೇತ್ರಗಳಲ್ಲಿ ಶಿಕ್ಷಕರು ಸಲಹೆಯನ್ನು ನೀಡಬಹುದು ಮತ್ತು ಮಾದರಿಯಾಗಬಹುದು, ಆದರೆ ವಿಧ್ಯಾರ್ಥಿಯು ಕಟ್ಟಕಡೆಗೆ ಅಭ್ಯಾಸವನ್ನು ಸ್ವತಃ ಮಾಡತೊಡಗಬೇಕು.

ಮನಸ್ಸಿನ ಆಸರೆ

ಮನಸ್ಸಿಗೆ ಆತ್ಮದಿಂದ ನಿರ್ದಿಷ್ಟ ಪ್ರಮಾಣದ ಆಸರೆ ಬೇಕಾಗುತ್ತದೆ. ಆತ್ಮವು ವಿವೇಚನೆಯ ಪ್ರಜ್ಞೆಯ ಮೂಲಕ ಮನಸ್ಸಿಗೆ ಸಂಪರ್ಕಗೊಂಡಿದೆ. ಈ ವಿವೇಚನೆಯ ಪ್ರಜ್ಞೆಯನ್ನು ಸಾಮಾನ್ಯವಾಗಿ ಬುದ್ಧಿಶಕ್ತಿ ಅಥವಾ ಬುದ್ಧಿ ಎಂದು ಕರೆಯುತ್ತಾರೆ. ಆತ್ಮವು ವಿವೇಚನೆಯ ಪ್ರಜ್ಞೆಯ ಮೂಲಕದ ಹೊರತು ನೇರವಾಗಿ ಮನಸ್ಸಿನ ಒಟ್ಟು ಮೂಲಸಾಮಗ್ರಿಗೆ ಸಂಪರ್ಕವನ್ನು ಹೊಂದಿಲ್ಲ.

ಒಬ್ಬ ಮಾನವನನ್ನು ದೈಹಿಕವಾಗಿ ನಿರ್ಬಂಧಿಸಿದಾಗ ಆತನು ಮನೋವೃತ್ತಿಯಿಂದ ಅತೀಂದ್ರಿಯ ಚಟುವಟಿಕೆಗಳನ್ನು ತೀವ್ರಗೊಳಿಸುತ್ತಾನೆ. ಒಬ್ಬ ವ್ಯಕ್ತಿಯನ್ನು ಪ್ರೀತಿಪಾತ್ರರನ್ನು ಭೇಟಿಯಾಗುವುದರಿಂದ ತಡೆಹಿಡಿದರೆ, ಆತನು ಮಾನಸಿಕ ಹಾಗೂ ಕನಸಿನ ಸಮತಲಗಳಲ್ಲಿ ಹೆಚ್ಚು ತೀವ್ರತೆಯಿಂದ ಆ ಮನುಷ್ಯನನ್ನು ಭೇಟಿಯಾಗುತ್ತಾನೆ. ಆತನು ಕನಸಿನಲ್ಲಿ ಹೆಚ್ಚು ನಿಯಮಿತವಾಗಿ ಸೂಕ್ಷ್ಮ ಶರೀರದಲ್ಲಿ ಆ ವ್ಯಕ್ತಿಯ ಬಳಿಗೆ ಹೋಗುತ್ತಾನೆ.

ಮನಸ್ಸು ಅನೇಕ ಪದರಗಳನ್ನು ಹೊಂದಿದೆ. ನಾನು ಒಳ್ಳೆಯ ಸಲಹೆಯನ್ನು ಅನುಸರಿಸುತ್ತಿರುವಾಗ ಮನಸ್ಸು ಸಾಮಾನ್ಯವಾಗಿ ಮತ್ತೊಂದು ಮಟ್ಟಕ್ಕೆ ಬದಲಾಯಿಸುತ್ತದೆ ಮತ್ತು ವಿರುದ್ಧವಾದ ಆಲೋಚನೆಗಳನ್ನು ನಡೆಸುತ್ತದೆ. ನಾನು ಮನಸ್ಸನ್ನು ವಿರೋಧಿಸಲು ಒಂದು ವಿಧಾನವನ್ನು ಕಂಡುಕೊಳ್ಳದಿದ್ದರೆ ನನಗೆ ಸೂಕ್ಷ್ಮ ಮಟ್ಟಗಳಲ್ಲಿ ಕೆಟ್ಟ ಸಹವಾಸಗಳನ್ನು ನಿಲ್ಲಿಸಲು ಸಾಧ್ಯವಾಗುವುದಿಲ್ಲ. ನಾನು ಆಧ್ಯಾತ್ಮಿಕವಾಗಿ ಫಲದಾಯಕವಾದ ಶಕ್ತಿಯನ್ನು ಹೊಂದಿದ್ದೇನೆ ಎಂದು ಊಹಿಸಿಕೊಳ್ಳಿ, ಯಾವುದು ನನ್ನ ಮನಸ್ಸನ್ನು ಇತರ ಮಟ್ಟಗಳಲ್ಲಿ ಲೌಕಿಕ ಸಹವಾಸಗಳ ಬಗ್ಗೆ ಆಲೋಚಿಸುವುದರಿಂದ ನಿಲ್ಲಿಸುತ್ತದೆ? ನಿದ್ರೆಯ ಅವಧಿಯಲ್ಲಿ ಸೂಕ್ಷ್ಮ ಶರೀರವು ಸ್ಥೂಲ ಶರೀರದಿಂದ ಪ್ರತ್ಯೇಕಿಸಿದಾಗ ಯಾವುದು ನನ್ನ ಸೂಕ್ಷ್ಮ ಶರೀರವನ್ನು ಲೌಕಿಕ ಸಹವಾಸವನ್ನು ಕಂಡುಕೊಳ್ಳುವುದರಿಂದ ನಿಲ್ಲಿಸುತ್ತದೆ?

ನಾವು ಆಧ್ಯಾತ್ಮಿಕ ಶಿಸ್ತುಗಳನ್ನು ಅಭ್ಯಾಸ ಮಾಡುತ್ತಿದ್ದರೂ ಕೂಡ ಮನಸ್ಸು ಇತರ ಮಟ್ಟಗಳಿಗೆ ಬದಲಾಯಿಸುತ್ತದೆ ಮತ್ತು ಅನಗತ್ಯ ಅಭ್ಯಾಸಗಳನ್ನು ಮುಂದುವರಿಸುತ್ತದೆ, ಈ ಕಾರಣದಿಂದ ನಾವು ಮನಸ್ಸಿನ ಅನಪೇಕ್ಷಣೀಯ ಅಭ್ಯಾಸಗಳನ್ನು ಅರಿತುಕೊಳ್ಳಬೇಕು. ನಾವು ಮನಸ್ಸಿನ ಮೇಲೆ ಹತೋಟಿಯನ್ನು ಪಡೆದುಕೊಳ್ಳುವ ಮತ್ತು ಅದನ್ನು ಸಂಪೂರ್ಣವಾಗಿ ನಿಗ್ರಹಿಸುವ ಒಂದು ಶಿಸ್ತನ್ನು ಕಂಡುಕೊಳ್ಳಬೇಕು. ಇದು ಮನಸ್ಸು ನಮ್ಮನ್ನು ಕುಶಲತೆಯಿಂದ ನಿಯಂತ್ರಿಸುತ್ತಿದೆ ಎಂಬುದನ್ನು ಪ್ರಾಮಾಣಿಕವಾಗಿ ಅರಿತುಕೊಳ್ಳುವ ಒಂದು ವಿಷಯವಾಗಿದೆ. ನಾವು ಅಭ್ಯಾಸ ಮಾಡುತ್ತಿರುವಾಗ, ಮನಸ್ಸು ಇತರ ಮಟ್ಟಗಳಲ್ಲಿ ಹಿಂದುಮುಂದು ನೋಡದೆ ಆವೇಗದಿಂದ ಕ್ರಿಯೆಯನ್ನು ಮುಂದುವರಿಸುತ್ತದೆ ಎಂಬುದನ್ನು ನಾವು ಕಂಡುಕೊಂಡರೆ ಮನಸ್ಸಿನ ನಿಯಂತ್ರಣದ ಪ್ರಕ್ರಿಯೆಯು ನಿಷ್ಪರಿಣಾಮಕಾರಿಯಾಗಿದೆ ಎಂದರ್ಥ.

ಬುದ್ಧಿಶಕ್ತಿಯು ಒಂದು ಎಂಜಿನಿಯರ್, ಒಂದು ಯೋಜಕ (planner) ಇದ್ದಂತೆ, ಆದರೆ ಆತ್ಮವು ಮನಸ್ಸಿನ ಮೇಲೆ ಹಲ್ಲೆ ಮಾಡಲು ಅದಕ್ಕೆ ನಿರ್ದೇಶಿಸದಿದ್ದರೆ ಅದು ಹಾಗೆ ಮಾಡಲು ಅತ್ಯಲ್ಪ ಪ್ರಯತ್ನವನ್ನೂ ಮಾಡುವುದಿಲ್ಲ. ಆತ್ಮವು ಒಂದು ನಿರ್ದಿಷ್ಟ ಪ್ರಮಾಣದ ನಿರ್ದೇಶನವಿಲ್ಲದೆ, ಎಲ್ಲವೂ ಸ್ವಯಂಚಾಲಿತವಾಗಿ, ಸರಾಗವಾಗಿ ನಡೆಯುತ್ತಿರಬೇಕೆಂದು ಬಯಸಿದರೆ, ಆಗ ಆತ್ಮವು ಮನಸ್ಸಿನಲ್ಲಿ ಒಂದು ಕೈಗೊಂಬೆಯಾಗಿ ಉಳಿದಿರುತ್ತದೆ. ಕಾರ್ಯಗಳು ಸರಾಗವಾಗಿ ನಡೆಯುತ್ತವೆ, ಆದರೆ ಭೌತಿಕ ರೀತಿಯಲ್ಲಿ ಮಾತ್ರ, ಆಧ್ಯಾತ್ಮಿಕ ಪ್ರಗತಿಗಾಗಿ ಅಲ್ಲ.

ಮನಸ್ಸಿಗೆ ಮಾಹಿತಿಯು ದೊರಕಿದರೆ, ಅದು ಅದನ್ನು ಇಟ್ಟುಕೊಳ್ಳಬಹುದು ಅಥವಾ ಇಟ್ಟುಕೊಳ್ಳದಿರಬಹುದು. ಎರಡೂ ಸಂದರ್ಭಗಳಲ್ಲಿ, ಅದು ಯಾವುದೇ ಮಾಹಿತಿಯನ್ನು ಶಾಶ್ವತವಾಗಿ ಹಿಡಿದಿಟ್ಟುಕೊಳ್ಳಲು ಸಾಧ್ಯವಿಲ್ಲ. ಮನಸ್ಸು ಅನಿವಾರ್ಯವಾಗಿ ಯಾವುದೇ ಮಾಹಿತಿಯ ಒಂದು ಭಾಗವನ್ನು ಬಿಡುಗಡೆ ಮಾಡಬೇಕಾಗುತ್ತದೆ. ಮಾಹಿತಿಯನ್ನು ಬಿಡುಗಡೆ ಮಾಡಲಾದಾಗ ಅದು ಶೇಖರಿಸಿಡಲಾದ ಅನಿಸಿಕೆಯಾಗಿ ಒಂದು ಆಳವಾದ ಪದರಕ್ಕೆ ಹೋಗುತ್ತದೆ. ಈ ಆಳವಾದ ಪದರವನ್ನು ಉಪಪ್ರಜ್ಞೆ (subconscious) ಎಂದು ಕರೆಯಲಾಗುತ್ತದೆ. ಆತ್ಮಕ್ಕೆ ಸಹಾಯ ಮಾಡಲು, ಕೆಲವೊಂದು ಸಂದರ್ಭಗಳಲ್ಲಿ, ಎಲ್ಲಾ

ವಾಸ್ತವಾಂಶಗಳು ಕ್ರಿಯಾತ್ಮಕ ಮನಸ್ಸಿನಿಂದ ಉಪಪ್ರಜ್ಞೆಯ ಒಳಗೆ ಜಾರುವ ಮೊದಲು, ದೇಹವು ಟಿಪ್ಪಣಿಗಳನ್ನು ತೆಗೆದುಕೊಳ್ಳುವುದು ಅಥವಾ ಲಿಖಿತ ರೂಪದಲ್ಲಿ ಮಾಹಿತಿಯನ್ನು ಇರಿಸಿಕೊಳ್ಳುವುದು ಅಗತ್ಯ.

ಸಾಮಾಜಿಕ ಸಮಸ್ಯೆಗಳು

ಆಧ್ಯಾತ್ಮಿಕ ಜೀವನದಲ್ಲಿಯೂ ಕೂಡ, ಏಕಾಂತ ವಾಸದಲ್ಲಿಯೂ ಕೂಡ, ದೈನಂದಿನ ಸಾಮಾಜಿಕ ಸಮಸ್ಯೆಗಳಿವೆ. ಹವಾಮಾನ ಮತ್ತು ಆಹಾರದ ಸಮಸ್ಯೆಗಳಿವೆ. ಇವು ಆಧ್ಯಾತ್ಮಿಕ ಜೀವನದ ಹೊರಗೆ ಒಬ್ಬರನ್ನೊಬ್ಬರು ಪರಸ್ಪರ ಪ್ರತಿಕ್ರಿಯಿಸಲು ಕಾರಣವಾಗುವ ಅತ್ಯಂತ ಮೂಲಭೂತವಾದ ಸಮಸ್ಯೆಗಳು. ಒಬ್ಬ ವ್ಯಕ್ತಿಯು ಒಂದು ಆಶ್ರಮಕ್ಕೆ ಹೋದರೂ ಕೂಡ ಆತನು ಹವಾಮಾನದಿಂದ ರಕ್ಷಣೆಯನ್ನು ಪಡೆದುಕೊಳ್ಳಬೇಕು. ಆತನು ತಿಂಡಿ ತಿನಿಸುಗಳನ್ನು ಪಡೆದುಕೊಳ್ಳಬೇಕು. ಆತನು ಸ್ವಲ್ಪ ಮಟ್ಟಿಗೆ ಪರಸ್ಪರ ಪ್ರತಿಕ್ರಿಯಿಸಬೇಕು. ನಾವು ಈ ಪರಸ್ಪರ ಪ್ರತಿಕ್ರಿಯೆಯನ್ನು ಕಡಿಮೆ ಮಾಡಲು ಅತ್ಯಂತ ಪ್ರಯತ್ನಿಸಬೇಕು. ಇದು ಸ್ಥೂಲ ಮತ್ತು ಸೂಕ್ಷ್ಮ ಭೌತವಸ್ತುವನ್ನು ಲಾಭಕರವಾಗಿ ಬಳಸಿಕೊಳ್ಳುವ ಬಯಕೆಯಲ್ಲಿ ಒಂದು ದೊಡ್ಡ ಕಡಿತ ಎಂದರ್ಥ. ಆದರೆ ಇಂತಹ ಕಡಿತ ಮನಸ್ಸಿನ ಶುದ್ಧೀಕರಣದ ಮೂಲಕ ಅನುಷ್ಠಾನಗೊಳಿಸಬೇಕು. ನಮ್ಮ ಬಾಹ್ಯ ಪರಿಸ್ಥಿತಿಗಳ ಮೇಲೆ ಗಮನ ಹರಿಸುವ ಧರ್ಮಗಳು ನಮಗೆ ಆಸೆಗಳನ್ನು ತಗ್ಗಿಸಲು ಅಷ್ಟೇನೂ ಸಹಾಯ ಮಾಡುವುದಿಲ್ಲ. ನಮ್ಮ ಅಗತ್ಯಗಳನ್ನು ಪವಿತ್ರೀಕರಿಸಲು ಮತ್ತು ಅವುಗಳನ್ನು ಏನೋ ದೈವಿಕವೆಂದು ಜನರನ್ನು ನಂಬಿಸಲು ಪ್ರಯತ್ನಿಸುತ್ತಿರುವಲ್ಲಿ, ಈ ಧರ್ಮಗಳು ನಮ್ಮ ಅಗತ್ಯಗಳನ್ನು ಹಿಗ್ಗಿಸುತ್ತವೆ.

ಹವಾಮಾನವು ಅಲೌಕಿಕ ಶಕ್ತಿಯಿಂದ (supernatural energy) ನಿಯಂತ್ರಿಸಲ್ಪಡುತ್ತದೆ, ಮತ್ತು ಅದರ ಒಟ್ಟಾರೆ ಮಾದರಿಯು ಮಾನವಕುಲಕ್ಕೆ ಸಲ್ಲಬೇಕಾದ ಒಟ್ಟಾರೆ ಅನುಕೂಲಕರ ಹಾಗೂ ಪ್ರತಿಕೂಲಕರ ಪ್ರತಿಕ್ರಿಯೆಗಳಿಗೆ ಸಂಬಂಧಿಸಿರುವುದಾಗಿದೆ. ಹವಾಮಾನವು ಅನಿವಾರ್ಯವಾಗಿ ಕಾಲಕಾಲಕ್ಕೆ ಪ್ರತಿಕೂಲವಾಗಿರುತ್ತದೆ. ಆಶ್ರಯ ಅಥವಾ ವಸತಿ ಸೌಲಭ್ಯಕ್ಕೆ ಅಗತ್ಯವಿರುತ್ತದೆ. ಕೆಲವು ಸಂತರಂತಹ ಜನರು ಪ್ರತಿಕೂಲ ಹವಾಮಾನ ಪರಿಸ್ಥಿತಿಗಳಿಗೆ ಪ್ರತಿರಕ್ಷಿತರಾಗುತ್ತಾರೆ (ಅಂದರೆ, ನಿರೋಧಿಸುವ ಶಕ್ತಿಯನ್ನು ಹೊಂದಿರುತ್ತಾರೆ), ಆದರೆ ಅತೀತ ಕಟ್ಟುನಿಟ್ಟಿನ ನಂತರ ಮತ್ತು ಭಾವನೆಗಳ ಕಡೆಗೆ ತಮ್ಮ ಮಾನಸಿಕ ಪ್ರವೃತ್ತಿಯನ್ನು ಅಸಂವೇದಿ ಯಾಗಿಸಿದ ನಂತರ ಮಾತ್ರ ಅವರು ಹಾಗಾಗುತ್ತಾರೆ. ಇತರರು, ಅಷ್ಟು ನಿರ್ಲಿಪ್ತರಾಗಿಲ್ಲದವರು, ಹವಾಮಾನವನ್ನು ಎದುರಿಸಲು ಏನಾದರೂ ಮಾಡಬೇಕು. ಇದನ್ನು ಶಯನ ಮಂದಿರಗಳು, ಆಶ್ರಮಗಳು, ಅತಿಥಿ ಗೃಹಗಳು ಇತ್ಯಾದಿಗಳನ್ನು ನಿರ್ಮಿಸುವ ಮೂಲಕ ಮಾಡಲಾಗುತ್ತದೆ; ಆದರೆ, ಇತರ ಮಾನವರಿಂದ ಉಚಿತ ದುಡಿಮೆಯನ್ನು ಪಡೆದುಕೊಳ್ಳುವ ಮೂಲಕವೇ ಆಗಲಿ, ಅಥವಾ ಅವರನ್ನು ಕೆಲಸಕ್ಕೆ ನೇಮಿಸಿಕೊಳ್ಳಲು ಹಣವನ್ನು ಗಳಿಸುವ ಮೂಲಕವೇ ಆಗಲಿ, ಒಬ್ಬ ವ್ಯಕ್ತಿಯು ಇದಕ್ಕೆ ನೆರವನ್ನು ಪಡೆದುಕೊಳ್ಳಬೇಕಾಗುತ್ತದೆ. ಎರಡೂ ಸಂದರ್ಭಗಳಲ್ಲಿ ಆತನು ಸಾಮಾಜಿಕವಾಗಿ ಪರಸ್ಪರ ಪ್ರತಿಕ್ರಿಯಿಸಬೇಕಾಗುತ್ತದೆ. ಇಂತಹ ಪರಸ್ಪರ ಪ್ರತಿಕ್ರಿಯೆಯು ಅನ್ಯಾಯವಾಗಿ ಜನರನ್ನು ಶೋಷಿಸುವ ಒಂದು ಅಪಾಯವನ್ನು ತಂದೊಡ್ಡುತ್ತದೆ. ವಿರಕ್ತನ ಅನೇಕ ಆಧ್ಯಾತ್ಮಿಕ ಚಳುವಳಿಗಳು ಅಥವಾ ಆಧ್ಯಾತ್ಮಿಕ ಜೀವನವು ಸಾರ್ವಜನಿಕರೊಂದಿಗಿನ ಎಡವಟ್ಟಾದ ವ್ಯವಹಾರಗಳಿಂದ, ಅಥವಾ ಸಹಾಯ ಅಥವಾ ಹಣವನ್ನು ನೀಡಲು ಜನರನ್ನು ಮನವೊಲಿಸುವ ಸಲುವಾಗಿ ಕಪಟಗಳ ಮೂಲಕ ಸಾರ್ವಜನಿಕರನ್ನು ಶೋಷಿಸುವುದರಿಂದ ನಾಶವಾಗುತ್ತವೆ.

ಆಹಾರವನ್ನು ಪಡೆದುಕೊಳ್ಳಬೇಕು. ಇದರರ್ಥ, ಒಬ್ಬ ವ್ಯಕ್ತಿಯು ಸ್ವತಃ ವ್ಯವಸಾಯ ಮಾಡಬೇಕು ಇಲ್ಲವೇ ಇತರರಿಂದ ಬೆಳೆಯನ್ನು ಪಡೆದುಕೊಳ್ಳಬೇಕು. ಆತನು ವ್ಯವಸಾಯ ಮಾಡಿದರೆ, ಆತನಿಗೆ ಭೂಮಿ ಮತ್ತು ಅದನ್ನು ಬೇಸಾಯ ಮಾಡಲು ಸಾಮಗ್ರಿಗಳು

ಬೇಕಾಗುತ್ತವೆ. ಆತನಿಗೆ ಬೀಜಗಳು ಅಥವಾ ಸಸಿಗಳು ಬೇಕಾಗುತ್ತವೆ. ಆತನಿಗೆ ಆಹಾರ ದಾಸ್ತಾನು ಸೌಕರ್ಯಗಳು ಬೇಕಾಗುತ್ತವೆ. ಆತನು ಹಿಮದಿಂದ (ಘನೀಭವಿಸಿದ ಇಬ್ಬನಿಯಿಂದ) ಅಥವಾ ವಿಪರೀತ ಉಷ್ಣತೆಯಿಂದ ಬೆಳೆಯನ್ನು ರಕ್ಷಿಸಿಕೊಳ್ಳಬೇಕಾಗಬಹುದು. ಆತನಿಗೆ ಎಲ್ಲವನ್ನೂ ಬೆಳೆಯಲು ಸಾಧ್ಯವಾಗದಿದ್ದರೆ, ಆತನು ವ್ಯಾಪಾರವನ್ನು ಮಾಡಬೇಕು ಅಥವಾ ಹಣವನ್ನು ಗಳಿಸಬೇಕು. ಕೆಲವು ಸಂದರ್ಭಗಳಲ್ಲಿ, ಸಂತನೆಂಬ ಕೋರಿಕೆಯ ಮೇರೆಗೆ ಒಬ್ಬ ವಿರಕ್ತನು ಆಹಾರವನ್ನು ನೀಡಲು ಇತರರ ಮನವೊಲಿಸುತ್ತಾನೆ. ಭೌತಿಕ ಪ್ರಕೃತಿಯು ಮಹತ್ವಾಕಾಂಕ್ಷೀ ಅನ್ವೇಷಕನಿಗೆ ಮೋಸ ಮಾಡಲು ಒತ್ತಡ ಹಾಕುತ್ತದೆ. ಆ ರೀತಿಯಲ್ಲಿ ಪ್ರಕೃತಿಯು ಆತನ ನಡತೆಯ ವಿನಾಶಕ್ಕೆ ಒಂದು ಆಧಾರವನ್ನು ಸೃಷ್ಟಿಸುತ್ತದೆ. ಈ ಮೋಸ ಮಾಡುವುದನ್ನು ತಪ್ಪಿಸಲು ಆತನು ತನ್ನ ಅಗತ್ಯಗಳನ್ನು ಕಡಿಮೆ ಮಾಡಿಕೊಳ್ಳಬೇಕು.

ಸಾಮಾಜಿಕ ಸಮಸ್ಯೆಗಳು ಹುಟ್ಟಿಕೊಳ್ಳುತ್ತಿದ್ದಂತೆ ಆ ಸ್ಥಳದಲ್ಲಿಯೇ ಅವುಗಳಿಗೆ ಪರಿಹಾರವನ್ನು ಕಂಡುಕೊಳ್ಳಬೇಕು. ಸಮಸ್ಯೆಗಳನ್ನು ಅಪೂರ್ಣ ಕಾರ್ಯಗಳ ಬಾಕಿಯಲ್ಲಿ ಶೇಖರವಾಗಲು ಬಿಟ್ಟರೆ ಆಧ್ಯಾತ್ಮಿಕ ಜೀವನದ ಮೇಲೆ ಪರಿಣಾಮ ಉಂಟಾಗುತ್ತದೆ. ಮೊದಲು, ಒಬ್ಬ ವ್ಯಕ್ತಿಯು ಮಿತಿಮೀರಿದ ಆಸೆಗಳನ್ನು ತೆಗೆದುಹಾಕುವ ಮೂಲಕ ಸಾಧ್ಯವಾದಷ್ಟು ಸರಳಗೊಳಿಸಿಕೊಳ್ಳಬೇಕು. ನಾವು ಉದಾಹರಣೆಗೆ, ಒಂದು ದೊಡ್ಡ ಮನೆಯಲ್ಲಿ ವಾಸಿಸುವ ಅನ್ವೇಷಕನನ್ನು ತೆಗೆದುಕೊಳ್ಳೋಣ. ಇಂಥದೊಂದು ದೊಡ್ಡ ಮನೆಯ ವೆಚ್ಚವು ಆಧ್ಯಾತ್ಮಿಕ ಜೀವನಕ್ಕೆ ಅಡ್ಡಿ ಮಾಡುತ್ತದೆ ಎಂದು ಆತನು ತೀರ್ಮಾನಿಸಬಹುದು. ಹೀಗಾಗಿ ಆತನು ಒಂದು ಸಣ್ಣ ಮನೆಯನ್ನು ಪಡೆದುಕೊಳ್ಳಬಹುದು. ಆದರೆ, ಆಗಲೂ ಸಮಸ್ಯೆಗಳಿರಬಹುದು. ಮಳೆಗಾಲದಲ್ಲಿ ಛಾವಣಿಯು ಸೋರಬಹುದು. ಆದ್ದರಿಂದ, ಸಾಧ್ಯವಾದಷ್ಟು ಬೇಗ ಸೋರಿಕೆಯನ್ನು ದುರಸ್ತಿ ಮಾಡಬೇಕು. ಅನ್ವೇಷಕನು ಸೋರುವ ಛಾವಣಿ ಹಾಗೂ ತೇವವಾದ ಮನೆಯ ಬಗ್ಗೆ ಚಿಂತಾಕ್ರಾಂತನಾಗಿ ದಿನದಿಂದ ದಿನಕ್ಕೆ ವಾಸಿಸಬಾರದು. ಛಾವಣಿಯನ್ನು ದುರಸ್ತಿ ಮಾಡಿ ಮುಗಿಸುವುದು ಒಳ್ಳೆಯದು. ಸಹಜವಾಗಿ ಭೌತಿಕ ಪ್ರಕೃತಿಯಲ್ಲಿ ಕೊನೆಯಿಲ್ಲದ ಸಂರಕ್ಷಣೆ ಬೇಕಾಗುತ್ತದೆ, ಏಕೆಂದರೆ ಭೌತದ್ರವ್ಯವು ಕೊನೆಯಿಲ್ಲದೇ ಬದಲಾಗುತ್ತಿರುತ್ತದೆ. ಆದರೂ, ಅನ್ವೇಷಕನು ಸೋಮಾರಿಯಾಗಿರಬಾರದು, ಆದರೆ ಸುತ್ತಮುತ್ತಲಿನ ಪ್ರದೇಶವನ್ನು ಸುಸ್ಥಿತಿಯಲ್ಲಿಡುವಲ್ಲಿ ಕ್ರಿಯಾಶೀಲನಾಗಿರಬೇಕು ಮತ್ತು ಸಮರ್ಥನಾಗಿರಬೇಕು. ಅದೇ ಸಮಯದಲ್ಲಿ, ಆತನು ತನ್ನ ಜೀವನವನ್ನು ಕೂಡ ಆದಷ್ಟು ಸರಳವಾಗಿಟ್ಟುಕೊಳ್ಳಬೇಕು.

ಕೆಲವು ಜನರು ಆಶ್ರಯ ಮತ್ತು ಆಹಾರಕ್ಕೆ ನೆರವನ್ನು ನೀಡುವ ಮೂಲಕ ಸಂತನಂತಹ ಮನುಷ್ಯನ ತಪಶ್ಚರ್ಯವನ್ನು ಲಾಭಕರವಾಗಿ ಬಳಸಿಕೊಳ್ಳಲು ಪ್ರಯತ್ನಿಸುತ್ತಾರೆ, ಆದರೆ ಸಂತನಂತಹ ಮನುಷ್ಯನು ಕೇವಲ ಆಹಾರ ಮತ್ತು ವಸತಿ ಸೌಲಭ್ಯಕ್ಕೆ ತನ್ನನ್ನು ಇತರರಿಗೆ ಮಾರಿಕೊಳ್ಳಬಾರದು. ಸಂತನಂತಹ ವ್ಯಕ್ತಿಯೂ ಕೂಡ ತನ್ನ ಅಗತ್ಯಗಳನ್ನು ಪಡೆದುಕೊಳ್ಳುವುದಕ್ಕೆ ಪ್ರಾಮಾಣಿಕವಾಗಿ ಕೆಲಸ ಮಾಡಲು ಸಿದ್ಧನಿರಬೇಕು ಮತ್ತು ಸಮರ್ಥನಾಗಿರಬೇಕು. ಆತನು ತನ್ನನ್ನು ಲಾಭಕರವಾಗಿ ಬಳಸಿಕೊಳ್ಳಲು ಇತರರಿಗೆ ಅವಕಾಶ ನೀಡಿದರೆ, ಆತನು ಅದನ್ನು ವಿಷಾದಿಸುತ್ತಾನೆ. ಒಬ್ಬ ಸಂತನಂತಹ ಮನುಷ್ಯನ ತಪಶ್ಚರ್ಯವನ್ನು ಲಾಭಕರವಾಗಿ ಬಳಸಿಕೊಳ್ಳುವ ಪರಿಣತಿಯಿರುವ ಅನೇಕ ಮನುಷ್ಯರಿದ್ದಾರೆ. ಅವರು ಆತನಿಗೆ ಒಂದು ಕೊಠಡಿಯನ್ನು, ಊಟವನ್ನು ಅಥವಾ ಕೆಲವು ಅನುಕೂಲವನ್ನು ಒದಗಿಸುತ್ತಾರೆ, ಮತ್ತು ಆತನನ್ನು ಒಂದು ಪಂಜರದಲ್ಲಿನ ಪ್ರಾಣಿಯಂತೆ ಇರಿಸಿಕೊಳ್ಳುತ್ತಾರೆ.

ಪರಿಹರಿಸಿಕೊಂಡಿಲ್ಲದ ಸಮಸ್ಯೆಗಳು ಒಬ್ಬನ ಧ್ಯಾನದ ಮೇಲೆ ಪರಿಣಾಮ ಬೀರಲು ಮನಸ್ಸಿನಲ್ಲಿ ಉಳಿದಿರುತ್ತವೆ. ಇವುಗಳನ್ನು ಪ್ರತಿದಿನವು ಪರಿಹರಿಸಿಕೊಳ್ಳುವುದು ಆತನ ಹಿತದಲ್ಲಿದೆ, ಅದರಿಂದಾಗಿ ಇವು ನಿರಂತರವಾದ ಮತ್ತು ಒಟ್ಟುಗೂಡಿದ ಋಣಾತ್ಮಕ ಪ್ರಭಾವವನ್ನು ಬೀರುವುದಿಲ್ಲ. ವಿಳಂಬ-ಪ್ರವೃತ್ತಿಯು ಅಥವಾ ಕರ್ತವ್ಯಗಳ ಹಾಗೂ ದಿನನಿತ್ಯದ ಕಾರ್ಯಗಳ ನಿರ್ವಹಣೆಯಲ್ಲಿ ವಿಳಂಬ ಮಾಡುವ ಅಭ್ಯಾಸವು ಒಬ್ಬನ ಆಧ್ಯಾತ್ಮಿಕ ಜೀವನಕ್ಕೆ ಹಾನಿಕಾರಕ. ತಮ್ಮ ಕರ್ತವ್ಯಗಳನ್ನು ಹಾಗೂ ದಿನನಿತ್ಯದ ಕಾರ್ಯಗಳನ್ನು ನಿರ್ಲಕ್ಷಿಸಿದ ಮತ್ತು ಆಧ್ಯಾತ್ಮಿಕ ಜೀವನದಲ್ಲಿ ಯಶಸ್ವಿಯಾದ ಮಹಾನ್ ಋಷಿಗಳಿದ್ದರು, ಆದರೆ ಈ ವ್ಯಕ್ತಿಗಳು ನಿರ್ದಿಷ್ಟ ಕಟ್ಟುನಿಟ್ಟಿನ ತಪಶ್ಚರ್ಯವನ್ನು ಆಚರಿಸುತ್ತಿದ್ದರು, ಇದರ ಮೂಲಕ ಅವರನ್ನು ದೈವಿಕ ಕೃಪೆಯಿಂದ ಕ್ಷಮಿಸಲಾಯಿತು. ಒಬ್ಬ ವ್ಯಕ್ತಿಯು ಕಟ್ಟುನಿಟ್ಟಿನ ತಪಶ್ಚರ್ಯವನ್ನು ಆಚರಿಸುತ್ತಿಲ್ಲವಾದರೆ ಆತನು ಇಂತಹ ವಿನಾಯಿತಿಯನ್ನು ಪಡೆಯುವುದು ಸಾಧ್ಯವಿಲ್ಲ. ಆತನು ಕರ್ತವ್ಯಗಳನ್ನು ಮತ್ತು ದಿನನಿತ್ಯದ ಕಾರ್ಯಗಳನ್ನು ಸಾಧ್ಯವಾದಷ್ಟು ಸಮರ್ಥವಾಗಿ ಪೂರ್ಣಗೊಳಿಸಲು ಹಾಸಿಗೆಯನ್ನು ಬಿಟ್ಟೆದ್ದು ಕೆಲಸಗಳಲ್ಲಿ ತೊಡಗಿಕೊಳ್ಳಬೇಕು.

ಅತೀಂದ್ರಿಯ ಅಂಧತ್ವ

ಅತೀಂದ್ರಿಯ ಕಣ್ಣುಗಳು ಅಸ್ತಿತ್ವದಲ್ಲಿವೆ, ಆದರೆ ನವಜಾತ ಬೆಕ್ಕಿನಮರಿಗಳ ಕಣ್ಣುಗಳು ಮುಚ್ಚಲ್ಪಟ್ಟಿರುವಂತೆಯೇ ಸದ್ಯಕ್ಕೆ ಅವು ಮುಚ್ಚಲ್ಪಟ್ಟಿವೆ. ಸೂಕ್ಷ್ಮ ಶರೀರದಲ್ಲಿ ಕಣ್ಣುಗಳು ಇರಲಿಲ್ಲವಾದರೆ, ನಾವು ಭೌತಿಕ ಕಣ್ಣುಗಳ ಮೂಲಕ ನೋಡಲು ಸಾಧ್ಯವಾಗುತ್ತಿರಲಿಲ್ಲ. ಸೂಕ್ಷ್ಮ ಶರೀರಕ್ಕೆ ಯಾವುದೇ ಪ್ರಾಮುಖ್ಯತೆ ಇಲ್ಲದಿದ್ದರೆ, ಆಗ ನಮ್ಮ ಐಹಿಕ ಶರೀರಕ್ಕೆ ಇನ್ನಷ್ಟು ಕಡಿಮೆ ಅರ್ಥ ಮತ್ತು ಪ್ರಾಮುಖ್ಯತೆ ಇದೆ. ಆದರೆ, ಅದು ಇದಕ್ಕೆ ವಿರುದ್ಧವಾಗಿದೆ; ಸೂಕ್ಷ್ಮ ಶರೀರವು ಅತಿಮುಖ್ಯ. ಮನಸ್ಸು ಸೂಕ್ಷ್ಮ ರೂಪದ ಮೆದುಳಾಗಿದೆ. ಎದೆಯ ಪ್ರದೇಶದಲ್ಲಿ ಬಹುತೇಕವಾಗಿ ನೆಲೆಸಿರುವ ಈ ಶರೀರದ ಭಾವನೆಗಳು ಸೂಕ್ಷ್ಮ ರೂಪದ ಎದೆಯಿಂದ ಬರುತ್ತವೆ. ತಲೆಯಲ್ಲಿನ ಕಣ್ಣುಗಳು ಭೌತಿಕ ಮೆದುಳಿನ ಮುಂಚಾಚಿಕೆಗಳು ಹಾಗೂ ಕಾರ್ಯಗಳು ಆಗಿರುವಂತೆಯೇ (protrusions and functions), ಸೂಕ್ಷ್ಮ ಕಣ್ಣುಗಳು ಸೂಕ್ಷ್ಮ ಮನಸ್ಸಿನ ವಿಸ್ತರಣೆಗಳಾಗಿವೆ.

ಋಣಾತ್ಮಕವಾದ ಮನಸ್ಸಿನ ಒಳಅಂಶ

ಬಳಸಲಾಗುವ ವಿಧಾನದ ಪ್ರಕಾರವನ್ನು ಲೆಕ್ಕಿಸದೆ ಒಬ್ಬ ವ್ಯಕ್ತಿಯು ಋಣಾತ್ಮಕವಾದ ಮನಸ್ಸಿನ ಒಳಅಂಶಗಳನ್ನು ನಿಭಾಯಿಸಬೇಕು. ಇದರರ್ಥ ನಾವು ಒಂದು ವಿನಾಶಕಾರಕ ಕಲ್ಪನೆಯನ್ನು ಮನಸ್ಸಿನೊಳಗೆ ತೆಗೆದುಕೊಂಡರೆ ಅದನ್ನು ಕೂಡಲೇ ತೆಗೆದುಹಾಕಬೇಕು. ಉದಾಹರಣೆಗೆ, ಮಂತ್ರ ಪಠಣ ಮಾಡುತ್ತಿರುವ ಒಬ್ಬ ವ್ಯಕ್ತಿಯು ಮಂತ್ರವನ್ನು ಪಠಿಸುತ್ತಿರುವಾಗ, ಮನಸ್ಸು ಗಮನ ಕೇಂದ್ರೀಕರಣಕ್ಕೆ ಅಡ್ಡಿಯುಂಟುಮಾಡುವ ಚಿತ್ರಗಳನ್ನು ಹಾಗೂ ಇತರ ಪ್ರಕಾರದ ಮನಸ್ಸಿನ ರಚನೆಗಳನ್ನು ಸೃಷ್ಟಿಸುತ್ತದೆ ಎಂಬುದನ್ನು ಕಂಡುಕೊಳ್ಳುತ್ತಾನೆ. ಇದೇ ಅನುಭವವು ಧ್ಯಾನವನ್ನು ಮಾಡುತ್ತಿರುವಾಗ, ಆಲೋಚಿಸುತ್ತಿರುವಾಗ ಅಥವಾ ಗಮನ ಕೇಂದ್ರೀಕರಿಸುತ್ತಿರುವಾಗ ಉಂಟಾಗುತ್ತದೆ. ಮಂತ್ರ ಪಠಣ ಮಾಡುತ್ತಿರುವಾಗ ಒಬ್ಬ ವ್ಯಕ್ತಿಯು ಈ ಋಣಾತ್ಮಕವಾದ ಮನಸ್ಸಿನ ಒಳಅಂಶದಿಂದ ತಪ್ಪಿಸಿಕೊಳ್ಳಬಹುದು, ಆದರೆ ಧ್ಯಾನ ಮಾಡುತ್ತಿರುವಾಗ ಆತನು ಅದನ್ನು ಎದುರಿಸಲೇಬೇಕಾಗುತ್ತದೆ. ಧ್ಯಾನದಲ್ಲಿ ಮನಸ್ಸಿನ ಕ್ಷೋಭೆಗಳನ್ನು ಮರೆಮಾಡಲು ಏನೂ ಇಲ್ಲ. ಮಂತ್ರ ಪಠಣದಲ್ಲಿ, ಒಬ್ಬ ವ್ಯಕ್ತಿಯು ಶಬ್ದದ ಮೇಲೆ ಗಮನ ಕೇಂದ್ರೀಕರಿಸುವ ಮೂಲಕ ಅಲ್ಪಾವಧಿಗೆ ತಪ್ಪಿಸಿಕೊಳ್ಳಬಹುದು ಅಥವಾ ತಪ್ಪಿಸಿಕೊಳ್ಳಲು ಪ್ರಯತ್ನಿಸಬಹುದು. ಧ್ಯಾನ ಮಾಡುತ್ತಿರುವಾಗ ಒಬ್ಬ ವ್ಯಕ್ತಿಯು ಅದನ್ನು ನೇರವಾಗಿ ಎದುರಿಸಲೇಬೇಕಾಗುತ್ತದೆ.

ಧ್ಯಾನ ಆದ್ದರಿಂದ ಅನ್ವೇಷಕನನ್ನು ತನ್ನ ಕೆಟ್ಟ ಕಲ್ಪನೆಗಳ ಬಗ್ಗೆ ಎಚ್ಚರಿಸಲು ಸಹಾಯಮಾಡುತ್ತದೆ. ಆತನು ತನ್ನ ಮನಸ್ಸಿನೊಳಗೆ ಏನನ್ನು ಪ್ರವೇಶಿಸಲು ಅವಕಾಶ ಕೊಟ್ಟನು ಎಂಬುದನ್ನು ನಿಖರವಾಗಿ ನೋಡುತ್ತಾನೆ. ಧ್ಯಾನ ಒಂದು ರೀತಿಯಲ್ಲಿ ಹತಾಶೆಯನ್ನುಂಟು ಮಾಡಬಹುದು, ಮತ್ತೊಂದು ರೀತಿಯಲ್ಲಿ ಬಹಿರಂಗ ಪಡಿಸಬಹುದು. ನಾವು ಮಂತ್ರ ಪಠಿಸುತ್ತಿರುವಾಗ ಯಾವುದರಿಂದ ಪದೇ ಪದೇ ಓಡಬಹುದೋ, ಕೆಲವು ಅನಿಸಿಕೆಗಳಿಗೆ ಪ್ರವೇಶಿಸಲು ಅವಕಾಶ ಕೊಟ್ಟು ನಾವು ನಮಗೆ ಯಾವ ಹಿಂಸೆಯನ್ನು ಮಾಡಿದೆವು ಎಂಬುದನ್ನು ನೋಡಲು ಧ್ಯಾನದಲ್ಲಿ ನಾವು ಅದನ್ನು ಎದುರಿಸಬೇಕಾಗುತ್ತದೆ. ಎಲ್ಲಿಯವರೆಗೆ ನಾವು ಬಾಹ್ಯವಾಗಿ ಮಗ್ನರಾಗಿರುವುದಿಲ್ಲವೋ ಅಲ್ಲಿಯವರೆಗೆ ಮನಸ್ಸು ಆಂತರಿಕ ಮಟ್ಟದಲ್ಲಿ ಹೆಚ್ಚು ಕೆಲಸವನ್ನು ಮಾಡಲು ಪ್ರಾರಂಭಿಸುತ್ತದೆ. ಅದು ಶೇಖರಿಸಿಡಲಾದ ಮಾಹಿತಿ ಮತ್ತು

ಕಲ್ಪನೆಗಳ ಮೇಲೆ ಕಾರ್ಯ-ನಡೆಸುತ್ತದೆ ಮತ್ತು ಮರು-ಕಾರ್ಯ-ನಡೆಸುತ್ತದೆ. ತದನಂತರ ನಾವು ಮನಸ್ಸಿನಿಂದ ಏನು ಹೀರಿಕೊಳ್ಳಲ್ಪಟ್ಟಿತು ಎಂಬುದನ್ನು ಆಂತರಿಕವಾಗಿ ಗ್ರಹಿಸುತ್ತೇವೆ.

ಧ್ಯಾನದಲ್ಲಿ ಒಬ್ಬ ವ್ಯಕ್ತಿಯು ಅನಪೇಕ್ಷಣೀಯ ಅಂಶಗಳನ್ನು ತೆಗೆದುಹಾಕಬೇಕು. ಸ್ಪಷ್ಟತೆಯೊಂದಿಗೆ ಧ್ಯಾನ ಮಾಡಲು ಪ್ರಯತ್ನಿಸಿ, ನಿಮಿಷಗಳು ಅಥವಾ ಗಂಟೆಗಳ ಕಾಲ ಪ್ರಯತ್ನಿಸಿದ ನಂತರ, ಆತನು ಕೆಟ್ಟ ಶಕ್ತಿಯನ್ನು ತೆಗೆದುಹಾಕಬೇಕು ಎಂಬುದನ್ನು ಅರಿತುಕೊಳ್ಳುತ್ತಾನೆ. ಆದ್ದರಿಂದ, ಕೆಟ್ಟ ಕಲ್ಪನೆಗಳನ್ನು ಮೊದಲು ತೆಗೆದುಹಾಕಿ ತದನಂತರ ಧ್ಯಾನ ಮಾಡುವುದನ್ನು ಧ್ಯಾನದ ನಿತ್ಯಕ್ರಮವಾಗಿ ಮಾಡಿಕೊಳ್ಳುವುದು ಉತ್ತಮ. ಮೊದಲು ಧ್ಯಾನವನ್ನು ಮಾಡಲು ಪ್ರಯತ್ನಿಸಿ ಸಮಯ ವ್ಯರ್ಥ ಮಾಡುವ ಬದಲಿಗೆ, ನಿಷ್ಪ್ರಯೋಜಕ ಮಾನಸಿಕ ಕಲ್ಪನೆಗಳನ್ನು ತೆಗೆದುಹಾಕುವುದರ ಮೂಲಕ ನಿಮ್ಮ ಧ್ಯಾನವನ್ನು ಪ್ರಾರಂಭಿಸಿ. ಇವುಗಳನ್ನು ತೆಗೆದುಹಾಕಿದಾಗ ಧ್ಯಾನವನ್ನು ನಡೆಸಬಹುದು.

ಶೋಷಿಸುವ ಪ್ರವೃತ್ತಿಗಳ ನಿಭಾವಣೆ ಮತ್ತು ತೆಗೆದುಹಾಕುವಿಕೆ

ಮಾನವನ ಅಸ್ತಿತ್ವದಲ್ಲಿ ಇತರರನ್ನು ಶೋಷಿಸುವ ಪ್ರವೃತ್ತಿಯು ಬಹಳ ಪ್ರಬಲವಾಗಿದೆ. ಆಧ್ಯಾತ್ಮಿಕ ಬೆಳವಣಿಗೆಯ ಎಲ್ಲಾ ಹಂತಗಳು ಇತರರನ್ನು ಬಳಸಿಕೊಳ್ಳುವ ಪ್ರವೃತ್ತಿಯಿಂದ ಪರಿಣಾಮಕ್ಕೊಳಗಾಗುತ್ತದೆ. ಭೌತಿಕ ಪ್ರಕೃತಿಯು ನಿರಂತರವಾಗಿ ಈ ಬಳಕೆಗೆ ಅವಕಾಶಗಳನ್ನು ಒದಗಿಸುತ್ತದೆ. ನಾವು ಅದನ್ನು ವಿರೋಧಿಸದಿದ್ದರೆ ಶೋಷಣೆಗಳ ಕೃತ್ಯಗಳಲ್ಲಿ ನಾವು ದೋಷಾರೋಪಣೆಯಲ್ಲಿ ಸಿಕ್ಕಿಬೀಳುತ್ತೇವೆ. ಒಬ್ಬ ವ್ಯಕ್ತಿಯು ಅತ್ಯಲ್ಪ ಅಗತ್ಯಗಳೊಂದಿಗೆ ಅತ್ಯಂತ ಸರಳವಾಗಿ ಜೀವಿಸಬೇಕು, ಮತ್ತು ಆತನ ಯೋಜನಾ ಉತ್ಸಾಹವನ್ನು ನಿಯಂತ್ರಣದಡಿಯಲ್ಲಿ ಇರಿಸಿಕೊಳ್ಳಬೇಕು, ಇಲ್ಲವಾದರೆ ಆತನು ಅಪ್ರಾಯೋಗಿಕ ಯೋಜನೆಯಿಂದ ಉತ್ಸುಕನಾಗಿ ವ್ಯವಹಾರಗಳನ್ನು ತುಂಬಾ ದೂರ ತೆಗೆದುಕೊಂಡು ಹೋಗುತ್ತಾನೆ. ಇಂತಹ ಯೋಜನೆಯ ನಂತರ ಪ್ರಪಂಚವು ಬಯಸಿದಂತೆ ಪ್ರತಿಕ್ರಿಯಿಸುತ್ತಿಲ್ಲ ಎಂಬುದನ್ನು ಕಂಡುಕೊಂಡಾಗ ಆತನು ಕುಟಿಲೋಪಾಯಗಳನ್ನು ಸೃಷ್ಟಿಸುತ್ತಾನೆ ಮತ್ತು ಇದು ಬಹುಮಂದಿಯ ಉಗ್ರ ಪ್ರತಿಕ್ರಿಯೆಗೆ ಕಾರಣವಾಗುತ್ತದೆ.

ಕೆಲವು ಮಹಾನ್ ಆಧ್ಯಾತ್ಮಿಕ ಗುರುಗಳಿಗೂ ಕೂಡ ಇತರರನ್ನು ಶೋಷಿಸುವ ಪ್ರವೃತ್ತಿಯನ್ನು ನಿರೋಧಿಸಲು ಆಗುವುದಿಲ್ಲ ಎಂಬುದನ್ನು ನೋಡುತ್ತೇವೆ. ಅವರು ವಿಶ್ವಾಸದಿಂದ ಅದರೊಂದಿಗೆ ಮುಂದುವರಿಯುತ್ತಾರೆ ಮತ್ತು ಪ್ರಕ್ರಿಯೆಯಲ್ಲಿ ತಮ್ಮ ಖ್ಯಾತಿಯನ್ನು ಹಾಳುಮಾಡಿಕೊಳ್ಳುತ್ತಾರೆ. ಕೆಲವು ಸಂದರ್ಭಗಳಲ್ಲಿ, ನಾವು ಮೊದಲ ಬಾರಿಗೆ ಯಾರನ್ನಾದರೂ ಭೇಟಿ ಮಾಡಿದಾಗ, ನಾವು ಆತನ ಕೌಶಲ್ಯ, ಹಣಕಾಸು, ಮತ್ತು ಸಂಬಂಧಗಳ ಬಗ್ಗೆ ವಿಚಾರಿಸುತ್ತೇವೆ. ನಂತರ ನಾವು ಆತನನ್ನು ಹೇಗೆ ಬಳಸಿಕೊಳ್ಳುವುದು ಎಂಬುದನ್ನು ಯೋಜಿಸಲು ಆರಂಭಿಸುತ್ತೇವೆ. ಇವೆಲ್ಲವೂ ಒಂದು ತರಹದ ಜೀವನದ ಪರಾವಲಂಬಿ ದೃಷ್ಟಿಯಾಗಿದೆ. ಇವು ನಮ್ಮ ಆಧ್ಯಾತ್ಮಿಕ ಪ್ರಗತಿಗೆ ಹಾನಿಕಾರಕ ಮತ್ತು ದೀರ್ಘಾವಧಿಯಲ್ಲಿ ಉತ್ತಮ ಸ್ನೇಹವನ್ನು ಹಾಳು ಮಾಡುತ್ತವೆ.

ಒಬ್ಬ ವ್ಯಕ್ತಿಯು ಯಾರನ್ನಾದರೂ ಭೇಟಿ ಮಾಡಬಹುದು, ಆತನ ಕೌಶಲಗಳ, ಪ್ರೇರಣೆಗಳ, ಹಣಕಾಸುಗಳ ಮತ್ತು ಸಂಬಂಧಗಳ ಬಗ್ಗೆ ಕೇಳಬಹುದು, ತದನಂತರ ಆತನನ್ನು ಬಳಸಿಕೊಳ್ಳಲು ಒಂದು ವಿಧಾನವನ್ನು ಕಂಡುಕೊಳ್ಳುವವರೆಗೆ ಇಂತಹ ಮಾಹಿತಿಯನ್ನು ಮನಸ್ಸಿನಲ್ಲಿ ದಾಖಲಿಸಿಟ್ಟುಕೊಳ್ಳಬಹುದು. ಇಂತಹ ಎಲ್ಲಾ ಪ್ರಶ್ನಿಸುವುದು,

ಕಂಡುಕೊಳ್ಳುವುದು, ದಾಖಲಿಸಿಟ್ಟುಕೊಳ್ಳುವುದು, ಮತ್ತು ಬಳಸಿಕೊಳ್ಳುವುದು ಆಧ್ಯಾತ್ಮಿಕ ಪ್ರಗತಿಗೆ ವಿರುದ್ಧವಾಗಿವೆ.

ನಡತೆ ಸುಧಾರಣೆ

ಒಬ್ಬನ ನಡತೆ ಸುಧಾರಣೆ ದೀರ್ಘಕಾಲ ಮುಂದುವರಿಯುವ ಪ್ರಕ್ರಿಯೆಯಾಗಿದೆ. ಒಬ್ಬ ವ್ಯಕ್ತಿಯು ಅತ್ಯಂತ ಶಕ್ತಿಯುತ ವಿಧಾನವನ್ನು ಬಳಸಿದರೂ ಕೂಡ ಅದು ರಾತ್ರೋರಾತ್ರಿ ಸಂಭವಿಸುವುದಿಲ್ಲ. ನಾವು ಆಧ್ಯಾತ್ಮಿಕ ಅಭ್ಯಾಸವನ್ನು ಪ್ರಾರಂಭಿಸಿದ ನಂತರ ಕೆಟ್ಟ ಪ್ರವೃತ್ತಿಗಳು ಉಪಪ್ರಜ್ಞೆಯ ಒಳಗೆ ಆಳವಾಗಿ ಮುಳುಗಬಹುದು. ಆರಂಭಿಕ ಹಂತವು ಕಳೆದ ಕೂಡಲೇ, ಈ ಪ್ರವೃತ್ತಿಗಳು ಜಾಗೃತ ನಿರ್ಧಾರ-ಮಾಡುವಿಕೆಯ ಮನಸ್ಸಿನಲ್ಲಿ ಕಾಣಿಸಿಕೊಳ್ಳುತ್ತವೆ ಮತ್ತು ಅಧಿಕಬಲದೊಂದಿಗೆ ಪ್ರತಿಪಾದಿಸುತ್ತವೆ. ಒಂದೊಂದಾಗಿ, ನಾವು ಕೆಟ್ಟ ಪ್ರವೃತ್ತಿಗಳನ್ನು ಗಮನಿಸಬೇಕು, ಅವುಗಳನ್ನು ತಿದ್ದಿಕೊಳ್ಳಬೇಕು, ಅವುಗಳ ಪ್ರದರ್ಶನವನ್ನು ವೀಕ್ಷಿಸಬೇಕು, ಅವುಗಳನ್ನು ವಿರೋಧಿಸಬೇಕು, ಯೋಗ್ಯವಾದ ಸ್ವಭಾವ ಲಕ್ಷಣಗಳಿಂದ ಅವುಗಳನ್ನು ಬದಲಾಯಿಸಿಕೊಳ್ಳಬೇಕು, ತದನಂತರ ನಮ್ಮ ಜೀವನವನ್ನು ಸರಳಗೊಳಿಸುವ ಮೂಲಕ ಮತ್ತು ಕಾಮ, ದುರಾಸೆ ಹಾಗೂ ಆಕ್ರಮಣಕಾರಿ ಕೋಪವನ್ನು ತ್ಯಜಿಸುವ ಮೂಲಕ ಅವುಗಳನ್ನು ಸಂಪೂರ್ಣವಾಗಿ ನಿರ್ಮೂಲನ ಮಾಡಬೇಕು. ಇದು ಸಮಯ ತೆಗೆದುಕೊಳ್ಳುತ್ತದೆ. ನಾವು ಬಹಳ ಪರಿಶುದ್ಧರಾಗಿದ್ದೇವೆ ಎಂದು, ನಮ್ಮನ್ನು ಮತ್ತಷ್ಟು ಪರಿಶುದ್ಧಗೊಳಿಸುವುದು ಸಾಧ್ಯವಿಲ್ಲವೆಂದು ಭಾವಿಸಬಾರದು.

ಏಕಾಂತ ವಾಸ

ಏಕಾಂತ ವಾಸದಲ್ಲಿ ಪ್ರಯೋಜನವಿದೆ, ಆದರೆ ಅದು ಎಲ್ಲವೂ ಅಲ್ಲ. ಒಂದು ಬದುಕಿರುವ ಜೀವಿಗೆ (ಅಥವಾ ಒಬ್ಬ ವ್ಯಕ್ತಿಗೆ) ಏಕಾಂತ ವಾಸಕ್ಕೆ ಒಂದು ಸಮಯವಿದೆ, ಮತ್ತು ಸಾಮಾಜಿಕ ಬೆರೆಯುವಿಕೆಗೆ ಒಂದು ಸಮಯವಿದೆ. ಒಬ್ಬ ವ್ಯಕ್ತಿಯು ಕೆಲವು ಸಮಯ ಏಕಾಂತದಲ್ಲಿರುವುದು ಹೇಗೆ ಎಂಬುದನ್ನು ಕಲಿತುಕೊಳ್ಳಬೇಕು. ಒಬ್ಬ ವ್ಯಕ್ತಿಯು ಏಕಾಂತದಲ್ಲಿರಲು ಹೋದ ಕೂಡಲೇ ಆತನ ಮೇಲೆ ಅಧಿಕ ಬಲದೊಂದಿಗೆ ಅತೀಂದ್ರಿಯ ಸಮತಲದಲ್ಲಿ ದಾಳಿ ಮಾಡಲಾಗುತ್ತದೆ. ಆತನು (ಏಕಾಂತದಲ್ಲಿರುವಾಗ) ನ್ಯೂನತೆಗಳನ್ನು, ಒಂಟಿತನವನ್ನು, ಮತ್ತು ಇತರರೊಂದಿಗಿರುವ ಅಗತ್ಯವನ್ನು ಧೈರ್ಯವಾಗಿ ಎದುರಿಸಬೇಕಾಗುತ್ತದೆ. ಏಕಾಂತ ವಾಸವು ಜೀವನದ ಅತೀಂದ್ರಿಯ ಕಡೆಯನ್ನು (psychic side) ತೋರಿಸುತ್ತದೆ, ಮತ್ತು ನಾವು ಹೇಗೆ ಅದರಿಂದ ಪ್ರಭಾವಿತರಾಗುತ್ತೇವೆ ಎಂಬುದರ ಬಗ್ಗೆ ನಮಗೆ ಒಂದು ತಿಳುವಳಿಕೆಯನ್ನು ನೀಡುತ್ತದೆ. ನಮ್ಮನ್ನು ಅನಿಶ್ಚಿತತೆಯತ್ತ ತಳ್ಳಲು ಮತ್ತು ಭೌತಿಕ ಜಗತ್ತಿಗೆ ಹಿಂದಕ್ಕೆ ಸೆಳೆಯಲು ಪದೇ ಪದೇ ಮೇಲಕ್ಕೆ ಬರುವ ಉಪಪ್ರಜ್ಞೆಯ ಅನಿಸಿಕೆಗಳನ್ನು ಅದು ಬಹಿರಂಗ ಪಡಿಸುತ್ತದೆ.

ಏಕಾಂತದಲ್ಲಿ ಕನಸುಗಳು ಹೆಚ್ಚು ತೀವ್ರವಾಗಿರುತ್ತವೆ ಮತ್ತು ಅತೀಂದ್ರಿಯ ಸಹವಾಸವು ಸ್ಪಷ್ಟವಾಗಿರುತ್ತವೆ. ನಾವು ಭೌತಿಕದಲ್ಲಿ ಹಾಗೂ ಅತೀಂದ್ರಿಯ ಕಡೆಯಲ್ಲಿ ಕೂಡ ಸಮಸ್ಯೆಗಳನ್ನು ಹೊಂದಿದ್ದೇವೆ ಎಂಬುದನ್ನು ನೋಡಲು ಆರಂಭಿಸುತ್ತೇವೆ. ಏಕಾಂತ ವಾಸವು ಭೌತಿಕ ಕ್ರಿಯೆಗಳನ್ನು ಕಡಮೆ ಮಾಡಲು ಮತ್ತು ಭೌತಿಕ ಸಹವಾಸಗಳನ್ನು ಎಚ್ಚರಿಕೆಯಿಂದ ನಿಯಂತ್ರಿಸಲು ಕಲಿಸಿಕೊಡಬಹುದು. ಎಲ್ಲಿಯವರೆಗೆ ನಾವು ಸ್ಥೂಲ ಭೌತಿಕದ ಕಡೆಯ ಮೇಲೆ ಗಮನವನ್ನು ಕೇಂದ್ರೀಕರಿಸಿರುತ್ತೇವೆಯೋ ಅಲ್ಲಿಯವರೆಗೆ ಇತರರೊಂದಿಗೆ ಎಚ್ಚರಿಕೆಯಿಲ್ಲದ

ಸಹವಾಸದಿಂದ ನಾವು ನಮಗೆ ಯಾವ ರೀತಿಯ ಹಿಂಸೆಯನ್ನು ಮಾಡುತ್ತೇವೆ ಎಂಬುದನ್ನು ಅರ್ಥಮಾಡಿಕೊಳ್ಳಲು ವಿಫಲರಾಗುತ್ತೇವೆ.

ಸೂಕ್ಷ್ಮ ಶರೀರವು ದೀರ್ಘಕಾಲ ಬಾಳಿಕೆ ಬರುತ್ತದೆ ಮತ್ತು ಬಹುಕಾಲ ಇರುತ್ತದೆ; ಸ್ಥೂಲ ಶರೀರವನ್ನು ಬೇಗನೆಯೋ ತಡವಾಗಿಯೋ ತ್ಯಜಿಸಲಾಗುತ್ತದೆ. ಈ ಎರಡು ಸಂಪೂರ್ಣವಾಗಿ ಪ್ರತ್ಯೇಕವಾಗಿವೆ (ಅಂದರೆ, ಬೇರೆ ಬೇರೆಯಾಗಿವೆ). ನಾವು ಜೀವನದ ದೈಹಿಕ ಪರಿಕಲ್ಪನೆಯಿಂದ ಮುಕ್ತರಾಗಬೇಕಾದರೆ ನಾವು ಈ ಎರಡರ ಪರಸ್ಪರ ಪ್ರತಿಕ್ರಿಯೆಯನ್ನು ಗಮನಿಸಬೇಕು. ಆತ್ಮಕ್ಕೆ ಶರೀರವಿದ್ದಾಗ ಮತ್ತು ಅದನ್ನು ಕಳೆದುಕೊಂಡಾಗಲೂ ಕೂಡ ಆತ್ಮದ ಮೇಲೆ ಪರಿಣಾಮ ಉಂಟಾಗುವುದರಿಂದ, ಆತ್ಮದ ಮೇಲೆ ಶರೀರದ ಪ್ರಭಾವವನ್ನು ಅತಿಯಾಗಿ ಒತ್ತಿಹೇಳುವುದು ಸಾಧ್ಯವಿಲ್ಲ. ನಾವು ಭೌತಿಕ ಶರೀರವನ್ನು ಹೊಂದಿರುವಾಗ ನಾವು ಆ ರೂಪವೇ ಆಗಿದ್ದೇವೆ ಎಂಬಂತೆ ವರ್ತಿಸುವುದು ನಮ್ಮ ಪ್ರವೃತ್ತಿಯಾಗಿರುತ್ತದೆ. ನಾವು ಭೌತಿಕ ಶರೀರವನ್ನು ಕಳೆದುಕೊಂಡಾಗ ನಾವು ಸಾಮಾನ್ಯವಾಗಿ ಒಂದು ಹೊಸ ಶರೀರವನ್ನು ಹಂಬಲಿಸುತ್ತೇವೆ. ಒಂದು ಹೊಸ ಶರೀರಕ್ಕಾಗಿ ಈ ಹಂಬಲಿಕೆಯು ನಾವು ಒಂದು ಜೀವಂತ ಶರೀರವನ್ನು ಹೊಂದಿರುವಾಗಲೂ ಕೂಡ ಇರುತ್ತದೆ. ಒಂದು ಹೊಸ ಮಾನವ ರೂಪಕ್ಕಾಗಿ ನಮ್ಮ ನಿರೀಕ್ಷಿತ ಭವಿಷ್ಯದ ಅಗತ್ಯದ ಮೇಲೆ ನಮ್ಮ ಅನೇಕ ಸಾಮಾಜಿಕ ಸಂಬಂಧಗಳು ಆಧರಿಸಿರುತ್ತವೆ.

ಉದಾಹರಣೆಗೆ, ಈ ಲೇಖಕನು ಒಬ್ಬ ಬಡ ಮನುಷ್ಯನಾದ್ದರಿಂದ ಭವಿಷ್ಯದಲ್ಲಿ ಒಂದು ಶ್ರೀಮಂತ ಕುಟುಂಬದಲ್ಲಿ ತನ್ನ ಮುಂದಿನ ದೇಹವನ್ನು ಪಡೆಯುವ ಒಂದು ಅಂತರ್ಗತವಾದ ಉದ್ದೇಶದಿಂದ ಆತನು ಶ್ರೀಮಂತ ವ್ಯಕ್ತಿಗಳೊಂದಿಗೆ ಸ್ನೇಹವನ್ನು ಬೆಳೆಸಬಹುದು. ಬಡತನದ ಬಗೆಗಿನ ಆತನ ಅತೃಪ್ತಿಯು ಸಾವಿನ ಸಮಯದಲ್ಲಿ ಒಂದು ಶ್ರೀಮಂತ ಕುಟುಂಬಕ್ಕೆ ವರ್ಗಾವಣೆಯನ್ನು ಬಯಸಲು ಆತನನ್ನು ಪ್ರಚೋದಿಸಬಹುದು.

ಲೇಖಕರಿಗೆ ವಿಶ್ವವಿದ್ಯಾಲಯದ ಶಿಕ್ಷಣವಿಲ್ಲದ ಕಾರಣ ಅವರು ತಮ್ಮ ಮುಂದಿನ ಜೀವನದಲ್ಲಿ ವಿದ್ಯಾವಂತ ವಲಯಗಳಲ್ಲಿ ಸ್ವೀಕರಿಸಲಾಗುವ, ಎಲ್ಲಾ ರುಜುವಾತುಗಳನ್ನು ಹೊಂದಿರುವ ಪುಸ್ತಕಗಳನ್ನು ಬರೆಯಲು ಸಾಧ್ಯವಾಗುತ್ತದೆ ಎಂಬ ಕಾರಣಕ್ಕಾಗಿ ವಿದ್ಯಾವಂತ ಜನರೊಂದಿಗೆ ಸ್ನೇಹವನ್ನು ಬೆಳೆಸಲು ಪ್ರಯತ್ನಿಸಬಹುದು. ಈ ರೀತಿಯಲ್ಲಿ, ಅವರು ಈಗಲೂ ಭೌತಿಕ ಮಟ್ಟದಿಂದ ಪ್ರೇರೇಪಿಸಲ್ಪಡುತ್ತಾರೆ. ತಾನು ಆಧ್ಯಾತ್ಮಿಕ ಜೀವನದಲ್ಲಿ ಶ್ರೀಮಂತ ವ್ಯಕ್ತಿಗಳಿಗೆ ಪ್ರೋತ್ಸಾಹಿಸಲು ಅವರೊಂದಿಗೆ ಒಡನಾಡುತ್ತೇನೆ ಎಂದು ತನಗೆ ಹೇಳಿಕೊಳ್ಳುವ ಮೂಲಕ ಅವರು ಆಂತರಿಕ ಅಪ್ರಾಮಾಣಿಕತೆಯನ್ನು ಅಭ್ಯಾಸ ಮಾಡಬಹುದು.

ಈ ಋಣಾತ್ಮಕ ಅಂಶಗಳೆಲ್ಲವೂ ಆತ್ಮದ ಮೇಲೆ ದೇಹದ ಪ್ರಭಾವಕ್ಕೆ ಮತ್ತು ಆಧ್ಯಾತ್ಮಿಕ ಲಾಭಕ್ಕಾಗಿ ದೇಹವನ್ನು ಬಳಸಿಕೊಳ್ಳಲು ಆತ್ಮದ ಅಸಾಮರ್ಥ್ಯಕ್ಕೆ ಸಂಬಂಧಪಟ್ಟಿದೆ. ತಿನ್ನುವುದು ಕೂಡ ಸಂಬಂಧಪಟ್ಟಿದೆ, ಏಕೆಂದರೆ ದೇಹವು ಗಾಳಿ ಮತ್ತು ಆಹಾರದ ಮೇಲೆ ಜೀವಿಸುತ್ತದೆ. ಈ ಎರಡು ಘಟಕಾಂಶಗಳು ಹಣ ಮತ್ತು ಶಿಕ್ಷಣಕ್ಕಿಂತ ಇನ್ನೂ ಹೆಚ್ಚು ಅಗತ್ಯ.

ಆಧ್ಯಾತ್ಮಿಕ ಜೀವನಕ್ಕೆ ಆಹಾರ ಸೇವನೆಯ ಕಡಿತ ಅಗತ್ಯವಿರುತ್ತದೆ. ಒಬ್ಬ ವ್ಯಕ್ತಿಯು ಧ್ಯಾನದ ಬಗ್ಗೆ ಗಂಭೀರನಾಗಿದ್ದರೆ ಆತನು ಆಹಾರ ಪ್ರಮಾಣವನ್ನು ಕಡಿಮೆ ಮಾಡಬೇಕಾಗುತ್ತದೆ, ಮತ್ತು ತಿನ್ನುವ ಸಮಯವನ್ನು ಬಹಳ ಎಚ್ಚರಿಕೆಯಿಂದ ಮತ್ತು ಕಟ್ಟುನಿಟ್ಟಿನ ರೀತಿಯಲ್ಲಿ ನಿಯಂತ್ರಿಸಬೇಕಾಗುತ್ತದೆ. ನಾವು ಸೇವಿಸುವ ಬಹಳಷ್ಟು ಆಹಾರವನ್ನು ಹೆಚ್ಚಿನ ಆಮ್ಲಜನಕವನ್ನು ಒಳತೆಗೆದುಕೊಳ್ಳುವುದರಿಂದ (increased oxygen intake) ಮತ್ತು ಹೆಚ್ಚಿನ ಧ್ಯಾನಮಗ್ನವಾದ ವಿಶ್ರಾಂತಿಯಿಂದ (increased meditative rest) ಬದಲಿ ಮಾಡಬಹುದು. ಧ್ಯಾನಮಗ್ನವಾದ

ವಿಶ್ರಾಂತಿಯು ಮನಸ್ಸನ್ನು ಆತಂಕಗಳಿಂದ ಮುಕ್ತಗೊಳಿಸುತ್ತದೆ. ಅದು ಮನಸ್ಸು ಮತ್ತು ದೇಹವನ್ನು ನವೀಕರಿಸುತ್ತದೆ.

ಹೆಚ್ಚು ಅಡ್ಡಾದಿಡ್ಡಿಯಾದ ಆಲೋಚನೆಯು ಕೆಟ್ಟ ಆಹಾರ ಪದ್ಧತಿಗೆ ಮತ್ತು ಸಾಕಷ್ಟಿಲ್ಲದ ವಿಶ್ರಾಂತಿಗೆ ಸಂಬಂಧಪಟ್ಟಿದೆ. ನಾವು ನಮ್ಮ ಮನಸ್ಸಿಗೆ ತೃಪ್ತಿಯಾಗುವಷ್ಟು ತಿನ್ನಬಹುದು, ಆದರೆ ನಾವು ಸಾಕಷ್ಟು ವಿಶ್ರಮಿಸಿಕೊಳ್ಳದಿದ್ದರೆ ಮನಸ್ಸು ಮತ್ತು ಮೆದುಳು ಯದ್ವಾತದ್ವಾ ಇರುತ್ತದೆ. ನಮ್ಮ ಯೋಜನೆಗಳು ಹೆಚ್ಚು ಹೆಚ್ಚು ಅಪ್ರಾಯೋಗಿಕವಾಗುತ್ತವೆ ಮತ್ತು ಭೌತಿಕ ಪ್ರಕೃತಿಯಲ್ಲಿ ದೋಷಾರೋಪಣೆಯಲ್ಲಿ ಸಿಕ್ಕಿಸುತ್ತವೆ.

ಹಗಲಿನಲ್ಲಿ ಒಂದು ಅಥವಾ ಎರಡು ಸಣ್ಣ ಕಿರುನಿದ್ದೆಗಳು ಚಿತ್ತಸ್ವಾಸ್ಥ್ಯಕ್ಕೆ ಅವಶ್ಯಕ. ಈ ಕಿರುನಿದ್ದೆಗಳು ಅತ್ಯಂತ ಹೆಚ್ಚೆಂದರೆ ಒಂದು ಗಂಟೆ ಇರಬೇಕು, ಬಹಳ ಕಡಿಮೆ ಎಂದರೆ ಹದಿನೈದು ನಿಮಿಷಗಳು ಇರಬೇಕು. ಇವು ಧ್ಯಾನಸ್ಥ ಹಾಗೂ ಚಿಂತನಶೀಲ ರೀತಿಯದ್ದಾಗಿರಬೇಕು, ಇದರಿಂದ ಮನಸ್ಸು ಎಚ್ಚರದಿಂದಿರುತ್ತದೆ, ಆದರೆ ಉದ್ವೇಗಗಳಿಂದ ಮತ್ತು ಚಿಂತೆಗಳಿಂದ ಮುಕ್ತವಾಗಿರುತ್ತದೆ. ಧ್ಯಾನದಲ್ಲಿ, ಮನಸ್ಸನ್ನು ಸಂಚಿತ ನಿಷ್ಪ್ರಯೋಜಕ ಆಲೋಚನೆಗಳಿಂದ ಸ್ವಚ್ಛಗೊಳಿಸಬೇಕು ಮತ್ತು ಪ್ರತಿಕೂಲವಾದ ಭಾವನೆಗಳಿಗೆ ಎಚ್ಚರಿಕೆಯಿಂದ ಗಮನ ಕೊಟ್ಟು ಪರೀಕ್ಷಿಸಬೇಕು. ಕಂಡುಬಂದರೆ, ಇವುಗಳನ್ನು ಕೂಡಲೇ ತೆಗೆದುಹಾಕಬೇಕು.

ಇಂತಹ ವಿಶ್ರಾಂತಿಯ ಅವಧಿಗಳಲ್ಲಿ, ಒಬ್ಬ ವ್ಯಕ್ತಿಯು ಮನಸ್ಸನ್ನು ಹೇಗೆ ಮೆದುಳಿನ ಮುಂಭಾಗದ ಪ್ರದೇಶಗಳಿಂದ ದೂರ ಇರಿಸಿಕೊಳ್ಳಬೇಕು ಎಂಬುದನ್ನು ಕಲಿತುಕೊಳ್ಳಬೇಕು, ಅಲ್ಲಿ ಅದು ಸುಲಭವಾಗಿ ಮತ್ತು ಹಠಾತ್ ಪ್ರವೃತ್ತಿಯಿಂದ ಪ್ರಸಕ್ತ ನಡೆಯುತ್ತಿರುವ ಅನಿಯಂತ್ರಿತ ಆಲೋಚನೆಯಲ್ಲಿ ತೊಡಗಿಕೊಳ್ಳುತ್ತದೆ.

ಒಬ್ಬ ವ್ಯಕ್ತಿಯು ಉದ್ದೇಶಪೂರ್ವಕವಾಗಿ ಮನಸ್ಸನ್ನು ಮೇಲಕ್ಕೆ ಅಥವಾ ತಲೆಯ ಹಿಂಬದಿಗೆ ಚಲಿಸಬೇಕು, ಅಲ್ಲಿ ಅದು ತನ್ನ ಅನಪೇಕ್ಷಣೀಯ ಆಲೋಚನೆಯನ್ನು ಮತ್ತು ಚಿತ್ರವನ್ನು ಸೃಷ್ಟಿಸುವ ಅಭ್ಯಾಸಗಳನ್ನು ನಿಲ್ಲಿಸುತ್ತದೆ. ಮನಸ್ಸನ್ನು ಸಾಮಾನ್ಯ ಜನರೊಂದಿಗಿನ ಸಹವಾಸದಿಂದ ಮುಕ್ತಗೊಳಿಸುವ ಸಲುವಾಗಿ ಒಬ್ಬ ವ್ಯಕ್ತಿಯು ಮುಂದುವರೆದ ಧ್ಯಾನಿಗಳೊಂದಿಗೆ ತನ್ನ ಸಂಪರ್ಕವನ್ನು ಕಲ್ಪಿಸಲು ಪ್ರಯತ್ನಿಸಬೇಕು.

ಸಾಮಾನ್ಯವಾಗಿ ಮನಸ್ಸು ತಲೆಯ ಮುಖದ ಪ್ರದೇಶದ ಮೂಲಕ ಗಮನವನ್ನು ಕೇಂದ್ರೀಕರಿಸುತ್ತದೆ. ಈ ಪ್ರದೇಶವು ಸ್ವಯಂನ-ಕೇಂದ್ರಭಾಗಕ್ಕೆ ಮಾನಸಿಕ ಕಾರ್ಯಗಳನ್ನು ನಿಯಂತ್ರಿಸುವ ಅದರ ಪ್ರಯತ್ನದಲ್ಲಿ ಕಡಿಮೆ ಸಹಕಾರವನ್ನು ನೀಡುತ್ತದೆ. ನಾನು ಆರಂಭಿಕರು ಈ ಪ್ರದೇಶದಲ್ಲಿ ಮನಸ್ಸನ್ನು ನಿರ್ಬಂಧಿಸದಿರಿ, ಬದಲಿಗೆ ತಲೆಯ ಹಿಂಬದಿಯ ಪ್ರದೇಶಕ್ಕೆ ಸ್ವಯಂನ-ಕೇಂದ್ರಭಾಗದ ಗಮನವನ್ನು ಚಲಿಸಿ ಎಂದು ಸೂಚಿಸುತ್ತೇನೆ.

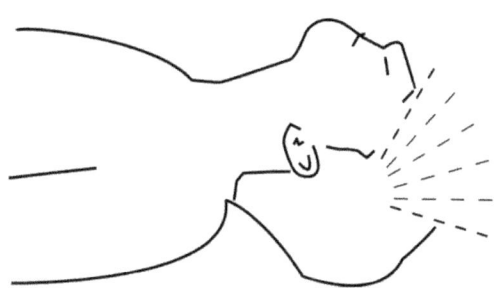

ಸ್ವಯಂನ–ಕೇಂದ್ರಭಾಗವು ಮನಸ್ಸಿನ ಮುಖದ ಪ್ರದೇಶದ ಮೂಲಕ ಅಥವಾ ಮನಸ್ಸಿನ ಮುಖದ ಪ್ರದೇಶದ ಕಡೆಗೆ ಗಮನವನ್ನು ಕೇಂದ್ರೀಕರಿಸಿದಾಗ ಅದಕ್ಕೆ ಮಾನಸಿಕ ಕಾರ್ಯಗಳ ಮೇಲೆ ಅತ್ಯಲ್ಪ ನಿಯಂತ್ರಣವಿರುತ್ತದೆ ಎಂಬುದು ಅದಕ್ಕೆ ಮನವರಿಕೆಯಾಗಬೇಕು.

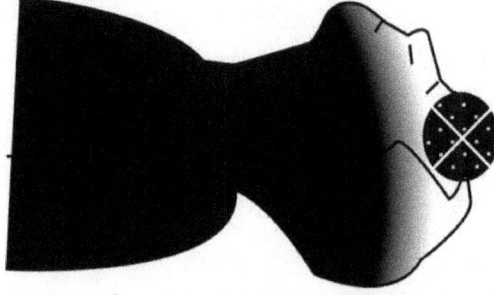

ತಲೆಯ ಸುತ್ತಲೂ ಹಿಂದಕ್ಕೆ (ಹಿಂಭಾಗದತ್ತ) ಮಾನಸಿಕ ಶಕ್ತಿಯನ್ನು ಚಲಿಸುವುದನ್ನು ಅಭ್ಯಾಸ ಮಾಡಿಕೊಳ್ಳಿ.

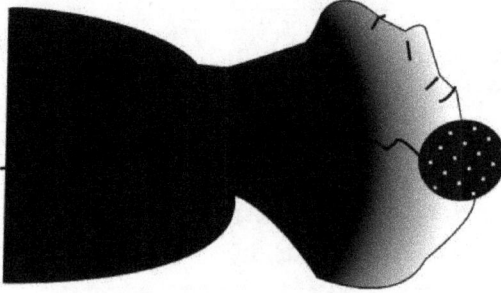

ತಲೆಯ ಸುತ್ತಲೂ ಹಿಂದಕ್ಕೆ (ಹಿಂಭಾಗದತ್ತ) ಮಾನಸಿಕ ಶಕ್ತಿಯನ್ನು ಚಲಿಸುತ್ತಾ ಇರಿ.

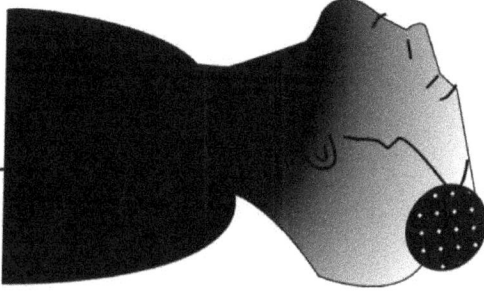

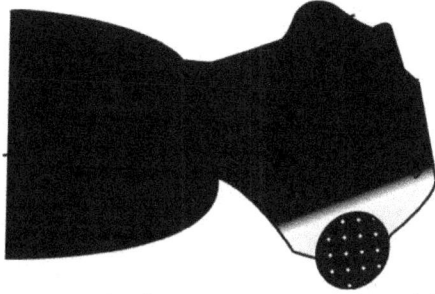

ತಲೆಯ ಕೆಳ ಹಿಂಭಾಗದ ಪ್ರದೇಶಕ್ಕೆ ಮಾನಸಿಕ ಶಕ್ತಿಯನ್ನು ಚಲಿಸಿ. ಈ ಸ್ಥಳದಲ್ಲಿ ಆ ಶಕ್ತಿಯನ್ನು ಹಿಡಿದಿಟ್ಟುಕೊಳ್ಳಿ. ಶಕ್ತಿಯು ಕಣ್ಮರೆಯಾದರೆ, ಅದು ಮುಖದ ಪ್ರದೇಶದಲ್ಲಿ ಅದರ ಮಾಮೂಲಾದ ಸ್ಥಾನಕ್ಕೆ ಹಿಂದಿರುಗಿದೆ ಎಂದರ್ಥ. ನಿಮ್ಮ ಗಮನವನ್ನು ಆ ಪ್ರದೇಶಕ್ಕೆ ಹಿಂದಿರುಗಿಸಿ, ಮತ್ತು ಪುನಃ ಅಭ್ಯಾಸವನ್ನು ಪ್ರಾರಂಭಿಸಿ. ತಾಳ್ಮೆಯಿಂದಿರಿ.

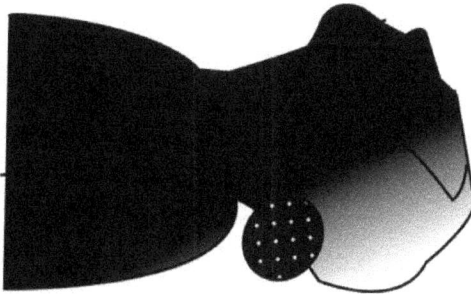

ಸೂಚನೆಗಳು

ಕಡಿಮೆ ತಿನ್ನಿ. ಪ್ರಾಣಾಯಾಮವನ್ನು ಕಲಿತುಕೊಳ್ಳಿ ಮತ್ತು ಹೆಚ್ಚು ಉಸಿರಾಡಿ.

ಹೇಗೆ ಶ್ವಾಸಕೋಶಗಳೊಳಗೆ ಹೆಚ್ಚು ಗಾಳಿಯನ್ನು ಸೆಳೆದುಕೊಳ್ಳುವುದು ಎಂಬುದನ್ನು ಕಲಿತುಕೊಳ್ಳುವ ಮೂಲಕ ಗಾಳಿಯನ್ನು ನಿಮ್ಮ ಆಹಾರದ ಭಾಗವಾಗಿ ಪರಿಗಣಿಸಿ. ಗಾಳಿಯನ್ನು ಒಂದು ಪೋಷಣೆಯ ಬಗೆಯಾಗಿ ನೋಡಲು ಕಲಿತುಕೊಳ್ಳಿ.

ಕಡಿಮೆ ಊಟಮಾಡಿ. ಹೆಚ್ಚು ವಿರಮಿಸಿ. ಕೆಲ ಊಟಗಳನ್ನು ಒಂದು ವಿಶ್ರಾಂತಿಯ ಬಿಡುವಿನಿಂದ ಬದಲಿಸಿ.

ಉದಾಹರಣೆಗೆ, ಒಂದು ಊಟದ ವಿರಾಮದ ಸಮಯದಲ್ಲಿ ಒಬ್ಬ ವ್ಯಕ್ತಿಯು ಶಾಂತವಾಗಿ ಮನಸ್ಸನ್ನು ವಿಶ್ರಮಿಸಿಕೊಳ್ಳಬಹುದು ಮತ್ತು ಅದರ ಉದ್ವೇಗಗಳನ್ನು ತೆಗೆದುಹಾಕಬಹುದು.

ಆಸ್ಟ್ರಲ್ ಸ್ವಾತಂತ್ರ್ಯ

ಸಾವಿನ ಸಮಯದಲ್ಲಿ ಅತೀಂದ್ರಿಯ ಶಕ್ತಿಯಲ್ಲಿ ನಂಬಿಕೆ ಇಲ್ಲದ ಮತ್ತು ಅದನ್ನು ನಿರಾಕರಿಸುತ್ತಾ ಒಂದು ಜೀವಮಾನವನ್ನು ಕಳೆದ ವ್ಯಕ್ತಿಯೂ ಕೂಡ ಅದನ್ನು ಎದುರಿಸಬೇಕಾಗುತ್ತದೆ. ಆ ಸಮಯದಲ್ಲಿ ಇಂತಹ ಎಲ್ಲಾ ನಿರಾಕರಣೆಯೂ ಒಂದು ಹಠಾತ್ತಾದ ಅಂತ್ಯಕ್ಕೆ ಬರುತ್ತದೆ, ಏಕೆಂದರೆ ಆತನಿಗೆ ಇನ್ನು ಮುಂದೆ ಅಡಗಿಕೊಳ್ಳಲು ಭೌತಿಕ ಶರೀರ ಇರುವುದಿಲ್ಲ. ಸೂಕ್ಷ್ಮ ಶರೀರದ ಒಂದಷ್ಟು ಅರಿವನ್ನು ಈಗ ಬೆಳೆಸಿಕೊಳ್ಳುವುದು ಉತ್ತಮ. ಒಬ್ಬ ವ್ಯಕ್ತಿಯು ತನಗೆ ಸ್ವರ್ಗದಲ್ಲಿ, ಆನಂದ ಸಾಮ್ರಾಜ್ಯದಲ್ಲಿ, ಅಥವಾ ದೇವರ ರಾಜ್ಯದಲ್ಲಿ ಆಧ್ಯಾತ್ಮಿಕ ಮೋಕ್ಷವು ದೊರಕುತ್ತದೆ ಎಂದು ನಂಬಿದರೂ ಕೂಡ, ಆತನು ಸೂಕ್ಷ್ಮ ರೂಪದ ಅರಿವನ್ನು ಬೆಳೆಸಿಕೊಳ್ಳುವುದರಿಂದ ಏನನ್ನೂ ಕಳೆದುಕೊಳ್ಳುವುದಿಲ್ಲ.

ನಾವು ಸೂಕ್ಷ್ಮ ಶರೀರದ ಬಗ್ಗೆ, ಅದರ ಶೋಧನೆಯ ಬಗ್ಗೆ ಭಯಪಟ್ಟರೆ, ಆಗ ಸಾವಿನ ಸಮಯದಲ್ಲಿ ನಾವು ಹೇಗೆ ಅದನ್ನು ಎದುರಿಸುತ್ತೇವೆ? ಐತಿಹ್ಯದ ಆಧ್ಯಾತ್ಮಿಕ ಶರೀರವು ಸೂಕ್ಷ್ಮ ಶರೀರಕ್ಕಿಂತ ಇನ್ನೂ ಹೆಚ್ಚು ಸೂಕ್ಷ್ಮವಾಗಿದೆ. ನಾವು ಈ ಮಾಂಸ-ಮತ್ತು-ರಕ್ತದ ಅಸ್ತಿತ್ವಕ್ಕೆ ಅಂಟಿಕೊಂಡಿದ್ದರೆ ಮತ್ತು ಅತೀಂದ್ರಿಯ ಕಡೆಯನ್ನು ನಿರಾಕರಿಸಿದರೆ, ಸಾವಿನ ಸಮಯದಲ್ಲಿ ನಾವು ಆಧ್ಯಾತ್ಮಿಕ ಶರೀರವನ್ನು ಪಡೆಯುತ್ತೇವೆ ಎಂದು ಭಾವಿಸುವುದು ಸಾಕಷ್ಟು ಅಸಮಂಜಸವಾಗಿದೆ.

ಸಂಜೆಯ ಹೊತ್ತಿನಲ್ಲಿ ಮಲಗುವ ಸ್ವಲ್ಪ ಮೊದಲು ಒಬ್ಬ ವ್ಯಕ್ತಿಯು ಬೆನ್ನಿನ ಮೇಲೆ ಒಂದು ದೃಢವಾದ ಹಾಸಿಗೆಯಲ್ಲಿ ಮಲಗಿಕೊಂಡು ಸೂಕ್ಷ್ಮ ಶರೀರವನ್ನು ಬಿಡುಗಡೆ ಮಾಡುವುದನ್ನು ಅಭ್ಯಾಸ ಮಾಡಬಹುದು (ಅಂದರೆ, ಸೂಕ್ಷ್ಮ ಶರೀರವನ್ನು ಸ್ಥೂಲ ಶರೀರದಿಂದ ಬೇರ್ಪಡಿಸುವುದನ್ನು ಅಭ್ಯಾಸ ಮಾಡಬಹುದು). ಇದನ್ನು ಕನಿಷ್ಠ ಪಕ್ಷ ಹದಿನೈದು ನಿಮಿಷಗಳ ಕಾಲ ಒಂದು ನಿಯಮಿತ ಅಭ್ಯಾಸದಂತೆ ಮಾಡಬಹುದು. ಆ ಸ್ವಲ್ಪ ಸಮಯಕ್ಕೆ ಆತನು ಜೀವನದ ಭೌತಿಕ ಕಲ್ಪನೆಯಿಂದ ಸ್ವಯಂ ಅನ್ನು ಮುಕ್ತಗೊಳಿಸಬಹುದು. ಶರೀರವು ಬೆನ್ನಿನ ಮೇಲೆ ಮಲಗಿಕೊಂಡಾಗ ಸೂಕ್ಷ್ಮ ಶರೀರವು ವಿವಿಧ ವಿರೋಧಿ-ಗುರುತ್ವ ಭಂಗಿಗಳನ್ನು (various anti-gravity positions) ತೆಗೆದುಕೊಳ್ಳುವುದನ್ನು ನಾವು ಕಲ್ಪಿಸಿಕೊಳ್ಳಬಹುದು. ಸ್ಥೂಲ ಶರೀರದಿಂದ ವ್ಯತ್ಯಾಸವನ್ನು ತೋರಿಸುವ ಸೂಕ್ಷ್ಮ ರೂಪದ ಒಂದು ಗುಣವೆಂದರೆ, ಗುರುತ್ವವನ್ನು ವಿರೋಧಿಸುವ, ಗಾಳಿಯ ಮೂಲಕ ಅಥವಾ ಘನ ವಸ್ತುಗಳ ಮೂಲಕವೂ ಕೂಡ ಮೇಲೆ ಅಥವಾ ಕೆಳಗೆ ಚಲಿಸುವ ಅದರ ಸಾಮರ್ಥ್ಯ. ರೇಡಿಯೋ

ತರಂಗಗಳು ಕಟ್ಟಡಗಳನ್ನು ಭೇದಿಸಿಕೊಂಡು ಹೋಗುವಂತೆಯೇ, ಸೂಕ್ಷ್ಮ ಶರೀರವು ಘನ ಭೌತವಸ್ತುಗಳ ಮೂಲಕ ಹಾದುಹೋಗುತ್ತದೆ. ಸೂಕ್ಷ್ಮ ರೂಪವು, ಒಂದು ರೇಡಿಯೋ ತರಂಗದಂತೆ, ಹೆಚ್ಚಿನ ಆವರ್ತನಗಳನ್ನು ಹೊಂದಿದೆ. ರೇಡಿಯೋ ತರಂಗವು ಸೂಕ್ಷ್ಮ ವಿದ್ಯುತ್ತಿನ ಶಕ್ತಿಯಿಂದ ಮಾಡಲ್ಪಟ್ಟಿರುವಂತೆ ಮತ್ತು ಭೇದಕ ಶಕ್ತಿಯಿಂದ ರವಾನಿಸಲ್ಪಡುವಂತೆ, ಸೂಕ್ಷ್ಮ ಶರೀರವು ಹೆಚ್ಚಿನ ಕಂಪಿಸುವ ಶಕ್ತಿಯಿಂದ ಮಾಡಲ್ಪಟ್ಟಿದೆ.

ಇಲ್ಲಿ ಕೆಲವು ವಿರೋಧಿ-ಗುರುತ್ವ ಭಂಗಿಗಳನ್ನು ಹೇಗೆ ಕಲ್ಪಿಸಿಕೊಳ್ಳುವುದು ಎಂಬುದನ್ನು ತೋರಿಸುವ ಕೆಲವು ಚಿತ್ರಗಳಿವೆ. ಪದ "ಕಲ್ಪಿಸಿಕೊಳ್ಳುವುದು" ಎಂದರೆ ಕೇವಲ ಊಹೆಗಿಂತ ಹೆಚ್ಚು. ಒಬ್ಬ ವ್ಯಾಪಾರಿಯು ಮುಂದಿನ ವ್ಯಾಪಾರದ ದಿನದಂದು ಸಗಟು ಸರಕುಗಳ ಖರೀದಿಯನ್ನು ಯೋಜಿಸಬಹುದು ಅಥವಾ ಕಲ್ಪಿಸಿಕೊಳ್ಳಬಹುದು, ಅದರಂತೆಯೇ ನೀವು ತೋರಿಸಿರುವಂತೆ ಸೂಕ್ಷ್ಮ ಶರೀರದ ಪ್ರತ್ಯೇಕಿಸುವಿಕೆಯನ್ನು ಕಲ್ಪಿಸಿಕೊಳ್ಳುತ್ತೀರಿ. ಒಬ್ಬ ವ್ಯಕ್ತಿಯು ಕಲ್ಪಿಸಿಕೊಳ್ಳುವ ಮೂಲಕ ಈ ಅಭ್ಯಾಸವನ್ನು ಆರಂಭಿಸುತ್ತಾನೆ. ಒಂದಷ್ಟು ಅಭ್ಯಾಸದ ನಂತರ, ಸೂಕ್ಷ್ಮ ಶರೀರವು ಪ್ರತಿಕ್ರಿಯಿಸಬಹುದು ಮತ್ತು ಕಲ್ಪಿಸಿಕೊಂಡಂತೆ ನಿಖರವಾಗಿ ಮಾಡಬಹುದು.

ಭೌತಿಕ ಶರೀರ ಮಲಗಿರುವುದರ ಅರಿವು

ಆಸ್ಟ್ರಲ್ ಮತ್ತು ಭೌತಿಕ ಶರೀರ ಮಲಗಿರುವುದರ ಅರಿವು

ಆಸ್ಟ್ರಲ್ ಶರೀರ ಕೇವಲ ಮನೋಧರ್ಮ ಅಥವಾ ವ್ಯಕ್ತಿತ್ವದ ಮಾನಸಿಕ ರಚನೆಯಾಗಿದೆ (ಅಂದರೆ, ವ್ಯಕ್ತಿಯ ನೈತಿಕ ಹಾಗೂ ಬೌದ್ಧಿಕ ಗುಣಗಳುಳ್ಳ ಶರೀರವಾಗಿದೆ). ಇದನ್ನು ಮನಸ್ಸು ಎಂದು ಕೂಡ ಕರೆಯುತ್ತಾರೆ. ಇದನ್ನು ಈ ರೇಖಾಚಿತ್ರಗಳಲ್ಲಿ ಕಪ್ಪು ಆಕಾರದಂತೆ ಚಿತ್ರಿಸಲಾಗಿದೆ. ಭೌತಿಕ ಶರೀರವನ್ನು ಬಿಳಿ ಆಕಾರದ ಹೊರರೇಖೆಯಾಗಿ ಚಿತ್ರಿಸಲಾಗಿದೆ. ಮಾನಸಿಕ ಹಾಗೂ ಭಾವನಾತ್ಮಕ ಶಕ್ತಿಯು ಒಟ್ಟುಗೂಡಿ ಮನಸ್ಸಾಗುತ್ತದೆ, ಮತ್ತು ಇದು ಕನಸಿನಲ್ಲಿ ಅನುಭವಿಸುವ ಸೂಕ್ಷ್ಮ ಶರೀರವಾಗುತ್ತದೆ. ಒಬ್ಬ ವ್ಯಕ್ತಿಯು ತಾಯಿಯ ಮೂಲಕ ಈ ಜಗತ್ತಿನಲ್ಲಿ ಜನಿಸಿದಾಗ ತನ್ನನ್ನು ಒಂದು ಮಗುವಿನ ರೂಪವಾಗಿ ಅರಿತುಕೊಳ್ಳುವಂತೆಯೇ, ಮತ್ತು ಅದು ನಂತರ ಪ್ರೌಢಾವಸ್ಥೆಗೆ ಬೆಳೆಯುವಂತೆಯೇ, ಸ್ಥೂಲ ಶರೀರವು ನಿಧನ ಹೊಂದಿದಾಗ ಒಬ್ಬ ವ್ಯಕ್ತಿಯು ತನ್ನ ಸ್ವಸ್ವರೂಪವು ಅಥವಾ ಗುರುತು ಈ ಸೂಕ್ಷ್ಮ ಶರೀರವಾಗಿದೆ ಎಂಬುದನ್ನು ಕಂಡುಕೊಳ್ಳುತ್ತಾನೆ.

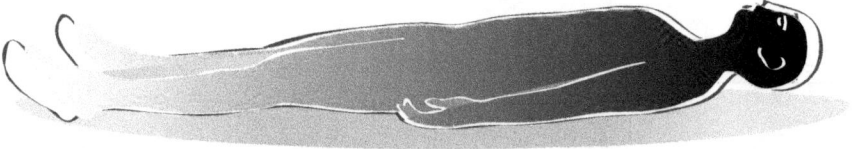

ಸ್ಥೂಲ ರೂಪದ ಬದಿಯಲ್ಲಿ ಆಸ್ಟ್ರಲ್ ಶರೀರ ತೇಲುತ್ತಿರುವುದು

ಆಸ್ಟ್ರಲ್ ಶರೀರ, ಸ್ಥೂಲ ಶರೀರವನ್ನು ಭೂಮಿಗೆ ಅಂಟಿಕೊಂಡಿರುವಂತೆ ಮಾಡುವ ಅದೇ ಗುರುತ್ವಕರ್ಷಣೆಯ ಶಕ್ತಿಗೆ ಒಳಗಾಗುವುದಿಲ್ಲ. ಆಸ್ಟ್ರಲ್ ರೂಪ ತೇಲುತ್ತದೆ. ಅದರ ಮೇಲೆ ಗುರುತ್ವಾಕರ್ಷಣೆಯ ಎಳೆತವಿದೆ, ಆದರೆ ಅದು ಭೌತಿಕ ಜಗತ್ತಿನ ಕಡೆಗೆ ವ್ಯಕ್ತಿಯ ಮೋಹಗಳ ಮೇಲೆ ಆಧರಿಸಿರುವ ಮಾನಸಿಕ ಎಳೆತವಾಗಿದೆ. ಕೆಳಗಿನ ರೇಖಾಚಿತ್ರದಲ್ಲಿ ಆಸ್ಟ್ರಲ್ ಶರೀರ ಬೋರಲಾಗಿದೆ, ಮತ್ತು ಕೆಳಮುಖವಾಗಿ ನೋಡುತ್ತಿದೆ. ಅದು ಭೂಮಿಯ ಮೂಲಕ ಅಥವಾ ಯಾವುದೇ ಇತರ ಘನ ವಸ್ತುವಿನ ಮೂಲಕ ಹಾದು ಹೋಗಬಹುದು, ಏಕೆಂದರೆ ಅದು ಸೂಕ್ಷ್ಮ ಶಕ್ತಿಯಿಂದ ಮಾಡಲ್ಪಟ್ಟಿದೆ.

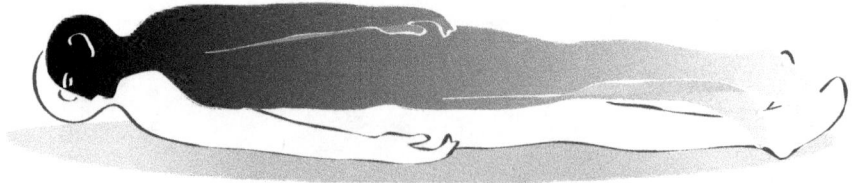

ಆಸ್ಟ್ರಲ್ ಶರೀರ ತಲೆಕೆಳಗಾಗಿ ತೇಲುತ್ತಿರುವುದು

ಆಸ್ಟ್ರಲ್ ಶರೀರ ತಲೆಕೆಳಗಾಗಿ ತೇಲಬಹುದು, ಆದರೆ ಸಾಮಾನ್ಯವಾಗಿ ಅದು ತಾನಾಗಿಯೇ ಹಾಗೆ ಮಾಡುತ್ತದೆ. ಆರಂಭದಲ್ಲಿ ಆಸ್ಟ್ರಲ್ ಪ್ರೊಜೆಕ್ಷನ್ ಮಾಡುವವನು ಆಸ್ಟ್ರಲ್ ರೂಪದ ಮೇಲ್ಮುಖ, ಕೆಳಮುಖ, ಅಥವಾ ಅಕ್ಕಪಕ್ಕದ

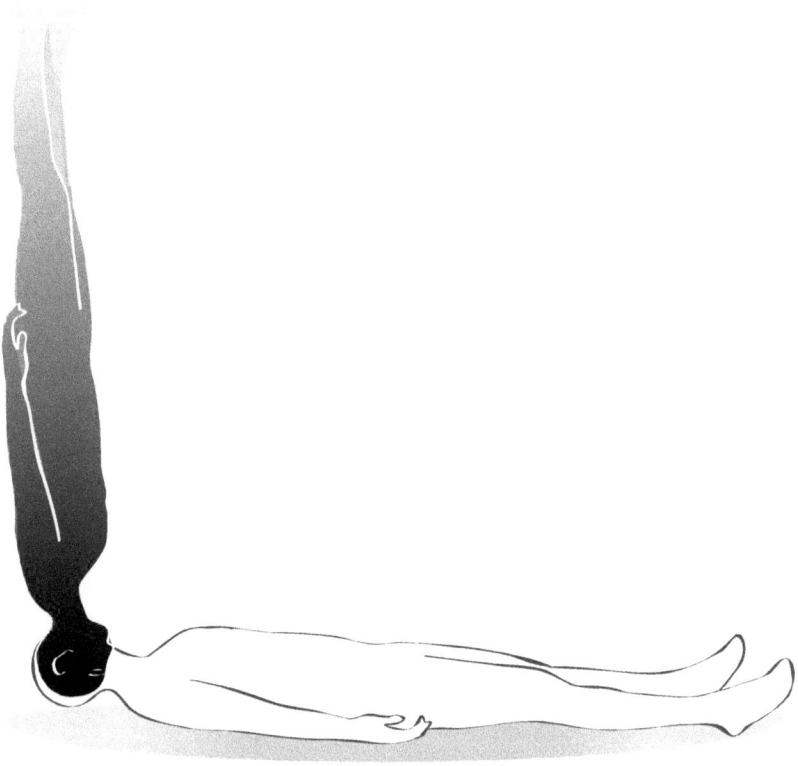

ಆಸ್ಟ್ರಲ್ ಶರೀರ ತಲೆಕೆಳಗಾಗಿ ತೇಲುತ್ತಾ ಹಿಮ್ಮುಖವಾಗಿ ನೋಡುತ್ತಿರುವುದು

ಈ ರೇಖಾಚಿತ್ರದಲ್ಲಿ ಆಸ್ಟ್ರಲ್ ಶರೀರ ಭೌತಿಕ ಶರೀರದಿಂದ ಬೇರೊಂದು ಕಡೆಗೆ ಮುಖಮಾಡಿದೆ ಮತ್ತು ತಲೆಕೆಳಗಾಗಿ ತೇಲುತ್ತಿದೆ. ಇದು ಆಸ್ಟ್ರಲ್ ಪ್ರೊಜೆಕ್ಷನ್ ಸಮಯದಲ್ಲಿ ಸಂಭವಿಸಬಹುದು. ಒಬ್ಬ ವ್ಯಕ್ತಿಯು ಇಂತಹ ಒಂದು ಭಂಗಿಯಲ್ಲಿ ತನ್ನನ್ನು ಕಂಡುಕೊಂಡರೆ ಹೆದರಿಕೊಳ್ಳಬಾರದು. ಇದಕ್ಕೆ ಒಗ್ಗಿಕೊಳ್ಳಲು ಎಲ್ಲ ಪ್ರಯತ್ನಗಳನ್ನು ಮಾಡಿ.

ಕೆಲವೊಮ್ಮೆ ಒಬ್ಬ ವ್ಯಕ್ತಿಯು ಸೂಕ್ಷ್ಮ ಶರೀರವನ್ನು ಚಲಿಸಲು ಪ್ರಯತ್ನ ಮಾಡಿದಾಗ, ಆತನಿಗೆ ಹಾಗೆ ಮಾಡಲು ಸಾಧ್ಯವಾಗುವುದಿಲ್ಲ, ಆದರೆ ಇದು ಹೆದರಿಕೆಗೆ ಕಾರಣವಾಗಬಾರದು.

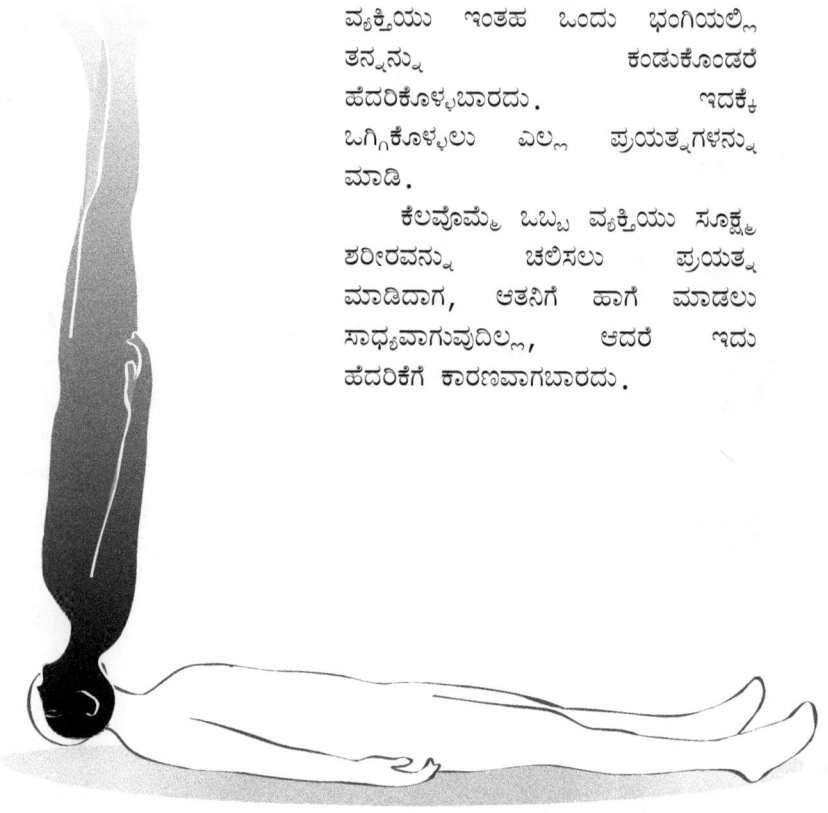

ಆಸ್ಟ್ರಲ್ ಶರೀರ ಭೂಮಿಯೊಳಗೆ ಅಂತರಾವಕಾಶವಾಗಿರುವುದು (interspaced)

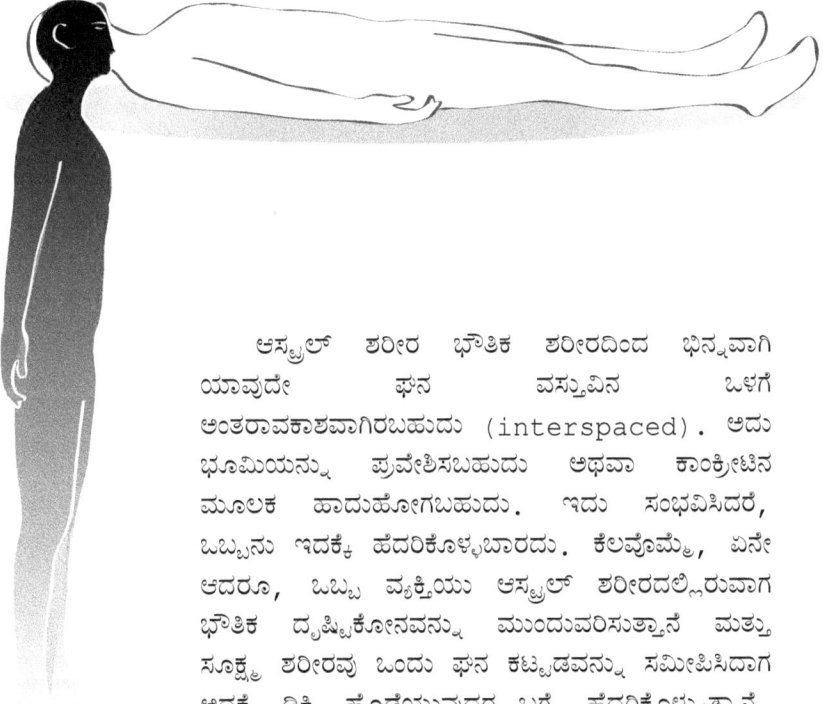

ಆಸ್ಟ್ರಲ್ ಶರೀರ ಭೌತಿಕ ಶರೀರದಿಂದ ಭಿನ್ನವಾಗಿ ಯಾವುದೇ ಘನ ವಸ್ತುವಿನ ಒಳಗೆ ಅಂತರಾವಕಾಶವಾಗಿರಬಹುದು (interspaced). ಅದು ಭೂಮಿಯನ್ನು ಪ್ರವೇಶಿಸಬಹುದು ಅಥವಾ ಕಾಂಕ್ರೀಟಿನ ಮೂಲಕ ಹಾದುಹೋಗಬಹುದು. ಇದು ಸಂಭವಿಸಿದರೆ, ಒಬ್ಬನು ಇದಕ್ಕೆ ಹೆದರಿಕೊಳ್ಳಬಾರದು. ಕೆಲವೊಮ್ಮೆ, ಏನೇ ಆದರೂ, ಒಬ್ಬ ವ್ಯಕ್ತಿಯು ಆಸ್ಟ್ರಲ್ ಶರೀರದಲ್ಲಿರುವಾಗ ಭೌತಿಕ ದೃಷ್ಟಿಕೋನವನ್ನು ಮುಂದುವರಿಸುತ್ತಾನೆ ಮತ್ತು ಸೂಕ್ಷ್ಮ ಶರೀರವು ಒಂದು ಘನ ಕಟ್ಟಡವನ್ನು ಸಮೀಪಿಸಿದಾಗ ಅದಕ್ಕೆ ಡಿಕ್ಕಿ ಹೊಡೆಯುವುದರ ಬಗ್ಗೆ ಹೆದರಿಕೊಳ್ಳುತ್ತಾನೆ. ನಿರಂತರ ಅಭ್ಯಾಸದಿಂದ ಒಬ್ಬ ವ್ಯಕ್ತಿಯು ಅಗತ್ಯವಿರುವ ಆಸ್ಟ್ರಲ್ ವಸ್ತುನಿಷ್ಠತೆಯನ್ನು ಬೆಳೆಸಿಕೊಳ್ಳುತ್ತಾನೆ, ಮತ್ತು ಆಸ್ಟ್ರಲ್ ಶರೀರದ ಸಾಮರ್ಥ್ಯ ಹಾಗೂ ಭೌತಿಕ ರೂಪದ ಸಾಮರ್ಥ್ಯದ ನಡುವಿನ ವ್ಯತ್ಯಾಸವನ್ನು ಗುರುತಿಸಲು ಸಾಧ್ಯವಾಗುತ್ತದೆ.

ಆಸ್ಟ್ರಲ್ ಶರೀರ ಭೌತಿಕ ರೂಪದ ಪಾದಗಳ ಹತ್ತಿರವಿದೆ, ಭೌತಿಕ ರೂಪದಿಂದ ಬೇರೊಂದು ಕಡೆಗೆ ಮುಖಮಾಡಿದೆ

ಆಸ್ಟ್ರಲ್ ಶರೀರ ಭೂಮಿಯ ಮೇಲೆ ಅಥವಾ ಯಾವುದೇ ಘನ ಮೇಲ್ಮೈಯಿನ ಮೇಲೆ ನಿಂತಿದೆ ಎಂಬಂತೆ ತೋರಬಹುದಾದರೂ ಕೂಡ, ಅದು ಭೌತಿಕ ರೂಪವು ಮಾಡಬಹುದಾದಂತೆ ಮಾಡಲು ಸಾಧ್ಯವಿಲ್ಲ. ಅದು ಆ ಭಂಗಿಯಲ್ಲಿ ತೇಲಬಹುದು ಮಾತ್ರ. ಆದರೆ, ಅದು ತನ್ನದೇ ಕಂಪಿಸುವ ಸಾಂದ್ರತೆಯನ್ನು ಹೊಂದಿರುವ ಒಂದು ಆಯಾಮದಲ್ಲಿರುವಾಗ, ಅದು ಗುರುತ್ವಾಕರ್ಷಣೆಯ ಮನೋಭಾವವನ್ನು ವ್ಯಕ್ತಪಡಿಸಬಹುದು. ವಾಸ್ತವವಾಗಿ, ಆಸ್ಟ್ರಲ್ ಶರೀರವು ಇಂತಹ ಒಂದು ಪ್ರಪಂಚದಲ್ಲಿರುವಾಗ, ಅದಕ್ಕೆ ಸಂಬಂಧಿಸಿದಂತೆ ಎಲ್ಲವೂ ಘನವೆಂದು ತೋರುತ್ತದೆ.

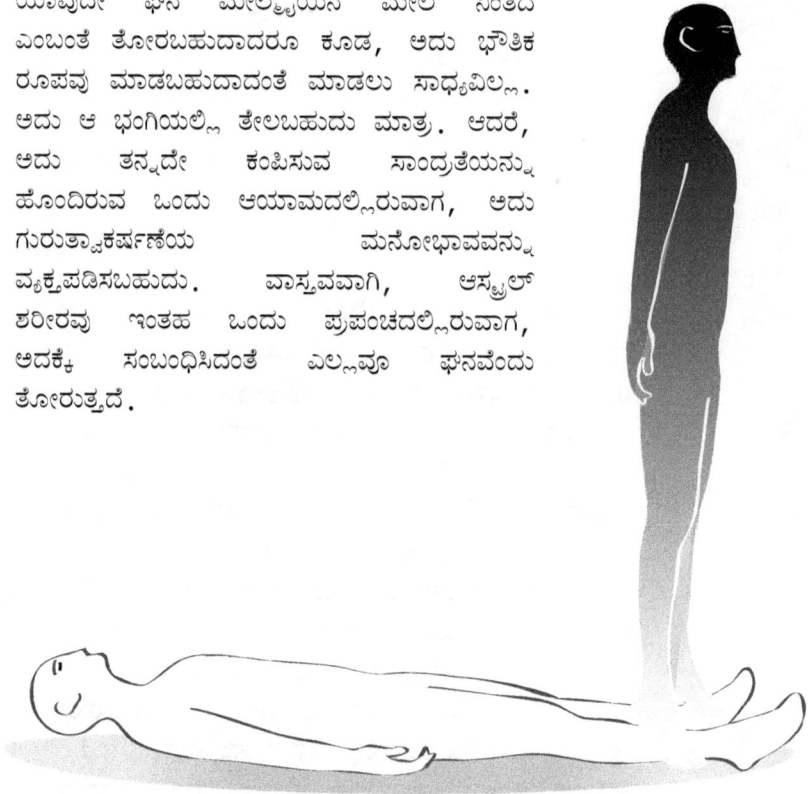

ಈ ರೇಖಾಚಿತ್ರಗಳಲ್ಲಿ ಕಲ್ಪನೆಯು ನಿಜವಾದ ಅನುಭವಗಳನ್ನು ಪ್ರಚೋದಿಸುತ್ತದೆ. ನಂತರ, ಸ್ಥೂಲ ಶರೀರವು ನಿದ್ರಿಸಿದಾಗ ಮನಸ್ಸು ಸೂಕ್ಷ್ಮ ರೂಪದ ಬಗ್ಗೆ ಅರಿವನ್ನು ಹೊಂದಬಹುದು. ಸೂಕ್ಷ್ಮ ಶರೀರವು ಸಾಮಾನ್ಯವಾಗಿ ಪೂರ್ವಕಲ್ಪಿತ ವಿಚಾರಗಳನ್ನು ಪೂರ್ಣಗೊಳಿಸಲು ಪ್ರಯತ್ನಿಸುತ್ತದೆ. ಈ ತರಹದ ಅನಿಸಿಕೆಗಳು ಸೂಕ್ಷ್ಮ ಶರೀರಕ್ಕೆ ಕಾರ್ಯಸಾಧ್ಯವಾದರೆ, ಅದು ಸ್ವಯಂಚಾಲಿತವಾಗಿ ಇವುಗಳನ್ನು ಪುನರಾವರ್ತಿಸುತ್ತದೆ.

ನಾವು ಭೌತಿಕವಾಗಿ ಪೂರ್ಣಗೊಳಿಸಲು ಸಾಧ್ಯವಿಲ್ಲವೆಂದು ಯಾವುದಾದರೂ ಬಗ್ಗೆ ಆಲೋಚಿಸಿದ್ದನ್ನು ನಾವು ಸ್ಥೂಲ ಶರೀರವು ನಿದ್ರಿಸುತ್ತಿರುವಾಗ ಸೂಕ್ಷ್ಮ ರೂಪದ ಮೂಲಕ ಕಾರ್ಯಗತಗೊಳಿಸಬಹುದು, ಆದರೆ ಸಾಮಾನ್ಯವಾಗಿ ನಾವು ಸೂಕ್ಷ್ಮ ರೂಪವು ಏನು ಮಾಡಿತು ಎಂಬುದನ್ನು ನೆನಪಿಸಿಕೊಳ್ಳುವುದಿಲ್ಲ. ಈ ನೆನಪಿಸಿಕೊಳ್ಳುವುದರ ಕೊರತೆಯು ಭೌತಿಕದ ಕಡೆಯ ಮೇಲೆ ಹಠಾತ್ ಪ್ರವೃತ್ತಿಯ ಗಮನ-ಹರಿಸುವಿಕೆಗೆ ಪತ್ತೆಹಚ್ಚಬಹುದಾಗಿದೆ. ನಾವು ಘನ

ವಸ್ತುಗಳನ್ನು ಹೆಚ್ಚು ಹಚ್ಚಿಕೊಂಡಿರುವ ಕಾರಣ ನಾವು ಅತೀಂದ್ರಿಯ ಕಡೆಯನ್ನು ದೂರವಿರಿಸುತ್ತೇವೆ. ಅರ್ಥಾತ್, ನಾವು ಪ್ರಾಪಂಚಿಕವಾಗಿದ್ದೇವೆ. ಸಾವಿನ ಸಮಯದಲ್ಲಿ, ನಾವು ಕನಿಷ್ಠ ಪಕ್ಷ ಇನ್ನೊಂದು ಮಗುವಿನ ರೂಪವನ್ನು ಪಡೆಯುವವರೆಗೆ ಅಥವಾ ನಾವು ಸ್ವರ್ಗಕ್ಕೆ ಹೋಗುವವರೆಗೆ, ನಾವು ಅತೀಂದ್ರಿಯ ಕಡೆಯನ್ನು ಎದುರಿಸಬೇಕಾಗುತ್ತದೆ.

ಸಮಾನಾಂತರ ಪ್ರಪಂಚಗಳು

ನಾವು ವಾಸಿಸುವ ಈ ಭೌತಿಕ ಪ್ರಪಂಚದಷ್ಟೇ ಸ್ಥೂಲ ಇರುವ ಸಮಾನಾಂತರ ಸ್ಥೂಲ ಪ್ರಪಂಚಗಳಿವೆ (parallel gross worlds). ಈ ಪ್ರಪಂಚಗಳು ನಮ್ಮ ದೂರದರ್ಶಕಗಳಿಗೆ ಅಥವಾ ಭೌತಿಕ ಕಣ್ಣುಗಳಿಗೆ ಕಾಣುವುದಿಲ್ಲ, ಆದರೆ ಅವು ಅಸ್ತಿತ್ವದಲ್ಲಿವೆ. ಸಾವಿನ ಸಮಯದಲ್ಲಿ ಈ ಪ್ರಪಂಚಗಳಲ್ಲಿ ಕೆಲವು ನಮಗೆ ಇದ್ದಕ್ಕಿದ್ದಂತೆ ಗೋಚರವಾಗುತ್ತವೆ. ವಾಸ್ತವವಾಗಿ, ಸಾವಿನಲ್ಲಿ (ಅಂದರೆ ಸಾವನ್ನಪ್ಪಿದಾಗ), ನಮ್ಮನ್ನು ಇದ್ದಕ್ಕಿದ್ದಂತೆ ಈ ಸ್ಥಳಗಳಲ್ಲಿ ಒಂದಕ್ಕೆ ವರ್ಗಾಯಿಸಬಹುದು.

ಒಂದು ಆಸ್ಟ್ರಲ್ ಅನುಭವದಲ್ಲಿ ನಾನು ಕಾರಣವಿಲ್ಲದೆ, ಅದನ್ನು ಅಪೇಕ್ಷಿಸದೇ, ಇಂತಹ ಒಂದು ಪ್ರಪಂಚವನ್ನು ಪ್ರವೇಶಿಸಿದೆ. ಎಲ್ಲವೂ ಈ ಐಹಿಕ ಸ್ಥಳವನ್ನು ಹೋಲುವ ರೀತಿಯಲ್ಲಿ ವ್ಯವಸ್ಥೆ ಮಾಡಲಾಗಿತ್ತು, ಆದರೆ ನಾನು ಅಲ್ಲಿ ಯಾವುದೇ ಸಮಾನ ರೂಪದ ಧಾರ್ಮಿಕ ನಂಬಿಕೆಗಳನ್ನು ಗುರುತಿಸಲಿಲ್ಲ. ಆದರೆ ನಾನು ಪ್ರವೇಶಿಸಿದಾಗ, ಇಲ್ಲಿ ಬಳಸಲಾಗುವ ಶರೀರವನ್ನು ಹೋಲುವ ಭೌತಿಕ ಶರೀರವನ್ನು ಬಳಸಿದೆ. ನಾನು ಸ್ಥಳೀಯ ನಿವಾಸಿಗಳಿಗಿಂತ ಹೆಚ್ಚು ಭಿನ್ನವಾಗೇನೂ ಕಾಣಲಿಲ್ಲ. ಆ ಇತರ ಪ್ರಪಂಚದ ಒಬ್ಬ ಶಾಶ್ವತ ನಿವಾಸಿಯು ಸಮಂಜಸವಾದ ಬಾಡಿಗೆಗೆ ಒಂದು ಮನೆಯನ್ನು ನೀಡಿದನು.

ಅನುಭವದ ಸಮಯದಲ್ಲಿ, ಒಪ್ಪಿಕೊಂಡಿರುವಂತೆ, ನಾನು ಈ ಭೂಮಿಯ ಮೇಲಿನ ನನ್ನ ಅಸ್ತಿತ್ವವನ್ನು ಮರೆತೆ. ಈ ನಿರ್ದಿಷ್ಟವಾದ ಮರೆವು ನಾವು ಸಾವಿನ ಸಮಯದ ಮೊದಲು ಅರ್ಥ ಮಾಡಿಕೊಳ್ಳಬೇಕಾದ ಸಂಗತಿಯಾಗಿದೆ. ಇದ್ದಕ್ಕಿದ್ದಂತೆ ಸಾವಿನ ಸಮಯದಲ್ಲಿ ಒಬ್ಬ ವ್ಯಕ್ತಿಯನ್ನು ಯಾವುದೋ ಇತರ ಪ್ರಪಂಚಕ್ಕೆ ವರ್ಗಾಯಿಸಲಾಗಬಹುದು, ಮತ್ತು ಆತನು ಈ ಅಸ್ತಿತ್ವದ ಬಗ್ಗೆ (ಅಂದರೆ, ಈ ಭೂಮಿಯ ಮೇಲಿನ ಅಸ್ತಿತ್ವದ ಬಗ್ಗೆ) ಎಲ್ಲವನ್ನೂ ಮರೆತುಬಿಡಬಹುದು, ಮತ್ತು ಪುನಃ ಅದರ ಬಗ್ಗೆ ಏನನ್ನೂ ಎಂದಿಗೂ ನೆನಪಿಸಿಕೊಳ್ಳದಿರಬಹುದು. ನಾವು ಈಗ ಈ ಸಾಧ್ಯತೆಯನ್ನು ಪರಿಗಣಿಸುವ ಅಗತ್ಯವಿದೆ, ಏಕೆಂದರೆ ನಮ್ಮನ್ನು ಮತ್ತೊಂದು ಸ್ಥಳದಿಂದ ಇಲ್ಲಿಗೆ ವರ್ಗಾಯಿಸಲಾಗಿರಬಹುದು ಮತ್ತು ನಮಗೆ ಹಿಂದಿನ ಸ್ಥಳದ ಬಗ್ಗೆ ಯಾವುದೇ ನೆನಪು ಇಲ್ಲದಿರಬಹುದು.

ಆ ಇತರ ಪ್ರಪಂಚದಲ್ಲಿ ಯಾವುದೇ ರೇಡಿಯೋ ಅಥವಾ ದೂರದರ್ಶನವಿರಲಿಲ್ಲ. ಇಂತಹ ಯಂತ್ರೋಪಕರಣಗಳನ್ನು ಆವಿಷ್ಕರಿಸಲಾಗಿರಲಿಲ್ಲ. ಮಣ್ಣು ಫಲವತ್ತಾಗಿತ್ತು. ಸಸ್ಯರಾಶಿ ಮತ್ತು ಹೂಗಳು ಭಿನ್ನವಾಗಿದ್ದವು. ಯಾವುದೇ ಕಿಕ್ಕಿರಿದ ಜೀವನದ ಸ್ಥಿತಿಗಳು ಇರಲಿಲ್ಲ, ಕೊಳಚೆ ಪ್ರದೇಶಗಳು ಇರಲಿಲ್ಲ, ಲಕ್ಷಾಂತರ ಜನರು ಗಗನಚುಂಬಿ ಕಟ್ಟಡಗಳಲ್ಲಿ ವಾಸಿಸುವ ನ್ಯೂಯಾರ್ಕ್ ನಂತಹ ಯಾವುದೇ ನಗರಗಳು ಇರಲಿಲ್ಲ.

ಅವರ ಬಳಿ ಬೈಸಿಕಲ್ಲುಗಳು ಮತ್ತು ಪ್ರಾಚೀನ ಕಾಲದ ನಿಧಾನವಾಗಿ-ಚಲಿಸುವ ಕಾರುಗಳು ಇದ್ದವು. ಅವರು ಇಂಗ್ಲೀಷನ್ನು ಬಹಳ ಹೋಲುತ್ತಿದ್ದ ವ್ಯಾಕರಣದ ರಚನೆಯಿದ್ದ ಭಾಷೆಯನ್ನು ಮಾತನಾಡುತ್ತಿದ್ದರು. ನಾನು ತೆಗೆದುಕೊಂಡ ಶರೀರವು ಸ್ವಯಂಚಾಲಿತವಾಗಿ ಆ ಭಾಷೆಗೆ ನನ್ನ ಆಲೋಚನೆಗಳನ್ನು ಭಾಷಾಂತರಿಸಿತು. ಒಬ್ಬ ವ್ಯಕ್ತಿಯು ಬಾಡಿಗೆಗೆ ಒಂದು

ಸ್ಥಳವನ್ನು ನೀಡಿದನು. ನಾನು ನನ್ನ ಬಳಿ ಸಾಕಷ್ಟು ಹಣವಿತ್ತು ಎಂಬುದನ್ನು ಕಂಡುಕೊಂಡೆ, ಆದ್ದರಿಂದ ನಾನು ಆ ಸ್ಥಳವನ್ನು ತೆಗೆದುಕೊಂಡೆ. ಒಬ್ಬ ಪಕ್ಕದ ಮನೆಯ ಮಹಿಳೆಯು ನಾನು ಹೊಸ ಮನೆಯನ್ನು ಪ್ರವೇಶಿಸಿದ್ದನ್ನು ವೀಕ್ಷಿಸಿದಾಗ, ಆಕೆ ತನ್ನ ಗೇಟುಗಳಿಗೆ ಬೀಗ ಹಾಕಿಕೊಂಡಳು. ಆಕೆ ನಾನು ಭಿನ್ನವಾಗಿದ್ದೆ ಎಂಬುದನ್ನು ಗ್ರಹಿಸಿದಳು. ಆಕೆ ಭಯದಿಂದ ತತ್ತರಿಸಿದಳು.

ಇದಾದ ನಂತರ ನಾನು ಮನೆಯೊಳಗೆ ಹೋದೆ. ಶೀಘ್ರದಲ್ಲಿಯೇ ನಾನು ನನ್ನನ್ನು ಮತ್ತೆ ಈ ಜಗತ್ತಿನಲ್ಲಿ ಕಂಡುಕೊಂಡೆ. ಮರಳಿದ ನಂತರ ತಕ್ಷಣವೇ ನನ್ನ ಕೃಷ್ಣ ದೇವರು ಹೇಳಿದರು, "ಇತರ ಬಳಸಿಕೊಂಡಿರದ ಗ್ರಹಗಳ ಬಗ್ಗೆ ಪುರಾವೆಯನ್ನು ಒದಗಿಸಲು ನಾನು ನಿನಗೆ ಇದನ್ನು ತೋರಿಸಿದೆನು. ಭೂಮಿಯ ಜೈವಿಕ ಪರಿಸರ ನಾಶವಾಗಿದೆ. ಇತರ ನಾಶವಾಗಿರದ ಸ್ಥಳಗಳ ಬಗ್ಗೆ ಖಚಿತವಾಗಿರು." ಎಂದು.

ಸ್ಥೂಲವನ್ನು ತಪ್ಪಿಸಿಕೊಳ್ಳಲು ಒಬ್ಬ ವ್ಯಕ್ತಿಯು ಸೂಕ್ಷ್ಮದಲ್ಲಿ ಆಶ್ರಯವನ್ನು ತೆಗೆದುಕೊಳ್ಳಬೇಕು. ಸ್ವರ್ಗೀಯ ವ್ಯಕ್ತಿಗಳು ಶಾಶ್ವತವಾಗಿ ಮಾಡುವುದು ಇದನ್ನೇ. ಅವರು ಸೂಕ್ಷ್ಮ ಸ್ವರ್ಗೀಯ ಪ್ರಪಂಚದಲ್ಲಿ ಸುಭದ್ರವಾಗಿ ಜೀವಿಸುತ್ತಾರೆ. ಸೂಕ್ಷ್ಮ ಶರೀರವನ್ನು ತಪ್ಪಿಸಿಕೊಳ್ಳಲು ಒಬ್ಬ ವ್ಯಕ್ತಿಯು ಕಾರಣಾತ್ಮಕ ರೂಪದಲ್ಲಿ (causal form or causal body) ಸಂರಕ್ಷಿತನಾಗಬೇಕು. ಕೆಲ ಮಹಾನ್ ಯೋಗಿಗಳು ಮಾಡುವುದು ಇದನ್ನೇ. ಅವರು ಲಕ್ಷಾಂತರ ವರ್ಷಗಳವರೆಗೆ ಮುಂದುವರಿಯುವ ಒಂದು ಕಾಲ ಚಕ್ರದ ಸಮಯದಲ್ಲಿ ಪುನರ್ಜನ್ಮವನ್ನು ತೆಗೆದುಕೊಳ್ಳುವುದಿಲ್ಲ. ಕೆಲವೊಮ್ಮೆ ಅವರು ಉದ್ಧಾರಕರಾಗಿ ಬರುತ್ತಾರೆ. ನಂತರ ಅವರು ಕಾರಣಾತ್ಮಕ ಸಮತಲಕ್ಕೆ (causal plane) ಹಿಂದಿರುಗುತ್ತಾರೆ, ಮತ್ತು ಕೆಳ ಜೀವಿಗಳ ರೋದನಗಳಿಂದ ಬಚ್ಚಿಟ್ಟುಕೊಳ್ಳುತ್ತಾರೆ. ಕಾರಣಾತ್ಮಕ ಸಮತಲದಲ್ಲಿ ಒಬ್ಬ ವ್ಯಕ್ತಿಯು ಕೇವಲ ಉದ್ದೇಶಗಳಿಂದ ಹಾಗೂ ಪ್ರೇರಣೆಗಳಿಂದ ತೃಪ್ತನಾಗಿರಬೇಕು, ಅಂದರೆ ಉತ್ಕೃಷ್ಟಗೊಳಿಸಿದ ಮಾನಸಿಕ ಹಾಗೂ ಭಾವನಾತ್ಮಕ ಶಕ್ತಿಯಲ್ಲಿ ಮತ್ತು ಅವುಗಳಂತೆ ಜೀವಿಸಬೇಕು.

ಅಧ್ಯಾಯ ೧೨

ಅತೀಂದ್ರಿಯ ಒಳನೋಟ

ಓದುಗರಿಗೆ ರಾತ್ರಿಯ ವೇಳೆಯಲ್ಲಿ ಹಾಸಿಗೆಯ ಪಕ್ಕದಲ್ಲಿ ಇಟ್ಟುಕೊಳ್ಳಲಾಗುವ, ಹಾಗೂ ಹಗಲಿನಲ್ಲಿ ಜೇಬಿನಲ್ಲಿ ಇಟ್ಟುಕೊಳ್ಳಲಾಗುವ ಒಂದು ಟಿಪ್ಪಣಿ ಪುಸ್ತಕವು ಬೇಕಾಗುತ್ತದೆ. ಒಬ್ಬ ವ್ಯಕ್ತಿಯು ಆಧ್ಯಾತ್ಮಿಕ ವಿಚಾರಗಳನ್ನು, ಸ್ವಪ್ನದರ್ಶನಗಳನ್ನು, ಹಾಗೂ ಸಾಕ್ಷಾತ್ಕಾರಗಳನ್ನು ಒಳಗೊಂಡಿರುವ ಯಾವುದೇ ಆಧ್ಯಾತ್ಮಿಕ ಅನುಭವವನ್ನು ದಾಖಲಿಸಿಟ್ಟುಕೊಳ್ಳಬೇಕು. ಒಬ್ಬ ವ್ಯಕ್ತಿಯು ಕನಸುಗಳಂತೆ, ಸ್ವಪ್ನದರ್ಶನಗಳಂತೆ, ಹಾಗೂ ಅತೀಂದ್ರಿಯ ಗ್ರಹಿಕೆಗಳಂತೆ ಬರುವ ರಾತ್ರಿ ಸಮಯದ ಅನುಭವಗಳನ್ನು ದಾಖಲಿಸಿಟ್ಟುಕೊಳ್ಳಬೇಕು. ಇದು ಮುಖ್ಯ. ನಾವು ಅಪ್ರಸ್ತುತವೆಂದು ತಳ್ಳಿಹಾಕುವ ಅನೇಕ ಸೂಕ್ಷ್ಮ ಅನುಭವಗಳು ಆಧ್ಯಾತ್ಮಿಕ ಜೀವನದಲ್ಲಿ ಮಹತ್ವವುಳ್ಳದ್ದಾಗಿವೆ. ಇವುಗಳನ್ನು ದಿನಗಳು, ವಾರಗಳು ಅಥವಾ ತಿಂಗಳುಗಳ ನಂತರ ಪುನರ್ವಿಮರ್ಶೆ ಮಾಡಲಾಗುವವರೆಗೆ ಇವುಗಳಲ್ಲಿ ಅನೇಕವು ಅರ್ಥವಾಗುವುದಿಲ್ಲ. ಅನ್ವೇಷಕನು ಟಿಪ್ಪಣಿಗಳನ್ನು ತೆಗೆದುಕೊಳ್ಳಬೇಕು ಮತ್ತು ಕಾಲಕಾಲಕ್ಕೆ ಟಿಪ್ಪಣಿ ಪುಸ್ತಕವನ್ನು ಪರಿಶೀಲಿಸಬೇಕು. ನಾವು ಟಿಪ್ಪಣಿಗಳನ್ನು ಇರಿಸಿಕೊಂಡರೆ ನಾವು ಅಧಿಕಾರಯುತ ಮೂಲಗಳಿಂದ ಏನನ್ನು ಕೇಳಿದ್ದೇವೆಯೋ ಅದರೊಂದಿಗೆ ಕೆಲವು ಅನುಭವಗಳು ತಾಳೆಯಾಗುತ್ತವೆ. ಇವುಗಳಲ್ಲಿ ಕೆಲವು ಆಧ್ಯಾತ್ಮಿಕ ಬೆಳವಣಿಗೆಯ ಒಂದು ಮಾದರಿಯಾಗುತ್ತವೆ. ಟಿಪ್ಪಣಿಗಳಿಂದ ನಾವು ಭ್ರಮೆಯನ್ನು ಸಮಂಜಸವಾದ ಅತೀಂದ್ರಿಯ ಅನುಭವದಿಂದ ಪ್ರತ್ಯೇಕಿಸಬಹುದು.

ಒಂದು ವಿದೇಶಿ ದೇಶದ ಬಗ್ಗೆ ಕೇಳುವುದು ಒಂದು ವಿಷಯವಾಗಿದೆ, ಮತ್ತು ವಾಸ್ತವವಾಗಿ ಅಲ್ಲಿಗೆ ಹೋಗುವುದು ಸಂಪೂರ್ಣವಾಗಿ ಬೇರೆ ವಿಷಯವಾಗಿದೆ, ಏಕೆಂದರೆ ಯಾವಾಗಲೂ ನಾವು ಏನನ್ನು ಕಿವಿಯಿಂದ ಕೇಳುತ್ತೇವೆಯೋ ಅದು ಮನಸ್ಸನ್ನು ಪ್ರವೇಶಿಸಿದ ಕೂಡಲೇ ತಿರುಚಲ್ಪಟ್ಟಿರುತ್ತದೆ. ನಾವು ವಿದೇಶಿ ಸ್ಥಳಕ್ಕೆ ಪ್ರಯಾಣ ಮಾಡುವ ಮೂಲಕ ಮಾತ್ರ ತಿರುಚುವಿಕೆಗಳನ್ನು ಸರಿಪಡಿಸಬಹುದು. ಕೇಳಿಸಿಕೊಂಡ ಆದರೆ ಅನುಭವವನ್ನು ಪಡೆದಿಲ್ಲದ ಯಾರೋ ಒಬ್ಬರಿಂದ ಕೇಳಿಸಿಕೊಳ್ಳುವುದು ಇನ್ನೂ ಹೆಚ್ಚು ಕೆಟ್ಟದಾಗಿದೆ. ನಾವು ಕೇಳಿದ ಯಾರೋ ಒಬ್ಬರಿಂದ ಕೇಳಿಸಿಕೊಂಡಾಗ, ಕೇಳುಗ ಏನನ್ನು ಕೇಳಿಸಿಕೊಂಡನೋ ಅದರ ಅನುಭವವನ್ನು ಪಡೆದಿಲ್ಲದಿದ್ದರೆ ನಾವು ನಮ್ಮನ್ನು ಒಂದು ಅತ್ಯಂತ ದೋಷಯುಕ್ತ ಪ್ರಕ್ರಿಯೆಗೆ ಒಳಪಡಿಸುತ್ತೇವೆ. ಯೋಗ ವ್ಯವಸ್ಥೆಯು ಶಿಕ್ಷಕನು ಅನುಭವಿಯಾಗಿರಬೇಕೆಂದು ಆದೇಶಿಸುತ್ತದೆ.

ಯಾರಾದರೂ ಆಶ್ಚರ್ಯಪಡಬಹುದು, "ನಾನು ಹೇಗೆ ಒಬ್ಬ ಅನುಭಾವಿ ಯಾಗಬಹುದು? ನನಗೆ ಅಲೌಕಿಕ ಶಕ್ತಿಯ ಸಹಜ ಸಾಮರ್ಥ್ಯವಿಲ್ಲವಲ್ಲ."

ಸ್ವಯಂಗೆ ತನ್ನ ಬಗ್ಗೆ ಇರುವ ಮಾನಸಿಕ ಕಲ್ಪನೆಯನ್ನು ಅಥವಾ ಒಳ ಅರಿವನ್ನು ನಾವು ಸರಿಪಡಿಸಿದಾಗ ಮಾತ್ರ ಇದಕ್ಕೆ ಉತ್ತರವನ್ನು ನೀಡಬಹುದು. ಅತೀಂದ್ರಿಯ ಒಳನೋಟವು ಜೀವನದ ಅತೀಂದ್ರಿಯ ಕಡೆಗೆ ಅನ್ವಯಿಸಿದ ವೈಯಕ್ತಿಕ ಗಮನವಾಗಿದೆ. ಇದನ್ನು ಸತತವಾಗಿ ಹಾಗೂ ದಿನಂಪ್ರತಿ ಅನ್ವಯಿಸಬೇಕು. ಪ್ರತಿ ವ್ಯಕ್ತಿಯು ಗಮನವನ್ನು ಹೊಂದಿದ್ದಾನೆ. ಆದ್ದರಿಂದ ಸಮಸ್ಯೆ ಇರುವುದು ಗಮನವನ್ನು ಸೂಕ್ಷ್ಮ ಜೀವನಕ್ಕೆ ಹೇಗೆ ತಿರುಗಿಸುವುದು

ಎಂಬುದಾಗಿದೆ. ಕೆಲವರು ಅಭ್ಯಾಸ ಬಲದಿಂದ ಭೌತಿಕ ಅಸ್ತಿತ್ವದ ಮೇಲೆ ಆಗಲಿ ಅಥವಾ ಆಧ್ಯಾತ್ಮಿಕ ಜೀವನದ ಮೇಲೆ ಆಗಲಿ ಗಮನವನ್ನು ಕೇಂದ್ರೀಕರಿಸಿರುವುದಿಲ್ಲ. ಗಮನವನ್ನು ಕೇಂದ್ರೀಕರಿಸದೇ ಇರುವವರಲ್ಲಿ, ಕೆಲವರು ಆಧ್ಯಾತ್ಮಿಕ ಜೀವನಕ್ಕೆ ಮತ್ತು ಇತರರು ಭೌತಿಕ ಅಸ್ತಿತ್ವಕ್ಕೆ ಅಂಟಿಕೊಂಡಿರುತ್ತಾರೆ, ಆದರೆ ಇತರರು ಭೌತಿಕ ಕಡೆಯಲ್ಲಿ ಆಗಲಿ ಅಥವಾ ಆಧ್ಯಾತ್ಮಿಕ ಕಡೆಯಲ್ಲಿ ಆಗಲಿ ಆಸಕ್ತಿ ಇಲ್ಲದೆ ಎರಡಕ್ಕೂ ಉದಾಸೀನರಾಗಿರುತ್ತಾರೆ. ಇಲ್ಲಿ ಸಮಾನ ಅಂಶವು ಗಮನವಾಗಿದೆ. ಪ್ರತಿ ವ್ಯಕ್ತಿಯು ಗಮನವನ್ನು ಹೊಂದಿದ್ದಾನೆ.

ನಾವು ನಮ್ಮ ಸ್ವಭಾವ ಸಹಜವಾದ ಸ್ಥಿತಿಯನ್ನು ಅರಿತುಕೊಳ್ಳಬೇಕು. ನಾನು ಯಾವ ತರಹದ ವ್ಯಕ್ತಿ? ನಾನು ಸಾಮಾನ್ಯವಾಗಿ ನನ್ನ ಗಮನವನ್ನು ಹೇಗೆ ಬಳಸುತ್ತೇನೆ? ಗಮನವು ಅತೀಂದ್ರಿಯ ಒಳನೋಟವಾಗಿದೆ, ಅಥವಾ ಇದನ್ನು ಹೆಚ್ಚು ನಿಖರವಾಗಿ ಹೇಳಬೇಕೆಂದರೆ, ಗಮನವನ್ನು ಸತತವಾಗಿ ಹಾಗೂ ಅಭ್ಯಾಸದಂತೆ ಸೂಕ್ಷ್ಮದ ಕಡೆಗೆ ಅನ್ವಯಿಸಿದಾಗ ಇದನ್ನು ಅತೀಂದ್ರಿಯ ಒಳನೋಟವೆಂದು ಕರೆಯಲಾಗುತ್ತದೆ. ಗಮನವನ್ನು ಅವ್ಯವಸ್ಥಿತವಾಗಿ ಅನ್ವಯಿಸಿದರೆ ನಮಗೆ ಪರಿಣಾಮ ದೊರೆಯುತ್ತಿಲ್ಲ ವೆಂದೆನಿಸಿ ನಾವು ಎದೆಗುಂದುತ್ತೇವೆ ಮತ್ತು ನಿರಾಶೆಗೊಳ್ಳುತ್ತೇವೆ. ಆಧ್ಯಾತ್ಮಿಕ ಜೀವನವು ಬೆಳೆಸಿಕೊಳ್ಳಲು ಸಮಯ ತೆಗೆದುಕೊಳ್ಳುತ್ತದೆ. ಸಾಮಾನ್ಯವಾಗಿ ಅದನ್ನು ಇದ್ದಕ್ಕಿದ್ದಂತೆ ಸಾಧಿಸಲಾಗುವುದಿಲ್ಲ. ಒಬ್ಬ ವ್ಯಕ್ತಿಗೆ ತಾಳ್ಮೆ ಇಲ್ಲದಿದ್ದರೆ ಆತನು ಅತೀಂದ್ರಿಯ ಕಡೆಯನ್ನು ಬೆಳೆಸಿಕೊಳ್ಳುವುದಿಲ್ಲ. ಇಂದು ಯಾವನೋ ಒಬ್ಬನು ಅನುಭಾವಿಯಾಗಿದ್ದಾನೆ, ಏಕೆಂದರೆ ಆತನು ಹಿಂದಿನ ಜೀವನಗಳಲ್ಲಿ ಅಭ್ಯಾಸ ಮಾಡಿದ್ದಾನೆ ಮತ್ತು ಅತೀಂದ್ರಿಯ ಗಮನ ಕೇಂದ್ರೀಕರಣದ ಒಂದು ಮಾದರಿಯನ್ನು ಹೊಂದಿದ್ದಾನೆ (a pattern of mystic focus).

ಕಡಿಮೆಯೋ ಅಥವಾ ಯಾವುದೇ ಅತೀಂದ್ರಿಯ ಸ್ವಪ್ನದರ್ಶನವೋ (mystic vision) ಇಲ್ಲದವರು ಮತ್ತು ಅದನ್ನು ಹೊಂದಲು ಬಯಸುವವರು ಅದನ್ನು ಶ್ರಮವಹಿಸಿ ಬೆಳೆಸಿಕೊಂಡವರಿಂದ ಕಲಿತುಕೊಳ್ಳಬಹುದು. ದತ್ತಿಯ ವಿಧಾನ ಮೂಲಕ ನಾವು ಅದನ್ನು ಪಡೆದುಕೊಳ್ಳುವುದಿಲ್ಲ, ಏಕೆಂದರೆ ಸ್ವಭಾವತಃ ಅಸ್ವಾಭಾವಿಕವಾದುದನ್ನು ನಾವು ಬೆಳೆಸಿಕೊಳ್ಳಬೇಕು. ನಾವು ನ್ಯೂನತೆಗಳನ್ನು ಅರಿತುಕೊಳ್ಳಬೇಕಾಗುತ್ತದೆ ಮತ್ತು ಪ್ರಾಮಾಣಿಕವಾದ ಹಾಗೂ ಸರಿಯಾದ ಪ್ರಯತ್ನದಿಂದ ವಿಸ್ತರಿತ ಕಾಲಾವಧಿಯಲ್ಲಿ ಕ್ರಮೇಣವಾಗಿ ಬದಲಾಗಲು ಕ್ರಮಗಳನ್ನು ತೆಗೆದುಕೊಳ್ಳಬೇಕಾಗುತ್ತದೆ. ಉದಾಹರಣೆಗೆ, ನನಗೆ ದಿಕ್ಕು-ದೆಸೆ ಇಲ್ಲದ ಜೀವನವು ಅಭ್ಯಾಸವಾಗಿದ್ದರೆ, ಕಾಲಾವಧಿಯಲ್ಲಿ ಇದನ್ನು ಬದಲಾಯಿಸಿಕೊಳ್ಳಬಹುದಾದ ಒಂದು ಶಿಸ್ತನ್ನು ನಾನು ಬಳಸಬೇಕಾಗುತ್ತದೆ. ಫಲಿತಾಂಶಗಳನ್ನು ಪಡೆಯಲು ನಾನು ಸತತವಾಗಿ, ಸಂಪೂರ್ಣವಾಗಿ ಗಮನಕೊಟ್ಟು ಶ್ರಮಿಸಬೇಕಾಗುತ್ತದೆ. ನಾನು ತಾಳ್ಮೆಗೆಡಬಾರದು. ನಾನು ರಾತ್ರೋರಾತ್ರಿ ಯಶಸ್ಸನ್ನು ಪಡೆಯಬಹುದೆಂದು ಯೋಚಿಸಬಾರದು.

ಅತೀಂದ್ರಿಯ ಒಳನೋಟದ ಹುಟ್ಟು ಸಾಮರ್ಥ್ಯವು ಅಸ್ತಿತ್ವದ ಅತೀಂದ್ರಿಯದೆಡೆಗೆ ಗಮನವನ್ನು ಅನ್ವಯಿಸುವುದರಿಂದ ಬರುತ್ತದೆ. ಇದರರ್ಥ, ನಾವು ಲೌಕಿಕದಿಂದ ನಮ್ಮ ಗಮನವನ್ನು ಹಿಂತೆಗೆದುಕೊಳ್ಳಬೇಕು, ಅದನ್ನು ಸ್ಥಿರಗೊಳಿಸಬೇಕು, ಮತ್ತು ಏಕಾಗ್ರತೆಯ ವಿಧಾನದ ಮೂಲಕ ಅದನ್ನು ಹಿಡಿದಿಟ್ಟುಕೊಳ್ಳಬೇಕು, ತದನಂತರ ಅತೀಂದ್ರಿಯದೆಡೆಗೆ ಅದನ್ನು ಅನ್ವಯಿಸಬೇಕು. ಅದನ್ನು ಮೊದಲು ಅನ್ವಯಿಸಿದಾಗ ನಮಗೆ ಸ್ವಲ್ಪ ಅಥವಾ ಯಾವುದೇ ಫಲಿತಾಂಶಗಳು ದೊರಕುವುದಿಲ್ಲ. ಬದಲಿಗೆ, ಫಲಿತಾಂಶವನ್ನು ಗ್ರಹಿಸಲ್ಪಡುವ ಮೊದಲು, ನಾವು ಕೆಲವು ಸಮಯದವರೆಗೆ ಅಭ್ಯಾಸವನ್ನು ಮುಂದುವರಿಸಬೇಕಾಗುತ್ತದೆ. ಒಂದು ಬೀಜವನ್ನು ನೆಟ್ಟರೆ ಅದು ತತ್‌ಕ್ಷಣವೇ ಬೆಳೆಯುವುದಿಲ್ಲ. ಅದು ಸಮಯ ತೆಗೆದುಕೊಳ್ಳುತ್ತದೆ. ನಾವು

ಆತಂಕದಲ್ಲಿ ಪ್ರತಿ ಐದು ನಿಮಿಷವೂ ಅದನ್ನು ಅಗೆದು ಹೊರತೆಗೆದರೆ, ಅದು ಬೆಳೆಯುವುದಿಲ್ಲ.

ವಿಧಿ

ನಾವು ತಾಳ್ಮೆಯಿಂದಿರಬೇಕಾಗುತ್ತದೆ ಮತ್ತು ವಿಧಿಲಿಖಿತವು ನಮ್ಮ ವಿರುದ್ಧ ಕೆಲಸ ಮಾಡಿದಾಗಲೂ ಕೂಡ ನಾವು ವಿಧಿಯೊಂದಿಗೆ ಹೇಗೆ ಸಹಕರಿಸಬೇಕು ಎಂಬುದನ್ನು ಕಲಿತುಕೊಳ್ಳಬೇಕಾಗುತ್ತದೆ. ನಾವು ರಾತ್ರೋರಾತ್ರಿ ಆಧ್ಯಾತ್ಮಿಕವಾಗಿ ಯಶಸ್ವಿಯಾಗಲು ಬಯಸಿದರೂ ಕೂಡ ವಿಧಿಯು ಆಕ್ಷೇಪಿಸಬಹುದು. ವಿಧಿಯು ನಮಗಿಂತ ಮಹತ್ತರವಾದುದು ಎಂಬುದನ್ನು ನಾವು ಅರಿತುಕೊಳ್ಳಬೇಕಾಗುತ್ತದೆ. ವಿಧಿಯಿಂದ ವಿನ್ಯಾಸಗೊಳಿಸಲಾಗಿರುವ ಜೀವನದ ಮಾದರಿಯನ್ನು ನಾವು ಅಧ್ಯಯನ ಮಾಡಬೇಕಾಗುತ್ತದೆ. ಎಲ್ಲಾ ಬಿಡುವಿನ ವೇಳೆಯನ್ನು ಆಧ್ಯಾತ್ಮಿಕದ ಕಡೆಯನ್ನು ಬೆಳೆಸಿಕೊಳ್ಳಲು ಬಳಸುತ್ತಾ, ನಾವು ವಿಧಿಯೊಂದಿಗೆ ಜೊತೆಗೂಡಿ ಕೆಲಸ ಮಾಡಬೇಕಾಗುತ್ತದೆ.

ವಿಧಿಯು ತನ್ನ ಅಧೀನದಲ್ಲಿ ನಮ್ಮನ್ನು ಇರಿಸಿಕೊಳ್ಳುತ್ತದೆ, ಏಕೆಂದರೆ ನಾವು ನಿರಂಕುಶರಲ್ಲ. ಅದು ಆಗಾಗ ತನ್ನ ಕಾಠಿಣ್ಯವನ್ನು ತಗ್ಗಿಸುತ್ತದೆ, ತದನಂತರ ನಾವು ತ್ವರಿತವಾಗಿ ಮುನ್ನಡೆಯಬಹುದು. ಅನುಮತಿಸಿದಾಗ ಸಂಪೂರ್ಣ ಅವಕಾಶವನ್ನು ಉಪಯೋಗಿಸಿಕೊಳ್ಳಲು ನಾವು ಎಚ್ಚರಿಕೆಯಿಂದಿರಬೇಕು.

ವಿಧಿಯು ನಾವು ನಿತ್ಯಜೀವನದ ಜವಾಬ್ದಾರಿಗಳನ್ನು ನಿಭಾಯಿಸಬೇಕೆಂದು ಆಗ್ರಹಿಸುತ್ತದೆ. ನಾವು ವಿಧಿಯೊಂದಿಗೆ ಸಹಕರಿಸಬೇಕಾಗುತ್ತದೆ, ಇಲ್ಲದಿದ್ದರೆ ಅದು ನಮ್ಮ ಮೇಲೆ ಒತ್ತಡವನ್ನು ಹೇರುತ್ತದೆ. ವಿಧಿಯು ಒಬ್ಬ ಜಿಪುಣ ಉದ್ಯೋಗದಾತನಂತೆ ಮೇಲುಗೈಯನ್ನು ಹೊಂದಿದೆ, ಆದ್ದರಿಂದ ನಾವು ಅದನ್ನು ಅರಿತುಕೊಳ್ಳಬೇಕಾಗುತ್ತದೆ, ಮತ್ತು ಒಬ್ಬ ಜಿಪುಣ ಮೇಲ್ವಿಚಾರಕನನ್ನು ಹೇಗೆ ಮೆಚ್ಚಿಸಬೇಕು ಎಂಬುದನ್ನು ಕಲಿತುಕೊಳ್ಳಲು ಸಿದ್ಧರಿರುವ ನೌಕರರಂತೆ ಅದರೊಂದಿಗೆ ಸಹಕಾರದಿಂದ ನಡೆದುಕೊಳ್ಳಬೇಕಾಗುತ್ತದೆ. ಆದರೂ, ಅದು ಎಷ್ಟೇ ಜಿಪುಣವಾಗಿದ್ದರೂ, ವಿಧಿಯು ನಮಗೆ ಆಗೊಮ್ಮೆ ಈಗೊಮ್ಮೆ ವಿರಮಿಸಲು ಅನುಮತಿಸುತ್ತದೆ. ಮತ್ತು ಅದು ಅನುಮತಿಸಿದಾಗಲೆಲ್ಲಾ, ನಾವು ಆಧ್ಯಾತ್ಮಿಕ ಜೀವನದಲ್ಲಿ ಕಷ್ಟಪಟ್ಟು, ಶ್ರದ್ಧೆಯಿಂದ ಶ್ರಮಿಸಬೇಕು.

ವಿಧಿಯು ನಾವು ಒಪ್ಪಿಕೊಳ್ಳುತ್ತೇವೆಯೋ ಇಲ್ಲವೋ ಎಂಬುದನ್ನು ಲೆಕ್ಕಿಸದೆ, ಅನಾನುಕೂಲತೆಗಳಿಗೆ ಅರ್ಹವಿದೆಯೋ ಇಲ್ಲವೋ ಎಂಬುದನ್ನು ಲೆಕ್ಕಿಸದೆ, ಮತ್ತು ನಾವು ಗತಕಾಲದ ಚಟುವಟಿಕೆಗಳನ್ನು ನೆನಪಿಸಿಕೊಳ್ಳಬಹುದೋ ಇಲ್ಲವೋ ಎಂಬುದನ್ನು ಲೆಕ್ಕಿಸದೆ ನಾವು ಗತಕಾಲದ ಕೃತ್ಯಗಳಿಗಾಗಿ ಪ್ರತಿಕೂಲವಾದ ಪ್ರತಿಕ್ರಿಯೆಗಳನ್ನು ಅನುಭವಿಸಬೇಕೆಂದು ಆಗ್ರಹಿಸುತ್ತದೆ.

ನಾವು ಪದೇ ಪದೇ ವಿಧಿಯೊಂದಿಗೆ ಕಾದಾಡಿದರೆ ಆಧ್ಯಾತ್ಮಿಕ ಜೀವನವನ್ನು ಸಾಧಿಸಲಾಗುವುದಿಲ್ಲ. ಅದನ್ನು ಅನಿರ್ದಿಷ್ಟ ಕಾಲಾವಧಿಯವರೆಗೆ ತಡೆಹಿಡಿಯಲಾಗುತ್ತದೆ. ವಿಧಿಯು ನಾವು ಕಲ್ಪಿಸಿಕೊಳ್ಳಬಹುದಾದಕ್ಕಿಂತ ಹೆಚ್ಚು ಶಕ್ತಿಯನ್ನು ಹೊಂದಿದೆ. ವಿಧಿಯ ಬೇಡಿಕೆಗಳಿಗೆ ಹಾಗೂ ನಾವು ಪೂರೈಸಿಕೊಳ್ಳಬೇಕಿರುವ ನಮ್ಮ ಆಧ್ಯಾತ್ಮಿಕ ಅಗತ್ಯಗಳಿಗೆ ಎರಡಕ್ಕೂ ನಾವು ಸಮತೋಲನವನ್ನು ಕಂಡುಕೊಳ್ಳಬೇಕಾಗುತ್ತದೆ.

ತೂಕಡಿಕೆಯು ಸಮಯಕ್ಕೆ ಸಂಬಂಧಪಟ್ಟಿದೆ. ಸಮಯವು ನಮ್ಮನ್ನು ಥಟ್ಟನೆ ಸೆಳೆದುಕೊಂಡು ಅಲ್ಲಿ ಇಲ್ಲಿ ಇರಿಸುವ ವಿಧಿಯ ಉಪಕರಣವಾಗಿದೆ. ಆಧ್ಯಾತ್ಮಿಕ ಜೀವನದಲ್ಲಿ

ಸಮಯದ ಸಮರ್ಥ ಬಳಕೆಯು ಅತ್ಯಗತ್ಯ. ವಿಧಿಯು ಈಗಾಗಲೇ ಎಷ್ಟೋಂದು ಸಮಯವನ್ನು ಕಿತ್ತುಕೊಂಡಿದೆ. ಸ್ವಲ್ಪ ಉಳಿದಿರುವುದನ್ನು ಆಧ್ಯಾತ್ಮಿಕ ಜೀವನಕ್ಕೆ ಬಳಸಿಕೊಳ್ಳಬೇಕು. ನಾವು ಸಮರ್ಥವಾಗಿ ಬಿಡುವಿನ ಸಮಯವನ್ನು ಬಳಸಿಕೊಳ್ಳಬೇಕು. ಹೆಚ್ಚು ಸಮಯವನ್ನು ನಿತ್ಯಜೀವನದ ಅಗತ್ಯಗಳಿಗೆ ತೆಗೆದುಕೊಳ್ಳಲಾಗುತ್ತದೆ. ನಾವು ಸಮಯವನ್ನು ಉಳಿಸಿ ಸರಿಯಾಗಿ ಬಳಸಿಕೊಳ್ಳಬೇಕು.

ನಾವು ಉದಾಹರಣೆಗೆ ಒಂದು ಮಗುವಿನ ರೂಪವನ್ನು ಪಡೆಯುವ ವಿಷಯವನ್ನು ತೆಗೆದುಕೊಳ್ಳೋಣ. ಈ ಹಳೆಯ ದೇಹದಿಂದ ನಿಧನ ಹೊಂದಿದ ಕೂಡಲೇ ನಾನು ಒಂದು ಮಗುವಿನ ರೂಪವನ್ನು ಪಡೆದರೂ ಕೂಡ, ಆಗಲೂ ನಾನು ಮೂಲ ವ್ಯಾಕರಣವನ್ನು ಹಾಗೂ ಗಣಿತವನ್ನು ಕಲಿಯುತ್ತಾ ಶಾಲೆಗಳಲ್ಲಿ ಅನೇಕ ವರ್ಷಗಳನ್ನು ಕಳೆಯುತ್ತೇನೆ. ನಾನು ಹಿಂದಿನ ಜೀವನದಿಂದ ಮರೆತುಹೋದ ವ್ಯಾಸಂಗದ ವಿಷಯಗಳನ್ನು ಕಲಿಯುತ್ತಾ, ಎಷ್ಟೋಂದು ಸಮಯವನ್ನು ಕೇವಲ ಶಿಕ್ಷಣ ಪಡೆಯುವುದಕ್ಕಾಗಿ ಬಳಸಿಕೊಳ್ಳಲಾಗುತ್ತದೆ. ಅನಂತರ ನಾನು ಲೈಂಗಿಕ ಅಂಗಗಳ ಉದ್ದೇಶವನ್ನು ಅರಿತುಕೊಳ್ಳುವಲ್ಲಿ ಹೆಚ್ಚು ಸಮಯವನ್ನು ವ್ಯರ್ಥ ಮಾಡುತ್ತೇನೆ.

ಎಷ್ಟೋಂದು ಸಮಯವನ್ನು ಅಜ್ಞಾನದಲ್ಲಿ ನಿದ್ರಿಸುವುದರಲ್ಲಿ ಕಳೆಯಲಾಗುತ್ತದೆ. ನಿದ್ರೆ ಅಗತ್ಯ, ಆದರೆ ಅತಿಯಾದ ನಿದ್ರೆಯ ಬಗ್ಗೆ ಏನಂತೀರಿ? ವಾಸ್ತವವಾಗಿ, ಅತಿಯಾದ ನಿದ್ರೆ ಎಂದರೆ ನಿಖರವಾಗಿ ಏನು? ಯಾವುದು ಅತಿ ಮತ್ತು ಯಾವುದು ಸಾಕಷ್ಟು ಎಂದು ನಾವು ಹೇಗೆ ಹೇಳಬಹುದು? ಭಾರತದಿಂದ ಒಬ್ಬ ಶಿಕ್ಷಕರು ದಿನಕ್ಕೆ ಆರು ಗಂಟೆಗಳು ಸಾಕಾಗುತ್ತವೆ ಎಂದು ಹೇಳಿದರು. ಒಬ್ಬ ವೈದ್ಯರು ಎಂಟು ಗಂಟೆಗಳು ಸಾಕಾಗುತ್ತವೆ ಎಂದು ಹೇಳಿದರು. ಯಾರು ಸರಿ?

ತೂಕಡಿಕೆ

ತೂಕಡಿಕೆಯು ಧ್ಯಾನದ ಅಭ್ಯಾಸದಲ್ಲಿ ಒಂದು ಚಿಂತೆಯಾಗಿದೆ. ಸಾಕಷ್ಟು ವಿಶ್ರಾಂತಿಯನ್ನು ತೆಗೆದುಕೊಂಡ ನಂತರವೂ ತೂಕಡಿಕೆ ಆಧ್ಯಾತ್ಮಿಕ ಜೀವನದಲ್ಲಿ ಒಂದು ಸಮಸ್ಯೆಯಾಗಿದೆ. ನಾನು ಹತ್ತು ಗಂಟೆಗಳ ಕಾಲ ನಿದ್ರಿಸುತ್ತೇನೆಂದು ಭಾವಿಸಿಕೊಳ್ಳಿ, ಆದರೂ ನಾನು ತೂಕಡಿಸುತ್ತೇನೆ. ಕಾರಣವೇನು? ನಾನು ಸಾಕಷ್ಟು ನಿದ್ರೆಯನ್ನು ಮಾಡಿದ್ದೇನೆ, ಆದರೂ ನನ್ನ ಮನಸ್ಸು ಬಳಲಿದಂತೆ ತೋರುತ್ತದೆ. ನಾನು ಎಚ್ಚರವಾಗಿರಲು ಪ್ರಯತ್ನಿಸುತ್ತೇನೆ, ಆದರೆ ನಿದ್ರೆಯು ನನ್ನನ್ನು ಪ್ರಜ್ಞೆಯಿಲ್ಲದ ಸ್ಥಿತಿಗೆ ಎಳೆಯುತ್ತದೆ. ನಿದ್ರೆಯ ಪ್ರಕ್ರಿಯೆ ಏನು? ಯಾವುದು ನನ್ನನ್ನು ಎಳೆಯುತ್ತದೆ? ಯಾವ ಶಕ್ತಿಯು ಕಣ್ಣಿನ ರೆಪ್ಪೆಗಳನ್ನು ಮುಚ್ಚುತ್ತದೆ? ಯಾವ ಶಕ್ತಿಯು ಮೆದುಳನ್ನು ಅಷ್ಟು ಭಾರೀ ಎನಿಸುವಂತೆ ಮಾಡುತ್ತದೆ?

ತೂಕಡಿಕೆಗೆ ವಿರುದ್ಧವಾಗಿ ವಿಪರೀತವಾದ ಎಚ್ಚರಿಕೆ ಇದೆ. ಕೆಲವೊಮ್ಮೆ ನಾನು ನಿದ್ರಿಸಬೇಕೆಂದು ಬಯಸಿದರೂ ಕೂಡ ನಾನು ವಿಶ್ರಮಿಸಿಕೊಳ್ಳಲು ಆಗುವುದಿಲ್ಲ. ಅದು ನಿದ್ರಿಸುವುದಕ್ಕೆ ಸಮಯ, ಆದರೆ ನಾನು ಎಚ್ಚರವಾಗಿರುತ್ತೇನೆ. ಕಣ್ಣಿನ ರೆಪ್ಪೆಗಳು ಭಾರೀ ಎನಿಸುವುದಿಲ್ಲ. ಮೆದುಳು ಹಗುರ ಹಾಗೂ ಹಾಯಾಗಿರುವಂತೆ ಎನಿಸುತ್ತದೆ. ಮನಸ್ಸು ಆಲೋಚಿಸುತ್ತದೆ. ನನಗೆ ನಿದ್ರೆಗೆ ಜಾರಲು ಆಗುವುದೇ ಇಲ್ಲ. ತೂಕಡಿಕೆಯಲ್ಲಿ ಹಾಗೂ ವಿಪರೀತ ಜಾಗರೂಕತೆಯಲ್ಲಿ ಒಳಗೊಂಡಿರುವುದು ಅದೇ ಶಕ್ತಿಯಾಗಿದೆಯೇ?

ಇಂದ್ರಿಯಗಳ ಶಕ್ತಿಯನ್ನು ಹಿಂತೆಗೆದುಕೊಳ್ಳುವುದು

ಯೋಗ ವ್ಯವಸ್ಥೆಯಲ್ಲಿ ಇಂದ್ರಿಯಗಳ ಶಕ್ತಿಯನ್ನು ಹಿಂತೆಗೆದುಕೊಳ್ಳುವುದನ್ನು (ಅಥವಾ ಒಳಕ್ಕೆಳೆದುಕೊಳ್ಳುವುದನ್ನು) ಪ್ರತ್ಯಾಹಾರ ಎಂದು ಕರೆಯಲಾಗುತ್ತದೆ. ಈ ಪ್ರತ್ಯಾಹಾರವು ಧ್ಯಾನಸ್ಥ ಗಮನ ಕೇಂದ್ರೀಕರಣವೂ ಅಲ್ಲ ಅಥವಾ ತನ್ಮಯತೆಯೂ ಅಲ್ಲ. ಇದು ಇಂದ್ರಿಯಗಳ ಇಚ್ಛಾಪೂರ್ವಕಯು ತಾತ್ಕಾಲಿಕವಾಗಿ ನಿಲ್ಲುವ ಹಿಂತೆಗೆದುಕೊಳ್ಳುವಿಕೆಯಾಗಿದೆ. ನಾವು ನಮ್ಮ ಸ್ವಭಾವವನ್ನು ಪರಿಶೀಲಿಸಿದರೆ, ನಾವು ಪ್ರತಿದಿನವು ಹಿಂತೆಗೆದುಕೊಳ್ಳುವುದರ ಕನಿಷ್ಠ ಒಂದು ಹಂತದ ಮೂಲಕ ಹಾದುಹೋಗುತ್ತೇವೆ ಎಂಬುದನ್ನು ನಾವು ಗಮನಿಸಬಹುದು. ಈ ಹಂತವು ನಾವು ನಿದ್ರೆಯ ಸ್ಥಿತಿಯನ್ನು ಪ್ರವೇಶಿಸುವ ಒಂದು ಕ್ಷಣದ ಮುಂಚೆ ಸಂಭವಿಸುತ್ತದೆ. ಮಲಗುವ ಮೊದಲು ಒಬ್ಬ ವ್ಯಕ್ತಿಯು ಬಾಹ್ಯ ಪ್ರಪಂಚದಿಂದ ಬಲವಂತವಾಗಿ ಸೆಳೆದುಕೊಳ್ಳಲ್ಪಡುವ ಒಂದು ಹಂತವನ್ನು ಅನುಭವಿಸುತ್ತಾನೆ. ಇದಕ್ಕೆ ವಿರುದ್ಧವಾಗಿ ಎಚ್ಚರಗೊಳ್ಳುವಾಗ ತನ್ನನ್ನು ಸ್ವಯಂಪ್ರೇರಣೆಯಿಂದ ಅಥವಾ ಬಲವಂತವಾಗಿ ನಿದ್ರೆಯ ಕೋಣೆಯಿಂದ ಎಚ್ಚರದ ಜಗತ್ತಿನೊಳಗೆ ತಳ್ಳಲಾಗುತ್ತದೆ ಎಂಬುದನ್ನು ಆತನು ಕಂಡುಕೊಳ್ಳುತ್ತಾನೆ. ಎಚ್ಚರದ ಜಗತ್ತಿನಲ್ಲಿ, ಶಕ್ತಿಯನ್ನು ಸ್ಥೂಲ ಇಂದ್ರಿಯಗಳ ಮೂಲಕ ವ್ಯಯ ಮಾಡಲಾಗುತ್ತದೆ. ನಿದ್ರೆಯ ಜಗತ್ತಿನಲ್ಲಿ, ಶಕ್ತಿಯನ್ನು ಸ್ಥೂಲ ಗ್ರಹಿಕೆಯಿಂದ ಸಂರಕ್ಷಿಸಲಾಗುತ್ತದೆ, ಮತ್ತು ಸೂಕ್ಷ್ಮ ಇಂದ್ರಿಯಗಳು ವಿವಿಧ ಪ್ರಮಾಣಗಳಲ್ಲಿ ಕ್ರಿಯಾಶೀಲವಾಗಿರುವ ಕನಸಿನ ಜಗತ್ತಿನಲ್ಲಿ ಅದನ್ನು ವಿನಿಯೋಗಿಸಲಾಗುತ್ತದೆ.

ನಾವು ಅನುಭಾವಿಗಳಾಗಲು ಬಯಸಿದರೆ, ನಾವು ಅತೀಂದ್ರಿಯ ಗ್ರಹಿಕೆಯಲ್ಲಿ ಹೆಚ್ಚಳವನ್ನು ಬಯಸಿದರೆ, ನಾವು ಆಧ್ಯಾತ್ಮಿಕ ಅನುಭವಗಳನ್ನು ಪಡೆಯಲು ಬಯಸಿದರೆ, ನಾವು ಭೌತಿಕ ಇಂದ್ರಿಯಗಳ ಶಕ್ತಿಯನ್ನು ಸಂರಕ್ಷಿಸಿಕೊಳ್ಳಬೇಕು. ಸ್ಥೂಲ ಇಂದ್ರಿಯಗಳ ಮೂಲಕ ಶಕ್ತಿಯು ವಿಪರೀತ ಬರಿದಾಗುತ್ತಿರುವವರೆಗೆ ನಾವು ಅತೀಂದ್ರಿಯ ವಾಸ್ತವತೆಗಳ ಮೇಲೆ ಗಮನ ಕೇಂದ್ರೀಕರಿಸಲು ಸಾಧ್ಯವಾಗುವುದಿಲ್ಲ.

ಪ್ರತ್ಯಾಹಾರವೆಂದರೆ ಇಂದ್ರಿಯಗಳ ಶಕ್ತಿಯನ್ನು ಹಿಂತೆಗೆದುಕೊಳ್ಳುವುದು (ಅಥವಾ ಒಳಕ್ಕೆಳೆದುಕೊಳ್ಳುವುದು), ಮತ್ತು ಆ ಶಕ್ತಿಯನ್ನು ಹೇಗೆ ವಿತರಿಸಲಾಗುತ್ತದೆ ಹಾಗೂ ವಿವಿಧ ಇಂದ್ರಿಯಗಳಿಂದ ಹೇಗೆ ಬಳಸಲಾಗುತ್ತದೆ ಎಂಬುದನ್ನು ಕಂಡುಹಿಡಿಯುವುದು ಎಂದರ್ಥ. ನಮಗೆ ತೂಕಡಿಕೆ ಬಂದಾಗ, ನಮ್ಮ ಶಕ್ತಿಗಳನ್ನು ಒಂದು ನಿರ್ದಿಷ್ಟ ರೀತಿಯಲ್ಲಿ ಸೂಕ್ಷ್ಮ ಶರೀರದೊಳಗೆ ಹಿಂತೆಗೆದುಕೊಳ್ಳಲಾಗುತ್ತದೆ. ತೂಕಡಿಸುವಾಗ ನಾವು ವಸ್ತುನಿಷ್ಠತೆಯನ್ನು ಕಳೆದುಕೊಳ್ಳುತ್ತೇವೆ ಮತ್ತು ನಮಗೆ ಪ್ರಜ್ಞೆಯ ಬದಲಾವಣೆಯನ್ನು ವೀಕ್ಷಿಸಲು ಸಾಧ್ಯವಾಗುವುದಿಲ್ಲ.

ನಾವು ವಿದ್ಯುತ್ ಶಕ್ತಿಯ ಉದಾಹರಣೆಯನ್ನು ತೆಗೆದುಕೊಳ್ಳೋಣ. ಒಂದು ಸ್ವಿಚ್ಚನ್ನು ಮುಚ್ಚಲ್ಪಟ್ಟಾಗ ಒಂದು ರೇಡಿಯೋ ಧ್ವನಿಯನ್ನು ಉತ್ಪಾದಿಸುತ್ತದೆ. ಸ್ವಿಚ್ಚನ್ನು ತೆರೆಯಲ್ಪಟ್ಟ ಕೂಡಲೇ ರೇಡಿಯೋ ನಿಶ್ಶಬ್ದವಾಗುತ್ತದೆ. ನಮಗೆ ವಿದ್ಯುತ್ ಸರ್ಕ್ಯೂಟ್‌ಗಳ ಬಗ್ಗೆ ಯಾವುದೇ ಜ್ಞಾನವಿಲ್ಲದಿದ್ದರೆ, ಅದು ಒಂದು ರಹಸ್ಯವಾಗುತ್ತದೆ. ನಮಗೆ ಒಬ್ಬ ತಂತ್ರಜ್ಞನಿಂದ ಒಂದಷ್ಟು ಜ್ಞಾನವು ದೊರಕಿದರೆ, ಸ್ವಿಚ್ಚನ್ನು ತೆರೆಯಲ್ಪಟ್ಟಾಗ ವಿದ್ಯುತ್ತನ್ನು ಹೇಗೆ ಹಿಂತೆಗೆದುಕೊಳ್ಳಲಾಗುತ್ತದೆ ಎಂಬುದನ್ನು ನಾವು ಅರ್ಥ ಮಾಡಿಕೊಳ್ಳಲು ಪ್ರಾರಂಭಿಸಬಹುದು.

ಇಂದ್ರಿಯಗಳಿಂದ ಗಮನವನ್ನು ಉದ್ದೇಶಪೂರ್ವಕವಾಗಿ ಹಿಂತೆಗೆದುಕೊಳ್ಳುವುದು, ಪ್ರತ್ಯಾಹಾರ, ಇಂದ್ರಿಯಗಳ ಶಕ್ತಿಯ ನಿಗ್ರಹವಾಗಿದೆ. ಇದು ಇಂದ್ರಿಯಗಳ ಶಕ್ತಿಯ ಸಂರಕ್ಷಣೆಯಾಗಿದೆ. ಇದು ಧ್ಯಾನದ ಪ್ರಕ್ರಿಯೆಯಲ್ಲಿ ಆರಂಭವಾಗಿದೆ. ಮಲಗುವ ಅಥವಾ

ತೂಕಡಿಕೆಯ ಸಮಯದಲ್ಲಿ, ಗಮನವನ್ನು ಉದ್ದೇಶರಹಿತವಾಗಿ ಹಿಂತೆಗೆದುಕೊಳ್ಳಲಾಗುತ್ತದೆ. ಅದನ್ನು ಉದ್ದೇಶಪೂರ್ವಕವಾಗಿ ಹೇಗೆ ಹಿಂತೆಗೆದುಕೊಳ್ಳಬೇಕು ಎಂಬುದನ್ನು ಒಬ್ಬ ವ್ಯಕ್ತಿಯು ಕಲಿತುಕೊಳ್ಳಬೇಕು. ಮೊದಲನೆಯದಾಗಿ, ಈ ವಿಷಯದ ಮೇಲೆ ಬರೆಯಲಾಗಿರುವ ಅನೇಕ ಯೋಗ ಪುಸ್ತಕಗಳಿವೆ, ಮತ್ತು ಈಗ ವಿಜ್ಞಾನವು ಮೆದುಳಿನ ಸಂಶೋಧನೆಯ ಮೇಲೆ ಆಧರಿಸಿದ ಸಿದ್ಧಾಂತಗಳನ್ನು ಬಹಿರಂಗಪಡಿಸುತ್ತದೆ. ನಮ್ಮನ್ನು ತೂಕಡಿಕೆಯೊಳಗೆ ಹೇಗೆ ಎಳೆಯಲಾಗುತ್ತದೆ ಎಂಬುದನ್ನು ಪದೇ ಪದೇ ಗಮನಿಸುವುದರ ಮೂಲಕ ನಾವು ನಿದ್ರೆಯು ಹೇಗೆ ಕಾರ್ಯ ನಡೆಸುತ್ತದೆ ಎಂಬುದನ್ನು ಅರಿಯಬೇಕು.

ನಾವು ಪ್ರತಿ ರಾತ್ರಿ ನಿದ್ರಿಸುತ್ತೇವೆ, ಆದರೂ ನಮಗೆ ಪ್ರಕ್ರಿಯೆಯನ್ನು ಅರ್ಥಮಾಡಿಕೊಳ್ಳಲಾಗಿಲ್ಲ, ಏಕೆಂದರೆ ನಾವು ನಿದ್ರೆಗೆ ಜಾರುತ್ತಿದ್ದಂತೆ ಅರಿವನ್ನು ಕಳೆದುಕೊಳ್ಳುತ್ತೇವೆ. ನಾವು ವಸ್ತುನಿಷ್ಠತೆಯನ್ನು ಕಳೆದುಕೊಳ್ಳುತ್ತೇವೆ. ನಾವು ನಮ್ಮ ಮೇಲೆ ಹೇಗೆ ಪರಿಣಾಮ ಉಂಟಾಗುತ್ತದೆ ಎಂಬುದನ್ನು ಗಮನಿಸುವ ಸಾಮರ್ಥ್ಯವನ್ನು ಕಳೆದುಕೊಳ್ಳುತ್ತೇವೆ. ಯಾರಾದರೂ ನಿಮ್ಮನ್ನು ಹಿಂದಿನಿಂದ ಮುಟ್ಟಿದರೆ, ನೀವು ಹಿಂದಕ್ಕೆ ತಿರುಗದ ಹೊರತು ಅಥವಾ ವ್ಯಕ್ತಿಯು ಆತನ ಅಥವಾ ಆಕೆಯ ಗುರುತಿನ ಕೆಲವು ಸೂಚನೆಗಳನ್ನು ನಿಮಗೆ ನೀಡದ ಹೊರತು ನೀವು ವ್ಯಕ್ತಿಯನ್ನು ನೋಡಲಾಗುವುದಿಲ್ಲ. ನಾವು ತೂಕಡಿಕೆಯ ಸ್ಥಿತಿಯೊಳಗೆ ಹೋದಾಗ, ನಮ್ಮನ್ನು ಯಾವುದೋ ಶಕ್ತಿಯು ಬಾಯಿಕಟ್ಟಿ, ಕಣ್ಣುಕಟ್ಟಿ, ಅಶಕ್ತನನ್ನಾಗಿ ಮಾಡಿ, ಹಿಂದಿನಿಂದ ಕೆಳಕ್ಕೆ ಎಳೆಯುತ್ತಿದೆ ಎಂಬಂತೆ ಇರುತ್ತದೆ. ಯಾವ ಶಕ್ತಿಯು ನಮ್ಮ ಮೇಲೆ ಪರಿಣಾಮ ಬೀರುತ್ತಿದೆ ಎಂಬುದನ್ನು ನಿರ್ಧರಿಸಲು ಸಾಧ್ಯವಿಲ್ಲದಂತಹ ರೀತಿಯಲ್ಲಿ ನಮ್ಮನ್ನು ಹಿಡಿದುಕೊಳ್ಳಲಾಗುತ್ತದೆ. ನಾವು ಇಂದ್ರಿಯಗಳ ಶಕ್ತಿಯನ್ನು ಹಿಂತೆಗೆದುಕೊಳ್ಳುವ ಮೂಲಕ ತೂಕಡಿಕೆಯ ಪ್ರಕ್ರಿಯೆಯನ್ನು ಅರಿಯಬಹುದು.

ಗಮನಕೊಡುವ ಶಕ್ತಿಗಳ ಸಂರಕ್ಷಣೆಯಲ್ಲಿ, ಇಂದ್ರಿಯಗಳ ಶಕ್ತಿಯ ಹಿಂತೆಗೆದುಕೊಳ್ಳುವಿಕೆಯು ಮುಖ್ಯ. ನಾವು ಅಪವ್ಯಯವನ್ನು ಕಡಿತಗೊಳಿಸಿ ಶಕ್ತಿಯನ್ನು ಹಿಂತೆಗೆದುಕೊಳ್ಳದಿದ್ದರೆ, ನಾವು ಆಧ್ಯಾತ್ಮಿಕ ಅನುಭವಗಳಿಲ್ಲದೆ ಉಳಿಯುತ್ತೇವೆ.

ತೂಕಡಿಕೆ ಬಂದಾಗ ನಾವು ಹೇಗೆ ಕ್ರಮೇಣವಾಗಿ ಪ್ರಜ್ಞೆಯನ್ನು ಕಳೆದುಕೊಳ್ಳುತ್ತೇವೆ ಎಂಬುದನ್ನು ನಾವು ಪರಿಶೀಲಿಸಬೇಕು. ಮೊದಲು ಇಂದ್ರಿಯಗಳ ಮೂಲಕ ಉಕ್ಕೇರುವ ಶಕ್ತಿಯನ್ನು ಹಿಂದಕ್ಕೆಳೆದುಕೊಳ್ಳಲಾಗುತ್ತದೆ. ನಂತರ ಅದನ್ನು ಸಂಪೂರ್ಣವಾಗಿ ಕತ್ತರಿಸಿ ಹಾಕಲಾಗುತ್ತದೆ. ಎಚ್ಚರಗೊಳ್ಳುವಾಗ, ಇಂದ್ರಿಯಗಳನ್ನು ಪುನಶ್ಚೇತನಗೊಳಿಸಲು ಶಕ್ತಿಗಳನ್ನು ತ್ವರಿತವಾಗಿ ನಿರ್ದಿಷ್ಟ ಮಾರ್ಗಗಳ ಉದ್ದಕ್ಕೂ ಸಕ್ರಿಯಗೊಳಿಸಲಾಗುತ್ತದೆ. ಇದನ್ನು ಹೇಗೆ ಮಾಡಲಾಗುತ್ತದೆ?

ಕಣ್ಣುಗುಡ್ಡೆ ಯಂತಹ ಒಂದು ನಿರ್ದಿಷ್ಟ ಜ್ಞಾನೇಂದ್ರಿಯವು ಒಂದು ಯಂತ್ರೋಪಸಾಧನವಿದ್ದಂತೆ, ಒಂದು ಬೆಳಕಿನ ಬಲ್ಬ್ ಇದ್ದಂತೆ. ಆ ಕಣ್ಣುಗುಡ್ಡೆಗೆ ವಾಹಕವಾಗಿರುವ ನರಗಳು, ಬೆಳಕಿನ ಸಾಕೆಟ್‌ಗೆ ವಾಹಕವಾಗಿರುವ ತಂತಿಗಳಿದ್ದಂತೆ. ತಂತಿಗಳ ಮೂಲಕ ಉಕ್ಕೇರುವ ವಿದ್ಯುತ್ ಶಕ್ತಿಯು ಕಣ್ಣಿನ ಜೀವಕೋಶಗಳೊಳಗೆ ಚಲಿಸುತ್ತಿರುವ ಗಮನಕೊಡುವ ಶಕ್ತಿಯಿದ್ದಂತೆ (attentive power). ಆದ್ದರಿಂದ, ಶಕ್ತಿಯು ಎಲ್ಲಿ ಹುಟ್ಟುತ್ತದೆ?

ಸಾಮಾನ್ಯವಾಗಿ ಒಬ್ಬ ಮನುಷ್ಯನು ಬೆಳಕಿನ ಬಲ್ಬನ್ನು ಚೇತನಗೊಳಿಸುವ ವಿದ್ಯುಚ್ಛಕ್ತಿಯ ಮೂಲವನ್ನು ಅರಿತುಕೊಳ್ಳದೇ ಅದನ್ನು ಬಳಸುತ್ತಾನೆ. ಆತನಿಗೆ ವಿದ್ಯುಚ್ಛಕ್ತಿಯು ಹೇಗೆ ಉತ್ಪತ್ತಿಯಾಗುತ್ತದೆ ಎಂಬುದು ತಿಳಿದಿರುವುದಿಲ್ಲ. ಆತನಿಗೆ ಅದು ಇದೆ ಎಂಬುದು ಮಾತ್ರ

ತಿಳಿದಿರುತ್ತದೆ. ಆತನಿಗೆ ವಿದ್ಯುಚ್ಛಕ್ತಿಯನ್ನು ನಿಲ್ಲಿಸುವುದರ ಮೇಲೆ ನಿಯಂತ್ರಣವಿರುವುದಿಲ್ಲ. ಅದು ವಿದ್ಯುತ್ ಸ್ಥಾವರದಲ್ಲಿ ಎಂಜಿನಿಯರ್ ಒಬ್ಬನಿಂದ ನಿಯಂತ್ರಿಸಲ್ಪಡುತ್ತದೆ.

ಅದೇ ರೀತಿಯಲ್ಲಿ, ಇಂದ್ರಿಯಗಳನ್ನು ಚೇತನಗೊಳಿಸುವ ಶಕ್ತಿಯು ದೇಹದ ಕೆಳ ಭಾಗದಲ್ಲಿರುವ ಜೀವ ಶಕ್ತಿಯಿಂದ ಬರುತ್ತದೆ. ಈ ಶಕ್ತಿಯು ನಿಂತುಹೋದಾಗ ನಮಗೆ ನಿದ್ರಿಸಲು ಬಲವಂತಪಡಿಸಲಾಗುತ್ತದೆ. ನಾವು ಹೇಗೆ ಈ ಜೀವ ಶಕ್ತಿಯನ್ನು ಅರಿತುಕೊಳ್ಳಬಹುದು?

ಕಣ್ಣುಗುಡ್ಡೆಗಳನ್ನು, ಕೇಳಿಸಿಕೊಳ್ಳುವ ಅಂತಃಪ್ರೇರಣೆಯನ್ನು, ವಾಸನೆ ಗ್ರಹಿಸುವ ಅಂತಃಪ್ರೇರಣೆಯನ್ನು, ಸ್ಪರ್ಶಿಸುವ ಅಂತಃಪ್ರೇರಣೆಯನ್ನು, ಹಾಗೂ ರುಚಿ ನೋಡುವ ಅಂತಃಪ್ರೇರಣೆಯನ್ನು ಜಾಗೃತಗೊಳಿಸಲು ಶಕ್ತಿಯು ಹೇಗೆ ಉಕ್ಕೇರುತ್ತದೆ ಎಂಬುದನ್ನು ನೀವು ಎಂದಾದರೂ ಗಮನಿಸಿದ್ದೀರಾ?

ಸಂಕಲ್ಪ ಶಕ್ತಿಯನ್ನು ಮೀರಿದ ಯಾವುದೋ ಶಕ್ತಿಯು ದೈಹಿಕ ಇಂದ್ರಿಯಗಳ ಕಾರ್ಯ ನಡೆಸುತ್ತದೆ, ಆದರೆ ಅದನ್ನು ಗಮನಿಸಲು ಯಾರಿಗಾದರೂ ಸಾಧ್ಯವಾಗುತ್ತದೆಯೇ?

ಹೊರಹೋಗುವ ಪ್ರವೃತ್ತಿಯ ವೀಕ್ಷಣೆ

ನಾವು ಈ ದೇಹಗಳನ್ನು ಹೇಗೆ ಚೇತನಗೊಳಿಸಲಾಗುತ್ತದೆ ಎಂಬುದನ್ನು ಅಷ್ಟೇನೂ ಗಮನಿಸುವುದಿಲ್ಲ. ಈ ರೂಪಗಳನ್ನು ಚೇತನಗೊಳಿಸದಿದ್ದರೆ ಅವುಗಳಲ್ಲಿ ಭೋಗಿಸುವ ಪ್ರವೃತ್ತಿಯು ಇರುವುದಿಲ್ಲ. ನಾವು ಈ ದೇಹಗಳನ್ನು ಭೋಗಿಸಲು ಹಾಗೂ ಬಳಸಲು ಎಷ್ಟೊಂದು ಉತ್ಸುಕರಾಗಿರುತ್ತೇವೆ ಎಂದರೆ ಅವುಗಳನ್ನು ಹೇಗೆ ಕ್ರಿಯಾಶೀಲಗೊಳಿಸಲಾಗುತ್ತದೆ ಎಂಬುದನ್ನು ಪರಿಶೀಲಿಸಲು ನಾವು ಸಮಯ ತೆಗೆದುಕೊಳ್ಳುವುದಿಲ್ಲ. ಈ ಪರಿಶೀಲನೆಯು ಇಂದ್ರಿಯಗಳ ಶಕ್ತಿಯನ್ನು ಹೇಗೆ ಹಿಂತೆಗೆದುಕೊಳ್ಳುವುದು (ಅಥವಾ ಒಳಕ್ಕೆಳೆದುಕೊಳ್ಳುವುದು) ಎಂಬುದನ್ನು ಅರ್ಥಮಾಡಿಕೊಳ್ಳುವುದಕ್ಕೆ ಅತಿ ಮಹತ್ವದ್ದಾಗಿದೆ.

ನೀರನ್ನು ಒಂದು ಚರಂಡಿಗೆ ಸುರಿದಾಗ ಚರಂಡಿಯ ಆಕಾರ ಹಾಗೂ ಸ್ಥಳವನ್ನು ಅವಲಂಬಿಸಿ ದ್ರವವು ಒಂದು ನಿರ್ದಿಷ್ಟ ದಿಕ್ಕಿನಲ್ಲಿ ಚಲಿಸುತ್ತದೆ. ನೀರು ಶಕ್ತಿ ಇದ್ದಂತೆ, ಮತ್ತು ಚರಂಡಿಯು ಕಣ್ಣಿನಂತಹ ಒಂದು ನಿರ್ಧಿಷ್ಟ ಜ್ಞಾನೇಂದ್ರಿಯವಿದ್ದಂತೆ. ಮಾನಸಿಕ ಶಕ್ತಿಯು ಕಣ್ಣಿನ ಆಕಾರವನ್ನು ಹಾಗೂ ಚಾಕ್ಷುಷ ನರಗಳ ಜೀವಕೋಶದ ರಚನೆಯನ್ನು ಅವಲಂಬಿಸಿ ಒಂದು ನಿರ್ದಿಷ್ಟ ರೀತಿಯಲ್ಲಿ ಕಣ್ಣಿನ ಮೂಲಕ ಪ್ರವಹಿಸುತ್ತದೆ. ಈ ಶಕ್ತಿಯನ್ನು ಒಂದು ನಿರ್ದಿಷ್ಟ ರೀತಿಯಲ್ಲಿ ಹಿಂತೆಗೆದುಕೊಳ್ಳಬಹುದು (ಅಥವಾ ಒಳಕ್ಕೆಳೆದುಕೊಳ್ಳಬಹುದು) ಕೂಡ. ನಾವು ನಿಯಂತ್ರಿಸಲು ಬಯಸುವ ನಿರ್ದಿಷ್ಟ ಜ್ಞಾನೇಂದ್ರಿಯವನ್ನು ಅರ್ಥಮಾಡಿಕೊಂಡರೆ ಹಾಗೂ ಆ ಗ್ರಹಿಸುವ ಯಾಂತ್ರಿಕ ವ್ಯವಸ್ಥೆಯೊಳಗೆ ಶಕ್ತಿಯನ್ನು ಹೇಗೆ ತುಂಬಲಾಗುತ್ತದೆ ಎಂಬುದನ್ನು ನಾವು ಅರ್ಥಮಾಡಿಕೊಂಡರೆ, ಪ್ರತ್ಯಾಹಾರ ಅಥವಾ ಮಾನಸಿಕ ಶಕ್ತಿಗಳನ್ನು ಹಿಂತೆಗೆದುಕೊಳ್ಳುವುದು ಹಾಗೂ ಸಂರಕ್ಷಣೆ ಸುಲಭವಾಗುತ್ತದೆ.

ಇಂದ್ರಿಯಗಳು ಕಾಡು ಕುದುರೆಗಳಿದ್ದಂತೆ. ನಾವು ಈ ದೇಹ–ಮನಸ್ಸು ಪರಿಸರದಲ್ಲಿ, ಈ ದೇಹದಲ್ಲಿ ವಾಸಿಸುವುದು ಈ ರೀತಿಯಾಗಿದೆ. ನಮಗೆ ಇಂದ್ರಿಯಗಳನ್ನು ನಿಯಂತ್ರಿಸಲು ಸಾಧ್ಯವಾಗದಿದ್ದಾಗ ಅವು ತಮ್ಮದೇ ಆದ ರೀತಿಯಲ್ಲಿ ಮುನ್ನುಗ್ಗಲಾರಂಭಿಸುತ್ತವೆ. ಅವು ನಮ್ಮನ್ನು ಜೊತೆಗೆ ಕೊಂಡೊಯ್ಯುತ್ತವೆ. ಕೆಲವೊಮ್ಮೆ ಸವಾರಿ ಒರಟಾಗಿರುತ್ತದೆ (ಅಂದರೆ, ಮನಸ್ಸಿಗೆ ಕಷ್ಟಕರವಾಗಿರುತ್ತದೆ). ಕೆಲವೊಮ್ಮೆ ಅದು ಸುಗಮವಾಗಿರುತ್ತದೆ. ಕೆಲವೊಮ್ಮೆ ಅದು ನಮ್ಮ ಬಯಕೆಯೊಂದಿಗೆ ತಾಳೆಯಾಗುತ್ತದೆ, ಮತ್ತು ಕೆಲವೊಮ್ಮೆ ಅದು ನಮ್ಮ ಬಯಕೆಗಳನ್ನು ವಿರೋಧಿಸುತ್ತದೆ. ಒಂದು ಕಾಡು ಕುದುರೆಯನ್ನು ಪಳಗಿಸುವುದರಲ್ಲಿ ಒಬ್ಬ ವ್ಯಕ್ತಿಯು ಅಡೆತಡೆ ಹಾಗೂ ಸಮ್ಮತಿಯನ್ನು ಬಳಸಬೇಕು. ಅಡೆತಡೆ ಒಂದೇ ಆಗುವುದಿಲ್ಲ, ಏಕೆಂದರೆ ಜೀವಿಯು ತುಂಬಾ ಬಲಶಾಲಿಯಾಗಿದೆ. ಅದು ಒದೆಯಬಹುದು, ಎತ್ತೆತ್ತಿ ಹಾಕಬಹುದು, ವಿರೋಧಿಸಬಹುದು, ಮತ್ತು ತರಬೇತುದಾರನಿಗೆ ಗಾಯ ಮಾಡಬಹುದು.

ಒಬ್ಬ ನಿಪುಣನು ಒಂದು ಕಾಡು ಕುದುರೆಗೆ ಸ್ವಲ್ಪಹೊತ್ತು ಓಡಲು ಬಿಡುತ್ತಾನೆ, ಆದರೆ ಆನಂತರ ಆತನು ಸ್ವಲ್ಪಹೊತ್ತು ಪ್ರಾಣಿಯನ್ನು ನಿರ್ಬಂಧದಲ್ಲಿ ಇರಿಸುತ್ತಾನೆ. ಆತನು ಎಲ್ಲಾ ಸಮಯದಲ್ಲೂ ಅದಕ್ಕೆ ಅಲೆದಾಡಲು ಬಿಡುವುದಿಲ್ಲ. ಒಬ್ಬ ವ್ಯಕ್ತಿಯು ಒಂದು ಇಂದ್ರಿಯವನ್ನು ಯಾವಾಗ ತೃಪ್ತಿಪಡಿಸಬೇಕು, ಮತ್ತು ಅದನ್ನು ಯಾವಾಗ ನಿಗ್ರಹಿಸಬೇಕು ಎಂಬುದನ್ನು ಕಲಿತುಕೊಳ್ಳಬೇಕು.

ಒಬ್ಬ ವ್ಯಕ್ತಿಯು ಒಂದು ನಿರ್ದಿಷ್ಟ ಜ್ಞಾನೇಂದ್ರಿಯದ ರಚನೆಯನ್ನು ಗಮನಿಸಬೇಕು; ಅದನ್ನು ಹೇಗೆ ಚೇತನಗೊಳಿಸಲಾಗುತ್ತದೆ; ಎಷ್ಟು ಶಕ್ತಿಯು ಅದನ್ನು ಹಠಾತ್ ಪ್ರವೃತ್ತಿಯಿಂದ ಕಾರ್ಯ ಮಾಡುವಂತೆ ಮಾಡುತ್ತದೆ; ಎಷ್ಟು ಶಕ್ತಿಯು ಅದನ್ನು ನಿಭಾಯಿಸಲು

ಸಾಧ್ಯವಾಗುವಂತೆ ಮಾಡುತ್ತದೆ; ಮತ್ತು ಎಷ್ಟು ಶಕ್ತಿಯು ಅದನ್ನು ಶಾಂತ ಸ್ಥಿತಿಯಲ್ಲಿ ಇರಿಸುತ್ತದೆ ಎಂಬುದನ್ನು ಗಮನಿಸಬೇಕು.

ಇಂದ್ರಿಯಗಳ ಸ್ವಯಂಚಾಲಿತ ಕಾರ್ಯಾಚರಣೆಯನ್ನು ಕಡಿಮೆಗೊಳಿಸಬೇಕು. ನಾವು ಬಯಸುವ ಉತ್ತಮ ಪ್ರವೃತ್ತಿಗಳು, ನಾವು ಅವುಗಳನ್ನು ಸ್ಥಾಪಿಸಿಕೊಂಡಾಗ ಮತ್ತು ಅನಪೇಕ್ಷಣೀಯ ಹಠಾತ್ ಪ್ರವೃತ್ತಿಗಳನ್ನು ಬೇರುಸಹಿತ ಕಿತ್ತು ಹಾಕಿದಾಗ ಮಾತ್ರ ನಮಗೆ ಸ್ಥಿರವಾಗಿ ಬರುತ್ತವೆ. ಅದು ಉದ್ದೇಶಪೂರ್ವಕವಾದ ಪ್ರಯತ್ನದಿಂದ ಬರುತ್ತದೆ. ಒಂದು ಕಾಡು ಕುದುರೆಯನ್ನು ಸವಾರಿ ಮಾಡುವಾಗ ತರಬೇತುದಾರನು ಪ್ರಾಣಿಗೆ ಸ್ವಲ್ಪಹೊತ್ತು ತನ್ನದೇ ಆದ ದಾರಿಯಲ್ಲಿ ಹೋಗಲು ಬಿಡುತ್ತಾನೆ. ನಂತರ ದೃಢವಾಗಿ ಮತ್ತು ಸ್ಥಿರವಾಗಿ ಕಡಿವಾಣವನ್ನು ಎಳೆಯುತ್ತಾನೆ, ಮತ್ತು ಸ್ವಲ್ಪಹೊತ್ತು ಪ್ರಾಣಿಯನ್ನು ನಿಯಂತ್ರಿಸುತ್ತಾನೆ. ಕುದುರೆಯ ಹಠಾತ್ ಪ್ರವೃತ್ತಿಗಳನ್ನು ಸಂಪೂರ್ಣವಾಗಿ ನಿಗ್ರಹಿಸಲಾಗುವವರೆಗೆ ಮತ್ತು ಅದು ಶಾಶ್ವತವಾಗಿ ವಿಧೇಯವಾಗುವವರೆಗೆ ಕುದುರೆಯನ್ನು ತನ್ನದೇ ಆದ ದಾರಿಯಲ್ಲಿ ಹೋಗಲು ಬಿಡುವ, ತದನಂತರ ಅದನ್ನು ನಿಯಂತ್ರಿಸುವ ಈ ಪ್ರಕ್ರಿಯೆಯನ್ನು ತಾಳ್ಮೆಯಿಂದ ಮತ್ತೆ ಮತ್ತೆ ಪುನರಾವರ್ತಿಸಲಾಗುತ್ತದೆ.

ನಾವು ವಿವಿಧ ಇಂದ್ರಿಯಗಳ ಮೂಲಕ ಶಕ್ತಿಗಳು ಹೇಗೆ ಪ್ರವಹಿಸುತ್ತದೆ ಎಂಬುದನ್ನು ಗಮನಿಸಬೇಕು, ತದನಂತರ ನಾವು ದೈಹಿಕ ಪರಿಸರವನ್ನು ನಿಯಂತ್ರಣದಡಿಯಲ್ಲಿ ತೆಗೆದುಕೊಳ್ಳುವವರೆಗೆ ಪದೇ ಪದೇ ಅನುಮತಿಸುತ್ತಾ, ತದನಂತರ ಹಿಂತೆಗೆದುಕೊಳ್ಳುತ್ತಾ, ಶಕ್ತಿಯನ್ನು ಹಿಂತೆಗೆದುಕೊಳ್ಳಬೇಕು. ಇದನ್ನು ಮಾಡಬಹುದು, ಆದರೆ ಒಂದು ಧಿಡೀರ್ ವಿಧಾನದಿಂದ ಇದು ಶಾಶ್ವತವಾಗಿ ಉಂಟಾಗುವುದಿಲ್ಲ. ಭೌತಿಕ ಪ್ರಕೃತಿಯಲ್ಲಿ ನಮ್ಮ ಒಗ್ಗಿಸುವಿಕೆ ಕ್ರಮೇಣವಾಗಿ ಸಂಭವಿಸಿತು. ನಮ್ಮ ವಿಮೋಚನೆಯೂ ಕೂಡ ಕ್ರಮೇಣವಾಗಿ ಉಂಟಾಗುತ್ತದೆ. ವಿಮೋಚನೆಗೆ ಪ್ರಚೋದನೆ ತ್ವರಿತವಾಗಿ ಬರುತ್ತದೆ, ಆದರೆ ವಿಮೋಚನೆಗೊಳಿಸಲಾಗುವ ವಾಸ್ತವಿಕ ಪ್ರಕ್ರಿಯೆಯು ಸಮಯ ತೆಗೆದುಕೊಳ್ಳುತ್ತದೆ.

ಆಲೋಚನೆಯ ಶಕ್ತಿ

ಆಲೋಚನೆಯ ಶಕ್ತಿಯನ್ನು ಎಚ್ಚರಿಕೆಯಿಂದ ವೀಕ್ಷಿಸಬೇಕು, ನಿಗ್ರಹಿಸಬೇಕು, ಬದಲಾಯಿಸಿಕೊಳ್ಳಬೇಕು, ಮತ್ತು ಗಣನೀಯವಾಗಿ ಶುದ್ಧೀಕರಿಸಬೇಕು. ನಾವು ಇಂದ್ರಿಯಗಳನ್ನು ನಿಯಂತ್ರಿಸುವ ಬಗ್ಗೆ ಮಾತನಾಡುವಾಗ, ಕಣ್ಣುಗಳು, ಕಿವಿಗಳು, ಮೂಗು, ನಾಲಿಗೆ, ಹಾಗೂ ಕೈಯಲ್ಲಿನ ಸ್ಪರ್ಶದ ಇಂದ್ರಿಯಗಳಂತಹ ಸಾಮಾನ್ಯವಾಗಿ ಬಾಹ್ಯ ಇಂದ್ರಿಯಗಳು ಎಂಬುದು ನಮ್ಮ ಮಾತಿನ ಅರ್ಥ. ಈ ಇಂದ್ರಿಯಗಳು ನಮ್ಮ ನೋಡುವ, ಕೇಳಿಸಿಕೊಳ್ಳುವ, ವಾಸನೆಯನ್ನು ಗ್ರಹಿಸುವ, ರುಚಿ ನೋಡುವ ಹಾಗೂ ಸ್ಪರ್ಶಿಸುವ ಅಗತ್ಯಗಳ ಕವಲುಗಳಾಗಿವೆ. ಈ ಇಂದ್ರಿಯಗಳ ನಿಯಂತ್ರಣವು ಒಂದು ಪ್ರಕಾರದ ಇಂದ್ರಿಯ ನಿಯಂತ್ರಣವಾಗಿದೆ. ಒಳ ಇಂದ್ರಿಯ ನಿಯಂತ್ರಣವೆಂಬ ಇನ್ನೊಂದು ಪ್ರಕಾರವಿದೆ. ಇದು ಹೆಚ್ಚು ಜಟಿಲವಾಗಿದೆ. ಭಗವದ್ಗೀತೆಯಲ್ಲಿ ಅರ್ಜುನನು ವಿರಕ್ತನಾಗಲು ಬಯಸಿದಾಗ ಭಗವಾನ್ ಕೃಷ್ಣನು ಆ ಪ್ರಯತ್ನವನ್ನು ವಿರೋಧಿಸಿದನು. ಕೃಷ್ಣನು ಏಕಾಂತವಾದ ಸ್ಥಳಗಳಿಗೆ ಹೋಗಿ ಹಿಂದಿನ ಸಹವಾಸದ ಬಗ್ಗೆ ಆಲೋಚಿಸುವ ಮಹತ್ವಾಕಾಂಕ್ಷೀ ತಪಸ್ವಿಗಳನ್ನು ಜರೆದನು. ಅರ್ಥಾತ್, ನಾವು ಬಾಹ್ಯ ಇಂದ್ರಿಯಗಳ ಮೇಲೆ ಕೆಲ ಮಟ್ಟದ ನಿಯಂತ್ರಣವನ್ನು ಸಾಧಿಸಿದರೂ ಕೂಡ, ನಾವು ಆದರೂ ಆಲೋಚನೆಯ ಆಂತರಿಕ ಅರಿವನ್ನು ನಿಭಾಯಿಸಬೇಕು.

ಮಹತ್ವಾಕಾಂಕ್ಷೀ ತಪಸ್ವಿಗಳು ಒಂದು ಏಕಾಂತವಾದ ಸ್ಥಳಕ್ಕೆ ಹೋಗಿ, ಹಿಂದಿನ ಸಂತುಷ್ಟಿಗಳ ಬಗ್ಗೆ ಆಲೋಚಿಸುತ್ತಲೇ ಇದ್ದರೆ ಅವರು ಕೇವಲ ಸೋಗು ಹಾಕುತ್ತಿದ್ದಾರೆ ಎಂದು ಹೇಳುವ ಮೂಲಕ ಭಗವಾನ್ ಕೃಷ್ಣನು ಮಹತ್ವಾಕಾಂಕ್ಷೀ ತಪಸ್ವಿಗಳನ್ನು ಜರೆದನು. ನಾನು ಏಕಾಂತದಲ್ಲಿರಲು ಹೋದರೆ ಇತರರೊಂದಿಗಿನ ನನ್ನ ಅತೀಂದ್ರಿಯ ಅಥವಾ ಮಾನಸಿಕ ಸಹವಾಸವು (psychic association) ಸೂಕ್ಷ್ಮ ಸಮತಲದಲ್ಲಿ ಮುಂದುವರಿಯುತ್ತದೆ. ಕೃಷ್ಣನು ಅರ್ಜುನನಿಗೆ ಸೂಚಿಸಿದ್ದು ಇದನ್ನೇ. ಆತನು ಏಕಾಂತದಲ್ಲಿರಲು ಹೋಗಬೇಡ, ರಣರಂಗವನ್ನು ಬಿಟ್ಟು ಹೊರಡಬೇಡವೆಂದು ಅರ್ಜುನನಿಗೆ ಪರೋಕ್ಷವಾಗಿ ಎಚ್ಚರಿಕೆ ನೀಡಿದನು, ಏಕೆಂದರೆ ಏಕಾಂತದಲ್ಲಿಯೂ ಕೂಡ ಶತ್ರು ಸೈನಿಕರ ಹಗೆತನಗಳು ಆತನನ್ನು ತಲುಪುತ್ತಿದ್ದವು. ಅರ್ಜುನನು ಪರಿಸ್ಥಿತಿಯಿಂದ ತಪ್ಪಿಸಿಕೊಂಡು ಹೋಗಿ, ತದನಂತರ ಏಕಾಂತದಲ್ಲಿ ಆತನ ಕಡೆಗೆ ಕಳುಹಿಸಲ್ಪಡುವ ಬಹುದೊಡ್ಡ ಪ್ರಮಾಣದ ಅತೀಂದ್ರಿಯ ಅಥವಾ ಮಾನಸಿಕ ಶಕ್ತಿಯನ್ನು (psychic energy) ಎದುರಿಸುವುದಕ್ಕಿಂತ ಆತನು ಪರಿಸ್ಥಿತಿಯನ್ನು ಎದುರಿಸುವುದು ಉತ್ತಮವೆಂದನು.

ಪ್ರತಿ ಮಹತ್ವಾಕಾಂಕ್ಷೀ ಅನುಭವಾತೀತ ದರ್ಶನವಾದಿಗೆ ಇದು ಬೇರೆಯಾಗಿರಬಹುದು. ಉದಾಹರಣೆಗೆ, ಹೆಚ್ಚು ಸಹವಾಸಗಳನ್ನು ಇಟ್ಟುಕೊಳ್ಳದ ಒಬ್ಬ ಸರಳ-ಮನಸ್ಸಿನ ನಿಷ್ಕಪಟ ವ್ಯಕ್ತಿಯು ಏಕಾಂಗಿಯಾಗಿರುವುದರಲ್ಲಿ ಯಶಸ್ವಿಯಾಗಬಹುದು, ಏಕೆಂದರೆ ಇಂತಹ ವ್ಯಕ್ತಿಗೆ ಎದುರಿಸಲು ಬಹುದೊಡ್ಡ ಪ್ರಮಾಣದ ಅತೀಂದ್ರಿಯ ಅಥವಾ ಮಾನಸಿಕ ಪ್ರತಿಕ್ರಿಯೆಯು ಇರುತ್ತಿರಲಿಲ್ಲ. ಆದರೆ ಅರ್ಜುನನಂತಹ ಒಬ್ಬ ಪ್ರಸಿದ್ಧ ವ್ಯಕ್ತಿಯು ಏಕಾಂತ ವಾಸದಲ್ಲಿ ಮಾನಸಿಕ ಪ್ರಕ್ಷುಬ್ಧತೆಯಲ್ಲಿ ಇರುತ್ತಿದ್ದನು. ಸ್ನೇಹಿತರ ಹಾಗೂ ಶತ್ರುಗಳ ಆಲೋಚನೆಗಳು ಆತನನ್ನು ತವಕದಿಂದ ಹುಡುಕುತ್ತಿದ್ದರಿಂದ ಆತನಿಗೆ ನೆಮ್ಮದಿ ಇರುತ್ತಿರಲಿಲ್ಲ.

ಒಬ್ಬ ವ್ಯಕ್ತಿಯು ಪ್ರಪಂಚದ ಇತಿಹಾಸದಲ್ಲಿ, ಅಥವಾ ತನ್ನ ಪಟ್ಟಣದಲ್ಲಿ ಅಥವಾ ಗ್ರಾಮದಲ್ಲಿಯೂ ಕೂಡ, ಅಥವಾ ತನ್ನ ಕುಟುಂಬದಲ್ಲಿಯೂ ಕೂಡ ಅತ್ಯಂತ ಪ್ರಬಲ ವ್ಯಕ್ತಿ ಇರಬಹುದು, ಆದರೆ ಆತನು ಒಂದು ಅತಿ ಸಣ್ಣದಾದ ಆಲೋಚನೆಯಷ್ಟು ಪ್ರಬಲನಿಲ್ಲದಿರಬಹುದು. ಆಲೋಚನೆಗಳು ಎಷ್ಟು ಮರ್ಮಭೇದಕವೆಂದರೆ ವಿಜಯಿಗಳು ಕೂಡ ಅವುಗಳಿಂದ ಸೋಲಿಸಲ್ಪಡುತ್ತಾರೆ. ಆದ್ದರಿಂದ, ಆಲೋಚನೆಯ ನಿಯಂತ್ರಣವು ಒಂದು ವಿಶೇಷ ಅತೀಂದ್ರಿಯ ಶಿಸ್ತಾಗಿದೆ.

ನಮಗೆ ಅನಿಯಂತ್ರಿತವಾದ ಮನಸ್ಸಿನ ಸಮಸ್ಯೆ ಇದೆ. ಅದು ಒಂದು ಸಮಸ್ಯೆ, ಆನಂತರದಲ್ಲಿ ನಮಗೆ ಇತರರ ಅನಿಯಂತ್ರಿತವಾದ ಮನಸ್ಸುಗಳ ಸಮಸ್ಯೆ ಇದೆ. ಇದು ಕೇವಲ ಸ್ವಯಂ-ನಿರ್ಮಿತ ಆಲೋಚನೆಗಳನ್ನು ನಿಯಂತ್ರಿಸುವ ಒಂದು ವಿಷಯವಲ್ಲ. ನಾವು ಇತರರಿಂದ ಸೃಷ್ಟಿಸಲಾಗಿರುವ ಆಲೋಚನೆಗಳನ್ನೂ ನಿಭಾಯಿಸಬೇಕಾಗುತ್ತದೆ. ಕಿವಿಗಳ ವಿನ್ಯಾಸದ ಕಾರಣ ಕೇಳಿಸಿಕೊಳ್ಳುವ ಪ್ರಜ್ಞೆಯು ತೆರೆದಿರುವುದರಿಂದ, ಹಾಗೆಯೇ ಮನಸ್ಸು ಎಲ್ಲಿಂದಲಾದರೂ ಹಾಗೂ ಎಲ್ಲಿಡೆಯಿಂದಲೂ ಬರುವ ಆಲೋಚನೆಗಳಿಗೆ ತೆರೆದಿರುತ್ತದೆ. ಹೀಗಾಗಿ ನಾವು ಆಲೋಚನೆಯನ್ನು ಹಾಗೂ ಇತರರ ವಿನಾಶಕಾರಕ ಆಲೋಚನೆಗಳಿಗೆ ಸುಲಭವಾಗಿ ಪ್ರಭಾವಿತರಾಗುವುದನ್ನು ನಿಯಂತ್ರಿಸಬೇಕು.

ನಾನು ದಿನನಿತ್ಯದ ಮಾನಸಿಕ ರಚನೆಯಲ್ಲಿ ನಿಯಂತ್ರಿತನಾಗಿರಬಹುದು, ಆದರೆ ಕೆಲವೊಮ್ಮೆ ಒಂದು ಸಣ್ಣ ಆಕರ್ಷಿಸುವ ಆಲೋಚನೆಯು ನನ್ನನ್ನು ದೂರ ಒಯ್ಯಬಹುದು. ನನ್ನ ಆಧ್ಯಾತ್ಮಿಕ ಹಿತಾಸಕ್ತಿಯಲ್ಲಿಲ್ಲದ, ನನ್ನ ಖ್ಯಾತಿಯನ್ನು ನಾಶಮಾಡಬಹುದಾದ ಒಂದು ಬಹಳ ಸಣ್ಣ ಆಲೋಚನೆಯು ನನ್ನನ್ನು ಸೆಳೆದುಕೊಂಡು ದೂರ ಒಯ್ಯಬಹುದು. ಇದನ್ನು ತನಿಖೆ

ಮಾಡುವುದು ಮುಖ್ಯ. ನನ್ನನ್ನು ಸಂಶಯಾಸ್ಪದ ಒಳಗೊಳ್ಳುವಿಕೆಗಳಲ್ಲಿ ಬಲವಂತ ಪಡಿಸುವ ಹಾಗೂ ನನ್ನನ್ನು ನೀತಿಭ್ರಷ್ಟ ಮಾಡುವ ನನ್ನ ಪ್ರವೃತ್ತಿಗಳನ್ನು ವಿಸ್ತರಿಸುವಂತಹ ಒಂದು ಸಣ್ಣ ಆಲೋಚನೆಯ ಪ್ರಭಾವವನ್ನು ನಾನು ಹೇಗೆ ತಡೆಯಬಹುದು?

ಎಲ್ಲಕ್ಕಿಂತ ಮೊದಲು ನಾವು ಅನ್ಯ ಆಲೋಚನೆಗಳನ್ನು ಗುರುತಿಸಿಕೊಳ್ಳಬೇಕು. ಮನಸ್ಸು ಯಾವಾಗಲೂ ಅನ್ಯ ಆಲೋಚನೆಗಳ ಗ್ರಹಿಕೆಗೆ ತೆರೆದಿರುವ ರೀತಿಯಲ್ಲಿ ನಿರ್ಮಿಸಲಾಗಿದೆ, ಆ ರೀತಿಯಲ್ಲಿ ಅದನ್ನು ವಿನ್ಯಾಸಗೊಳಿಸಲಾಗಿದೆ ಎಂಬುದನ್ನು ನಾವು ಅರಿತುಕೊಳ್ಳಬೇಕು. ಮನಸ್ಸು ತೆರೆದಿದ್ದರೂ ಕೂಡ ನಾವು ಅನ್ಯ ಆಲೋಚನೆಗಳಿಗೆ ಮನಸ್ಸಿನ ಪ್ರತಿಕ್ರಿಯೆಗಳನ್ನು ನಿಯಂತ್ರಿಸಲು ಏನಾದರೂ ಮಾಡಬಹುದು ಎಂಬುದನ್ನು ಅರಿತುಕೊಳ್ಳಬೇಕು.

ಒಳಬರುವ ಅನಪೇಕ್ಷಣೀಯ ಆಲೋಚನೆಗಳ ತಿರಸ್ಕಾರವು ಕೇವಲ ಇಂತಹ ಕಲ್ಪನೆಗಳನ್ನು ತಿರಸ್ಕರಿಸಲು ಅಥವಾ ನಿರ್ಲಕ್ಷಿಸಲು ನಿರ್ಧರಿಸುವ ಒಂದು ವಿಷಯವಲ್ಲ. ಎಲ್ಲಕ್ಕಿಂತ ಮೊದಲು ಆಲೋಚನೆಯ ಈಡೇರಿಕೆಯು ಒದಗಿಸುವ ಸಂತೋಷ ಅಥವಾ ಭಾವೋದ್ವೇಗದ ಅಗತ್ಯದಿಂದ ನಾವು ಸಂಪೂರ್ಣವಾಗಿ ಪರಿಪಕ್ವವಾಗಿಲ್ಲದಿದ್ದರೆ ಅನ್ಯ ಆಲೋಚನೆಯನ್ನು ಸಂಪೂರ್ಣವಾಗಿ ಹೊರದೂಡುವುದು ಸಾಧ್ಯವಿಲ್ಲ. ನಾವು ಲೈಂಗಿಕ-ಸಂಬಂಧಿತ ಆಲೋಚನೆಯ ಉದಾಹರಣೆಯನ್ನು ತೆಗೆದುಕೊಳ್ಳೋಣ. ನಾನು ಈಗಲೂ ಲೈಂಗಿಕ ಸಂತೋಷವನ್ನು ಬಯಸಿದರೆ, ನಾನು ಬ್ರಹ್ಮಚರ್ಯೆಯನ್ನು ಕಟ್ಟುನಿಟ್ಟಾಗಿ ಪಾಲಿಸಲು ಶಪಥವನ್ನು ತೆಗೆದುಕೊಂಡಿದ್ದರೂ ಕೂಡ ನಾನು ಇಂತಹ ಒಂದು ಆಲೋಚನೆಗೆ ಸೋಲುತ್ತಿದ್ದೆ.

ನನ್ನ ಇಂತಹ ಒಂದು ಆಲೋಚನೆಯ ಉಪೇಕ್ಷೆಗೆ ತೀವ್ರ ಅಸಮಾಧಾನವಿರುತ್ತದೆ ಎಂಬುದನ್ನು ನಾನು ಸ್ಪಷ್ಟವಾಗಿ ಅರ್ಥ ಮಾಡಿಕೊಳ್ಳದ ಹೊರತು ಒಂದು ಅನ್ಯ ಆಲೋಚನೆಯನ್ನು ಸಂಪೂರ್ಣವಾಗಿ ಹೊರದೂಡುವುದು ಸಾಧ್ಯವಿಲ್ಲ. ಒಂದು ಅನ್ಯ ಆಲೋಚನೆಯನ್ನು ಹೊರದೂಡಿದಾಗ ತೀವ್ರ ಅಸಮಾಧಾನವಿರುತ್ತದೆ. ಇಂತಹ ಒಂದು ಆಲೋಚನೆಯನ್ನು ಹೊರದೂಡುವ ಮೂಲಕ ನಾವು ಚಾಣಾಕ್ಷತನದಿಂದ ಕಲ್ಪನೆಯನ್ನು ಕಳುಹಿಸಿದ ವ್ಯಕ್ತಿಯನ್ನು ತಿರಸ್ಕರಿಸುತ್ತೇವೆ. ಇಂತಹ ತಿರಸ್ಕಾರವು ತೀವ್ರ ಅಸಮಾಧಾನವನ್ನು ಉಂಟುಮಾಡುತ್ತದೆ, ಮತ್ತು ಇದು ಆಲೋಚನೆಯನ್ನು ಉತ್ಪತ್ತಿಮಾಡಿದ ವ್ಯಕ್ತಿಯ ಮನಸ್ಸಿನಲ್ಲಿ ಕೋಪವಾಗಿ ಪರಿವರ್ತಿತವಾಗಬಹುದು.

ಒಂದು ನಿರ್ದಿಷ್ಟ ಹಂತದಲ್ಲಿ ನಾವು ಹೇಗೆ ಆಲೋಚನೆಗಳನ್ನು ತಿರಸ್ಕರಿಸುವುದು ಹಾಗೂ ತೀವ್ರ ಅಸಮಾಧಾನವನ್ನು ಕೂಡ ಹೋಗಲಾಡಿಸುವುದು ಎಂಬುದನ್ನು ಕಲಿತುಕೊಳ್ಳುತ್ತೇವೆ, ಆದರೆ ತೀವ್ರ ಅಸಮಾಧಾನವನ್ನು ಅಜಾಗರೂಕ ರೀತಿಯಲ್ಲಿಯಾಗಲಿ ಅಥವಾ ಸಮರ್ಥ ರೀತಿಯಲ್ಲಿಯಾಗಲಿ ನಿಭಾಯಿಸಬೇಕು.

ಮನಸ್ಸಿನ ನಿಯಂತ್ರಣ

ಪ್ರತಿ ಆಧ್ಯಾತ್ಮಿಕ ಶಿಸ್ತು ಮನಸ್ಸು ಹಾಗೂ ಇಂದ್ರಿಯದ ನಿಯಂತ್ರಣವನ್ನು ಒಳಗೊಂಡಿರುತ್ತದೆ, ಆದರೆ ಕೆಲವು ಶಿಸ್ತುಗಳು ಮನಸ್ಸು ಹಾಗೂ ಇಂದ್ರಿಯದ ಬಳಕೆಯನ್ನು ಎಷ್ಟರಮಟ್ಟಿಗೆ ಒಳಗೊಂಡಿರುತ್ತದೆ ಎಂದರೆ ಶಿಸ್ತು ಸ್ವತಃ ನಿಯಂತ್ರಣಕ್ಕೆ ಅಪಾಯಕಾರಿಯಾಗಿರುತ್ತದೆ. ಯುದ್ಧದಲ್ಲಿ ಸ್ನೇಹಪೂರ್ಣ ಗುಂಡು ಹಾರಿಸುವಿಕೆಯಿಂದ ಸಾವು ಇರುತ್ತದೆ, ಅಂದರೆ ಒಬ್ಬ ಸೈನಿಕನು ಉದ್ದೇಶಪೂರ್ವಕವಾಗಿ ಅಥವಾ ಆಕಸ್ಮಿಕವಾಗಿ ತನ್ನ ದೇಶವಾಸಿಯನ್ನೇ ಕೊಲ್ಲುತ್ತಾನೆ. ಇದು ಸಂಭವಿಸುತ್ತದೆ ಏಕೆಂದರೆ ಆಯುಧಗಳ ಬಳಕೆಯು ಸ್ವತಃ ಸ್ನೇಹಿತರಿಗೆ ಹಾಗೂ ಶತ್ರುಗಳಿಗೆ ಸಮಾನವಾಗಿ ಅಪಾಯಕಾರಿಯಾಗಿರುತ್ತದೆ. ಹಾಗೆಯೇ,

ನಿರ್ದಿಷ್ಟ ಆಧ್ಯಾತ್ಮಿಕ ಶಿಸ್ತುಗಳಲ್ಲಿ, ಆಧ್ಯಾತ್ಮಿಕ ಪಥದಲ್ಲಿ ಮುಂದುವರಿಯಲು ಪ್ರಯತ್ನಿಸುತ್ತಿರುವ ಪ್ರಕ್ರಿಯೆಯಲ್ಲಿ, ಒಬ್ಬ ವ್ಯಕ್ತಿಯು ತನಗೆ ಅಥವಾ ಜೊತೆಗಾರ ವಿರಕ್ತನಿಗೆ ನೋವುಂಟು ಮಾಡಬಹುದಾದ ಅಪಾಯವಿರುತ್ತದೆ.

ಉದಾಹರಣೆಗೆ, ತಾಂತ್ರಿಕ ಯೋಗವೆಂದು ಕರೆಯಲಾಗುವ ಒಂದು ಅಭ್ಯಾಸವಿದೆ, ಇದರಲ್ಲಿ ಪತಿ ಪತ್ನಿಯರಿಗೆ ಲೈಂಗಿಕ ನಿಯಂತ್ರಣದಲ್ಲಿ ಪ್ರಗತಿಯನ್ನು ಸಾಧಿಸಲು ತರಬೇತಿಯನ್ನು ನೀಡಲಾಗುತ್ತದೆ. ಶಿಸ್ತು ಲೈಂಗಿಕ ಸಂಪರ್ಕದ ಸೀಮಿತ ಬಳಕೆಯನ್ನು ಒಳಗೊಂಡಿರುವುದರಿಂದ, ಅವರು ಲೈಂಗಿಕ ಶಕ್ತಿಯಲ್ಲಿ ಇನ್ನಷ್ಟು ಹೆಚ್ಚು ತೊಡಗಿಕೊಳ್ಳಬಹುದಾದ ಮತ್ತು ಅವರು ಪಡೆದುಕೊಂಡ ಯಾವುದೇ ಅಲ್ಪ ಪ್ರಗತಿಯನ್ನು ಕಳೆದುಕೊಳ್ಳಬಹುದಾದ ಅಪಾಯವಿರುತ್ತದೆ.

ಕರ್ಮ ಯೋಗವೆಂದು ಕರೆಯಲಾಗುವ ಯೋಗದ ವಿಭಾಗದಲ್ಲಿ ಒಬ್ಬ ವ್ಯಕ್ತಿಯು ನಿರ್ಲಿಪ್ತತೆಯಿಂದ ಪ್ರಪಂಚದಲ್ಲಿ ನಡೆದುಕೊಳ್ಳಬೇಕಾಗುತ್ತದೆ, ಆದರೆ ಅದು ಅಪಾಯಕಾರಿ, ಏಕೆಂದರೆ ಪ್ರಪಂಚದಲ್ಲಿ ನಡೆದುಕೊಳ್ಳುವಲ್ಲಿ ಆತನು ಎಲ್ಲಾ ಸಂದರ್ಭಗಳಲ್ಲಿ ನಿರ್ಲಿಪ್ತನಾಗಿರಲು ಸಾಧ್ಯವಿಲ್ಲ, ಮತ್ತು ಆತನಿಗೆ ಭೌತಿಕ ಪ್ರಕೃತಿಯಿಂದ ಬರುವ ಋಣಾತ್ಮಕ ಪ್ರತಿಕ್ರಿಯೆಯಿಂದ ನೋವಾಗಬಹುದು.

ಮನಸ್ಸಿನ ಒಳಅಂಶಗಳು

ಮನಸ್ಸು ಒಂದು ವಿಭಾಗ, ಮತ್ತು ಅದರೊಳಗೆ ಆಲೋಚನೆಗಳು, ಭಾವನೆಗಳು, ಚಿತ್ರಗಳು ಹಾಗೂ ಕಲ್ಪನೆಗಳು ಇವೆ. ಮನಸ್ಸಿನೊಳಗಿನ ಲೆಕ್ಕಾಚಾರಕ್ಕೆ ಸಂಬಂಧಿಸಿದ ಅಂಗವಾದ ಬುದ್ಧಿಶಕ್ತಿಯು ಅದರ ಲೆಕ್ಕಾಚಾರಗಳು, ಯೋಜನೆಗಳು ಹಾಗೂ ಸಮರ್ಥನೆಗಳೊಂದಿಗೆ ಇರುತ್ತದೆ.

ಧ್ಯಾನದಲ್ಲಿ ಒಬ್ಬ ವ್ಯಕ್ತಿಯು ಬುದ್ಧಿಶಕ್ತಿಯನ್ನು ಶಾಂತವಾಗಿಸಬೇಕು. ಧ್ಯಾನದ ಸಮಯದಲ್ಲಿ ನಮಗೆ ಬುದ್ಧಿಶಕ್ತಿಯಿಂದ ಮನರಂಜಿಸಲ್ಪಡುವುದು ಮುಂದುವರಿದರೆ, ಪ್ರಯತ್ನವು ಸಂಪೂರ್ಣವಾಗಿ ವಿಫಲವಾಗುತ್ತದೆ. ಹಾಗಾದರೆ ನಾವು ಹೇಗೆ ಅದನ್ನು ಶಾಂತವಾಗಿಸುವುದು?

ಮನಸ್ಸನ್ನು ರಕ್ಷಿಸಿಕೊಳ್ಳುವುದು

ಮನಸ್ಸಿನ ನಿಯಂತ್ರಣವು ಮನಸ್ಸಿನ ರಕ್ಷಣೆಯನ್ನು, ಹಾಗೆಯೇ ನೇರವಾಗಿ ಅನಪೇಕ್ಷಣೀಯ ತೃಪ್ತಿಗಳಿಂದ ಮನಸ್ಸನ್ನು ನಿಗ್ರಹಿಸುವುದನ್ನು ಒಳಗೊಂಡಿರುತ್ತದೆ. ಕುದುರೆಯ ತರಬೇತುದಾರನ ಸಂದರ್ಭದಲ್ಲಿ, ಆತನು ಅದರ ಹಿಂದಿನ ಕಾಡು ಜೀವನದ ಅದರದೇ ನೆನಪುಗಳಿಂದ ಕುದುರೆಯನ್ನು ರಕ್ಷಿಸಬೇಕು. ಆತನು ಇದನ್ನು ಮಾಡಲು ವಿಫಲನಾದರೆ, ಕುದುರೆಯು ಬೇಲಿ ಹಾಕಿದ ಪ್ರದೇಶದ ಹೊರಗೆ ಜಿಗಿಯಬಹುದು. ಕುದುರೆಯು ಸುಲಭವಾಗಿ ನಾಲ್ಕು ಅಥವಾ ಐದು ಅಡಿ ಬೇಲಿಯ ಆಚೆಗೆ ಜಿಗಿಯಬಹುದಾದರೂ ಕೂಡ ಪ್ರಾಣಿಯು ತಂತಿಯ ಹಿಂದೆಯೇ ಉಳಿದಿರುತ್ತದೆ ಮತ್ತು ವಾಸ್ತವವಾಗಿ ತಡೆಬೇಲಿಯನ್ನು ದಾಟುವುದು ಸಾಧ್ಯವಿಲ್ಲವೆಂಬ ನಂಬಿಕೆಗೆ ಬಂದಿರುತ್ತದೆ. ಆದರೆ, ಒಂದು ಬಲವಾದ ಪ್ರಚೋದನೆ ಇದ್ದರೆ, ಪ್ರಾಣಿಯು ಇದ್ದಕ್ಕಿದ್ದಂತೆ ಬೇಲಿಯ ಆಚೆಗೆ ಜಿಗಿಯಬಹುದು ಎಂಬುದನ್ನು ಅರಿತುಕೊಳ್ಳುತ್ತದೆ. ಒಂದು ಸಿಂಹವು ಕುದುರೆ ಮಾಳವನ್ನು ಪ್ರವೇಶಿಸುವುದಾದರೆ, ಕುದುರೆಯು ಇದ್ದಕ್ಕಿದ್ದಂತೆ ನಾಲ್ಕು ಅಥವಾ ಐದು ಅಡಿ ಬೇಲಿಯು ಯಾವುದೇ ಅಡಚಣೆಯಲ್ಲ ಎಂಬುದನ್ನು ಕಂಡುಕೊಳ್ಳುತ್ತದೆ. ಇದರರ್ಥವೆಂದರೆ, ಕುದುರೆಯ ತರಬೇತುದಾರನು ಕುದುರೆಯನ್ನು ಉದ್ರೇಕದಿಂದ ರಕ್ಷಿಸಬೇಕು.

ಮನಸ್ಸಿನ ವಿಷಯದಲ್ಲಿ, ನಾವು ಆತಂಕವನ್ನುಂಟುಮಾಡುವ ಶಕ್ತಿಗಳಿಂದ ಮನಸ್ಸನ್ನು ರಕ್ಷಿಸಿಕೊಳ್ಳಬೇಕು. ನಾವು ಮನಸ್ಸನ್ನು ಅದರ ಹಿಂದಿನ ತೃಪ್ತಿಗಳನ್ನು ನೆನಪಿಸಿಕೊಳ್ಳುವುದರಿಂದ ಕೂಡ ರಕ್ಷಿಸಿಕೊಳ್ಳಬೇಕು. ಅದು ಒಂದು ದುರ್ಗುಣವನ್ನು ನೆನಪಿಸಿಕೊಂಡ ಕೂಡಲೇ ಅದು ತೃಪ್ತಿ ಪಡೆದುಕೊಳ್ಳುವುದಕ್ಕೆ ಪ್ರೇರಿತವಾಗುತ್ತದೆ. ಮನಸ್ಸಿನ ನಿಯಂತ್ರಣವು ಮನಸ್ಸಿನ ನಿಗ್ರಹಕ್ಕಿಂತ ಹೆಚ್ಚಾಗಿದೆ. ಮನಸ್ಸಿನ ನಿಯಂತ್ರಣವು ಮನಸ್ಸಿನ ರಕ್ಷಣೆಯನ್ನೂ ಒಳಗೊಂಡಿರುತ್ತದೆ. ನಾವು ಮನಸ್ಸನ್ನು ತನ್ನದೇ ಆದ ದೌರ್ಬಲ್ಯಗಳಿಂದ ರಕ್ಷಿಸಿಕೊಳ್ಳಬೇಕಿರುವ ವಿವಿಧ ವಿಧಗಳನ್ನು ಅಧ್ಯಯನ ಮಾಡಬೇಕು. ನೀವು ಪ್ರಲೋಭನೆಗಳಿಗೆ ಮನಸ್ಸನ್ನು ಒಡ್ಡಿದರೆ, ಅದನ್ನು ನಿಗ್ರಹಿಸಲು ನಿಮಗೆ ಸಾಧ್ಯವಾಗದೇ ಇರಬಹುದು.

ಈಗಾಗಲೇ ಮನಸ್ಸಿನಲ್ಲಿ ಒಳಹೊಕ್ಕು ನೆಲೆಸಿರುವ ಕೆಟ್ಟ ಅನಿಸಿಕೆಗಳನ್ನು ಕೆಲವು ಪರಿಣಾಮಕಾರಿ ವಿಧಾನಗಳ ಮೂಲಕ ನಿಭಾಯಿಸಬೇಕಾಗುತ್ತದೆ, ಆದರೆ ನಾವು ಮನಸ್ಸನ್ನು ಮತ್ತಷ್ಟು ಒಡ್ಡಬಾರದು. ನಾವು ಕೆಟ್ಟ ಅನಿಸಿಕೆಗಳ ಪ್ರವೇಶವನ್ನು ನಿಲ್ಲಿಸಬೇಕು. ಆಗ ನಾವು ಮನಸ್ಸನ್ನು ನಿಲ್ಲಿಸಿ, ಶುದ್ಧೀಕರಿಸಬಹುದು. ನಾವು ಒಳಸಂಚು ನಡೆಸುವ ಬುದ್ಧಿಶಕ್ತಿಯೊಂದಿಗೆ ತುಂಬಾ ಕಟ್ಟುನಿಟ್ಟಾಗಿರಬೇಕು.

ಒಂದು ದುರ್ಗುಣವು ಮನಸ್ಸು ತಡೆದು ನಿಲ್ಲಿಸಲು ಸಾಧ್ಯವಿಲ್ಲದ ಒಂದು ವಿನಾಶಕಾರಕ ಚಟವಾಗಿದೆ. ಆದ್ದರಿಂದ ಮನಸ್ಸನ್ನು ದುರ್ಗುಣಗಳಿಗೆ ಒಡ್ಡಬಾರದು. ಉದಾಹರಣೆಗೆ, ಕುದುರೆಯ ತರಬೇತುದಾರನು ಸಾಮೀಪ್ಯದಲ್ಲಿ ಒಂದು ಸಂತಾನ ನೀಡಬಲ್ಲ ಹೆಣ್ಣು ಕುದುರೆಯನ್ನು ತಂದರೆ, ಚೆನ್ನಾಗಿ ಬೆಳೆದ ಪ್ರಾಯದ ಗಂಡು ಕುದುರೆಗಳು ತರಬೇತಿಗೆ ಪ್ರತಿಕ್ರಿಯಿಸದಂತಾಗಬಹುದು. ಹೆಣ್ಣು ಕುದುರೆಯು ಲೈಂಗಿಕ ಇಚ್ಛಾಪೂರೈಕೆಯನ್ನು ಪ್ರತಿನಿಧಿಸುತ್ತದೆ, ಮತ್ತು ಒಂದು ಚೆನ್ನಾಗಿ ಬೆಳೆದ ಪ್ರಾಯದ ಗಂಡು ಕುದುರೆಯು ಸ್ತ್ರೀ ಪ್ರಾಣಿಯನ್ನು ಗಮನಿಸಿದರೆ ಅದು ತರಬೇತಿಗೆ ಅಷ್ಟು ಸಹಕರಿಸದಿರಬಹುದು. ಒಳ್ಳೆಯ ತರಬೇತುದಾರನು ಹೆಣ್ಣು ಕುದುರೆಗಳ ದೃಷ್ಟಿಗೆ ಬೀಳದಂತೆ ಮತ್ತು ಅವುಗಳ ಕಿವಿಗೆ ಶಬ್ದವು ಕೇಳಿಸದಷ್ಟು ದೂರ ಒಂದು ಕುದುರೆ ಮಾಳದಲ್ಲಿ ಚೆನ್ನಾಗಿ ಬೆಳೆದ ಪ್ರಾಯದ ಗಂಡು ಕುದುರೆಗಳನ್ನು ಇಡುತ್ತಾನೆ. ನಾವು ಮನಸ್ಸನ್ನು ಅಧ್ಯಯನ ಮಾಡಬೇಕು ಮತ್ತು ನಮ್ಮ ಮೇಲೆ ಪರಿಣಾಮ ಬೀರುವ ದುರ್ಗುಣಗಳನ್ನು ಗಮನಿಸಬೇಕು.

ಮನಸ್ಸನ್ನು ಶುದ್ಧಗೊಳಿಸುವುದು

ಒಂದು ಪವಿತ್ರೀಕರಿಸಿದ ಕ್ರಿಯೆಯಲ್ಲಿ ತೊಡಗಿಕೊಳ್ಳುವುದಕ್ಕಾಗಿ ಪೂರ್ವ ಸಿದ್ಧತೆಯಲ್ಲಿ ಮನಸ್ಸನ್ನು ಶುದ್ಧಗೊಳಿಸುವುದು ಸಾಕಷ್ಟು ಕಷ್ಟಸಾಧ್ಯವಾಗಿದೆ. ನಾನು ಏನಾದರೂ ಪ್ರಯೋಜನಕಾರಿ ಮಾಡಲು ಬಯಸಿದ ಕೂಡಲೇ ಮನಸ್ಸು ಸಂಬಂಧವಿಲ್ಲದ ವಿಚಾರಗಳನ್ನು ಪ್ರದರ್ಶಿಸುತ್ತದೆ ಎಂಬುದನ್ನು ನಾನು ಮತ್ತೆ ಮತ್ತೆ ಗಮನಿಸಿದ್ದೇನೆ.

ಇತ್ತೀಚೆಗೆ ನಿಧನ ಹೊಂದಿದ ಡಾ. ರಾಮಮೂರ್ತಿ ಮಿಶ್ರಾ (Dr. Ramamurti Mishra) ಎಂಬ ಯೋಗಿಯೊಬ್ಬರು, ಹಣೆಯಲ್ಲಿ ಒಂದು ಕಂಡಿಯನ್ನು ತೆರೆದು ಅನಪೇಕ್ಷಣೀಯ ಶಕ್ತಿಯನ್ನು ಹೊರಾಂಗಣದ ವಾತಾವರಣಕ್ಕೆ ಹೊರಬಿಡುವಂತೆ ಮಾಡುವುದರ ಮೂಲಕ ಮನಸ್ಸನ್ನು ತನ್ನ ನಿಷ್ಪ್ರಯೋಜಕ ಕಲ್ಪನೆಗಳಿಂದ ದಿನನಿತ್ಯ ಸ್ವಚ್ಛಗೊಳಿಸಬಹುದು ಎಂಬುದನ್ನು ಅವರು ಐಹಿಕ ದೇಹವನ್ನು ತೊರೆದ ನಂತರ ಲೇಖಕನಿಗೆ ತಿಳಿಸಿದರು.

ಹಣೆಯಲ್ಲಿ ಕಂಡಿಯನ್ನು ತೆರೆಯುವುದು

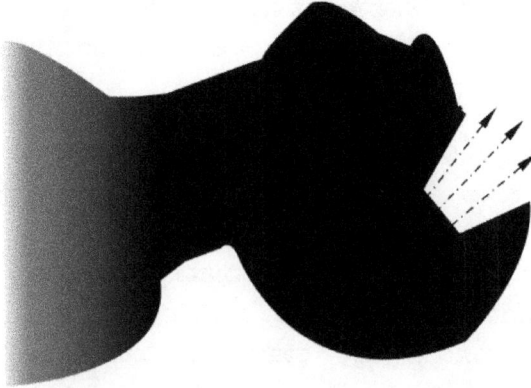

        ನಾನು ಈ ವಿಧಾನವನ್ನು ಪ್ರಯತ್ನಿಸಿದೆ ಮತ್ತು ಇದು ಕೆಲಸ ಮಾಡಿತು. ಅದಕ್ಕಿಂತ
ಮುಂಚೆ ನಾನು ಮನಸ್ಸಿನಿಂದ ಅನಪೇಕ್ಷಣೀಯ ವಿಚಾರಗಳನ್ನು ತೆಗೆದು ಹಾಕಲು ಪ್ರಯತ್ನಿಸುತ್ತಾ
ಹೆಚ್ಚು ಸಮಯವನ್ನು ಕಳೆದಿದ್ದೇನೆ. ಭೌತಿಕ ದೇಹವು ವಿಶ್ರಮಿಸಿಕೊಂಡಾಗ ನಾನು ಸೂಕ್ಷ್ಮ
ಮಟ್ಟದಲ್ಲಿ ನಿರ್ದಿಷ್ಟ ಕೆಲಸಗಳನ್ನು ಮಾಡಬಹುದೆಂಬ ಉದ್ದೇಶದಿಂದ ನಾನು ಮನಸ್ಸನ್ನು

ಮೊದಲೇ ಸಿದ್ಧಗೊಳಿಸುವುದನ್ನು ರೂಢಿಸಿಕೊಂಡೆ. ಈ ಅಭ್ಯಾಸವು ಮನಸ್ಸನ್ನು ಶುದ್ಧಗೊಳಿಸಲು ೧೫ ರಿಂದ ೪೫ ನಿಮಿಷಗಳ ವರೆಗೆ ತೆಗೆದುಕೊಂಡಿತು. ನಾನು ವಿವಿಧ ಯೋಗಿಗಳೊಂದಿಗೆ ಹಾಗೂ ಅನುಭವಾತೀತ ದರ್ಶನವಾದಿಗಳೊಂದಿಗೆ ಮಾತನಾಡುತ್ತಾ ವರ್ಷಗಳನ್ನು ಕಳೆದಿದ್ದರೂ ನನಗೆ ಒಂದು ಪರಿಣಾಮಕಾರಿ ವಿಧಾನವನ್ನು ಪಡೆಯಲು ಸಾಧ್ಯವಾಗಿರಲಿಲ್ಲ. ಒಬ್ಬ ಶಿಕ್ಷಕರು ನನಗೆ ಮಂತ್ರ ಪಠಿಸಲು ಹೇಳಿದರು. ನಾನು ಅದನ್ನು ಪ್ರಯತ್ನಿಸಿದೆ, ಆದರೆ ಮನಸ್ಸು ನಿಷ್ಪ್ರಯೋಜಕ ಮಾಹಿತಿಯನ್ನು ಶೇಖರಿಸಿಡಲಾಗಿರುವ ಇತರ ಮಟ್ಟಗಳಿಗೆ ಧುಮುಕುತ್ತದೆ ಎಂಬುದನ್ನು ಕಂಡುಕೊಂಡೆ. ಪಠಣ ಮಾಡುತ್ತಿರುವ ಸಮಯದಲ್ಲಿ ಮನಸ್ಸು ನಿರಂತರವಾಗಿ ಮತ್ತೊಂದು ಮಾನಸಿಕ ಸಮತಲಕ್ಕೆ ಬದಲಾಯಿಸುತ್ತಿತ್ತು ಮತ್ತು ಅನಪೇಕ್ಷಣೀಯ ಆಲೋಚನೆಗಳನ್ನು ವಿಸ್ತರಿಸುತ್ತಿತ್ತು.

ಮತ್ತೊಬ್ಬ ಶಿಕ್ಷಕರು ನನಗೆ ಮುಕುಟ ಚಕ್ರದ ಮೇಲೆ ಗಮನ ಕೇಂದ್ರೀಕರಿಸಲು ಸಲಹೆ ನೀಡಿದರು. ನಾನು ಪ್ರಯತ್ನಿಸಿದೆ; ಈ ವಿಧಾನದ ಮೂಲಕ ನಿಷ್ಪ್ರಯೋಜಕ ಕಲ್ಪನೆಗಳು ಚಕ್ರದ ಮೂಲಕ ಹಾದುಹೋದಂತೆ ಅತೀಂದ್ರಿಯವಾಗಿ ಸುಡಲ್ಪಟ್ಟವು, ಆದರೆ ಈ ವಿಧಾನವು ಹೆಚ್ಚು ಏಕಾಗ್ರತೆಯ ನಂತರ ಮಾತ್ರ ಕೆಲಸ ಮಾಡುತ್ತಿತ್ತು ಎಂಬುದನ್ನು ಕಂಡುಕೊಂಡೆ.

ಆದರೆ, ಡಾ ಮಿಶ್ರಾ ಅವರ ವಿಧಾನವು ಸುಮಾರು ೩ ನಿಮಿಷಗಳಲ್ಲಿ ಕೆಲಸ ಮಾಡುತ್ತಿತ್ತು. ಡಾ ಮಿಶ್ರಾ ಅವರು ಹೇಳಿದರು, "ಮಾನಸಿಕ ಶುದ್ಧತೆ ಇಲ್ಲದಿದ್ದರೆ, ಯಾವುದೇ ಧ್ಯಾನವು ಇರುವುದಿಲ್ಲ, ಮತ್ತು ಒಬ್ಬ ವ್ಯಕ್ತಿಯು ಅನುಸರಿಸುವ ಆಧ್ಯಾತ್ಮಿಕ ಜೀವನದ ಯಾವುದೇ ಶಿಸ್ತಿನಲ್ಲಿ ಯಶಸ್ಸು ಇರುವುದಿಲ್ಲ. ಮನಸ್ಸನ್ನು ಶುದ್ಧಗೊಳಿಸಬೇಕು. ಅದು ಎಷ್ಟು ಶುದ್ಧವಾಗಿರಬೇಕೆಂದರೆ ನೀವು ಶಿಸ್ತನ್ನು ನಿಲ್ಲಿಸಿದರೂ ಕೂಡ, ಅದು ಆಗಲೂ ಆ ಶುದ್ಧ ಸ್ಥಿತಿಯಲ್ಲಿ ಉಳಿದಿರಬೇಕು."

ಈಗಾಗಲೇ ತಮ್ಮ ಭೌತಿಕ ದೇಹದಿಂದ ನಿರ್ಗಮಿಸಿದ ಶ್ರೀಲ ಯೋಗೇಶ್ವರನಂದ ಗಂಗೋತ್ರಿ ಎಂಬ ಮತ್ತೊಬ್ಬ ಯೋಗಿಯು ಒಂದು ವಿಧಾನವನ್ನು ನೀಡಿದರು. ಅವರು ತಪ್ಪಿಸಿಕೊಳ್ಳುವ ಒಂದು ವಿಧಾನವನ್ನು ನೀಡಿದರು.

ಅವರ ಪ್ರಕಾರ ಯಾರಿಗೂ ಮನಸ್ಸನ್ನು ಸಂಪೂರ್ಣವಾಗಿ ಶುದ್ಧಗೊಳಿಸಲು ಸಾಧ್ಯವಾಗುವುದಿಲ್ಲ. ಅವರು ಸಮಾಧಿ ಸ್ಥಿತಿಗಳಿಂದ ಹಿಂದಿರುಗಿದಾಗ ಅವರ ಮನಸ್ಸು ಮತ್ತೆ ಪ್ರಾಪಂಚಿಕ ಆಸಕ್ತಿಯನ್ನು ಪುನರಾರಂಭಿಸುತ್ತಿತ್ತು ಎಂದು ಅವರು ಹೇಳಿದರು. ಮನಸ್ಸು ನಿಷ್ಪ್ರಯೋಜಕ ಕಲ್ಪನೆಗಳನ್ನು ಹೊಂದಿರುವುದನ್ನು ನಿಲ್ಲಿಸುವ ಯಾವುದಾದರೂ ಮಟ್ಟವಿದೆಯೇ ಎಂದು ನಾನು ಅವರನ್ನು ಕೇಳಿದೆ, ಮತ್ತು ಅವರು ಹೇಳಿದರು, "ನೀನು ಒಂದು ಪ್ರಾಪಂಚಿಕ ಉಪಕರಣವಾಗಿರುವ ಪ್ರಸ್ತುತ ಮನಸ್ಸಿನ ಬಗ್ಗೆ ಮಾತನಾಡುತ್ತಿದ್ದರೆ, ಉತ್ತರ 'ಇಲ್ಲ' ಎಂದಾಗಿದೆ. ನನ್ನ ಅನುಭವದಲ್ಲಿ, ನಾನು ಕಾರಣಾತ್ಮಕ ಸಮತಲದಿಂದ (causal plane) ಹಿಂದಿರುಗುತ್ತಿದ್ದಾಗಲೂ ಕೂಡ, ನನ್ನನ್ನು ಆ ವಲಯದಿಂದ ವರ್ಗಾಯಿಸಲಾದ ಕೂಡಲೇ ಕೆಳ ಮನಸ್ಸು ತಕ್ಷಣವೇ ನಿಷ್ಪ್ರಯೋಜಕ ಕಲ್ಪನೆಗಳನ್ನು ಒಟ್ಟುಗೂಡಿಸುವುದನ್ನು ಪ್ರಾರಂಭಿಸುತ್ತಿತ್ತು ಎಂಬುದನ್ನು ನಾನು ಕಂಡುಕೊಂಡಿದ್ದೇನೆ. ಕೆಳ ಮನಸ್ಸು ಸ್ವಾಭಾವಿಕವಾಗಿ ಈ ಪ್ರಾಪಂಚಿಕ ಆಲೋಚನೆಗಳಲ್ಲಿ ತೊಡಗಿಕೊಂಡಿರುತ್ತದೆ. ಹಿಂತೆಗೆದುಕೊಳ್ಳುವುದರ ಮೂಲಕ ಅದನ್ನು ನಿಷ್ಕ್ರಿಯಗೊಳಿಸದ ಹೊರತು ಅದು ಪ್ರಾಪಂಚಿಕ ಬೆನ್ನಟ್ಟುವಿಕೆಗಳಿಗೆ ಪ್ರಯತ್ನವನ್ನು ಮುಂದುವರಿಸುತ್ತದೆ. ನೀನು ಆದರೆ ಕಾರಣಾತ್ಮಕ ವ್ಯೋಮವನ್ನು (causal space) ಪ್ರವೇಶಿಸುವ ಮೂಲಕ ತಪ್ಪಿಸಿಕೊಳ್ಳಬಹುದು. ನೀನು ಇದನ್ನು ಮಾಡಿದರೆ, ಸಾಮಾನ್ಯ ಮನಸ್ಸನ್ನು ಎಂದಿಗೂ ನಿನ್ನ ಜೊತೆ ವರ್ಗಾಯಿಸಲಾಗುವುದಿಲ್ಲ ಎಂಬುದನ್ನು ನೀನು ಗಮನಿಸುತ್ತೀಯ. ಮತ್ತು ಹೀಗಾಗಿ, ನೀನು ಅಲ್ಲಿರುವವರೆಗೆ ಅದರ ಪ್ರಭಾವ ಹಾಗೂ ಸಹವಾಸದಿಂದ ಮುಕ್ತನಾಗಿರುತ್ತೀಯ."

ಕಾರಣಾತ್ಮಕ ವ್ಯೋಮವನ್ನು ಪ್ರವೇಶಿಸುವ ತಂತ್ರವನ್ನು ವಿವರಿಸಿ ಎಂದು ನಾನು ಅದೇ ಯೋಗಿಯನ್ನು ಕೇಳಿದೆ, ಆದರೆ ಅವರು ಹಿಂಜರಿಕೆಯಿಂದ ನನ್ನನ್ನು ನೋಡಿದರು. ಅದು ಒಬ್ಬ ವಯಸ್ಕನು ಮಾತ್ರ ಅರ್ಥ ಮಾಡಿಕೊಳ್ಳಬಹುದಾದ ಜ್ಞಾನವನ್ನು ಕೇಳುವ ಒಂದು ಮಗುವಿಗೆ ಕೊಡುವ ನೋಟದ ತರಹ ಇತ್ತು. ಅನುಕಂಪದಿಂದ ಅವರು ಉತ್ತರಿಸಿದರು, "ಭ್ರೂಣಗಳನ್ನು ಅಧ್ಯಯನ ಮಾಡು. ಅವು ಕಾರಣಾತ್ಮಕ ವ್ಯೋಮದಲ್ಲಿ ಧ್ಯಾನ ಮಾಡುತ್ತಿವೆ. ಅವುಗಳ ದೇಹಗಳನ್ನು ತಯಾರಿಸಲಾಗುತ್ತಿರುವಾಗ ಇದು ಸಂಭವಿಸುತ್ತದೆ. ಒಂದು ಭ್ರೂಣವಾಗಿ ನಿನ್ನ ಅಸ್ತಿತ್ವದ ಸ್ಥಿತಿಯನ್ನು ನೆನಪಿಸಿಕೊಳ್ಳಲು ಪ್ರಯತ್ನಿಸು."

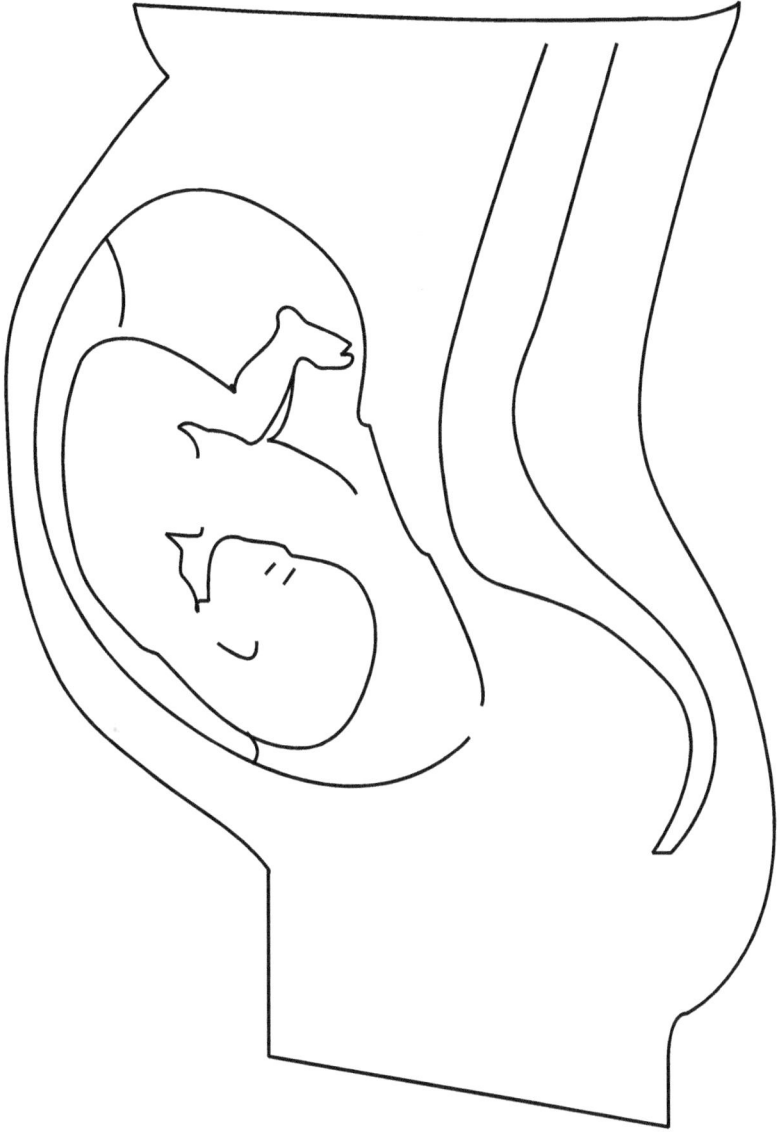

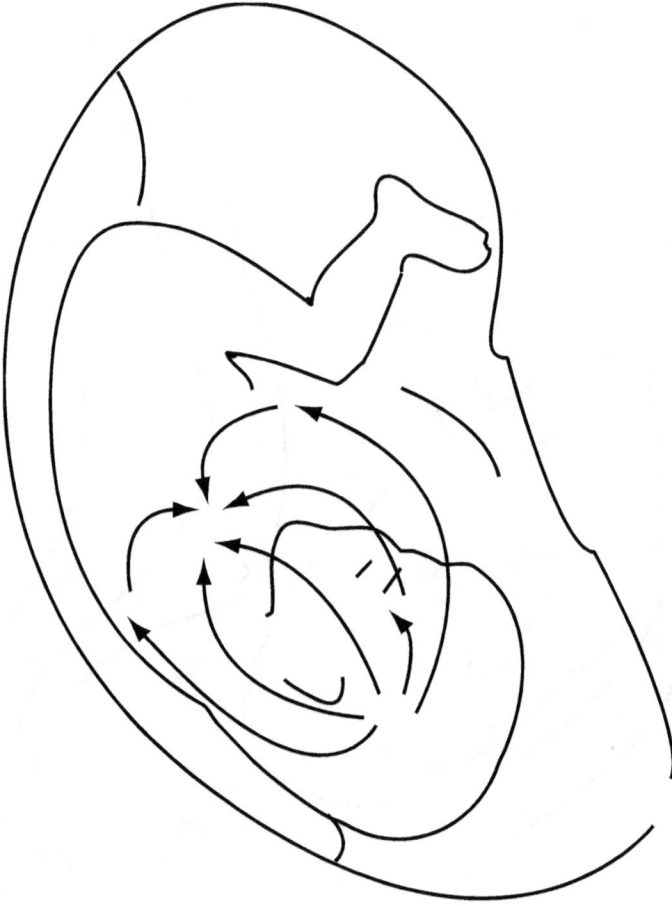

ಸೂಕ್ಷ್ಮ ದೇಹದ ಅರಿವನ್ನು ಮೂಡಿಸಿಕೊಳ್ಳುವುದು

ಎಲ್ಲಿಯವರೆಗೂ ನಾವು ದೇಹಾಂತರಕ್ಕೆ ಹೋಗುತ್ತೇವೆಯೋ ಅಲ್ಲಿಯವರೆಗೂ ನಾವು ಸ್ಥೂಲ ದೇಹಗಳನ್ನು ಸ್ವೀಕರಿಸುವುದನ್ನು ಮುಂದುವರಿಸುತ್ತೇವೆ. ಹೀಗಾಗಿ ಸೂಕ್ಷ್ಮ ದೇಹವು ಹೇಗೆ ಕಾರ್ಯನಿರ್ವಹಿಸುತ್ತದೆ ಎಂಬುದನ್ನು ಅರ್ಥಮಾಡಿಕೊಳ್ಳುವುದು ಅಗತ್ಯ. ಭಗವದ್ಗೀತೆಯಲ್ಲಿ ಆತ್ಮದ ಶಾಶ್ವತತೆಯನ್ನು ದೃಢಪಡಿಸುವ ಶ್ಲೋಕಗಳಿವೆ, ಆದರೆ ಆ ಶಾಶ್ವತತೆಯನ್ನು ಪರಿಶೀಲಿಸುವುದು ಒಂದು ಸಂಪೂರ್ಣವಾಗಿ ಬೇರೆ ವಿಷಯವಾಗಿದೆ.

ಸ್ಥೂಲ ದೇಹವು ಬದುಕಿರುವಾಗ ಒಬ್ಬ ವ್ಯಕ್ತಿಯು ಸೂಕ್ಷ್ಮ ದೇಹವನ್ನು ಅನುಭವಿಸಲು ಪ್ರಯತ್ನಿಸಬೇಕು. ನಾವು ಕನಿಷ್ಠ ಪಕ್ಷ ಸೂಕ್ಷ್ಮ ದೇಹದಲ್ಲಿ ನೆಲೆಗೊಳ್ಳದಿದ್ದರೆ, ಅದನ್ನು ಮೀರಿ ಹೋಗಲು ನಮಗೆ ಹೇಗೆ ಸಾಧ್ಯವಾಗುತ್ತದೆ? ಸೂಕ್ಷ್ಮ ದೇಹದಲ್ಲಿ ಶೇಖರಿಸಿಡಲಾಗಿರುವ ಯಾವುದೇ ನಿಷ್ಪ್ರಯೋಜಕ ಅನಿಸಿಕೆಗಳು ಸಾವಿನ ಸಮಯದಲ್ಲಿ ಆ ದೇಹದೊಂದಿಗೆ ಮುಂದಕ್ಕೆ ಚಲಿಸುತ್ತವೆ. ಆ ಅನಿಸಿಕೆಗಳು ಮುಂದಿನ ಸ್ಥೂಲ ರೂಪಕ್ಕೆ ಆತ್ಮದ ಜೊತೆಯಲ್ಲಿ ಹೋಗುತ್ತವೆ. ಮುಂದಿನ ದೇಹವು ವೀರ್ಯದ ಕಣವಾಗಿ ಆರಂಭವಾಗುತ್ತದೆ, ತದನಂತರ ಒಂದು

ಭ್ರೂಣವಾಗಿ ಬದಲಾಯಿಸುತ್ತದೆ, ಮತ್ತು ಅಂತಿಮವಾಗಿ ಒಂದು ಮಗುವಿನ ರೂಪವಾಗಿ ಗರ್ಭದಿಂದ ಹೊರಬರುತ್ತದೆ.

ನಾವು ಹಿಂದಿನ ಜೀವನವನ್ನು ಮರೆತು ಬಿಟ್ಟಂತೆಯೇ, ನಾವು ಮುಂದಿನ ದೇಹವನ್ನು ತೆಗೆದುಕೊಂಡಾಗ ಈ ಪ್ರಸ್ತುತ ಘಟನೆಗಳನ್ನು ಮರೆತು ಬಿಡುತ್ತೇವೆ. ಇದನ್ನು ತಡೆಯಲು ಒಬ್ಬ ವ್ಯಕ್ತಿಯು ಸೂಕ್ಷ್ಮ ರೂಪಕ್ಕೆ ಸ್ಥಳಾಂತರಿಸಬೇಕು, ಮತ್ತು ಮನಸ್ಸನ್ನು ಸ್ಥೂಲ ವಾಸ್ತವತೆಯ ಮೇಲೆ ಕೇಂದ್ರೀಕರಿಸಿರುವುದಕ್ಕಿಂತ ಹೆಚ್ಚು ಸೂಕ್ಷ್ಮ ವಾಸ್ತವತೆಯಲ್ಲಿ ಕೇಂದ್ರೀಕರಿಸಿ ಇಟ್ಟುಕೊಳ್ಳಬೇಕು.

ಹೊಸ ಸ್ಥೂಲ ದೇಹವು ಹಿಂದಿನ ಜೀವನಗಳಿಂದ ಸೂಕ್ಷ್ಮ ರೂಪದಿಂದ ಹೀರಿಕೊಳ್ಳಲ್ಪಟ್ಟ ಎಲ್ಲಾ ಅನುಭವಗಳನ್ನು ಬೆಂಬಲಿಸುವುದಿಲ್ಲ. ಆದರೆ, ಬಾಲ್ಯದಲ್ಲಿ ಅದು ಆ ಪ್ರವೃತ್ತಿಗಳಲ್ಲಿ ಕೆಲವನ್ನು ಒಂದು ಗುರುತಿಸಲಾಗದ ರೂಪದಲ್ಲಿ ವ್ಯಕ್ತಪಡಿಸುತ್ತದೆ. ಉದಾಹರಣೆಗೆ, ಹಿಂದಿನ ವಯಸ್ಕ ದೇಹದಲ್ಲಿ ನಾನು ಹೆಚ್ಚು ಜಿಡ್ಡು, ಎಣ್ಣೆ, ಮೊಟ್ಟೆ, ಸಕ್ಕರೆ ಇತ್ಯಾದಿಗಳು ಇರುವ ಆಹಾರಗಳನ್ನು (ಅಂದರೆ, ಅಪಥ್ಯಕರ ಆಹಾರಗಳನ್ನು) ತಿನ್ನುತ್ತಿದ್ದರೆ, ಹೊಸ ಶಿಶು ರೂಪವು ಮಣ್ಣು ಅಥವಾ ಕೊಳಕನ್ನು ತಿನ್ನಬಹುದು. ಮಣ್ಣು ಅಥವಾ ಕೊಳಕು ಆಹಾರವಲ್ಲ, ಆದರೆ ಬಾಯಿಯೊಳಗೆ ವಸ್ತುಗಳನ್ನು ಹಾಕಿಕೊಳ್ಳುವ ಪ್ರವೃತ್ತಿಯು ಆ ರೀತಿಯಲ್ಲಿ ಕಾಣಿಸಿಕೊಳ್ಳಬಹುದು.

ಹಿಂದಿನ ವಯಸ್ಕ ದೇಹದಲ್ಲಿ ನಾನು ಆರಾಮ ಹಾಗೂ ಕಾಲಹರಣ ಮಾಡುವುದನ್ನು ಅಭ್ಯಾಸ ಮಾಡಿಕೊಂಡಿದ್ದರೆ, ಬಾಲ್ಯದಲ್ಲಿ ಇದು ತಮಾಷೆಯ ಸ್ವಭಾವಕ್ಕೆ, ಚೇಷ್ಟೆಗೆ ಹಾಗೂ ಆಲಸ್ಯಕ್ಕೆ ಪರಿವರ್ತಿತವಾಗಬಹುದು. ವಯಸ್ಕ ರೂಪವು ಆರಾಮದಾಯಕ ಸುಖಾಸನಗಳಲ್ಲಿ ಕುಳಿತುಕೊಳ್ಳುವ ಮೂಲಕ ಆರಾಮವನ್ನು ಕಂಡುಕೊಳ್ಳುತ್ತದೆ. ಶಿಶು ರೂಪವು ಆಡುವ ಅಥವಾ ನೆಲದ ಮೇಲೆ ಉರುಳುವ ಮೂಲಕ ಇದನ್ನು ತೋರಿಸಬಹುದು. ಚಟುವಟಿಕೆಯು ಬೇರೆಯಾಗಿರುತ್ತದೆ, ಆದರೆ ಮೂಲಭೂತ ಪ್ರವೃತ್ತಿಯು ಒಂದೇ ಆಗಿರುತ್ತದೆ.

ನಾನು ಹಿಂದಿನ ಜೀವನದಲ್ಲಿ ಸಮಾಜದಲ್ಲಿ ಪ್ರಮುಖ ಸ್ಥಾನವನ್ನು ಹೊಂದಿದ್ದರೆ, ಅದನ್ನು ನನ್ನ ಶಿಶು ರೂಪವು ಯಾವಾಗಲೂ ಹೆತ್ತವರ ಇಚ್ಛೆಗೆ ವಿರುದ್ಧವಾಗಿ ಹೋಗುತ್ತಾ, ಪೋಷಕರಿಂದ ನಿಯಂತ್ರಿಸಲ್ಪಡುವುದಕ್ಕೆ ಇಷ್ಟಪಡದಿರುವಂತೆ ಹಾಗೂ ತುಂಟತನದ ನಡವಳಿಕೆಯಂತೆ ವ್ಯಕ್ತಪಡಿಸುತ್ತದೆ. ಈ ರೀತಿಯಲ್ಲಿ ಹಿಂದಿನ ವಯಸ್ಕ ದೇಹದಲ್ಲಿನ ಒಬ್ಬ ಮಹಾನ್ ವ್ಯಕ್ತಿಯು ತುಂಟತನದ ಬಾಲ್ಯವನ್ನು ವ್ಯಕ್ತಪಡಿಸಬಹುದು. ಆದ್ದರಿಂದ, ಸೂಕ್ಷ್ಮ ದೇಹವು ಹೇಗೆ ಕಾರ್ಯನಿರ್ವಹಿಸುತ್ತದೆ ಎಂಬುದನ್ನು ಅರ್ಥಮಾಡಿಕೊಳ್ಳುವುದು, ಹಾಗೂ ಸಾವಿನ ಸಮಯದ ಮೊದಲು ಅದಕ್ಕೆ ಒಗ್ಗಿಕೊಳ್ಳುವುದು ಮುಖ್ಯ.

ಸಾವನ್ನು ವಂಚಿಸುವುದಕ್ಕೆ ಮೂಲಭೂತವಾದ ಅಗತ್ಯ

ಸಾವನ್ನು ಹಾಗೂ ಸಾವು ಒಳಗೊಂಡಿರುವ ಭಯವನ್ನು ವಂಚಿಸುವುದಕ್ಕೆ ಒಬ್ಬ ವ್ಯಕ್ತಿಯು ಸೂಕ್ಷ್ಮ ದೇಹವನ್ನು ಠಾಕುಠೀಕು ಸ್ಥಿತಿಯಲ್ಲಿ ಇಟ್ಟುಕೊಳ್ಳಬೇಕು. ಸಾವನ್ನು ವಂಚಿಸುವುದು ಎಂದರೆ ಸ್ಥೂಲ ಹಾಗೂ ಸೂಕ್ಷ್ಮ ರೂಪಗಳ ನಡುವಿನ ಅಂತಿಮ ಪ್ರತ್ಯೇಕಿಸುವಿಕೆಯ ಬಗ್ಗೆ ಭಯವನ್ನು ಹೋಗಲಾಡಿಸುವುದು; ಸಾವನ್ನಪ್ಪಿದಾಗ ಭಂಗವಾಗುವ ಪ್ರಾಪಂಚಿಕ ಸಾಮಾಜಿಕ ಸಂಬಂಧಗಳ ಮೇಲಿನ ವ್ಯಾಮೋಹಗಳಿಂದ ಮುಕ್ತವಾಗುವುದು ಎಂದರ್ಥ. ಒಬ್ಬ ವ್ಯಕ್ತಿಯು ಸೂಕ್ಷ್ಮ ದೇಹದಲ್ಲಿ ಸರಿಯಾಗಿ ಭದ್ರವಾಗಿ ನಿಂತಿದ್ದರೆ ಆತನಿಗೆ ಸ್ಥೂಲ ದೇಹದ ಸಾವಿನಿಂದ ಆಘಾತವಾಗುವುದಿಲ್ಲ. ಸ್ಥೂಲ ದೇಹವು ಮರಣಿಸಿದಾಗ ಆತನ ಗಮನ ಹರಿಸುವ ಸ್ಥಳ ಅಥವಾ

ದಿಕ್ಕು ಬದಲಾಗುವುದಿಲ್ಲ. ಇದಕ್ಕೆ ವಿರುದ್ಧವಾಗಿ, ಒಬ್ಬ ವ್ಯಕ್ತಿಯು ಸ್ಥೂಲ ರೂಪದ ಮೂಲಕ ಗಮನ ಹರಿಸುವುದಕ್ಕೆ ಅಭ್ಯಾಸ ಮಾಡಿಕೊಂಡಿದ್ದರೆ, ಸಾವಿನ ಸಮಯದಲ್ಲಿ ಆದ್ಯತೆಗಳ ಬದಲಾವಣೆಯನ್ನು ಕಾರ್ಯಗತ ಮಾಡಲು ಆತನಿಗೆ ಬಲವಂತ ಮಾಡಲಾಗುತ್ತದೆ. ಅದರಿಂದಾಗುವ ನಿರಾಶೆ ಹಾಗೂ ಹತಾಶೆಯು ಭಾವನಾತ್ಮಕ ಆಘಾತವನ್ನು ಉಂಟುಮಾಡುತ್ತದೆ.

ನಾವು ಸ್ಥೂಲದ ಕಡೆಯ ಮೇಲೆ ಹೆಚ್ಚಿನ ಮಟ್ಟಿಗೆ ಗಮನವನ್ನು ಕೇಂದ್ರೀಕರಿಸಿರುವ ಕಾರಣ ಸ್ಥೂಲ ಹಾಗೂ ಸೂಕ್ಷ್ಮ ದೇಹಗಳ ನಡುವಿನ ಶಾಶ್ವತ ಪ್ರತ್ಯೇಕಿಸುವಿಕೆಯ ಬಗ್ಗೆ ನಮಗೆ ಭಯ ಉಂಟಾಗುತ್ತದೆ. ಈ ಭಯ ತೆಗೆದುಹಾಕುವಿಕೆಯು, ಸ್ಥೂಲದ ಕಡೆಯಿಂದ ನಮ್ಮ ಗಮನವನ್ನು ಹಿಂತೆಗೆದುಕೊಂಡು, ಅದನ್ನು ಬಿಡುಗಡೆ ಮಾಡಿ, ಅದನ್ನು ಸೂಕ್ಷ್ಮದ ಕಡೆಯ ಮೇಲೆ ಇರಿಸುವುದನ್ನು ಒಳಗೊಂಡಿರುತ್ತದೆ. ಐಹಿಕ ಸಮತಲದ ಆಚೆಗೆ ಆಯಾಮಗಳ ಶ್ರೇಣಿ ಇದೆ. ಒಬ್ಬ ಮನುಷ್ಯನು ಈ ಕೆಲವು ಪರಲೋಕದ ಸ್ಥಳಗಳಲ್ಲಿರುವ ಶಾಶ್ವತ ನಿವಾಸಿಗಳೊಂದಿಗೆ ಸಂಬಂಧಗಳನ್ನು ಸ್ಥಾಪಿಸಿಕೊಳ್ಳಬಹುದಾದರೆ, ಆತನು ಸಾವಿನ ಸಮಯದಲ್ಲಿ ಏಕಾಂಗಿಯಾಗಿರುವುದಿಲ್ಲ.

ಕಾರಣಾತ್ಮಕ ದೇಹ

ಅಸ್ತಿತ್ವಕ್ಕೆ ಸಂಬಂಧಿಸಿದ ವಿಭಜನೆಯಲ್ಲಿ, ನಮ್ಮ ಇಂದಿನ ಸ್ಥಾನದಿಂದ, ಕಾರಣಾತ್ಮಕ ರೂಪವನ್ನು ಅರ್ಥಮಾಡಿಕೊಳ್ಳುವುದು ಕಷ್ಟ. ನಾವು ಅದರ ಆಕಾರ, ಬಣ್ಣ ಅಥವಾ ಸ್ಥಳವನ್ನು ಗ್ರಹಿಸುವುದು ಸಾಧ್ಯವಿಲ್ಲ. ನಾವು ಕಾರಣಾತ್ಮಕ ದೇಹದ ಬಗ್ಗೆ ಕೇಳಿದಾಗ, ನಾವು ಬುದ್ಧಿಶಕ್ತಿಯ ಮೂಲಕ ಅದನ್ನು ಗ್ರಹಿಸಲು ಮತ್ತು ಇತರರ ಅನುಭವದಿಂದ ಅದನ್ನು ಅರ್ಥಮಾಡಿಕೊಳ್ಳಲು ಪ್ರಯತ್ನಿಸುತ್ತೇವೆ. ಸೂಕ್ಷ್ಮ ದೇಹವನ್ನು ಗ್ರಹಿಸುವುದು ಕಷ್ಟ, ಕಾರಣಾತ್ಮಕದ ಬಗ್ಗೆ ಏನು ಹೇಳುವುದು. ಸೂಕ್ಷ್ಮ ದೇಹವು ಸ್ಥೂಲ ದೇಹಕ್ಕೆ ಆಧಾರವಾಗಿರುವಂತೆಯೇ, ಕಾರಣಾತ್ಮಕ ದೇಹವು ಸೂಕ್ಷ್ಮ ದೇಹಕ್ಕೆ ಆಧಾರವಾಗಿದೆ. ನಾನು ಸೂಕ್ಷ್ಮ ದೇಹವನ್ನೇ ಅನುಭವಿಸಿಲ್ಲವಾದರೆ, ನಾನು ಹೆಚ್ಚು ಸೂಕ್ಷ್ಮವಾಗಿರುವ ಕಾರಣಾತ್ಮಕ ದೇಹವನ್ನು ಅನುಭವಿಸುವುದು ಸಾಧ್ಯವಿಲ್ಲ.

ಒಂದು ದೀಪವು ನಿರಂತರವಾಗಿ ತನ್ನ ಬತ್ತಿಯ ಮೂಲಕ ಸೆಳೆಯಲ್ಪಡುತ್ತಿರುವ ತೈಲವನ್ನು ಅನುಭವಿಸುತ್ತಿರುವಂತೆಯೇ, ಅಥವಾ ಒಂದು ಬೆಳಕಿನ ಬಲ್ಬು ನಿರಂತರವಾಗಿ ತನ್ನ ಮೂಲಕ ಉಕ್ಕೇರುವ ವಿದ್ಯುತ್ತಿನ ಬಗ್ಗೆ ಅರಿತಿರುವಂತೆಯೇ, ಒಂದರ್ಥದಲ್ಲಿ ಪ್ರತಿ ಬದುಕಿರುವ ಜೀವಿಯು ಸೂಕ್ಷ್ಮ ಹಾಗೂ ಸ್ಥೂಲ ದೇಹಗಳನ್ನು ನಿರಂತರವಾಗಿ ಅನುಭವಿಸುತ್ತಿರುತ್ತಾನೆ. ನಿಯಮಾಧೀನ ಸ್ಥಿತಿಯಲ್ಲಿ, ಸ್ಥೂಲದ ಮೇಲಿನ ಗಮನದ ಕಾರಣ, ನಮಗೆ ಈ ವಿಷಯಗಳ ಬಗ್ಗೆ ಕಡಿಮೆ ವಸ್ತುನಿಷ್ಠವಾದ ತಿಳುವಳಿಕೆ ಇರುತ್ತದೆ.

ಕಾರಣಾತ್ಮಕ ದೇಹವು ಭಾವಕಲ್ಪನೆಗೆ (ideation) ಮಾತ್ರ ಸ್ಥಳಾವಕಾಶ ಮಾಡಿಕೊಡುತ್ತದೆ (ಅಂದರೆ, ಅದು ಭಾವಕಲ್ಪನೆಯನ್ನು ಮಾತ್ರ ಒಳಗೊಂಡಿರುತ್ತದೆ). ಅದನ್ನು ನೇರವಾಗಿ ಒಂದು ಸ್ಥೂಲ ರೂಪವನ್ನು ಚಲಿಸಲು ಬಳಸಲಾಗುವುದಿಲ್ಲ. ಅದು ಸೂಕ್ಷ್ಮ ರೂಪದ ಸಾಧನದ ಮೂಲಕ ಕೆಲಸ ಮಾಡಬೇಕಾಗುತ್ತದೆ. ಕಾರಣಾತ್ಮಕ ದೇಹವನ್ನು ಅರ್ಥಮಾಡಿಕೊಳ್ಳಲು, ಕಾರಣಾತ್ಮಕ ರೂಪವು ಒಂದು ಸೂಕ್ಷ್ಮ ದೇಹದ ಮೂಲಕ ಕಾರ್ಯಮಾಡದ ಹೊರತು ಅದು ಒಂದು ಭೌತಿಕ ದೇಹವನ್ನು ಚಲಿಸಲು ಸಾಧ್ಯವಿಲ್ಲವೆಂಬುದನ್ನು ನಾವು ಮೊದಲು ಅರಿತುಕೊಳ್ಳಬೇಕು.

ಗಾಳಿ ಮತ್ತು ಒಂದು ಹಾಯಿದೋಣಿಯ ಉದಾಹರಣೆಯು ನಮಗೆ ಇದನ್ನು ಅರ್ಥಮಾಡಿಕೊಳ್ಳಲು ಸಹಾಯ ಮಾಡಬಹುದು. ನಾವು ನೌಕಾಪಟಗಳನ್ನು ಕಟ್ಟದೇ ಹಾಯಿದೋಣಿಯನ್ನು ನಡೆಸಲು ಪ್ರಯತ್ನಿಸಿದರೆ, ನಾವು ತುಂಬಾ ಮುಂದಕ್ಕೆ ಚಲಿಸುವುದಿಲ್ಲ. ಗಾಳಿ ಪರಿಣಾಮವಿಲ್ಲದೆ ನೌಕಾಪಟದ ಕಂಬಗಳನ್ನು ಹಾದುಹೋಗುತ್ತದೆ. ನಾವು ನೌಕಾಪಟಗಳನ್ನು ಅನುಸ್ಥಾಪಿಸಿದ ಕೂಡಲೇ, ಗಾಳಿಯನ್ನು ಬಳಸಿಕೊಳ್ಳಬಹುದು. ಈ ಉದಾಹರಣೆಯಲ್ಲಿ ನೌಕಾಪಟಗಳು ಸೂಕ್ಷ್ಮ ದೇಹವಿದ್ದಂತೆ, ದೋಣಿ ಸ್ವತಃ ಭಾರೀ ಸ್ಥೂಲ ರೂಪವಿದ್ದಂತೆ, ಮತ್ತು ಗಾಳಿಯು ತನ್ನೊಳಗೆ ಸಂಕಲ್ಪ ಶಕ್ತಿಯನ್ನು ಹಾಗೂ ಕಲ್ಪನೆಯ ಸಾಮರ್ಥ್ಯವನ್ನು ಹೊಂದಿರುವ ಕಾರಣಾತ್ಮಕ ರೂಪವಿದ್ದಂತೆ. ಎಲ್ಲಿಯವರೆಗೂ ಕಾರಣಾತ್ಮಕ ಹಾಗೂ ಭೌತಿಕ ದೇಹದ ನಡುವೆ ಸೂಕ್ಷ್ಮ ದೇಹವಿರುತ್ತದೆಯೋ ಅಲ್ಲಿಯವರೆಗೂ ನಾವು ಭೌತಿಕ ದೇಹದ ಕಾರ್ಯವನ್ನು ನಡೆಸಬಹುದು. ಇದರ ಜತೆಗೆ, ಸೂಕ್ಷ್ಮ ದೇಹವು ಸರಿಯಾದ ರೀತಿಯಲ್ಲಿ ಸಂಪರ್ಕಗೊಂಡಿರಬೇಕು. ಸೂಕ್ಷ್ಮ ದೇಹವು ಸ್ಥೂಲ ದೇಹದ ನರಗಳಿಗೆ ಹಾಗೂ ಶ್ವಾಸಕೋಶಗಳಿಗೆ ಸರಿಯಲ್ಲದ ರೀತಿಯಲ್ಲಿ ಸಂಪರ್ಕಗೊಂಡಿದ್ದರೆ ನಾವು ಸ್ಥೂಲ ದೇಹವನ್ನು ನಡೆಸುವುದು ಸಾಧ್ಯವಿಲ್ಲ.

ಪ್ರಸಕ್ತವಾಗಿ ನಾವು ಖಾಲಿ ಜಾಗಗಳನ್ನು, ಮನಸ್ಸನ್ನು ಹಾಗೂ ಬುದ್ಧಿಯನ್ನು ಬಳಸುತ್ತೇವೆ, ಆದರೆ ನಾವು ಸ್ಥೂಲ ರೂಪದ ಕಡೆಗೆ, ಕೆಳಕ್ಕೆ ಗಮನವನ್ನು ಕೇಂದ್ರೀಕರಿಸುತ್ತಾ, ಕೆಳಮುಖ ರೀತಿಯಲ್ಲಿ ಇವನ್ನು ಬಳಸುತ್ತೇವೆ. ಸಾವಿನ ಸಮಯದಲ್ಲಿ ಈ ಕೆಳಮುಖ ಕೇಂದ್ರೀಕರಿಸುವಿಕೆ ನೋವು ಹಾಗೂ ಭಯವನ್ನು ಉಂಟುಮಾಡುತ್ತದೆ. ನಾವು ಈ ಗಮನವನ್ನು ಸಡಿಲಿಸಿದರೆ, ಮತ್ತು ಸ್ಥೂಲ ಮಟ್ಟದಿಂದ ನಿರ್ಲಿಪ್ತವಾಗಿ ಉಳಿದುಬಿಟ್ಟರೆ, ಸಾವಿನ ಸಮಯದಲ್ಲಿ ಯಾವುದೇ ಪ್ರತ್ಯೇಕಿಸುವಿಕೆಯ ಆಘಾತ ಇರುವುದಿಲ್ಲ.

ಕಾರಣಾತ್ಮಕ ದೇಹದ ಆಯಾಮವು ಉದ್ದೇಶಗಳ ಹಾಗೂ ಪ್ರೇರಣೆಗಳ ಅತ್ಯಂತ ಮೂಲಭೂತ ಪ್ರಕಾರದ ಆಯಾಮವಾಗಿದೆ. ಕಾರಣಾತ್ಮಕ ಪ್ರಪಂಚದಲ್ಲಿ ಯಾವುದೇ ಸ್ಥೂಲ ಭೌತದ್ರವ್ಯದ ಮೂಲಾಂಶಗಳು (gross material elements) ಇಲ್ಲ, ಮತ್ತು ಅಲ್ಲಿ ಕೇವಲ ಅಗೋಚರ ಭೌತದ್ರವ್ಯದ ಅಣುಗಳು (invisible material molecules) ಇವೆ. ಕಾರಣಾತ್ಮಕ ದೇಹಗಳು ಬದುಕಿರುವ ಜೀವಿಗಳನ್ನು ಇರಿಸಲಾಗಿರುವ ಜಾಗಗಳಾಗಿವೆ.

ಸೂಕ್ಷ್ಮ ದೇಹವು ಕಾರ್ಯನಿರ್ವಹಿಸುವ ಮಟ್ಟದಲ್ಲಿ, ಯಾವುದೇ ಸ್ಥೂಲ ರೂಪಗಳು ಇಲ್ಲ, ಅಲ್ಲಿ ಕೇವಲ ಅಸ್ಥಿರವಾದ (flimsy) ಸೂಕ್ಷ್ಮ ರೂಪಗಳಿವೆ. ಸೂಕ್ಷ್ಮ ದೇಹವು ಗಾಳಿಯಂತಹ ಅಂಗಗಳನ್ನು ಹಾಗೂ ಇಂದ್ರಿಯಗಳನ್ನು ಬೆಳೆಸಿಕೊಳ್ಳುತ್ತದೆ. ಗಾಳಿಯು ಹೇಗೆ ಒಂದು ಮೋಡವನ್ನು ಚಲಿಸುತ್ತದೆ, ಅಥವಾ ಒಂದು ನವಿರಾದ ತಂಗಾಳಿಯು ಹೇಗೆ ಹೊಗೆಯನ್ನು ಚಲಿಸುತ್ತದೆ ಎಂಬುದನ್ನು ಗಮನಿಸುವುದರ ಮೂಲಕ ನಾವು ಇದನ್ನು ಅರ್ಥಮಾಡಿಕೊಳ್ಳಬಹುದು. ಒಂದು ಸೂಕ್ಷ್ಮ ವಸ್ತುವನ್ನು ನಿಭಾಯಿಸಲು ಒಂದು ಸೂಕ್ಷ್ಮ ಉಪಕರಣವು ಬೇಕಾಗುತ್ತದೆ.

ಕಾರಣಾತ್ಮಕ ದೇಹವನ್ನು ಹೊಂದಿರುವುದು ಹಾಗೂ ಅದಕ್ಕೆ ಸರಿಜೋಡಿಯಾಗಿ ಸೂಕ್ಷ್ಮ ದೇಹವು ಇಲ್ಲದಿರುವುದು, ಏನನ್ನಾದರೂ ಮಾಡಲು ಆಸೆಯನ್ನು ಹೊಂದಿರುವುದು ಹಾಗೂ ಅದನ್ನು ಕಾರ್ಯರೂಪಕ್ಕೆ ತರಲು ಸಾಧನವಿಲ್ಲದಿರುವಂತೆ ಇದೆ. ಕೇವಲ ಕಾರಣಾತ್ಮಕ ದೇಹಗಳನ್ನು ಹೊಂದಿರುವ ಅನೇಕ ಬದುಕಿರುವ ಜೀವಿಗಳು ಇವೆ, ಮತ್ತು ಅವು ಸೂಕ್ಷ್ಮ

ರೂಪಗಳನ್ನು ಪಡೆದುಕೊಳ್ಳದ ಹೊರತು ಅಥವಾ ತಮ್ಮ ಪರವಾಗಿ ಕಾರ್ಯಮಾಡಲು ಸೂಕ್ಷ್ಮ ದೇಹಗಳನ್ನು ಹೊಂದಿರುವ ಇತರ ಜೀವಿಗಳ ಮೇಲೆ ಪ್ರಭಾವ ಬೀರದ ಹೊರತು ಅವುಗಳಲ್ಲಿ ಯಾವುವೂ ಐಹಿಕ ಪ್ರಪಂಚದಲ್ಲಿ ಕಾರ್ಯಮಾಡಲು ಸಾಧ್ಯವಿಲ್ಲ. ಪ್ರಾಪಂಚಿಕ ಪಾಲ್ಗೊಳ್ಳುವಿಕೆಯ ಅಗತ್ಯದಿಂದ ಸಂಪೂರ್ಣವಾಗಿ ಮುಕ್ತರಾಗಿರುವವರು ಮಾತ್ರ ಕಾರಣಾತ್ಮಕ ದೇಹ ಒಂದರಿಂದಲೇ ತೃಪ್ತರಾಗಿರಬಹುದು. ಇಲ್ಲದಿದ್ದರೆ, ಒಬ್ಬ ವ್ಯಕ್ತಿಯು ಅವಶ್ಯಕತೆಯಿಂದಾಗಿ ಸೂಕ್ಷ್ಮ ರೂಪವನ್ನು ಬೆಳೆಸಿಕೊಳ್ಳುತ್ತಾನೆ.

ಸ್ವರ್ಗೀಯ ಜನರಿಗೆ ಸ್ಥೂಲ ದೇಹಗಳಿಲ್ಲ ಏಕೆಂದರೆ ಅವರು ಕಾರಣಾತ್ಮಕ ಹಾಗೂ ಸೂಕ್ಷ್ಮ ರೂಪದಿಂದ ತೃಪ್ತರಾಗಿದ್ದಾರೆ. ನಮಗೆ ಸ್ಥೂಲ ರೂಪಗಳಿವೆ ಏಕೆಂದರೆ ನಾವು ಸೂಕ್ಷ್ಮ ಅಸ್ತಿತ್ವದಿಂದ ತೃಪ್ತರಾಗಿರಲಿಲ್ಲ. ನಮಗೆ ಸೂಕ್ಷ್ಮ ಶಕ್ತಿಯಂತೆ ಜೀವಿಸಲು ಸಂತೋಷವಿರಲಿಲ್ಲ. ನಮಗೆ ಸ್ಥೂಲ ಐಹಿಕ ದೇಹಗಳ ಅಗತ್ಯವಿದೆ ಎಂದೆನಿಸಿತು.

ಪ್ರಾಪಂಚಿಕ ಜಗತ್ತಿನಲ್ಲಿ ಜೀವಿಸಲು ಬಯಸುವವರು, ಆದರೆ ಭೌತಿಕ ರೂಪಗಳ ಅಗತ್ಯವನ್ನು ಪರಿಣಾಮಕಾರಿಯಾಗಿ ನಿರೋಧಿಸುವವರು ಸ್ವರ್ಗೀಯ ಸೂಕ್ಷ್ಮ ದೇಹಗಳನ್ನು ತೆಗೆದುಕೊಳ್ಳುತ್ತಾರೆ. ಅವರು ಉದ್ದೇಶಗಳಿಗೆ ಹಾಗೂ ಪ್ರೇರಣೆಗಳಿಗೆ ಮಾತ್ರ ಸ್ಥಳಾವಕಾಶ ಮಾಡಿಕೊಡುವ, ಹಾಗೂ ಅತ್ಯಂತ ಸೂಕ್ಷ್ಮವಾದ ಸ್ವರೂಪಗಳನ್ನು ಕೂಡ ಉತ್ಪಾದಿಸಲು ಯಾವುದೇ ಪ್ರಯತ್ನಗಳನ್ನು ಮಾಡದ ಬರಿಯ ಕಾರಣಾತ್ಮಕ ರೂಪಗಳಿಂದ ತೃಪ್ತರಾಗಲಿಲ್ಲ. ಸ್ವರ್ಗೀಯ ಜನರು ಸೂಕ್ಷ್ಮ ವಸ್ತುಗಳ ಉತ್ಪಾದನೆಯಲ್ಲಿ ಒಂದು ಪ್ರಾಯೋಗಿಕ ಮಟ್ಟವನ್ನು ತಲುಪುತ್ತಾರೆ, ಮತ್ತು ಅವರ ತೃಪ್ತಿ ಹಾಗೂ ನೆರವೇರಿಕೆಯ ಭಾವನೆಯು ಅಲ್ಲಿ ಪೂರ್ಣಗೊಳ್ಳುತ್ತದೆ.

ಒಂದು ಬದುಕಿರುವ ಜೀವಿಗೆ (ಅಥವಾ ವ್ಯಕ್ತಿಗೆ) ಕಾರಣಾತ್ಮಕ, ಸೂಕ್ಷ್ಮ ಹಾಗೂ ಸ್ಥೂಲ ಭೌತಿಕ ದೇಹಗಳ ಅಗತ್ಯವನ್ನು ತನ್ನಲ್ಲಿಂದ ಹೋಗಲಾಡಿಸಲು ಸಾಧ್ಯವಾಗದ ಹೊರತು, ಆತನು ಉನ್ನತ ಮಟ್ಟಕ್ಕೆ ಹೋಗಲು ಸಾಧ್ಯವಿಲ್ಲ. ಆತನ ಪ್ರಾಪಂಚಿಕ ಜೀವನಕ್ಕಾಗಿ ಅಗತ್ಯಗಳು ಆತನನ್ನು ಈ ಸ್ಥಳದಿಂದ ನಿರ್ಗಮಿಸುವುದರಿಂದ ತಡೆಯುತ್ತದೆ. ಆ ಅರ್ಥದಲ್ಲಿ, ಎಲ್ಲವೂ ಶುದ್ಧೀಕರಣ ಹಾಗೂ ಮನಸ್ಸಿನ ಉನ್ನತಸ್ಥಿತಿಯ ಮೇಲೆ ಅವಲಂಬಿಸಿದೆ.

ಸ್ಥೂಲವನ್ನು ತಪ್ಪಿಸಿಕೊಳ್ಳಲು ಒಬ್ಬ ವ್ಯಕ್ತಿಯು ಸೂಕ್ಷ್ಮದಲ್ಲಿ ಆಶ್ರಯವನ್ನು ತೆಗೆದುಕೊಳ್ಳಬೇಕು. ಸ್ವರ್ಗೀಯ ಜನರು ಶಾಶ್ವತವಾಗಿ ಮಾಡುವುದು ಇದನ್ನೇ. ಅವರು ಸೂಕ್ಷ್ಮ ಸ್ವರ್ಗೀಯ ಪ್ರಪಂಚಗಳಲ್ಲಿ ಸುಭದ್ರವಾಗಿ ಜೀವಿಸುತ್ತಾರೆ. ಸೂಕ್ಷ್ಮ ಶರೀರವನ್ನು ತಪ್ಪಿಸಿಕೊಳ್ಳಲು ಒಬ್ಬ ವ್ಯಕ್ತಿಯು ಕಾರಣಾತ್ಮಕ ರೂಪದಲ್ಲಿ (causal form or causal body) ಸಂರಕ್ಷಿತನಾಗಬೇಕು. ಕೆಲ ಮಹಾನ್ ಅನುಭಾವಿಗಳು ಮಾಡುವುದು ಇದನ್ನೇ. ಸಾಮಾನ್ಯವಾಗಿ ಅವರು ಪುನರ್ಜನ್ಮವನ್ನು ತೆಗೆದುಕೊಳ್ಳುವುದಿಲ್ಲ. ಕೆಲವೊಮ್ಮೆ ಅವರು ವಿಮೋಚನೆಯ ವಿಧಾನಗಳನ್ನು ತೋರಿಸಿಕೊಡಲು ಭೌತಿಕ ರೂಪಗಳನ್ನು ತೆಗೆದುಕೊಳ್ಳುತ್ತಾರೆ.

ಕಾರಣಾತ್ಮಕ ಸಮತಲದಲ್ಲಿ ಒಬ್ಬ ವ್ಯಕ್ತಿಯು ಕೇವಲ ಉದ್ದೇಶಗಳಿಂದ ಹಾಗೂ ಪ್ರೇರಣೆಗಳಿಂದ ತೃಪ್ತನಾಗಿರಬೇಕು ಮತ್ತು ಅದು ಅತ್ಯುತ್ಕೃಷ್ಟ–ಸೂಕ್ಷ್ಮ ಶಕ್ತಿಯಲ್ಲಿ ಜೀವಿಸುವುದಕ್ಕೆ ಸರಿಸಮವಾಗಿದೆ. ಕನಿಷ್ಟಪಕ್ಷ ಇದು ನಮ್ಮ ದೃಷ್ಟಿಕೋನದಿಂದ ಕಾಣುವುದು ಹೀಗೆ.

ಪರಲೋಕವನ್ನು ಅರ್ಥಮಾಡಿಕೊಳ್ಳುವುದು

ಭೌತಿಕ ದೇಹದಿಂದ ನಿರ್ಗಮಿಸುವ (ಅಂದರೆ, ನಿಧನ ಹೊಂದುವ) ಸಿದ್ಧತೆಗೆ ಸೂಕ್ಷ್ಮ ರೂಪದ ಬಗೆಗಿನ ಅರಿವಿಗಿಂತಲೂ ಹೆಚ್ಚು ಬೇಕಾಗುತ್ತದೆ. ಒಬ್ಬ ವ್ಯಕ್ತಿಗೆ ಪರಲೋಕದಲ್ಲಿನ ಭೂಭಾಗಗಳ ಬಗ್ಗೆ ಕೂಡ ಏನಾದರೂ ತಿಳಿದಿರಬೇಕು. ನಾಸ್ತಿಕರು ಯಾವುದೇ ಪರಲೋಕವಿಲ್ಲವೆಂದು ಭಾವಿಸುತ್ತಾರೆ. ಕೆಲ ಅನುಭಾವಿಗಳು ಇದರ ಬಗ್ಗೆ ಅನಿಶ್ಚಿತರಿದ್ದಾರೆ, ಹಾಗೂ ಈ ಸ್ಥೂಲ ಐಹಿಕ ಮಟ್ಟದಿಂದಾಚೆಗೆ ಎಲ್ಲವೂ ನಮ್ಮ ಮನಸ್ಸಿನ ಮೇಲೆ ಅವಲಂಬಿತವಾಗಿದೆ ಎಂದು ಭಾವಿಸುತ್ತಾರೆ. ದೇವರ ಪ್ರಾಮುಖ್ಯತೆಯನ್ನು ತಿರಸ್ಕರಿಸುವ ಹಾಗೂ ನಮ್ಮ ಕಾಲ್ಪನಿಕ ಮಾನಸಿಕ ಅಭಿಪ್ರಾಯಗಳಿಗೆ ಆದ್ಯತೆ ನೀಡುವ ಅವರ ಕಲ್ಪನೆಯನ್ನು, ಯೋಗ ವಸಿಷ್ಠ (Yoga Vasishtha) ಎಂಬ ವೈದಿಕ ಪಠ್ಯದಲ್ಲಿ ದಾಖಲಿಸಲಾಗಿರುವಂತೆ, ಬಹುಕಾಲದ ಹಿಂದೆಯೇ ಋಷಿ ವಸಿಷ್ಠರಿಂದ ವಿವರಿಸಲಾಗಿತ್ತು. ಇಂತಹ ತತ್ವಜ್ಞಾನದ ಪ್ರಕಾರ, ಆ ನರಕದಂತಹ ಕಲ್ಪನೆಗಳು ಹೆಚ್ಚು ಕಡಿಮೆ ನಮ್ಮ ಮನಸ್ಸುಗಳ ಪರಿಸ್ಥಿತಿಯ ಮೇಲೆ ಅವಲಂಬಿತವಾಗಿರುವ ಕೇವಲ ಕಾಲ್ಪನಿಕವಾಗಿವೆ.

ಮೇಲಿನ-ಲೋಕಗಳ, ಭೂಲೋಕಗಳ ಹಾಗೂ ಕೆಳಗಿನ-ಲೋಕಗಳ ಸಾರ್ವತ್ರಿಕ ಪರಿಸ್ಥಿತಿಯು ನಮ್ಮ ಮನಸ್ಸಿನ ಮೇಲೆ ಅವಲಂಬಿತವಾಗಿದ್ದರೆ ಅವು ಅಸ್ತಿತ್ವದಲ್ಲಿರಲು ಸಾಧ್ಯವಾಗುತ್ತಿರಲಿಲ್ಲ. ಸೀಮಿತ ಮನಸ್ಸಿನ ಮೇಲೆ ಅವಲಂಬಿತವಾಗಿರುವ ಯಾವುದೇ ಆಗಲಿ ಆ ಸೀಮಿತ ಮನಸ್ಸು ತನ್ನ ಗಮನದ ಏಕಾಗ್ರತೆಯನ್ನು ಕಳೆದುಕೊಂಡ ಕೂಡಲೇ ಅದು ಸಡಿಲಗೊಳ್ಳುತ್ತದೆ ಮತ್ತು ಸಂರಚನೆಯನ್ನು ಕಳೆದುಕೊಳ್ಳುತ್ತದೆ. ಒಬ್ಬ ವ್ಯಕ್ತಿಯು ಈ ಸ್ಥೂಲ ಮಟ್ಟದಿಂದ ಮರಣಿಸಿದಾಗ ಮತ್ತು ಆತನ ಪ್ರಭಾವವು ಕುಸಿದಾಗ ಇದು ಸಾಕಷ್ಟು ಸ್ಪಷ್ಟವಾಗಿದೆ. ಪ್ರಭಾವವು ಹಾಗೆಯೇ ಉಳಿದಿರುವುದಿಲ್ಲ. ಕೆಲವು ಅಪರೂಪದ ಸಂದರ್ಭಗಳಲ್ಲಿ, ಪ್ರಭಾವವು ವಾಸ್ತವವಾಗಿ ಹೆಚ್ಚಾಗುತ್ತದೆ. ಯೇಸು ಕ್ರಿಸ್ತನು, ಉದಾಹರಣೆಗೆ, ತನ್ನ ಭೌತಿಕ ದೇಹವನ್ನು ಕಳೆದುಕೊಂಡ ನಂತರ ತನ್ನ ಪ್ರಭಾವವನ್ನು ಹೆಚ್ಚಿಸಿದನು. ಆತನು ತನ್ನ ಕಲ್ಪನೆಗಳಿಗೆ ಜನರನ್ನು ಪರಿವರ್ತಿಸುವುದನ್ನು ಮುಂದುವರಿಸಿದನು. ಆದರೆ ಸಾಮಾನ್ಯವಾಗಿ, ಒಬ್ಬ ಮನುಷ್ಯನ ದೇಹವು ಮರಣಿಸಿದಾಗ ಆತನ ಪ್ರಭಾವವು ವೇಗವಾಗಿ ಕಡಿಮೆಯಾಗುತ್ತದೆ.

ಭೂಮಿಯ ಆಯಾಮಗಳು ನಮ್ಮ ತುಚ್ಛ ಸಂಕಲ್ಪಶಕ್ತಿಗಳ ಮೇಲೆ ಅವಲಂಬಿತವಾಗಿಲ್ಲ. ಬೇರೆ ಯಾವುದೋ ಸರ್ವೋಚ್ಚ ಸಂಕಲ್ಪಶಕ್ತಿಯು ಸ್ವತಂತ್ರವಾಗಿ ಭೂಮಿಯನ್ನು ಸಂರಕ್ಷಣೆ ಮಾಡುತ್ತಿದೆ. ಅದು ನನ್ನ ಮನಸ್ಸಿನ ಮೇಲೆ ಅಥವಾ ನಿಮ್ಮ ಮನಸ್ಸಿನ ಮೇಲೆ ಅವಲಂಬಿಸಿರುತ್ತದೆ ಎಂದು ಹೇಳುವುದು ಬರಿಯ ಅಸಂಬದ್ಧದ ಮಾತಾಗಿದೆ, ಏಕೆಂದರೆ ನಾವು ಅಷ್ಟು ಮುಖ್ಯರಲ್ಲ. ಕೈದಿಯೊಬ್ಬನು ತನಗೆ ಇಷ್ಟವಾದುದನ್ನು ಹೇಳಬಹುದು, ಆದರೆ ಜೈಲಿನ ಕಟ್ಟಡವು ಆತನ ಮೇಲೆ ಅವಲಂಬಿತವಾಗಿಲ್ಲ. ಆತನನ್ನು ಬಿಡುಗಡೆ ಮಾಡಿದಾಗ ಜೈಲು ಉಳಿದಿರುತ್ತದೆ. ಅದೇ ರೀತಿಯಲ್ಲಿ, ಸಾವಿನ ಸಮಯದಲ್ಲಿ ನಮ್ಮ ಮಾನಸಿಕ ಸ್ಥಿತಿಯು ಇಂತಹ ಸ್ಥಳಗಳ ಮೇಲೆ ನಮ್ಮ ಪ್ರತಿಕ್ರಿಯೆಗೆ ಪರಿಣಾಮ ಬೀರಬಹುದಾದರೂ ಕೂಡ, ಅದು ಯಾವುದೇ ರೀತಿಯಲ್ಲಿ ಆಯಾಮಗಳ ಮೇಲೆ ಪರಿಣಾಮ ಬೀರುವುದಿಲ್ಲ.

ನಾವು ವಾಸ್ತವತೆಯ ಕಡೆಗೆ ನಮ್ಮ ಪ್ರತಿಕ್ರಿಯೆ ಹಾಗೂ ಸ್ವತಃ ವಾಸ್ತವತೆಯ ನಡುವೆ ವ್ಯತ್ಯಾಸವನ್ನು ವಿಂಗಡಿಸಬೇಕು ಮತ್ತು ನಾವು ಎರಡನ್ನು ಗೊಂದಲ ಮಾಡಿಕೊಳ್ಳಬಾರದು. ಆಯಾಮಗಳು ಸರ್ಕಾರದ ಕಾರಾಗೃಹಗಳಷ್ಟೇ ವಾಸ್ತವವಾಗಿವೆ. ಇದು ನಾವು ನಮ್ಮ

ಮನಸ್ಸಿನಲ್ಲಿ ಯಾವ ದುಃಖವನ್ನು ಅಥವಾ ನೆಮ್ಮದಿಯನ್ನು ಸೃಷ್ಟಿಸುತ್ತೇವೆ ಎಂಬುದಷ್ಟೇ ವಿಷಯವಲ್ಲ. ದುಃಖವು ಪ್ರಕೃತಿಯ ನಿಯಮಗಳನ್ನು ಅನುಸರಿಸದೇ ಇರುವುದರಿಂದ ಉಂಟಾಗುತ್ತದೆ. ನಾವು ಈ ನಿಯಮಗಳನ್ನು ಉಲ್ಲಂಘಿಸಿದ ಕೂಡಲೇ ನಾವು ನಮ್ಮನ್ನು ಅನಾನುಕೂಲತೆಯ ಸ್ಥಾನದಲ್ಲಿರಿಸುತ್ತೇವೆ.

ನರಕಗಳು

ಈ ಲೇಖಕನಿಗೆ ಇತ್ತೀಚೆಗೆ ಒಂದು ನರಕಕ್ಕೆ ಭೇಟಿ ನೀಡುವ ಅವಕಾಶ ದೊರಕಿತು. ಇದು ತಮ್ಮ ಐಹಿಕ ಜೀವನದಲ್ಲಿ ವೇಶ್ಯೆಯರನ್ನು ಬಳಸುವ ಪುರುಷರಿಗಾಗಿ ಇರುವ ನರಕವಾಗಿತ್ತು. ಆ ಸ್ಥಳದಲ್ಲಿ ನರಕದ ಪೊಲೀಸರು, ಭಾರವನ್ನು ಎತ್ತಿ ಸ್ನಾಯುಗಳ ಮೈಕಟ್ಟನ್ನು ಬೆಳೆಸಿಕೊಳ್ಳುವ ಭೂಮಿಯ ಮೇಲಿನ ಮಹಿಳೆಯರಂತೆ ಸ್ನಾಯುಗಳುಳ್ಳ ದೇಹಗಳಿದ್ದ ಮಹಿಳೆಯರಾಗಿದ್ದರು. ಒಬ್ಬ ಮನುಷ್ಯನು ತನ್ನ ಕುತ್ತಿಗೆಯ ಸುತ್ತ ಒಂದು ಸರಪಳಿಯಿಂದ ಬಲವಂತವಾಗಿ ಎಳೆಯಲ್ಪಡುತ್ತಾ ಅಲ್ಲಿಗೆ ಬಂದನು. ಆತನಿಗೆ ಸ್ವಲ್ಪಹೊತ್ತು ತೀವ್ರವಾಗಿ ಹೊಡೆಯಲಾಯಿತು. ಆತನ ಮಾಂಸವು ಸೀಳುವಂತಹ ಮಟ್ಟಿಗೆ ಆತನಿಗೆ ಹೊಡೆಯಲಾಯಿತು. ಆತನು ಅಸಹನೀಯವಾಗಿ ಗೋಳಿಡುತ್ತಿದ್ದನು.

ಕುತೂಹಲಕಾರಿ ವಿಷಯವೆಂದರೆ, ಆತನು ಸೂಕ್ಷ್ಮ ದೇಹದಲ್ಲಿದ್ದನು, ಆದರೆ ಆ ರೂಪವು ಆತನಿಗೆ ಆತನು ಇತ್ತೀಚೆಗೆ ಅಗಲಿದ ಐಹಿಕ ರೂಪದಷ್ಟೇ ಸ್ಥೂಲವಾಗಿ ಕಂಡಿತು. ಆದ್ದರಿಂದ, ಆತನು ಅತಿ ಸೂಕ್ಷ್ಮವಾದ (ಅಥವಾ ಅಸ್ಥಿರವಾದ) ದೇಹವನ್ನು ಬಳಸಿದರೂ ಕೂಡ, ಆತನಿಗೆ ಅದನ್ನು ಅರಿತುಕೊಳ್ಳಲಾಗಲಿಲ್ಲ. ನನ್ನ ಸೂಕ್ಷ್ಮ ದೇಹವು ಆಸ್ಟ್ರಲ್ ಪ್ರೊಜೆಕ್ಷನ್ ಮೂಲಕ ಅಲ್ಲಿಗೆ ಹೋಯಿತು, ಆದರೆ ಆತನನ್ನು ಬೇರೆ ಯಾವುದೋ ವಿಧಾನದ ಮೂಲಕ, ಅರಿವಿಲ್ಲದೆಯೇ, ಅಲ್ಲಿಗೆ ವರ್ಗಾಯಿಸಲಾಯಿತು ಎಂಬುದು ನನಗೆ ತಿಳಿದಿತ್ತು. ಆ ಸ್ಥಳಕ್ಕೆ ಒಬ್ಬ ಭೇಟಿಗಾರನಾಗಿ ನಾನು ಆ ಮನುಷ್ಯನನ್ನು ಅಲ್ಲಿಗೆ ಹೇಗೆ ಕರೆತರಲಾಯಿತು ಎಂಬುದನ್ನು ನನಗೆ ತೋರಿಸಲು ಒಬ್ಬ ಪುರುಷ ಸೇವಕನನ್ನು ಕೇಳಿದೆ. ನಾನು ಹೇಳಿದೆ, "ಈ ಮನುಷ್ಯನ ಸೂಕ್ಷ್ಮ ದೇಹವನ್ನು ಹೇಗೆ ಐಹಿಕ ಪ್ರಪಂಚದಿಂದ ಈ ಇತರ ಸ್ಥಳಕ್ಕೆ ಕರೆತರಲಾಯಿತು ಎಂಬುದನ್ನು ನನಗೆ ದಯವಿಟ್ಟು ನಿಖರವಾಗಿ ತೋರಿಸಿ. ವಿಶೇಷವಾಗಿ ಆತನ ಐಹಿಕ ದೇಹವು ಈಗಷ್ಟೇ ಮೃತಪಟ್ಟಿದರಿಂದ, ಆತನನ್ನು ಈ ಸ್ಥಳಕ್ಕೆ ಕರೆತರಬಹುದು ಎಂಬುದನ್ನು ನಂಬುವುದು ಕಷ್ಟವಾಗಿದೆ. ಯಾವ ಆಯಾಮದ ಪ್ರವೇಶದ್ವಾರದ ಮೂಲಕ ಆತನನ್ನು ವರ್ಗಾಯಿಸಲಾಯಿತು?"

ಆಗ ವೇಶ್ಯೆಯರೊಂದಿಗೆ ಲೈಂಗಿಕ ಪಾಲ್ಗೊಳ್ಳುವಿಕೆಯ ಕೃತ್ಯದಿಂದ ಉಂಟಾದ ದ್ವಾರವನ್ನು ನನಗೆ ತೋರಿಸಲಾಯಿತು. ಅರ್ಥಾತ್, ದುರ್ಗುಣ ಶಕ್ತಿಗಳು ಒಂದು ಸೂಕ್ಷ್ಮ ದ್ವಾರವಾಗಿ ರೂಪತಾಳಿದವು, ಅದರ ಮೂಲಕ ಆತನ ಆತ್ಮವು ಸಾವಿನ ಸಮಯದಲ್ಲಿ ಪ್ರಯಾಣಿಸಿತು.

ನಂತರ ನಾನು ಮತ್ತೊಂದು ಪ್ರಶ್ನೆಯನ್ನು ಕೇಳಿದೆ, ಏಕೆಂದರೆ ನನಗೆ ಆ ದುರ್ಗುಣವನ್ನು ಒಂದು ದ್ವಾರವಾಗಿ ಹೇಗೆ ಮಾರ್ಪಡಿಸಬಹುದು ಎಂಬುದು ಅರ್ಥವಾಗಲಿಲ್ಲ. "ಈ ಮನುಷ್ಯ ಹೇಗೆ ತಪ್ಪಿಸಿಕೊಳ್ಳಬಹುದು? ಆತ ತೀವ್ರವಾಗಿ ನರಳುತ್ತಿದ್ದಾನೆ. ಆತ ತನ್ನ ಚಟುವಟಿಕೆಗಳ ಪರಿಣಾಮಗಳನ್ನು ಅರ್ಥಮಾಡಿಕೊಳ್ಳಲಿಲ್ಲ ಎಂಬುದು ನನಗೆ ಖಚಿತವಾಗಿದೆ. ನಾನು ಆತನಿಗೆ ಬಿಡುಗಡೆಯಾಗುವಂತೆ ಮಾಡಬಹುದೆಂದು ನೀವು ಭಾವಿಸುತ್ತೀರಾ?"

ಸೇವಕನು ಹೇಳಿದನು, "ಇನ್ನೂ ಸ್ಥೂಲ ದೇಹಗಳನ್ನು ಹೊಂದಿರುವ ಸಂಬಂಧಿಕರಂತಹ ಹಾಗೂ ಸ್ನೇಹಿತರಂತಹ ಯಾವುದೇ ಸಂಬಂಧಪಟ್ಟ ವ್ಯಕ್ತಿಗಳು ಆತನಿಗೆ ಸಹಾಯವನ್ನು ಮಾಡಬಹುದು. ಅವರು ಆತನ ದುರ್ಗುಣಗಳಿಗೆ ಪ್ರಾಯಶ್ಚಿತ್ತವನ್ನು ಅಥವಾ ಪರಿಹಾರ ನೀಡಿಕೆಯನ್ನು ಪ್ರಾರಂಭಿಸಬಹುದು. ಅವರು ಹೇರಳ ಪರಿಹಾರ ನೀಡಿಕೆಗಳನ್ನು ಮಾಡಿದರೆ, ತೊಡಗಿಸಿದ ಶಕ್ತಿಗಳು ಇಲ್ಲಿ ತಲುಪುತ್ತವೆ. ಆಗ ಆತನನ್ನು ಬಿಡುಗಡೆ ಮಾಡಲಾಗುವುದು. ಆತನು ವೇಶ್ಯಾವಾಟಿಕೆಯನ್ನು ಪ್ರೋತ್ಸಾಹಿಸಿದ ಸಮಾಜಕ್ಕೆ ಅವರು ಪರಿಹಾರವನ್ನು ನೀಡಬೇಕಾಗುತ್ತದೆ. ಪರಿಹಾರವು ಆ ಸಮಾಜದಲ್ಲಿ ಲೈಂಗಿಕ ನೈತಿಕತೆಯನ್ನು ಹೆಚ್ಚಿಸುವುದಕ್ಕೆ, ಜೊತೆಗೆ ವೇಶ್ಯಾವಾಟಿಕೆಯಿಂದ ಬಲಿಪಶು ಮಾಡಲ್ಪಟ್ಟ ಹೆಂಗಸರಿಗೆ ನೆರವಾಗುವುದಕ್ಕೆ, ಹಾಗೂ ಆಮಿಷ ತೋರಿಸಿ ಅದರೊಳಗೆ ಬರಸೆಳೆಯಲ್ಪಟ್ಟ ಗಂಡಸರ ನಡತೆಯನ್ನು ಸುಧಾರಿಸುವುದಕ್ಕೆ ಸಹಾಯಕವಾಗಿರಬೇಕು."

ನಂತರ ನಾನು ಹೇಳಿದೆ, "ನನಗೆ ಈ ವ್ಯಕ್ತಿಯ ಪರಿಚಯವಿಲ್ಲ. ನನಗೆ ಆತನ ಸಂಬಂಧಿಕರ ಪರಿಚಯವೂ ಇಲ್ಲ. ಅವರು ನನ್ನ ಮಾತನ್ನು ಕೇಳುತ್ತಾರೆ ಎಂಬ ಬಗ್ಗೆ ನನಗೆ ಅನುಮಾನವಿದೆ. ಆತನ ಬಿಡುಗಡೆಯ ಮೇಲೆ ಪರಿಣಾಮ ಬೀರಬಹುದಾದುದು ಬೇರೆ ಏನಾದರು ಇದೆಯೇ?"

ಸೇವಕನು ಹೇಳಿದನು, "ನನ್ನನ್ನು ಕ್ಷಮಿಸು. ನಿನ್ನನ್ನು ಏನಾದರೊಂದನ್ನು ಕಣ್ಣಾರೆ ನೋಡಲು ಹಾಗೂ ಈ ಬೆಳವಣಿಗೆಗಳನ್ನು ವಿವರಿಸುವುದಕ್ಕೆ ನಿನಗೆ ಪ್ರೋತ್ಸಾಹಿಸಲು ಇಲ್ಲಿ ಕರೆತರಲಾಯಿತು. ಇಲ್ಲಿ ನಿನ್ನ ಉದ್ದಿಷ್ಟಕಾರ್ಯ ಈ ಮನುಷ್ಯನ ಬಿಡುಗಡೆ ಅಲ್ಲ. ನೀನು ಆತನಿಗೆ ಸಂಬಂಧಿಯಾಗಿಲ್ಲದಿದ್ದರೆ ಆತನಿಗೆ ಸಹಾಯ ಮಾಡುವುದು ತುಂಬಾ ಕಷ್ಟವಾಗಿದೆ."

ಆತನು ಮುಂದುವರಿಸಿದನು, "ಈ ನರಕಕ್ಕೆ ಬರುವವರಿಗೆ ಸಹಾಯ ಮಾಡುವುದು ಎಂದರೆ ಅವರ ಸಂಪೂರ್ಣ ಸುಧಾರಣೆಗೆ ಜವಾಬ್ದಾರಿಯಾಗಿರುವುದು ಎಂದರ್ಥ. ಅವರಿಗೆ ಸುಧಾರಕ ಪೋಷಕರನ್ನು ದೊರಕಿಸಿಕೊಡಲು ಸಾಧ್ಯವಾಗುತ್ತದೆ ಎಂದರ್ಥ. ನೀನು ಈ ವ್ಯಕ್ತಿಗೆ ಒಂದು ಜನ್ಮದ ಅವಕಾಶವನ್ನು ದೊರಕಿಸಿಕೊಡಬಲ್ಲೆಯಾ? ನೀನು ಆತನ ನೈತಿಕ ಪಾಲನೆಯನ್ನು ಏರ್ಪಡಿಸಬಲ್ಲೆಯಾ? ನಿನಗೆ ಈ ಸಂಗತಿಗಳನ್ನು ಏರ್ಪಡಿಸಲು ಶಕ್ತಿಯಿದೆ ಎಂದು ನಾವು ಭಾವಿಸುವುದಿಲ್ಲ."

ಇದಾದ ನಂತರ ನನ್ನ ಸೂಕ್ಷ್ಮ ದೇಹವು ಆ ಸ್ಥಳವನ್ನು ಬಿಟ್ಟು ಈ ಐಹಿಕ ಸ್ಥಳಕ್ಕೆ ಮರಳಿತು. ನಾನು ಅನುಭವದಿಂದ ಇನ್ನೂ ಹೆಚ್ಚು ವಿನಮ್ರನಾದೆ.

ಅಡ್ಡ-ಪ್ರಪಂಚಗಳು

ನಾವು ಈ ಐಹಿಕ ಗ್ರಹದ ಮೇಲೆ ಏನನ್ನು ಅನುಭವಿಸುತ್ತೇವೆಯೋ ಅದರ ಹೊರತಾಗಿ ಪಕ್ಕದ ಆಯಾಮಗಳಾಗಿರುವ ಸಮಾನಾಂತರ ಪ್ರಪಂಚಗಳು ಅಥವಾ ಅಡ್ಡ-ಪ್ರಪಂಚಗಳು ಇವೆ (parallel worlds or cross-worlds), ಇದರಲ್ಲಿ ಒಬ್ಬನು ಸೂಕ್ಷ್ಮ ರೂಪದಲ್ಲಿಯಾಗಲಿ ಅಥವಾ ಅದಕ್ಕೆ ಅನುಗುಣವಾದ ಸ್ಥೂಲ ರೂಪದಲ್ಲಿಯಾಗಲಿ ಜೀವಿಸಬಹುದು. ಈ ಅಡ್ಡ ಪ್ರಪಂಚಗಳು ಅಪರಿಮಿತ ಸಂಖ್ಯೆಗಳಲ್ಲಿ ಇವೆ. ಅವುಗಳಲ್ಲಿ ಕೆಲವು ಈ ಐಹಿಕ ಸ್ಥಳದಂತೆ ಘನ ಇವೆ (solid), ಮತ್ತು ಕೆಲವು ಅಲ್ಪಕಾಲಿಕ ಕನಸಿನ ಸ್ಥಿತಿಯಂತೆ ನಿರಂತರವಾಗಿ ಬದಲಾಗುತ್ತವೆ. ಮಾನವರು ನಿಯತವಾಗಿ ಈ ಅಡ್ಡ-ಪ್ರಪಂಚಗಳನ್ನು ಪ್ರವೇಶಿಸುತ್ತಾರೆ, ಆದರೆ ಅನುಭವಿಸಿದ ಅನುಭವಗಳನ್ನು ಮರೆತು ಹೋಗುತ್ತಾರೆ. ಯಾಒಬ್ಬ ವ್ಯಕ್ತಿಯ ಮನಸ್ಸು ಸೂಕ್ಷ್ಮ ಚಟುವಟಿಕೆಗಳನ್ನು ಮನಸ್ಸಿನಿಂದ

ಹೊರಗಿನ ವಾಸ್ತವತೆಯಾಗಿ ಕಾಣುತ್ತದೆಯೋ ಮತ್ತು ಅದನ್ನು ಉಳಿಸಿಕೊಳ್ಳುತ್ತದೆಯೋ, ಆತನು ಸ್ಫುಟವಾಗಿ ಅನುಭವಗಳನ್ನು ನೆನಪಿಸಿಕೊಳ್ಳಬಹುದು.

ಸಾಮಾನ್ಯವಾಗಿ ಒಬ್ಬ ವ್ಯಕ್ತಿಯು ಸ್ವಪ್ನದರ್ಶನಗಳಲ್ಲಿ, ಕನಸಿನಲ್ಲಿ ಮತ್ತು ಅರೆ-ನಿದ್ರೆಯ ಸ್ಥಿತಿಯಲ್ಲಿ ಒಂದು ಅಡ್ಡ-ಪ್ರಪಂಚವನ್ನು ಪ್ರವೇಶಿಸುತ್ತಾನೆ. ಐಹಿಕ ಸ್ಥಳದಿಂದ ನಿಧನ ಹೊಂದಿದ ಹಾಗೂ ಸಾಮಾನ್ಯವಾಗಿ ಐಹಿಕ ದೇಹಗಳನ್ನು ಪಡೆಯಲು ಪ್ರಯತ್ನಿಸುತ್ತಿರುವ, ಆದರೆ ಒಂದಲ್ಲ ಒಂದು ಕಾರಣಕ್ಕಾಗಿ ಇವನ್ನು ಪಡೆಯಲು ಸಾಧ್ಯವಾಗಿಲ್ಲದ ವ್ಯಕ್ತಿಗಳೊಂದಿಗಿದ್ದ ಸಂಬಂಧಗಳ ಆಧಾರದ ಮೇಲೆ ಒಬ್ಬ ವ್ಯಕ್ತಿಯು ಅಲ್ಲಿಗೆ ಹೋಗುತ್ತಾನೆ. ಇದಕ್ಕೆ ಒಂದು ಸಾಮಾನ್ಯ ಕಾರಣವೆಂದರೆ, ನಿಧನ ಹೊಂದಿದ ವ್ಯಕ್ತಿಗಳು ಕಳೆದುಕೊಂಡ ಮತ್ತು ಅವರು ಅಷ್ಟೊಂದು ಹಚ್ಚಿಕೊಂಡಿದ್ದ, ಮತ್ತು ಆ ರೂಪವಿಲ್ಲದೇ ಇರಲು ಹೊಂದಿಕೊಂಡಿಲ್ಲದ, ಅಗಲಿದ (ಅಥವಾ ಸತ್ತ) ರೂಪದ ಮೇಲಿನ ಅವರ ಮೋಹವಾಗಿದೆ. ಅವರು ಈಗಲೂ (ಅಂದರೆ, ಸತ್ತ ನಂತರವೂ) ತಾವು ವಾಸ್ತವವಾಗಿ ಆ ನಿಧನ ಹೊಂದಿದ ಹಳೆಯ ಭೌತಿಕ ದೇಹವಾಗಿದ್ದೇವು ಎಂದು ಭಾವಿಸುತ್ತಾರೆ. ಬಹಳ ಹಿಂದೆಯೇ ತೆಗೆದುಕೊಳ್ಳಲಾದ ಒಂದು ಚಿತ್ರದ ಪ್ರತಿಕೃತಿಯನ್ನು ಉಳಿಸಿಕೊಂಡಿರುವ ಒಂದು ಛಾಯಾಚಿತ್ರ ಕಾಗದದ ನೆಗೆಟಿವ್‌ನಂತೆ ಅವರು ಹಳೆಯ ರೂಪದ ಅದೇ ಸೂಕ್ಷ್ಮ ಸಮಗ್ರಾಕೃತಿಯಲ್ಲಿ ಒಂದು ಅಡ್ಡ-ಪ್ರಪಂಚದಲ್ಲಿರುತ್ತಾರೆ (ಅಂದರೆ, ಸತ್ತ ಭೌತಿಕ ದೇಹದಂತೆಯೇ ಕಾಣುವ ಸೂಕ್ಷ್ಮ ದೇಹದಲ್ಲಿ ಒಂದು ಅಡ್ಡ-ಪ್ರಪಂಚದಲ್ಲಿರುತ್ತಾರೆ). ಒಬ್ಬ ವ್ಯಕ್ತಿಯು ವ್ಯಾಮೋಹದ ಶಕ್ತಿಯಿಂದ ಅವರ ಸಹವಾಸದೊಳಗೆ ಎಳೆಯಲ್ಪಡುತ್ತಾನೆ.

ಒಂದು ಅಡ್ಡ-ಪ್ರಪಂಚಕ್ಕೆ ಭೇಟಿಯನ್ನು ಹೇಗೆ ಖಚಿತಪಡಿಸಿಕೊಳ್ಳುವುದು ಎಂಬುದನ್ನು ತೋರಿಸುವುದಕ್ಕಷ್ಟೇ ನಾನು ಕೆಲವು ಅನುಭವಗಳನ್ನು ಹೇಳುತ್ತೇನೆ. ೧೯೫೪ ರ ವರ್ಷದಲ್ಲಿ ನಾನು ಒಂದು ದೊಡ್ಡ ಚರ್ಚ್‌ನ ಕಟ್ಟಡಕ್ಕೆ ಮೇಲ್ವಿಚಾರಕನಾಗಿದ್ದೆ. ಕಟ್ಟಡಗಳಲ್ಲಿ ಒಂದನ್ನು ಪ್ರಾರ್ಥನೆ ಸಭೆಗಳಿಗೆ ಹಾಗೂ ಸೇವೆಗಳಿಗೆ ವಾರಕ್ಕೊಮ್ಮೆ ಮಾತ್ರ ಬಳಸಲಾಗುತ್ತಿತ್ತು. ಪ್ರತಿ ವಾರವು ಉಳಿದ ಸಮಯದಲ್ಲಿ ಆ ಕಟ್ಟಡವು ಖಾಲಿ ಇರುತ್ತಿತ್ತು. ನಾನು ನೇಮಿಸಲಾದ ಮೇಲ್ವಿಚಾರಕನಾಗಿ ಸ್ವಚ್ಛಗೊಳಿಸುವುದಕ್ಕೆ ಮತ್ತು ಸುಸ್ಥಿತಿಯಲ್ಲಿಡುವುದಕ್ಕೆ ಕಟ್ಟಡದೊಳಗೆ ಹೋಗುತ್ತಿದ್ದೆ. ಕೆಲವೊಮ್ಮೆ ನನ್ನ ಊಟದ ವಿರಾಮದ ಸಮಯದಲ್ಲಿ ನಾನು ಕಟ್ಟಡದ ನೆಲದ ಮೇಲೆ ವಿಶ್ರಮಿಸಿಕೊಳ್ಳುತ್ತಿದ್ದೆ. ಒಮ್ಮೆ ವಿಶ್ರಮಿಸಿಕೊಳ್ಳುತ್ತಿರುವಾಗ ನನ್ನ ಸೂಕ್ಷ್ಮ ದೇಹವು ಸ್ಥೂಲ ರೂಪದಿಂದ ಪ್ರತ್ಯೇಕಿಸಿ ಒಂದು ಅಡ್ಡ-ಪ್ರಪಂಚವನ್ನು ಪ್ರವೇಶಿಸಿತು. ಆ ಆಯಾಮದಲ್ಲಿ ವಾಸಿಸುತ್ತಿದ್ದ ಕೆಲವು ಜನರು ನನ್ನನ್ನು ಬಂಧಿಸಿದರು ಮತ್ತು ಅವರು ವಾಸಮಾಡುವ ಸ್ಥಳದೊಳಗೆ ಕಾಲಿಡುತ್ತಿದ್ದೇನೆಂದು ನನ್ನನ್ನು ಆರೋಪಿಸಿದರು.

ಇದು ಒಂದು ವಾಸ್ತವಿಕ ಘಟನೆಯಾಗಿತ್ತು, ಏಕೆಂದರೆ ಲೇಖಕನು ಬಳಸಿದ ಸೂಕ್ಷ್ಮ ದೇಹವು ಆ ಸ್ಥಳದಲ್ಲಿ ಈ ಐಹಿಕ ಸ್ಥಳದಲ್ಲಿನ ಸ್ಥೂಲ ದೇಹದಷ್ಟೇ ನೈಜವಾಗಿತ್ತು. ಆ ಜನರು ಹೇಳಿದರು, "ನಾವು ಇಲ್ಲಿ ವಾಸಿಸುತ್ತೇವೆ. ನೀನು ಇಲ್ಲಿ ವಾಸಿಸಲು ಬಯಸುತ್ತೀಯ. ನೀನು ನಮ್ಮ ಸ್ಥಳವನ್ನು ತೆಗೆದುಕೊಳ್ಳುವುದು ಸಾಧ್ಯವಿಲ್ಲ. ನಿನ್ನ ದೇಹವನ್ನು ಇಲ್ಲಿ ವಿಶ್ರಮಿಸಿಕೊಳ್ಳಬೇಡ."

ಲೇಖಕನು ಒಪ್ಪಿಕೊಂಡನು ಮತ್ತು ಗೌರವದಿಂದಾಗಿ ಆತನು ಮತ್ತೆಂದಿಗೂ ಆ ಕೋಣೆಯಲ್ಲಿ ವಿಶ್ರಮಿಸಿಕೊಳ್ಳಲಿಲ್ಲ. ಆ ಅಡ್ಡ-ಪ್ರಪಂಚದ ಜನರು ಐಹಿಕ ದೇಹಗಳನ್ನು ಅಗಲಿದ್ದ, ಆದರೆ ಮಗುವಿನ ರೂಪಗಳನ್ನು ಪಡೆಯಲು ಸಾಧ್ಯವಾಗಿಲ್ಲದ ಚರ್ಚಿನ ಮಾಜಿ ಸದಸ್ಯರಾಗಿದ್ದರು. ಕನಸಿನ ಭೇಟಿಯಲ್ಲಿ ಅವರ ವಿನಂತಿಗೆ ಒಪ್ಪಿಕೊಂಡ ನಂತರ ನನ್ನ ಸೂಕ್ಷ್ಮ

ದೇಹವನ್ನು ಬಿಡುಗಡೆ ಮಾಡಲಾಯಿತು. ನಾನು ಯಾವುದೇ ಅಸಮಾಧಾನವನ್ನು ಮನಸ್ಸಿನಲ್ಲಿ ಇಟ್ಟುಕೊಳ್ಳದಿದ್ದರೂ ನನಗೆ ಬಹಳ ವ್ಯಾಕುಲಗೊಂಡಂತೆ, ಭೂತ ಹಿಡಿದಂತೆ ಅನಿಸಿತು.

ಆನಂತರ, ಮತ್ತೊಬ್ಬ ಹೆಂಗಸು, ಸ್ವಚ್ಛಗೊಳಿಸುವವಳಾಗಿ ನೇಮಕಗೊಂಡಿದ್ದ ಒಬ್ಬ ಮಹಿಳೆಯು, ಕಟ್ಟಡದೊಳಗೆ ಒಬ್ಬಳೇ ಹೋಗಲು ಇಷ್ಟವಾಗುವುದಿಲ್ಲವೆಂದು ದೂರಿದಳು. ಆಕೆಗೆ ಅದು ದಿಗಿಲುಗೊಳಿಸುವಂತೆ ಹಾಗೂ ಪ್ರೇತಗಳು ಪದೇ ಪದೇ ಭೇಟಿ ಕೊಡುವಂತೆ ಭಾಸವಾಗುತ್ತಿತ್ತು. ಆಕೆ ಹೇಳಿದಳು, "ಕೆಲವೊಮ್ಮೆ ಎಲ್ಲಾ ಕಿಡಕಿಗಳು ಮುಚ್ಚಿದ್ದರೂ ಮತ್ತು ಜೋರಾದ ಗಾಳಿಯು ಪ್ರವೇಶಿಸಲು ಸಾಧ್ಯವಿಲ್ಲದಿದ್ದರೂ ಕೂಡ ಬಾಗಿಲುಗಳು ರಪ್ಪನೆ ಮುಚ್ಚುತ್ತವೆ. ಕೆಲವೊಮ್ಮೆ ನಾನು ಶಬ್ದಗಳನ್ನು ಕೇಳುತ್ತೇನೆ. ಕೆಲವೊಮ್ಮೆ ನಾನು ಯಾರನ್ನು ನೋಡದಿದ್ದರೂ ಕೂಡ ಕಟ್ಟಡದೊಳಗೆ ಯಾರೋ ನಡೆದಾಡಿದಂತೆ ಅನಿಸುತ್ತದೆ."

ಮಹಿಳೆಯು ಅಡ್ಡ-ಪ್ರಪಂಚದ ಜನರನ್ನು ಗ್ರಹಿಸಿದಳು ಎಂಬುದನ್ನು ಅರ್ಥಮಾಡಿಕೊಂಡು ಮತ್ತು ಅವಳ ಭಯವನ್ನು ಹೆಚ್ಚಿಸಲು ಇಚ್ಛಿಸದೇ, ನಾನು ಎಲ್ಲವನ್ನೂ ನಿರಾಕರಿಸಿದೆ. ನಾನು ಉತ್ತರಿಸಿದೆ, "ಕಟ್ಟಡದಲ್ಲಿ ಯಾರೂ ಇಲ್ಲ. ನೀನು ವಾತಾವರಣದ ಒತ್ತಡಕ್ಕೆ ಸುಲಭವಾಗಿ ಪ್ರಭಾವಿತಳಾಗುತ್ತೀಯ. ಅದರ ಬಗ್ಗೆ ಯಾವುದೇ ಚಿಂತೆಬೇಡ."

ಮಹಿಳೆಯು, ತನಗೇ ತಿಳಿಯದೇ, ಒಂದಷ್ಟು ಅತೀಂದ್ರಿಯ ಗ್ರಹಿಕೆಯನ್ನು ಹೊಂದಿದ್ದಳು, ಮತ್ತು ವಾಸ್ತವವಾಗಿ ಅತೀಂದ್ರಿಯ ಮಟ್ಟದಲ್ಲಿ ಆ ಸಂಗತಿಗಳನ್ನು ಕೇಳಿಸಿಕೊಂಡಳು, ಆದರೆ ಆಕೆಯು ಅತೀಂದ್ರಿಯ ಶ್ರವಣವನ್ನು ಭೌತಿಕ ಶ್ರವಣವೆಂದು ಗೊಂದಲ ಮಾಡಿಕೊಂಡಳು. ಒಂದು ಸಂಪೂರ್ಣ ಅತೀಂದ್ರಿಯ ಅನುಭವವನ್ನು ಒಂದು ಭೌತಿಕ ಅನುಭವವೆಂದು ತಪ್ಪಾಗಿ ಗ್ರಹಿಸುವುದು ಸುಲಭವಾಗಿದೆ. ಅತೀಂದ್ರಿಯ ಪ್ರಪಂಚವನ್ನು ಅನುಭವಿಸುವ ಸೂಕ್ಷ್ಮ ದೇಹವು, ಸ್ಥೂಲ ದೇಹವು ಎಚ್ಚರವಾಗಿರುವಾಗಲೆಲ್ಲಾ ಅದು ಸ್ಥೂಲ ದೇಹದೊಳಗೆ ಅಂತರಾವಕಾಶವಾಗಿರುತ್ತದೆ (interspaced). ಸೂಕ್ಷ್ಮ ರೂಪದಿಂದ ಪತ್ತೆ ಮಾಡಲಾದ ಅನುಭವಗಳನ್ನು ಸ್ಥೂಲ ವಾಸ್ತವವೆಂದು ಸಾಮಾನ್ಯವಾಗಿ ತಪ್ಪಾಗಿ ಗ್ರಹಿಸಲಾಗುತ್ತದೆ.

ಇದಾದ ನಂತರ ಶೀಘ್ರದಲ್ಲೇ ಚರ್ಚಿನ ಒಬ್ಬ ಹಿರಿಯ ಪುರುಷ ಸದಸ್ಯನು ತನ್ನ ದೇಹಕ್ಕೆ ಗುಂಡಿಕ್ಕಿ ಅದರಿಂದ ಮೃತನಾದನು. ಆತನು ತನ್ನ ವಯಸ್ಸಾದ ರೂಪದ ಬಗ್ಗೆ ವಿಪರೀತವಾಗಿ ಖಿನ್ನನಾಗಿದ್ದನು. ಆತನು ತನ್ನ ದೇಹವನ್ನು ತಾನೇ ಎಂದು ಭಾವಿಸಿದ್ದರಿಂದ, ಸ್ಥೂಲ ದೇಹವನ್ನು ನಾಶಮಾಡಲಾದ ನಂತರವೂ ಖಿನ್ನತೆಯು ಸೂಕ್ಷ್ಮ ರೂಪದಲ್ಲಿ ಮುಂದುವರಿಯುತ್ತದೆ ಎಂಬ ತಿಳುವಳಿಕೆ ಇಲ್ಲದೆ, ಆತನು ಖಿನ್ನವಾದ ಸ್ಥಿತಿಯಿಂದ ಹೊರಬರಲು ದೇಹಕ್ಕೆ ಗುಂಡಿಕ್ಕಿದನು.

ಒಬ್ಬ ವ್ಯಕ್ತಿಯು ಆತ್ಮಹತ್ಯೆ ಮಾಡಿಕೊಳ್ಳುವ ಮೊದಲು ಮಾನವನಿಗೆ ಅನೇಕ ಪದರಗಳ ಸ್ವಸ್ವರೂಪವಿದೆ ಎಂಬುದನ್ನು ತಿಳಿದುಕೊಳ್ಳಬೇಕು. ನಾವು ನೋಡುವ, ನಾಶ ಹೊಂದುವ ಮಾನವ ಅಥವಾ ಪ್ರಾಣಿ ರೂಪವಿದೆ. ಅಲೌಕಿಕ ಮನಃಶಾಸ್ತ್ರವಿದೆ, ಅವುಗಳೆಂದರೆ ಶಾಶ್ವತವಾದ ಆತ್ಮ, ಮನಸ್ಸು, ಭಾವನೆಗಳು, ಹಾಗೂ ಸೂಕ್ಷ್ಮ ಜೀವನದ ಪ್ರಚೋದನೆಗಳು. ಈ ಸೂಕ್ಷ್ಮ, ಮಾನಸಿಕ ಭಾಗಗಳು ನಾಶವಾಗುವುದಿಲ್ಲ, ಆದರೆ ನಮ್ಮಲ್ಲಿ ಪ್ರತಿಯೊಬ್ಬನ ಜೊತೆ ಸಾವಿನಾಚೆಗೆ ಹೋಗುತ್ತವೆ. ಒಬ್ಬ ಮಾನವನು ವಾಸ್ತವಿಕವಾಗಿ ವ್ಯಕ್ತಿತ್ವ, ಮಾನಸಿಕ ಶಕ್ತಿ ಹಾಗೂ ನಾಶವಾಗುವ ದೇಹದ ಸಂಯೋಜನೆಯಾಗಿದ್ದಾನೆ.

ಕೆಲ ಜನರು, ಮಾನವನು ಕೇವಲ ದೇಹ ಮತ್ತು ದುರ್ಬಲ ಮನಸ್ಸು ಎಂದು ಭಾವಿಸುತ್ತಾರೆ. ಅವರು ಒಂದು ಪ್ರತ್ಯೇಕ ವೈಶಿಷ್ಟ್ಯವಾಗಿ ಮೂಲಭೂತವಾದ ವ್ಯಕ್ತಿತ್ವವನ್ನು

ಗ್ರಹಿಸುವುದಿಲ್ಲ. ಅವರು ದೇಹ ಮತ್ತು ಮನಸ್ಸು ಸಾವಿನ ನಂತರ ಉಳಿದಿರುವುದಿಲ್ಲ, ಮತ್ತು ಮಾನಸಿಕ ಗೊಂದಲ ಹಾಗೂ ತೊಳಲಾಟ ಸಾವಿನಲ್ಲಿ ಅಂತ್ಯಗೊಳ್ಳುತ್ತದೆ ಎಂದು ಭಾವಿಸುತ್ತಾರೆ. ಕೆಲವರು ದೇಹ ಮತ್ತು ದುರ್ಬಲ, ಸೂಕ್ಷ್ಮ ಅಂಶಗಳು ಮಾಯವಾಗುತ್ತವೆ, ಆದರೆ ಆತ್ಮ ಮಾತ್ರ ಉಳಿದಿರುತ್ತದೆ ಎಂದು ಸೂಚಿಸುತ್ತಾರೆ. ಇವುಗಳು ತಪ್ಪು ತಿಳಿವಳಿಕೆಯ ಕಲ್ಪನೆಗಳಾಗಿವೆ. ಸ್ಥೂಲ ದೇಹವು ಖಂಡಿತವಾಗಿ ಸಾಯುತ್ತದೆ, ಆದರೆ ಆತ್ಮ ಮತ್ತು ಸೂಕ್ಷ್ಮ ಅಂಶಗಳು ಉಳಿದಿರುತ್ತವೆ. ಆತ್ಮಹತ್ಯೆಯಲ್ಲಿ, ಮನಸ್ಸು ಮತ್ತು ಭಾವನೆಗಳು ಉಳಿದಿರುತ್ತವೆ. ಆತ್ಮಹತ್ಯೆಯು ಮಾನಸಿಕ ಅಥವಾ ಭಾವನಾತ್ಮಕ ಸಮಸ್ಯೆಗಳಿಗೆ ಪರಿಹಾರವಲ್ಲ.

ಏನೇ ಆದರೂ, ತನ್ನ ದೇಹಕ್ಕೆ ಗುಂಡಿಕ್ಕಿದ ಈ ಪುರುಷ ಸದಸ್ಯನು ಮೃತನಾದನು, ತದನಂತರ ಚರ್ಚಿಗೆ ಮರಳಿದನು, ಮತ್ತು ಪ್ರತಿ ಭಾನುವಾರ ಪ್ರಾರ್ಥನಾ ಸಭೆಯನ್ನು ನಡೆಸಲಾಗುತ್ತಿದ್ದ ಒಂದು ನಿರ್ದಿಷ್ಟ ಕೋಣೆಯಲ್ಲಿ ವಾಸಿಸಲು ಶುರುಮಾಡಿದನು. ಆತನು ನಿಖರವಾಗಿ ತನ್ನ ಹಳೆಯ ಭೌತಿಕ ದೇಹದಂತೆಯೇ ಕಾಣುತ್ತಿದ್ದ ಒಂದು ಆಸ್ಟ್ರಲ್ ರೂಪದಲ್ಲಿ ಅಲ್ಲಿ ವಾಸಿಸುತ್ತಿದ್ದನು.

ಒಮ್ಮೆ ಚರ್ಚಿನಲ್ಲಿನ ತನ್ನ ಮಾಜಿ ಸದಸ್ಯತ್ವದ ಬಲದಿಂದ ಆತನು ತಾನು ನೆಲೆಸಿದ್ದ ಅಡ್ಡ-ಪ್ರಪಂಚದೊಳಗೆ ನನ್ನ ಸೂಕ್ಷ್ಮ ದೇಹವನ್ನು ಎಳೆಯಲು ಅಧಿಕಾರವನ್ನು ಪಡೆದುಕೊಂಡನು. ಆತನು ಲೇಖಕನಿಗೆ ಎಚ್ಚರಿಕೆ ನೀಡಿದನು. ಆತನು ಹೇಳಿದನು, "ಇದು ನಮ್ಮ ಕೊಠಡಿ. ಇದನ್ನು ನಾವು ನಿರ್ಮಿಸಿದೆವು. ನಾವು ಅದರ ಮೇಲೆ ನಮ್ಮ ಹಣವನ್ನು ಖರ್ಚು ಮಾಡಿದ್ದೇವೆ. ಇದು ನಮ್ಮ ಧರ್ಮ. ಮತ್ತೆ ಈ ಕೋಣೆಯಲ್ಲಿ ನಿನ್ನ ದೇಹವನ್ನು ವಿಶ್ರಮಿಸಿಕೊಳ್ಳಬೇಡ." ಲೇಖಕನು ಒಪ್ಪಿಕೊಂಡನು ಮತ್ತು ವ್ಯಕ್ತಿಯು ನನ್ನ ಸೂಕ್ಷ್ಮ ದೇಹವನ್ನು ಬಿಡುಗಡೆ ಮಾಡಿದನು.

ಇನ್ನೂ ಮತ್ತೊಂದು ಅನುಭವದಲ್ಲಿ, ಲೇಖಕನು ತನ್ನ ದೇಹವು ಅದರ ಬಾಲ್ಯಾವಸ್ಥೆಯಲ್ಲಿದ್ದಾಗ ತನಗೆ ಪರಿಚಯವಿದ್ದ ಒಬ್ಬ ಹಿರಿಯ ಮಹಿಳೆಯೊಂದಿಗೆ ಮಾತನಾಡುತ್ತಾ ತನ್ನನ್ನು ಒಂದು ಅಡ್ಡ-ಪ್ರಪಂಚದಲ್ಲಿ ಕಂಡುಕೊಂಡನು. ಈ ನಿರ್ದಿಷ್ಟ ಮಹಿಳೆಯು ಈ ಐಹಿಕ ಸ್ಥಳದಿಂದ ಮೃತಳಾದಳು, ಮತ್ತು ಕೆಲವು ೩೦ ವರ್ಷಗಳ ನಂತರವೂ ಆಕೆಯು ಇನ್ನೂ ಒಂದು ಸ್ಥೂಲ ಮಾನವ ರೂಪವನ್ನು ಪಡೆದುಕೊಂಡಿರಲಿಲ್ಲ, ಆದರೆ ಆಕೆ ಭೂಮಿಯ ಮೇಲೆ ಬಳಸುತ್ತಿದ್ದ ಮನೆಯ ತದ್ರೂಪವಾಗಿದ್ದ ಒಂದು ಮನೆಯಲ್ಲಿ, ಒಂದು ಸಮಾನಾಂತರ ಪ್ರಪಂಚದಲ್ಲಿ ವಾಸಿಸುತ್ತಿದ್ದಳು. ಕುತೂಹಲಕಾರಿ ವಿಷಯವೆಂದರೆ, ಆ ಸ್ಥಳವು ಅದೇ ಬೀದಿಗಳನ್ನು, ಅದೇ ತರಹದ ಕೆಸರಿನ ಜೇಡಿಮಣ್ಣನ್ನು, ಮತ್ತು ಅದೇ ತರಹದ ಮಾರುಕಟ್ಟೆ ಸ್ಥಳಗಳನ್ನು ಹೊಂದಿತ್ತು. ನಾನು ಆಗಮಿಸಿದಾಗ, ಮಹಿಳೆಯು ನಾನು ಶಾಶ್ವತವಾಗಿ ಅಲ್ಲಿ ವಾಸಿಸುತ್ತೇನೆ ಎಂಬಂತೆ ವರ್ತಿಸಿದಳು. ಅದು ಒಂದು ಸಮಾನಾಂತರ ಆಸ್ಟ್ರಲ್ ಭೂಮಿಯಾಗಿದ್ದರೂ, ಮತ್ತು ಆಕೆ ವಾಸಿಸುತ್ತಿದ್ದ ಮೂಲ ಭೂಮಿಯಲ್ಲದಿದ್ದರೂ ಕೂಡ, ಆಕೆಯು ತಾನು ಎಂದಿಗೂ ಮೃತಳಾಗಿಲ್ಲವೋ ಎಂಬಂತೆ, ಮತ್ತು ನಾನು ಆ ಸ್ಥಳದ ಒಬ್ಬ ಶಾಶ್ವತ ನಿವಾಸಿ ಎಂಬಂತೆ ಮಾತನಾಡಲು ಪ್ರಾರಂಭಿಸಿದಳು. ಮತ್ತು ಅದೂ ಅಲ್ಲದೆ, ಆಕೆ ೩೦ ವರ್ಷಗಳ ಹಿಂದೆ ಮೃತಳಾಗಿದ್ದಳು. ನಾನು ಹೊರಡಲು ಪ್ರಯತ್ನಿಸಿದಾಗ ಆಕೆ ನನ್ನ ಸೂಕ್ಷ್ಮ ದೇಹವನ್ನು ಅಲ್ಲಿ ಹಿಡಿದಿಟ್ಟುಕೊಂಡಳು, ಆದರೆ ಆಕೆಗೆ ಸದಾ ಶಾಶ್ವತವಾಗಿ ಹಿಡಿದಿಟ್ಟುಕೊಳ್ಳಲು ಆಗುವುದಿಲ್ಲವೆಂದು ನನಗೆ ತಿಳಿದಿತ್ತು. ನಾನು ಆಕೆಗೆ ಸಹಾನುಭೂತಿ ತೋರುತ್ತಿದ್ದೆ, ಮತ್ತು ಆಕೆ ಸಡಿಲಿಸಿದ ಕೂಡಲೇ ನಾನು ಸ್ಥಳವನ್ನು ಬಿಟ್ಟು ಹೊರಟೆ.

ಇದೇ ರೀತಿಯ ಬೇರೆ ಅನುಭವಗಳು ಇವೆ, ಮತ್ತು ಅವುಗಳಲ್ಲಿ ಎಲ್ಲವೂ ಕೆಳಮಟ್ಟದ ಜೀವಿಗಳನ್ನು ಒಳಗೊಂಡಿರುವ ಕೆಳಮಟ್ಟದ ಬಗೆಯವು ಅಲ್ಲ. ಒಬ್ಬ ಮಹಾನ್ ಆಧ್ಯಾತ್ಮಿಕ ಗುರುವಿನ ನಿರ್ಗಮನದ ನಂತರ, ಇಂತಹ ಒಬ್ಬ ಮಹಾನ್ ಆತ್ಮವನ್ನು ಉನ್ನತ ಆಯಾಮಗಳಲ್ಲಿ, ಅಡ್ಡ-ಪ್ರಪಂಚಗಳಲ್ಲಿ ಭೇಟಿ ಮಾಡಬಹುದು, ಮತ್ತು ಈ ಉನ್ನತ ಆಯಾಮಗಳು, ಅಡ್ಡ-ಪ್ರಪಂಚಗಳು ಈ ಭೌತಿಕ ಅಸ್ತಿತ್ವಕ್ಕಿಂತ ಅಥವಾ ನಾವು ಕನಸುಗಳ ಅನುಭವಗಳಲ್ಲಿ ಸುಲಭವಾಗಿ ಪ್ರವೇಶಿಸುವ ಕನಸಿನ ಸ್ಥಳಗಳಿಗಿಂತ ಹೆಚ್ಚು ವಾಸ್ತವಿಕವಾಗಿವೆ. ಮಹಾನ್ ವೈಷ್ಣವ ಆಧ್ಯಾತ್ಮಿಕ ನಾಯಕರಾದ ಶ್ರೀಲ ಎ.ಸಿ. ಭಕ್ತಿವೇದಾಂತ ಸ್ವಾಮಿ ಪ್ರಭುಪಾದರ ನಿಧನದ ನಂತರ ಲೇಖಕನು ವಿವಿಧ ಸಮಾನಾಂತರ ಆಯಾಮಗಳಲ್ಲಿ ಅವರೊಂದಿಗೆ ಅನೇಕ ಭೇಟಿಗಳನ್ನು ಮಾಡಿದನು, ಆದರೆ ಒಂದು ನಿರ್ದಿಷ್ಟ ಅನುಭವವು ಗಮನ ಸೆಳೆಯುತ್ತದೆ. ಈ ಒಂದರಲ್ಲಿ, ಮಹಾನ್ ತಜ್ಞರು ಆಗತಾನೆ ತಮ್ಮ ಭೌತಿಕ ದೇಹದಿಂದ ನಿರ್ಗಮಿಸಿದ್ದರು (ಅಂದರೆ, ನಿಧನ ಹೊಂದಿದ್ದರು) ಮತ್ತು ಉನ್ನತ ಸ್ಥಳಕ್ಕೆ ಪ್ರಯಾಣ ಮಾಡುತ್ತಿರುವಾಗ ಸೂಕ್ಷ್ಮ ವಾತಾವರಣದ ಮೂಲಕ ಹಾದುಹೋಗುತ್ತಿದ್ದರು. ಕೆಲ ದೇವತಾ ಸದೃಶ ವ್ಯಕ್ತಿಗಳು ಅವರನ್ನು ಇಂಪಾಗಿ ಹೊಗಳುತ್ತಿದ್ದರು. ನಾನು ಈ ಮೊದಲು ಕೇಳಿರದ ಒಂದು ಹಾಡನ್ನು ಹಾಡುತ್ತಿದ್ದರು, ಅದು ಯಾವುವೆಂದರೆ:

- *ಜೈ ಪ್ರಭು ಪ್ರಭು ಗೋರೋಚನ*
- *ಪ್ರಭು ಕನಂದನ ಗೋರೋಚನ*

ಭೂಮಿಯ ಮೇಲೆ ಎಂದೂ ಕೇಳಿರದ, ಇಂಪಾದ ಸ್ವರ್ಗೀಯ ಸಂಗೀತವು ಜತೆಗೂಡಿದ್ದ ಈ ಹಾಡನ್ನು ಅವರು ಮತ್ತೆ, ಮತ್ತೆ ಹಾಡುತ್ತಿದ್ದರು. ಇದು ಸಂಸ್ಕೃತದ ಭಾಷೆಯಲ್ಲಿನ ಒಂದು ಹಾಡಾಗಿದೆ, ಮತ್ತು ಆ ಸಮಯದಲ್ಲಿ ನನಗೆ ಸಂಸ್ಕೃತವು ತುಂಬ ಚೆನ್ನಾಗಿ ಗೊತ್ತಿರದಿದ್ದರೂ, ನಾನು ಪದಗಳನ್ನು ಸ್ಪಷ್ಟವಾಗಿ ನೆನಪಿಟ್ಟುಕೊಂಡೆ, ಮತ್ತು ಐಹಿಕ ಪ್ರಜ್ಞೆಗೆ ಮರಳಿದ ಕೂಡಲೇ ಅವುಗಳನ್ನು ಬರೆದಿಟ್ಟುಕೊಂಡೆ. ಆನಂತರ ನಾನು ಅರ್ಥದ ಬಗ್ಗೆ ಆಲೋಚಿಸಿದೆ.

ಜೈ ಪ್ರಭು:	ನಿಮಗೇ ಎಲ್ಲಾ ಕೀರ್ತಿಗಳು, ಓ ಮಹಾನ್ ಆಧ್ಯಾತ್ಮಿಕ ಗುರುಗಳೇ!
ಪ್ರಭು ಗೋರೋಚನ:	ಪವಿತ್ರ ಶ್ರೀಗಂಧವನ್ನು ಮತ್ತು ಗೋ ದೇಹದಿಂದ ಉತ್ಪಾದಿಸಲಾದ ಐದು ಪವಿತ್ರ ಉತ್ಪನ್ನಗಳನ್ನು ವೈಭವೀಕರಿಸಿದ ಓ ಪ್ರಭುಯೋಗ್ಯ ಗುರುಗಳೇ.
ಪ್ರಭು ಕನಂದನ ಗೋರೋಚನ:	ಓ ಬದುಕಿರುವ ಜೀವಿಗಳ ಗುರುಗಳೇ. ಭಗವಂತನ ವೈಷ್ಣವ ಭಕ್ತರಿಗೆ ಬಹಳ ಪ್ರಿಯರಾದ ಹಾಗೂ ಗೋ ದೇಹದಿಂದ ಉತ್ಪಾದಿಸಲಾದ ಐದು ಪವಿತ್ರ ಉತ್ಪನ್ನಗಳ ಬಳಕೆಗೆ ಖ್ಯಾತರಾದ ಓ ನೀವು!

ಅನುಭವದಲ್ಲಿ ನಾನು ಸ್ವರ್ಗೀಯ ರೂಪದಲ್ಲಿ ನನ್ನನ್ನು ಕಂಡುಕೊಂಡೆ, ಮತ್ತು ಈ ರೂಪದಲ್ಲಿ ಸ್ವರ್ಗದವರ ಅಮೃತವನ್ನು ಆಧ್ಯಾತ್ಮಿಕ ಸಂತೋಷದ ಮಹಾನ್ ತೀವ್ರತೆಯಲ್ಲಿ ಅನುಭವಿಸಲಾಯಿತು. ಆ ದೇಹದ ದೃಷ್ಟಿಯು ಅತ್ಯಂತ ಸ್ಫುಟವಾಗಿತ್ತು. ಎಲ್ಲಾ ಅತೀಂದ್ರಿಯ ಶಕ್ತಿಗಳು ಅದರ ಮೂಲಕ ಬಳಕೆಗೆ ಲಭ್ಯವಿದ್ದವು. ಅದು ಗಾಳಿಯ ಮೂಲಕ ತೇಲುತ್ತಿತ್ತು ಮತ್ತು ಅಡ್ಡಿಗೊಳಗಾಗಲಿಲ್ಲ.

ಸಾವಿನ ಸಮಯದ ಮೊದಲು ಇಂತಹ ಅನುಭವಗಳನ್ನು ಹೊಂದುವುದರಿಂದ ಸಾವಿನ ಬಗೆಗಿನ ಎಲ್ಲಾ ಭಯಗಳು ಹೊರಟು ಹೋಗುತ್ತವೆ, ಮತ್ತು ಆತ್ಮದ ಅಥವಾ ಪ್ರವೃತ್ತಿಗಳು ಶೇಖರವಾಗಿರುವ ಮನಸ್ಸಿನ ಸಾವು ಇಲ್ಲವೆಂಬುದು ಒಬ್ಬ ವ್ಯಕ್ತಿಗೆ ಸ್ಪಷ್ಟವಾಗಿ ಅರ್ಥವಾಗುತ್ತದೆ. ಸ್ಥೂಲ ದೇಹವನ್ನು ಬಿಟ್ಟ ನಂತರ ಆತನು ಅಸ್ತಿತ್ವದಲ್ಲಿ ಮುಂದುವರಿಯುತ್ತಾನೆ ಮತ್ತು ವಾಸ್ತವಿಕ ಪರಿಸರದಲ್ಲಿ ಸಂಬಂಧಗಳನ್ನು ಹೊಂದಿರುತ್ತಾನೆ. ಈ ಸಮಾನಾಂತರ ಪ್ರಪಂಚಗಳ ಕೊರತೆ ಖಂಡಿತವಾಗಿಯೂ ಇಲ್ಲ.

ಹಣ ಮತ್ತು ಆಧ್ಯಾತ್ಮಿಕ ಅಭ್ಯಾಸ

ಪ್ರತಿ ವಿರಕ್ತನು ಅಭ್ಯಾಸದ ಫಲಿತಾಂಶಗಳನ್ನು ಎಚ್ಚರಿಕೆಯಿಂದ ಪರಿಶೀಲಿಸಬೇಕು. ಆತನು ಪ್ರಗತಿಯನ್ನು ಗಮನಿಸುವುದನ್ನು ಅಥವಾ ಅದರ ದಾಖಲೆ ಇರಿಸಿಕೊಳ್ಳುವುದನ್ನು ಇತರರಿಗೆ ಬಿಡಬಾರದು. ಆತನು ಸಂತೃಪ್ತನಾಗಬಾರದು, ಆತ್ಮವಿಶ್ವಾಸವುಳ್ಳವ ನಾಗಬಾರದು ಅಥವಾ ಆಲಸಿಯಾಗಬಾರದು, ಅಥವಾ ಧರ್ಮ ಅಥವಾ ಶಿಸ್ತು ಫಲಿತಾಂಶಗಳನ್ನು ನೀಡುತ್ತದೆ ಎಂದು ದೃಢವಾಗಿ ನಂಬಿದ ಕಾರಣಕ್ಕಾಗಿ ಮಾತ್ರ ತಾನು ಪ್ರಗತಿಯನ್ನು ಹೊಂದುತ್ತೇನೆಂದು ಆತನು ಭಾವಿಸಬಾರದು.

ಸುಲಭ ಲೌಕಿಕ ಜೀವನ, ಸುಲಭ ಹಣ ಪಡೆಯುವ ಅವಕಾಶ, ಇತರರ ಮೇಲೆ ಸುಲಭ ಪ್ರಭಾವ ಬೀರುವಿಕೆ ಆಧ್ಯಾತ್ಮಿಕ ಯಶಸ್ಸಿನ ಲಕ್ಷಣಗಳಾಗಿವೆ ಎಂದು ಭಾವಿಸುವುದು ಕೂಡ ತಪ್ಪಾಗಿದೆ.

ಸಾಮಾನ್ಯವಾಗಿ ಒಬ್ಬ ವ್ಯಕ್ತಿಯು ಹಿಂದಿನ ಜೀವನಗಳಿಂದ ಬಂದ ಧರ್ಮಬುದ್ಧಿಯ ಆಧಾರದ ಮೇಲೆ ಮತ್ತು ಹಣದ ದಿಕ್ ಪ್ರಜ್ಞೆಯ ಆಧಾರದ ಮೇಲೆ ಹಣವನ್ನು ಪಡೆಯುವ ಅವಕಾಶವನ್ನು ಹೊಂದಿರುತ್ತಾನೆ, ಒಂದು ನಿರ್ದಿಷ್ಟ ಧರ್ಮದ ಆಧಾರದ ಮೇಲಲ್ಲ. ಉದಾಹರಣೆಗೆ, ಸಾಕಷ್ಟು ಧಾರ್ಮಿಕತೆ ಹಾಗೂ ಸಂಘಟನಾ ನೈಪುಣ್ಯಗಳಿರುವ ಒಬ್ಬ ವ್ಯಕ್ತಿಯು ಆತನ ದೇಹವನ್ನು ಯಾವ ಕುಟುಂಬದಿಂದ ಅಥವಾ ಸಮಾಜದಿಂದ ಪಡೆಯಲಾಗಿದೆ ಎಂಬುದನ್ನು ಲೆಕ್ಕಿಸದೆ, ಸುಲಭವಾಗಿ ಹಣವನ್ನು ಪಡೆಯುವ ಅವಕಾಶವನ್ನು ಹೊಂದಿರಬಹುದು. ಆತನಿಗೆ ಕ್ರೈಸ್ತ, ಹಿಂದೂ ಅಥವಾ ಮುಸ್ಲಿಂ ಧರ್ಮವನ್ನು ಬೋಧಿಸಲಾಗಿದೆಯೋ ಎಂಬುದನ್ನು ಲೆಕ್ಕಿಸದೆ ಆತನು ಹಣವನ್ನು ಪಡೆಯುವ ಅವಕಾಶವನ್ನು ಹೊಂದಿರುತ್ತಾನೆ. ಇದರರ್ಥ, ಇದು ನೇರವಾಗಿ ಧಾರ್ಮಿಕತೆ ಹಾಗೂ ಹಣಕಾಸಿನ ಸ್ವಾಭಾವಿಕ ಕೌಶಲದ ಮೇಲೆ ಆಧರಿಸಿದೆ.

ಅಧ್ಯಾಯ ೧೩

ಧ್ಯಾನದಲ್ಲಿ ಒಬ್ಬ ವ್ಯಕ್ತಿಯು ಮನಸ್ಸನ್ನು ಶಾಂತಗೊಳಿಸುವ ಒಂದು ವೈಯಕ್ತಿಕ ರೀತಿಯನ್ನು ಕಂಡುಕೊಳ್ಳುತ್ತಾನೆ. ಮತ್ತು ಮನಸ್ಸನ್ನು ಶಾಂತಗೊಳಿಸುವುದು ಧ್ಯಾನವಲ್ಲದಿದ್ದರೂ ಕೂಡ ಧ್ಯಾನ ಮಾಡಲು ಬಯಸುವವರಿಗೆ ಇದು ಪ್ರಾರಂಭ ಆಗಿದೆ. ಮನಸ್ಸನ್ನು ಶಾಂತಗೊಳಿಸುವುದು ಧ್ಯಾನಕ್ಕೆ ಪೂರ್ವಭಾವಿ ಚಟುವಟಿಕೆಯಾಗಿದೆ. ಪ್ರತಿ ವ್ಯಕ್ತಿಯು ಒಂದು ಪ್ರಾಯೋಗಿಕ ವಿಧಾನವನ್ನು ಕಂಡುಕೊಳ್ಳಬೇಕು, ಅದರಿಂದ ಆತನು ಮಾನಸಿಕ ಸಹವಾಸದ ತೊಂದರೆಗಳಿಂದ ತನ್ನನ್ನು ದಿನನಿತ್ಯ ಮುಕ್ತಗೊಳಿಸಬಹುದು.

ಊಹೆಗಳು

ಪುನರ್ಜನ್ಮವು ಹಿಂದಿನ ಅಸ್ತಿತ್ವಗಳ ನೆನಪಿನಿಂದ ಪರಿಶೀಲಿಸಲಾಗುತ್ತದೆ, ಆದರೆ ಯಾವುದೇ ನೆನಪು ಇಲ್ಲದಿದ್ದರೂ ಕೂಡ, ಆದರೂ ನೆನಪು ಧ್ಯಾನದಲ್ಲಿ ಒಳಗೊಂಡಿದೆ. ನೆನಪು ಧ್ಯಾನಕ್ಕೆ ಪಲಾಯನ ಮಾಡುವ ಒಂದು ನಿರ್ಧಿಷ್ಟ ಸ್ಥಳವಾಗಿದೆ. ಧ್ಯಾನದಲ್ಲಿ ನೆನಪಾಗಿ ಶೇಖರಿಸಿಡಲಾಗಿರುವ ಅನಿಸಿಕೆಗಳಿಗೆ ಧ್ಯಾನಿಗೆ ಕಿರುಕುಳ ಕೊಡಲು ಅವಕಾಶ ಕೊಡಬಾರದು. ಈ ಮಾನಸಿಕ ಅನಿಸಿಕೆಗಳು ಹಾಗೂ ಅವುಗಳ ಸಹಜ ಪ್ರವೃತ್ತಿಗಳು ಮನಸ್ಸಿನಲ್ಲಿ ಇವೆ, ಆದರೆ ಅವು ಧ್ಯಾನಿಯ ಮನಸ್ಸನ್ನು ಕದಡಲು ಹೆದರುತ್ತವೆ ಎಂಬಂತೆ ನಿಶ್ಚಲವಾಗಿರಬೇಕು. ಅವು ಧ್ಯಾನದ ಸಮಯದಲ್ಲಿ ಸಕ್ರಿಯಗೊಂಡರೆ, ಧ್ಯಾನಕ್ಕೆ ಅಡ್ಡಿಪಡಿಸುತ್ತವೆ. ಸ್ವಯಂ ನೆನಪಿನ ವಿಷಯವನ್ನು ಬೆನ್ನಟ್ಟುತ್ತದೆ ಇಲ್ಲವೇ ಒಂದು ಪರಿಣಾಮಕಾರಿ ಶಿಸ್ತಿನ ಮೂಲಕ ಅದನ್ನು ನಿಗ್ರಹಿಸುತ್ತದೆ. ಪುನರ್ಜನ್ಮದ ತಿಳುವಳಿಕೆಯು ಸಫಲ ಧ್ಯಾನಕ್ಕೆ ಅಗತ್ಯ. ನಾವು ಧ್ಯಾನದ ಸ್ಥಿತಿಯನ್ನು ತಲುಪುವ ಮೊದಲು, ನಾವು ನೆನಪಿನ ಹಲವು ಪದರಗಳ ಮೂಲಕ ಹಾದುಹೋಗಬೇಕು. ನಾವು ಪುನರ್ಜನ್ಮದ ಬಗ್ಗೆ ಅರಿತಿಲ್ಲದಿದ್ದರೆ, ನೆನಪುಗಳು ನಮಗೆ ತಪ್ಪು ತೀರ್ಮಾನಗಳನ್ನು ಮಾಡುವಂತೆ ಮಾಡುತ್ತವೆ, ಮತ್ತು ಅವು ಧ್ಯಾನಕ್ಕೆ ಅಡ್ಡಿಮಾಡುತ್ತವೆ.

ಹಿಂದಿನ ಜೀವನಗಳ ಊಹೆಗಳನ್ನು ಅಥವಾ ಕಲ್ಪನೆಗಳನ್ನು ದಾಖಲಿಸಿಕೊಳ್ಳಬಹುದು. ನಂತರ ಅನ್ವೇಷಕನು ತನ್ನ ವಿಶ್ಲೇಷಣೆಗಳು ಸರಿಯಾಗಿದ್ದವೋ ಎಂಬುದನ್ನು ಖಚಿತಪಡಿಸಿಕೊಳ್ಳಲು ಅವುಗಳನ್ನು ಮತ್ತೊಮ್ಮೆ ಪರಿಶೀಲಿಸಬಹುದು. ಆತನು ಜನರ ಹಾಗೂ ಸ್ಥಳಗಳ ಬಗ್ಗೆ ಐತಿಹಾಸಿಕ ಅಧ್ಯಯನಗಳನ್ನು ಓದಬಹುದು ಮತ್ತು ಊಹೆಗಳು ಸರಿಯಾಗಿವೆಯೋ ಎಂಬುದನ್ನು ನೋಡಲು ತನ್ನ ತಿಳುವಳಿಕೆಯನ್ನು ಅಳೆಯಬಹುದು.

ಒಂದು ಹಿಂದಿನ ಜೀವನದಲ್ಲಿ ತನಗೆ ತಿಳಿಯಲ್ಪಟ್ಟಿದ್ದವು ಎಂದು ಆತನು ಭಾವಿಸಿದ ಸ್ಥಳಗಳನ್ನು ಆತನು ಭೇಟಿ ಮಾಡಬಹುದು. ಆತನು ಇವುಗಳ ಬಗ್ಗೆ ತನ್ನ ಪೂರ್ವಕಲ್ಪನೆಗಳನ್ನು ಅಳೆಯಬಹುದು. ಊಹೆಗಳು ಉಪಪ್ರಜ್ಞೆಯ ಸುಳಿವುಗಳಾಗಿವೆ, ಆದರೆ ಅವು ನಿಖರವಾಗಿಲ್ಲದಿರಬಹುದು. ಅವುಗಳನ್ನು ಐತಿಹಾಸಿಕ ಮಾಹಿತಿಗಳಿಂದ ಆಗಲಿ ಅಥವಾ ಭೇಟಿಗಳಿಂದ ಆಗಲಿ ಪರಿಶೀಲಿಸಿಕೊಳ್ಳಬೇಕು. ಆತನು ನೆನಪುಗಳ ಉಪಪ್ರಜ್ಞೆಯ ಶೇಖರಣೆಗಳನ್ನು ನಂಬಲೂ ಬಾರದು ಅಥವಾ ಅವುಗಳನ್ನು ಉಪೇಕ್ಷಿಸಲೂ ಬಾರದು. ಆದರೆ ಆತನು ಜಾಗೃತ ಮನಸ್ಸಿನೊಳಗೆ ಅವುಗಳ ಪ್ರದರ್ಶನಗಳನ್ನು ಪರಿಶೀಲಿಸುತ್ತಿರಬೇಕು.

ಪಿತ್ರಾರ್ಜಿತ ಪ್ರಭಾವ

ಪ್ರತಿ ಮಾನವನಿಗೆ ಇತರರೊಂದಿಗಿನ ಹಿಂದಿನ ಜೀವನದ ಸಂಬಂಧಗಳ ಬಗ್ಗೆ ಸ್ಫುರಣಗಳಿರುತ್ತವೆ. ಅಪರಿಚಿತರೊಂದಿಗೆ ಕೂಡ ವ್ಯಕ್ತಿಯು ಮುಂಚೆಯೇ ಪರಿಚಯವಿದ್ದನು ಎಂಬ ಭಾವನೆ ಬರಬಹುದು. ಒಂದೇ ವಯಸ್ಸಿನ ದೇಹವಿರುವ ವ್ಯಕ್ತಿಯೊಂದಿಗೆ ಕೂಡ ತಾನು ಹಿರಿಯನಾಗಿ ಅಥವಾ ಕಿರಿಯನಾಗಿ ಆ ವ್ಯಕ್ತಿಗೆ ಸಂಬಂಧಿಯಾಗಿದ್ದೆ ಎಂಬ ಭಾವನೆ ಬರಬಹುದು. ಒಮ್ಮೆ ನನಗೆ ಒಬ್ಬ ಮಹಿಳೆಯು ಪರಿಚಯವಿದ್ದಳು. ಆಕೆಯ ದೇಹಕ್ಕೆ ನನ್ನ ದೇಹದಷ್ಟೇ ವಯಸ್ಸಾಗಿದ್ದರೂ ಕೂಡ ನಾನು ಆಕೆಯ ಮಗ ಅಥವಾ ಸೋದರಳಿಯ ಎಂಬಂತೆ ಆಕೆ ನನ್ನೊಂದಿಗೆ ಸಂಬಂಧಿಸಿದಳು. ಆಕೆ ತಿಳಿವಳಿಕೆಯಲ್ಲಿ ನನ್ನ ಹಿರಿಯಳಾಗಿರಲಿಲ್ಲ, ಆದರೂ ಆಕೆ ಯಾವಾಗಲೂ ರಕ್ಷಣಾತ್ಮಕ ನೋಟದಿಂದ ನನ್ನನ್ನು ನೋಡುತ್ತಿದ್ದಳು. ಆಕೆಯ ಸೂಕ್ಷ್ಮ ದೇಹವು ಒಂದು ಹಿಂದಿನ ಜೀವನದಿಂದ ಆಕೆಯು ಸಮಾಜದ ಹಿರಿಯಳಾಗಿದ್ದಾಗಿನ ಒಂದು ಸಂಬಂಧವನ್ನು ಪ್ರತಿಪಾದಿಸಲು ಪ್ರಯತ್ನಿಸಿತು. ಇಂದು ಒಬ್ಬ ತಂದೆಯು ಯೋಗ್ಯತೆಯಲ್ಲಿ ಆತನಿಗಿಂತ ಉತ್ತಮನಾದ ಅಥವಾ ವಿವೇಕಿಯಾದ ಒಬ್ಬ ವ್ಯಕ್ತಿಗೆ ದೇಹವನ್ನು ಹುಟ್ಟಿಸಬಹುದಾಗಿರುವಂತೆ, ಆಕೆ ನನ್ನ ರಕ್ಷಕಳಾಗಿದ್ದಳು ಎಂಬಂತೆ ಸಂಬಂಧದಲ್ಲಿ ಮೇಲುಗೈಯನ್ನು ಹೊಂದಲು ಪ್ರಯತ್ನಿಸಿದಳು.

ಮತ್ತೊಂದು ಉದಾಹರಣೆಯಲ್ಲಿ, ೧೫ ವರ್ಷಗಳಷ್ಟು ನನ್ನ ಹಿರಿಯಳಾಗಿದ್ದ ಒಬ್ಬ ಮಹಿಳೆಯು ನಾನು ಆಕೆಯ ಗೆಳೆಯನೆಂಬಂತೆ ನನ್ನೊಡನೆ ನಡೆದುಕೊಂಡಳು. ದೈಹಿಕ ಮಟ್ಟದಿಂದ ಅದು ಅಸಮ ಬಾಂಧವ್ಯವಾಗಿತ್ತು. ಆದರೂ ಆಕೆ ಮತ್ತೆ ಮತ್ತೆ ಪ್ರಯತ್ನಿಸಿದಳು ಮತ್ತು ಭಾವನಾತ್ಮಕವಾಗಿ ಪ್ರಣಯ ಚಲನೆಗಳನ್ನು ನಡೆಸಿದಳು. ಆಕೆಯ ಸೂಕ್ಷ್ಮ ದೇಹವು ನನ್ನ ಸೂಕ್ಷ್ಮ ದೇಹವನ್ನು ಹಿಂದಿನ ಪ್ರೇಮಿ ಎಂದು ಗುರುತಿಸಿತು. ಅದು ಆ ಸಂಬಂಧವನ್ನು ಹಠಾತ್ ಪ್ರವೃತ್ತಿಯಿಂದ ಅಭಿವ್ಯಕ್ತಪಡಿಸಲು ಪ್ರಯತ್ನಿಸಿತು.

ಇನ್ನೂ ಮತ್ತೊಂದು ಉದಾಹರಣೆಯಲ್ಲಿ, ೨೦ ವರ್ಷಗಳಷ್ಟು ನನ್ನ ಹಿರಿಯಳಾಗಿದ್ದ ಒಬ್ಬ ಮಹಿಳೆಯು ನಾನು ಆಕೆಯ ಪತಿ ಎಂಬಂತೆ ನನ್ನ ಮೇಲೆ ಪ್ರೀತಿಯ ಭಾವನೆಗಳನ್ನು ಅನುಭವಿಸಿದಳು. ಮುಜುಗರದಿಂದ ಮತ್ತು ಸಾಮಾಜಿಕ ನಿಯಮಗಳನ್ನು ವಿರೋಧಿಸಲು ತಾನು ಧೈರ್ಯ ಮಾಡುವುದಿಲ್ಲವೆಂದು ತಿಳಿದು, ಆಕೆ ತನ್ನ ಮಗಳನ್ನು, ನನ್ನ ಮೇಲೆ ಅಷ್ಟೇನೂ ಆಕರ್ಷಣೆಯನ್ನು ಹೊಂದಿಲ್ಲದ ಒಬ್ಬ ಹುಡುಗಿಯನ್ನು ನನ್ನ ಮುಂದಿಟ್ಟಳು. ಹುಡುಗಿಯು ಉಗ್ರವಾಗಿ ತನ್ನ ತಾಯಿಯ ಆಲೋಚನೆಯನ್ನು ವಿರೋಧಿಸಿದಳು. ತಾಯಿಯ ಸೂಕ್ಷ್ಮ ದೇಹವು ಒಂದು ಹಿಂದಿನ ಜೀವನದಿಂದ ಒಂದು ಪ್ರಣಯ ಕಲ್ಪನೆಯನ್ನು ಪೂರ್ಣಗೊಳಿಸುವುದಕ್ಕಾಗಿ ತನ್ನ ಪ್ರತಿನಿಧಿಯಾಗಿ ಮಗಳ ಭೌತಿಕ ರೂಪವನ್ನು ಬಳಸಲು ಪ್ರಯತ್ನಿಸಿತು.

ಲೈಂಗಿಕ ಒಳಾರ್ಥಗಳು ಇರುವಾಗ ಸೂಕ್ಷ್ಮ ದೇಹವು ತುಂಬಾ ಸ್ವಸಮರ್ಥನೀಯವಾಗುತ್ತದೆ. ಅದು ಸಾಮಾಜಿಕ ಅಪಕೀರ್ತಿಗೆ ಕೂಡ ಸಾಹಸ ಮಾಡಬಹುದು. ಅದು ತನ್ನನ್ನು ಪ್ರಯತ್ನ ಮಾಡಲು ಒತ್ತಾಯಿಸಬಹುದು ಮತ್ತು ಖ್ಯಾತಿಯ ನಷ್ಟವನ್ನು ಉಂಟುಮಾಡಬಹುದು. ಇದು ಹಿಂದಿನ ಜೀವನಗಳಿಂದ ಅತೃಪ್ತ ಸಂಬಂಧಗಳನ್ನು ಪೂರ್ಣಗೊಳಿಸಲು ಒಂದು ಕಾಮಾಸಕ್ತಿಯ ಪ್ರಬಲ ಪ್ರಚೋದನೆಯಿಂದ ಸಂಭವಿಸುತ್ತದೆ.

ಈಗಿನ ಅಧಿಕ ಪ್ರಮಾಣದ ವಿಚ್ಛೇದನವು ಒಂದು ಜೀವಮಾನದಲ್ಲಿ ಒಂದಕ್ಕಿಂತ ಹೆಚ್ಚು ವೈವಾಹಿಕ ಕಲ್ಪನೆಯನ್ನು ಪೂರೈಸಿಕೊಳ್ಳಲು ಪ್ರಯತ್ನಿಸುತ್ತಿರುವ ಸೂಕ್ಷ್ಮ ದೇಹಗಳ ಪ್ರತಿಪಾದನೆಯಾಗಿದೆ. ನೈತಿಕತೆಯು ಸಾಮಾನ್ಯವಾಗಿ ಪ್ರತಿ ವ್ಯಕ್ತಿಗೆ ಕೇವಲ ಒಂದು ಮದುವೆಯ

ಸಂಗಾತಿಯನ್ನು ಅನುಮತಿಸುತ್ತದೆ, ಆದರೆ ಸೂಕ್ಷ್ಮ ದೇಹಗಳು ಆ ನಿರ್ಬಂಧವನ್ನು ಮುರಿಯಲು ಪ್ರಯತ್ನಿಸುತ್ತವೆ.

ನಿಧನ ಹೊಂದಿದ ಆತ್ಮಗಳಿಂದ ಒತ್ತಡ

ಬದುಕಿರುವವರ ಪ್ರಪಂಚವು ಸತ್ತವರ ಪ್ರಪಂಚದಿಂದ ಬೇರ್ಪಟ್ಟಿಲ್ಲ, ಆದರೆ ಬದುಕಿರುವವರು ತಾವು ಸತ್ತವರ ಹಕ್ಕುಗಳನ್ನು ವಶಪಡಿಸಿಕೊಂಡೆವು ಎಂದು ಭಾವಿಸುತ್ತಾರೆ. ಆದರೆ, ಬಹುತೇಕ ಸಂದರ್ಭಗಳಲ್ಲಿ ಅವರು ಸತ್ತವರು ಪೂರ್ಣಗೊಳಿಸಬೇಕಿದ್ದ ಜವಾಬ್ದಾರಿಗಳನ್ನು ಮಾತ್ರ ವಶಪಡಿಸಿಕೊಂಡಿರುತ್ತಾರೆ. ಮೊದಲನೆಯದಾಗಿ, ಸತ್ತವರು ಅತೀಂದ್ರಿಯ ಪ್ರಪಂಚದಲ್ಲಿ ಜೀವಿಸಿರುತ್ತಾರೆ. ಪರಲೋಕವೆಂದು ಕರೆಯಲಾಗುವ ಈ ಅತೀಂದ್ರಿಯ ಪ್ರಪಂಚವನ್ನು ನಾವು ಭಾವನೆಗಳ, ಪರಿಕಲ್ಪನೆಗಳ, ಹಾಗೂ ಯೋಚನೆಗಳ ಮಾನಸಿಕ-ಭಾವನಾತ್ಮಕ ಪ್ರಪಂಚದಂತೆ ಅನುಭವಿಸುತ್ತೇವೆ.

ನಾವು ಏಕಕಾಲದಲ್ಲಿ ಮಾನಸಿಕ-ಭಾವನಾತ್ಮಕ ಪ್ರಪಂಚದಲ್ಲಿ ಹಾಗೂ ಭೌತಿಕ ಪ್ರಪಂಚದಲ್ಲಿ ನೆಲೆಸಿರುವುದರಿಂದ, ನಾವು ನಿಧನ ಹೊಂದಿದವರಿಗಿಂತ ಅನುಕೂಲವನ್ನು ಹೊಂದಿದ್ದೇವೆ. ಅವರಿಗೆ ನೇರ ಭೌತಿಕ ಸಂಪರ್ಕವಿಲ್ಲ. ಆದರೆ, ಈ ಪ್ರಪಂಚದೊಳಗೆ ನಮ್ಮ ಗಮನ ಹರಿಸುವಿಕೆಯು ನಮ್ಮ ಅತೀಂದ್ರಿಯ ಪ್ರಪಂಚದ ಗ್ರಹಿಕೆಯನ್ನು ಕಡಿಮೆ ಮಾಡುವುದರಿಂದ, ನಮ್ಮ ಈ ಅನುಕೂಲವು ಅನನುಕೂಲವಾಗಿ ಪರಿವರ್ತಿತವಾಗುತ್ತದೆ. ನಿಧನ ಹೊಂದಿದ ಆತ್ಮಗಳು, ಅಥವಾ ಹಾಗೆಂದು-ಕರೆಯಲ್ಪಡುವ ಸತ್ತ ಜನರು, ಹೆಚ್ಚಿನ ಅತೀಂದ್ರಿಯ ಸಾಮರ್ಥ್ಯವನ್ನು ಹೊಂದಿದ್ದಾರೆ. ಅವರು ಭಾವನೆಗಳು ಹಾಗೂ ಆಲೋಚನೆಗಳ ಮೂಲಕ ನಮ್ಮ ಮೇಲೆ ಪ್ರಭಾವ ಬೀರುವ ಸ್ಥಾನದಲ್ಲಿದ್ದಾರೆ.

ಒಮ್ಮೆ ನನಗೆ ಒಬ್ಬ ದೊಡ್ಡ ಜಮೀನುದಾರನಾಗಬೇಕೆಂಬ ಈ ಕಲ್ಪನೆಯಿದ್ದ ಒಬ್ಬ ಸ್ನೇಹಿತನಿದ್ದನು. ಆತನ ಕಲ್ಪನೆಯು ಕಟ್ಟಡಗಳ ಒಂದು ನಗರ ವಿಭಾಗಕ್ಕೆ ಒಡೆಯನಾಗಿರುವುದು ಆಗಿತ್ತು. ಆತನು ತಾನು ಇಂತಹ ಕಟ್ಟಡಗಳ ಒಡೆಯನಾಗುತ್ತೇನೆ, ಅವುಗಳನ್ನು ಬಾಡಿಗೆಗೆ ಕೊಡುತ್ತೇನೆ, ಮತ್ತು ಆ ಮೂಲಕ ಶ್ರೀಮಂತನಾಗುತ್ತೇನೆ ಎಂದು ಭಾವಿಸಿದನು. ದುರದೃಷ್ಟವಶಾತ್, ಈ ಮಾನಸಿಕ ಶಕ್ತಿಯಲ್ಲಿ ಕೆಲವು ನನ್ನ ಸ್ವಭಾವದೊಳಗೆ ಸೋರಿಕೆಯಾಯಿತು. ಅದು ನನ್ನ ಮಹತ್ವಾಕಾಂಕ್ಷೆ ಆಗಿರಲಿಲ್ಲವಾದರೂ ಕೂಡ, ಆತನ ಸಹವಾಸದಲ್ಲಿ ನಾನು ಕೂಡ ತುಂಬಾ ದೊಡ್ಡ ಜಮೀನುದಾರನಾಗಬೇಕೆಂದು ಭಾವಿಸಿದೆ. ವರ್ಷಗಳ ನಂತರ ನಾನು ಈ ಸಹವಾಸವನ್ನು ನೆನಪಿಸಿಕೊಂಡಾಗ, ನನ್ನ ಮೇಲೆ ಪ್ರಭಾವ ಬೀರಿದುದು ನನ್ನ ಸ್ನೇಹಿತನಲ್ಲ ಆದರೆ ಆತನ ಪೂರ್ವಜರಾಗಿದ್ದರು ಎಂಬುದನ್ನು ಅರಿತುಕೊಂಡೆ. ನಾನು ಅವರ ಭವಿತವ್ಯಕ್ಕೆ ಹೊಂದಿಕೆಯಾಗುತ್ತೇನೆ, ಮತ್ತು ನಾನು ಮತ್ತು ನನ್ನ ಸ್ನೇಹಿತನು ಎರಡು ಶ್ರೀಮಂತ ಕುಟುಂಬಗಳಲ್ಲಿ ಅವರಿಗೆ ದೇಹಗಳನ್ನು ಹುಟ್ಟಿಸುತ್ತೇವೆ ಎಂಬ ಭರವಸೆಯಲ್ಲಿ ಆತನ ಪೂರ್ವಜರು (ಅಂದರೆ, ಅತೀಂದ್ರಿಯ ಪ್ರಪಂಚದಲ್ಲಿರುವ ಅಥವಾ ಆಸ್ಟ್ರಲ್ ಪ್ರಪಂಚದಲ್ಲಿರುವ ಆತನ ನಿಧನ ಹೊಂದಿದ ಪೂರ್ವಜರು) ನನಗೆ ಬಯಕೆಯನ್ನು ವರ್ಗಾಯಿಸಿದರು.

ಅವರ ದೃಷ್ಟಿಯಲ್ಲಿ, ನಾನು ಮತ್ತು ನನ್ನ ಸ್ನೇಹಿತನು ಇಬ್ಬರೂ ಸಂಭಾವ್ಯ ಪಿತೃಗಳಾಗಿದ್ದೆವು. ಅವರು ರಾಜಕೀಯ ಹಾಗೂ ಆರ್ಥಿಕ ಶಕ್ತಿಯನ್ನು ಹೊಂದಿರುವ ಕುಟುಂಬಗಳಲ್ಲಿ ಈ ಪ್ರಪಂಚಕ್ಕೆ ಹಿಂದಿರುಗುವುದಕ್ಕಾಗಿ ನಾವು ಅವಕಾಶಗಳನ್ನು ಒದಗಿಸಬೇಕೆಂದು ಬಯಸಿದ್ದರು.

ಈ ದೇಹಕ್ಕೆ ಸುಮಾರು ೧೩ ವರ್ಷ ವಯಸ್ಸಾಗಿದ್ದಾಗ ನನಗೆ ಶ್ರೀಮಂತ ಕುಟುಂಬದಲ್ಲಿ ಜನಿಸಿದ ಒಬ್ಬ ಸ್ನೇಹಿತನಿದ್ದನು. ನಾನು ಕಪ್ಪು-ಬಣ್ಣದ ದೇಹಗಳ ಒಂದು ಬಡ ಕುಟುಂಬದಲ್ಲಿ ಜನಿಸಿದೆನು. ಆತ ಪೂರ್ವ ಭಾರತೀಯ ಮೂಲದ ಒಂದು ಶ್ರೀಮಂತ ಕುಟುಂಬದಲ್ಲಿದ್ದನು. ಆತನ ಬಳಿ ಬಹಳಷ್ಟು ಹೆಚ್ಚುವರಿ ಹಣವಿತ್ತು. ಆತನು ಕುದುರೆಗಳ ಮೇಲೆ ಪಣವೊಡ್ಡುತ್ತಿದ್ದನು. ನನ್ನ ಬಳಿ ಹೆಚ್ಚು ಹಣವಿರಲಿಲ್ಲ. ಆತ ಕುದುರೆಗಳ ಮೇಲೆ ಪಣವೊಡ್ಡಲು ನನ್ನೊಂದಿಗೆ ಹಣವನ್ನು ಹಂಚಿಕೊಳ್ಳುತ್ತಿದ್ದನು. ಆತ ಹೇಳುತ್ತಿದ್ದನು, "ನಕಾಶೆಯನ್ನು ಅಧ್ಯಯನ ಮಾಡು. ನಿನ್ನ ಕುದುರೆಯನ್ನು ಆರಿಸಿಕೊಂಡು ಪಣವೊಡ್ಡು. ನೀನು ಗೆದ್ದರೆ ನಾವು ಹಣವನ್ನು ಇಟ್ಟುಕೊಳ್ಳೋಣ. ನಾವು ಐಶ್ವರ್ಯವನ್ನು ಒಟ್ಟುಗೂಡಿಸಬಹುದು. ನಮಗೆ ವಯಸ್ಸಾದಾಗ ನಾವು ಒಟ್ಟಿಗೆ ಸೇರಿಕೊಂಡು ದೊಡ್ಡ ವ್ಯಾಪಾರವನ್ನು ನಡೆಸೋಣ."

ಆತನ ಕುಟುಂಬದವರು ಒಂದು ಬಟ್ಟೆಯ ಅಂಗಡಿಯನ್ನು ನಡೆಸುತ್ತಿದ್ದರು. ಈ ಸಂದರ್ಭದಲ್ಲಿ, ಅದು ನನ್ನ ಸ್ನೇಹಿತನಾಗಿರಲಿಲ್ಲ. ಭವಿಷ್ಯದ ತಂದೆಗಳಾಗಿ ನಮ್ಮನ್ನು ಸಿದ್ಧಗೊಳಿಸಲು ಪ್ರಯತ್ನಿಸಿದವರು ಆತನ ಪೂರ್ವಜರಾಗಿದ್ದರು. ಆ ಸಮಯದಲ್ಲಿ ನಾನು ಅದನ್ನು ಅರಿತುಕೊಳ್ಳಲಿಲ್ಲ. ದೈವಕೃಪೆಯಿಂದ, ಸಹವಾಸವು ಮುರಿಯಿತು. ನಾನು ದೇಶವನ್ನು ಬಿಟ್ಟು ಹೊರಡಬೇಕಾಯಿತು.

ನಮ್ಮಲ್ಲಿ ಅನೇಕರು ಈ ಪೂರ್ವಜರ ಪ್ರಭಾವದಿಂದ ವಂಚನೆಗೊಳಗಾಗುತ್ತೇವೆ. ನಾವು ಸ್ವತಂತ್ರವಾಗಿ ಕಾರ್ಯನಿರ್ವಹಿಸುತ್ತಿದ್ದೇವೆ ಎಂದು ಭಾವಿಸುತ್ತೇವೆ, ಆದರೆ ವಾಸ್ತವವಾಗಿ ನಾವು ಕೇವಲ ಇತರರ ಆಸೆಗಳ ಕೈಗೊಂಬೆಗಳಾಗಿ ಕಾರ್ಯನಿರ್ವಹಿಸುತ್ತೇವೆ. ಅವರ ಸಲುವಾಗಿ ನಾವು ಹಿಂಸೆಯನ್ನು ಮಾಡಬಹುದು ಮತ್ತು ಬೇಜವಾಬ್ದಾರಿಯಿಂದ ವರ್ತಿಸಬಹುದು.

ಮಾನಸಿಕ ಶಕ್ತಿಯ ಗುಣಮಟ್ಟ

ಯೋಗ ಅಭ್ಯಾಸವು ಎಂಟು ಹಂತಗಳನ್ನು ಹೊಂದಿದೆ ಎಂದು ಹೇಳಲಾಗುತ್ತದೆ, ಅವುಗಳೆಂದರೆ:

ಯಮ: *ಅನೈತಿಕ ನಡವಳಿಕೆಯ ನಿಗ್ರಹಗಳು.*

ನಿಯಮ: *ನೈತಿಕ ನಡವಳಿಕೆಯ ಅನುಷ್ಠಾನಗಳು.*

ಆಸನ: *ಭಂಗಿಗಳು.*

ಪ್ರಾಣಾಯಾಮ: *ಉಸಿರಾಟವನ್ನು ಉತ್ತಮಗೊಳಿಸುವುದು.*

ಪ್ರತ್ಯಾಹಾರ: *ಇಂದ್ರಿಯಗಳ ಶಕ್ತಿಯನ್ನು ಹಿಂತೆಗೆದುಕೊಳ್ಳುವುದು.*

ಧಾರಣ: *ಒಂದು ಉನ್ನತ ವ್ಯಕ್ತಿಗೆ ಅಥವಾ ಶಕ್ತಿಗೆ ಗಮನವನ್ನು ಕೂಡಿಸುವುದು.*

ಧ್ಯಾನ: *ಒಂದು ಉನ್ನತ ವ್ಯಕ್ತಿಗೆ ಅಥವಾ ಶಕ್ತಿಗೆ ಪ್ರಯತ್ನವಿಲ್ಲದೆ ಗಮನವನ್ನು ಕೂಡಿಸುವುದು.*

ಸಮಾಧಿ: *ಒಂದು ಉನ್ನತ ವ್ಯಕ್ತಿಗೆ ಅಥವಾ ಶಕ್ತಿಗೆ ನಿರಂತರ ಪ್ರಯತ್ನವಿಲ್ಲದೆ ಗಮನವನ್ನು ಕೂಡಿಸುವುದು.*

ಆಸನಗಳ ಹಂತವೆಂದರೆ ಭೌತಿಕ ದೇಹವನ್ನು ಸಾಧ್ಯವಾದಷ್ಟು ಆರೋಗ್ಯಕರವಾಗಿರುವಂತೆ ಮತ್ತು ತನ್ನ ಶಕ್ತಿಯನ್ನು ಸಮರ್ಥವಾಗಿ ಬಳಸಿಕೊಳ್ಳುವಂತೆ ಮಾಡಲು ಅದನ್ನು ಪಳಗಿಸುವುದು ಎಂದರ್ಥ. ಆತ್ಮದ ಶಕ್ತಿಯು ದೇಹದ ಕಾರ್ಯನಿರ್ವಹಿಸುವುದರಲ್ಲಿ ಒಳಗೊಂಡಿರುವುದರಿಂದ, ಶಕ್ತಿಯ ಸಮರ್ಥ ಬಳಕೆ ಎಂದರೆ ಆತ್ಮವು ದೇಹದ ನಿರ್ವಹಣೆಗೆ ಕಡಿಮೆ ಶಕ್ತಿಯನ್ನು ಒದಗಿಸುತ್ತದೆ ಎಂದರ್ಥ. ಅದರಿಂದಾಗಿ ಆಧ್ಯಾತ್ಮಿಕ ಸಾಧನೆಯಲ್ಲಿ ತೊಡಗಿಸುವುದಕ್ಕೆ ಆತ್ಮಕ್ಕೆ ಹೆಚ್ಚು ಶಕ್ತಿ ಇರುತ್ತದೆ.

ಆಸನಗಳನ್ನು ಉತ್ತಮಗೊಳಿಸಿದ ನಂತರ ಒಬ್ಬ ವ್ಯಕ್ತಿಯು ಉಸಿರಾಟವನ್ನು ಉತ್ತಮಗೊಳಿಸುವುದನ್ನು ಅಭ್ಯಾಸ ಮಾಡಿಕೊಳ್ಳಬೇಕು. ಸಾಮಾನ್ಯವಾಗಿ ಒಬ್ಬ ಮಾನವನು ಆಹಾರವನ್ನು ಪೋಷಣೆ ಎಂದು ಹಾಗೂ ಗಾಳಿಯನ್ನು ಜೀವ ಶಕ್ತಿ ಎಂದು ಪರಿಗಣಿಸುತ್ತಾನೆ. ಆದರೆ, ಗಾಳಿ ಮತ್ತು ಆಹಾರ ಎರಡೂ ಪೋಷಕಾಹಾರವಾಗಿವೆ. ಎರಡೂ ಜೀವ ಶಕ್ತಿಗೆ ನೆರವಾಗುತ್ತವೆ. ಪ್ರಾಣಾಯಾಮದ ಅಭ್ಯಾಸವು ಸೂಕ್ಷ್ಮ ದೇಹದಲ್ಲಿ ಹೆಚ್ಚು ಸಮರ್ಥ ಶಕ್ತಿಯ ಬಳಕೆಯನ್ನು ಉಂಟುಮಾಡುತ್ತದೆ.

ಒಂದು ಆರೋಗ್ಯಕರ ದೇಹವು ರೋಗಗ್ರಸ್ತ ದೇಹಕ್ಕಿಂತ ಕಡಿಮೆ ಶಕ್ತಿಯನ್ನು ಬಳಸುತ್ತದೆ, ಮತ್ತು ಒಂದು ಆರೋಗ್ಯಕರ ಆಸ್ಟ್ರಲ್ ಅಥವಾ ಸೂಕ್ಷ್ಮ ದೇಹವು ಒಂದು ಆಲಸಿ, ಕಲುಷಿತ ಆಸ್ಟ್ರಲ್ ದೇಹಕ್ಕಿಂತ ಕಡಿಮೆ ಶಕ್ತಿಯನ್ನು ಬಳಸುತ್ತದೆ. ಇದೆಲ್ಲವೂ ಆತ್ಮ ಶಕ್ತಿಯ ಸಂರಕ್ಷಣೆಗೆ ಸಂಬಂಧಿಸಿದೆ. ನಾವು ಹೆಚ್ಚು ಶಕ್ತಿಯನ್ನು ಸಂರಕ್ಷಿಸಿದಷ್ಟು ನಾವು ಹೆಚ್ಚು ಶಕ್ತಿಯನ್ನು ಆಧ್ಯಾತ್ಮಿಕ ಸಾಧನೆಯಲ್ಲಿ ವಿನಿಯೋಗಿಸಬಹುದು.

ಆಸನಗಳ ಭಂಗಿಗಳನ್ನು ಮತ್ತು ಪ್ರಾಣಾಯಾಮ ಉಸಿರಾಟದ ಪೋಷಣೆಯ ವಿಧಾನಗಳನ್ನು ಉತ್ತಮಗೊಳಿಸಿದ ನಂತರ, ಒಬ್ಬ ವಿರಕ್ತನು ಮನಸ್ಸಿನ ನಿಯಂತ್ರಣವನ್ನು ಬೆಳೆಸಿಕೊಳ್ಳುತ್ತಾನೆ. ಆತನ ಗಮನದ ಏಕಾಗ್ರತೆಯು ಹೆಚ್ಚಾಗುತ್ತದೆ. ಆದರೂ, ಒಬ್ಬ ವ್ಯಕ್ತಿಯು ಕೇವಲ ಏಕಾಗ್ರತೆಯಿಂದ ಮನಸ್ಸಿನಲ್ಲಿರುವ ಶಕ್ತಿಯ ಗುಣಮಟ್ಟವನ್ನು ಬದಲಾಯಿಸುವುದು ಸಾಧ್ಯವಿಲ್ಲ. ಮನಸ್ಸಿನಲ್ಲಿರುವ ಶಕ್ತಿಯ ಗುಣಮಟ್ಟವನ್ನು ಬದಲಾಯಿಸುವುದು ಒಂದು ಪ್ರತ್ಯೇಕ ಸಾಧನೆಯಾಗಿದೆ. ಏಕಾಗ್ರತೆ ಎಂದರೆ ಮನಸ್ಸಿನಲ್ಲಿರುವ ಶಕ್ತಿಯನ್ನು ಕೇಂದ್ರೀಕರಿಸುವುದು ಎಂದರ್ಥ, ಅದನ್ನು ಬದಲಾಯಿಸುವುದು ಎಂದರ್ಥವಲ್ಲ. ಕೇಂದ್ರೀಕರಿಸಿದ ಶಕ್ತಿಯು ಕೇಂದ್ರೀಕರಿಸಿಲ್ಲದ ಶಕ್ತಿಗಿಂತ ಉತ್ತಮವಾದುದು, ಆದರೆ ಅದು ಶಕ್ತಿಯ ಗುಣಮಟ್ಟಕ್ಕೆ ಸಂಬಂಧಿಸಿಲ್ಲ. ಕೆಲವು ಬಗೆಯ ತೀವ್ರವಾದ ಗಮನದ ಏಕಾಗ್ರತೆಯು ಸ್ವಲ್ಪಮಟ್ಟಿಗೆ ಶಕ್ತಿಯ ಗುಣಮಟ್ಟವನ್ನು ಬದಲಾಯಿಸುತ್ತವೆ, ಆದರೆ ಅವು ಮೂಲತಃ ಅದನ್ನು ಬದಲಾಯಿಸುವುದಿಲ್ಲ. ಇಂತಹ ಬದಲಾವಣೆಗೆ, ಒಬ್ಬ ವ್ಯಕ್ತಿಯು ಭೌತಿಕ ದೇಹದಲ್ಲಿನ ಅನಿಲಗಳನ್ನು ಹಾಗೂ ಸೂಕ್ಷ್ಮ ರೂಪದಲ್ಲಿನ ಸೂಕ್ಷ್ಮ ಅನಿಲಗಳನ್ನು ಅಥವಾ ಪ್ರಾಣವನ್ನು ಬದಲಾಯಿಸುವ ಪ್ರಾಣಾಯಾಮ ಉಸಿರಾಟದ ತಂತ್ರಗಳನ್ನು ಉತ್ತಮಗೊಳಿಸಬೇಕು.

ವಿರಕ್ತನು ಶುದ್ಧ ಗುಣಮಟ್ಟದ ಶಕ್ತಿಯಿಂದ ಗಮನವನ್ನು ಕೇಂದ್ರೀಕರಿಸದ ಹೊರತು ಆತನು ಆಲೋಚನೆಗಳ ಸಂಪೂರ್ಣ ನಿಯಂತ್ರಣವನ್ನು ಪಡೆಯುವುದು ಸಾಧ್ಯವಿಲ್ಲ, ಅಥವಾ

ಆತನು ಒಳಬರುವ ಆಲೋಚನೆಗಳಿಗೆ ತನ್ನ ಪ್ರತಿಕ್ರಿಯೆಗಳನ್ನು ನಿಯಂತ್ರಿಸುವುದು ಸಾಧ್ಯವಿಲ್ಲ. ಯಾವುದೇ ಪ್ರಮಾಣದ ಏಕಾಗ್ರತೆಯಿಂದ ಆತನು ಕೆಲವಷ್ಟು ನಿಯಂತ್ರಣವನ್ನು ಪಡೆದುಕೊಳ್ಳುತ್ತಾನೆ, ಆದರೆ ಸ್ವಲ್ಪ ನಿಯಂತ್ರಣವು ಪ್ರವೀಣತೆಯಲ್ಲ; ಅದು ಅಡ್ಡಾದಿಡ್ಡಿಯಾದುದು ಮತ್ತು ನಂಬಿಕೆಗೆ ಅರ್ಹವಲ್ಲದ್ದು. ಅದು ನಮಗೆ ಒಂದು ಕ್ಷಣದಲ್ಲಿ ವಿಶ್ವಾಸವನ್ನು ಹೊಂದುವಂತೆ ಮಾಡುತ್ತದೆ, ಮತ್ತು ಮುಂದಿನ ಕ್ಷಣದಲ್ಲಿ ಯಾದೃಚ್ಛಿಕ ವಿಚಾರಗಳಿಗೆ ನಾವು ಸೋಲನ್ನು ಒಪ್ಪಿಕೊಂಡಾಗ ಆ ವಿಶ್ವಾಸವನ್ನು ಕಳೆದುಕೊಳ್ಳುವಂತೆ ಮಾಡುತ್ತದೆ.

ನಾವು ಸ್ವಯಂ-ಸೃಷ್ಟಿಸಿದ ಆಲೋಚನೆಗಳನ್ನು ನಿಭಾಯಿಸುತ್ತಿರುವೆವೋ ಅಥವಾ ಮನಸ್ಸನ್ನು ಪ್ರವೇಶಿಸಿದ ಅನ್ಯ ಕಲ್ಪನೆಗಳನ್ನು ನಿಭಾಯಿಸುತ್ತಿರುವೆವೋ ಎಂಬುದನ್ನು ಲೆಕ್ಕಿಸದೆ, ಇಲ್ಲಿ ನಿರ್ಣಾಯಕ ಸಂಗತಿಯು ನಾವು ಹೊಂದಿರುವ ಮಾನಸಿಕ ಶಕ್ತಿಯ ಗುಣಮಟ್ಟವಾಗಿದೆ. ಕಡಿಮೆ ಗುಣಮಟ್ಟದ ಮಾನಸಿಕ ಶಕ್ತಿ ಎಂದರೆ ನಿಯಂತ್ರಣದ ಹೆಚ್ಚಿನ ಕೊರತೆ ಎಂದರ್ಥ. ಕಡಿಮೆ ಗುಣಮಟ್ಟದ ಶಕ್ತಿಯಿಂದ ನಾವು ಅಸ್ತವ್ಯಸ್ತವಾದ ಆಲೋಚನೆಗಳನ್ನು ತಡೆದು ನಿಲ್ಲಿಸುವುದೂ ಸಾಧ್ಯವಿಲ್ಲ, ಅಥವಾ ಅಡ್ಡಾದಿಡ್ಡಿಯಾದ ಆಲೋಚನೆಯನ್ನು ಉಂಟುಮಾಡುವ ಪ್ರಚೋದನೆಗಳನ್ನು ಸರಿಯಾಗಿ ವಿಶ್ಲೇಷಿಸುವುದೂ ಸಾಧ್ಯವಿಲ್ಲ. ಇಂತಹ ಸನ್ನಿವೇಶದಲ್ಲಿ, ಆಲೋಚನೆಯ ನಿಯಂತ್ರಣವಿಲ್ಲದೆ ನಾವು ಹಠಾತ್ ಪ್ರವೃತ್ತಿಯಿಂದ ಕಾರ್ಯನಿರ್ವಹಿಸುವುದನ್ನು ಮುಂದುವರಿಸುತ್ತೇವೆ.

ಒಂದು ರೇಡಿಯೋ ರೇಡಿಯೋ ಅಲೆಗಳನ್ನು ಬಳಸುವಂತೆಯೇ ದೇಹದಲ್ಲಿನ ಜೀವ ಶಕ್ತಿಯು ಸ್ವಯಂಚಾಲಿತವಾಗಿ ಆಲೋಚನೆಗಳನ್ನು ಪತ್ತೆ ಹಚ್ಚುತ್ತದೆ. ಜೀವ ಶಕ್ತಿಯು ಈ ಆಲೋಚನೆಗಳನ್ನು ಹೇಗೆ ಪಡೆಯುತ್ತದೆ ಅಥವಾ ನಮಗೆ ಕಾರ್ಯಮಾಡಲು ಒತ್ತಾಯಿಸುವ ಪ್ರಚೋದನೆಗಳನ್ನು ಉತ್ಪಾದಿಸಲು ಅದು ಹೇಗೆ ತ್ವರಿತವಾಗಿ ಆಲೋಚನೆಗಳನ್ನು ಸಂಸ್ಕರಿಸುತ್ತದೆ ಎಂಬುದನ್ನು ನಾವು ಸಾಮಾನ್ಯವಾಗಿ ಪತ್ತೆ ಮಾಡುವುದಿಲ್ಲ. ಆದರೆ, ಒಬ್ಬ ವ್ಯಕ್ತಿಯು ಜೀವ ಶಕ್ತಿಯ ಗುಣಮಟ್ಟವನ್ನು ಉತ್ತಮಗೊಳಿಸಿದರೆ ಆತನು ಆಲೋಚನೆಗಳ ಮೂಲಗಳನ್ನು ಪತ್ತೆ ಮಾಡಲು ಹಾಗೂ ಇವುಗಳಿಗೆ ತರ್ಕಬದ್ಧ ಹಾಗೂ ವಿವೇಚನಾಯುಕ್ತ ಪ್ರತಿಕ್ರಿಯೆಗಳನ್ನು ರೂಪಿಸಿಕೊಳ್ಳಲು ಸೂಕ್ಷ್ಮತೆಯನ್ನು ಬೆಳೆಸಿಕೊಳ್ಳುತ್ತಾನೆ.

ಒಮ್ಮೆ ಒಬ್ಬ ಸ್ನೇಹಿತನು ಮತ್ತೊಬ್ಬ ಸ್ನೇಹಿತನ ಪತ್ನಿಗೆ ಆಕರ್ಷಿತನಾದನು. ಆತನು ಮಹಿಳೆಯ ಸೌಂದರ್ಯ ಮತ್ತು ಶೈಕ್ಷಣಿಕ ಸಾಮರ್ಥ್ಯಕ್ಕೆ ಮರುಳಾಗಿದ್ದನು. ನಂತರ ಆತನು ಹೇಗೆ ರಹಸ್ಯವಾಗಿ ಮಹಿಳೆಯೊಂದಿಗೆ ಸಂಬಂಧವನ್ನು ಹೊಂದಬಹುದು ಎಂಬುದರ ಬಗ್ಗೆ ಆಲೋಚಿಸಲು ಪ್ರಾರಂಭಿಸಿದನು. ಆತನು ಅದರ ಬಗ್ಗೆ ನನ್ನೊಂದಿಗೆ ಮಾತನಾಡಲಿಲ್ಲ. ನಮ್ಮ ಸ್ನೇಹದ ನಿಕಟತೆಯಿಂದ ನಾನು ಆತನ ಆಲೋಚನೆಯನ್ನು ಪತ್ತೆ ಮಾಡಿದೆ.

ಆ ದಿನದ ನಂತರ ಆತನು ಆಕೆಯ ಪತಿಯು ಬೇರೆಡೆ ಇರುವಾಗ ನಾನು ಮಹಿಳೆಯನ್ನು ಭೇಟಿಗೆ ಆಮಂತ್ರಿಸಬೇಕೆಂದು ಆಲೋಚಿಸಲು ಪ್ರಾರಂಭಿಸಿದನು. ನಾನು ಈ ಆಲೋಚನೆಯನ್ನು ಪತ್ತೆ ಮಾಡಿದೆ. ಆತನು ನನಗೆ ಎಂದೂ ಒಂದು ಮಾತನ್ನೂ ಹೇಳಲಿಲ್ಲವಾದರೂ ಕೂಡ, ಆತನ ಮನಸ್ಸಿನಲ್ಲಿ ಅದು ಮೂಡಿತು ಎಂಬುದು ನನಗೆ ತಿಳಿದಿತ್ತು. ನಾನು ಯೋಜನೆಗೆ ಆಕ್ಷೇಪಿಸುತ್ತೇನೆ ಎಂಬುದನ್ನು ಆತನು ಸಹಜ ಪ್ರವೃತ್ತಿಯಿಂದ ತಿಳಿದಿದ್ದರಿಂದ ಆತನು ನನ್ನನ್ನು ಎಂದಿಗೂ ಕೇಳಲಿಲ್ಲ. ನನಗೆ ಇಂತಹ ಆಲೋಚನೆಗಳು ಬಾರದಷ್ಟು ನಾನು ತುಂಬಾ ಒಳ್ಳೆಯ ವ್ಯಕ್ತಿ ಎಂದೇನಲ್ಲ, ಆದರೆ ಅಂತಿಮವಾಗಿ ಅವು ನನ್ನ ಹಿತಾಸಕ್ತಿಯಲ್ಲಿ ಇಲ್ಲ ಎಂಬುದನ್ನು

ಅಥವಾ ಅವು ನನ್ನ ಹಿತಾಸಕ್ತಿಯಲ್ಲಿ ಇದ್ದರೂ ಕೂಡ ಅವು ಉಂಟುಮಾಡಬಹುದಾದ ಸಾಮಾಜಿಕ ಶಾಂತಿಭಂಗವು ಯೋಗ್ಯವಲ್ಲ ಎಂಬುದನ್ನು ನಾನು ಮನಗಂಡರೆ ಅವುಗಳನ್ನು ವಿಶ್ಲೇಷಿಸಲು ಮತ್ತು ತಿರಸ್ಕರಿಸಲು ನಾನು ಸಾಮರ್ಥ್ಯವನ್ನು ಹೊಂದಿದ್ದೇನೆ.

ಆ ಸಂದರ್ಭದಲ್ಲಿ, ನನ್ನ ಸ್ನೇಹಿತನ ಜೀವ ಶಕ್ತಿಯು ಆತನ ಮೇಲೆ ಪ್ರಭಾವ ಬೀರಿದ್ದಲ್ಲದೇ ನನ್ನ ಮೇಲೆ ಪ್ರಭಾವ ಬೀರಲು ಕೂಡ ಕಾರ್ಯ ಮಾಡಿತು. ಹೀಗಾಗಿ ಜೀವ ಶಕ್ತಿಯು ದುಸ್ಸಾಹಸದ, ಬೇಜವಾಬ್ದಾರಿ ಕೃತ್ಯಗಳನ್ನು ಅನುಮತಿಸಲು ಯಾರನ್ನಾದರೂ ಪ್ರೇರೇಪಿಸುವ ಹಾಗೂ ಒತ್ತಾಯಿಸುವ ವಿಷಯದಲ್ಲಿ ಪ್ರಬಲ ಮತ್ತು ಪರಿಣಾಮಕಾರಿ ಆಗಿದೆ.

ಪ್ರಾಸಂಗಿಕವಾಗಿ, ಮಹಿಳೆಯು ಕೂಡ ತಪ್ಪಿತಸ್ಥಳಾಗಿದ್ದಳು. ಒಂದು ಸಂದರ್ಭದಲ್ಲಿ ಈ ಸ್ನೇಹಿತನ ಉಪಸ್ಥಿತಿಯಲ್ಲಿ ನಾನು ಆಕೆಯನ್ನು ಕಂಡಾಗ, ಆಕೆ ಉದ್ದೇಶಪೂರ್ವಕವಾಗಿ ಆದರೆ ಎಚ್ಚರಿಕೆಯಿಂದ ನನಗೆ ತಮ್ಮ ಪ್ರಣಯದ ಆಕರ್ಷಣೆಯನ್ನು ಪ್ರದರ್ಶಿಸಿದಳು.

ಇದನ್ನು ಪರಿಗಣಿಸಿ, ಆತ್ಮವು ಪ್ರಾಯೋಜಿಸುವ ಪ್ರಚೋದನೆಗಳಲ್ಲಿ ಮತ್ತು ತನ್ನ ಸ್ಥೂಲ ಅಥವಾ ಸೂಕ್ಷ್ಮ ದೇಹಗಳಿಗೆ ಪೂರ್ಣಗೊಳಿಸಲು ಯಾವ ಚಟುವಟಿಕೆಗಳನ್ನು ಅನುಮತಿಸುತ್ತದೆ ಎಂಬ ವಿಷಯದಲ್ಲಿ ಅದು ಬಹಳ ಎಚ್ಚರಿಕೆಯಿಂದಿರಬೇಕು ಎಂಬುದನ್ನು ನಾವು ನೋಡಬಹುದು. ಅದು ಇತಿಮಿತಿಗಳನ್ನು ಅರಿತುಕೊಳ್ಳಬೇಕು. ನಮ್ಮ ಹಿತಾಸಕ್ತಿಯಲ್ಲಿ ಇಲ್ಲದ, ಮತ್ತು ನಾವು ನಿಸ್ಸಹಾಯಕರಾಗಿ ಹೇಗಾದರೂ ನಿರ್ವಹಿಸುವ ಕೆಲವು ಚಟುವಟಿಕೆಗಳಿವೆ, ಎಲ್ಲಾ ನಮಗೆ ಹಾನಿಯುಂಟುಮಾಡುತ್ತವೆ. ನಾವು ಹಠಾತ್ ಪ್ರವೃತ್ತಿಯ ಸ್ವಭಾವದ ಮೇಲೆ ಕೇವಲ ಸ್ವಲ್ಪ ಹೆಚ್ಚು ನಿಯಂತ್ರಣವನ್ನು ಸಾಧಿಸಿದರೂ ಕೂಡ, ಆತ್ಮ-ಸಂಯಮದ ಪ್ರಯತ್ನವು ನಿಜವಾಗಿ ಸಾರ್ಥಕವಾಗುತ್ತದೆ.

ಆಲೋಚನೆಯ ಮೂಲವನ್ನು ಪತ್ತೆಹಚ್ಚುವುದು

ಮನಸ್ಸಿನ ನಿಯಂತ್ರಣವನ್ನು ಬಯಸುವವರಿಗೆ ಆಲೋಚನೆಯ ಮೂಲವನ್ನು ಪತ್ತೆಹಚ್ಚುವುದು ಒಂದು ಅಗತ್ಯ ಚಟುವಟಿಕೆಯಾಗಿದೆ. ಒಳಬರುವ ಆಲೋಚನೆಗಳು ಸಾಮಾನ್ಯವಾಗಿ ಪತ್ತೆಹಚ್ಚಲ್ಪಡದೇ ಮನಸ್ಸನ್ನು ಪ್ರವೇಶಿಸುತ್ತವೆ. ಮನಸ್ಸು ಈ ಆಲೋಚನೆಗಳಿಗೆ ತೆರೆದಿರುತ್ತದೆ. ನಿದ್ರಿಸುತ್ತಿರುವಾಗಲೂ ಕೂಡ ಈ ಆಲೋಚನೆಗಳು ಮನಸ್ಸನ್ನು ಪ್ರವೇಶಿಸುತ್ತವೆ ಮತ್ತು ವಿಶ್ರಾಂತಿಯ ಮೇಲೆ ಅಥವಾ ಕನಸಿನ ಮೇಲೆ ಪರಿಣಾಮ ಬೀರುತ್ತವೆ. ನೀವು ಎಂದಾದರೂ ಕನಸು ಕಾಣುತ್ತಿದ್ದೀರಾ, ತದನಂತರ ನಿಮ್ಮ ಕನಸು ಥಟ್ಟನೆ ಮತ್ತೊಂದು ಸಂಬಂಧವಿಲ್ಲದ ದೃಶ್ಯಕ್ಕೆ ಬದಲಾಯಿತು ಎಂಬುದನ್ನು ಕಂಡುಕೊಂಡಿರಾ? ತರುವಾಯ, ಎದ್ದ ನಂತರ ನೀವು ಆ ಸಂಬಂಧವಿಲ್ಲದ ಕನಸಿನಿಂದ ಒಂದು ಸಂಭಾಷಣೆಯ ನಿಖರವಾದ ಪ್ರತಿಕೃತಿಯಾಗಿರುವ ಏನನ್ನಾದರೂ ಹೇಳಿದ ಯಾರನ್ನಾದರೂ ಭೇಟಿ ಮಾಡುತ್ತೀರಿ.

ಇಲ್ಲಿ ಒಂದು ಉದಾಹರಣೆಯಿದೆ. ಒಮ್ಮೆ ನಾನು ಒಂದು ಅಡುಗೆ ಮನೆಯ ಕೆಲಸಗಾರನಾಗಿ ಕೆಲಸ ಮಾಡುತ್ತಿದ್ದೆ. ನಾನು ಒಂದು ದೊಡ್ಡ ಅಡುಗೆ ಮನೆಯೊಳಗೆ ಪೂರೈಕೆಗಳನ್ನು ಕೊಂಡೊಯ್ಯುತ್ತಿದ್ದೆ. ಒಂದು ದಿನ ನಾನು ಒಂದು ಹಿಂಭಾಗದಲ್ಲಿರುವ ಕೋಣೆಯಲ್ಲಿ ನನ್ನ ಕೆಲಸದ ಸಮಯದಲ್ಲಿ ನಿದ್ರೆಗೆ ಜಾರಿದೆ. ವಿಶ್ರಮಿಸಿಕೊಳ್ಳುತ್ತಿರುವಾಗ ನನ್ನ ಕನಸು ಥಟ್ಟನೆ ಒಂದು ದೃಶ್ಯಕ್ಕೆ ಬದಲಾಯಿಸಿತು, ಅಲ್ಲಿ ಅಡುಗೆಯ ಮುಖ್ಯಸ್ಥನು ಕೆಲವು ವಸ್ತುಗಳನ್ನು ಕೊಂಡೊಯ್ಯಲು ನನ್ನನ್ನು ಕೇಳಿದನು. ಆಗ ಇದ್ದಕ್ಕಿದ್ದಂತೆ ನಾನು ಎಚ್ಚರಗೊಂಡೆ ಮತ್ತು ಕಟ್ಟಡದ ಮತ್ತೊಂದು ಭಾಗದಲ್ಲಿ ಯಾರನ್ನೋ ಕೇಳಿಸಿಕೊಂಡೆ. ನಿದ್ರೆ ಮಾಡುತ್ತಿದ್ದೆನೆಂದು ಸಿಕ್ಕಿಬೀಳುವುದನ್ನು ತಪ್ಪಿಸಲು, ನಾನು ಬೇಗ ಎದ್ದು ಕೆಲಸಕ್ಕೆ ಮರಳಿದೆ.

ನಾನು ಹೋದಂತೆ ಅಡುಗೆಯ ಮುಖ್ಯಸ್ಥನು ಕರೆದನು. ಆತನು ಕೆಲವು ವಸ್ತುಗಳನ್ನು ಕೊಂಡೊಯ್ಯಲು ನನಗೆ ಅಪ್ಪಣೆ ಮಾಡಿದನು. ಈ ವಸ್ತುಗಳು ನನ್ನ ಸೂಕ್ಷ್ಮ ದೇಹವು ಕನಸಿನಲ್ಲಿ ಕೊಂಡೊಯ್ದ ಅದೇ ವಸ್ತುಗಳಾಗಿದ್ದವು.

ಆ ಸಂದರ್ಭದಲ್ಲಿ, ಅಡುಗೆಯವನ ಆಲೋಚನೆಯು ನನ್ನ ಕನಸಿನ ಒಳನುಗ್ಗಿತು. ಆತನ ಬಲಯುಕ್ತ ಕಲ್ಪನೆಯು ಎಂತಹ ಮಟ್ಟಿಗೆ ನನ್ನ ಮೇಲೆ ಪರಿಣಾಮ ಬೀರಿತು ಎಂದರೆ, ನನ್ನ ಸೂಕ್ಷ್ಮ ದೇಹವು ಅತೀಂದ್ರಿಯ ಸಮತಲದಲ್ಲಿ ಆ ಅಪ್ಪಣೆಯನ್ನು ಕಾರ್ಯಗತಗೊಳಿಸಿತು. ನಂತರ ನಾನು ಭೌತಿಕವಾಗಿ ಕ್ರಿಯೆಯನ್ನು ಪುನರಾವರ್ತಿಸಿದೆ.

ಆದಾಗ್ಯೂ, ಕೆಲವು ಕನಸುಗಳಲ್ಲಿ, ಒಂದು ಕನಸಿನಿಂದ ಇನ್ನೊಂದಕ್ಕೆ ಬದಲಾವಣೆಯಾದಾಗ, ಹೊಸ ಕನಸು ಮೊದಲ ಕನಸಿನೊಂದಿಗೆ ವಿಕೃತವಾಗುತ್ತದೆ ಅಥವಾ ಮಿಶ್ರಣವಾಗುತ್ತದೆ, ಮತ್ತು ಕನಸುಗಾರನು ಗೊಂದಲಮಯ ರೀತಿಯಲ್ಲಿ ಆ ಸಂಯೋಜನೆಯನ್ನು ಗ್ರಹಿಸುತ್ತಾನೆ.

ಇಲ್ಲಿ ಒಂದು ಉದಾಹರಣೆ ಇದೆ.

ನನ್ನ ಒಬ್ಬ ಶಿಷ್ಯಳು ಕನಸಿನ ಪುಸ್ತಕವನ್ನು ಇಟ್ಟುಕೊಂಡಿದ್ದಳು. ಒಂದು ನಮೂದಿನಲ್ಲಿ ಆಕೆ ಶಾಪಿಂಗ್ ಮಾಲ್‌ನಲ್ಲಿ ತನ್ನನ್ನು ಕಂಡುಕೊಂಡ ಒಂದು ಕನಸನ್ನು ವಿವರಿಸಿದ್ದಳು. ಆಕೆ ಒಂದು ಹಣಪಾವತಿ-ಮಾಡುವ ಕೌಂಟರ್‌ನಲ್ಲಿ ನಿಂತುಕೊಂಡು ಒಬ್ಬ ವ್ಯಕ್ತಿಗೆ ತಾನು ಸಾಮಾನ್ಯವಾಗಿ ಶೀಘ್ರದಲ್ಲೇ ತನ್ನ ಮಕ್ಕಳ ವರ್ತನೆಯಿಂದ ರೋಸಿ ಹೋದರೂ ಕೂಡ, ತನ್ನ ಮಕ್ಕಳನ್ನು ಶಾಪಿಂಗ್‌ಗೆ ಕರೆದುಕೊಂಡು ಹೋಗುವ ಕಲ್ಪನೆಯನ್ನು ಹೇಗೆ ಸಂತೋಷಿಸುತ್ತೇನೆ ಎಂಬುದನ್ನು ಹೇಳಿದಳು. ಆಕೆ ಇದನ್ನು ವಿವರಿಸುತ್ತಿದ್ದಾಗ ಮಕ್ಕಳು ದೃಷ್ಟಿಯಿಂದ ಮರೆಯಾಗಿ ಹೋದರು.

ಸಂಭಾಷಣೆಯ ಕೊನೆಯಲ್ಲಿ, ಆಕೆ ಗುರುತಿಸಿದ ಯಾರೋ ಒಬ್ಬರು ಆಕೆಯ ಹತ್ತಿರ ಹೋದರು. ಇದು ಆಕೆ ಹಿಂದೆ ವಾಸಿಸುತ್ತಿದ್ದ ಒಂದು ಆಧ್ಯಾತ್ಮಿಕ ಸಮುದಾಯದ ಸ್ನೇಹಿತರಾಗಿದ್ದರು. ಸ್ನೇಹಿತರು ಆಕೆಯನ್ನು ಇತರ ಸಮುದಾಯದ ಸದಸ್ಯರ ಸಭೆಗೆ ಹತ್ತಿರದಲ್ಲಿ ಕರೆದುಕೊಂಡು ಹೋದರು. ಬಹುತೇಕರು ಪೂರ್ವ ಭಾರತೀಯ ಉಡುಪನ್ನು ಧರಿಸಿದ್ದರು. ಒಬ್ಬ ಮಹಿಳೆಯು ಆಹಾರದ ತಟ್ಟೆಯನ್ನು ಒಯ್ಯುತ್ತಿದ್ದಳು. ಆಗ ಇದ್ದಕ್ಕಿದ್ದಂತೆ ಕನಸಿನಲ್ಲಿ, ಕನಸು ಕಾಣುತ್ತಿದ್ದ ಮಹಿಳೆಗೆ ಮಕ್ಕಳು ನೆನಪಾದರು. ಆಕೆಗೆ ಅವರು ಮಾಲ್‌ನಲ್ಲಿ ಕಳೆದುಹೋದರು ಎಂದೆನಿಸಿ ಅವರನ್ನು ಪತ್ತೆ ಹಚ್ಚಲು ಕಾತರಳಾದಳು.

ಈ ಕನಸಿನ ಸ್ಮರಣೆಯು ಒಂದರೊಳಗೆ ಸಮ್ಮಿಶ್ರವಾದ ಎರಡು ಕನಸುಗಳಾಗಿದ್ದವು. ಮೊದಲನೆಯದು ಆಕೆಯ ಮಕ್ಕಳೊಂದಿಗೆ ಮಾಲ್‌ನಲ್ಲಿ ಸಂಭವಿಸಿತು, ಮತ್ತು ಇನ್ನೊಂದು ಆಧ್ಯಾತ್ಮಿಕ ಸಮುದಾಯದ ಸದಸ್ಯರೊಂದಿಗೆ ಬೇರೊಂದು ಸೂಕ್ಷ್ಮ ಆಯಾಮದಲ್ಲಿ ಸಂಭವಿಸಿತು. ಕನಸು ಕಾಣುವಾಗ ಮಹಿಳೆಯು ಮಾಲ್‌ನಿಂದ ತನ್ನ ನಿರ್ಗಮನದ ಬಗ್ಗೆ ಅರಿತಿರಲಿಲ್ಲ. ಆಕೆ ತಾನು ಇಡೀ ಸಮಯ ಮಾಲ್‌ನ ಬಳಿ ಇದ್ದೆನೆಂದು ಭಾವಿಸಿದಳು.

ಆಕೆ ಕೆಲವು ವಾರಗಳ ನಂತರ ಆ ಕನಸನ್ನು ವಿಶ್ಲೇಷಿಸುವವರೆಗೆ ಅದನ್ನು ವಸ್ತುನಿಷ್ಠವಾಗಿ ಎರಡು ಪ್ರತ್ಯೇಕ ಭೇಟಿಗಳಾಗಿ ಪ್ರತ್ಯೇಕಿಸಿರಲಿಲ್ಲ.

ಆಕೆಯ ಮತ್ತೊಂದು ಕನಸಿನಲ್ಲಿ ಗೊಂದಲ ಹೆಚ್ಚಾಗಿತ್ತು:

ಆಕೆಯ ಬಳಿ ಒಂದು ಮನೆಯ ಬೀಗದ ಕೈಗಳಿದ್ದವು, ಮತ್ತು ಆಕೆ ತನ್ನ ಹಿಂದೆ ಬಾಗಿಲಿನ ಬೀಗವನ್ನು ತೆಗೆದು ಬಿಟ್ಟು ಮನೆಯನ್ನು ಪ್ರವೇಶಿಸಿದಳು. ಯಾರೂ ಒಳಗೆ ಇರಲಿಲ್ಲ. ಆಕೆ

ಹಾದು ಹೋಗಿ ಬೆಳಕಿನ ಸ್ವಿಚ್‌ಗಳನ್ನು, ಫ್ಯಾನ್‌ಗಳನ್ನು ಮತ್ತು ವಿದ್ಯುತ್ತಿನ ಯಂತ್ರೋಪಸಾಧನಗಳನ್ನು ಆರಿಸಿದಳು. ಒಂದು ದೀಪವು ಹೊಗೆಯನ್ನು ಹೊರಬಿಡುತ್ತಿತ್ತು ಮತ್ತು ಆಕೆ ನೀರಿಗಾಗಿ ಕೂಗಿದಳು.

ಆಕೆ ಔಷಧಿಯನ್ನು ನೋಡದಿದ್ದರೂ ಕೂಡ ಮಾತ್ರೆಗಳು ಕೋಣೆಯಲ್ಲಿದ್ದವು ಎಂಬುದನ್ನು ಗ್ರಹಿಸಿದಳು. ಯಾರೋ ಕಾಗದ ಪತ್ರಗಳ ಕಂತೆಯಿಂದ ಒಂದು ವೈದ್ಯರ-ಲಿಖಿತ ಸೂಚಿಯ ನಮೂನೆಯನ್ನು ಕೇಳಲು ಆಕೆಯನ್ನು ಕರೆದರು.

ಒಬ್ಬ ಗಿಡ್ಡನೆಯ ದಪ್ಪನೆಯ, ಕಪ್ಪು-ಚರ್ಮದ ವ್ಯಕ್ತಿಯು ಪ್ರವೇಶಿಸಿದನು ಮತ್ತು ಆಕೆ ಬರಬಾರದಿತ್ತು ಎಂದು ಎಚ್ಚರಿಕೆ ನೀಡಿದನು. ಆಕೆ ಹೊರಟು ಹೋದ ನಂತರ ಕಳ್ಳರು ಎಲ್ಲವನ್ನು ಕದಿಯುತ್ತಾರೆಂದು ಆತ ಹೇಳಿದನು. ಆಕೆ ಅಲ್ಲಿ ನಿಂತುಕೊಂಡಂತೆ, ಮನೆಯಿಂದ ವಸ್ತುಗಳನ್ನು ತೆಗೆದುಕೊಂಡು ಪುರುಷರು ಒಳ ಬರುವುದನ್ನು ಹಾಗೂ ಹೊರ ಹೋಗುವುದನ್ನು ನೋಡಿದಳು.

ಆಕೆ ಈ ನಮೂದನ್ನು ನಂತರ ವಿಶ್ಲೇಷಿಸಿದಾಗ, ಅದನ್ನು ಒಂದಕ್ಕಿಂತ ಹೆಚ್ಚಿನ ಕನಸಾಗಿ ವಿಂಗಡಿಸಿದಳು. ಮೊದಲನೆಯ ಭಾಗವು ಉದ್ಯೋಗದ ಸ್ಥಳದಲ್ಲಿ ಸಂಭವಿಸಿತು. ಆಕೆ ಒಂದು ದೊಡ್ಡ ಕಟ್ಟಡದ ಬೀಗದ ಕೈಗಳನ್ನು ಹೊಂದಿದ್ದಳು, ಕಟ್ಟಡವನ್ನು ಭದ್ರಪಡಿಸಲು ಮತ್ತು ಎಲ್ಲಾ ವಿದ್ಯುತ್ತಿನ ಉಪಕರಣಗಳನ್ನು ಆರಿಸಲು ಆಕೆ ವಾರಕ್ಕೊಮ್ಮೆ ಅಲ್ಲಿ ಉದ್ಯೋಗದಲ್ಲಿದ್ದಳು. ಆಕೆ ಸೂಕ್ಷ್ಮ ಪ್ರಪಂಚದಲ್ಲಿ ಆ ಉದ್ಯೋಗದ ಸ್ಥಳಕ್ಕೆ ಮರಳಿದಳು.

ಎರಡನೇ ಕನಸು ಆಕೆ ಕೋಣೆಯಲ್ಲಿ ಮಾತ್ರೆಗಳಿರುವುದನ್ನು ಗ್ರಹಿಸುವುದರೊಂದಿಗೆ ಆರಂಭವಾಯಿತು. ಆಕೆ ವೈದ್ಯರ ಕಚೇರಿಯಲ್ಲಿ ಅಥವಾ ವೈದ್ಯಕೀಯ ಖಾಸಗಿ ಆಸ್ಪತ್ರೆಯಲ್ಲಿ ಇದ್ದಳು. ಕಪ್ಪು-ದೇಹದ ವ್ಯಕ್ತಿಯು ಬಂದಾಗ, ಆಕೆ ಓಡಾಡುತ್ತಿದ್ದ ಅಥವಾ ಕಳ್ಳತನ ಸಂಭವಿಸಿದ ಒಂದು ಸ್ಥಳದಲ್ಲಿ, ಮೂರನೇ ಕನಸಿನಲ್ಲಿ ಇದ್ದಳು.

ಆದರೆ, ಕನಸುಗಾರಳಾಗಿ ಆಕೆಗೆ, ಇದು ಆಕೆ ವಿದ್ಯುತ್ತನ್ನು ಆರಿಸಿದ ಮೊದಲ ಕಟ್ಟಡದಲ್ಲಿ ಸಂಭವಿಸಿತು ಎಂದೆನಿಸಿತು. ಆಕೆ ಇದನ್ನು ಒಂದೇ ಸ್ಥಳದಲ್ಲಿ ಒಂದೇ ಕನಸಾಗಿ ತನ್ನ ದಿನಚರಿ ಪುಸ್ತಕದಲ್ಲಿ ದಾಖಲಿಸಿಕೊಂಡಳು. ನಂತರ ವಿಶ್ಲೇಷಣೆಯ ಸಮಯದಲ್ಲಿ, ಆಕೆ ಗೊಂದಲವನ್ನು ವಿಂಗಡಿಸಿದಳು.

ಪುನಃಸ್ಮರಣೆಯು ಸ್ಪಷ್ಟವಾಗುವವರೆಗೆ ಗೊಂದಲವು ಖಂಡಿತವಾಗಿ ಸಂಭವಿಸುತ್ತದೆ. ಕನಸುಗಳಲ್ಲಿ ಇರುವ ಇತರ ಜನರನ್ನು ತಪ್ಪಾಗಿ ಗುರುತಿಸಲಾಗುತ್ತದೆ ಅಥವಾ ಗುರುತಿಸಲಾಗುವುದೇ ಇಲ್ಲ. ಸೂಕ್ಷ್ಮ ಪ್ರಪಂಚವನ್ನು ವಿಶ್ಲೇಷಿಸುವುದು ಕಷ್ಟ; ಅಲ್ಪಕಾಲಿಕ ಘಟನೆಗಳು ತ್ವರಿತವಾಗಿ ಸಂಭವಿಸುತ್ತವೆ. ಒಂದು ಕನಸು ಮುಕ್ತಾಯವಾಗಬಹುದು ಅಥವಾ ವ್ಯಕ್ತಿಯು ಸ್ವಲ್ಪ ಪ್ರೇರಣೆಯಿಂದ ಅಥವಾ ಸ್ವಲ್ಪ ಗಮನ ಭಂಗದಿಂದ ಒಂದು ಹೊಸ ಭೇಟಿಗೆ ತಕ್ಷಣವೇ ಚಲಿಸಬಹುದು. ಪರಿವರ್ತನೆಗಳು ಕನಸುಗಾರನ ಗಮನಕ್ಕೆ ಬಾರದೇ ಹೋಗಬಹುದು.

ಸೂಕ್ಷ್ಮ ದೇಹವು ಹಠಾತ್ ಪ್ರವೃತ್ತಿ ಉಳ್ಳದ್ದಾಗಿದೆ ಮತ್ತು ನಿಯಂತ್ರಿಸಲು ಭೌತಿಕ ದೇಹಕ್ಕಿಂತ ಹೆಚ್ಚು ಕಷ್ಟಕರವಾಗಿದೆ. ಕನಸುಗಳನ್ನು ದಾಖಲಿಸಿಕೊಳ್ಳುವುದರಿಂದ ಉನ್ನತ ಮಟ್ಟದ ಅತೀಂದ್ರಿಯ ಗ್ರಹಣಶಕ್ತಿ ಹಾಗೂ ಆತ್ಮಸಂಯಮ ಬೆಳೆಯುತ್ತದೆ. ಇದು ಗೊಂದಲಮಯವಾದ ಹಾಗೂ ಅರ್ಥರಹಿತವಾಗಿ ಕಾಣುವ ಕನಸಿನ ಭೇಟಿಗಳನ್ನು ವಿಂಗಡಿಸಲು ಸಾಮರ್ಥ್ಯವನ್ನು ಹೆಚ್ಚಿಸುತ್ತದೆ.

ಒಳಬರುವ ಆಲೋಚನೆಗಳು ಪತ್ತೆಹಚ್ಚಲ್ಪಡದೇ ಮನಸ್ಸನ್ನು ಪ್ರವೇಶಿಸುತ್ತವೆ. ಇಂದ್ರಿಯಗಳ ಶಕ್ತಿಯು ಸ್ವಯಂಚಾಲಿತವಾಗಿ ಇವುಗಳಿಗೆ ಪ್ರತಿಕ್ರಿಯಿಸುತ್ತವೆ, ಮತ್ತು

ಬುದ್ಧಿಶಕ್ತಿಯು ಇವುಗಳಿಗೆ ಒಂದು ತೀರ್ಮಾನವನ್ನು ಸೃಷ್ಟಿಸುತ್ತದೆ. ಬುದ್ಧಿಶಕ್ತಿಯು ನಂತರ ಕೆಲವು ಕಲ್ಪನೆಗಳನ್ನು ಅಥವಾ ಅಭಿಪ್ರಾಯಗಳನ್ನು ಆತ್ಮಕ್ಕೆ ತೋರಿಸುತ್ತದೆ. ಆತ್ಮವು ಸಾಮಾನ್ಯವಾಗಿ ಅಭಿಪ್ರಾಯಗಳ ಮೇಲೆ ಕಾರ್ಯಮಾಡುವುದಕ್ಕೆ ದೇಹಕ್ಕೆ ಸಂಕೇತವನ್ನು ನೀಡಲು ಬುದ್ಧಿಶಕ್ತಿಗೆ ಅನುಮತಿಸುತ್ತದೆ.

ಜೀವ ಶಕ್ತಿ ಮತ್ತು ಸಮಸ್ಯೆಗಳು

ಸಮಸ್ಯೆಗಳು ತೃಪ್ತಿಕರವಾಗಿ ಬಗೆಹರಿಸಲಾಗುವವರೆಗೂ ಅವು ಮನಸ್ಸಿನಲ್ಲಿ ಉಳಿದಿರುತ್ತವೆ. ಮನುಷ್ಯನಿಗೆ ಸಮಸ್ಯೆಗಳಿದ್ದರೆ ಆತನು ಧ್ಯಾನವನ್ನು ಮಾಡುವುದು ಸಾಧ್ಯವಿಲ್ಲ. ಆತನು ಆಸೆಗಳನ್ನು ಸರಳಗೊಳಿಸದೇ ಮತ್ತು ದುರಹಂಕಾರವನ್ನು ಪ್ರಮಾಣಾನುಗುಣವಾಗಿ ಕಡಿಮೆ ಮಾಡಿಕೊಳ್ಳದೇ ಸಮಸ್ಯೆಗಳನ್ನು ತೊಲಗಿಸುವುದು ಸಾಧ್ಯವಿಲ್ಲ. ಮನಸ್ಸಿನಲ್ಲಿರುವ ಯಾವುದೇ ಸಮಸ್ಯೆಯು ಸೂಕ್ಷ್ಮ ದೇಹದಲ್ಲಿರುವ ಜೀವ ಶಕ್ತಿಯಿಂದ ಚೈತನ್ಯ ನೀಡಲ್ಪಡುವ ಕ್ರಿಯೆಗೆ ಒಳಗಾಗಬಹುದು. ಒಮ್ಮೆ ಜೀವ ಶಕ್ತಿಯು ಒಂದು ಸಮಸ್ಯೆಗೆ ಸಂಪರ್ಕಗೊಂಡರೆ, ನಾವು ಪ್ರತಿಕೂಲವಾದ ಸಂದರ್ಭಗಳನ್ನು ಹೇಗೆ ಬುದ್ಧಿವಂತಿಕೆಯಿಂದ ನಿವಾರಿಸಿಕೊಳ್ಳುವುದು ಎಂಬ ಚಿಂತನೆಯಲ್ಲಿ ಮುಳುಗಿಹೋಗುತ್ತೇವೆ. ಧಾರ್ಮಿಕ ಪುರುಷರೆಂದು ಕರೆಯಲ್ಪಡುವವರೂ ಕೂಡ ಈ ಬುದ್ಧಿವಂತಿಕೆಯಿಂದ ಮೀರಿಸುವ ವ್ಯಾಪಾರದಲ್ಲಿ ತೊಡಗಿಕೊಂಡಿದ್ದಾರೆ. ಆಯಾಸವಾದ ನಂತರ ಅವರು, "ನಾನು ತೊಂದರೆಗಳಿಂದ ಬೇಸರಗೊಂಡಿದ್ದೇನೆ. ನಾನು ಇದೆಲ್ಲದರಿಂದ ದೂರ ಹೋಗಲು ಬಯಸುತ್ತೇನೆ." ಎಂದು ಹೇಳುತ್ತಾರೆ. ವಾಸ್ತವವಾಗಿ, ಅವರು ಬೇಸರಗೊಂಡಿಲ್ಲ, ಅಥವಾ ಅವರು ದೂರ ಹೋಗಲೂ ಬಯಸುವುದಿಲ್ಲ. ಅವರು ತೊಡಕುಗೊಳಿಸುವ ಶಕ್ತಿಗಳಿಗೆ ಮೋಹಿತರಾಗಿದ್ದಾರೆ.

ಒಬ್ಬ ಮನುಷ್ಯನಿಗೆ ನಿಜವಾಗಿಯೂ ಆಯಾಸವಾದಾಗ ಆತನು ಆನೆ-ಗಾತ್ರದ ಕಾರ್ಯವನ್ನು ಒಂದು ಇರುವೆ-ಗಾತ್ರದ ಕಾರ್ಯಕ್ಕೆ ಯೋಜನೆಗಳನ್ನು ಕುಗ್ಗಿಸುವ ಮೂಲಕ ಆಸೆಗಳನ್ನು ಸರಳಗೊಳಿಸುವ ಅಗತ್ಯವನ್ನು ಬೆಳೆಸಿಕೊಳ್ಳುತ್ತಾನೆ.

ಮಿದುಳಿನಲ್ಲಿರುವ ಎಚ್ಚರಗೊಳ್ಳುವ ಪ್ರಚೋದನೆಯನ್ನು ನಿಷ್ಕ್ರಿಯಗೊಳಿಸುವ ಒಂದು ಧ್ಯಾನದ ತಂತ್ರವಿದೆ. ಈ ಕೆಳಗೆ ತೋರಿಸಿರುವಂತೆ ಈ ಪ್ರಚೋದನೆಯು ಮೆದುಳಿನ ಪಾನ್ಸ್ ಪ್ರದೇಶದಿಂದ ಪ್ರಚೋದಿಸಲ್ಪಡುತ್ತದೆ.

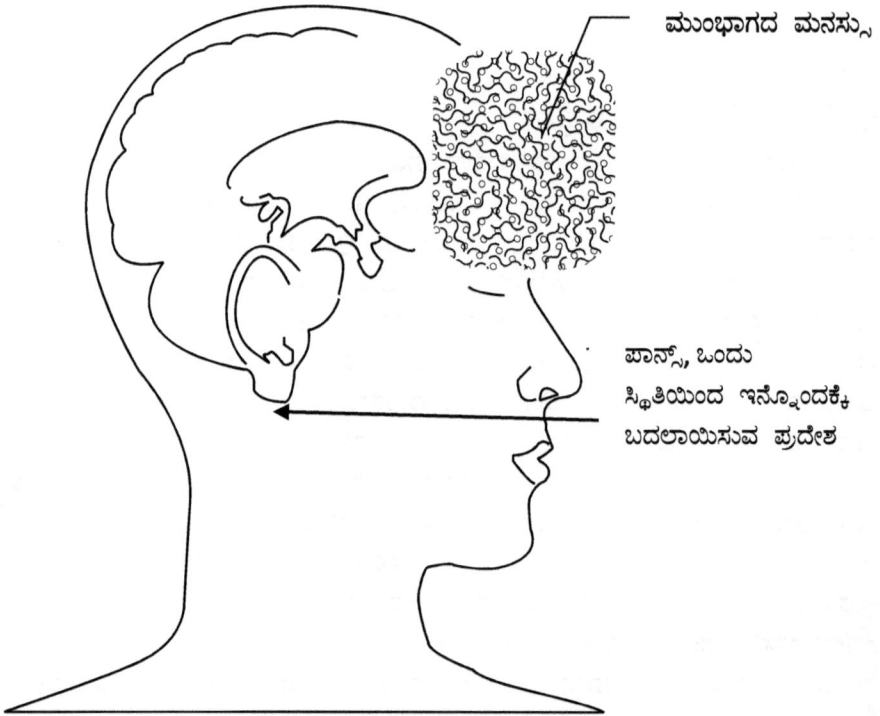

ಮುಂಭಾಗದ ಮನಸ್ಸು

ಪಾನ್ಸ್, ಒಂದು
ಸ್ಥಿತಿಯಿಂದ ಇನ್ನೊಂದಕ್ಕೆ
ಬದಲಾಯಿಸುವ ಪ್ರದೇಶ

ಸಾಮಾನ್ಯವಾಗಿ ನಾವು ಎಚ್ಚರಗೊಳ್ಳುವ ಪ್ರಚೋದನೆಯು ಮೆದುಳಿನ ಕೇಂದ್ರದಲ್ಲಿ ಅಥವಾ ಮೆದುಳಿನ ಮುಂಭಾಗದ ಹಾಲೆಯಲ್ಲಿ ಇರಬಹುದೆಂದು ಭಾವಿಸುತ್ತೇವೆ. ಇದಕ್ಕೆ ಕಾರಣ ನಾವು ಮೆದುಳಿನ ಒಂದು ಕೇಂದ್ರೀಕೃತ ಸ್ಥಾನದಿಂದ ಬಹುತೇಕ ಇಂದ್ರಿಯಗಳ ಕಾರ್ಯನಿರ್ವಹಿಸುತ್ತೇವೆ. ಆದರೆ, ಮಿದುಳನ್ನು ವಿದ್ಯುದೀಕರಿಸುವ ಶಕ್ತಿಯು (ಅಂದರೆ, ಮಿದುಳಿಗೆ ವಿದ್ಯುತ್ತನ್ನು ಹರಿಸುವ ಶಕ್ತಿಯು) ಬೆನ್ನುಹುರಿಯಿಂದ ಬರುತ್ತದೆ. ಈ ಶಕ್ತಿಯು ಪಾನ್ಸ್ ಪ್ರದೇಶದಲ್ಲಿರುವ ಒಂದು ಸ್ವಿಚ್ ಮೂಲಕ ಹಾದುಹೋಗುತ್ತದೆ. ಈ ಸ್ವಿಚ್ಚನ್ನು ನಿಯಂತ್ರಿಸಲು ನಮಗೆ ತರಬೇತಿ ನೀಡುವ ಮೂಲಕ ನಾವು ದೇಹದ ವಿಶ್ರಾಂತಿ-ಕೆಲಸ, ಎಚ್ಚರ-ನಿದ್ರೆಯ ಚಕ್ರಗಳ ಮೇಲೆ ಹೆಚ್ಚು ನಿಯಂತ್ರಣವನ್ನು ಪಡೆದುಕೊಳ್ಳಬಹುದು.

ನಾವು ಸಾಮಾನ್ಯವಾಗಿ ಮೆದುಳಿನ ಮುಂಭಾಗದ ಹಾಲೆಯ ಕಡೆಗೆ ಗಮನವಿಡುವುದರಿಂದ, ನಾವು ಅದರ ಹಿಂಭಾಗದ ಪ್ರದೇಶದ ಕಡೆಗೆ ಗಮನ ಕೊಡುವ ಅಭ್ಯಾಸವನ್ನು ಹೊಂದಿಲ್ಲ. ಮುಂಭಾಗದ ಹಾಲೆಯು ಚಾಕ್ಷುಷ ವಿದ್ಯುನ್ಮಂಡಲವನ್ನು ಹಾಗೂ ಯೋಜನೆಯ ಸಾಮರ್ಥ್ಯವನ್ನು ಹೊಂದಿದೆ. ಮುಂಭಾಗದ ಹಾಲೆಯ ಪ್ರದೇಶದಲ್ಲಿ ಅತಿ ಹೆಚ್ಚಿನ ಶಕ್ತಿಯ ಹರಿವನ್ನು ಇಟ್ಟುಕೊಳ್ಳುವುದು ನಮ್ಮ ಹಿತಾಸಕ್ತಿಯಲ್ಲಿ ಇಲ್ಲದಿದ್ದರೂ ಕೂಡ, ನಮ್ಮ ಬಹುತೇಕ ಶಕ್ತಿಯು ಆ ಪ್ರದೇಶಕ್ಕೆ ಹೋಗುತ್ತದೆ. ಸರಳೀಕರಣದ ಪ್ರಯತ್ನದಲ್ಲಿ, ನಾವು ಮೆದುಳಿನ ಹಿಂಭಾಗಕ್ಕೆ ನಮ್ಮ ಗಮನವನ್ನು ಚಲಿಸಬೇಕು. ನಿಮಗೆ ಎಂದಾದರೂ ಕೆಲವು ಸಮಯ

ದೊರಕಿದರೆ, ನೀವು ಮಿದುಳಿನೊಳಗಿನಿಂದ ತಲೆಯ ಹಿಂಭಾಗದ ಕಡೆಗೆ ನೋಡುವಂತೆ ನಿಮ್ಮ ಅರಿವನ್ನು ಬದಲಾಯಿಸಲು ಪ್ರಯತ್ನಿಸಿ.

ಈ ಕೆಳಗಿನ ಚಿತ್ರಗಳ ಸರಣಿಯು ನಿಮಗೆ ಸಹಾಯ ಮಾಡಬಹುದು. ಮೊದಲು ಸ್ಥೂಲ ದೇಹದೊಳಗೆ ಸೂಕ್ಷ್ಮ ತಲೆಯನ್ನು ಗ್ರಹಿಸಲು ಪ್ರಯತ್ನಿಸಿ. ಭೌತಿಕ ತಲೆಯ ಜಾಗದೊಳಗೆ ಸೂಕ್ಷ್ಮ ತಲೆಯನ್ನು ಅರಿತುಕೊಳ್ಳಿ.

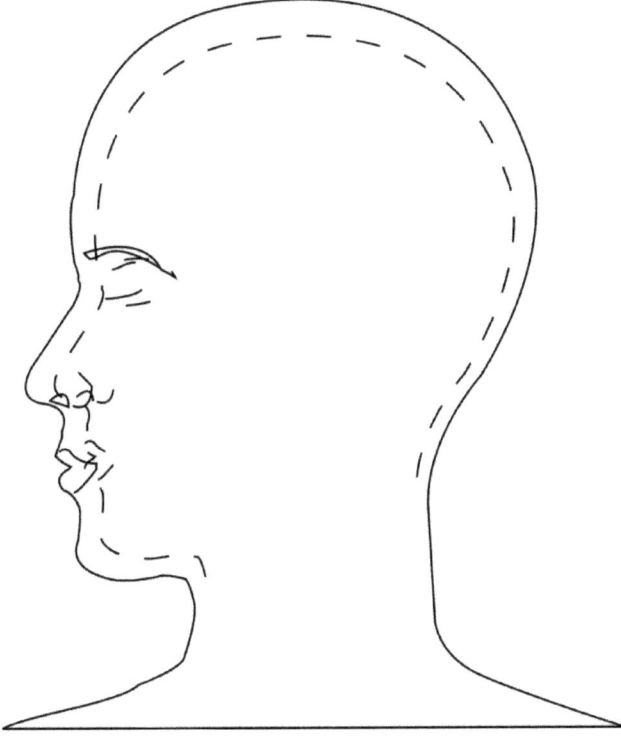

ಭುಜದ ಮೇಲೆ ಅಕ್ಕಪಕ್ಕಕ್ಕೆ ಸೂಕ್ಷ್ಮ ತಲೆಯನ್ನು ತಿರುಗಿಸಿ.

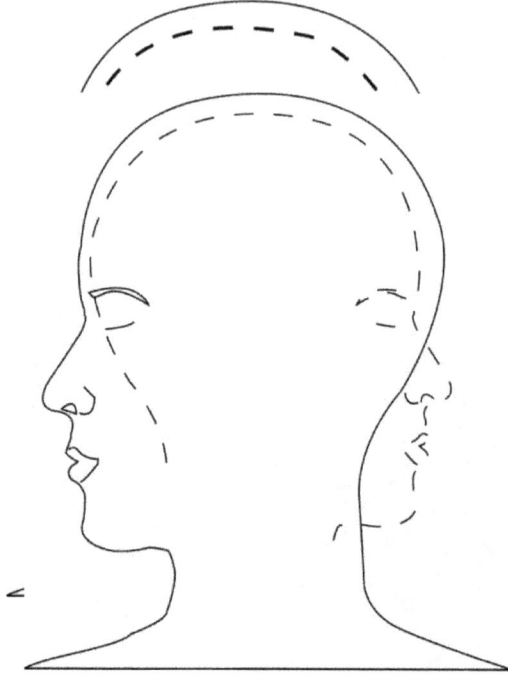

ಸ್ಥೂಲ ತಲೆಯ ಮೂಲಕ ನೇರವಾಗಿ ಹಿಂದಕ್ಕೆ ನೋಡಲು ಸೂಕ್ಷ್ಮ ತಲೆಯ ಪಾರ್ಶ್ವನೋಟವನ್ನು ಸಂಪೂರ್ಣವಾಗಿ ತಿರುಗಿಸಿ!

ಮನಸ್ಸಿನ ರೇಡಿಯೋ

ರೇಡಿಯೋದ ಆಗಮನದ ಬಹಳ ಮುಂಚೆ ಮಾನವರು ಮನಸ್ಸಿನ ಮೂಲಕ ಕಲ್ಪನೆಗಳನ್ನು ಪ್ರಸಾರ ಮಾಡುತ್ತಿದ್ದರು. ನಮ್ಮಲ್ಲಿ ಬಹುತೇಕರು ಪ್ರಸಾರವಾಗುತ್ತಿರುವುದನ್ನು ಅರಿತುಕೊಳ್ಳದೇ, ಅರಿವಿಲ್ಲದೇ ಇದನ್ನು ಮಾಡುತ್ತಾರೆ. ಚಲನಚಿತ್ರಗಳು ಹಾಗೂ ದೂರದರ್ಶನದ ಬಹಳ ಮುಂಚೆ, ನಾವು ಮನಸ್ಸಿನಲ್ಲಿನ ಚಿತ್ರ ಪರದೆಯನ್ನು ಬಳಸುತ್ತಿದ್ದೆವು. ವರ್ಚುಯಲ್ ರಿಯಾಲಿಟಿ (Virtual Reality) ಎಂಬ ಆಧುನಿಕ ಆವಿಷ್ಕಾರವು ಚಿತ್ರಗಳನ್ನು ನೈಜ ಎಂಬಂತೆ, ಪ್ರೇಕ್ಷಕರು ಅವುಗಳೊಂದಿಗೆ ಪರಸ್ಪರ ಪ್ರತಿಕ್ರಿಯಿಸಬಹುದಾದಂತ ಒಂದು ರೀತಿಯಲ್ಲಿ ಅವುಗಳನ್ನು ಪ್ರಕ್ಷೇಪಿಸುತ್ತದೆ. ಯಾವುದೇ ಗೆಳತಿಯನ್ನು ಹೊಂದಿಲ್ಲದ ಒಬ್ಬ ಮನುಷ್ಯನು ಒಂದು ಪಾರ್ಟಿಗೆ ಹಾಜರಾಗಬಹುದು, ಮತ್ತು ಒಬ್ಬ ಆಕರ್ಷಕ ಮಹಿಳೆಯ ಒಂದು ಪ್ರಕ್ಷೇಪಿತ ಪ್ರತಿರೂಪದೊಂದಿಗೆ ನರ್ತಿಸಬಹುದು.

ಈ ತಂತ್ರಜ್ಞಾನವನ್ನು ಅಭಿವೃದ್ಧಿಪಡಿಸಲಾದ ಬಹಳ ಮುಂಚೆಯೇ ಈ ಅಂಶಗಳು ಮನಸ್ಸಿನಲ್ಲಿ ನಡೆಯುತ್ತಿದ್ದವು. ಇದರ ಜತೆಗೆ, ಪ್ರಾಣಿಗಳು ಕೂಡ ಆ ಮಾನಸಿಕ ಶಕ್ತಿಯನ್ನು ಹೊಂದಿವೆ. ಅವು ಕೂಡ ಮನಸ್ಸಿನೊಳಗೆ ಕಲ್ಪಿಸಿಕೊಳ್ಳುತ್ತವೆ. ಒಂದು ಇಲಿಯು ಕನಸು ಕಾಣುವುದಿಲ್ಲವೆಂದು ನೀವು ಭಾವಿಸುತ್ತೀರಾ? ಒಂದು ಇಲಿಯು ಆಲೋಚಿಸುವುದಿಲ್ಲವೆಂದು

ನೀವು ಭಾವಿಸುತ್ತೀರಾ? ಅಥವಾ ಅದು ತನ್ನದೇ ಆದ ಮತ್ತು ಇತರ ಜಾತಿಗಳಲ್ಲಿನ ಇತರ ಚಿಂತಕರ ಆಲೋಚನೆಗಳಿಂದ ಪ್ರಭಾವಿತವಾಗುವುದಿಲ್ಲವೆಂದು ನೀವು ಭಾವಿಸುತ್ತೀರಾ?

ಮನಸ್ಸಿನಲ್ಲಿನ ಜೀವ ಶಕ್ತಿಯು ಶುದ್ಧವಾಗಿದ್ದರೆ ಹಾಗೂ ಹೆಚ್ಚಿನ ಗುಣಮಟ್ಟದ್ದಾಗಿದ್ದರೆ, ಮನಸ್ಸು ಹೆಚ್ಚು ಶಕ್ತಿಯ ಹಾಗೂ ಕಡಿಮೆ ಶಕ್ತಿಯ ಆಲೋಚನೆಗಳನ್ನು ವಿಂಗಡಿಸುತ್ತದೆ. ಅದು ಕಡಿಮೆ ಶಕ್ತಿಯ ಆಲೋಚನೆಗಳನ್ನು ಪತ್ತೆ ಹಚ್ಚಿದರೆ, ಅದು ಬುದ್ಧಿಶಕ್ತಿಯಿಂದ ವಿಶ್ಲೇಷಣೆಗಾಗಿ ಇವುಗಳನ್ನು ಸ್ಪಷ್ಟತೆಯೊಂದಿಗೆ ಒದಗಿಸುತ್ತದೆ. ಆದರೆ, ಜೀವ ಶಕ್ತಿಯು ಕಡಿಮೆ ಗುಣಮಟ್ಟದ್ದಾಗಿದ್ದರೆ, ಮನಸ್ಸು ಕಡಿಮೆ ಶಕ್ತಿಯ ಆಲೋಚನೆಗಳನ್ನು ಮಾತ್ರ ಪತ್ತೆ ಹಚ್ಚುತ್ತದೆ. ಮತ್ತು ಅದು ಕಡಿಮೆ ಶಕ್ತಿಯ ಮೂಲಗಳಿಂದ ಏನೇ ಒಳಕ್ಕೆ ತೆಗೆದುಕೊಳ್ಳುವುದನ್ನು ಒಂದು ವಿಕೃತ ರೀತಿಯಲ್ಲಿ ಒದಗಿಸುತ್ತದೆ, ಮತ್ತು ಇದರ ಮೂಲಕ ಬುದ್ಧಿಶಕ್ತಿಯು ತಪ್ಪಾಗಿ ವಿಶ್ಲೇಷಿಸುತ್ತದೆ.

ದೇಹವು ನಿದ್ರಿಸುತ್ತಿರುವಾಗ ಮತ್ತು ಆತ್ಮವು ನಿದ್ರೆಯ ಸಮಯದಲ್ಲಿ ದೇಹದಲ್ಲಿ ಹಾಜರಿಲ್ಲದಿರುವಾಗಲೂ ಕೂಡ ಮನಸ್ಸು ಚಿತ್ರಗಳನ್ನು ಕೂಡ ಸ್ವೀಕರಿಸುತ್ತದೆ. ಆತ್ಮವು ಒಂದು ನಿದ್ರಿಸುತ್ತಿರುವ ದೇಹದಲ್ಲಿ ನಡುವೆ ಇರಬಹುದು, ಅಥವಾ ಅದು ತಾತ್ಕಾಲಿಕವಾಗಿ ಆ ದೇಹವನ್ನು ಬಿಟ್ಟು ಹೋಗಬಹುದು. ದೇಹದಿಂದ ಇಂತಹ ತಾತ್ಕಾಲಿಕ ಅನುಪಸ್ಥಿತಿಗಳಿಗೆ ಆತ್ಮವು ಆಸ್ಟ್ರಲ್ ರೂಪವನ್ನು ಬಳಸುತ್ತದೆ.

ಆಸ್ಟ್ರಲ್ ರೂಪವು ದೇಹವನ್ನು ಬಿಟ್ಟು ಹೋದಾಗ, ಬಹುತೇಕ ಮನಸ್ಸಿನ ಶಕ್ತಿಯು ದೇಹದಿಂದ ಪ್ರತ್ಯೇಕಿಸುತ್ತದೆ. ಒಂದು ಸಣ್ಣ ಭಾಗವು ಭೌತಿಕ ರೂಪದೊಂದಿಗೆ ಉಳಿದಿರುತ್ತದೆ ಮತ್ತು ಅತೀಂದ್ರಿಯ ಮಾಹಿತಿಯನ್ನು ಹೀರಿಕೊಳ್ಳುತ್ತದೆ. ಉದಾಹರಣೆಗೆ, ನಿಮ್ಮ ದೇಹವು ಯುನೈಟೆಡ್ ಸ್ಟೇಟ್ಸ್‌ನಲ್ಲಿ ನಿದ್ರಿಸುತ್ತಿದ್ದರೆ ಮತ್ತು ನಿಮ್ಮ ಆಸ್ಟ್ರಲ್ ರೂಪವು ಚೀನಾದಲ್ಲಿ ಎಲ್ಲೋ ಮಾತುಕತೆ ನಡೆಸುತ್ತಿದ್ದರೆ, ನಿದ್ರಿಸುತ್ತಿರುವ ದೇಹದ ಬಳಿ ಯಾರಾದರೂ ನಿಮ್ಮ ಹೆಸರನ್ನು ಕರೆದರೆ ನಿಮ್ಮನ್ನು ಇದ್ದಕ್ಕಿದ್ದಂತೆ ಭೌತಿಕ ರೂಪದೊಳಗೆ ಹಿಂದಕ್ಕೆ ಎಳೆದುಕೊಳ್ಳಲಾಗಬಹುದು. ನಿದ್ರಿಸುತ್ತಿರುವ ದೇಹದೊಂದಿಗೆ ಉಳಿದಿದ್ದ ಮನಸ್ಸಿನ ಭಾಗವು ತಕ್ಷಣವೇ ಹಿಂದಕ್ಕೆ ಬರಲು ಆದೇಶದ ಶಕ್ತಿಯನ್ನು ರವಾನಿಸುತ್ತದೆ. ಆಗ ನಿಮ್ಮ ಜೀವ ಶಕ್ತಿಯು ಆಸ್ಟ್ರಲ್ ರೂಪವನ್ನು ಭೌತಿಕ ದೇಹದೊಳಗೆ ಹಿಂದಕ್ಕೆ ಬರಲು ನಿರ್ದೇಶಿಸುತ್ತದೆ. ಆಸ್ಟ್ರಲ್ ರೂಪವು ಬೆಳಕಿನ ವೇಗದಲ್ಲಿ ಚಲಿಸುವುದರಿಂದ ಇದು ತಕ್ಷಣವೇ ಸಂಭವಿಸುತ್ತದೆ. ಯುನೈಟೆಡ್ ಸ್ಟೇಟ್ಸ್‌ಗೆ ಹಿಂದಿರುಗುವುದು ಕ್ಷಣಾರ್ಧದಲ್ಲಿ ಸಂಭವಿಸಿದ ಕಾರಣ ಇದು ಅದ್ಭುತವೆಂದು ತೋರುತ್ತದೆ.

ನೀವು ಚೀನಾದಲ್ಲಿರುವಾಗ ನಿಮ್ಮ ಆಸ್ಟ್ರಲ್ ರೂಪದ ಪ್ರತ್ಯೇಕಿಸುವಿಕೆಯ ಬಗ್ಗೆ ನಿಮಗೆ ಅರಿವಿರದಿದ್ದರೆ, ನೀವು ಚೀನಾದಲ್ಲಿರುವುದರ ಬಗ್ಗೆ ಕನಸು ಕಾಣುತ್ತಿದ್ದಿರಿ ಎಂದು, ಮತ್ತು ನೀವು ಯಾರೋ ಕರೆಯುತ್ತಿರುವುದನ್ನು ಕೇಳಿಸಿಕೊಂಡು ಇದ್ದಕ್ಕಿದ್ದಂತೆ ಎಚ್ಚರಗೊಂಡಿರಿ ಎಂದು ನೀವು ಭಾವಿಸಬಹುದು.

ಒಂದು ಆಲೋಚನೆಯು ತಾತ್ಕಾಲಿಕವಾಗಿ ತನ್ನ ದೇಹದಿಂದ ಪ್ರತ್ಯೇಕಗೊಂಡ ಒಬ್ಬ ಮನುಷ್ಯನನ್ನು ತಲುಪುವಂತೆಯೇ, ಒಂದು ಆಲೋಚನೆಯು ಆತನು ಭೌತಿಕದ ಕಡೆಯಲ್ಲಿ ಪ್ರಜ್ಞಾಪೂರ್ವಕವಾಗಿ ಎಚ್ಚರವಾಗಿರುವಾಗಲೂ ಕೂಡ ಆತನನ್ನು ತಲುಪುತ್ತದೆ. ಇದೆಲ್ಲವೂ ಮನಸ್ಸಿನ ದೂರಸಂವೇದನದ ಶಕ್ತಿಗಳಿಂದ (telepathic powers) ಮಾಡಲಾಗುತ್ತದೆ. ನಾವು ಭೌತಿಕದ ಕಡೆಯಲ್ಲಿ ಗಮನವನ್ನು ಕೇಂದ್ರೀಕರಿಸಿರುವುದರಿಂದ ಸೂಕ್ಷ್ಮ ಕಂಪನಗಳು

ಸ್ಪಷ್ಟವಾಗಿ ಮನಸ್ಸಿನಲ್ಲಿ ದಾಖಲಾಗುವುದಿಲ್ಲ. ಮನಸ್ಸು ನಿಜವಾಗಿಯೂ ಎಷ್ಟು ಸೂಕ್ಷ್ಮಗ್ರಾಹಿ ಎಂಬುದನ್ನು ನಾವು ಅರಿತುಕೊಳ್ಳಲು ವಿಫಲರಾಗುತ್ತೇವೆ. ದೂರವಾಣಿ ಹಾಗೂ ರೇಡಿಯೋ ಅಂತಹ ಆಧುನಿಕ ಆವಿಷ್ಕಾರಗಳನ್ನು ಅಧ್ಯಯನ ಮಾಡುವ ಮೂಲಕ ನಾವು ಕೆಲವು ಸುಳಿವುಗಳನ್ನು ಪಡೆಯಬಹುದು.

ದೂರವಾಣಿಯ ವ್ಯವಸ್ಥೆಯಲ್ಲಿ ನಾವು ಮನಸ್ಸಿನ ಕಾರ್ಯಾಚರಣೆಯ ಬಗ್ಗೆ ಬಹಳಷ್ಟನ್ನು ಕಲಿಯಬಹುದು. ಉದಾಹರಣೆಗೆ, ಒಬ್ಬ ಮನುಷ್ಯನು ಮನೆಯಿಂದ ದೂರ ಹೋಗಿದ್ದರೆ, ಒಬ್ಬ ಕುಟುಂಬದ ಸದಸ್ಯನು ಮಾನಸಿಕವಾಗಿ ಆತನನ್ನು ತಲುಪಲು ಪ್ರಯತ್ನಿಸಬಹುದು. ಇದನ್ನು ಆತನ ಬಗ್ಗೆ ಆಲೋಚಿಸುವ ಮೂಲಕ, ಮತ್ತು ಹೆಚ್ಚಾಗಿ ಆತನಿಗೆ ಒಂದು ಕಲ್ಪನೆಯನ್ನು, ಸಲಹೆಯನ್ನು ಅಥವಾ ಪ್ರಶ್ನೆಯನ್ನು ಪರಿಗಣಿಸುವುದಕ್ಕೆ ನೀಡಲು ಆಲೋಚಿಸುವ ಮೂಲಕ ಮಾಡಲಾಗುತ್ತದೆ. ಆ ಕಲ್ಪನೆಯನ್ನು ರೂಪಿಸಿಕೊಂಡಾಗ ಅದನ್ನು ಸ್ವಯಂಚಾಲಿತವಾಗಿ ಆತನಿಗೆ ರವಾನಿಸಲಾಗುತ್ತದೆ. ಉದಾಹರಣೆಗೆ, ಒಂದು ದೂರವಾಣಿಯ ಧ್ವನಿಗ್ರಾಹಕದ ಸ್ವಿಚ್ಚನ್ನು ಆನ್ ಮಾಡಿದರೆ, ಒಬ್ಬ ಮನುಷ್ಯನು ಅದರ ಮುಂದೆ ಏನೇ ಹೇಳಿದರೂ ಅದು ರವಾನಿಸುತ್ತದೆ, ಆತನ ಮಾತನ್ನು ಪ್ರಸಾರ ಮಾಡಲಾಯಿತು ಎಂಬುದು ಆತನಿಗೆ ಅರಿವಿಲ್ಲದಿದ್ದರೂ ಕೂಡ ಅದು ರವಾನಿಸುತ್ತದೆ. ಅದೇ ರೀತಿಯಲ್ಲಿ, ದೇಹವು ಕೋಮಾದಲ್ಲಿರುವಾಗ ಬಿಟ್ಟು, ಯಾವಾಗಲೂ ಸ್ವಿಚ್ ಆನ್ ಆಗಿರುವ ಮನಸ್ಸು ವಾತಾವರಣದ ಮೂಲಕ ಆಲೋಚನೆಗಳನ್ನು ರವಾನಿಸುತ್ತದೆ.

ನಾವು ಯಾವಾಗಲೂ ಇತರರ ಆಲೋಚನೆಗಳನ್ನು ಹೀರಿಕೊಳ್ಳುತ್ತಿರುತ್ತೇವೆ. ನಾವು ಚಿತ್ರಗಳನ್ನು ಹಾಗೂ ಪರಿಕಲ್ಪನೆಗಳನ್ನು ಹೀರಿಕೊಳ್ಳುತ್ತೇವೆ. ಸಾಮಾನ್ಯವಾಗಿ ನಾವು ಇವುಗಳನ್ನು ನಮ್ಮ ಸ್ವಂತ ಆಲೋಚನೆಗಳೆಂದು ಅಥವಾ ಮನಸ್ಸಿನ ಯಾದೃಚ್ಛಿಕ ಮಿಶ್ರಣಗಳೆಂದು ಗುರುತಿಸುತ್ತೇವೆ.

ಜೀವ ಶಕ್ತಿ

ಜೀವ ಶಕ್ತಿಯು ಶೋಷಿಸುವ ಬೇಡಿಕೆಗಳನ್ನು ಉತ್ಪತ್ತಿ ಮಾಡುತ್ತದೆ ಮತ್ತು ಒತ್ತಾಯದಿಂದ ಕಾರ್ಯಗತ ಮಾಡುತ್ತದೆ. ಆತ್ಮವು ಬೇಡಿಕೆಗಳನ್ನು ಗ್ರಹಿಸುತ್ತದೆ ಮತ್ತು ಬೇಕಾದ ಕಾರ್ಯವನ್ನು ನಿರ್ವಹಿಸುವುದಕ್ಕೆ ಮನಸ್ಸು, ಬುದ್ಧಿಶಕ್ತಿ ಹಾಗೂ ಇಂದ್ರಿಯಗಳನ್ನು ಬಳಸಲು ಯಾದೃಚ್ಛಿಕವಾಗಿ ಜೀವ ಶಕ್ತಿಗೆ ಅನುಮತಿಸುತ್ತದೆ. ಇದೆಲ್ಲವನ್ನು ಮಾಡುವುದು ಜೀವ ಶಕ್ತಿಯಾಗಿದೆ ಅಥವಾ ಪ್ರೇರಣೆಯ ಸಹಜ ಪ್ರವೃತ್ತಿ ಆಗಿದೆ. ಅದರ ಅಗತ್ಯಗಳನ್ನು ಮನಸ್ಸಿನಲ್ಲಿ ಪರಿಕಲ್ಪನೆಗಳಾಗಿ ಹಾಗೂ ಭಾಷೆಯ ಚಿಹ್ನೆಗಳಾಗಿ, ಅಥವಾ ಬಾಹ್ಯವಾಗಿ ಪ್ರಾಣಿಗಳ ಪ್ರಾಚೀನ ಗುರುಗುಟ್ಟುಗಳಾಗಿ ಮತ್ತು ಕೀಚಲು ಧ್ವನಿಯ ಕೂಗುಗಳಾಗಿ ಮಾತುಗಳಲ್ಲಿ ವ್ಯಕ್ತಪಡಿಸಲಾಗುತ್ತದೆ.

ಆತ್ಮ-ಸ್ವಯಂಗೆ ಶೋಷಣೆಯ ಅಗತ್ಯವಿಲ್ಲ. ಅದು ನಿರಂತರವಾಗಿ ಬದಲಾಗುತ್ತಿರುವ ಶಕ್ತಿಯಲ್ಲ. ಅದು ಜೀವ ಶಕ್ತಿಗೆ ಸಂಪರ್ಕಗೊಂಡಿರುವುದರಿಂದ ಅದು ಪ್ರಭಾವಕ್ಕೊಳಗಾಗುತ್ತದೆ. ಆ ಸಂಪರ್ಕ ಕೊಂಡಿಯನ್ನು ಸ್ವಾನುಕೂಲವಾದ ಆಲೋಚನೆಯಿಂದ ಮುರಿಯುವುದು ಸಾಧ್ಯವಿಲ್ಲ. ಒಬ್ಬ ವಿಮೋಚಿತ ವ್ಯಕ್ತಿಯ ನಿರ್ದೇಶನದಲ್ಲಿ ಅತೀತ ಕಟ್ಟುನಿಟ್ಟಿನ ಅಭ್ಯಾಸ ಕ್ರಮವನ್ನು ತೆಗೆದುಕೊಳ್ಳಬೇಕಾಗುತ್ತದೆ.

ಕನಸಿನ ಪುನಃಸ್ಮರಣೆ

ನಿಮ್ಮ ಹಾಸಿಗೆಯ ಪಕ್ಕದಲ್ಲಿ ಒಂದು ದಿನಚರಿ ಪುಸ್ತಕವನ್ನು ಇಟ್ಟುಕೊಳ್ಳಿ. ಎಚ್ಚರಗೊಂಡ ಮೇಲೆ ನೀವು ನೆನಪಿಸಿಕೊಳ್ಳುವ ಆಲೋಚನೆಗಳನ್ನು, ಕಲ್ಪನೆಗಳನ್ನು ಹಾಗೂ ಕನಸುಗಳನ್ನು ಬರೆದಿಟ್ಟುಕೊಳ್ಳಿ. ದೇಹವು ವಿಶ್ರಮಿಸಿಕೊಳ್ಳುತ್ತಿರುವಾಗ ಅಥವಾ ನಿದ್ರಿಸುತ್ತಿರುವಾಗ ನೀವು ಯಾವ ಸಮಂಜಸವಾದ ಅಥವಾ ಅಸಮಂಜಸವಾದ ಕನಸುಗಳನ್ನು ಅಥವಾ ಕಲ್ಪನೆಗಳನ್ನು ಹೊಂದಿದಿರಿ ಎಂಬುದನ್ನು ನೋಡಲು ಕಾಲಕಾಲಕ್ಕೆ ದಿನಚರಿ ಪುಸ್ತಕವನ್ನು ಪರಿಶೀಲಿಸಿ. ಈ ಸರಳ ವಿಧಾನವು ಕನಸಿನಲ್ಲಿನ ಅರಿವನ್ನು ಹೆಚ್ಚಿಸುತ್ತದೆ. ಕನಸಿನ ಪ್ರಪಂಚದ ಬಗ್ಗೆ ಹೆಚ್ಚಿನ ಅರಿವು, ಅತೀಂದ್ರಿಯ ದೇಹದ ಬಗ್ಗೆ ಹೆಚ್ಚಿನ ಅರಿವು ಇರುವ ದಿಕ್ಕಿನಲ್ಲಿ ಒಂದು ಹೆಜ್ಜೆಯಾಗಿದೆ. ಎಲ್ಲಕ್ಕಿಂತ ಮುಖ್ಯವಾಗಿ, ನೀವು ಶಾಶ್ವತವಾಗಿ ಸ್ಥೂಲ ರೂಪವನ್ನು ಬಿಟ್ಟರೆ, ಅತೀಂದ್ರಿಯ ಪ್ರಪಂಚದ ಬಗ್ಗೆ ಹೆಚ್ಚಿನ ಅರಿವು ನಿಮಗೆ ಉಪಯುಕ್ತವಾಗುತ್ತದೆ.

ಕನಸಿನ ಸ್ಮರಣೆಯಿಂದ ಒಬ್ಬ ವ್ಯಕ್ತಿಯು ಆಧ್ಯಾತ್ಮಿಕ ಪ್ರಗತಿಯನ್ನು ನಿರ್ಣಯಿಸಬಹುದು. ಒಬ್ಬ ವ್ಯಕ್ತಿಯು ಅನುಸರಿಸುವ ಯಾವುದೇ ಶಿಸ್ತನ್ನು ಅತೀಂದ್ರಿಯ ಸಮತಲದಲ್ಲಿ ಪರೀಕ್ಷಿಸಿಕೊಳ್ಳಬೇಕು. ಉದಾಹರಣೆಗೆ, ನಾನು ಲೈಂಗಿಕ ಬಯಕೆಯನ್ನು ನಿರೋಧಿಸಲು ಪ್ರಯತ್ನಿಸಿದರೆ ಮತ್ತು ನಾನು ಭೌತಿಕ ಪ್ರಪಂಚದಲ್ಲಿ ತಕ್ಕಮಟ್ಟಿಗೆ ಗಮನಾರ್ಹ ಮಟ್ಟದ ನಿಯಂತ್ರಣವನ್ನು ಸಾಧಿಸಿದರೆ, ಕನಸಿನಲ್ಲಿ ನನಗೆ ಸ್ವಲ್ಪ ಅಥವಾ ಯಾವುದೇ ನಿರೋಧಕತೆ ಇಲ್ಲವೆಂಬುದನ್ನು ನಾನು ಕಂಡುಕೊಳ್ಳಬಹುದು. ಭೌತಿಕ ಪ್ರಪಂಚದಲ್ಲಿ ನಾನು ಎಚ್ಚರಿಕೆಯಿಂದ ನೈತಿಕ ನಿಯಮಗಳನ್ನು ಮುರಿಯುವುದನ್ನು ತಪ್ಪಿಸಬಹುದು, ಆದರೆ ನಾನು ಅತೀಂದ್ರಿಯ ಪ್ರಪಂಚದಲ್ಲಿ ಹಾಗೆ ಮಾಡುತ್ತಿದ್ದೇನೆಂದು ಅದು ಅರ್ಥವಲ್ಲ. ಮತ್ತು ನಾನು ಹಾಗೆ ಮಾಡುತ್ತಿಲ್ಲವಾದರೆ, ಆಗ ನನ್ನ ಶಿಸ್ತುಗಳು ಸಂಪೂರ್ಣವಾಗಿ ನನ್ನ ಸ್ವಭಾವದ ಮೇಲೆ ಪರಿಣಾಮ ಬೀರಿಲ್ಲ ಎಂಬುದನ್ನು ನಾನು ಅರಿತುಕೊಳ್ಳಬಹುದು. ಅವು ನನ್ನ ಸ್ವಭಾವದ ಮೇಲ್ಭಾಗದ ಮೇಲೆ ಮಾತ್ರ ಕಾರ್ಯಗತಗೊಂಡವು. ಇದನ್ನು ತಿಳಿದು, ನಾನು ಹೆಚ್ಚು ಕಷ್ಟಪಟ್ಟು ಶ್ರಮಿಸಬಹುದು ಅಥವಾ ಹೆಚ್ಚು ಪರಿಣಾಮಕಾರಿ ವಿಧಾನಗಳನ್ನು ಪಡೆದುಕೊಳ್ಳಬಹುದು.

ಕೆಟ್ಟ ವಾತಾಯನ ವ್ಯವಸ್ಥೆ / ಕೆಟ್ಟ ಕನಸುಗಳು

ನನ್ನ ದೇಹವು ತಾಜಾ ಗಾಳಿಯ ನಿರಂತರ ಹರಿವು ಇಲ್ಲದ, ಅಸಮರ್ಪಕ ವಾತಾಯನ ವ್ಯವಸ್ಥೆ ಇರುವ ಒಂದು ಕೋಣೆಯಲ್ಲಿ ವಿಶ್ರಮಿಸಿಕೊಂಡಾಗ ನನಗೆ ಭಯಗೊಳಿಸುವ ಕನಸುಗಳು ಬೀಳುತ್ತಿದ್ದವು ಎಂಬುದನ್ನು ನಾನು ವರ್ಷಗಳ ಹಿಂದೆ ಗಮನಿಸಿದೆ. ನನ್ನ ತೀರ್ಮಾನಗಳು ಸರಿಯಾಗಿದ್ದವು ಎಂಬುದನ್ನು ಖಚಿತಪಡಿಸಿಕೊಳ್ಳಲು ನಾನು ಇದನ್ನು ಅಧ್ಯಯನ ಮಾಡಲು ನಿರ್ಧರಿಸಿದೆ.

ಈ ಅಧ್ಯಯನದಲ್ಲಿ, ನಾನು ಈ ಕೆಳಗಿನ ತೀರ್ಮಾನಗಳಿಗೆ ಬಂದೆ:

- *ಕಡಿಮೆ ಜೀವ ಶಕ್ತಿಯ ಪೂರೈಕೆಯು ಸೂಕ್ಷ್ಮ ದೇಹದ ಕಡಿಮೆ ಚೈತನ್ಯಗೊಳಿಸುವಿಕೆಯನ್ನು ಉಂಟುಮಾಡುತ್ತದೆ.*
- *ಸಾಕಷ್ಟಿಲ್ಲದ ತಾಜಾ ಗಾಳಿಯು ಸೂಕ್ಷ್ಮ ರೂಪದ ಅಸಮರ್ಥ ಕಾರ್ಯಾಚರಣೆಯನ್ನು ಉಂಟುಮಾಡುತ್ತದೆ.*

ಭೌತಿಕ ದೇಹವು ಅಸಮರ್ಪಕ-ವಾತಾಯನ ವ್ಯವಸ್ಥೆಯಿರುವ ಕೋಣೆಯಲ್ಲಿ ವಿಶ್ರಮಿಸಿಕೊಂಡಾಗ ನನಗೆ ಕೆಟ್ಟ ಕನಸುಗಳು ಬೀಳುತ್ತವೆ ಎಂಬುದನ್ನು ನಾನು ನಿಯಮಿತವಾಗಿ ಗಮನಿಸಿದ್ದೇನೆ. ಇದರ ಅರ್ಥ, ನನ್ನ ಸೂಕ್ಷ್ಮ ದೇಹವು ತಡೆಯಲಾಗದೆ ಕೆಟ್ಟ ಸಹವಾಸಕ್ಕೆ ಎಳೆಯಲ್ಪಟ್ಟಿತು. ಇದರ ಜೊತೆಗೆ, ಹೆಚ್ಚು ತಾಜಾ ಗಾಳಿಯು ಇದ್ದರೆ ನನಗೆ ಅಪರೂಪವಾಗಿ ಅಹಿತಕರವಾದ ಕನಸುಗಳು ಬೀಳುತ್ತಿದ್ದವು.

ಭೌತಿಕ ದೇಹವು ಅಸ್ವಸ್ಥವಾಗಿದ್ದರೆ ಮತ್ತು ಅದಕ್ಕೆ ಪರಿಣಾಮಕಾರಿಯಾಗಿ ಶ್ವಾಸಕೋಶಗಳ ಮೂಲಕ ಗಾಳಿಯನ್ನು ಹೀರಿಕೊಳ್ಳಲು ಸಾಧ್ಯವಾಗದಿದ್ದರೆ, ನನಗೆ ಕಿರಿಕಿರಿಗೊಳಿಸುವ ಕನಸುಗಳು ಹೆಚ್ಚಾಗುತ್ತಿದ್ದವು. ಇದಕ್ಕೆ ಕಾರಣ ಸೂಕ್ಷ್ಮ ರೂಪದ ಕ್ಷಿಪ್ರ ಬಳಲಿಕೆಯಾಗಿದೆ. ಕೆಳಮಟ್ಟಕ್ಕಿಳಿಸುವ ಸಹವಾಸದ ಅಭ್ಯಾಸ ಮಾಡಿಕೊಂಡಿರುವ ಜನರು, ದೇಹಗಳನ್ನು ಮೊದ್ದುತನ ಹಾಗೂ ಖಿನ್ನತೆಯಲ್ಲಿ ಕಾರ್ಯನಿರ್ವಹಿಸುವಂತೆ ಮಾಡುವ ಆಹಾರವನ್ನು ತಿನ್ನುವ ಮೂಲಕ ತಮಗೆ ಅರಿವಿಲ್ಲದೇ ತಮ್ಮ ಸ್ಥೂಲ ಹಾಗೂ ಸೂಕ್ಷ್ಮ ದೇಹಗಳನ್ನು ಕಲುಷಿತಗೊಳಿಸುತ್ತಾರೆ. ಈ ಕಾರಣಕ್ಕಾಗಿಯೇ ಜನರು ಮದ್ಯ ಹಾಗೂ ಉಪಶಾಮಕಗಳನ್ನು ಬಳಸುತ್ತಾರೆ. ಈ ಕಾರಣಕ್ಕಾಗಿಯೇ ಜನರು ಉತ್ತಮ ಆಹಾರವನ್ನು ಕೂಡ ಅತಿಯಾಗಿ ತಿನ್ನುತ್ತಾರೆ, ಅಥವಾ ಉತ್ತಮ ಆಹಾರವನ್ನು ತೆಗೆದುಕೊಂಡು ಶಕ್ತಿ ಇಲ್ಲವಾಗಿಸುವ ರೀತಿಯಲ್ಲಿ ಅವುಗಳನ್ನು ಬೇಯಿಸುತ್ತಾರೆ.

ಅತೀಂದ್ರಿಯ ಪರಿಭ್ರಮಿಸುವ ಕೇಂದ್ರಗಳು

ಸಂಸ್ಕೃತದಲ್ಲಿ ಚಕ್ರಗಳೆಂದು ಕರೆಯಲಾಗುವ ಅತೀಂದ್ರಿಯ ಪರಿಭ್ರಮಿಸುವ ಕೇಂದ್ರಗಳು ಪ್ರಾಮುಖ್ಯತೆಯನ್ನು ಹೊಂದಿವೆ, ಏಕೆಂದರೆ ಅವು ಸೂಕ್ಷ್ಮ ದೇಹದ ಸ್ಥಿತಿಯ ಬಗ್ಗೆ ನಮಗೆ ತಿಳಿಸುತ್ತವೆ. ಯೋಗಿಗಳು ಚಕ್ರಗಳ ಸ್ಥಿತಿಯನ್ನು ಪರೀಕ್ಷಿಸುತ್ತಾರೆ, ಮತ್ತು ಈ ಪರಿಭ್ರಮಿಸುವ ಕೇಂದ್ರಗಳ ಹೆಚ್ಚು ಅಥವಾ ಕಡಿಮೆ ಚೈತನ್ಯ ತುಂಬಿದ ಸ್ಥಿತಿಯ ಮೂಲಕ ಆಧ್ಯಾತ್ಮಿಕ ಪ್ರಗತಿಯನ್ನು ಅಳೆಯುತ್ತಾರೆ. ಒಬ್ಬ ವ್ಯಕ್ತಿಯು ಶುದ್ಧತೆಯನ್ನು ಸಾಧಿಸಿದ್ದರೆ ಚಕ್ರಗಳು ಅತಿಯಾದ ಚೈತನ್ಯವನ್ನು ತುಂಬಿಕೊಂಡಿರುತ್ತವೆ.

ಅತೀಂದ್ರಿಯ ಪರಿಭ್ರಮಿಸುವ ಕೇಂದ್ರಗಳು

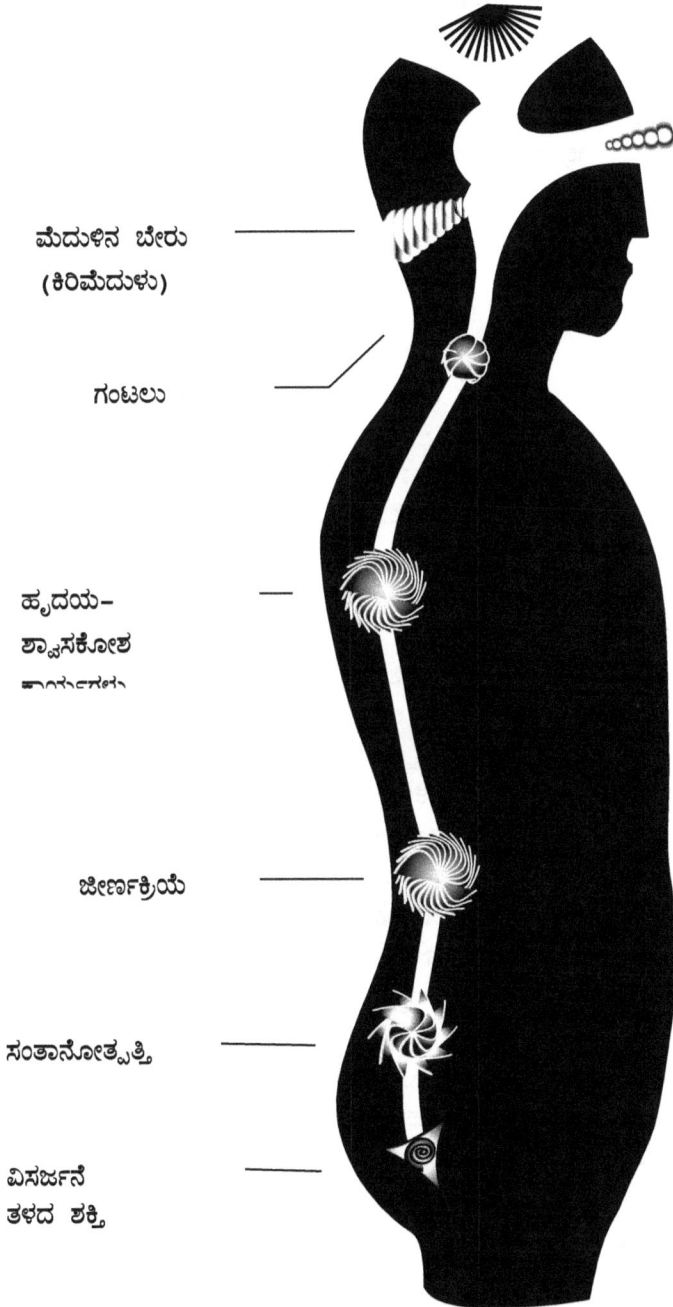

ಮೆದುಳಿನ ಬೇರು
(ಕಿರಿಮೆದುಳು)
ಗಂಟಲು
ಹೃದಯ-
ಶ್ವಾಸಕೋಶ
ಜೀರ್ಣಕ್ರಿಯೆ
ಸಂತಾನೋತ್ಪತ್ತಿ
ವಿಸರ್ಜನೆ
ತಳದ ಶಕ್ತಿ

ಒಂದು ಕಲ್ಪನೆಯು ಚಕ್ರಗಳನ್ನು ತೆರೆಯುವುದಾಗಿದೆ. ಮತ್ತೊಂದು ಅವುಗಳನ್ನು ಚೈತನ್ಯಗೊಳಿಸುವುದಾಗಿದೆ. ಇನ್ನೂ ಮತ್ತೊಂದು ಕಲ್ಪನೆಯು ಕಲ್ಮಶಗಳನ್ನು ತೆಗೆಯುವುದಾಗಿದೆ. ಪ್ರತಿ ವಿಧಾನವು, ಅಭ್ಯಾಸದ ಹಂತವನ್ನು ಅವಲಂಬಿಸಿ, ಪ್ರಯೋಜನವನ್ನು ಹೊಂದಿದೆ.

ಚಕ್ರಗಳನ್ನು ತೆರೆಯುವ ಕಲ್ಪನೆಯು, ಪ್ರತಿ ವ್ಯಕ್ತಿಗೆ ಮುಚ್ಚಲಾಗಿರುವ, ಅರೆ-ಮುಚ್ಚಲಾಗಿರುವ, ಅಥವಾ ತೆರೆದಿರುವ ಚಕ್ರಗಳಿವೆ ಎಂಬ ಅಭಿಪ್ರಾಯದ ಮೇಲೆ ಆಧರಿಸಿದೆ. ಕೆಲವು ಯೋಗಿಗಳು ಚಕ್ರಗಳನ್ನು ತೆರೆಯುವುದಕ್ಕೆ ದೃಶ್ಯೀಕರಣದ (visualization) ಸಲಹೆಯನ್ನು ನೀಡುತ್ತಾರೆ. ಆದರೆ, ಬಹುತೇಕ ಆರಂಭಿಕರು ಚಕ್ರಗಳನ್ನು ಎಂದಿಗೂ ದೃಷ್ಟಿಗೋಚರವಾಗಿ ನೋಡುವುದಿಲ್ಲ, ಅಥವಾ ಶಕ್ತಿಯ ಕೇಂದ್ರಗಳನ್ನು ಅನುಭವಿಸುವುದೂ ಇಲ್ಲ. ಆದರೂ, ಚಕ್ರಗಳು ಒಂದು ವಾಸ್ತವತೆಯಾಗಿವೆ, ಏಕೆಂದರೆ ಅನೇಕ ವಿಶ್ವಾಸಾರ್ಹ ಯೋಗಿಗಳು ಹಾಗೂ ಭಗವಾನ್ ಕೃಷ್ಣನು ಕೂಡ ಉದ್ಧವನಿಗೆ ಬೋಧನೆಗಳಲ್ಲಿ ಅವುಗಳನ್ನು ವಿವರಿಸಿದ್ದಾನೆ.

ಚಕ್ರಗಳನ್ನು ಚೈತನ್ಯಗೊಳಿಸುವ ಕಲ್ಪನೆಯು, ಒಂದು ಚಕ್ರವನ್ನು ತಲುಪುವ ಪ್ರಾಣ ಅಥವಾ ಸೂಕ್ಷ್ಮ ಶಕ್ತಿಯನ್ನು ನಾವು ಹೆಚ್ಚಿಸಬಹುದಾದರೆ ಅದು ಉನ್ನತ ಮಟ್ಟದಲ್ಲಿ ಕಾರ್ಯನಿರ್ವಹಿಸುತ್ತದೆ ಎಂದು ಭಾವಿಸುವ ಕೆಲವು ಯೋಗ ಶಿಕ್ಷಕರ ಕಲ್ಪನೆಯಾಗಿದೆ. ಈ ಕಲ್ಪನೆಯು ಒಂದು ಮಬ್ಬಾದ ಬೆಳಕಿನ ಬಲ್ಬಿಗೆ ಹೋಗುತ್ತಿರುವ ವಿದ್ಯುತ್ತನ್ನು ಹೆಚ್ಚಿಸುವ ಕಲ್ಪನೆಗೆ ಸಮವಾಗಿದೆ. ವಿದ್ಯುತ್ತನ್ನು ಹೆಚ್ಚಿಸಿದರೆ ವಿದ್ಯುದ್ದೀಪದ ಬಲ್ಬಿನೊಳಗಿರುವ ಸೂಕ್ಷ್ಮ ತಂತು ಪ್ರಕಾಶಮಾನವಾಗುತ್ತದೆ. ಕೆಲವು ಯೋಗಿಗಳು ಅವರ ಶಿಷ್ಯರಿಗೆ ಹೇಳುತ್ತಾರೆ, "ನಿಮ್ಮ ಚಕ್ರಗಳು ಕಡಿಮೆ ವಿದ್ಯುದಾವೇಶವನ್ನು ಹೊಂದಿವೆ. ನೀವು ಸೂಕ್ಷ್ಮ ದೇಹವನ್ನು ಚೈತನ್ಯಗೊಳಿಸುವ ಅಗತ್ಯವಿದೆ. ಈ ಶಿಸ್ತುಗಳನ್ನು ತೆಗೆದುಕೊಳ್ಳಿ. ನಿಮ್ಮ ಜೀವನದ ರೀತಿಯನ್ನು ಬದಲಾಯಿಸಿಕೊಳ್ಳಿ. ಈ ಆಶ್ರಮದಲ್ಲಿ ನನ್ನ ಸಹವಾಸದಲ್ಲಿ ಇರಿ ಮತ್ತು ಅಪೇಕ್ಷಿತ ಚೈತನ್ಯಗೊಳಿಸುವಿಕೆ ಉಂಟಾಗುತ್ತದೆ." ಎಂದು.

ಈ ಸಲಹೆಯನ್ನು ಅನುಸರಿಸಿ ಕೆಲವು ಶಿಷ್ಯರು ತಮ್ಮ ಮನಸ್ಸು ಆಧ್ಯಾತ್ಮಿಕವಾಗಿ ಅರಿವನ್ನು ಹೊಂದಿಲ್ಲ ಎಂಬುದನ್ನು ಕಂಡುಕೊಳ್ಳುತ್ತಾರೆ. ಕೆಲವರು ಒಂದು ಅಥವಾ ಎರಡು ದಿನಗಳವರೆಗೆ ವಿದ್ಯುದಾವೇಶವನ್ನು ಪಡೆಯುತ್ತಾರೆ ಅಥವಾ ಅನುಭವಿಸುತ್ತಾರೆ, ತದನಂತರ ತಾವು ಹಳೆಯ ಹಿಂದೆ-ಎಳೆದುಕೊಂಡು-ಹೋಗುವ-ಪ್ರಜ್ಞೆಗೆ ಜಾರುತ್ತೇವೆ ಎಂಬುದನ್ನು ಕಂಡುಕೊಳ್ಳುತ್ತಾರೆ. ಅನೇಕ ಪಾಶ್ಚಿಮಾತ್ಯ ಯುವಕರು ಉತ್ತೇಜಕಗಳನ್ನು ಹಾಗೂ ಭ್ರಾಮಕ ಮಾದಕವಸ್ತುಗಳನ್ನು ತೆಗೆದುಕೊಂಡಾಗ ದೃಷ್ಟಿಗೋಚರವಾಗಿ ಚಕ್ರಗಳನ್ನು ನೋಡುತ್ತಾರೆ. ಈ ಕೆಲವರು ಯೋಗವನ್ನು ಪ್ರಯತ್ನಿಸುತ್ತಾರೆ, ಯಾವುದೇ ತ್ವರಿತ ಫಲಿತಾಂಶವನ್ನು ಪಡೆಯುವುದಿಲ್ಲ, ಮತ್ತು ಸೃಷ್ಟಿಯಲ್ಲಿ ಪ್ರತಿ ಜೀವ ರಾಶಿಯಲ್ಲಿರುವ ಹಲವಾರು ಚಕ್ರಗಳ ಅನೇಕ ಬೆಳಕುಗಳನ್ನು ಹಾಗೂ ಶಕ್ತಿಯ ಪರಿಭ್ರಮಣಗಳನ್ನು ನೋಡಲು ಅವರು ಮಾದಕವಸ್ತು-ಪ್ರಚೋದಿತ ಬದಲಾದ ಅರಿವಿನ ಖಚಿತ ರೀತಿಗೆ (drug-induced altered consciousness) ಮರಳುತ್ತಾರೆ. ಯೋಗವು ತ್ವರಿತ ಫಲಿತಾಂಶಗಳನ್ನು ನೀಡಲಿಲ್ಲ ಎಂಬುದನ್ನು ತಾವೇ ಕಂಡುಕೊಂಡ ನಂತರ ಅವರು ಮಾದಕವಸ್ತು-ಪ್ರಚೋದಿತ ತಮ್ಮ ಅತೀಂದ್ರಿಯ ಗ್ರಹಿಕೆಯ ಬದಲಾವಣೆಯ ಮೂಲಕ ಹೊರನೋಟಕ್ಕೆ ಕಾಣುವ ಕ್ಷಿಪ್ರ-ವಿಧಾನಕ್ಕೆ ಮರಳುತ್ತಾರೆ.

ಚಕ್ರಗಳನ್ನು ಕಲ್ಮಶಗಳಿಂದ ಸ್ವಚ್ಛಗೊಳಿಸುವ ಕಲ್ಪನೆಯು, ಕೆಟ್ಟ ಆಹಾರ ಪದ್ಧತಿ ಹಾಗೂ ಅನೈತಿಕ ಅಭ್ಯಾಸಗಳು ಚಕ್ರಗಳನ್ನು ಅಶುದ್ಧವಾಗುವಂತೆ ಮಾಡಿವೆ ಎಂಬ ನಂಬಿಕೆಗೆ ಸಂಬಂಧಪಟ್ಟಿದೆ. ಹೀಗಾಗಿ ನಾವು ನೈತಿಕ ರೀತಿಯ ಜೀವನವನ್ನು ಅಳವಡಿಸಿಕೊಂಡರೆ ಮತ್ತು ಆಹಾರ ಪದ್ಧತಿಯನ್ನು ಬದಲಾಯಿಸಿಕೊಂಡರೆ ಕೆಲವು ಶಕ್ತಿಯ ಕೇಂದ್ರಗಳು ಸುಧಾರಿಸುತ್ತವೆ. ಆದರೆ, ಚಕ್ರಗಳ ಸುಧಾರಣೆಗೆ ಈ ಹೊಂದಾಣಿಕೆಗಳನ್ನು ಯೋಗ ತಂತ್ರಗಳೊಂದಿಗೆ ಹಾಗೂ ಪ್ರಾಣಾಯಾಮ ಉಸಿರಾಟದ ನಿಯಂತ್ರಣದ ಅಭ್ಯಾಸಗಳೊಂದಿಗೆ ಜೊತೆಗೂಡಿಸಬೇಕು.

ಯೋಗಿಗಳು ವಿವಿಧ ಉನ್ನತ ಆಯಾಮಗಳನ್ನು ಪ್ರವೇಶಿಸಲು, ವಿಶೇಷವಾಗಿ ಶುದ್ಧ ಆಧ್ಯಾತ್ಮಿಕ ಶಕ್ತಿಯ ಒಳಗೆ ಹಾಗೂ ಆ ಪ್ರಭಾವ ವಲಯದ ಪ್ರಪಂಚದೊಳಗೆ ಪ್ರವೇಶಿಸಲು ಕೆಲವೊಮ್ಮೆ ಮೂರನೆ ಕಣ್ಣಿನ ಚಕ್ರದ ಮೂಲಕ ಹಾದುಹೋಗುತ್ತಾರೆ. ವಿರುದ್ಧವಾದ ಪ್ರಕ್ರಿಯೆಯು ಭ್ರೂ ಚಕ್ರದ ಮೂಲಕ ಮನಸ್ಸಿನೊಳಗೆ ಆಧ್ಯಾತ್ಮಿಕ ಶಕ್ತಿಯನ್ನು ಎಳೆದುಕೊಳ್ಳುತ್ತದೆ. ಇಲ್ಲಿ ಒಂದು ರೇಖಾಚಿತ್ರವಿದೆ:

ಈ ಅಭ್ಯಾಸದಲ್ಲಿ, ತನ್ನ ಮನಸ್ಸಿನ ಕ್ಷೇತ್ರವನ್ನು ಬಿಡುವ ಬದಲು, ಒಬ್ಬ ವ್ಯಕ್ತಿಯು ಮನಸ್ಸಿನೊಳಗೆ ಆಧ್ಯಾತ್ಮಿಕ ಶಕ್ತಿಯನ್ನು ಎಳೆದುಕೊಳ್ಳುತ್ತಾನೆ ಮತ್ತು ಮನಸ್ಸಿನೊಳಗಿನಿಂದ ಅದನ್ನು ಶುದ್ಧೀಕರಿಸುತ್ತಾನೆ.

ನಾನು ಒಂದು ತಂತ್ರಕ್ಕಾಗಿ ಒಬ್ಬ ಶಿಕ್ಷಕರನ್ನು ಒತ್ತಾಯಿಸಿ ಕೇಳಬಹುದು, ಆದರೆ ನಾನು ಅದನ್ನು ಪಡೆದಾಗ, ನಾನು ಅದನ್ನು ಬಳಸದಿರಬಹುದು ಅಥವಾ ನಾನು ಅದನ್ನು ಕೆಲವು ಸಮಯದವರೆಗೆ ಬಳಸಬಹುದು, ತದನಂತರ ಅದನ್ನು ಬದಿಗಿರಿಸಬಹುದು. ತಂತ್ರಗಳಿಲ್ಲದೆ ನಾನು ಪ್ರಗತಿಯನ್ನು ಸಾಧಿಸುವುದು ಸಾಧ್ಯವಿಲ್ಲ.

ಯೋಗಿಗಳು ಸಾಮಾನ್ಯವಾಗಿ ಗ್ರಹಿಕೆಯನ್ನು ಹಂಚಿಕೊಳ್ಳುತ್ತಾರೆ. ಒಬ್ಬ ಕಿರಿಯ ಯೋಗಿಯು ಒಬ್ಬ ಹಿರಿಯ ಯೋಗಿಯನ್ನು ಭೇಟಿ ಮಾಡಿದಾಗ, ಕಿರಿಯ ಯೋಗಿಯು ಹೊಸ ಮಾಹಿತಿಗೆ ತನ್ನನ್ನು ತೆರೆದುಕೊಳ್ಳುತ್ತಾನೆ. ಉಪಾಯವು ತಂತ್ರಗಳನ್ನು ಪಡೆಯುವುದಾಗಿದೆ. ಆಧ್ಯಾತ್ಮಿಕ ಜೀವನದ ಕೆಲವು ಅಂಶಗಳಲ್ಲಿ, ಒಬ್ಬ ವ್ಯಕ್ತಿಯು ಮೋಕ್ಷದ ಹೊಸ, ಉತ್ತಮ-ಅನಿಸುವ ಭರವಸೆಗಳನ್ನು ಎಚ್ಚರಿಕೆಯಿಂದ ಕೇಳಿಸಿಕೊಳ್ಳುತ್ತಾನೆ, ಆದರೆ ಯೋಗದಲ್ಲಿ, ಒಬ್ಬ ವ್ಯಕ್ತಿಯು ತಂತ್ರಗಳಿಗಾಗಿ ಕೇಳಿಸಿಕೊಳ್ಳುತ್ತಾನೆ. ಒಬ್ಬ ಶಿಕ್ಷಕರು ನಮಗೆ ಏನೇ ಹೇಳಿದರೂ, ಅವರು ನೇರ ಅನುಭವಕ್ಕಾಗಿ ವಿಧಾನಗಳನ್ನು ನೀಡದಿದ್ದರೆ, ನಾವು ಪ್ರಗತಿಯನ್ನು ಸಾಧಿಸುವುದಿಲ್ಲ.

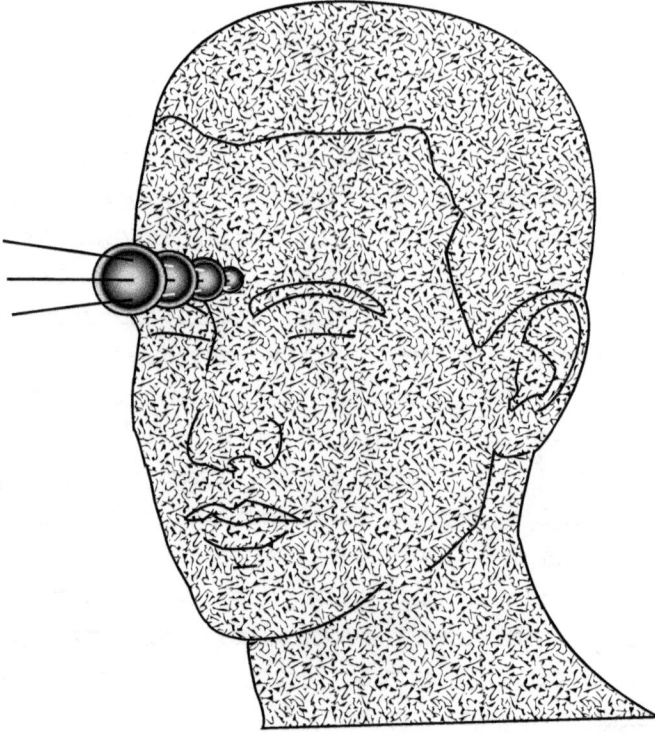

ಮುಕುಟ ಚಕ್ರ

ಬಹುತೇಕ ಜನರಿಗೆ ಮುಕುಟ ಚಕ್ರವು ನಿಷ್ಕ್ರಿಯವಾಗಿದೆ. ಇದಕ್ಕೆ ಕಾರಣ ತೀವ್ರವಾದ ಪ್ರಾಪಂಚಿಕ ಗಮನ ಹರಿಸುವಿಕೆ ಮತ್ತು ಪ್ರಾಪಂಚಿಕ ಪ್ರಪಂಚದ ಮೇಲಿನ ಅತಿಯಾದ ಅವಲಂಬನೆಯಾಗಿದೆ. ನಾವು ಸ್ಥೂಲ ಪ್ರಪಂಚವನ್ನು ಗೆಲ್ಲಲು ದೃಢಸಂಕಲ್ಪವನ್ನು ಮಾಡಿರುವುದರಿಂದ ಮುಕುಟ ಚಕ್ರವು ಮುಚ್ಚಿಹೋಗಿದೆ. ಮನಸ್ಸಿನ ಆ ಪ್ರದೇಶವನ್ನು ತೆರೆಯಲು ಉದ್ದೇಶಪೂರ್ವಕವಾದ ಪ್ರಯತ್ನ ಬೇಕಾಗುತ್ತದೆ. ನಾವು ಭ್ರೂ ಚಕ್ರವನ್ನು ಬೆಳೆಸಿಕೊಳ್ಳುವ ಮೂಲಕ ಪ್ರಕ್ರಿಯೆಯನ್ನು ಆರಂಭಿಸಬಹುದು, ತದನಂತರ ಕ್ರಮೇಣವಾಗಿ ನಾವು ಮೇಲಿನ ಒಳಗಿನ ಹಣೆಯಿಂದ ಆರಂಭಿಸಿ ಮೆದುಳಿನ ಮೇಲ್ಭಾಗದ ಪ್ರದೇಶಗಳ ಮೇಲೆ ಗಮನವನ್ನು ಕೇಂದ್ರೀಕರಿಸಬಹುದು.

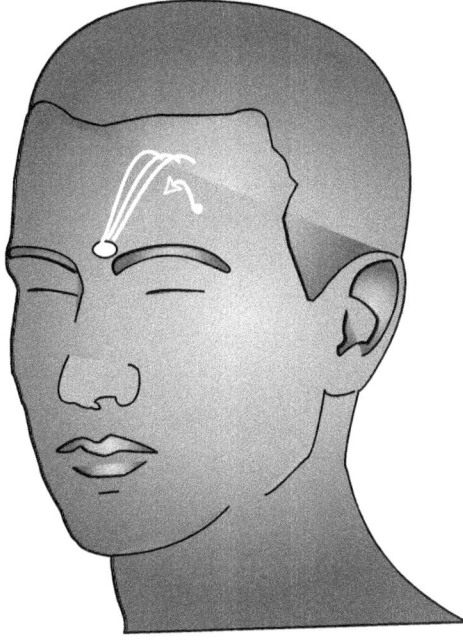

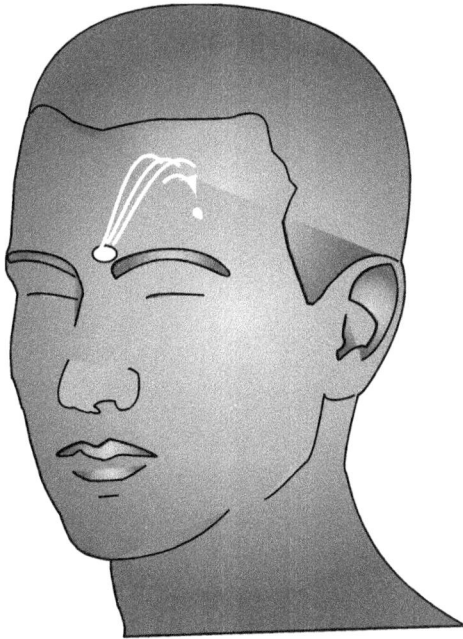

ಒಳಗಿನ ಹಣೆಯ ಮೇಲೆ ಧ್ಯಾನವನ್ನು ಮಾಡಿ. ಅಲ್ಲಿ ಶಕ್ತಿಯನ್ನು ಉಂಟುಮಾಡಿ.

ಕೆಲವು ಶಿಕ್ಷಕರು ಹೊರ ನಕ್ಷತ್ರಗಳ ಬೆಳಕಿನ ದರ್ಶನವನ್ನು ಒತ್ತಿ ಹೇಳುತ್ತಾರೆ. ಇದು ಸೂಕ್ಷ್ಮ ದೇಹದಲ್ಲಿನ ಎಲ್ಲಾ ಶಕ್ತಿಗಳು ಸಂಪೂರ್ಣವಾಗಿ ಸಮತೋಲಿತವಾಗಿರುವಾಗ ಕಂಡುಬರುವ ಒಂದು ಬೆಳಕಾಗಿದೆ. ಇದು ಭ್ರೂ ಚಕ್ರದಲ್ಲಿ ಕಾಣುತ್ತದೆ. ನಮ್ಮಲ್ಲಿ ಬಹುತೇಕರಿಗೆ ಸೂಕ್ಷ್ಮ ಶಕ್ತಿಗಳು ವಿರಳವಾಗಿ ಸಮತೋಲಿತವಾಗಿರುತ್ತವೆ. ಅವು ನಿಜವಾಗಿ ನಿಶ್ಚಲತೆಯನ್ನು ತಲುಪಿದಾಗ, ಅದು ಕ್ಷಣಿಕವಾಗಿ ಮತ್ತು ಅಪ್ರಯತ್ನಿತವಾಗಿ ಸಂಭವಿಸುತ್ತದೆ. ಯೋಗಿಗಳು, ಆದರೆ, ಉದ್ದೇಶಪೂರ್ವಕವಾಗಿ ಅತೀಂದ್ರಿಯ ಶಕ್ತಿಗಳನ್ನು ಸಮತೋಲನದ ಸ್ಥಿತಿಯಲ್ಲಿಡುವ ರೀತಿಗಳನ್ನು ಕಂಡುಕೊಂಡಿದ್ದಾರೆ.

ಮೊದಲು, ಶಕ್ತಿಗಳನ್ನು ಶುದ್ಧೀಕರಿಸಬೇಕು. ಅದು ಆರಂಭಿಕ ಹಂತವಾಗಿದೆ. ಪ್ರಾಣಾಯಾಮ ಅಭ್ಯಾಸದಲ್ಲಿ ಒಬ್ಬ ಯೋಗಿಯು ಸೂಕ್ಷ್ಮ ದೇಹವು ಪಡೆದುಕೊಂಡ ಮಾಲಿನ್ಯವನ್ನು ಸ್ವಚ್ಛಗೊಳಿಸುತ್ತಾ ವರ್ಷಗಳನ್ನು ಕಳೆಯಬಹುದು. ಆಮೇಲೆ ಸ್ವಲ್ಪ ಸಮಯದ ನಂತರ, ಆತನು ಶುದ್ಧ ಗಮನವನ್ನು ಬೆಳೆಸಿಕೊಳ್ಳುತ್ತಾನೆ, ಇದರ ಮೂಲಕ ಹೊರ ನಕ್ಷತ್ರಗಳ ಬೆಳಕನ್ನು ನೋಡುತ್ತಾನೆ. ಆದರೂ ಕೂಡ, ನಮ್ಮಲ್ಲಿ ಯಾರೇ ಆಗಲಿ, ಯೋಗ ಅಭ್ಯಾಸವಿಲ್ಲದೇ, ಆಕಸ್ಮಿಕವಾಗಿ ಮತ್ತು ಕ್ಷಣಿಕವಾಗಿ ನಕ್ಷತ್ರಗಳ ಬೆಳಕನ್ನು ನೋಡಬಹುದು.

ಈ ಚಿತ್ರದಲ್ಲಿ ಆತ್ಮದ ಕೇಂದ್ರೀಯ ಪ್ರಜ್ಞೆಯು ಮನಸ್ಸಿನ ಅತೀಂದ್ರಿಯ ಕೇಂದ್ರದಲ್ಲಿ

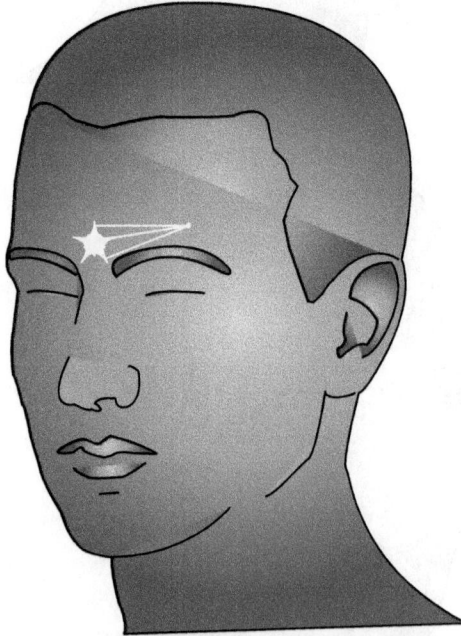

ಇದೆ. ನಕ್ಷತ್ರವು ಕೆಳಗಿನ ಹಣೆಯ ಪ್ರದೇಶದಲ್ಲಿ, ಮುಖದ ಸಮತಲದ ಸ್ವಲ್ಪ ಆಚೆಗೆ ಇದೆ.

ಕೆಲವೊಮ್ಮೆ ನಕ್ಷತ್ರವು ಹಣೆಯ ಮೇಲ್ಭಾಗದಲ್ಲಿಯೂ ಕೂಡ ಎತ್ತರದ ಸ್ಥಾನದಲ್ಲಿ ನೋಡಲಾಗುತ್ತದೆ. ನಮ್ಮಲ್ಲಿ ಬಹುತೇಕರಿಗೆ ಈ ನಕ್ಷತ್ರವು ಕಾಣಿಸಿಕೊಳ್ಳುವುದು ಆಕಸ್ಮಿಕ ಮತ್ತು ಕ್ಷಣಿಕವಾಗಿರುತ್ತದೆ. ಬಹುಮಟ್ಟಿಗೆ ನಾವು ಅದನ್ನು ಗಮನಿಸದಿರಬಹುದು, ಅಥವಾ ಅದು ತನ್ನೊಂದಿಗೆ ತರುವ ಆಧ್ಯಾತ್ಮಿಕ ಶಾಂತಿಯನ್ನು ಗಮನಿಸಬಹುದು. ಇದು ಹಗಲಿನ

ಬೆಳಕಿನಲ್ಲಿ, ನಮ್ಮ ಭೌತಿಕ ಕಣ್ಣುಗಳು ತೆರೆದಿರುವಾಗ ಸಂಭವಿಸಬಹುದು. ಹೀಗಾಗಿ, ನಾವು ಬಹುಮಟ್ಟಿಗೆ ಅದನ್ನು ಗ್ರಹಿಸದಿರಬಹುದು, ಅಥವಾ ನಮಗೆ ಅದರ ಅರಿವು ಇಲ್ಲದಿರಬಹುದು.

ಕೆಲವು ನಿಪುಣ ಯೋಗಿಗಳು ಈ ನಕ್ಷತ್ರವನ್ನು ಉದ್ದೇಶಪೂರ್ವಕವಾಗಿ ನೋಡುವಾಗ ಅವರು ಅನುಭವಿಸುವ ಆಧ್ಯಾತ್ಮಿಕ ಭದ್ರತೆಯು ಎಷ್ಟು ಆಸಕ್ತಿಯನ್ನು ಕೆರಳಿಸುತ್ತದೆ ಎಂದರೆ, ಅನೇಕ ಯೋಗಿಗಳು ಈ ನಕ್ಷತ್ರದ ದರ್ಶನವನ್ನು ಸರ್ವೋತ್ಕೃಷ್ಟ ಅನುಭವವೆಂದು ಪರಿಗಣಿಸುತ್ತಾರೆ. ಅದರ ಬಗ್ಗೆ ಕೇವಲ ಕೇಳಿರುವ ಅನೇಕ ಇತರರು, ಅದನ್ನು ತಲುಪಲು, ಅದರ ದರ್ಶನವನ್ನು ಸ್ಥಿರಗೊಳಿಸಲು, ಮತ್ತು ಅದನ್ನು ಎಂದೆಂದಿಗೂ ದಿಟ್ಟಿಸಿ ನೋಡುತ್ತಾ ಇರಲು ಪ್ರಯತ್ನಿಸುತ್ತಾ ವರ್ಷಗಳನ್ನು ಕಳೆಯುತ್ತಾರೆ. ಕೆಲವರು ನಕ್ಷತ್ರವು ಸೂಕ್ಷ್ಮ ದೇಹದೊಳಗೆ ಇದೆ ಎಂದು ಹೇಳುತ್ತಾರೆ. ಕೆಲವರು ಅದು ಹೊರಗಡೆ ಇದೆ ಎಂದು ಹೇಳುತ್ತಾರೆ. ಅದು ಅದನ್ನು ದಿಟ್ಟಿಸಿ ನೋಡುವ ಯೋಗಿಯ ಪರಿಶುದ್ಧತೆಯ ಮೇಲೆ ಅವಲಂಬಿಸಿದೆ. ಕೆಲವರು ನಕ್ಷತ್ರದ ಮೂಲಕ ಶುದ್ಧ ಆಧ್ಯಾತ್ಮಿಕ ಶಕ್ತಿಯ ಒಳಗೆ ಹೋಗಿದ್ದೇವೆ ಎಂದು ಹೇಳುತ್ತಾರೆ. ಮತ್ತು ಕೆಲವರು ಅದರ ಮೂಲಕ ಆಧ್ಯಾತ್ಮಿಕ ಪ್ರಪಂಚದೊಳಗೆ ಹಾದು ಹೋಗಿದ್ದೇವೆ ಎಂದು ದೃಢವಾಗಿ ಹೇಳುತ್ತಾರೆ.

ಈ ಲೇಖಕನು ವೈಯಕ್ತಿಕ ಅನುಭವದಿಂದ ಏನಾದರೊಂದನ್ನು ಹೇಳಬಹುದು. ನಕ್ಷತ್ರವು ತನ್ನ ಸ್ವಂತ ಇಚ್ಛೆಯಿಂದ ಬರುತ್ತದೆ ಮತ್ತು ಹೋಗುತ್ತದೆ. ವಾಸ್ತವವಾಗಿ, ಈ ಬರುವುದು ಮತ್ತು ಹೋಗುವುದು ಒಂದು ಚಲನೆಯಲ್ಲ. ನಕ್ಷತ್ರವು ನಿಶ್ಚಲವಾಗಿರುತ್ತದೆ. ಒಂದು ಹಡಗು ಒಂದು ಹಡಗುಕಟ್ಟೆಯಿಂದ ದೂರ ಚಲಿಸಿದಾಗ, ಭೂದೃಶ್ಯವು ತೇಲಿ ಹೋಯಿತು ಎಂಬಂತೆ ಒಬ್ಬ ವೀಕ್ಷಕನಿಗೆ ಅನಿಸಬಹುದು, ಆದರೆ ವಾಸ್ತವವಾಗಿ ಚಲಿಸಿದ್ದು ಹಡಗಾಗಿದೆ. ನಮ್ಮ ಗ್ರಹಗಳ ದೃಷ್ಟಿಕೋನದ ವಿಷಯದಲ್ಲಿ, ಸೂರ್ಯನು ಭೂಮಿಯ ಸುತ್ತ ಪರಿಭ್ರಮಿಸುತ್ತದೆ ಎಂದು ನಮಗೆ ಅನಿಸಬಹುದು, ಆದರೆ ವಾಸ್ತವವಾಗಿ ಭೂಮಿಯು ಪರಿಭ್ರಮಣೆಯನ್ನು ಮಾಡುತ್ತದೆ. ಅತೀಂದ್ರಿಯ ನಕ್ಷತ್ರವು ಅದು ಎಲ್ಲಿದೆಯೋ ಅಲ್ಲಿಯೇ ಇರುತ್ತದೆ. ಆಗೊಮ್ಮೆ ಈಗೊಮ್ಮೆ ನಾವು ಅದರ ವ್ಯಾಪ್ತಿಯೊಳಗೆ ಬರುತ್ತೇವೆ.

ಕೆಲವು ಸಂದರ್ಭಗಳಲ್ಲಿ, ಹಾಡ ಹಗಲಿನಲ್ಲಿ ನಕ್ಷತ್ರವು ಕಾಣಿಸಿಕೊಳ್ಳುತ್ತದೆ, ಆದರೆ ನಾವು ಅದನ್ನು ನೋಡದಿರಬಹುದು ಅಥವಾ ಅನುಭವಿಸದಿರಬಹುದು. ನಾನು "ಕಾಣಿಸಿಕೊಳ್ಳುತ್ತದೆ" ಎಂಬ ಪದವನ್ನು ಬಳಸುತ್ತೇನೆ ಏಕೆಂದರೆ ನಾವು ನಮ್ಮ ಸೀಮಿತ ದೃಷ್ಟಿಕೋನದಿಂದ ಅದನ್ನು ಅನುಭವಿಸುವುದು ಹೀಗೆ. ನಕ್ಷತ್ರವು ಕತ್ತಲಾಗಿರುವ ಮಾನಸಿಕ ಜಾಗದಲ್ಲಿ ಕಾಣಿಸಿಕೊಂಡಾಗ, ಅದನ್ನು ಸುಲಭವಾಗಿ ನೋಡಬಹುದು. ಅದು ಮೊದಲಿಗೆ ದೂರದಲ್ಲಿ ಒಂದು ಸಣ್ಣ ಚುಕ್ಕೆಯಂತೆ ಕಾಣಿಸಿಕೊಳ್ಳುತ್ತದೆ. ಅದು ಕಡುಗಪ್ಪು ಬಣ್ಣದಿಂದ, ಬೂದು ಬಣ್ಣದಿಂದ, ಕಡು ನೀಲ ಬಣ್ಣದಿಂದ, ತೆಳು ನೀಲ ಬಣ್ಣದಿಂದ, ಸೂರ್ಯನ ಬೆಳಕಿನಿಂದ, ಅಥವಾ ಮಬ್ಬಿನಿಂದ ಸುತ್ತುವರಿಯಲ್ಪಟ್ಟಿರಬಹುದು.

ಕೆಲವೊಮ್ಮೆ ಹವಾಮಾನವು ಅನುಕೂಲಕರವಾಗುವಂತೆ, ಕಾಲಕಾಲಕ್ಕೆ ಅತೀಂದ್ರಿಯ ಶಕ್ತಿಗಳು ಅಪ್ರಯತ್ನಿತವಾಗಿ ಸಮತೋಲಿತವಾಗುತ್ತವೆ. ನಮಗೆ ಅದರ ಮೇಲೆ ಯಾವುದೇ ನಿಯಂತ್ರಣವಿಲ್ಲ. ಯೋಗಿಗಳು ತಮ್ಮನ್ನು ಸಮತೋಲನದ ಸ್ಥಿತಿಯೊಳಗೆ ಇರಿಸಿಕೊಳ್ಳುತ್ತಾರೆ. ಅವರು ಅದನ್ನು ಸಾಧಿಸಿದ ಕೂಡಲೇ, ಮತ್ತು ಎಲ್ಲಿಯವರೆಗೆ ಅವರು ಅದನ್ನು ಮುಂದುವರಿಸಬಹುದೋ ಅಲ್ಲಿಯವರೆಗೆ ಅವರು ನಕ್ಷತ್ರವನ್ನು ನೋಡಬಹುದು. ಸೂಕ್ಷ್ಮ

ದೇಹದ ಕೇಂದ್ರೀಯ ಬೆನ್ನುಹುರಿಯಲ್ಲಿ ಶಕ್ತಿಗಳನ್ನು ಸಮತೋಲಿತವಾಗಿ ಇರಿಸಿಕೊಳ್ಳಬಹುದಾದ ಯೋಗಿಗಳು ಇದನ್ನು ಮಾಡಬಹುದು.

ಶ್ರೀ ಪರಮಹಂಸ ಯೋಗಾನಂದ ರೆಂಬ ಓರ್ವ ಪ್ರಸಿದ್ಧ ಕ್ರಿಯಾ ಯೋಗ ಪ್ರವೀಣರು, ಒಬ್ಬ ಪ್ರಭಾವೀ ವ್ಯಕ್ತಿತ್ವದವರು, ಅನೇಕ ಜನರನ್ನು ಈ ನಕ್ಷತ್ರಗಳ ಬೆಳಕಿನ ಶೋಧವನ್ನು ಆರಂಭಿಸುವಂತೆ ಮಾಡಿದರು. ಒಂದರ್ಥದಲ್ಲಿ ಅವರು ಜನರನ್ನು ತಪ್ಪು ದಾರಿಗೆಳೆದರು. ಪರಮಹಂಸ ಯೋಗಾನಂದರನ್ನು ಅನುಸರಿಸಲು ಪ್ರಯತ್ನಿಸುವ ಜನರು, ಯೋಗಾನಂದರು ತಮ್ಮ ಯೌವನದಲ್ಲಿ ಪಡೆದುಕೊಂಡ ಸಾಧನೆಯಾದ ಆಸನ ಭಂಗಿಗಳ ನೈಪುಣ್ಯವನ್ನು ಹಾಗೂ ಪ್ರಾಣಾಯಾಮ ಉಸಿರಾಟ ಉತ್ತಮಗೊಳಿಸುವಿಕೆಯ ನೈಪುಣ್ಯವನ್ನು ಅವರು ಬೆಳೆಸಿಕೊಳ್ಳದ ಹೊರತು ಈ ನಕ್ಷತ್ರವನ್ನು ನೋಡುವುದು ಸಾಧ್ಯವಿಲ್ಲ.

ಪರಮಹಂಸ ಯೋಗಾನಂದರಂತಹ ಜನರು ತಮ್ಮ ಹಿಂದಿನ ಮತ್ತು ಪ್ರಸ್ತುತ ಜೀವನದಲ್ಲಿ ಯೋಗ ತಪಶ್ಚರ್ಯಗಳ ಸುದೀರ್ಘ ಇತಿಹಾಸವನ್ನು ಹೊಂದಿರುವ, ಅಸಾಧಾರಣ ಸಹಜ ಪ್ರತಿಭೆಯುಳ್ಳ ವ್ಯಕ್ತಿಗಳು. ಒಬ್ಬ ವ್ಯಕ್ತಿಗೆ ತಪಶ್ಚರ್ಯಗಳ ಇಂತಹದೇ ಹಿನ್ನೆಲೆ ಇಲ್ಲದಿದ್ದರೆ, ಈ ನಕ್ಷತ್ರವು ಕಾಣಿಸಿಕೊಳ್ಳುವುದು ಖಾತ್ರಿ ಇರುವುದಿಲ್ಲ. ಹಿಂದೆ ಯೋಗಿಗಳು ಸಂಪೂರ್ಣವಾದ ಕತ್ತಲೆಯಲ್ಲಿ, ಗುಹೆಗಳಲ್ಲಿ ತಪಶ್ಚರ್ಯಗಳನ್ನು ನಡೆಸಿದರು. ಇಂತಹ ಕತ್ತಲೆಯಲ್ಲಿ ಯಾವುದೇ ದೃಷ್ಟಿಗೋಚರ ಗಮನ ಭಂಗವಿಲ್ಲದೆ ಅವರು ನಕ್ಷತ್ರವನ್ನು ನೋಡಿದರು, ಅದರ ಮೇಲೆ ಸ್ಥಿರವಾದ, ಎವೆಯಿಕ್ಕದ ದೃಷ್ಟಿಯನ್ನು ಸಾಧಿಸಿದರು, ಮತ್ತು ಗಂಟೆಗಳು, ದಿನಗಳು, ತಿಂಗಳುಗಳು ಅಥವಾ ವರ್ಷಗಳ ಕಾಲ, ತಮ್ಮ ಏಕಾಂತ ವಾಸದ ಅವಧಿಗೆ ಅನುಸಾರವಾಗಿ ತಮ್ಮನ್ನು ಆ ಆಧ್ಯಾತ್ಮಿಕ ಸಂವಹನದಲ್ಲಿ ಇರಿಸಿಕೊಂಡರು.

ಚಿಂತೆಗಳಿರುವ ಒಬ್ಬ ಮನುಷ್ಯನು, ವ್ಯಾಪಾರದ ಕಾಳಜಿಗಳಿರುವ ಮತ್ತು ವ್ಯಾಪಾರದ ಆಲೋಚನೆಯಿಂದ ಸಂಪೂರ್ಣವಾಗಿ ಮುಕ್ತನಾಗಿಲ್ಲದ ಒಬ್ಬ ಮನುಷ್ಯನು, ನಕ್ಷತ್ರವನ್ನು ನೋಡುವುದು ಸಾಧ್ಯವಿಲ್ಲ. ಒಬ್ಬ ಪ್ರಾಪಂಚಿಕ ಮನುಷ್ಯನು ನಕ್ಷತ್ರವನ್ನು ನೋಡುವುದು ಸಾಧ್ಯವಿಲ್ಲ. ಒಬ್ಬ ಗೊಂದಲಗೊಂಡ, ಹುಚ್ಚುಹಿಡಿದ ಮನುಷ್ಯನು ನಕ್ಷತ್ರವನ್ನು ನೋಡುವುದು ಸಾಧ್ಯವಿಲ್ಲ. ಅಲ್ಪ ಸಾಧನೆಯ ಯೋಗಿಗಳೂ ಕೂಡ ಕೇವಲ ಕ್ಷಣಿಕವಾಗಿ ಮತ್ತು ಆಕಸ್ಮಿಕವಾಗಿ ಅದನ್ನು ನೋಡಬಹುದು. ಅತೀಂದ್ರಿಯ ಶಕ್ತಿಗಳನ್ನು ಸಮತೋಲನಕ್ಕೆ ತರುವುದು ಅಷ್ಟು ಕಷ್ಟ.

ನಾನು ಯಾವುದೇ ಆಧುನೀಕರಣವಿಲ್ಲದ ಒಂದು ಏಕಾಂತವಾದ ಸ್ಥಳಕ್ಕೆ ಹೋದರೆ, ನನ್ನ ಹಣೆಬರಹವು ಸಾಕಷ್ಟು ಬಗೆಹರಿದಿಲ್ಲದಿದ್ದರೆ, ಆಗಲೂ ಕೂಡ ನನಗೆ ನಕ್ಷತ್ರವನ್ನು ನೋಡಲು ಸಾಧ್ಯವಾಗದೇ ಇರಬಹುದು. ನಾನು ವರ್ಷಗಳ ಹಿಂದೆ ೩೦ ಅಥವಾ ೬೦ ನಿಮಿಷಗಳ ಕಾಲ ಧ್ಯಾನವನ್ನು ಮಾಡುತ್ತಿದ್ದೆ. ಆ ಸಮಯದಲ್ಲಿ ನನಗೆ ಪ್ರಾಣಾಯಾಮದ ಅಭ್ಯಾಸವು ಹೆಚ್ಚು ಇರಲಿಲ್ಲ. ನನ್ನ ಸೂಕ್ಷ್ಮ ದೇಹವು ಈಗ ಇರುವಷ್ಟು ಶುದ್ಧವಾಗಿರಲಿಲ್ಲ. ನನ್ನ ಬ್ರಹ್ಮಚರ್ಯದ ಅಭ್ಯಾಸವು ಶ್ರದ್ಧೆಯಿಂದ ಆರಂಭವಾಗಿರಲಿಲ್ಲ. ನನ್ನ ದೇಹವು ಕಮಲದ ಭಂಗಿಯಲ್ಲಿ ಆರಾಮವಾಗಿ ಕುಳಿತುಕೊಳ್ಳುತ್ತಿರಲಿಲ್ಲ, ಆದರೂ ನಾನು ದೀರ್ಘಕಾಲದವರೆಗೆ ಧ್ಯಾನವನ್ನು ಮಾಡುತ್ತಿದ್ದೆ. ಮೊದಮೊದಲು ನಾನು ಒಂದು ಕತ್ತಲೆಯ ಏಕಾಂತ ಕೋಣೆಯಲ್ಲಿ ನನ್ನ ದೇಹವನ್ನು ಇರಿಸುತ್ತಿದ್ದೆ. ನಾನು ಚಾಕ್ಷುಷ ನರಗಳನ್ನು ಶಾಂತವಾಗಿ ಇರಿಸುತ್ತಿದ್ದುದು ಹೀಗೆ. ಧ್ಯಾನ ಅಭ್ಯಾಸದ ಆರಂಭದಲ್ಲಿ, ಚಾಕ್ಷುಷ ನರಗಳು ಬೆಳಕಿನಿಂದ ಸಕ್ರಿಯಗೊಂಡರೆ ಒಬ್ಬನು ಹೆಚ್ಚನ್ನು ಸಾಧಿಸುವುದು ಸಾಧ್ಯವಿಲ್ಲ. ನಾನು ಒಂದು ಕತ್ತಲೆಯ ಏಕಾಂತ ಕೋಣೆಗೆ ಹೋಗುತ್ತಿದ್ದೆ. ಇಂತಹ ಒಂದು ಏಕಾಂತ ಕೋಣೆಯು ಲಭ್ಯವಿಲ್ಲದಿದ್ದರೆ, ಮತ್ತು ಹಗಲಿನ

ಬೆಳಕು ಇದ್ದಿದ್ದರೆ, ಅಥವಾ ನಾನು ಆರಿಸಲು ಆಗದಿದ್ದ ವಿದ್ಯುತ್ತಿನ ಬೆಳಕು ಇದ್ದಿದ್ದರೆ, ನಾನು ನನ್ನ ಮೆದುಳನ್ನು ಹಾಗೂ ಕಣ್ಣುಗಳನ್ನು ಮುಚ್ಚಲು ಒಂದು ಕಪ್ಪು ಹತ್ತಿ-ಬಟ್ಟೆಯನ್ನು ಬಳಸುತ್ತಿದ್ದೆ.

ಒಂದು ದಿನ ಆಸ್ಟ್ರಲ್ ಪ್ರಪಂಚದಲ್ಲಿ ನಾನು ಒಬ್ಬ ಯೋಗಿಯನ್ನು ಭೇಟಿಯಾದೆ. ವರ್ಷಗಳ ನಂತರ ನಾನು ಈ ಯೋಗಿಯು ಶ್ರೀಲ ಯೋಗೇಶ್ವರನಂದರಾಗಿದ್ದರು ಎಂಬುದನ್ನು ತಿಳಿದುಕೊಂಡೆ. ಅವರು ಹೇಳಿದರು, "ನಿನಗೆ ಸಾಮಾಜಿಕ ಸಹವಾಸಗಳು ಮತ್ತು ಅದರಿಂದ ಉಂಟಾಗುವ ಸಮಸ್ಯೆಗಳು ಇರುವವರೆಗೂ, ನೀನು ನಕ್ಷತ್ರವನ್ನು ಹಿಡಿದುಕೊಳ್ಳುವುದು ಸಾಧ್ಯವಿಲ್ಲ. ಶಿಸ್ತುಗಳನ್ನು ಮುಂದುವರಿಸು, ಆದರೆ ಅದನ್ನು ಆಗಾಗ ವೀಕ್ಷಿಸಲು ನಿರೀಕ್ಷಿಸಬೇಡ. ಅದು ಭ್ರೂ ಚಕ್ರದಲ್ಲಿ ಇದೆ, ಆದರೆ ನೀನು ಅದನ್ನು ನೋಡುವುದಿಲ್ಲ. ಅದರಲ್ಲಿ ವಿಶ್ವಾಸವಿಡು. ನಂತರ, ಬೋಧನೆಯ ಮೂಲಕ ಹಾಗೂ ತಪಶ್ಚರ್ಯೆಗಳನ್ನು ಪೂರ್ಣಗೊಳಿಸುವ ಮೂಲಕ ನಿನ್ನ ಹಣೆಬರಹವು ಸಾಕಷ್ಟು ಬಗೆಹರಿದರೆ ನೀನು ಅದನ್ನು ನೋಡುತ್ತೀಯ. ನೀನು ಭ್ರೂ ಚಕ್ರದ ಮೇಲೆ ಗಮನವನ್ನು ಕೇಂದ್ರೀಕರಿಸಬಹುದು, ಆದರೆ ನೀನು ಅದನ್ನು ನೋಡುತ್ತೀಯ ಎಂದು ಆಲೋಚಿಸುತ್ತಾ ನಿನ್ನ ಸಮಯ ಹಾಗೂ ಶಕ್ತಿಯನ್ನು ವ್ಯರ್ಥ ಮಾಡಬೇಡ. ಅದು ಗೋಚರಿಸಿದರೆ ತೃಪ್ತನಾಗು, ಆದರೆ ಹಂಬಲಿಸಬೇಡ. ನಿನ್ನ ಹಣೆಬರಹವನ್ನು ಬಗೆಹರಿಸಿಕೋ. ನಿನ್ನ ಮುಂದೆ ಇರಿಸಲಾಗುವ ಸಂದರ್ಭಗಳನ್ನು ಎದುರಿಸು. ತತ್ಪರಿಣಾಮವಾದ ಪ್ರತಿಕ್ರಿಯೆಗಳನ್ನು ಕಡಿಮೆಗೊಳಿಸುವ ರೀತಿಯಲ್ಲಿ ಜೀವಿಸು." ಎಂದು.

ಇವು ನನಗೆ ಬದಲಾವಣೆಯ ಸಮಯವೆಂದು ಸೂಚಿಸಿದ ಪ್ರಮುಖವಾದ ಸೂಚನೆಗಳಾಗಿದ್ದವು.

ಚಾಕ್ಷುಷ ನರಗಳನ್ನು ಕತ್ತಲೆಯಲ್ಲಿ ಶಾಂತಗೊಳಿಸದ ಹೊರತು ಮತ್ತು ಜೀವನವನ್ನು ಸರಳಗೊಳಿಸಿದ ಹೊರತು ನಕ್ಷತ್ರವನ್ನು ನೋಡುವುದು ಸಾಧ್ಯವಿಲ್ಲ. ಈ ಸರಳೀಕೃತ ಜೀವನವು ಜಟಿಲವಲ್ಲದ, ಪ್ರಾಮಾಣಿಕ ರೀತಿಯಲ್ಲಿ ಆದಾಯವನ್ನು ಉತ್ಪಾದಿಸುವುದಾಗಿದೆ. ಒಂದು ಡಾಲರ್ ಅನ್ನು ಸಂಪಾದಿಸಲು ಮೆದುಳಿಗೆ ಶ್ರಮ ಕೊಟ್ಟರೆ ಒಬ್ಬನು ನಕ್ಷತ್ರವನ್ನು ನೋಡುವುದಿಲ್ಲ. ನಿರಂತರವಾದ ಒಳಸಂಚು ಮಾಡುವಿಕೆಯಿಂದ ಹಾಗೂ ಅದರಿಂದ ಉಂಟಾಗುವ ಸಂಕೀರ್ಣ ಸ್ಥಿತಿಗಳಿಂದ ಅತೀಂದ್ರಿಯ ಶಕ್ತಿಗಳು ಎಂದಿಗೂ ಸಮತೋಲಿತವಾಗಿರುವುದಿಲ್ಲ.

ವರ್ಷಗಳ ಹಿಂದೆ, ನನಗೆ ಧ್ಯಾನ ಮಾಡಲು ಸಮಯವಿದ್ದಾಗ, ಮತ್ತು ನನ್ನ ಜೀವನವು ಕುಟುಂಬದ ಜವಾಬ್ದಾರಿಗಳಿಂದ ಜಟಿಲಗೊಂಡಿರದಿದ್ದಾಗ, ನಾನು ಅಲ್ಪಾವಧಿಯವರೆಗೆ ನಕ್ಷತ್ರವನ್ನು ನೋಡುತ್ತಿದ್ದೆ. ನಕ್ಷತ್ರವು ಸ್ವತಃ ದೊಡ್ಡದಾಗುತ್ತಿತ್ತು ಮತ್ತು ತೆರೆಯುತ್ತಿತ್ತು ಮತ್ತು ನಾನು ಆಧ್ಯಾತ್ಮಿಕ ವಾತಾವರಣದ ಒಳಗೆ ಒಳಹೊಕ್ಕು ನೋಡುತ್ತಿದ್ದೆ.

ಆರಂಭಿಕ ನಕ್ಷತ್ರ–ಚುಕ್ಕಿ

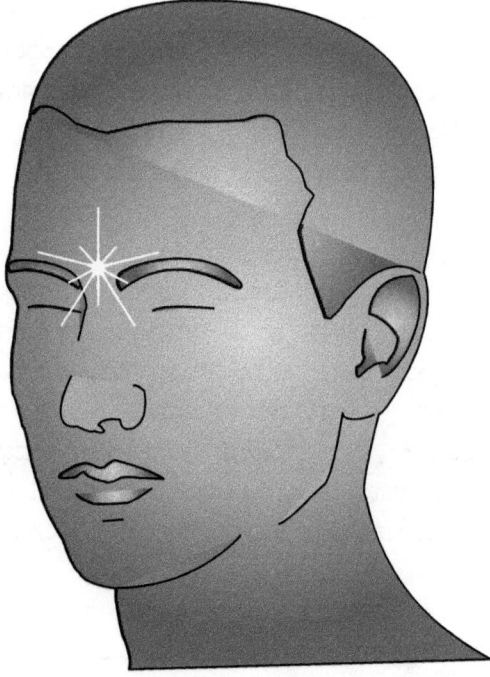

ನಕ್ಷತ್ರ-ಚುಕ್ಕೆ ದೊಡ್ಡದಾಗುತ್ತದೆ ಮತ್ತು ತೆರೆಯುತ್ತದೆ

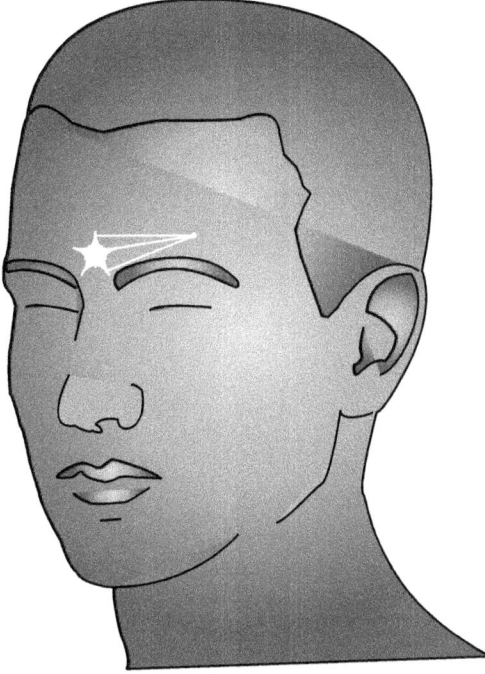

ನಾನು ಸಂತಾನೋತ್ಪತ್ತಿಯ ಆಸಕ್ತಿಗಳನ್ನು ಬೆಳೆಸಿಕೊಂಡ ಕೂಡಲೇ ನನ್ನ ಅತೀಂದ್ರಿಯ ಸಾಮರ್ಥ್ಯವು ಪ್ರಮಾಣಾನುಗುಣವಾಗಿ ಕಡಿಮೆಯಾಯಿತು. ಒಂದು ನಿರ್ದಿಷ್ಟ ಹಂತದಲ್ಲಿ, ಪ್ರಣಯ ವ್ಯವಹಾರಗಳು ತೀವ್ರವಾದಾಗ ಅದು ಸಂಪೂರ್ಣವಾಗಿ ನಿಂತು ಹೋಯಿತು. ಮಕ್ಕಳು ಬಂದಾಗ, ಎಲ್ಲವೂ ನಿಧಾನವಾಗುತ್ತಾ ಹೋಗಿ ನಿಂತು ಹೋಯಿತು. ನನಗೆ ಶ್ರೀಲ ಯೋಗೇಶ್ವರನಂದ ಅವರು ದೃಢವಾಗಿ ಸೂಚನೆ ನೀಡಿದ್ದರಿಂದ ನಾನು ಅಭ್ಯಾಸವನ್ನು ಮುಂದುವರಿಸಿದೆ. ನಾನು ಫಲಿತಾಂಶಗಳನ್ನು ಅನುಭವಿಸದಿದ್ದರೂ ಕೂಡ ನಾನು ನಂಬಿಕೆಯನ್ನು ಕಳೆದುಕೊಳ್ಳಲಿಲ್ಲ. ನಾನು ಯಾವುದೇ ಶಿಸ್ತುಗಳನ್ನು ಮುಂದುವರಿಸಿದರೂ ನನ್ನೊಂದಿಗೆ ಉಳಿಯುತ್ತದೆ ಎಂಬುದು ಮತ್ತು ಕುಟುಂಬದ ಕರ್ತವ್ಯಗಳು ಕಡಿಮೆಯಾದ ನಂತರ ನಾನು ಅಭ್ಯಾಸವನ್ನು ಪೂರ್ಣಗೊಳಿಸಲು ಮುಕ್ತನಾಗಿರುತ್ತೇನೆ ಎಂಬುದು ನನಗೆ ತಿಳಿದಿತ್ತು.

ನಾನು ಮೊದಲೇ ಹೇಳಿದಂತೆ ನಕ್ಷತ್ರವು ತೆರೆದುಕೊಳ್ಳುತ್ತಿತ್ತು. ಆ ಸಮಯದಲ್ಲಿ, ಭ್ರೂ ಚಕ್ರವು ವಿಶೇಷವಾಗಿ ಸರಿಸುಮಾರು ಮಧ್ಯಾಹ್ನದ ಹೊತ್ತಿನಲ್ಲಿ ಮತ್ತು ಹಗಲಿನ ಬೆಳಕಿನಲ್ಲಿ ಕೂಡ ದಿನವೂ ತೆರೆಯುತ್ತಿತ್ತು. ಆದರೆ, ಹಗಲಿನ ಬೆಳಕಿನಲ್ಲಿ ಅದರ ಮೂಲಕ ಗ್ರಹಿಕೆಯು ಕತ್ತಲೆಯಲ್ಲಿ ಇರುವಷ್ಟು ಸ್ಪಷ್ಟವಾಗಿರುವುದಿಲ್ಲ. ಭ್ರೂ ಚಕ್ರವು ತೆರೆದುಕೊಂಡರೆ, ಒಬ್ಬ ವ್ಯಕ್ತಿಯು ದೂರದ ಸ್ಥಳಗಳ ಒಳಗೆ ಅಥವಾ ಈ ಪ್ರಪಂಚದ ಇತರ ಆಯಾಮಗಳಲ್ಲಿ ನೋಡುತ್ತಾನೆ, ಆದರೆ ನಕ್ಷತ್ರವು ತೆರೆದುಕೊಂಡಾಗ ಆತನು ಆಧ್ಯಾತ್ಮಿಕ ವಾತಾವರಣದ ಒಳಗೆ

ನೋಡುತ್ತಾನೆ. ಇದು ವ್ಯತ್ಯಾಸವಾಗಿದೆ. ಇದಕ್ಕಾಗಿಯೇ ಕ್ರಿಯಾ ಯೋಗಿಗಳು ನಕ್ಷತ್ರವನ್ನು ನೋಡಲು ಅಷ್ಟು ಕಾತರರಾಗಿರುತ್ತಾರೆ. ನಕ್ಷತ್ರವು ಆನಂದದ ಅರಿವಿನ ವಿಭಿನ್ನವಾಗದ ಆಧ್ಯಾತ್ಮಿಕ ವಾತಾವರಣಕ್ಕೋ (undifferentiated spiritual atmosphere of bliss consciousness) ಅಥವಾ ಆಧ್ಯಾತ್ಮಿಕ ಬ್ರಹ್ಮಾಂಡದಲ್ಲಿ ವಿವಿಧ ಆಧ್ಯಾತ್ಮಿಕ ಭೂಭಾಗಗಳಿಗೋ (varied spiritual lands in the spiritual universe) ನಾವು ಆಧ್ಯಾತ್ಮಿಕ ಸ್ಥಳಗಳಿಗೆ ಹಾದುಹೋಗುವ ಮಹಾದ್ವಾರವಾಗಿದೆ.

ಈ ಕೆಳಗಿನ ಚಿತ್ರಗಳು ಓದುಗರಿಗೆ ಭ್ರೂ ಚಕ್ರ ಹಾಗೂ ನಕ್ಷತ್ರ ಕಾಣಿಸಿಕೊಳ್ಳುವಿಕೆಯ ಸ್ಥಳಗಳ ನಡುವೆ ವ್ಯತ್ಯಾಸವನ್ನು ಗುರುತಿಸಲು ಸಹಾಯ ಮಾಡಬಹುದು.

ಭ್ರೂ ಚಕ್ರವು ಹುಬ್ಬುಗಳ ಕೇಂದ್ರದ ಹಿಂದೆಯೇ, ಮನಸ್ಸಿನ ಜಾಗದ ಒಳಗೆ ಇದೆ. ಅದು ವರ್ತುಲ, ಸುರುಳಿ ಅಥವಾ ಚೂಪುಮೊನೆಯ ಮಂಡಲದ ಆಕಾರದಲ್ಲಿರಬಹುದು. ಅದು ಪ್ರಕಾಶಮಾನವಾದ ಹಳದಿ ಅಥವಾ ಸ್ವಲ್ಪಮಟ್ಟಿಗೆ ಹೊಂಬಣ್ಣದ ಬೆಳಕಿನ ವರ್ತುಲದಂತೆ ದೃಷ್ಟಿಗೋಚರವಾಗಿ ಕಾಣಿಸಿಕೊಳ್ಳಬಹುದು.

ಭ್ರೂ ಚಕ್ರದ ಗೋಚರತೆ

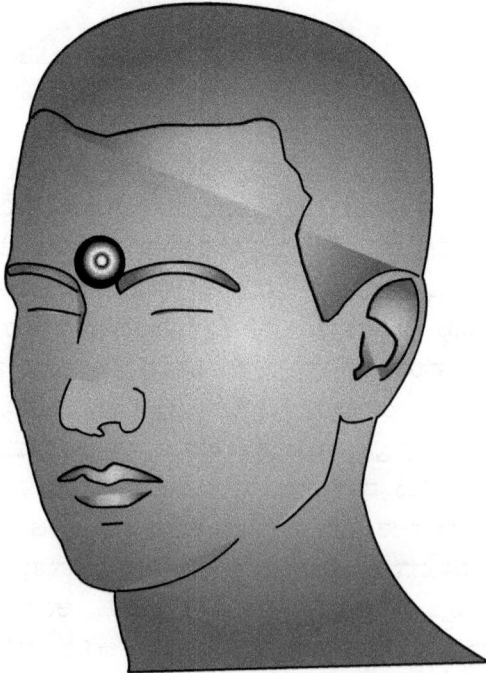

ನಕ್ಷತ್ರವು ಸ್ಥೂಲ ದೇಹದ ಹೊರಗೆ ಮತ್ತು ಮನಸ್ಸಿನ ಜಾಗದ ಹೊರಗೆ ಕಾಣಿಸಿಕೊಳ್ಳುತ್ತದೆ. ಅದು ಭ್ರೂ ಕೇಂದ್ರದ ಸ್ವಲ್ಪ ಮೇಲೆ, ತಲೆಬುರುಡೆಯ ಹೊರಗೆ ಕಾಣಿಸಿಕೊಳ್ಳುತ್ತದೆ.

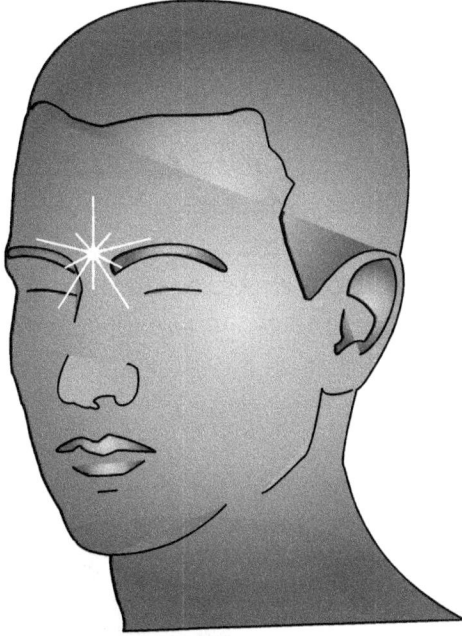

ಒಮ್ಮೆ ೧೯೭೩ ರಲ್ಲಿ ನನಗೆ ಕೆಲವು ಶಿಷ್ಯರಿದ್ದರು. ನಾನು ಪ್ರತಿ ದಿನವೂ ದೀರ್ಘಕಾಲದವರೆಗೆ ಧ್ಯಾನವನ್ನು ಮಾಡುತ್ತಿದ್ದೆ. ನಾನು ಒಂದು ಸಣ್ಣ ಆಶ್ರಮವನ್ನು ತೆರೆದಿದ್ದೆ. ಒಬ್ಬ ಶಿಷ್ಯಳು ನನ್ನನ್ನು ಏಕೆ ಆಕೆಗೆ ಭ್ರೂ ಚಕ್ರವನ್ನು ಗ್ರಹಿಸಲು ಸಾಧ್ಯವಾಗಲಿಲ್ಲವೆಂದು ಕೇಳಿದಳು. ಎಂತಹ ಒಂದು ಪ್ರಶ್ನೆ ಇದು! ಇಲ್ಲಿ ನಾನು ಯೋಗ ಮತ್ತು ಧ್ಯಾನವನ್ನು ಕಲಿಸಿಕೊಡುತ್ತಿದ್ದೆ, ಆದರೆ ಪ್ರಶ್ನೆ ನನ್ನನ್ನು ಥಟ್ಟನೆ ನಿಲ್ಲಿಸಿತು. ಆಕೆ ಪ್ರಶ್ನೆಯನ್ನು ಕೇಳಿದಾಗ ಇತರ ಶಿಷ್ಯರು ಕಣ್ಣೆತ್ತಿ ನೋಡಿದರು. ಮತ್ತು ನಾನು ಅಲ್ಲಿಯೇ ನಿಂತುಬಿಟ್ಟೆ. ಇಂದಿನವರೆಗೂ ನಾನು ಉತ್ತರವನ್ನು ಕೊಟ್ಟಿಲ್ಲ.

ಕುಟುಂಬದ ಜವಾಬ್ದಾರಿಗಳನ್ನು ಹೊಂದಿರುವುದು ನಕ್ಷತ್ರದ ದರ್ಶನವನ್ನು ಕೊನೆಗೊಳಿಸಿದರೆ, ನಾನು ವ್ಯಾಪಾರವನ್ನು ಆರಂಭಿಸಿ ನೌಕರರು ಮತ್ತು ಹಣದಲ್ಲಿ ಮುಳುಗಿಹೋದರೆ, ಆಗ ಏನಾಗಬಹುದು? ನನ್ನ ಆಧ್ಯಾತ್ಮಿಕ ಜೀವನವು ಎಷ್ಟು ಶಕ್ತಿಯಿಂದ ಬರಿದಾಗಿರುತ್ತದೆ ಎಂಬುದನ್ನು ನಾನು ಊಹಿಸಿಕೊಳ್ಳಬಹುದು. ಇದು "ಈ ಜಗತ್ತಿನಲ್ಲಿರು ಮತ್ತು ಇದರಲ್ಲಿ ಅನುಭವಿಸಲು ಒತ್ತಾಯಿಸಲ್ಪಡು" ಎಂಬ ಸನ್ನಿವೇಶವಾಗಿರುತ್ತದೆ.

ಇತ್ತೀಚೆಗೆ ಶ್ರೀಲ ಯೋಗೇಶ್ವರನಂದ ಅವರು ನನಗೆ ಹೇಳಿದರು, ನಾನು ಇನ್ನೂ ಗೃಹಸ್ಥನ ಜವಾಬ್ದಾರಿಗಳಲ್ಲಿ ಸಿಕ್ಕಿಬಿದ್ದಿದ್ದರೂ ಕೂಡ, ನಾನು ಆದರೂ ನಕ್ಷತ್ರವು ಇದೆ ಎಂಬುದನ್ನು ನೆನಪಿಟ್ಟುಕೊಳ್ಳಬೇಕು ಎಂದು. ಅವರು ಹೇಳಿದರು:

"ಗೃಹಸ್ಥನ ಜವಾಬ್ದಾರಿಗಳ ಬಗ್ಗೆ ಚಿಂತಿಸಬೇಡ. ಅದು ತಾತ್ಕಾಲಿಕ. ಅದು ಮುಗಿದ ಕೂಡಲೇ ಅಭ್ಯಾಸವನ್ನು ತೀವ್ರಗೊಳಿಸು. ಈ ಮಧ್ಯೆ, ಶಿಸ್ತುಗಳನ್ನು ಮುಂದುವರಿಸು. ನಕ್ಷತ್ರಗಳ ಬೆಳಕು ನಿನಗೆ ಸಾಂತ್ವನಗೊಳಿಸುತ್ತದೆ ಎಂಬುದನ್ನು ಯಾವಾಗಲೂ ತಿಳಿದಿರು. ಅದು ನಿನ್ನ ಮೇಲೆ ಪ್ರಕಾಶಿಸುತ್ತಿದೆ. ಅದು ಕಾರಣಾತ್ಮಕ ರೂಪದ ಹೊರಗಿನಿಂದ ಕೆಳಗೆ ಪ್ರಕಾಶಿಸುತ್ತಿದೆ.

"ಅದು ಸೂಕ್ಷ್ಮ ದೇಹದಿಂದ ಗ್ರಹಿಸಲ್ಪಟ್ಟರೂ ಕೂಡ, ಅದು ವಾಸ್ತವವಾಗಿ ಕಾರಣಾತ್ಮಕ ರೂಪಕ್ಕೆ ಬಾಹ್ಯವಾಗಿದೆ. ಸದ್ಯಕ್ಕೆ ನೀನು ಒಂದು ಪ್ರತ್ಯೇಕವಾಗಿರುವ ಕಾರಣಾತ್ಮಕ ಹೃದಯದ ಖಾರಿಗೆ (causal heart cove) ನಿರ್ಬಂಧಿಸಲ್ಪಟ್ಟಿರುವೆ; ಒಂದು ದಟ್ಟವಾದ ಕೋಣೆಯಲ್ಲಿ ಇರುವಂತೆ ಮುಚ್ಚಲ್ಪಟ್ಟಿರುವೆ. ಆದರೆ ಆ ಕೋಣೆಯು ತೆರೆದುಕೊಂಡಾಗ, ಅದರ ತೆರೆದುಕೊಳ್ಳುವಿಕೆಯು ಆ ನಕ್ಷತ್ರದ ಆಕಾರವನ್ನು ತೆಗೆದುಕೊಳ್ಳುತ್ತದೆ."

ನಂತರ ಅವರು ಹೇಳಿದರು, ಹೆಚ್ಚಿನ ಕೊಳವೆಯು ಕಾರಣಾತ್ಮಕ ದೇಹದಿಂದ ಹೊರಬಂದಂತೆ, ನಕ್ಷತ್ರವು ಅದರ ಅತ್ಯಂತ ತುದಿಯಲ್ಲಿ ಕಾಣಿಸಿಕೊಳ್ಳುತ್ತದೆ. ಸ್ಥೂಲ ದೇಹವು ಒರಗಿಕೊಂಡಿದ್ದರೆ, ನಕ್ಷತ್ರವು ಈ ರೇಖಾಚಿತ್ರದಲ್ಲಿ ತೋರಿಸಲಾಗಿರುವಂತೆ ಆ ಸ್ಥಾನದಲ್ಲಿರುತ್ತದೆ.

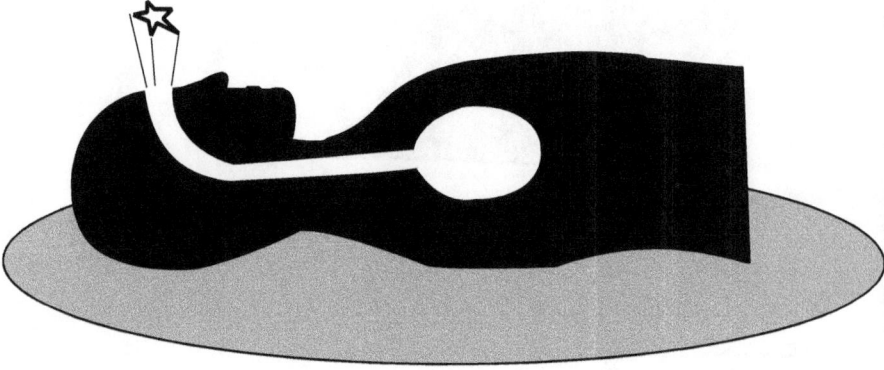

ನಕ್ಷತ್ರವು ಭ್ರೂ ಚಕ್ರದಲ್ಲಿ ಇದೆ ಎಂದು ತಿಳಿದು ಒಬ್ಬ ವ್ಯಕ್ತಿಯು ಧ್ಯಾನವನ್ನು ಮಾಡಬೇಕು. ಆತನು ಅದನ್ನು ಗ್ರಹಿಸುವುದಿಲ್ಲವೆಂದು ಎದೆಗುಂದಬಾರದು. ಆತನು ನಿತ್ಯವೂ ಧ್ಯಾನ ಮಾಡಬೇಕು. ಚಾಕ್ಷುಷ ನರಗಳನ್ನು ಶಾಂತಗೊಳಿಸಬೇಕು. ಚಾಕ್ಷುಷ ಶಕ್ತಿಗಳನ್ನು ಶಾಂತಗೊಳಿಸದ ಹೊರತು ಒಬ್ಬನು ಹೊಂದಿಕೆಯಾಗದಿರುವ ಶಕ್ತಿಗಳನ್ನು ಸಮರಸಗೊಳಿಸುವ, ಅಗತ್ಯವಿರುವ ಸಮತೋಲನವನ್ನು ಎಂದಿಗೂ ಅನುಭವಿಸುವುದಿಲ್ಲ, ಮತ್ತು ಅದು ನಕ್ಷತ್ರವನ್ನು ನೋಡುವ ಸಾಮರ್ಥ್ಯವನ್ನು ಕಸಿದುಕೊಳ್ಳುತ್ತದೆ.

ಪ್ರಾರ್ಥನೆಗಳು

ಪ್ರಾರ್ಥನೆಗಳನ್ನು ಹೇಳುವುದು ಧ್ಯಾನದ ಉನ್ನತ ಹಂತಗಳಲ್ಲಿಯೂ ಕೂಡ ಮುಂದುವರಿಯುತ್ತದೆ. ಪ್ರಾರ್ಥನೆಗಳಲ್ಲಿ ಪ್ರವೀಣರಾದವರು ಮತ್ತು ಅವುಗಳಿಗೆ ಒತ್ತುಕೊಡುವವರು, ಧ್ಯಾನಕ್ಕೆ ಒತ್ತುಕೊಡದಿದ್ದರೂ ಕೂಡ, ಧ್ಯಾನವನ್ನು ಮಾಡುವವರು

ಪ್ರಾರ್ಥನೆಗಳನ್ನು ಕೂಡ ಹೇಳಬೇಕು. ಮತ್ತೆ ಮತ್ತೆ ಮಾಡುವ ಮಂತ್ರೋಚ್ಚಾರಣೆಯು ಪ್ರಾರ್ಥನೆಗಳನ್ನು ಹೇಳುವುದರಲ್ಲಿರುವ ಬಲವಾದ ವಿನಂತಿಗಳಿಗಿಂತ ಭಿನ್ನವಾಗಿದೆ. ಮತ್ತು ದೈವಿಕ ಜನರನ್ನು ಮನಮುಟ್ಟಿ ಬೇಡುವುದಕ್ಕೆ ಪ್ರಾರ್ಥನೆಗಳನ್ನು ಮತ್ತೆ ಮತ್ತೆ ಹೇಳುವುದು ಕೂಡ ಪ್ರಾರ್ಥನೆಯ ಬೇರೊಂದು ವಿಧವಾಗಿದೆ.

ಧ್ಯಾನಸ್ಥ ಪ್ರಾರ್ಥನೆಗಳು ಬದಲಾಗುತ್ತವೆ, ಆದರೆ ಎರಡು ಪ್ರಮುಖ ವಿಧಗಳಿವೆ; ದೈವಿಕ ಸಾನ್ನಿಧ್ಯವನ್ನು ಸಂಪರ್ಕಿಸುವ ಪ್ರಾರ್ಥನೆಗಳು ಮತ್ತು ವಿನಂತಿಯನ್ನು ಮಾಡುವ ಪ್ರಾರ್ಥನೆಗಳು. ಶುದ್ಧೀಕರಿಸಿದ ಧ್ಯಾನದಲ್ಲಿ, ಆದರೆ, ಒಬ್ಬ ವ್ಯಕ್ತಿಯು ಕ್ಷುಲ್ಲಕ ಕೃಪೆಗಳಿಗೆ ಪ್ರಾರ್ಥಿಸುವುದಿಲ್ಲ, ಆದರೆ ಅದಕ್ಕೆ ಬದಲಾಗಿ ಶುದ್ಧೀಕರಣದ ತಂತ್ರಗಳ ದೊಡ್ಡ ಕೃಪೆಗಳಿಗೆ ಪ್ರಾರ್ಥಿಸುತ್ತಾನೆ. ಒಂದರ್ಥದಲ್ಲಿ, ದೈಹಿಕ ಆರೋಗ್ಯ, ಹಣ ಮತ್ತು ಪ್ರಭಾವದಂತಹ ಕ್ಷುಲ್ಲಕ ಕೃಪೆಗಳಿಗೆ ಪ್ರಾರ್ಥಿಸುವವರು ಶುದ್ಧೀಕರಣದ ವಿಧಾನಗಳಿಗಾಗಿ ಪ್ರಾರ್ಥಿಸುವವರಷ್ಟು ಆಗ್ರಹಪೂರ್ವಕವಾಗಿ ಕೇಳುವುದಿಲ್ಲ.

ನನಗೆ ಪರಿಚಯವಿದ್ದ ಒಬ್ಬ ವ್ಯಕ್ತಿಯು ಹಣದ ಬಿಕ್ಕಟ್ಟಿನಲ್ಲಿ ಸಿಕ್ಕಿಕೊಂಡನು. ಆತನಿಗೆ ಹಣದ ಬಹಳ ಅಗತ್ಯವಿತ್ತು. ಆತನು ಪ್ರಾರ್ಥಿಸಿದನು ಪ್ರಾರ್ಥಿಸಿದನು, ಆಲೋಚಿಸಿದನು ಆಲೋಚಿಸಿದನು, ಆದರೆ ಯಾವುದೇ ಪರಿಹಾರ ಕಂಡುಬರಲಿಲ್ಲ. ಆತನು ಚಿಂತಿಸಿ ಚಿಂತಿಸಿ ತನ್ನ ಪ್ರತಿಯೊಬ್ಬ ಸ್ನೇಹಿತನನ್ನು ಪೀಡಿಸಿದನು. ಆದರೂ ಆತನಿಗೆ ಶಾಂತಿ ದೊರಕಲಿಲ್ಲ. ಒಬ್ಬ ಮನುಷ್ಯನಿಂದ ಆತನಿಗೆ ಸ್ವಲ್ಪ ಹಣ ದೊರಕಿತು. ಮತ್ತೊಬ್ಬನಿಂದ ಆತನಿಗೆ ಇನ್ನಷ್ಟು ಹಣ ದೊರಕಿತು. ಪ್ರತಿ ಕೊಡುಗೆಯ ನಂತರ, ಆತನು ಇನ್ನೂ ಅವಶ್ಯಕತೆಯಲ್ಲಿದ್ದನು ಎಂಬುದನ್ನು ಕಂಡುಕೊಂಡನು. ಆತನು ತಿಂದು, ತಿಂದು, ತಿಂದು, ಆದರೂ ಅತೃಪ್ತನಾಗಿ, ದೀನನಾಗಿ ಮತ್ತು ಸಣಕಲಾಗಿ ಉಳಿದಿದ್ದ, ಹಸಿದಿರುವ ಮಗುವಿನಂತಿದ್ದನು. ಆತನು ನನ್ನ ಬಳಿಗೆ ಬಂದಾಗ ನಾನು ಹೇಳಿದೆ, "ಇಲ್ಲಿ ಏನು ಸಮಸ್ಯೆ ಇದೆ? ನೀನು, ಒಂದು ಇರುವೆ, ಮತ್ತು ನಾನು, ಒಂದು ಸಣ್ಣ ಜೀರುಂಡೆ. ಸೋದರ, ಏಕೆ ನಾವು ಹಣಕ್ಕಾಗಿ ದೇವರನ್ನು ಕೇಳುತ್ತಿದ್ದೇವೆ? ನಮಗೆ ಏನು ಬೇಕು? ನೀನು ನಿನ್ನ ಸಕ್ಕರೆಯ ಕಣದಿಂದ, ಮತ್ತು ನಾನು ಒಂದು ಸಣ್ಣ ಎಲೆಯಿಂದ, ನಾವು ಸಂತೋಷದಿಂದಿರಲು ಸಾಧ್ಯವಿಲ್ಲವೇ? ನಿನಗೆ ಹಡಗಿನ ಸರಕಿನಷ್ಟು ಸಕ್ಕರೆಯ ಅಗತ್ಯವಿದೆ ಎಂದು ನೀನು ಸೂಚಿಸುತ್ತಿರುವೆಯಾ? ನನಗೆ ಅರಣ್ಯದಷ್ಟು ಎಲೆಗಳ ಅಗತ್ಯವಿದೆ ಎಂದು ನೀನು ಹೇಳುತ್ತಿರುವೆಯಾ? ನಾವು ಬಯಕೆಯನ್ನು ಮರೆತು ಬಿಡೋಣ."

ನಾನು ಏನು ಹೇಳಿದೆನೆಂದು ಆತನು ಅರಿತುಕೊಂಡಾಗ, ಆತನು ದುಃಖಿತನಾದನು. ನಾನು ಆತನ ಅಗತ್ಯಗಳನ್ನು ಅರ್ಥ ಮಾಡಿಕೊಳ್ಳಲಿಲ್ಲವೆಂದು ಆತನು ಭಾವಿಸಿದನು.

ನನಗೆ ಪರಿಚಯವಿದ್ದ ಮತ್ತೊಬ್ಬ ವ್ಯಕ್ತಿಯು ಇಡೀ ಪ್ರಪಂಚವನ್ನು ಬದಲಾಯಿಸಲು ಬಯಸಿದನು. ಆತನು ಮಾನವರ ಸಮಾಜದಲ್ಲಿ ಅನೇಕ ದೋಷಗಳನ್ನು ಗ್ರಹಿಸಿದನು. ಆತನ ಮನಸ್ಸಿಗೆ, ಯಾರೋ ಒಬ್ಬನು ಒಂದು ತಪ್ಪನ್ನು ಮಾಡಿದನು ಮತ್ತು ಬೇರೆ ಯಾರೋ ಒಬ್ಬನು ಮತ್ತೊಂದು ತಪ್ಪನ್ನು ಮಾಡಿದನು. ಆತನು ಪ್ರಪಂಚವು ಹಾಳಾಗಿದೆ ಎಂಬ ತೀರ್ಮಾನಕ್ಕೆ ಬಂದನು. ಆತನು ನನ್ನ ಬಳಿಗೆ ಬಂದಾಗ ನಾನು ಹೇಳಿದೆ, "ನಿನಗೆ ಅಥವಾ ನನಗೆ ಏನಾಗಬೇಕಿದೆ? ಹಿಂಸಾತ್ಮಕರಿಗೆ ಸೌಲಭ್ಯ ನೀಡಿದ ವ್ಯಕ್ತಿಯಿಂದ ಅಥವಾ ಶಕ್ತಿಯಿಂದ ನಮಗೇನಾಗಬೇಕಿದೆ? ನಾವೇ ಚಿಂತಿಸಿ ಮಾನಸಿಕ ಆಸ್ಪತ್ರೆಯನ್ನು ಸೇರುವುದು ಬೇಡ. ಬದಲಿಗೆ ನಾವು ಆತ್ಮ-ಸಾಕ್ಷಾತ್ಕಾರಕ್ಕಾಗಿ ಶ್ರಮಿಸೋಣ."

ಧ್ಯಾನಸ್ಥ ಪ್ರಾರ್ಥನೆಯ ಮುಖ್ಯ ಉದ್ದೇಶ ಅಲೌಕಿಕ ಅಥವಾ ದೈವಿಕ ಜನರೊಂದಿಗೆ ಸಂಪರ್ಕ ಮಾಡುವುದಾಗಿದೆ. ಅದು ಏನನ್ನಾದರೂ ಬೇಡುವುದಕ್ಕಲ್ಲ. ಸಂಪರ್ಕ ಸ್ವತಃ ತೃಪ್ತಿಕರ.

ನೀವು ಧ್ಯಾನಸ್ಥ ಪ್ರಾರ್ಥನೆಗಳನ್ನು ಹೇಳಿದರೆ, ನೀವು ಗಮನವನ್ನು ಕೇಂದ್ರೀಕರಿಸಿದ್ದೀರಾ ಎಂಬುದನ್ನು ನೋಡಲು ಯಾವಾಗಲೂ ಪರೀಕ್ಷಿಸಿಕೊಳ್ಳಿ. ನೀವು ಪ್ರಾರ್ಥನೆಯನ್ನು ಹೇಳುವಾಗ ಗಮನವನ್ನು ಕೇಂದ್ರೀಕರಿಸಿರದಿದ್ದರೆ ಅದನ್ನು ಪುನರಾವರ್ತಿಸಿ, ಮತ್ತು ನೀವು ಗಮನವನ್ನು ಕೇಂದ್ರೀಕರಿಸಿದ್ದೀರಾ ಎಂಬುದನ್ನು ನೋಡಲು ಮತ್ತೆ ಪರೀಕ್ಷಿಸಿಕೊಳ್ಳಿ. ನೀವು ಇನ್ನೂ ಗಮನವನ್ನು ಕೇಂದ್ರೀಕರಿಸಿರದಿದ್ದರೆ, ಅದನ್ನು ಪುನರಾವರ್ತಿಸಿ, ಮತ್ತೆ ಪರೀಕ್ಷಿಸಿಕೊಳ್ಳಿ.

ಅಭ್ಯುದಯ ಮತ್ತು ಬಡತನ

ಸಾಕ್ಷಾತ್ಕಾರದ ಒಂದು ಹಂತದಲ್ಲಿ, ಒಬ್ಬ ವ್ಯಕ್ತಿಯು ಬೋಧಿಸುವ ಉತ್ಸಾಹವನ್ನು ಬೆಳೆಸಿಕೊಳ್ಳುತ್ತಾನೆ, ಆದರೆ ಆತನು ಪ್ರಗತಿಯನ್ನು ಹೊಂದುತ್ತಾ ಇದ್ದರೆ, ಆತನು ಆ ಹಂತವನ್ನು ಮೀರಿ ಹೋಗುತ್ತಾನೆ. ಆತನು ಮತ್ತೆ ಮಾನವ ಕಾಳಜಿಗಳಿಗೆ ಹಿಂದಕ್ಕೆ ಬಂದರೆ, ಆತನು ಮತ್ತೆ ಬೋಧಿಸುತ್ತಾನೆ. ಅದನ್ನು ಈಡೇರಿಸಿಕೊಂಡು ಆತನು ಮತ್ತೆ ಮುನ್ನಡೆಯುತ್ತಾನೆ.

ಅಂತಿಮವಾಗಿ ಒಬ್ಬ ವಿರಕ್ತನು ಪ್ರಾಪಂಚಿಕ ಸಾಮಾಜಿಕ ಕಾಳಜಿಗಳಿಂದ ವಿಮೋಚನೆಗೊಳ್ಳಬೇಕಾದರೆ, ಆತನು ಮಾನವ ವ್ಯವಹಾರಗಳಲ್ಲಿನ ಆಸಕ್ತಿಯನ್ನು ತ್ಯಜಿಸಬೇಕು. ಒಬ್ಬ ಮನುಷ್ಯನು ಕನಿಷ್ಟಪಕ್ಷ ದೈಹಿಕವಾಗಿ, ತನ್ನ ದೇಹವನ್ನು ಕಳೆದುಕೊಂಡಾಗ, ಪ್ರಪಂಚದಲ್ಲಿನ ಆಸಕ್ತಿಯನ್ನು ತ್ಯಜಿಸಬೇಕಾದಂತೆ, ಅದೇ ರೀತಿಯಲ್ಲಿ ಒಬ್ಬ ವಿರಕ್ತನು ಅಂತಿಮವಾಗಿ ಸಾಮಾಜಿಕ ಆಸಕ್ತಿಯನ್ನು ತ್ಯಜಿಸುತ್ತಾನೆ. ಮತ್ತು ಪ್ರಪಂಚವು ಆತನಿಗಾಗಿ ಹಾತೊರೆಯುತ್ತದೆ ಎಂದಲ್ಲ. ಪ್ರಪಂಚವು ಮುಂದೆ ಸಾಗುತ್ತದೆ. ಸಾಮಾಜಿಕ ಶಕ್ತಿಗಳು ಕೆಲಸ ಮಾಡುತ್ತಾ ಇರುತ್ತವೆ. ಸಶರೀರರಾದ ಜೀವಿಗಳು ಚಡಪಡಿಸುತ್ತಾ ಇರುತ್ತವೆ.

ಪ್ರಾಪಂಚಿಕ ಅಸ್ತಿತ್ವವನ್ನು ಪ್ರೋತ್ಸಾಹಿಸುವುದಕ್ಕಾಗಿ ಜೀವಶಕ್ತಿಯು ಮನಸ್ಸನ್ನು ಕೆಡಿಸುತ್ತದೆ. ಇದು ಅದರ ಸಾರಾಂಶವಾಗಿದೆ. ಚಟುವಟಿಕೆಯ ಚಕ್ರವು, ಒಂದಾದ ಮೇಲೊಂದರಂತೆ ಅವನತಿ, ಪ್ರಗತಿ, ಮತ್ತು ಅವನತಿಯಾಗಿದೆ. ಕೆಲವು ಸಮಯದ ಹಿಂದೆ ನಾವು ಭೌತಿಕ ಪ್ರಕೃತಿಯ ಈ ಬೆಳೆಯುವ ಹಾಗೂ ಕ್ಷಯಿಸುವ ಅಂಶದ ಬಗ್ಗೆ ಒಂದು ಪಾಠವನ್ನು ಕಲಿತೆವು. ನಾವು ಕೆಲವು ದೊಡ್ಡ ನೆಲದ ಹಲ್ಲಿಗಳ ವಾಸಸ್ಥಾನವಾಗಿದ್ದ ಒಂದು ಪ್ರದೇಶದಲ್ಲಿ ವಾಸಿಸುತ್ತಿದ್ದೆವು. ಈ ಹಲ್ಲಿಗಳು ಮೂರು ಅಡಿ ಉದ್ದದಷ್ಟು ಬೆಳೆಯುತ್ತಿದ್ದವು. ವರ್ಷದಲ್ಲಿ ಎರಡು ಬಾರಿ ಈ ಹಲ್ಲಿಗಳು ಸೊಂಪಾಗಿ ಬೆಳೆಯುತ್ತಿದ್ದವು. ಅವು ತೆವಳುತ್ತಾ, ಓಡಾಡುತ್ತಾ, ಹಣ್ಣುಗಳನ್ನು, ಬೇರುಗಳನ್ನು ತಿನ್ನುತ್ತಾ, ಚಿಪ್ಪುಮೀನನ್ನು ಹಿಡಿಯುತ್ತಾ, ಮತ್ತು ಏನೇ ಅವು ಗಬಗಬನೆ ತಿನ್ನಬಹುದೋ ಅವೆಲ್ಲವನ್ನೂ ತಿನ್ನುತ್ತಾ ಸಂತೋಷವಾಗಿರುತ್ತಿದ್ದವು. ಆದರೆ, ವರ್ಷದಲ್ಲಿ ಎರಡು ಬಾರಿ ಅವುಗಳ ಜನಸಂಖ್ಯೆಯು ಕಡಮೆಯಾಗುತ್ತಿತ್ತು.

ಅದೇ ವಾಸಸ್ಥಾನದಲ್ಲಿ ಐದು-ಅಡಿ ಉದ್ದದ ಹೆಬ್ಬಾವುಗಳಿದ್ದವು. ಸರೀಸೃಪಗಳು ವಾಡಿಕೆಯಂತೆ ಪ್ರದೇಶವನ್ನು ಸುತ್ತಾಡುತ್ತಿದ್ದವು ಮತ್ತು ಪ್ರತಿ ಅಜಾಗರೂಕ ಹಲ್ಲಿಯನ್ನು ತಿನ್ನುತ್ತಿದ್ದವು. ಒಂದು ಪ್ರದೇಶದಲ್ಲಿ ನೆಲದ ಹಲ್ಲಿಗಳು ದುರ್ಲಭವಾದ ನಂತರ, ಹಾವುಗಳು ಇತರ ಅಜಾಗರೂಕ ಜೀವಿಗಳು ಸೊಂಪಾಗಿ ಬೆಳೆದಿರುವ ಇತರ ಪ್ರದೇಶಗಳಿಗೆ ಚಲಿಸುತ್ತಿದ್ದವು.

ಅನುಕ್ರಮವಾಗಿ, ಹಾವುಗಳು ಹಲ್ಲಿಗಳನ್ನು ತಿಂದು ಸೊಂಪಾಗಿ ಬೆಳೆದಾಗ, ಹಾವುಗಳಿಗೆ ಆಹಾರದ ಕೊರತೆಯಾಗುತ್ತಿತ್ತು. ನಂತರ ಅವು ಮನೆಯಲ್ಲಿ ಸಾಕಿದ ಕೋಳಿಗಳನ್ನು ತಿನ್ನಲು ತಮ್ಮ ಜೀವವನ್ನು ಅಪಾಯಕ್ಕೆ ಒಡ್ಡುತ್ತಿದ್ದವು. ಸಹಜವಾಗಿ ಅದು ಅವುಗಳ ತಪ್ಪಾಗಿತ್ತು, ಏಕೆಂದರೆ ಅವುಗಳ ಮಾನವ ಎದುರಾಳಿಗಳು ಅವುಗಳನ್ನು ಗುಂಡು ಹೊಡೆದು ಕೊಲ್ಲುತ್ತಿದ್ದರು, ಹೊಡೆದು ಕತ್ತರಿಸುತ್ತಿದ್ದರು ಅಥವಾ ದೊಣ್ಣೆಯಿಂದ ಹೊಡೆಯುತ್ತಿದ್ದರು. ಈ ರೀತಿಯಲ್ಲಿ ನಾವು ಅಭ್ಯುದಯ ಹಾಗೂ ಬಡತನ ಇರುವ ಭೌತಿಕ ಅಸ್ತಿತ್ವದ ಚಕ್ರವನ್ನು ಕಂಡೆವು.

ಧರ್ಮಶ್ರದ್ಧೆಯುಳ್ಳ ಮತ್ತು ಅಧಾರ್ಮಿಕ ಚಟುವಟಿಕೆಯಲ್ಲಿ ಇದೇ ಚಕ್ರವಾಗಿದೆ. ಒಂದು ಜೀವನದಲ್ಲಿ ಒಳ್ಳೆಯ ನಡವಳಿಕೆಯಿಂದ ನಾನು ಧರ್ಮಶ್ರದ್ಧೆಯುಳ್ಳವನಾದೆ. ಇದರಿಂದ ನಾನು ಧರ್ಮಶ್ರದ್ಧೆಯ ಅದೃಷ್ಟವನ್ನು ಬೆಳೆಸಿಕೊಂಡೆ. ಭೌತಿಕ ಪ್ರಕೃತಿಯು ಆಗ ನನಗೆ ಖ್ಯಾತಿ ಮತ್ತು ಘನತೆಗೆ ಅವಕಾಶವನ್ನು ಕಲ್ಪಿಸಿಕೊಟ್ಟಿತು. ಒಂದು ತೆರನಾದ ಪೋಷಣೆಯಾದ ಈ ಖ್ಯಾತಿ ಮತ್ತು ಘನತೆಯಿಂದ ನಾನು ದುರಹಂಕಾರಿಯಾದೆ. ಅದರಿಂದಾಗಿ ನಾನು ಅಧಾರ್ಮಿಕ ಕೃತ್ಯಗಳನ್ನು ಮಾಡಿದೆ. ಅಜಾಗರೂಕನಾಗಿ ಕೃತ್ಯ ಮಾಡಿ ನಾನು ನನ್ನನ್ನು ಹಾಳುಮಾಡಿಕೊಂಡೆ. ಅವನತಿಯಿಂದ ಅತೃಪ್ತಿಗೊಂಡು ನಾನು ಮತ್ತೆ ಧರ್ಮಶ್ರದ್ಧೆಗಾಗಿ ಶ್ರಮಿಸಿದೆ. ನಂತರ ನಾನು ಮತ್ತೆ ಜನಪ್ರಿಯನಾದೆ. ಮತ್ತೆ ನಾನು ನೈತಿಕವಾಗಿ ಪತನ ಹೊಂದಿದೆ. ಧರ್ಮಶ್ರದ್ಧೆಯುಳ್ಳ ಕೃತ್ಯಗಳಿಂದ ಪೋಷಣೆ ಹಾಗೂ ಧರ್ಮ ರಾಹಿತ್ಯದಿಂದ ಅವನತಿಯ ಅಂತ್ಯವಿಲ್ಲದ ಚಕ್ರದಲ್ಲಿ, ಮತ್ತೆ ನಾನು ಧರ್ಮಶ್ರದ್ಧೆಗಾಗಿ ಶ್ರಮಿಸಿದೆ.

ಬುದ್ಧಿಶಕ್ತಿಯನ್ನು ಕೂಡಿಸುವುದು

ಸ್ವಾಮಿ ಶಿವಾನಂದ ಅವರು ನನಗೆ ಲೆಕ್ಕಾಚಾರಕ್ಕೆ ಸಂಬಂಧಿಸಿದ ಬುದ್ಧಿಶಕ್ತಿಯಿಂದ ದೂರ ಹೋಗುವ ಒಂದು ತಂತ್ರವನ್ನು ಕಲಿಸಿಕೊಟ್ಟರು. ನಾವು ಬುದ್ಧಿಶಕ್ತಿಯಿಂದ ಆಗಲಿ ಅಥವಾ ಭಾವನಾತ್ಮಕ ಶಕ್ತಿಯಿಂದ ಆಗಲಿ ನಿಯಂತ್ರಿಸಲ್ಪಡುವವರೆಗೂ, ನಾವು ತಪ್ಪೆಣಿಕೆ ಹಾಕುವುದನ್ನು ಹಾಗೂ ಬೇಜವಾಬ್ದಾರಿಯಿಂದ ವರ್ತಿಸುವುದನ್ನು ಮುಂದುವರಿಸುತ್ತೇವೆ. ಬುದ್ಧಿಶಕ್ತಿಯು ಒಂದು ಅದ್ಭುತ ಸಾಧನವಾಗಿದೆ, ಆದರೆ ಅದು ಸಂಕಲ್ಪ ಶಕ್ತಿಗೆ ನಿರೋಧಕವಾಗಿದೆ. ಭಾವನೆಗಳು ಚೆನ್ನಾಗಿವೆ, ಆದರೆ ಅವು ತಪ್ಪುದಾರಿಗೆ ಎಳೆಯುತ್ತವೆ. ಸ್ವಾಮಿ ಶಿವಾನಂದ ಅವರು ಶುದ್ಧೀಕರಿಸಿದ ಜೀವ ಶಕ್ತಿಯೊಂದಿಗೆ ಬುದ್ಧಿಶಕ್ತಿಯನ್ನು ಕೂಡಿಸಲು ಒಬ್ಬ ವಿರಕ್ತನಿಗಿರುವ ಅನಿವಾರ್ಯತೆಯನ್ನು ಚರ್ಚಿಸಿದರು. ಅವರು ಹೇಳಿದರು:

"ಬುದ್ಧಿಶಕ್ತಿ ಹಾಗೂ ಜೀವ ಶಕ್ತಿಯ ಎರಡು ಶಕ್ತಿಗಳು ನಿರಂತರವಾಗಿ ಪರಸ್ಪರ ಸಂವಹನ ನಡೆಸುತ್ತವೆ, ಆದರೆ ಸಾಮಾನ್ಯವಾಗಿ ಜೀವ ಶಕ್ತಿಯು ಅಶುದ್ಧವಾಗಿದೆ. ಮನಸ್ಸಿನ ವಿಭಾಗವು ಒಂದು ಸಮಸ್ಯೆ ಅಲ್ಲ. ಮನಸ್ಸನ್ನು ಪ್ರವೇಶಿಸುವ ಜೀವ ಶಕ್ತಿಯು ಕಲ್ಮಶದ ನಿಜವಾದ ಕಾರಣವಾಗಿದೆ. ಪದೇ ಪದೇ ಬಳಸಲಾಗಿರುವ-ಕಲುಷಿತ-ಶಕ್ತಿಯನ್ನು ತೆಗೆದುಹಾಕುವ ಮೂಲಕ ಮತ್ತು ಸ್ವಚ್ಛವಾಗಿರುವ-ಇಂದ್ರಿಯಗಳ-ಶಕ್ತಿಯನ್ನು ಒಳತೆಗೆದುಕೊಳ್ಳುವ ಮೂಲಕ ಆ ಶಕ್ತಿಯ ಗುಣಮಟ್ಟವನ್ನು ಉತ್ತಮಗೊಳಿಸು."

"ಒಮ್ಮೆ ಸ್ವಚ್ಛವಾಗಿರುವ ಶಕ್ತಿಯನ್ನು ದೇಹದೊಳಗೆ ತೆಗೆದುಕೊಂಡರೆ, ಅದನ್ನು ಬುದ್ಧಿಶಕ್ತಿಗೆ ತೆಗೆದುಕೊಂಡು ಬಾ ಅಥವಾ ಬುದ್ಧಿಶಕ್ತಿಯನ್ನು ಅದರ ಬಳಿಗೆ ಕೊಂಡೊಯ್ಯಿ. ಸಮಾಧಿ ಪ್ರಜ್ಞೆಯಲ್ಲಿ, ಶುದ್ಧ ಪ್ರಕಾರದ ಜೀವ ಶಕ್ತಿಯನ್ನು ಬುದ್ಧಿಶಕ್ತಿಯ ಸಂಪರ್ಕಕ್ಕೆ ತರಲಾಗುತ್ತದೆ. ಆಗ ಐಹಿಕ ಅಸ್ತಿತ್ವದ ಹಳೆಯ ವಿಚಾರಗಳು ನಿಧಾನವಾಗಿ ಮಾಯವಾಗುತ್ತವೆ."

ಅವರು ಹೇಳಿದರು, "ಬೌದ್ಧಿಕ ದುರ್ಗುಣಗಳ ಮೇಲೆ ಶಕ್ತಿಯನ್ನು ವ್ಯರ್ಥ ಮಾಡುವುದನ್ನು ನಿಲ್ಲಿಸುವುದು ಅತ್ಯಗತ್ಯ. ವಿಪರೀತ ಓದು, ವಿಪರೀತ ಚಿಂತನೆ, ಹರಟೆಯಂಥ ಸಂಭಾಷಣೆಗಳು, ಹಾಗೂ ಮಾತಿನ ವಿವಿಧ ಯಾದೃಚ್ಛಿಕ ಅಭಿವ್ಯಕ್ತಿಗಳನ್ನು ಮುಂದುವರಿಸಲು ಜೀವ ಶಕ್ತಿಯು ಬುದ್ಧಿಶಕ್ತಿಯನ್ನು ಬಳಸುವುದನ್ನು ತಡೆ. ಇವು ಶಕ್ತಿಯನ್ನು ಬರಿದು ಮಾಡುತ್ತವೆ, ಮತ್ತು ಜೀವ ಶಕ್ತಿಯನ್ನು ದುರ್ಬಲವಾಗುವಂತೆ ಮಾಡುತ್ತವೆ."

ಜೀವ ಶಕ್ತಿಯ ವಿತರಣೆ

ಇಂದ್ರಿಯಜನ್ಯ ಅನುಭವಗಳಿಗಾಗಿ ಹುಡುಕುವುದು

ಇಂದ್ರಿಯಜನ್ಯ ಅನುಭವಗಳಿಗಾಗಿ ಸತತವಾಗಿ ಹುಡುಕುವುದನ್ನು ಬಿಟ್ಟುಬಿಡಬೇಕು. ಈ ಇಂದ್ರಿಯಜನ್ಯ ಅನುಭವಗಳಿಗಾಗಿ ಹುಡುಕುವುದು ದುರ್ಗುಣಗಳ ಹಾಗೂ ಭಾವೋದ್ವೇಗಗಳ ಬೆನ್ನಟ್ಟುವಿಕೆಯನ್ನು ಪ್ರೇರೇಪಿಸುತ್ತದೆ. ನಾವು ಏಕತಾನತೆಯ ಬಗ್ಗೆ, ಸ್ಥಿರವಾದ ಶಾಂತ ಪ್ರಜ್ಞೆಯ ಏಕತಾನತೆಯ ಬಗ್ಗೆಯೂ ಕೂಡ ತುಂಬಾ ಹೆದರುತ್ತೇವೆ. ನಾವು, ಬದಲಿಗೆ, ಇಂದ್ರಿಯಜನ್ಯ ಅನುಭವಗಳಿಗಾಗಿ ಹುಡುಕುತ್ತೇವೆ. ಇಂದ್ರಿಯಜನ್ಯ ಅನುಭವವು ಕೇವಲ ಚುರುಕುಗೊಂಡ ಜೀವ ಶಕ್ತಿಯಾಗಿದೆ. ಇಂದ್ರಿಯಜನ್ಯ ಅನುಭವವು ಸಂತೋಷವನ್ನು ಬೆನ್ನಟ್ಟುವ ಒಂದು ಕೆಳಮಟ್ಟದ ಮಾರ್ಗವಾಗಿದೆ.

ಅಧ್ಯಾಯ ೧೪

ಆಲೋಚನೆಯ ಏಕಾಗ್ರತೆ

ನೀವು ನಿಜವಾಗಿಯೂ ಎಷ್ಟು ಏಕಾಗ್ರತೆಯಿಲ್ಲದವರು ಎಂಬುದನ್ನು ತಿಳಿದುಕೊಳ್ಳಲು ಬಯಸಿದರೆ, ನೀವು ಆಲೋಚನೆಯ ಏಕಾಗ್ರತೆಯಲ್ಲಿ ಒಂದು ಅಭ್ಯಾಸಕ್ರಮವನ್ನು ತೆಗೆದುಕೊಳ್ಳಬಹುದು. ನಿಮ್ಮ ನೆರೆಹೊರೆಯಲ್ಲಿ ಯಾರೂ ಶಿಕ್ಷಕರು ಇಲ್ಲದಿರುವ ಕಾರಣ ನಿಮಗೆ ಇಂತಹ ಒಂದು ಅಭ್ಯಾಸಕ್ರಮವನ್ನು ತೆಗೆದುಕೊಳ್ಳಲು ಸಾಧ್ಯವಾಗದಿದ್ದರೆ, ಆಗ ಒಂದು ಆಲೋಚನೆಯ ಮೇಲೆ ಗಮನವನ್ನು ಕೇಂದ್ರೀಕರಿಸಲು ಪ್ರಯತ್ನಿಸಿ, ಮತ್ತು ಒಂದೇ ಒಂದು ಅವಧಿಯಲ್ಲಿ ನೀವು ಎಷ್ಟು ಬಾರಿ ವಿಚಲಿತರಾಗುತ್ತೀರಿ ಎಂಬುದನ್ನು ಎಚ್ಚರಿಕೆಯಿಂದ ಎಣಿಸಿ. ಒಂದು ನಿಮಿಷದಲ್ಲಿ ೬೦ ಸೆಕೆಂಡುಗಳು ಇರುತ್ತವೆ. ಆದರೂ, ಆ ಅವಧಿಯಲ್ಲಿ, ನಿಮ್ಮ ಗಮನವು ಆಯ್ಕೆಮಾಡಿದ ಆಲೋಚನೆಯಿಂದ ಅಥವಾ ಕೇಂದ್ರಬಿಂದುವಿನಿಂದ ಎಷ್ಟು ಕದಲಿತು ಅಥವಾ ಚಂಚಲವಾಯಿತು?

ನಾನು ವರ್ಷಗಳ ಕಾಲ ಧ್ಯಾನವನ್ನು ಅಭ್ಯಾಸ ಮಾಡಿದ್ದೇನೆ. ಈ ಪುಸ್ತಕಗಳು ಸೂಚಿಸುವಂತೆ ನನಗೆ ಕೆಲವಷ್ಟು ಪರಿಣತಿಯಿದೆ. ಆದರೂ ನಾನು ಧ್ಯಾನದಲ್ಲಿ ಗಮನದ ಏಕಾಗ್ರತೆಯನ್ನು ಕಳೆದುಕೊಳ್ಳುತ್ತೇನೆ.

ಏಕಾಗ್ರತೆಯಿಲ್ಲದವರು?

ನಾನು ಯಾರಿಗೆ ಅವಮಾನಿಸಲು ಉದ್ದೇಶಿಸುತ್ತೇನೆ? ಖಂಡಿತವಾಗಿ ನನ್ನನ್ನಲ್ಲದೆ ಬೇರಾರನ್ನೂ ಅಲ್ಲ. ವರ್ಷಗಳ ಅಭ್ಯಾಸದ ನಂತರ ಯಾವುದೇ ಪ್ರಾಮುಖ್ಯತೆಯನ್ನು ಹೊಂದಿಲ್ಲದ ಒಂದು ಸಣ್ಣ ಆಲೋಚನೆಯು ಏಕಾಗ್ರತೆಯ ವಸ್ತುವಿನಿಂದ ನನ್ನನ್ನು ಕದಲಿಸಿತು. ಯಾರೋ ಕೇಳಿದರು: "ಏಕಾಗ್ರತೆಯ ವಸ್ತು ಯಾವುದಾಗಿತ್ತು?" ನಾನು ಉತ್ತರಿಸಿದೆ, "ಏಕಾಗ್ರತೆಯ ವಿಷಯದಲ್ಲಿ ಆಯ್ಕೆ ಮಾಡಿದ ವಸ್ತು, ಆಧ್ಯಾತ್ಮಿಕವಾಗಲಿ ಅಥವಾ ಭೌತಿಕವಾಗಲಿ, ಕಡಿಮೆ ಪ್ರಾಮುಖ್ಯತೆಯನ್ನು ಹೊಂದಿದೆ. ಆಲೋಚನೆಗಳು ತಲುಪಲಾಗದ ಒಂದು ಮಟ್ಟವನ್ನು ಒಬ್ಬ ವ್ಯಕ್ತಿಯು ತಲುಪುವವರೆಗೆ ಆತನ ಮನಸ್ಸು ಚಂಚಲಿಸುತ್ತದೆ."

ಏಕೆ ಎಂಬುದು ಇಲ್ಲಿದೆ: ಪ್ರಸ್ತುತ ಸಮಯದಲ್ಲಿ, ಭೌತಿಕ, ಸೂಕ್ಷ್ಮ ಹಾಗೂ ಕಾರಣಾತ್ಮಕ ರೂಪಗಳಲ್ಲಿ ಆತ್ಮವು ಒಂದು ಅಥವಾ ಎರಡು ಗಟ್ಟಿಯಾಗಿ ಹಿಡಿದುಕೊಳ್ಳುವ ಉಪಕರಣಗಳ ಮೂಲಕ, ಅರ್ಥಾತ್ ಬುದ್ಧಿಶಕ್ತಿ ಹಾಗೂ ಜೀವ ಶಕ್ತಿಯ ಮೂಲಕ ಗಮನದ ವಸ್ತುವನ್ನು ಗಟ್ಟಿಯಾಗಿ ಹಿಡಿದುಕೊಳ್ಳುತ್ತದೆ. ಇವೆರಡರಲ್ಲಿ ಯಾವುದಾದರೊಂದು ಆಲೋಚನೆಗಳಿಂದ ಪ್ರಭಾವಿತವಾಗಬಹುದು. ಇವುಗಳನ್ನು ಆಲೋಚನೆಯ ಗ್ರಹಿಕೆಯ ಆಚೆಗಿನ ಒಂದು ಮಟ್ಟಕ್ಕೆ ವರ್ಗಾಯಿಸಲ್ಪಟ್ಟಾಗ ಮಾತ್ರ ಇವುಗಳು ಆಲೋಚನೆಗಳಿಂದ ಪ್ರಭಾವಿತವಾಗುವುದಿಲ್ಲ.

ಆಲೋಚನೆಗೆ ಸುಲಭವಾಗಿ ಪ್ರಭಾವಿತವಾಗುವುದು

ಆಲೋಚನೆಗಳನ್ನು ನಿಯಂತ್ರಣಕ್ಕೆ ತೆಗೆದುಕೊಳ್ಳುವುದಕ್ಕೆ ಒಬ್ಬ ವ್ಯಕ್ತಿಯು ಆಲೋಚನೆಗೆ ಸುಲಭವಾಗಿ ಪ್ರಭಾವಿತನಾಗುವುದನ್ನು ತೆಗೆದುಹಾಕಲು ಶ್ರಮಿಸಬೇಕು. ಇದರರ್ಥ, ಆಲೋಚನೆಗೆ

ಹಾಗೂ ಆಲೋಚನೆಯ ಸ್ವೀಕೃತಿಗೆ ಹಠಾತ್ ಪ್ರವೃತ್ತಿಯ ಸಂವೇದನತ್ವವನ್ನು ತೆಗೆದುಹಾಕುವುದು ಎಂದಾಗಿದೆ. ಆಲೋಚನೆಯಲ್ಲಿ ವ್ಯಯ ಮಾಡಲಾದ ಅತೀಂದ್ರಿಯ ಶಕ್ತಿಯ ಪ್ರಮಾಣವನ್ನು ನಾವು ಅರಿತುಕೊಳ್ಳುವುದಿಲ್ಲ. ಇದನ್ನು ಹೇಗೆ ಕಡಿಮೆ ಮಾಡಬಹುದು? ನಿರರ್ಥಕವಾದ ಅತಿರೇಕದ ಕಲ್ಪನೆಗಳಲ್ಲಿ ನಾವು ಕ್ಷಣ ಕ್ಷಣಕ್ಕೆ ವ್ಯಯ ಮಾಡುವ ಆ ಅತೀಂದ್ರಿಯ ಶಕ್ತಿಯ ಪ್ರಯೋಜನವೇನು?

ನನ್ನ ಸ್ನೇಹಿತನೊಬ್ಬನು ತನ್ನ ಆಲೋಚನೆಗಳಿಗಾಗಲಿ ಅಥವಾ ಬೇರೆಯವರ ಆಲೋಚನೆಗಳಿಗಾಗಲಿ ಎಷ್ಟು ಸುಲಭವಾಗಿ ಪ್ರಭಾವಿತನಾಗುತ್ತಿದ್ದನು ಎಂದರೆ ಆತನು ಅತಿರೇಕದ ಕಲ್ಪನೆಯ ಆಲೋಚನೆಯ ಬಗ್ಗೆ ನಿರಂತರವಾದ ಆತಂಕದ ಸ್ಥಿತಿಯಲ್ಲಿ ಇರುತ್ತಿದ್ದನು. ಆತನು ಪ್ರತಿ ಆಲೋಚನೆಯನ್ನು ವಿಶ್ಲೇಷಿಸಲು ಪ್ರಯತ್ನಿಸುತ್ತಿದ್ದನು ಮತ್ತು ಯಾವುದೇ ಪ್ರಾಯೋಗಿಕ ಅನ್ವಯ ಇಲ್ಲದಿದ್ದ ಆಲೋಚನೆಗಳನ್ನು ಅರ್ಥ ಮಾಡಿಕೊಳ್ಳಲು ಪ್ರಯತ್ನಿಸುತ್ತಿದ್ದನು. ಆದರೂ ಆತನು ಮನಸ್ಸಿನೊಳಗೆ ತನ್ನನ್ನು ಆನಂದಿಸುತ್ತೇನೆ ಎಂದು ಹೇಳಿಕೊಳ್ಳುತ್ತಿದ್ದನು. ಆತನು ವಾಸ್ತವವಾಗಿ, ತನ್ನನ್ನು ನಿರಂತರವಾಗಿ ಆಯಾಸಗೊಳಿಸುತ್ತಿದ್ದನು. ಆತನು ಬುದ್ಧಿಶಕ್ತಿಗೆ ಹಾನಿ ಮಾಡಿ ಅದನ್ನು ವಿಕಾರಗೊಳಿಸಿದನು.

ಮಿದುಳು ಸ್ಥೂಲ ರೂಪದ ಒಂದು ನಿರ್ದಿಷ್ಟ ಸೀಮಿತ ಭಾಗವಾಗಿರುವಂತೆಯೇ, ಬುದ್ಧಿಶಕ್ತಿಯು ವಾಸ್ತವವಾಗಿ ಸೂಕ್ಷ್ಮ ದೇಹದ ಒಂದು ಅಂಗವಾಗಿದೆ ಎಂಬುದನ್ನು ನಾವು ಸಾಮಾನ್ಯವಾಗಿ ಅರಿತುಕೊಳ್ಳುವುದಿಲ್ಲ. ನಾನು ಮಹಾನ್ ಯೋಗಿ ಯೋಗೇಶ್ವರನಂದ ಯೋಗಿರಾಜ್ ಅವರ ಕೃಪೆಯಿಂದ ದೃಷ್ಟಿಗೋಚರವಾಗಿ ನನ್ನ ಬುದ್ಧಿಶಕ್ತಿಯನ್ನು ನೋಡಿದಾಗ ನಾನು ಇದನ್ನು ಅರಿತುಕೊಂಡೆ. ಅದು ಅಪಾರದರ್ಶಕ ವರ್ಣದ ಬಿಳಿಯಾಗಿತ್ತು, ಆದರೆ ಹೊಳೆಯುತ್ತಿತ್ತು. ಅದು ಒಂದು ಲೋಳೆ ಮೀನಿನಂತೆ ಒಂದು ಸೂಕ್ಷ್ಮ ಅಂಟಿಕೊಳ್ಳುವ ಸಮುದ್ರ ಜೀವಿಯ ರೂಪವನ್ನು ಹೊಂದಿತ್ತು.

ಈ ಬುದ್ಧಿಶಕ್ತಿಯು ಸಾಂಸ್ಕೃತಿಕವಾಗಿ ಮತ್ತು ಜನಾಂಗೀಯವಾಗಿ ಪಕ್ಷಪಾತಿಯಾಗಿದೆ. ನಮಗೆ ಅದರ ಪೂರ್ವಗ್ರಹಗಳನ್ನು ತೆಗೆದುಹಾಕಲು ಸಾಧ್ಯವಾಗುವವರೆಗೆ, ನಾವು ಮನಸ್ಸಿನ ಹಾಗೂ ಆಲೋಚನೆಯ ನಿಯಂತ್ರಣದಲ್ಲಿ ಪ್ರಗತಿಯನ್ನು ಸಾಧಿಸುವುದು ಸಾಧ್ಯವಿಲ್ಲ. ಬುದ್ಧಿಶಕ್ತಿಯು ಧ್ರುವೀಕರಣಗೊಂಡಿರುವುದರಿಂದ, ಅದು ತನಗೆ ಇಷ್ಟವಾಗುವುದನ್ನು ಹೇಗೆ ಸಾಧಿಸುವುದು ಮತ್ತು ತನಗೆ ಇಷ್ಟವಾಗದಿರುವುದನ್ನು ಹೇಗೆ ತಪ್ಪಿಸುವುದು ಎಂಬುದನ್ನು ಲೆಕ್ಕಹಾಕುತ್ತದೆ. ಈ ಕಾರ್ಯಾಚರಣೆಗಳು ಅದನ್ನು ನಿರಂತರ ಆತಂಕದಲ್ಲಿರುವಂತೆ ಮಾಡುತ್ತವೆ. ಅದು ಪ್ರತಿಕೂಲವಾದ ಅಂಶಗಳಿಂದ ತಪ್ಪಿಸಿಕೊಳ್ಳಲು ಪ್ರಯತ್ನಿಸುತ್ತಾ ಹಾಗೂ ಹೆಚ್ಚು ಅಪೇಕ್ಷಣೀಯವಾದ ಅಂಶಗಳನ್ನು ಚಿರಂತನಗೊಳಿಸಲು ಪ್ರಯತ್ನಿಸುತ್ತಾ ಒಂದು ಜ್ಞಾನೇಂದ್ರಿಯದಿಂದ ಇನ್ನೊಂದಕ್ಕೆ ವೇಗವಾಗಿ ಚಲಿಸುತ್ತದೆ.

ಬುದ್ಧಿಶಕ್ತಿಯು ಸಹಜ ಪ್ರವೃತ್ತಿಯಿಂದ ಅದರ ಸಂಪರ್ಕಕ್ಕೆ ಬರುವ ಎಲ್ಲವನ್ನೂ ವಿಶ್ಲೇಷಿಸುವುದರಿಂದ ಅದನ್ನು ನಂಬುವುದು ಸಾಧ್ಯವಿಲ್ಲ. ಇದರ ಜೊತೆಗೆ ಅದು ಕುರುಡಾಗಿ, ಉಳಿಯುವಿಕೆಗಾಗಿ ಸಹಜ ಪ್ರವೃತ್ತಿಗಳಿಗೆ ಸೇವೆ ಮಾಡುತ್ತದೆ.

ಎರಡು ಶಕ್ತಿಗಳು, ಬುದ್ಧಿಶಕ್ತಿ ಹಾಗೂ ಜೀವ ಶಕ್ತಿಯು, ಅತೀಂದ್ರಿಯ ಶಕ್ತಿಯ ಪ್ರತಿ ತುಣುಕನ್ನು ಬರಿದು ಮಾಡಲು ಕೆಲಸ ಮಾಡುತ್ತವೆ, ಆದರೆ ಈ ಸ್ವಯಂಚಾಲಿತ ಕಾರ್ಯಾಚರಣೆ ಅತೃಪ್ತಿಕರ. ನಾವು ಈ ಐಹಿಕ ಅಸ್ತಿತ್ವದ ಪ್ರತಿ ಅಂಶವನ್ನು ಅಥವಾ ಪರಲೋಕದ ಸೂಕ್ಷ್ಮ ಅಸ್ತಿತ್ವದ ಪ್ರತಿ ಅಂಶವನ್ನು ಆನಂದಿಸಲು ಪ್ರಯತ್ನಿಸುವವರೆಗೆ, ನಾವು

ನಮ್ಮ ಮತ್ತು ಬುದ್ಧಿಶಕ್ತಿಯ, ಜೀವ ಶಕ್ತಿಯ ಹಾಗೂ ಇಂದ್ರಿಯಗಳ ನಡುವಿನ ಸಂಬಂಧವನ್ನು ಅರ್ಥಮಾಡಿಕೊಳ್ಳಲು ಸಾಧ್ಯವಿಲ್ಲ.

ನನ್ನ ಸಲಹೆ ಇದಾಗಿದೆ: ವಿಶ್ಲೇಷಣೆಯಿಂದ ಬುದ್ಧಿಶಕ್ತಿಯು ಆತ್ಮದ ಮೇಲೆ ಪ್ರಭಾವ ಬೀರಲು ಹೆಚ್ಚಿನ ಶಕ್ತಿಯನ್ನು ಬೆಳೆಸಿಕೊಳ್ಳುತ್ತದೆ. ಅದು ಒಳ ಮತ್ತು ಹೊರ ಪ್ರಪಂಚದ ಶೋಷಣೆಗಾಗಿ ಇಂದ್ರಿಯಗಳೊಂದಿಗೆ ಆ ಹೆಚ್ಚಿನ ಶಕ್ತಿಯನ್ನು ಹಂಚಿಕೊಳ್ಳುತ್ತದೆ, ಆದರೆ ಅದು ಆತ್ಮದ ವೆಚ್ಚದಲ್ಲಿ ಹೀಗೆ ಮಾಡುತ್ತದೆ. ಬುದ್ಧಿಶಕ್ತಿಯ ವಿಶ್ಲೇಷಣೆಯನ್ನು ಮಿತಿಯಲ್ಲಿಡುವ ಮೂಲಕ ಅದನ್ನು ನಿಗ್ರಹಿಸಿ. ಬುದ್ಧಿಶಕ್ತಿಗೆ ಅದರ ಸಂಪರ್ಕಕ್ಕೆ ಬರುವ ಎಲ್ಲವನ್ನೂ ವಿಶ್ಲೇಷಿಸಲು ಬಿಡಬೇಡಿ. ಆಧ್ಯಾತ್ಮಿಕ ಪ್ರಗತಿಯನ್ನು ನೀಡುವ ವಿಷಯಗಳಿಗೆ ವಿಶ್ಲೇಷಣೆಯನ್ನು ಸೀಮಿತಗೊಳಿಸಿ.

ಮಿನುಗುವ ಬುದ್ಧಿಶಕ್ತಿ

ಯೋಗೇಶ್ವರನಂದ ಯೋಗಿರಾಜ್ ಅವರು ನನಗೆ ಮಿನುಗುವ ಬುದ್ಧಿಶಕ್ತಿಯನ್ನು ತೋರಿಸಿದರು. ನಾನು ಲಲಾಟ ಚಕ್ರವು ಒಂದು ಪ್ರತ್ಯೇಕ ಬೆಳಕು ಎಂದು ಯೋಚಿಸುತ್ತಿದ್ದೆ, ಆದರೆ ಅವರು ಅದನ್ನು ಮಿನುಗುವ ಬುದ್ಧಿಶಕ್ತಿಯ ಒಂದು ಭಾಗವೆಂದು ತೋರಿಸಿದರು.

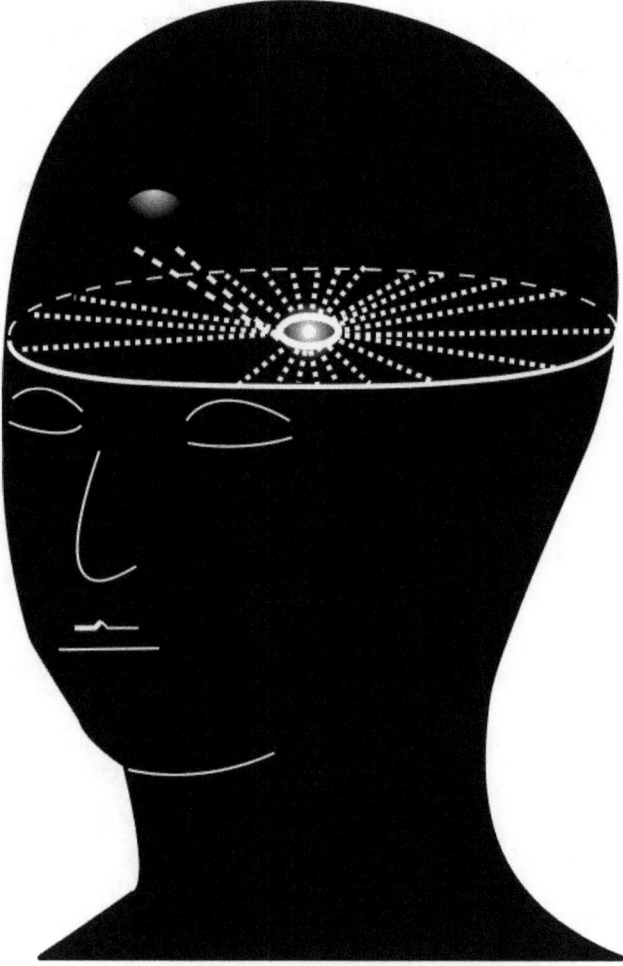

ಬುದ್ಧಿಶಕ್ತಿಯು ಹಣೆಯಲ್ಲಿ ಮಿನುಗಿದಾಗ ಅದನ್ನು ಲಲಾಟ ಚಕ್ರದಂತೆ ಅನುಭವಿಸಲಾಗುತ್ತದೆ, ಮತ್ತು ಅದು ಪ್ರಕಾಶಮಾನವಾದ ಬಿಳಿಯ ಹೊಳಪಿನಿಂದ ಆಗೊಮ್ಮೆ ಈಗೊಮ್ಮೆ ಮಿನುಗುವ ಒಂದು ಗಣಿಗಾರರ ದೀಪದಂತೆ ಇರುತ್ತದೆ.

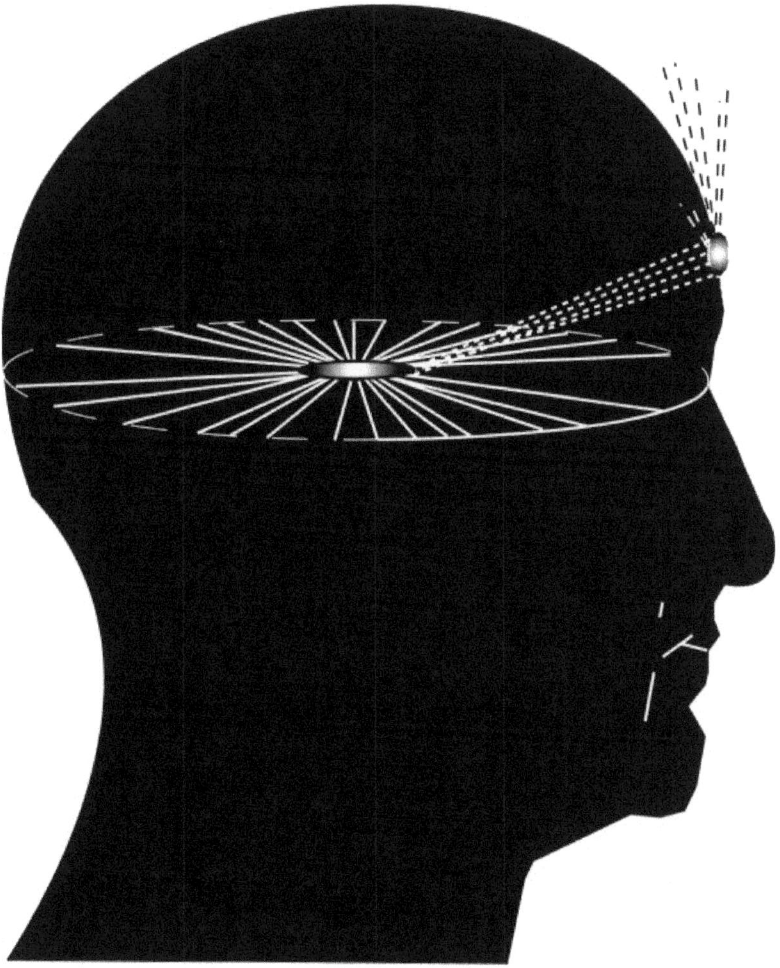

ಬುದ್ಧಿಶಕ್ತಿಯು ಆಸ್ಟ್ರಲ್ ಮೆದುಳಿನಲ್ಲಿ ಇಂದ್ರಿಯಜನ್ಯ ಅನುಭವಗಳನ್ನು ಪತ್ತೆ ಹಚ್ಚಲು ಮಿನುಗುತ್ತದೆ. ಪ್ರತಿ ಐದು ಇಂದ್ರಿಯಗಳಿಗೆ ಕರೆದೊಯ್ಯುವ ಐದು ಪತ್ತೆಹಚ್ಚುವ ಬಿಂದುಗಳಿಂದ ಇಂದ್ರಿಯಜನ್ಯ ಅನುಭವಗಳು ಹೊರಸೂಸಲ್ಪಡುತ್ತವೆ.

ಆಸ್ಟ್ರಲ್ ಮೆದುಳಿನ ಹಾಗೂ ಇಂದ್ರಿಯ ಬಾನುಂಡೆಗಳ (sensual orbs) ಸೀಳು ನೋಟ.

ಈ ಬಾನುಂಡೆಗಳು ಬಯಸಿದ, ನಿರೀಕ್ಷಿಸಿದ, ಹಾಗೂ ಗ್ರಹಿಸಿದ ಇಂದ್ರಿಯ ವಸ್ತುಗಳಿಂದ ನಿರ್ಧರಿಸಲ್ಪಡುವಂತೆ ಯಾದೃಚ್ಛಿಕ ಶೈಲಿಯಲ್ಲಿ ಪರಿಭ್ರಮಿಸುತ್ತವೆ.

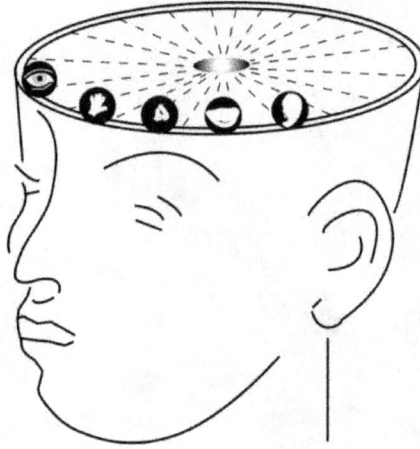

ಮೆದುಳಿನ ಇಂದ್ರಿಯ ನಿಯಂತ್ರಣ ಪ್ರದೇಶಗಳು

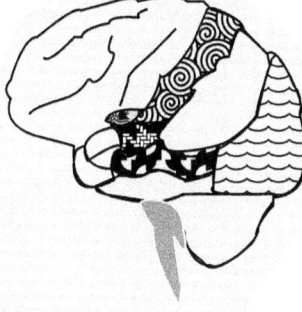

ಬುದ್ಧಿಶಕ್ತಿಯನ್ನು ಒಂಟಿಯಾಗಿ ಬಿಟ್ಟರೆ, ಮತ್ತು ನಮ್ಮಲ್ಲಿ ಬಹುತೇಕರಲ್ಲಿ ಅದನ್ನು ಒಂಟಿಯಾಗಿ ಬಿಡಲಾಗಿರುವುದರಿಂದ, ಅದು ಆಲೋಚನೆಗಳನ್ನು ಹಾಗೂ ಅನಿಸಿಕೆಗಳನ್ನು ಗ್ರಹಿಸುತ್ತಾ ಮತ್ತು ಅರ್ಥೈಸುತ್ತಾ ಬಹು ವೇಗವಾಗಿ, ಸ್ವತಂತ್ರವಾಗಿ ಸುತ್ತುತ್ತದೆ. ಅದು ಒಂದು ನಿರ್ದಿಷ್ಟ ಅನಿಸಿಕೆಯನ್ನು ಶೋಷಣೆಗೆ ಯೋಗ್ಯವೆಂದು ಕಂಡುಕೊಂಡರೆ, ಅದು ಅನಿಸಿಕೆಯನ್ನು ರವಾನಿಸಿದ ಸಂವೇದಕದ ಬಳಿ ಸುಳಿದಾಡುತ್ತದೆ. ಮತ್ತೊಂದು ಭಾವೋದ್ವೇಗವನ್ನು ಗ್ರಹಿಸಿದ ಕೂಡಲೇ, ಅದು ಅದನ್ನು ಹೀರಿಕೊಳ್ಳಲು ವೇಗವಾಗಿ ತಿರುಗುತ್ತದೆ. ಇದು ವಿವೇಚನೆ ಇಲ್ಲದೆ ಸ್ವಯಂಚಾಲಿತವಾಗಿ ಸಂಭವಿಸುತ್ತದೆ. ಇದು ಬುದ್ಧಿಶಕ್ತಿಯು ಅನೇಕ, ಅನೇಕ ಜೀವಿತಾವಧಿಗಳಲ್ಲಿ ಪಡೆದುಕೊಂಡ ಪೂರ್ವಗ್ರಹಗಳ ಮೇಲೆ ಆಧರಿಸಿದೆ.

ನಾವು ಪದೇ ಪದೇ ಸ್ಥೂಲ ದೇಹಗಳನ್ನು ಬದಲಾಯಿಸಿದರೂ ಕೂಡ, ನಾವು ಬುದ್ಧಿಶಕ್ತಿಯಂತಹ ಅದೇ ಸೂಕ್ಷ್ಮ ಅಂಗಗಳೊಂದಿಗೆ ಅದೇ ಸೂಕ್ಷ್ಮ ಸ್ವರೂಪವನ್ನು ಇಟ್ಟುಕೊಳ್ಳುತ್ತೇವೆ. ಸೂಕ್ಷ್ಮ ರೂಪವು ಬೇರೂರಿದ ಪ್ರವೃತ್ತಿಗಳ ಮೇಲೆ ಆಧರಿಸಿದ ಅನೇಕ ಪೂರ್ವಗ್ರಹಗಳನ್ನು ಪಡೆದುಕೊಂಡಿದೆ.

ಬುದ್ಧಿಶಕ್ತಿಯು ಅನೈಚ್ಛಿಕ ನರಗಳ ಮೂಲಕ ದೇಹದಲ್ಲಿ ಕಾರ್ಯನಿರ್ವಹಿಸುವ ಜೀವ ಶಕ್ತಿಗೆ ಕೂಡ ಸೂಕ್ಷ್ಮ ಸಂವೇದಿಯಾಗಿದೆ. ಯಾವುದೇ ಸಮಯದಲ್ಲಿ ಜೀವ ಶಕ್ತಿಯು ಅದನ್ನು ಪ್ರೇರೇಪಿಸಿದರೆ ಅಥವಾ ಅದಕ್ಕೆ ಒಂದು ಸಂಕೇತವನ್ನು ಕಳುಹಿಸಿದರೆ, ಬುದ್ಧಿಶಕ್ತಿಯು ಕರ್ತವ್ಯನಿಷ್ಠ ಸೇವಕನಂತೆ ತಕ್ಷಣವೇ ಪ್ರತಿಕ್ರಿಯಿಸುತ್ತದೆ. ಈ ರೀತಿಯಲ್ಲಿ ಬುದ್ಧಿಶಕ್ತಿಯು ಒಂದು ಅಪರಾಧ-ಪೀಡಿತ ನಗರದಲ್ಲಿರುವ ಪೊಲೀಸ್ ಇಲಾಖೆಯಂತೆ ಕಾರ್ಯನಿರತವಾಗಿರುತ್ತದೆ. ಇವೆಲ್ಲವೂ ಆತಂಕ ಉಂಟುಮಾಡುವ ವಿಷಯದಲ್ಲಿ ನಮಗೆ ಹಾನಿಯುಂಟಾಗುವಂತೆ ನಡೆಯುತ್ತದೆ. ಬುದ್ಧಿಶಕ್ತಿಯ ಈ ಸ್ವಯಂಚಾಲಿತ ಪ್ರತಿಕ್ರಿಯೆಯು ನಮ್ಮನ್ನು ನಿರಂತರವಾಗಿ ಬಳಲಿಸುತ್ತದೆ. ಎಲ್ಲಕ್ಕಿಂತ ಹೆಚ್ಚಾಗಿ ಅದು ನಮ್ಮನ್ನು ಆಧ್ಯಾತ್ಮಿಕ ಉದ್ದೇಶಗಳಿಂದ ದಾರಿ ತಪ್ಪಿಸುತ್ತದೆ. ಒಂದು ಶ್ಲೋಕ ಮನಸ್ಸಿಗೆ ಬರುತ್ತದೆ:

- *ನಾಲಿಗೆ ಒಂದು ಬೆನ್ನಟ್ಟುವಿಕೆಗೆ ವ್ಯಕ್ತಿಯನ್ನು ಆಕರ್ಷಿಸುತ್ತದೆ ಮತ್ತು ಬಾಯಾರಿಕೆ ಇನ್ನೊಂದಕ್ಕೆ. ಲೈಂಗಿಕ ಉದ್ವೇಗ ಆತನನ್ನು ಬೇರೆಲ್ಲೋ ಸೆಳೆಯುತ್ತದೆ, ಮತ್ತು ಸ್ಪರ್ಶಿಸುವ ಉದ್ವೇಗ, ಹೊಟ್ಟೆ ಮತ್ತು ಕಿವಿಗಳು ಇತರ ವೈಶಿಷ್ಟ್ಯಗಳಿಗೆ ಸೆಳೆಯುತ್ತವೆ. ಗೃಹಸ್ಥನ ಮನಸ್ಸನ್ನು ಬೇರೆಡೆಗೆ ಸೆಳೆಯುವ ಅನೇಕ ಪತ್ನಿಯರಂತೆ ವಾಸನೆಯ ಇಂದ್ರಿಯ ಮತ್ತೊಂದು ಉದ್ದೇಶಕ್ಕೆ ಆತನನ್ನು ಆಕರ್ಷಿಸುತ್ತದೆ, ಅಲೆದಾಡುವ ಕಣ್ಣುಗಳು ಬೇರೆಡೆಗೆ, ಮತ್ತು ಕೆಲಸದ ಪ್ರವೃತ್ತಿಯು ಮತ್ತೊಂದು ಅಂಶಕ್ಕೆ. (ಉದ್ಧವ ಗೀತಾ ೪.೨೭) (ಶ್ರೀಮದ್ ಭಾಗವತಂ ೧೧.೯.೨೭)*

ಕೇವಲ ಸ್ವಭಾವ ಲಕ್ಷಣಗಳನ್ನು ಸುಧಾರಿಸಲು ಪ್ರಯತ್ನಿಸುವುದರಿಂದ ಬುದ್ಧಿಶಕ್ತಿಯನ್ನು ಸ್ವಲ್ಪಮಟ್ಟಿಗೆ ನಿಗ್ರಹಿಸಬಹುದು, ಆದರೆ ಸಂಪೂರ್ಣ ನಿಯಂತ್ರಣವು ಆ ರೀತಿಯಲ್ಲಿ ದೊರಕುವುದಿಲ್ಲ. ಸೂಕ್ಷ್ಮ ಅಂಗಗಳನ್ನು ಸುತ್ತುವುದಕ್ಕೆ ಬಳಸಲಾಗುವ ಶಕ್ತಿಯ ಶುದ್ಧತೆಯನ್ನು ಒಬ್ಬ ವ್ಯಕ್ತಿಯು ಹೆಚ್ಚಿಸಬೇಕು. ಇದನ್ನು ಸೂಕ್ಷ್ಮ ದೇಹವನ್ನು ಚೈತನ್ಯಗೊಳಿಸುವ ಮೂಲಕ ಮಾತ್ರ ಮಾಡಬಹುದು. ನೈತಿಕ ನಿಯಮಗಳಿಗನುಸಾರವಾಗಿ ಬಾಳಲು ಶ್ರಮಿಸುವುದಕ್ಕೆ ಸಂಬಂಧಿಸಿದಂತೆ ನಡತೆ ಸುಧಾರಣೆಯು ಆತನನ್ನು ಒಂದು ನಿರ್ದಿಷ್ಟ ಸೀಮಿತ ಹಂತದವರೆಗೆ ಮಾತ್ರ ಕರೆದುಕೊಂಡು ಹೋಗಬಹುದು.

ಯೋಗ ಪ್ರಕ್ರಿಯೆ

ಇನ್ನೊಬ್ಬ ವ್ಯಕ್ತಿಯ ಪತ್ನಿಯ ಮೇಲೆ ಕಾಮಾತುರನಾಗದಿರುವುದು ಅಥವಾ ಇನ್ನೊಬ್ಬ ಮಹಿಳೆಯ ಪತಿಯ ಮೇಲೆ ಕಾಮಾತುರಳಾಗದಿರುವುದು, ಕದಿಯದಿರುವುದು, ಸತ್ಯ ಹೇಳುವುದು, ಅಥವಾ ಸಾಮಾಜಿಕ ನಡವಳಿಕೆಯ ಇತರ ನಿಯಮಗಳು ಎಂಬಂತಹ ನೈತಿಕ ನಿರ್ಬಂಧಗಳು ಯಮ ವರ್ಗದಲ್ಲಿ ಬರುತ್ತವೆ. ಇಂತಹ ನಿಯಮಗಳು ಧಾರ್ಮಿಕ ಜೀವನದ ಅಡಿಪಾಯವೆಂದು ಪರಿಗಣಿಸಲಾದರೂ ಕೂಡ ಇವು ಈ ಅಭ್ಯಾಸದಲ್ಲಿ ಕೇವಲ ಮೊದಲ ಹೆಜ್ಜೆಯಾಗಿವೆ.

ಯೋಗವು, ಆಸನ ಭಂಗಿಗಳು ಹಾಗೂ ಸೂಕ್ಷ್ಮ ದೇಹದ ಶುದ್ಧೀಕರಣವನ್ನು ಉಂಟುಮಾಡುವ ವಿಶಿಷ್ಟ ಕ್ರಿಯಾ ಕ್ರಿಯೆಗಳು ಎಂಬರ್ಥಕ್ಕೆ ಬಂದಿದೆ, ಆದರೆ ವಿಶಾಲವಾದ, ಹೆಚ್ಚು ಸಂಪೂರ್ಣವಾದ ಯೋಗ ವ್ಯಾಖ್ಯಾನವು ಎಂಟು ಕಾರ್ಯವಿಧಾನಗಳನ್ನು ಒಳಗೊಂಡಿದೆ: ಯಮ, ನಿಯಮ, ಆಸನ, ಪ್ರಾಣಾಯಾಮ, ಪ್ರತ್ಯಾಹಾರ, ಧಾರಣ, ಧ್ಯಾನ, ಮತ್ತು ಸಮಾಧಿ. ಇವು ಒಟ್ಟಿಗೆ ಸಂಪೂರ್ಣ ಪ್ರಕ್ರಿಯೆಯಾಗಿದೆ.

ಆಸನ ಭಂಗಿಗಳು ಯೋಗ ಎಂಬರ್ಥಕ್ಕೆ ಬಂದಿದೆ, ಏಕೆಂದರೆ ಆಸನ ಇಲ್ಲದೆ ಒಬ್ಬ ವ್ಯಕ್ತಿಯು ಯಮ ಮತ್ತು ನಿಯಮಗಳ ಅತ್ಯಂತ ಮೂಲಭೂತ ಪ್ರಯತ್ನವನ್ನು ಮೀರಿ ಮುಂದೆ ಹೋಗಲು ಸಾಧ್ಯವಿಲ್ಲ. ಯಮ ಮತ್ತು ನಿಯಮವು ಆರಂಭವಾಗಿವೆ, ಮತ್ತು ಬಹುತೇಕ ಎಲ್ಲಾ ಅನ್ವೇಷಕರು ಈ ಎರಡು ಪ್ರಕ್ರಿಯೆಗಳನ್ನು ಅನುಸರಿಸಲು ಒಪ್ಪುತ್ತಾರೆ, ಆದರೆ ಕೆಲವೇ ಕೆಲವರು ಇವನ್ನು ಮೀರಿ ಮುಂದೆ ಹೋಗುತ್ತಾರೆ. ಗತ ಜೀವನಗಳಲ್ಲಿ ಪ್ರಾಥಮಿಕ ಯೋಗವನ್ನು ಮಾಡಿದ್ದೇವೆ ಎಂಬ ನೆಪದಲ್ಲಿ ಕೆಲವು ಇತರರು ಆಸನ ಭಂಗಿಗಳನ್ನು ಹಾಗೂ ಪ್ರಾಣಾಯಾಮವನ್ನು ತಪ್ಪಿಸುತ್ತಾರೆ. ಅವರು ಈ ತಪಶ್ಚರ್ಯಗಳನ್ನು ಅನಗತ್ಯವೆಂದು ಭಾವಿಸುತ್ತಾರೆ. ಇಂತಹ ನೆಪಗಳು ಕೇವಲ ಸೋಮಾರಿತನದ ಅಭಿವ್ಯಕ್ತಿಯಾಗಿವೆ, ಏಕೆಂದರೆ ಪ್ರಸ್ತುತ ಜೀವನದಲ್ಲಿ ಸೂಕ್ಷ್ಮ ದೇಹವು ಮರು–ಕಲುಷಿತಗೊಂಡಿರುತ್ತದೆ, ಮತ್ತು ಅದನ್ನು ಆಸನ ಮತ್ತು ಪ್ರಾಣಾಯಾಮ ಇಲ್ಲದೆ ಕೇವಲ ಭಾಗಶಃ ಶುದ್ಧೀಕರಿಸಬಹುದು.

ಯಮ ಅಥವಾ ನೈತಿಕ ನಿಯಮಗಳ ಒಂದು ಸಾಮಾನ್ಯ ಪಟ್ಟಿ ಇಲ್ಲಿದೆ: ಅಹಿಂಸೆ, ಅಸತ್ಯತೆ ಇಲ್ಲದಿರುವುದು, ಕದಿಯದಿರುವುದು, ಅನಗತ್ಯ ಮೋಹ ಇಲ್ಲದಿರುವುದು, ಅನೈತಿಕ ಕೃತ್ಯಗಳಲ್ಲಿ ಗರ್ವ ಇಲ್ಲದಿರುವುದು, ಅತಿಯಾದ ಸ್ವಾಮ್ಯಪ್ರವೃತ್ತಿ ಇಲ್ಲದಿರುವುದು, ದೇವರಲ್ಲಿ ನಂಬಿಕೆಯ ಕೊರತೆ ಇಲ್ಲದಿರುವುದು, ಅಕ್ರಮ ಲೈಂಗಿಕ ಇಚ್ಛಾಪೂರೈಕೆ ಇಲ್ಲದಿರುವುದು, ಆಧ್ಯಾತ್ಮಿಕ ಶಿಸ್ತಿನಲ್ಲಿ ದೃಢಸಂಕಲ್ಪದ ಕೊರತೆ ಇಲ್ಲದಿರುವುದು, ವಿಧಿಯ ಕಡೆಗೆ ಅಸಹನೆ ಇಲ್ಲದಿರುವುದು, ಅನಗತ್ಯ ಭಯ ಇಲ್ಲದಿರುವುದು, ಮಿತಿಮೀರಿ ತಿನ್ನುವಿಕೆ ಇಲ್ಲದಿರುವುದು, ಮತ್ತು ಅಶುಚಿತ್ವ ಇಲ್ಲದಿರುವುದು.

ಈ ನಿಯಮಗಳ ಅಭ್ಯಾಸವು ಧರ್ಮದ ಆರಂಭವಾಗಿದೆ, ಆದರೆ ಕೆಲವರು ಇವನ್ನು ಧರ್ಮದ ಮುಕ್ತಾಯವೆಂದು ಭಾವಿಸುತ್ತಾರೆ.

ನೈತಿಕ ನಿಯಮಗಳು (ಯಮ) ಸಾಮಾನ್ಯವಾಗಿ ನಾವು ಏನನ್ನು ಮಾಡಬಾರದು ಎಂಬುದಕ್ಕೆ ಸಂಬಂಧಿಸಿದೆ, ಅನುಷ್ಠಾನಗಳು ಅಥವಾ ಮೌಲ್ಯಗಳು (ನಿಯಮ) ನಾವು ಏನನ್ನು ಮಾಡಬೇಕು ಎಂಬುದನ್ನು ನಿರ್ಧಾರವಾಗಿ ಹೇಳುತ್ತವೆ. ಅವುಗಳೆಂದರೆ: ತಪಶ್ಚರ್ಯವನ್ನು ಮಾಡಿ, ನೆಮ್ಮದಿಯ ಮನೋಭಾವವನ್ನು ಬೆಳೆಸಿಕೊಳ್ಳಿ, ದೇವರಲ್ಲಿ ಮತ್ತು ಗ್ರಂಥಗಳಲ್ಲಿ ನಂಬಿಕೆ ಇಡಿ, ನಿಯಮಿತವಾಗಿ ದೇವರ ಪೂಜೆಯನ್ನು ಮಾಡಿ, ಭೌತಿಕ ಪ್ರಕೃತಿ, ಆತ್ಮಗಳು ಹಾಗೂ ಸರ್ವೋಚ್ಚ ಆತ್ಮದ (ಅಂದರೆ, ಪರಮಾತ್ಮನ) ಬಗ್ಗೆ ಚೆನ್ನಾಗಿ ತಿಳಿದುಕೊಂಡಿರಿ, ಪವಿತ್ರ ಸ್ತುತಿಗೀತೆಗಳನ್ನು ಪಠಿಸಿ, ವಿನೀತರಾಗಿ ನಡೆದುಕೊಳ್ಳಿ, ಮತ್ತು ಸಾಂಪ್ರದಾಯಿಕ ಪೂಜೆ ಸಮಾರಂಭಗಳನ್ನು ನಡೆಸಿ. ಹೀಗಾಗಿ ಯಮ ಮತ್ತು ನಿಯಮವು ಸಾಮಾಜಿಕ ಪ್ರಪಂಚದಲ್ಲಿ ನಡತೆಯ ಬೆಳವಣಿಗೆಗೆ ಏನನ್ನು ಮಾಡಬಾರದು ಮತ್ತು ಏನನ್ನು ಮಾಡಬೇಕು ಎಂಬುದನ್ನು ಸೂಚಿಸುತ್ತವೆ.

ಆದರೆ, ಆಳವಾದ ಆಧ್ಯಾತ್ಮಿಕತೆಗೆ ಒಬ್ಬ ಮಾನವನು ಒಳ ಪ್ರಕೃತಿಯನ್ನು ಅಥವಾ ಸ್ವಭಾವವನ್ನು ಶುದ್ಧಗೊಳಿಸಬೇಕು. ಇದು ಸಮಸ್ಯೆಗಳ ಮೂಲವನ್ನು ಬಗೆಹರಿಸುತ್ತದೆ. ಮುಂದಿನ ಹಂತವು ಸ್ಥೂಲ ದೇಹವನ್ನು ನಿಯಂತ್ರಣಕ್ಕೆ ತೆಗೆದುಕೊಳ್ಳಲು, ಅದನ್ನು ದಕ್ಷತೆಯ ಸ್ಥಿತಿಗೆ ತರಲು ಮತ್ತು ಆ ಮೂಲಕ ಅದರ ನಿರ್ವಹಣೆಯಲ್ಲಿ ಕನಿಷ್ಠ-ಸಾಧ್ಯ ಪ್ರಮಾಣದ ಶಕ್ತಿಯನ್ನು ಬಳಸಿಕೊಳ್ಳಲು ಪ್ರಯತ್ನಿಸುವ ಆಸನ ಭಂಗಿಗಳಿಗೆ ಸಂಬಂಧಪಡುತ್ತದೆ. ಈ ಶಕ್ತಿಯ ಸಂರಕ್ಷಣೆಯು ಅತೀಂದ್ರಿಯ ಗ್ರಹಿಕೆಯಲ್ಲಿ ಹೆಚ್ಚಳವನ್ನು ಉಂಟುಮಾಡುತ್ತದೆ, ಮತ್ತು ಇದು ಅತೀಂದ್ರಿಯ ಶುದ್ಧತೆಯ ಸಾಧನೆಗೆ ಅಗತ್ಯವಾದುದಾಗಿದೆ.

ಆಸನ ಭಂಗಿಗಳಲ್ಲಿ ಪ್ರವೀಣನಾದ ನಂತರ ಒಬ್ಬ ವ್ಯಕ್ತಿಯು ಸ್ವಾಭಾವಿಕವಾಗಿ ಪ್ರಾಣಾಯಾಮಕ್ಕೆ ಮುಂದುವರೆಯುತ್ತಾನೆ, ಏಕೆಂದರೆ ಪ್ರಾಣವು ಸೂಕ್ಷ್ಮ ದೇಹದಲ್ಲಿನ ಸೂಕ್ಷ್ಮ ದ್ರವವಾಗಿದೆ. ಆ ಅತೀಂದ್ರಿಯ ರೂಪವನ್ನು ನಿಯಂತ್ರಣಕ್ಕೆ ತೆಗೆದುಕೊಳ್ಳಲು, ಅದನ್ನು ಶುದ್ಧೀಕರಿಸಲು, ಒಬ್ಬ ವ್ಯಕ್ತಿಯು ಪ್ರಾಣಾಯಾಮವನ್ನು ಪ್ರಾರಂಭಿಸುತ್ತಾನೆ. ಒಮ್ಮೆ ಇದನ್ನು ಸಾಧಿಸಿದರೆ, ಮುಂದಿನ ಹಂತವು ಪ್ರತ್ಯಾಹಾರ, ಇಂದ್ರಿಯಗಳ ಶಕ್ತಿಯನ್ನು ಹಿಂತೆಗೆದುಕೊಳ್ಳುವುದಾಗಿದೆ.

ಭೌತಿಕ ಅಸ್ತಿತ್ವದಲ್ಲಿ, ಈ ಶಕ್ತಿಗಳು ಸಮಾನ ರೂಪದ ಬಾಹ್ಯ ಆನಂದದ ಹುಡುಕಾಟದಲ್ಲಿ ನಿರಂತರವಾಗಿ ಹೊರಕ್ಕೆ ಹೋಗುತ್ತಿರುತ್ತವೆ. ಈ ಬಾಹ್ಯ-ಹೋಗುವ ಪ್ರವೃತ್ತಿಯು ತಮ್ಮ-ಮೇಲಿನ-ಪ್ರಜ್ಞಾಪೂರ್ವಕ-ಗಮನವನ್ನು ಕಡಿಮೆಗೊಳಿಸುವ ಗಮನದ ಚೆದರಿಕೆಯನ್ನು ಉಂಟುಮಾಡುತ್ತದೆ. ಹೀಗಾಗಿ, ಒಮ್ಮೆ ಸ್ಥೂಲ ದೇಹವನ್ನು ಕೊಂಚಮಟ್ಟಿಗೆ

ಶುದ್ಧೀಕರಿಸಿದರೆ, ಸೂಕ್ಷ್ಮ ಶಕ್ತಿಗಳನ್ನು ಒಳಕ್ಕೆ ಎಳೆದುಕೊಳ್ಳುವ ಮೂಲಕ ಸೂಕ್ಷ್ಮ ರೂಪವನ್ನು ನಿಯಂತ್ರಣಕ್ಕೆ ತರಲಾಗುತ್ತದೆ. ಒಬ್ಬ ವ್ಯಕ್ತಿಯು ಪ್ರತ್ಯಾಹಾರ, ಇಂದ್ರಿಯಗಳ ಶಕ್ತಿಯನ್ನು ಹಿಂತೆಗೆದುಕೊಳ್ಳುವುದನ್ನು (ಅಥವಾ ಒಳಕ್ಕೆಳೆದುಕೊಳ್ಳುವುದನ್ನು) ಪೂರ್ಣಗೊಳಿಸಿದರೆ, ಆತನಿಗೆ ಆತ್ಮ–ಶಕ್ತಿಯ ಅನುಭವಗಳಾಗುತ್ತವೆ. ಆತನು ಆತ್ಮ–ಸ್ವಯಂ ಅನ್ನು ಅರ್ಥಮಾಡಿಕೊಳ್ಳಲು ಪ್ರಾರಂಭಿಸುತ್ತಾನೆ. ಅನಂತರ ಆತನು ಸಂರಕ್ಷಿಸಲ್ಪಟ್ಟ ಇಂದ್ರಿಯಗಳ ಶಕ್ತಿಯ ನಿಯಂತ್ರಿತ ಗಮನ ಕೇಂದ್ರೀಕರಣವಾಗಿರುವ, ಧಾರಣ ಏಕಾಗ್ರತೆಯನ್ನು ಪ್ರಾರಂಭಿಸುತ್ತಾನೆ.

ಈ ಕೌಶಲ್ಯಗಳನ್ನು ಬೆಳೆಸಿಕೊಳ್ಳಲು ಅನೇಕ ವರ್ಷಗಳ ಅಭ್ಯಾಸ ಬೇಕಾಗುತ್ತದೆ. ಒಬ್ಬ ವ್ಯಕ್ತಿಗೆ ತಜ್ಞ ಮಾರ್ಗದರ್ಶನ, ಬಹಳ ತಾಳ್ಮೆ ಮತ್ತು ವೈಯಕ್ತಿಕ ಸೂಚನೆ ಬೇಕಾಗುತ್ತದೆ. ಪ್ರತಿ ವ್ಯಕ್ತಿಗೆ ಭಿನ್ನವಾದ ಕಲ್ಮಶಗಳನ್ನು ತೆಗೆದುಹಾಕುವುದಕ್ಕೆ, ತಕ್ಕಂತೆ ಮಾರ್ಪಡಿಸಲ್ಪಟ್ಟ ವೈಯಕ್ತಿಕ ಸೂಚನೆ ಬೇಕಾಗುತ್ತದೆ.

ಯೋಗ ವ್ಯವಸ್ಥೆಯಲ್ಲಿ ಕೊನೆಯ ಎರಡು ಹಂತಗಳು, ಧ್ಯಾನ, ಪ್ರಯತ್ನವಿಲ್ಲದೆ ಗಮನವನ್ನು ಕೂಡಿಸುವುದು, ಮತ್ತು ಸಮಾಧಿ, ನಿರಂತರ ಪ್ರಯತ್ನವಿಲ್ಲದೆ ಗಮನವನ್ನು ಕೂಡಿಸುವುದು, ಎಲ್ಲಾ ಹಂತಗಳಲ್ಲಿ ಪ್ರಯತ್ನಿಸಲಾಗುತ್ತದೆ, ಆದರೆ ಒಬ್ಬ ವ್ಯಕ್ತಿಯು ಪ್ರಾಥಮಿಕ ಶಿಸ್ತುಗಳನ್ನು ಕರಗತ ಮಾಡಿಕೊಂಡ ನಂತರ, ಮುಂದುವರೆದ ಅಭ್ಯಾಸದಲ್ಲಿ ಮಾತ್ರ ಇವು ಫಲದಾಯಕವಾಗುತ್ತವೆ.

ನನ್ನ ಸಲಹೆ ಇದಾಗಿದೆ: ನೀವು ಎಲ್ಲಿರುವಿರೋ ಅಲ್ಲಿಂದಲೇ ಪ್ರಾರಂಭಿಸಿ. ನಿಮಗೆ ಸ್ವಾಭಾವಿಕವಾಗಿ ಬರುವ ಒಂದು ಶಿಸ್ತಿನಿಂದ ಪ್ರಾರಂಭಿಸಿ. ನಿಮಗೆ ಕಾರ್ಯಸಾಧ್ಯವಾದ ಪ್ರಕ್ರಿಯೆಯ ಭಾಗವನ್ನು ಆಯ್ಕೆ ಮಾಡಿಕೊಳ್ಳಿ. ನಿಮ್ಮನ್ನು ಆರಂಭಿಕ ಹಂತದಲ್ಲಿ ಸೋಮಾರಿಯಾಗಲು ಬಿಡಬೇಡಿ. ಆಸನ ಮತ್ತು ಪ್ರಾಣಾಯಾಮವು ತುಂಬಾ ಕಷ್ಟವಾದರೆ, ಅಥವಾ ನಿಮಗೆ ಇವು ಅನಗತ್ಯವೆಂದು ಅನಿಸಿದರೆ, ಆಗ ನೀವು ಹಾಗೆಯೇ ಮುಂದುವರೆಯಿರಿ. ನಿಮ್ಮನ್ನು ಸ್ಥಗಿತವಾಗಲು ಮಾತ್ರ ಬಿಡಬೇಡಿ. ನಿಮ್ಮ ಪ್ರಸ್ತುತ ದೃಷ್ಟಿಕೋನವು ಬದಲಾದರೆ ಉನ್ನತ ಹಂತಕ್ಕೆ ಮುನ್ನಡೆಯಲು ಹಿಂಜರಿಯದಿರಿ. ನೀವು ಉತ್ತಮಗೊಳ್ಳುತ್ತಿದ್ದಂತೆ ನಿಮ್ಮ ಕೆಲವು ಅಭಿಪ್ರಾಯಗಳು ಬದಲಾಗುತ್ತವೆ. ನೀವು ಪ್ರಗತಿಯನ್ನು ಸಾಧಿಸುತ್ತಿದ್ದಂತೆ ನೀವು ಅಗತ್ಯವಾದ ಮಾರ್ಪಾಡುಗಳನ್ನು ಮಾಡಿಕೊಳ್ಳಿ.

ದೃಢಸಂಕಲ್ಪ

ಒಬ್ಬನ ದೃಢಸಂಕಲ್ಪವು ನಿಯಮಿತವಾಗಿ ಆಧ್ಯಾತ್ಮಿಕ ಜೀವನದಲ್ಲಿ ಮುರಿಯಲ್ಪಡುತ್ತದೆ. ಜನರು ಉಲ್ಲಂಘನೆ ಇಲ್ಲದೆ ಇವುಗಳನ್ನು ಅನುಸರಿಸಬಹುದು ಎಂಬಂತೆ ಶಪಥಗಳನ್ನು ತೆಗೆದುಕೊಳ್ಳುತ್ತಾರೆ, ಆದರೆ ವಾಸ್ತವವಾಗಿ ಯಾರೂ ಶಪಥ ಮುರಿಯದಿರಬಹುದು ಎಂಬುದಕ್ಕೆ ಖಾತರಿಯನ್ನು ಕೊಡುವುದು ಸಾಧ್ಯವಿಲ್ಲ. ನಾವು ಅಷ್ಟು ಪರಿಪೂರ್ಣರಲ್ಲ. ಆದರೂ ನಾವು ಶಪಥಗಳನ್ನು ತೆಗೆದುಕೊಳ್ಳಬೇಕು, ಏಕೆಂದರೆ ಅದು ಭಾಗಶಃ ಗೌರವ ಪ್ರಜ್ಞೆಯನ್ನು ಉಳಿಸಿಕೊಳ್ಳಲು ಒಂದೇ ಮಾರ್ಗವಾಗಿರಬಹುದು, ಅದು ಪುನರಾವರ್ತಿತ ಸುಧಾರಣೆಯ ಪ್ರಯತ್ನ ಮಾಡಲು ಒಂದೇ ಮಾರ್ಗವಾಗಿರಬಹುದು.

ನಾವು ಶಪಥಗಳನ್ನು ತೆಗೆದುಕೊಳ್ಳಬೇಕಾದರೂ ಕೂಡ, ನಾವು ವಿಧಿಯ ಕಡೆಗೆ ವಿನಮ್ರರಾಗಿರಬೇಕು, ಏಕೆಂದರೆ ಯಾವುದೇ ಸಮಯದಲ್ಲಿ ಅದು ನಮ್ಮಲ್ಲಿ ಯಾರನ್ನಾದರೂ ದಾರಿ ತಪ್ಪಿ ನಡೆಯಲು ಒತ್ತಾಯ ಪಡಿಸಬಹುದು. ಬ್ರಹ್ಮಚರ್ಯೆಯ ಶಪಥವನ್ನು ತೆಗೆದುಕೊಳ್ಳುವ ಅನೇಕ ಯತಿಗಳಿಗೆ ತಮ್ಮ ಶಪಥಗಳನ್ನು ಕಡೆಗಣಿಸಲು ಒತ್ತಾಯ

ಪಡಿಸಲಾಗುತ್ತದೆ. ಏಕೆ ಅದನ್ನು ಅಪಹಾಸ್ಯ ಮಾಡಬೇಕು ಅಥವಾ ಟೀಕಿಸಬೇಕು? ಧಾರ್ಮಿಕ ಗೃಹಸ್ಥರು ಕೂಡ ನಿರ್ಬಂಧಿತ ಲೈಂಗಿಕ ಇಚ್ಛಾಪೂರ್ವಕೆಯ ಶಪಥವನ್ನು ಮುರಿಯುತ್ತಾರೆ.

ನಾನು ಯೋಗವನ್ನು ಪ್ರಾರಂಭಿಸಿ ನಿರ್ದಿಷ್ಟ ತಾಂತ್ರಿಕ ಕ್ರಿಯಾಗಳಲ್ಲಿ ಒಂದಷ್ಟು ಯಶಸ್ಸನ್ನು ಸಾಧಿಸುವವರೆಗೆ ನಾನು ಗೃಹಸ್ಥನ ಶಪಥಗಳನ್ನು ಕಾಯ್ದುಕೊಳ್ಳಲು ಸಾಧ್ಯವಾಗದಿದ್ದ ಒಬ್ಬ ವ್ಯಕ್ತಿಯಾಗಿದ್ದೆ. ಮತ್ತು ಆಗಲೂ ನಾನು ಸೂಕ್ಷ್ಮ ದೇಹದಲ್ಲಿ ಶಪಥವನ್ನು ಮುರಿಯುತ್ತಿದ್ದೆ ಎಂಬುದನ್ನು ಕಂಡುಕೊಂಡೆ. ನನ್ನ ಸ್ಥೂಲ ದೇಹವು ಸುಧಾರಿಸಿತು, ಆದರೆ ನನ್ನ ಸೂಕ್ಷ್ಮ ರೂಪವು ಎಂದಿನಷ್ಟೇ ಕಾಮಾಸಕ್ತವಾಗಿ ಉಳಿಯಿತು. ಆದರೂ, ನಾನು ಕಟ್ಟುನಿಟ್ಟಿನ ಶಪಥಗಳ ಬಗ್ಗೆ ಮಾತನಾಡುವ ಅನೇಕ ಇತರರನ್ನು ಭೇಟಿ ಮಾಡುತ್ತೇನೆ. ನಮ್ಮ ಸೂಕ್ಷ್ಮ ವಕ್ರ ಚಟುವಟಿಕೆಗಳ ಬಗ್ಗೆ ಅವರ ಅಪಾರ ಅಜ್ಞಾನವು ನನಗೆ ದಿಗಿಲುಪಡಿಸುತ್ತದೆ.

ನಾವು ಸೂಕ್ಷ್ಮ ದೇಹದ ಮೂಲಕ ಮಾಡುವ ಲೈಂಗಿಕ ಸಂಪರ್ಕದ ಬಗ್ಗೆ ಅವರಿಗೆ ಯಾವುದೇ ಕಲ್ಪನೆ ಇಲ್ಲ. ಭೌತಿಕದ ಕಡೆಯಲ್ಲಿ ನಾವು ನಂಬಿಕೆಯನ್ನು ಪ್ರದರ್ಶಿಸಿದರೂ ಕೂಡ, ಸೂಕ್ಷ್ಮದ ಕಡೆಯಲ್ಲಿ ನಮಗೆ ಇದ್ದಕ್ಕಿದ್ದಂತೆ ಉಂಟಾಗುವ ಪ್ರಬಲ ಪ್ರಚೋದನೆಗಳನ್ನು ತಿಳಿಯಲು ನಮಗೆ ಸಾಕಷ್ಟು ಸೂಕ್ಷ್ಮ ಗ್ರಹಿಕೆ ಇಲ್ಲ.

ದೃಢಸಂಕಲ್ಪವು ಒಳ್ಳೆಯದು. ಅದಿಲ್ಲದೇ ನಮ್ಮಲ್ಲಿ ಯಾರಾದರೂ ಎಲ್ಲಿರುತ್ತಿದ್ದರು? ಆದರೂ, ಇತರರ ಆಲೋಚನೆಗಳ ಚಲಿಸುವ ಬಲದಿಂದ ಒಬ್ಬನ ದೃಢಸಂಕಲ್ಪವು ಪದೇಪದೇ ಉದ್ದೇಶಗಳಿಂದ ಕದಲಿಸಲ್ಪಡುತ್ತದೆ. ನೀವು ದೃಢಸಂಕಲ್ಪವನ್ನು ಮಾಡಿದರೂ ಕೂಡ, ಮೂಲ ಉದ್ದೇಶದಿಂದ ನಿಮ್ಮನ್ನು ಯಶಸ್ವಿಯಾಗಿ ಬೇರೆ ಕಡೆಗೆ ತಿರುಗಿಸಲು ಮತ್ತೊಂದು ಸಂಬಂಧವಿಲ್ಲದ ಕಲ್ಪನೆಯು ನಿಮ್ಮ ತಲೆಯ ಒಳಗೆ ಥಟ್ಟನೆ ಕಾಣಿಸಿಕೊಳ್ಳುತ್ತದೆ ಎಂಬುದನ್ನು ನೀವು ಎಂದಾದರೂ ಗಮನಿಸಿದ್ದೀರಾ? ನಾವು ಮನಸ್ಸಿನೊಳಗೆ ಥಟ್ಟನೆ ಕಾಣಿಸಿಕೊಳ್ಳುವ ಆಲೋಚನೆಗಳಿಂದ ನಿರಂತರವಾಗಿ ದಾಳಿಗೆ ಒಳಗಾಗುತ್ತೇವೆ, ಮತ್ತು ಭಾವಪರವಶರಾಗುತ್ತೇವೆ. ನಾವು ಇದನ್ನು ಹೇಗೆ ನಿಯಂತ್ರಿಸಬಹುದು?

ಏಕಾಗ್ರತೆಯ ಎಲ್ಲಾ ಪ್ರಕಾರಗಳು ಒಳಬರುವ ಆಲೋಚನೆಗಳಿಂದ ಭಂಗ ಮಾಡಲ್ಪಡುತ್ತವೆ. ಚರ್ಚಿಸಲಾಗುತ್ತಿರುವುದು ಏಕಾಗ್ರತೆಯ ವಿಧಾನವಲ್ಲ, ಏಕೆಂದರೆ ಶಿಸ್ತಿನ ಅನ್ವೇಷಕರಿಂದ ಬಳಸಲ್ಪಡುವ ಏಕಾಗ್ರತೆಯ ಎಲ್ಲಾ ಪ್ರಕಾರಗಳು ಒಳಬರುವ ಆಲೋಚನೆಗಳಿಂದ ಭಂಗ ಮಾಡಲ್ಪಡುತ್ತವೆ, ಅಡ್ಡಿಪಡಿಸಲ್ಪಡುತ್ತವೆ, ಮತ್ತು ತಡೆಯೊಡ್ಡಲ್ಪಡುತ್ತವೆ. ಹೀಗಾಗಿ ಮನಸ್ಸನ್ನು ಇಂತಹ ಒಳಬರುವ ಕಂಪನಗಳಿಂದ ಸಂಪರ್ಕ ತಪ್ಪಿಸಿ ಇಡುವ ಅವಶ್ಯಕತೆ ಇದೆ. ನಾನು ಏಕಾಗ್ರತೆಯ ಹಲವಾರು ಪ್ರಕಾರಗಳನ್ನು ಪ್ರಯತ್ನಿಸಿದೆ ಮತ್ತು ಎಲ್ಲಾ ಸಂದರ್ಭಗಳಲ್ಲಿ ಆಲೋಚನೆಗಳು ಆಯ್ಕೆಮಾಡಿಕೊಂಡ ಶಬ್ದ, ಕಲ್ಪನೆ, ಅಥವಾ ವಸ್ತುವಿನಿಂದ ನನ್ನನ್ನು ದೂರ ಎಳೆಯುತ್ತದೆ ಎಂಬುದನ್ನು ಕಂಡುಕೊಂಡೆ. ಮನಸ್ಸು ಮತ್ತು ಆತ್ಮವು, ಕ್ಷೋಭೆಗೊಳಿಸುವ ಆಲೋಚನೆಗಳ ಪ್ರಭಾವದ ವಲಯದಿಂದ ಗಮನಾರ್ಹ ಅತೀಂದ್ರಿಯ ದೂರದಲ್ಲಿ ಇದ್ದಾಗ ಮಾತ್ರ ನನಗೆ ತಡೆಯಿಲ್ಲದೆ ಆಯ್ಕೆಮಾಡಿದ ಗಮನವನ್ನು ಮುಂದುವರಿಸಲು ಸಾಧ್ಯವಾಗುತ್ತದೆ.

ಇಲ್ಲಿ ಒಂದು ಉದಾಹರಣೆ ಇದೆ: ನಾನು ಈ ವಾಕ್ಯವನ್ನು ಮುಂಜಾನೆಯಲ್ಲಿ ೧ ಗಂಟೆಗೆ, ಮಧ್ಯರಾತ್ರಿ ಒಂದು ತಾಸಿನ ನಂತರ ಟೈಪು ಮಾಡಿದೆ. ಸಮಯದ ಒಂದು ಸೀಮಿತ ಅವಧಿಯವರೆಗೆ ಒಬ್ಬ ವಿವಾಹಿತ ಮಹಿಳೆಯು ನನ್ನನ್ನು ಆಲೋಚನೆಯ ಮೂಲಕ ತಲುಪಲು ಪ್ರಯತ್ನಿಸಿದಳು. ಆಕೆಯ ಪತಿಯು ಒಬ್ಬ ಅರೆ-ಧಾರ್ಮಿಕ ವ್ಯಕ್ತಿಯಾಗಿದ್ದ. ಆಕೆ ಒಬ್ಬ ಅರೆ-

ಧಾರ್ಮಿಕ ಮಹಿಳೆಯಾಗಿದ್ದಳು. ಹೇಗೋ ಆಕೆ ಪ್ರತಿ ಬೆಳಿಗ್ಗೆ ಮಾನಸಿಕವಾಗಿ ನನ್ನನ್ನು ಸಂಪರ್ಕಿಸಲು ಪ್ರಯತ್ನಿಸಿದಳು. ಸುಮಾರು ಮೂರು ವಾರಗಳ ಕಾಲ ನನಗೆ ಆಕೆಯಿಂದ ಸಂವಹನ ಬಂದಿರಲಿಲ್ಲ. ಆಗ, ಇದ್ದಕ್ಕಿದ್ದಂತೆ, ಆಕೆಯ ಮನಸ್ಸು ನನ್ನ ಮನಸ್ಸನ್ನು ತಲುಪಲು ಪ್ರಯತ್ನಿಸುತ್ತಿರುವುದನ್ನು ನಾನು ಕಂಡೆ.

ಆಕೆ ನನ್ನನ್ನು ಹೇಗೆ ತಲುಪಬಹುದು? ನಾನು ವಿವರಿಸುತ್ತೇನೆ:

ನಾನು ಸ್ವಾಭಾವಿಕವಾಗಿ ಬೇಗನೆ ಏಳುತ್ತಿದ್ದೆ ಎಂಬುದನ್ನು ಆಕೆ ಯಾರಿಂದಲೋ ಕೇಳಿದಳು. ಆಕೆಗೆ ಮಾಹಿತಿ ಸಿಕ್ಕಿದ್ದರಿಂದ ಆಕೆಯ ಭೌತಿಕ ದೇಹವು ನಿದ್ರಿಸುತ್ತಿದ್ದರೂ ಕೂಡ ಆಕೆ ನನ್ನನ್ನು ಸಂಪರ್ಕಿಸಲು ಪ್ರಯತ್ನಿಸಿದಳು. ಆಕೆ ಬೆಳಗ್ಗೆ ನಸುಕಿನಲ್ಲಿ ನನಗೆ ಅಡ್ಡಿಪಡಿಸುವುದನ್ನು ತನ್ನ ಕರ್ತವ್ಯವನ್ನಾಗಿ ಮಾಡಿಕೊಂಡಳು. ಆಕೆ ಪೂಜೆಗಳಿಗೆ, ಶಿಸ್ತುಗಳಿಗೆ ಅಥವಾ ಬೇರಾವುದಕ್ಕೆ ಆಗಲಿ ಅಷ್ಟು ಬೇಗನೆ ಏಳುತ್ತಿರಲಿಲ್ಲವಾದರೂ ಕೂಡ, ಆಕೆ ಆಲೋಚನೆಯ ಪ್ರಕ್ಷೇಪಣದ (thought projection) ಮೂಲಕ ನನ್ನ ಏಕಾಗ್ರತೆಯನ್ನು ಭಂಗ ಮಾಡುತ್ತಿದ್ದಳು.

ಇದು ಯಾರ ತಪ್ಪು? ಇದು ನನ್ನದೇ ತಪ್ಪಾಗಿದೆ.

ನಾನು ಬೆಳಿಗ್ಗೆ ಬೇಗ ಏಳುವುದರ ಬಗ್ಗೆ ಯಾರಿಗೋ ತಿಳಿಸಿದೆ. ಆ ಸುದ್ದಿಯು ನನಗೆ ಹಾನಿ ಉಂಟುಮಾಡುವುದಕ್ಕೆ ಹರಡಿತು. ಕೆಲವು ಮುಂಜಾನೆಗಳಲ್ಲಿ ಆಕೆ ನನ್ನನ್ನು ಸಂಪರ್ಕಿಸುತ್ತಾಳೆಂದು ನಾನು ನಿರೀಕ್ಷಿಸಿದೆ, ಆದ್ದರಿಂದ ನಾನು ಆಲೋಚನೆಯ ಪ್ರಪಂಚದಲ್ಲಿ ಅವಿತುಕೊಂಡೆ. ಆಗ ನಾನು ಆಕೆಯ ಆಲೋಚನೆಗಳು ಪ್ರಯಾಣಿಸುತ್ತಿರುವುದನ್ನು, ಮತ್ತು ಅವು ತಮ್ಮ ಶಕ್ತಿಯನ್ನು ಬಿಡುಗಡೆ ಮಾಡಲು ನನ್ನ ಮನಸ್ಸನ್ನು ಪತ್ತೆಹಚ್ಚಲು ಪ್ರಯತ್ನಿಸುತ್ತಿರುವುದನ್ನು ನೋಡಿದೆ. ನಾನು ಆಲೋಚನೆಯಿಂದ ತಪ್ಪಿಸಿಕೊಳ್ಳಲು ವಿಫಲನಾದರೆ, ಮತ್ತು ಅದು ಸಂಪರ್ಕ ಮಾಡಿದರೆ, "ಅಲ್ಲಿ! ಗುರಿ ಸರಿಯಾಗಿದೆ. ನಾನು ಆತನ ಮೇಲೆ ಪ್ರಭಾವ ಬೀರಿದೆ. ಆತನ ಧ್ಯಾನ ಭಂಗವಾಯಿತು." ಎಂದು ಹೇಳಲು ಎಂಬಂತೆ ಆಕೆ ತನ್ನ ನಿದ್ರೆಯಲ್ಲಿ ತೃಪ್ತಿಯೊಂದಿಗೆ ನಸುನಗುತ್ತಿರುವುದನ್ನು ನಾನು ನೋಡಿದೆ. ಆಲೋಚನೆಯು ನನ್ನನ್ನು ಪತ್ತೆಹಚ್ಚಲು ವಿಫಲವಾದರೆ, ಅದು ಸ್ವಲ್ಪಹೊತ್ತು ಹುಡುಕಾಟವನ್ನು ಮುಂದುವರಿಸುತ್ತಿತ್ತು, ನಂತರ ಅದು ಶಕ್ತಿಯನ್ನು ಕಳೆದುಕೊಂಡು ಕಣ್ಮರೆಯಾಗುತ್ತಿತ್ತು.

ಒಂದು ಮುಂಜಾನೆ ನಾನು ಧ್ಯಾನ ಮಾಡಲು ಕುಳಿತಾಗ ಕೆಲವು ಧಾರ್ಮಿಕ ಸ್ನೇಹಿತರು ನನ್ನನ್ನು ತಲುಪಲು ಬಯಸಿದರು. ಅವರು ಭೌತಿಕವಾಗಿ ನಿದ್ರಿಸುತ್ತಿದ್ದರು, ಆದರೆ ಅವರು ತಮ್ಮ ನಿದ್ರಿಸುತ್ತಿರುವ ದೇಹಗಳ ಬಳಿ ಆಸ್ಟ್ರಲ್ ಪ್ರಪಂಚದಲ್ಲಿ ಒಂದೆಡೆ ಸೇರಿದ್ದರು. ಅವರು ನನ್ನ ಬಗ್ಗೆ ಆಲೋಚಿಸುತ್ತಿದ್ದರು. ಅವರಲ್ಲಿ ಒಬ್ಬನು ಹೇಳಿದನು, "ಆತ ಏನು ಮಾಡುತ್ತಿರುವನೆಂದು ನೀನು ಯೋಚಿಸುತ್ತೀಯಾ?" ಮತ್ತೊಬ್ಬನು ಹೇಳಿದನು, "ಆತ ಖಂಡಿತವಾಗಿ ಎದ್ದು ಯೋಗವನ್ನು ಮಾಡುತ್ತಿದ್ದಾನೆ. ಮನುಷ್ಯ ಹುಚ್ಚನಿದ್ದಾನೆ. ಆತ ಧಾರ್ಮಿಕ ಜೀವನಕ್ಕೆ ಮತ್ತು ತಪಶ್ಚರ್ಯೆಗಳಿಗೆ ಅಷ್ಟು ಬೇಗನೆ ಏಳಬೇಕೆಂದು ಭಾವಿಸುತ್ತಾನೆ. ನನಗೆ ಅದು ಅನವಶ್ಯಕವೆಂದು ಅನಿಸುತ್ತದೆ. ಆತ ಎದ್ದಿರುವನೋ ಎಂಬುದನ್ನು ನಾವು ಹೋಗಿ ನೋಡೋಣ. ಕೆಲವು ಯೋಗಿಗಳು ಬೇಗನೆ ಏಳುತ್ತೇವೆ ಎಂದು ಇತರರನ್ನು ಮರುಳು ಮಾಡುತ್ತಾರೆ, ಆದರೆ ವಾಸ್ತವವಾಗಿ ಅವರು ಚೆನ್ನಾಗಿ ನಿದ್ರಿಸುತ್ತಾರೆ."

ಅವರು ಇದನ್ನು ಚರ್ಚಿಸುತ್ತಿದ್ದಂತೆ ಆಲೋಚನೆಗಳು ನನ್ನ ಬಳಿಗೆ ಬಂದವು. ಅತೀಂದ್ರಿಯ ಶಕ್ತಿಗಳು ನನ್ನ ಏಕಾಗ್ರತೆಯನ್ನು ಭಂಗ ಮಾಡಿದವು. ಆಲೋಚನೆಗಳು ನನಗೆ

ಸಂಬಂಧಪಟ್ಟಿದ್ದರಿಂದ ನಾನು ಕಂಪನಗಳನ್ನು ಸ್ವೀಕರಿಸಬೇಕಾಯಿತು. ಈ ಸಂದರ್ಭದಲ್ಲಿ, ಈ ಸ್ನೇಹಿತರಿಗೆ ನನ್ನ ಬಗ್ಗೆ ತುಂಬಾ ಮಾಹಿತಿ ಸಿಕ್ಕಿತು, ಮತ್ತು ಅವರಿಗೆ ನನ್ನ ವೇಳಾಪಟ್ಟಿ ತಿಳಿದಿದ್ದರಿಂದ ನನ್ನ ಏಕಾಗ್ರತೆ ಭಂಗವಾಯಿತು.

ಸಂತೋಷದಾಯಕ ಆಲೋಚನೆಗಳು

ಕೆಲವು ಆಲೋಚನೆಗಳು ಸಂತೋಷದಾಯಕವಾಗಿವೆ. ಇತರವು ಸ್ವೀಕರಿಸುವವನಿಗೆ ಇಷ್ಟವಾಗುವುದಿಲ್ಲ. ಸಾಮಾನ್ಯವಾಗಿ ಒಂದು ಆಲೋಚನೆಯು ಮನಸ್ಸಿನೊಳಗೆ ಬಂದ ಕೂಡಲೇ, ಅದನ್ನು ಸಂತೋಷದಾಯಕ ವಿಷಯಕ್ಕಾಗಿ ಬುದ್ಧಿಶಕ್ತಿಯಿಂದ ಕೂಡಲೇ ಪರಿಶೀಲಿಸಲಾಗುತ್ತದೆ. ಅದಕ್ಕೆ ಯಾವುದೂ ಇಲ್ಲದಿದ್ದರೆ, ಬುದ್ಧಿಶಕ್ತಿಯು ಏನೇ ಆಗಲಿ ಅದನ್ನು ವಿಶ್ಲೇಷಿಸುತ್ತದೆ. ಇದು ಬುದ್ಧಿಶಕ್ತಿಯ ನ್ಯೂನತೆಯಾಗಿದೆ. ಅದು ಅದರ ಸಂಪರ್ಕಕ್ಕೆ ಬರುವ ಯಾವುದೇ ಮತ್ತು ಪ್ರತಿ ಆಲೋಚನೆಯನ್ನು, ಇಂದ್ರಿಯಜನ್ಯ ಅನುಭವವನ್ನು, ಅನಿಸಿಕೆಯನ್ನು, ಮೇಲ್ಮೈಯನ್ನು, ಶಬ್ದವನ್ನು, ಆಕಾರವನ್ನು, ವಾಸನೆಯನ್ನು ಅಥವಾ ರುಚಿಯನ್ನು ವಿಶ್ಲೇಷಿಸುತ್ತದೆ. ಈ ನ್ಯೂನತೆಯ ಕಾರಣದಿಂದಾಗಿ ನಾವು ಅನಗತ್ಯ ಮೋಹದಿಂದ ಬಳಲುತ್ತೇವೆ. ಮೋಹವು ಆಧ್ಯಾತ್ಮಿಕ ಜೀವನಕ್ಕೆ ಅಪಾಯವಾಗಿದೆ. ಒಬ್ಬ ವ್ಯಕ್ತಿಯನ್ನು ಮೋಹದಿಂದ ಬಿಡಿಸುವುದಕ್ಕಾಗಿ ಯೋಗ ಅಭ್ಯಾಸದಲ್ಲಿ ಒಂದು ಶಿಸ್ತಿದೆ. ಆದರೆ, ಒಬ್ಬ ವ್ಯಕ್ತಿಯು ಕೇವಲ ನಿರ್ಲಿಪ್ತ ಮನಃಸ್ಥಿತಿಯನ್ನು ತಾಳುವುದರಿಂದ ಪರಿಪೂರ್ಣ ನಿರ್ಲಿಪ್ತತೆಯನ್ನು ಬೆಳೆಸಿಕೊಳ್ಳುವುದು ಸಾಧ್ಯವಿಲ್ಲ. ಪರಿಪೂರ್ಣ ನಿರ್ಲಿಪ್ತತೆಗೆ ಆತನು ಜೀವ ಶಕ್ತಿಯನ್ನು ಮೇಲೇರಿಸಬೇಕು ಮತ್ತು ಬುದ್ಧಿಶಕ್ತಿಗೆ ಉನ್ನತ ಮಟ್ಟದ ಕಾರ್ಯಕಾರಿ ಶಕ್ತಿಯನ್ನು ಒದಗಿಸಬೇಕು.

ನಾವು ಒಂದು ಜೆಟ್ ಎಂಜಿನ್ನಿನ ಉದಾಹರಣೆಯನ್ನು ತೆಗೆದುಕೊಳ್ಳೋಣ. ಅದು ಹೈ-ಆಕ್ಟೇನ್ ಇಂಧನವನ್ನು ಹೊಂದಿಲ್ಲದಿದ್ದರೆ ಅದು ಸಮರ್ಥವಾಗಿ ಕಾರ್ಯನಿರ್ವಹಿಸುವುದು ಸಾಧ್ಯವಿಲ್ಲ. ತಂತ್ರಜ್ಞನು ಏನು ಮಾಡುತ್ತಾನೆ ಎಂಬುದು ವಿಷಯವಲ್ಲ; ಇಂಧನ ಕಳಪೆ ಗುಣಮಟ್ಟದ್ದಾಗಿದ್ದರೆ ಎಂಜಿನ್ನಿಗೆ ಸರಿಯಾಗಿ ಕೆಲಸ ಮಾಡುವುದಕ್ಕೆ ಆಗುವುದಿಲ್ಲ. ಜೀವ ಶಕ್ತಿಯು ಅತ್ಯಂತ ಹೆಚ್ಚಿನ ಗುಣಮಟ್ಟದ್ದಾಗಿರದಿದ್ದರೆ ಒಬ್ಬ ವಿರಕ್ತನು ನಿರ್ಲಿಪ್ತತೆಯಲ್ಲಿ ಯಶಸ್ಸನ್ನು ಸಾಧಿಸುವುದು ಸಾಧ್ಯವಿಲ್ಲ. ಆತನು ನಿಯತಕಾಲಿಕವಾಗಿ ನಿರ್ಲಿಪ್ತತೆಯನ್ನು ಪ್ರದರ್ಶಿಸಬಹುದು, ಆದರೆ ಆತನು ಸತತವಾಗಿ ಹಾಗೆ ಮಾಡಲಾಗುವುದಿಲ್ಲ.

ಒಂದು ಸಂತೋಷದಾಯಕ ಆಲೋಚನೆಯು ಬಂದಾಗ, ಬುದ್ಧಿಶಕ್ತಿಯು ಅದನ್ನು ತಿರಸ್ಕರಿಸಲು ಪ್ರಯತ್ನಿಸುವುದಿಲ್ಲ, ಆದರೆ ಬದಲಿಗೆ ಅದನ್ನು ಇನ್ನಷ್ಟು ಹೆಚ್ಚು ಆನಂದಿಸಲು ಪ್ರಯತ್ನಿಸುತ್ತದೆ. ಅದು ಒಂದು ಹಸಿದಿರುವ ಮಗು ಇದ್ದಂತೆ. ಶಿಶು ಹಸಿದಿದ್ದರೆ ಮತ್ತು ಶಿಶುವಿನ ಬಾಯಿಗೆ ನೀವು ತಾಯಿಯ ಸ್ತನವನ್ನು ಇಟ್ಟರೆ, ಸ್ತನದಲ್ಲಿ ಇನ್ನು ಮುಂದೆ ಹಾಲು ಅಥವಾ ಮೃದುತ್ವ ಇಲ್ಲದಿರುವವರೆಗೆ ಮಗು ಚೀಪುತ್ತದೆ ಚೀಪುತ್ತದೆ. ನಂತರ ಮಗು "ಹಾಲು ಎಲ್ಲಿದೆ? ಆ ಚೆನ್ನಾಗಿರುವ, ನಯವಾದ ಅನುಭವಕ್ಕೆ ಏನಾಯಿತು?" ಎಂದು ಹೇಳಲು ಎಂಬಂತೆ ಇನ್ನೂ ಕೆಲವು ಬಾರಿ ಮೊಲೆತೊಟ್ಟನ್ನು ಚೀಪುತ್ತದೆ ಮತ್ತು ಜುಗುಪ್ಸೆಯಿಂದ ಮೊಲೆತೊಟ್ಟನ್ನು ತಿರಸ್ಕರಿಸುತ್ತದೆ.

ಈ ಆನಂದಿಸುವ ಮನೋಭಾವದಿಂದಾಗಿ ಬುದ್ಧಿಶಕ್ತಿಯು ಆಧ್ಯಾತ್ಮಿಕ ಜೀವನದಲ್ಲಿ ಒಂದು ಸಮಸ್ಯೆಯಾಗಿದೆ. ಅದು ಸಾಮಾನ್ಯವಾಗಿ ಸ್ವತಂತ್ರವಾಗಿ ಕಾರ್ಯ ನಿರ್ವಹಿಸುವುದರಿಂದ ಬುದ್ಧಿಶಕ್ತಿಯನ್ನು ನಿಗ್ರಹಿಸುವುದು ಕಷ್ಟ.

ಬುದ್ಧಿಶಕ್ತಿಯು ಆನಂದಿಸಲು ಬಯಸುವುದರಿಂದ ಅದು ಸಂತೋಷದಾಯಕ ದುರ್ಗುಣಗಳಿಗೆ ಆಕರ್ಷಿತವಾಗುತ್ತದೆ. ಇದು ಅದರ ನ್ಯೂನತೆಯಾಗಿದೆ. ಬುದ್ಧಿಶಕ್ತಿಯು ಒಂದು ದುರ್ಗುಣದಿಂದ ತಪ್ಪಿಸಿಕೊಳ್ಳಲು ಪ್ರಯತ್ನಿಸಿದ ಕೂಡಲೇ, ಅದು ಪಡೆದುಕೊಂಡ ಸಂತೋಷದಿಂದ ಸಿಕ್ಕಿಬೀಳುತ್ತದೆ.

ನಾನು ಒಂದು ಉದಾಹರಣೆಯನ್ನು ಕೊಡುತ್ತೇನೆ. ನಾನು ಆಧ್ಯಾತ್ಮಿಕ ಅನ್ವೇಷಕರ ಈ ಗುಂಪಿನೊಂದಿಗೆ ಇರುತ್ತಿದ್ದೆ. ನಾನು ಒಂದು ನಿರ್ದಿಷ್ಟ ತಂತ್ರವನ್ನು ಪಡೆದುಕೊಳ್ಳಲು ಸೇರಿಕೊಂಡೆ. ಆದರೆ, ತಮ್ಮ ಶಿಕ್ಷಕರಿಗೆ ಒಂದು ವರ್ಷದ ಸೇವೆಯ ಶುಲ್ಕವನ್ನು ವಿಧಿಸದೆ ಅವರಿಗೆ ತಂತ್ರವನ್ನು ನೀಡಲು ಇಷ್ಟವಿರಲಿಲ್ಲ. ಇದು ತುಂಬ ಹೆಚ್ಚಿನ ಬೆಲೆಯಾಗಿತ್ತು. ನನಗೆ ತಂತ್ರದ ಬಹಳ ಅಗತ್ಯವಿತ್ತು. ನನಗೆ ಸುತ್ತುಮುತ್ತಣ ಪ್ರದೇಶದಲ್ಲಿ ಅದನ್ನು ತಿಳಿದಿದ್ದ ಬೇರಾವುದೇ ಗುಂಪು ಸಿಗಲಿಲ್ಲ. ಹೀಗಾಗಿ ನಾನು ಒಂದು ವರ್ಷದ ಸೇವೆಯನ್ನು ಸಲ್ಲಿಸಲು ನಿರ್ಧಾರ ಮಾಡಿದೆ.

ನಾನು ಸೇವೆಯನ್ನು ಪ್ರಾರಂಭಿಸಿದೆ. ನಾನು ಎಣಿಸಿದಂತೆ ಆ ಶಿಕ್ಷಕರ ಪ್ರಮುಖ ಶಿಷ್ಯನು ನಾನು ಗುಂಪಿನ ಎಲ್ಲಕ್ಕೂ-ಒಪ್ಪಿಕೊಳ್ಳುವ ಮನುಷ್ಯನಾಗಲು ಸಿದ್ಧನಿರಲಿಲ್ಲ ಎಂಬುದನ್ನು ಶಂಕಿಸಿದ. ಆತ ಉದ್ದೇಶಪೂರ್ವಕವಾಗಿ ನನ್ನನ್ನು ಗುಲಾಮಚಾಕರಿಯ ಸೇವೆಗೆ ನಿಯೋಜಿಸಿದ. ಇದಾದ ನಂತರ ಆಸ್ಟ್ರಲ್ ಪ್ರಪಂಚದಲ್ಲಿ ಕೆಲ ಸ್ತ್ರೀ ಅನುಯಾಯಿಗಳು ನನ್ನನ್ನು ಒಂದು ಧಾರ್ಮಿಕ ಸಭೆಗೆ ಆಹ್ವಾನಿಸಿದರು. ಇದು ಭೌತಿಕ ಮಟ್ಟದಲ್ಲಿ ಆಗಿರಲಿಲ್ಲ. ಈ ಸಭೆಗಳು ಆಸ್ಟ್ರಲ್ ಕಡೆಯಲ್ಲಿ ಮಾತ್ರ ಸಂಭವಿಸುತ್ತಿತ್ತು. ಅವರು ಧಾರ್ಮಿಕ ನಿಯಮಗಳನ್ನು ಕಟ್ಟುನಿಟ್ಟಾಗಿ ಅನುಸರಿಸುವುದಕ್ಕೆ ಖ್ಯಾತಿಯನ್ನು ಹೊಂದಿದ್ದರು. ಅವರು ಭೌತಿಕದ ಕಡೆಯಲ್ಲಿ ತಮ್ಮ ಖ್ಯಾತಿಗೆ ಮಸಿ ಬಳಿಯುವಂತದ್ದು ಏನೇ ಮಾಡಲು ಸಾಹಸ ಮಾಡುತ್ತಿರಲಿಲ್ಲ. ನಾನು ಸಭೆಗೆ ಆಗಮಿಸಿದಾಗ, ನಾನು ಪ್ರಮುಖ ಶಿಷ್ಯನನ್ನು ಮತ್ತು ಕೆಲ ಇತರ ಪುರುಷ ವ್ಯಕ್ತಿಗಳನ್ನು ಕೆಲ ಹೆಂಗಸರೊಂದಿಗೆ, ಎಲ್ಲಾ ಲೈಂಗಿಕ ವ್ಯವಹಾರಗಳಲ್ಲಿ ತೊಡಗಿಕೊಂಡಿರುವುದನ್ನು ನೋಡಿದೆ.

ನಾನು ಕೆಳಗೆ ಕುಳಿತುಕೊಂಡು ನಿರಾತಂಕನಾಗಿರುವಂತೆ ಮತ್ತು ಅವರು ಮಾಡುತ್ತಿದ್ದುದ್ದು ಸರಿಯಾಗಿರುವಂತೆ ನಟಿಸಿದೆ. ನಾನು ಆಸ್ಟ್ರಲ್ ಪ್ರಪಂಚದಲ್ಲಿದ್ದರೂ ಕೂಡ ಈ ಆಷಾಢಭೂತಿತನ ನಮ್ಮ ಆಧ್ಯಾತ್ಮಿಕ ಜೀವನಕ್ಕೆ ಹಾನಿಕಾರಕ ಎಂಬುದು ನನಗೆ ಚೆನ್ನಾಗಿ ಗೊತ್ತಿತ್ತು, ಆದರೆ ಅವರ ಶಿಕ್ಷಕರು ಪರಿಚಯಿಸಿದ ಒಂದು ಉಪಯುಕ್ತವಾದ ತಂತ್ರವು ನನಗೆ ಬೇಕಾಗಿದ್ದರಿಂದ ಅವರು ಹೇಳಿದಂತೆ ಕೇಳುವುದನ್ನು ಬಿಟ್ಟು ನನಗೆ ಬೇರೆ ದಾರಿಯಿರಲಿಲ್ಲ.

ನನಗೆ ಏನೋ ತಪ್ಪಿದೆ ಎಂದೆನಿಸಿತು ಎಂಬುದನ್ನು ಗ್ರಹಿಸಿದ ಪ್ರಮುಖ ಶಿಷ್ಯನು ಒಬ್ಬ ಹೆಂಗಸಿನೊಂದಿಗೆ ಸಭೆಯನ್ನು ಬಿಟ್ಟು ಹೊರಟನು. ನಂತರ, ಇದೇ ಯುವತಿಯು ನನ್ನ ಬಳಿಗೆ ಬಂದು ಚೆಲ್ಲಾಟವಾಡಲು ಪ್ರಾರಂಭಿಸಿದಳು. ಆಸ್ಟ್ರಲ್ ಪ್ರಪಂಚದಲ್ಲಿ ಆಕೆ ನಗ್ನಳಾಗಿದ್ದಳು. ಮತ್ತೊಬ್ಬ ಮಹಿಳೆಯೊಂದಿಗೆ ಹತ್ತಿರದಲ್ಲಿದ್ದ ಆಕೆಯ ಪತಿಯೂ ಕೂಡ ನಗ್ನನಾಗಿದ್ದನು. ಅನುಮಾನವನ್ನು ಕಡಿಮೆ ಮಾಡಲು, ನಾನು ನನ್ನ ಷರ್ಟನ್ನು ತೆಗೆದೆ, ಆದರೆ ನನ್ನ ಸೊಂಟದ ಕೆಳಗಿನ ಉಡುಪನ್ನು ಉಳಿಸಿಕೊಂಡೆ. ನಾನು ಆಕೆಯೊಡನೆ ಮಾತನಾಡಲು ಪ್ರಾರಂಭಿಸಿದೆ. ನಂತರ ನಾನು ಹೇಳಿದೆ, "ನಾನು ಈಗ ಹೋಗಬೇಕಾಗುತ್ತದೆ, ಏಕೆಂದರೆ ಕರ್ತವ್ಯಗಳಿಗೆ ಗಮನಕೊಡಲು ನಾನು ಇತರ ಕಡೆಯಲ್ಲಿ ನನ್ನ ದೇಹವನ್ನು ನಿದ್ದೆಯಿಂದ ಎಬ್ಬಿಸಬೇಕು. ನಾನು ತಡವಾಗಿ ಹೋದರೆ ಸೇವೆಯು ನಿರ್ಲಕ್ಷಿಸಲ್ಪಡುತ್ತದೆ." ಆಕೆ ಉತ್ತರಿಸಿದಳು, "ಹೇ, ಶಾಂತನಾಗು! ಎಲ್ಲವೂ ಸರಿಯಾಗಿದೆ. ಪ್ರಮುಖ ಶಿಷ್ಯನು ಇಲ್ಲಿಯೇ ನಮ್ಮೊಂದಿಗಿದ್ದಾನೆ. ಆತನೇ ಈ

ಸಭೆಯನ್ನು ಏರ್ಪಡಿಸಿದನು. ನಾನು ನಿನಗೆ ಇದನ್ನು ಅಭ್ಯಾಸ ಮಾಡಿಸಬೇಕಿದೆ. ನಿನಗೆ ನಾನು ಇಷ್ಟವಿಲ್ಲವೇ? ನಾವು ಇದನ್ನು ಮುಂದುವರಿಸೋಣ." ಆದರೆ ನಾನು ಹೇಳಿದೆ, "ನಾನು ಸೇವೆಗಳನ್ನು ಪೂರ್ಣಗೊಳಿಸಬೇಕು. ಇದನ್ನು ವೈಯಕ್ತಿಕವಾಗಿ ತೆಗೆದುಕೊಳ್ಳಬೇಡ. ನನಗೆ ನಿನ್ನ ಸಹವಾಸ ಇಷ್ಟವಾಗುತ್ತದೆ, ಆದರೆ ನಾನು ನಿಯೋಜಿಸಲಾದ ಕರ್ತವ್ಯಗಳನ್ನು ಪೂರೈಸಬೇಕು."

ಈ ಹಂತದಲ್ಲಿ ಹುಡುಗಿ ಮುಗುಳ್ನಕ್ಕಳು ಮತ್ತು ತನ್ನ ದೇಹವನ್ನು ನನ್ನ ದೇಹದ ಮೇಲೆ ಉಜ್ಜಲು ಮತ್ತು ಸ್ಪರ್ಶಿಸಲು ಪ್ರಾರಂಭಿಸಿದಳು. ಆಕೆಯಿಂದ ತಪ್ಪಿಸಿಕೊಳ್ಳಲು, ಆಕೆಗೆ ಪ್ರತಿಕ್ರಿಯಿಸಲು ನಾನು ಆಕೆಯ ದೇಹವನ್ನು ಉಜ್ಜಲು ಪ್ರಾರಂಭಿಸಿದೆ. ನಾನು ಪ್ರಾರಂಭಿಸಿದ ಕೂಡಲೇ, ಆಕೆಯ ಬುದ್ಧಿಶಕ್ತಿಯು ಆನಂದದ ಶಕ್ತಿಗಳನ್ನು ಆನಂದಿಸಲು ಪ್ರಾರಂಭಿಸಿತು. ಆಕೆಗೆ ಎಚ್ಚರಿಕೆಯಿಂದಿರಲು ಸಾಧ್ಯವಾಗಲಿಲ್ಲ. ನನ್ನನ್ನು ಇರಿಸಿಕೊಳ್ಳುವ ಆಕೆಯ ದೃಢಸಂಕಲ್ಪ ಚೂರುಚೂರಾಯಿತು. ಆಕೆ ಇನ್ನೂ ಹೆಚ್ಚು ಆನಂದಿಸಲು ಪ್ರಾರಂಭಿಸಿದಳು, ಮತ್ತು ನಾನು ಇದ್ದಕ್ಕಿದ್ದಂತೆ ತಪ್ಪಿಸಿಕೊಂಡೆ ಮತ್ತು ನನ್ನ ಸ್ಥೂಲ ದೇಹವನ್ನು ಎಚ್ಚರಗೊಳಿಸಿದೆ.

ಇದು ಅಸಾಮಾನ್ಯ ಎಂದಲ್ಲ. ಇದು ಯಾರಿಗಾದರೂ ಸಂಭವಿಸಬಹುದು. ಚಟುವಟಿಕೆಯು ನಮ್ಮ ಬಯಕೆಯ ವಿರುದ್ಧವಿದ್ದರೂ ಕೂಡ, ಬುದ್ಧಿಶಕ್ತಿಯು ಒಂದು ಸಣ್ಣ ಪ್ರಮಾಣದ ಸಂತೋಷವನ್ನು ಪತ್ತೆ ಹಚ್ಚಿದರೆ ಅದು ನಮ್ಮನ್ನು ಮೈಮರೆಸಬಹುದು. ಇಲ್ಲಿ ಒಂದು ಉಲ್ಲೇಖವಿದೆ:

- *ಮನಸ್ಸು ಅಲೆದಾಡುವ ಇಂದ್ರಿಯಗಳಿಂದ ಪ್ರಚೋದಿಸಲ್ಪಟ್ಟಾಗ, ನೀರಿನಲ್ಲಿ ಗಾಳಿಯು ಒಂದು ಹಡಗನ್ನು ನಿಭಾಯಿಸುವಂತೆಯೇ ಮನಸ್ಸು ವಿವೇಚನೆಯನ್ನು ಬಳಸುತ್ತದೆ. (ಭಗವದ್ಗೀತೆ ೨.೬೭)*

ಜನನ ನಿಯಂತ್ರಣ ಮಾತ್ರೆಗಳ ಹಾಗೂ ಗರ್ಭಧಾರಣೆ ತಡೆಗಟ್ಟುವಿಕೆಯ ಇತರ ವಿಧಾನಗಳ ಪೂರ್ವದ ದಿನಗಳಲ್ಲಿ ಅನೇಕ ಮಹಿಳೆಯರು ತಮ್ಮ ಇಚ್ಛೆಗೆ ವಿರುದ್ಧವಾಗಿ ಗರ್ಭಿಣಿಯಾದರು, ಏಕೆಂದರೆ ಲೈಂಗಿಕ ಸಂಪರ್ಕವನ್ನು ಆನಂದಿಸುವಾಗ ಅವರಿಗೆ ವಿವೇಚನಾಯುಕ್ತವಾಗಿ ತಮ್ಮ ಬುದ್ಧಿಶಕ್ತಿಯನ್ನು ಬಳಸಿಕೊಳ್ಳಲು ಸಾಧ್ಯವಾಗಲಿಲ್ಲ ಎಂಬ ಕಾರಣಕ್ಕಾಗಿ ಮಾತ್ರ. ಅದೇ ಕಾರಣದಿಂದ, ಅನೇಕ ಪುರುಷರು ಹುಚ್ಚು ಹುಚ್ಚಾಗಿ ಮಕ್ಕಳನ್ನು ಹುಟ್ಟಿಸಿದರು, ಏಕೆಂದರೆ ಪ್ರಣಯ ಪ್ರವೃತ್ತಿಯಲ್ಲಿ ಆನಂದಿಸುವಾಗ ಜೀವ ಶಕ್ತಿಯು ತನ್ನನ್ನು ಹೊರಸೂಸುವುದನ್ನು ನಿಲ್ಲಿಸಲು ಅವರಿಗೆ ಸಾಧ್ಯವಾಗಲಿಲ್ಲ ಎಂಬ ಕಾರಣಕ್ಕಾಗಿ ಮಾತ್ರ. ಎರಡೂ ಸಂದರ್ಭಗಳಲ್ಲಿ, ಆನಂದದ ಅಂಶವು ಅನಪೇಕ್ಷಿತ ಫಲಿತಾಂಶವನ್ನು ಉಂಟುಮಾಡಿತು.

ಅಹಿತಕರವಾದ ಆಲೋಚನೆಗಳು, ನಾವು ಇಷ್ಟಪಡದಿರುವಂಥ ಆಲೋಚನೆಗಳು ನಮಗೆ ಗಣನೀಯವಾಗಿ ಸಹಾಯ ಮಾಡುತ್ತವೆ. ಇವು ಸಂತೋಷಕ್ಕಾಗಿ ಪ್ರಯತ್ನವನ್ನು ನಿಲ್ಲಿಸಲು ಬುದ್ಧಿಶಕ್ತಿಗೆ ಎಚ್ಚರಿಕೆಯನ್ನು ನೀಡುತ್ತವೆ, ಆದರೆ ಸಂತೋಷದಾಯಕ ಆಲೋಚನೆಗಳು ಒಂದು ಪ್ರಲೋಭನೆಯಾಗಿ ವರ್ತಿಸುತ್ತವೆ. ಇವು ಬೇಡವಾದುದಕ್ಕೆ ಮೋಹದ ಬೆಳವಣಿಗೆಯನ್ನು ಉಂಟುಮಾಡುತ್ತವೆ.

ಆನಂದದ ಆಗತ್ಯ

ನಾವು ಆನಂದಕ್ಕೆ ಹಂಬಲಿಸುವುದರಿಂದ ಮತ್ತು ನಮಗೆ ಅದರಿಂದ ದೂರವಿರಲು ಸಾಧ್ಯವಿಲ್ಲದಿರುವುದರಿಂದ ನಾವು ಆಲೋಚನೆಗಳ ಆನಂದದಾಯಕ ಅಂಶವನ್ನು ವಿಶ್ಲೇಷಿಸುವುದಕ್ಕೆ ಬುದ್ಧಿಶಕ್ತಿಯ ಬಳಕೆಯಲ್ಲಿ ಸಿಕ್ಕಿಬಿದ್ದಿದ್ದೇವೆ. ನಾವು ನೀರಸ ಮತ್ತು

ಬೇಸರ ಬರಿಸುವುದು ಎಂದು ಭಾವಿಸುವ ಖಾಲಿ ಮನಸ್ಸಿನಿಂದ ಓಡುತ್ತೇವೆ. ನಾವು ಒಳಬರುವ ಆಲೋಚನೆಗಳಲ್ಲಿ ಏನಾದರೂ ಸಂತೋಷದಾಯಕವಾದುದನ್ನು ಕಂಡುಹಿಡಿಯಲು ಪ್ರಯತ್ನಿಸುತ್ತೇವೆ. ಈ ಪ್ರವೃತ್ತಿಯು ಅನಿಶ್ಚಿತತೆಯನ್ನು ಉಂಟುಮಾಡುತ್ತದೆ.

ನಮ್ಮ ಸ್ಥಾನವನ್ನು ಅರ್ಥಮಾಡಿಕೊಳ್ಳಲು ನಾವು ಇತ್ತೀಚೆಗೆ ಒಂದು ಮಗುವಿಗೆ ಜನ್ಮ ನೀಡಿದ ಒಬ್ಬ ಮಹಿಳೆಯನ್ನು ಗಮನಿಸಬಹುದು. ಆರಂಭಿಕ ಗರ್ಭಾವಸ್ಥೆಯಲ್ಲಿ ಬೆಳಗಿನ ಅನಾರೋಗ್ಯದ ಅಂಶಗಳು, ನಂತರದ ತಿಂಗಳುಗಳಲ್ಲಿ ಭಾರವಾದ ಭ್ರೂಣವನ್ನು ಹೊರುವ ಅಸ್ವಸ್ಥತೆ, ಪ್ರಸವ ವೇದನೆಯ ಪ್ರಾರಂಭದ ಬಗ್ಗೆ ಆತಂಕ, ಸ್ವತಃ ಪ್ರಸವ ವೇದನೆಗಳು, ಕೆಳಗಿನ ಕಿಬ್ಬೊಟ್ಟೆ ಹಿಗ್ಗುವುದು, ಜನನದ ಸಾಗುನಾಳ ಹಿಗ್ಗುವುದು, ಇದೆಲ್ಲದರ ನೋವು, ಮಗುವಿನ ಹೆರಿಗೆ, ಹೆರಿಗೆಯ ನಂತರ ಅಂಗವು ಮುಟ್ಟಿದರೆ ನೋವಾಗುವುದು, ವೈದ್ಯರು ಅಥವಾ ಸೂಲಗಿತ್ತಿ ನೀಡಿದ ಮುನ್ನೆಚ್ಚರಿಕೆಗಳು, ಮತ್ತು ಮಗುವಿನ ಸುರಕ್ಷತೆಗಾಗಿ ಆತಂಕ, ಇವೆಲ್ಲವೂ ಯೋಗ್ಯ ಕಾರಣದಿಂದ ಲೈಂಗಿಕ ಸಂಯಮವನ್ನು ಉಂಟುಮಾಡಲು ಸಹಾಯ ಮಾಡಬೇಕು. ಆದರೆ, ಲೈಂಗಿಕ ಅಂಗವು ಗುಣವಾಗುವ ಮುಂಚೆಯೇ, ಅದಕ್ಕೆ ಹೆಚ್ಚು ಲೈಂಗಿಕ ಪ್ರವೇಶಗಳು ಬೇಕಾಗುತ್ತವೆ.

ಮನಸ್ಸಿನಲ್ಲಿ ಆಲೋಚನೆಯ ಶಕ್ತಿ

ಒಬ್ಬ ವ್ಯಕ್ತಿಯು ಆಲೋಚನೆಯ ಶಕ್ತಿಯು ಮನಸ್ಸಿನೊಳಗೆ ಹೇಗೆ ಬರುತ್ತದೆ, ಮಿನುಗುವ ಬುದ್ಧಿಶಕ್ತಿಯಿಂದ ಹೇಗೆ ಪತ್ತೆಹಚ್ಚಲ್ಪಡುತ್ತದೆ, ಹೇಗೆ ಸಂಸ್ಕರಿಸಲ್ಪಡುತ್ತದೆ, ತದನಂತರ ಹೇಗೆ ಕುಗ್ಗುತ್ತದೆ ಎಂಬುದನ್ನು ಗಮನಿಸಬೇಕು. ನಾನು ಹಿಂದೆ ಹೇಳಿದಂತೆ, ಯಾವುದೇ ಗ್ರಂಥಿಯು ಸ್ಥೂಲ ರೂಪದಲ್ಲಿನ ಒಂದು ಅಂಗವಾಗಿರುವಂತೆಯೇ ಬುದ್ಧಿಶಕ್ತಿಯು ಸೂಕ್ಷ್ಮ ದೇಹದಲ್ಲಿನ ಒಂದು ಅಂಗವಾಗಿದೆ. ಒಬ್ಬ ವ್ಯಕ್ತಿಗೆ ಈ ಅಂಗವನ್ನು ಗ್ರಹಿಸಲು ಅಥವಾ ನೋಡಲು ಸಾಧ್ಯವಾಗದಿದ್ದರೆ, ಆದರೂ ಆತನು ಬುದ್ಧಿಶಕ್ತಿಯು ನೆಲೆಸಿರುವ ಮನಸ್ಸಿನ ಜಾಗವನ್ನು ಪತ್ತೆ ಹಚ್ಚಬಹುದು. ಆತನು ಕಲ್ಪನೆಗಳಂತೆ ಆಗಲಿ, ಸೂಕ್ಷ್ಮ ಶಬ್ದಗಳಂತೆ ಆಗಲಿ, ಅಥವಾ ಚಿತ್ರಗಳಂತೆ ಆಗಲಿ ಆಲೋಚನೆಗಳ ಬಗ್ಗೆ ಹೇಗೆ ಅರಿವುಳ್ಳವನಾಗುತ್ತಾನೆ ಎಂಬುದನ್ನು ಗಮನಿಸಬಹುದು. ಆತನು ಬುದ್ಧಿಶಕ್ತಿಯು ಅಥವಾ ಲೆಕ್ಕಾಚಾರಕ್ಕೆ ಸಂಬಂಧಿಸಿದ ಮಾನಸಿಕ ಶಕ್ತಿಯು ಹೇಗೆ ಒಳಬರುವ ಆಲೋಚನೆಗಳಿಗೆ ಪ್ರತಿಕ್ರಿಯಿಸುತ್ತದೆ, ಹೇಗೆ ಇವುಗಳನ್ನು ಸಾಮಾನ್ಯವಾಗಿ ಸಂಸ್ಕರಿಸಲಾಗುತ್ತದೆ, ಮತ್ತು ಹೇಗೆ ಕ್ರಮೇಣವಾಗಿ ಅತ್ಯಂತ ತೀವ್ರ ಆಲೋಚನೆಯು ಕೂಡ ಶೂನ್ಯದೊಳಗೆ ಕುಗ್ಗುತ್ತದೆ, ಅಥವಾ ಹೇಗೆ ಅದನ್ನು ಒಂದು ತ್ರಾಸದಾಯಕ ಅಥವಾ ಅತ್ಯಮೂಲ್ಯ ನೆನಪಿನಂತೆ ಉಪಪ್ರಜ್ಞೆಯಲ್ಲಿ ಶೇಖರಿಸಿಡಲಾಗುತ್ತದೆ ಎಂಬುದನ್ನು ಗಮನಿಸಬಹುದು. ಆತನು ಸಾರಾಸಗಟಾಗಿ ತಿರಸ್ಕರಿಸಲು ಶಕ್ತಿಯನ್ನು ಹೊಂದಿಲ್ಲದ ಅಥವಾ ಅವುಗಳನ್ನು ಹೊರದೂಡಲು ಪ್ರಯತ್ನಗಳ ಹೊರತಾಗಿಯೂ ಮನಸ್ಸಿನಲ್ಲಿ ಉಳಿದಿರುವ ಅನಪೇಕ್ಷಿತ ಆಲೋಚನೆಗಳಿಗೆ ನಿರೋಧ ಶಕ್ತಿಯ ಕೊರತೆಯನ್ನು ಆತನು ಅರ್ಥಮಾಡಿಕೊಳ್ಳಬಹುದು. ಆತ ಮಂತ್ರವನ್ನೇ ಪಠಿಸಲಿ ಅಥವಾ ಧ್ಯಾನವನ್ನೇ ಮಾಡಲಿ, ಆದರೂ ಕೆಲವು ಅನಪೇಕ್ಷಿತ ಆಲೋಚನೆಗಳು ಎಷ್ಟು ಪ್ರಬಲವಾಗಿರುತ್ತವೆ ಎಂದರೆ ಹಾಗೂ ಪ್ರಜ್ಞೆಯೊಳಗೆ ಎಂತಹ ಪ್ರಭಾವ ಬೀರುತ್ತವೆ ಎಂದರೆ ಅವುಗಳನ್ನು ತೆಗೆದುಹಾಕಲು ವ್ಯಕ್ತಿಯು ಏನೇ ಮಾಡಿದರೂ ಅವು ಮನಸ್ಸಿನಲ್ಲಿ ಉಳಿದಿರುತ್ತವೆ.

ಆಲೋಚನೆಯ / ವಿದ್ಯುತ್ತಿನ ಶಕ್ತಿ

ಸಾಮಾನ್ಯವಾಗಿ ನಮಗೆ ಆಲೋಚನೆಯ ಶಕ್ತಿಯನ್ನು ಸಂರಕ್ಷಿಸಲು ಕಡಿಮೆ ಅಗತ್ಯವಿರುತ್ತದೆ. ನಾವು ಸ್ಥೂಲ ಅಸ್ತಿತ್ವದ ಕಡೆಗೆ ಹೆಚ್ಚು ಗಮನ ಹರಿಸುವುದರಿಂದ, ನಾವು ಸ್ಥೂಲ ಶಕ್ತಿಯನ್ನು ಸಂರಕ್ಷಿಸುವುದರ ಬಗ್ಗೆಯೋ, ಬಳಸಿಕೊಳ್ಳುವುದರ ಬಗ್ಗೆಯೋ ಅಥವಾ ವ್ಯರ್ಥ ಮಾಡುವುದರ ಬಗ್ಗೆಯೋ ಯೋಚಿಸುತ್ತೇವೆ. ನಾವು ಆಲೋಚನೆಯ ಶಕ್ತಿಯ ಬಗ್ಗೆ ಕಡಿಮೆ ಕಾಳಜಿ ವಹಿಸುತ್ತೇವೆ. ಕೆಲವು ಹಂತದಲ್ಲಿ ಆದರೆ, ಒಬ್ಬನು ಆಲೋಚನೆಗಳು ಹೆಚ್ಚು ಅಮೂಲ್ಯ ಶಕ್ತಿ ಎಂಬುದನ್ನು ಅರಿತುಕೊಳ್ಳಬೇಕು. ನಾವು ಅಪಾರ ಪ್ರಮಾಣದ ಆಲೋಚನೆಯ ಶಕ್ತಿಯನ್ನು ವ್ಯರ್ಥ ಮಾಡುತ್ತೇವೆ, ಮತ್ತು ಅದನ್ನು ಅರಿತುಕೊಳ್ಳದೆಯೇ ಮಾನಸಿಕವಾಗಿ ನಮ್ಮನ್ನು ನಾವೇ ಬಳಲಿಸಿಕೊಳ್ಳುತ್ತೇವೆ.

ಕಾರಣ ಇಲ್ಲಿದೆ: ಆಲೋಚನೆಯ ಶಕ್ತಿಯ ಅಪವ್ಯಯವು ಸಾಮಾನ್ಯವಾಗಿ ಗಮನಿಸದೇ ಹೋಗುತ್ತದೆ. ಇದು ಮನಸ್ಸಿನ ಶಕ್ತಿಯ ಗುಣಮಟ್ಟವನ್ನು ಕಡಿಮೆಮಾಡುತ್ತದೆ. ಇದು ಅಡ್ಡಾದಿಡ್ಡಿಯಾದ ಆಲೋಚನೆಯ ಚಟುವಟಿಕೆಯಲ್ಲಿ ಹೆಚ್ಚಳವನ್ನು ಉಂಟುಮಾಡುತ್ತದೆ.

ಏಕಾಗ್ರತೆ

ನಾವು ನಮ್ಮನ್ನು ಬಾಹ್ಯ ಪ್ರಪಂಚದಿಂದ ಹಿಂತೆಗೆದುಕೊಳ್ಳಲು ಪ್ರಯತ್ನಿಸುವಾಗ ಏಕಾಗ್ರತೆಯ ವಿಷಯವು ಮುಖ್ಯವಾಗುತ್ತದೆ. ನಾವು ಮನಸ್ಸಿನಿಂದ ಇಂದ್ರಿಯ ಶಕ್ತಿಗಳ ಬಾಹ್ಯ ಹರಿವನ್ನು ನಿಧಾನಿಸುವ ಅಥವಾ ನಿಲ್ಲಿಸುವ ಮೂಲಕ ಬಾಹ್ಯ ಆಸಕ್ತಿಗಳಿಂದ ಇಂದ್ರಿಯ ಶಕ್ತಿಗಳನ್ನು ಯಶಸ್ವಿಯಾಗಿ ಹಿಂತೆಗೆದುಕೊಂಡರೆ, ಆಗ ನಾವು ತಕ್ಷಣವೇ ಆ ಶಕ್ತಿಗಳನ್ನು ಹೇಗೆ ಮತ್ತು ಅಲ್ಲಿ ಕೇಂದ್ರೀಕರಿಸುವುದು ಎಂಬ ಮತ್ತೊಂದು ಸಮಸ್ಯೆಯನ್ನು ಎದುರಿಸಬೇಕಾಗುತ್ತದೆ.

ಉದಾಹರಣೆಗೆ, ಒಬ್ಬ ಎಂಜಿನಿಯರು ಒಂದು ನದಿಯ ಹರಿವನ್ನು ನಿಲ್ಲಿಸಿದರೆ, ಆತನು ನೀರನ್ನು ಎಲ್ಲಿ ಸಂರಕ್ಷಿಸಬೇಕು ಎಂಬ ಸಮಸ್ಯೆಯನ್ನು ಎದುರಿಸಬೇಕಾಗುತ್ತದೆ. ನಿಸ್ಸಂಶಯವಾಗಿ ಆತನು ಸಂರಕ್ಷಿತ ನೀರಿಗೆ ಸ್ಥಳ ಮಾಡಿಕೊಡದೆ ನದಿಗೆ ಅಣೆಕಟ್ಟನ್ನು ಕಟ್ಟಿದರೆ, ಅದು ತಾನಾಗಿಯೇ ಒಂದು ಜಲಾಶಯವನ್ನು ಹುಡುಕಲು ಪ್ರಯತ್ನಿಸುತ್ತದೆ. ನಾವು ಇಂದ್ರಿಯಗಳ ನಿಗ್ರಹವನ್ನು ಬೆಳೆಸಿಕೊಂಡಾಗ ಇದು ಸಂಭವಿಸುತ್ತದೆ. ಹೀಗಾಗಿ, ಎಂಟು-ಭಾಗದ ಯೋಗ ಪ್ರಕ್ರಿಯೆಯಲ್ಲಿ, ಇಂದ್ರಿಯಗಳ ನಿಗ್ರಹವನ್ನು ಪ್ರಯೋಗಿಸಿದ ಕೂಡಲೇ ಒಬ್ಬ ವ್ಯಕ್ತಿಯು ಒಂದರತ್ತ ಗಮನವಿಡುವ ಏಕಾಗ್ರತೆಯನ್ನು ಕರಗತ ಮಾಡಿಕೊಳ್ಳಬೇಕು. ಸಂಸ್ಕೃತದಲ್ಲಿ, ಇಂದ್ರಿಯಗಳ ನಿಗ್ರಹವನ್ನು ಪ್ರತ್ಯಾಹಾರ ಎಂದು ಕರೆಯಲಾಗುತ್ತದೆ ಮತ್ತು ಒಂದರತ್ತ ಗಮನವಿಡುವ ಏಕಾಗ್ರತೆಯನ್ನು ಧಾರಣ ಎಂದು ಕರೆಯಲಾಗುತ್ತದೆ.

ಇಂದ್ರಿಯಗಳ ನಿಗ್ರಹವನ್ನು ಪ್ರಯತ್ನಿಸದಿರುವುದು ಉತ್ತಮವೆಂದು ಕೆಲವರು ಹೇಳುತ್ತಾರೆ. ಅವರು ಶಕ್ತಿಯನ್ನು ನಿಯಂತ್ರಣದಲ್ಲಿ ಹಿಡಿದಿಟ್ಟುಕೊಂಡರೆ ಅದು ಅಭಿವ್ಯಕ್ತಿಯ ಮತ್ತೊಂದು ಮಾರ್ಗದ ಮೂಲಕ ಅನಿರ್ಬಂಧಿತವಾಗಿ ಹರಿಯುತ್ತದೆ ಎಂದು ಭಾವಿಸುತ್ತಾರೆ. ಉದಾಹರಣೆಗೆ, ಒಬ್ಬ ಅನ್ವೇಷಕನು ಲೈಂಗಿಕವಾಗಿ ತಡೆಹಿಡಿದರೆ, ಮತ್ತು ಆತನು ಅಂತಃಸ್ರಾವವನ್ನು ಮಿತಿಗಳೊಳಗೆ ಇರಿಸಿಕೊಳ್ಳುವುದಕ್ಕೆ ಸಿದ್ಧನಾಗಿಲ್ಲದಿದ್ದರೆ, ಆತ ದುರಹಂಕಾರಿ ಮತ್ತು ರಾಜಕೀಯವಾಗಿ-ಮನಸ್ಸುಳ್ಳವನು ಆಗಬಹುದು. ಆತನು ಲೈಂಗಿಕ ಬಳಕೆಗಳಿಂದ ಸಂರಕ್ಷಿಸಿದ ಶಕ್ತಿಯು ಸಾಮಾಜಿಕ ಅಧಿಕಾರಕ್ಕಾಗಿ ರಾಜಕೀಯ ಅಂತಃಪ್ರೇರಣೆಯಾಗಿ ಪರಿವರ್ತಿಸುತ್ತದೆ.

ಇದು ಎಂಟು-ಭಾಗದ ಯೋಗ ಪ್ರಕ್ರಿಯೆಯನ್ನು ಕಡೆಗಣಿಸುವ ಹಾಗೂ ಯೋಗದ ಪ್ರತಿ ಹಂತವನ್ನು ಸಂಪೂರ್ಣವಾಗಿ ಕರಗತ ಮಾಡಿಕೊಂಡಿಲ್ಲದ ಶಿಕ್ಷಕರ ಆಶ್ರಯವನ್ನು ತೆಗೆದುಕೊಳ್ಳುವ ಕಾರಣದಿಂದ ಸಂಭವಿಸುತ್ತದೆ. ಒಬ್ಬ ವ್ಯಕ್ತಿಯು ಒಂದು ಪ್ರದೇಶದಿಂದ ಶಕ್ತಿಯನ್ನು

ಸಂರಕ್ಷಿಸಿದರೆ, ಆತನು ಅದನ್ನು ಮತ್ತೊಂದು ಪ್ರದೇಶದಲ್ಲಿ ಕೇಂದ್ರೀಕರಿಸಬೇಕು; ಇಲ್ಲವಾದರೆ, ಒಂದು ನದಿಯ ಹರಿವನ್ನು ಅಣೆಕಟ್ಟಿನಿಂದ ತಡೆಹಿಡಿಯಲ್ಪಟ್ಟರೆ ಅದು ತನ್ನನ್ನು ಒಂದು ಸುಲಭದ ದಿಕ್ಕಿನಲ್ಲಿ ಬೇರೆ ಕಡೆಗೆ ತಿರುಗಿಸುವಂತೆಯೇ, ಆತನು ಆವೇಗಯುಕ್ತವಾಗಿ ಮತ್ತೊಂದು ದಿಕ್ಕಿನೆಡೆಗೆ ಒತ್ತಾಯಿಸಲ್ಪಡುತ್ತಾನೆ.

ಶಿಕ್ಷಕರು ಮಾನಸಿಕ ಶಿಸ್ತುಗಳಲ್ಲಿ ನಿಪುಣರಾಗಿರಬೇಕು. ಅವರು ಲೈಂಗಿಕ ಶಕ್ತಿಯನ್ನು ಸಂರಕ್ಷಿಸಲು ಶಿಷ್ಯನಿಗೆ ಹೇಳಿದಾಗ, ಶಿಷ್ಯನು ಆ ಕಾಯ್ದಿರಿಸಲಾದ ಶಕ್ತಿಯನ್ನು ಎಲ್ಲಿ ಶೇಖರಿಸಿಡಬೇಕು ಅಥವಾ ಬಳಸಿಕೊಳ್ಳಬೇಕು ಎಂಬ ಸಲಹೆಯನ್ನು ಕೂಡ ಅವರು ನೀಡಬೇಕು. ವಾಸ್ತವವಾಗಿ, ಒಂದು ನಿರ್ದಿಷ್ಟ ಪ್ರಕಾರದ ಸಂರಕ್ಷಿತ ಶಕ್ತಿಯನ್ನು ಒಂದು ನಿರ್ದಿಷ್ಟ ರೀತಿಯಲ್ಲಿ ಶೇಖರಿಸಿಡಬೇಕು. ಒಂದು ಸಾರ್ವತ್ರಿಕ ಸೂಚನೆಯು ಒಂದು ತಂತ್ರವಾಗಿ ನಿಷ್ಪ್ರಯೋಜಕವಾಗಿದೆ. ಎಲ್ಲಾ ನದಿಗಳು ಅವುಗಳ ಮಾರ್ಗಗಳನ್ನು ತಡೆಹಿಡಿಯಲ್ಪಟ್ಟರೆ ಅವು ಗತಿಗೆ ವಿರುದ್ಧವಾಗಿ ಉಕ್ಕುತ್ತವೆ, ಆದರೂ ಕೂಡ ಪ್ರತಿಯೊಂದಕ್ಕೂ ಒಂದು ನಿರ್ದಿಷ್ಟ ಪ್ರಕಾರದ ಜಲಾಶಯ ಬೇಕಾಗುತ್ತದೆ, ಮತ್ತು ಒಂದು ನಿರ್ದಿಷ್ಟ ಪ್ರಕಾರದ ಪ್ರವಾಹದ ಹೊರಮಾರ್ಗ ಬೇಕಾಗುತ್ತದೆ. ಪ್ರತಿಯೊಬ್ಬ ಧ್ಯಾನಿಗೆ ಒಂದು ನಿರ್ದಿಷ್ಟ ಭಾವುಕ-ಸಮಸ್ಯೆ ಅಥವಾ ದುರ್ಗುಣದ-ಪ್ರವೃತ್ತಿ ಇರುತ್ತದೆ ಮತ್ತು ಆತನಿಗೆ ವೈಯುಕ್ತಿಕವಾಗಿ ಸಲಹೆ ನೀಡಬೇಕಾಗುತ್ತದೆ.

ಒಬ್ಬ ಶಿಕ್ಷಕನಾಗಿ ನನ್ನ ವಿಷಯದಲ್ಲಿ, ಲೈಂಗಿಕ ಶಕ್ತಿಯ ಸಂರಕ್ಷಣೆಯಲ್ಲಿ ನನಗೆ ಒಂದಷ್ಟು ಅನುಭವವಿದೆ, ಆದರೆ ಒಂದು ಕುಟುಂಬಕ್ಕೆ ಕಾಳಜಿ ವಹಿಸುವುದನ್ನು ಒಳಗೊಂಡಿರುವ, ಜವಾಬ್ದಾರಿಯುತ ಗೃಹಸ್ಥನ ಜೀವನಕ್ಕೆ ಆ ಸಂರಕ್ಷಿತ ಶಕ್ತಿಯನ್ನು ತೊಡಗಿಸುವುದಕ್ಕೆ ಸಂಬಂಧಿಸಿದಂತೆ ಮಾತ್ರವಾಗಿದೆ. ಇಲ್ಲವಾದರೆ ನನಗೆ ಯಾವುದೇ ಪ್ರಾಯೋಗಿಕ ಅನುಭವವಿಲ್ಲ. ಒಬ್ಬ ಬ್ರಹ್ಮಚಾರಿ ಸನ್ಯಾಸಿಯು ನನ್ನ ಬಳಿಗೆ ಬರುತ್ತಾನೆಂದು ಭಾವಿಸೋಣ. ಆತನು ವಿಚಾರಿಸಬಹುದು, "ನೀನು ಬ್ರಹ್ಮಚರ್ಯೆಯಲ್ಲಿ ಪ್ರವೀಣನೆಂದು ನಾನು ಕೇಳಿರುವೆನು. ನನಗೆ (ಅಂತಃಸ್ರಾವವನ್ನು ಅಥವಾ ಲೈಂಗಿಕ ಶಕ್ತಿಯನ್ನು) ಮಿತಿಗಳೊಳಗೆ ಇರಿಸಿಕೊಳ್ಳುವುದರಲ್ಲಿ ಕಷ್ಟವಾಗುತ್ತಿದೆ. ನಾನು ಏನು ಮಾಡಬೇಕು? ನಾನು ಹೇಗೆ ಈ ಶಕ್ತಿಯನ್ನು ಒಂದು ನಿರ್ದಿಷ್ಟ ಮಾರ್ಗದಲ್ಲಿ ತೊಡಗಿಸಬಹುದು?"

ಆಗ ನಾನೇನು ಹೇಳಬೇಕು? ನಾನು ಆತನನ್ನು ನಂಬಿಸಿ ಮೋಸ ಮಾಡಬೇಕೇ, ತಪ್ಪುದಾರಿಗೆ ಎಳೆಯಬೇಕೇ, ಮತ್ತು ಒಂದು ಪ್ರಾಯೋಗಿಕ ವಿಧಾನವನ್ನು ಹೊಂದಿರುವೆ ಎಂದು ತೋರ್ಪಡಿಸಿಕೊಳ್ಳಬೇಕೇ? ಒಬ್ಬ ಸನ್ಯಾಸಿಯಾಗಿ ಆತನು ನಾನು ಬಳಸಿದ ನಿರ್ದಿಷ್ಟ-ಮಾರ್ಗದಲ್ಲಿ-ತೊಡಗಿಸುವ ವಿಧಾನವನ್ನು ಬಳಸುವುದು ಸಾಧ್ಯವಿಲ್ಲ. ಆತನಿಗೆ ಬೇರೆ ವಿಧಾನವು ಬೇಕಾಗುತ್ತದೆ, ಏಕೆಂದರೆ ಆತನು ಕುಟುಂಬವನ್ನು ಹೊಂದಿರುವುದಿಲ್ಲವೆಂದು ಶಪಥವನ್ನು ತೆಗೆದುಕೊಂಡಿದ್ದಾನೆ. ಬೇರೆ ಮಾತುಗಳಲ್ಲಿ ಹೇಳುವುದಾದರೆ, ನನ್ನನ್ನು ಒಂದು ಜಲವಿದ್ಯುತ್ತಿನ ಯಂತ್ರ ಸ್ಥಾವರವನ್ನು ನಿರ್ಮಿಸಲು ಒಂದು ನದಿಗೆ ಅಣೆಕಟ್ಟನ್ನು ಕಟ್ಟಿದ ಒಬ್ಬ ಎಂಜಿನಿಯರಿಗೆ ಹೋಲಿಸಬಹುದು. ಆದರೆ, ಒಂದು ನೀರಾವರಿ ವ್ಯವಸ್ಥೆಯ ಕಾರ್ಯನಿರ್ವಹಿಸಲು ಬಯಸುವ ಮತ್ತೊಬ್ಬ ಎಂಜಿನಿಯರು ನನ್ನ ಬಳಿಗೆ ಬಂದರೆ, ನಾನು ಆತನಿಗೆ ಪ್ರಾಯೋಗಿಕವಾಗಿ ಸಲಹೆ ನೀಡಲು ಆಗುವುದಿಲ್ಲ. ನಾವಿಬ್ಬರೂ ನೀರಿನ ಸಂರಕ್ಷಣೆಯಲ್ಲಿಯೇ ಆಸಕ್ತರಾಗಿದ್ದೇವೆ, ಆದರೆ ನಮ್ಮ ಶಕ್ತಿಯ ಬಳಕೆಯು ಭಿನ್ನವಾಗಿದೆ. ನೀರಿನ ಶಕ್ತಿಯ ಬಳಸುವಿಕೆಯಲ್ಲಿ ಎರಡೂ ರೀತಿಯ ಅನುಭವವನ್ನು ಹೊಂದಿರುವ ಒಬ್ಬ ಹಿರಿಯ ಎಂಜಿನಿಯರ್ ನಮ್ಮಿಬ್ಬರಿಗೂ ಸಲಹೆ

ನೀಡಬಹುದು. ಆದರೆ ಆತನಿಗೆ ಪ್ರಾಯೋಗಿಕ ಅನುಭವವಿರಬೇಕು, ಕೇವಲ ಒಂದು ದೊಡ್ಡ ಹೆಸರು, ಒಂದಷ್ಟು ವರ್ಚಸ್ಸು ಮತ್ತು ಒಂದು ಪ್ರತಿಷ್ಠಿತ ಸಂಸ್ಥೆ ಅಷ್ಟೇ ಅಲ್ಲ.

ಸಾಮಾನ್ಯವಾಗಿ, ಯೋಗ ವ್ಯವಸ್ಥೆಯಲ್ಲಿ, ಒಬ್ಬ ವ್ಯಕ್ತಿಯು ಇಂದ್ರಿಯ ಶಕ್ತಿಗಳನ್ನು ಮೊದಲು ಹಿಂತೆಗೆದುಕೊಂಡಾಗ, ಆತನಿಗೆ ಭೌತಿಕ ಹಾಗೂ ಸೂಕ್ಷ್ಮ ದೇಹದ ಒಳಗೆ ಯಾವುದಾದರೂ ಖಚಿತವಾದ ಸ್ಥಳದ ಮೇಲೆ ಅದನ್ನು ಕೇಂದ್ರೀಕರಿಸಲು ಸಲಹೆ ನೀಡಲಾಗುತ್ತದೆ, ಏಕೆಂದರೆ, ಪ್ರಸ್ತುತವಾಗಿ, ಯಾವುದೇ ಜೀವಂತ ದೇಹದಲ್ಲಿ, ಎರಡು ರೂಪಗಳು ಒಟ್ಟಿಗೆ ಸೇರಿಕೊಂಡಿರುತ್ತವೆ. ಆತನು ದೇಹದೊಳಗೆ ಶಕ್ತಿಯನ್ನು ಸಂರಕ್ಷಿಸಿದ ನಂತರ, ಅದನ್ನು ಒಂದು ಶಕ್ತಿಯ ಸಂಧಿಯ ಮೇಲೆ ಅಥವಾ ಸ್ವಯಂನ-ಕೇಂದ್ರಭಾಗದ ಮೇಲೆ ಕೇಂದ್ರೀಕರಿಸಲು ಆತನಿಗೆ ಸಲಹೆ ನೀಡಲಾಗುತ್ತದೆ.

ಜಲವಿದ್ಯುತ್ತಿನ ಉತ್ಪಾದನೆಗೆ ನದಿ-ಶಕ್ತಿಯ ಬಳಕೆಯ ಉದಾಹರಣೆಯಲ್ಲಿ, ಎಂಜಿನಿಯರ್ ಕೇವಲ ನೀರಿನ ಹರಿವನ್ನು ನಿಲ್ಲಿಸುವ ಮೂಲಕ ವಿದ್ಯುತ್ತನ್ನು ಪಡೆಯುವುದು ಸಾಧ್ಯವಿಲ್ಲ. ಆತನು ವಿದ್ಯುಚ್ಛಕ್ತಿಯನ್ನು ಉತ್ಪಾದಿಸುವ ಯಂತ್ರವನ್ನು ನಿರ್ಮಿಸಬೇಕು. ಇಂದ್ರಿಯ ಶಕ್ತಿಯಲ್ಲಿಯೂ ಇದೇ ಆಗಿದೆ. ಈ ಕಾರಣಕ್ಕಾಗಿ ಯೋಗದಲ್ಲಿ ಒಬ್ಬ ವ್ಯಕ್ತಿಗೆ ಚಕ್ರಗಳ ಮೇಲೆ ಅಥವಾ ಸೂಕ್ಷ್ಮ ದೇಹದ ಒಳಗೆ ಇತರ ಪ್ರಮುಖ ಖಚಿತವಾದ ಸ್ಥಳಗಳ ಮೇಲೆ ಗಮನ ಕೇಂದ್ರೀಕರಿಸಲು ಹೇಳಲಾಗುತ್ತದೆ.

ಏಕಾಗ್ರತೆಗೆ ಸ್ಥಳಗಳು

ಸ್ಥೂಲ ಮತ್ತು ಸೂಕ್ಷ್ಮ ದೇಹಗಳೊಳಗೆ ಏಕಾಗ್ರತೆಗೆ ಅನೇಕ ಸ್ಥಳಗಳಿವೆ. ಸಾಮಾನ್ಯವಾಗಿ ಆರಂಭಿಕರಿಗೆ ಮನಸ್ಸನ್ನು ಹುಬ್ಬುಗಳ ನಡುವೆ ಕೇಂದ್ರೀಕರಿಸಲು ಯೋಗ ಗುರುಗಳು ಹೇಳುತ್ತಾರೆ. ಇದನ್ನು ಭಗವದ್ಗೀತೆಯಲ್ಲಿ ಉಲ್ಲೇಖಿಸಲಾಗಿದೆ:

- *ಬಾಹ್ಯ ಇಂದ್ರಿಯ ಸಂಪರ್ಕಗಳನ್ನು ಹೊರಗಿಡುತ್ತಾ, ಮತ್ತು ದೃಷ್ಟಿಯ ಗಮನವನ್ನು ಹುಬ್ಬುಗಳ ನಡುವೆ ಒಂದೇ ಸಮನೆ ಹರಿಸುತ್ತಾ, ಮೂಗಿನ ಮೂಲಕ ಚಲಿಸುತ್ತಿರುವ ಉಚ್ಛ್ವಾಸ ಮತ್ತು ನಿಶ್ವಾಸವನ್ನು ಸಮತೋಲನದಲ್ಲಿ ಇರಿಸುತ್ತಾ, . . .*

- *. . . ಇಂದ್ರಿಯ ಶಕ್ತಿ, ಮನಸ್ಸು, ಮತ್ತು ಬುದ್ಧಿಯನ್ನು ನಿಯಂತ್ರಿಸಿದ, ಆಸೆ, ಭಯ ಮತ್ತು ಕೋಪವು ಹೊರಟುಹೋದ, ಮುಕ್ತಿಯನ್ನು ಸಾಧಿಸುವುದಕ್ಕೆ ಪೂರ್ಣವಾಗಿ ನಿಷ್ಠನಾದ ಜ್ಞಾನಿಯು ಯಾವಾಗಲೂ ಮುಕ್ತನಾಗಿದ್ದಾನೆ. (ಭಗವದ್ಗೀತೆ ೫.೨೭-೨೮)*

ಇದಲ್ಲದೆ, ಚಕ್ರಗಳು ಅಥವಾ ಶಕ್ತಿಯ-ಪರಿಭ್ರಮಿಸುವ-ಕೇಂದ್ರಗಳು ಎಂದು ಕರೆಯಲಾಗುವ ಇತರ ಏಕಾಗ್ರತೆಯ ಸ್ಥಳಗಳು, ಭಗವಾನ್ ಕೃಷ್ಣನು ಉದ್ಧವನಿಗೆ ಬೋಧಿಸಿದಾಗ ಆತನಿಂದ ಚರ್ಚಿಸಲಾಗಿದೆ. ಇದನ್ನು ಭಗವಾನ್ ಶಿವನು ನಾರದ ಪಂಚರಾತ್ರದಲ್ಲಿ ನಾರದನಿಗೆ ಬೋಧಿಸಿದಾಗ ಆತನಿಂದ ವಿವರಿಸಲಾಗಿದೆ. ಹೀಗಾಗಿ ಇವುಗಳು ದೇಹದೊಳಗೆ ಆಂತರಿಕ ಏಕಾಗ್ರತೆಗಾಗಿ ಪ್ರಮಾಣಿತ, ಅನುಮೋದಿತ ಸ್ಥಳಗಳಾಗಿವೆ.

- *ಗುದವನ್ನು ಹಿಮ್ಮಡಿಯಿಂದ ಮುಚ್ಚಿಕೊಂಡು, ಮತ್ತು ಜೀವಧಾರಕ ಶಕ್ತಿಯನ್ನು ಹೃದಯ ಚಕ್ರಕ್ಕೆ ಏರಿಸಿ, ನಂತರ ಎದೆ, ಗಂಟಲು ಮತ್ತು ತಲೆಯ ಮೂಲಕ ಏರಿಸಿ, ಮತ್ತು ಅದನ್ನು ಸೂಕ್ಷ್ಮ ದೇಹದ ತಲೆಯ ಮೇಲಿನ ರಂಧ್ರದ ಮೂಲಕ ತೆಗೆದುಕೊಂಡು ಹೋಗುವ ಮೂಲಕ ಒಬ್ಬನು ಸ್ಥೂಲ ರೂಪವನ್ನು ತೊರೆಯುವಾಗ ಆಧ್ಯಾತ್ಮಿಕ ಅಸ್ತಿತ್ವಕ್ಕೆ ವರ್ಗಾಯಿಸಬೇಕು. (ಉದ್ಧವ ಗೀತಾ ೧೦.೨೪) (ಶ್ರೀಮದ್ ಭಾಗವತಂ ೧೧.೧೫.೨೪)*

ಭೇದಕ ಆಲೋಚನೆಗಳಿಂದ ತಪ್ಪಿಸಿಕೊಳ್ಳಲು ಪ್ರಯತ್ನಿಸುತ್ತಿರುವಲ್ಲಿ ಒಬ್ಬ ವ್ಯಕ್ತಿಗೆ ಮೆದುಳಿನ ಪ್ರದೇಶದಿಂದ ಸ್ಥಳಾಂತರಿಸುವುದು ಅಗತ್ಯವೆಂದು ಅನಿಸಬಹುದು. ಸೂಕ್ಷ್ಮ ದೇಹದ ಬುದ್ಧಿಶಕ್ತಿಯು ಅಲ್ಲಿ ಅಂತರಾವಕಾಶವಾಗಿರುವುದರಿಂದ (interspaced) ದೇಹದ ಈ ಭಾಗವು ಒಂದು ಸೂಕ್ಷ್ಮವಾದ ರೇಡಿಯೋದಂತೆ ವರ್ತಿಸುತ್ತದೆ. ಮನಸ್ಸು ಸೂಕ್ಷ್ಮ ರೂಪದ ಮೆದುಳಾಗಿದೆ. ಅದು ಒಳಬರುವ ಆಲೋಚನೆಗಳನ್ನು ಪತ್ತೆಹಚ್ಚುತ್ತದೆ, ಮತ್ತು ಹಠಾತ್ ಪ್ರವೃತ್ತಿಯಿಂದ ಪ್ರತಿಕ್ರಿಯಿಸುತ್ತದೆ.

ಏಕಾಗ್ರತೆಯನ್ನು ಕರಗತ ಮಾಡಿಕೊಳ್ಳಲು ಪ್ರಯತ್ನಿಸುತ್ತಿರುವಲ್ಲಿ, ಒಬ್ಬ ವ್ಯಕ್ತಿಯು ಕೆಲವು ಆಲೋಚನೆಗಳು ಸಂಕಲ್ಪ-ಶಕ್ತಿಗೆ ನಿರೋಧಕವಾಗಿವೆ ಎಂಬುದನ್ನು ಕಂಡುಕೊಳ್ಳುತ್ತಾನೆ. ಕೆಲವು ಆಲೋಚನೆಗಳು ಭೇದಕ ಸಾಮರ್ಥ್ಯವನ್ನು ಹೊಂದಿರುತ್ತವೆ, ಅದರ ಮೂಲಕ ಅವು ಅನಪೇಕ್ಷಿತವಾಗಿದ್ದರೂ ಕೂಡ ಮನಸ್ಸಿನಲ್ಲಿ ಉಳಿದಿರುತ್ತವೆ. ಹೀಗಾಗಿ ಒಬ್ಬ ವ್ಯಕ್ತಿಯು ಮೆದುಳಿನ ಪ್ರದೇಶದಿಂದ ಗಮನವನ್ನು ಬೇರೆಡೆಗೆ ತಿರುಗಿಸಬಹುದು, ಮತ್ತು ಇಂತಹ ಕಿರಿಕಿರಿ ಉಂಟುಮಾಡುವ ಆಲೋಚನೆಗಳಿಂದ ತಪ್ಪಿಸಿಕೊಳ್ಳಬಹುದು. ಮಾನಸಿಕವಾಗಿ ಇಂತಹ ಆಲೋಚನೆಗಳನ್ನು ಹಿಮ್ಮೆಟ್ಟಿಸುವ ಬದಲಿಗೆ, ಒಬ್ಬ ವ್ಯಕ್ತಿಯು ಬೆನ್ನುಮೂಳೆಯ ತಳದಂತಹ ಒಂದು ಕೆಳಗಿನ ಚಕ್ರಕ್ಕೆ ಗಮನವನ್ನು ಬದಲಾಯಿಸಬಹುದು. ಅದು ಬೆನ್ನುಮೂಳೆಯ ಮೇಲಿರುವ ಶಕ್ತಿಯ-ಪರಿಭ್ರಮಿಸುವ-ಕೇಂದ್ರಗಳಲ್ಲಿ ಅತ್ಯಂತ ಕೆಳಭಾಗದ್ದಾಗಿದೆ. ಅದು ಆಲೋಚನೆ-ಇಲ್ಲದ ಸ್ಥಳವಾಗಿದೆ. ಆ ಸ್ಥಳದಲ್ಲಿ ಬುದ್ಧಿಶಕ್ತಿಯು ಆಲೋಚನೆಗಳನ್ನು ಗ್ರಹಿಸಲು ಸಾಧ್ಯವಿಲ್ಲ, ಅಥವಾ ಅದು ವಿಚಾರಗಳ ಅಥವಾ ಕಲ್ಪನೆಗಳ ಮೇಲೆ ಕಾರ್ಯಮಾಡಲು ಅಥವಾ ಅವುಗಳಿಗೆ ಪ್ರತಿಕ್ರಿಯಿಸಲು ಸಾಧ್ಯವಿಲ್ಲ. ಆರಂಭದಲ್ಲಿ ಒಬ್ಬ ವ್ಯಕ್ತಿಯು ಸ್ಥೂಲ ದೇಹದ ಒಳಗೆ ಇಡೀ ಸೂಕ್ಷ್ಮ ದೇಹವನ್ನು ತಲೆಕೆಳಗಾಗಿ ತಿರುಗಿಸಬಹುದು, ಮತ್ತು ಇದು ಸ್ಥೂಲ ದೇಹದ ತಳ-ಚಕ್ರ-ಪ್ರದೇಶದ-ಒಳಗೆ ಬುದ್ಧಿಶಕ್ತಿಯನ್ನು ಹಾಗೂ ಸ್ವಯಂನ-ಕೇಂದ್ರಭಾಗವನ್ನು ಬರುವಂತೆ ಮಾಡುತ್ತದೆ.

ಒಬ್ಬ ವ್ಯಕ್ತಿಯು ಒಂದು ತಂತ್ರದ ನಂತರ ಇನ್ನೊಂದನ್ನು ಕರಗತ ಮಾಡಿಕೊಳ್ಳುತ್ತಾ, ಹಂತಗಳಲ್ಲಿ ಇದನ್ನು ಅಭ್ಯಾಸ ಮಾಡಬಹುದು:

೧ನೇ ತಂತ್ರ ಅಥವಾ ವಿಧಾನ

ಕೇಂದ್ರೀಕೃತ ಸ್ವಯಂನ-ಕೇಂದ್ರಭಾಗದ ಮೇಲೆ ಧ್ಯಾನವನ್ನು ಮಾಡಲು ಅಭ್ಯಾಸ ಮಾಡಿಕೊಳ್ಳಿ. ಒಬ್ಬ ವ್ಯಕ್ತಿಗೆ ಕೇಂದ್ರಿತವಾದಂತೆ ಅನಿಸಿದ ಕೂಡಲೇ, ಬೆನ್ನುಮೂಳೆಯ ತಳಕ್ಕೆ ಗಮನವನ್ನು ಬದಲಾಯಿಸಿ.

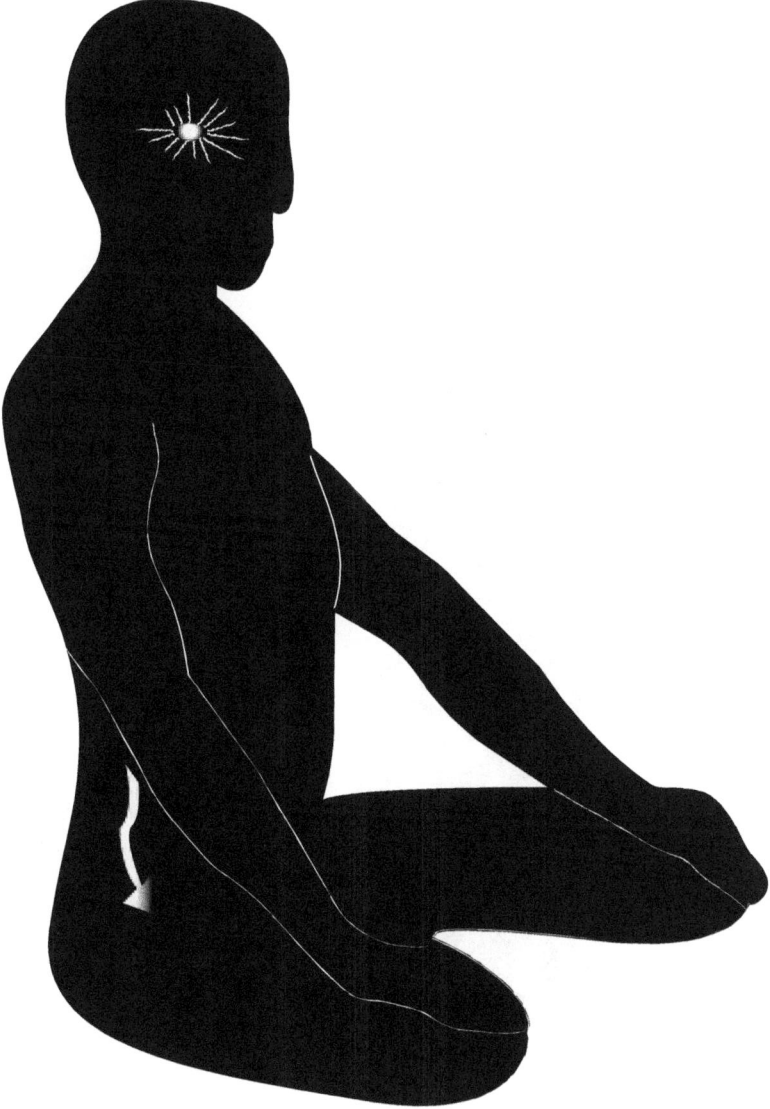

೨ನೇ ತಂತ್ರ ಅಥವಾ ವಿಧಾನ

ಹಿಂದಿನ ಅಭ್ಯಾಸವನ್ನು ಕರಗತ ಮಾಡಿಕೊಂಡ ನಂತರ, ಬೆನ್ನುಮೂಳೆಯ ತಳಕ್ಕೆ ಕೇಂದ್ರೀಯ ಸ್ವಯಂನ–ಕೇಂದ್ರಭಾಗವನ್ನು ಚಲಿಸಲು ಪ್ರಯತ್ನಗಳನ್ನು ಮಾಡಿ. ಈ ಅಭ್ಯಾಸದ ಸಮಯದಲ್ಲಿ ನಿಮ್ಮೊಂದಿಗೆ ತಾಳ್ಮೆಯಿಂದಿರಿ. ಆತುರ ಪಡಬೇಡಿ. ದಿಢೀರ್ ಯಶಸ್ಸನ್ನು ನಿರೀಕ್ಷಿಸಬೇಡಿ..

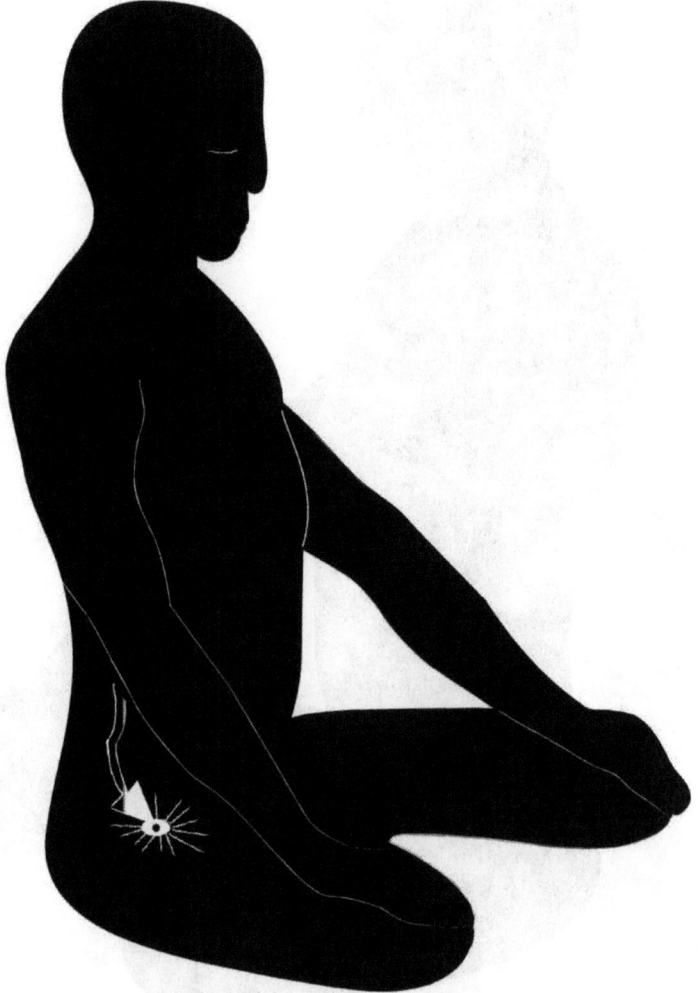

೩ನೇ ತಂತ್ರ ಅಥವಾ ವಿಧಾನ

ಸ್ಥೂಲ ದೇಹದ ಒಳಗೆ ಅಂತರಾವಕಾಶವಾಗಿರುವ (interspaced) ಸೂಕ್ಷ್ಮ ದೇಹವನ್ನು ಪತ್ತೆಮಾಡಿ. ಸಾಧ್ಯವಾದಷ್ಟು ನಿಶ್ಚಲವಾಗಿರಿ.

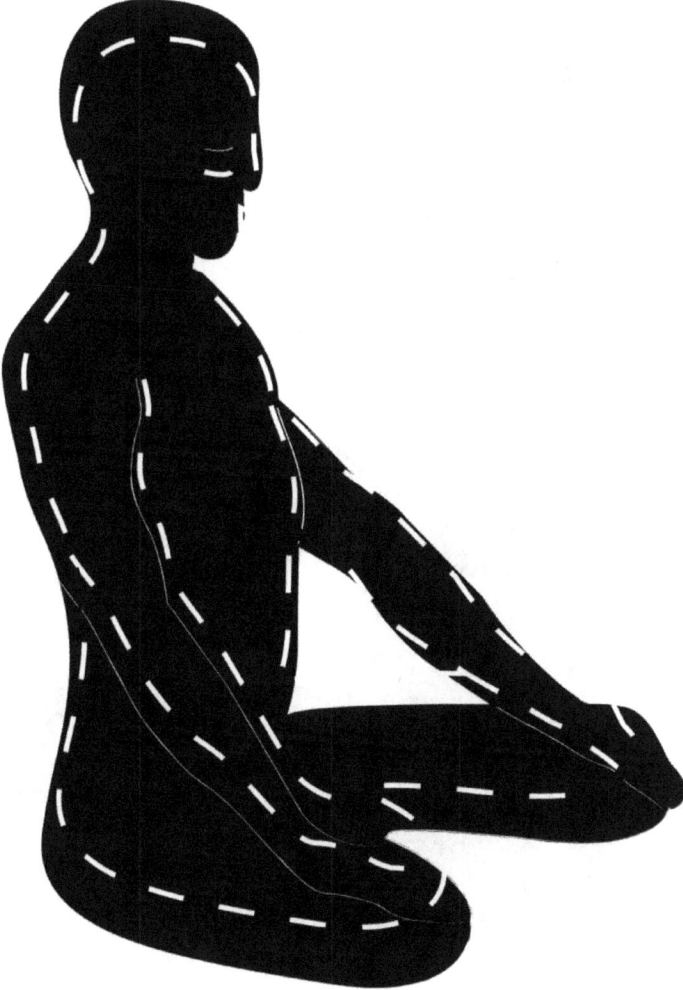

೪ನೇ ತಂತ್ರ ಅಥವಾ ವಿಧಾನ

ಸೂಕ್ಷ್ಮ ದೇಹವನ್ನು ಹಾಗೂ ಸ್ವಯಂನ-ಕೇಂದ್ರಭಾಗವನ್ನು ಪತ್ತೆಮಾಡಿ.

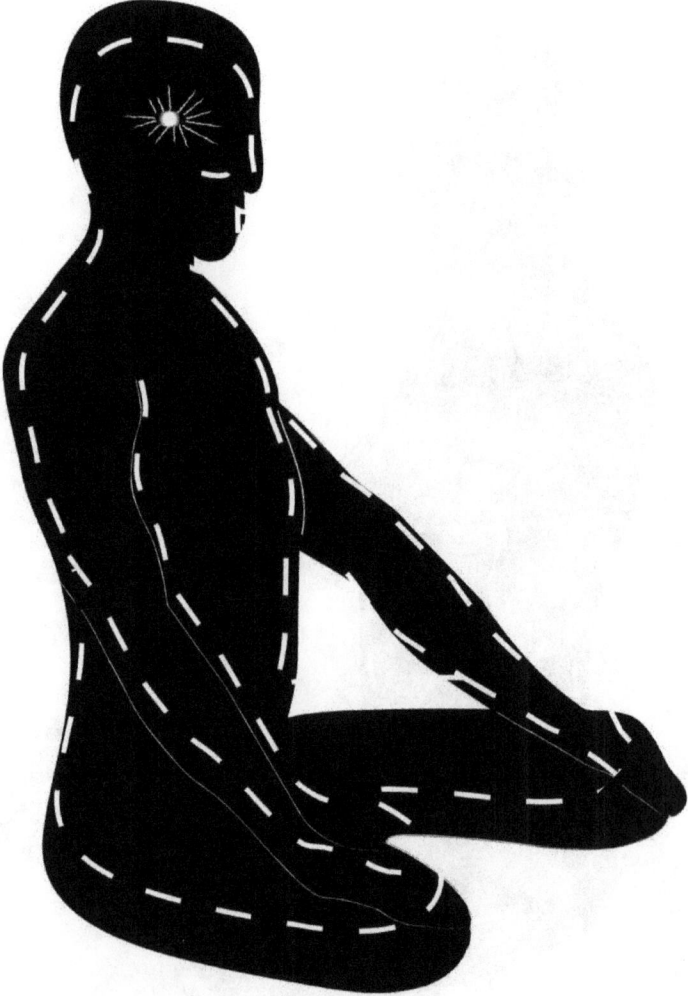

೫ನೇ ತಂತ್ರ ಅಥವಾ ವಿಧಾನ

ಸೂಕ್ಷ್ಮ ದೇಹವನ್ನು, ಸ್ವಯಂನ-ಕೇಂದ್ರಭಾಗವನ್ನು ಹಾಗೂ ತಳದ ಚಕ್ರವನ್ನು (base chakra) ಪತ್ತೆಮಾಡಿ.

೭ನೇ ತಂತ್ರ ಅಥವಾ ವಿಧಾನ

ಸೂಕ್ಷ್ಮ ದೇಹವನ್ನು ತಲೆಕೆಳಗಾಗಿಸಿ, ಅದರಿಂದಾಗಿ ಸ್ವಯಂನ–ಕೇಂದ್ರಭಾಗವು ಸೂಕ್ಷ್ಮ ರೂಪದ ತಲೆಯಲ್ಲಿ ಕೇಂದ್ರೀಕೃತವಾಗಿ ಉಳಿದಿರುತ್ತದೆ, ಆದರೆ ತಳದ ಚಕ್ರವು ಸ್ಥೂಲ ರೂಪದಲ್ಲಿ ಉಳಿದಿರುತ್ತದೆ.

ಭೌತಿಕ ಅಸ್ತಿತ್ವದಲ್ಲಿ, ಸೂಕ್ಷ್ಮ ದೇಹವು ಸ್ಥೂಲ ರೂಪದಿಂದ ತಾತ್ಕಾಲಿಕವಾಗಿ ಪ್ರತ್ಯೇಕಿಸಿದಾಗಲೂ ಕೂಡ, ತಳದ ಚಕ್ರವು ಸ್ಥೂಲ ರೂಪದ ತಳದ ಚಕ್ರದಲ್ಲಿ ನೆಲೆಗೊಂಡಿರುತ್ತದೆ. ಸೂಕ್ಷ್ಮ ದೇಹವು ಶಾಶ್ವತವಾಗಿ ಸ್ಥೂಲ ರೂಪದಿಂದ ಪ್ರತ್ಯೇಕಿಸಿದಾಗ (ಅಂದರೆ, ನಿಧನ ಹೊಂದಿದಾಗ) ಜೀವ ಶಕ್ತಿಯು ಸಂಪೂರ್ಣವಾಗಿ ಸೂಕ್ಷ್ಮ ರೂಪಕ್ಕೆ ಸ್ಥಳಾಂತರಿಸುತ್ತದೆ.

೭ನೇ ತಂತ್ರ ಅಥವಾ ವಿಧಾನ

ಆರನೆಯ ತಂತ್ರವನ್ನು ಸಾಧಿಸಿದ ನಂತರ, ಒಬ್ಬನು ಸೂಕ್ಷ್ಮ ದೇಹವನ್ನು ಸ್ಥೂಲ ರೂಪದೊಂದಿಗೆ ಸರಿಹೊಂದಿಸಿ ನೆಟ್ಟಗೆ ಇರಿಸಿಕೊಳ್ಳಬಹುದು, ಮತ್ತು ಸ್ವಯಂನ-ಕೇಂದ್ರಭಾಗವನ್ನು ಮತ್ತು ಬುದ್ಧಿಶಕ್ತಿಯನ್ನು ಮಾತ್ರ ಸ್ಥಳಾಂತರಿಸಬಹುದು.

ಸೂಕ್ಷ್ಮ ದೇಹವನ್ನು ಸ್ಥೂಲ ರೂಪದಲ್ಲಿ ಅದರ ಸಾಮಾನ್ಯ ಸ್ಥಾನದಲ್ಲಿ ಇರಲು ಬಿಡಿ. ಸ್ವಯಂನ-ಕೇಂದ್ರಭಾಗವನ್ನು ತಳದ ಚಕ್ರಕ್ಕೆ ಸ್ಥಳಾಂತರಿಸಿ.

ಧ್ಯಾನದ ಅಭ್ಯಾಸ

ಏಕಾಗ್ರತೆಯನ್ನು ಕರಗತ ಮಾಡಿಕೊಳ್ಳದ ಹೊರತು, ಮತ್ತು ಕ್ಷೋಭೆಗೊಳಿಸುವ ಆಲೋಚನೆಗಳನ್ನು ಮುಟ್ಟದೇ ಹಾಗೇ ಬಿಡದ ಹೊರತು (ಅಂದರೆ, ಅವುಗಳಿಗೆ ಉದಾಸೀನನಾಗಿರದ ಹೊರತು), ಒಬ್ಬ ವ್ಯಕ್ತಿಯು ಧ್ಯಾನವನ್ನು ಮಾಡುವುದು ಸಾಧ್ಯವಿಲ್ಲ. ಇದು ಧ್ಯಾನದ ಪ್ರಯತ್ನಗಳಿಗೆ ನಿರುತ್ಸಾಹಗೊಳಿಸಬಾರದು. ಅತ್ಯಂತ ಗೊಂದಲಗೊಂಡ, ಅತ್ಯಂತ ನರರೋಗಿ ವ್ಯಕ್ತಿಯೂ ಧ್ಯಾನವನ್ನು ಮಾಡಬಹುದು, ಆದರೆ ಆತನಿಗೆ ಕಡಿಮೆ ಯಶಸ್ಸು ದೊರೆಯುತ್ತದೆ. ಧ್ಯಾನವನ್ನು ಮಾಡಲು ಪ್ರಯತ್ನಿಸಿದ ಕೂಡಲೇ, ಒಬ್ಬ ವ್ಯಕ್ತಿಯು ಮನಸ್ಸಿನ ಒಳಅಂಶವನ್ನು ಕಂಡುಕೊಳ್ಳುತ್ತಾನೆ, ಮತ್ತು ಆಲೋಚನೆಗಳು, ಕಲ್ಪನೆಗಳು, ಅನಿಸಿಕೆಗಳು ಹಾಗೂ ಕಲ್ಪಿಸಿಕೊಳ್ಳುವಿಕೆಗಳೊಂದಿಗೆ ಆತನು ಯುದ್ಧ ಮಾಡಬೇಕು ಎಂಬುದನ್ನು ಅರಿತುಕೊಳ್ಳುತ್ತಾನೆ. ವಿರಕ್ತನು ಮಾನಸಿಕ ಅಡಚಣೆಗಳಿಲ್ಲದೆ ಗಮನವನ್ನು ಕೇಂದ್ರೀಕರಿಸಬಹುದಾದಾಗ ಮಾತ್ರ ಧ್ಯಾನವು ಆರಂಭವಾಗುತ್ತದೆ.

ಒಬ್ಬ ವ್ಯಕ್ತಿಯು ಎಲ್ಲಾ ಇಂದ್ರಿಯ ಶಕ್ತಿಯನ್ನು ಸಂರಕ್ಷಿಸಬೇಕು, ದೇಹದಲ್ಲಿನ ಅನುಮೋದಿತ ಸ್ಥಳಗಳಲ್ಲಿ ಗಮನವನ್ನು ಕೇಂದ್ರೀಕರಿಸಬೇಕು, ಶಾಂತನಾಗಬೇಕು ಮತ್ತು ಸ್ವಯಂ ಅನ್ನು ಒಳಬರುವ ಆಲೋಚನೆಗಳ ವ್ಯಾಪ್ತಿಯ ಹೊರಗಿರುವ ಒಂದು ಉನ್ನತ ಮಟ್ಟಕ್ಕೆ ವರ್ಗಾಯಿಸಬೇಕು. ಆತನು ಇದನ್ನು ಮಾಡಲು ವಿಫಲನಾದರೆ, ಧ್ಯಾನವು ಕೇವಲ ಹೆಣಗಾಟ ಆಗುತ್ತದೆ.

ಸೂಕ್ಷ್ಮ ಶಕ್ತಿ ಅಥವಾ ಪ್ರಾಣವು ಭೋಗಾಸಕ್ತಿಯ ಶಕ್ತಿಯಾಗಿದೆ. ಈ ಶಕ್ತಿಯನ್ನು ಶಾಂತಗೊಳಿಸದಿದ್ದರೆ ಮತ್ತು ಸ್ಥಿರಗೊಳಿಸದಿದ್ದರೆ ಒಬ್ಬ ವ್ಯಕ್ತಿಯು ಧ್ಯಾನವನ್ನು ಮಾಡುವುದು ಸಾಧ್ಯವಿಲ್ಲ. ಆದರೆ, ಒಬ್ಬ ವ್ಯಕ್ತಿಗೆ ಧ್ಯಾನವನ್ನು ಮಾಡಲು ಸಾಧ್ಯವಾಗದಿದ್ದರೂ ಕೂಡ, ಆತನು ಮಾನಸಿಕ ಶಕ್ತಿಗಳನ್ನು ಸಂರಕ್ಷಿಸಬಹುದು ಮತ್ತು ಕೇಂದ್ರೀಕರಿಸಬಹುದು. ಧ್ಯಾನವನ್ನು ಮಾಡಲು ಪ್ರಯತ್ನಿಸುತ್ತಿರುವಾಗ, ಹೆಚ್ಚಿನ ಜನರು ಭೋಗಾಸಕ್ತಿಯ ಶಕ್ತಿಯನ್ನು ಅಥವಾ ಇಂದ್ರಿಯ ಶಕ್ತಿಯನ್ನು ತಡೆಹಿಡಿಯುತ್ತಿರುತ್ತಾರೆ, ಇಲ್ಲವೇ ಕೇಂದ್ರೀಕರಿಸುತ್ತಿರುತ್ತಾರೆ, ಇಲ್ಲವೇ ಶಾಂತಗೊಳಿಸುತ್ತಿರುತ್ತಾರೆ, ಅಥವಾ ಆನಂದಿಸುತ್ತಿರುತ್ತಾರೆ. ಸಾಮಾನ್ಯವಾಗಿ ಅವರು ಸಂರಕ್ಷಣೆಯ ಪ್ರಕ್ರಿಯೆಯನ್ನಾಗಲಿ ಅಥವಾ ಏಕಾಗ್ರತೆಯ ಪ್ರಕ್ರಿಯೆಯನ್ನಾಗಲಿ ಪೂರ್ಣಗೊಳಿಸುವುದಿಲ್ಲ, ಏಕೆಂದರೆ ಬುದ್ಧಿಶಕ್ತಿಯು ಒಳಬರುವ ಆಲೋಚನೆಗಳನ್ನು ಪತ್ತೆ ಹಚ್ಚುತ್ತಿರುತ್ತದೆ ಮತ್ತು ಅವುಗಳಿಗೆ ಪ್ರತಿಕ್ರಿಯಿಸುತ್ತಿರುತ್ತದೆ, ಮತ್ತು ಇದು ಪ್ರಯತ್ನವನ್ನು ನಿಷ್ಫಲಗೊಳಿಸುವ ಕ್ರಿಯೆಯಾಗಿದೆ.

ನಾನು ಕೆಲ ಯೋಗಿಗಳಿಂದ ಒಂದಷ್ಟು ಬುದ್ಧಿಶಕ್ತಿಯನ್ನು-ಸ್ಥಿರಗೊಳಿಸುವ ತಂತ್ರಗಳನ್ನು ಕಲಿತುಕೊಂಡೆ. ಮತ್ತು ನಾನು ಇದನ್ನು ಕಲಿತುಕೊಳ್ಳುವವರೆಗೆ, ನನಗೆ ಧ್ಯಾನವನ್ನು ಮಾಡಲು ಸಾಧ್ಯವಾಗಲಿಲ್ಲ. ನಾನು ಸೂಕ್ಷ್ಮ ದೇಹದಲ್ಲಿ ಶುದ್ಧೀಕರಿಸಿದ ಪ್ರಾಣದ ಶಕ್ತಿಯನ್ನು ಹೇಗೆ ಪಡೆದುಕೊಳ್ಳುವುದು ಎಂಬುದನ್ನು ಕೂಡ ಕಲಿತುಕೊಂಡೆ, ಏಕೆಂದರೆ ಇದಿಲ್ಲದೆ, ಬುದ್ಧಿಶಕ್ತಿಯು ಶಾಂತವಾಗುವುದಿಲ್ಲ, ಮತ್ತು ಬಾಹ್ಯ ಪ್ರತಿಗಾಮಿ ಪ್ರಪಂಚದಲ್ಲಿನ ತನ್ನ ಆಸಕ್ತಿಯನ್ನು ಕಳೆದುಕೊಳ್ಳುವುದಿಲ್ಲ.

ನೀವು ಶ್ರದ್ಧೆಯಿಂದ ಧ್ಯಾನ ಮಾಡಲು ಬಯಸಿದರೆ, ಆಗ ನೀವು ಇಷ್ಟನ್ನು ಮಾಡಬೇಕಾಗುತ್ತದೆ:

- *ಏಕಾಂತವಾಗಿರುವುದು.*

- *ಅಭ್ಯಾಸ ಮಾಡಲು ಸಮಯ ಇರುವುದು.*
- *ಸಾಮಾಜಿಕ ಪಾಲ್ಗೊಳ್ಳುವಿಕೆಗಳಿಂದ ಮುಕ್ತನಾಗಿರುವುದು.*

ವಿಮರ್ಶಾತ್ಮಕ ಅಥವಾ ತಪ್ಪು ಹುಡುಕುವ ಸ್ವಭಾವ

ಆಲೋಚನೆಯ ಒಂದು ಅಂಶವೆಂದರೆ ವಿಮರ್ಶಾತ್ಮಕ ವಿಶ್ಲೇಷಣೆಯಾಗಿದೆ. ಪ್ರತಿ ವ್ಯಕ್ತಿಗೆ ವಿಮರ್ಶಾತ್ಮಕ ಪ್ರವೃತ್ತಿ ಇದೆ. ಇದು ಸ್ವಾಭಾವಿಕ. ಕೆಲವರು ಇದನ್ನು ಹೆಚ್ಚು ಬಳಸಿಕೊಳ್ಳುತ್ತಾರೆ, ಆದರೆ ಪ್ರತಿಯೊಬ್ಬನಿಗೂ ಇದು ಇದೆ. ಜೀವ ಶಕ್ತಿಗೆ ಚೈತನ್ಯ ನೀಡದೇ ಇರುವವರೆಗೂ, ವಿಮರ್ಶಾತ್ಮಕ ಆಲೋಚನೆಗಾಗಿ ಬೌದ್ಧಿಕ ಯಾಂತ್ರಿಕ ವ್ಯವಸ್ಥೆಯು ನನಗೆ ಹಾನಿ ಉಂಟುಮಾಡುವುದಕ್ಕೆ ಕೆಳಗಿನ ಮಟ್ಟಗಳಲ್ಲಿ ತನ್ನ ಪಾಲ್ಗೊಳ್ಳುವಿಕೆಗಳನ್ನು ಮುಂದುವರಿಸುತ್ತದೆ ಎಂಬುದನ್ನು ನಾನು ಕಂಡುಕೊಂಡಿದ್ದೇನೆ.

ಕನಸುಗಳು

ಕನಸುಗಳನ್ನು ಹೆಚ್ಚು ನೆನಪಿಸಿಕೊಳ್ಳುವುದಕ್ಕೆ ಅನೇಕ ಮುನ್ನೆಚ್ಚರಿಕೆಗಳನ್ನು ತೆಗೆದುಕೊಳ್ಳಬೇಕಾಗುತ್ತದೆ. ಆದರೆ, ಕನಸುಗಳು ಕಡಿಮೆ ಪ್ರಾಮುಖ್ಯತೆಯನ್ನು ಹೊಂದಿದ್ದರೆ ಏಕೆ ಮುನ್ನೆಚ್ಚರಿಕೆಗಳನ್ನು ತೆಗೆದುಕೊಳ್ಳಬೇಕು? ಕಾರಣ ಇದಾಗಿದೆ: ಆಧ್ಯಾತ್ಮಿಕ ಜೀವನದಲ್ಲಿ ಯಶಸ್ಸು ಬಯಸುವವನಿಗೆ ಕನಸುಗಳು ಬಹಳ ಪ್ರಾಮುಖ್ಯತೆಯನ್ನು ಹೊಂದಿವೆ. ಸದ್ಯಕ್ಕೆ, ಕನಸುಗಳು ಹೇಗೆ ಒಬ್ಬ ವ್ಯಕ್ತಿಯು ಸೂಕ್ಷ್ಮ ಪ್ರಪಂಚದಲ್ಲಿ ನೈತಿಕ ಮೌಲ್ಯಗಳನ್ನು ಅನ್ವಯಿಸುತ್ತಾನೆ ಎಂಬುದನ್ನು ನಿರ್ಣಯಿಸುವ ಒಂದು ಮಾರ್ಗವಾಗಿದೆ. ಇದು ಪರಲೋಕದಲ್ಲಿ ನಾವು ಹೇಗೆ ವರ್ತಿಸುತ್ತೇವೆ ಎಂಬುದನ್ನು ತಿಳಿಯುವ ಒಂದು ಮಾರ್ಗವಾಗಿದೆ.

ನಿದ್ರಿಸುತ್ತಿರುವಾಗ ಅಥವಾ ವಿಶ್ರಮಿಸಿಕೊಳ್ಳುತ್ತಿರುವಾಗ ದೇಹದಲ್ಲಿ ಮೂತ್ರವನ್ನು ಉಳಿಸಿಕೊಳ್ಳುವಂತಹ ಒಂದು ಸಣ್ಣ ವಿಷಯವು ಕನಸುಗಳನ್ನು ಕಡಿಮೆ ನೆನಪಿಸಿಕೊಳ್ಳುವುದಕ್ಕೆ ಕಾರಣವಾಗುತ್ತದೆ. ಮೂತ್ರವಿಸರ್ಜನೆಯು ನೇರವಾಗಿ ನೆನಪಿಗೆ ಸಂಬಂಧಿಸಿದೆ ಎಂದಲ್ಲ. ಬದಲಿಗೆ, ನೆನಪನ್ನು ಸಕ್ರಿಯಗೊಳಿಸುವ ಅದೇ ಶಕ್ತಿಯು ಮೂತ್ರವಿಸರ್ಜನೆಯನ್ನು ಪ್ರಾಯೋಜಿಸುತ್ತದೆ. ಮೂತ್ರ ಉಳಿಸಿಕೊಳ್ಳುವಿಕೆಯು ಒಂದಷ್ಟು ಶಕ್ತಿಯನ್ನು ತೆಗೆದುಕೊಂಡರೆ ನೆನಪನ್ನು ಸಕ್ರಿಯಗೊಳಿಸುವುದಕ್ಕೆ ಕಡಿಮೆ ಶಕ್ತಿಯನ್ನು ಒದಗಿಸಲಾಗುತ್ತದೆ.

ಮನುಷ್ಯನ ಆದಾಯದ ವಿಚಾರದಲ್ಲಿ, ಅದರ ಒಂದು ಭಾಗವನ್ನು ನಿರ್ಮಲೀಕರಣಕ್ಕೆ, ಒಂದು ಭಾಗವನ್ನು ಧರ್ಮಕ್ಕೆ, ಮತ್ತು ಒಂದು ಭಾಗವನ್ನು ಶಿಕ್ಷಣಕ್ಕೆ ಬಳಸಲಾಗುತ್ತದೆ. ನಿರ್ಮಲೀಕರಣಕ್ಕೆ ವೆಚ್ಚವು ಹೆಚ್ಚಾದರೆ, ಧರ್ಮಕ್ಕೆ ಮತ್ತು ಶಿಕ್ಷಣಕ್ಕೆ ನಿಗದಿಮಾಡಿದ ಪ್ರಮಾಣವು ವಾಸ್ತವವಾಗಿ ಕಡಿಮೆಯಾಗುತ್ತದೆ. ಹೀಗಾಗಿ, ನಿರ್ಮಲೀಕರಣಕ್ಕೆ ವೆಚ್ಚವನ್ನು ಕಡಿಮೆಗೊಳಿಸುವುದು ಇತರ ವಿಭಾಗಗಳಲ್ಲಿ ಹೆಚ್ಚಳವನ್ನು ಉಂಟುಮಾಡುತ್ತದೆ.

ಮಲ ಮತ್ತು ಮೂತ್ರವನ್ನು ಹಿಡಿದಿಟ್ಟುಕೊಳ್ಳುವುದು, ಎರಡೂ, ಅತೀಂದ್ರಿಯ ಗ್ರಹಿಕೆಯಲ್ಲಿ ಕಡಿತವನ್ನು ಉಂಟುಮಾಡುತ್ತದೆ. ನಾವು ಸಮಯಕ್ಕೆ ಸರಿಯಾಗಿ ಮಲವನ್ನು ವಿಸರ್ಜಿಸಬೇಕು ಮತ್ತು ಮೂತ್ರವನ್ನು ಹೊರಹಾಕಬೇಕು. ರಾತ್ರಿ ಮಲಗಲು ಹೋಗುವ ಮೊದಲು, ನಾವು ಮೂತ್ರಕೋಶ ಹಾಗೂ ಕರುಳನ್ನು ಖಾಲಿ ಮಾಡಲು ಒಂದು ಕೊನೆಯ ಪ್ರಯತ್ನವನ್ನು ಮಾಡಬಹುದು. ರಾತ್ರಿಯ ವೇಳೆಯಲ್ಲಿ ನಾವು ಪ್ರಚೋದನೆಯನ್ನು ಅನುಭವಿಸಿದರೆ, ನಾವು ಆಲಸಿ ಮನೋಭಾವವನ್ನು ತೊರೆದು, ಹಾಸಿಗೆಯಿಂದ ಎದ್ದು, ಅಗತ್ಯವಾದುದನ್ನು ಮಾಡಬಹುದು. ಈ ಪ್ರಯತ್ನವು ಉಪಯುಕ್ತವಾಗುತ್ತದೆ.

ಎಚ್ಚರಿಕೆಯುಳ್ಳ ವೀಕ್ಷಣೆಯ ನಂತರ, ನಾನು ಇದನ್ನು ಹೇಳಬಹುದು: ಉಳಿಸಿಕೊಂಡ ಯಾವುದೇ ಸಣ್ಣ ಪ್ರಮಾಣದ ಮೂತ್ರ ಅಥವಾ ಮಲವು, ನಿದ್ರೆಯ ಅಗತ್ಯದಲ್ಲಿ ಹೆಚ್ಚಳವನ್ನು, ತೂಕಡಿಕೆಯಲ್ಲಿ ಹೆಚ್ಚಳವನ್ನು ಮತ್ತು ಅತೀಂದ್ರಿಯ ಅರಿವಿನಲ್ಲಿ ಇಳಿಕೆಯನ್ನು ಉಂಟುಮಾಡುತ್ತದೆ. ಇದು ಒಬ್ಬ ವ್ಯಕ್ತಿಗೆ ಕಡಿಮೆ–ಅರಿವುಂಟುಮಾಡುವ ಕನಸುಗಳನ್ನು ಹೊಂದುವಂತೆ ಮತ್ತು ಸೂಕ್ಷ್ಮ ಪ್ರಪಂಚದಲ್ಲಿ ಹೆಚ್ಚು ಕೆಳಮಟ್ಟದ ಸಹವಾಸವನ್ನು ಹೊಂದುವಂತೆ ಮಾಡುತ್ತದೆ.

ನಿದ್ರೆಯ ಅವಧಿಯಲ್ಲಿ ಮೂತ್ರವನ್ನು ಹೊರಹಾಕುವ ಅಥವಾ ಮಲವಿಸರ್ಜನೆ ಮಾಡುವ ಅಗತ್ಯವನ್ನು ಕಡಿಮೆ ಮಾಡಲು, ಒಬ್ಬ ವ್ಯಕ್ತಿಯು ತಿನ್ನುವ ಮತ್ತು ಕುಡಿಯುವ ಸಮಯಗಳನ್ನು ನಿಯಂತ್ರಿಸಬಹುದು. ತಿನ್ನುವ ಸಮಯಗಳನ್ನು ನಿಯಂತ್ರಿಸುವುದಕ್ಕಿಂತ ಕುಡಿಯುವ ಸಮಯಗಳನ್ನು ನಿಯಂತ್ರಿಸುವುದು ಸುಲಭ. ಉದಾಹರಣೆಗೆ, ಒಬ್ಬ ವ್ಯಕ್ತಿಯು ಮಲಗುವ ವೇಳೆಗೆ ಸ್ವಲ್ಪ ಮೊದಲು ಅಥವಾ ಮಲಗುವ ವೇಳೆಗೆ ಕನಿಷ್ಠ ಒಂದು ಗಂಟೆ ಮೊದಲು ದ್ರವ ಪದಾರ್ಥಗಳನ್ನು ತೆಗೆದುಕೊಳ್ಳುವುದನ್ನು ನಿಲ್ಲಿಸಬಹುದು. ಮಲಗುವ ವೇಳೆಯಲ್ಲಿ ತೆಗೆದುಕೊಂಡ ಯಾವುದೇ ದ್ರವವು, ದೇಹವು ವಿಶ್ರಮಿಸಿಕೊಂಡಾಗ ಮೂತ್ರಪಿಂಡಗಳ ಮೂಲಕ ಸಂಸ್ಕರಿಸಲಾಗುತ್ತದೆ. ಮೂತ್ರವನ್ನು ಮೂತ್ರಕೋಶದಲ್ಲಿ ಶೇಖರಿಸಿಡಲಾಗುತ್ತದೆ ಮತ್ತು ಇಂತಹ ಶೇಖರಣೆಗೆ ಜೀವ ಶಕ್ತಿಯ ಬಳಕೆಯು ಬೇಕಾಗುತ್ತದೆ, ಅದರ ಬದಲಿಗೆ, ಇದನ್ನು ಹೆಚ್ಚಿನ ಕನಸಿನ ಸ್ಮರಣೆಗೆ ಬಳಸಬಹುದು.

ಕನಸುಗಳು ಮತ್ತು ಆಷಾಢಭೂತಿತನ

ಕನಸುಗಳು ನನಗೆ ಆಷಾಢಭೂತಿತನವನ್ನು ಅರ್ಥ ಮಾಡಿಕೊಳ್ಳಲು ನೆರವಾದವು. ಒಮ್ಮೆ ನಾನು ದೈಹಿಕ ಲೈಂಗಿಕ ಬಯಕೆಯ ಮೇಲೆ ನಿಯಂತ್ರಣವನ್ನು ಸಾಧಿಸಿದೆ, ಆದರೂ ನಾನು ಸೂಕ್ಷ್ಮ ನಿಯಂತ್ರಣದ ಕೊರತೆಯನ್ನು ಎದುರಿಸಿದೆ. ನಾನು ಭೌತಿಕ ಮಟ್ಟದಲ್ಲಿ ಸುಧಾರಿಸಿದ್ದರೂ ಕೂಡ, ನಾನು ಕನಸಿನಲ್ಲಿ ಬ್ರಹ್ಮಚರ್ಯದ ಗುರಿಗಳನ್ನು ಮುರಿದೆ ಎಂಬುದನ್ನು ಕಂಡುಕೊಂಡೆ. ಆದರೆ ಒಬ್ಬ ವ್ಯಕ್ತಿಯು ಹೇಳಬಹುದು, "ಇದು ಕೇವಲ ಕನಸು. ಇದು ನಿಜವಲ್ಲ." ಎಂದು.

ವಾಸ್ತವವಾಗಿ, ಇದು ಭೌತಿಕ ಸಮತಲದಷ್ಟೇ ವಾಸ್ತವಿಕವಾಗಿದೆ. ನಾನು ಭೌತಿಕ ದೇಹದಿಂದ ನಿಧನ ಹೊಂದುವುದಾದರೆ ನಾನು ಬ್ರಹ್ಮಚರ್ಯೆಯ ಪರೀಕ್ಷೆಯಲ್ಲಿ ವಿಫಲನಾಗುತ್ತೇನೆ ಎಂಬುದನ್ನು ಈ ಕನಸುಗಳ ಮೂಲಕ ನನಗೆ ತೋರಿಸಲಾಯಿತು. ಕನಸುಗಳು ಅರ್ಥಗರ್ಭಿತವಾಗಿವೆ. ಅವು ಒಬ್ಬ ವಿರಕ್ತನಿಗೆ ಎಲ್ಲಿ ಆತನು ವಿಫಲನಾಗುತ್ತಾನೆ, ಎಲ್ಲಿ ಆತನ ಕಟ್ಟುನಿಟ್ಟು ಸಾಲುತ್ತಿಲ್ಲ ಎಂಬುದನ್ನು ತೋರಿಸುತ್ತವೆ.

ಕೆಲವು ವರ್ಷಗಳ ಹಿಂದೆ ನಾನು ಒಬ್ಬ ವಿವಾಹಿತ ಮಹಿಳೆಗೆ ಆಕರ್ಷಿತನಾದೆ. ನನಗೆ ಆಕೆಯ ಗಂಡ ಪರಿಚಯವಿದ್ದ. ಏನೇ ಆದರೂ, ಈ ಸ್ಥೂಲ ಮಟ್ಟದಲ್ಲಿ ನೈತಿಕತೆಯ ಕಾರಣದಿಂದ ನನಗೆ ಆಕರ್ಷಣೆಯನ್ನು ಕಾರ್ಯಗತ ಮಾಡಲು ಸಾಧ್ಯವಾಗಲಿಲ್ಲ. ಮಹಿಳೆಯು ಅದೇ ರೀತಿಯಲ್ಲಿ ಆಕರ್ಷಿತಳಾದಳು. ನಾವಿಬ್ಬರೂ ದೀರ್ಘವಾಗಿ ಮತ್ತು ಕಷ್ಟಪಟ್ಟು ಆಲೋಚಿಸಿದರೂ ಕೂಡ, ನಮ್ಮಿಬ್ಬರಲ್ಲಿ ಒಬ್ಬರಿಗೂ ಲೈಂಗಿಕ ಆಕರ್ಷಣೆಯನ್ನು ಪೂರೈಸಿಕೊಳ್ಳಲು ಒಂದು ಮಾರ್ಗವನ್ನು ಕಂಡುಕೊಳ್ಳಲು ಸಾಧ್ಯವಾಗಲಿಲ್ಲ. ಆ ಸಮಯದಲ್ಲಿ, ಪರಲೋಕದಲ್ಲಿರುವ ದೇಹದ–ಅಗತ್ಯವಿರುವ ಆತ್ಮಗಳಿಂದ ನಾವು

ಪ್ರಚೋದಿಸಲ್ಪಡುತ್ತಿದ್ದೇವೆ ಎಂಬುದನ್ನು ನಾನು ಸ್ಪಷ್ಟವಾಗಿ ಅರ್ಥಮಾಡಿಕೊಳ್ಳಲು ಆರಂಭಿಸಿದೆ. ಅದೇನೇ ಇದ್ದರೂ, ಅರಿತುಕೊಳ್ಳುವಿಕೆ ಆಕರ್ಷಣೆಯನ್ನು ಹೋಗಲಾಡಿಸಲಿಲ್ಲ.

ಕೊನೆಯಲ್ಲಿ ಏನಾಯಿತೆಂದರೆ, ನಾನು ಪ್ರದೇಶದಿಂದ ದೂರ ಸ್ಥಳಾಂತರಿಸಿದೆ, ಮತ್ತು ಉಕ್ತವಾಗಿರುವಂತೆ: ಕಣ್ಣಿಗೆ ಮರೆಯಾದರೆ ಮನಸ್ಸಿಗೂ ಮರೆಯಾದಂತೆಯೇ. ನಾನು ಮಹಿಳೆಯನ್ನು ನೋಡದಿದ್ದ ಕಾರಣ ನಾನು ಆಕರ್ಷಣೆಯನ್ನು ಮರೆತುಹೋದೆ. ಆದರೆ ಮತ್ತೊಂದು ಹೇಳಿಕೆ ಇದೆ: ದೂರವಿದ್ದಾಗ ಹೃದಯ ಹತ್ತಿರವಾಗುತ್ತದೆ ಎಂದು. ಹೀಗಾಗಿ, ಅದರಿಂದಾಗಿ, ನಾನು ಹೆಚ್ಚುಕಡಮೆ ಪ್ರತಿ ಒಂಬತ್ತು ತಿಂಗಳಿಗೊಮ್ಮೆ ಕನಸಿನಲ್ಲಿ ಮಹಿಳೆಯನ್ನು ಭೇಟಿಯಾಗುತ್ತಿದ್ದೆ. ಈ ಕನಸುಗಳ ನಂತರ ನಾನು ಏನು ನಡೆಯಿತು ಎಂಬುದನ್ನು ಸ್ಪಷ್ಟವಾಗಿ ನೆನಪಿಟ್ಟುಕೊಳ್ಳುತ್ತಿದ್ದೆ. ನಮ್ಮ ಪರಸ್ಪರ ಆಕರ್ಷಣೆಗೆ ಒಂದು ಹಿಂದಿನ ಜೀವನದಲ್ಲಿನ ಬಯಕೆ ಹಾಗೂ ಸಹವಾಸವು ಕಾರಣವೆಂದು ನಾನು ತೀರ್ಮಾನಿಸಿದೆ.

ಕ್ರಮೇಣವಾಗಿ ಶಿವನ ಕೃಪೆಯಿಂದ, ನಾನು ಈ ಸಹವಾಸವು ನನ್ನ ಬ್ರಹ್ಮಚರ್ಯೆಯ ಗುರಿಗಳಿಗೆ ಹಾನಿಕರವೆಂದು ಅರ್ಥಮಾಡಿಕೊಳ್ಳಲು ಪ್ರಾರಂಭಿಸಿದೆ. ಆದರೂ, ನನಗೆ ಕನಸುಗಳನ್ನು ನಿಲ್ಲಿಸಲು ಸಾಧ್ಯವಾಗಲಿಲ್ಲ. ಹೆಚ್ಚುಕಡಮೆ ಪ್ರತಿ ಒಂಬತ್ತು ತಿಂಗಳಿಗೊಮ್ಮೆ, ನಾನು ನನ್ನನ್ನು ಪ್ರಣಯವನ್ನು ಮುಂದುವರಿಸುತ್ತಾ ಮಹಿಳೆಯ ಸಹವಾಸದಲ್ಲಿ ಕಂಡುಕೊಳ್ಳುತ್ತಿದ್ದೆ. ಹಿಂದೊಮ್ಮೆ ೧೯೯೬ ರಲ್ಲಿ, ನಾನು ಮಹಿಳೆಯೊಂದಿಗೆ ಒಂದು ನಿರ್ದಿಷ್ಟ ಕನಸನ್ನು ಹೊಂದಿದ್ದೆ, ಆಗ ನಾನು ಆನೆಯ ವೈಶಿಷ್ಟ್ಯಗಳಿರುವ ದೇವರಾದ ಗಣೇಶನನ್ನು ಕಂಡೆ. ನಾನು ಆತನನ್ನು ಕಂಡಾಗ, ನಾನು ಆತನಿಗೆ ವಂದಿಸಲು ಯಾವುದೇ ಪ್ರಯತ್ನವನ್ನು ಮಾಡಲಿಲ್ಲ. ಕನಸು ಮುಕ್ತಾಯಗೊಂಡ ನಂತರ, ನಾನು ನನ್ನ ಭೌತಿಕ ದೇಹಕ್ಕೆ ಮರಳಿದೆ. ಆಗ ನಾನು ಗಣೇಶನನ್ನು ತಲುಪಲು ಧ್ಯಾನವನ್ನು ಮಾಡಿದೆ. ಅದೃಷ್ಟವಶಾತ್ ಆತ ನನ್ನನ್ನು ನಿರ್ಲಕ್ಷಿಸಲಿಲ್ಲ. ಆತ ಬಂದನು. ಆಗ ನಾನು ಹೇಳಿದೆ, "ಏನು ಸಂಚು ಇದು? ಒಬ್ಬ ಪರಿಪೂರ್ಣ ಬ್ರಹ್ಮಚಾರಿಯಾಗಬೇಕೆಂಬ ನನ್ನ ಬಯಕೆಯನ್ನು ನೀವು ಅಲೌಕಿಕ ಜನರು ತಿಳಿದಿದ್ದೀರಿ. ನೀವು ಆಗಾಗ ನನಗೆ ಈ ಮಹಿಳೆಯನ್ನು ಭೇಟಿ ಮಾಡಲು, ಮತ್ತು ಇತರ ಮಹಿಳೆಯರ ಸೂಕ್ಷ್ಮ ದೇಹಗಳನ್ನು ಭೇಟಿ ಮಾಡಲು ಏರ್ಪಡಿಸಿದರೆ ನನ್ನ ಬ್ರಹ್ಮಚರ್ಯದ ಗುರಿಗಳಿಗೆ ಏನಾಗುತ್ತದೆ?"

ಆತನು ಉತ್ತರಿಸಿದನು, "ಈ ಅನಪೇಕ್ಷಿತ ಪರಿಸ್ಥಿತಿಗೆ ಯಾರೂ ಜವಾಬ್ದಾರರಲ್ಲ. ಇದನ್ನು ಉಂಟುಮಾಡುವುದು ನಿನ್ನ ಸ್ವಭಾವವಾಗಿದೆ. ಇತರರನ್ನು ಏಕೆ ಹೊಣೆ ಮಾಡುತ್ತೀಯಾ? ನೀನು ನಿನ್ನ ಹಿಂದಿನ ಜೀವನದಿಂದ ಒಬ್ಬ ಮಹಿಳೆಯೊಂದಿಗೆ ಉಲ್ಲಾಸಭರಿತ ಪ್ರೇಮದಲ್ಲಿ ತೊಡಗಿಕೊಂಡಿದ್ದಾಗ ನೀನು ನನ್ನನ್ನು ನೋಡಿದೆ, ಆದರೆ ನನಗೂ ಇದಕ್ಕೂ ಏನು ಸಂಬಂಧವಿದೆ? ನಾನು ಒಬ್ಬ ಪರೀಕ್ಷಕನು ಅಷ್ಟೇ. ನಾನು ಭಾವನಾತ್ಮಕ ಉದ್ವಿಗ್ನತೆಗಳನ್ನು ತೃಪ್ತಿಕರವಾಗಿ ಪರಿಹರಿಸಲಾಗುವುದನ್ನು ಖಚಿತಪಡಿಸಿಕೊಳ್ಳಬೇಕು. ಇದಕ್ಕೆ ನನ್ನನ್ನು ಏಕೆ ತಪ್ಪಿಗೆ ಹೊಣೆ ಮಾಡುತ್ತೀಯಾ?"

"ನೀನು ಹಿಂದಿನ ಜೀವನದಲ್ಲಿ ಏನೇ ಆರಂಭಿಸಿದರೂ, ಅದು ಪ್ರಸ್ತುತ ಸಮಯದಲ್ಲಿ ಮುಂದುವರಿಯುತ್ತದೆ. ನೀನಲ್ಲದೆ ಮತ್ಯಾರು, ನೀನೇ ಇದಕ್ಕೆ ಜವಾಬ್ದಾರನಾಗಿದ್ದೀಯ? ನೀನು ಒಬ್ಬ ಬುದ್ಧನಲ್ಲದ ಹೊರತು, ನೀನು ಇದನ್ನು ಹೇಗೆ ನಿಲ್ಲಿಸಬಹುದು?"

ಕೆಲವು ಸಮಯದ ನಂತರ, ನಾನು ಮತ್ತೆ ಸೂಕ್ಷ್ಮ ಪ್ರಪಂಚದಲ್ಲಿ ಮಹಿಳೆಯನ್ನು ಭೇಟಿಯಾದೆ. ಹೇಗೋ, ಗಣೇಶ ದೇವರ ಈ ಸೂಚನೆಯಿಂದ, ನಾನು ಆ ಭೇಟಿಯ ಮಧ್ಯ-

ಭಾಗದಲ್ಲಿ ಪ್ರಣಯವನ್ನು ನಿಲ್ಲಿಸಿದೆ. ಬುದ್ಧನ ಹಾಗಲ್ಲ. ನಾನು ಇದ್ದಕ್ಕಿದ್ದಂತೆ ಭೌತಿಕ ಅಸ್ತಿತ್ವವನ್ನು ಅಂತ್ಯಗೊಳಿಸುವುದು ಸಾಧ್ಯವಿಲ್ಲ. ಆದರೆ, ನಾನು ಸಾಕಷ್ಟು ಗಂಭೀರನಾಗಿದ್ದರೆ, ನಾನು ಅದನ್ನು ಆದ್ಯತೆಯನ್ನಾಗಿ ಮಾಡಿಕೊಂಡರೆ, ನಿಧಾನವಾಗಿ ಮತ್ತು ಖಂಡಿತವಾಗಿ ನಾನು ಆಷಾಢಭೂತಿತನವನ್ನು ಕೊನೆಗೊಳಿಸಬಹುದು.

ನಾನು ಈ ನಿರ್ದಿಷ್ಟ ಮಹಿಳೆಯೊಂದಿಗಿನ ನನ್ನ ವಿಧಿಯನ್ನು ಈ ಕೆಳಗಿನ ಪ್ರಭಾವಗಳಿಗೆ ಪತ್ತೆ ಹಚ್ಚಿದ್ದೇನೆ:

- *ಒಂದು ಹಿಂದಿನ ಜೀವನದಲ್ಲಿ ಆಕೆಯೊಂದಿಗೆ ಇರಬೇಕೆಂಬ ಒಂದು ಹಿಂದಿನ ಬಯಕೆ.*
- *ಆಕೆಯ ಬಗ್ಗೆ ಒಂದು ಸ್ವಾಭಾವಿಕ ಆಕರ್ಷಣೆ, ಇದರ ಕಾರಣದಿಂದಾಗಿ ಯಾವುದೇ ಸಮಯದಲ್ಲಿ, ಯಾವುದೇ ಪ್ರಪಂಚದಲ್ಲಿ, ಎಲ್ಲಿಯಾದರೂ ನಾನು ಆಕೆಯನ್ನು ಭೇಟಿಯಾದರೆ ನಾನು ಆಕರ್ಷಿತನಾಗುತ್ತೇನೆ.*
- *ಮಹಿಳೆಯ ಸ್ವಭಾವದಲ್ಲಿ ಅಸಾಧಾರಣ ಆಕರ್ಷಣೆಯ ಸೆಳೆತ.*
- *ಈ ಮಹಿಳೆಯನ್ನು ನಿಯಂತ್ರಿಸಲು ಸಾಧ್ಯವಾಗದ ಬಗ್ಗೆ ಮತ್ತೊಬ್ಬ ವಿರಕ್ತನ ಹತಾಶೆ.*

ಇದನ್ನು ವಿವರವಾಗಿ ವಿವರಿಸುತ್ತೇನೆ.

ಈ ಜೀವನದಲ್ಲಿ ಪುನಃ-ಪ್ರೇರೇಪಿಸಲ್ಪಡುತ್ತಿರುವ ಹಿಂದಿನ ಬಯಕೆಯನ್ನು ಅದರ ಅಪ್ರಾಯೋಗಿಕತೆಯನ್ನು ನೋಡುವ ಮೂಲಕ ಮತ್ತು ಅದರಲ್ಲಿ ಏನೂ ವಿಶೇಷವಿಲ್ಲ ಎಂಬುದನ್ನು ಅರಿತುಕೊಳ್ಳುವ ಮೂಲಕ ತೆಗೆದುಹಾಕಬಹುದು. ಅದು ತಕ್ಕುದಲ್ಲ. ವಿಧಿಯು ಅದನ್ನು ಒಪ್ಪುವುದಿಲ್ಲ. ನಾನು ವಿಧಿಯನ್ನು ವಿರೋಧಿಸಬಹುದು, ಆದರೆ ಅದು ವ್ಯರ್ಥವಾಗುತ್ತದೆ. ವಿಧಿಯು ಅನುಮತಿಸಿದರೂ ಕೂಡ, ವಿಧಿಯು ಸ್ವತಃ ಕೊನೆಯಲ್ಲಿ ಅದನ್ನು ನಾಶಮಾಡುತ್ತದೆ. ವಿಧಿಯನ್ನು ವಿರೋಧಿಸುವುದರಿಂದ ಯಾವುದೇ ಉದ್ದೇಶವು ಈಡೇರುವುದಿಲ್ಲ. ಹತಾಶೆಯನ್ನು ಹೊರತುಪಡಿಸಿ ಏನೂ ದೊರಕುವುದಿಲ್ಲ.

ನನ್ನ ಮತ್ತು ಮಹಿಳೆಯ ನಡುವಿನ ಸ್ವಾಭಾವಿಕ ಆಕರ್ಷಣೆಯು ಹೊಂದಿಕೆಯಾಗುವ ಜೀವ ಶಕ್ತಿಗಳ ಒಂದು ಸಂಗತಿಯಾಗಿದೆ. ಸ್ವಭಾವತಃ, ಮಹಿಳೆಯು ನನ್ನದಕ್ಕೆ ಪೂರಕವಾಗುವ ಕೆಲವು ಶಕ್ತಿಯನ್ನು ಹೊಂದಿದ್ದಾಳೆ. ಇಂತಹ ಹೊಂದಿಕೆಯಾಗುವ ಶಕ್ತಿಗಳಲ್ಲಿನ ನ್ಯೂನತೆಯು ಇದಾಗಿದೆ: ಅದು ಸಂಪೂರ್ಣ ಹೊಂದಿಕೆ ಅಲ್ಲ. ಆಕೆಯ ಶಕ್ತಿಗಳಲ್ಲಿ ಕೆಲವು ಮಾತ್ರ ನನ್ನದಕ್ಕೆ ಹೊಂದಿಕೆಯಾಗುತ್ತವೆ. ಹೊಂದಿಕೆಯಾಗದ ಭಾಗಗಳು ಇಂದೋ ಮುಂದೋ ವಿರಸಗಳನ್ನು ಉಂಟುಮಾಡುತ್ತವೆ. ಹೊಂದಿಕೆಯಾಗುವ ಶಕ್ತಿಗಳನ್ನು ಗಂಭೀರವಾಗಿ ತೆಗೆದುಕೊಳ್ಳಬಾರದು.

ಆ ಹೊಂದಿಕೆಯಾಗುವ ಶಕ್ತಿಗಳ ಒಳಗೆ ಭೌತಿಕ ಸಮತಲದಲ್ಲಿ ಸಂತಾನೋತ್ಪತ್ತಿಗೆ ಅನುಮತಿ ಇದೆ. ಆದರೆ, ಅದರಿಂದ ನನಗೇನು? ಅಂದರೆ, ಆ ಶಿಶುವಿನ ರೂಪಗಳಿಗೆ ಹೆಚ್ಚಿನ ಜವಾಬ್ದಾರಿ ಎಂದರ್ಥ. ನಾನು ಈ ಜೀವನದಲ್ಲಿ ಅಥವಾ ಬೇರೊಂದು ಜೀವನದಲ್ಲಿ ಈ ಮಹಿಳೆಯನ್ನು ಮದುವೆಯಾದರೂ ಕೂಡ, ಇಂತಹ ದೇಹಗಳನ್ನು ಬಳಸುವ ಶಿಶುಗಳು ನನ್ನನ್ನು ಮೆಚ್ಚದಿರಬಹುದು. ಮಕ್ಕಳನ್ನು ಹುಟ್ಟಿಸುವುದರಿಂದ ನಾನು ತಂದೆಯ ಪಾತ್ರದಲ್ಲಿ ಸಾರ್ಥಕತೆಯನ್ನು ಪಡೆಯುತ್ತೇನೆಂದು ಯೋಚಿಸುವುದು ಮೂರ್ಖತನವಾಗಿದೆ. ಅದರಲ್ಲಿ ಖಂಡಿತವಾಗಿಯೂ ಏನೂ ಇಲ್ಲ. ತಂದೆ-ತಾಯಿಯರಿಂದ ಪೋಷಿಸಲ್ಪಡುವ ಎಲ್ಲಾ ಶಿಶುಗಳು ಸ್ವತಃ ತಂದೆ-ತಾಯಿಯರಾಗಿದ್ದಾರೆ. ಅವರು ಮತ್ತೆಮತ್ತೆ ವಯಸ್ಕರ ರೂಪಗಳನ್ನು

ಹೊಂದಲಿದ್ದಾರೆ. ಹೀಗಾಗಿ, ಪೋಷಕತ್ವದ ಸಂಪೂರ್ಣ ವ್ಯಾಪ್ತಿಯು ಭೌತಿಕ ಮಟ್ಟದಲ್ಲಿ ಅಗತ್ಯ ಹಾಗೂ ಉಪಯುಕ್ತವಾಗಿದ್ದರೂ ಕೂಡ, ವಾಸ್ತವವಾಗಿ ಅದು ಒಂದು ದೊಡ್ಡ ತೋರಿಕೆಯಾಗಿದೆ.

ಬಹಳ ಮೂರ್ಖರಾದ ವ್ಯಕ್ತಿಗಳು ಮಾತ್ರ ಇಂತಹ ವಿಷಯವನ್ನು ಗಂಭೀರವಾಗಿ ತೆಗೆದುಕೊಳ್ಳುತ್ತಾರೆ. ಪೋಷಕತ್ವವನ್ನು ಮಾಡಬೇಕಾಗುತ್ತದೆ. ಅದನ್ನು ಮಾಡಬೇಕು, ಆದರೆ ಅದು ಒಂದು ಆಧ್ಯಾತ್ಮಿಕ ಕರ್ತವ್ಯವೆಂದು ಅರ್ಥವಲ್ಲ. ಅದು ಮಾನವರಿಂದ ಮತ್ತು ಪ್ರಾಣಿಗಳಿಂದ ಸಮಾನವಾಗಿ ನಡೆಸಲ್ಪಡುವ ಕೇವಲ ಒಂದು ಸಾಮಾಜಿಕ ನಿಯತ ಕ್ರಮವಾಗಿದೆ. ಕೀಟಗಳು ಕೂಡ ಪೋಷಕರಂತೆ ಸೇವೆ ಸಲ್ಲಿಸುತ್ತವೆ. ಅದರಲ್ಲಿ ಅಷ್ಟು ವಿಶೇಷವೇನಿದೆ? ಭೌತಿಕ ಮಟ್ಟದಲ್ಲಿ ಅಗತ್ಯವಾದದ್ದು ಏನಾದರೊಂದು ಉನ್ನತ ಸಮತಲಗಳಲ್ಲಿ ಅಸಮಂಜಸವಾಗಿರಬಹುದು. ಹೀಗಾಗಿ ನಾವು ಎಲ್ಲಾ ಭೌತಿಕ ಅಂಶಗಳನ್ನು ಗಂಭೀರವಾಗಿ ತೆಗೆದುಕೊಳ್ಳುವ ಅವಶ್ಯಕತೆ ಇಲ್ಲ.

ಈ ಮಹಿಳೆಯನ್ನು ನಿಯಂತ್ರಿಸಲು ಸಾಧ್ಯವಾಗದಿದ್ದ ಕಾರಣದಿಂದ ನಿರಾಶೆಗೊಂಡಿದ್ದ ಬೇರೊಬ್ಬ ವಿರಕ್ತನ ಅಂಶವನ್ನು ನಿಭಾಯಿಸಬಹುದು ಕೂಡ. ಈ ವಿರಕ್ತನು ಒಬ್ಬ ಕಪಟ ಬ್ರಹ್ಮಚರ್ಯದ ಸನ್ಯಾಸಿಯಾಗಿದ್ದಾನೆ. ಆತನ ಬಳಿ ಬ್ರಹ್ಮಚರ್ಯೆಗಾಗಿ ಯಾವುದೇ ಯೋಗ ಮತ್ತು ಪ್ರಾಣಾಯಾಮದ ತಂತ್ರಗಳಿಲ್ಲ, ಆದರೂ ಆತನು ಸನ್ಯಾಸಿ ಎಂಬ ಬಿರುದಿನಿಂದ ತನ್ನನ್ನು ಗೌರವಿಸಲು ಶಿಕ್ಷಕರಿಗೆ ಅನುಮತಿಸಿದನು. ಈ ವಿರಕ್ತನು ಈ ಮಹಿಳೆಯನ್ನು ಆಕರ್ಷಿಸಲು ಮತ್ತು ನಿಯಂತ್ರಿಸಲು ನನ್ನಿಂದ ಶಕ್ತಿಯನ್ನು ತೆಗೆದುಕೊಳ್ಳುತ್ತಿದ್ದನು. ಈಗ ನಾನು ಶಕ್ತಿಯ ವರ್ಗಾವಣೆಯನ್ನು ನಿಲ್ಲಿಸಿದ್ದೇನೆ. ಆತ ಸ್ನೇಹಿತನಾಗಿದ್ದರೂ ಕೂಡ ಆತ ಮಹಿಳೆಯನ್ನು ಬಯಸಿದರೆ, ಆಕೆಯನ್ನು ಪಡೆಯಲು ಆತನು ಪ್ರಾಮಾಣಿಕವಾಗಿ ಪ್ರಯತ್ನಿಸಬೇಕು. ಅದರಿಂದ ನನಗೇನಾಗಬೇಕಿದೆ?

ಈ ವಿವರಣೆಗಳು ಕನಸುಗಳ ಉಪಯುಕ್ತತೆಯನ್ನು ತೋರಿಸುತ್ತವೆ. ಕನಸುಗಳು ನಮಗೆ ಆಷಾಢಭೂತಿತನವನ್ನು ಗುರುತಿಸಲು, ತದನಂತರ ತೆಗೆದುಹಾಕಲು ಸಹಾಯ ಮಾಡುತ್ತವೆ.

ಕನಸುಗಳಲ್ಲಿ ಉಲ್ಲಂಘನೆ

ಕನಸನ್ನು ನೆನಪಿಸಿಕೊಳ್ಳುವುದು ಇತರ ಕ್ಷೇತ್ರಗಳಲ್ಲಿ ಕೂಡ ಅನ್ವಯವಾಗುತ್ತದೆ. ಉದಾಹರಣೆಗೆ, ಆಹಾರದ ಕಟ್ಟುನಿಟ್ಟನ್ನು ತೆಗೆದುಕೊಳ್ಳಿ. ಅದನ್ನು ಕನಸಿನಲ್ಲಿ ಮುರಿಯಬಹುದು. ಕಟ್ಟುನಿಟ್ಟಿನಲ್ಲಿ ಉಲ್ಲಂಘನೆ ಯಾವುದೇ ಶಿಸ್ತಿನಲ್ಲಿ ಉಂಟಾಗಬಹುದು. ಇಲ್ಲಿ ಒಂದು ಉದಾಹರಣೆ ಇದೆ. ನನ್ನ ಸ್ನೇಹಿತನೊಬ್ಬನು ಇತ್ತೀಚೆಗೆ ಒಂದು ಕನಸಿನಲ್ಲಿ ನನ್ನನ್ನು ಭೇಟಿಯಾದನು. ಹಿಂದೊಮ್ಮೆ ನಾವು ಒಂದು ಆಧ್ಯಾತ್ಮಿಕ ಸಮಾಜದ ಸದಸ್ಯರಾಗಿದ್ದೆವು. ನಾವಿಬ್ಬರೂ ಒಂದೇ ಶಯನ ಮಂದಿರದಲ್ಲಿ ವಾಸಿಸುತ್ತಿದ್ದೆವು.

ಇತ್ತೀಚೆಗೆ ನಾನು ಆತನನ್ನು ಒಂದು ಕನಸಿನಲ್ಲಿ ಭೇಟಿಯಾದೆ. ಆತ ತನ್ನ ನೆಚ್ಚಿನ ಆಲೂಗಡ್ಡೆ ಸೂಪ್ ಅನ್ನು ಅಡುಗೆ ಮಾಡಲು ಪ್ರಾರಂಭಿಸಿದನು. ಕುತೂಹಲಕಾರಿ ವಿಷಯವೆಂದರೆ ಆಸ್ಟ್ರಲ್ ಪ್ರಪಂಚದಲ್ಲಿ ತಡವಾಗಿತ್ತು, ಭೌತಿಕದ ಕಡೆಯಲ್ಲಿ ರಾತ್ರಿ ಸುಮಾರು ೧೧:೦೦ ಗಂಟೆಯಾಗಿತ್ತು. ಆದರೂ ಆತನು ಶಾಸ್ತ್ರೋಕ್ತವಾಗಿ ಆ ಆಹಾರಗಳನ್ನು ಪವಿತ್ರೀಕರಿಸಿದನು, ಮತ್ತು ನಂತರ ಅವುಗಳನ್ನು ತಿನ್ನುವುದಕ್ಕೆ ಬಡಿಸಿದನು. ಆತ

ಕುಳಿತುಕೊಂಡು ತಕ್ಷಣವೇ ತಿಂದನು. ನನಗೆ ಮಿತಿಮೀರಿ ತಿನ್ನಲು ಆಗುವುದಿಲ್ಲವೆಂಬುದು ತಿಳಿದಿತ್ತು, ಏಕೆಂದರೆ ಅದು ಯೋಗ ಅಭ್ಯಾಸದ ಮೇಲೆ ಋಣಾತ್ಮಕವಾಗಿ ಪರಿಣಾಮ ಬೀರುತ್ತಿತ್ತು. ನಾನು ಆತನಿಂದ ಕಳಚಿಕೊಂಡೆ.

ನಾನು ಹೊರಡುವ ಮುನ್ನ, ನಾನು ಊಟವನ್ನು ಆನಂದಿಸುತ್ತಿರುವಂತೆ ನಟಿಸಿದೆ, ಆದರೆ ನನ್ನ ಸೂಕ್ಷ್ಮ ದೇಹದ ಒಳಹೋದ ಸ್ವಲ್ಪ ಪ್ರಮಾಣವು ಗಣನೀಯವಾಗಿ ಆ ದೇಹವನ್ನು ನೋಯಿಸಲು ಆರಂಭಿಸಿತು. ಆತನು ತಯಾರಿಸಿದ ಆಹಾರವು ಕೇವಲ ಸೂಕ್ಷ್ಮ ಆಹಾರವಾಗಿತ್ತು, ಆದರೆ ಆತನು ಅದನ್ನು ಭೌತಿಕ ಆಹಾರವೆಂದು ಭಾವಿಸಿದನು. ಕನಸಿನಲ್ಲಿ ವಸ್ತುನಿಷ್ಠತೆಯ ಕೊರತೆಯಿಂದಾಗಿ, ನಾವು ಕೇವಲ ಸೂಕ್ಷ್ಮ ಅಸ್ತಿತ್ವದಲ್ಲಿದ್ದೆವು ಎಂಬುದನ್ನು ಆತನಿಗೆ ಅರಿತುಕೊಳ್ಳಲು ಸಾಧ್ಯವಾಗಲಿಲ್ಲ.

ಯೋಗವನ್ನು ದಿನಕ್ಕೆ ಒಂದು ಬಾರಿ, ಎರಡು ಬಾರಿ, ಮೂರು ಬಾರಿ, ಅಥವಾ ಹೆಚ್ಚು ಆಗಾಗ್ಗೆ ಪೂರ್ಣ ಅವಧಿಗಳಲ್ಲಿ ಅಥವಾ ಅಲ್ಪ ಅವಧಿಗಳಲ್ಲಿ ಅಭ್ಯಾಸ ಮಾಡಬಹುದು. ಸಾಮಾನ್ಯವಾಗಿ ಬೆಳಗಿನ ಅವಧಿ, ಹಾಸಿಗೆ ಬಿಟ್ಟೆದ್ದ ನಂತರ ಕೂಡಲೇ ಅತ್ಯಂತ ಮುಖ್ಯವಾದ ಅವಧಿಯಾಗಿದೆ. ಈ ಆರಂಭಿಕ ಬೆಳಗಿನ ಅವಧಿಯಲ್ಲಿ ಅತ್ಯುತ್ತಮ ಪ್ರಯೋಜನವನ್ನು ಪಡೆದುಕೊಳ್ಳಲು, ಒಬ್ಬ ವ್ಯಕ್ತಿಯು ಅಪರಾಹ್ನದ ಅಂತ್ಯದಲ್ಲಿ ಅಥವಾ ರಾತ್ರಿಯ ಸಮಯದಲ್ಲಿ ತಿನ್ನಬಾರದು.

ಪ್ರಶ್ನೆ ಏನೆಂದರೆ: ಯೋಗ ಭಂಗಿಗಳು ಭೌತಿಕ ದೇಹಕ್ಕೆ ಸಂಬಂಧಿಸಿರುವುದರಿಂದ, ಆಸ್ಟ್ರಲ್ ದೇಹವನ್ನು ಸೂಕ್ಷ್ಮ ಆಹಾರವನ್ನು ಸೇವಿಸದಂತೆ ತಡೆಯಲು ಏಕೆ ತೊಂದರೆ ತೆಗೆದುಕೊಳ್ಳಬೇಕು? ಭಂಗಿಗಳು ಏಕಕಾಲದಲ್ಲಿ ಭೌತಿಕ ಹಾಗೂ ಆಸ್ಟ್ರಲ್ ದೇಹಗಳು ಎರಡಕ್ಕೂ ಸಂಬಂಧಪಟ್ಟಿದೆ. ಪ್ರಾಣಾಯಾಮ ಉಸಿರಾಟದ ಅಭ್ಯಾಸವು ಸೂಕ್ಷ್ಮ ರೂಪದ ಮೇಲೆ ಗುರಿಯಿಡಲಾಗಿದೆ, ಆದರೆ ಸ್ಥೂಲ ದೇಹವನ್ನು ನಿಗ್ರಹಿಸದಿದ್ದರೆ ಪ್ರಾಣಾಯಾಮವು ಯಶಸ್ವಿಯಾಗುವುದಿಲ್ಲ. ಸ್ಥೂಲ ದೇಹವು ಸೂಕ್ಷ್ಮ ರೂಪದಿಂದ ಶಕ್ತಿಯನ್ನು ಸೆಳೆದುಕೊಳ್ಳುತ್ತದೆ. ಹೀಗಾಗಿ, ಎರಡೂ ದೇಹಗಳನ್ನು ಆರೋಗ್ಯಕರ ಸ್ಥಿತಿಯಲ್ಲಿ ಇಡುವುದು ಬಹಳ ಮುಖ್ಯ.

ಇದರ ಜೊತೆಗೆ, ಒಬ್ಬ ವ್ಯಕ್ತಿಯು ಆಸ್ಟ್ರಲ್ ಪ್ರಪಂಚದಲ್ಲಿ ಅತಿಯಾಗಿ ತಿಂದರೆ, ಅಥವಾ ತಪ್ಪು ಸಮಯದಲ್ಲಿ ತಿಂದರೆ, ಪ್ರಕೃತಿಯ ನಿಯಮದಿಂದ, ಈ ಸ್ಥೂಲ ಪ್ರಪಂಚದಲ್ಲಿ ಆ ಚಟುವಟಿಕೆಯನ್ನು ಪುನರಾವರ್ತಿಸಲು ಆತನಿಗೆ ಬಲವಂತಪಡಿಸಲಾಗುತ್ತದೆ.

ಹಿಂದಿನ ಜೀವನಗಳಿಂದ ಕನಸುಗಳು ಮತ್ತು ಪ್ರಭಾವಗಳು

ಒಬ್ಬ ವ್ಯಕ್ತಿಯ ಹಿಂದಿನ ಜೀವನದಿಂದ ಅನೇಕ ಪ್ರಭಾವಗಳು ಸ್ವಯಂ ಅನ್ನು ಕಾಡಲು ಪ್ರಸ್ತುತದಲ್ಲಿ ಪ್ರಕಟವಾಗುತ್ತವೆ. ನಾವು ಯಾವುದರಲ್ಲೇ ತೊಡಗಿಕೊಂಡಿದ್ದರೂ, ಜವಾಬ್ದಾರಿಕೆ ಒಳಗೊಂಡಿರುತ್ತದೆ. ಆದರೂ, ನಮ್ಮನ್ನು ಸಿಕ್ಕಿಸಲಾಗಿದ್ದರೂ ಕೂಡ, ನಾವು ಜವಾಬ್ದಾರಿಗಳನ್ನು ಒಂದು ಮುಕ್ತಾಯಕ್ಕೆ ತರುವ ರೀತಿಯಲ್ಲಿ ನಿಭಾಯಿಸಬೇಕು, ವಿಸ್ತರಣೆ ಹಾಗೂ ಮತ್ತಷ್ಟು ಕೆರಳಿಕೆಯನ್ನು ತರುವ ರೀತಿಯಲ್ಲಿ ಅಲ್ಲ. ಕನಸುಗಳಲ್ಲಿ ಹಾಗೂ ಭೌತಿಕ ಜೀವನದಲ್ಲಿಯೂ ಕೂಡ ಅನೇಕ ವ್ಯಕ್ತಿಗಳು ಉಪಕಾರಗಳಿಗಾಗಿ ಹಾಗೂ ಸೇವೆಗಳಿಗಾಗಿ ಸಂಪರ್ಕಿಸುತ್ತಾರೆ ಮತ್ತು ನಾವು ಸ್ವಇಚ್ಛೆಯಿಂದ ಸಲ್ಲಿಸಬೇಕೆಂದು ಭಾವಿಸುತ್ತಾರೆ. ಹೀಗಾಗಿ, ನಾವು ಕನಸಿನಲ್ಲಿ ಜಾಗೃತರಾಗಿರದಿದ್ದರೆ, ನಾವು ವಿವೇಚನೆಯಿಂದ ವರ್ತಿಸುವುದು ಸಾಧ್ಯವಿಲ್ಲ.

ಇಲ್ಲಿ ಒಂದು ಉದಾಹರಣೆ ಇದೆ: ಇತ್ತೀಚೆಗೆ, ಆಕೆಯ ಹಿಂದಿನ ದೇಹವು ನನ್ನ ಅಜ್ಜಿಯಾಗಿದ್ದ ನನ್ನ ಪ್ರಸ್ತುತ ದೇಹದ ಒಬ್ಬ ಮಗಳು, ಆಸ್ಟ್ರಲ್ ಪ್ರಪಂಚದಲ್ಲಿ ತನ್ನ

ಹಳೆಯ ಮುದುಕಮ್ಮನ ರೂಪವನ್ನು ತೆಗೆದುಕೊಂಡಳು. ನನಗೆ ಬಾಲ್ಯದಲ್ಲಿ ಪರಿಚಯವಿದ್ದ ಒಬ್ಬ ಹುಡುಗಿಯನ್ನು ಮದುವೆಯಾಗುವಂತೆ ನನಗೆ ಮನವೊಪ್ಪಿಸಲು ಪ್ರಯತ್ನಿಸಿದಳು. ನಾವು ಮೂವರು ಹಿಂದಿನ ಸಹವಾಸದ ಪರಿಣಾಮದಿಂದ ಆಸ್ಟ್ರಲ್ ಪ್ರಪಂಚದಲ್ಲಿ ಭೇಟಿಯಾದೆವು. ನನಗೆ ಏನು ಸಂಭವಿಸಿತು ಎಂಬುದು ಅರಿವಿದ್ದರೂ ಕೂಡ, ಅವರಿಬ್ಬರಿಗೆ ತಮ್ಮ ಅತೀಂದ್ರಿಯ ಕೃತ್ಯಗಳ ಬಗ್ಗೆ ಪ್ರಜ್ಞೆ ಇರಲಿಲ್ಲ. ಇದು ಸಂಭವಿಸುತ್ತದೆ ಏಕೆಂದರೆ, ಸೂಕ್ಷ್ಮ ದೇಹವು ಅದರೊಳಗಿರುವ ಒತ್ತಡಗಳ ಹಾಗೂ ಆತಂಕಗಳ ಮೇಲೆ ಆಧರಿಸಿ ರೂಪಗಳನ್ನು ತಾಳಬಹುದು. ಅದು ಸಂಬಂಧಪಟ್ಟ ವ್ಯಕ್ತಿಯ ಜಾಗೃತ ಅರಿವಿಲ್ಲದೆಯೂ ಕೂಡ ಇದನ್ನು ಮಾಡಬಹುದು. ಸೂಕ್ಷ್ಮ ದೇಹವು ಅಷ್ಟು ಹಠಾತ್ ಪ್ರವೃತ್ತಿ ಉಳ್ಳದ್ದಾಗಿದೆ.

ನಾನು ಹೆಚ್ಚಿನ ಮಾಹಿತಿಯನ್ನು ನೀಡುತ್ತೇನೆ: ಪ್ರಸ್ತುತ ಜೀವನದಲ್ಲಿ, ಈ ದೇಹಕ್ಕೆ ಹತ್ತು ವರ್ಷ ವಯಸ್ಸಾಗಿದ್ದಾಗ, ನಾನು ನನ್ನ ಒಬ್ಬ ಅಜ್ಜಿಯ ಜೊತೆಗೆ ವಾಸಿಸುತ್ತಿದ್ದೆ. ಆಕೆಗೆ ಒಬ್ಬ ಚಿಕ್ಕ ಹುಡುಗಿಯ ಪರಿಚಯವಿತ್ತು, ಮತ್ತು ನಾನು ಆ ಹುಡುಗಿಯನ್ನು ಮದುವೆಯಾಗಬೇಕೆಂದು ಆಕೆಗೆ ಅನಿಸಿತು. ಅಕಸ್ಮಾತ್ತಾಗಿ ನಂತರ, ಹದಿಮೂರನೆಯ ವಯಸ್ಸಿನಲ್ಲಿ, ನಾನು ಆ ಸ್ಥಳದಿಂದ ಸ್ಥಳಾಂತರಿಸಿದೆ ಮತ್ತು ಆ ಅಜ್ಜಿಯನ್ನು ಅಥವಾ ಹುಡುಗಿಯನ್ನು ಮತ್ತೆ ನೋಡಲಿಲ್ಲ. ಆದರೆ, ಆ ಅಜ್ಜಿಯ ಬಯಕೆಯು ಎಷ್ಟು ಬಲವಾಗಿತ್ತೆಂದರೆ, ಅದು ಕೆಲವು ಮೂವತ್ತು ವರ್ಷಗಳವರೆಗೆ ಆಕೆಯ ಸೂಕ್ಷ್ಮ ದೇಹದಲ್ಲಿ ಉಳಿದಿತ್ತು. ಆಕೆಯು ಮೃತಳಾಗಿ ಇನ್ನೊಂದು ಭೌತಿಕ ರೂಪವನ್ನು (ನನ್ನ ಮಗಳಾಗಿ) ತೆಗೆದುಕೊಂಡರೂ ಕೂಡ, ಈಗಲೂ ಆಕೆಯ ಸೂಕ್ಷ್ಮ ದೇಹವು ನಾನು ಆ ಹುಡುಗಿಯನ್ನು ಮದುವೆಯಾಗಬೇಕೆಂಬ ಆ ಬಯಕೆಯನ್ನು ಉಳಿಸಿಕೊಂಡಿತ್ತು. ಆ ರೂಪವು ತನ್ನ ಹಿಂದಿನ ಸಾಮಾಜಿಕ ಅಧಿಕಾರವನ್ನು ಪ್ರತಿಪಾದಿಸುವ ಸಲುವಾಗಿ (ಆಸ್ಟ್ರಲ್ ಪ್ರಪಂಚದಲ್ಲಿ) ಹಳೆಯ ಹಿರಿಯ ರೂಪವನ್ನು ತೆಗೆದುಕೊಳ್ಳುವಷ್ಟರಮಟ್ಟಿಗೆ ಹೋಯಿತು. ಇದರರ್ಥ, ಸೂಕ್ಷ್ಮ ದೇಹದ ಪ್ರವೃತ್ತಿಗಳು, ಅದು ಮತ್ತೊಂದು ರೂಪವನ್ನು ತೆಗೆದುಕೊಂಡರೂ ಕೂಡ ಉಳಿದಿರುತ್ತವೆ.

ಅಡ್ಡ-ಪ್ರಪಂಚಗಳು

ನಾವು ಸುಲಭವಾಗಿ ಪ್ರವೇಶಿಸಬಹುದಾದ ಅನೇಕ ಪಕ್ಕದಲ್ಲಿರುವ ಅಡ್ಡ-ಪ್ರಪಂಚಗಳಿವೆ. ಅವುಗಳ ಶಕ್ತಿಯ ಆವರ್ತನಗಳು ಈ ಸ್ಥಳಕ್ಕಿಂತ ಕೇವಲ ಸ್ವಲ್ಪ ಹೆಚ್ಚು ಅಥವಾ ಕಡಿಮೆ ಇರುವುದರಿಂದ, ಅಸ್ತಿತ್ವಕ್ಕೆ ಸಂಬಂಧಿಸಿದಂತೆ ಹೇಳುವುದಾದರೆ, ಅವು ಕೇವಲ ಸ್ವಲ್ಪ ದೂರದಲ್ಲಿವೆ. ಈ ಸ್ಥಳಗಳು ನಮಗೆ ಸೂಕ್ಷ್ಮವಾಗಿದ್ದರೂ ಅಥವಾ ಬಹುಶಃ ಕಾಲ್ಪನಿಕವಾಗಿದ್ದರೂ ಕೂಡ, ಅಲ್ಲಿ ವಾಸಿಸುವ ವ್ಯಕ್ತಿಗಳು ಈ ಸ್ಥಳಗಳನ್ನು ಭೌತಿಕವಾಗಿ ಅನುಭವಿಸುತ್ತಾರೆ. ಅವರು ಸ್ಥೂಲ ರೀತಿಯಲ್ಲಿ ಆ ಸ್ಥಳಗಳನ್ನು ಅನುಭವಿಸಲು ಸೂಕ್ತ ದೇಹಗಳನ್ನು ಬೆಳೆಸಿಕೊಂಡಿದ್ದಾರೆ.

ಇದನ್ನು ಅರ್ಥಮಾಡಿಕೊಳ್ಳುವುದು ಕಷ್ಟವಲ್ಲ. ಭೌತಿಕ ರೂಪಗಳ ಅಗತ್ಯವಿರುವ ದೇಹರಹಿತ ಆತ್ಮಗಳಾಗಿ ನಾವು ಪರಲೋಕದಲ್ಲಿರುವಾಗ, ನಮಗೆ ಈ ಬೌತಿಕ ಪ್ರಪಂಚವು ಒಂದು ಅಡ್ಡ-ಪ್ರಪಂಚವಾಗಿದೆ. ಪ್ರಸ್ತುತ ಸ್ಥೂಲ ರೂಪಗಳನ್ನು ಬೆಳೆಸಿಕೊಳ್ಳುವುದಕ್ಕಾಗಿ ನಾವು ಮೊದಲು ನಮ್ಮ ಪೋಷಕರ ಭಾವನೆಗಳನ್ನು ಪ್ರವೇಶಿಸಿದಾಗ, ನಮಗೂ ಕೂಡ ಈ ಸ್ಥಳವು ಸ್ವಪ್ನಶೀಲ, ಅಸ್ಥಿರ, ಹಾಗೂ ಸೂಕ್ಷ್ಮವಾಗಿತ್ತು. ಹೀಗಾಗಿ ಈ ಅಡ್ಡ-ಪ್ರಪಂಚಗಳ

ಅಸ್ತಿತ್ವವನ್ನು ಕಲ್ಪಿಸಿಕೊಳ್ಳುವುದು ಕಷ್ಟವಲ್ಲ. ಈ ಸ್ಥಳಗಳ ಜ್ಞಾನವು, ಈ ಭೌತಿಕ ಸ್ಥಳಕ್ಕೆ ಮೋಹವನ್ನು ಕಡಿಮೆಯಾಗುವಂತೆ ಮಾಡುತ್ತದೆ.

ಒಮ್ಮೆ ನಾನು ಈ ಐಹಿಕ ಸ್ಥಳವನ್ನು ಅತೀವವಾಗಿ ಹೋಲುತ್ತಿದ್ದ ಒಂದು ಸಮಾನಾಂತರ ಪ್ರಪಂಚದಲ್ಲಿ ನನ್ನನ್ನು ಕಂಡುಕೊಂಡೆ. ಬಹುಕಾಲದ ಹಿಂದೆ ಭೌತಿಕ ದೇಹಗಳಿಂದ ನಿಧನ ಹೊಂದಿದ್ದ ಹಾಗೂ ಗಯಾನಾದಲ್ಲಿ (Guyana) ತಮ್ಮ ಹಿಂದಿನ ದೇಹದಲ್ಲಿ ವಾಸಿಸುತ್ತಿದ್ದ ವ್ಯಕ್ತಿಗಳಿಂದ ನಾನು ಅಲ್ಲಿಗೆ ಸೆಳೆಯಲ್ಪಟ್ಟೆ. ನನ್ನ ಪ್ರಸ್ತುತ ದೇಹವು ಅಲ್ಲಿ ಜನ್ಮ ತೆಗೆದುಕೊಂಡ ಕಾರಣ, ಮತ್ತು ಆ ಅಗಲಿದ ವ್ಯಕ್ತಿಗಳಲ್ಲಿ ಕೆಲವರಿಂದ ಸೇವೆಗಳನ್ನು ಸ್ವೀಕರಿಸಿದ ಕಾರಣ, ನನ್ನ ಸೂಕ್ಷ್ಮ ರೂಪವನ್ನು ಅಲ್ಲಿಗೆ ವರ್ಗಾಯಿಸಲು ಅವರು ಅಧಿಕಾರವನ್ನು ಪಡೆದುಕೊಂಡರು.

ಎಂದಿನಂತೆ, ನಾನು ಅಲ್ಲಿ ತಲುಪಿದಾಗ ನಾನು ಇಲ್ಲಿನ ನನ್ನ ಅಸ್ತಿತ್ವವನ್ನು ಮರೆತುಹೋದೆ. ಈ ಮರೆವು ನಾನು ತೆಗೆದುಹಾಕಲು ಬಯಸುವ ಸಂಗತಿಯಾಗಿದೆ. ಭವಿಷ್ಯದಲ್ಲಿ ನಾನು ವಾಸ್ತವವಾಗಿ ಈ ವಸ್ತುನಿಷ್ಠತೆಯ ಕೊರತೆಯನ್ನು ಹೋಗಲಾಡಿಸಿದೆನು ಎಂದು ಓದುಗರಿಗೆ ವರದಿ ಮಾಡಲು ಬಯಸುತ್ತೇನೆ. ನಾನು ಆ ಸಮಾನಾಂತರ ಪ್ರಪಂಚವನ್ನು ತಲುಪಿದಾಗ, ಶೈಶವಾವಸ್ಥೆಯಲ್ಲಿ ಗಯಾನಾದಲ್ಲಿ ನನ್ನ ದೇಹವನ್ನು ಬೆಳೆಸಲು ಸಹಾಯ ಮಾಡಿದ ಹಾಗೂ ನಿಧನ ಹೊಂದಿದ ವ್ಯಕ್ತಿಗಳು ನಾನು ಒಬ್ಬ ಶಿಕ್ಷಕನಾಗಬೇಕೆಂದು ಬಯಸಿದರು. ಅವರ ಮನಸ್ಸಿಗೆ, ನಾನು ಒಬ್ಬ ಶಾಲಾ ಶಿಕ್ಷಕನಾಗಿ ಸಂಪೂರ್ಣವಾಗಿ ಸೂಕ್ತನಾಗಿದ್ದೆ. ಹೆಚ್ಚಿನ ಆಧ್ಯಾತ್ಮಿಕ ಗ್ರಹಿಕೆಗಾಗಿ ನನ್ನ ಮಹತ್ವಾಕಾಂಕ್ಷೆಗಳ ಬಗ್ಗೆ ಅವರಿಗೆ ಕಲ್ಪನೆ ಇರಲಿಲ್ಲ. ವಾಸ್ತವವಾಗಿ, ನಾನು ಜೀವನದ ಈ ಕಡೆಯ ಅಸ್ತಿತ್ವವನ್ನು ಮರೆತುಹೋದರೂ ಕೂಡ, ಆಗಲೂ ವಿಮೋಚನೆಗಾಗಿ ನನ್ನ ಅವಶ್ಯಕತೆ ಹಾಗೂ ಹಂಬಲವು ಅಲ್ಲಿ ಮುಂದುವರಿಯಿತು.

ಇದ್ದಕ್ಕಿದ್ದಂತೆ ಆ ವ್ಯಕ್ತಿಗಳು ನನ್ನನ್ನು ಒಂದು ಶಾಲೆಗೆ ನೇಮಿಸಲಾಗಿದೆ ಮತ್ತು ನಾನು ಮುಖ್ಯ ಶಿಕ್ಷಕನಾಗಿರುತ್ತೇನೆ ಎಂದು ನನಗೆ ಹೇಳಿದರು. ನಾನು ದಂಗಾದೆ. ನಾನು ಈ ಕಡೆಯ ನನ್ನ ಅಸ್ತಿತ್ವವನ್ನು ಮರೆತೆನಲ್ಲದೆ, ಆ ಸಾಂಸ್ಕೃತಿಕವಾಗಿ-ಚಿಂತಿತರಾಗಿದ್ದ ಜನರ ಸಹವಾಸದಲ್ಲಿ ಬೇರೊಂದು ಕಡೆಯಲ್ಲಿ ಸಿಕ್ಕಿಬಿದ್ದೆನೆಂದು ನನಗೆ ಅನಿಸಿತು. ವಾಸ್ತವವಾಗಿ ಆ ಪ್ರಪಂಚವು ಈ ಪ್ರಪಂಚದಂತೆಯೇ ಇದೆ. ಇಲ್ಲಿರುವ ಜನರು ಕೂಡ ಮುಖ್ಯವಾಗಿ ಸಾಂಸ್ಕೃತಿಕ ಸುಧಾರಣೆಯ ಬಗ್ಗೆ ಚಿಂತಿತರಾಗಿರುತ್ತಾರೆ.

ಆ ಇತರ ಪ್ರಪಂಚದಲ್ಲಿ, ಮಕ್ಕಳಲ್ಲಿ ಒರಟುತನವಿರಲೇ ಇಲ್ಲ. ಮತ್ತು ಇದರ ಜೊತೆಗೆ, ಪುರುಷರಲ್ಲಿ ಯಾವುದೇ ಅಮಲು ಅಥವಾ ಮದ್ಯ-ಸೇವನೆಯ ಅಭ್ಯಾಸಗಳು ಇರಲಿಲ್ಲ. ಹೀಗಾಗಿ ಸಾಂಸ್ಕೃತಿಕ ದೃಷ್ಟಿಯಿಂದ, ಅದು ಒಂದು ಅಪೇಕ್ಷಣೀಯ ಸ್ಥಳವಾಗಿತ್ತು. ಆದರೂ ನನಗೆ ಅದು ಒಂದು ಸೆರೆಮನೆಯಾಗಿತ್ತು. ಇದ್ದಕ್ಕಿದ್ದಂತೆ, ನಾನು ಅಲ್ಲಿ ತಲುಪಿದಂತೆ, ನನ್ನನ್ನು ನಾನು ಅಂತರ್ಮುಖಿಯಾದುದನ್ನು ಕಂಡೆ.

೧೯೯೭ರ ಏಪ್ರಿಲ್ ೨೭ರಂದು ನಾನು ಆಕಸ್ಮಿಕವಾಗಿ ವಾತಾಯನ ವ್ಯವಸ್ಥೆಯು ನಿರ್ಬಂಧಿತವಾಗಿದ್ದ ಒಂದು ಕೋಣೆಯಲ್ಲಿ ನಿದ್ರೆಗೆ ಜಾರಿದೆ. ಸ್ಥೂಲ ರೂಪದ ಮೂಲಕ ಉಸಿರಾಡಿದ ಗಾಳಿಯು ಕಳಪೆ ಗುಣಮಟ್ಟದ್ದಾಗಿದ್ದರಿಂದ, ಸೂಕ್ಷ್ಮ ದೇಹವು ಭೌತಿಕ ರೂಪವನ್ನು ಬಿಟ್ಟ ಕೂಡಲೇ ಅದು ಶಕ್ತಿಯನ್ನು ಕಳೆದುಕೊಂಡಿತು. ನಂತರ ಅದು ಒಂದು ಅಡ್ಡ-ಪ್ರಪಂಚವನ್ನು ಪ್ರವೇಶಿಸಿತು.

ಆ ಆಯಾಮವನ್ನು ಪ್ರವೇಶಿಸಿದ ನಂತರ, ನಾನು ತತ್ಕಾಲಕ್ಕೆ, ಈ ಪ್ರಪಂಚದಲ್ಲಿನ ನನ್ನ ಅಸ್ತಿತ್ವವನ್ನು ಮರೆತೆ. ನಾನು ಅಲ್ಲಿಯ ಧರ್ಮವು ಈ ಪ್ರಪಂಚದ ಹಿಂದೂಧರ್ಮವನ್ನು

ಹೋಲುತ್ತಿತ್ತು ಎಂಬುದನ್ನು ಗಮನಿಸಿದೆ. ಅವರು ಹಿಂದಿಯನ್ನು ಹೋಲುತ್ತಿದ್ದ ಒಂದು ಭಾಷೆಯನ್ನು ಬಳಸುತ್ತಿದ್ದರು. ಯಾವುದೇ ವರ್ಣಭೇದ ಪಕ್ಷಪಾತಗಳು ಇರಲಿಲ್ಲ, ಆದರೆ ಬುದ್ಧಿಶಕ್ತಿಯ ವಿವಿಧ ಮಟ್ಟಗಳಲ್ಲಿ ಅಸಮಾನತೆ ಇತ್ತು. ಕೆಲವು ಜನರು ಈ ಪ್ರಪಂಚದಲ್ಲಿರುವಂತೆ ಅಧಿಕಾರ ಚಲಾಯಿಸುತ್ತಿದ್ದರು.

ಅಲ್ಲಿ ಪೊಲೀಸ್ ಪಡೆ ಇತ್ತು, ಆದರೆ ಅಪರಾಧ ವಿರಳವಾಗಿತ್ತು. ನಾನು ಪುರೋಹಿತನೊಬ್ಬನ ಉಪನ್ಯಾಸಕ್ಕೆ ಹೋಗಿದ್ದೆ. ಆಮೇಲೆ, ನಾನು ಭೌತಿಕ ದೇಹಕ್ಕೆ ಮರಳಿದ ನಂತರ, ಶಿವ ದೇವರು ಪುರೋಹಿತನು ತೊಂದರೆ ಉಂಟುಮಾಡುವವನು ಎಂದು ನನಗೆ ತಿಳಿಸಿದನು. ಆತನು ಹೇಳಿದನು: "ನಾನು ಕೆಲವು ಸಮಯದವರೆಗೆ ಆತನನ್ನು ನಿಗ್ರಹಿಸಲು ಪ್ರಯತ್ನಿಸಿದೆ."

ಶಿವನು "ಕೆಲವು ಸಮಯದವರೆಗೆ" ಎಂಬುದರ ಅರ್ಥವನ್ನು ವಿವರಿಸಲಿಲ್ಲ. ಆದರೆ ಆ ದಿನದ ನಂತರ, ನಾನು ಅವಧಿಯ ಬಗ್ಗೆ ಯೋಚಿಸುತ್ತಿದ್ದೆ ಎಂಬುದನ್ನು ತಿಳಿದು, ಶಿವನ ಧ್ವನಿಯು ನನ್ನ ತಲೆಯಲ್ಲಿ ಪ್ರತಿಧ್ವನಿಸಿತು, “ಅದು ತುಂಬಾ ತುಂಬಾ ದೀರ್ಘ ಕಾಲವಾಗಿತ್ತು, ನೀನು ತಿಳಿದುಕೊಳ್ಳಬಹುದಾದಕ್ಕಿಂತ ಹೆಚ್ಚು.”

ಓದುಗನು ಗಮನಿಸಬಹುದು, ನಾನು ಅಡ್ಡ-ಪ್ರಪಂಚದಲ್ಲಿರುವಾಗ ನಾನು ನನ್ನ ಇಲ್ಲಿನ ಅಸ್ತಿತ್ವವನ್ನು ಮರೆತುಹೋದೆ. ಆದರೆ, ನಾನು ಇಲ್ಲಿಗೆ ವಾಪಸ್ಸು ಬಂದ ಕೂಡಲೇ, ನಾನು ಅಲ್ಲಿನ ಘಟನೆಯನ್ನು ನೆನಪಿಸಿಕೊಂಡೆ. ಇಂತಹ ಸ್ಥಳಕ್ಕೆ ಹೋಗಿ, ವರ್ಗಾವಣೆಯನ್ನು ನೆನಪಿಸಿಕೊಳ್ಳದೇ ಇರುವುದಕ್ಕಿಂತ ಇದು ಉತ್ತಮವಾಗಿದೆ. ಆದರೂ, ನಾನು ನೆನಪಿಸಿಕೊಳ್ಳುವುದನ್ನು ಉತ್ತಮಗೊಳಿಸಬೇಕು, ಅದರಿಂದಾಗಿ ನಾನು ಹಾದುಹೋಗುವಾಗ ವಸ್ತುನಿಷ್ಠವಾಗಿ ತಿಳಿದುಕೊಳ್ಳಬಹುದು, ಮತ್ತು ನಾನು ಈ ಸ್ಥಳದಲ್ಲಿ ಭೌತಿಕ ದೇಹವನ್ನು ಬಿಟ್ಟುಹೋಗಿದ್ದೇನೆ ಎಂಬುದನ್ನು ಪ್ರಜ್ಞಾಪೂರ್ವಕವಾಗಿ ಅರಿತುಕೊಳ್ಳಬಹುದು. ಇಂತಹ ಜ್ಞಾನವು ಈ ಭೌತಿಕ ರೂಪದ ಸಾವಿನ ಸಿದ್ಧತೆಯಲ್ಲಿ ನನಗೆ ಸಹಾಯ ಮಾಡುತ್ತದೆ.

ಎಲ್ಲಕ್ಕಿಂತ ಮುಖ್ಯವಾಗಿ, ಆಧ್ಯಾತ್ಮಿಕ ಯಶಸ್ಸಿಗೆ, ನನ್ನ ಭೌತಿಕ ದೇಹವು ಮರಣಿಸಿದಾಗ ನನಗೆ ತಿಳಿದಿರಬೇಕು. ತನ್ನ ಭೌತಿಕ ರೂಪವನ್ನು ಬಿಟ್ಟು ಮೂರು ತಿಂಗಳಾದ ನಂತರವೂ, ಅದನ್ನು ಬಹಳ ಹಿಂದೆಯೇ ದಹನ ಮಾಡಲಾಗಿದ್ದರೂ, ಈಗಲೂ ತಾನು ಅದಕ್ಕೆ ಹಿಂದಿರುಗಬಹುದು ಎಂದು ಭಾವಿಸಿದ ಮತ್ತು ಈಗಲೂ ಅದನ್ನು ಜಾಗೃತಗೊಳಿಸಲು ಪದೇ ಪದೇ ಪ್ರಯತ್ನಿಸಿದ ನನ್ನ ಅಗಲಿದ ತಾಯಿಯ ಹಾಗೆ ನಾನು ಇರಬಾರದು. ಒಬ್ಬ ವ್ಯಕ್ತಿಗೆ ತಾನು ಯಾವಾಗ ತಾತ್ಕಾಲಿಕವಾಗಿ ಅಥವಾ ಶಾಶ್ವತವಾಗಿ ಭೌತಿಕ ದೇಹವನ್ನು ಹಿಂದೆ ಬಿಟ್ಟು, ಮತ್ತೊಂದು ಪ್ರಪಂಚಕ್ಕೆ ಹೋಗಿದ್ದೇನೆ ಎಂಬುದು ವಸ್ತುನಿಷ್ಠವಾಗಿ ತಿಳಿದಿರದಿದ್ದರೆ, ಧರ್ಮ ಅಥವಾ ತಪಶ್ಚರ್ಯಗಳ ಪ್ರಯೋಜನವೇನು?

ಅತಿಯಾದ ನಿದ್ರೆ / ಅತಿ ಕಡಿಮೆ ಕನಸಿನ ಸ್ಮರಣೆ

ಅತಿಯಾದ ನಿದ್ರೆ ಕೆಟ್ಟ ಸಹವಾಸದಿಂದ ಉಂಟಾಗುತ್ತದೆ. ಇತರ ಕಾರಣಗಳು ಇವೆ, ಆದರೆ ಈ ಇತರ ಕಾರಣಗಳು ನಮ್ಮ ಜೀವನದಲ್ಲಿರುವ ಕೆಟ್ಟ ಸಹವಾಸಕ್ಕೆ ಪತ್ತೆ ಹಚ್ಚಬಹುದಾಗಿದೆ. ಉದಾಹರಣೆಗೆ, ನಾನು ಶ್ರಮದಿಂದ ಕೆಲಸ ಮಾಡಿದರೆ, ನಾನು ಅತಿಯಾಗಿ ನಿದ್ರಿಸಬಹುದು. ಸ್ಥೂಲ ಹಾಗೂ ಸೂಕ್ಷ್ಮ ದೇಹಗಳು ಪುನರುಜ್ಜೀವನಕ್ಕಾಗಿ ನಾನು ಹಾಗೆ ಮಾಡಬೇಕೆಂದು ಒತ್ತಾಯ ಮಾಡುತ್ತವೆ. ಶ್ರಮದಾಯಕ ಕೆಲಸವು ಕೆಟ್ಟ ಸಹವಾಸದ

ಪರಿಣಾಮವಾಗಿರಬಹುದು. ಕೆಟ್ಟ ಸಹವಾಸವನ್ನು ತೆಗೆದುಹಾಕುವುದು ಸುಲಭವಲ್ಲ. ನಾವು ಸಾಮಾನ್ಯವಾಗಿ ಕೆಟ್ಟ ಸಹವಾಸವು ಕೇವಲ ಅಧಾರ್ಮಿಕ ಜನರಿಂದ ಬರುತ್ತದೆ ಎಂದು ಭಾವಿಸುತ್ತೇವೆ. ಅದು ನಿಜವಲ್ಲ. ಕೆಟ್ಟ ಸಹವಾಸವು ಸಚ್ಚರಿತ ವ್ಯಕ್ತಿಗಳಿಂದ ಹಾಗೂ ಕೌಟುಂಬಿಕ ಸಂಬಂಧಗಳಿಂದಲೂ ಕೂಡ ಬರುತ್ತದೆ. ಕಡಿಮೆ ಅಥವಾ ಯಾವುದೇ ಕನಸಿನ ಸ್ಮರಣೆ ಇಲ್ಲದಿರುವ ಕಾರಣ, ಒಬ್ಬ ವ್ಯಕ್ತಿಗೆ ಕನಸಿನ ಪ್ರಪಂಚದಲ್ಲಿ ತನ್ನ ಮೇಲೆ ಪರಿಣಾಮವನ್ನುಂಟು ಮಾಡುವ ಪ್ರಭಾವಗಳನ್ನು ನಿಯಂತ್ರಿಸಲಾಗುವುದಿಲ್ಲ.

ಕೆಟ್ಟ ಸಹವಾಸವನ್ನು ಪತ್ತೆ ಹಚ್ಚುವುದಕ್ಕಾಗಿ ಇಲ್ಲಿ ಒಂದು ವಿಧಾನವಿದೆ. ನೀವು ಅತಿಯಾಗಿ ನಿದ್ರೆ ಮಾಡಿದ ಕೂಡಲೇ, ಅದನ್ನು ಅರಿತುಕೊಳ್ಳಿ, ಆದರೆ ನಿದ್ರಿಸುವ ಮನಸ್ಥಿತಿಯಿಂದ ಇದ್ದಕ್ಕಿದ್ದಂತೆ ನಿಮ್ಮ ಮನಸ್ಸನ್ನು ಎಚ್ಚರಿಸಬೇಡಿ. ಇದ್ದಕ್ಕಿದ್ದಂತೆ ಆ ಸ್ಥಿತಿಯನ್ನು ಬದಲಿಸದೆ, ಅದರ ಬಗ್ಗೆ ಜಾಗೃತರಾಗಿ. ಮೌನವಾಗಿ ಹಾಗೂ ಶಾಂತವಾಗಿ, ಭಯವಿಲ್ಲದೆ, ಮನಸ್ಸಿನಲ್ಲಿ ಪ್ರದರ್ಶಿಸಲ್ಪಡುವ ಚಿತ್ರಗಳನ್ನು, ಅನಿಸಿಕೆಗಳನ್ನು ಅಥವಾ ಆಲೋಚನೆಗಳನ್ನು ಗಮನಿಸಿ. ಒಮ್ಮೆ ನೀವು ಇದನ್ನು ಗಮನಿಸಿದ ಮೇಲೆ, ನೀವು ಸಂಪೂರ್ಣವಾಗಿ ಮನಸ್ಸನ್ನು ಜಾಗೃತಗೊಳಿಸಬೇಕು. ಚಿತ್ರಗಳನ್ನು, ಅನಿಸಿಕೆಗಳನ್ನು, ಆಲೋಚನೆಗಳನ್ನು ಅಥವಾ ಕಲ್ಪನೆಗಳನ್ನು ಗಮನಿಸಿದ ನಂತರ, ಅವುಗಳನ್ನು ಒಂದು ಟಿಪ್ಪಣಿ ಪುಸ್ತಕದಲ್ಲಿ ದಾಖಲಿಸಿಕೊಳ್ಳಿ. ಅವುಗಳನ್ನು ವಿಶ್ಲೇಷಿಸಿ ಮತ್ತು ಅವುಗಳನ್ನು ಕಳುಹಿಸಿದ ನಿರ್ದಿಷ್ಟ ವ್ಯಕ್ತಿಗಳನ್ನು ಪತ್ತೆಹಚ್ಚಿ.

ಇದು ಸುಲಭವೆಂದು ಅನಿಸಿದರೂ, ಇದು ಒಂದು ಆಯಾಸಕರವಾದ ಪ್ರಕ್ರಿಯೆಯಾಗಿದೆ. ನೀವು ಅತಿಯಾಗಿ ನಿದ್ರೆ ಮಾಡಿದ್ದೀರಿ ಎಂಬುದನ್ನು ಅರಿತುಕೊಳ್ಳುವ ಮುಂಚೆ, ನೀವು ವಿಶ್ರಮಿಸಿಕೊಳ್ಳುವುದಕ್ಕಾಗಿ ಒಂದು ಸಮಂಜಸವಾದ ಮಿತಿಯನ್ನು ನಿಗದಿಪಡಿಸುವ ಅಭ್ಯಾಸವನ್ನು ಮೊದಲು ಬೆಳೆಸಿಕೊಳ್ಳಬೇಕು. ಉದಾಹರಣೆಗೆ, ನಾನು ಆರು ಗಂಟೆಗಳ ಕಾಲ ವಿಶ್ರಮಿಸಿಕೊಳ್ಳುವುದಕ್ಕಾಗಿ ಮಲಗಿಕೊಂಡರೆ, ನಾನು ಯಾವಾಗ ಏಳಬೇಕು ಎಂಬುದರ ಬಗ್ಗೆ ನನಗೆ ಒಂದು ಸ್ಪಷ್ಟ ಕಲ್ಪನೆ ಇರಬೇಕು. ನಾನು ಒಂದು ಎಚ್ಚರಿಕೆಯ ಗಡಿಯಾರವನ್ನು ಬಳಸಬೇಕಾಗಬಹುದು, ಅಥವಾ ನನ್ನನ್ನು ಎಬ್ಬಿಸಲು ಯಾರನ್ನಾದರೂ ಕೇಳಿಕೊಳ್ಳಬೇಕಾಗಬಹುದು.

ನಾನು ಅತಿಯಾಗಿ ನಿದ್ರಿಸುವುದನ್ನು ಆನಂದಿಸಿದರೆ, ಅಥವಾ ನಾನು ಅದಕ್ಕೆ ಅರ್ಹನೆಂದು, ಅಥವಾ ಅದು ಹಾನಿಕಾರಕವಲ್ಲವೆಂದು ನಾನು ಭಾವಿಸಿದರೆ, ನನಗೆ ಕನಸಿನ ಸಹವಾಸವನ್ನು ಸರಿಯಾಗಿ ವಿಶ್ಲೇಷಿಸುವುದಕ್ಕೆ ಸಾಧ್ಯವಾಗುವುದಿಲ್ಲ. ಉದಾಹರಣೆಗೆ: ಪ್ರಣಯದ ಕನಸಿನ ವಿಚಾರದಲ್ಲಿ, ಒಬ್ಬ ವ್ಯಕ್ತಿಯು ಭಾವನಾತ್ಮಕ ಸಂತೋಷವನ್ನು ಹಾಗೂ ಇಂದ್ರಿಯ ಸುಖವನ್ನು ಹಾಗೂ ಪ್ರೇಮಿಯನ್ನು ಕೂಡ ನೆನಪಿಸಿಕೊಳ್ಳಬಹುದು. ಮನಸ್ಸು ಇದನ್ನು ನೆನಪಿಸಿಕೊಂಡರೂ ಕೂಡ, ಅದಕ್ಕೆ ಸರಿಯಾಗಿ ವಿಶ್ಲೇಷಿಸಲು ಸಾಧ್ಯವಾಗುವುದಿಲ್ಲ. ಸಂತೋಷವು ವಿವೇಚನೆಯ ಶಕ್ತಿಯನ್ನು ತೆಗೆದುಹಾಕುತ್ತದೆ, ಬುದ್ಧಿಶಕ್ತಿಯನ್ನು ಅಸಮರ್ಪಕವಾಗಿ ಕಾರ್ಯನಿರ್ವಹಿಸುವಂತೆ ಮಾಡುತ್ತದೆ.

ಅತ್ಯಂತ ಕಷ್ಟಕರವಾದ ಕೆಲಸವೆಂದರೆ ಆನಂದದಾಯಕವಲ್ಲದ ಕನಸುಗಳನ್ನು ನೆನಪಿಸಿಕೊಳ್ಳುವುದು. ಇವುಗಳನ್ನು ನೆನಪಿಸಿಕೊಂಡರೆ ವಿಶ್ಲೇಷಿಸುವುದು ಸುಲಭ. ಸಾಮಾನ್ಯವಾಗಿ ಒಬ್ಬ ವ್ಯಕ್ತಿಯು ಅಸಂತೋಷದಿಂದ ಕಾಲ ಕಳೆದಿದ್ದನ್ನು ನೆನಪಿಸಿಕೊಳ್ಳುತ್ತಾನೆ, ಅಥವಾ ಆತನಿಗೆ ಖಿನ್ನನಾದಂತೆ ಮತ್ತು ವ್ಯಾಕುಲಗೊಂಡಂತೆ ಅನಿಸುತ್ತದೆ, ಆದರೆ ಆತನು ವಿವರಗಳನ್ನು ನೆನಪಿಸಿಕೊಳ್ಳುವುದಿಲ್ಲ. ಕೆಲವು ಸಂದರ್ಭಗಳಲ್ಲಿ, ಗಂಟೆಗಳು ಅಥವಾ ದಿನಗಳ ನಂತರ,

ಕನಸ್ಸನ್ನು ಇದ್ದಕ್ಕಿದ್ದಂತೆ ನೆನಪಿಸಿಕೊಳ್ಳಲಾಗುತ್ತದೆ. ಹೀಗಾಗಿ, ಏಕೆ ಮನಸ್ಸು ಅತಿ ಕಡಿಮೆ ನೆನಪಿಸಿಕೊಳ್ಳುವಿಕೆಯ ದೋಷವನ್ನು ಹೊಂದಿದೆ ಎಂಬುದನ್ನು ಕಂಡುಹಿಡಿಯಲು ಒಬ್ಬ ವ್ಯಕ್ತಿಯು ಮನಸ್ಸಿನ ಕಾರ್ಯವೈಖರಿಗಳನ್ನು ಅಧ್ಯಯನ ಮಾಡಬೇಕು.

ಸಮಸ್ಯೆ ಶಕ್ತಿಗಳನ್ನು ಒಂದು ನಿರ್ದಿಷ್ಟ ಸ್ಥಳದಲ್ಲಿ ಇರಿಸುವುದು

ಪ್ರಾರ್ಥನೆಗಳು ದೈವಿಕ ಸಂವಹನದ ಒಂದು ಜನಪ್ರಿಯ ವಿಧಾನವಾಗಿದ್ದರೂ ಕೂಡ ಆಧ್ಯಾತ್ಮಿಕ ಜೀವನದಲ್ಲಿ ಅಡ್ಡಿಯಾಗಬಹುದು. ಇದೇ ಹೇಳಿಕೆಯನ್ನು ಮಂತ್ರವನ್ನು ಪಠಿಸುವುದಕ್ಕೆ ಅಥವಾ ಹಾಡುವುದಕ್ಕೆ ಅನ್ವಯಿಸಬಹುದು. ಸುಲಭ ಹಾಗೂ ಪ್ರಾಯೋಗಿಕವಾಗಿರುವ ಈ ಆಧ್ಯಾತ್ಮಿಕ ಸಂವಹನಗಳನ್ನು ಆಗಾಗ ದುರುಪಯೋಗ ಪಡಿಸಿಕೊಳ್ಳಲಾಗುತ್ತದೆ.

ಒಂದು ತೀರ್ಥಯಾತ್ರೆ ಸ್ಥಳವನ್ನು ಸ್ಥಾಪಿಸುವುದು, ಅಥವಾ ಒಂದು ಪೂಜಾ ವೇದಿಕೆಯನ್ನು ಅಥವಾ ಒಂದು ದೇವತೆಯನ್ನು ಸ್ಥಾಪಿಸುವುದು ವಿರಕ್ತನಿಗೆ ಸಂಕಟದ ಮೂಲವಾಗಿರಬಹುದು ಎಂಬುದನ್ನು ನಾನು ಕಂಡುಕೊಂಡಿದ್ದೇನೆ. ಒಮ್ಮೆ ಇವುಗಳನ್ನು ಸ್ಥಾಪಿಸಲಾದರೆ, ಇವುಗಳನ್ನು ದುರುಪಯೋಗಪಡಿಸಿಕೊಳ್ಳಲು ಸ್ವಲ್ಪ ಸಮಯವಷ್ಟೇ ಬೇಕಾಗುತ್ತದೆ. ಉದಾಹರಣೆಗೆ, ಒಂದು ಪೂಜಾ ವೇದಿಕೆಯ ಮೇಲೆ ಸ್ಥಾಪಿಸಲಾಗಿರುವ ಒಂದು ದೇವತೆ ಇದ್ದರೆ, ಜನರು ಅಲ್ಲಿ ಸಮಸ್ಯೆಗಳನ್ನು ತರಬಹುದು. ಒಮ್ಮೆ ಆ ಸ್ಥಳದಲ್ಲಿ ಇರಿಸಲಾದರೆ, ಈ ಸಮಸ್ಯೆ ಶಕ್ತಿಗಳನ್ನು ದೇವತೆಯಾಗಲಿ ಅಥವಾ ಪವಿತ್ರ ಸ್ಥಳವನ್ನು ನೋಡಿಕೊಳ್ಳುವ ಭಕ್ತನಾಗಲಿ ನಿಭಾಯಿಸಬೇಕು. ದೇವತೆಯು ಕೆಟ್ಟ ಶಕ್ತಿಯನ್ನು ತೆಗೆದುಹಾಕುವುದಿಲ್ಲವೆಂದು ಭಾವಿಸೋಣ? ಆಗ ಏನಾಗುತ್ತದೆ? ಯಾರು ಅದನ್ನು ಹೀರಿಕೊಳ್ಳುತ್ತಾರೆ?

ಒಮ್ಮೆ, ವರ್ಷಗಳ ಹಿಂದೆ, ೧೯೮೮ ರಲ್ಲಿ, ಒಬ್ಬ ಮನುಷ್ಯನು ನನಗೆ ಗಯಾನಾದಲ್ಲಿನ ಒಂದು ಗ್ರಾಮೀಣ ಹಳ್ಳಿಯಲ್ಲಿ ಒಂದು ತ್ಯಜಿಸಲ್ಪಟ್ಟ ದೇವಾಲಯಕ್ಕೆ ಭೇಟಿ ನೀಡಲು ಹೇಳಿದನು. ನಾನು ಇದನ್ನು ಮಾಡಲು ಹಿಂಜರಿದೆ. ಆದರೆ ಮನುಷ್ಯನು ಒತ್ತಾಯಿಸಿದನು. ಹಲವಾರು ಕೋರಿಕೆಗಳ ನಂತರ ನಾನು ಹೋಗಲು ಒಪ್ಪಿಕೊಂಡೆ. ಆತನಿಗೆ ಸಂತೋಷವಾಯಿತು, ಆದರೆ ನಾನು ಸ್ಥಳವನ್ನು ತಲುಪಿದ ಕೂಡಲೇ ಅತಿಯಾಗಿ ಬೆವರಲು ಆರಂಭಿಸಿದೆ. ಜೀವನದ ಇನ್ನೊಂದು ಕಡೆಯಲ್ಲಿ ಸಿಕ್ಕಿಬಿದ್ದಿದ್ದ ಮತ್ತು ಶಿಶು ದೇಹಗಳ ಅಗತ್ಯವಿದ್ದ ಅನೇಕ ಪರಲೋಕದ ಜನರು ಆ ಸ್ಥಳದಲ್ಲಿ ಇದ್ದರು. ಅವರು ನನ್ನನ್ನು ನೋಡಿದ ಕೂಡಲೇ, ಒಂದು ಕ್ಯೂ ಅನ್ನು ರಚಿಸಿಕೊಂಡರು ಮತ್ತು ಬಿಡುಗಡೆಗೆ ಬೇಡುವುದನ್ನು ಆರಂಭಿಸಿದರು.

ಈ ಪರಲೋಕದ ಜನರು ಭೌತಿಕ ದೇಹಗಳನ್ನು ತೊರೆದಿದ್ದರು, ಆದರೆ ವಿಧಿಯ ಅನಿರೀಕ್ಷಿತ ಹಠಾತ್ ಬದಲಾವಣೆಗಳಿಂದಾಗಿ ಹೊಸ ರೂಪಗಳನ್ನು (ಹೊಸ ಭೌತಿಕ ದೇಹಗಳನ್ನು) ಪಡೆಯಲು ಸಾಧ್ಯವಾಗಿರಲಿಲ್ಲ. ಅವರು ತಮ್ಮನ್ನು ಬಿಡುಗಡೆ ಮಾಡಲು ಅತೀಂದ್ರಿಯ ಶಕ್ತಿಯನ್ನು ಬಳಸುವಂತೆ ನನ್ನನ್ನು ಮತ್ತೆಮತ್ತೆ ಬೇಡಿಕೊಂಡರು. ಪರಿಸ್ಥಿತಿಯನ್ನು ನೋಡಿ, ನಾನು ಅವರನ್ನು ಆ ಸ್ಥಳದಲ್ಲಿ ಶಿವಲಿಂಗದ ಪ್ರಾತಿನಿಧ್ಯವಿದ್ದ ಶಿವನ ಬಳಿಗೆ ಕಳುಹಿಸಲು ಆರಂಭಿಸಿದೆ.

ನನ್ನನ್ನು ಅಲ್ಲಿಗೆ ಕರೆದುಕೊಂಡು ಹೋದ ಸ್ನೇಹಿತನೊಂದಿಗೆ ಆವರಣವನ್ನು ಕೆಲವು ಸಮಯದವರೆಗೆ ಸುತ್ತಾಡಿದ ನಂತರ, ನಾವು ಅಶ್ವತ್ಥ ವೃಕ್ಷದ ಪವಿತ್ರ ಮರದ ಕೆಳಗೆ ಹನುಮಂತ ದೇವರ ಒಂದು ಹಳೆಯ ಕಾಂಕ್ರೀಟಿನ ರೂಪವನ್ನು ಕಂಡೆವು. ಹನುಮಂತನನ್ನು

ನೋಡಿ ನಾನು ಆಶ್ಚರ್ಯಚಕಿತನಾದೆ. ನಾನು ಆತನನ್ನು ಕೇಳಿದೆ, "ನೀನು ಇಲ್ಲಿಗೆ ಹೇಗೆ ಬಂದೆ? ದೇವಾಲಯದ ಪ್ರಾಂಗಣದ ಕಾಂಕ್ರೀಟಿನ ಮಧ್ಯೇ ಬೆಳೆದ ಈ ಮರದ ಕೆಳಗೆ ನೀನು ಎಷ್ಟು ಸಮಯದವರೆಗೆ ಇದ್ದೆ?"

ಆತನು ಉತ್ತರಿಸಿದನು, "ಅದೊಂದು ದೀರ್ಘವಾದ ಕಥೆ. ನನ್ನ ಬಿಡುಗಡೆಗೆ ಮತ್ತು ನನ್ನನ್ನು ಮರು-ಪ್ರತಿಷ್ಠಾಪಿಸುವುದಕ್ಕೆ ಸಮಯವಿನ್ನೂ ಬಂದಿಲ್ಲ. ಈ ಅದೃಷ್ಟಹೀನ ಪ್ರೇತಗಳಿಗೆ ನೀನು ಮಾಡಬಹುದಾದುದನ್ನು ಮಾಡು, ತದನಂತರ ಈ ಸ್ಥಳವನ್ನು ಬಿಟ್ಟು ಹೊರಡು." ಅದರಂತೆ, ಹನುಮಂತನ ಸಲಹೆಯಿಂದ, ನಾನು ಅತೀಂದ್ರಿಯ ಶಕ್ತಿಯನ್ನು ಬಳಸಿಕೊಂಡು, ಆ ಆತ್ಮಗಳನ್ನು ಹೊಸ ಭೌತಿಕ ದೇಹಗಳನ್ನು ಪಡೆಯುವುದರಿಂದ ತಡೆದ ಸಮ್ಮೋಹನವನ್ನು ಮುರಿದೆ. ಅವರು ಕೃತಜ್ಞರಾಗಿದ್ದರು. ನಾನು ಹನುಮಂತನ ಮೂರ್ತಿಯ ಕಡೆಗೆ ಬೆರಳು ಮಾಡಿ ತೋರಿಸಿದೆ, ಮತ್ತು ಅವರೆಲ್ಲರೂ ಆತನಿಗೆ ಪದೇ ಪದೇ ನಮಸ್ಕರಿಸಲಾರಂಭಿಸಿದರು. ಅವರ ಸೂಕ್ಷ್ಮ ರೂಪಗಳು ನಂತರ ಆ ಸ್ಥಳದಿಂದ ನಿಧಾನವಾಗಿ ಮರೆಯಾದವು. ಅತ್ಯಂತ ಮುಖ್ಯವಾದ ಸಂಗತಿಯೆಂದರೆ: ಯಾವುದೇ ತೀರ್ಥಯಾತ್ರೆ, ಪೂಜಾ ಸ್ಥಳ ಅಥವಾ ಪೂಜಾ ವೇದಿಕೆಯು ಸಮಸ್ಯೆ ಶಕ್ತಿಗಳಿಂದ ಅತಿಯಾಗಿ ತುಂಬಿರಬಹುದು. ಪ್ರಾರ್ಥನೆಗಳ ಹಾಗೂ ಇತರ ಸುಲಭ ವಿಧಾನಗಳ ವ್ಯವಸ್ಥೆಯು ತಪ್ಪು ಬಳಕೆಗೆ ಮಾರ್ಗಗಳಾಗಿವೆ.

ಸಮಸ್ಯೆಗಳನ್ನು ಹೊಂದಿರುವ, ತನ್ನ ಜೀವನವನ್ನು ಸರಳಗೊಳಿಸಲು ನಿರಾಕರಿಸುವ, ಅಥವಾ ಸಾಧ್ಯವಾಗಿಲ್ಲದ, ಮತ್ತು ಒಂದು ದೇವಸ್ಥಾನದಲ್ಲಿ ಅಥವಾ ಮನೆಯಲ್ಲಿ ದೇವರನ್ನು ನೋಡಲು ಬರುವ ಯಾವುದೇ ಸ್ನೇಹಿತನು ಅಥವಾ ಭಕ್ತನು ಅವಶ್ಯಕತೆಯಿಂದಾಗಿ ಋಣಾತ್ಮಕ ಶಕ್ತಿಗಳನ್ನು ಬಿಟ್ಟುಹೋಗುತ್ತಾನೆ. ವ್ಯಕ್ತಿಯು ದೇವರನ್ನು ನೋಡುವುದರಲ್ಲಿ ನೆಮ್ಮದಿಯನ್ನು ಪಡೆಯುತ್ತಾನೆ, ಮತ್ತು ಸ್ವಯಂಚಾಲಿತವಾಗಿ ಮುನಿಸುಗಳನ್ನು ಮತ್ತು ನಿರಾಶೆಗಳನ್ನು ಆ ಸ್ಥಳದಲ್ಲಿ ಇರಿಸುತ್ತಾನೆ. ಸ್ಥಳವನ್ನು ಶುದ್ಧೀಕರಿಸುವ ಸಲುವಾಗಿ ಇಂತಹ ಶಕ್ತಿಗಳನ್ನು ಎಚ್ಚರಿಕೆಯಿಂದ ನಿಭಾಯಿಸಬೇಕಾಗುತ್ತದೆ.

ಭೌತಿಕ ಪ್ರಕೃತಿಯನ್ನು ಸರಿಹೊಂದಿಸುವುದು

ಒಂದು ದೊಡ್ಡ ಸಮಸ್ಯೆಯೆಂದರೆ ಭೌತಿಕ ಪ್ರಕೃತಿಯನ್ನು ಸರಿಹೊಂದಿಸಲು ಪ್ರಯತ್ನಿಸುವುದು. ದುರದೃಷ್ಟವಶಾತ್ ನಾವು ಹೊಂದಾಣಿಕೆಗಳನ್ನು ಮಾಡುವುದು ಸಾಧ್ಯವಿಲ್ಲ. ಹೀಗಾಗಿ ಪರ್ಯಾಯವೆಂದರೆ ನಮ್ಮನ್ನು ನಾವು ಬದಲಾಯಿಸಿಕೊಳ್ಳುವುದು, ಅಥವಾ ಭೌತಿಕ ಪ್ರಕೃತಿಗೆ ಸಂಬಂಧಿಸಿದಂತೆ ಯಾಗಲಿ ಅಥವಾ ಅದರ ಪ್ರತಿಕೂಲವಾದ ಪ್ರಭಾವದ ಸಂಪೂರ್ಣ ಹೊರಗೆಯಾಗಲಿ ಅಸ್ತಿತ್ವದ ಇನ್ನೊಂದು ಭಾಗಕ್ಕೆ ವರ್ಗಾಯಿಸುವುದು ಆಗಿದೆ. ಬಹುತೇಕ ಅನ್ವೇಷಕರು ತಮಗೆ ಸರಿಹೊಂದುವಂತೆ ಭೌತಿಕ ಪ್ರಕೃತಿಯನ್ನು ಬದಲಾಯಿಸಲು ಹವಣಿಸುತ್ತಾರೆ. ಅವರು ಪ್ರಕೃತಿಯನ್ನು ಸರಿಹೊಂದಿಸುವುದಕ್ಕಾಗಿ ಶಕ್ತಿಯನ್ನು ಪಡೆಯಲು ಒಬ್ಬ ಆಧ್ಯಾತ್ಮಿಕ ಗುರುವಿನ ಬಳಿಗೆ ಅಥವಾ ಓರ್ವ ದೇವತೆಯ ಬಳಿಗೆ ಹೋಗುತ್ತಾರೆ. ಕೆಲವು ಆಧ್ಯಾತ್ಮಿಕ ಗುರುಗಳು ಇಂತಹ ಅನ್ವೇಷಕರನ್ನು ಸ್ವಾರ್ಥಕ್ಕಾಗಿ ಬಳಸಿಕೊಳ್ಳುತ್ತಾರೆ. ಶೋಷಿಸುವ ಪ್ರವೃತ್ತಿಯಿರುವ ಶಿಕ್ಷಕರು ಹೊಂದಾಣಿಕೆಗೆ ಒಂದು ವಿಧಾನವಿದೆ ಎಂದು ಸೂಚಿಸುತ್ತಾರೆ. ಇದು ಒಂದು ಮೋಸ. ಭೌತಿಕ ಪ್ರಕೃತಿಯು ಎಂದೆಂದಿಗೂ ಅದು ಇದ್ದಂತೆಯೇ ಇರುತ್ತದೆ. ಏನಾದರು ಬದಲಾವಣೆ ಆದರೆ, ಅದು ನಮ್ಮಲ್ಲಿ ಮಾತ್ರ ಆಗಿರುತ್ತದೆ. ಭೌತಿಕ ಪ್ರಕೃತಿಯನ್ನು ಸರಿಹೊಂದಿಸುವ ಎಲ್ಲಾ ಪ್ರಯತ್ನಗಳು ಒಟ್ಟಿನಲ್ಲಿ ವ್ಯರ್ಥವಾಗುತ್ತವೆ.

ಪ್ರಾಯೋಗಿಕ ಪ್ರಯತ್ನವೆಂದರೆ, ನಮ್ಮ ವೈಯಕ್ತಿಕ ಪ್ರಕೃತಿಯು ಭೌತಿಕ ಪ್ರಕೃತಿಗೆ ಹೇಗೆ ಪ್ರತಿಕ್ರಿಯಿಸುತ್ತದೆ ಎಂಬುದಕ್ಕೆ ಸಂಬಂಧಿಸಿದಂತೆ ನಮ್ಮ ವೈಯಕ್ತಿಕ ಪ್ರಕೃತಿಯನ್ನು ಹೊಂದಿಸಿಕೊಳ್ಳುವುದಾಗಿದೆ.

ಇಂದ್ರಿಯ ಶಕ್ತಿಗಳನ್ನು ನಿಯಂತ್ರಣದಲ್ಲಿಟ್ಟುಕೊಳ್ಳುವುದು

ಧ್ಯಾನಕ್ಕಿಂತ ಮುಂಚೆ ಮತ್ತು ಸಮಾಧಿ ಸ್ಥಿತಿ ಅಥವಾ ಸಮಾಧಿಗಿಂತ ಮುಂಚೆ ಯೋಗ ವ್ಯವಸ್ಥೆಯು ಎರಡು ಹಂತಗಳನ್ನು ಹೊಂದಿದೆ: ಪ್ರತ್ಯಾಹಾರ ಹಾಗೂ ಧಾರಣ. ಒಬ್ಬ ವ್ಯಕ್ತಿಯು ಈ ಹಂತಗಳನ್ನು ಪೂರ್ಣಗೊಳಿಸದ ಹೊರತು, ಧ್ಯಾನ ಹಾಗೂ ಸಮಾಧಿ ಸ್ಥಿತಿಗಳನ್ನು ಕರಗತ ಮಾಡಿಕೊಳ್ಳುವ ಪ್ರಶ್ನೆಯೇ ಇಲ್ಲ. ಒಬ್ಬ ವ್ಯಕ್ತಿಯು ಪ್ರತ್ಯಾಹಾರ ಅಥವಾ ಇಂದ್ರಿಯ ಶಕ್ತಿಗಳನ್ನು ನಿಯಂತ್ರಣದಲ್ಲಿ ಇಟ್ಟುಕೊಳ್ಳುವುದನ್ನು ಕರಗತ ಮಾಡಿಕೊಂಡರೆ, ಮತ್ತು ಆತನು ಧಾರಣವನ್ನು ಅಥವಾ ತನ್ನ ಅಡಕವಾಗಿರುವ ಭೋಗಾಸಕ್ತಿಯ ಕೇಂದ್ರೀಕರಿಸಿದ ಬಳಕೆಯನ್ನು ಕರಗತ ಮಾಡಿಕೊಂಡರೆ, ಆತನು ನಿಗ್ರಹಿಸಲ್ಪಟ್ಟ ಪ್ರವೃತ್ತಿಗಳಿಂದ ತಬ್ಬಿಬ್ಬುಗೊಳ್ಳುವುದಿಲ್ಲ.

ಒಂದು ನದಿಗೆ ಅಣೆಕಟ್ಟನ್ನು ಕಟ್ಟಿದ ಎಂಜಿನಿಯರ್‌ನ ವಿಷಯದಲ್ಲಿ, ಆತನು ಪ್ರತ್ಯಾಹಾರವೆಂಬ ಮೊದಲ ಹಂತದ ಚಟುವಟಿಕೆಯನ್ನು ಆರಂಭಿಸಿದನು. ಪ್ರತ್ಯಾಹಾರವೆಂದರೆ ನಾನು ನನ್ನ ಇಂದ್ರಿಯ ಶಕ್ತಿಗಳನ್ನು ಹೊರಕ್ಕೆ ಹರಿಯುವುದನ್ನು ನಿಲ್ಲಿಸಿದ್ದೇನೆ ಎಂದರ್ಥ. ಆದರೆ, ಒಬ್ಬ ಎಂಜಿನಿಯರ್‌ನಿಂದ ನಿರ್ಬಂಧಿಸಲ್ಪಟ್ಟ ನಂತರ ಒಂದು ಕಣಿವೆಯಲ್ಲಿ ಅಥವಾ ತಗ್ಗಾದ ಪ್ರದೇಶದಲ್ಲಿ ಸಿಕ್ಕಿಕೊಂಡ ನೀರಿನಂತೆ, ನಾನು ಆ ಶಕ್ತಿಯನ್ನು ಹಿಡಿದಿಟ್ಟುಕೊಂಡ ಕೂಡಲೇ ಅದು ಮನಸ್ಸಿನಲ್ಲಿ ಉಕ್ಕೇರುತ್ತದೆ.

ನಿಯಂತ್ರಣದಲ್ಲಿ ಇಟ್ಟುಕೊಳ್ಳುವುದನ್ನು ಬಲಪಡಿಸುವುದಕ್ಕೆ ಎಂಜಿನಿಯರ್‌ಗೆ ಯಾವುದಾದರೂ ಯೋಜನೆ ಇರಬೇಕು. ಒಂದು ನಿಯಂತ್ರಿತ ವಿಧಾನದಲ್ಲಿ ಶಕ್ತಿಯನ್ನು ಬಿಡುಗಡೆ ಮಾಡಲು ಆತನಿಗೆ ಒಂದು ಕಮಾನು ಸೇತುವೆ ಇರಬೇಕು. ಬಲವಾದ ಅಣೆಕಟ್ಟಿನ ಜೊತೆಗೆ, ಆತನಿಗೆ ಒಂದು ನಿಯಂತ್ರಿತ ಹೊರದಾರಿ ಅಥವಾ ಸುರಕ್ಷತೆ ಬಿಡುಗಡೆ ಒಡ್ಡು ಇರಬೇಕು. ಬಿಡುಗಡೆಯ ಈ ಪ್ರಕಾರವು, ನದಿಯು ಬಯಸುವ ಯಾವುದೇ ದಿಕ್ಕಿನಲ್ಲಿ ಅದಕ್ಕೆ ಹರಿಯಲು ಬಿಡುವ ವಿಧಾನದಿಂದ ಭಿನ್ನವಾಗಿದೆ. ಒಬ್ಬ ವ್ಯಕ್ತಿಯು ಒಂದು ನದಿಗೆ ಅಣೆಕಟ್ಟನ್ನು ಕಟ್ಟಿದರೆ ಮತ್ತು ಈ ಕ್ರಮಗಳನ್ನು ತೆಗೆದುಕೊಳ್ಳದಿದ್ದರೆ, ಆಗ, ಖಂಡಿತವಾಗಿ, ನದಿಯು ಹರಿದುಕೊಂಡು ಹೋಗಬಹುದು, ಮತ್ತು ಅದನ್ನು ನಿರ್ಬಂಧಿಸದೇ ಹೋಗಿದ್ದರೆ ಅದು ಮಾಡುತ್ತಿದ್ದುದಕ್ಕಿಂತ ಇನ್ನೂ ಹೆಚ್ಚು ಹಾನಿಯನ್ನು ಮಾಡಬಹುದು. ಮತ್ತು ಒಬ್ಬ ವ್ಯಕ್ತಿಯು ಭೋಗಾಸಕ್ತಿಯನ್ನು ನಿಯಂತ್ರಣದಲ್ಲಿ ಇಟ್ಟುಕೊಳ್ಳುವುದನ್ನು ಹಾಗೂ ಅದರ ಕೇಂದ್ರೀಕರಣವನ್ನು ಕರಗತ ಮಾಡಿಕೊಳ್ಳುವ ಮುಂಚೆ ಧ್ಯಾನವನ್ನು ಮಾಡಿದಾಗ ಇದು ನಿಖರವಾಗಿ ಹೀಗೆಯೇ ಆಗುತ್ತದೆ.

ನೀವು ಬುದ್ಧನ ಬಗ್ಗೆ ಕೇಳಿದ್ದೀರಿ. ಆತನು ಧ್ಯಾನವನ್ನು ಪ್ರಾರಂಭಿಸಿದನು, ಮತ್ತು ಎಲ್ಲಾ ಸೂಚನೆಗಳಿಂದ ಆತನಿಗೆ ಯಾವುದೇ ಉತ್ತಮ ಮಾರ್ಗದರ್ಶನವಿರಲಿಲ್ಲ ಎಂಬಂತೆ ತೋರಿತು. ಆದರೆ, ಆತನು ವಿಚಾರಶೀಲ, ಅಪ್ರತಿಮ ಮೇಧಾವಿಯಾಗಿದ್ದನು. ಆತನ ಸಾಮರ್ಥ್ಯವನ್ನು ಇತರರು ಪಡೆದುಕೊಳ್ಳದಿರಬಹುದು. ನಾವು ಉತ್ತಮ ಮಾರ್ಗದರ್ಶನವನ್ನು ಪಡೆದುಕೊಳ್ಳಬೇಕು, ಇಲ್ಲದಿದ್ದರೆ ಯೋಗವು ಅಸಾಧ್ಯವಾಗುತ್ತದೆ.

ಮುಂದುವರೆದ ಹಂತಗಳಲ್ಲಿ, ಒಬ್ಬ ವ್ಯಕ್ತಿಯು ಒಂದು ಹೆಜ್ಜೆ ಮುಂದೆ ಹೋಗುತ್ತಾನೆ, ಇಂದ್ರಿಯ ಶಕ್ತಿಗಳನ್ನು ನಿಯಂತ್ರಣದಲ್ಲಿ ಇಟ್ಟುಕೊಳ್ಳುವುದು, ನಿಯಂತ್ರಣದಲ್ಲಿ ಇಟ್ಟುಕೊಳ್ಳುವುದನ್ನು ಬಲಪಡಿಸುವುದು, ತದನಂತರ ಅದಕ್ಕೆ ವಿಶೇಷ ಹೊರದಾರಿಯ ಮೂಲಕ ಹರಿದು ಹೋಗಲು ಬಿಡುವುದು ಮಾತ್ರವಲ್ಲ, ಅದರ ಬದಲಿಗೆ ಆತನು ಜಲಾಶಯದ ಒಳಗೆ ಶಕ್ತಿಯ ಹರಿವನ್ನು ನಿಯಂತ್ರಿಸುತ್ತಾನೆ.

ಆರಂಭದಲ್ಲಿ ಒಬ್ಬ ವ್ಯಕ್ತಿಯು ನದಿಯು ಹತೋಟಿ ತಪ್ಪುವುದನ್ನು ಒಂದು ಸಮಸ್ಯೆ ಎಂದು ನೋಡಿದರೂ ಕೂಡ, ಅತ್ಯಂತ ಮುಂದುವರೆದ ಹಂತದಲ್ಲಿ, ಆತನು ನೀರಿನ ಮೂಲವು ಸಮಸ್ಯೆಯನ್ನು ಉಂಟುಮಾಡಿತು ಎಂಬುದನ್ನು ಅರ್ಥ ಮಾಡಿಕೊಳ್ಳುತ್ತಾನೆ. ಒಂದು ನದಿಯಲ್ಲಿ ನೀರು ಮಳೆಯಿಂದ ಅಥವಾ ಕರಗುವ ಮಂಜುಗಡ್ಡೆಯಿಂದ ಬರಬಹುದು. ಎರಡೂ ಸಂದರ್ಭಗಳಲ್ಲಿ, ಒಬ್ಬ ವ್ಯಕ್ತಿಯು ಮಳೆಯನ್ನು ಅಥವಾ ಮಂಜುಗಡ್ಡೆಯನ್ನು ನಿಯಂತ್ರಿಸಬಹುದಾದರೆ, ಸಮಸ್ಯೆಯು ಪರಿಹಾರವಾಗುತ್ತದೆ. ನಾವು ಇಂದ್ರಿಯ ಶಕ್ತಿಗಳ ಉತ್ಪತ್ತಿಯನ್ನು ನಿಯಂತ್ರಿಸಬಹುದಾದರೆ, ಆಗ ಸಮಸ್ಯೆಯು ನಿವಾರಣೆಯಾಗುತ್ತದೆ. ನಮ್ಮನ್ನು ದಿನದಿಂದ ದಿನಕ್ಕೆ ಪ್ರಚೋದಿಸುವ ಇಂದ್ರಿಯ ಶಕ್ತಿಗಳ ಉತ್ಪತ್ತಿಯನ್ನು ಹೇಗೆ ನಿಯಂತ್ರಿಸುವುದು: ಇದು ನಿಖರವಾಗಿ ಸಮಸ್ಯೆಯಾಗಿದೆ.

ನಿಸ್ಸಂಶಯವಾಗಿ ಒಬ್ಬ ವ್ಯಕ್ತಿಯು ಎಲ್ಲಿರುವನೋ ಅಲ್ಲಿಂದಲೇ ಪ್ರಾರಂಭಿಸಬೇಕು. ದೇವರು ಎಷ್ಟೋ ದೊಡ್ಡವನಾಗಿದ್ದರೂ, ನಾನಾದರೂ ಎಲ್ಲಿರುವೆನೋ ಅಲ್ಲಿಂದಲೇ ಪ್ರಾರಂಭಿಸಬೇಕು. ನೀವು ಎಂದಾದರೂ ಒಂದು ಕೆಟ್ಟ ಅಭ್ಯಾಸದ ಮೇಲೆ ಅಥವಾ ಒಂದು ಅನಪೇಕ್ಷಣೀಯ ಸ್ವಭಾವ ಲಕ್ಷಣದ ಮೇಲೆ ನಿಯಂತ್ರಣವನ್ನು ಪಡೆದುಕೊಂಡಿದ್ದೀರಾ? ನೀವು ಅಲ್ಪಾವಧಿಗೆ ಅದನ್ನು ನಿಯಂತ್ರಿಸಿದ್ದೀರಾ, ತದನಂತರ ಅದರಿಂದ ಮತ್ತೆ ಹಠಾತ್ ಪ್ರವೃತ್ತಿಯಿಂದ ಪ್ರಚೋದಿಸಲ್ಪಟ್ಟಿದ್ದೀರಾ?

ಆತ್ಮಸಾಕ್ಷಿಯ ಪ್ರಜ್ಞೆ

ಬದುಕಿರುವ ಜೀವಿಯ ಒಳಗೆ ಕಾಲಾವಧಿಯಲ್ಲಿ ಕ್ರಮೇಣವಾಗಿ ಬೆಳೆದ ಮತ್ತು ಸಮಾಜವಿರೋಧಿ ಕೃತ್ಯಗಳ ಬಗ್ಗೆ ನಮ್ಮನ್ನು ಎಚ್ಚರಿಸುವ ಆತ್ಮಸಾಕ್ಷಿಯ ಪ್ರಜ್ಞೆ ಇದೆ. ಈ ಆತ್ಮಸಾಕ್ಷಿಯು ಅತ್ಯಂತ ಸೂಕ್ಷ್ಮ ಮಾನಸಿಕ ವ್ಯವಸ್ಥೆಯಾಗಿದೆ. ನಾವು ಇದನ್ನು ನಿರ್ಲಕ್ಷಿಸಿದರೆ, ನಮ್ಮ ಆಧ್ಯಾತ್ಮಿಕ ಜೀವನವು ಅನಿರ್ದಿಷ್ಟವಾಗಿ ಮುಂದೂಡಲಾಗುತ್ತದೆ.

ಆತ್ಮಸಾಕ್ಷಿಯ ಪ್ರಜ್ಞೆಯನ್ನು ಹೇಗೆ ಸೃಷ್ಟಿಸಲಾಗುತ್ತದೆ ಎಂಬುದನ್ನು ಅರ್ಥಮಾಡಿಕೊಳ್ಳುವುದು ಸುಲಭವಲ್ಲ. ಆತ್ಮವು ಶಾಶ್ವತವಾದುದು, ಆದ್ದರಿಂದ ಯಾವುದು ಸರಿ ಅಥವಾ ತಪ್ಪು ಎಂಬುದರ ಬಗ್ಗೆ ಏಕೆ ಅದು ಕಳವಳಗೊಳ್ಳಬೇಕು? ಯಾರಾದರೂ ಶಾಶ್ವತವಾಗಿದ್ದರೆ, ಆತನು ಏನಾದರೂ ತಪ್ಪನ್ನು ಮಾಡಿದರೂ ಕೂಡ ಆತನನ್ನು ನಾಶ ಮಾಡುವುದು ಸಾಧ್ಯವಿಲ್ಲ. ಹೀಗಾಗಿ ಆತನು ಏಕೆ ಚಿಂತಿಸಬೇಕು? ಉತ್ತರ ಸರಳವಾಗಿದೆ: ಬೇಜವಾಬ್ದಾರಿ ಚಟುವಟಿಕೆಗಳು ದುಃಖವನ್ನು ತರುತ್ತದೆ. ಆತ್ಮವು ಶಾಶ್ವತವಾದುದರಿಂದ, ಅದಕ್ಕೆ ಶಾಶ್ವತವಾದ ಹೊಣೆಗಾರಿಕೆ ಇದೆ ಎಂಬುದು ಉದ್ಭವಿಸುತ್ತದೆ. ಅದರ ಕೃತ್ಯಗಳನ್ನು ಪತ್ತೆಹಚ್ಚಬಹುದಾಗಿದೆ. ಅದನ್ನು ಚಟುವಟಿಕೆಗಳಿಗೆ ಹೊಣೆ ಮಾಡಬಹುದಾಗಿದೆ.

ನಾನು ಎಚ್ಚರಿಕೆಯಿಂದ ಇರದಿದ್ದರೆ ಆತ್ಮಸಾಕ್ಷಿಯು ಮಂದವಾಗುತ್ತದೆ ಮತ್ತು ನಿಷ್ಪರಿಣಾಮಕಾರಿಯಾಗುತ್ತದೆ. ತರುವಾಯ ನಾನು ಅಧರ್ಮದ, ಅನಪೇಕ್ಷಣೀಯ ಕೃತ್ಯಗಳನ್ನು ಮುಂದುವರಿಸುತ್ತೇನೆ. ಹಲವು ಸಂದರ್ಭಗಳಲ್ಲಿ, ಆತ್ಮಸಾಕ್ಷಿಯ ಪ್ರಜ್ಞೆಯು ಮನಸ್ಸಿನೊಳಗಿನಿಂದ

ಒಬ್ಬ ಸಲಹೆಗಾರನಾಗಿ ಕಾರ್ಯನಿರ್ವಹಿಸುತ್ತದೆ. ನಾನು ಸಲಹೆಯನ್ನು ತಿರಸ್ಕರಿಸಿದರೆ, ನಾನು ಬೇಜವಾಬ್ದಾರಿ ಕೃತ್ಯಗಳನ್ನು ಮುಂದುವರಿಸುತ್ತೇನೆ.

ಆತ್ಮಸಾಕ್ಷಿಯು ಎಚ್ಚರಿಕೆಯನ್ನು ನೀಡುತ್ತದೆ, ಆದರೆ ನಾನು ಅದನ್ನು ನಿರ್ಲಕ್ಷಿಸಬಹುದು. ನಾನು ಅದನ್ನು ಹತ್ತಿಕ್ಕಬಹುದು.

ಈ ಪ್ರಕ್ರಿಯೆಯನ್ನು ಬದಲಾಯಿಸಲು, ನಾನು ಅದಕ್ಕೆ ತೀವ್ರ ಸಂವೇದನತ್ವವನ್ನು ಉಳಿಸಿಕೊಳ್ಳಬೇಕು.

ಧರ್ಮಶ್ರದ್ಧೆ ಮತ್ತು ಆತ್ಮಸಾಕ್ಷಿಯನ್ನು ಹೋಲಿಸಿ ನೋಡಿರುವುದು

ಧರ್ಮಶ್ರದ್ಧೆಯು ಆತ್ಮಸಾಕ್ಷಿಗೆ ನಿಕಟವಾಗಿ ಸಂಬಂಧಿಸಿದೆ. ಆತ್ಮಸಾಕ್ಷಿಯು ತನ್ನ ಸಲುವಾಗಿಯೇ ಕೇವಲ ಒಳ್ಳೆಯ ಕೃತ್ಯಕ್ಕೆ ಆಸಕ್ತಿ ವಹಿಸುತ್ತದೆ, ಆದರೆ ಧರ್ಮಶ್ರದ್ಧೆಯು ಪ್ರಯೋಜನಗಳಿಗೆ ಆಸಕ್ತಿ ವಹಿಸುತ್ತದೆ. ಅರ್ಥಾತ್, ಧರ್ಮಶ್ರದ್ಧೆಯು ಪ್ರೇರಿತವಾದದ್ದು. ಆದರೆ ಯಾರಾದರೂ ವಾದಿಸಬಹುದು, ಕೆಲವು ಧರ್ಮಶ್ರದ್ಧೆಯು ಸ್ವಯಂಪ್ರೇರಿತವೆಂದು. ಇದು ಸತ್ಯ. ಒಂದು ಧರ್ಮಶ್ರದ್ಧೆಯುಳ್ಳ ಕೃತ್ಯವು ಆತ್ಮಸಾಕ್ಷಿಯಿಂದ ಪ್ರೇರಿತವಾಗಿದ್ದಾಗ, ಮತ್ತು ಅದರ ಬಗ್ಗೆ ಯಾವುದೇ ಪೂರ್ವಗ್ರಹಗಳು ಇರದಿದ್ದಾಗ, ಅದನ್ನು ಒಳಸಂಚು ಮಾಡಿಲ್ಲದೆ ಸ್ವಯಂಪ್ರೇರಣೆಯಿಂದ ಮಾಡಲಾಗಿದ್ದಾಗ, ಅದು ಅಪ್ರೇರಿತವಾದದ್ದು ಆಗಿದೆ. ಆದರೂ, ಆ ಸಂದರ್ಭದಲ್ಲಿ, ಭವಿಷ್ಯದಲ್ಲಿ ಒಂದು ಪ್ರತಿಫಲ ಇರುತ್ತದೆ. ಆ ಪ್ರತಿಫಲವನ್ನು ಉದಾರ ಹೃದಯದಿಂದ ಬಳಸಿಕೊಳ್ಳುವುದು ಕೃತ್ಯ ಮಾಡಿದವನಿಗೆ ಬಿಟ್ಟದ್ದು. ಆದರೂ ಕೂಡ, ಪ್ರತಿಫಲ ಬಂದಾಗ, ಆತನು ಸಹೃದಯತೆಯಿಂದ ಕಾರ್ಯನಿರ್ವಹಿಸಲು ಸರಿಯಾದ ಮನಃಸ್ಥಿತಿಯಲ್ಲಿ ಇಲ್ಲದಿರಬಹುದು, ಮತ್ತು ಪ್ರತಿಫಲವನ್ನು ತಪ್ಪುಬಳಕೆ ಮಾಡಬಹುದು.

ಒಂದು ಉದಾಹರಣೆ ಇದೆ. ಒಮ್ಮೆ ಒಂದು ಹಿಂದಿನ ಜೀವನದಲ್ಲಿ ನನಗೆ ಒಬ್ಬ ನಿರ್ದಿಷ್ಟ ಮಹಿಳೆ ಪರಿಚಯವಿದ್ದಳು. ಆ ಜೀವನದಲ್ಲಿ ಆಕೆ ನನ್ನ ದೇಹಕ್ಕೆ ತಾಯಿಯಾಗಿದ್ದಳು. ನಮ್ಮ ನಡುವೆ ಇದ್ದ ಪ್ರೀತಿಯ ಕಾರಣ ನಾವು ಒಬ್ಬರನೊಬ್ಬರು ಬಹಳವಾಗಿ ಹಚ್ಚಿಕೊಂಡೆವು. ಆ ಹಿಂದಿನ ಜೀವನದಲ್ಲಿ ನಾವಿಬ್ಬರೂ ಮನುಕುಲಕ್ಕೆ ಹಿತಕರ ಕೊಡುಗೆಗಳನ್ನು ನೀಡುತ್ತಾ ಧರ್ಮಶ್ರದ್ಧೆಯಿಂದ ನಡೆದುಕೊಂಡೆವು, ಮತ್ತು ಸಮಾಜಕ್ಕೆ ಸಹಾಯ ಮಾಡಿದೆವು. ಆಗ ಸಾವು ಬಂತು. ನಾವು ಬೇರೆಯಾದೆವು.

ಅನಂತರ, ಈ ಜೀವನದಲ್ಲಿ ನಾವು ಮತ್ತೆ ಭೇಟಿಯಾದೆವು. ಆದರೆ, ನಾವು ಭೇಟಿಯಾದಾಗ, ನಾವಿಬ್ಬರೂ ನೆನಪಿನಲ್ಲಿನ ಒಂದು ವಿಪಥನದಿಂದ ನರಳಿದೆವು. ನಾವು ಪ್ರೇಮಿಗಳಾಗಿರಬೇಕೆಂಬ ಭಾವನೆಯನ್ನು ಹೊಂದಿದೆವು. ಇದು ವಿಧಿಯು ಮರು-ಪರಿಚಯವನ್ನು ಏರ್ಪಡಿಸಿದ, ಒಂದು ಹಿಂದಿನ ಧರ್ಮಶ್ರದ್ಧೆಯಿಂದ ಪ್ರಯೋಜನವಾದ ಒಂದು ಸಂದರ್ಭವಾಗಿದೆ. ಹಿಂದಿನ ಜೀವನದ ಆಧಾರದ ಮೇಲೆ ನಮ್ಮನ್ನು ಮತ್ತೆ ಒಟ್ಟಾಗಿ ಕರೆತರಲಾಗಿತ್ತು, ಆದರೆ ನಾವು ಪ್ರೀತಿಯನ್ನು ತಪ್ಪಾಗಿ ಅರ್ಥೈಸಿಕೊಂಡೆವು. ತಾಯಿ-ಮಗನ ಪ್ರೀತಿಯಲ್ಲಿ ನೈತಿಕ ಸಂಬಂಧವನ್ನು ಇಟ್ಟುಕೊಳ್ಳುವ ಬದಲಿಗೆ, ಅದು ಪ್ರಣಯದ ಅಡ್ಡದಾರಿಯನ್ನು ಹಿಡಿಯಿತು. ಮಹಿಳೆಗೆ ಮದುವೆಯಾಗಿದ್ದರೂ ಕೂಡ, ಹಿಂದಿನ ಜೀವನದಲ್ಲಿ ಆಕೆಯ ಕಡೆಯಿಂದ ಕಾಳಜಿ ವಹಿಸುವ, ಆಜ್ಞಾಪಿಸುವ ಆಸಕ್ತಿ ಇದ್ದ, ಹಾಗೂ ನನ್ನ ಕಡೆಯಿಂದ ಒಬ್ಬ ಅವಲಂಬಿತ, ಸೇವಾ ಆಸಕ್ತಿ ಇದ್ದ ನಮ್ಮ ಪ್ರೀತಿಯು, ಅದಕ್ಕೆ ವಿರುದ್ಧವಾಗಿ ಲೈಂಗಿಕ ಪ್ರೀತಿಗೆ

ಪರಿವರ್ತಿತವಾಯಿತು. ಹೀಗಾಗಿ, ನಾವು ಪ್ರೇಮಿಗಳಂತೆ ಹೇಗೆ ಭೇಟಿಯಾಗುವುದು ಎಂಬುದನ್ನು ಆಲೋಚಿಸಿದೆವು.

ಈಗ ನನ್ನ ಆತ್ಮಸಾಕ್ಷಿಯು ಬಲವಾಗಿದ್ದಿದ್ದರೆ, ಪ್ರೀತಿಯ ಈ ಪರಿವರ್ತನೆಗೆ ಅನುಮತಿ ಕೊಟ್ಟಿದ್ದು ತಪ್ಪಾಗಿತ್ತು ಎಂಬುದನ್ನು ನಾನು ಸಹಜ ಪ್ರವೃತ್ತಿಯಿಂದ ತಿಳಿದಿರುತ್ತಿದ್ದೆ. ನಾವು ಧರ್ಮಶ್ರದ್ಧೆಯನ್ನು ನೆಚ್ಚಿಕೊಂಡಿರುವುದು ಸಾಧ್ಯವಿಲ್ಲ, ಏಕೆಂದರೆ ಅದು ಭವಿಷ್ಯದಲ್ಲಿ ಧನಾತ್ಮಕ ಪ್ರಯೋಜನಗಳನ್ನು ತರುತ್ತದೆ, ಮತ್ತು ನಾವು ಅದನ್ನು ತಪ್ಪಾಗಿ ಅರ್ಥೈಸಬಹುದು. ನಾವು ಆತ್ಮಸಾಕ್ಷಿಯನ್ನು ಬೆಂಬಲಿಸುವುದು ಬುದ್ಧಿವಂತಿಕೆಯಾಗಿದೆ.

ಪ್ರಾರ್ಥನೆ ಅಥವಾ ಧ್ಯಾನಕ್ಕೆ ಸಿದ್ಧತೆ

ಪ್ರಾರ್ಥನೆ, ಇಂದ್ರಿಯ ಶಕ್ತಿಯ ಸಂರಕ್ಷಣೆ, ಏಕಾಗ್ರತೆ ಅಥವಾ ಧ್ಯಾನಕ್ಕೆ ಪುನರಾವರ್ತಿತ ಪ್ರಯತ್ನಗಳು, ಹಾಗೂ ಮನಸ್ಸು ಹೇಗೆ ಕಾರ್ಯನಿರ್ವಹಿಸುತ್ತದೆ ಎಂಬುದರ ಪುನರಾವರ್ತಿತ ವೀಕ್ಷಣೆ, ಆರಂಭದಲ್ಲಿ ಮನದಾಳದಲ್ಲಿ ನೆಮ್ಮದಿ ಇದೆ ಎಂಬುದನ್ನು ಅನ್ವೇಷಕನಿಗೆ ತೋರಿಸುತ್ತದೆ. ನಂತರ ಹಲವಾರು ಆಲೋಚನೆಗಳು ಒಂದಾದ ಮೇಲೊಂದು ಸಂಭವಿಸುತ್ತವೆ. ಒಂದು ಆಲೋಚನೆಯು ಬುದ್ಧಿಶಕ್ತಿಯ ಒಳಗೆ ತನ್ನ ಶಕ್ತಿಯನ್ನು ಬಿಡುಗಡೆ ಮಾಡಿದ ಕೂಡಲೇ ಅದು ವ್ಯಯವಾಗುತ್ತದೆ. ಆಗ ಬುದ್ಧಿಶಕ್ತಿಯು ಅದನ್ನು ತ್ಯಜಿಸಬಹುದು ಅಥವಾ ಹೆಚ್ಚು ಕಲ್ಪನೆಗಳನ್ನು ರಚಿಸಲು ಅದನ್ನು ಬಳಸಿಕೊಳ್ಳಬಹುದು. ಒಮ್ಮೆ ಅದನ್ನು ವ್ಯಯ ಮಾಡಲಾದರೆ, ಮತ್ತೊಂದು ಸಂಬಂಧಿಸಿದ ಅಥವಾ ಸಂಬಂಧವಿಲ್ಲದ ಆಲೋಚನೆಯನ್ನು ಪ್ರದರ್ಶಿಸಲಾಗುತ್ತದೆ. ಧ್ಯಾನಿಯು ಈ ನಿರಂತರವಾದ ಆಲೋಚನೆಯ ಕಿರುಕುಳದ ಪ್ರಕ್ರಿಯೆಯನ್ನು ನಿಲ್ಲಿಸಬಹುದೇ?

ಪ್ರಾರ್ಥನೆಯಲ್ಲಿ, ಏಕಾಗ್ರತೆಯಲ್ಲಿ ಅಥವಾ ಧ್ಯಾನದಲ್ಲಿ ನಾವು ಏನನ್ನು ಸಾಧಿಸಲು ಬಯಸುತ್ತೇವೆ ಎಂಬುದು ಮುಖ್ಯವಲ್ಲ, ಆದರೆ ನಾವು ವಾಸ್ತವವಾಗಿ ಏನನ್ನು ಸಾಧಿಸುತ್ತೇವೆ ಎಂಬುದು ಮುಖ್ಯ. ನಾವು ನಿರಂಕುಶರಲ್ಲದಿರುವುದರಿಂದ, ಮತ್ತು ಅನೇಕ ಕಲ್ಪನೆಗಳು ಅಪ್ರಾಯೋಗಿಕವೆಂದು ಸಾಬೀತಾಗುವುದರಿಂದ, ನಮಗೆ ಏನನ್ನು ಮಾಡಲು ಅನುಮತಿಸಲಾಗುತ್ತದೆ ಎಂಬುದರ ಮೇಲೆ ಇದು ಹೆಚ್ಚಾಗಿ ಅವಲಂಬಿಸಿದೆ. ಹೀಗಾಗಿ, ನಾವು ಪ್ರಕೃತಿಯ ನಿಯಮಗಳನ್ನು ವೀಕ್ಷಿಸಬೇಕು ಮತ್ತು ಅತೀಂದ್ರಿಯ ಶಕ್ತಿಗಳು ಹೇಗೆ ಕಾರ್ಯನಿರ್ವಹಿಸುತ್ತವೆ ಎಂಬುದನ್ನು ಗಮನಿಸಬೇಕು. ಪದೇಪದೇ, ಅನೇಕ ಸಂದರ್ಭಗಳಲ್ಲಿ, ಧ್ಯಾನ ಅಥವಾ ಪ್ರಾರ್ಥನೆಯ ಮುಂಚೆ ಶಕ್ತಿಯ ವಿಸರ್ಜನೆಯು ಬೇಕಾಗಿರುವ ಅನೇಕ ಆಲೋಚನೆಗಳು ಇವೆ ಎಂಬುದನ್ನು ಒಬ್ಬ ವ್ಯಕ್ತಿಯು ಗಮನಿಸಿದರೆ, ಆಗ ನಾವು ಪ್ರಾರ್ಥನೆ ಅಥವಾ ಧ್ಯಾನವನ್ನು ಮಾಡುವ ಮುಂಚೆ, ಈ ಮಾನಸಿಕ ರೂಪಗಳನ್ನು ನಿಭಾಯಿಸಲು ಏಕೆ ಒಂದು ನಿಯತವಾದ ಪ್ರಕ್ರಿಯೆಯನ್ನು ಮಾಡಬಾರದು? ಅದು ಮನಸ್ಸಿನ ಸ್ವಭಾವವಾಗಿರುವುದರಿಂದ ನಾವು ಅವುಗಳನ್ನು ನಿಭಾಯಿಸಲೇ ಬೇಕಾದರೆ, ಆಗ ಈ ಆಲೋಚನೆಗಳನ್ನು ಮೊದಲು ಪರಿಶೀಲಿಸಿ ಅನಗತ್ಯವಾದುದನ್ನು ತೆಗೆದುಹಾಕಲು ನಾವು ಏಕೆ ಅದನ್ನು ದಿನಚರಿಯ ಭಾಗವಾಗಿ ಮಾಡಿಕೊಳ್ಳಬಾರದು?

ನಮ್ಮ ಅಸಂಗತವಾದ ಜೀವನದ ರೀತಿಯು ಧ್ಯಾನವನ್ನು ದುರ್ಬಲಗೊಳಿಸುತ್ತದೆ, ಮತ್ತು ನಮ್ಮಿಂದ ಮನಶ್ಶಾಂತಿಯನ್ನು ಕಸಿದುಕೊಳ್ಳುತ್ತದೆ. ಜಟಿಲವಾದ ಜೀವನದ ರೀತಿಯು ಆಧ್ಯಾತ್ಮಿಕ ಪ್ರಯತ್ನಗಳನ್ನು ಹಾಳುಮಾಡುತ್ತದೆ. ಇತರರ ಮೇಲೆ ಅಧಿಕಾರ ಹಾಗೂ ಪ್ರಭಾವಕ್ಕಾಗಿ ಆಸೆಗಳನ್ನು ಕಡಿಮೆ ಮಾಡಿಕೊಳ್ಳುವ ಮೂಲಕ ಸರಳಗೊಳಿಸುವುದು,

ಮನಶ್ಶಾಂತಿಯ ಪ್ರಮಾಣವನ್ನು ಹೆಚ್ಚಿಸುತ್ತದೆ ಮತ್ತು ಆಧ್ಯಾತ್ಮಿಕ ಪ್ರಯತ್ನವನ್ನು ಉನ್ನತೀಕರಿಸುತ್ತದೆ. ನಾವು ಆಸೆಗಳನ್ನು ವಿಂಗಡಿಸಬೇಕಾಗುತ್ತದೆ, ಮಹತ್ವಾಕಾಂಕ್ಷೆಗಳನ್ನು ಬಿಟ್ಟುಬಿಡಬೇಕಾಗುತ್ತದೆ, ಮತ್ತು ಸರಳವಾಗಿ ಜೀವಿಸಬೇಕಾಗುತ್ತದೆ. ಒಂದು ಜಟಿಲವಾದ ಜೀವನಶೈಲಿಯು ವಾಸ್ತವವಾಗಿ ದುರಹಂಕಾರದ ಪ್ರದರ್ಶನವಾಗಿದೆ. ನಾವು ನಮಗೆ ಉಂಟುಮಾಡುವ ಹಾನಿಯನ್ನು ವಿಶ್ಲೇಷಿಸಲು ತೊಡಕು ನಮಗೆ ಅವಕಾಶ ನೀಡುವುದಿಲ್ಲ.

ವಿಧಿ ಶತ್ರುವಾಗಿ

ವ್ಯಕ್ತಿಗತವಾಗಿ ವಿಧಿಯು, ಜೀವನದ ಅಸಮಾನತೆಗಳ ಬಗ್ಗೆ ಮನೋಭಾವ ಹಾಗೂ ತಿಳುವಳಿಕೆಯ ಮೇಲೆ ಅವಲಂಬಿಸಿ, ನಮಗೆ ಸ್ನೇಹಿತ ಅಥವಾ ಶತ್ರು ಆಗಿರಬಹುದು. ನಿರಂಕುಶಪ್ರಭುತ್ವದಲ್ಲಿ ವಿಧಿಯು ಕೇವಲ ನಮ್ಮ ಸ್ನೇಹಿತ ಆಗಿದೆ. ಆದರೂ, ಇಂತಹ ಒಬ್ಬ ಸರ್ವೋಚ್ಚ ಸ್ನೇಹಿತನನ್ನು ಯಾವಾಗಲೂ ಮೆಚ್ಚಿಕೊಳ್ಳಲಾಗುವುದಿಲ್ಲ. ವಿಧಿಯು ಶಿಸ್ತನ್ನು ಹೇರುತ್ತದೆ, ಆದರೆ ನಮ್ಮಲ್ಲಿ ಯಾರನ್ನಾದರೂ ಇಚ್ಛಾಪೂರ್ವಕೆಯ ಒಂದು ವಿಷಾದನೀಯ ಪಥದ ಕಡೆಗೆ ಪ್ರಚೋದಿಸುತ್ತಾ ಅದು ನಿರ್ಬಂಧಿಸದೇ ಇರಬಹುದು ಕೂಡ.

ವಿಧಿಯು ವಿರಕ್ತನಿಗೆ ತೊಂದರೆ ಮಾಡುತ್ತದೆಯೇ? ಅದು ಖಂಡಿತವಾಗಿ ಮಾಡುತ್ತದೆ. ಅದರ ಕ್ಷೋಭೆಗಳು ದೀರ್ಘಾವಧಿಯಲ್ಲಿ ವ್ಯಕ್ತಿಯ ಹಿತಾಸಕ್ತಿಯಲ್ಲಿ ಇದೆ. ಇವುಗಳು ವ್ಯಕ್ತಿಗೆ ಜವಾಬ್ದಾರಿಗಳನ್ನು ನೆನಪಿಸುತ್ತವೆ. ವಿಧಿಯು ವಿರಕ್ತನಿಗೆ ಕ್ಷೋಭೆಗೊಳಿಸುವ ಋಣಾತ್ಮಕ ಪರಿಣಾಮಗಳನ್ನು ಉಂಟುಮಾಡುತ್ತದೆ. ಇವುಗಳಲ್ಲಿ ಕೆಲವು ಕಷ್ಟಪಟ್ಟು ಗಳಿಸಿದ ಪ್ರಗತಿಯನ್ನು ಅಳಿಸಿಹಾಕುತ್ತವೆ, ಆದರೆ ಯಾವುದೇ ಅಸಮಾಧಾನವು ಪ್ರಗತಿಯನ್ನು ನಿಧಾನವಾಗಿಸುತ್ತದೆ. ಇವು ಋಣಾತ್ಮಕ ಅಂಶಗಳು. ಇವುಗಳಿಗೆ, ನನಗೆ ಇರುವಂತೆಯೇ, ಅಸ್ತಿತ್ವದಲ್ಲಿರಲು ಹಕ್ಕಿದೆ. ನಾನು ಋಣಾತ್ಮಕ ಶಕ್ತಿಗಳನ್ನು ಹೋರಾಡುವುದರಲ್ಲಿ ಬಳಸಬಹುದಾದ ಬಹಳಷ್ಟು ಶಕ್ತಿಯನ್ನು, ನನ್ನ ಸ್ಥಿತಿಯನ್ನು ಸುಧಾರಿಸಲು ಬಳಸಿಕೊಳ್ಳುವುದು ಉತ್ತಮ. ನಾನು ಪ್ರಪಂಚಕ್ಕೆ ಸಹಾಯ ಮಾಡಬೇಕು, ಆದರೆ ಅದು ನನ್ನ ನಿಜವಾದ ಕರ್ತವ್ಯವಾಗಿದ್ದಾಗ ಮಾತ್ರ. ಇಲ್ಲವಾದರೆ, ನಾನು ಏನೇ ಮಾಡಿದರೂ, ಕೇವಲ ಜಟಿಲತೆಗೆ ಸೇರಿಸುತ್ತದೆ.

ಸ್ಥೂಲ ಹಾಗೂ ಸೂಕ್ಷ್ಮ ದೇಹದಲ್ಲಿರುವ ಪ್ರಾಪಂಚಿಕ ಜೀವ ಶಕ್ತಿಯು ಸೂಕ್ಷ್ಮ ಭೌತದ್ರವ್ಯದ ಶಕ್ತಿಯಾಗಿರುವುದರಿಂದ, ಅದು ಭಾಗಶಃ ಮಾತ್ರ ಆಧ್ಯಾತ್ಮಿಕತೆಯನ್ನು ಬೆಂಬಲಿಸಬಹುದು. ವಾಸ್ತವವಾಗಿ, ಅದು ಭಾಗಶಃ ಸ್ವಯಂನ ವಿರುದ್ಧವಾಗಿ ಕೆಲಸ ಮಾಡುತ್ತದೆ. ಉಳಿಯುವಿಕೆಯ ಸಲುವಾಗಿ, ಯಾವಾಗಲೂ ಅದು ಪ್ರಾಪಂಚಿಕ ವ್ಯವಹಾರಗಳಿಗೆ ಒಬ್ಬನ ಗಮನವನ್ನು ತಿರುಗಿಸುತ್ತದೆ. ಆದರೂ, ಆತನು ಅದಕ್ಕೆ ಅಸಮಾಧಾನ ಪಡಬಾರದು. ಅದರ ಕಾರ್ಯಾತ್ಮಕತೆಯನ್ನು ಅಧ್ಯಯನ ಮಾಡಿ, ನಿಮಗೆ ಸಾಧ್ಯವಾಗುವಷ್ಟು ಅದನ್ನು ನಿಭಾಯಿಸಿಕೊಂಡು ಗುರಿಯನ್ನು ಸಾಧಿಸಬೇಕು.

ಜೀವ ಶಕ್ತಿಯ ಪ್ರಾಪಂಚಿಕ ಒಲವಿಗಾಗಿ ಅದರ ಕಡೆಗೆ ಅಸಮಾಧಾನವು ಆಧ್ಯಾತ್ಮಿಕ ಪ್ರಗತಿಗೆ ಸಹಾಯ ಮಾಡುವುದಿಲ್ಲ. ನಾವು ಆತ್ಮದ ಶಕ್ತಿಯನ್ನು ನಿಯಂತ್ರಿಸಬಹುದಾದರೆ, ಮತ್ತು ಆ ಶಕ್ತಿಯನ್ನು ನಾವು ಸಹಾಯಕವಾಗಿ ಬಳಸಬಹುದಾದಾಗ ಮಾತ್ರ ಅದನ್ನು ಜೀವ ಶಕ್ತಿಯೊಂದಿಗೆ ತೊಡಗಿಸಬಹುದಾದರೆ, ನಮಗೆ ಕಡಿಮೆ ದುಡುಕುತನವಿರುತ್ತದೆ. ಸಹಜವಾಗಿ, ಅದಕ್ಕೆ ಅತೀಂದ್ರಿಯ ದೃಷ್ಟಿಯು ಬೇಕಾಗುತ್ತದೆ. ನಮ್ಮಲ್ಲಿ ಬಹುತೇಕರಿಗೆ ಬುದ್ಧಿಶಕ್ತಿಯನ್ನು ವಸ್ತುನಿಷ್ಠವಾಗಿ ನೋಡಲು ಆಗುವುದಿಲ್ಲ. ನಮಗೆ ನೋಡಲು ಆಗುವವರೆಗೆ, ನಮಗೆ ಮನಸ್ಸನ್ನು ನಿಗ್ರಹಿಸಲು ಅಥವಾ ಅವ್ಯವಸ್ಥಿತ ಆಲೋಚನೆಯನ್ನು ಕಡಿಮೆಗೊಳಿಸಲು ಸಾಧ್ಯವಿಲ್ಲ. ಗ್ರಹಿಸಲು ಸಾಧ್ಯವಿಲ್ಲದ್ದನ್ನು ನಿಗ್ರಹಿಸುವುದು ಬಹಳ ಕಷ್ಟ. ಒಬ್ಬ ಅಂಗಡಿಯವನಿಗೆ ಇಲಿಯು ಆಹಾರ ಪದಾರ್ಥಗಳನ್ನು ಅಶುದ್ಧಗೊಳಿಸುತ್ತದೆ ಎಂಬುದು ತಿಳಿದಿರಬಹುದು, ಆದರೆ ಆತನು ದಂಶಕ ಪ್ರಾಣಿಯನ್ನು ಎಂದಿಗೂ ನೋಡದಿರಬಹುದು, ಮತ್ತು ಅದರ ಪರಿಣಾಮವಾಗಿ ಆತನಿಗೆ ಅದನ್ನು ತೊಲಗಿಸಲಾಗುವುದಿಲ್ಲ.

ಜೀವ ಶಕ್ತಿಯ ಕಡೆಗೆ ಅಸಮಾಧಾನ, ಅಥವಾ ಅದಕ್ಕೆ ನಿರ್ವಹಿಸಲು ಸಾಧ್ಯವಾಗುವುದಕ್ಕಿಂತ ಹೆಚ್ಚು ಮಾಡಬೇಕೆಂಬ ಜೀವ ಶಕ್ತಿಯಿಂದ ನಿರೀಕ್ಷೆ, ಮನಸ್ಸಿನ ಬಗ್ಗೆ ಅಜ್ಞಾನವನ್ನು ಮಾತ್ರ ತೋರಿಸುತ್ತದೆ. ಬಹುಮುಖ್ಯವಾದುದು ಮನಸ್ಸು, ಬುದ್ಧಿಶಕ್ತಿ, ಜೀವ ಶಕ್ತಿ ಹಾಗೂ ಆತ್ಮವನ್ನು ಪ್ರತ್ಯೇಕವಾಗಿ ಗ್ರಹಿಸುವುದು. ಒಬ್ಬ ವ್ಯಕ್ತಿಯು ಅತೀಂದ್ರಿಯ ಕುರುಡುತನದಿಂದ ಸ್ವಯಂ ಅನ್ನು ಮುಕ್ತಗೊಳಿಸಬೇಕು. ಮನಸ್ಸು, ಬುದ್ಧಿಶಕ್ತಿ, ಜೀವ ಶಕ್ತಿ ಹಾಗೂ ಆತ್ಮವು ಪ್ರತ್ಯೇಕ ವಸ್ತುಗಳಾಗಿವೆ.

ವಿಧಿ ಮತ್ತು ಅದು ನಮ್ಮ ಸಮಯವನ್ನು ವ್ಯರ್ಥ ಮಾಡುವುದು

ಕೆಲವು ಸಂದರ್ಭಗಳಲ್ಲಿ ವಿಧಿಯು ಸಮಯದ ನಷ್ಟವನ್ನು ಏರ್ಪಡಿಸುತ್ತದೆ ಎಂಬುದನ್ನು ನಾವು ನೋಡುತ್ತೇವೆ. ಒಬ್ಬ ದಕ್ಷ ವ್ಯಕ್ತಿಗೆ ಇಂತಹ ನಷ್ಟವು ನೋವನ್ನುಂಟು ಮಾಡಬಹುದು. ಇದು ಅಸಮಾಧಾನದ ಭಾವನೆಗಳನ್ನು, ಕೋಪ ಹಾಗೂ ಹತಾಶೆಯ ಭಾವಗಳನ್ನು ಉಂಟುಮಾಡುತ್ತದೆ. ಆದರೆ ಒಬ್ಬ ವ್ಯಕ್ತಿಗೆ ನಷ್ಟಕ್ಕೆ ಕಾರಣವಾದ ಹಿಂದಿನ ಚಟುವಟಿಕೆಯನ್ನು ನೋಡಲು ಸಾಧ್ಯವಾಗದಿದ್ದರೆ, ಆತನು ಕನಿಷ್ಟಪಕ್ಷ ಒಂದು ಹಿಂದಿನ ಪಾಲ್ಗೊಳ್ಳುವಿಕೆಯ ಕಾರಣದಿಂದ ತನಗೆ ಸಮಯ ಕೈತಪ್ಪಿ ಹೋಗುವುದು ನಿರ್ಧಾರಿತವಾಗಿದೆ ಎಂಬುದನ್ನು ವಿವೇಚಿಸಬಹುದು. ಇಂತಹ ಸನ್ನಿವೇಶದಲ್ಲಿ ಇದನ್ನು ಸಹಿಸಿಕೊಳ್ಳಬೇಕು.

ನಾವು ಒಬ್ಬ ಗುಲಾಮನ ಉದಾಹರಣೆಯನ್ನು ತೆಗೆದುಕೊಳ್ಳೋಣ. ಬಹುಶಃ ಆತನ ಸಂಪೂರ್ಣ ಜೀವನವು ಒಬ್ಬ ಯಜಮಾನನಿಗೆ ಸೇವೆಯನ್ನು ಸಲ್ಲಿಸುತ್ತಾ ವ್ಯರ್ಥವಾಗುತ್ತದೆ. ಗುಲಾಮನಿಗೆ ಆತನ ಆಸಕ್ತಿಯನ್ನು ಮುಂದುವರಿಸಲು ಅನುಮತಿಸಲಾಗುವುದಿಲ್ಲ. ಇತರರು ಆಸೆಗಳನ್ನು ಪೂರೈಸಿಕೊಳ್ಳುವುದನ್ನು ಆತನು ನೋಡಬಹುದು ಮಾತ್ರ. ಆತನ ಎಲ್ಲಾ ಸಮಯವು ಮತ್ತೊಬ್ಬರ ಸೇವೆಯಲ್ಲಿ ಬಳಸಲ್ಪಡುತ್ತದೆ. ಆದರೂ ಆತನು ವಿಧಿಯೊಂದಿಗೆ ತಾಳ್ಮೆಯಿಂದ ಇರಬಹುದು. ಕೆಲವು ಬೇಜವಾಬ್ದಾರಿ ಚಟುವಟಿಕೆಯ ಕಾರಣದಿಂದಾಗಿ ತನ್ನನ್ನು ಆ ಅಹಿತಕರವಾದ ಸ್ಥಿತಿಯಲ್ಲಿ ಇರಿಸಲಾಯಿತು ಎಂದು ಆತನು ವಿವೇಚಿಸಬಹುದು. ಪ್ರತಿಕ್ರಿಯೆಯು ಅದರ ಸಹಜವಾದ ಅಂತ್ಯವನ್ನು ತಲುಪಿದಾಗ, ಅನಾನುಕೂಲತೆಯನ್ನು ವಿಸ್ತರಿಸಲು ಆತನು ಏನನ್ನೂ ಮಾಡದಿದ್ದ ಪಕ್ಷದಲ್ಲಿ, ಆತನಿಗೆ ಬಿಡುಗಡೆ ಮಾಡಲಾಗುತ್ತದೆ.

ಮತ್ತೊಬ್ಬರಿಗೆ ಸೇವೆಯನ್ನು ಸಲ್ಲಿಸುತ್ತಾ ಕಳೆದ ಸಮಯವನ್ನು ನಿಖರವಾಗಿ ಅಳೆಯಲಾಗುತ್ತದೆ. ನಾವು ನಮ್ಮನ್ನು ಇಂತಹ ಒಂದು ಸ್ಥಿತಿಯಲ್ಲಿ ಕಂಡುಕೊಂಡಾಗಲೆಲ್ಲಾ, ಅವಧಿಯನ್ನು ನಿಖರವಾಗಿ ಅಳೆಯಲಾಗಿದೆ ಎಂಬುದನ್ನು ನಾವು ಅರ್ಥ ಮಾಡಿಕೊಳ್ಳಬೇಕು. ವಿಧಿಯಿಂದ ನಿರ್ಧಾರಿತವಾಗಿರುವುದಕ್ಕಿಂತ ಹೆಚ್ಚು ಸಮಯವನ್ನು ಹಾಳುಮಾಡುವುದು ಸಾಧ್ಯವಿಲ್ಲ. ಅದು ಒಂದು ಜೈಲು ಅವಧಿ ಇದ್ದಂತೆ. ಸಾಮಾನ್ಯವಾಗಿ ವಿಧಿಸಿದ ಶಿಕ್ಷೆಯು ಸಹಜವಾದ ಅಂತ್ಯವನ್ನು ತಲುಪಿದಾಗ ಬಂದಿಯನ್ನು ಬಿಡುಗಡೆ ಮಾಡಲಾಗುತ್ತದೆ. ವಿಳಂಬ ಇರುವ ಸಂದರ್ಭಗಳಲ್ಲಿಯೂ ಕೂಡ, ವಿಧಿಯಿಂದ ಅವಧಿಯು ಅಳೆಯಲಾಗಿರುತ್ತದೆ.

ಯಾವುದೇ ಮಾನವ ಕರ್ತನು ಪರಿಣಾಮಕ ವಿಧಿಯಿಂದ ಸೃಷ್ಟಿಸಲ್ಪಟ್ಟ ನಿಗದಿಪಡಿಸಿದ-ಅವಧಿಯನ್ನು ಮೀರಿ ನಮ್ಮನ್ನು ಹಿಡಿದಿಟ್ಟುಕೊಳ್ಳುವುದು ಸಾಧ್ಯವಿಲ್ಲ. ಆದರೆ, ಮತ್ತೊಂದು ಅಂಶವಿದೆ. ಇದು ನಮ್ಮ ಸಮಯದ ಒಂದು ಕಾರಣವಿಲ್ಲದ ನಷ್ಟದ ಅಂಶವಾಗಿದೆ. ಹಿಂದಿನ ಬೇಜವಾಬ್ದಾರಿ ಚಟುವಟಿಕೆಗಳಿಗೆ ಪತ್ತೆ ಹಚ್ಚಲಾಗದ ಆ ನಷ್ಟಗಳನ್ನು ಕೂಡ ನಾವು ಸಹಿಸಿಕೊಳ್ಳಬೇಕು. ವಿಧಿಯು ಇಚ್ಛಿಸಿದರೆ ಅದಕ್ಕೆ ನಮ್ಮ ಸಮಯವನ್ನು ವ್ಯರ್ಥ ಮಾಡಲು ಎಲ್ಲಾ ಹಕ್ಕು ಇದೆ. ತೊಂದರೆಗಳು ಹಾಗೂ ಅನನುಕೂಲತೆಗಳು ನಮ್ಮ ಸಮಯವನ್ನು

ಕಡಿಮೆಮಾಡುವುದಿಲ್ಲ. ವಾಸ್ತವವಾಗಿ, ಈ ಅಂಶಗಳು, ಯಾವುದು ನ್ಯಾಯಸಮ್ಮತವಾಗಿ ಬೇರೊಬ್ಬರ ಸಮಯವಾಗಿದೆಯೋ ಅದನ್ನು ಮಾತ್ರ ತೆಗೆದುಕೊಳ್ಳಬಹುದು. ನಮಗೆ ಅನನುಕೂಲವಾದಂತೆ ಅನಿಸುತ್ತದೆ, ಏಕೆಂದರೆ ನಾವು ಅದು ನಮ್ಮ ಸಮಯವೆಂದು ಭಾವಿಸುತ್ತೇವೆ. ನೀವು ನಿಮ್ಮನ್ನು ಆ ಕಲ್ಪನೆಯಿಂದ ಬಿಡುಗಡೆ ಮಾಡಿದ ಕೂಡಲೇ, ಅಸಮಾಧಾನ ಕೊನೆಗೊಳ್ಳುತ್ತದೆ.

ಕೆಟ್ಟ ಅಭ್ಯಾಸಗಳನ್ನು ತೊರೆಯುವುದು

ದುಡುಕುತನವು ದೇಹದಲ್ಲಿರುವ ಜೀವ ಶಕ್ತಿಯಿಂದ ಬರುತ್ತದೆ. ಈ ಜೀವ ಶಕ್ತಿಯು ಸಂಸ್ಕೃತದಲ್ಲಿ ಪ್ರಾಣ ಎಂದು ಕರೆಯಲ್ಪಡುವ ಚೈತನ್ಯ ನೀಡುವ ಅನಿಲವಾಗಿ ಒಂದು ಸೂಕ್ಷ್ಮ ರೂಪದಲ್ಲಿ ಕೂಡ ಇರುತ್ತದೆ. ಈ ಚೈತನ್ಯಗೊಳಿಸುವ ಅನಿಲವು ನಮ್ಮಲ್ಲಿ ಬಹುತೇಕರನ್ನು ನಿಯಂತ್ರಿಸುತ್ತದೆ ಎಂಬುದನ್ನು ತಿಳಿಯಲು ಆಶ್ಚರ್ಯವಾಗಬಹುದು. ಏಕೆ ಒಬ್ಬ ವ್ಯಕ್ತಿಯು ಒಂದು ಅನಿಲದಿಂದ ನಿಯಂತ್ರಿಸಲ್ಪಡಬೇಕು? ವಾಸ್ತವವಾಗಿ, ನಾವು ಆಹಾರವಾಗಿ ಮತ್ತು ಉಸಿರಾಟವಾಗಿ ಏನನ್ನು ಸೇವಿಸುತ್ತೇವೆಯೋ ಅದರಿಂದ ನಾವು ಹೆಚ್ಚಿನ ಮಟ್ಟಿಗೆ ನಿಯಂತ್ರಿಸಲ್ಪಡುತ್ತೇವೆ. ಗಾಳಿಯನ್ನು ಆಹಾರಕ್ಕಿಂತ ಹೆಚ್ಚು ಆಗಾಗ್ಗ ಬಳಸಲಾಗುತ್ತದೆ, ಆದರೂ ನಾವು ನಮ್ಮ ಗಾಳಿಯ ಸೇವನೆಯನ್ನು ನಿರ್ಲಕ್ಷಿಸುತ್ತೇವೆ. ಇದರ ಜೊತೆಗೆ, ಆಹಾರಕ್ಕಾಗಿ ಕಚ್ಚಾಡುವ ಪ್ರವೃತ್ತಿಯು ನಮಗೆ ಜೀವ ಶಕ್ತಿಯಿಂದ ಆದೇಶಿಸಲಾಗುತ್ತದೆ.

ಅದರ ಪ್ರಬಲ ಪ್ರಚೋದನೆಗಳಿಂದ ನಮ್ಮನ್ನು ರಕ್ಷಿಸಿಕೊಳ್ಳಲು ನಮಗೆ ಬುದ್ಧಿಶಕ್ತಿಯನ್ನು ನೀಡಲಾಗಿದೆ. ಬುದ್ಧಿಶಕ್ತಿಯು ಸಂಸ್ಕೃತದಲ್ಲಿ ಬುದ್ಧಿ ಎಂಬ ಪದದಿಂದ ಕರೆಯಲಾಗುತ್ತದೆ. ಈ ಬುದ್ಧಿಯನ್ನು ನಿಗ್ರಹಿಸಲು ಒಂದು ನಿರ್ದಿಷ್ಟವಾದ ಶಿಸ್ತು ಇದೆ. ಇದು ಸೂಕ್ಷ್ಮ ದೇಹದ ತಲೆಯಲ್ಲಿ ಒಂದು ತಿರುಗುವ ಅಂಗವಾದ ಬುದ್ಧಿಶಕ್ತಿಯ ತಿರುಗುತ್ತಿರುವ ಕ್ರಿಯೆಯನ್ನು ನಿಯಂತ್ರಿಸುವುದಕ್ಕಾಗಿ ಬುದ್ಧಿ ಯೋಗವಾಗಿದೆ (buddhi yoga).

ಪಿಟ್ಯುಟರಿ ಗ್ರಂಥಿಯು ಮೆದುಳಿನಲ್ಲಿನ ಒಂದು ಅಂಗವಾಗಿರುವಂತೆ ಬುದ್ಧಿಯು ಸೂಕ್ಷ್ಮ ದೇಹದಲ್ಲಿನ ಒಂದು ಅಂಗವಾಗಿದೆ. ಮೆದುಳು ಬದಲಾಗುತ್ತಿರುವ ಆಲೋಚನೆಗಳ ಒಂದು ಸರಣಿ ಎಂದು ನಾನು ನಿಮಗೆ ಹೇಳಿದರೆ, ನಾನು ವೈಜ್ಞಾನಿಕ ರೀತಿಯಲ್ಲಿ ಮಾತನಾಡುತ್ತಿಲ್ಲವೆಂದು ನಿಮಗೆ ಅನಿಸುತ್ತದೆ. ಮೆದುಳು ಒಂದು ಕಾರ್ಯಕ್ಕಾಗಿ ಏನನ್ನು ಮಾಡುತ್ತದೆ, ಹಾಗೂ ಮೆದುಳು ಒಂದು ಅಂಗವಾಗಿ ಏನಾಗಿದೆ ಎಂಬುದು ಎರಡೂ ಬೇರೆಬೇರೆ ಸಂಗತಿಗಳಾಗಿವೆ. ಉದಾಹರಣೆಗೆ, ಒಂದು ಸುತ್ತಿಗೆಯನ್ನು ಮೊಳೆಗಳನ್ನು ಹೊಡೆಯಲು ಬಳಸಲಾಗುತ್ತದೆ, ಆದರೆ ಸುತ್ತಿಗೆಯು ಹೊಡೆಯುವ ಕ್ರಿಯೆಯೂ ಅಲ್ಲ ಅಥವಾ ಮೊಳೆಗಳೂ ಅಲ್ಲ. ಹೊಡೆಯುವ ಶಕ್ತಿಯು ಸುತ್ತಿಗೆಯ ಮೂಲಕ ಮೊಳೆಗಳ ಒಳಗೆ ಚಲಿಸುತ್ತದೆ. ಅದೇ ರೀತಿಯಲ್ಲಿ, ಆಲೋಚನೆಯ ಕ್ರಿಯೆಯು ಬುದ್ಧಿಶಕ್ತಿಯೂ ಅಲ್ಲ ಅಥವಾ ತೀರ್ಮಾನಗಳನ್ನು ವೀಕ್ಷಿಸುವ ಆತ್ಮವೂ ಅಲ್ಲ.

ಬುದ್ಧಿಶಕ್ತಿಯು ಸೂಕ್ಷ್ಮ ದೇಹದ ತಲೆಯಲ್ಲಿ ಒಂದು ತಿರುಗುತ್ತಿರುವ ಬೆಳಕಾಗಿದೆ. ಈ ತಿರುಗುತ್ತಿರುವ ಬೆಳಕಿನಿಂದ ಹಾಗೂ ಜೀವ ಶಕ್ತಿಯಿಂದ ಸೂಕ್ಷ್ಮ ರೂಪದ ತಲೆಯಲ್ಲಿ ಚಕ್ರಗಳು ಹಾಗೂ ಶಕ್ತಿಯ–ಪರಿಭ್ರಮಿಸುವ ಕೇಂದ್ರಗಳು ಹೊರಹೊಮ್ಮುವೆ. ಇದರ ಜೊತೆಗೆ, ಅತೀಂದ್ರಿಯ ದೃಷ್ಟಿ, ಅತೀಂದ್ರಿಯ ಶ್ರವಣಶಕ್ತಿ, ದೂರದರ್ಶಕ ಮತ್ತು ಇತ್ಯಾದಿಗಳಂತಹ ವಿವಿಧ ಅತೀಂದ್ರಿಯ ಇಂದ್ರಿಯ ಗ್ರಹಿಕೆಗಳು ಬುದ್ಧಿಶಕ್ತಿಯ ಕೆಲವು ನಿರ್ದಿಷ್ಟ ಬಳಕೆಗಳಿಂದ ಬರುತ್ತವೆ.

ಆತ್ಮವು ಇಂದ್ರಿಯ ಮಾಹಿತಿಯನ್ನು ಅರ್ಥೈಸಿಕೊಳ್ಳುವುದಕ್ಕಾಗಿ ಬುದ್ಧಿಶಕ್ತಿಯನ್ನು ಬಳಸಿದಾಗ ಬುದ್ಧಿವಂತಿಕೆ ಅಥವಾ ಅಂತಃಪ್ರಜ್ಞೆಯು ಉದ್ಭವಿಸುತ್ತದೆ.

ಯೋಗ ವ್ಯವಸ್ಥೆಯಲ್ಲಿ, ಇಂದ್ರಿಯ ಆಸಕ್ತಿಗಳ ಹಿಂತೆಗೆದುಕೊಳ್ಳುವಿಕೆ ಎಂಬ ಪ್ರತ್ಯಾಹಾರ ಪ್ರಕ್ರಿಯೆಯು, ಬುದ್ಧಿಶಕ್ತಿಯ ತಿರುಗುವ ಕ್ರಿಯೆಯನ್ನು ಸ್ಥಿರಗೊಳಿಸುವುದಕ್ಕಾಗಿ ಅಥವಾ ನಿಧಾನಗೊಳಿಸುವುದಕ್ಕಾಗಿ ಇದೆ. ಏಕಾಗ್ರತೆ ಅಥವಾ ಗಮನ ಕೇಂದ್ರೀಕರಣ ಎಂಬ ಧಾರಣ ಪ್ರಕ್ರಿಯೆಯು, ಉನ್ನತ ಉದ್ದೇಶಗಳನ್ನು ಸಾಧಿಸಲು ಬುದ್ಧಿಶಕ್ತಿಯನ್ನು ಪಳಗಿಸುವುದಕ್ಕಾಗಿ ಇದೆ. ಧ್ಯಾನಿಸುವುದು ಎಂಬ ಧ್ಯಾನ ಪ್ರಕ್ರಿಯೆಯು, ಆತ್ಮವು ಉನ್ನತ ಆಯಾಮಗಳನ್ನು ಗ್ರಹಿಸುವಂತಾಗಲೆಂದು ಬುದ್ಧಿಶಕ್ತಿಯನ್ನು ನಿಧಾನಗೊಳಿಸಿ ನಿಲ್ಲಿಸುವುದಕ್ಕಾಗಿ, ಅದರ ತಿರುಗುವ ಕ್ರಿಯೆಯನ್ನು ನಿಲ್ಲಿಸುವುದಕ್ಕಾಗಿ ಇದೆ.

ಒಬ್ಬ ವ್ಯಕ್ತಿಯು ಜೀವ ಶಕ್ತಿಯನ್ನು ನಿಯಂತ್ರಿಸದ ಹೊರತು, ಆತನು ಬುದ್ಧಿಶಕ್ತಿಯನ್ನು ನಿಯಂತ್ರಿಸುವುದು ಸಾಧ್ಯವಿಲ್ಲ. ಆತನು ಬುದ್ಧಿಶಕ್ತಿಯನ್ನು ನಿಯಂತ್ರಿಸಲು ಪ್ರಯತ್ನಿಸಿದ ಕೂಡಲೇ, ಜೀವ ಶಕ್ತಿಯು ವಿರುದ್ಧವಾದ ಕ್ರಿಯೆಗಳಿಗೆ ಅದನ್ನು ಪ್ರಚೋದಿಸುತ್ತದೆ. ಇಂದ್ರಿಯ ಹಿಂತೆಗೆದುಕೊಳ್ಳುವಿಕೆಯನ್ನು ಕರಗತ ಮಾಡಿಕೊಳ್ಳುವ ಮುಂಚೆ ಒಬ್ಬ ವ್ಯಕ್ತಿಯು ಉಸಿರಾಟದ ನಿಯಂತ್ರಣವನ್ನು ಕರಗತ ಮಾಡಿಕೊಳ್ಳಬೇಕು, ಆದರೆ ಕೆಲವರು ಇಂತಹ ಅಭ್ಯಾಸವನ್ನು ಕೇವಲ ಒಂದು ಉಸಿರಾಟದ ಅಭ್ಯಾಸವೆಂದು ಹೇಳುತ್ತಾರೆ. ಅವರು ತಪ್ಪು ತಿಳಿದಿದ್ದಾರೆ. ಒಬ್ಬ ವ್ಯಕ್ತಿಯು ಉಸಿರಾಟದ ನಿಯಂತ್ರಣವನ್ನು ಕರಗತ ಮಾಡಿಕೊಳ್ಳದಿದ್ದರೆ, ಆತನು ಇಂದ್ರಿಯಗಳ ಶಕ್ತಿಯ ಹಿಂತೆಗೆದುಕೊಳ್ಳುವಿಕೆಯನ್ನು ಹಾಗೂ ಹೆಚ್ಚಿನ ಮನಸ್ಸಿನ ನಿಯಂತ್ರಣವನ್ನು ಕರಗತ ಮಾಡಿಕೊಳ್ಳುವುದು ಸಾಧ್ಯವಿಲ್ಲ. ಕಾರಣ ಇದಾಗಿದೆ: ಜೀವ ಶಕ್ತಿಯನ್ನು ನಿಯಂತ್ರಿಸದೇ ಇರುವವರೆಗೆ, ಅದು ಬುದ್ಧಿಶಕ್ತಿಯನ್ನು ನಿಯಂತ್ರಿಸುವ ಯಾವುದೇ ಪ್ರಯತ್ನವನ್ನು ಹಾಳು ಮಾಡುತ್ತದೆ.

ನಾವು ಒಂದು ಜೆಟ್ ವಿಮಾನದಲ್ಲಿ ಪ್ರಯಾಣ ಮಾಡಲು ಯೋಜನೆ ಮಾಡುತ್ತೇವೆಂದು ಭಾವಿಸೋಣ. ನಮ್ಮ ಉದ್ದೇಶ ಮತ್ತೊಂದು ದೇಶಕ್ಕೆ ಹೋಗುವುದಾಗಿದೆ. ಎಲ್ಲಕ್ಕಿಂತ ಮೊದಲು ನಾವು ಎಂಜಿನ್ ಸರಿಯಾಗಿ ಕಾರ್ಯನಿರ್ವಹಿಸುತ್ತಿದೆ ಎಂಬುದನ್ನು ಖಚಿತಪಡಿಸಿಕೊಳ್ಳಬೇಕು. ನಮ್ಮ ಬಳಿ ಸಾಕಷ್ಟು ಇಂಧನ ಇರಬೇಕು. ನಾವು ಸಿಬ್ಬಂದಿ ಹಾಗೂ ಪ್ರಯಾಣಿಕರು ವಿಮಾನವನ್ನು ಹತ್ತುತ್ತಾರೆಂದು ಖಚಿತಪಡಿಸಿಕೊಳ್ಳಬೇಕು. ನಮ್ಮ ಜ್ಞಾನವು ಅನುಮತಿಸುವ ಮಟ್ಟಿಗೆ ನಮಗೆ ಎಲ್ಲವೂ ಇದೆ ಎಂದು ಭಾವಿಸೋಣ. ನಾವು ಎಲ್ಲವೂ ಸರಿಯಾಗಿದೆ ಎಂದು ನಂಬುತ್ತೇವೆ. ವಿಮಾನ ಚಾಲಕನು ಎಂಜಿನನ್ನು ಪ್ರಾರಂಭಿಸುತ್ತಾನೆ ಮತ್ತು ನಿಯಂತ್ರಕಗಳ ಕಾರ್ಯವನ್ನು ನಡೆಸುತ್ತಾನೆ. ವಿಮಾನವು ವಾಯುಗಾಮಿ ಆಗಿದೆ. ಒಮ್ಮೆ ವಾಯುಗಾಮಿ ಆದರೆ, ಸಿಬ್ಬಂದಿ ಮತ್ತು ಪ್ರಯಾಣಿಕರು ವಿಶ್ರಮಿಸಿಕೊಳ್ಳುತ್ತಾರೆ. ಅವರು ಗಮ್ಯಸ್ಥಾನವನ್ನು ತಲುಪುವ ಬಗ್ಗೆ ವಿಶ್ವಾಸವುಳ್ಳವರಾಗಿರುತ್ತಾರೆ. ಆದರೆ, ವಿಮಾನ ಚಾಲಕನು ತನ್ನ ಇಂಧನದ ಮಾಪಕ ಕೇವಲ ಕಾಲುಭಾಗ ಟ್ಯಾಂಕನ್ನು ತೋರಿಸುತ್ತಿದೆ ಎಂಬುದನ್ನು ಗಮನಿಸುತ್ತಾನೆ. ಆತನಿಗೆ ಗಮ್ಯಸ್ಥಾನವನ್ನು ತಲುಪಲು ಒಂದು ಸಂಪೂರ್ಣ ಟ್ಯಾಂಕ್ ಬೇಕಾಗುತ್ತದೆ. ಆತನು ನಮ್ಮನ್ನು ಎಚ್ಚರಿಸುತ್ತಾನೆ. ನಾವೇನು ಮಾಡಬೇಕು? ನಾವು ಆತನಿಗೆ ಅದನ್ನು ಲೆಕ್ಕಿಸದೆ ಮುಂದುವರೆಯಲು ಹೇಳಬೇಕೇ? ಅಥವಾ ಆತನು ಆರಂಭದ ಸ್ಥಳಕ್ಕೆ ಹಿಂತಿರುಗಬೇಕೇ?

ಅದೇ ರೀತಿಯಲ್ಲಿ, ಯೋಗ ಪ್ರಕ್ರಿಯೆಯಲ್ಲಿ, ಆಧ್ಯಾತ್ಮಿಕ ಶಿಸ್ತುಗಳಲ್ಲಿ, ನಾವು ಅಗತ್ಯವಾದ ಅಭ್ಯಾಸವನ್ನು ನಿರ್ಲಕ್ಷಿಸಿದರೆ, ಈ ಜೀವನದಲ್ಲಿಯಾಗಲಿ ಅಥವಾ ಮುಂದಿನ ಜೀವನದಲ್ಲಿಯಾಗಲಿ ನಾವು ಯಾವುದಾದರೊಂದು ಹಂತದಲ್ಲಿ ನಿಲ್ಲಿಸಬೇಕಾಗುತ್ತದೆ, ಹಿಂದಕ್ಕೆ ಹೋಗಬೇಕಾಗುತ್ತದೆ, ಮತ್ತು ಅದನ್ನು ಕಲಿತುಕೊಳ್ಳಬೇಕಾಗುತ್ತದೆ. ನಾವು ಉನ್ನತ ಹಂತಗಳ ಮೂಲಕ ಮುನ್ನಡೆದರೆ, ಮತ್ತು ವಿಮಾನಕ್ಕೆ ಇಂಧನದ ಕೊರತೆ ಇದ್ದಂತೆ ನಮಗೆ ಕೆಲವು ಕೌಶಲ್ಯಗಳ ಕೊರತೆ ಇದೆ ಎಂಬುದನ್ನು ನಾವು ಕಂಡುಕೊಂಡರೆ, ಅಗತ್ಯವಾದ ತಂತ್ರವನ್ನು ಬೆಳೆಸಿಕೊಳ್ಳಲು ನಾವು ಪ್ರಯತ್ನ ಪಡಬೇಕು.

ಸಹಾಯಕವಾದ ಸ್ವಭಾವ ಲಕ್ಷಣಗಳನ್ನು ಮೈಗೂಡಿಸಿಕೊಳ್ಳಲು ಮತ್ತು ಒತ್ತಾಯದಿಂದ ಕಾರ್ಯಗತಮಾಡಲು, ಸೂಕ್ಷ್ಮ ದೇಹದ ತಲೆಯಲ್ಲಿರುವ ಬುದ್ಧಿ ಎಂಬ ಬುದ್ಧಿಶಕ್ತಿಯ ಅಂಗವನ್ನು ಬಳಸಿಕೊಳ್ಳುವ ಮೂಲಕ ಒಬ್ಬ ವಿರಕ್ತನು ಕೆಟ್ಟ ಅಭ್ಯಾಸಗಳನ್ನು ತ್ಯಜಿಸಲು ಜೀವ ಶಕ್ತಿಗೆ ತರಬೇತಿ ನೀಡಬಹುದು. ಜೀವ ಶಕ್ತಿಯು ಹೊಸ ಅಭ್ಯಾಸಗಳನ್ನು ಶಾಶ್ವತವಾಗಿ ಅಳವಡಿಸಿಕೊಳ್ಳುವವರೆಗೆ ಬುದ್ಧಿ ಅಥವಾ ಬುದ್ಧಿಶಕ್ತಿ ಅಂಗವು ತಾಳ್ಮೆಯಿಂದ ಮತ್ತು ಪದೇಪದೇ ಜೀವ ಶಕ್ತಿಗೆ ತರಬೇತಿ ನೀಡಬೇಕು. ಇದರ ಜೊತೆಗೆ, ಬುದ್ಧಿಶಕ್ತಿಯು ಜೀವ-ಶಕ್ತಿಯ ಶಕ್ತಿಯ ಒಳ-ತೆಗೆದುಕೊಳ್ಳುವಿಕೆಯನ್ನು ಮೇಲ್ವಿಚಾರಣೆ ಮಾಡಬೇಕು. ಈ ಮೇಲ್ವಿಚಾರಣೆಯು ಇಲ್ಲದಿದ್ದರೆ ಒಂದು ಅಭ್ಯಾಸವನ್ನು ಬದಲಾಯಿಸುವ ಪ್ರಯತ್ನವು ವಿಫಲವಾಗುತ್ತದೆ, ಏಕೆಂದರೆ ಜೀವ ಶಕ್ತಿಯು ಆಗ ಸರಿಯಾದ ಅಭ್ಯಾಸವನ್ನು ಕೆಲವು ಸಮಯ ಮಾತ್ರ ಅಳವಡಿಸಿಕೊಳ್ಳುತ್ತದೆ ಮತ್ತು ಉಳಿದ ಸಮಯದಲ್ಲಿ ತನ್ನ ಹಳೆಯ ರೀತಿಗೆ ಹಿಂದಿರುಗುತ್ತದೆ.

ಭೌತಿಕ ಪ್ರಪಂಚ

ನಾವು ನೋಡುವ ಭೌತಿಕ ರೂಪಗಳು ಭೌತದ್ರವ್ಯದ ಶಕ್ತಿಯ (material energy) ಅಭಿವ್ಯಕ್ತಿಗಳಾಗಿವೆ, ಆದರೆ ಇವುಗಳಿಗೆ ವಿವಿಧ ಪ್ರಮಾಣಗಳಲ್ಲಿ ಆಧ್ಯಾತ್ಮಿಕ ಶಕ್ತಿಯನ್ನು ಅತಿಯಾಗಿ ತುಂಬಲಾಗಿದೆ. ಭೌತಿಕ ಪರಿಸ್ಥಿತಿಯು ಸ್ಥೂಲ ಆಗಿದ್ದರೂ, ಆಧ್ಯಾತ್ಮಿಕ ವಾಸ್ತವತೆಯ ಮೇಲೆ ಆಧರಿಸಿದೆ. ಒಂದು ನಿರ್ದಿಷ್ಟ ರೂಪವು ಮತ್ತೊಂದು ರೂಪಕ್ಕಿಂತ ಹೆಚ್ಚು ಸೂಕ್ಷ್ಮವಾಗಿರಬಹುದು, ಹೆಚ್ಚು ಅಸ್ಥಿರವಾಗಿರಬಹುದು; ಆದರೆ ಎಲ್ಲವೂ ಆಧ್ಯಾತ್ಮಿಕ ವಾಸ್ತವತೆಯ ಮೇಲೆ ಆಧರಿಸಿದೆ.

ಕಾಲಕಾಲಕ್ಕೆ ಒಬ್ಬ ವ್ಯಕ್ತಿಯು ಒಬ್ಬ ಅಲೌಕಿಕ ಅಥವಾ ಆಧ್ಯಾತ್ಮಿಕ ವ್ಯಕ್ತಿಯನ್ನು ನೋಡಬಹುದು. ಕೆಲವರು ಕೇವಲ ನಂಬಿಕೊಂಡು, ಮತ್ತು ಇವುಗಳಲ್ಲಿ ಯಾವುದನ್ನೂ ನೇರವಾಗಿ ಎಂದಿಗೂ ನೋಡದೇ, ತಮ್ಮ ಆಧ್ಯಾತ್ಮಿಕ ಜೀವನವನ್ನು ನಡೆಸುತ್ತಾರೆ. ೧೯೯೬ ನವೆಂಬರ್ ೨೫ ರಂದು ನಾನು ಭೌತಿಕ ಶಕ್ತಿಯ ಬಗ್ಗೆ ಆಲೋಚಿಸುತ್ತಾ, ಅದು ಆತ್ಮಗಳೊಂದಿಗೆ ಹೇಗೆ ಸಂಬಂಧಿಸಿದೆ ಎಂಬುದನ್ನು ನೋಡಲು ಪ್ರಯತ್ನಿಸುತ್ತಾ ಆಳವಾದ ಧ್ಯಾನದಲ್ಲಿ ಇದ್ದೆ. ಪದೇಪದೇ ಸ್ಥೂಲ ಪ್ರಪಂಚದಲ್ಲಿ ಜನ್ಮ ತೆಗೆದುಕೊಳ್ಳುತ್ತಿರುವ ಆತ್ಮಗಳಿಗೆ ಭೌತಿಕ ಪ್ರಕೃತಿಯೊಂದಿಗಿನ ಸಂಬಂಧವು ನಡೆಯುತ್ತಿರುವ, ನಿಶ್ಚಿತ, ಹಾಗೂ ಮತ್ತೆಮತ್ತೆ ಸಂಭವಿಸುವಂಥದ್ದು ಆಗಿದೆ, ಎಷ್ಟರಮಟ್ಟಿಗೆಂದರೆ, ನಮ್ಮಲ್ಲಿ ಯಾರಾದರೂ ಆಧ್ಯಾತ್ಮಿಕ ಜೀವನವನ್ನು ಆರಂಭಿಸಿದರೆ, ನಾವು ಭೌತಿಕ ಪ್ರಪಂಚವನ್ನು ಅವಶ್ಯಕವೆಂದು ಪರಿಗಣಿಸದೇ ಇರುವುದು ಸಾಧ್ಯವಿಲ್ಲ. ಈ ಪ್ರಪಂಚದ ಹೊರಗಿರುವ ಒಂದು ಆಯಾಮಕ್ಕೆ ವರ್ಗಾಯಿಸಲ್ಪಡುವುದಕ್ಕೆ ಪ್ರಯತ್ನಿಸುವ ಬದಲಿಗೆ ನಾವು ಭೂಮಿಯ ಮೇಲೆ ಒಂದು ದೈವಿಕ ರಾಜ್ಯವನ್ನು ಸ್ಥಾಪಿಸಲು ಹೆಣಗುತ್ತೇವೆ. ನಾವು ಭೌತಿಕ ಪ್ರಕೃತಿಯಲ್ಲಿ ಎಷ್ಟು ಸಂಪೂರ್ಣವಾಗಿ

ತೊಡಗಿಕೊಂಡಿದ್ದೇವೆ ಎಂದರೆ ನಮಗೆ ಹೆಚ್ಚು ಗಣನೀಯವಾದದ್ದು ಏನನ್ನೂ ಕಲ್ಪಿಸಿಕೊಳ್ಳಲಾಗುವುದಿಲ್ಲ. ಭೌತದ್ರವ್ಯಕ್ಕೆ ಈ ಮೋಹದಿಂದ ದಿವ್ಯ ಭೌತಿಕ ದೇಹಗಳ ಕಲ್ಪನೆಯು ಹೊರಹೊಮ್ಮಿತು.

ನರಗಳನ್ನು ಶಾಂತಗೊಳಿಸುವುದು / ನರಗಳಿಂದ ಶಕ್ತಿಯನ್ನು ಹಿಂತೆಗೆದುಕೊಳ್ಳುವುದು

ಇದು ಪ್ರತ್ಯಾಹಾರ ಅಥವಾ ಭೋಗಾಸಕ್ತಿಯನ್ನು ಹಿಂತೆಗೆದುಕೊಳ್ಳುವ ತಂತ್ರವಾಗಿದೆ. ಚಿತ್ರದಲ್ಲಿ ತೋರಿಸಿರುವಂತೆ ತಲೆಯ ಹಿಂಭಾಗಕ್ಕೆ ಸ್ವಯಂ ಅನ್ನು ಸ್ಥಳಾಂತರಿಸಲು ಅಥವಾ ಚಲಿಸಲು ಪ್ರಯತ್ನಿಸಿ. ಇದರರ್ಥ, ಸ್ವಯಂನ-ಕೇಂದ್ರಭಾಗವನ್ನು ಮಿದುಳಿನಲ್ಲಿನ ಅದರ ಮಾಮೂಲಾದ ಕೇಂದ್ರೀಕೃತ ಸ್ಥಾನದಿಂದ ದೂರ ಎಳೆಯುವುದು ಎಂದಾಗಿದೆ. ಒಮ್ಮೆ ಸ್ವಯಂನ-ಕೇಂದ್ರಭಾಗವು ಸ್ಥಳಾಂತರಗೊಂಡರೆ, ಅದು ಅದರ ಮಾಮೂಲಾದ ಸ್ಥಾನಕ್ಕೆ ಹಿಂದಿರುಗಲು ಪ್ರಯತ್ನಿಸುತ್ತದೆ, ಆದರೆ ಅದನ್ನು ಆ ಸ್ಥಳದಲ್ಲಿ ತಲೆಯ ಹಿಂಭಾಗದಲ್ಲಿ ಹಿಡಿದಿಟ್ಟುಕೊಳ್ಳಬೇಕು, ಅಲ್ಲಿ ನರಗಳ ಶಕ್ತಿಯು ಕಡಿಮೆಯಾಗುತ್ತದೆ. ಇದನ್ನು ಒಂದು ಯೋಗದ ಭಂಗಿಯಲ್ಲಿ ಅಥವಾ ಒಂದು ಕುರ್ಚಿಯ ಮೇಲೆ ಕುಳಿತುಕೊಂಡು ಅಥವಾ ದೇಹವು ಒರಗಿಕೊಂಡಿರುವಾಗಲೂ ಕೂಡ ಮಾಡಬಹುದು.

ಸ್ವಯಂನ-ಕೇಂದ್ರಭಾಗವು ಕೇಂದ್ರೀಕೃತ ಸ್ಥಾನದಲ್ಲಿ

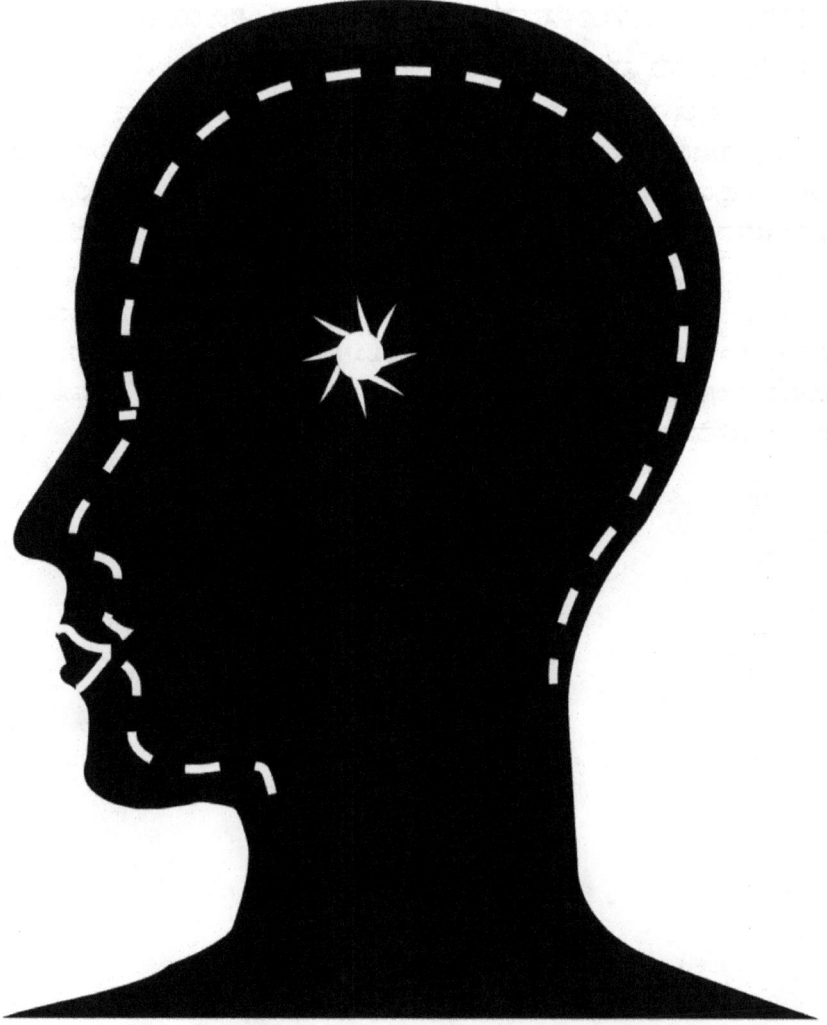

ಸ್ವಯಂನ–ಕೇಂದ್ರಭಾಗವು ತಲೆಯ ಹಿಂಭಾಗಕ್ಕೆ ಸ್ಥಳಾಂತರಗೊಂಡಿರುವುದು

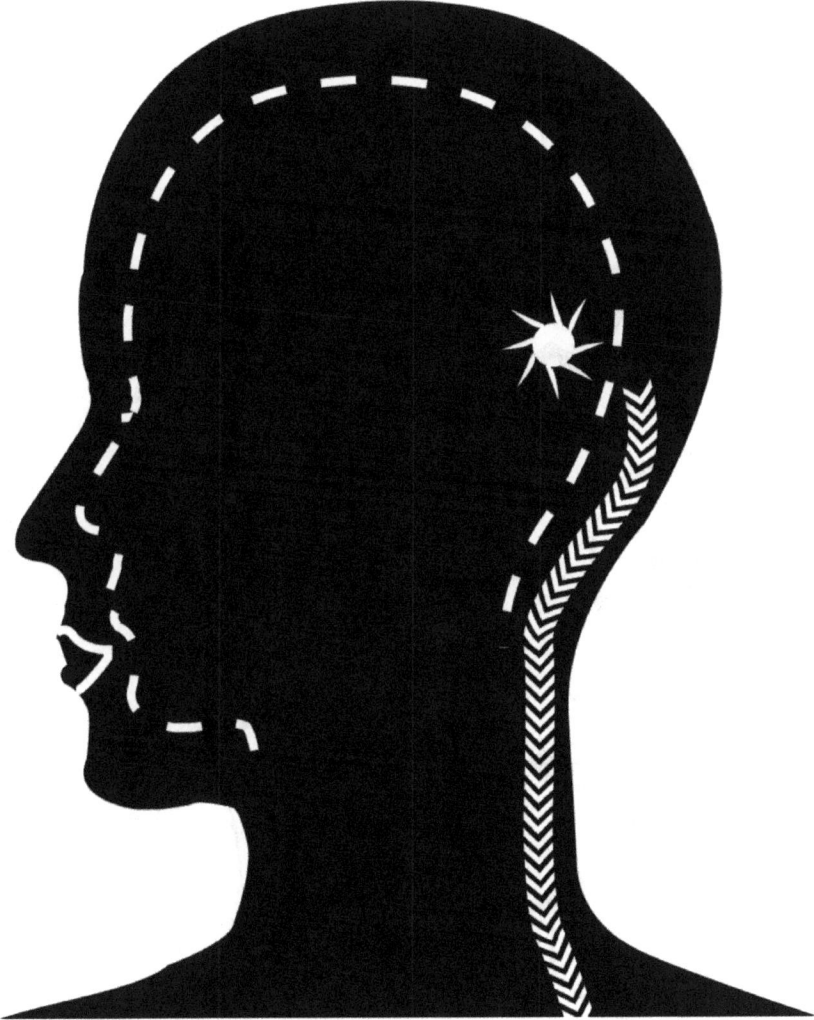

ಲಲಾಟ ಚಕ್ರ

ಲಲಾಟ ಚಕ್ರವು ಹಣೆಯ ಮೇಲಿನ ತಿರುವಿನಲ್ಲಿ ಇದೆ. ಇದನ್ನು ಮುಂಜಾನೆಯಲ್ಲಿ, ಒಂದು ಕತ್ತಲೆಯ ಸ್ಥಳದಲ್ಲಿ, ಹಾಸಿಗೆಯಿಂದ ಎದ್ದ ನಂತರ ಶೀಘ್ರದಲ್ಲಿಯೇ ಸುಲಭವಾಗಿ ನೋಡಬಹುದು. ಇದನ್ನು ನೋಡಲು ಮೇಲೆ ನೋಡಿದರೆ ಇದು ಕಣ್ಮರೆಯಾಗುತ್ತದೆ, ಆದರೆ ಕತ್ತಲೆಯಲ್ಲಿ ಕಣ್ಣುಗಳನ್ನು ಕೆಳಮುಖವಾಗಿ ನೋಡುತ್ತಿರುವಂತೆ ಇರಿಸಿಕೊಂಡರೆ, ಒಬ್ಬನು ಹಣೆಯಲ್ಲಿ ಮೇಲುಗಡೆ ಅದರ ಬಿಳಿಯ ಅಥವಾ ಹಳದಿಯ ಮಿನುಗುತ್ತಿರುವ ಕ್ರಿಯೆಯನ್ನು ನೋಡಬಹುದು.

ಇದಲ್ಲದೆ, ಈ ಚಕ್ರವು ಬುದ್ಧಿ ಎಂಬ ಬುದ್ಧಿಶಕ್ತಿ ಅಂಗದ ಭಾಗವಾಗಿದೆ ಎಂಬುದನ್ನು ನನಗೆ ಯೋಗೇಶ್ವರನಂದ ಯೋಗಿರಾಜರು ಬಹಿರಂಗಪಡಿಸಿದರು.

ಲಲಾಟ ಚಕ್ರವು ಬುದ್ಧಿಶಕ್ತಿಯ ವಿಸ್ತರಣೆಯಾಗಿ ಗ್ರಹಿಸಲಾಗುತ್ತಿರುವುದು

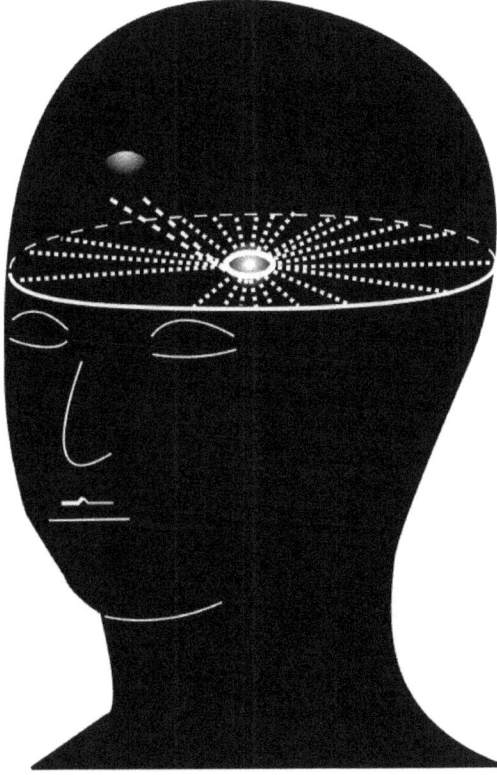

ಮೇಲಿನ ಚಿತ್ರದಲ್ಲಿ ಬುದ್ಧಿಶಕ್ತಿಯ ಬೆಳಕನ್ನು ಚಿತ್ರಿಸಲಾಗಿಲ್ಲ, ಸ್ವಯಂನ-ಕೇಂದ್ರಭಾಗವನ್ನು ತೋರಿಸಲಾಗಿದೆ. ಇದನ್ನು ಗ್ರಹಿಸುತ್ತಿರುವಾಗ, ಒಬ್ಬ ವ್ಯಕ್ತಿಗೆ ಸ್ವಯಂನ-ಕೇಂದ್ರಭಾಗದ ಹಾಗೂ ಲಲಾಟ-ಮಿನುಗುತ್ತಿರುವ-ಚಕ್ರದ ನಡುವೆ ಇರುವ ಬುದ್ಧಿಶಕ್ತಿಯ ಬಗ್ಗೆ ಸಾಮಾನ್ಯವಾಗಿ ಅರಿವಿರುವುದಿಲ್ಲ. ಈ ಗ್ರಹಿಕೆಯ ಸಮಯದಲ್ಲಿ ಒಬ್ಬನು ಬುದ್ಧಿಶಕ್ತಿಯನ್ನು ನೋಡುವುದಿಲ್ಲವಾದ್ದರಿಂದ ಅದನ್ನು ಚಿತ್ರಿಸಲಾಗಿಲ್ಲ, ಆದರೆ ಅದು ಸ್ವಯಂನ-ಕೇಂದ್ರಭಾಗದ ಹಾಗೂ ಲಲಾಟ ಚಕ್ರದ ನಡುವೆ ಒಂದು ಅದೃಶ್ಯ ಅಂಗವಾಗಿ ಅಲ್ಲಿ ಇದೆ.

ಸೂಕ್ಷ್ಮ ದೇಹದ ತಲೆಯಲ್ಲಿ ನೋಡಲ್ಪಡುವ ಅಥವಾ ಗ್ರಹಿಸಲ್ಪಡುವ ಬಹುಮಟ್ಟಿಗೆ ಎಲ್ಲಾ ಸೂಕ್ಷ್ಮ ಬೆಳಕುಗಳು ಸೂಕ್ಷ್ಮ ರೂಪದ ಮನಸ್ಸಿನ ಪರಿಸರದಲ್ಲಿರುವ ಬುದ್ಧಿ ಎಂಬ ಅಂಗದಿಂದ ಹೊರಹೊಮ್ಮುತ್ತಿವೆ ಎಂಬುದನ್ನು ಯೋಗೇಶ್ವರನಂದರು ತೋರಿಸಿದರು. ಪ್ರಾಪಂಚಿಕ ದೃಷ್ಟಿಕೋನದಿಂದ, ಮನಸ್ಸು ಹಾಗೂ ಬುದ್ಧಿಶಕ್ತಿಯು ಕೇವಲ ಜಾಗೃತ ಶಕ್ತಿಯ ಒಂದು

ಪ್ರಕಾರವಾಗಿದೆ, ಆದರೆ ವಾಸ್ತವತೆಯಲ್ಲಿ, ಮನಸ್ಸು, ಮಾನಸಿಕ ಜಾಗದ ಒಂದು ಆವೃತ ಜಾಗವಾಗಿದೆ. ಬುದ್ಧಿಶಕ್ತಿಯು ಆ ಜಾಗದಲ್ಲಿ, ಮಿನುಗುತ್ತಿರುವ ಒಂದು ಅಂಗವಾಗಿದೆ.

ಮನಸ್ಸು, ಹಾಗೂ ಬುದ್ಧಿಯ ನಡುವಿನ ವ್ಯತ್ಯಾಸವನ್ನು ಗುರುತಿಸಲು ನೆರವಾಗಬಹುದಾದ ಕೆಲವು ಚಿತ್ರಗಳು ಇಲ್ಲಿವೆ. ತಲೆಬುರುಡೆಯು ಮೆದುಳಿಗೆ ಒಂದು ಆವರಣ ಆಗಿರುವಂತೆಯೇ, ಮನಸ್ಸು, ಬುದ್ಧಿಯ ಅಂಗವನ್ನು ಹೊಂದಿರುವ ಒಂದು ಶಕ್ತಿಯ ಕ್ಷೇತ್ರವಾಗಿದೆ.

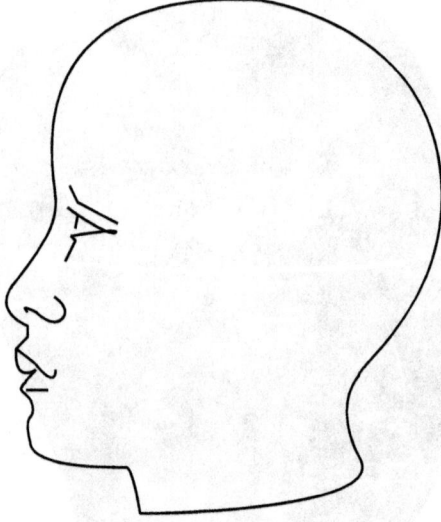

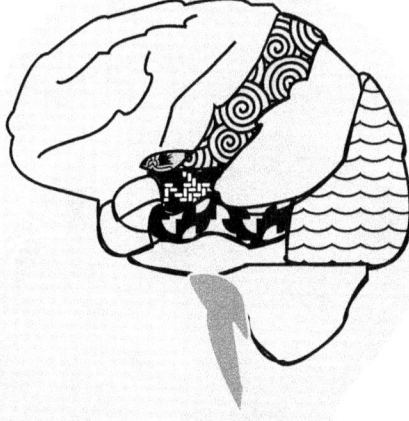

ಇಲ್ಲಿ ತಲೆಬುರುಡೆಯು ಒಂದು ಅಸ್ಪಷ್ಟವಾದ ಅತೀಂದ್ರಿಯ ಶಕ್ತಿಯಿಂದ ಸುತ್ತುವರಿಯಲ್ಪಟ್ಟಿದೆ.

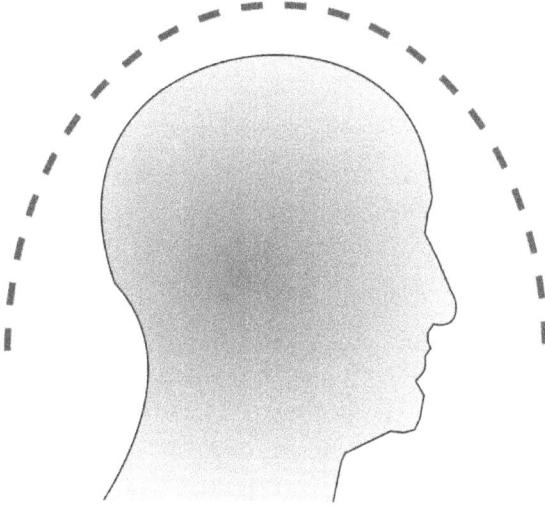

ಬುದ್ಧಿ ಎಂಬ ಬುದ್ಧಿಶಕ್ತಿಯು ಕಾರ್ಯ ನಿರ್ವಹಿಸುವಾಗ ಮನಸ್ಸಿನ ಕ್ಷೇತ್ರವು ಬಿಗಿಯಾಗುತ್ತಾ ಹಾಗೂ ಸುವ್ಯಕ್ತವಾಗುತ್ತಾ ಕುಗ್ಗುತ್ತದೆ.

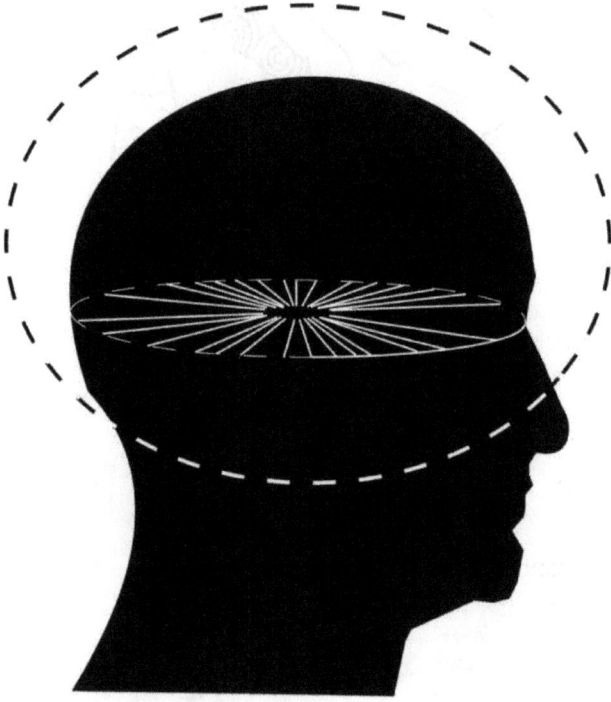

ಬುದ್ಧಿಯು ಒಂದು ಇಂದ್ರಿಯ ವಸ್ತುವನ್ನು ಪತ್ತೆ ಮಾಡಿದಾಗ, ಅಥವಾ ಜೀವ ಶಕ್ತಿಯು ಒಂದು ಇಂದ್ರಿಯ ವಸ್ತುವನ್ನು ಗ್ರಹಿಸಿದಾಗ, ಬುದ್ಧಿಯು ವಸ್ತುವಿನಿಂದ ಪಡೆಯಬಹುದಾದ ಮಾಹಿತಿಯನ್ನು ಹೀರಿಕೊಳ್ಳಲು ತ್ವರಿತವಾಗಿ ಮಿನುಗುತ್ತದೆ. ಇದು ಆತಂಕವನ್ನುಂಟು ಮಾಡುತ್ತದೆ. ಪ್ರಾಪಂಚಿಕ ದೃಷ್ಟಿಕೋನದಿಂದ ಈ ಪತ್ತೆ ಮಾಡುವ ಕ್ರಿಯೆಯು ಒಳ್ಳೆಯದು, ಆದರೆ ಉನ್ನತ ಯೋಗದ ದೃಷ್ಟಿಕೋನದಿಂದ ಇದು ಅನಗತ್ಯ. ಆದ್ದರಿಂದ, ತಮ್ಮ ಯೋಗ ಸೂತ್ರದ ಎರಡನೇ ಶ್ಲೋಕದಲ್ಲಿ ಪತಂಜಲಿಯವರು ನಮಗೆ ಅಪಾಯದ ಬಗ್ಗೆ ಎಚ್ಚರಿಸುತ್ತಾರೆ:

- *ಯೋಗ ಕೌಶಲ್ಯವನ್ನು ಮಾನಸಿಕ-ಭಾವನಾತ್ಮಕ ಶಕ್ತಿಯ ಕಂಪಿಸುವ ಪ್ರಕಾರಗಳ ಪ್ರಜ್ಞಾಪೂರ್ವಕ ಕಾರ್ಯಾಚರಣೆ-ಇಲ್ಲದ ಮೂಲಕ ನಿರೂಪಿಸಲಾಗುತ್ತದೆ. (ಯೋಗ ಸೂತ್ರಗಳು ೧.೨)*

ಕಲ್ಪನೆಗಳನ್ನು ನಿಲ್ಲಿಸುವುದು ಎಂದರೆ ಕೇವಲ ಆಲೋಚನೆಯನ್ನು ನಿಲ್ಲಿಸುವುದು ಎಂದು ಕೆಲವರಿಂದ ಅರ್ಥೈಸಲಾಗುತ್ತದೆ. ಇತರರು ಅದನ್ನು ಇಂದ್ರಿಯಗಳ ಬೆನ್ನಟ್ಟುವಿಕೆಗಳನ್ನು ನಿಲ್ಲಿಸುವುದು ಎಂದು ಹೇಳುತ್ತಾರೆ. ಯೋಗ ಅಭ್ಯಾಸದಲ್ಲಿ, ಬುದ್ಧಿಶಕ್ತಿಯ ಅಂಗವು ಮಿನುಗುವುದನ್ನು ನಿಲ್ಲಿಸುತ್ತದೆ ಅಥವಾ ಸೂಕ್ಷ್ಮ ಅಥವಾ ಸ್ಥೂಲ ವಸ್ತುಗಳನ್ನು

ಪತ್ತೆಹಚ್ಚುವುದನ್ನು ನಿಲ್ಲಿಸುತ್ತದೆ ಎಂದರ್ಥ. ಅದು ಪ್ರಾಪಂಚಿಕ ಕಂಪನಗಳಿಗೆ ಪ್ರತಿಕ್ರಿಯೆ ರಹಿತವಾಗುತ್ತದೆ.

ಈ ದೇಹವು ಶೈಶವಾವಸ್ಥೆಯಲ್ಲಿ ಇದ್ದಾಗಿನಿಂದ ಸೂಕ್ಷ್ಮ ದೇಹದಲ್ಲಿನ ಬುದ್ಧಿ ಅಂಗವು ಬಹಳ ಸೂಕ್ಷ್ಮಗ್ರಾಹಿಯಾಗಿತ್ತು, ಆದರೆ ನಾನು ಅದರ ಕಾರ್ಯಾಚರಣೆಗಳನ್ನು ಅರ್ಥಮಾಡಿಕೊಳ್ಳಲಿಲ್ಲ. ನಾನು ಅನೇಕ ಶಿಕ್ಷಕರ ಬಳಿಗೆ ಹೋದೆ, ಮತ್ತು ಈ ಬಹುತೇಕ ವ್ಯಕ್ತಿಗಳು ಸೋಗು-ಹಾಕುವವರಾಗಿದ್ದರು ಎಂಬುದನ್ನು ತಿಳಿಸಲು ನಾನು ವಿಷಾದಿಸುತ್ತೇನೆ. ಅವರ ಮಾನ್ಯತೆಗೆ ಅವರು ಧಾರ್ಮಿಕರಾಗಿದ್ದರು, ದೈವಭಕ್ತಿಯುಳ್ಳವರಾಗಿದ್ದರು, ಸಂತ ಸದೃಶರಾಗಿದ್ದರು, ಅಥವಾ ಪ್ರಾಮಾಣಿಕರಾಗಿದ್ದರು, ಆದರೆ ಅವರಿಗೆ ಸ್ವಲ್ಪ ಅಥವಾ ಯಾವುದೇ ಅತೀಂದ್ರಿಯ ಅನುಭವವಿರಲಿಲ್ಲ, ಆದರೂ ಅವರು ಅತೀಂದ್ರಿಯ ವಿಷಯಗಳ ಬಗ್ಗೆ ಉಪನ್ಯಾಸ ಮಾಡಿದರು ಅಥವಾ ಮಾತನಾಡಿದರು. ಸ್ವಾಭಾವಿಕವಾಗಿ, ಒಬ್ಬ ಮನುಷ್ಯನಿಗೆ ನಾಯಕತ್ವದ ಪ್ರವೃತ್ತಿ ಇದ್ದರೆ, ಆತನಿಗೆ ಮಾರ್ಗದರ್ಶನವನ್ನು ನೀಡಲು ಅರ್ಹತೆ ಇಲ್ಲದಿದ್ದರೂ ಕೂಡ, ಆತನು ನಾಯಕತ್ವವನ್ನು ವಹಿಸಿಕೊಳ್ಳದೇ ಬೇರೇನು ಮಾಡಲು ಸಾಧ್ಯ?

ನಾನು ಶೈಶವಾವಸ್ಥೆಯಲ್ಲಿ ಇದ್ದಾಗಿನಿಂದ ನಾನು ಬೆಳಗಿನ ಜಾವದಲ್ಲಿ, ವಿಶೇಷವಾಗಿ ಕತ್ತಲೆಯಲ್ಲಿ, ಮಿನುಗುತ್ತಿರುವ, ಹಳದಿಯಲ್ಲದ, ನಸು ನೀಲಿಯಲ್ಲದ, ಸ್ಫಟಿಕದಂಥ ಬೆಳಕನ್ನು ನೋಡುತ್ತಿದ್ದೆ. ಅದು ತಲೆಯಲ್ಲಿ ಮಿನುಗುತ್ತದೆ ಎಂಬುದನ್ನು ಹೊರತುಪಡಿಸಿದರೆ, ಅದು ಗಣಿಗಾರರ ಹಣೆಯ ದೀಪದಂತೆಯೇ ಇದೆ. ಪೊಲೀಸಿನ ಕಾರಿನ ಮೇಲಿರುವ ತುರ್ತು ದೀಪದಂತೆ ಅದು ತಿರುಗುತ್ತಿದ್ದಂತೆ, ಬೆಳಕು ಎಲ್ಲಾ ದಿಕ್ಕುಗಳಲ್ಲಿ ಬಾಹ್ಯ ಹೋಗುತ್ತದೆ. ನಾನು ಆ ಬೆಳಕಿನ ಬಗ್ಗೆ ಆಶ್ಚರ್ಯ ಪಡುತ್ತಿದ್ದೆ. ನಾನು ಯೋಗ ಪುಸ್ತಕಗಳಲ್ಲಿ ಹುಡುಕೀ ಹುಡುಕಿದೆ. ಕ್ರಮೇಣವಾಗಿ ಅದು ಲಲಾಟ ಚಕ್ರವೆಂದು ನನಗೆ ಸುಳಿವು ಸಿಕ್ಕಿತು. ನನಗೆ ಅದು ಭ್ರೂ ಚಕ್ರ ಅಲ್ಲವೆಂದು ತಿಳಿದಿತ್ತು, ಏಕೆಂದರೆ ಅದು ಹಣೆಯಲ್ಲಿ ಬಹಳ ಮೇಲೆ ಇದೆ. ಒಬ್ಬ ಯೋಗಿಯು, ಸ್ವಾಮಿ ಸಚ್ಚಿದಾನಂದ ಎಂಬುವವರು ಅದು ಲಲಾಟ ಚಕ್ರವೆಂದು ಹೇಳಿದರು. ನಂತರ ಆದರೆ, ಶ್ರೀಲ ಯೋಗೇಶ್ವರನಂದ ಅವರು, ಅದು ಕೇವಲ ಸೂಕ್ಷ್ಮ ದೇಹದ ತಲೆಯಲ್ಲಿ ಅಲ್ಲಿ ಇಲ್ಲಿ ಮಿನುಗುತ್ತಿರುವ ಬುದ್ಧಿ ಎಂದು ನನಗೆ ತೋರಿಸಿದರು.

ಈ ಲಲಾಟ ಚಕ್ರವು ತಲೆಯ ಮೇಲಿನ ಭಾಗದಲ್ಲಿ ಇದೆ. ಎಲ್ಲಾ ಬದುಕಿರುವ ಜೀವಿಗಳು, ಪ್ರಾಣಿಗಳು ಹಾಗೂ ಕೀಟಗಳು ಇದನ್ನು ಹೊಂದಿವೆ. ನಾವು ಒಂದಷ್ಟು ಬುದ್ಧಿವಂತಿಕೆಯನ್ನು ಪತ್ತೆ ಮಾಡಿದಾಗಲೆಲ್ಲ ಇದು ಇರುತ್ತದೆ. ಆದರೂ, ಅದರ ಸೂಕ್ಷ್ಮತೆಯ ಕಾರಣದಿಂದ ನಮ್ಮಲ್ಲಿ ಬಹುತೇಕರಿಗೆ ಅದನ್ನು ಗ್ರಹಿಸಲಾಗುವುದಿಲ್ಲ.

ಲಲಾಟ ಚಕ್ರದ ಹಾಗೂ ಬುದ್ಧಿಯ ಪರಿಭ್ರಮಣದ ದಿಕ್ಕು ಮುಂದಿನ ಚಿತ್ರದಲ್ಲಿ ತೋರಿಸಲಾಗಿದೆ. ಇದು ನನ್ನ ಅನುಭವದ ಪ್ರಕಾರವಾಗಿದೆ. ಇದು ಒಂದು ಹೆಲಿಕಾಪ್ಟರ್‌ನ ತಿರುಗೋಲಿನಂತೆ ಬಲುಬೇಗನೆ ಸುತ್ತುತ್ತದೆ. ಒಬ್ಬನು ಇದನ್ನು ಅತಿ ವೇಗದಲ್ಲಿ ತಿರುಗುವುದನ್ನು ನೋಡುತ್ತಾನೆ. ಇದು ಅಪ್ರದಕ್ಷಿಣವಾಗಿ ತಿರುಗುತ್ತಿರುವಂತೆ ತೋರುತ್ತದೆ.

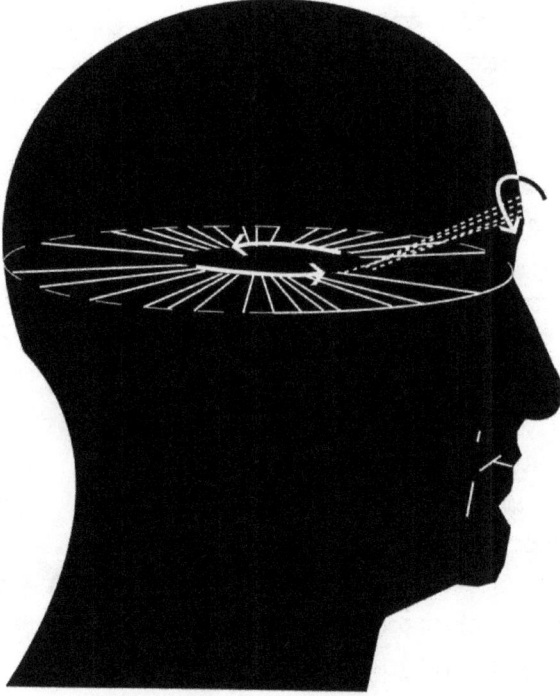

ಪ್ರತ್ಯಾಹಾರ, ಇಂದ್ರಿಯಗಳ ಭೋಗಾಸಕ್ತಿಯನ್ನು ಹಿಂತೆಗೆದುಕೊಳ್ಳುವುದು

ಯೋಗದ ಒಂದು ಅತ್ಯಂತ ಪ್ರಮುಖವಾದ ಅಂಶವೆಂದರೆ ಇಂದ್ರಿಯಗಳ ಶಕ್ತಿಯನ್ನು ಹಿಂತೆಗೆದುಕೊಳ್ಳುವುದು. ಪ್ರತಿ ಆಧ್ಯಾತ್ಮಿಕ ಗುಂಪು ಇಂದ್ರಿಯಗಳ ನಿಗ್ರಹದ ಕೆಲವು ಪ್ರಕಾರವನ್ನು ಬಳಸುತ್ತವೆ. ಪ್ರತ್ಯಾಹಾರ ವೆಂದರೆ ಭೌತಿಕ ಪ್ರಪಂಚದಿಂದ ಇಂದ್ರಿಯಗಳ ಶಕ್ತಿಗಳನ್ನು ಸಂಪೂರ್ಣವಾಗಿ ಹಿಂತೆಗೆದುಕೊಳ್ಳುವುದು ಎಂದರ್ಥ. ಇದು ಭೌತಿಕ ಶಕ್ತಿಯ ವಿವಿಧ ಹಂತಗಳನ್ನು ಲಾಭಕರವಾಗಿ ಬಳಸಿಕೊಳ್ಳುವ ಆಸಕ್ತಿಯನ್ನು ತೆಗೆದುಹಾಕುವುದು ಎಂದಾಗಿದೆ. ಈ ಶೋಷಿಸುವ ಪ್ರವೃತ್ತಿಗಳು ಕಾರಣಾತ್ಮಕ ದೇಹದಿಂದ ಹೊರ ಬರುತ್ತವೆ, ಆದರೆ ನಮ್ಮಲ್ಲಿ ಬಹುತೇಕರಿಗೆ ಕಾರಣಾತ್ಮಕ ರೂಪವು ಗೊತ್ತಿಲ್ಲ. ಕೆಲವೊಮ್ಮೆ ಯಾರಾದರೂ "ನನ್ನನ್ನು" ಅಥವಾ "ನಾನು" ಎಂದು ಹೇಳಿದರೆ, ಒಂದು ಅಥವಾ ಎರಡೂ ಕೈಗಳು ಸ್ವಾಭಾವಿಕವಾಗಿ ಎದೆಯ ಕೇಂದ್ರೀಯ ಪ್ರದೇಶಕ್ಕೆ ಹೋಗುತ್ತದೆ.

ಇದು ಕಾರಣಾತ್ಮಕ ದೇಹದ ಸ್ಥಳದ ಸೂಚನೆಯಾಗಿದೆ. ಇದು ಒಂದು ಸೂಕ್ಷ್ಮ ಆಯಾಮವಾಗಿದೆ. ಪ್ರತ್ಯಾಹಾರ ವೆಂದರೆ ನಮ್ಮ ಇಂದ್ರಿಯ ಆಸಕ್ತಿಯನ್ನು ಹಿಂತೆಗೆದುಕೊಳ್ಳಲಾಗುತ್ತಿದೆ ಎಂದರ್ಥ. ಇದು ಒಂದು ಕಷ್ಟದ ಹಾಗೂ ಅಸ್ವಾಭಾವಿಕ ಸಾಹಸಕಾರ್ಯವಾಗಿದೆ. ಇನ್ನು ಮುಂದೆ ನಮಗೆ ಈ ಪ್ರಪಂಚದ ಯಾವುದೇ ಅಗತ್ಯವಿಲ್ಲ ಎಂದು ನಮ್ಮಲ್ಲಿ ಯಾರು ಪ್ರಾಮಾಣಿಕವಾಗಿ ಹಾಗೂ ನಿಜವಾಗಿ ಹೇಳಬಲ್ಲರು? ನಾವು ಕೇವಲ ಸ್ವಲ್ಪ ಆಸಕ್ತಿಯನ್ನು ಇಟ್ಟುಕೊಂಡಿರುವವರೆಗೆ ಇಡೀ ಪ್ರಪಂಚವು ತೆರೆದುಕೊಂಡಿರುತ್ತದೆ, ಮತ್ತು ಇಂದ್ರಿಯ ಶಕ್ತಿಗಳು ಹಠಾತ್ ಪ್ರವೃತ್ತಿಯಿಂದ ಹೊರಗೆ ಹರಿಯುವುದನ್ನು ಆರಂಭಿಸುವ ಸಾಧ್ಯತೆಯಿರುತ್ತದೆ.

ಇಂದ್ರಿಯಗಳ ಭೋಗಾಸಕ್ತಿಯ ಹಿಂತೆಗೆದುಕೊಳ್ಳುವಿಕೆಯು, ನೀವು ಅತಿ ಹೆಚ್ಚು ಬಳಸುವ ಪ್ರವೃತ್ತಿಯಿರುವ ಇಂದ್ರಿಯಗಳನ್ನು ಒಳಕ್ಕೆ ಎಳೆದುಕೊಳ್ಳುವ ಮೂಲಕ ಆರಂಭವಾಗುತ್ತದೆ. ಸಾಮಾನ್ಯವಾಗಿ ಇದು ದೃಷ್ಟಿಯ ಇಂದ್ರಿಯವಾಗಿದೆ. ಆದರೆ, ನಿಮಗೆ ಇನ್ನೂ ಹೆಚ್ಚು ಪ್ರಬಲವಾಗಿರುವ ಇಂದ್ರಿಯ ಇದ್ದರೆ, ಆಗ ಅದನ್ನು ಒಳಕ್ಕೆಳೆದುಕೊಳ್ಳಿ. ಕುರುಡ ವ್ಯಕ್ತಿಯ ಸಂದರ್ಭದಲ್ಲಿ ಇರುವಂತೆ, ನೀವು ಕಣ್ಣಿಗಿಂತ ಕಿವಿಯನ್ನು ಹೆಚ್ಚು ಬಳಸುತ್ತೀರಿ ಎಂದು ಊಹಿಸಿಕೊಳ್ಳಿ; ಆಗ ನಿಮ್ಮ ಕೇಳಿಸಿಕೊಳ್ಳುವ ಶಕ್ತಿಯನ್ನು (ಶ್ರವಣಶಕ್ತಿಯನ್ನು) ಒಳಕ್ಕೆ ಎಳೆದುಕೊಳ್ಳುವ ಮೂಲಕ ಆರಂಭಿಸಿ.

ಎಲ್ಲಾ ಶಕ್ತಿಗಳನ್ನು ಒಟ್ಟಾಗಿ ಯಾಗಲಿ ಅಥವಾ ಒಂದೊಂದಾಗಿ ಯಾಗಲಿ ಹಿಂತೆಗೆದುಕೊಳ್ಳಬೇಕು. ಪ್ರತಿಯೊಂದನ್ನು ಪ್ರತ್ಯೇಕಿಸಬೇಕು, ಗುರುತಿಸಬೇಕು, ಮತ್ತು ಹಿಂತೆಗೆದುಕೊಳ್ಳಬೇಕು. ಇಂದ್ರಿಯ ಆಸಕ್ತಿಯ ಹಲವಾರು ಎಳೆಗಳು ಇವೆ, ಅವುಗಳನ್ನು ಇಂದ್ರಿಯ ನಿಯಂತ್ರಣಕ್ಕಾಗಿ ಹಿಂತೆಗೆದುಕೊಳ್ಳಬೇಕು. ಇವುಗಳಲ್ಲಿ ಕೆಲವು ಹೀಗಿವೆ: ದೃಷ್ಟಿ ಇಂದ್ರಿಯ, ಶ್ರವಣ ಇಂದ್ರಿಯ, ಸ್ಪರ್ಶದ ಇಂದ್ರಿಯ, ರುಚಿ ನೋಡುವ ಇಂದ್ರಿಯ, ವಾಸನೆ ಗ್ರಹಿಸುವ ಇಂದ್ರಿಯ, ಆಹಾರ ಹೀರಿಕೊಳ್ಳುವ ಇಂದ್ರಿಯ, ಮತ್ತು ಲೈಂಗಿಕ ಶಕ್ತಿಯ ಅಭಿವ್ಯಕ್ತಿಯ ಇಂದ್ರಿಯ.

ಮುಂದುವರೆದ ಹಂತಗಳಲ್ಲಿ ಇಂದ್ರಿಯಗಳ ಭೋಗಾಸಕ್ತಿಯನ್ನು ಹಿಂತೆಗೆದುಕೊಳ್ಳುವುದನ್ನು ಕರಗತ ಮಾಡಿಕೊಂಡಾಗ, ಶಕ್ತಿಯು ಮನಸ್ಸಿನೊಳಗೆ ದಿಕ್ಕನ್ನು ಹಿಮ್ಮೊಗವಾಗಿ ತಿರುಗಿಸುತ್ತದೆ ಮತ್ತು ಒಂದು ಚೆಂಡಿನ ಆಕಾರವನ್ನು ತೆಗೆದುಕೊಳ್ಳುತ್ತದೆ ಎಂಬುದನ್ನು ನಾನು ವರ್ಷಗಳ ಅಭ್ಯಾಸದ ನಂತರ ಕಂಡುಕೊಂಡಿದ್ದೇನೆ. ಇಲ್ಲಿ ಚಿತ್ರಗಳ ಒಂದು ಸರಣಿ ಇದೆ:

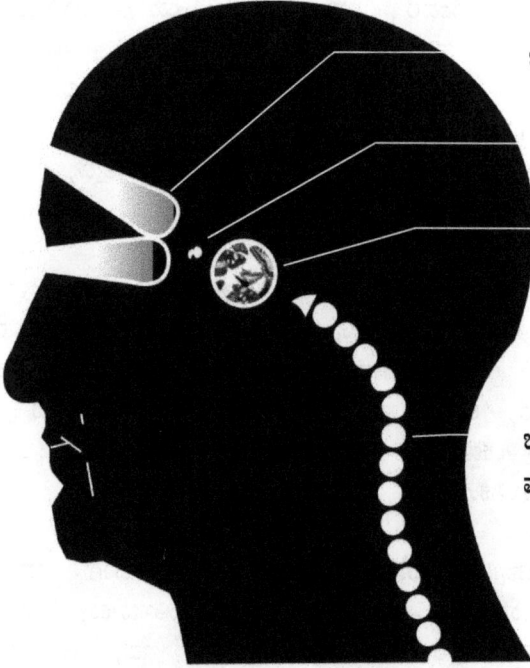

ಬುದ್ಧಿಶಕ್ತಿ

ಮೌನವಾಗಿರುವ ಆತ್ಮ,

ಜೀವ ಶಕ್ತಿಯ ಪ್ರಬಲ
ಪ್ರಚೋದನೆಗಳು

ಜೀವ ಶಕ್ತಿಯ ಪ್ರಬಲ
ಪ್ರಚೋದನೆಯ ವರ್ಗಾವಣೆ

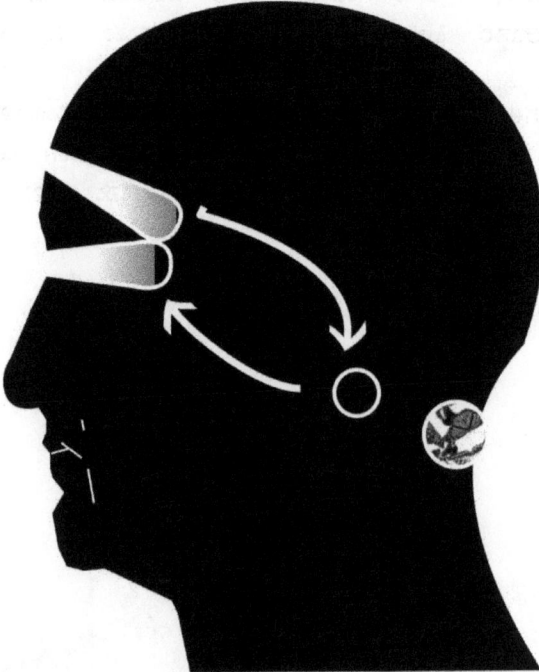

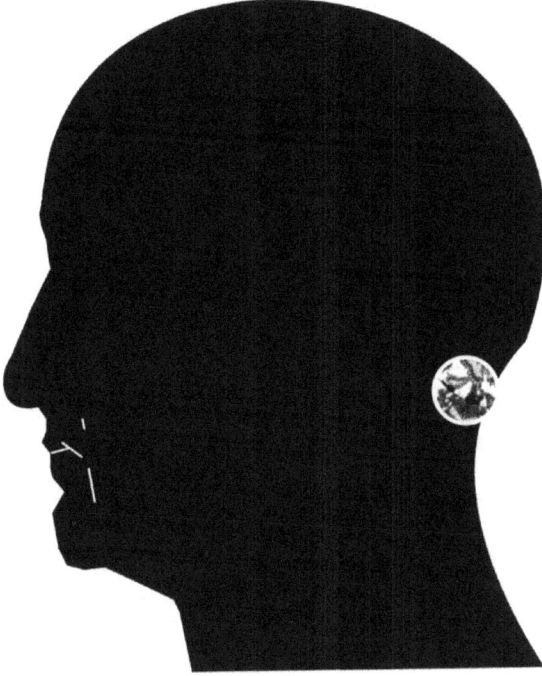

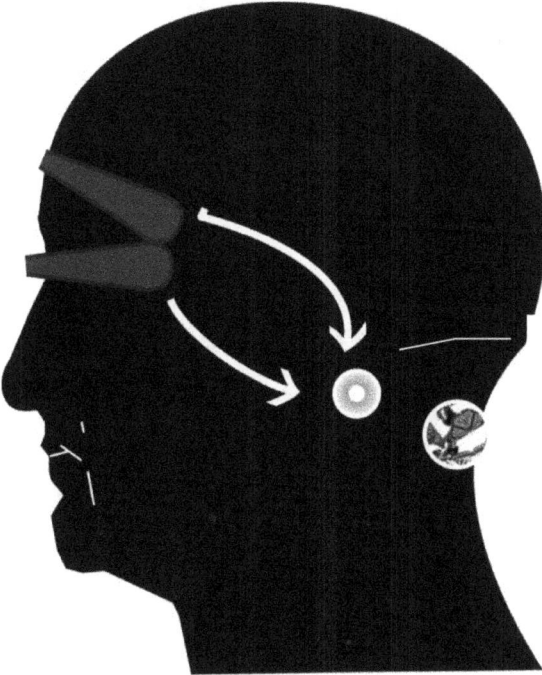

ಸೆರೆಹಿಡಿದ ದೃಷ್ಟಿಯ ಶಕ್ತಿಯೊಂದಿಗೆ ಸ್ಥಳಾಂತರಗೊಂಡ ಬುದ್ಧಿಶಕ್ತಿ

ತೆರೆದ-ಕಣ್ಣಿನ ಧ್ಯಾನ

ಈಗ ಧ್ಯಾನವನ್ನು ಮಾಡಲು ಆರಂಭಿಸುವ ವ್ಯಕ್ತಿಗಳು, ಮಂದಪ್ರಕಾಶದ ಬೆಳಕಿನಲ್ಲಿಯಾಗಲಿ ಅಥವಾ ಕತ್ತಲೆಯಲ್ಲಿಯಾಗಲಿ ಕಣ್ಣುಗಳನ್ನು ಮುಚ್ಚಿಕೊಂಡು ಏಕಾಂತದಲ್ಲಿ ಅದನ್ನು ಮಾಡಬೇಕು. ಆರಂಭದಲ್ಲಿ ಒಬ್ಬ ವ್ಯಕ್ತಿಯು ಮನಸ್ಸನ್ನು ಶಾಂತವಾಗಿಸಬಹುದಾದ ಅತ್ಯುತ್ತಮ ಪರಿಸ್ಥಿತಿಯನ್ನು ಕಂಡುಕೊಳ್ಳಬೇಕು. ಮನಸ್ಸನ್ನು ಶಾಂತವಾಗಿಸುವುದು ಧ್ಯಾನವಲ್ಲ, ಆದರೆ ಅದು ಆರಂಭವಾಗಿದೆ. ಮನಸ್ಸನ್ನು ಶಾಂತಗೊಳಿಸಿದ ಕೂಡಲೇ, ಅನೇಕ ಸುಪ್ತ ಕಲ್ಪನೆಗಳು, ಮಾನಸಿಕ ಶಬ್ದಗಳಾಗಿ ಹಾಗೂ ಚಿತ್ರಗಳಾಗಿ ಇದ್ದಕ್ಕಿದ್ದಂತೆ ಕಾಣಿಸಿಕೊಳ್ಳುತ್ತವೆ. ಇವುಗಳು ದೃಶ್ಯಗಳಾಗಿ, ಯೋಜನೆಗಳಾಗಿ ಹಾಗೂ ಹಗಲುಗನಸುಗಳಾಗಿ ವಿಸ್ತರಿಸುತ್ತವೆ. ಬಹುತೇಕ ಜನರಿಗೆ ಧ್ಯಾನ ಮಾಡಲು ಪ್ರಯತ್ನಿಸುವುದು, ಅವ್ಯವಸ್ಥಿತ ಮಾನಸಿಕ ಚಟುವಟಿಕೆಯೊಂದಿಗೆ ಹಾಗೂ ಯಾದೃಚ್ಛಿಕ ಭಾವನೆಗಳೊಂದಿಗೆ ಹೋರಾಟವಾಗುತ್ತದೆ. ಕೆಲವರು "ನಾನು ಧ್ಯಾನವನ್ನು ಮಾಡುವುದು ಸಾಧ್ಯವೇ ಇಲ್ಲ" ಎಂದು ಒಪ್ಪಿಕೊಳ್ಳುತ್ತಾ ಹತಾಶೆಯಿಂದ ಬಿಟ್ಟುಬಿಡುತ್ತಾರೆ.

ಕಣ್ಣುಗಳು ತೆರೆದಿದ್ದರೆ, ಮನಸ್ಸು ಚಂಚಲವಾಗುತ್ತದೆ. ಹೀಗಾಗಿ ಕಣ್ಣುಗಳನ್ನು ಮುಚ್ಚಿಕೊಂಡಿರಬೇಕು. ಕೆಲವು ಯೋಗಿಗಳು ಅರ್ಧ-ಮುಚ್ಚಿದ ಕಣ್ಣುಗಳನ್ನು ಸೂಚಿಸುತ್ತಾರೆ. ಪೂರ್ತಿಯಾಗಿ-ಮುಚ್ಚಿದ ಕಣ್ಣುಗಳು ಆರಂಭಿಕರಿಗೆ ಅತ್ಯುತ್ತಮ, ಏಕೆಂದರೆ ಅವರು ತೆರೆದ ಕಣ್ಣುರೆಪ್ಪೆಯನ್ನು ಪ್ರವೇಶಿಸುವ ಇಂದ್ರಿಯಜನ್ಯ ಅನುಭವಗಳಿಂದ ಆಯಾಸಗೊಳ್ಳುತ್ತಾರೆ. ಇದರ ಜತೆಗೆ, ಆರಂಭಿಕನು ಧ್ಯಾನವನ್ನು ಕತ್ತಲೆಯಲ್ಲಿ ಅಥವಾ ಮಂದಪ್ರಕಾಶದ ಬೆಳಕಿನಲ್ಲಿ ಮಾಡಿದರೆ ಉತ್ತಮ ಫಲಿತಾಂಶಗಳನ್ನು ಪಡೆಯುತ್ತಾನೆ. ಪ್ರಕಾಶಮಾನವಾದ ಬೆಳಕು ಮೆದುಳಿನ ನರಗಳನ್ನು ಉದ್ರೇಕಿಸುತ್ತದೆ, ಮನಸ್ಸನ್ನು ಪ್ರಚೋದಿಸುತ್ತದೆ, ಹಾಗೂ ಬುದ್ಧಿಶಕ್ತಿಯ ಅಂಗವನ್ನು ಸಕ್ರಿಯಗೊಳಿಸುತ್ತದೆ.

ಒಂದು ಮುಖ್ಯವಾದ ಅಂಶವು ಸ್ಥಳವಾಗಿದೆ. ಅಭ್ಯಾಸ ಮಾಡುತ್ತಿದ್ದ ಅನೇಕ ಪ್ರಾಚೀನ ಯೋಗಿಗಳು ಗುಹೆಗಳಲ್ಲಿ ಅಥವಾ ಕನಿಷ್ಟ ಪಕ್ಷ ಏಕಾಂತವಾಗಿ ವಾಸಿಸುತ್ತಿದ್ದರು. ಗುಹೆಗಳು ಏಕೆ? ಗುಹೆಗಳಲ್ಲಿ ನೇರ ಬೆಳಕು ಇಲ್ಲ. ಮೆದುಳಿನ ನರಗಳು ಶಾಂತವಾಗುತ್ತವೆ. ಬಾಹ್ಯ ಪ್ರಚೋದಕಗಳು ಇರುವುದಿಲ್ಲ. ನಮಗೆ ಗುಹೆಗಳು ಇಲ್ಲದಿರುವುದರಿಂದ, ನಾವು ಏನು ಮಾಡಬೇಕು? ವಾಸ್ತವವಾಗಿ, ನಮ್ಮಲ್ಲನೇಕರು ಗುಹೆ-ತರಹದ ಕೊಠಡಿಗಳಿಗೆ ಹೋಗುತ್ತಾರೆ.

ನಮಗೆ ಬೇಕಾಗಿರುವುದು ಪ್ರಕಾಶಮಾನವಾದ ಬೆಳಕಿಲ್ಲದ, ಸಾಕಷ್ಟು ಗಾಳಿ ಹರಿದಾಟ ಇರುವುದಾಗಿದೆ. ಆಧುನಿಕ ಕೊಠಡಿಗಳು ಅಸಮರ್ಪಕವಾದ ಗಾಳಿಯ-ಹರಿವನ್ನು ಹೊಂದಿರಬಹುದು. ಒಂದು ವಿಧಾನವು ತಲೆಯನ್ನು ಒಂದು ಕಪ್ಪು ಹತ್ತಿ ಬಟ್ಟೆಯಿಂದ ಮುಚ್ಚಿಕೊಂಡು ಕಿಟಕಿಗಳನ್ನು ಮತ್ತು/ಅಥವಾ ಬಾಗಿಲುಗಳನ್ನು ತೆರೆದಿಡುವುದು, ಆದರೆ ಇದು ತಂಪಾದ ಹವಾಮಾನಗಳಲ್ಲಿ ಸೂಕ್ತವಲ್ಲ. ಒಬ್ಬ ವ್ಯಕ್ತಿಯು ಯೋಗದ ಭಂಗಿಯಲ್ಲಿ ಮಲಗಿಕೊಳ್ಳಬಹುದು, ಒರಗಿಕೊಳ್ಳಬಹುದು, ಅಥವಾ ಕುಳಿತುಕೊಳ್ಳಬಹುದು. ಒಬ್ಬ ವ್ಯಕ್ತಿಯ ಬೆನ್ನುಮೂಳೆಯು ನೆಟ್ಟಗೆ, ನೇರವಾಗಿ ಇಲ್ಲದಿದ್ದರೆ ಹಾಗೂ ಆತನ ದೇಹವು ಒಂದು ಅಡ್ಡ-ಕಾಲಿನ ಭಂಗಿಯಲ್ಲಿ ಇಲ್ಲದಿದ್ದರೆ ಆತನು ಧ್ಯಾನವನ್ನು ಮಾಡುವುದು ಸಾಧ್ಯವಿಲ್ಲವೆಂದು ಹೇಳಲಾಗುತ್ತದೆ. ಆದರೆ ಈ ಹೇಳಿಕೆಯು ಸುಲಭವಾಗಿ ಬಗ್ಗಿಸಬಹುದಾದ ಕಾಲುಗಳನ್ನು ಹೊಂದಿರುವವರಿಗೆ ಅನ್ವಯಿಸುತ್ತದೆ. ಇತರರು ಮಲಗಿಕೊಂಡು ಧ್ಯಾನವನ್ನು ಮಾಡಬಹುದು. ದೇಹವು ಯೋಗದ ಭಂಗಿಯಲ್ಲಿ ಆರಾಮವಾಗಿಲ್ಲದಿದ್ದರೆ, ಒಬ್ಬ ವ್ಯಕ್ತಿಯು

ಆ ಭಂಗಿಯಲ್ಲಿ ಧ್ಯಾನವನ್ನು ಮಾಡುವುದು ಸಾಧ್ಯವಿಲ್ಲ. ಯಾವುದೇ ಬಿಗಿಯಾದ ಎಳೆತವು ಜೀವ ಶಕ್ತಿಯ ಹಾಗೂ ಮನಸ್ಸಿನ ಗಮನವನ್ನು ಸೆಳೆಯುತ್ತದೆ. ಇವು ಪ್ರತಿಯಾಗಿ ಬುದ್ಧಿಶಕ್ತಿಯನ್ನು ಸಕ್ರಿಯಗೊಳಿಸುತ್ತವೆ. ಒಮ್ಮೆ ಬುದ್ಧಿಶಕ್ತಿಯನ್ನು ಎಚ್ಚರಿಸಿದರೆ ಧ್ಯಾನವು ಕೊನೆಗೊಳ್ಳುತ್ತದೆ. ಹೀಗಾಗಿ ಭಂಗಿಯಲ್ಲಿ ಪ್ರವೀಣನಲ್ಲದ ಒಬ್ಬ ವ್ಯಕ್ತಿಯು ಒಂದು ಕುರ್ಚಿಯ ಮೇಲೆ ಕುಳಿತುಕೊಂಡು, ಒರಗಿಕೊಂಡು, ಅಥವಾ ಕೆಳಗೆ ಮಲಗಿಕೊಂಡು ಧ್ಯಾನವನ್ನು ಮಾಡಬಹುದು.

ನನ್ನ ಕಣ್ಣುಗಳನ್ನು ಪೂರ್ತಿಯಾಗಿ ತೆರೆದುಕೊಂಡು ಧ್ಯಾನ ಮಾಡುವುದಕ್ಕೆ ಶಿವ ದೇವರು ನನಗೆ ಒಂದು ವಿಧಾನವನ್ನು ಕಲಿಸಿಕೊಟ್ಟರು. ಈ ಪ್ರಕ್ರಿಯೆಯು ಮುಂದುವರೆದ ಪ್ರಕ್ರಿಯೆಯಾಗಿದೆ. ಒಮ್ಮೆ ನಾನು ನನ್ನ ಕೆಲಸದ ಸ್ಥಳದಲ್ಲಿ ಒಂದು ಸಿಬ್ಬಂದಿ ಸಭೆಯಲ್ಲಿ ಇದ್ದೆ. ಅದು ನಿತ್ಯದ ಧ್ಯಾನಕ್ಕೆ ಸಮಯವಾಗಿತ್ತು. ಇದ್ದಕ್ಕಿದ್ದಂತೆ, ಶಿವ ದೇವರು ನನ್ನ ಪ್ರಜ್ಞೆಯ ಒಳಗೆ ಮಾತನಾಡಿದರು. ಅವರು ಹೇಳಿದರು, "ನಿನ್ನ ಗಮನವನ್ನು ಹೃದಯದ ಖಾರಿಯ ಒಳಗೆ (heart cove) ಕೆಳಗೆ ಕಳುಹಿಸು. ಆರಂಭದಲ್ಲಿ ಪ್ರವೇಶಿಸಲು ಪ್ರಯತ್ನಿಸಬೇಡ. ಕಂಡಿಯ ಹೊರಗೆ ಹರಿಯುವ ಶಕ್ತಿಯ ಮೇಲೆ ಧ್ಯಾನವನ್ನು ಮಾಡು. ಇತರರ ಗಮನವನ್ನು ಸೆಳೆಯದಂತೆ ನಿನ್ನ ಕಣ್ಣುಗಳನ್ನು ತೆರೆದಿಟ್ಟುಕೊಂಡಿರು."

ಪ್ರಸ್ತಾಪಿಸಲಾಗಿರುವ ಕಂಡಿ ನಾಳ, ಕಾರಣಾತ್ಮಕ ಖಾರಿಯಿಂದ (causal cove), ಅಥವಾ ಕಾರಣಾತ್ಮಕ ದೇಹದಿಂದ ಬರುವ ನಾಳವಾಗಿದೆ. ಕೆಳಗಿನ ಚಿತ್ರವು ಆ ನಾಳವನ್ನು ತೋರಿಸುತ್ತದೆ.

ಮುಕ್ತಾಯ

ಒಬ್ಬ ವ್ಯಕ್ತಿಯು ಜೀವನದಲ್ಲಿ ಪಯಣಿಸುತ್ತಿದ್ದಂತೆ, ಪ್ರಾಪಂಚಿಕ ಪ್ರಭಾವಗಳ ದಾಳಿಯ ಮಧ್ಯೆ ತಪ್ಪಿಸಿಕೊಂಡಿದ್ದು, ಅದೇ ಸಮಯದಲ್ಲಿ ಧ್ಯಾನಕ್ಕೆ ಹಾಗೂ ಅದರಿಂದ ಉಂಟಾಗುವ ಆಧ್ಯಾತ್ಮಿಕ ಪ್ರಗತಿಗೆ ಅವಕಾಶವು ಯಾವಾಗಲೂ ಇರುತ್ತದೆ. ಕೇವಲ ಕೆಲವೇ ನಿಮಿಷಗಳವರೆಗೆ ಆದರೂ ಧ್ಯಾನವನ್ನು ಮಾಡಲು ನಿಮ್ಮ ದಿನದಲ್ಲಿ ಬಿಡುವು ಮಾಡಿಕೊಳ್ಳಿ. ನಿಮ್ಮ ಯಶಸ್ಸನ್ನು ಮತ್ತು ಹತಾಶೆಗಳನ್ನು ಇತರರೊಂದಿಗೆ ಹಂಚಿಕೊಳ್ಳಿ, ಮತ್ತು ನಿಮ್ಮ ಬೆಳವಣಿಗೆಯ ನಿರ್ದಿಷ್ಟ ಮಟ್ಟದಲ್ಲಿ ನಿಮಗೆ ಸಹಾಯ ಮಾಡುವ ಸ್ಥಾನದಲ್ಲಿರುವವರಿಂದ ಕಲಿತುಕೊಳ್ಳಿ.

ನಿರಂತರ ಅಭ್ಯಾಸದ ಧನಾತ್ಮಕ ಫಲಿತಾಂಶಗಳು ಪ್ರಕಟವಾಗುತ್ತವೆ, ಮತ್ತು ನಿಮಗೆ ಜೀವನದುದ್ದಕ್ಕೂ, ಸಾವಿನ ಸಮಯದಲ್ಲಿ, ಹಾಗೂ ಮರಣಾನಂತರದ ಬದುಕಿನಲ್ಲಿ ಬಹಳವಾಗಿ ಸಹಾಯ ಮಾಡುತ್ತವೆ.

ಸೂಚಿಕೆ

ಗ, ಘ

ಚ, ಛ

ಶ, ಷ

ಹ

ಲೇಖಕರ ಬಗ್ಗೆ

ಮೈಕೆಲ್ ಬಿಲವ್ಡ್ ಅವರು (ಯೋಗಿ ಮಾಧ್ವಾಚಾರ್ಯ ದಾಸ್) ಗಯಾನದಲ್ಲಿ (Guyana) ೧೯೫೧ ರಲ್ಲಿ ತಮ್ಮ ಪ್ರಸ್ತುತ ದೇಹವನ್ನು ತೆಗೆದುಕೊಂಡರು. ೧೯೬೫ ರಲ್ಲಿ ಟ್ರಿನಿಡಾಡ್‌ನಲ್ಲಿ (Trinidad) ವಾಸಿಸುವಾಗ, ಅವರು ಸಹಜ ಪ್ರವೃತ್ತಿಯಿಂದ ಯೋಗ ಭಂಗಿಗಳನ್ನು ಮಾಡಲು ಆರಂಭಿಸಿದರು ಮತ್ತು ಜೀವನದ ಅಲೌಕಿಕ ಭಾಗವನ್ನು ಅರ್ಥ ಮಾಡಿಕೊಳ್ಳಲು ಪ್ರಯತ್ನಿಸಿದರು.

ಆನಂತರ ೧೯೭೦ರಲ್ಲಿ, ಫಿಲಿಪ್ಪೀನ್ಸ್‌ನಲ್ಲಿ (Philippines) ಅವರು ಮಿಸ್ಟರ್ ಆರ್ತರ್ ಬಿವೆರ್‌ಫೋರ್ಡ್ (Mr. Arthur Beverford) ಎಂಬ ಒಬ್ಬ ಸಮರ ಕಲೆಗಳ ಶಿಕ್ಷಕರಿಗೆ (Martial Arts) ತಾನು ಒಬ್ಬ ಯೋಗ ಬೋಧಕರನ್ನು ಅರಸುತ್ತಿರುವೆನೆಂದು ವಿವರಿಸುತ್ತಾ ಅವರನ್ನು ಸಮೀಪಿಸಿದರು. ಮಿಸ್ಟರ್ ಬಿವೆರ್‌ಫೋರ್ಡ್, ರಿಶಿ ಸಿಂಗ್ ಘೇರ್‌ವಲ್ (Rishi Singh Gherwal) ಎಂಬ ಒಬ್ಬ ಅಷ್ಟಾಂಗ ಯೋಗ ಶಿಕ್ಷಕರ ಮುಂದುವರೆದ ಶಿಷ್ಯರೆಂದು ತಮ್ಮನ್ನು ತಾವು ಗುರುತಿಸಿಕೊಂಡರು.

ಬಿವೆರ್‌ಫೋರ್ಡ್ ಭಂಗಿಗಳ ಮೇಲೆ ಒತ್ತು ಕೊಡುವುದರೊಂದಿಗೆ ಸಾಂಪ್ರದಾಯಿಕ ಅಷ್ಟಾಂಗ ಯೋಗವನ್ನು, ಗಮನವಿಟ್ಟು ಮಾಡುವ ಉಸಿರಾಟವನ್ನು (attentive breathing), ಮತ್ತು ಭ್ರೂ ಚಕ್ರವನ್ನು ಕೇಂದ್ರೀಕರಿಸಿ (brow chakra centering) ಮಾಡುವ ಧ್ಯಾನವನ್ನು ಕಲಿಸಿದರು. ೧೯೭೩ ರಲ್ಲಿ ಮೈಕೆಲ್ ಕುಂಡಲಿನಿ ಯೋಗ ಶಿಕ್ಷಕರಾದ ಹರ್ಭಜನ್ ಸಿಂಗ್ (Harbhajan Singh) ಅವರ ಡೆನ್ವರ್ ಕೊಲೊರಾಡೋದ (Denver Colorado) ಆಶ್ರಮವನ್ನು ಪ್ರವೇಶಿಸಿದರು. ಅಲ್ಲಿ ಅವರು ಭಸ್ತ್ರಿಕಾ ಪ್ರಾಣಾಯಾಮದಲ್ಲಿ ಹಾಗೂ ಯೋಗದ ಭಂಗಿಗಳಿಗೆ ಅದರ ಅನ್ವಯ ಕುರಿತು ಶಿಕ್ಷಣವನ್ನು ತೆಗೆದುಕೊಂಡರು. ಪ್ರೇಮ್ ಕೌರ್ (Prem Kaur) ಎಂಬ ಯೋಗಿ ಭಜನ್ (Yogi Bhajan) ಅವರ ಶಿಷ್ಯರು ಹೆಚ್ಚಾಗಿ ಅವರ ಮೇಲ್ವಿಚಾರಣೆಯನ್ನು ಮಾಡಿದರು.

೧೯೭೯ ರಲ್ಲಿ ಮೈಕೆಲ್, ಶ್ರೀ ಕೃಷ್ಣನಿಗೆ ಭಕ್ತಿಯ ಪ್ರತಿಪಾದಕರಾದ, ಮಹಾನ್ ವೈಷ್ಣವ ತಜ್ಞರಾದ ಶ್ರೀ ಸ್ವಾಮಿ ಭಕ್ತಿವೇದಾಂತ ಪ್ರಭುಪಾದರ ಪ್ರಮುಖ ಸನ್ಯಾಸಿ ಅನುಯಾಯಿಯಾಗಿದ್ದ ಸ್ವಾಮಿ ಕೀರ್ತನನಂದ ಅವರ ಮೂಲಕ ಔಪಚಾರಿಕವಾಗಿ ಬ್ರಹ್ಮ-ಮಾಧವ ಗೌಡಿಯ ಸಂಪ್ರದಾಯದ ಗುರು ಪರಂಪರೆಯನ್ನು ಪ್ರವೇಶಿಸಿದರು.

ಈ ಪ್ರಕಟಣೆಯನ್ನು ಹೊರತರುವುದಕ್ಕಾಗಿ ಮೈಕೆಲ್ ಆಸ್ಟ್ರಲ್ ಸಮತಲದಲ್ಲಿ ಅನೇಕ ಯೋಗಿ ಅನುಭಾವಿಗಳಿಂದ ಸೂಚನೆಗಳನ್ನು ತೆಗೆದುಕೊಂಡರು. ನಲವತ್ತು ವರ್ಷಗಳ ಕಾಲ ಅವರು ಧ್ಯಾನ ಅಭ್ಯಾಸದ ಸಮಯದಲ್ಲಿ ಟಿಪ್ಪಣಿಗಳನ್ನು ತೆಗೆದುಕೊಂಡರು. ಈ ಪುಸ್ತಕವು, ಇತರ ಪುಸ್ತಕಗಳು ಒಳಗೊಂಡಂತೆ, ಅನುಭವಗಳನ್ನು ವಿವರಿಸುತ್ತದೆ.

ಅನುವಾದಕರ ಬಗ್ಗೆ

ಅರ್ಪನ ಉಕ್ಕುಂದ್ ಅವರು ಹುಟ್ಟಿ ಬೆಳೆದದ್ದು ಭಾರತದ ಬೆಂಗಳೂರಿನಲ್ಲಿ. ಶಾಲೆಯಲ್ಲಿ ಮತ್ತು ಪದವಿ ಪೂರ್ವ ಕಾಲೇಜಿನಲ್ಲಿ ಅಧ್ಯಯನದ ಅವರ ಮೊದಲ ಭಾಷೆ ಕನ್ನಡ ಆಗಿತ್ತು, ಹಾಗೂ ಔಪಚಾರಿಕ ಶಿಕ್ಷಣ ಇಂಗ್ಲಿಷ್‌ನಲ್ಲಿ ಆಗಿತ್ತು. ಹೀಗಾಗಿ ಅವರು ಕನ್ನಡ ಮತ್ತು ಇಂಗ್ಲಿಷ್ ಎರಡೂ ಭಾಷೆಗಳಲ್ಲಿ ನಿರರ್ಗಳವಾಗಿ ಮಾತನಾಡಬಲ್ಲರು ಹಾಗೂ ಬರೆಯಬಲ್ಲರು. ಅರ್ಪನ ಅವರು ೧೯೯೬ ರಲ್ಲಿ ಬೆಂಗಳೂರು ವಿಶ್ವವಿದ್ಯಾನಿಲಯದಿಂದ ಇಂಜಿನಿಯರಿಂಗ್ ಮಾಡಿದರು.

೧೯೯೨ ರಲ್ಲಿ ಅವರು ಬೆಂಗಳೂರಿನ ರಾಷ್ಟ್ರೋತ್ಥಾನ ಶಾರೀರಿಕ ಶಿಕ್ಷಾ ಕೇಂದ್ರವನ್ನು ಸೇರಿ, ಯೋಗ ಆಸನಗಳ ಮೇಲೆ ಒತ್ತು ಕೊಡುವುದರೊಂದಿಗೆ ಸಾಂಪ್ರದಾಯಿಕ ಅಷ್ಟಾಂಗ ಯೋಗವನ್ನು ಕಲಿತರು. ೨೦೦೭ ರಲ್ಲಿ ಅವರು ಸ್ವಾಮಿ ರಾಮ್‌ದೇವ್ (Swami Ramdev) ಅವರ ಯೋಗ ಶಿಬಿರದಲ್ಲಿ ಪಾಲ್ಗೊಂಡು ಪ್ರಾಣಾಯಾಮ ವಿಧಾನಗಳನ್ನು ಕಲಿತರು. ಅವರು ಸ್ವಾಭಾವಿಕವಾಗಿ ಯೋಗ ಮತ್ತು ಧ್ಯಾನದಲ್ಲಿ ಆಸಕ್ತರಾಗಿದ್ದರು ಹಾಗೂ ಧ್ಯಾನಕ್ಕೆ ಸಂಬಂಧಿಸಿದ ಪುಸ್ತಕಗಳನ್ನು ಹುಡುಕುವಾಗ ಮೈಕೆಲ್ ಬಿಲವ್ಡ್ ಅವರ 'ಮೆಡಿಟೇಶನ್ ಪಿಕ್ಟೋರಿಯಲ್' (Meditation Pictorial) ಪುಸ್ತಕವನ್ನು ಮತ್ತು ಮೈಕೆಲ್ ಅವರ ವೆಬ್‌ಸೈಟ್ ಅನ್ನು ಕಂಡರು. ವೆಬ್‌ಸೈಟ್ ಮೂಲಕ ಮೈಕೆಲ್ ಬಿಲವ್ಡ್ ಅವರನ್ನು ಸಂಪರ್ಕಿಸಿದ ನಂತರ ಅವರು ಮೈಕೆಲ್ ಅವರಿಂದ ಮೂಲಭೂತ ಕುಂಡಲಿನಿ ಯೋಗ ವಿಧಾನಗಳಲ್ಲಿ ಸೂಚನೆಗಳನ್ನು ಪಡೆದರು. ಪ್ರಸಕ್ತವಾಗಿ ಅವರು ಉಸಿರನ್ನು ತುಂಬುವ ತಂತ್ರಗಳನ್ನು (breath infusion techniques) ಮತ್ತು ಧ್ಯಾನವನ್ನು ಅಭ್ಯಾಸ ಮಾಡುತ್ತಿದ್ದಾರೆ.

ಪ್ರಕಟಣೆಗಳು

English Series

Bhagavad Gita English

Anu Gita English

Markandeya Samasya English

Yoga Sutras English

Uddhava Gita English

These are in 21st Century English, very precise and exacting. Many Sanskrit words which were considered untranslatable into a Western language are rendered in precise, expressive and modern English, due to the English language becoming the world's universal means of concept conveyance.

Three of these books are instructions from Krishna. **In Bhagavad Gita English** and **Anu Gita English**, the instructions were for Arjuna. In the **Uddhava Gita English,** it was for Uddhava. Bhagavad Gita and Anu Gita are extracted from the Mahabharata. Uddhava Gita was extracted from the 11th Canto of the Srimad Bhagavatam (Bhagavata Purana). One of these books, the **Markandeya Samasya English** is about Krishna, as described by Yogi Markandeya, who survived the cosmic collapse and reached a divine child in whose transcendental body, the collapsed world was existing. Another of these books, the **Yoga Sutras English,** is the detailed syllabus about yoga practice.

My suggestion is that you read **Bhagavad Gita English**, the **Anu Gita English, the Markandeya Samasya English,** the **Yoga Sutras English** and lastly the **Uddhava Gita English**, which is much more complicated and detailed.

For each of these books we have at least one commentary, which is published separately. Thus your particular interest can be researched further in the commentaries.

The smallest of these commentaries and perhaps the simplest is the one for the Anu Gita. We published its commentary as the Anu Gita Explained. The Bhagavad Gita explanations were published in three distinct targeted commentaries. The first is Bhagavad Gita Explained, which sheds lights on how people in the time of Krishna and Arjuna regarded the information and applied it. Bhagavad Gita is an exposition of the application of yoga practice to cultural activities, which is known in the Sanskrit language as karma yoga.

Interestingly, Bhagavad Gita was spoken on a battlefield just before one of the greatest battles in the ancient world. A warrior, Arjuna, lost his wits and had no idea that he could apply his training in yoga to political dealings. Krishna, his charioteer, lectured on the spur of the moment to give Arjuna the skill of using yoga proficiency in cultural dealings including how to deal with corrupt officials on a battlefield.

The second commentary is the Kriya Yoga Bhagavad Gita. This clears the air about Krishna's information on the science of kriya yoga, showing that its techniques are clearly described free of charge to anyone who takes the time to read Bhagavad Gita. Kriya yoga concerns the battlefield which is the psyche of the living being. The internal war and the mental and emotional forces which are hostile to self-realization are dealt with in the kriya yoga practice.

The third commentary is the Brahma Yoga Bhagavad Gita. This shows what Krishna had to say outright and what he hinted about which concerns the brahma yoga practice, a mystic process for those who mastered kriya yoga.

There is one commentary for the **Markandeya Samasya English**. The title of that publication is Krishna Cosmic Body.

There are two commentaries to the Yoga Sutras. One is the Yoga Sutras of Patanjali and the other is the Meditation Expertise. These give detailed explanations of the process of Yoga.

For the Uddhava Gita, we published the Uddhava Gita Explained. This is a large book and requires concentration and study for integration of the information. Of the books which deal with transcendental topics, my opinion is that the discourse between Krishna and Uddhava has the complete information about the realities in existence. This book is the one which removes massive existential ignorance.

Meditation Series

Meditation Pictorial

Meditation Expertise

Core-Self Discovery

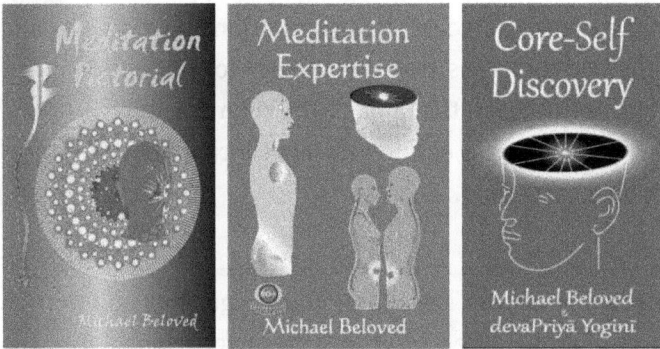

The specialty of these books is the mind diagrams which profusely illustrate what is written. This shows exactly what one has to do mentally to develop and then sustain a meditation practice.

In the **Meditation Pictorial**, one is shown how to develop psychic insight, a feature without which meditation is imagination and visualization, without any mystic experience per se.

In the **Meditation Expert**ise, one is shown how to corral one's practice to bring it in line with the classic syllabus of yoga which Patanjali lays out as the ashtanga yoga eight-staged practice.

In **Core-Self Discovery**, one is taken though the course of pratyahar sensual energy withdrawal which is the 5th stage of yoga in the Patanjali ashtanga eight-process complete system of yoga practice. These events lead to the discovery of a core-self which is surrounded by psychic organs in the head of the subtle body. This product has a DVD component for teachers and self-teaching students.

These books are profusely illustrated with mind diagrams showing the components of psychic consciousness and the inner design of the subtle body.

Explained Series

Bhagavad Gita Explained

Uddhava Gita Explained

Anu Gita Explained

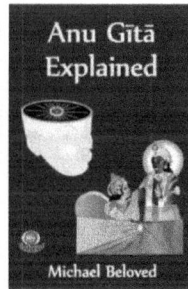

The specialty of these books is that they are free of missionary intentions, cult tactics and philosophical distortion. Instead of using these books to add credence to a philosophy, meditation process, belief or plea for followers, I spread the information out so that a reader can look through this literature and freely take or leave anything as desired.

When Krishna stressed himself as God, I stated that. When Krishna laid no claims for supremacy, I showed that. The reader is left to form an

ಧ್ಯಾನ-ಸಚಿತ್ರ

independent opinion about the validity of the information and the credibility of Krishna.

There is a difference in the discourse with Arjuna in the Bhagavad Gita and the one with Uddhava in the Uddhava Gita. In fact these two books may appear to contradict each other. In the Bhagavad Gita, Krishna pressured Arjuna to complete social duties. In the Uddhava Gita, Krishna insisted that Uddhava should abandon the same.

The Anu Gita is not as popular as the Bhagavad Gita but it is the conclusion of that text. Anu means what is to follow, what proceeds. In this discourse, an anxious Arjuna request that Krishna should repeat the Bhagavad Gita and again show His supernatural and divine forms.

However Krishna refuses to do so and chastises Arjuna for being a disappointment in forgetting what was revealed. Krishna then cites a celestial yogi, a near-perfected being, who explained the process of transmigration in vivid detail.

Commentaries

Yoga Sutras of Patanjali

Meditation Expertise

Krishna Cosmic Body

Anu Gita Explained

Bhagavad Gita Explained

Kriya Yoga Bhagavad Gita

Brahma Yoga Bhagavad Gita

Uddhava Gita Explained

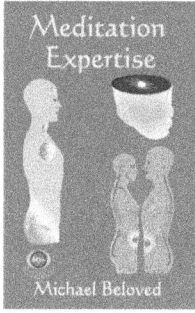

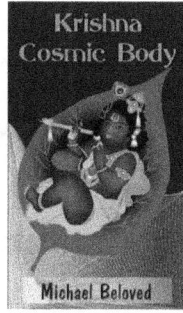

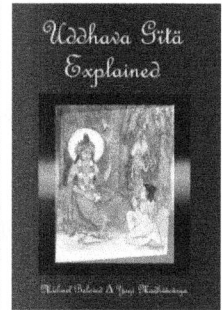

Yoga Sutras of Patanjali is the globally acclaimed text book of yoga. This has detailed expositions of yoga techniques. Many kriya techniques are vividly described in the commentary.

Meditation Expertise is an analysis and application of the Yoga Sutras. This book is loaded with illustrations and has detailed explanations of secretive advanced meditation techniques which are called kriyas in the Sanskrit language.

Krishna Cosmic Body is a narrative commentary on the Markandeya Samasya portion of the Aranyaka Parva of the Mahabharata. This is the detailed description of the dissolution of the world, as experienced by the great yogin Markandeya who transcended the cosmic deity, Brahma, and reached Brahma's source who is the divine infant, Krishna.

Anu Gita Explained is a detailed explanation of how we endure many material bodies in the course of transmigrating through various life-forms. This is a discourse between Krishna and Arjuna. Arjuna requested of Krishna a display of the Universal Form and a repeat narration of the Bhagavad Gita but Krishna declined and explained what a siddha perfected being told the

Yadu family about the sequence of existences one endures and the systematic flow of those lives at the convenience of material nature.

Bhagavad Gita Explained shows what was said in the Gita without religious overtones and sectarian biases.

Kriya Yoga Bhagavad Gita shows the instructions for those who are doing kriya yoga.

Brahma Yoga Bhagavad Gita shows the instructions for those who are doing brahma yoga.

Uddhava Gita Explained shows the instructions to Uddhava which are more advanced than the ones given to Arjuna.

Bhagavad Gita is an instruction for applying the expertise of yoga in the cultural field. This is why the process taught to Arjuna is called karma yoga which means karma + yoga or cultural activities done with a yogic demeanor.

Uddhava Gita is an instruction for apply the expertise of yoga to attaining spiritual status. This is why it is explains jnana yoga and bhakti yoga in detail. Jnana yoga is using mystic skill for knowing the spiritual part of existence. Bhakti yoga is for developing affectionate relationships with divine beings.

Karma yoga is for negotiating the social concerns in the material world and therefore it is inferior to bhakti yoga which concerns negotiating the social concerns in the spiritual world.

This world has a social environment and the spiritual world has one too.

Right now Uddhava Gita is the most advanced informative spiritual book on the planet. There is nothing anywhere which is superior to it or which goes into so much detail as it. It verified that historically Krishna is the most advanced human being to ever have left literary instructions on this planet. Even Patanjali Yoga Sutras which I translated and gave an application for in my book, **Meditation Expertise**, does not go as far as the Uddhava Gita.

Some of the information of these two books is identical but while the Yoga Sutras are concerned with the personal spiritual emancipation (kaivalyam) of the individual spirits, the Uddhava Gita explains that and also explains the situations in the spiritual universes.

Bhagavad Gita is from the Mahabharata which is the history of the Pandavas. Arjuna, the student of the Gita, is one of the Pandavas brothers. He was in a social hassle and did not know how to apply yoga expertise to solve it. Krishna gave him a crash-course on the battlefield about that.

Uddhava Gita is from the Srimad Bhagavatam (Bhagavata Purana), which is a history of the incarnations of Krishna. Uddhava was a relative of Krishna. He was concerned about the situation of the deaths of many of his relatives but Krishna diverted Uddhava's attention to the practice of yoga for the purpose of successfully migrating to the spiritual environment.

Specialty

These books are based on the author's experiences in meditation, yoga practice and participation in spiritual groups:

Spiritual Master

sex you!

Sleep **Paralysis**

Astral Projection

Masturbation Psychic Details

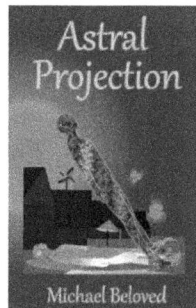

Masturbation
Psychic Details

Michael Beloved

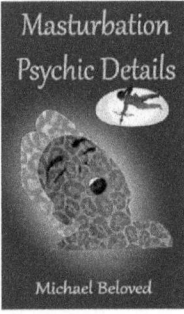

In **Spiritual Master**, Michael draws from experience with gurus or with their senior students. His contact with astral gurus is rated. He walks you through the avenue of gurus showing what you should do and what you should not do, so as to gain proficiency in whatever area of spirituality the guru has proficiency.

sex you! is a masterpiece about the adventures of an individual spirit's passage through the parents' psyches. The conversion of a departed soul into a sexual urge is described. The transit from the afterlife to residency in the emotions of the parents is detailed. This is about sex and you; learn about how much of you comprises the romantic energy of your would-be parents!

Sleep Paralysis clears misconceptions so that one can see what sleep paralysis is and what frightening astral experience occurs while the paralysis is being experienced. This disempowerment has great value in giving you confidence that you can and do exist even if you are unable to operate the physical body. The implication is that one can exist apart from and will survive the loss of the material body.

Astral Projection details experiences Michael had even in childhood, where he assumed incorrectly that everyone was astrally conversant. He discusses the life force psychic mechanism which operates the sleep-wake cycle of the physical form, and which budgets energy into the separated astral form which determines if the individual will have dream recall or no objective awareness during the projections. Astral travel happens on every occasion when the physical body sleeps. What is missing in awareness is the observer status while the astral body is separated.

Masturbation Psychic Details is a surprise presentation which relates what happens on the psychic plane during a masturbation event. This does not tackle moral issues or even addictions but shows the involvement of memory and the sure but hidden subconscious mind which operates many features of the psyche irrespective of the desire or approval of the self-conscious personality.

Kannada Series

1. ನಿದ್ರಾ ಪಾರ್ಶ್ವವಾಯು
2. ಆಸ್ಟ್ರಲ್ ಪ್ರೊಜೆಕ್ಷನ್
3. ಸ್ವಯಂನ-ಕೇಂದ್ರಭಾಗದ ಅನ್ವೇಷಣೆ
4. ಧ್ಯಾನ-ಸಚಿತ್ರ

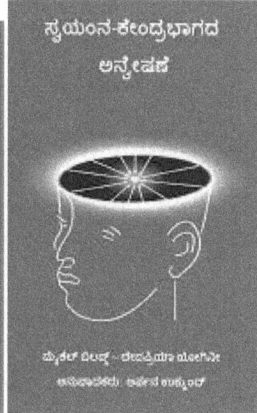

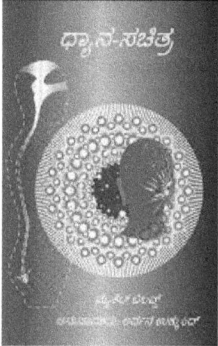

ಆನ್‌ಲೈನ್ ಸಂಪನ್ಮೂಲಗಳು

ವೆಬ್‌ಸೈಟ್ ಮತ್ತು ಫೋರಮ್ ಅನ್ನು ಭೇಟಿ ಮಾಡಿ

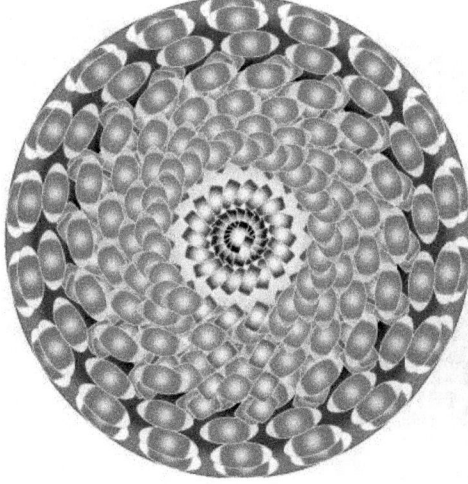

ಇಮೇಲ್ : *michaelbelovedbooks@gmail.com*

        axisnexus@gmail.com

ವೆಬ್‌ಸೈಟ್ : *michaelbeloved.com*

ಫೋರಮ್ : *inselfyoga.com*

www.ingramcontent.com/pod-product-compliance
Lightning Source LLC
Chambersburg PA
CBHW072133090426
42739CB00013B/3184